AF738967

മാൻസ്ഫീൽഡ് പാർക്ക്

mansfield park
novel
•
jane austen
•
translated by
k p balachandran
•
first chintha edition
november 2010
•
typesetting
chasimar, thiruvananthapuram
•
published
chintha publishers, thiruvananthapuram
•

•
cover
abdul azeez
•

വിതരണം
ദേശാഭിമാനി ബുക്ക് ഹൗസ്
H O തിരുവനന്തപുരം–695 001

ബ്രാഞ്ചുകൾ
ഓവർബ്രിഡ്ജ് തിരുവനന്തപുരം • കെ എസ് ആർ ടി സി ബസ് സ്റ്റേഷൻ ആലപ്പുഴ • കെ എസ് ആർ ടി സി ബസ് സ്റ്റേഷൻ എറണാകുളം • കലൂർ കൊച്ചി• ഐ ജി റോഡ് കോഴിക്കോട് • മാവൂർ റോഡ് കോഴിക്കോട് • എൻ ജി ഒ യൂണിയൻ ബിൽഡിങ് കണ്ണൂർ • സെൻട്രൽ ബസ്ടെർമിനൽ കോംപ്ലക്സ് താവക്കര കണ്ണൂർ. മച്ചിങ്ങൽ ലെയ്ൻ തൃശ്ശൂർ

CO - 1505 / 2577

മാൻസ്ഫീൽഡ് പാർക്ക്

നോവൽ

ജെയിൻ ഓസ്റ്റിൻ

പരിഭാഷ

കെ പി ബാലചന്ദ്രൻ

ചിന്ത പബ്ലിഷേഴ്സ്

തിരുവനന്തപുരം-695 001

ജെയിൻ ഓസ്റ്റിൻ

1775 ഡിസംബർ 16 നാണ് ജനനം. ഇംഗ്ലീഷ് സാഹിത്യത്തിന് നവജീവൻ നൽകിയ എഴുത്തുകാരി. റിയലിസത്തിന് പുതിയ മാനങ്ങൾ നൽകിയ ഓസ്റ്റിൻ 1811 മുതൽ 1816 വരെയുള്ള കാലഘട്ടത്തിലാണ് തന്റെ വിഖ്യാതനോവലുകൾ എഴുതുന്നത്. *Senze and Sensibility* (1811), *Pride and Prejudice* (1813), *Mansfield Park* (1814), *Emma* (1815), *Narthanges Abbey* (1818), *Persuasian* (1818) എന്നിവയാണ് പ്രധാന നോവലുകൾ.

1817 ജൂലൈ 18 ന് അന്തരിച്ചു.

കെ പി ബാലചന്ദ്രൻ

1939 ജനുവരി 25 ന് മണലൂരിൽ ജനനം. പിതാവ്: *വ്യാസമഹാഭാരത*ത്തിന്റെ പരിഭാഷയിലൂടെ പ്രശസ്തനായ വിദ്വാൻ കെ പ്രകാശം. മാതാവ്: ദേവകി

മണലൂർ ഹൈസ്കൂൾ, തൃശൂർ കേരളവർമ കോളേജ്, തിരുവനന്തപുരം എഞ്ചിനീയറിങ് കോളേജ് എന്നിവിടങ്ങളിൽ വിദ്യാഭ്യാസം. മൈസൂർ യൂണിവേഴ്സിറ്റിയിൽ ബിരുദാനന്തര ബിരുദം. റൂർക്കല സ്റ്റീൽ പ്ലാന്റിൽ എഞ്ചിനീയറായിരുന്നു. പിന്നീട് കൊച്ചിൻ ഷിപ്പ്യാർഡിൽ അസി. മാനേജർ ആയി ചേർന്നു. ബ്രിട്ടനിൽനിന്നും, കപ്പൽ നിർമാണത്തിനുള്ള വിദഗ്ധ പരിശീലനം നേടി.

വിവിധ വാട്ടർ തീം പാർക്കുകളിൽ ജനറൽ മാനേജരായി ജോലി നോക്കി.

മുഗൾ ഭരണത്തെക്കുറിച്ച് ആഴത്തിൽ പഠിച്ച് എട്ട് ഗ്രന്ഥങ്ങൾ രചിച്ചു. നിരവധി വിശ്വസാഹിത്യകൃതികൾ പരിഭാഷപ്പെടുത്തുകയും സംഗ്രഹിക്കുകയും ചെയ്തു.

ഭാഗം 1

1

ഏകദേശം മുപ്പത് വർഷങ്ങൾക്കു മുമ്പ് വെറും ഏഴായിരം പൗണ്ട് മാത്രം സ്വത്തുള്ള ഹണ്ടിങ്ഡനിലെ മിസ്സ് മരിയ വാർഡിന് 'നോർത്താം ടൻ' കൗണ്ടിയിലെ 'മാൻസ്ഫീൽഡ് പാർക്കി'ന്റെ ഉടമ സർ. തോമസ് ബർട്രാമിനെ വശീകരിച്ചെടുക്കുവാനുള്ള സൗഭാഗ്യമുണ്ടായി. അങ്ങനെ മനോഹരമായൊരു വീടും വൻസമ്പാദ്യവും സർവവിധ സുഖസൗകര്യ ങ്ങളും ഉള്ള പ്രഭുവിന്റെ ലേഡി എന്ന പദവിയിലേക്കവൾ ഉയർത്തപ്പെ ട്ടു. ആ ജോഡിയുടെ മഹനീയതയെക്കുറിച്ച് ഹണ്ടിങ്ഡൻകാരെല്ലാം അതിശയം പ്രകടിപ്പിച്ചു. വക്കീലായ അമ്മാവൻ മൂവായിരം പൗണ്ടെ ങ്കിലും അവൾക്ക് അനുവദിച്ചു നൽകിയിരുന്നു. ഈ ഉയർച്ചമൂലം പ്രയോ ജനം ലഭിക്കാവുന്ന രണ്ടു സഹോദരിമാർ അവൾക്കുണ്ടായിരുന്നു. അവ ളെപ്പോലെ തികച്ചും സുന്ദരികളായ മിസ്സ് വാർഡും മിസ്സ് ഫ്രാൻസും അത്തരം ഉന്നത വിവാഹബന്ധങ്ങൾ മുൻകൂട്ടി പ്രവചിക്കാൻ തുനിഞ്ഞില്ല. എന്നാൽ, തീർച്ചയായും വൻ സമ്പന്നരായ വ്യക്തികൾ അധികം ഈ ലോകത്ത് കാണില്ല, അവൾ അർഹിക്കുന്ന ഇത്തരം സുന്ദ രികളുടേതുപോലെ.

ആറ് വർഷങ്ങൾക്കുശേഷം സ്വന്തമായി സമ്പത്തൊന്നുമില്ലാത്ത റവ: മിസ്റ്റർ നോറിസിനെ മിസ്സ് വാർഡ് വിവാഹം കഴിക്കാനിടയായി. സഹോ ദരീ ഭർത്താവിന്റെ സുഹൃത്തായിരുന്നു 'അയാൾ'; മിസ്സ് ഫ്രാൻസിന്റെ കാര്യം അതിലും കഷ്ടമായിരുന്നു. വിവാഹശേഷം മിസ്സ് വാർഡിന്റെ ദാമ്പത്യജീവിതം അത്രമോശമായിരുന്നില്ല; സർ. തോമസ് അവർക്ക് മാൻസ് ഫീൽഡിൽ ജോലി ചെയ്ത് താമസിക്കുവാനുള്ള അനുമതി നൽകി. അങ്ങനെ പ്രതിവർഷം ഏകദേശം ആയിരം പൗണ്ട് വരുമാനത്തോടെ നോറിസ് ദമ്പതികൾ സസന്തോഷം കുടുംബജീവിതം ആരംഭിച്ചു.

എന്നാൽ, കുടുംബത്തോട് മര്യാദകാണിക്കാത്ത രീതിയിലായിരുന്നു മിസ്സ് ഫ്രാൻസിന്റെ വിവാഹം. പഠിപ്പോ സമ്പത്തോ ബന്ധുബലമോ ഇല്ലാത്ത ഒരു മറൈൻലെഫ്റ്റനന്റിനെയാണവൾ വിവാഹം കഴിച്ചത്. ഇതിനേക്കാൾ മോശമായൊരു ബന്ധം അവൾക്ക് കിട്ടാനില്ല. ആദർശവാദിയും അഭിമാനിയുമായ സർ. തോമസ് ബെർട്രാം തന്റെ ബന്ധുക്കളെയെല്ലാം സഹായിക്കാനും മാന്യമായ നിലയിലെത്തിക്കുവാനും ആഗ്രഹിക്കുന്ന വ്യക്തിയായിരുന്നു. ലേഡി ബെർട്രാമിന്റെ സഹോദരിയെ സഹായിക്കുവാനയാൾക്ക് സന്തോഷമേ ഉണ്ടായിരുന്നുള്ളൂ. എന്നാൽ, അവളുടെ ഭർത്താവിന്റെ തൊഴിലിനോടുള്ള എതിർപ്പു മൂലം അയാൾ യാതൊരു താൽപ്പര്യവുമെടുത്തില്ല. മറ്റേതെങ്കിലും രീതിയിൽ സഹായിക്കാമെന്ന് കരുതുമ്പോഴേക്കും സഹോദരിമാർ തമ്മിലുള്ള ബന്ധം പാടെ തകർന്നുപോയി. ഓരോരുത്തരുടെയും പെരുമാറ്റത്തിന്റെ സ്വാഭാവികഫലമായിരുന്നു അത്; അത്തരം ഔചിത്യമില്ലാത്ത വിവാഹബന്ധങ്ങളിൽനിന്ന് എപ്പോഴും ഉടലെടുക്കുന്ന പ്രശ്നങ്ങൾ. ശക്തിയായ പ്രതിഷേധങ്ങളിൽനിന്നും രക്ഷപ്പെടുവാനായി തന്റെ കുടുംബത്തിലേക്ക് മിസിസ് പ്രൈസ്, വിവാഹം കഴിയുന്നതുവരെ, കത്തയച്ചതേയില്ല. വളരെ ശാന്തപ്രകൃതയായ ലേഡി ബെർട്രാം അലസയായൊരു സ്ത്രീയായിരുന്നു. തന്റെ സഹോദരിയുടെ പെരുമാറ്റം കാര്യമായെടുക്കാതെ അവൾ വിട്ടുകളഞ്ഞേനെ. എന്നാൽ, ചടുലസ്വഭാവമുള്ള മിസിസ് നോറിസ് അടങ്ങിയിരിക്കാൻ തയാറായില്ല. കോപം നിറഞ്ഞ ദീർഘമായൊരു കത്ത് അവൾ ഫാനിക്ക് അയച്ചു. സഹോദരിയുടെ മണ്ടത്തരത്തെ അവൾ തുറന്നുകാട്ടി, അതുമൂലം ഉണ്ടാകുന്ന ഭവിഷ്യത്തുകളെക്കുറിച്ചോർമിപ്പിച്ച് ഭീഷണിപ്പെടുത്തി. ഈ കത്ത് മിസിസ് പ്രൈസിനെ വല്ലാതെ മുറിവേൽപ്പിക്കുകയും, കുപിതയാക്കുകയും ചെയ്തു. അവൾ അയച്ച മറുപടി ഓരോ സഹോദരിയുടെയും മനസിൽ കടുത്ത വെറുപ്പുളവാക്കി. സർ. തോമസിന്റെ അഭിമാനത്തെ അത് വ്രണപ്പെടുത്തി. മിസിസ് നോറിസിന് അത് ഉൾക്കൊള്ളാനായില്ല. നീണ്ട ഒരു കാലയളവുവരെ അവരും സഹോദരിയുമായുള്ള എല്ലാ ബന്ധങ്ങളും വിച്ഛേദിക്കപ്പെട്ടു.

അവരുടെ വീടുകൾ അത്രയും ദൂരത്തായതിനാലും, അവരുടെ വിവാഹരംഗങ്ങൾ അത്രയ്ക്ക് വ്യത്യസ്തമായതിനാലും പിന്നീടുള്ള പതിനൊന്ന് വർഷങ്ങൾ പരസ്പരം അറിയാതെ കടന്നുപോയി. ഫ്രാൻസിന് ഒരു കുട്ടി കൂടി ജനിക്കാൻ പോകുന്നു എന്ന് മിസിസ് നോറിസ് കോപത്തോടെ ഇടയ്ക്കിടെ ജൽപ്പിക്കുന്നത് കേട്ട് സർ തോമസ് അതിശയിച്ചുപോയി. പതിനൊന്ന് വർഷത്തിനുശേഷം അഭിമാനമോ വിദ്വേഷമോ വെച്ചുപുലർത്താൻ മിസിസ് പ്രൈസിനായില്ല; തന്നെ സഹായിച്ചേക്കാവുന്ന ഒറ്റ ബന്ധവും നഷ്ടപ്പെടുത്താനവൾക്ക് കഴിയില്ലായിരുന്നു. ഇനിയും വളർന്നുകൊണ്ടിരിക്കുന്ന വലിയ ഒരു കുടുംബം, ജോലി ചെയ്യാൻ കഴിയാത്ത, സുഹൃദ്വൃന്ദവും വിലകൂടിയ മദ്യവും ഇഷ്ടപ്പെടുന്ന, അവ നേടാൻ പണമില്ലാത്ത ഭർത്താവ് തുടങ്ങിയവ താൻ

അശ്രദ്ധയോടെ ത്യജിച്ച സുഹൃത്തുക്കളെ വീണ്ടെടുക്കാൻ അവളെ ഉത്സുകയാക്കി. അവൾ ലേഡി ബെർട്രാമിന്നയച്ച കത്തിൽ എല്ലാം തുറന്നെഴുതി. പശ്ചാത്താപവും നൈരാശ്യവും അതിൽ നിറഞ്ഞുനിന്നു. അധികപ്പറ്റായ കുട്ടികൾ, നികത്താനാവാത്ത ആവശ്യങ്ങൾ, അനുരഞ്ജനത്തിനുള്ള മോഹം എല്ലാം ആ കത്തിൽ പ്രതിഫലിച്ചിരുന്നു. അവൾ തന്റെ ഒമ്പതാമത്തെ കുഞ്ഞിനെ പ്രസവിക്കാൻ പോകുകയാണ്. സ്ഥിതിഗതികളെ കുറിച്ച് വിലപിച്ചശേഷം, ജനിക്കാൻ പോകുന്ന കുട്ടിയുടെ സംരക്ഷണ ചുമതലയ്ക്കായി അവൾ കേണപേക്ഷിച്ചു. ഇപ്പോഴുള്ള എട്ട് കുട്ടികളെ വളർത്താനായി അവരുടെ സഹായത്തെക്കുറിച്ചുള്ള തന്റെ പ്രതീക്ഷയും അവൾക്ക് ഒളിച്ചുവെക്കാൻ കഴിഞ്ഞില്ല. അവളുടെ മൂത്ത പുത്രന് പത്തുവയസായി, പുറംലോകത്തേക്ക് പറന്നുയരാൻ ആഗ്രഹിക്കുന്ന ഊർജസ്വലനായൊരു മിടുക്കൻ കുട്ടി. എന്നാൽ, അവൾക്ക് എന്തുചെയ്യാൻ കഴിയും. സർ. തോമസിന്റെ വെസ്റ്റ് ഇന്ത്യൻ എസ്റ്റേറ്റുകളിൽ അവനെ ഉപയോഗപ്പെടുത്താനാകുമോ? ഒരു ജോലിയും അവന് മോശമല്ല– 'വൂൾവിച്ചി' നെക്കുറിച്ച് സർ തോമസ് എന്താണ് കരുതുന്നത്? അല്ലെങ്കിൽ, പൂർവദേശത്തേക്ക് എങ്ങനെയാണൊരു കുട്ടിയെ അയയ്ക്കുന്നത്?

ആ കത്ത് നിഷ്ഫലമായില്ല. അനുകമ്പയും ശാന്തിയും അത് പുനഃസ്ഥാപിച്ചു. സർ. തോമസ് സ്നേഹോപദേശങ്ങൾ അയച്ചു; ലേഡി ബെർട്രാം പണവും കുട്ടിക്കുപ്പായങ്ങളും അയച്ചുകൊടുത്തു. മിസിസ് നോറിസ് ആണ് കത്തുകൾ എഴുതിയത്. ഇത്രയൊക്കെയായിരുന്നു അതിന്റെ തൽക്ഷണഫലമെങ്കിലും, ഒരു കൊല്ലത്തിനുള്ളിൽ സുപ്രധാനമായൊരു ആനുകൂല്യം മിസിസ് പ്രൈസിന് ലഭിക്കാനിടയായി. തന്റെ ദരിദ്രയായ സഹോദരിയെയും കുടുംബത്തെയും കുറിച്ചുള്ള ചിന്ത മിസിസ് നോറിസിന്റെ തലയിൽ സദാ പുകഞ്ഞുകൊണ്ടിരുന്നു. അവർ ചെയ്തതൊന്നും പോരാ, ഇനിയും പലതും ചെയ്യണമെന്ന് അവൾ ആഗ്രഹിച്ചു. മിസിസ് പ്രൈസിന്റെ നിരവധി കുട്ടികളിൽ ഒരാളെ എല്ലാ ചെലവുകളും വഹിച്ച് അവൾ വളർത്തിയാൽ പാവം സഹോദരിക്കത് വലിയ ആശ്വാസമായിരിക്കുമെന്നവൾ കരുതി. "ഒമ്പത് വയസ്സ് പ്രായമായ അവളുടെ മൂത്ത മകളുടെ സംരക്ഷണച്ചുമതല എന്തുകൊണ്ട് ഏറ്റെടുത്തുകൂടാ? അവളുടെ ദരിദ്രയായ അമ്മയ്ക്ക് കൊടുക്കാവുന്നതിൽ കൂടുതൽ ശ്രദ്ധ ഈ പ്രായത്തിലുള്ള കുട്ടിക്ക് ലഭിക്കേണ്ടതല്ലേ? ആ പ്രവൃത്തിയിലെ മനുഷ്യസ്നേഹം കണക്കിലെടുക്കുമ്പോൾ, അതിനുവേണ്ടി അവർക്ക് വരുന്ന ചെലവും പ്രയാസങ്ങളും എത്രനിസ്സാരമാണ്."

ലേഡി ബെർട്രാം ആ നിർദേശത്തോട് ഉടനെ യോജിച്ചു. "ഇതിനെക്കാൾ നല്ലൊരു കാര്യം നമ്മൾക്ക് ചെയ്യാനില്ല. " അവൾ പറഞ്ഞു "ആ കുട്ടിയെ വരുത്താൻ ആളെ വിടുക."

സർ തോമസ് ആ ആശയത്തെ പെട്ടെന്ന് അംഗീകരിക്കാൻ തയാറായില്ല. അദ്ദേഹം ശങ്കയോടെയാണതിനെക്കുറിച്ച് ചർച്ച ചെയ്തത്– അത് ഗൗരവത്തോടെ കാണേണ്ട ഒരു കാര്യമാണ് – അങ്ങനെ വളർത്തപ്പെട്ട

ഒരു കുട്ടിക്ക് പര്യാപ്തമായ രീതിയിൽ ചെലവ് ചെയ്യേണ്ടി വരും; അല്ലെങ്കിൽ, അവളെ സ്വന്തം കുടുംബത്തിൽനിന്ന് വേർപെടുത്തികൊണ്ടു വരുന്നത് ക്രൂരതയാണ്, ഔദാര്യമല്ല, തന്റെ സ്വന്തം നാല് മക്കളെക്കുറിച്ചയാൾ ഓർത്തു– രണ്ട് ആൺ മക്കൾ – കസിനുകളുമായി പ്രേമത്തിലാകുന്നത് – അയാൾ സ്വന്തം എതിർപ്പുകൾ നിരത്താൻ തുടങ്ങുമ്പോഴേക്കും മിസിസ് നോറിസ് അയാളെ തടഞ്ഞുകൊണ്ട് മറുപടി നൽകി.

"എന്റെ പ്രിയപ്പെട്ട സർ. തോമസ്, ഞാൻ ശരിക്കും നിങ്ങളെ ഉൾക്കൊള്ളുന്നു. നിങ്ങളുടെ ഉദ്ദേശ്യ ശുദ്ധിയെയും ഔദാര്യത്തെയും ന്യായീകരിക്കുന്നു; തീർച്ചയായും നിങ്ങളുടെ സ്വഭാവത്തിന്റെ ഒരു ഭാഗമാണത്. അതിനോട് പൂർണമായും ഞാൻ യോജിക്കുന്നു. ഒരു കുഞ്ഞിന്റെ സംരക്ഷണച്ചുമതല ഏറ്റെടുക്കുമ്പോൾ അതിന്റെ എല്ലാ വശവും ചിന്തിക്കേണ്ടതുണ്ട്. അത്തരം സന്ദർഭങ്ങളിൽ തന്റേതായ എളിയ സംഭാവന തടഞ്ഞു വയ്ക്കുന്ന ഈ ലോകത്തിലെ അവസാന വ്യക്തിയായിരിക്കും ഞാൻ. മക്കളൊന്നുമില്ലാത്ത ഞാൻ, സ്വന്തം സഹോദരിമാരുടെ മക്കൾക്കല്ലാതെ ആർക്കുവേണ്ടിയാണ് എല്ലാം സംഭരിച്ചു വെക്കുന്നത്? – മിസ്റ്റർ നോറിസ് പറയുന്നത് നീതിയുക്തമാണെന്നെനിക്കുറപ്പാണ് – എന്നാൽ, നിങ്ങൾക്കറിയാമല്ലോ ഞാൻ ആവശ്യമില്ലാതെ സംസാരിക്കുന്നവളല്ലെന്ന്. വലിയൊരു കാര്യം ചെയ്യുമ്പോൾ, നിസ്സാര സംഗതികളോർത്ത് നമ്മൾ ഭയപ്പെടരുത്. ഒരു പെൺകുട്ടിക്ക് വിദ്യാഭ്യാസം നൽകുക, അവളെ ലോകത്തിലേക്ക് വേണ്ട രീതിയിൽ ആനയിക്കുക; ആർക്കും പിന്നീട് നഷ്ടം വരുത്താത്ത രീതിയിലെത്തുന്നവർ പത്തിൽ ഒന്നേ കാണൂ. നമ്മുടെ സഹോദരീ പുത്രി (ചുരുങ്ങിയത് നിങ്ങളുടേത്) മെച്ചപ്പെട്ട നിലയിലല്ലാതെ ഈ ചുറ്റുപാടിൽ വളരാൻ പാടില്ല. അവളുടെ കസിനുകളേക്കാൾ യോഗ്യയായിരിക്കണം എന്നു ഞാൻ പറയില്ല; ആകാനും പാടില്ലെന്ന് ഞാൻ തീർത്ത് പറയുന്നു. എന്നാൽ, ഭേദപ്പെട്ട നിലയിൽ അവൾ ഈ രാജ്യത്തെ സമൂഹത്തിലേക്ക് ആനയിക്കപ്പെടണം. മനുഷ്യത്വപരമായ എല്ലാ സാധ്യതകളും കണക്കിലെടുത്താൽ അവൾക്ക് സ്തുത്യർഹമായ ഒരു കുടുംബം നേടാനാകും. നിങ്ങൾ സ്വന്തം പുത്രന്മാരെ കുറിച്ചോർക്കുന്നു– അത്തരം സംഭവം ഒരിക്കലും ഈ ലോകത്ത് നടക്കില്ല എന്ന് നിങ്ങൾക്കറിയില്ല. അവർ സ്വന്തം സഹോദരന്മാരും സഹോദരിമാരും പോലെയല്ലേ വളരുന്നത്? അപ്പോൾ ധാർമികമായി അത് അസാധ്യമാണ്. അത്തരം ഒരു സംഭവം ഞാൻ ഒരിക്കലും കേട്ടിട്ടില്ല. എന്നാൽ, വാസ്തവത്തിൽ ഒരുമിച്ച് വളരുന്നതാണ് ചീത്തബന്ധങ്ങളുണ്ടാകാതിരിക്കാനുള്ള ഏറ്റവും ഉറപ്പായ മാർഗം. അവൾ, ഒരു സുന്ദരിയാണെന്ന് കരുതുക; ഏഴ് വർഷങ്ങൾക്കുശേഷം ടോമോ എഡ്മണ്ടോ അവളെ ആദ്യമായി കാണുമ്പോൾ വേണ്ടാതനെങ്ങൾ കാണിച്ചേക്കാം. തങ്ങളിൽനിന്നും വിദൂരമായൊരു ദേശത്ത് ദാരിദ്ര്യവും കഷ്ടതകളും അനുഭവിച്ച് വളർന്നവളാണെന്ന ചിന്ത മാത്രം മതി സന്മനസുള്ള ഈ ആൺകുട്ടികൾക്ക് അവളിൽ അനുരാഗം പൊട്ടിവിരിയാൻ. എന്നാൽ, ഇപ്പോൾ മുതൽ അവളെ

ഇവരോടൊപ്പം വളരാനനുവദിക്കൂ. അവൾ ഒരു മാലാഖയെപ്പോലെ സുന്ദരി ആയാലും അവളെ ഇരുവരും സഹോദരി ആയി മാത്രമേ കാണൂ."

"നിങ്ങൾ പറയുന്നതിൽ വലിയൊരു സത്യമുണ്ട്." സർ. തോമസ് മറുപടി നൽകി. "ഒരു പദ്ധതിക്കുനേരെ കൊണ്ടുവന്ന വിചിത്രമായ തടസങ്ങൾ എന്നിൽനിന്ന് തട്ടിമാറ്റിയിരിക്കുന്നു. ആ പദ്ധതി പരിതഃസ്ഥിതിക്കനുസൃതമായി പരസ്പരം പൊരുത്തപ്പെടുന്നതാകണം. അതൊരു നിസ്സാര കാര്യമായി കരുതരുതെന്നു മാത്രമാണ് ഞാനുദ്ദേശിച്ചത്. മിസിസ് പ്രൈസിന് ശരിക്കും ഉപയോഗപ്രദവും നമ്മൾക്ക് കീർത്തിപരവും ആകണമെങ്കിൽ, നമ്മൾ ആ കുട്ടിയുടെ നില സുരക്ഷിതമാക്കണം. അല്ലെങ്കിൽ സന്ദർഭാനുസരണം അവളെ ഒരു മാന്യസ്ത്രീയാക്കി വളർത്താൻ ഇന്നുമുതൽ നമ്മൾ തീരുമാനമെടുക്കണം. നിങ്ങൾ പ്രതീക്ഷാനിർഭരമായ മനസോടെ കാണുന്ന കുടുംബജീവിതം നൽകാൻ കഴിഞ്ഞില്ലെങ്കിലും."

''ഞാൻ പൂർണമായും നിങ്ങളെ മനസിലാക്കുന്നു.'' മിസിസ് നോറിസ് ഉറക്കെ പറഞ്ഞു. "നിങ്ങൾ വളരെ ഉദാരമതിയും ദയാദാക്ഷിണ്യമുള്ളവനുമാണ്. ഈ വിഷയത്തിൽ നമ്മൾ വിയോജിക്കില്ലെന്നെനിക്കുറപ്പാണ്. നിങ്ങൾക്കറിയാവുന്നതുപോലെ, സ്നേഹിക്കുന്നവരുടെ നന്മയ്ക്കായി എന്തുചെയ്യാനും ഞാൻ സദാ സന്നദ്ധയാണ്. നിങ്ങളുടെ പ്രിയപ്പെട്ട മക്കളോടുള്ളതിന്റെ നൂറിലൊന്നുപോലും താൽപ്പര്യം ഈ കൊച്ച് പെൺകുട്ടിയോട് തോന്നുന്നില്ലെങ്കിലും, ഒരുതരത്തിലും അവൾ എന്റെ സ്വന്തമാണെന്ന് കരുതുന്നില്ലെങ്കിലും, അവളെ ഞാൻ അവഗണിച്ചാൽ എനിക്ക് എന്നോടുതന്നെ വെറുപ്പ് തോന്നും. അവൾ ഒരു സഹോദരിയുടെ കുട്ടിയല്ലേ? എനിക്ക് ഒരപ്പക്കഷണം അവൾക്ക് കൊടുക്കാൻ കഴിവുണ്ടെങ്കിൽ അവളുടെ ആവശ്യം നിർവഹിക്കാനെനിക്ക് കഴിയണം. പ്രിയപ്പെട്ട സർ തോമസ് എന്തൊക്കെ കുറ്റങ്ങളുണ്ടായാലും എനിക്കൊരു ഊഷ്മളമായ ഹൃദയമുണ്ട്. ഞാൻ ദരിദ്രയാണെങ്കിലും എന്റെ ജീവിതാവശ്യങ്ങൾ ത്യജിച്ചിട്ടായാലും ഉദാരമായ കാര്യങ്ങൾ ചെയ്യും. അതുകൊണ്ട്, നിങ്ങൾക്ക് വിരോധമില്ലെങ്കിൽ ഞാൻ നാളെ എന്റെ പാവം സഹോദരിക്കെഴുതാം, നമ്മളുടെ നിർദേശം സമർപ്പിക്കാം. കാര്യങ്ങൾ ഉറപ്പിച്ചു കഴിഞ്ഞ ഉടനെ കുട്ടിയെ മാൻസ്ഫീൽഡിലേക്ക് കൊണ്ടുവരുവാൻ ഏർപ്പാട് ചെയ്യാം; നിങ്ങൾക്കക്കാര്യത്തിൽ ഒരു ബുദ്ധിമുട്ടും ഉണ്ടാകില്ല. എന്റെ ബുദ്ധിമുട്ടുകൾ ഞാൻ ഒരിക്കലും കാര്യമാക്കില്ലെന്ന് നിങ്ങൾക്കറിയാമല്ലൊ. ഇതിനായി 'നാന്നി'യെ ലണ്ടനിലേക്കയയ്ക്കാം; അവൾക്ക് കുതിര സൂക്ഷിപ്പുകാരനായ കസിന്റെ വീട്ടിൽ താമസിക്കാം. അവിടേക്ക് കുട്ടിയെ വരുത്തുകയും ചെയ്യാം. പോർട്സ്മത്തിൽനിന്നും നഗരത്തിലേക്ക് പോകുന്ന വണ്ടിയിൽ കയറ്റിവിടാനവർക്ക് ബുദ്ധിമുട്ടുണ്ടാകില്ല. വിശ്വസ്തരായ ആരെയെങ്കിലും കിട്ടും. മാന്യരായ വ്യാപാരികളുടെ ഭാര്യ

മാരോ മറ്റാരെങ്കിലുമോ എപ്പോഴും അതിലൂടെ യാത്ര ചെയ്യാറുണ്ട്."

'നാന്നി'യുടെ കസിനെ ബുദ്ധിമുട്ടിക്കുന്നതൊഴിച്ച് മറ്റു കാര്യങ്ങളൊന്നും സർ തോമസിന് എതിർപ്പില്ലായിരുന്നു. കൂടുതൽ മാന്യമായ രീതിയിൽത്തന്നെ അധികം ചെലവില്ലാത്ത വിധത്തിൽ സന്ധിക്കേണ്ട പദ്ധതി തയാറാക്കപ്പെട്ടു. എല്ലാം ഒരു തീരുമാനത്തിലായി. പരോപകാര പ്രദമായ ഈ പദ്ധതിയിൽ എല്ലാവരും ആഹ്ലാദിച്ചു. എന്നാൽ, എല്ലാവരുടെയും ചാരിതാർത്ഥ്യം, വാസ്തവത്തിൽ ഒരേ രീതിയിലായിരുന്നില്ല. സർ തോമസ് കുട്ടിയുടെ ഉറച്ച രക്ഷിതാവായി തീരുമാനമെടുക്കപ്പെട്ടു. കുട്ടിയുടെ സംരക്ഷണത്തിന്നായി ഒരു ചെലവും വഹിക്കാൻ മിസിസ് നോറിസ് തയാറല്ലായിരുന്നു. സംസാരം, സൂത്രപ്പണി തുടങ്ങിയവയിൽ അവൾ തികഞ്ഞ ഉദാരമതി ആയിരുന്നു. മറ്റുള്ളവരെ ഉദാരശീലം പഠിപ്പിക്കുവാൻ അവളെപ്പോലെ ആർക്കും കഴിയില്ല. നിർദേശങ്ങളെ സ്നേഹിക്കുന്ന അത്രതന്നെ പണത്തെയും അവൾ സ്നേഹിച്ചിരുന്നു. സ്വന്തം പണം എങ്ങനെ സംരക്ഷിക്കണമെന്ന് അവൾക്ക് നന്നായി അറിയാം. അതുപോലെ സുഹൃത്തുക്കളുടെ പണം ചെലവഴിപ്പിക്കാനും താൻ ആഗ്രഹിച്ചതിനെക്കാൾ കുറഞ്ഞ വരുമാനമുള്ള ഒരാളെ വിവാഹം ചെയ്തതു മുതൽ സാമ്പത്തിക കാര്യത്തിൽ അവൾ കർശന മാർഗമായിരുന്നു സ്വീകരിച്ചത്. ഒരു മുൻകരുതലെന്ന നിലയ്ക്ക് തുടങ്ങിയ ആ ശീലം സർവപ്രധാനമായി മാറി; മക്കളൊന്നുമില്ലെങ്കിലും ധനം സമ്പാദിക്കാനുള്ള വ്യഗ്രത നിലനിന്നു. സംരക്ഷിക്കാനൊരു കുടുംബമുണ്ടായിരുന്നെങ്കിൽ മിസിസ് നോറിസ് ഇപ്രകാരം പണം സമ്പാദിച്ച് വെക്കുന്നവളാകുമായിരുന്നില്ല. എന്നാൽ, അത്തരം പ്രശ്നമില്ലാതിരുന്നതിനാൽ അവളുടെ മിതവ്യയശീലം നിർബാധം തുടർന്നു. സുഖസൗകര്യങ്ങളൊന്നും കുറയ്ക്കാതെതന്നെ വാർഷിക സമ്പാദ്യം വർധിപ്പിച്ചു പോന്നു. വിചിത്രമായ ഈ ആദർശം വെച്ചുപുലർത്തുന്നവൾക്ക് സ്വന്തം സഹോദരിയോട് യഥാർഥ സ്നേഹമൊന്നുമില്ലായിരുന്നു; ചെലവേറിയ ഒരു പരോപകാര പദ്ധതി രൂപീകരിക്കുകയും നടപ്പാക്കുകയും ചെയ്യുന്നതിലെ പ്രശസ്തി മാത്രമേ അവൾ ലക്ഷ്യമിട്ടുള്ളു, അതിലപ്പുറം ഒന്നും ഉദ്ദേശിച്ചിട്ടില്ല. അങ്ങനെ, ഈ ചർച്ചയ്ക്കു ശേഷം അവൾ സ്വന്തം വാസസ്ഥലമായ പുരോഹിതഭവനത്തിലേക്ക് നടന്നു പോയത് ലോകത്തിലെ ഏറ്റവും ഉദാരമതിയായ സഹോദരിയും ഇളയമ്മയുമാണെന്ന ആനന്ദകരമായ ചിന്തയോടെ ആയിരുന്നു എന്നത് ഒരുപക്ഷേ അവൾക്കു പോലും അറിയില്ലായിരുന്നു!

ഈ വിഷയം വീണ്ടും ചർച്ചചെയ്യപ്പെട്ടപ്പോൾ അവൾ സ്വന്തം കാഴ്ചപ്പാടുകൾ പൂർണമായി വിശദീകരിച്ചു കൊടുത്തു. ലേഡി ബെർട്രാമിന്റെ ശാന്തമായ അന്വേഷണത്തിന് മറുപടി ആയിട്ടായിരുന്നു ഈ മനസ്സ് തുറക്കൽ.

"കുട്ടി ആദ്യം വരുന്നത് നിങ്ങളുടെ അടുത്തേക്കാണോ, അനിയത്തീ, അതോ ഞങ്ങളുടെ വീട്ടിലേക്കോ?"

കുട്ടിയുടെ കാര്യത്തിൽ യാതൊരു ചുമതലയും പങ്കുവെക്കാൻ

തയാറല്ല മിസിസ് നോറിസ് എന്ന സത്യം അതിശയത്തോടെയാണ് സർ തോമസ് മനസിലാക്കിയത്. സ്വന്തം മക്കളില്ലാത്ത അവൾ കുട്ടിയെ പുരോഹിതഭവനത്തിലേക്ക് സസന്തോഷം സ്വാഗതം ചെയ്യുമെന്നാണയാൾ കരുതിയിരുന്നത്; ഏകാന്തതയിൽ അവൾക്കൊരു കൂട്ടായല്ലൊ. എന്നാൽ, തനിക്ക് വലിയ തെറ്റുപറ്റി എന്നയാൾ മനസിലാക്കി. കുട്ടി തന്നോടൊപ്പം താമസിക്കുന്ന പ്രശ്നമേ ഇല്ലെന്നവൾ ഖേദപൂർവം പറഞ്ഞു. പാവം മിസ്റ്റർ നോറിസിന്റെ അനാരോഗ്യമാണത്രെ അതിന് കാരണം; കുട്ടികളുടെ ശബ്ദം അയാൾക്ക് അരോചകമാണ്. അയാൾക്ക് സുഖമായാൽ കുഴപ്പമില്ലായിരുന്നു; അപ്പോൾ കുഞ്ഞിന്റെ ഉത്തരവാദിത്വം പങ്കുവയ്ക്കുന്നതിൽ അവൾക്ക് സന്തോഷമേ ഉള്ളൂ. അസൗകര്യങ്ങളൊന്നും ഒരു പ്രശ്നമല്ല. എന്നാൽ ഇപ്പോൾ അവളുടെ സമയം മുഴവൻ പാവം നോറിസിനെ ശുശ്രൂഷിക്കാനായി ചെലവാക്കുകയാണ്. ഇക്കാര്യത്തെക്കുറിച്ച് സൂചനമതി അയാളെ അസ്വസ്ഥനാക്കാൻ.

"അപ്പോൾ അവൾ നമ്മുടെ അടുത്തേക്ക് വരുന്നതാണ് നല്ലത്" ലേഡി ബെർട്രാം തികഞ്ഞ ശാന്തതയോടെ അഭിപ്രായപ്പെട്ടു.

ചെറിയൊരു നിശ്ശബ്ദതയ്ക്കു ശേഷം സർ. തോമസ് ഗാംഭീര്യത്തോടെ തുടർന്നു.

"അതെ അവളോടുള്ള ഞങ്ങളുടെ കർത്തവ്യം നിറവേറ്റാൻ ഞങ്ങൾ യത്നിക്കും. ചുരുങ്ങിയത്, സമപ്രായക്കാരായ സുഹൃത്തുക്കളെങ്കിലും അവൾക്കിവിടെ ഉണ്ടാകും. അതുപോലെ സ്ഥിരമായൊരു അധ്യാപികയും."

"വളരെ ശരിയാണ്" മിസിസ് നോറിസ് ഉദ്ഘോഷിച്ചു. "അത് രണ്ടും വളരെ പ്രധാനപ്പെട്ട പരിഗണനകളാണ്. മിസ്സ് ലിയെ സംബന്ധിച്ചിടത്തോളം രണ്ട് പെൺകുട്ടികളായാലും മൂന്ന് പെൺകുട്ടികളായാലും പഠിപ്പിക്കാനുള്ള പ്രയത്നം ഒരുപോലെയാണ്– അതിൽ വ്യത്യാസമൊന്നുമില്ല. എനിക്ക് കൂടുതൽ ഉപയോഗപ്രദമായിരിക്കണമെന്നാഗ്രഹമുണ്ട്; നിങ്ങൾക്കറിയാമല്ലൊ, എന്നാൽ കഴിയുന്നതെല്ലാം ഞാൻ ചെയ്യുന്നുണ്ട്. മറ്റുള്ളവരുടെ ബുദ്ധിമുട്ടുകൾ മനസിലാക്കാത്തവളല്ല ഞാൻ. നാന്നി കുട്ടിയെകൊണ്ടു വരുവാൻ പോകും. മൂന്നുദിവസത്തേക്ക് എന്റെ കാര്യസ്ഥ ഉണ്ടാകില്ലെങ്കിലും ആ അസൗകര്യം ഞാൻ സഹിച്ചു കൊള്ളാം. മുകളിലെ വെളുത്ത ചെറിയ മുറിയിൽ ചേച്ചി കുട്ടിയെ താമസിപ്പിക്കുമല്ലൊ, പഴയ നഴ്സറിയുടെ അടുത്താണത്. മിസ്സ് ലീക്ക് വളരെ അടുത്തും. പെൺകുട്ടികളിൽനിന്ന് അധികം ദൂരെയുമല്ലാത്ത ആ മുറിയാണ് ഏറ്റവും നല്ലത്. വേലക്കാരികളുടെ മുറികൾ തൊട്ടടുത്തായതിനാൽ, അവർക്കാർക്കെങ്കിലും അവളെ വസ്ത്രം ധരിപ്പിക്കുന്നതിൽ സഹായിക്കാനാകും. വസ്ത്രങ്ങൾ കഴുകിക്കൊടുക്കുകയും ചെയ്യാം. തീർച്ചയായും അവളെ മറ്റൊരിടത്തും താമസിപ്പിക്കില്ലെന്ന് ഞാൻ കരുതുന്നു."

ലേഡി ബെർട്രാം എതിരഭിപ്രായമൊന്നും പറഞ്ഞില്ല.

"വകതിരിവുള്ളൊരു പെൺകുട്ടിയായി അവൾ വളരുമെന്ന് ഞാൻ

ആശിക്കുന്നു." മിസിസ് നോറിസ് തുടർന്നു. "ഇത്തരം നല്ല കൂട്ടുകാരികളെ ലഭിച്ചതിലുള്ള അസുലഭസൗഭാഗ്യത്തെ കുറിച്ചവൾ ബോധവതിയായിരിക്കും."

"അവളുടെ മനോഭാവം ശരിക്കും മോശമാണെങ്കിൽ" സർ തോമസ് പറഞ്ഞു. "നമ്മുടെ മക്കളുടെ ഭാവി ഓർത്ത് അവളെ ഈ കുടുംബത്തിൽ തുടരാനനുവദിക്കില്ല. എന്നാൽ, അത്ര മോശമായി ചിന്തിക്കാനൊരു കാരണവും കാണുന്നില്ല. മോശമായി പലതും അവളിലുണ്ടെന്നു തന്നെ നമ്മൾ സങ്കൽപ്പിക്കുക. അതായത്, അജ്ഞത, അൽപ്പത്വം, വെറുപ്പിക്കുന്ന പെരുമാറ്റം തുടങ്ങിയവ; ഇതെല്ലാം നമ്മൾ പ്രതീക്ഷിച്ചിരിക്കണം. എന്നാൽ, ഇതൊന്നും മാറ്റിയെടുക്കാൻ പറ്റാത്ത തെറ്റുകളല്ല – മാത്രമല്ല, അവളുടെ കൂട്ടുകാരികൾക്കത് അപകടകരമാകുമെന്ന് ഞാൻ വിശ്വസിക്കുന്നുമില്ല. എന്റെ പുത്രിമാർ അവളേക്കാൾ ഇളപ്പമായിരുന്നെങ്കിൽ, അത്തരം ഒരു കൂട്ടുകാരിയെ കൊണ്ടുവരുന്നതിൽ ഞാൻ ശങ്കിച്ചേനെ, ഗുരുതരമായൊരു കാര്യമാണത്. ഇപ്പോഴത്തെ നിലയ്ക്ക് അവർക്ക് ഭയപ്പെടാനൊന്നുമില്ല; അവരുടെ സഹകരണംകൊണ്ട് അവൾക്കാണ് എല്ലാം നേടാൻ കഴിയുക."

"അതുതന്നെയാണ് ഞാനും കരുതുന്നത്" മിസിസ് നോറിസ് ഉറക്കെ വിളിച്ചു പറഞ്ഞു. "ഇന്നു രാവിലെ ഭർത്താവിനോട് ഞാനത് പറയുകയും ചെയ്തു. കസിനുകളോടൊപ്പം കഴിഞ്ഞാൽ മാത്രം മതി അവൾക്ക് വിദ്യാഭ്യാസം നേടാൻ. മിസ്സ് ലി ഒന്നും പഠിപ്പിച്ചില്ലെങ്കിലും അവരിൽ നിന്നവൾ നന്മയും സാമർഥ്യവും പഠിക്കും."

"അവൾ എന്റെ നായ്കുട്ടിയെ ശല്യപ്പെടുത്തുകയില്ലെന്ന് വിശ്വസിക്കട്ടെ" ലേഡി ബെർട്രാൻ പറഞ്ഞു. "അതിനെ വെറുതെ വിടൂ എന്ന് ഇപ്പോൾത്തന്നെ ഞാൻ ജൂലിയയോട് പറഞ്ഞതേയുള്ളു"

"നമ്മുടെ മാർഗത്തിൽ ചില ബുദ്ധിമുട്ടുകളുണ്ട്. മിസിസ് നോറിസ്" സർ. തോമസ് നിരീക്ഷിച്ചു "പെൺകുട്ടികൾ വളർന്നു വരുമ്പോൾ അവർ തമ്മിൽ ശരിയായ വിവേചനം ഏർപ്പെടുത്തേണ്ടതുണ്ട്. തങ്ങൾ ആരാണെന്ന് എന്റെ മക്കളുടെ മനസിൽ സദാബോധമുണ്ടായിരിക്കണം, അതേസമയം തങ്ങളുടെ കസിൻ വളരെ താഴ്ന്ന നിലയിലുള്ളവളാണെന്നും കരുതരുത്. അവളുടെ വികാരങ്ങളെ വ്രണപ്പെടുത്താതെ എങ്ങനെയാണവളെ മിസ്സ് ബെർട്രാം അല്ലെന്ന് സ്വയം ബോധ്യപ്പെടുത്തേണ്ടത്? അവർ അടുത്ത കൂട്ടുകാരികളായി കഴിയണമെന്നാണെന്റെ ആഗ്രഹം, ഒരിക്കലും ഒരുതരത്തിലുള്ള അഹങ്കാരവും എന്റെ പുത്രിമാർ അവരുടെ ബന്ധുവിനോട് കാണിക്കരുത്. എന്നാൽ, അവർ ഒരിക്കലും തുല്യർ ആവുകയുമരുത്. അവരുടെ പദവി, സ്വത്ത്, അവകാശങ്ങൾ, പ്രതീക്ഷകൾ തുടങ്ങിയവ എല്ലാം എന്നും വ്യത്യസ്തമായിരിക്കണം. അത് വളരെ ലോലമായൊരു വിഷയമാണ്. ശരിയായ പെരുമാറ്റച്ചട്ടങ്ങൾ സൃഷ്ടിക്കുന്ന യത്നത്തിൽ നിങ്ങൾ ഞങ്ങളെ സഹായിക്കണം."

മിസിസ് നോറിസ് അയാളുടെ സേവനത്തിന് ഉടനെ തയാറായി.

അത് ഏറ്റവും ബുദ്ധിമുട്ടുള്ള പ്രശ്നമാണെന്ന കാര്യത്തിൽ അവൾ സർ. തോമസിനോട് യോജിച്ചെങ്കിലും, അവർ ഇരുവരും ചേർന്ന് എളുപ്പത്തിൽ പരിഹാരം കണ്ടെത്തുമെന്നവൾ വിശ്വസിച്ചു.

മിസിസ് നോറിസ് സഹോദരിക്കയച്ച കത്ത് വ്യർഥമായില്ല. തനിക്ക് നിരവധി മിടുക്കരായ ആൺമക്കളുള്ളപ്പോൾ ഒരു പെൺകുട്ടിയുടെ സംരക്ഷണം ഇപ്രകാരം തീരുമാനിക്കപ്പെട്ടതിൽ മിസിസ് പ്രൈസ് അത്ഭുതപ്പെട്ടു; വളരെ നന്ദിപൂർവം അത് സ്വീകരിച്ചു. തന്റെ മകൾ നല്ല സ്വഭാവമുള്ളവളാണെന്നും, അവളെ ഒരിക്കലും തിരിച്ചയയ്ക്കേണ്ടിവരില്ലെന്നും മിസിസ് പ്രൈസ് ഉറപ്പ് നൽകി; വളരെ ലോലഹൃദയയും ദുർബലയുമാണവൾ, എന്നാൽ പരിതഃസ്ഥിതി നന്നാവുമ്പോൾ എല്ലാം നേരെയാകും. പാവം സ്ത്രീ! പരിതഃസ്ഥിതി മാറുമ്പോൾ തന്റെ മറ്റ് കുട്ടികളുടെനിലയും മെച്ചപ്പെടുത്തുമെന്ന് ഒരുപക്ഷേ അവൾ കരുതിയിരിക്കാം.

2

സുരക്ഷിതമായി ഒരു നീണ്ടയാത്രകഴിഞ്ഞ് ആ കൊച്ചുകുട്ടി നോർത്താംടനിൽ എത്തി; അവിടെ മിസിസ് നോറിസ് അവളെ സ്വീകരിക്കാനെത്തിയിരുന്നു. അവളെ സ്വാഗതം ചെയ്ത ആദ്യവ്യക്തി എന്നതിന്റെ കീർത്തിയിൽ മിസിസ് നോറിസ് ആഹ്ലാദിച്ചു. അവളെ മറ്റുള്ളവരിലേക്ക് ആനയിക്കുകയും, അവരുടെ ഔദാര്യത്തിനായി ശുപാർശചെയ്യുകയും ചെയ്യുക അവൾക്ക് ആനന്ദകരമായ കാര്യം തന്നെ.

ഫാന്നിപ്രൈസിന് അപ്പോൾ പത്ത് വയസ്സ് തികഞ്ഞിരുന്നു. ആദ്യദർശനത്തിൽ ആകർഷിക്കത്തക്കതായി അവളിൽ ഒന്നുമില്ലെങ്കിലും, ബന്ധുക്കളെ വെറുപ്പിക്കുന്നതായി ഒന്നുമില്ലായിരുന്നു. പ്രായത്തിനൊത്തവളർച്ച അവൾക്കില്ല, നിറവും കുറവ്, പ്രകീർത്തിക്കത്തക്കതായ സൗന്ദര്യവുമില്ല. അങ്ങേയറ്റം നാണം കുണുങ്ങി ആയിരുന്നു, ശ്രദ്ധിക്കപ്പെടാതിരിക്കാനായി ഉൾവലിയും. എന്നാൽ അവളുടെ മുഖഭാവം പരുങ്ങലുളവാക്കുന്നതാണെങ്കിലും വൃത്തികെട്ടതായിരുന്നില്ല. അവളുടെ സ്വരം മധുരമുള്ളതായിരുന്നു, സംസാരിക്കുമ്പോൾ ആ മുഖം മനോഹരമായിരുന്നു. സർ. തോമസ് ലേഡി ബെർട്രാമും അവളെ വളരെ കരുണയോടെ സ്വീകരിച്ചു. അവളെ പ്രോത്സാഹിപ്പിക്കാനുള്ളതെല്ലാം സർ തോമസ് ചെയ്തു; അതാവശ്യമാണെന്നയാൾ മനസിലാക്കിയിരുന്നു; ഗാംഭീര്യം വിടാത്ത സംസാരരീതിക്ക് വിപരീതമായിരുന്നു അത് – ലേഡി ബെർട്രാമിന് അത്രയ്ക്കൊന്നും കഷ്ടപ്പെടേണ്ടി വന്നില്ല; ഭർത്താവ് പത്ത് വാക്ക് സംസാരിക്കുമ്പോൾ അവൾ രണ്ടു വാക്ക് പറയും. എന്നാൽ, സൗമ്യമായ അവളുടെ പുഞ്ചിരി കാര്യങ്ങൾ ഭംഗിയാക്കാൻ സഹായിച്ചു.

മക്കൾ എല്ലാവരും വീട്ടിലുണ്ടായിരുന്നു. കുട്ടിയെ പരിചയപ്പെടുത്തിയപ്പോൾ എല്ലാവരും താന്താങ്ങളുടെ ഭാഗം വളരെ ഭംഗിയായി നിറവേറ്റി. വളരെ മര്യാദയോടെ, ആരെയും അമ്പരപ്പിക്കാതെ. പ്രത്യേകിച്ച് ആൺ

മക്കൾ. പതിനേഴും പതിനാറും വയസാണവർക്ക്; പ്രായത്തെക്കാൾ കവിഞ്ഞ ഉയരമുണ്ടവർക്ക്. അവരുടെ കൊച്ചു കസിന്റെ കണ്ണിൽ പുരുഷന്മാരുടെ എല്ലാവിധ ഗാംഭീര്യവും അവരിലുണ്ട്. താഴെയുള്ള രണ്ട് പെൺകുട്ടികൾ എന്ത് ചെയ്യണമെന്നറിയാതെ അന്തംവിട്ട് നിൽക്കുകയായിരുന്നു. അച്ഛൻ അവരെ നീതിയുക്തമല്ലാത്ത പ്രത്യേക രീതിയിൽ പരിചയപ്പെടുത്തിയപ്പോൾ അവർ അച്ഛനെ പരിഭ്രമത്തോടെ നോക്കി നിന്നു. എന്നാലവർ സമൂഹത്തിൽ പ്രശംസകേട്ട് ശീലിച്ചിട്ടുള്ളവരാണ്, സ്വാഭാവികമായ ലജ്ജാശീലമുണ്ടെന്നു മാത്രം. അതില്ലാത്ത കസിന്റെ സാന്നിധ്യം അവരുടെ ആത്മവിശ്വാസം വർധിപ്പിച്ചു. പെട്ടെന്നവളുടെ മുഖവും ഉടുപ്പുമെല്ലാം അലക്ഷ്യമായി അവരൊന്ന് നിരീക്ഷിച്ചു.

സ്തുത്യർഹമായ രീതിയിലുള്ള നല്ലൊരു കുടുംബമാണവരുടേത്; സുമുഖരായ പുത്രന്മാർ, സുന്ദരികളായ പുത്രിമാർ, എല്ലാവരും പ്രായത്തെക്കാൾ വളർച്ചയുള്ളവർ. കസിനുമായി കാഴ്ചയിൽത്തന്നെ വലിയ അന്തരമുണ്ട്; അതുപോലെ വിദ്യാഭ്യാസത്തിന്റെ കാര്യത്തിലും പെൺകുട്ടികളെ കണ്ടാൽ അവർക്കിത്ര പ്രായമേ ആയിട്ടുള്ളു എന്നാരും വിചാരിക്കില്ല .ഏറ്റവും താഴെയുള്ളവളും ഫാന്നിയും തമ്മിൽ രണ്ടു വയസിന്റെ വ്യത്യാസമേയുള്ളൂ. ജൂലിയ ബെർട്രാമിന് പന്ത്രണ്ട് വയസേ ആയിട്ടുള്ളു. മരിയ ഒരു വയസിന് മൂത്തതാണ്.

ആ കൊച്ചു സന്ദർശക അതിനുള്ളിൽ വല്ലാതെ അസ്വസ്ഥയായിക്കഴിഞ്ഞിരുന്നു. എല്ലാവരോടുമുള്ള ഭയം, ലജ്ജ, വിട്ടുപോന്ന സ്വന്തം വീടിനെക്കുറിച്ചുള്ള ആധി തുടങ്ങിയവ അവളെ വിഷമിപ്പിച്ചു. തല ഉയർത്തി നോക്കാനോ, മറ്റുള്ളവർ കേൾക്കുന്ന വിധത്തിൽ സംസാരിക്കാനോ കഴിയാതെ അവൾ കരച്ചിലടക്കി നിന്നു. നോർത്തംടൻ മുതൽ വീട്ടിലെത്തുന്നതുവരെ അവൾക്ക് കൈവന്നിരിക്കുന്ന അത്ഭുതകരമായ സൗഭാഗ്യത്തെക്കുറിച്ചും, അവൾ പ്രകടിപ്പിക്കേണ്ട അകൈതവമായ നന്ദിയെയും പെരുമാറ്റരീതിയെയും കുറിച്ചും വാതോരാതെ സംസാരിച്ചു കൊണ്ടിരിക്കയായിരുന്നു മിസിസ് നോറിസ്. അതുകൊണ്ട്, ദുഃഖിതയായിരിക്കുന്നത് അധാർമിക പ്രവൃത്തിയാണെന്ന ചിന്ത അവളുടെ മനസിലുദിച്ചു. അതവളെ കൂടുതൽ ദുഃഖിപ്പിച്ചു. ദീർഘയാത്രമൂലമുള്ള ക്ഷീണവും നിസ്സാരമായിരുന്നില്ല. അവൾ നല്ല കുട്ടിയായിരിക്കണമെന്നുള്ള മിസിസ് നോറിസിന്റെ അനാവശ്യമായ ഗിരിപ്രഭാഷണവും, സദുദ്ദേശ്യത്തോടെയുള്ള സർ. തോമസിന്റെ ആശ്വാസവചനങ്ങളും എല്ലാം വൃഥാവിലായി. ലേഡി ബെർട്രാമിന്റെ പുഞ്ചിരിയും, കുട്ടിയെ നായക്കുട്ടിയോടൊപ്പം തന്റെ സോഫയിലിരുത്താവാനുള്ള ശ്രമവും വെറുതെയായി. എരിവുള്ള നെല്ലിക്ക അച്ചാർ കഴിക്കാൻ കൊടുത്തതുകൊണ്ടും ഫലമുണ്ടായില്ല; രണ്ട് കഷണം കഴിച്ചപ്പോഴേക്കും കണ്ണുകൾ നിറഞ്ഞൊഴുകി. നിദ്രയാണ് അപ്പോഴത്തെ അവളുടെ ഏറ്റവും ഇഷ്ടപ്പെട്ട സുഹൃത്തെന്ന് കാണപ്പെട്ടു. തന്റെ ദുഃഖങ്ങൾ അവസാനിപ്പിക്കാനായി അവൾ മെത്തയെ

ശരണം പ്രാപിച്ചു.

"അധികം ശുഭപ്രതീക്ഷ നൽകുന്ന തുടക്കമല്ല ഇത്." ഫാന്നി മുറിയിലേക്ക് പോയപ്പോൾ മിസിസ് നോറിസ് അഭിപ്രായപ്പെട്ടു. "ഞങ്ങൾ വരുന്ന സമയത്ത് ഞാൻ പറയണതെല്ലാം മനസിലാക്കി അവൾ ഭംഗിയായി പെരുമാറുമെന്ന് ഞാൻ കരുതി. ആദ്യ സന്ദർശനത്തിലെ അവളുടെ പെരുമാറ്റത്തെ ആശ്രയിച്ചിരിക്കും എല്ലാം എന്ന് ഞാനവളോട് പറഞ്ഞതാണ്. ചെറിയൊരു മുഖം വീർപ്പിക്കൽ ഉണ്ടായിരുന്നില്ലേ– അവളുടെ പാവം അമ്മയ്ക്കത് ധാരാളം ഉണ്ടായിരുന്നു. അത്തരം ഒരു കുട്ടിക്ക് നമ്മളൊരു പരിഗണന നൽകണം – വീടുവിട്ടു പോന്നതിലുള്ള ദുഃഖം അവളെ പ്രതികൂലമായി ബാധിക്കുന്നുണ്ടാകാം. എന്തൊക്കെ കുറവുകളുണ്ടെങ്കിലും അതവളുടെ വീടാണല്ലോ. നല്ലതിലേക്കുള്ള മാറ്റമാണിതെന്ന് അവളിനിയും മനസിലാക്കിയിട്ടില്ല. എന്നാൽ, എല്ലാറ്റിലും ഒരു മിതത്വം വേണം."

മിസിസ് നോറിസ് അനുവദിച്ചുകൊടുക്കാൻ തയാറായതിനെക്കാൾ കൂടുതൽ സമയം വേണ്ടിവരും മാൻസ്ഫീൽഡ് പാർക്കിലെ പുതിയ പരിതഃസ്ഥിതിയുമായി പൊരുത്തപ്പെടുവാൻ; അതുപോലെ, അവളുടെ കുടുംബാംഗങ്ങളുമായുള്ള വേർപാടിന്റെ വേദന മറക്കാനും വളരെ തീക്ഷ്ണമായ വികാരങ്ങളായിരുന്നു അവളുടേത്; അത് മനസിലാക്കി പരിഹാരം കണ്ടെത്താൻ ആരും ശ്രമിച്ചില്ല. ആരും നിർദയരല്ലായിരുന്നു; എന്നാലും ആരും വഴിവിട്ട് അവളെ ആശ്വസിപ്പിക്കാനെത്തിയില്ല.

പിറ്റേന്ന് തങ്ങളുടെ കൊച്ചു കസിനെ കൂടുതൽ പരിചയപ്പെടാനും ഉല്ലാസത്തിനുമായി ബെർട്രാമിന്റെ പെൺകുട്ടികൾക്ക് അവധികൊടുത്തെങ്കിലും അതുകൊണ്ട് വലിയ പ്രയോജനമൊന്നുമുണ്ടായില്ല. അവൾക്ക് രണ്ട് അരക്കച്ചകളേയുള്ളൂ. ഫ്രഞ്ച് അറിയില്ല, തുടങ്ങിയ പോരായ്മകൾ കണ്ടുപിടിക്കാനേ അതുകൊണ്ടു കഴിഞ്ഞുള്ളൂ. തങ്ങൾ മനോഹരമായി ആലപിക്കാറുള്ള ഒരു യുഗ്മഗാനം അവളെ ഒട്ടും സ്പർശിച്ചില്ല എന്നവർ മനസിലാക്കിയപ്പോൾ, ഏറ്റവും വിലകുറഞ്ഞ ചില കളിപ്പാട്ടങ്ങൾ ഉദാരമായി സമ്മാനിച്ച് അവളെ സ്വന്തംവഴിക്ക് വിട്ടു. പകിട്ടു കടലാസുകൊണ്ട് പൂക്കൾ ഉണ്ടാക്കലും മറ്റുമായി തങ്ങളുടെ ഒഴിവുദിന വിനോദങ്ങളിലേക്ക് ആ പെൺകുട്ടികൾ തിരിഞ്ഞു.

ഫാന്നി സ്വന്തം കസിനുകളുടെ അടുത്തോ, ക്ലാസ് മുറിയിലോ സന്ദർശന മുറിയിലോ ചുള്ളിക്കാട്ടിലോ എവിടെ ആയാലും ഏകാകിയായി കാണപ്പെട്ടു. എല്ലാവരോടും എല്ലാറ്റിനോടും അവൾക്ക് പേടി ആയിരുന്നു. ലേഡി ബെർട്രാമിന്റെ മൗനം അവളെ നിരാശയിലാഴ്ത്തി. അതുപോലെ സർ തോമസിന്റെ ഗംഭീരഭാവം അവളെ സംഭ്രമിപ്പിച്ചു. മിസിസ് നോറിസിന്റെ സാരോപദേശങ്ങൾ അവൾ അതിജീവിച്ചു എന്നുപറയാം. അവളുടെ ആകാരത്തെക്കുറിച്ചു പറഞ്ഞ് കസിനുകൾ കളിയാക്കി, ലജ്ജാശീലത്തെ അവഹേളിച്ചു. ഫാന്നിയുടെ അജ്ഞതയിൽ മിസ്‌ലി അതിശയം പ്രകടിപ്പിച്ചു. വേലക്കാരികൾ അവളുടെ ഉടുപ്പുകളെക്കുറിച്ച് പുച്ഛ

ത്തോടെ സംസാരിച്ചു. അതിനും പുറമെ, തന്നെ ഒരു കളിക്കൂട്ടു കാരിയും അധ്യാപികയും പോറ്റമ്മയുമായി കണ്ടിരുന്ന സ്വന്തം സഹോദരീ സഹോദരന്മാരെക്കുറിച്ചുള്ള ഓർമകൾ അവളുടെ കൊച്ചുഹൃദയത്തെ വല്ലാതെ നോവിച്ചു.

വീടിന്റെ പ്രതാപം അവളെ അതിശയിപ്പിച്ചു. എന്നാൽ, അതവൾക്ക് ആശ്വാസം നൽകിയില്ല. വിസ്തൃതമായ മുറികളിലൂടെ നടക്കുന്നതു തന്നെ ആയാസകരമായിരുന്നു. തൊടുന്നതെല്ലാം തന്നെ മുറിപ്പെടുത്തുമെന്ന് അവൾക്കുതോന്നി. എന്തെങ്കിലും ഓർത്ത് സദാ ഭയവിഹ്വലയായി അവൾ അവിടെയെല്ലാം പതുങ്ങി നടന്നു; പലപ്പോഴും സ്വന്തം മുറിയിൽ വന്നു കിടന്ന് കരഞ്ഞു. താൻ സന്ദർശനമുറിയിൽ നിന്ന് രാത്രി സ്വന്തം മുറിയിലേക്ക് പോയശേഷം അവിടെ തന്നെക്കുറിച്ച് നടക്കുന്ന ചർച്ചകളെക്കുറിച്ചോർത്ത്, അതാത് ദിവസത്തെ ദുഃഖങ്ങൾ മെത്തയിൽ കിടന്ന് കണ്ണീരുകൊണ്ട് കഴുകിക്കളഞ്ഞ്, ആ കൊച്ചു കുട്ടി ഉറക്കത്തിലേക്ക് വഴുതി വീഴും. ഈ രീതിയിൽ ഒരാഴ്ച കടന്നുപോയി. അവളുടെ നിഷ്ക്രിയമായ ജീവിതരീതിയെക്കുറിച്ച് ആർക്കും ഒരു സംശയത്തിനും അവൾ ഇടകൊടുത്തില്ല. എന്നാൽ ഒരു സുപ്രഭാതത്തിൽ അവൾ മുകളിലെ കോണിപ്പടിയിലിരുന്ന് കരയുന്നത് കസിൻ എഡ്മണ്ട് (ഇളയ മകൻ) കണ്ടെത്തി.

"എന്റെ പ്രിയപ്പെട്ട കൊച്ചു കസിൻ", ഏറ്റവും സൗമ്യതയോടെ അവൻ ചോദിച്ചു– "എന്താണ് കാര്യം?"

അവൻ അടുത്തിരുന്ന്, അതിശയവും ലജ്ജയും കലർന്ന അവളുടെ മുഖഭാവം മാറ്റാനായി തുറന്നു സംസാരിക്കാൻ നിർബന്ധിച്ചു.

'അവൾക്ക് സുഖമില്ലേ? ആരെങ്കിലും അവളോട് ദേഷ്യപ്പെട്ടോ? മരിയയോടോ ജൂലിയയോടോ അവൾ വഴക്കിട്ടോ? മനസിലാകാത്ത വല്ല പാഠവും താൻ പറഞ്ഞു തരേണമോ? തനിക്ക് ചെയ്തുകൊടുക്കാൻ പറ്റുന്ന എന്തെങ്കിലും അവൾക്ക് ആവശ്യമുണ്ടോ?'

കുറെ സമയത്തേക്ക് "വേണ്ട, വേണ്ട – ഒന്നുമില്ല –ഇല്ലാ നന്ദി " എന്നീ വാക്കുകൾക്കപ്പുറം അവളൊന്നും പറഞ്ഞില്ല. എന്നാൽ, അവൻ നിരന്തരം നിർബന്ധിച്ചുകൊണ്ടേയിരുന്നു. സ്വന്തം വീടിനെകുറിച്ച് സംസാരിക്കാൻ തുടങ്ങിയ ഉടനെ അവളുടെ തേങ്ങൽ വർധിച്ചു വന്നു; എവിടെയാണ് ദുഃഖത്തിന്റെ ഉറവിടമെന്നയാൾ കണ്ടെത്തി. അവളെ ആശ്വാസിപ്പിക്കാനവൻ ശ്രമിച്ചു.

"മമ്മയെ വിട്ടു പോന്നതിൽ നിനക്ക് ദുഃഖമുണ്ടോ? എന്റെ പ്രിയപ്പെട്ട കൊച്ചു ഫാന്നി" അവൻ ചോദിച്ചു "അതിനർഥം നീ വളരെ നല്ല ഒരു പെൺകുട്ടിയാണെന്നാണ്. എന്നാൽ, നീ ബന്ധുക്കളുടെയും സുഹൃത്തുക്കളുടെയും കൂടെയാണെന്നോർക്കണം. അവരെല്ലാം നിന്നെ സ്നേഹിക്കുന്നവരാണ്, നിന്നെ സന്തോഷവതിയായിക്കാണാനാഗ്രഹിക്കുന്നവരാണ്. നമ്മൾക്ക് പാർക്കിൽ കുറച്ചുനേരം നടക്കാം; സ്വന്തം സഹോദരീ സഹോദന്മാരെക്കുറിച്ചെല്ലാം എന്നോട് പറയൂ."

അക്കാര്യത്തെക്കുറിച്ച് കൂടുതൽ നിർബന്ധിച്ചപ്പോൾ, പൊതുവെ എല്ലാ സഹോദരീ സഹോദരന്മാരെയും അവൾക്ക് ഇഷ്ടമാണെങ്കിലും, ഒരാളോട് മറ്റുള്ളവരെക്കാൾ കൂടുതൽ സ്നേഹം ആ മനസിൽ നിറഞ്ഞു നിൽക്കുന്നുണ്ടെന്ന് അവൻ മനസിലാക്കി. അത് വില്യമാണ്. അവനെ കുറിച്ചാണവൾ ഏറ്റവും കൂടുതൽ സംസാരിച്ചതും. ഏറ്റവും മൂത്തകുട്ടിയാണ് വില്യം. അവളെക്കാൾ ഒരു വയസ്സ് മൂത്തവൻ, സന്തത സഹചാരിയും സുഹൃത്തും. അവന് ഏറ്റവും പ്രിയപ്പെട്ടവൾ ഈ അനിയത്തി ആയിരുന്നു. എല്ലാ വിഷമഘട്ടങ്ങളിലും അമ്മയോട് അവൾക്കു വേണ്ടി വാദിക്കുന്നവൻ. അവൾ വിട്ടുപിരിയുന്നത് വില്യമിന് ഇഷ്ടമില്ലായിരുന്നു -തീർച്ചയായും അവളുടെ വേർപാടിൽ താൻ ദുഃഖിക്കുമെന്ന് അവനവളോട് പറഞ്ഞിരുന്നു.

“എന്നാൽ, വില്യം നിനക്ക് കത്തയയ്ക്കുമെന്ന് ഞാൻ ഉറപ്പുതരുന്നു.”

“അതെ, അവൻ എഴുതുമെന്നെനിക്ക് വാക്കു തന്നിട്ടുണ്ട്. എന്നാൽ, ഞാൻ ആദ്യം എഴുതണമെന്നും അവൻ പറഞ്ഞിട്ടുണ്ട്.”

“എന്നാണ് നീ എഴുതുന്നത്?”

അവൾ തലതാഴ്ത്തി വിമുഖതയോടെ മറുപടി നൽകി.

“അറിയില്ല, തന്റെ പക്കൽ കടലാസില്ല.”

“അതുമാത്രമാണ് നിന്റെ പ്രശ്നമെങ്കിൽ, ഞാൻ കടലാസും മറ്റെല്ലാ സാധനങ്ങളും എത്തിച്ചുതരാം. നിനക്കെപ്പോൾ വേണമെങ്കിലും കത്തെഴുതാം. വില്യമിനെഴുതാൻ കഴിഞ്ഞാൽ സന്തോഷമാകുമോ?”

“അതെ വളരെ.”

“അപ്പോൾ, അത് ഉടനെ നടക്കട്ടെ, എന്നോടൊപ്പം തീൻ മുറിയിലേക്ക് വരൂ. അവിടെ എല്ലാം ഉണ്ടാകും. ആ മുറി നമ്മൾക്കുവേണ്ടി മാത്രം തയാറാക്കാം.”

“എന്നാൽ കസിൻ – എന്നാലത് പോസ്റ്റാഫീസിലേക്ക് കൊണ്ടു പോകുമോ?”

“ഉവ്വ്, എന്നെ വിശ്വസിക്കൂ, അത് പോകും. മറ്റ് കത്തുകളോടൊപ്പം അതും പോകും. നിന്റെ അങ്കിൾ തപാൽ മുദ്ര അടിച്ച് വിടുന്നതിനാൽ വില്യമിന് ഒരു ചെലവുമുണ്ടാകില്ല.”

‘‘എന്റെ അങ്കിൾ!’’ ഭീതിയോടെ നോക്കിക്കൊണ്ട് ഫാന്നി ആവർത്തിച്ചു.

“അതെ, നീ ആ കത്തെഴുതിയാൽ, അതിൽ മുദ്ര അടിക്കാനായി ഞാനത് അച്ഛന്റെ അടുക്കലേക്ക് കൊണ്ടുപോകും.”

അതൊരു ധീരമായ നടപടി തന്നെ എന്ന് ഫാന്നി ചിന്തിച്ചു. എന്നാൽ മറുത്തൊന്നും പറഞ്ഞില്ല. അവർ ഒന്നിച്ച് ഡൈനിങ് റൂമിലേക്ക് പോയി. എഡ്മണ്ട് അവൾക്കുവേണ്ടി കടലാസ് തയാറാക്കി. സ്വന്തം സഹോദരനെപ്പോലെ സന്മനസോടെ അതിൽ വരകൾ ഇട്ടുകൊടുത്തു. വളരെ സൂക്ഷ്മതയോടെ അവൾ എഴുതിത്തീരുന്നതുവരെ സഹായത്തിനായി

ഒരു പേനാക്കത്തിയും പിടിച്ച് അവൻ അരികിലിരുന്നു. വാക്കുകളിലെ അക്ഷരത്തെറ്റുകൾ ആവശ്യം വരുമ്പോൾ തിരുത്തി. തന്നോടുള്ള ഈ കാരുണ്യത്തിനപ്പുറം സഹോദരനോട് അവൻ കാണിക്കുന്ന ദയാവായ്പിൽ അവൾ അങ്ങേയറ്റം ആഹ്ലാദിച്ചു; അതവളുടെ മനസിനെ സ്പർശിച്ചു. അവൻ സ്വന്തം കൈകൊണ്ട് കസിൻ വില്യമിന് സ്നേഹസന്ദേശം എഴുതി അയച്ചു, ഒപ്പം അര'ഗ്വിനിയ'യും. ആ സമയത്തെ തന്റെ വികാരം എന്താണെന്ന് പ്രകടിപ്പിക്കാൻ ഫാന്നിക്കു തന്നെ അറിയില്ലായിരുന്നു. എന്നാൽ, അവളുടെ മുഖവും നിഷ്കപടമായ വാക്കുകളും ആനന്ദവും നന്ദിയും കവിഞ്ഞൊഴുകുന്നതായിരുന്നു. അവൾ താൽപ്പര്യമുണർത്തുന്ന ഒരു വസ്തുവാണെന്ന് അവളുടെ കസിൻ കണ്ടെത്താൻ ശ്രമിക്കുകയായിരുന്നു! അവനവളോട് കൂടുതൽ സംസാരിച്ചു; അവളുടെ സംസാരത്തിൽനിന്ന് സ്നേഹം നിറഞ്ഞൊരു ഹൃദയത്തിന്നുടമയാണവളെന്ന് അവന് ബോധ്യമായി; സത്യം മാത്രം ചെയ്യുവാൻ അടങ്ങാത്ത ആഗ്രഹമുള്ളവൾ. അവൾ ശ്രദ്ധ അർഹിക്കുന്നു എന്നവൻ മനസിലാക്കി; അവളുടെ സൂക്ഷ്മബോധവും വൻ ലജ്ജാശീലവും ഭീരുത്വവും ശ്രദ്ധിക്കണം. അറിഞ്ഞുകൊണ്ടൊരു വേദനയും അവൻ അവൾക്ക് നൽകിയിട്ടില്ല; എന്നാൽ ഇപ്പോൾ അവൾ കൂടുതൽ കരുണ അർഹിക്കുന്നു എന്നയാൾക്ക് തോന്നി. ആ ലക്ഷ്യം മനസിൽ വച്ചുകൊണ്ട് അവളുടെ ഭീതി മാറ്റുവാനയാൾ ആദ്യം യത്നിച്ചു, മരിയയോടും ജൂലിയയോടുമൊപ്പം കളിക്കേണ്ട രീതിയെക്കുറിച്ചയാൾ കുറെ സദുപദേശങ്ങൾ നൽകി, കഴിയുന്നത്ര ആഹ്ലാദവതിയായിരിക്കാനുള്ള ഉപദേശങ്ങൾ നൽകി.

അന്നു മുതൽ ഫാന്നി വളരെ ആശ്വാസത്തോടെ ജീവിക്കാൻ തുടങ്ങി. തനിക്ക് ഒരു സുഹൃത്തുണ്ടെന്നവൾ കരുതി. കസിൻ എഡ്മണ്ടിന്റെ കാരുണ്യം അവളെ ഊർജസ്വലയാക്കി; എല്ലാവരോടും പ്രസരിപ്പോടെ പെരുമാറാൻ തുടങ്ങി. ആ സ്ഥലം അത്ര അന്യമായി തോന്നിയില്ല. ആളുകൾ പ്രയാസമുള്ളവരായും അനുഭവപ്പെട്ടില്ല. അവരിൽ ആരെയെങ്കിലും പേടിയുണ്ടെന്ന് അവൾക്ക് തോന്നിയാൽ, ഉടനെ അവരുടെ ജീവിതരീതി മനസിലാക്കാൻ ശ്രമിക്കും; എന്നിട്ട് അവരുമായി യോജിച്ചു പോകാനുള്ള മാർഗം സ്വീകരിക്കും.

തുടക്കത്തിൽ അസുഖകരമായി എല്ലാവർക്കും അനുഭവപ്പെട്ട അവളുടെ നാടൻ പ്രകൃതവും വിലക്ഷണമായ രീതിയും മാഞ്ഞുപോയി. അങ്കിളിനുമുന്നിൽ പ്രത്യക്ഷപ്പെടാനവൾക്ക് ഭയം തോന്നിയില്ല. നോറിസ് ആന്റിയുടെ ശബ്ദം അവളെ അത്രയ്ക്ക് ഞെട്ടിച്ചതുമില്ല. പലപ്പോഴും കസിൻമാർക്കവൾ സ്വീകാര്യമായി തോന്നി. പ്രായത്തിലും ശക്തിയിലും അവൾ താഴെ ആയിരുന്നെങ്കിലും സന്തതസഹചാരിയായ കൂട്ടുകാരിയായി അവർ അവളെ കണ്ടു. പ്രത്യേകിച്ചും, അനുസരണയുള്ളവളും സൽസ്വഭാവിയുമായ അവൾ അവർക്കൊരു സഹായിയായി മാറുമ്പോൾ അവളുടെ കുറ്റങ്ങളെക്കുറിച്ച് അന്വേഷിക്കുമ്പോഴോ, അവളോട് ദയ കാണിക്കേണ്ട ആവശ്യകതയെക്കുറിച്ച് സഹോദരൻ എഡ്മണ്ട് പറയു

മ്പോഴെം, "ഫാന്നി ഇപ്പോൾ നല്ല കുട്ടിയാണ്" എന്നവർക്ക് മറുപടി നൽകാതിരിക്കാൻ കഴിഞ്ഞില്ല.

എഡ്മണ്ട് സദാ കാരുണ്യവാനായിരുന്നു; ടോമിന്റെ കാര്യത്തിലും അസഹനീയമായി അവൾക്കൊന്നുമില്ലായിരുന്നു. പതിനേഴുവയസുകാരനായ ആ യുവാവ് പത്തു വയസായൊരു കുഞ്ഞിനോട് ഭംഗിയായേ പെരുമാറാറുള്ളൂ. ആഹ്ലാദവാനാണവൻ. പ്രസരിപ്പുള്ളവൻ, മൂത്ത പുത്രനെന്ന നിലയിൽ എല്ലാവിധ സ്വാതന്ത്ര്യവുമുള്ളവൻ, ജീവിതത്തിലേക്ക് പ്രവേശിക്കാൻ തുടങ്ങുന്ന അവൻ, ധൂർത്തടിക്കാനും ആനന്ദിക്കാനും വേണ്ടി മാത്രമാണ് ജന്മമെടുത്തതെന്ന് കരുതുന്നു. കൊച്ചു കസിനോടുള്ള അവന്റെ ദയാവായ്പ് സുദൃഢമായിരുന്നു. മനോഹരമായ പല സമ്മാനങ്ങളും അവനവൾക്ക് നൽകി. അവളെ കളിയാക്കി.

അവളുടെ രൂപവും ഉത്സാഹവും മെച്ചപ്പെട്ടപ്പോൾ, തങ്ങളുടെ പരോപകാരപ്രവൃത്തിയിൽ സർ തോമസും മിസിസ് നോറിസും വളരെയേറെ സംതൃപ്തരായി. തങ്ങൾക്ക് യാതൊരു ബുദ്ധിമുട്ടും സൃഷ്ടിക്കാതെ അവൾ മെരുങ്ങിയല്ലോ, അത്ര ബുദ്ധിമതിയല്ലെങ്കിലും അവളുടെ കഴിവുകേടിനെക്കുറിച്ചുള്ള ഹീനമായ അഭിപ്രായം അവരിൽമാത്രം ഒതുങ്ങി നിന്നില്ല. ഫാന്നിക്ക് എഴുതാനും വായിക്കാനും ജോലി ചെയ്യാനും കഴിയും, മറ്റൊന്നും അവളെ പഠിപ്പിച്ചില്ല. പല കാര്യങ്ങളെക്കുറിച്ചും അവൾ അജ്ഞയാണെന്ന് കസിനുകൾ കണ്ടെത്തി; അവരെ സംബന്ധിച്ചിടത്തോളം അതെല്ലാം നിസ്സാരകാര്യങ്ങളാണ്. അവൾ തനിവിഡ്ഢിയാണെന്നവർ കരുതി. ആദ്യത്തെ രണ്ടു മൂന്നാഴ്ച പുതിയ പല വാർത്തകളുമായി അവർ സന്ദർശനമുറിയിലെത്തുമായിരുന്നു."പ്രിയപ്പെട്ട മമ്മാ, ഒന്നോർത്തു നോക്കൂ, എന്റെ കസിന് യൂറോപ്പിന്റെ മേപ്പ് കൂട്ടിച്ചേർത്ത് പിടിക്കാൻപോലും അറിയില്ല–അല്ലെങ്കിൽ, എന്റെ കസിന് റഷ്യയിലെ പ്രധാനപ്പെട്ട നദികളുടെ പേര് പോലും അറിയില്ല – അല്ലെങ്കിൽ അവൾക്ക് വാട്ടർ കളറും ക്രയോൺസും തമ്മിലുള്ള വ്യത്യാസം അറിയില്ല– എത്ര വിചിത്രം! ഇത്രയും വിഡ്ഢിത്തം നിറഞ്ഞ എന്തെങ്കിലും കാര്യം നിങ്ങൾ എപ്പോഴെങ്കിലും കേട്ടിട്ടുണ്ടോ?"

"എന്റെ പ്രിയപ്പെട്ടവളേ" അവരുടെ ദാക്ഷിണ്യമുള്ള ആന്റി മറുപടി നൽകും "അത് വളരെ മോശം തന്നെ; എന്നാൽ എല്ലാവരും നിന്നെപ്പോലെ പഠിക്കാൻ മിടുക്കിയാണെന്ന് നീ കരുതരുത്."

"എന്നാൽ ആന്റി, അവൾ ശരിക്കും ഒരു മണ്ടിയാണ്! നിങ്ങൾക്കറിയാമോ, ഇന്നലെ രാത്രി ഞങ്ങൾ അവളോട് ചോദിച്ചു, ഏത് വഴിക്കാണ് അയർലാണ്ടിലേക്ക് പോകുക എന്ന്. അവൾ പറഞ്ഞു, 'വൈറ്റ് ദ്വീപ്, കടന്നിട്ട്' എന്ന്. വൈറ്റ് ദ്വീപിനെ കുറിച്ചല്ലാതെ മറ്റൊന്നും അവൾക്കോർക്കാനില്ല. ആ ദ്വീപിനെ 'ദി ഐലണ്ട്' എന്നാണവൾ വിളിക്കുന്നത്, ഈ ലോകത്ത് മറ്റൊരുദ്വീപും ഇല്ല എന്നപോലെ! അവളുടെ പ്രായത്തിന് മുമ്പുതന്നെ ഇതെല്ലാം എനിക്കറിയാമായിരുന്നു; ഇല്ലെങ്കിൽ ഞാൻ ലജ്ജിച്ചേനെ. ഇതൊന്നും എനിക്കറിയാത്ത കാലം തന്നെ ഞാനോർക്കുന്നില്ല. കാലാനുക്രമത്തിൽ ഇംഗ്ലണ്ടിലെ രാജാക്കന്മാരുടെ പേരും, സിംഹാരോ

ഹണ തീയതിയും, അവരുടെ ഭരണകാലത്തെ സുപ്രധാന സംഭവങ്ങളും, എത്രകാലം മുമ്പാണ് ഞങ്ങൾ കാണാപ്പാഠം പറയാറുള്ളത്, ആന്റി."

"അതെ" മറ്റവൾ കൂട്ടിച്ചേർത്തു "സെവെറസ് വരെയുള്ള റോമൻ ചക്രിവർത്തിമാരെ, അതിനും പുറമെ അപരിഷ്കൃതരുടെ പുരാണങ്ങളും, എല്ലാ ലോഹങ്ങൾ, അർധലോഹങ്ങൾ, ഗ്രഹങ്ങൾ, പ്രശസ്ത തത്വജ്ഞാനികൾ മുതലായവരെക്കുറിച്ചും."

"തീർച്ചയായും വളരെ ശരിയാണ്. പ്രിയപ്പെട്ട കുട്ടികളേ, അതിശയകരമായ ഓർമശക്തികൊണ്ട് അനുഗൃഹീതരാണ് നിങ്ങൾ; നിങ്ങളുടെ പാവം കസിന് ഇതൊന്നുമില്ല; ഓർമശക്തിയുടെ അന്തരമാണിത്, മറ്റ് എല്ലാ കാര്യങ്ങളുംപോലെ. അതുകൊണ്ട് നിങ്ങൾ കസിനോട് പരിഗണന കാണിക്കണം. അവളുടെ പോരായ്മയിൽ ദയ കാണിക്കണം. ഒരു കാര്യം ഓർക്കുക, നിങ്ങൾ മുൻനിരയിലുള്ളവരും ബുദ്ധിമതികളുമാണെങ്കിലും എപ്പോഴും വിനയമുള്ളവരായിരിക്കണം. നിങ്ങൾക്ക് ധാരാളം അറിവുണ്ടെങ്കിലും, ഇനിയും ഒരുപാട് പഠിക്കാനുണ്ട്."

"അതെ, എനിക്കറിയാം. ഒരുപാട് പഠിക്കാനുണ്ടെന്ന്, പതിനേഴ് വസാകുന്നതുവരെ. എന്നാൽ, ഫാന്നിയെക്കുറിച്ച് മറ്റൊരു കാര്യം ഞാൻ പറയാം, അത്രയ്ക്ക് വിചിത്രവും വിവേകശൂന്യവുമായത് – നിങ്ങൾക്കറിയാമോ, അവൾ പറയുകയാണ് സംഗീതവും ചിത്രരചനയും അവൾ പഠിക്കാനാഗ്രഹിക്കുന്നില്ലെന്ന്."

"ശരിയാണ്, എന്റെ പ്രിയപ്പെട്ടവളെ, അത് തീർച്ചയായും മണ്ടത്തരം തന്നെയാണ്; അതിന് അസാമാന്യബുദ്ധിയും പരിശ്രമവും ആവശ്യമാണ്. എന്നാൽ, എല്ലാ കാര്യങ്ങളും വെച്ച് നോക്കുമ്പോൾ അതങ്ങനെതന്നെയല്ലേ വേണ്ടത് എന്നെനിക്ക് തോന്നുന്നു. നിങ്ങൾക്കറിയാമല്ലോ (ഞാൻ കാരണം) നിങ്ങളുടെ പപ്പയും മമ്മയും അവളെ നിങ്ങളോടൊപ്പം വളരാൻ അനുവദിച്ചത്. അത്രയ്ക്ക് നല്ലവരായതുകൊണ്ടല്ലേ. അവൾ നിങ്ങളെപ്പോലെ, അത്രയ്ക്ക് സമർഥയാകേണ്ട ആവശ്യമേയില്ല – നേരെ മറിച്ച്, നിങ്ങൾ തമ്മിൽ അന്തരം വേണമെന്നുള്ളതാണ് അഭിലഷണീയം."

അത്തരം ഉപദേശങ്ങളായിരുന്നു സഹോദരീപുത്രിമാരുടെ മാനസികവളർച്ചയ്ക്കായി മിസിസ് നോറിസ് നൽകിപ്പോന്നത്. ആ കുട്ടികൾ തങ്ങളുടെ കഴിവുകൾ പ്രകടമാക്കുന്ന രീതിയിൽ സമർഥകളും പണ്ഡിതകളുമായിരുന്നെങ്കിലും, ആത്മബോധം, ഔദാര്യം, എളിമ തുടങ്ങിയ സാധാരണകാര്യങ്ങളിൽ പൂർണമായും പരാജയമായിരുന്നു. മൈത്രീഭാവമൊഴിച്ച്, മറ്റെല്ലാം സ്തുത്യർഹമായ രീതിയിൽ അഭ്യസിപ്പിക്കപ്പെട്ടു. എന്തെല്ലാമാണ് വേണ്ടതെന്ന് സർ. തോമസിന് അറിയില്ലായിരുന്നു. സത്യത്തിൽ ഉൽക്കണ്ഠാകുലനായ ഒരു പിതാവായിരുന്നെങ്കിലും, പുറമേക്കയാൾ സ്നേഹം പ്രകടിപ്പിച്ചിരുന്നില്ല. ഈ മനസ്സ് തുറക്കാത്ത സ്വഭാവത്തിനു മുന്നിൽ അവരുടെ ഉത്സാഹമെല്ലാം അമർത്തപ്പെട്ടു.

സ്വന്തം മക്കളുടെ പഠനത്തിന്റെ കാര്യത്തിൽ ലേഡിബർട്രാം

യാതൊരു താൽപ്പര്യവുമെടുത്തില്ല. അത്തരം ഉൽക്കണ്ഠകൾക്കൊന്നും അവർക്ക് സമയമില്ലായിരുന്നു. അവർ തന്റെ സമയം മുഴുവൻ ഭംഗിയായി വസ്ത്രധാരണം ചെയ്ത് ഒരു സോഫയിലിരിക്കും. ഉപയോഗശൂന്യമായ ഏതെങ്കിലും തുന്നൽവേലയിലേർപ്പെടും. സ്വന്തം കുട്ടികളുടെ കാര്യത്തെക്കാളേറെ ചിന്തിക്കുന്നത് നായക്കുട്ടിയെക്കുറിച്ചാണ്. എന്നാൽ അസൗകര്യമൊന്നുമില്ലാത്തപ്പോൾ കുട്ടികളെ വല്ലാതെ ലാളിക്കും, സുപ്ര ധാനകാര്യങ്ങളിലെല്ലാം മാർഗദർശനം നൽകുന്നത് സർ. തോമസാണ്. ചെറിയ കാര്യങ്ങളിൽ സ്വന്തം സഹോദരിയും. അവൾക്കു കൂടുതൽ ഒഴി വുസമയം കുട്ടികളുടെ സേവനത്തിനായി ലഭിച്ചിരുന്നെങ്കിൽ, അത് ഒരു പക്ഷേ അനാവശ്യമാണെന്നവൾക്ക് തോന്നിയേനെ. കാരണം, അവരെ ശുശ്രൂഷിക്കാൻ ഗവർണസ് ഉണ്ട്. ഉചിതരായ ടീച്ചർമാരുണ്ട്, അതിൽക്കൂ ടുതലൊന്നും ആവശ്യമില്ല. പഠനത്തിൽ ഫാന്നി മണ്ടിയാണെന്നതിന്, "അത് വളരെ ദൗർഭാഗ്യകരമാണെന്നു" മാത്രം അവൾ പറയും. ചില മനുഷ്യർ ബുദ്ധിയില്ലാത്തവരാണ്, ഇതുകൊണ്ട് ഫാന്നി കൂടുതൽ യത്നി ക്കണം. മറ്റെന്താണ് ചെയ്യേണ്ടതെന്ന് അവൾക്കറിയില്ല. ആ കുട്ടി മണ്ടി യാണെന്നല്ലാതെ ആ പാവത്തിൽ മറ്റ് ദോഷങ്ങളൊന്നുമില്ലെന്നവർ കൂട്ടി ച്ചേർക്കും – അവൾ എപ്പോഴും കൈയിലൊതുങ്ങുന്നവളാണെന്ന് ലേഡിബർട്രാം കണ്ടു. നല്ല ഒരു സന്ദേശവാഹക; പെട്ടെന്നു സന്ദേശ ങ്ങൾ എത്തിക്കുന്നതിനു പുറമേ അവളുടെ എല്ലാ ആവശ്യങ്ങൾക്കും ഓടിക്കാൻ ഒരാളായല്ലോ.

അജ്ഞതയും ഭീരുത്വവും എല്ലാമുണ്ടെങ്കിലും ഫാന്നി മാൻസ് ഫീൽഡ് പാർക്കിൽ പ്രതിഷ്ഠ നേടുകയായിരുന്നു. പഴയ സ്വന്തം കുടും ബബന്ധം അവിടേക്ക് പറിച്ചുനടാൻ പഠിക്കുകയായിരുന്നു അവൾ. അസ ന്തുഷ്ടയല്ലാതെ കസിനുകളോടൊപ്പം അവൾ വളർന്നു. മരിയയും ജൂലി യയും മോശസ്വഭാവക്കാരൊന്നുമല്ല. അവരുടെ പെരുമാറ്റംമൂലം പല പ്പോഴും അവൾ അപമാനിതയായിട്ടുണ്ടെങ്കിലും, അതിൽ മനസിന് മുറി വേൽക്കത്തക്ക നിലയിലൊന്നുമില്ലെന്ന് അവൾ വിശ്വസിച്ചു.

ലേഡിബർട്രാം ഈ കുടുംബത്തിൽ പ്രവേശിച്ച സമയത്ത്, ചെറി യൊരസുഖത്തിന്റെ പേരിൽ (വലിയ ഉദാസീനതമൂലവും) എല്ലാ വസ ന്തകാലത്തും ഉപയോഗിക്കാറുള്ള പട്ടണവസതി ഉപേക്ഷിച്ച് ഗ്രാമത്തിൽ താമസമാക്കി. പാർലമെന്റിലെ ഡ്യൂട്ടി നിർവഹിക്കാനായി സർ. തോമ സിന് അവിടം വിട്ടുപോകേണ്ടി വന്നു. സ്വന്തം ഭർത്താവിന് ഉണ്ടായേ ക്കാവുന്ന അസൗകര്യങ്ങളെക്കുറിച്ച് അവൾ ഓർത്തില്ല. അങ്ങനെ ആ നാട്ടിൻപുറത്ത് ബെർട്രാം കുട്ടികൾ പഠനവും സംഗീതാഭ്യാസവുമായി വളർന്നു വന്നു. അവർ ഉയരം വച്ചു. സ്ത്രീത്വം അവരിലേക്കു പ്രവേശി ക്കാൻ തുടങ്ങി. മക്കൾ പെരുമാറ്റത്തിലും സാമർഥ്യത്തിലും നിപുണരാ ണെന്നുകണ്ട് ആ പിതാവ് ആഹ്ലാദിച്ചു. അയാളുടെ ഉൽക്കണ്ഠയെ തൃപ്തിപ്പെടുത്തുന്ന തരത്തിലായിരുന്നു അവരുടെ വളർച്ച. അയാളുടെ മൂത്തപുത്രൻ അശ്രദ്ധനും ധാരാളിയുമായിരുന്നു. ധാരാളം വിഷമതകൾ

അവൻ അച്ഛന് സമ്മാനിച്ചു കഴിഞ്ഞു! എന്നാൽ മറ്റ് കുട്ടികളെല്ലാം സൽപ്രവൃത്തികളേ ചെയ്തിട്ടുള്ളൂ; അത് അയാൾക്ക് ആശങ്കയ്ക്ക് വകനൽകി. ബെർട്രാമിന്റെ പേര് തന്റെ പുത്രിമാർ നിലനിർത്തിയെന്നു മാത്രമല്ല, നൂതനമായൊരു ലാവണ്യം അതിന് വരുത്തിയിരിക്കുന്നു. എഡ്മണ്ടിന്റെ സൽസ്വഭാവവും സന്മനസും, അവന്റെയും ബന്ധുക്കളുടെയും യശസ്സും സന്തോഷവും ഉയർത്തുന്നതായിരുന്നു. അവനൊരു വൈദികനാകേണ്ടതായിരുന്നു.

സ്വന്തം മക്കളുടെ കാര്യങ്ങൾ ശ്രദ്ധിച്ച് ആത്മസംതൃപ്തി നേടുന്നതിനിടയ്ക്കും മിസിസ് പ്രൈസിന്റെ കുട്ടികൾക്ക് തന്നാലാകുന്നത് ചെയ്തുകൊടുക്കാൻ സർ. തോമസ് മറന്നില്ല. പഠിപ്പിനായി ഉദാരമായ ധനസഹായം നൽകി, ജോലിപ്രായമായ ആൺമക്കൾക്ക് തൊഴിൽ നേടാൻ സഹായിച്ചു. സ്വന്തം കുടുംബത്തിൽനിന്ന് പൂർണമായും വേർപെട്ട ഫാന്നി സ്വസഹോദരങ്ങൾക്ക് ലഭിച്ച കാരുണ്യകർമങ്ങളെക്കുറിച്ചറിഞ്ഞ് ആത്മാർഥമായും ആനന്ദിച്ചു. അവരുടെ നിലമെച്ചപ്പെടുത്തുന്ന ഏത് പ്രവൃത്തിയും അവൾക്ക് സംതൃപ്തി നൽകുന്നതായിരുന്നു. അനേകം വർഷങ്ങൾക്കിടയിൽ ഒരേയൊരു പ്രാവശ്യം മാത്രമാണ് വില്യമിനോടൊപ്പം കഴിയാനുള്ള സൗഭാഗ്യം അവൾക്കുണ്ടായത്. മറ്റുള്ളവരെ ആരെയും അവൾ കണ്ടിട്ടേയില്ല. അവരോടൊപ്പം അവൾ വീണ്ടും താമസിക്കാൻ ചെല്ലുമെന്നാരും കരുതുന്നേയില്ല, ഒരു സന്ദർശനത്തിനുപോലും. വീട്ടിലുള്ളവരാരും അവളെ ആഗ്രഹിക്കുന്നില്ലെന്നു തോന്നുന്നു. അവൾ വീടുവിട്ട് അധികനാൾ കഴിയുന്നതിനുമുമ്പ്, ഒരു നാവികനാകാൻ തീരുമാനിച്ച വില്യമിനെ ഒരാഴ്ച അനിയത്തിയോടൊപ്പം താമസിക്കാനായി നോർത്തംടൻഷൈറിലേക്ക് ക്ഷണിക്കുകയുണ്ടായി. കടൽ യാത്രയ്ക്ക് പോകുന്നതിന് തൊട്ടുമുമ്പായിരുന്നു അത്. ഒന്നിച്ചുചേർന്നപ്പോഴുള്ള അവരുടെ സ്നേഹം, ഒരുമിച്ച് കഴിയുമ്പോഴുള്ള തീവ്രമായ ആനന്ദം, ഉല്ലാസം നിറഞ്ഞ സമയങ്ങൾ, ഗൗരവം നിറഞ്ഞ ചർച്ചകൾ, തുടങ്ങിയവ ഊഹിക്കാവുന്നതേയുള്ളൂ. അവസാനംവരെ അവനിൽ നിലനിന്ന ഉത്സാഹവും പ്രതീക്ഷാനിർഭരമായ മനസും, അവൻ വിട്ടുപിരിഞ്ഞപ്പോൾ അവൾ അനുഭവിച്ച ഹൃദയവേദനയും വിഭാവനം ചെയ്യാവുന്നതേയുള്ളൂ. ഭാഗ്യത്തിന് ക്രിസ്തുമസ് ഒഴിവുകാലത്താണ് ആ സന്ദർശനം നടന്നത്. അപ്പോൾ ആശ്വാസത്തിനായി നേരെ കസിൻ എഡ്മണ്ടിനെ അവൾക്ക് സമീപിക്കാൻ കഴിയുമായിരുന്നു. വില്യം ചെയ്യേണ്ട കാര്യങ്ങൾ അവൻ ഭംഗിയായി പറഞ്ഞുകൊടുക്കും, അങ്ങനെ വേർപാടും ഉപകാരപ്രദമാണെന്ന് സാവധാനം അവൾക്കു സമ്മതിക്കേണ്ടി വന്നു. എഡ്മണ്ടിന്റെ സൗഹൃദം ഒരിക്കലും അവൾക്ക് നഷ്ടപ്പെട്ടിട്ടില്ല. അവന്റെ ഓക്സ്ഫോർഡിലേക്കുള്ള താമസമാറ്റം പോലും കാരുണ്യം നിറഞ്ഞ ആ പെരുമാറ്റത്തിന് ഒരു കോട്ടവും വരുത്തിയില്ല, അത് സ്ഥിരീകരിക്കുന്നതിനുള്ള അവസരങ്ങൾ സൃഷ്ടിക്കുകയേ ചെയ്തുള്ളൂ. മറ്റുള്ളവരെക്കാൾ കൂടുതൽ ചെയ്യുന്നു എന്നു പ്രകടിപ്പിക്കാതെ,

അല്ലെങ്കിൽ കൂടുതൽ ചെയ്യുന്നതിൽ ഭീതികാണിക്കാതെ, അവൻ സദാ സമയം അവളുടെ താൽപ്പര്യങ്ങളോട് നീതി കാണിച്ചു, അവളുടെ വികാരങ്ങളെ മാനിച്ചു. അവളെ സ്വന്തം നന്മകൾ തിരിച്ചറിയാൻ സഹായിച്ചു, പ്രകടമായ ആത്മവിശ്വാസമില്ലായ്മയെ മറികടക്കാൻ സഹായിച്ചു. അതിനുള്ള ഉചിതമായ ഉപദേശവും സാന്ത്വനവും പ്രോത്സാഹനവും അവനവൾക്ക് നൽകി.

മറ്റെല്ലാവരാലും തള്ളപ്പെട്ട അവൾക്ക് അവന്റെ മാത്രം താങ്ങുകൊണ്ട് മുന്നേറാനാകില്ലായിരുന്നു. എന്നാൽ, അവളുടെ മാനസികവളർച്ചയ്ക്കും സന്തോഷത്തിനും അവന്റെ ശ്രദ്ധ ഏറ്റവും സുപ്രധാനമായൊരു കണ്ണിയായിരുന്നു. അവൾ ബുദ്ധിമതിയാണെന്നവനറിയാം. പെട്ടെന്നു ഗ്രഹിക്കാൻ കഴിവുള്ളവൾ. വായനയോടവൾക്ക് വലിയ താൽപ്പര്യമാണ്. വേണ്ടരീതിയിൽ നയിച്ചാൽ, അതുതന്നെ ഒരധ്യയനമാണ്. മിസ്സ് ലി അവളെ ഫ്രഞ്ച് പഠിപ്പിച്ചു. ദിവസേന ചരിത്രപാഠങ്ങൾ വായിപ്പിച്ചു. എന്നാൽ ഒഴിവുസമയങ്ങളിൽ വായിച്ചാസ്വദിക്കാവുന്ന പുസ്തകങ്ങൾ അവൻ നിർദേശിച്ചു. അവളുടെ അഭിരുചിയെ അവൻ പ്രോത്സാഹിപ്പിച്ചു. അവളുടെ വിമർശനങ്ങളെ തിരുത്തി. അവൾ വായിച്ച പുസ്തകങ്ങളെക്കുറിച്ച് ചർച്ച ചെയ്ത് വായന ഫലപ്രദമാക്കാനവൻ ശ്രമിച്ചു. വസ്തുനിഷ്ഠമായി പ്രശംസിച്ച് അതിന്റെ ആകർഷണീയത വർധിപ്പിച്ചു. അവന്റെ സേവനത്തിനുള്ള പ്രതിഫലമെന്നോണം, ലോകത്തിലെ എല്ലാവരെക്കാളുമധികം അവൾ അവനെ സ്നേഹിച്ചു, വില്യം ഒഴിച്ച്. അവളുടെ ഹൃദയം രണ്ടുപേർക്കുമായി വീതിച്ചു.

3

ആ കുടുംബത്തിൽ നടന്ന ആദ്യത്തെ സംഭവം മിസ്റ്റർ നോറിസിന്റെ മരണമായിരുന്നു. ഫാന്നിക്ക് പതിനഞ്ച് വയസുള്ളപ്പോഴാണ് അത് സംഭവിക്കുന്നത്. പല പരിവർത്തനങ്ങളും പുതുമകളും അവതരിപ്പിക്കപ്പെട്ടു. മിസിസ് നോറിക്കും പുരോഹിത വസതി ഉപേക്ഷിച്ച് ആദ്യം പാർക്കിലേക്കും, പിന്നീട് സർ. തോമസിന്റെ ചെറിയ ഒരു ഗ്രാമീണ വസതിയിലേക്കും താമസം മാറ്റി. ഭർത്താവിന്റെ മരണശേഷം ഒറ്റപ്പെട്ട അവൾ ഏകാന്തജീവിതത്തിൽ ആശ്വാസം നേടാൻ ശ്രമിച്ചു, ഭർത്താവില്ലാതെ ജീവിക്കാൻ പഠിച്ചു. കർശനമായ സാമ്പത്തിക നിയന്ത്രണം ഏർപ്പെടുത്തി ചെലവ് ചുരുക്കി.

അങ്കിൾ നേരത്തെ മരിച്ചതിന്റെ ഫലങ്ങൾ അനുഭവിക്കേണ്ടി വന്നത് എഡ്മണ്ടിനായിരുന്നു. അവന് കാര്യങ്ങൾ നടത്താനുള്ള പ്രായമാകുന്നതുവരെ ചുമതലകൾ മറ്റാരെയെങ്കിലും ഏൽപ്പിക്കാൻ പറ്റുമായിരുന്നെങ്കിൽ! എന്നാൽ മുമ്പുതന്നെ ടോമിന്റെ ധാരാളിത്തം അത്രയ്ക്ക് അമിതമായിരുന്നതിനാൽ അവനെ മറ്റ് ചുമതലകൾ ഏൽപ്പിക്കേണ്ടി വന്നു. മൂത്തവന്റെ വിഷയസുഖത്തിന് അനിയൻ പിഴയടയ്ക്കേണ്ടി വന്നു. മറ്റൊരുതരം

കുടുംബജീവിതമായിരുന്നു യഥാർഥത്തിൽ എഡ്മണ്ടിനുവേണ്ടി ഉദ്ദേശിച്ചിരുന്നത്. സർ. തോമസിന്റെ മനസ്സാക്ഷിക്ക് ഈ പുതിയ ചുറ്റുപാട് ഇഷ്ടമായെങ്കിലും , അത് അനീതിയാണെന്ന് തോന്നാതിരുന്നില്ല. തന്റെ മൂത്തപുത്രനെ ബോധിപ്പിക്കാൻ അയാൾ ആത്മാർഥമായി ശ്രമിച്ചു. അതുകൊണ്ടെന്തെങ്കിലും ഗുണമുണ്ടായെങ്കിലോ എന്ന് ആ പിതാവ് ആശിച്ചു. "ഞാൻ നിനക്കുവേണ്ടി ലജ്ജിക്കുന്നു, ടോം" ഏറ്റവും അന്തസ്സ് നിറഞ്ഞ ഭാവത്തിൽ അയാൾ പറഞ്ഞു. "ഞാൻ ചെയ്യേണ്ടിവന്ന നീക്കുപോക്കിൽ സ്വയം ലജ്ജിക്കുന്നു. ഈ സന്ദർഭത്തിൽ ഒരു സഹോദരനെന്ന നിന്റെ വികാരത്തോടെനിക്ക് പരിതാപം തോന്നുന്നു. എഡ്മണ്ടിന്റെ പത്തു മുപ്പത് വർഷങ്ങളാണ് നീ കൊള്ളയടിച്ചത്, ഒരുപക്ഷേ ഒരായുഷ്കാലം മുഴുവൻ, വരുമാനത്തിന്റെ പകുതിയിലേറെ പങ്ക് അവന് അവകാശപ്പെട്ടതാണ്. ഇനിമുതൽ അവനെ നല്ല നിലയിലാക്കുന്നതിനുള്ള ചുമതല എന്റേതോ നിന്റേതോ ആണ്. എന്നാൽ, ഒരു കാര്യം നീ മറക്കരുത്. അത്തരം അവകാശങ്ങൾ ഒന്നും അവന്റെ അർഹതയ്ക്കപ്പുറമല്ല. വാസ്തവത്തിൽ, നീ വരുത്തിവച്ച കടബാധ്യതകൾ മൂലം അവൻ ഇപ്പോൾ ത്യജിക്കാൻ തയാറായ ആനുകൂല്യത്തിന് തുല്യമായി മറ്റൊന്നില്ല."

ലജ്ജയോടും ദുഃഖഭാവത്തോടുംകൂടി ടോം എല്ലാം ശ്രദ്ധിച്ചു കേട്ടു. എന്നാൽ പെട്ടെന്നാവികാരത്തിൽ നിന്നവൻ പുറത്തുചാടി. വീണ്ടും സ്വാർഥത നിറഞ്ഞ സന്തോഷം അവനെ കീഴടക്കി. ഒന്നാമതായി, തന്റെ സുഹൃത്തുക്കൾ ഉണ്ടാക്കിവച്ച കടത്തിന്റെ പകുതി അവൻ വരുത്തി വച്ചിട്ടില്ല. രണ്ടാമതായി, അതുമൂലം അച്ഛൻ സൃഷ്ടിച്ചിട്ടുള്ള കാര്യങ്ങൾ ഏറ്റവും ദുഷ്കരവുമാണ്. മൂന്നാമതായി, ഈ ഭാരം ചുമത്തുന്നവൻ, അതാരായാലും, വളരെ വേഗം മൃതിയടയാൻ സാധ്യതയുണ്ട്.

മിസ്റ്റർ നോറിസിന്റെ മരണശേഷം അദ്ദേഹത്തിന്റെ പൗരോഹിത്യ ചുമതല വഹിച്ചത് ഡോ. ഗ്രാന്റ് ആണ്. അയാൾ മാൻസ്ഫീൽഡിൽ താമസിക്കാനെത്തി. നിർമലസ്വഭാവമുള്ള ഒരു നാൽപ്പത്തഞ്ചുകാരൻ. മിസ്റ്റർ ബെർട്രാമിന്റെ കണക്കുകൂട്ടലുകളെ തെറ്റിച്ചോ എന്ന് തോന്നി. എന്നാൽ, "ഇല്ല അയാൾ ദേഷ്യപ്രകൃതമുള്ളൊരു വ്യക്തിയായിരുന്നു, കുറിയ കഴുത്തുള്ളവൻ. നല്ല കാര്യങ്ങൾ ചെയ്യേണ്ടിവരുമ്പോൾ വേഗം ചത്തോളും."

തന്നെക്കാൾ പതിനഞ്ച് വയസ്സ് പ്രായക്കുറവുള്ള ഒരു ഭാര്യയുണ്ടയാൾക്ക്. എന്നാൽ കുട്ടികളില്ല. വളരെ ആദരണീയരും സമ്മതരുമായാണവർ അയൽപക്കത്ത് അറിയപ്പെട്ടിരുന്നത്.

തന്റെ ഭാര്യാസഹോദരീപുത്രി ഫാന്നിക്കുമേൽ അവകാശം ഉന്നയിക്കേണ്ട സമയം വന്നണഞ്ഞു എന്ന് സർ തോമസ് കരുതി. മിസ്സ് നോറിസിന്റെ മാറിയ പരിതഃസ്ഥിതിയും ഫാന്നിയുടെ വളർച്ചയും കണക്കിലെടുക്കുമ്പോൾ, അവർ ഒന്നിച്ച് ജീവിക്കുന്നതിനെ തടയുന്നത് ശരിയല്ലല്ലോ, അവൾക്കുതന്നെയാണ് അതിന് അർഹത. അയാളുടെ സാമ്പത്തിക നിലയും പഴയതുപോലെ അത്ര ഭദ്രമല്ലായിരുന്നു. മൂത്ത മകന്റെ ധാരാ

ളിത്തത്തിനു പുറമെ, വെസ്റ്റ് ഇന്ത്യ എസ്റ്റേറ്റിൽ ഈയിടെ നേരിട്ട നഷ്ടങ്ങൾ ഭീമമായിരുന്നു. ഈ സമയത്ത് ഫാന്നിയുടെ ചെലവിൽ നിന്ന് രക്ഷപ്പെടാൻ പറ്റുക എന്നത് ആശ്വാസകരമായിരിക്കുമെന്നു തോന്നി. അതുപോലെ അവൾക്കു ഭാവിയിൽ നൽകാമെന്നേറ്റ കടപ്പാടിൽനിന്നും അത്തരം ഒരു പ്രവൃത്തി അനിവാര്യമാണെന്ന പൂർണ വിശ്വാസത്തോടെ അയാൾ അക്കാര്യം ഭാര്യയോട് സൂചിപ്പിച്ചു, ഫാന്നിയുടെ മുമ്പിൽവച്ചു തന്നെ. ആദ്യമായി ഇക്കാര്യം അവൾ കേട്ടപ്പോൾ ശാന്തയായി സഹോദരീപുത്രിയോട് ചോദിച്ചു.

"അപ്പോൾ ഫാന്നി, നീ ഞങ്ങളെ വിട്ടുപിരിയുകയാണോ, എന്റെ അനിയത്തിയോടൊപ്പം ജീവിക്കാൻ പോകുകയാണോ? നിനക്കിത് ഇഷ്ടമാണോ?"

ഫാന്നി വല്ലാതെ അത്ഭുതപ്പെട്ടുപോയി. അതിശയത്തോടെ ആന്റിയുടെ ആ വാക്കുകൾ അവൾ ആവർത്തിച്ചു.

നിങ്ങളെ വിട്ടുപിരിയുകയോ? "അതെ, എന്റെ പ്രിയപ്പെട്ടവളേ, നീ എന്തുകൊണ്ടാണ് അത്ഭുതപ്പെടുന്നത്? അഞ്ച് വർഷമായി നീ ഞങ്ങളോടൊപ്പം കഴിയുന്നു. മിസ്റ്റർ നോറിസ് മരിച്ചപ്പോൾ നിന്നെ അങ്ങോട്ട് കൊണ്ടുപോകാനാണ് എന്റെ സഹോദരി എന്നും ഉദ്ദേശിച്ചിരുന്നത്. എന്നാൽ എന്റെ ഡിസൈൻ തുന്നിത്തരാനായി നീ വരണം.

അപ്രതീക്ഷിതമായ ആ വാർത്ത ഫാന്നിയെ വേദനിപ്പിച്ചു. നോറിസ് ആന്റിയിൽ നിന്നവൾക്ക് ഒരിക്കലും സ്നേഹം ലഭിച്ചിട്ടില്ല; അവരെ സ്നേഹിക്കാനും കഴിഞ്ഞിട്ടില്ല.

"പോകുന്നതിലെനിക്കു വളരെ ദുഃഖമുണ്ട്." പതറുന്ന സ്വരത്തിലവൾ പറഞ്ഞു.

"അതേ നീ അങ്ങനേ പറയൂ എന്നെനിക്കുറപ്പുണ്ട്, തികച്ചും സ്വാഭാവികം. ഈ ലോകത്തിലെ ഏതൊരു ജീവിയെയുംപോലെ നീ ഈ വീട്ടിലേക്ക് കടന്നുവന്നതു മുതൽ യാതൊരു വിഷമവും ഇവിടെ ഉണ്ടായിട്ടില്ലെന്നു ഞാൻ കരുതുന്നു."

"ഞാൻ നന്ദിയില്ലാത്തവളല്ലെന്ന് വിശ്വസിക്കുന്നു, ആന്റീ" ഫാന്നി എളിമയോടെ മറുപടി നൽകി.

"അല്ല, എന്റെ പ്രിയപ്പെട്ടവളേ അല്ലെന്നു ഞാൻ വിശ്വസിക്കുന്നു. നിന്നെ എപ്പോഴും നല്ല കുട്ടിയായിട്ടേ ഞാൻ കണ്ടിട്ടുള്ളൂ."

"ഇനി എനിക്കിവിടെ ഒരിക്കലും താമസിക്കുവാൻ പറ്റില്ലേ?"

"ഇല്ല, എന്റെ ഓമനക്കുട്ടി; എന്നാൽ സുഖകരമായൊരു വീട് നിനക്കുറപ്പാണ്. നിന്നെ സംബന്ധിച്ചിടത്തോളം യാതൊരു വ്യത്യാസവുമില്ല; നീ ഈ വീട്ടിലായാലും അവിടെയായാലും, ഒരുപോലെതന്നെ."

വലിയ ഹൃദയവേദനയോടെയായിരുന്നു ഫാന്നി മുറിവിട്ടു പോന്നത്. രണ്ട് വീടുകളും തമ്മിലുള്ള അന്തരം അത്ര ചെറുതാണെന്നവൾക്ക് തോന്നിയില്ല. തൃപ്തിയോടെ ആ ആന്റിയുടെ കൂടെ ജീവിക്കാമെന്നവൾ കരുതിയില്ല. എഡ്മണ്ടിനെ കണ്ട ഉടനെ തന്റെ വിഷമത്തെക്കുറിച്ചവൾ

അവനോട് പറഞ്ഞു.

"കസിൻ" അവൾ പറഞ്ഞു, "ഞാൻ ഒട്ടും ഇഷ്ടപ്പെടാത്ത എന്തോ ചിലത് സംഭവിക്കാൻ പോകുകയാണ്. മുമ്പ് ഞാൻ ഇഷ്ടപ്പെടാത്ത കാര്യങ്ങളിൽ പൊരുത്തപ്പെട്ടുപോകാൻ നിങ്ങൾ നിർബന്ധിച്ച് അനുനയിപ്പിക്കാറുള്ളതുപോലെ ഇപ്പോൾ പറ്റുമെന്നു തോന്നുന്നില്ല. ഞാൻ നോറിസ് ആന്റിയോടൊപ്പം താമസിക്കാൻ പോകുകയാണ്."

"തീർച്ചയായും!"

"അതെ, എന്റെ ആന്റി ബെർട്രാം ഇപ്പോൾത്തന്നെ അക്കാര്യം പറഞ്ഞതേയുള്ളു. എല്ലാം ഉറപ്പിച്ചുകഴിഞ്ഞു. എനിക്ക് മാൻസ്ഫീൽഡ് പാർക്ക് വിടേണ്ടി വരും, വൈറ്റ്ഹൗസിലേക്കാണെന്നു തോന്നുന്നു ഞാൻ പോകുന്നത്. അവർ അവിടേക്ക് മാറിയ ഉടനെ."

"ശരി ഫാന്നി, ആ പ്ലാൻ നിനക്ക് അസുഖകരമല്ലെങ്കിൽ, ഒന്നാംതരം എന്നേ ഞാൻ പറയൂ."

"ഓ! കസിൻ!"

"എല്ലാം നല്ലതിനാണ്. നിന്റെ നന്മ ലക്ഷ്യമാക്കി വിവേകപൂർവം പ്രവർത്തിക്കുന്ന ഒരു സ്ത്രീയാണ് എന്റെ ആന്റി. അവർക്ക് വേണ്ടസമയത്ത് ഉചിതയായൊരു കൂട്ടുകാരിയെ അവർ തെരഞ്ഞെടുത്തിരിക്കുന്നു. അവരുടെ സമ്പത്തിനോടുള്ള പ്രേമം അതിന് തടസം സൃഷ്ടിച്ചില്ലെന്നതിൽ ഞാൻ സന്തോഷിക്കുന്നു. നീ അവരുടെ ആരായിരിക്കേണ്ടിയിരുന്നോ അതുതന്നെയായിരിക്കും ഇനി നീ. അത് നിന്നെ അധികം വിഷമിപ്പിക്കില്ലെന്ന് ഞാൻ കരുതുന്നു, ഫാന്നി."

"തീർച്ചയായും അത് വിഷമിപ്പിക്കുന്നു, എനിക്കത് ഇഷ്ടപ്പെടാൻ കഴിയുന്നില്ല. ഞാൻ ഈ വീടിനെയും, അതിനുള്ളിലെ എല്ലാറ്റിനെയും സ്നേഹിക്കുന്നു. അവിടത്തെ ഒന്നിനെയും എനിക്ക് സ്നേഹിക്കാനാകില്ല. അവരോടൊപ്പം ഞാൻ എന്തുമാത്രം അസ്വസ്ഥയായിരിക്കുമെന്നു നിങ്ങൾക്കറിയാമോ."

"ഒരു കുട്ടി എന്ന നിലയ്ക്ക് നിന്നോടുള്ള അവരുടെ പെരുമാറ്റത്തെക്കുറിച്ച് എനിക്കൊന്നും പറയാനില്ല. എന്നാൽ എല്ലാവരും അതുപോലെ ഒക്കെത്തന്നെയാണ്, അല്ലെങ്കിൽ അതിന് വളരെ അടുത്ത്. കുട്ടികളോട് ഭംഗിയായി പെരുമാറാനൊരിക്കലും അവർക്കറിയില്ല; എന്നാൽ നിന്റെ ഇപ്പോഴത്തെ പ്രായം കണക്കിലെടുത്ത് കുറേക്കൂടി നന്നായി പെരുമാറേണ്ടതാണ്. ഇപ്പോൾ അവരുടെ പെരുമാറ്റം കുറേ മെച്ചപ്പെട്ടിട്ടുണ്ടെന്നാണ് ഞാൻ കരുതുന്നത്. നീ അവരുടെ ഏകകൂട്ടുകാരിയാകുമ്പോൾ, അവരുടെ കണ്ണിൽ നീ സുപ്രധാന വ്യക്തിയായിമാറും."ആർക്കും ഞാനൊരു സുപ്രധാന വ്യക്തിയല്ല; ആകാൻ കഴിയില്ല.

"എന്താണ് നിന്നെ തടയുന്നത്?"

"എല്ലാം – എന്റെ പരിതസ്ഥിതി – എന്റെ വിഡ്ഢിത്തം, വിലക്ഷണഭാവം."

"നിന്റെ വിഡ്ഢിത്തത്തെയും വിലക്ഷണഭാവത്തെയും കുറിച്ചാണെ

ങ്കിൽ, എന്റെ പ്രിയപ്പെട്ട ഫാന്നി, അവയുടെ നിഴൽപോലും നിന്നിലില്ല. എന്നാൽ തെറ്റായ രീതിയിൽ നീ ആ പദങ്ങൾ പ്രയോഗിക്കുകയാണ്. എന്നെ വിശ്വസിക്കൂ. നീ എന്തുകൊണ്ട് പ്രാധാന്യമർഹിക്കുന്നില്ലെന്ന് സ്വയം കരുതുന്നു? ഈ ലോകത്ത് അതിനുള്ള കാരണം കണ്ടുപിടിക്കാനാവില്ല. നല്ല വിവേകവും നല്ല പെരുമാറ്റവുമാണ് നിന്റേത്. കടപ്പാടും നന്ദിയും നിറഞ്ഞുതുളുമ്പുന്ന ഒരു ഹൃദയമാണ് നിന്റേതെന്നെനിക്കുറപ്പുണ്ട്. ഒന്നും തിരിച്ചു കിട്ടുമെന്നു പ്രതീക്ഷിക്കാത്ത ദയാവായ്പ്. ഒരു സുഹൃത്തിനും ഇതിനെക്കാൾ നല്ല യോഗ്യത ഉള്ളതായി എനിക്കറിയില്ല.''

''നിങ്ങൾ വളരെ ഉദാരമതിയാണ്'' അത്തരം പ്രശംസയിൽ മുഖം തുടുത്തുകൊണ്ട് ഫാന്നി പറഞ്ഞു. ''എന്നെക്കുറിച്ച് ഇത്ര നല്ല അഭിപ്രായം വച്ചുപുലർത്തുന്ന നിങ്ങളോട് അർഹിക്കുന്ന രീതിയിൽ ഞാൻ എങ്ങനെ നന്ദി പ്രകടിപ്പിക്കും? ഓഹ്! കസിൻ, എനിക്കിവിടം വിട്ടുപോകേണ്ടി വന്നാൽ എന്റെ ജീവിതത്തിന്റെ അന്ത്യനിമിഷംവരെ ഞാൻ നിങ്ങളുടെ നന്മയെക്കുറിച്ചോർക്കും.''

''എന്തിനാണ് ഫാന്നീ ഇത്രയും അടുത്തുള്ള വൈറ്റ്ഹൗസിലിരുന്ന് എന്നെ ഓർക്കുന്നത്? നിന്റെ വർത്തമാനം കേട്ടാൽ തോന്നും ۥഇരുന്നൂറ് മൈൽ ദൂരേക്കാണ് നീ പോകുന്നതെന്ന്, അത് ഈ പാർക്കിനപ്പുറത്തല്ലേ? എന്നത്തെപ്പോലെയും മിക്കവാറും സമയം നീ ഞങ്ങളോടൊപ്പം തന്നെയുണ്ടാകും. രണ്ട് കുടുംബങ്ങളും എന്നും സമ്മേളിക്കും. ഒരു വ്യത്യാസം മാത്രമേയുള്ളൂ, ആന്റിയോടൊപ്പം താമസിക്കുന്നതുകൊണ്ട് വേണ്ടരീതിയിൽ നീ വളർന്നു വലുതാകും, ഇവിടെ ഒരുപാടുപേരുണ്ട്, അവരുടെ പിന്നിൽ നീ ഒതുങ്ങിക്കൂടും. എന്നാൽ അവരുടെ കൂടെയാകുമ്പോൾ നീ സ്വന്തം കാര്യങ്ങൾ സ്വയം സംസാരിക്കാൻ നിർബന്ധിതയാകും.''

''ഓ! അങ്ങനെ പറയല്ലേ.''

''ഞാൻ അങ്ങനെ പറയും, സന്തോഷത്തോടെത്തന്നെ. ഇപ്പോൾ നിന്റെ ചുമതല ഏറ്റെടുക്കാൻ എന്റെ അമ്മയെക്കാൾ എന്തുകൊണ്ടും അനുയോജ്യമായിട്ടുള്ളത് മിസിസ്സ് നോറിസ് ആണ്. തനിക്ക് താൽപ്പര്യമുള്ളവർക്കുവേണ്ടി ഒരുപാട് ചെയ്യാൻ പ്രാപ്തിയുള്ളവളാണ് അവർ; നിന്റെ ജന്മനായുള്ള കഴിവുകളോട് നീതി പുലർത്താൻ അവർ നിന്നെ നിർബന്ധിക്കും.''

ഫാന്നി ദീർഘനിശ്വാസത്തോടെ മറുപടി നൽകി, ''നിങ്ങൾ കാണുന്നതുപോലെ കാര്യങ്ങൾ വീക്ഷിക്കാൻ എനിക്ക് കഴിയുന്നില്ല. എന്നാൽ എന്നെക്കാൾ ശരിയായിട്ടുള്ളത് നിങ്ങളുടെ നിഗമനമാണെന്ന് എനിക്ക് വിശ്വാസമുണ്ട്. എന്ത് വേണമെന്ന കാര്യത്തിൽ ഒരു രഞ്ജിപ്പിലെത്താൻ സഹായിച്ചതിൽ ഞാൻ നിങ്ങളോട് വളരെയേറെ കടപ്പെട്ടിരിക്കുന്നു. ആന്റി എന്നെ ശരിക്കും സംരക്ഷിക്കാൻ പോകുകയാണെങ്കിൽ മറ്റാരെയുംകാൾ സന്തോഷിക്കുന്നത് ഞാനായിരിക്കും! ഇവിടെ, ഞാൻ ആരുമില്ലാത്തവളാണെന്നെനിക്കറിയാം, എന്നിട്ടും ഈ സ്ഥലത്തെ ഞാൻ വല്ലാതെ

സ്നേഹിക്കുന്നു.''

"ഈ സ്ഥലം, ഫാന്നീ, നീ ഇവിടം വിട്ടുപോകുന്നില്ല, വീട് മാറുന്നുണ്ടെങ്കിലും. എന്നത്തെയും പോലെ ഈ പാർക്കിലും പൂന്തോട്ടത്തിലും നിന്റെ അധികാരമുണ്ടായിരിക്കും. ഇത്തരം ചെറിയൊരു മാറ്റത്തിൽ നിന്റെ കൊച്ചുഹൃദയം ഭയപ്പെടരുത്. നീ, അതേ നടത്തവും അതേ ലൈബ്രറിയും തുടർന്നുപയോഗിക്കും, അതേ മുഖങ്ങളായിരിക്കും നീ കാണുക, അതേ കുതിരുറത്ത് സവാരി നടത്തും.''

"വളരെ വാസ്തവം. അതെ, പ്രിയപ്പെട്ട പഴയ ചാരനിറത്തിലുള്ള കുട്ടിക്കുതിര. ആഹ്! കസിൻ, ഞാൻ കുതിര സവാരി എത്ര ഭയപ്പെട്ടിരുന്നു എന്ന് ഓർക്കുകയാണ്. കുതിരകളുടെ ശബ്ദം കേൾക്കുന്നത് തന്നെ എന്ത് പേടിയായിരുന്നു (ഓ! അപ്പോൾ അങ്കിളിന്റെ ചുണ്ടനങ്ങുന്നത് കാണുമ്പോൾത്തന്നെ ഞാനിരുന്നു വിറയ്ക്കും). അപ്പോൾ കരുണയോടെ നിങ്ങൾ എന്നോട് കാര്യങ്ങൾ പറഞ്ഞു മനസിലാക്കി എന്റെ ഭയം ദൂരീകരിക്കും. കുറച്ചുകഴിയുമ്പോൾ കുതിരസവാരി ഞാൻ ഇഷ്ടപ്പെട്ടു തുടങ്ങുമെന്നു നിങ്ങളെന്നെ വിശ്വസിപ്പിക്കും. നിങ്ങൾ എത്ര ശരിയായി അത് തെളിയിച്ചു എന്ന് ഞാൻ ഓർക്കുക്കയാണ്. നിങ്ങൾക്ക് എന്തും പ്രവചിക്കാനാകുമെന്ന് ഞാൻ വിശ്വസിക്കാൻ തുടങ്ങി.''

"മിസിസ് നോറിസിനോടൊപ്പമുള്ള ജീവിതം നിന്റെ മനസിന് നല്ലതാണെന്ന് എനിക്ക് പൂർണ വിശ്വാസമുണ്ട്, കുതിരസവാരി നിന്റെ ശാരീരികാരോഗ്യത്തിന് ഗുണകരമായതുപോലെ - നിന്റെ ആത്യന്തികമായ ആനന്ദത്തിനും.''

അങ്ങനെ അവരുടെ സംവാദം സമാപിച്ചു. ഫാന്നി മാനസികമായി ഒരു മാറ്റത്തിന് തയാറെടുത്തെങ്കിലും, മിസിസ് നോറിസിന് അവളെ കൂട്ടിക്കൊണ്ടുപോകാനുള്ള യാതൊരുദ്ദേശ്യവുമില്ലായിരുന്നു. അവളപ്രകാരം ചിന്തിച്ചിട്ടേയില്ല; ശ്രദ്ധയോടെ ഒഴിവാക്കേണ്ട ഒരു കാര്യമാണത്. അത് സംഭവിക്കാതിരിക്കാനുള്ള മുഴുവൻ കരുതൽ അവൾ എടുത്തു. മാൻസ്ഫീൽഡ് പള്ളി ഇടവകയിലെ പരിഷ്കൃതമായ കെട്ടിടങ്ങളിൽ ചെറിയൊരു വീട് അവൾ എടുത്തു - വൈറ്റ് ഹൗസ്. തനിക്കും വേലക്കാർക്കും പുറമേ ഒരതിഥിക്കും താമസിക്കാനുള്ള സൗകര്യമേ അതിനുണ്ടായിരുന്നുള്ളൂ. അതിഥിമുറി പ്രത്യേക ലക്ഷ്യത്തോടെ സജ്ജീകരിച്ചതാണ്. പുരോഹിതവസതിയിൽ അതിന്റെ ആവശ്യമില്ലായിരുന്നു. എന്നാൽ അതിഥിമുറി ഇവിടെ അനിവാര്യമാണെന്നവൾ കരുതി. അവൾ എന്തൊക്കെ കരുതൽ എടുത്താലും അതിൽ ഉദ്ദേശിച്ചതിനെക്കാൾ നല്ല ഉപയോഗം മറ്റുള്ളവർ ഊഹിച്ചു. അതിഥിമുറിക്കുള്ള അമിത പ്രാധാന്യം, അത് ഫാന്നിക്ക് നൽകാൻ വേണ്ടിയായിരിക്കുമെന്ന് സർ തോമസ് തെറ്റിദ്ധരിച്ചു. ലേഡിബെർട്രാമും അങ്ങനെതന്നെ ഉറപ്പിച്ചു.

മിസിസ് നോറിസിനെ അലസയായി നോക്കിക്കൊണ്ടവൾ ചോദിച്ചു. "ഇനി മിസ്സ് ലിയെ നിർത്തേണ്ട ആവശ്യമില്ലെന്നു എനിക്ക് തോന്നുന്നു, അനിയത്തീ ഫാന്നി നിന്നോടൊപ്പം താമസിക്കാൻ വരികയല്ലേ?''

മിസിസ് നോറിസ് ഞെട്ടിപ്പോയി. "എന്നോടൊപ്പം താമസിക്കുകയോ,

പ്രിയപ്പെട്ട ലേഡിബെർട്രാം, നിങ്ങളെന്താണ് ഉദ്ദേശിക്കുന്നത്?" "അവൾ നിന്നോടൊപ്പം താമസിക്കാൻ പോകുന്നില്ലേ? – ഞാൻ വിചാരിച്ചു നീ അക്കാര്യം സർ തോമസുമായി സംസാരിച്ചുറപ്പിച്ചെന്ന്." "ഞാനോ! ഒരിക്കലുമില്ല, അതിനെക്കുറുച്ച് ഒരക്ഷരം ഞാൻ സർ. തോമസിനോട് സംസാരിച്ചിട്ടില്ല, അദ്ദേഹം എന്നോടും. ഫാന്നി എന്നോടൊപ്പം കഴിയുകയോ! ഒരുകാലത്തും ഞാൻ അങ്ങനെ ചിന്തിക്കില്ല; ഞങ്ങളെ പരസ്പരം അറിയാവുന്നവർ അങ്ങനെ കരുതില്ല. ദൈവമേ! ഫാന്നിയെക്കൊണ്ട് ഞാൻ എന്തുചെയ്യും? ഞാൻ! ഒരു പാവം നിസ്സഹായയായ വിധവ; ഒന്നിനും കൊള്ളാത്ത, മനസുതകർന്ന എനിക്ക് ജീവിതത്തിലേക്ക് പ്രവേശിക്കുന്ന പതിനഞ്ചുകാരിക്കായി എന്തുചെയ്യാൻ കഴിയും! എല്ലാവിധ ശ്രദ്ധയും നൽകേണ്ട സമയം, അത്രയും പ്രസരിപ്പുള്ള കാലം തീർച്ചയായും സർ. തോമസ് ഇങ്ങനെ ഒരു ഗുരുതരാവസ്ഥ പ്രതീക്ഷിച്ചിരിക്കില്ല. അദ്ദേഹം എന്റെ വളരെ അടുത്ത സുഹൃത്താണ്. എന്റെ നന്മ ്യആഗ്രഹിക്കുന്നവരാരും അത്തരമൊരു നിർദേശം വയ്ക്കില്ലെന്നുറപ്പാണ്. സർ തോമസ് നിങ്ങളോട് അങ്ങനെ പറയാൻ എന്താണ് കാരണം?" "തീർച്ചയായും എനിക്കറിയില്ല, അതാണേറ്റവും നല്ലതെന്ന് അദ്ദേഹം കരുതിയിരിക്കാം." "എന്നാൽ, എന്താണദ്ദേഹം പറഞ്ഞത്? ഫാന്നിയെ ഞാൻ കൊണ്ടുപോകണമെന്നാണ് അദ്ദേഹം ആഗ്രഹിക്കുന്നതെന്ന് പറയാൻ കഴിയില്ല. അത് ചെയ്യണമെന്ന ആഗ്രഹം അദ്ദേഹത്തിന്റെ മനസിലുണ്ടാകില്ലെന്ന് എനിക്കുറപ്പാണ്."

"ഇല്ല, അങ്ങനെ സംഭവിക്കാമെന്ന് മാത്രമേ അദ്ദേഹം പറഞ്ഞുള്ളൂ – ഞാനും അങ്ങനെതന്നെ കരുതി. നിനക്കതൊരാശ്വാസമായിരിക്കുമെന്ന് ഞങ്ങളിരുവരും വിചാരിച്ചു. എന്നാൽ നിനക്കത് ഇഷ്ടമല്ലെങ്കിൽ, കൂടുതലൊന്നും സംസാരിക്കേണ്ടതില്ല. അവൾ ഞങ്ങൾക്കൊരു ഭാരമല്ല."

"പ്രിയപ്പെട്ട ചേച്ചീ! നിങ്ങൾ എന്റെ ശോചനീയാവസ്ഥ കണക്കിലെടുത്തു നോക്കൂ, അവൾ ഈ അവസ്ഥയിൽ എനിക്കെങ്ങനെയാണൊരു ആശ്വാസമാകുക? ഭർത്താവിന്റേതായ എല്ലാ വരുമാനങ്ങളും നഷ്ടപ്പെട്ട, ദുരിത ജീവിതം നയിക്കുന്ന ദരിദ്രവിധവയാണ് ഞാൻ; എന്റെ ജീവിതം മുഴുവൻ ഭർത്താവിനെ ശുശ്രൂഷിച്ച് പാഴായി. മനസ്സമാധാനം തീരെയില്ല. ഈ ജീവിതത്തിലെ ഉല്ലാസം മുഴുവൻ നശിച്ചു. ഒരു മാന്യസ്ത്രീയെപ്പോലെ കഷ്ടിച്ച് ജീവിച്ചുപോകാനുള്ള കഴിവേ എനിക്കുള്ളൂ. മൃതിയടഞ്ഞ എന്റെ പ്രിയപ്പെട്ട ഭർത്താവിന്റെ പവിത്രസ്മരണയ്ക്ക് കളങ്കം വരുത്താത്ത രീതിയിൽ ജീവിച്ചുപോകുന്നു എന്നു മാത്രം – ഫാന്നിയുടെ ചുമതലകളെ എന്നെ ഏൽപ്പിക്കുന്നതുകൊണ്ട് എന്തുതരം ആശ്വാസമാണ് എനിക്ക് നേടാനാകുക! എനിക്കുവേണ്ടി അങ്ങനെ ഒരു ദുഷ്കർമം ഈ പാവം കുട്ടിയെക്കൊണ്ട് ചെയ്യിപ്പിക്കില്ല. അവൾ ഇപ്പോൾ നല്ല കരങ്ങളിലാണ്. നന്നായി ജീവിക്കുമെന്നുറപ്പാണ്. ഞാൻ സ്വന്തം ബുദ്ധിമുട്ടുകളും ദുഃഖങ്ങളും പേറി എങ്ങനെയെങ്കിലും കഴിഞ്ഞുകൊള്ളാം." "അപ്പോൾ ഒറ്റയ്ക്കു ജീവിക്കുന്നതിൽ നിനക്ക് വിരോധമില്ലേ?"

"പ്രിയപ്പെട്ട ലേഡിബെർട്രാം! ഏകാന്തതയല്ലാതെ മറ്റെന്താണ് എനിക്ക് വിധിച്ചിട്ടുള്ളത്? വല്ലപ്പോഴും എന്റെ കൊച്ചുകുടിലിൽ ആരെങ്കിലും അതിഥിയായി വന്നേക്കാം. (എപ്പോഴും ഒരു സുഹൃത്തിനുള്ള മെത്ത അവിടെയുണ്ടാകും) എന്നാൽ ഭാവിയിലെ അധികകാലവും തികഞ്ഞ ഏകാന്തതയിൽ കഴിയാനാണ് യോഗം. പട്ടിണി കൂടാതെ കഴിഞ്ഞാൽ മതി, അത്രമാത്രമേ ഞാൻ ആഗ്രഹിക്കുന്നുള്ളൂ."

"നിന്റെ സ്ഥിതി അത്രയും മോശമല്ലെന്നു ഞാൻ കരുതുന്നു, അനിയത്തീ – സർ തോമസ് പറഞ്ഞത് നിനക്ക് പ്രതിവർഷം അഞ്ഞൂറ് പൗണ്ട് വരുമാനമുണ്ടെന്നാണല്ലോ." "ലേഡിബർട്രാം, ഞാൻ ആവലാതിപ്പെടുന്നില്ല. മുമ്പത്തേതുപോലെ ജീവിക്കാനാവില്ലെന്ന് എനിക്കറിയാം. എന്നാൽ കഴിയാവുന്നിടത്തെല്ലാം ചെലവ് ചുരുക്കണം, ജോലിക്കാരെക്കുറിച്ച് നല്ല രീതിയിൽ നിയന്ത്രണത്തോടെ ജീവിക്കാൻ പഠിക്കണം. ഞാൻ ഉദാരമതിയായ ഒരു ഗൃഹനാഥയായിരുന്നു. എന്നാൽ ചെലവ് ചുരുക്കി ജീവിക്കുന്നതിൽ ലജ്ജയൊന്നുമില്ല. വരവിനനുസരിച്ച് എന്റെ നിലമാറ്റിയെടുക്കണം. ഋ ഇടവകപാതിരി എന്ന നിലയ്ക്ക് പാവം മിസ്റ്റർ നോറിസ് ഒരുപാട് ഉദാരനായിരുന്നു, എന്നിൽ നിന്നത് പ്രതീക്ഷിക്കാൻ കഴിയില്ല. അസമയത്ത് വരുന്നവർക്കും പോകുന്നവർക്കും വേണ്ടി അടുക്കളയിൽ എന്തുമാത്രം പാചകം നടന്നെന്ന് ഊഹിക്കാനാകില്ല. വൈറ്റ് ഹൗസിൽ നന്നായി കാര്യങ്ങൾ നോക്കേണ്ടിയിരിക്കുന്നു. വരവനുസരിച്ച് എനിക്ക് ജീവിക്കേണ്ടതുണ്ട്. അല്ലെങ്കിൽ ദയനീയമായിരിക്കും എന്റെ സ്ഥിതി. കുറച്ച് കൂടുതൽ മിച്ചം വയ്ക്കാൻ കഴിഞ്ഞാൽ എനിക്ക് വലിയ സംതൃപ്തി ലഭിക്കും – വർഷാവസാനം കുറച്ച് നീക്കിവയ്ക്കാൻ കഴിഞ്ഞാൽ'

"നിനക്ക് തീർച്ചയായും പറ്റും. നീ എപ്പോഴും അങ്ങനെ ചെയ്യുന്നു. ഇല്ലേ?"

"ലേഡിബർട്രാം, എന്റെ ലക്ഷ്യം എന്റെ പിൻഗാമികൾക്ക് ഉപകാരപ്രദമായിരിക്കുക എന്നതാണ്. നിങ്ങളുടെ മക്കളുടെ നന്മയ്ക്കായി ഞാൻ കൂടുതൽ ധനികയാകാൻ ആഗ്രഹിക്കുന്നു. മറ്റാരെയും നോക്കാനെനിക്കില്ല. അവർക്ക് എന്തെങ്കിലും ചെറിയൊരു സ്വത്ത് വിട്ടുപോക്കണമെന്നാഗ്രഹിക്കുന്നതിൽ വളരെ സന്തോഷമുണ്ട്."

" എന്നാൽ നീ വളരെ നല്ലവളാണ്. എന്നാൽ അവരെക്കുറിച്ചോർത്ത് വിഷമിക്കേണ്ട. അവർക്ക് തീർച്ചയായും നല്ല സ്വത്ത് ലഭിക്കും, സർ. തോമസ് അവരുടെ കാര്യം നോക്കിക്കൊള്ളും."

"എന്ത്, സർ. തോമസിന്റെ കാര്യം പരുങ്ങലിലാണെന്ന് നിങ്ങൾക്കറിയാമോ? ആന്റിഗ്വാ എസ്റ്റേറ്റിലെ വരുമാനം ഇത്രമോശമായാൽ എല്ലാം തുലയും."

"ഓ! അത് പെട്ടെന്ന് നേരെയാകും. സർ. തോമസ് അതിനെക്കുറിച്ച് എഴുതിയിട്ടുണ്ടെന്ന് എനിക്കറിയാം."

"ശരി," ലേഡിബർട്രാം പോകാനായി എഴുന്നേറ്റു മിസിസ് നോറിസ് പറഞ്ഞു. "ഞാനൊരു കാര്യം മാത്രം പറയുന്നു, നിങ്ങളുടെ കുടുംബ

ത്തിന് ഉപയോഗപ്രദമാക്കുക എന്നതുമാത്രമാണ് എന്റെ ജീവിതാഭിലാഷം – സർ തോമസ് വീണ്ടും ഫാന്നിയെപ്പറഞ്ഞയയ്ക്കേണ്ട കാര്യം എടുത്തിട്ടാൽ, എന്റെ ശാരീരികവും മാനസികവുമായ നില അതിനു യോജ്യമല്ലെന്നു നിങ്ങൾക്കു പറയാൻ കഴിയണം – അതുമാത്രമല്ല, ശരിക്കും അവൾക്ക് കൊടുക്കാനായി എന്റെ വീട്ടിൽ ഒരു കട്ടിലില്ല, കാരണം ഒരു സന്ദർശനമുറി എനിക്ക് ഒഴിച്ചിടേണ്ടതുണ്ട്.''

ഈ സംഭാഷണം മുഴുവൻ ലേഡീബർട്രാം സ്വന്തം ഭർത്താവിനു ആവർത്തിച്ചുകൊടുത്തു. ഭാര്യാസഹോദരിയുടെ കാഴ്ചപ്പാട് എത്രമാത്രം അയാൾ തെറ്റിദ്ധരിച്ചു എന്നു ബോധ്യപ്പെടുത്തി. ആ നിമിഷം മുതൽ അവളിൽ നിന്നുംയാതൊരു പ്രതീക്ഷയ്ക്കും വകയില്ലെന്നയാൾ മനസിലാക്കി. ഇനി ചതിക്കപ്പെടാതിരിക്കാമല്ലോ. അയാളിൽനിന്ന് അതിനെക്കുറിച്ച് പരോക്ഷസൂചനപോലും ഇനി ഉണ്ടാകില്ല. ഒരു സഹോദരീപുത്രിക്കുവേണ്ടി ഒന്നും ചെയ്യാനാകില്ലെന്നവൾ പറഞ്ഞതായറിഞ്ഞ് അയാൾ അത്ഭുതപ്പെട്ടുപോയി. അവൾതന്നെയല്ലേ ആ കുഞ്ഞിനെ ദത്തെടുക്കാനായി മുന്നോട്ടു വന്നത്. എന്നാൽ അവൾ നേടിയതെല്ലാം അവരുടെ കുടുംബത്തിനു വേണ്ടിയുള്ളതാണെന്ന് വളരെ സൂക്ഷിച്ച് ലേഡിബർട്രാമിനെയും ഭർത്താവിനെയും ധരിപ്പിച്ചല്ലോ! ഫാന്നിയെ സ്വയം സംരക്ഷിക്കുന്നതാണ് നല്ലതെന്ന് അയാൾ തീരുമാനിച്ചു.

തന്നെ പറഞ്ഞയയ്ക്കുമെന്ന ഭീതി എത്ര അപ്രസക്തമായിരിക്കുന്നു എന്ന് ഫാന്നി അതിവേഗം മനസിലാക്കി. അതറിഞ്ഞപ്പോൾ പെട്ടെന്നുണ്ടായ അവളുടെ സന്തോഷം എഡ്മണ്ടിനും ആശ്വാസം പകർന്നു. മിസിസ് നോറിസ് വൈറ്റ് ഹൗസിലേക്ക് താമസം മാറ്റി. ഗ്രാന്റുമാർ പുരോഹിതഭവനത്തിലെത്തി. ഈ സംഭവവികാസങ്ങളൊഴിച്ചാൽ, മാൻസ്ഫീൽഡിലെ ജീവിതം പഴയതുപോലെ കുറച്ചുകാലംകൂടി നീങ്ങി.

മൈത്രീഭാവം വച്ചുപുലർത്തിയ ഗ്രാന്റുമാർ മനുഷ്യപ്പറ്റുള്ളവരായിരുന്നു. പുതിയ സഹവാസികൾക്ക് വലിയ സംതൃപ്തി നൽകി. അവർക്ക് അവരുടേതായ കുറ്റങ്ങളും കുറവുകളും ഉണ്ടായിരുന്നു. മിസിസ് നോറിസ് അവരെ അകറ്റി നിർത്തി. ഡോക്ടർ ഒരു ഭക്ഷണപ്രിയനാണ്. എന്നും നല്ല ഡിന്നർ കഴിക്കണം. ചെറിയ ചെലവിൽ ഭക്ഷണം തയാറാക്കുന്നതിനുള്ള കൗശലമാർഗങ്ങൾ കണ്ടുപിടിക്കുന്നതിന് പകരം മിസിസ് ഗ്രാന്റ് മാൻസ് ഫീൽഡ് പാർക്കിലേതുപോലെ കുക്കിന് ഉയർന്ന ശമ്പളം കൊടുത്തു നിർത്തി. അത്തരം ആവലാതിക്കളക്കുറിച്ച് മിസിസ് നോറിസിന് സമചിത്തതയോടെ സംസാരിക്കാൻ കഴിയില്ല. അതുപോലെ വീട്ടിൽ എന്നും ചെലവാക്കപ്പെടുന്ന മുട്ടയുടെയും നെയ്യിന്റെയും അളവിനെക്കുറിച്ചും. ''അവളെപ്പോലെ ധാരാളിയും സൽക്കാരപ്രിയയുമായ ഒരുവളെ കാണില്ല– ദയാപരമായ കാര്യങ്ങൾ വെറുക്കുന്നവളും – പുരോഹിതവസതി അവളെ സംബന്ധിച്ചിടത്തോളം എല്ലാവിധ സുഖസൗകര്യങ്ങളുടെയും സങ്കേതമാണ്. ഇത്രയും ചീത്ത സ്വഭാവമുള്ള ഒരു ജീവി അവളുടെ കാലത്ത് പിറന്നിട്ടില്ല. എന്നാൽ ഇങ്ങനെയൊക്കെയാണ് കാര്യങ്ങൾ

നീങ്ങുന്നതെന്ന് അവൾക്ക് മനസിലാക്കാൻ കഴിഞ്ഞിട്ടില്ല; പുരോഹിതഭവനത്തിന് യോജിച്ച മഹതിയേയല്ല. മിസിസ് ഗ്രാന്റിന് സൗകര്യപ്രദമായൊരു സ്റ്റോർ റൂമാണ്അതിലേത് എന്നാണ് അവൾ വിചാരിച്ചിരിക്കുന്നത്, അന്വേഷിച്ചറിഞ്ഞപ്പോൾ, മിസിസ് ഗ്രാന്റിന് ഒരുകാലത്തും അയ്യായിരം പൗണ്ടിൽ കൂടുതൽ ഉണ്ടായിരുന്നതായി കണ്ടെത്താനായില്ല.”

ഇത്തരം അസഭ്യഭാഷ വിരസതയോടെയാണ് ലേഡിബർട്രാം കേട്ടുകൊണ്ടിരുന്നത്. ഒരു സാമ്പത്തിക വിദഗ്ധന്റെ കുറ്റങ്ങളിലേക്ക് കടക്കാനവൾ ആഗ്രഹിച്ചില്ല. എന്നാൽ മിസിസ് ഗ്രാന്റിന്റെ സൗന്ദര്യബോധമില്ലായ്മ അവളെ സ്പർശിച്ചു. പതിവുപോലെ അക്കാര്യത്തിൽ അത്ഭുതം പ്രകടിപ്പിച്ചു. മിസിസ് നോറിസ് ചർച്ചചെയ്തുകൊടുത്ത രീതിയിലല്ലെങ്കിലും.

ഈ അഭിപ്രായപ്രകടനങ്ങൾ കഴിഞ്ഞ് ഒരു കൊല്ലമാകുമ്പോഴേക്കും, ആ കുടുംബത്തിൽ സുപ്രധാനമായൊരു സംഭവം നടന്നു. സ്ത്രീകളുടെ ചിന്തകളിലും സംഭാഷണങ്ങളിലും ഈ വിഷയം കയറിക്കൂടി. സർ തോമസിന് എസ്റ്റേറ്റ് കാര്യങ്ങൾ നിയന്ത്രിക്കുന്നതിനായി ഉടനെ ആന്റിഗ്വായിലേക്ക് പോകേണ്ടിവന്നു. വീട്ടിലെ ചില ചീത്തബന്ധങ്ങളിൽനിന്ന് മൂത്ത മകനെ വേർപെടുത്തി എടുക്കാമെന്ന വിശ്വാസത്തിൽ അവനെയും അയാൾ കൂടെ കൊണ്ടുപോകുന്നു. ഒരുവർഷത്തിനുള്ളിൽ എല്ലാം നേരെയാക്കി തിരിച്ചെത്താമെന്ന ആശങ്കയിലായിരുന്നു അവർ ഇംഗ്ലണ്ട് വിട്ടത്.

സാമ്പത്തിക ശിക്ഷാനടപടിയുടെ ആവശ്യകതയും മകന് അതുമൂലമുണ്ടാകുന്ന പ്രയോജനവും കണക്കിലെടുത്ത് തന്റെ മറ്റ് കുടുംബാംഗങ്ങളെ വിട്ടുപോകാൻ സർ. തോമസ് തീരുമാനിച്ചു. ജീവിതത്തിലെ രസകരമായ കാലത്തിലേക്ക് പ്രവേശിച്ച പുത്രിമാരെ മറ്റുള്ളവരുടെ മാർഗനിർദേശത്തിനു വിട്ടുകൊടുത്തു. അവർക്കിടയിൽ തനിക്കുണ്ടായിരുന്ന സ്ഥാനം ഏറ്റെടുക്കാൻ ലേഡിബെർട്രാമിന് കഴിയുമെന്ന് അയാൾ കരുതിയില്ല. ഒരമ്മയുടെ ചുമതലപോലും നിർവഹിക്കാൻ അവൾക്കാവില്ല. എന്നാൽ മിസിസ് നോറിസിന്റെ നിരീക്ഷണത്തോടുകൂടിയ ശ്രദ്ധയിലും എഡ്മണ്ടിന്റെ തീരുമാനങ്ങളിലും അയാൾക്ക് വിശ്വാസമർപ്പിക്കാം. ആ ആത്മവിശ്വാസത്തിലാണയാൾ പോയത്, മക്കളുടെ പെരുമാറ്റത്തിൽ ആശങ്കപ്പെടാതെ.

ഭർത്താവ് തന്നെ വിട്ടുപിരിയുന്നതിൽ ലേഡിബെർട്രാമിന് വിഷമമുണ്ടായിരുന്നു. എന്നാൽ, അയാളുടെ സുരക്ഷിതത്വത്തെക്കുറിച്ചോർത്തവൾ വ്യാകുലപ്പെട്ടില്ല. അയാളുടെ സുഖസൗകര്യങ്ങളെക്കുറിച്ചോർത്ത് ഉൽക്കണ്ഠപ്പെട്ടതുമില്ല. തങ്ങൾക്കു മാത്രമേ അപായഭീതിയും ബുദ്ധിമുട്ടും ക്ഷീണവും ഉള്ളൂ, മറ്റാർക്കുമില്ല എന്നു കരുതുന്ന ചില മനുഷ്യരുണ്ടല്ലോ; ഇവളും അക്കൂട്ടത്തിൽപ്പെടുന്നു.

ഈ സന്ദർഭത്തിൽ ബെർട്രാമിന്റെ പുത്രിമാരുടെ നില വളരെ ദയനീയമായിരുന്നു. അവരുടെ ദുഃഖം മൂലമല്ല, പിന്നെയോ അതിന്റെ അഭാവം നിമിത്തം. പിതാവ് അവരുടെ സ്നേഹത്തിന് പാത്രമായിട്ടില്ല. അവരുടെ സന്തോഷത്തിനയാൾ ഒരിക്കലും കൂട്ടുനിന്നതായി തോന്നിയിട്ടില്ല. അയാ

ളുടെ അസാന്നിധ്യം ഏറ്റവും സ്വാഗതാർഹമായിരുന്നു. എല്ലാ ആത്മനിയന്ത്രണത്തിൽനിന്നും അവർ മുക്തരായിരിക്കുന്നു. സർ. തോമസ് വിലക്കിയിരുന്നതെല്ലാം പെട്ടെന്നു പ്രാപ്യമായിരിക്കുന്നതായി അവർ കണ്ടു. എല്ലാവിധ സുഖഭോഗങ്ങളും കയ്യെത്താവുന്ന തീരത്താണിപ്പോൾ. ഫാന്നിയുടെ ആശ്വാസവും കസിനുകളെപ്പോലെത്തന്നെയായിരുന്നു. എന്നാൽ ആ ചിന്ത നന്ദിയില്ലായ്മയാണെന്ന് അവളുടെ മൃദുല മനസ് മന്ത്രിച്ചു. തനിക്ക് ദുഃഖിക്കാൻ കഴിയുന്നില്ലല്ലോ എന്നോർത്തവൾ പരിതപിച്ചു. "തനിക്കും തന്റെ സഹോദരന്മാർക്കും വേണ്ടി ഇത്രയേറെ ഉപകാരങ്ങൾ ചെയ്തിട്ടുള്ള സർ. തോമസ് സ്ഥലംവിട്ടിരിക്കുന്നു, ഒരുപക്ഷേ, ഇനിയൊരിക്കലും തിരിച്ചുവരില്ല! ഒരു കണ്ണുനീർത്തുള്ളിപോലും അയാൾ വിടവാങ്ങുമ്പോൾ അവൾ പൊഴിച്ചില്ല! ലജ്ജാകരമായ നിർവികാരത!" അതിനും പുറമെ, അവസാനദിവസം രാവിലെ അവളോടയാൾ പറഞ്ഞ ഒരു കാര്യം മറക്കാനാകില്ല, അടുത്ത ശീതകാലത്ത് അവൾ വീണ്ടും വില്യമിനെ കാണണമെന്ന ആഗ്രഹം അയാൾ പ്രകടിപ്പിച്ചു. അവന്റെ കപ്പൽ ഇംഗ്ലണ്ടിലെത്തിയ ഉടനെ കത്തയച്ച് അവനെ മാൻസ്ഫീൽഡിലേക്ക് ക്ഷണിക്കണം. "അന്യരുടെ വികാരങ്ങൾ എന്തുമാത്രം മാനിച്ചുകൊണ്ടുള്ള ദയാവായ്പ " – തന്റെ നേരെ പുഞ്ചിരിച്ച് "എന്റെ പ്രിയപ്പെട്ട ഫാന്നി" എന്നൊന്ന് അദ്ദേഹം വിളിച്ചിരുന്നെങ്കിൽ, പഴയ കോപഭാവത്തോടെയുള്ള തണുപ്പൻ സംബോധന മറന്നുപോയേനെ. എന്നാൽ അയാൾ സംഭാഷണം അവസാനിപ്പിച്ച രീതി അവളെ വളരെയേറെ ബോധിപ്പിച്ചു. "മാൻസ്ഫീൽഡിലേക്ക് വില്യം വന്നാൽ ഒരു കാര്യം നീ അവനെ ബോധ്യപ്പെടുത്തുമെന്ന് ഞാൻ വിശ്വസിക്കുന്നു; നീ വീടുവിട്ടു പോന്ന ശേഷം കടന്നുപോയ നിരവധി വർഷങ്ങൾ നിനക്ക് അഭിവൃദ്ധി നൽകാതിരുന്നിട്ടില്ല – എന്നാൽ പതിനാറുകാരിയായ തന്റെ സഹോദരി പല കാര്യത്തിലും അന്നത്തെ പത്തുവയസുകാരിയെപ്പോലിരിക്കുന്നു എന്നവൻ കരുതുമോ എന്ന് ഞാൻ ഭയപ്പെടുന്നു." അങ്കിൾ പോയപ്പോൾ, ഈ നിന്ദാവചനങ്ങൾ ഓർത്തവൾ പൊട്ടിക്കരഞ്ഞു. കരഞ്ഞുകലങ്ങിയ അവളുടെ കണ്ണുകൾ കണ്ട് കസിനുകൾ അവളെ കപടനാട്യക്കാരിയായി കരുതി.

4

ടോം ബെർട്രാം ആയിടെയായി വളരെ കുറച്ച് സമയം മാത്രമേ വീട്ടിൽ ചെലവഴിക്കാറുള്ളൂ. അതുകൊണ്ട് അവന്റെ അഭാവം നാമമാത്രമായേ അവരെ വേദനിപ്പിച്ചുള്ളൂ. അച്ഛനില്ലാതായിട്ടും മക്കൾ എത്ര ഭംഗിയായിട്ടാണ് കാര്യങ്ങൾ നിർവഹിക്കുന്നതെന്ന് കണ്ട് ലേഡിബെർട്രാം അതിശയിച്ചു. ദൈനംദിന കാര്യങ്ങൾ എത്ര നന്നായാണ് എഡ്മണ്ട് ചെയ്യുന്നത്. കാര്യസ്ഥനുമായി ചർച്ച ചെയ്യുക, അഭിഭാഷകന് എഴുതുക, ജോലിക്കാരുടെ പ്രശ്നങ്ങൾ പരിഹരിക്കുക, അമ്മയുടെ ജോലികളിൽ സഹായിക്കുക തുടങ്ങിയവ അതിൽപ്പെടും, അവളുടെ കത്തുകളിൽ നിർദേശങ്ങൾ

കൊടുക്കുന്നതൊഴിച്ച്.

സുഖകരമായ കപ്പൽ യാത്രയ്ക്കുശേഷം ആന്റിഗ്വായിൽ സുരക്ഷിതമായി അവർ എത്തി എന്ന വാർത്ത ലഭിച്ചു. അതുവരെ ഭീതിജനകമായ അഭിപ്രായങ്ങളായിരുന്നു മിസിസ് നോറിസ് പ്രകടിപ്പിച്ചിരുന്നത്. എഡ്മണ്ടിനെ ഒറ്റയ്ക്കു കിട്ടുമ്പോഴെല്ലാം അവൾ അത്തരം ദുഷ്ചിന്തകൾ അവനിൽ അടിച്ചേൽപ്പിക്കാൻ ശ്രമിച്ചു. മഹാദുരന്തം അഭിമുഖീകരിച്ചിട്ടുള്ള അവൾ മറ്റുള്ളവരിലേക്കും അത്തരം ഭീതി പരത്താൻ ശ്രമിച്ചു. എന്നാൽ, അവർ ഇരുവരും സുഖമായിരിക്കുന്നു എന്ന സർ. തോമസിന്റെ ഉറപ്പ് ലഭിച്ചപ്പോൾ അവൾ തന്റെ പ്രക്ഷോഭം മാറ്റിവച്ചു, സ്നേഹപൂർവം സംസാരിച്ചു.

അവരറിയാതെ ശീതകാലം കടന്നുപോയി, കാര്യങ്ങൾ ഭംഗിയായി നീങ്ങിക്കൊണ്ടിരുന്നു – മിസിസ് നോറിസ് വളരെ തിരക്കിലായിരുന്നു. സഹോദരീപുത്രിമാരെ ഉല്ലസിപ്പിച്ചും, അവരെ വേഷമണിയിച്ചും നൈപുണ്യങ്ങൾ പ്രദർശിപ്പിച്ചും, ഭാവി വരന്മാരെ അന്വേഷിച്ചും അവൾ ഓടിനടന്നു. അതിനുംപുറമെ സ്വന്തം വീട്ടുജോലികൾ, സഹോദരിയുടെ കാര്യങ്ങളിലുള്ള ഇടപെടലുകൾ മിസിസ് ഗ്രാന്റിന്റെ ധൂർത്തിനെക്കുറിച്ചുള്ള അന്വേഷണം! ചുരുക്കത്തിൽ, സർ. തോമസിന്റെ അസാന്നിധ്യത്തെക്കുറിച്ച് ഓർത്ത് ഭീതി പരത്താൻപോലും അവൾക്ക് സമയമില്ല.

ആ പരിസരത്തെ സുന്ദരികളുടെ കൂട്ടത്തിൽ ബെർട്രാം കുമാരികൾ സ്ഥിരപ്രതിഷ്ഠ നേടി. സൗന്ദര്യത്തിലും സാമർഥ്യത്തിലും അവർ നിഷ്പ്രയാസം വിജയംനേടി. ശ്രദ്ധാപൂർവം പടുത്തുയർത്തിയ അവരുടെ മര്യാദയും കരുണാശീലവും അവർക്ക് അഭിനന്ദനങ്ങൾ നേടിക്കൊടുത്തു. അവരുടെ പൊങ്ങച്ചം അത്രയ്ക്കു ക്രമീകരിച്ചിരുന്നതിനാൽ, അവർ പൊങ്ങച്ചക്കാരികളാണെന്നു തോന്നില്ല. അവരെക്കുറിച്ചുള്ള പ്രശംസകൾ ആന്റിയുടെ മുന്നിൽവച്ച് അരങ്ങേറുമ്പോൾ, അവരിൽ യാതൊരു കളങ്കവുമില്ലെന്ന ബോധം ശക്തിപ്പെടുത്തുന്ന രീതിയിലായിരുന്നു മാറ്റം.

ലേഡിബെർട്രാം പെൺകുട്ടികളെയും കൂട്ടി പൊതുപരിപാടികൾക്ക് പോകാറില്ല. പുത്രമാരുടെ വിജയങ്ങൾക്ക് സാക്ഷ്യം വഹിക്കുന്നതിലുള്ള ഒരു അമ്മയുടെ ചാരിതാർഥ്യം അലസയായ ആ അമ്മയ്ക്കറിയില്ല. അത്രയ്ക്ക് ഉദാസീനയാണവൾ. അത് ആസ്വദിക്കാനായി അൽപ്പം പോലും ബുദ്ധിമുട്ടാൻ തയാറല്ല. ആ ചുമതല അവൾ സ്വസഹോദരിക്കു നൽകിഅത്തരം ബഹുമാനപ്പെട്ട പ്രാതിനിധ്യത്തെക്കാൾ മെച്ചപ്പെട്ട ഒരു സ്ഥാനം അവൾ ആഗ്രഹിച്ചിട്ടില്ല. സമൂഹവുമായി ഇഴുകിച്ചേരാനുള്ള അവസരങ്ങൾ അവർ പൂർണമായും ആസ്വദിച്ചു.

ശീതകാല ആഘോഷങ്ങളിലോ വിരുന്നുകളിലോ ഒന്നും ഫാന്നി പങ്കെടുത്തിട്ടില്ല. എന്നാൽ ആന്റിയുടെ കൂട്ട് തീർച്ചയായും അവൾ ആസ്വദിച്ചു, പ്രത്യേകിച്ചും മറ്റ് കുടുംബാംഗങ്ങൾ പുറത്ത് പോയിട്ടുള്ളപ്പോൾ. മിസ് ലീ മാൻസ്ഫീൽഡ് വിട്ടുപോയതിനാൽ, നൃത്തമോ പാർട്ടിയോ ഉള്ള രാത്രികളിൽ, സ്വാഭാവികമായും അവൾ ലേഡിബെർട്രാമിന് എല്ലാ

മായിരുന്നു. അവൾ ആന്റിയുമായി സംസാരിക്കും, അവർ പറയുന്നത് ശ്രദ്ധിച്ചു കേൾക്കും, അവർക്ക് പുസ്തകം വായിച്ചുകൊടുക്കും. അത്തരം ആനന്ദകരമായ സന്ധ്യകൾ അവളുടെ മനസിന് പറഞ്ഞറിയിക്കാനാവാത്ത ആഹ്ലാദമാണ് നൽകിയത്. ആ രഹസ്യസല്ലാപത്തിൽ നിർദയമായ വാക്കുകളില്ല, തികഞ്ഞ സംരക്ഷണത്തിന്റെ സ്വരം മാത്രം; അസ്വസ്ഥതയും അമ്പരപ്പും മാത്രമായിരുന്നല്ലോ അവൾ അനുഭവിച്ചുകൊണ്ടിരുന്നത്; അതിനൊരു താൽക്കാലിക വിരാമംപോലും അവൾ അറിഞ്ഞിട്ടില്ല. കസിനുകളുടെ ഉല്ലാസപരിപാടികളുടെ വിശദവിവരങ്ങൾ അറിയാൻ അവൾ ആഗ്രഹിച്ചു, പ്രത്യേകിച്ച് നൃത്തത്തെക്കുറിച്ച്, ആരോടൊപ്പമാണ് എഡ്മണ്ട് ഡാൻസ് ചെയ്തത് തുടങ്ങിയവ. തനിക്ക് അത്തരം ആഘോഷങ്ങളിൽ പങ്കെടുക്കാൻ അർഹതയില്ലെന്ന അപകർഷതാബോധം അവളിൽ സദാനിലനിന്നിരുന്നതിനാൽ, കസിനുകളുടെ വിവരണങ്ങൾ തന്നെ ബാധിക്കുന്നതല്ലെന്ന ബോധത്തോടെ അവൾ ശ്രദ്ധിച്ചിരുന്നു. മൊത്തത്തിൽ സുഖകരമായ ഒരു ശിശിരകാലമായിരുന്നു അവൾക്കത്. വില്യം ഇംഗ്ലണ്ടിലേക്ക് വന്നില്ലെങ്കിലും, അവൻ വരുമെന്ന നിലയ്ക്കാത്ത ആശ അവൾ അമൂല്യമായൊരു നിധിപോലെ മനസിൽ കാത്തുസൂക്ഷിച്ചു.

അടുത്ത വസന്തത്തിൽ തന്റെ വിലപിടിച്ച സുഹൃത്ത്, ചാരനിറത്തിലുള്ള പ്രായമായ കൊച്ചുകുതിര, അവളെ വിട്ടുപിരിഞ്ഞു. കുറച്ചു കാലത്തേക്ക് സ്വന്തം ആരോഗ്യം, വ്യായാമമില്ലായ്മമൂലം, നഷ്ടപ്പെടുമോ എന്നുപോലുമവൾ ഭയപ്പെട്ടു. കുതിരസവാരി അതിലെ ഒരു സുപ്രധാന ഘടകമാണെന്നറിഞ്ഞിട്ടും, ആരും തനിക്കൊരു കുതിരയെ തരുവാൻ തുനിഞ്ഞില്ല. "എന്തുകൊണ്ടെന്നാൽ" അവളുടെ ആന്റിമാരുടെ അഭിപ്രായത്തിൽ "കസിനുമാർക്ക് ആവശ്യമില്ലാത്ത സമയത്ത് അവരുടെ കുതിരകളെ അവൾക്ക് ഉപയോഗിക്കാമല്ലോ." എന്നാൽ, എല്ലാ നല്ല ദിവസങ്ങളിലും അവർക്ക് സ്വന്തം കുതിരയെ വേണമായിരുന്നു, മറ്റുള്ളവർക്കു വേണ്ടി സ്വന്തം സുഖങ്ങൾ ത്യജിക്കാനവർ തയാറല്ലായിരുന്നു. അതുകൊണ്ട് ആന്റിമാർ പറഞ്ഞ സമയം ഒരിക്കലും വന്നില്ല. ഏപ്രിൽ, മെയ് മാസങ്ങളിലെ സുഖകരമായ പ്രഭാതങ്ങളിൽ അവർ ആഹ്ലാദത്തോടെ കുതിരസവാരി നടത്തി. ഫാന്നി ദിവസം മുഴുവൻ ഏതെങ്കിലും ഒരാന്റിയോടൊപ്പം വീട്ടിനുള്ളിലിരിക്കും, അല്ലെങ്കിൽ ആന്റിയുടെ നിർബന്ധപ്രകാരം ബുദ്ധിമുട്ടി കുറേദൂരം നടക്കും. വ്യായാമം ഇഷ്ടപ്പെടാത്ത ലേഡിബെർട്രാം, അത് ഒരനാവശ്യപ്രവൃത്തിയായാണ് കണ്ടത്, ദിവസം മുഴുവൻ നടന്നുകൊണ്ടിരുന്ന മിസിസ് ആകട്ടെ, എല്ലാവരും ധാരാളം നടക്കണമെന്ന അഭിപ്രായക്കാരിയായിരുന്നു.

ഇക്കാലത്ത് എഡ്മണ്ട് വീട്ടിലില്ലായിരുന്നു, അല്ലെങ്കിൽ ഈ ദുരിതത്തിന് നേരത്തെ പരിഹാരം കണ്ടെത്തിയേനെ. അവൻ തിരിച്ചെത്തി ഫാന്നിയുടെ ദുരവസ്ഥ മനസിലാക്കിയപ്പോൾ, ഒരേയൊരു കാര്യം മാത്രമേ അവൻ ചിന്തിച്ചുള്ളൂ "ഫാന്നിക്കൊരു കുതിര വേണം" അതൊരു ദൃഢപ്രതിജ്ഞയായിരുന്നു. ഇക്കാര്യത്തിൽ അമ്മയുടെ ഉദാസീനഭാ

വത്തെ അവൻ എതിർത്തു. അതുപോലെ ആന്റിയുടെ മിതവ്യയത്തെയും. എല്ലാം അവൻ നിസാരമായിത്തള്ളി. പാർക്കിലെ അന്തേവാസികളുടെ പക്കൽ ഏതെങ്കിലും വയസൻ കുതിര കാണാതിരിക്കില്ല, അല്ലെങ്കിൽ കാര്യസ്ഥനിൽനിന്ന് ഒന്നിനെ കടമെടുക്കാം, അതുമല്ലെങ്കിൽ ഡോ. ഗ്രാന്റിന്റെ തപാൽ ജോലിചെയ്യുന്ന കുട്ടിക്കുതിരയെ വാടകയ്ക്കെടുക്കാം... തുടങ്ങിയവയായിരുന്നു മിസിസ് നോറിസിന്റെ ചിന്താഗതി. കസിനുകളുടേതുപോലെ, ഫാന്നിക്കും സ്വന്തമായൊരു കുതിര ഉണ്ടാകുന്നത് ശരിയല്ലെന്നവൾ കരുതി. തികച്ചും അനുചിതവും അനാവശ്യവുമാണത്. സർ. തോമസ് അതൊരിക്കലും ഉദ്ദേശിച്ചിട്ടില്ലെന്ന് അവൾക്കുറപ്പാണ്. അദ്ദേഹത്തിന്റെ അസാന്നിധ്യത്തിൽ ഇത്തരമൊരു കച്ചവടം നടത്തുന്നത് ശരിയല്ല, അദ്ദേഹം സ്വത്തുകാര്യങ്ങൾ ഇനിയും നേരെയാക്കാത്ത നിലയ്ക്ക്, കുതിരലായത്തിൽ ഇത്രയും വലിയ ചെലവ് വർധന ന്യായീകരിക്കാവുന്നതല്ലെന്ന് അവൾ കരുതി. "ഫാന്നിക്കൊരു കുതിര വേണം" ഇത് മാത്രമായിരുന്നു എഡ്മണ്ടിന്റെ ഒരേയോരു മറുപടി. മിസിസ് നോറിസിന് അക്കാര്യം അതേ കാഴ്ചപ്പാടിലൂടെ വീക്ഷിക്കാനായില്ല. ലേഡി ബെർട്രാം സമ്മതിച്ചു. അതിന്റെ ആവശ്യകത അവർ അംഗീകരിച്ചു – ഒരു കാര്യം മാത്രമേ അവർ ആവശ്യപ്പെട്ടുള്ളൂ, "ധൃതി പിടിക്കരുത്, സർ. തോമസ് മടങ്ങിവരുന്നതുവരെ കാത്തിരിക്കുക. അദ്ദേഹം സ്വയം ഇക്കാര്യം തീരുമാനിക്കട്ടെ. സെപ്റ്റംബറിൽ അദ്ദേഹം എത്തുമല്ലോ, അതുവരെ കാത്തിരിക്കുന്നതുകൊണ്ട് എന്തുകുഴപ്പമുണ്ടാകാനാണ്?"

അമ്മ പറഞ്ഞതിനെക്കാൾ ആന്റി പറഞ്ഞതാണ് എഡ്മണ്ടിനെ കൂടുതൽ അസ്വസ്ഥനാക്കിയത്. സഹോദരീപുത്രിയോടുള്ള അപ്രീതി അതിലൂടെ വ്യക്തമായിരുന്നു. അവൾ പറഞ്ഞത് അവന് അവഗണിക്കാനായില്ല. തന്റെ പ്രവൃത്തി അതിരുകവിയുന്നതാണെന്ന് അച്ഛൻ കരുതാനും പാടില്ല. തക്കതായ ഒരു മാർഗം അവൻ സ്വീകരിച്ചു. ഫാന്നിക്ക് വ്യായാമത്തിന് ഒരു കുതിരയെ ഉടനെ വാങ്ങാതെ പറ്റില്ല. അതില്ലാത്ത അവസ്ഥ അവന് സഹിക്കാനാവില്ല. അവന് സ്വന്തമായി മൂന്ന് കുതിരകളുണ്ട്. എന്നാൽ ഒന്നും സ്ത്രീകൾക്ക് ഉപയോഗിക്കാൻ പറ്റിയവയല്ല. രണ്ടെണ്ണം വേട്ടക്കുതിരകളാണ്, മൂന്നാമത്തേത് വണ്ടി ഓടിക്കാൻ പറ്റിയതും. മൂന്നാമത്തേതിനെ കൈമാറ്റം ചെയ്ത്, കസിന് ഉപയോഗിക്കാവുന്ന ഒന്നിനെ വാങ്ങണം. അതെവിടെ ലഭിക്കുമെന്നവനറിയാം. ഒരു തീരുമാനത്തിലെത്തിയ ഉടനെ ബാക്കി കാര്യങ്ങൾ പൂർത്തീകരിക്കപ്പെട്ടു. പുതിയ പെൺകുതിര, ഒരു അമൂല്യവസ്തുതന്നെയായിരുന്നു! യാതൊരു ബുദ്ധിമുട്ടും കൂടാതെ സവാരി ചെയ്യാൻ അതിവേഗം ഫാന്നിക്ക് കഴിഞ്ഞു. കുതിര അവളുടെ പൂർണനിയന്ത്രണത്തിലായി. പഴയ ചാരനിറമുള്ള കുട്ടിക്കുതിര മാത്രമേ അവൾക്ക് പറ്റൂ എന്നായിരുന്നു അവൾ മുമ്പ് കരുതിയിരുന്നത്. എന്നാൽ, എഡ്മണ്ടിന്റെ കുതിരപ്പുറത്ത് സവാരി ചെയ്യുന്നതിലുള്ള ആനന്ദം മുമ്പൊരിക്കലും അവൾക്ക് കിട്ടിയിട്ടില്ല. അതിനുള്ള നന്ദിപ്രകടിപ്പിക്കാൻ അവൾക്ക് വാക്കുകളില്ലായിരുന്നു. എല്ലാവിധ നന്മകളുടെയും മഹത്വത്തി

ന്റെയും പര്യായമായി അവൾ തന്റെ കസിനിനെ കണ്ടു. അവൾക്കല്ലാതെ മറ്റാർക്കും അത് വിലമതിക്കാനാവില്ല. അത്രയ്ക്ക് കൃതജ്ഞതയായിരുന്നു അവൾക്കവനോട്, മറ്റൊരു വികാരത്തിനും ഇത്രയ്ക്ക് തീവ്രതയില്ല. ബഹുമാനം, നന്ദി, വിശ്വാസം, സ്നേഹം എല്ലാം കലർന്ന ഒരുവികാരമായിരുന്നു അത്.

കുതിര എഡ്മണ്ടിന്റെ പേരിലും ഉടമസ്ഥതയിലും ആയതിനാൽ, ഫാന്നി അത് ഉപയോഗിക്കുന്നത് സഹിഷ്ണുതയോടെ കാണാൻ മിസിസ് നോറിസിന് കഴിഞ്ഞു. ലേഡിബെർട്രാം തന്റെ എതിർപ്പിനെക്കുറിച്ച് വീണ്ടും ഓർത്താലും അവൾ അവനോട് ക്ഷമിച്ചേനെ. സെപ്റ്റംബറിൽ സർ. തോമസ് തിരിച്ചു വരുന്നതുവരെ കാത്തിരിക്കണമെന്നാണല്ലോ ലേഡി ബെർട്രാം ആവശ്യപ്പെട്ടിരുന്നത്; എന്നാൽ സെപ്റ്റംബർ ആയിട്ടും സർ ബെർട്രാം വിദേശത്തുതന്നെയായിരുന്നു. ബിസിനസ് പ്രശ്നങ്ങൾ പരിഹരിച്ച് അടുത്തൊന്നും തിരിച്ചെത്തുമെന്ന പ്രതീക്ഷയുമില്ല. ഇംഗ്ലണ്ടിലേക്ക് മടങ്ങാൻ തയാറായി നിൽക്കവേയാണ് പ്രതികൂല സാഹചര്യങ്ങൾ പെട്ടെന്നുയർന്നുവന്നത്. എല്ലാം വീണ്ടും സങ്കീർണമായി; അനിശ്ചിതത്വത്തിലേക്ക് നീങ്ങുന്നത് കണ്ടപ്പോൾ മകനെ വീട്ടിലേക്കയ്യക്കാനയാൾ തീരുമാനിച്ചു. ബിസിനസ് കാര്യങ്ങൾ പൂർണമായി നിർവഹിക്കപ്പെടുന്നതുവരെ സർ. തോമസ് അവിടെത്തന്നെ നിൽക്കും.

സുരക്ഷിതനായി ടോം നാട്ടിലെത്തിച്ചേർന്നു. അച്ഛന്റെ ആരോഗ്യനില വളരെ നന്നായിരിക്കുന്നു എന്നവൻ പറഞ്ഞു. മിസിസ് നോറിസിനെ സംബന്ധിച്ചിടത്തോളം, അതൊരു പ്രയോജനവും ചെയ്തില്ല. സർ. തോമസിനെ പറഞ്ഞയച്ചത് പുത്രവാത്സല്യത്തിന്റെ പേരിൽ മാത്രമാണെന്നവൾ കരുതി, അയാൾക്ക് എന്തോ ദോഷം സംഭവിക്കാൻ പോകുന്നു എന്ന അനിഷ്ടസൂചനയുടെ സ്വാധീനംമൂലമാണത്, ഭീകരമായ അശുഭഭയം ഒഴിവാക്കാനവൾക്ക് കഴിഞ്ഞില്ല. നീണ്ട ശരത്കാല സായാഹ്നങ്ങൾ വന്നണഞ്ഞപ്പോൾ ഇത്തരം ദുഷ്ചിന്തകൾ അവളെ വേട്ടയാടാൻ തുടങ്ങി. ശോകമൂകമായ തന്റെ ഗൃഹത്തിലെ ഏകാന്തതയിൽ നിന്ന് രക്ഷപ്പെടാനായി പാർക്കിലെ ഡൈനിങ് റൂമിൽ അവൾ അഭയം തേടി. ശിശിരകാല വിനോദങ്ങളിൽ മുഴുകാൻ തുടങ്ങിയപ്പോൾ കുറെയൊക്കെ ആശ്വാസം ലഭിച്ചു. കാലക്രമത്തിൽ, മൂത്തസഹോദരീപുത്രിയുടെ ഭാഗ്യാന്വേഷണത്തിൽ അവൾ ആനന്ദം കണ്ടെത്തി. മാനസിക സമ്മർദം കുറയ്ക്കാൻ കുറച്ചൊന്നുമല്ലത് സഹായിച്ചത്. "ഇനിയൊരിക്കലും തിരിച്ചുവരാനല്ല സർ. തോമസിന്റെ ദുർവിധിയെങ്കിൽ, അവരുടെ മരിയ നല്ല നിലയിൽ വിവാഹിതയായി പോകുന്നത് എത്ര ആശ്വാസകരമായിരിക്കും. പലപ്പോഴും അവൾ ഇങ്ങനെ ചിന്തിച്ചു, പ്രത്യേകിച്ചും സമ്പന്നരായ യുവാക്കളുടെ കൂടെ ഇരിക്കുമ്പോൾ, അല്ലെങ്കിൽ ആയിടയ്ക്ക് വൻ എസ്റ്റേറ്റ് ഉടമയായിത്തീർന്ന ആരെയോ, നാട്ടുപ്രമാണിയെയോ പരിചയപ്പെടുമ്പോൾ.

മിസ്റ്റർ റഷ്വർത്ത് ആദ്യദൃഷ്ടിയിൽത്തന്നെ മിസ് ബെർട്രാമിന്റെ സൗന്ദര്യത്തിൽ ആകർഷിക്കപ്പെട്ടു. അവളെ പ്രേമിക്കാനും വിവാഹം കഴി

ക്കാനും മോഹിച്ചു. ആരോഗ്യവാനായൊരു യുവാവാണയാൾ, സാമാന്യ ബോധമുള്ളവനെന്നു പറയാം. എന്നാൽ കാഴ്ചയ്ക്ക് മോശമല്ലാത്തതിനാലും ഭംഗിയായി സംസാരിക്കുന്നതിനാലും ആ യുവതി അവനെ സസന്തോഷം സ്വീകരിച്ചു. ഇരുപത്തിയൊന്നാം വയസിലെത്തിയ അവൾ വിവാഹം ഒരു കർത്തവ്യമായി കാണാൻ തുടങ്ങിയിരുന്നു. മിസ്റ്റർ റഷ്വർത്തുമായുള്ള വിവാഹത്തിലൂടെ തന്റെ അച്ഛനുള്ള സ്വത്തിനെക്കാൾ കൂടുതൽ സ്വത്ത് അനുഭവിക്കാമെന്നവൾ മനസിലാക്കി, അതോടൊപ്പം പട്ടണത്തിൽ ഒരു വീടും ഉറപ്പിക്കാം. അതൊരു സുപ്രധാനകാര്യം തന്നെയാണ്. കഴിയുമെങ്കിൽ മിസ്റ്റർ റഷ്വർത്തിനെ വിവാഹം കഴിക്കണമെന്നവൾ തീരുമാനിച്ചു. ഈ ബന്ധം ഊട്ടിയുറപ്പിക്കുന്നതിൽ ഏറ്റവും ഉത്സാഹം മിസിസ് നോറിസിനായിരുന്നു. അതിനായി എല്ലാവിധ വേലകളും സൂത്രപ്പണികളും അവൾ ചെയ്തു, ഇരുപക്ഷക്കാരെയും പ്രീതിപ്പെടുത്തുന്ന രീതിയിൽ. ആ യുവാവിന്റെ അമ്മയുമായി അടുക്കുവാനവൾ ശ്രമിച്ചു. അവർ ഇപ്പോൾ മകനോടൊപ്പം താമസിക്കുകയാണ്. പത്ത് മൈൽ ദുരിതം പിടിച്ച റോഡിലൂടെ യാത്ര ചെയ്ത് അവരെ ഒരു പ്രഭാത സന്ദർശനം നടത്താനവൾ ലേഡിബെർട്രാമിനെ നിർബന്ധിച്ചു. അധികം വൈകാതെതന്നെ ഈ രണ്ട് മഹിളകളും നല്ല അടുപ്പത്തിലായി. തന്റെ മകൻ വേഗം വിവാഹിതനാകണമെന്നായിരുന്നു മിസിസ് റഷ്വർത്തിന്റെ ആഗ്രഹം, താൻ കണ്ടിട്ടുള്ള എല്ലാ യുവതികളിലും വച്ച് ഏറ്റവും സൽസ്വഭാവമുള്ളവളാണ് മിസ് ബെർട്രാം എന്നവർ പ്രഖ്യാപിച്ചു; മകനെ തികച്ചും സന്തുഷ്ടനാക്കാനവൾക്ക് കഴിയും. മിസിസ് നോറിസ് ആ അഭിമാനം സസന്തോഷം സ്വീകരിച്ചു. സ്വഭാവഗുണത്തെ തിരിച്ചറിഞ്ഞതിൽ പ്രശംസിച്ചു. അവരുടെ എല്ലാവരുടെയും അഭിമാനവും ആനന്ദവുമായിരുന്നു മരിയ – പൂർണമായും കുറ്റമറ്റവൾ – ഒരു മാലാഖ; എന്നാലും ആരാധകരാൽ ചുറ്റപ്പെട്ടിരിക്കവെ അവൾ തെരഞ്ഞെടുത്ത കാര്യം ബുദ്ധിമുട്ടിലായേക്കാം. ചെറിയൊരു പരിചയത്തെ അടിസ്ഥാനപ്പെടുത്തിയാണ് മിസിസ് മോറിസ് തീരുമാനമെടുത്തതെങ്കിലും, മിസ്റ്റർ റഷ്വർത്ത് തക്കസമയത്തുതന്നെ രംഗപ്രവേശം ചെയ്ത് ബന്ധം അർഹമാണെന്ന് കാണിച്ചുകൊടുത്തു.

നിരവധി നൃത്തങ്ങളിൽ ഒരുമിച്ച് പങ്കെടുത്തശേഷം അവർ വിവാഹിതരാകേണ്ടതാണെന്ന മറ്റുള്ളവരുടെ അഭിപ്രായങ്ങൾ സ്വയം ന്യായീകരിച്ചു. സർ. തോമസിന്റെ അസാന്നിധ്യം ഓർത്തുകൊണ്ടുതന്നെ അവരുടെ വിവാഹനിശ്ചയം നടന്നു. ഇരുകുടുംബാംഗങ്ങൾക്കും അയൽവാസികൾക്കും അത് സംതൃപ്തി നൽകി. കഴിഞ്ഞ ഏതാനും ആഴ്ചകളായി, മിസ്റ്റർ റഷ്വർത്തും മിസ് ബെർട്രാമും തമ്മിലുള്ള വിവാഹം വേഗം നടക്കണമെന്ന ആശയിലായിരുന്നു അവർ.

സർ. തോമസിന്റെ അനുമതി ലഭിക്കുന്നതിന് ഏതാനും മാസങ്ങൾക്ക് മുമ്പായിരുന്നു അത്. ഈ ബന്ധത്തിൽ അദ്ദേഹത്തിന്റെ പൂർണസമ്മതമുണ്ടാകുമെന്ന് ഉറപ്പാക്കിയ അവർ, ഇരുകുടുംബാംഗങ്ങളും നിയ

ന്ത്രണങ്ങളൊന്നുമില്ലാതെ ഇടപഴകി ജീവിക്കാൻ തുടങ്ങി. രഹസ്യസ്വഭാവം നിലനിർത്താൻ ആരും ശ്രമിച്ചില്ല. തൽക്കാലം തുറന്നുപറയാൻ പാടില്ലാത്ത കാര്യങ്ങളെല്ലാം മിസിസ് നോറിസ് എല്ലായിടത്തും തുറന്നടിച്ചു.

ഈ ഇടപാടിൽ എന്തോ പന്തികേടുണ്ടെന്ന് തോന്നിയത് ആ കുടുംബത്തിലെ ഏകഅംഗം എഡ്മണ്ടിനായിരുന്നു. ആന്റിയുടെ ഒരു വർണനയും, മിസ്റ്റർ റഷ്വർത്ത് അഭിമതനായൊരു കൂട്ടുകാരനാണെന്ന് എഡ്മണ്ടിനെ പ്രേരിപ്പിക്കാൻ പര്യാപ്തമായിരുന്നില്ല. എന്നാലും, മിസ്റ്റർ റഷ്വർത്തിന്റെ കൂട്ടുകെട്ടിനെക്കുറിച്ച് ആത്മഗതമായി ഇങ്ങനെ പറയാതിരിക്കാനവനായില്ല. “ഈ മനുഷ്യന് പ്രതിവർഷം പന്തീരായിരം പൗണ്ട് വരുമാനമില്ലായിരുന്നെങ്കിൽ, അയാൾ ഒരു പമ്പരവിഡ്ഢിയായേനെ.”

ഏത് രീതിയിലും പ്രയോജനപ്രദമായ ഈ വിവാഹബന്ധം, വാസ്തവത്തിൽ സർ. തോമസിനെ അതീവസന്തുഷ്ടനാക്കി, തികച്ചും നല്ലതും യോജിച്ചതുമായ അഭിപ്രായങ്ങളേ ഈ ബന്ധത്തെക്കുറിച്ചയാൾ കേട്ടിട്ടുള്ളൂ. ശരിയായ രീതിയിലുള്ളൊരു ബന്ധം തന്നെയാണിത്. ഒരേ ‘കൗണ്ടി’, ഒരേ താൽപ്പര്യം. കഴിയാവുന്നത്ര വേഗം തന്നെ തന്റെ ഹൃദയംഗമമായ അംഗീകാരം സർ. തോമസ് അറിയിച്ചു. ഒരേയൊരു നിബന്ധനമാത്രമേ അയാൾക്കുണ്ടായിരുന്നുള്ളൂ, താൻ തിരിച്ചെത്തുന്നതിനു മുമ്പ് വിവാഹം നടക്കരുത്, മടക്കയാത്ര ആകാംക്ഷയോടെ കാത്തിരിക്കുകയാണ്. ഏപ്രിലിലാണയാൾ ഇതെഴുതിയത്. തന്റെ ഇംഗിതപ്രകാരം എല്ലാം വേഗം തീരുമാനിക്കപ്പെടുമെന്നും വേനൽക്കാലം തീരുന്നതിനു മുമ്പ് ആന്റിഗ്വാ വിടാനാകുമെന്നുമായിരുന്നു അയാളുടെ പ്രതീക്ഷ.

അതായിരുന്നു ജൂലായിലെ അവസ്ഥ. ഫാന്നിക്കപ്പോൾ പതിനെട്ടു വയസായിരുന്നു പ്രായം. ആ സമയത്താണ് മിസിസ് ഗ്രാന്റിന്റെ സഹോദരീസഹോദരന്മാർ ആ ഗ്രാമത്തിലെത്തിച്ചേർന്നത്, അവളുടെ അമ്മയുടെ രണ്ടാം വിവാഹത്തിൽ പിറന്ന മക്കൾ. ധനികരായ യുവതീയുവാക്കന്മാർ. മകന് നോർഫോൾക്കിൽ നല്ലൊരു എസ്റ്റേറ്റുണ്ട്, മകൾക്ക് ഇരുപതിനായിരം പൗണ്ട് വരുമാനവും. ചെറുപ്പം മുതൽ സഹോദരിക്ക് ഈ കുട്ടികളെ വളരെ ഇഷ്ടമായിരുന്നു. എന്നാൽ അവരുടെ പിതാവിന്റെ മരണശേഷം, താമസിയാതെതന്നെ അവരുടെ വിവാഹം നടന്നു. അതിനുശേഷം കുട്ടികൾ വളർന്നത് പിതാവിന്റെ ഒരു സഹോദരിയോടൊപ്പമായിരുന്നു. അദ്ദേഹത്തെക്കുറിച്ച് മിസിസ് ഗ്രാന്റിന് ഒന്നുമറിയില്ല, അതിനുശേഷം സഹോദരങ്ങളെ അവൾ കണ്ടിട്ടുമില്ല. അങ്കിളിന്റെ വീട്ടിൽ അവൾ സസുഖം വളർന്നുവന്നു. കാരുണ്യവാനായിരന്നു അദ്ദേഹം. മറ്റൊരു കാര്യത്തിലും അഡ്മിറലും മിസിസ് ക്രാഫോർഡും യോജിച്ച് പോയിരുന്നില്ലെങ്കിലും ഈ കുട്ടികളോടുള്ള സ്നേഹത്തിന് അവർ ഒറ്റക്കെട്ടായിരുന്നു. ഒരു കാര്യത്തിൽ മാത്രമേ വ്യത്യാസമുണ്ടായിരുന്നുള്ളൂ, അഡ്മിറലിന്റെ ഓമനയായിരുന്നു മകനെങ്കിൽ, മിസിസ് ക്രാഫോർഡിന് കൂടുതൽ വാത്സല്യം മകളോടായിരുന്നു. മിസിസ് ക്രാഫോർഡിന്റെ മരണം ആശ്രി

തരായ ആ കുട്ടികളുടെ ജീവിതത്തിന്റെ താളം തെറ്റിച്ചു. കുറച്ചു നാൾകൂടി അങ്കിളിനൊപ്പം താമസിച്ചെങ്കിലും പിന്നീട് താമസം മാറ്റാനവൾ തീരുമാനിച്ചു. ദുർവൃത്തനായൊരു വ്യക്തിയായിരുന്നു അഡ്മിറൽ ക്രാഫോർഡ്. സഹോദരപുത്രിയെ സംരക്ഷിക്കുന്നതിനുപകരം സ്വന്തം വെപ്പാട്ടിയെ വീട്ടിലേക്ക് കൊണ്ടുവരാനാണയാൾ തീരുമാനിച്ചത്. ഈ പരിതസ്ഥിതിയിൽ അവൾ മിസിസ് ഗ്രാന്റിനോട് അഭയംതേടുകയായിരുന്നു. അവൾക്കത് സ്വീകാര്യമാകുകയും ചെയ്തു. കുട്ടികളില്ലാത്ത ഒരു കുടുംബമായിരുന്നു മിസിസ് ഗ്രാന്റിന്റേത്. അതിനനുസരിച്ച ജീവിതശൈലിയായിരുന്നു അവളുടേത്. തനിക്കിഷ്ടപ്പെട്ട മനോഹരമായ ഫർണിച്ചർകൊണ്ട് നിറച്ചിരിക്കയാണ് അവളുടെ സ്വീകരണമുറി. നല്ലൊരു തോട്ടവുമുണ്ട്. കോഴിവളർത്തലും, ഇനിയും പലതും വേണമെന്നുണ്ട്. താൻ എന്നും സ്നേഹിച്ചിരുന്ന അനിയത്തിയുടെ വരവ് അവൾക്ക് വളരെ ഇഷ്ടമായിരുന്നു. ഒറ്റയ്ക്കായിരിക്കുന്നിടുത്തോളം കാലം തന്നോടൊപ്പം അനിയത്തിയെ നിർത്തുവാനവൾ ആഗ്രഹിച്ചു. ലണ്ടനിൽ ജീവിച്ച ഒരു യുവതിയുടെ ജീവിതരീതിക്ക് അനുയോജ്യമായിരിക്കുമോ മാൻസ്ഫീൽഡിലെ അന്തരീക്ഷം എന്നതായിരുന്നു അവളുടെ ഉൽക്കണ്ഠ.

മിസ്സ് ക്രാഫോർഡും അത്തരം ഭീതിയിൽനിന്ന് പൂർണമായും വിമുക്തയായിരുന്നില്ല. സഹോദരിയുടെ ജീവിതരീതിയും സമൂഹനിലവാരവും അവളിൽ സന്ദേഹത്തിനിടയാക്കി. സഹോദരന്റെ ഗ്രാമവസതിയിൽ തന്നോടൊപ്പം സ്ഥിരതാമസമാക്കാനായി അവൾ നിർബന്ധിച്ചു നോക്കിയെങ്കിലും ആ ശ്രമം വിഫലമായി. അതുകൊണ്ട് മറ്റ് ബന്ധുക്കളോടൊപ്പം താമസിക്കാനുള്ള സാഹസത്തിനവൾ തുനിഞ്ഞു. സ്ഥിരമായൊരു വസതിയോ, പരിമിതമായ സൊസൈറ്റിയോ, നിർഭാഗ്യവശാൽ ഹെൻട്രി ക്രാഫോർഡിന് ഭയങ്കരവെറുപ്പായിരുന്നു. അത്തരം സ്ഥലത്ത് സഹോദരിയെ താമസിപ്പിക്കുന്നതയാൾ ഇഷ്ടപ്പെട്ടിരുന്നില്ല. അതുകൊണ്ടയാൾ വളരെ ദയാപൂർവം സഹോദരിയെ നോർത്തംടൻഷെയറിലേക്ക് കൂട്ടിക്കൊണ്ടുവന്നു. ഈ സ്ഥലം വിരസമായി തോന്നിയാൽ അരമണിക്കൂറിനുള്ളിൽ അവിടെച്ചെന്ന് അവളെ കൊണ്ടുപോരാമെന്ന് ഏറ്റു.

അവരുടെ സമാഗമം ഇരുകൂട്ടർക്കും സന്തോഷപ്രദമായിരുന്നു. ഒരു ഗ്രാമീണ സഹോദരിയെയല്ല മിസ്സ് ക്രാഫോർഡ് ദർശിച്ചത് – സഹോദരീ ഭർത്താവ് ഒരു മാന്യനും. വീട് ഭംഗിയായി സജ്ജീകരിച്ചിരിക്കുന്നു. താൻ എന്നും സ്നേഹിച്ചിട്ടുള്ള സഹോദരീസഹോദരന്മാരിൽ ചേതോഹാരിയായ ഭാവമാണ് മിസിസ് ഗ്രാന്റ് കണ്ടത്. മേരിക്രാഫോർഡ് അതിസുന്ദരിയായിരുന്നു. ഹെൻട്രി അത്ര സുന്ദരനല്ലെങ്കിലും ഉല്ലാസവാനും മുഖശ്രീയുള്ളവനുമാണ്. ഇരുവരുടെയും പെരുമാറ്റം ഹൃദ്യവും പ്രസരിപ്പുള്ളതുമായിരുന്നു. മിസിസ് ഗ്രാന്റ് അവരുടെ എല്ലാ പ്രവൃത്തികളെയും പ്രകീർത്തിച്ചു. അവരിൽ ഓരോരുത്തരിലും അവൾ വളരെ സന്തുഷ്ടയായി. എങ്കിലും, മേരിയോടായിരുന്നു ഏറ്റവും പ്രിയം. സ്വന്തം സൗന്ദര്യത്തിൽ കീർത്തി നേടാനൊരിക്കലും കഴിയാതിരുന്ന അവൾ സഹോദരിയുടെ

സൗന്ദര്യത്തിൽ അഭിമാനംകൊണ്ടു. അനിയത്തിക്ക് യോജിച്ച ഒരു വിവാഹബന്ധം തെരഞ്ഞെടുക്കാനവൾ മേരിയുടെ വരവിനു മുമ്പുതന്നെ പദ്ധതിയിട്ടിരുന്നു. ടോംബെർട്രാമായിരുന്നു അനിയത്തിയുടെ ഭാവിവരനായി അവൾ കണ്ടത്. പ്രഭുവിന്റെ മൂത്തപുത്രൻ, ഇരുപതിനായിരം പൗണ്ട് വരുമാനമുള്ള ഒരു പെൺകുട്ടിക്ക് പറ്റിയ ഒരു വരനാണെന്ന് പറയാനാവില്ല, പ്രത്യേകിച്ച് ഇത്രയും സൗന്ദര്യവും സൽസ്വഭാവവുമുള്ളവളാണെന്ന് മിസിസ് ഗ്രാന്റ് കരുതുമ്പോൾ. ദയാലുവായ ആ സ്ത്രീ, മേരി വീട്ടിലെത്തി മൂന്നുമണിക്കൂർ കഴിയുന്നതിന് മുമ്പുതന്നെ തന്റെ മനസിലെ മോഹം തുറന്നു പറഞ്ഞു.

അത്തരം ഒരു കുടുംബം അവർക്ക് തൊട്ടടുത്ത് ഉണ്ടെന്നറിഞ്ഞ് മിസ്സ് ക്രാഫോർഡ് സന്തോഷിച്ചു. തന്റെ കാര്യത്തിൽ ഇത്രയും താൽപ്പര്യമെടുക്കുന്ന ചേച്ചിയോടോ, അവൾ തെരഞ്ഞെടുത്ത ആളോടോ അവൾ വെറുപ്പൊന്നും കാണിച്ചില്ല. വിവാഹത്തിനവൾക്ക് എതിർപ്പില്ല, വിവാഹജീവിതം സുഖകരമാണെങ്കിൽ! മിസ്റ്റർ ബെർട്രാം പട്ടണത്തിലായിരുന്നെങ്കിൽ കുഴപ്പമില്ലായിരുന്നു; എതിർപ്പ് വ്യക്തിയോടല്ല, അയാളുടെ ജീവിതപരിതഃസ്ഥിതിയോടാണ്. അതുകൊണ്ട് അവൾ അതൊരു തമാശയായി കരുതിയെങ്കിലും, ഗൗരവത്തോടെ അതിനെക്കുറിച്ച് ചിന്തിക്കാനും മറന്നില്ല! ഈ പദ്ധതി ഹെൻട്രിയോടും ആവർത്തിക്കപ്പെട്ടു.

"ഇനിയിപ്പോൾ" മിസിസ് ഗ്രാന്റ് പറഞ്ഞു

"എല്ലാറ്റിനും ഒരു പൂർണത വരുത്താൻ ഞാൻ ആഗ്രഹിക്കുന്നു. ഈ നാട്ടിൽ നിങ്ങളെ സ്ഥിരമായി താമസിപ്പിക്കാൻ എനിക്കിഷ്ടമാണ്. അതുകൊണ്ട് ഹെൻട്രി, നീ ഇളയ മിസ്സ് ബെർട്രാമിനെ വിവാഹം കഴിക്കണം. സുന്ദരിയും സുശീലയുമായ അവൾ നിന്നെ വളരെ സന്തുഷ്ടനാക്കും."

ഹെൻട്രി കുനിഞ്ഞ് അവൾക്ക് നന്ദി പറഞ്ഞു. "എന്റെ പ്രിയപ്പെട്ട ചേച്ചീ" മേരി മറുപടി നൽകി– " ഇത്തരമെന്തെങ്കിലുമൊരു കാര്യത്തിന് നിങ്ങൾക്കവനെ നിർബന്ധിക്കാൻ കഴിഞ്ഞാൽ അതെനിക്കൊരു പുത്തൻ ആഹ്ലാദത്തിനിടവരുത്തും, അത്രയും സമർഥയായ ഒരു ബന്ധുവിനെ കിട്ടുന്നതിൽ സന്തോഷമേയുള്ളൂ. നിങ്ങൾക്ക് വിവാഹം കഴിപ്പിക്കാൻ അരഡസൻ പെൺകുട്ടികളില്ലല്ലോ എന്നാണ് എന്റെ ഖേദം. നിങ്ങൾക്ക് ഹെൻട്രിയെ വിവാഹം കഴിപ്പിക്കണമെങ്കിൽ ഏതെങ്കിലും ഫ്രഞ്ച് മഹിളയെ കണ്ടെത്തേണ്ടിവരും. ഇംഗ്ലീഷ് യോഗ്യതകളെല്ലാം പരീക്ഷിച്ചു കഴിഞ്ഞു. അവനുവേണ്ടി മരിക്കുന്ന എന്റെ അടുത്ത മൂന്നു കൂട്ടുകാരികളുണ്ട്. അവരും, അവരുടെ സമർഥകളായ അമ്മമാരും, എന്റെ പ്രിയപ്പെട്ട അമ്മായിയും ഞാനും അവനെ വിവാഹം കഴിപ്പിക്കാനെടുത്ത വാദമുഖങ്ങളും തന്ത്രങ്ങളും നിർബന്ധവും എത്ര കഠിനമായിരുന്നെന്ന് സങ്കൽപ്പിക്കാനാവില്ല! ചിന്തിക്കാൻ പറ്റാത്തത്ര ഭയങ്കരനായൊരു ശൃംഗാരിയാണവൻ! നിങ്ങളുടെ മിസ്സ് ബെർട്രാമുകൾ ഹൃദയം തകർന്നു കാണാനാഗ്രഹിക്കുന്നില്ലെങ്കിൽ, അവർ ഹെൻട്രിയെ ഒഴിവാക്കട്ടെ."

"എന്റെ പ്രിയ സഹോദരാ, നിന്നെക്കുറിച്ച് ഈ പറഞ്ഞത് ൃഞാൻ

വിശ്വസിക്കില്ല.”

“ഇല്ല നിങ്ങൾ അത്രനല്ലവളാണെന്നെനിക്കുറപ്പുണ്ട്. നിങ്ങൾ മേരിയെക്കാൾ കാരുണ്യവതിയാണ്. യുവത്വത്തിന്റെയും അനുഭവക്കുറവിന്റെയും സംശയങ്ങൾ നിങ്ങൾ അനുവദിച്ച് നൽകണം. ഞാൻ വളരെ ശ്രദ്ധയോടെ പെരുമാറുന്നവനാണ്, ധൃതിമൂലം എന്റെ സുഖങ്ങൾ അപകടപ്പെട്ടുകൂടാ, ദാമ്പത്യജീവിതത്തെക്കുറിച്ച് എന്നെപ്പോലെ ഉന്നതനിലയിൽ ചിന്തിക്കുന്ന മറ്റാരും കാണില്ല. കവിയുടെ വിവേകം നിറഞ്ഞ വരികളിലൂടെ എത്ര ഭംഗിയായാണ് ഒരു ഭാര്യയെക്കുറിച്ച് വർണിച്ചിരിക്കുന്നത്, “സ്വർഗരാജ്യത്തിന്റെ അവസാനത്തെ ഏറ്റവും നല്ല വരപ്രസാദം.”

“അതാ, മിസിസ് ഗ്രാന്റ്, ഒറ്റവാക്കിൽ അവൻ പിടിച്ചുതൂങ്ങുന്നത് നോക്കൂ, ആ പുഞ്ചിരിയൊന്നു നോക്കൂ. അവൻ വളരെ വെറുക്കപ്പെടേണ്ടവനാണെന്നെനിക്കുറപ്പുണ്ട് – അഡ്മിറലിന്റെ പാഠങ്ങൾ അവനെ തികച്ചും ദുഷിപ്പിച്ചു.” മിസിസ് ഗ്രാന്റ് മറുപടി നൽകി.

“വിവാഹത്തെക്കുറിച്ച് ഏത് ചെറുപ്പക്കാർ പറയുന്നതും ഞാൻ മാനിക്കാറില്ല. അവർ എതിർപ്പ് കാണിക്കുന്നെങ്കിൽ, യഥാർഥ ജോഡിയെ കണ്ടെത്തിയിട്ടില്ലെന്നാണ് ഞാൻ പറയുക.”

വിവാഹത്തിന് തനിക്ക് എതിർപ്പൊന്നുമില്ലെന്ന് മിസിസ് ക്രാഫോർഡ് സൂചിപ്പിച്ചപ്പോൾ ഡോ. ഗ്രാന്റ് ചിരിച്ചുകൊണ്ട് അവളെ അഭിനന്ദിച്ചു.

“ഓ അതെ, ഞാനതിൽ ലജ്ജിക്കുന്നില്ല. ശരിയായ രീതിയിലാണെങ്കിൽ എല്ലാവരും വിവാഹിതരാകണമെന്നാണ് എന്റെ അഭിപ്രായം. ആളുകൾ കുത്തഴിഞ്ഞ ജീവിതം നയിക്കുന്നതെനിക്കിഷ്ടമല്ല, പ്രയോജനപ്രദമായ രീതിയിൽ ജീവിക്കാൻ കഴിയണമെങ്കിൽ എല്ലാവരും വിവാഹം കഴിക്കണം.”

5

തുടക്കം മുതലേ ആ ചെറുപ്പക്കാരികൾ പരസ്പരം ഇഷ്ടപ്പെട്ടു. ഇരുഭാഗത്തും ആകർഷിക്കപ്പെടാൻ പലതുമുണ്ടായിരുന്നു. നല്ല പെരുമാറ്റം, അർഹിക്കുന്നതുപോലെ അവരുടെ പരിചയം ദൃഢമൈത്രിയായി വളർന്നു വന്നു. മിസ്സ്. ക്രാഫോർഡിന്റെ സൗന്ദര്യം മിസ്സ്. ബെർട്രാമുകാർക്ക് അസ്വസ്ഥത സൃഷ്ടിച്ചില്ല. സ്വയം അതിസുന്ദരികളായ അവർ മറ്റൊരുവൾ സുന്ദരിയായിരിക്കുന്നതിൽ അസൂയപ്പെടുന്ന തരത്തിലായിരുന്നില്ല. അവരുടെ ജീവസ്സുറ്റ കറുത്തകണ്ണുകൾ, റോസ് നിറം, അംഗലാവണ്യം എല്ലാം തങ്ങളുടെ സഹോദരന്മാരെപ്പോലെ അവരെയും ആകർഷിച്ചു. അവൾ നല്ല ഉയരമുള്ളവളും വെളുത്തവളും ശരീരവടിവുള്ളവളും ആയിരുന്നെങ്കിൽ അവരുടെ സൗന്ദര്യം ഒരുപരീക്ഷണത്തിന് വിധേയമാക്കേണ്ടി വന്നേനെ! എന്നാൽ ഇപ്പോഴത്തെ നിലയ്ക്ക് തുലനം ചെയ്യാൻ കഴിയുകയില്ല. അവൾ ആകർഷണീയയായ ഒരു കൊച്ചുസുന്ദരിയായിരുന്നു. അവരാണെങ്കിലോ ആ നാട്ടിലെ ഏറ്റവും ഭംഗിയുള്ള യുവതികളും.

അവളുടെ സഹോദരൻ അത്ര സുന്ദരനൊന്നുമല്ല. അവർ ആദ്യം കണ്ടപ്പോൾ അയാൾ തികച്ചും ഒരു സാധാരണ വ്യക്തിയായി തോന്നി. ഇരുണ്ട നിറം, എന്നാൽ, ആൾ ഒരു മാന്യനാണ്. നല്ല പെരുമാറ്റം, രണ്ടാം പ്രാവശ്യം കണ്ടപ്പോൾ അത്രയ്ക്കു മോശമല്ലെന്നു തോന്നി, ഒരു സാധാരണക്കാരനാണെങ്കിലും മുഖം കൊള്ളാം. പല്ലുകൾ വളരെ ഭംഗിയുള്ളതാണ്, നല്ല ആകാരം, സാധാരണക്കാരനാണെന്ന തോന്നൽ വിസ്മരിക്കപ്പെട്ടു. മൂന്നാം പ്രാവശ്യം പുരോഹിതഭവനത്തിലെ ഒന്നിച്ചുള്ള വിരുന്നിനു ശേഷം കണ്ടപ്പോൾ അയാളെ ഒരു സാധാരണക്കാരനെന്ന് ആർക്കും പറയാൻ കഴിഞ്ഞില്ല, വാസ്തവത്തിൽ ആ സഹോദരിമാർ കണ്ടിട്ടുള്ളതിൽവച്ച് ഏറ്റവും സുന്ദരനായ യുവാവ് അയാളായിരുന്നു! അയാൾ അവരെ ഒരുപോലെ ആഹ്ലാദിപ്പിച്ചു. മിസ്സ്. ബെർട്രാമിന്റെ വിവാഹനിശ്ചയം കഴിഞ്ഞിരുന്നതിനാൽ, അയാൾ ജൂലിയയുടെ സ്വന്തമാണെന്നതുപോലെ കാണപ്പെട്ടു. ജൂലിയ അക്കാര്യത്തിൽ തികച്ചും ബോധവതിയായിരുന്നു. അയാൾ മാൻസ്ഫീൽഡിലെത്തി ഒരാഴ്ച കഴിയുമ്പോഴേക്കും അയാളിൽ അനുരക്തയാകാനവൾ തയാറെടുത്തുകഴിഞ്ഞു.

ഇക്കാര്യത്തിൽ മരിയയുടെ മനോഗതി ചിന്താക്കുഴപ്പം വരുത്തുന്നതും അസ്പഷ്ടവുമായിരുന്നു. അവൾ ഒന്നും കാണാനോ മനസിലാക്കാനോ ആഗ്രഹിച്ചില്ല. "ഹൃദ്യനായ ഒരു മനുഷ്യനെ ഇഷ്ടപ്പെടുന്നതിൽ ദോഷമൊന്നുമില്ല – അവളുടെ നില എല്ലാവർക്കുമറിയാം – മിസ്റ്റർ ക്രാഫോർഡ് സ്വയം ശ്രദ്ധിക്കണം.''ഒരപകടത്തിലും എടുത്തുചാടാൻ മിസ്റ്റർ ക്രാഫോർഡ് ഉദ്ദേശിച്ചിരുന്നില്ല. മിസ്സ്. ബെർട്രാമുമാർ ആഹ്ലാദത്തിന് വക നൽകുന്നു, അവരെ സന്തോഷിപ്പിക്കാനയാൾ തയാറാണ്, അവരെക്കൊണ്ട് തന്നെ ഇഷ്ടപ്പെടുവിക്കുക എന്ന ലക്ഷ്യം മാത്രമേ അയാളുടെ മനസിലുണ്ടായിരുന്നുള്ളു. അവർ തന്റെ പ്രേമത്തിനു വേണ്ടി മരിക്കണമെന്നൊന്നും അയാൾ ആഗ്രഹിച്ചില്ല. വിവേകവും പെരുമാറ്റഭാവവും നിജസ്ഥിതി മനസിലാക്കുന്നതിന് അയാളെ സഹായിച്ചു. ഇത്തരം കാര്യങ്ങളിൽ വലിയ സ്വാതന്ത്ര്യം അയാൾ നൽകി.

"നിന്റെ മിസ്സ്. ബെർട്രാമുമാരെ ഞാൻ വല്ലാതെ ഇഷ്ടപ്പെടുന്നു, അനിയത്തീ." അന്നത്തെ ഡിന്നർ സന്ദർശനത്തിനുശേഷം അവരെ വണ്ടിയിൽ കയറ്റിവിട്ട് മടങ്ങവേ അയാൾ പറഞ്ഞു. "അവർ വളരെ സൗന്ദര്യവും സൽസ്വഭാവവുമുള്ള പെൺകുട്ടികളാണ്."

"തീർച്ചയായും അവരങ്ങനെയാണ്. നീ പറഞ്ഞതുകേട്ട് ഞാൻ സന്തോഷിക്കുന്നു. എന്നാൽ, നീ ഏറ്റവും ഇഷ്ടപ്പെടുന്നത് ജൂലിയയെ അല്ലേ?"

"ഓഹ് അതെ, ജൂലിയയെത്തന്നെ."

"എന്നാൽ ശരിക്കും അങ്ങനെയാണോ? കാരണം മിസ്സ്. ബെർട്രാമാണ് ഏറ്റവും സുന്ദരി ആയി പൊതുവെ കരുതപ്പെടുന്നത്."

"ഞാനും അപ്രകാരം തന്നെ കരുതുന്നു. മികച്ച അംഗലാവണ്യമാണവളുടേത്, അവളുടെ മുഖമാണ് കൂടുതൽ ഭംഗിയുള്ളത് – എന്നാൽ, ജൂലിയയോടാണ് എനിക്കേറ്റവും ഇഷ്ടം. മിസ്സ്. ബെർട്രാമാണ് ഏറ്റവും

സുന്ദരി എന്നതു തീർച്ച തന്നെ, ഏറ്റവും യോജിച്ചവളും അവളാണ്; എന്നാൽ, ജൂലിയയെ ആയിരിക്കും ഏറ്റവും കൂടുതൽ ഞാൻ സ്നേഹക്കുക. എന്തുകൊണ്ടെന്നാൽ, അതാണല്ലോ നിന്റെ ഉത്തരവ്."

"ഞാൻ നിന്നോടൊന്നും പറയില്ല, ഹെൻട്രി, നീ ഒടുവിൽ അവളെത്തന്നെയായിരിക്കും ഏറ്റവും കൂടുതൽ സ്നേഹിക്കുക എന്നെനിക്കറിയാം."

"ഞാൻ നിന്നോട് പറഞ്ഞിട്ടില്ലേ, ആദ്യദർശനത്തിൽത്തന്നെ അങ്ങനെയായിരുന്നു."

"അതിനുപുറമെ മിസ്സ്. ബെർട്രാം വിവാഹനിശ്ചയം കഴിഞ്ഞവളാണ്, അതോർക്കുക പ്രിയസഹോദരാ, അവൾ സ്വന്തം ആളെ തെരഞ്ഞെടുത്തുകഴിഞ്ഞു."

"അതുകൊണ്ടാണ് ഞാനവളെ കൂടുതൽ ഇഷ്ടപ്പെടുന്നത്. നിശ്ചയം കഴിഞ്ഞ സ്ത്രീ, നിശ്ചയം കഴിയാത്തവളെക്കാൾ ഹൃദ്യയായിരിക്കും. അവൾ ആത്മസംതൃപ്തിയുള്ളവളാണ്. അവൾക്ക് ശ്രദ്ധിക്കേണ്ട കാലം കഴിഞ്ഞു. സംശയത്തിനിട കൊടുക്കാതെ തന്റെ കരുത്ത് മുഴുവൻ മറ്റുള്ളവരെ പ്രീതിപ്പെടുത്താനുപയോഗിക്കാമെന്നവൾ കരുതുന്നു. വിവാഹനിശ്ചയം കഴിഞ്ഞവൾ വളരെ സുരക്ഷിതയാണ്. ഒരു ദോഷവും ഉണ്ടാകാനില്ല."

"എന്തിനുവേണ്ടി – മിസ്റ്റർ റഷ്വത്ത് വളരെ നല്ലൊരു യുവാവാണ്, അവർക്ക് പറ്റിയ ബന്ധം ആണത്."

"എന്നാൽ മിസ്സ് ബെർട്രാം മിസ്റ്റർ റഷ്വത്തിനെ ഒട്ടും കണക്കാക്കുന്നില്ല. സ്വന്തം ആത്മസുഹൃത്തിനെക്കുറിച്ചുള്ള നിന്റെ അഭിപ്രായം അങ്ങനെയാണെങ്കിൽ ഞാനത് വിശദീകരിക്കുന്നില്ല. മിസ്റ്റർ റഷ്വർത്തിനോട് മിസ്സ് ബെർട്രാം വളരെ അടുത്തിരിക്കുന്നു എന്നെനിക്കുറപ്പാണ്. അയാളെക്കുറിച്ച് സൂചിപ്പിക്കുമ്പോൾത്തന്നെ അത് അവളുടെ കണ്ണുകളിൽ പ്രതിഫലിക്കുന്നു. അവൾ തന്റെ കരങ്ങൾ അയാൾക്ക് നൽകിയേക്കാം, ഹൃദയമില്ലാതെ!"

"മേരീ നമ്മളെങ്ങനെ ഇവനെ കൈകാര്യം ചെയ്യും?"

"അവനെ സ്വന്തം പാട്ടിനു വിടുന്നതാണ് നല്ലതെന്നെനിക്കു തോന്നുന്നു. സംസാരിക്കുന്നതുകൊണ്ടൊരു പ്രയോജനവുമില്ല. ഒടുവിൽ അവൻ തിരിച്ചെത്തും."

"എന്നാൽ എനിക്കവനെ അകപ്പെടുത്താനാവില്ല, അവനെ വഞ്ചിക്കാനാവില്ല. എല്ലാം അന്തസുള്ള രീതിയിൽ ചെയ്യണം."

"ഓ! ഡിയർ – സമയംപോലെ അവൻ വരട്ടെ, അവസരങ്ങൾക്ക് ശ്രമിച്ചോട്ടെ, അത് നീതിയുക്തമായിരിക്കണം. എല്ലാവരും ഇന്നല്ലെങ്കിൽ നാളെ അകത്ത് വരാതിരിക്കില്ല."

"എല്ലായ്പ്പോഴും വിവാഹത്തിൽ അത് സംഭവിക്കുന്നില്ല, പ്രിയപ്പെട്ട മേരി."

"പ്രത്യേകിച്ച് വിവാഹജീവിതത്തിൽ. വിവാഹിതരായേക്കാവുന്ന

ഇപ്പോഴത്തെ ചങ്ങാത്തത്തിനോട് അർഹിക്കുന്ന ആദരവ് കൊടുത്തുകൊണ്ടുതന്നെ പറയുകയാണ് എന്റെ പ്രിയപ്പെട്ട മിസിസ് ഗ്രാന്റ്, സ്ത്രീ പുരുഷന്മാരിൽ ഒരു ശതമാനംപോലും വിവാഹശേഷം പരസ്പരം ആകർഷിക്കപ്പെടുന്നില്ല, വീട്ടിൽ ഒതുങ്ങിക്കഴിയുവാൻ നിർബന്ധിതരാകുന്നു, അതങ്ങനെയാണ്. അതങ്ങനെതന്നെ വേണമെന്നാണ് ഞാൻ കരുതുന്നത്. എല്ലാ ഇടപാടുകളിലും മനുഷ്യർ മറ്റുള്ളവരിൽനിന്ന് ഒരുപാട് പ്രതീക്ഷിക്കുന്നു, സ്വയം തീരെ നെറിവില്ലാത്തവരും."

"ആ! ഹിൽ സ്ട്രീറ്റിൽ വിവാഹബന്ധത്തെക്കുറിച്ച് മോശമായ പഠനമാണ് നിനക്ക് ലഭിച്ചിട്ടുള്ളത്."

"എന്റെ പാവം ആന്റിക്ക് ദാമ്പത്യബന്ധത്തെ സ്നേഹിക്കാൻ തീർച്ചയായും കാരണമൊന്നുമില്ലായിരുന്നു. എന്നാൽ എന്റെ നിരീക്ഷണം അതൊരു കപടതന്ത്രമായിരുന്നെന്നാണ്. വലിയ പ്രതീക്ഷയോടെ വിവാഹിതരായ പലരെയും എനിക്കറിയാം, ഈ ബന്ധത്തിലൂടെ പല പ്രയോജനവും ലഭിക്കുമെന്ന ദൃഢവിശ്വാസത്തിൽ, അല്ലെങ്കിൽ വ്യക്തിയുടെ സൽസ്വഭാവം കണ്ടുകൊണ്ട്. അവരെല്ലാം തികച്ചും വഞ്ചിതരായി. നേരെ വിപരീതരീതിയിൽ ജീവിക്കാൻ നിർബന്ധിതരാകുകയും ചെയ്തു. ഇത് വീട്ടിനുള്ളിൽ അടങ്ങിക്കഴിയലല്ലാതെ മറ്റെന്താണ്?"

"എന്റെ പ്രിയപ്പെട്ട കുട്ടീ, ഇവിടെ കുറച്ചൊക്കെ ഭാവന കലർന്നിട്ടുണ്ട്. ക്ഷമിക്കണം നീ പറയുന്നത് പൂർണമായും ഉൾക്കൊള്ളാനെനിക്ക് കഴിയുന്നില്ല. അത് പലതിനെയും ആശ്രയിച്ചിരിക്കും, നീ പാതിയേ കാണുന്നുള്ളൂ; ദോഷവശം മാത്രം, അതിലെ ആശ്വാസം നീ കാണുന്നില്ല. ചെറിയ ഉരസലുകളും ഇച്ഛാഭംഗങ്ങളും എല്ലായിടത്തുമുണ്ടാകും, നന്മകളെല്ലാം ഒരുപാട് പ്രതീക്ഷിക്കുന്നവരാണ്. എന്നാൽ, സന്തോഷകരമായ ഒരു പദ്ധതി പൊളിഞ്ഞാൽ, മറ്റൊന്നിലേക്ക് തിരിയുന്നതാണ് മനുഷ്യസ്വഭാവം. ആദ്യത്തെ കണക്കുകൂട്ടൽ തെറ്റിയാൽ, രണ്ടാമത്തേത് നമ്മൾ ഭംഗിയായി ചെയ്യുന്നു. എവിടെയെങ്കിലും നമ്മൾ സുഖം കണ്ടെത്തും – ദുഷ്ചിന്തയുള്ള നിരീക്ഷകരാകട്ടെ, പ്രിയപ്പെട്ട മേരീ, ചെറിയ കാര്യങ്ങൾ പെരുപ്പിക്കുന്നു, വീട്ടിൽ ഒതുങ്ങിക്കഴിയാൻ നിർബന്ധിതരാകുന്നു, സ്വയം വഞ്ചിതരാകുന്നു."

"നന്നായിരിക്കുന്നു, ചേച്ചീ! നിങ്ങളുടെ ഫലിതവൈഭവത്തെ ഞാൻ ആദരിക്കുന്നു. ഞാനൊരു ഭാര്യയാകുമ്പോൾ, എന്നെപ്പോലൊരു ഉറച്ച നീതിമതിയെ മറ്റെങ്ങും കാണില്ല. എന്റെ സുഹൃത്തുക്കളും അപ്രകാരമായിരിക്കണമെന്ന് ഞാനാഗ്രഹിക്കുന്നു; പല ഹൃദയവേദനകളിൽ നിന്നും അതെന്നെ രക്ഷിക്കും."

"നീയും സ്വന്തം സഹോദരരെപ്പോലെ മോശം തന്നെ, മേരി; എന്നാൽ, നിങ്ങൾ ഇരുവരെയും ഞങ്ങൾ ചികിത്സിച്ച് സുഖപ്പെടുത്തും – വീട്ടിൽ അടങ്ങിയിരിക്കാതെ തന്നെ. ഞങ്ങളോടൊപ്പം കഴിയുക, ഞങ്ങൾ നിങ്ങളെ സുഖപ്പെടുത്തും."

സുഖപ്പെടുത്താനാവശ്യപ്പെടാതെ തന്നെ ക്രാഫോർഡുമാർക്കവിടെ

താമസിക്കാനിഷ്ടമായിരുന്നു. പുരോഹിത ഭവനത്തിൽ മേരി സന്തുഷ്ട യായിരുന്നു. ഹെൻട്രിയും തന്റെ സന്ദർശനം നീട്ടിക്കൊണ്ടുപോകാൻ തയാറായി. കുറച്ചു ദിവസം മാത്രം അവരോടൊപ്പം ചെലവഴിക്കാമെന്ന് കരുതി എത്തിയതായിരുന്നു അയാൾ. എന്നാൽ, മാൻസ്ഫീൽഡ് ആശാ വഹമായ ഒരു സ്ഥലമായിരുന്നു. മറ്റൊരിടത്തും പോകേണ്ട കാര്യമില്ല. ഇരുവരുടെയും കൂടെ താമസിക്കുന്നതിൽ മിസിസ് ഗ്രാന്റ് അധികം ആഹ്ലാ ദിച്ചു. ഡോ. ഗ്രാന്റും വളരെ സന്തുഷ്ടനായിരുന്നു. വീട്ടിൽ ചടഞ്ഞിരി ക്കുന്ന ഒരു മടിയനായ മനുഷ്യന് മിസ്സ്. ക്രാഫോർഡിനെപ്പോലെ വാചാ ലയായൊരു സുന്ദരിയുടെ ചങ്ങാത്തം സുഖകരമാണ്. അതിഥിയുടെ പേരുംപറഞ്ഞ് എന്നും വീഞ്ഞ് അടിക്കുകയും ചെയ്യാം!

മിസ്റ്റർ ക്രാഫോർഡിനോടുള്ള മിസ്സ്. ബെർട്രാമുമാരുടെ അഭിനി വേശം ആനന്ദാതിരേകത്തോടെയുള്ളതായിരുന്നു. മിസ്സ്. ക്രാഫോർഡിന്റെ ഭാവനയ്ക്കപ്പുറമായിരുന്നു അത്. മിസ്റ്റർ ബെർട്രാമുകൾ വളരെ നല്ല യുവാക്കളാണെന്ന് അവൾ അംഗീകരിച്ചു. ലണ്ടനിൽപ്പോലും ഇത്രയും മാന്യരായ യുവാക്കളെ കാണാൻ പ്രയാസമാണ്. അവരുടെ പെരുമാറ്റം, പ്രത്യേകിച്ച് മൂത്തവന്റേത് ഒന്നാംതരമാണ്. അവൻ പലപ്പോഴും ലണ്ടനിൽ പോയിട്ടുണ്ട്, എഡ്മണ്ടിനെക്കാൾ പ്രസരിപ്പും പൗരുഷവുമുള്ളവൻ. അതു കൊണ്ട് അവനാണ് കൂടുതൽ അഭികാമ്യം. മൂത്തവനായതിനാൽ കൂടുതൽ അവകാശങ്ങളുമുണ്ട്. മൂത്തവനെയാണ് താൻ ഏറ്റവും ഇഷ്ടപ്പെടേണ്ട തെന്ന തോന്നൽ ആദ്യമേ അവളിലുദിച്ചിരുന്നു, അതാണ് തന്റെ മാർഗം.

എല്ലാവിധത്തിലും ടോം ബെർട്രാം സന്തുഷ്ടനായിരുന്നു; പൊതുവെ എല്ലാവരും ഇഷ്ടപ്പെടുന്ന പ്രകൃതമാണ് അവന്റേത്. നല്ല പെരുമാറ്റം, ഊർജസ്വലത, ആവേശം, വൻസുഹൃദ്‌വലയം, ധാരാളം സംസാരിക്കു ന്നവൻ.... മാൻസ്ഫീൽഡ് പാർക്കിന്റെ പിൻതുടർച്ചാവകാശമോ പ്രഭു പദവിയോ അതിനൊരു പ്രതിബന്ധമായിരുന്നില്ല. അവനും അവന്റെ നിലയും മതിയെന്ന് മിസ്സ്. ക്രാഫോർഡ് അതിവേഗം മനസിലാക്കി. അവൾ തന്നെക്കുറിച്ച് സ്വയം വിശകലനം ചെയ്തുനോക്കി. എല്ലാം അവന് അനുകൂലമായി കാണപ്പെട്ടു. അഞ്ചുമൈൽ ചുറ്റളവുള്ള ഒരു യഥാർഥ പാർക്ക്, വിശാലമായൊരു വീട്. നല്ല പ്ലാനിൽ നിർമിക്കപ്പെട്ട നൂതനമായ ആ ബംഗ്ലാവിൽ ശിൽപ്പവേലകൾ ചെയ്ത എത്ര സിംഹാസനങ്ങൾ വേണ മെങ്കിലും വെക്കാനുള്ള സ്ഥലമുണ്ട്. പുത്തൻ ഫർണിച്ചറുകൾ ഇട്ടാൽ മാത്രംമതി – സരസരായ സഹോദരിമാർ, ശാന്തയായ ഒരമ്മ, പിന്നെ അനുയോജ്യനായൊരു യുവകോമളനും – ബന്ധുത്വംകൊണ്ട് ഗുണമേ ന്മയുള്ള, പ്രഭുത്വത്തിലേക്കുള്ള ഉയർച്ച – അത് വളരെ നല്ലതാണ്. അവനെ ഉറപ്പിക്കുകതന്നെ. അങ്ങനെ, കുതിരയിലവൾ താൽപ്പര്യമെടുക്കാൻ തുട ങ്ങി, – പന്തയങ്ങളിലവൻ ഓടിക്കാൻ പോകുന്ന കുതിരയിൽ.

അവർ പരിചയപ്പെട്ട് അധികം കഴിഞ്ഞിട്ടില്ല ഈ പന്തയങ്ങൾക്കായി അവൻ ദൂരെ പോകാറുള്ളത്, പോയിക്കഴിഞ്ഞാൽ ഏതാനും ആഴ്ച കൾക്കുശേഷമേ തിരിച്ചെത്തു എന്നു കുടുംബക്കാർക്കറിയാം, അത്രയ്ക്ക്

ആവേശമാണ്. ഈ പന്തയങ്ങൾ കാണുവാനായി അവളെ പ്രേരിപ്പിക്കാൻ അവന്റെ ഭാഗത്തുനിന്ന് ശ്രമം നടന്നതായി പറയപ്പെടുന്നു. അവർക്ക് വലിയൊരു പാർട്ടി നൽകാനുള്ള പദ്ധതികൾ തയാറെടുക്കപ്പെട്ടെങ്കിലും, സംസാരത്തിൽ മാത്രം അത് ഒതുങ്ങിനിന്നു.

ഇനി ഫാന്നിയെക്കുറിച്ച് എന്തായിരുന്നു ഇക്കാലമത്രയും അവൾ ചിന്തിച്ചതും ചെയ്തതും? നവാഗതരെക്കുറിച്ചുള്ള അവളുടെ അഭിപ്രായം എന്തായിരുന്നു? ആ പതിനെട്ടുകാരി അവരെക്കുറിച്ച് കരുതിയത്? വളരെ ശാന്തമായ രീതിയിൽ, പരസ്യമായിട്ടല്ലാതെ മിസ്സ് ക്രാഫോർഡിന്റെ സൗന്ദര്യത്തെ അവൾ അഭിനന്ദിച്ചു. എന്നാൽ, മിസ്റ്റർ ക്രാഫോർഡ് വെറും സാധാരണ മനുഷ്യനാണെന്ന അഭിപ്രായം അവൾ തുടർന്നു, തന്റെ രണ്ട് കസിനുകൾക്കും അയാളെക്കുറിച്ചുള്ള അഭിപ്രായം നേരെ മറിച്ചാണെന്ന് കരുതിയെങ്കിലും. അവൾ ഒരിക്കലും അയാളെക്കുറിച്ച് സൂചിപ്പിച്ചിട്ടില്ല.
"നിങ്ങളെയെല്ലാം ഞാനിപ്പോൾ മനസിലാക്കാൻ തുടങ്ങുകയാണ്, മിസ്സ് പ്രൈസിനെ ഒഴിച്ച്." മിസ്റ്റർ ബെർട്രാമുമാരോടൊപ്പം നടക്കവേ മിസ്സ് ക്രാഫോർഡ് പറഞ്ഞു.

"അവൾ പ്രായപൂർത്തിയായവരുടെ സൊസൈറ്റിയിൽ പങ്കുകൊള്ളാറുണ്ടോ, ഇല്ലയോ? – ഞാൻ അമ്പരന്നുപോയി – നിങ്ങളോടൊപ്പം പുരോഹിത ഭവനത്തിൽ അവൾ ഡിന്നറിനെത്തിയിരുന്നു; അപ്പോൾ, സൊസൈറ്റിയിൽ പങ്കുകൊള്ളുന്നവളാണെന്ന് തോന്നിയത്. എന്നിട്ടും വളരെ കുറച്ചുമാത്രമേ അവൾ സംസാരിക്കുന്നുള്ളൂ, ഒരു സൊസൈറ്റി ലേഡിയാണെന്ന് കരുതാനാകുന്നില്ല."

എഡ്മണ്ടിനെ നോക്കിയായിരുന്നു ഈ അഭിപ്രായപ്രകടനം, അയാൾ മറുപടി നൽകി:

"നീ പറയുന്നതെന്താണെന്ന് എനിക്കു മനസിലായി – പക്ഷേ, അതിനുത്തരം പറയാൻ ഞാൻ തുനിയുന്നില്ല. എന്റെ കസിൻ വളർന്നുകഴിഞ്ഞു. ഒരു സ്ത്രീയുടെ വിവേകം അവൾക്കുണ്ട്, പ്രായവും. എന്നാൽ, അവൾ സൊസൈറ്റി ലേഡിയാണോ അല്ലയോ എന്ന് എന്റെ പ്രശ്നമല്ല."

"എങ്കിലും പൊതുവായി ഒന്നും അത്ര എളുപ്പത്തിൽ നിശ്ചയിക്കാനാവില്ല. വ്യത്യാസം അത്ര വിപുലമാണ്. പെരുമാറ്റവും ഭാവവും പൊതുവെ പറഞ്ഞാൽ തികച്ചും വ്യത്യസ്തമാണ്. ഇതുവരെ, ഒരു പെൺകുട്ടി സൊസൈറ്റിയിൽ പങ്കെടുക്കുന്നവളാണോ അല്ലയോ എന്ന കണക്കുകൂട്ടലിൽ എനിക്ക് തെറ്റുപറ്റിയിട്ടില്ല. സൊസൈറ്റിയിൽ പങ്കുകൊള്ളാത്ത അവൾ എപ്പോഴും ഒരേ രീതിയിലുള്ള വസ്ത്രങ്ങളാണ് ധരിക്കുക, ഉദാഹരണത്തിന് അരികില്ലാത്ത തൊപ്പി, ഗൗരവഭാവം, ഒരക്ഷരം മിണ്ടില്ല. നിങ്ങൾ ചിരിച്ചേക്കാം – എന്നാൽ അതങ്ങനെയാണെന്ന് ഞാനുറപ്പ് തരുന്നു – ചിലപ്പോൾ അത് കുറച്ചുകൂടി കൂടുതലാകാം; എല്ലാം വളരെ ഉചിതം തന്നെ. പെൺകുട്ടികൾ ശാന്തരും വിനീതരുമായിരിക്കണം. പക്ഷേ, ഏറ്റവും അധിക്ഷേപാർഹമായ കാര്യം ഒരു സമൂഹത്തിലേക്ക് ആനയിക്കപ്പെടുമ്പോഴുള്ള സ്വഭാവമാറ്റം വളരെ പെട്ടെന്നായിരിക്കും എന്നതാ

ണ്. അതിശീഘ്രം മിതഭാഷി വാചാലയായി മാറുന്നു – ആത്മവിശ്വാസത്തോടെ! ഇന്നത്തെ വ്യവസ്ഥിതിയുടെ കുറ്റമാണത്. പതിനെട്ടോ പത്തൊൻപതോ വയസായ ഒരു പെൺകുട്ടി എന്തിനും തയാറാകുന്നത് ആർക്കും ഇഷ്ടമല്ല – ഒരുപക്ഷേ, അതിനുമുമ്പത്തെ വർഷം അവൾ സംസാരിക്കുന്നതുപോലും ആരും കണ്ടുകാണില്ല. മിസ്റ്റർ ബെർട്രാം, നിങ്ങളും ചിലപ്പോൾ അത്തരം മാറ്റങ്ങൾ കണ്ടിരിക്കുമെന്നു ഞാൻ കരുതുന്നു.”

“ഉണ്ടെന്നാണെന്റെ വിശ്വാസം; എന്നാലത് നീതിയുക്തമല്ല, നീ എന്തിലേക്കാണ് വിരൽചൂണ്ടുന്നതെന്നെനിക്കറിയാം. നീ എന്നെയും മിസ്സ് ആണ്ടർസനെയും കളിയാക്കുകയാണ്.”

“തീർച്ചയായുമല്ല. മിസ്സ്. ആണ്ടർസൻ! അതാരാണെന്നെനിക്കറിയില്ല, നിങ്ങൾ എന്താണുദ്ദേശിക്കുന്നതെന്നും. എന്നാൽ, ഞാൻ നിങ്ങളെ വളരെ സന്തോഷത്തോടെ കളിയാക്കും, കാര്യമെന്താണെന്ന് പറഞ്ഞാൽ.”

“ആ! വലിയ പ്രയാസങ്ങളുണ്ടായിട്ടും കാര്യങ്ങൾ നീ എത്ര ഭംഗിയായി നിർവഹിക്കുന്നു. എന്നാൽ, ഭാരം അടിച്ചേൽപ്പിക്കുമ്പോൾ എനിക്ക് അനങ്ങാതിരിക്കാനാകില്ല: പരിവർത്തനം വന്ന യുവതിയെക്കുറിച്ച് വർണിക്കുമ്പോൾ നിങ്ങളുടെ കണ്ണിൽ മിസ്സ്. ആണ്ടർസൻ ഉണ്ടായിരുന്നു. കുറ്റങ്ങൾ നിങ്ങൾ എത്ര കൃത്യമായി വരച്ചു കാട്ടുന്നു. അത് ശരിക്കും അപ്രകാരം തന്നെയാണ്. ബേക്കർ സ്ട്രീറ്റിലെ ആണ്ടർസൻമാർ. നമ്മൾ മുമ്പൊരു ദിവസം അവരെക്കുറിച്ച് സംസാരിച്ചത് നിങ്ങൾക്കറിയാമല്ലോ. എഡ്മണ്ട്, ചാൾസ് ആണ്ടർസനെക്കുറിച്ച് ഞാൻ സൂചിപ്പിച്ചത് നിങ്ങൾ കേട്ടിരുന്നല്ലോ. ശരിക്കും ഈ ലേഡിയുടെ ചുറ്റുപാടുകൾ തന്നെയായിരുന്നു അവരുടേതും. ആണ്ടർസൻ, ഏകദേശം രണ്ടു വർഷങ്ങൾക്കു മുമ്പ്, എന്നെ ആദ്യമായി അയാളുടെ കുടുംബത്തിന് പരിചയപ്പെടുത്തിത്തന്നപ്പോൾ, അയാളുടെ സഹോദരി ഒരു സൊസൈറ്റി ലേഡി ആയിരുന്നില്ല. അവളെക്കൊണ്ടൊന്ന് സംസാരിപ്പിക്കാൻപോലും എനിക്ക് കഴിഞ്ഞില്ല. ആണ്ടർസനെയും കാത്ത് ഒരു സുപ്രഭാതത്തിൽ ഒരു മണിക്കൂർ നേരം എനിക്ക് കാത്തിരിക്കേണ്ടി വന്നു, എന്നോടൊപ്പം അവളും ഒന്നോ രണ്ടോ കൊച്ചുപെൺകുട്ടികളും മാത്രം മുറിയിൽ ഉണ്ടായിരുന്നു. ഗവർണസ് സുഖമില്ലാതിരിക്കയാണോ, ഓടിപ്പോയതാണോ എന്നറിയില്ല, ബിസിനസ് കത്തുകളുമായി അമ്മ പരക്കം പാഞ്ഞിരുന്നു. ആ യുവതി എന്നോടൊരക്ഷരം മിണ്ടുകയോ, മുഖമുയർത്തി നോക്കുകയോ ചെയ്തില്ല. – സംസ്കാരത്തോടെയുള്ള ഒരു മറുപടിപോലും നൽകാതെ – വായ കൂട്ടിയടച്ച് ഗൗരവഭാവത്തിൽ തലതിരിച്ചിരുന്നു! പിന്നെ ഒരു വർഷത്തോളം ഞാനവളെ കണ്ടിട്ടില്ല. അന്നവൾ ഒരു സൊസൈറ്റി ലേഡി ആയിരുന്നു. മിസിസ് ഹോൾഫോർഡിന്റെ വീട്ടിൽ വച്ചാണ് ഞാനവളെ കണ്ടത്, അവളെ തിരിച്ചറിയാനായില്ല. അവൾ എന്റെ അടുത്തുവന്ന്, എന്നെ പരിചയമുണ്ടെന്നു പറഞ്ഞ് മുഖത്തേക്ക് തറപ്പിച്ച് നോക്കി; പൊട്ടിച്ചിരിച്ചുകൊണ്ട് സംസാരിച്ചു. ഏത് ഭാഗത്തേക്കാണ് നോക്കേണ്ടതെന്ന് എനിക്കറിയില്ലായിരുന്നു. ആ മുറിയിൽ ഒരു പരിഹാസപാത്രമായി ഞാനെന്നെനിക്കു

തോന്നി" മിസ്സ്. ക്രാഫോർഡ് കേട്ട കഥ.

"വളരെ മനോഹരമായ കഥ. മിസ്സ്. ആണ്ടർസനെ പ്രകീർത്തിക്കുന്നതിനെക്കാളേറെ അതിലെ സത്യാവസ്ഥയാണ് പ്രധാനം. സാർവത്രികമായൊരു അബദ്ധമാണത്. പെൺമക്കളെ നേരായ മാർഗത്തിലൂടെ നിയന്ത്രിച്ചു നടത്താൻ അമ്മമാർക്ക് തീർച്ചയായും കഴിയുന്നില്ല. എവിടെയാണ് തെറ്റെന്ന് എനിക്കറിയില്ല. മനുഷ്യരെ നേരെയാക്കലാണെന്റെ ലക്ഷ്യം എന്നൊന്നും ഞാൻ നടിക്കുന്നില്ല; എന്നാൽ, മനുഷ്യർ പലപ്പോഴും തെറ്റുകാരാണെന്ന് ഞാൻ കാണുന്നു."

"സ്ത്രീകളുടെ പെരുമാറ്റ രീതി എങ്ങനെയായിരിക്കണമെന്ന് ലോകത്തിന് കാണിച്ചുകൊടുക്കുന്നവർ" മിസ്റ്റർ ബെർട്രാം ഗാംഭീര്യത്തോടെ പറഞ്ഞു– "അവരെ നേരെയാക്കാൻ ഒരുപാട് കാര്യങ്ങൾ ചെയ്യാനുണ്ട്."

"തെറ്റ് വളരെ സ്പഷ്ടമാണ്" പരുക്കൻ മട്ടിൽ എഡ്മണ്ട് അഭിപ്രായപ്പെട്ടു. "അത്തരം പെൺകുട്ടികൾ മോശമായ രീതിയിലാണ് വളർത്തപ്പെട്ടത്. തുടക്കം മുതലേ അവർക്ക് തെറ്റായ ആശയങ്ങളാണ് നൽകിപ്പോന്നത്. പൊങ്ങച്ചമായിരുന്നു അവരുടെ ലക്ഷ്യം. പൊതുവേദിയിൽ പ്രത്യക്ഷപ്പെടുന്നതുവരെ അവരുടെ പെരുമാറ്റത്തിൽ യഥാർഥ വിനയമേ ഇല്ലായിരുന്നു."

"എനിക്കറിയില്ല" മിസ്സ് ക്രാഫോർഡ് വിമുഖതയോടെ മറുപടി നൽകി. "അതെ അക്കാര്യത്തിൽ എനിക്ക് നിങ്ങളോട് യോജിക്കാനാവില്ല. ഏറ്റവും വിനയമുള്ള സമയമാണത്. പെൺകുട്ടികൾ സമൂഹത്തിൽ ഇടപഴകാത്തതാണ് കൂടുതൽ ദോഷകരം; അവർക്ക് അതിനുള്ള പരിതഃസ്ഥിതിയും സ്വാതന്ത്ര്യവും നൽകുക. അതല്ലാതിരിക്കുന്നത് എല്ലാറ്റിനേക്കാളും മോശമാണ് – തികച്ചും വെറുപ്പ് ഉളവാക്കുന്നത്!"

"അതെ, തീർച്ചയായും അത് വളരെ അസൗകര്യമുളവാക്കുന്നതാണ്" മിസ്റ്റർ ബെർട്രാം പറഞ്ഞു.

"അതൊരുവനെ തെറ്റായ മാർഗത്തിലേക്ക് നയിക്കുന്നു. എന്താണ് ചെയ്യേണ്ടതെന്നവന് അറിയില്ല. നീ ഭംഗിയായി വർണിച്ച അരികില്ലാത്ത തൊപ്പിയും ഗൗരവഭാവവും എന്താണ് പ്രതീക്ഷിക്കുന്നതെന്ന് വിളിച്ചറിയിക്കുന്നു. പരിചയക്കുറവുമൂലം കഴിഞ്ഞ വർഷം ഭയങ്കരമായൊരു ദുർഘടം എനിക്കുണ്ടായി. കഴിഞ്ഞ സെപ്റ്റംബറിൽ ഞാൻ ഒരു സുഹൃത്തിനോടൊപ്പം റാംസ്ഗേറ്റിൽ ഒരാഴ്ച താമസിക്കാൻ പോയി – വെസ്റ്റിൻഡീസിൽ നിന്നുവന്ന ഉടനെ – എന്റെ സുഹൃത്ത് സ്നെയിദ് – ഞാൻ സ്നെയിദിനെക്കുറിച്ച് പറഞ്ഞിട്ടുള്ളത് നീ കേട്ടിരിക്കുമല്ലോ, എഡ്മണ്ട്. അവന്റെ അച്ഛനും അമ്മയും സഹോദരിമാരും എല്ലാം അവിടെയുണ്ട്. എല്ലാവരും എനിക്ക് അപരിചിതർ, ഞങ്ങൾ അൽബിയോനിൽ എത്തിയപ്പോൾ അവരെല്ലാം പുറത്ത് പോയിരിക്കുകയായിരുന്നു. ഞങ്ങൾ അവരെ തേടി പുറപ്പെട്ടു. കടൽപ്പാലത്തിൽവച്ച് അവരെ കണ്ടെത്തി. മിസിസ് സ്നെയിദും രണ്ട് പുത്രിമാരും അവരുടെ പരിചയക്കാരും ഉണ്ട്. ഞാനവരെ കുനിഞ്ഞ് വണങ്ങി. മിസിസ് സ്നെയിദിന് ചുറ്റും ഒരുപാട് ആളുകൾ ഉണ്ടായിരുന്നതിനാൽ ഒരു മകളോടൊപ്പം ഞാൻ സമയം ചെലവഴിച്ചു, വീട്ടിലേ

ക്കുള്ള വഴി മുഴുവൻ ഞാനവളോടൊപ്പം നടന്നു. ഞാൻ പരമാവധി ഭംഗിയായിട്ടാണ് അവളോട് പെരുമാറിയത്. ആ യുവതിയുടെ പെരുമാറ്റം തികച്ചും അനായാസമായ രീതിയിലായിരുന്നു, സംസാരിക്കുന്നതിലും കേൾക്കുന്നതിലും. ഞാൻ എന്തെങ്കിലും തെറ്റ് ചെയ്യുകയാണെന്ന സന്ദേഹം എനിക്കില്ലായിരുന്നു. അവർ ഇരുവരും ഒരേപോലെയാണ്. ഇരുവരും ഭംഗിയായി വസ്ത്രം ധരിച്ച്, മറ്റ് പെൺകുട്ടികളെപ്പോലെ ശിരോവസ്ത്രം ധരിച്ച്, അലങ്കാരക്കുട പിടിച്ചു. പിന്നീടാണ് ഞാൻ സ്വയം മനസിലാക്കിയത്, താഴെയുള്ളവളോടാണ് എനിക്ക് കൂടുതൽ താൽപ്പര്യമെന്ന്. അവൾ സൊസൈറ്റിയിൽ പങ്കെടുത്ത് തുടങ്ങിയിട്ടില്ല. മൂത്തവളെ അങ്ങേയറ്റം കുറ്റപ്പെടുത്തും. അടുത്ത ആറുമാസത്തോളം മിസ്സ്. അഗസ്ത ശ്രദ്ധിക്കപ്പെട്ടിട്ടില്ല. എനിക്ക് തോന്നുന്നത്, മിസ്സ്. സ്നെയിദ് എന്നോടൊരിക്കലും ക്ഷമിച്ചിട്ടില്ലെന്നാണ്."

"അത് തീർച്ചയായും മോശം തന്നെ. പാവം മിസ്സ്. സ്നെയിദ്! എനിക്ക് അനിയത്തിമാരൊന്നുമില്ലെങ്കിലും, അവളോട് സഹതാപം തോന്നുന്നു. അതിന്റേതായ സമയത്ത് അവഗണിക്കപ്പെടുന്നത് വളരെ കഷ്ടമാണ്. എന്നാൽ, പൂർണമായും അമ്മയുടെ കുറ്റമാണ്. മിസ്സ് അഗസ്ത ഗവർണസിന്റെ കൂടെ ആയിരിക്കണം വളർന്നിരിക്കുക. അങ്ങനെ പപ്പാതി പ്രവൃത്തികൾ ഒരിക്കലും സഫലീകരിക്കപ്പെടാറില്ല. എന്നാൽ ഇപ്പോൾ മിസ്സ്. പ്രൈസിന്റെ കാര്യത്തിൽ എനിക്ക് സംശയം തീർക്കണം. അവൾ 'ബാളു'കളിൽ പങ്കെടുക്കാറുണ്ടോ? എന്റെ സഹോദരിയുടെ വീട്ടിൽ ഡിന്നറിനു പോകുന്നതുപോലെ മറ്റ് ഇടങ്ങളിലും പോകാറുണ്ടോ?"

"ഇല്ല" എഡ്മണ്ട് മറുപടി നൽകി. "അവൾ ഒരിക്കലും 'ബാളി'നു പോയിട്ടില്ലെന്നാണ് ഞാൻ കരുതുന്നത്. എന്റെ അമ്മ വിരളമായേ സമൂഹപരിപാടികൾക്ക് പോകാറുള്ളൂ. മിസിസ് ഗ്രാന്റിന്റെ അടുത്തല്ലാതെ മറ്റൊരിടത്തും ഡിന്നറിന് പോകാറില്ല. ഫാന്നി അമ്മയോടൊപ്പം വീട്ടിലിരിക്കും."

"ഓ! അപ്പോൾ കാര്യം വ്യക്തമായി. മിസ് പ്രൈസ് ഒരു സൊസൈറ്റി ലേഡിയല്ല."

6

മിസ്റ്റർ ബെർട്രാം യത്രയായി. അതുമൂലം സൊസൈറ്റിയിൽ വന്നുപെട്ട വിടവ് കണ്ടെത്താനും നഷ്ടബോധം മനസിലാക്കാനും മിസ്. ക്രാഫോർഡ് തയാറെടുക്കുകയായിരുന്നു. മിക്കവാറും എല്ലാ ദിവസവും ഇരുകുടുംബങ്ങളും സമ്മേളിക്കുക പതിവായിരുന്നു. അവൻ പോയശേഷം നടന്ന എല്ലാ ഡിന്നറുകളിലും അവൾ തന്റേതായ സീറ്റിൽ തന്നെയാണ് ഇരിക്കാറുള്ളത്, ഡൈനിങ് ടേബിളിന്റെ ഒരറ്റത്ത്. ഗൃഹനാഥന്മാരുടെ മാറ്റത്തിൽ ഏറ്റവും വിഷാദകരമായ അന്തരം ഡിന്നർ വേളയിൽ അനുഭവപ്പെടുമെന്ന പ്രതീക്ഷയിലായിരുന്നു അവളുടെ ഇരുപ്പ്. അതൊരു സാധാ

രണ്ട ചടങ്ങായിരിക്കുമെന്നവൾ ഉറപ്പിച്ചു. സഹോദരനുമായി താരതമ്യപ്പെടുത്തുമ്പോൾ, എഡ്മണ്ടിന് ഒന്നും പറയാനുണ്ടാകില്ല, ഒരു തണുപ്പൻ മട്ടിൽ, യാതൊരു പ്രസരിപ്പുമില്ലാതെ സൂപ്പ് കൊടുത്തുവിടും, പുഞ്ചിരിക്കാതെ വീണുകിടക്കും. കളിതമാശകളൊന്നുമില്ലാതെ; അനുഭവകഥകളൊന്നും "എന്റെ ഇന്ന സുഹൃത്ത്" എന്നു തുടങ്ങുന്ന രസകരമായ കഥകൾ – പറയാതെ ആയിരിക്കും വേട്ടമാംസം മുറിക്കുക. മേശയുടെ മുന്നിലെ അറ്റത്ത് നടക്കുന്ന തമാശകൾ കേട്ട് അവൾക്ക് ആശ്വാസം കണ്ടെത്തേണ്ടിയിരുന്നു. അവൾ മിസ്റ്റർ റഷ്വർത്തിനെ നിരീക്ഷിച്ചുകൊണ്ടിരുന്നു. ക്രാഫോർഡുമാർ എത്തിയശേഷം മാൻസ്ഫീൽഡിലേക്കുള്ള അയാളുടെ ആദ്യസന്ദർശനമാണത്. അടുത്ത കൗണ്ടിയിലെ ഒരു സുഹൃത്തിനെ അയാൾ സന്ദർശിച്ചിരുന്നു, ആ സുഹൃത്ത് തന്റെ സ്ഥലം ഒരു ആർക്കിടെക്ടറിനെക്കൊണ്ട് മോടിപിടിപ്പിച്ചെടുത്തു. അതുകണ്ട് തിരിച്ചുവരുമ്പോൾ അയാളുടെ തലയ്ക്കകത്ത് ആ ചിന്ത മാത്രമേ ഉണ്ടായിരുന്നുള്ളൂ; അതേ രീതിയിൽ തന്റെ സ്ഥലവും മോടിപിടിപ്പിക്കാനയാൾ അതിയായി മോഹിച്ചു. അതിനെക്കുറിച്ചു മാത്രമേ അയാൾക്ക് സംസാരിക്കാനുണ്ടായിരുന്നുള്ളൂ. സന്ദർശനമുറിയിൽ വച്ച് ഇക്കാര്യം സംസാരിച്ചു കഴിഞ്ഞതാണ്, ഡൈനിങ് റൂമിലും അതാവർത്തിക്കപ്പെട്ടു. മിസ്സ്. ബെർട്രാമിന്റെ ശ്രദ്ധയും, അഭിപ്രായവുമാണ് അയാളുടെ ലക്ഷ്യമെന്ന് വ്യക്തം. അവളുടെ പെരുമാറ്റം വളരെ പ്രഭാവത്തോടെ ആയിരുന്നെങ്കിലും 'സതർട്ടൻ കോർട്ടി'നെക്കുറിച്ചുള്ള സൂചനയും, അതിനോടനുബന്ധിച്ച സങ്കൽപ്പങ്ങളും ആത്മസംതൃപ്തി നൽകിയിരുന്നു. അതുകൊണ്ട് ഈ സംഭാഷണത്തിൽ വിമുഖത കാണിക്കാനവൾ തുനിഞ്ഞില്ല.

"നിങ്ങൾ 'കോംപ്ടൻ' കണ്ടിരുന്നെങ്കിൽ എന്നു ഞാൻ ആഗ്രഹിച്ചുപോകുന്നു.'' അയാൾ പറഞ്ഞു. ''പൂർണതയിലെത്തിയ ഒരു സ്ഥലമാണത്! ഇത്രയും രൂപാന്തരം വരുത്തപ്പെട്ട ഒരു സ്ഥലം ജീവിതത്തിൽ ഞാൻ കണ്ടിട്ടില്ല. ഞാൻ എവിടെയാണെന്നെനിക്കറില്ല എന്നാണ് ഞാൻ സ്മിത്തിനോട് പറഞ്ഞത്! പ്രവേശനവഴി ഇപ്പോൾ ആ പ്രദേശത്തിലെ ഏറ്റവും മനോഹരമായതാണ്. വീട് ഏറ്റവും അതിശയകരവും. ഇന്നലെ ഞാൻ തിരിച്ചെത്തിയപ്പോൾ 'സതർട്ടൻ' ഒരു ജയിൽ പോലെയാണെനിക്ക് തോന്നിയത് – ശോകമൂകമായ തടങ്കൽപാളയം."

"ഓ! ലജ്ജാകരം" മിസിസ് നോറിസ് ഒച്ചവെച്ചു, "ഒരു ജയിൽ, തീർച്ചയായും! സതർട്ടൻകോർട്ട് ലോകത്തിലെ ഏറ്റവും ശ്രേഷ്ഠമായ പുരാതനസ്ഥലമാണത്."

"അത് നവീകരിക്കേണ്ടതുണ്ട്, മാം, ഒരുപാട്. ഇത്രയും നവീകരിക്കേണ്ട ഒരു സ്ഥലം ഞാൻ ജീവിതത്തിൽ കണ്ടിട്ടില്ല; ഇത്രയും പരിതാപകരമായ നിലയിലുള്ള ഈ സ്ഥലം എന്തുചെയ്യണമെന്നെനിക്കറിയില്ല."

"ഈ സമയത്ത് മിസ്റ്റർ റഷ്വർത്ത് ഇങ്ങനെ ചിന്തിക്കുന്നതിൽ അത്ഭുതമൊന്നുമില്ല" മിസിസ് ഗ്രാന്റ് മന്ദഹാസത്തോടെ മിസിസ് നോറിസിനോട് പറഞ്ഞു." അവന്റെ ആഗ്രഹംപോലെ സമയത്തിനുതന്നെ എല്ലാ

വിധ നവീകരണങ്ങളും സതർട്ടണിൽ ഉണ്ടാകും."

"അതിലെന്തെങ്കിലും ചെയ്യാൻ ഞാൻ ശ്രമിക്കും" റഷ്വർത്ത് അഭിപ്രായപ്പെട്ടു. "എന്നാൽ എന്താണതെന്നെനിക്കറിയില്ല, എന്നെ അക്കാര്യത്തിൽ സഹായിക്കാൻ ചില നല്ല സുഹൃത്തുക്കളുണ്ടെന്ന് ഞാൻ വിശ്വസിക്കുന്നു."

"നിങ്ങളുടെ ഏറ്റവും നല്ല സുഹൃത്ത് ഈ സന്ദർഭത്തിൽ" മിസ്. ബെർട്രാം ശാന്തയായി പറഞ്ഞു, "മിസ്റ്റർ റെപ്റ്റൻ തന്നെയായിരിക്കും എന്നു ഞാൻ ഊഹിക്കുന്നു."

"ഞാനും അതുതന്നെയാണ് വിചാരിക്കുന്നത്. സ്മിത്തിന്റെ സ്ഥലം അവൻ വളരെ ഭംഗിയായി മോടിപിടിപ്പിച്ചു; അവനെ ഉടനെ വരുത്തിയെങ്കിലോ എന്നു ഞാൻ ചിന്തിക്കുകയാണ്. ഒരു ദിവസം അഞ്ച് ഗിനിയാണവന്റെ പ്രതിഫലം."

"കൊള്ളാം, പത്തായാലും" മിസിസ് നോറിസ് ഉദ്ഘോഷിച്ചു. "നീ അത് കാര്യമാക്കില്ലെന്നെനിക്കുറപ്പാണ്, ചെലവ് ഒരു പ്രതിബന്ധമാകില്ല. നിന്റെ സ്ഥാനത്ത് ഞാനായാലും ചെലവിനെക്കുറിച്ച് ചിന്തിക്കില്ല; ഏറ്റവും മനോഹരമായ രീതിയിൽ എല്ലാം ചെയ്യിക്കും, കഴിയാവുന്നത്ര സുന്ദരമാക്കും, സതർട്ടൻകോർട്ട് പോലുള്ള ഒരു സ്ഥലം അഭിരുചിക്കും പണത്തിനും കഴിയാവുന്നത്ര പ്രൗഢിയോടെ വികസിപ്പിച്ചെടുക്കണം, ആ സ്ഥലം അതർഹിക്കുന്നു. പണി ചെയ്യിപ്പിക്കാനായി ഒരുപാട് സ്ഥലമുണ്ടവിടെ, ഭൂമിയും അതിനനുയോജ്യംതന്നെ, ഫലഭൂയിഷ്ഠം. സതർട്ടന്റെ പതിനഞ്ചിലൊന്നു ഭൂമി എനിക്കുണ്ടായിരുന്നെങ്കിൽ ഞാൻ എന്തുമാത്രം ചെടികൾ വെച്ചുപിടിപ്പിച്ചേനെ! എനിക്കത് വളരെയേറെ ഇഷ്ടമുള്ള കാര്യമാണ്. ഞാൻ ഇപ്പോൾ താമസിക്കുന്നിടത്തുള്ള അരഏക്കർ സ്ഥലത്ത് അത്തരം പണികളെന്തെങ്കിലും ചെയ്യാൻ ശ്രമിക്കുന്നത് പരിഹാസ്യമായിരിക്കും, മറ്റുള്ളവർക്ക് ചിരിക്കാൻ! എനിക്ക് കൂടുതൽ സ്ഥലമുണ്ടായിരുന്നെങ്കിൽ, അത് വികസിപ്പിച്ചെടുക്കാനും ചെടികൾ നട്ടുവളർത്താനും അതിശയകരമായ ആവേശം ഞാൻ കാട്ടിയേനെ. പുരോഹിത ഭവനത്തിൽ ഒരുപാട് പണികൾ ഞാൻ ചെയ്തിരുന്നു. ഞങ്ങൾ ആദ്യം താമസം തുടങ്ങിയതിനെക്കാൾ വളരെയേറെ മാറ്റങ്ങൾ ഞാനവിടെ വരുത്തി. നിങ്ങളൊന്നും ഒരുപക്ഷേ അതോർക്കുന്നുണ്ടാകില്ല. എന്നാൽ പ്രിയപ്പെട്ട സർ. തോമസ് ഇവിടെ ഉണ്ടായിരുന്നെങ്കിൽ ഞങ്ങൾ നടത്തിയ പരിഷ്കാരങ്ങളെക്കുറിച്ച് പറയുമായിരുന്നു. പാവം മിസ്റ്റർ നോറിസിന്റെ ആരോഗ്യസ്ഥിതി മോശമായിരുന്നില്ലെങ്കിൽ ഇനിയും വളരെയേറെ ചെയ്തേനെ. ആ പാവത്തിന് പുറത്തുവന്ന് ഒന്നും ആസ്വദിക്കാൻ കഴിയാതായപ്പോൾ എന്റെ ഹൃദയം തകർന്നു, ഞാനും സർ. തോമസും ചേർന്ന് ചർച്ച ചെയ്യാറുള്ള പല ഭാവി പദ്ധതികളും എനിക്ക് ഉപേക്ഷിക്കേണ്ടിവന്നു. അതല്ലായിരുന്നുവെങ്കിൽ, ഡോ. ഗ്രാന്റ് ചെയ്തപോലെ നടുവിൽ ഒരു മതിൽ പണിത് പള്ളിപ്പറമ്പ് വേർതിരിച്ച് സ്വന്തം പറമ്പിൽ നല്ലരീതിയിൽ കൃഷിയിറക്കിയേനെ. അതേ നിലയിൽത്തന്നെ ഞങ്ങൾ എന്നും എന്തെങ്കിലും ചെയ്യുമായിരുന്നു. മിസ്റ്റർ നോറിസ് മരിച്ചതിന് ഒരു

വർഷം മുമ്പുള്ള വസന്തത്തിലാണ് ആ കനത്ത മതിലിനടുത്തുള്ള ആപ്രിക്കോട്ട് മരം നട്ടത്. അതെത്ര മനോഹരമായ വൃക്ഷമായി വളർന്നിരിക്കുന്നു സർ." ഡോ.ഗ്രാന്റിനെ നോക്കിക്കൊണ്ടവൾ പറഞ്ഞു നിറുത്തി.

"യാതൊരു സംശയവുമില്ല, മരം ഭംഗിയായി വളരുന്നുണ്ട്, മാഡം." ഡോ. ഗ്രാന്റ് മറുപടി നൽകി. "വളക്കൂറുള്ള മണ്ണാണ്. ഞാനെപ്പോഴും അതിന്നരികിലൂടെ കടന്നുപോകുമ്പോൾ ഓർക്കാറുണ്ട്, ആ പഴങ്ങൾ കഷ്ടപ്പെട്ട് പെറുക്കി എടുക്കുന്നതെന്തിനാണ്, എന്ന്!"

"സർ, അത് മൂർപാർക്കാണ്, ഒരു പ്രത്യേകതരം ആപ്രിക്കോട്ട്, ഞങ്ങളത് വാങ്ങിച്ചതാണ് - നല്ല വിലപിടിപ്പുള്ളയിനം - സർ തോമസിന്റെ സമ്മാനമായിരുന്നു അത്; എന്നാൽ, അതിന്റെ ബില്ല് ഞാൻ കാണാനിടയായി, ഏഴ് ഷില്ലിംസ് മൂർപാർക്കിന്റെ വിലയാണത്രെ അത്."

"നിങ്ങൾ കബളിപ്പിക്കപ്പെട്ടു, മാഡം." ഡോ. ഗ്രാന്റ് മറുപടി നൽകി. "ആ മൂർപാർക്ക് ആപ്രിക്കോട്ടിന്റെ മണം തന്നെയാണ് ഈ ഉരുളക്കിഴങ്ങുകൾക്കും. ഒട്ടും രുചിയില്ലാത്ത പഴം. എന്നാൽ, നല്ല ആപ്രിക്കോട്ട് തിന്നാൻ എന്തു രസമാണ്; എന്റെ തോട്ടത്തിൽ അത്തരത്തിലുള്ളതൊന്നുമില്ല."

"സത്യം ഇതാണ് മാഡം" മിസിസ് നോറിസിനോട് സ്വകാര്യം പറയുന്നതുപോലെ മേശയ്ക്ക് എതിരെ ഇരുന്ന മിസിസ് ഗ്രാന്റ് അഭിപ്രായപ്പെട്ടു "ഡോ. ഗ്രാന്റിന് നമ്മുടെ ആപ്രിക്കോട്ടിന്റെ സ്വാഭാവിക സ്വാദ് അറിയില്ല. അദ്ദേഹം ഒരെണ്ണംപോലും ആസ്വദിച്ച് കഴിച്ചിട്ടില്ല. കാരണം, അത്രയ്ക്ക് വിലയുള്ള പഴമാണത്. നമ്മുടേതാണെങ്കിൽ എത്ര വലിയ നല്ലയിനം ആപ്രിക്കോട്ടാണ്. ആദ്യം ചവർപ്പും പിന്നെ മധുരവുമുള്ള ആ പഴങ്ങൾ എല്ലാം കിട്ടുവാനായി എന്റെ പാചകക്കാരൻ തന്ത്രങ്ങൾ പ്രയോഗിക്കാറുണ്ട്."

മിസിസ് നോറിസിന്റെ മുഖം ചുവക്കാൻ തുടങ്ങി, പക്ഷേ സമനില പാലിച്ചു. കുറച്ചുകഴിഞ്ഞ്, വീണ്ടും സതർട്ടനിന്റെ വികസനത്തെക്കുറിച്ചുള്ള സംസാരം പുനരാരംഭിക്കപ്പെട്ടു. ഡോ. ഗ്രാന്റും മിസിസ് നോറിസും ഒരിക്കലും അടുത്ത സുഹൃത്തുക്കളായിരുന്നിട്ടില്ല. നാശത്തിന്റെ വക്കിലാണവർ പരിചയപ്പെടാനിടയായത്. തികച്ചും വ്യത്യസ്തമാണവരുടെ ശീലങ്ങൾ.

ചെറിയൊരു ഇടവേളയ്ക്കുശേഷം മിസ്റ്റർ റഷ്വർത്ത് വീണ്ടും ആരംഭിച്ചു "എല്ലാ നാട്ടുകാരും സ്മിത്തിന്റെ സ്ഥലത്തെ അഭിനന്ദിച്ചു. റെപ്ടൻ പുനരുദ്ധാരണം ഏറ്റെടുക്കുന്നതുവരെ അതൊന്നുമില്ലായിരുന്നു! റെപ്ടനെ കൊണ്ടുവരണമെന്നുതന്നെയാണ് എനിക്ക് തോന്നുന്നത്."

"മിസ്റ്റർ റഷ്വർത്ത്" ലേഡിബർട്രാം പറഞ്ഞു "ഞാനായിരുന്നു നിന്റെ സ്ഥാനത്തെങ്കിൽ അതിമനോഹരമായ കുറ്റിച്ചെടികൾ വച്ചുപിടിപ്പിക്കും. നല്ല കാലാവസ്ഥയിൽ അവിടെ ചെന്നിരിക്കാൻ വളരെ സുഖമായിരിക്കും."

ലേഡിയോട് പൂർണമായും യോജിപ്പ് പ്രകടിപ്പിക്കുവാൻ മിസ്റ്റർ റഷ്വർത്ത് വെമ്പുകയായിരുന്നു. അതോടൊപ്പം മറ്റ് സ്ത്രീകളെയും

സംതൃപ്തരാക്കണമല്ലോ. ഒരാളുടെ സംതൃപ്തി മാത്രമാണയാൾ ഏറ്റവും കൂടുതൽ ആഗ്രഹിച്ചത്, അയാൾ പരിഭ്രമിക്കാൻ തുടങ്ങി. വൈൻ 'പ്രൊപ്പോസ്' ചെയ്തുകൊണ്ട് അയാളുടെ പരിഭാഷണത്തിന് അന്ത്യംകുറിക്കാൻ എഡ്മണ്ടിനു കഴിഞ്ഞു. അതിലവന് സന്തോഷം തോന്നി. സാധാരണ നിലയിൽ വലിയ സംസാരപ്രിയനൊന്നുമല്ലാത്ത മിസ്റ്റർ റഷ്‌വർത്തിന് മനസിലുള്ള പലതും ഇനിയും തുറന്നു പറയാനുണ്ടായിരുന്നു.

"സ്മിത്തിന് നൂറ് ഏക്കറിൽ കൂടുതൽ സ്ഥലം കാണില്ല, അതത്ര അധികമൊന്നുമല്ല. എന്നാൽ ആ സ്ഥലം നവീകരിച്ച് ഇത്രയും മനോഹരമാക്കിയത് അതിശയം തന്നെ. ഇപ്പോൾ സതർട്ടണിൽ എഴുന്നൂറ് ഏക്കറിലധികമുണ്ട്, ചതുപ്പുനിലങ്ങൾ കണക്കിലെടുക്കാതെ തന്നെ. അപ്പോൾ കോപ്ടണിൽ അത്രയൊക്കെ ചെയ്യാമെങ്കിൽ, നമ്മൾക്ക് നിരാശപ്പെടേണ്ടിവരില്ല. വീടിനടുത്ത് നിൽക്കുന്ന രണ്ടോ മൂന്നോ വലിയ നല്ല മരങ്ങൾ മുറിച്ചുമാറ്റേണ്ടി വരും. അപ്പോൾ നല്ല തുറസായിരിക്കും. റെപ്ടനോ, അതുപോലുള്ള മറ്റൊരാൾക്കോ സതർട്ടണിൽ പ്രവർത്തനമാരംഭിക്കാനുള്ള പ്രവേശനവഴി അതിലൂടെ ലഭ്യമാകും; പടിഞ്ഞാറെ അറ്റത്തു നിന്നും കുന്നിന്റെ മുകൾഭാഗം വരെ എത്തുന്ന ഒരു പാത മനസിലായോ." പ്രത്യേകിച്ചും മിസ്സ്. ബെർട്രാമിനുനേരെ തിരിഞ്ഞുകൊണ്ടാണയാൾ സംസാരിച്ചത്. അതിന് മറുപടി നൽകേണ്ടത് ഉചിതമാണെന്ന് മിസ്സ്. ബെർട്രാം കരുതി.

"പാതയോ! ഓ! എനിക്കത് ഓർക്കാനാകുന്നില്ല. സതർട്ടനെക്കുറിച്ച് കാര്യമായൊന്നും എനിക്കറിയില്ല."

മിസ്സ്. ക്രാഫോർഡിനു നേരെ എതിരായി എഡ്മണ്ടിനപ്പുറത്തിരുന്ന ഫാന്നി എല്ലാം വളരെ ശ്രദ്ധിച്ച് കേൾക്കുന്നുണ്ടായിരുന്നു. അവൾ എഡ്മണ്ടിനെ നോക്കി മെല്ലെ പറഞ്ഞു:

"പാതയ്ക്കുവേണ്ടി മരങ്ങൾ വെട്ടിവീഴ്ത്തുകയോ! എന്തൊരു കഷ്ടം! കോപ്പറിന്റെ വാക്കുകൾ അത് നിങ്ങളെ ഓർമിപ്പിക്കുന്നില്ലേ? മുറിച്ചു വീഴ്ത്തപ്പെട്ട വൃക്ഷങ്ങളേ, ഒരിക്കൽക്കൂടി നിങ്ങളുടെ ദുർവിധിയോർത്ത് ഞാൻ കേഴുന്നു."

അയാൾ പുഞ്ചിരിച്ചുകൊണ്ട് മറുപടി നൽകി: "പാതയോരത്തെ മരങ്ങൾക്ക് യാതൊരു രക്ഷയുമില്ലെന്നു ഞാൻ ഭയപ്പെടുന്നു, ഫാന്നി."

"മരങ്ങൾ വെട്ടിമാറ്റുന്നതിന് മുമ്പ് സതർട്ടൻ കാണണമെന്ന് എനിക്കാഗ്രഹമുണ്ട്, ഇപ്പോഴത്തെ നിലയിൽ കാണാനൊരു മോഹം. എന്നാലതിന് സാധിക്കുമെന്ന് തോന്നുന്നില്ല."

"നീ അവിടെ ഒരിക്കലും പോയിട്ടില്ലേ? ഇല്ല, നിനക്ക് പറ്റിയിട്ടുണ്ടാവില്ല. നിർഭാഗ്യവശാൽ സവാരിക്കുപോകാൻ പറ്റാത്തത്ര ദൂരെയാണത്. നമ്മൾക്കെന്തെങ്കിലും ഉപായം കണ്ടുപിടിക്കാം."

"ഓ! അത് സാരമില്ല. എപ്പോഴെങ്കിലും ഞാനവിടെ പോകുമ്പോൾ, മുമ്പത് എങ്ങനെയായിരുന്നെന്ന് നിങ്ങൾ പറഞ്ഞുതന്നാൽ മതി."

"ഞാൻ കരുതുന്നു" മിസ്സ്. ക്രാഫോർഡ് അഭിപ്രായപ്പെട്ടു "ഗാംഭീര്യമുള്ളൊരു പുരാതന സ്ഥലമാണ് സതർട്ടൻ. ഏതെങ്കിലും പ്രത്യേക

ശൈലിയിലുള്ളതാണോ കെട്ടിടം?"

"എലിസബത്ത് കാലഘട്ടത്തിലാണ് കെട്ടിടം നിർമിക്കപ്പെട്ടിട്ടുള്ള ത്. ഇഷ്ടികകൊണ്ട് പണിത ക്രമീകൃതമായ കൂറ്റൻ കെട്ടിടമാണ്. ഭീമ മാണെങ്കിലും, പ്രൗഢിയുള്ളതാണ്, ഒരുപാട് നല്ല മുറികളുണ്ട്. എന്നാൽ, സ്ഥാനം ശരിയായില്ല. പാർക്കിന്റെ ഏറ്റവും താഴ്ന്ന സ്ഥലത്താണത് നിർമിക്കപ്പെട്ടിരിക്കുന്നത്. ആ നിലയ്ക്ക് വികസന സാധ്യത കുറവാണ്. പക്ഷേ മരങ്ങൾ മനോഹരമാണ്. സുന്ദരമായൊരു അരുവിയും അതി ലൂടെ ഒഴുകുന്നു. അതിന് പുതിയൊരു പരിവേഷം നൽകാൻ മിസ്റ്റർ റഷ്വർത്ത് നടത്തുന്ന ശ്രമം തികച്ചും യുക്തമാണ് എന്നു ഞാൻ കരുതുന്നു. അതെല്ലാം അതിഭംഗിയായി നിർവഹിക്കപ്പെടുമെന്ന കാര്യ ത്തിൽ എനിക്ക് യാതൊരു സംശയവുമില്ല."

മിസ്സ്. ക്രാഫോർഡ് ക്ഷമയോടെ ശ്രദ്ധിച്ചിരുന്നു, എന്നിട്ടു ആത്മഗ തമായി പറഞ്ഞു, "അയാൾ നല്ല സമ്പന്നനാണ്; അത് ഏറ്റവും നല്ല രീതിയിൽത്തന്നെ നിർവഹിക്കും."

"ഞാൻ മിസ്റ്റർ റഷ്വർത്തിനെ സ്വാധീനിക്കാനാഗ്രഹിക്കുന്നില്ല." അവൻ തുടർന്നു. "എന്നാൽ മോടിപിടിപ്പിച്ചെടുക്കാൻ എനിക്കൊരു സ്ഥല മുണ്ടായിരുന്നെങ്കിൽ ഞാനാ ജോലി മറ്റൊരാളെ ഏൽപ്പിക്കില്ല. ഭംഗികു റച്ചു കുറഞ്ഞാലും എന്റെ ആഗ്രഹപ്രകാരം അയാളുടെ മണ്ടത്തരങ്ങ ളെക്കാൾ എനിക്ക് സ്വീകാര്യമായിരിക്കും.

"ചെയ്യാൻ പോകുന്നതെന്താണെന്ന് സ്വയം അറിഞ്ഞിരിക്കണം, തീർച്ചയായും – എന്നാൽ എനിക്കത് യോജിച്ചതല്ല. ഇത്തരം കാര്യങ്ങ ളിൽ എനിക്ക് വലിയ ദർശനമോ വൈഭവമോ ഒന്നുമില്ല, മുന്നിൽ കാണു ന്നതുപോലെ ചെയ്യും. എന്നാൽ ഗ്രാമത്തിൽ എന്റേതായ സ്ഥലമുണ്ടെ ങ്കിൽ, നവീകരണപദ്ധതിക്ക് റെപ്ടണെപ്പോലുള്ള ഒരാളെ നന്ദിപൂർവം നിയോഗിക്കും. എന്റെ പണംകൊണ്ട് നേടാവുന്ന പരമാവധി ഭംഗി ഞാൻ അതിന് വരുത്തും. ആ പണി തീരുന്നതുവരെ ഞാനങ്ങോട്ട് തിരിഞ്ഞു നോക്കുക പോലുമില്ല."

"അതിന്റെ പുരോഗതി കാണാൻ എനിക്ക് വലിയ സന്തോഷമായി രിക്കും." ഫാന്നി പറഞ്ഞു.

"ആയ് – നിങ്ങൾ വളർത്തപ്പെട്ടത് അങ്ങനെയാണ്. എന്റെ ശിക്ഷ ണത്തിൽ അത് ഉൾപ്പെട്ടിരുന്നില്ല, എനിക്കതിൽ യാതൊരു താൽപ്പര്യവു മില്ല. ഏറ്റവും വലിയ ശല്യമായിട്ടാണ് ഞാൻ മോടിപിടിപ്പിക്കലിനെ കാണു ന്നത്. മൂന്നു വർഷം മുമ്പ് എന്റെ ബഹുമാന്യനായ അങ്കിൾ, അഡ്മി റൽ, ടിക്കൻ ഹാമിൽ ഞങ്ങൾക്ക് വേനൽക്കാലത്ത് താമസിക്കാനായി ഒരു കോട്ടേജ് വാങ്ങിച്ചു. പരമാനന്ദത്തോടെയാണ് ഞാനും ആന്റിയും അങ്ങോട്ട് പോയത്. എന്നാൽ അത് അതിമനോഹരമായിരുന്നെങ്കിലും, മോടി പിടിപ്പിക്കാൻ തീരുമാനിക്കപ്പെട്ടു! മൂന്നുമാസം ഞങ്ങൾ അഴുക്കിലും പൊടി യിലും കഴിച്ചുകൂട്ടി, നടക്കാനൊരു ചരൽപ്പാതയോ, ഇരിക്കാനുതകുന്ന ഒരു ബഞ്ചോ ഇല്ലാതെ. നാട്ടിൻപുറത്ത് ലഭിക്കാവുന്നതെല്ലാം എനിക്കിവിടെ ഉണ്ടായിരുന്നു; കുറ്റിച്ചെടികൾ, പൂന്തോട്ടങ്ങൾ, നാടൻ ഇരിപ്പിടങ്ങൾ...

എല്ലാം ആവശ്യത്തിലേറെ. എന്നാൽ, എല്ലാ പ്രവൃത്തികളും എന്റെ അഭിപ്രായം ശ്രദ്ധിക്കാതെയാണ് നിർവഹിക്കപ്പെട്ടത്. ഹെൻട്രി വ്യത്യസ്തനാണ്, എന്തെങ്കിലും ചെയ്തുകൊണ്ടിരിക്കുന്നത് അവന് ഇഷ്ടമാണ്."

താൻ ആദരിച്ച മിസ്സ്. ക്രാഫോർഡിൽനിന്ന്, അവളുടെ അങ്കിളിനെക്കുറിച്ച് നിയന്ത്രണമില്ലാത്ത ഇത്തരം അഭിപ്രായം ഉയർന്നപ്പോൾ എഡ്മണ്ടിന് വിഷമം തോന്നി. അവന്റെ രീതിക്ക് അനുസൃതമായിരുന്നില്ല അത്. കൂടുതൽ ചിരിതമാശകളും പ്രസരിപ്പും അലതല്ലുന്നതുവരെ അവൻ മൂകത പാലിച്ചു, തൽക്കാലം ആ അസ്വസ്ഥത അവൻ വിസ്മരിച്ചു.

"മിസ്സ്. ബെർട്രാം" അവൾ പറഞ്ഞു "എന്റെ 'ഹാർപ്പി'നെക്കുറിച്ച് ഒടുവിൽ വിവരം കിട്ടി. അത് നോർത്തംടനിൽ സുരക്ഷിതമായി സൂക്ഷിച്ചിരിക്കുന്നതായി എനിക്ക് ഉറപ്പ് ലഭിച്ചു. കഴിഞ്ഞ പത്തുദിവസമായി അത് അവിടെത്തന്നെയായിരിക്കണം, നേരെമറിച്ചായിരുന്നു നമ്മൾക്ക് ലഭിച്ചിരുന്ന സന്ദേശങ്ങളെങ്കിലും."

എഡ്മണ്ട് സന്തോഷവും അത്ഭുതവും പ്രകടിപ്പിച്ചു.

"നമ്മുടെ അന്വേഷണം നേരിട്ടായിരുന്നു എന്നതാണ് വാസ്തവം" അവൾ തുടർന്നു. "നമ്മൾ ഒരു ജോലിക്കാരനെ അയച്ചു, നമ്മൾ സ്വയം പോയി, ലണ്ടനിൽനിന്ന് എഴുപത് മൈൽ അകലെയാണത് – ഇന്നുരാവിലെ അതിനെക്കുറിച്ചുള്ള ശുഭവാർത്ത നമ്മൾക്ക് ലഭിച്ചിരിക്കുന്നു. ഏതോ ഒരു കർഷകൻ അത് കണ്ടു, അയാളത് മില്ലുകാരോട് പറഞ്ഞു, മില്ലുകാരൻ ഇറച്ചിവിൽപ്പനക്കാരനെ അറിയിച്ചു, അയാളുടെ മരുമകൻ ഷോപ്പിൽ അറിയിച്ചു."

"ഏതുവിധേനെയാണെങ്കിലും നിനക്ക് വിവരം കിട്ടിയല്ലോ എന്നോർത്ത് ഞാൻ സന്തോഷിക്കുന്നു, ഇനി വൈകില്ലെന്നു വിശ്വസിക്കാം."

"നാളെ എനിക്കത് കിട്ടും; എന്നാൽ എങ്ങനെയായിരിക്കും അത് കൊണ്ടുവരിക? ഒരു വാഗണിലോ വണ്ടിയിലോ ആയാലോ; ഓ! ഇല്ല, അതൊന്നും ഒരു ഗ്രാമത്തിൽ വടകയ്ക്ക് കിട്ടില്ല. ഒരു ഉന്തുവണ്ടിയും പോർട്ടർമാരും ഞാൻ അന്വേഷിക്കേണ്ടതായിരുന്നു."

"ഈ കൊയ്ത്തുകാലത്ത് ഒരു കുതിരവണ്ടി ലഭിക്കുവാൻ നിനക്കു ബുദ്ധിമുട്ടായിരിക്കും."

"എന്തൊക്കെ പ്രശ്നങ്ങളാണ് അത് സൃഷ്ടിച്ചതെന്ന് ഞാൻ അത്ഭുതപ്പെടുന്നു! ഒരു കുതിരവണ്ടി കിട്ടുക എന്നത് ഈ ഗ്രാമത്തിൽ അസാധ്യമായി തോന്നി, അതുകൊണ്ട് നേരിട്ടിക്കാര്യം തിരക്കാം എന്ന് ഞാൻ എന്റെ വേലക്കാരിയോട് പറഞ്ഞു. നോക്കുന്നിടത്തും നടക്കുന്നിടത്തുമെല്ലാം കൊയ്ത്ത് കളങ്ങളാണ്. വെറുതെ ചോദിച്ചുനോക്കാമെന്നു ഞാൻ കരുതി. എന്തൊരതിശയം! ഏറ്റവും അന്യായമായ കാര്യമാണ് ഞാൻ ചോദിക്കുന്നത് എന്നായിരുന്നു അവരുടെ ഭാവം. ഈ ലോകത്ത് ഒരിക്കലും നടക്കാത്ത കാര്യം! എല്ലാ കർഷകരെയും എല്ലാ തൊഴിലാളികളെയും, ആ ഇടവകയിലെ എല്ലാ കച്ചിപ്പുല്ലുകളെയും അത് ചൊടിപ്പിച്ചു! ഡോ. ഗ്രാന്റിന്റെ കാര്യസ്ഥനെ അകറ്റി നിർത്തുന്നതാണ് നല്ലതെന്നെനിക്കുതോ

ന്നി. പൊതുവെ കാരുണ്യവാനായ എന്റെ സഹോദരീഭർത്താവ് പോലും എന്റെ ഉദ്ദേശ്യമറിഞ്ഞപ്പോൾ മുഖം കറുപ്പിച്ചാണ് നോക്കിയത്."

"ഇത്തരമൊരു കാര്യം നീ ചിന്തിക്കാൻ പാടില്ലായിരുന്നു, ചിന്തിച്ചാൽത്തന്നെ വൈക്കോൽ കൊണ്ടുവരുന്നതിന്റെ പ്രാധാന്യം മനസിലാക്കേണ്ടതായിരുന്നു. നീ കരുതുന്നതുപോലെ ഒരു കുതിരവണ്ടി വാടകയ്ക്ക് എടുക്കുന്നത് ഒരിക്കലും അത്ര എളുപ്പമല്ല, നമ്മുടെ കർഷകർക്ക് സ്വതവേ സ്വന്തം വണ്ടി വാടകയ്ക്ക് കൊടുക്കുന്ന ശീലമില്ല, എന്നാൽ, കൊയ്ത്തുകാലത്ത് ഒരിക്കലും അവർ വണ്ടി വിട്ടുകൊടുക്കില്ല, അവരുടെ കഴിവിനപ്പുറത്താണത്."

"നിങ്ങളുടെ രീതികളൊക്കെ ഞാൻ കാലക്രമേണ മനസിലാക്കാം. എന്നാൽ, ലണ്ടൻപ്രമാണപ്രകാരം, പണംകൊണ്ട് നേടാൻ കഴിയാത്തത് ഒന്നുമില്ല. നിങ്ങളുടെ നാട്ടിലെ കരുത്തേറിയ സ്വതന്ത്ര സമ്പ്രദായങ്ങൾ കണ്ട് ആദ്യം ഞാൻ അമ്പരന്നുപോയിട്ടുണ്ട്. എന്തായാലും നാളെ എനിക്ക് എന്റെ 'ഹാർപ്പ്' കൊണ്ടുവരണം. സൽസ്വഭാവിയായ ഹെൻട്രി സ്വന്തം വണ്ടിയിലത് കൊണ്ടുവരാമെന്ന് ഏറ്റിട്ടുണ്ട്. ആ വാഗ്ദാനം പാലിക്കപ്പെടില്ലേ?"

"എഡ്മണ്ട് ഹാർപ്പിനെക്കുറിച്ച് സംസാരിച്ചു, അതവന്റെ പ്രിയപ്പെട്ട സംഗീതോപകരണമാണ്. അതവൾ വായിക്കുന്നത് ഉടനെ കേൾക്കാമല്ലോ എന്നവൻ ആഗ്രഹിച്ചു. ഫാന്നി ഹാർപ്പിനെക്കുറിച്ച് കേട്ടിട്ടേയില്ല, കേൾക്കാൻ വളരെയേറെ മോഹിച്ചു.

"നിങ്ങൾക്കിരുവർക്കും വേണ്ടി ഹാർപ്പ് വായിക്കാൻ എനിക്ക് ഏറ്റവും സന്തോഷമാണ്." മിസ്സ്. ക്രാഫോർഡ് പറഞ്ഞു. "ചുരുങ്ങിയത്, നിങ്ങൾ കേൾക്കാൻ ആഗ്രഹിക്കുന്നിടത്തോളം നേരം. ഒരുപക്ഷേ അതിലേറെ. കാരണം ഞാൻ സംഗീതത്തെ അത്രമാത്രം സ്നേഹിക്കുന്നു. നിങ്ങളുടെ ജന്മവാസനയും അതിന് തുല്യമാണെങ്കിൽ, വായിക്കുന്നവൾ ഏറ്റവും നല്ല ഫോമിലായിരിക്കും, അവൾ പലരീതിയിലും ചരിതാർഥ്യയായിരിക്കും. അപ്പോൾ മിസ്റ്റർ ബെർട്രാം, നിങ്ങൾ സഹോദരന് കത്തെഴുതുമ്പോൾ എന്റെ ഹാർപ്പ് കിട്ടിയ വിവരം ദയവായി അറിയിക്കുക, എന്റെ ദുരവസ്ഥയെക്കുറിച്ച് ഒരുപാടയാൾ കേട്ടിരിക്കുന്നു. അയാൾ മടങ്ങി വരാത്തതിൽ ഞാൻ ദുഃഖിതയാണെന്നും പറയുക."

"ഞാൻ എഴുതുകയാണെങ്കിൽ, നീ ആഗ്രഹിക്കുന്നതെല്ലാം പറയാം, എന്നാൽ, ഉടനെയൊന്നും എഴുതാനെനിക്ക് പറ്റുമെന്നു തോന്നുന്നില്ല."

"അല്ല, അയാൾ ഒരുവർഷത്തേക്കാണ് പോയതെങ്കിൽ നിങ്ങൾ അയാൾക്ക് കത്തയയ്ക്കില്ലേ, അയാൾ നിങ്ങൾക്കും. അങ്ങനത്തെ ഒരു സന്ദർഭം ചിന്തിക്കാനാവില്ല. എന്തു വിചിത്ര ജീവികളാണ് സഹോദരന്മാർ! ഈ ലോകത്തിലെ ഏറ്റവും അത്യാവശ്യകാര്യങ്ങളൊഴിച്ച് മറ്റൊന്നിനെക്കുറിച്ചും പരസ്പരം കത്തയയ്ക്കില്ല. എഴുതാൻ നിർബന്ധിതനായാൽ, ഇന്ന കുതിര സുഖമില്ലാതെ കിടപ്പാണ്, ഇന്ന ബന്ധു മരിച്ചു തുടങ്ങിയ വിവരങ്ങൾ ഏറ്റവും ചുരുങ്ങിയ വാക്കുകളാൽ എഴുതി അറിയിക്കും. നിങ്ങൾക്കിടയിൽ ഒറ്റ രീതിയേയുള്ളൂ, എനിക്കത് ഭംഗിയായിട്ടറിയാം. എല്ലാവിധ

ത്തിലും ഒരു ഉത്തമസഹോദരനായ ഹെൻട്രി എന്നെ സ്നേഹിക്കുന്നു, എന്നോട് കൂടി ആലോചിക്കുന്നു, എന്നിൽ വിശ്വാസമർപ്പിക്കുന്നു, മണിക്കൂറുകളോളം എന്നോടൊപ്പം ഇരുന്ന് സംസാരിക്കുന്നു, എന്നാൽ ഒരു പേജിനപ്പുറം ഒരിക്കലും കത്തെഴുതാറില്ല, പലപ്പോഴും ഇപ്രകാരമായിരിക്കും കത്ത്– "പ്രിയപ്പെട്ട മേരി, ഞാൻ ഇപ്പോൾത്തന്നെ എത്തി. കളപ്പുര നിറഞ്ഞിരിക്കുകയാണെന്ന് തോന്നുന്നു. എല്ലാം പതിവുപോലെ, സ്നേഹപൂർവം" ഇതാണ് യഥാർഥ പുരുഷശൈലി. ഒരു സഹോദരന്റെ സമ്പൂർണലേഖനം.

സ്വന്തം കുടുംബത്തിൽ നിന്ന് വേർപെട്ട് അവർ വളരെ ദൂരെ ആയിരിക്കുമ്പോൾ വില്യമിനെ ഓർത്ത് വിവർണയായി ഫാന്നി പറഞ്ഞു– "അവർക്ക് ദീർഘമായ കത്തുകൾ എഴുതാൻ കഴിയുന്നു."

"മിസ്സ്. പ്രൈസിന് നാവികനായ ഒരു സഹോദരനുണ്ട്." എഡ്മണ്ട് പറഞ്ഞു. "അവന്റെ എഴുത്തിലുള്ള പ്രാവീണ്യം ഞങ്ങളെകുറിച്ചുള്ള നിന്റെ അഭിപ്രായം കടുത്തതായിപ്പോയെന്നവളെ ഓർമിപ്പിക്കുന്നു."

"നാവികനോ? 'കിംസ് സെർവിസിൽ' ആയിരിക്കുമല്ലോ."

തന്നെക്കാൾ ആ കഥ എഡ്മണ്ട് പറയുന്നതാണ് ഫാന്നി ഇഷ്ടപ്പെട്ടത്; എന്നാൽ, അവന്റെ മൗനം അവളെത്തന്നെ കാര്യങ്ങൾ വിവരിക്കാൻ നിർബന്ധിതയാക്കി. സഹോദരന്റെ ജോലിയെക്കുറിച്ച് വർണിക്കുമ്പോൾ അവളുടെ ശബ്ദത്തിന് പുതുജീവൻ വച്ചു. അവൻ സന്ദർശിച്ച വിദേശരാജ്യങ്ങളെക്കുറിച്ചവൾ വർണിച്ചു. എന്നാൽ, വർഷങ്ങളോളം നീണ്ടുനിന്ന അവരുടെ വേർപാടിനെക്കുറിച്ച് കണ്ണുനീരോടെയല്ലാതെ അവൾക്ക് വിവരിക്കാനായില്ല. മിസ്സ്. ക്രാഫോർഡ് എളിമയോടെ, അവന് വേഗം പ്രൊമോഷൻ കിട്ടട്ടെ എന്നാശംസിച്ചു.

"എന്റെ കസിന്റെ ക്യാപ്റ്റനെക്കുറിച്ച് നിനക്കെന്തെങ്കിലും അറിയാമോ?" എഡ്മണ്ട് ചോദിച്ചു. "ക്യാപ്റ്റൻ മാർഷൽ? നിനക്ക് നേവിയിൽ ധാരാളം പരിചയക്കാരുള്ളതല്ലേ?"

"അഡ്മിറൽമാരെ, ധാരാളം". എന്നാൽ ഗാംഭീര്യത്തോടെ അവൾ തുടർന്നു " താഴ്ന്ന റാങ്കുകാരെ അറിയില്ല. ക്യാപ്റ്റന്മാർ നല്ല തരത്തിലുള്ള മനുഷ്യരായിരിക്കാം; എന്നാൽ, ഞങ്ങളുടെ നിലയ്ക്കൊത്തവരല്ലല്ലോ. പലതരത്തിലുള്ള അഡ്മിറൽമാരെക്കുറിച്ച് എനിക്ക് ഒരുപാട് പറയാൻ കഴിയും; അവരുടെ റാങ്ക്, ശമ്പള സ്കെയിൽ, അവരുടെ കലഹങ്ങൾ, അസൂയ തുടങ്ങിയവ. പൊതുവെ പറഞ്ഞാൽ അവരെല്ലാം കാലം ചെയ്തു. തീർച്ചയായും ഞാൻ താമസിച്ചിരുന്ന അങ്കിളിന്റെ വീട്ടിൽ വെച്ച് അനേകം അഡ്മിറൽമാരുമായി എനിക്ക് പരിചയപ്പെടാൻ കഴിഞ്ഞു. ഒരുപാട് റിയർ അഡ്മിറൽമാരെയും വൈസ്അഡ്മിറൽമാരെയും ഞാൻ കണ്ടു. ഗൂഢാർഥം പ്രയോഗിക്കുന്നവളായി എന്നെ സംശയിക്കരുതെന്ന് ഞാനപേക്ഷിക്കുന്നു."

എഡ്മണ്ടിന്റെ മുഖത്ത് ഗൗരവഭാവം പരന്നു. അവൻ ഇത്രമാത്രം മറുപടി നൽകി. " അത് ശ്രേഷ്ഠമായൊരു തൊഴിലാണ്."

"അതെ, രണ്ട്ചുറ്റുപാടിൽ അത് നല്ല തൊഴിൽ തന്നെ, പണമുണ്ടാ

ക്കാൻ കഴിയുമെങ്കിൽ, പിന്നെ അത് ചെലവാക്കാൻ വകതിരിവുണ്ടെങ്കിൽ, ചുരുക്കത്തിൽ എന്നെ സംബന്ധിച്ചിടത്തോളം അതൊരു തൃപ്തികരമായ തൊഴിലല്ല, പ്രിയങ്കരമായി എനിക്ക് തോന്നിയിട്ടില്ല."

എഡ്മണ്ട് വീണ്ടും 'ഹാർപ്പി'ലേക്ക് സംഭാഷണം തിരിച്ചുവിട്ടു. അവ ളത് വായിച്ചു കേൾക്കാനുള്ള മോഹം ആവർത്തിച്ചു.

മറ്റുള്ളവർക്കിടയിൽ, ഭൂമി മോടിപിടിപ്പിക്കുന്ന സംഭാഷണം പുരോഗമിച്ചുകൊണ്ടിരുന്നു. മിസിസ് ഗ്രാന്റ് തന്റെ സഹോദരനെ സംബോ ധന ചെയ്തുകൊണ്ട് പറഞ്ഞു. അയാളുടെ ശ്രദ്ധ അപ്പോൾ മിസ്സ്. ജൂലിയ ബെർട്രാമിൽ ആയിരുന്നു.

"എന്റെ പ്രിയപ്പെട്ട ഹെൻട്രി നിനക്കൊന്നും പറയാനില്ലേ? നീ സ്വയം ഒരു പരിഷ്കർത്താവാണല്ലോ. ഞാൻ കേട്ടിടത്തോളം 'എവെരിംഗാം' ഇംഗ്ലണ്ടിലെ ഏതൊരു സ്ഥലവുമായും മത്സരിക്കത്തക്കതാണ്. അതിന്റെ പ്രകൃതിസൗന്ദര്യം അതിഗംഭീരമാണെന്നെനിക്കുറപ്പുണ്ട്. എന്റെ കാഴ്ച പ്പാടിൽ എവെരിംഗാം അതിവിശിഷ്ടമായിരുന്നു. എത്രരസകരമായ ഭൂനി രപ്പ്, അതുപോലെ മരങ്ങൾ! അത് വീണ്ടും കാണാൻ എന്ത് മോഹം!"

"അതിനെക്കുറിച്ചുള്ള നിങ്ങളുടെ അഭിപ്രായം കേൾക്കുന്നതിൽപ്പരം സംതൃപ്തി എനിക്കെന്തുണ്ട്" അയാളുടെ മറുപടി അതായിരുന്നു.

"എങ്കിലും ചില കാര്യത്തിലെനിക്ക് ഇച്ഛാഭംഗമുണ്ട്. നിങ്ങളുടെ ഇപ്പോഴത്തെ ആശയങ്ങൾക്കനുയോജ്യമല്ല അത്. അതിന്നത്ര വിസ്താ രമില്ല– നിസ്സാരമാണത്. അതിന്റെ വികസനത്തിന്നായി കാര്യമായൊന്നും എനിക്ക് ചെയ്യേണ്ടി വന്നിട്ടില്ല. വളരെക്കുറച്ചുമാത്രം– കൂടുതൽ സമയം ചെലവഴിക്കാൻ ഞാൻ ആഗ്രഹിച്ചിരുന്നു."

"ഇത്തരം കാര്യങ്ങൾ നിങ്ങൾക്കിഷ്ടമാണോ? ജൂലിയ ചോദിച്ചു.

"വളരെയേറെ; എന്നാൽ, മണ്ണിന്റെ സ്വാഭാവികഗുണം മൂലം വളരെ കുറച്ചുമാത്രമേ ഇനി ചെയ്യേണ്ടതുള്ളൂ. എന്റെ കുട്ടിക്കാലത്തുതന്നെ എവെരിംഗാം ഇപ്പോഴത്തേതുപോലെ ആയിരുന്നു. വെസ്റ്റ്മിനിസ്റ്റ റിൽവെച്ചാണ് ഞാൻ പദ്ധതി തയറാക്കിയത്. ഒരുപക്ഷേ കേംബ്രിഡ്ജിൽ വച്ച് അതിന് ചെറിയ മാറ്റങ്ങൾ വരുത്തപ്പെട്ടു. പിന്നീട് പലതും നടപ്പാ ക്കപ്പെട്ടു. മിസ്റ്റർ റഷ്വർത്തിനു മുന്നിൽ നീണ്ടു കിടക്കുന്ന സന്തോഷക രമായ നാളുകളെക്കുറിച്ചോർത്തു ഞാൻ തന്നെയാണെന്റെ നാശത്തിന് കാരണക്കാരൻ."

"പെട്ടെന്ന് കാണുന്നവർ പെട്ടെന്ന് തീരുമാനമെടുക്കുകയും പെട്ടെന്ന് പ്രവർത്തിക്കുകയും ചെയ്യുന്നു" ജൂലിയ പറഞ്ഞു "നിങ്ങൾക്കൊരിക്കലും ഒരു ജോലി ആവശ്യമില്ല. മിസ്റ്റർ റഷ്വർത്തിനോട് അസൂയപ്പെടുന്നതിനു പകരം നിങ്ങളുടെ വിദഗ്ധാഭിപ്രായത്തിലൂടെ അയാളെ സഹായിക്കണം."

ഈ പ്രഭാഷണത്തിന്റെ അവസാനഭാഗം കേട്ട മിസിസ് ഗ്രാന്റ് അതിനെ ഹൃദ്യമായി പിൻതാങ്ങി; തന്റെ സഹോദരന്റെ തീരുമാനത്തിന് കിട നിൽക്കുന്നതിനായി മറ്റൊന്നില്ലെന്നവൾ സമർഥിച്ചു. മിസ്സ് ബെർ ട്രാമും ആ ആശയത്തോട് യോജിച്ചു. പൂർണമായും അതിനെ പിൻതാ ങ്ങി. തന്റെ അഭിപ്രായത്തിൽ, ഒരു ഉദ്യോഗസ്ഥനെ ആ ജോലി ഏൽപ്പി

ക്കുന്നതിനെക്കാൾ എത്രയോ നല്ലതാണ്, സുഹൃത്തുക്കളും നിസ്വാർഥരുമായ ഉപദേഷ്ടാക്കളുമായി ചർച്ച ചെയ്ത് വിദഗ്ധോപദേശം തേടുന്നത്. മിസ്റ്റർ റഷ്‌വർത്ത് ഉടനെ മിസ്റ്റർ ക്രാഫോർഡിന്റെ സഹായം അഭ്യർഥിക്കുവാൻ തയാറായി. മിസ്റ്റർ ക്രാഫോർഡ് തന്റെ കഴിവുകളെ യഥായോഗ്യം ഇടിച്ച് സംസാരിച്ചശേഷം തന്നാൽ കഴിയുന്ന രീതിയിൽ ഉപകാരപ്രദമായ സേവനത്തിന് സന്നദ്ധനായി. മിസ്റ്റർ ക്രാഫോർഡിനെ സതർട്ടനിലേക്ക് അയാൾ ക്ഷണിച്ചു. അവിടെ താമസിക്കാനും.

തന്റെ സഹോദരീ പുത്രിമാരുടെ മനസ്സ് പഠിച്ചിട്ടെന്നോണം, മിസ്റ്റർ ക്രാഫോർഡിനെ കൊണ്ടുപോകാനുള്ള പദ്ധതിയിൽ ഒരു ഭേദഗതി മിസിസ് നോറിസ് നിർദേശിച്ചു. “മിസ്റ്റർ ക്രാഫോർഡ് അത് സമ്മതിക്കുന്ന കാര്യത്തിൽ ഒരു സംശയവും വേണ്ട.” നമ്മൾ കുറച്ചുപേർകൂടി പോയാലെന്താ? – ഒരു ചെറിയ പാർട്ടിതന്നെ രൂപീകരിക്കാം. നിങ്ങളുടെ നവീകരണത്തിൽ തൽപ്പരരായ കുറേപേർ ഇവിടെ ഉണ്ട്. എന്റെ പ്രിയപ്പെട്ട മിസ്റ്റർ റഷ്‌വർത്ത്, അവിടെ വച്ച് മിസ്റ്റർ ക്രാഫോർഡിന്റെ വിദഗ്ധാഭിപ്രായം അറിയാനും അവർക്ക് മോഹമുണ്ട്. അവരുടെ അഭിപ്രായങ്ങളും നിനക്ക് ചെറിയ രീതിയിൽ ഉപകാരപ്രദമായേക്കും. എന്നെ സംബന്ധിച്ചാണെങ്കിൽ, നിന്റെ നല്ലവളായ അമ്മയെ വീണ്ടും കാണാൻ വളരെ നാളായി കാത്തിരിക്കയാണ്. സ്വന്തമായൊരു കുതിര എനിക്കില്ലാത്തതിനാൽ ഞാൻ വളരെ ഉദാസീനയായി മാറി. നിങ്ങൾ ചുറ്റും നടന്ന് പദ്ധതികൾ ആസൂത്രണം ചെയ്യുന്ന സമയത്ത് മിസിസ് റഷ്‌വത്തിനോടൊപ്പം ഏതാനും മണിക്കൂറുകൾ എനിക്ക് ചെലവഴിക്കാമല്ലൊ, എന്നിട്ട് നമ്മൾക്കെല്ലാം മടങ്ങിവന്ന് ഡിന്നർ കഴിക്കാം. അതല്ലെങ്കിൽ നിന്റെ അമ്മയുടെ ഇഷ്ടാനുസരണം സതർട്ടനിൽനിന്ന് ഡിന്നർ ആകാം. നിലാവത്ത് രസകരമായ ഒരു മടക്കയാത്ര ആസ്വദിക്കുകയും ചെയ്യാം. മിസ്റ്റർ ക്രാഫോർഡ് എന്നെയും രണ്ട് സഹോദരീപുത്രന്മാരെയും സ്വന്തം വണ്ടിയിൽ കൊണ്ടുപോകുമല്ലൊ. എഡ്മണ്ടിന് കുതിരപ്പുറത്ത് യാത്ര ചെയ്യാം അല്ലേ ചേച്ചി. ഫാന്നി നിങ്ങളോടൊപ്പം വീട്ടിലിരിക്കും.”

ലേഡി ബെർട്രാം എതിർപ്പൊന്നും പറഞ്ഞില്ല. പോകാൻ തയാറുള്ളവരെല്ലാം ഉടനെ അത് അംഗീകരിച്ചു, എഡ്മണ്ടൊഴിച്ച് അയാളത് മുഴുവൻ കേട്ട് മൗനംപാലിച്ചു.

7

“**കൊ**ള്ളാം ഫാന്നി” ഇപ്പോൾ മിസ്സ്. ക്രാഫോർഡിനെക്കുറിച്ചെന്ത് പറയുന്നു, ഇഷ്ടപ്പെട്ടോ?” അക്കാര്യത്തെക്കുറിച്ച് കുറെ നേരം സ്വയം ചിന്തിച്ചശേഷം പിറ്റേന്ന് എഡ്മണ്ട് ചോദിച്ചു “ഇന്നലത്തെ അവളുടെ പെരുമാറ്റം നിനക്ക് രുചിച്ചോ?”

“വളരെ നന്നായി – വളരെയേറെ. അവൾ സംസാരിക്കുന്നത് കേട്ടിരിക്കാൻ രസമാണ്. അതിസുന്ദരിയാണവൾ; അവളെ നോക്കി ഇരിക്കാൻ തന്നെ എന്തു സുഖം.”

“അവളുടെ മുഖമാണ് ഏറ്റവും ആകർഷണീയം. അത്ഭുതകരമായ മുഖശ്രീ! നിന്നെ സ്പർശിച്ച എന്തോ ചിലത് അവളുടെ സംഭാഷണത്തിലില്ലേ, ഫാന്നി, ധാർമികതയില്ലാത്തതെന്തോ?”

ഓ! അതെ. സ്വന്തം അങ്കിളിനെ കുറിച്ച് അപ്രകാരം അവൾ സംസാരിക്കാൻ പാടില്ലായിരുന്നു. ഞാൻ ശരിക്കും അതിശയിച്ചുപോയി. ഇത്രയും വർഷങ്ങൾ അവൾ ആ അങ്കിളിനോടൊപ്പമായിരുന്നല്ലോ താമസിച്ചിരുന്നത്. അദ്ദേഹത്തിന്റെ കുറ്റങ്ങളും കുറവുകളും എന്തൊക്കെ ആയാലും, അവളുടെ സഹോദരനോടദ്ദേഹത്തിന് വളരെ വാത്സല്യമായിരുന്നു. സ്വന്തം മകനായിട്ടാണവനെ കരുതിയിരുന്നതെന്നവർ പറയുന്നു. എനിക്കത് വിശ്വസിക്കാനാകുന്നില്ല!”

“നിന്നെ അത് സ്പർശിക്കുമെന്നെനിക്ക് തോന്നി. അത് വളരെ തെറ്റാണ് – വളരെ മര്യാദകേടായി.”

“വളരെ നന്ദിയില്ലായ്മയും, എന്ന് ഞാൻ കരുതുന്നു.”

“നന്ദികേട് വളരെ കടുപ്പമുള്ള വാക്കാണ്. അവളിൽനിന്ന് നന്ദി പ്രതീക്ഷിക്കാവുന്നതെന്തെങ്കിലും അങ്കിൾ ചെയ്തിട്ടുണ്ടോ എന്നെനിക്കറിയില്ല; അദ്ദേഹത്തിന്റെ ഭാര്യക്കത് തീർച്ചയായും അവകാശപ്പെടാം. തന്റെ ആന്റിയുടെ സ്മരണയോടുള്ള ആദരവുകൊണ്ടാണ് അവൾ അവിടം വിട്ട് ഇങ്ങോട്ട് പോന്നത്. അവൾ ഒരു കുഴഞ്ഞ ചുറ്റുപാടിലാണ്. ഇത്രയും ഊഷ്മളവികാരവും പ്രസരിപ്പും ഉള്ള അവൾക്ക്, അഡ്മിറലിനെ മോശമായി ചിത്രീകരിക്കാതെ മിസിസ് ക്രാഫോർഡിന്റെ സ്നേഹത്തിനോട് നീതിപാലിക്കാനാവില്ല. അവരുടെ പിണക്കത്തിൽ ആരെയാണ് കുറ്റപ്പെടുത്തേണ്ടതെന്ന് എനിക്കറിയില്ല. പക്ഷേ, അഡ്മിറലിന്റെ ഇപ്പോഴത്തെ പെരുമാറ്റം കാണുമ്പോൾ ആരും അദ്ദേഹത്തിന്റെ ഭാര്യയുടെ ഭാഗമേ പിടിക്കൂ. അതേ സമയം മിസ്സ്. ക്രാഫോർഡ് ആന്റിയെ പൂർണമായി കുറ്റവിമുക്തയാക്കുന്നതും സ്വാഭാവികമാണ്. ഞാനവളുടെ അഭിപ്രായങ്ങളെ അധിക്ഷേപിക്കുന്നില്ല; എന്നാൽ, അത് പരസ്യമായി പറയുന്നത് തീർച്ചയായും മര്യാദകേടാണ്.”

കുറച്ചുനേരം ചിന്തിച്ചശേഷം ഫാന്നി പറഞ്ഞു.“അവളെ വളർത്തി വലുതാക്കിയ മിസിസ് ക്രാഫോർഡിന്റെ പ്രതിഫലനമായിരിക്കില്ലേ ഈ മര്യാദകേട്. നിങ്ങൾക്കങ്ങനെ തോന്നുന്നില്ലേ? അഡ്മിറൽ അർഹിക്കുന്ന രീതിയിലുള്ള അഭിപ്രായപ്രകടനം നടത്താനവൾക്ക് കഴിഞ്ഞിട്ടില്ലായിരിക്കാം.”

“അത് നീതിയുക്തമായ പ്രസ്താവം തന്നെ. അതെ, അവളുടെ കുറവുകൾ ആന്റിയുടേത് തന്നെ ആയിരിക്കുമെന്ന് നമ്മൾക്ക് കരുതാം; താഴെയുള്ളവർ മൂത്തവരുടെ ദോഷങ്ങൾ വേഗം സ്വായത്തമാക്കുന്നു. എന്നാൽ, അവളുടെ ഇപ്പോഴത്തെ ഗൃഹം അവൾക്ക് ഗുണം നൽകും. അവർ പിൻതുടരേണ്ട രീതി തന്നെയാണ് മിസിസ് ഗ്രാന്റിന്റേത്. തന്റെ സഹോദരനെക്കുറിച്ചവൾ എത്ര സ്നേഹത്തോടെയാണ് സംസാരിക്കുന്നത്.”

“അതെ, അവൾക്കയാൾ അയയ്ക്കുന്ന ഹ്രസ്വമായ കത്തുകളൊഴിച്ച് എനിക്കത് കേട്ട് ചിരി വന്നു. എന്നാൽ, പരസ്പരം വേർപെട്ട് നിൽക്കുന്ന സമയത്ത് വായിക്കാനിഷ്ടമുള്ള കത്തുകൾ സഹോദരിമാർക്ക

യയ്ക്കാൻ കഴിയാത്ത സഹോദരന്റെ സ്നേഹവും സൽപ്പെരുമാറ്റവും അത്ര ഉന്നതമായി ഞാൻ കരുതുന്നില്ല. വില്യം എന്നോടങ്ങനെ ഒരിക്കലും ചെയ്തില്ലെന്നെനിക്കുറപ്പാണ്. ഏത് ചുറ്റുപാടിലായാലും നിങ്ങൾ ദൂരെ ആയിരിക്കുമ്പോൾ ദീർഘമായ കത്തുകൾ അയയ്ക്കില്ലെന്ന് ഊഹിക്കാൻ അവൾക്കെന്തവകാശമാണുള്ളത്?"

"ജീവസ്സുറ്റ ഒരു മനസിന്റെ അവകാശം, ഫാന്നി; സ്വയം വിനോദിക്കുകയും, മറ്റുള്ളവരെ വിനോദിപ്പിക്കുകയും ചെയ്യുന്ന ഒരു മനസ്. മോശമായോ നിർമര്യാദയായോ പെരുമാറാത്തിടത്തോളംകാലം പൂർണമായും സ്വാഗതം. അതിന്റെ നിഴൽപോലും മിസ്സ്. ക്രാഫോർഡിന്റെ മുഖത്തോ, പെരുമാറ്റത്തിലോ കാണാനില്ല. യാതൊരു കാർക്കശ്യമോ മര്യാദയില്ലായ്മയോ കോലാഹലമോ ഒന്നുമില്ല. അവൾ തികഞ്ഞ കുലസ്ത്രീയാണ്. നമ്മൾ ഇപ്പോൾ സംസാരിച്ചതുപോലുള്ള ചില സന്ദർഭങ്ങളിലൊഴികെ. അതിലവളെ ന്യായീകരിക്കാനാകില്ല. എന്നെപ്പോലെ നീയും അത് മനസിലാക്കിയതിൽ എനിക്ക് സന്തോഷമുണ്ട്."

അവളുടെ മനസ്സ് ക്രമപ്പെടുത്തിയെടുക്കുകയും, സ്നേഹം പിടിച്ചെടുക്കുകയും ചെയ്ത അവൻ തന്നെപ്പോലെ അവളും ചിന്തിക്കുന്നുണ്ടെന്ന് കരുതി. ഈ സമയത്ത്, ഇതേ വിഷയത്തിൽ ചില വ്യത്യസ്തതകൾ രൂപംകൊണ്ടു. മിസ്സ്. ക്രാഫോർഡിനോട് അയാൾക്ക് ആനന്ദം കലർന്ന ആരാധനയായിരുന്നെങ്കിൽ, ഫാന്നിയുടെ സ്ഥിതി അതായിരുന്നില്ല. മിസ്സ്. ക്രാഫോർഡിന്റെ ആകർഷണത്തിനൊരു കുറവും വരുന്നില്ല; ഹാർപ്പ് എത്തിയതോടെ അവളുടെ സൗന്ദര്യം വർധിച്ചു തുടങ്ങി! അവളുടെ നർമബോധം, പ്രസന്നത തുടങ്ങിയവയും അതോടൊപ്പം വർധിച്ചു വന്നു. തികഞ്ഞ എളിമയോടെയാണവൾ ഹാർപ്പ് വായിച്ചത്. ആരെയും ആനന്ദിപ്പിക്കുന്ന ഭാവത്തോടെയും ആസ്വാദനത്തോടെയും. ഓരോ ഗാനം ആലപിച്ച് നിർത്തുമ്പോഴും പ്രശംസനീയമായ ഏതെങ്കിലും അഭിപ്രായങ്ങളുയരും. തന്റെ പ്രിയപ്പെട്ട വാദ്യോപകരണം വായിക്കുന്നതാസ്വദിക്കാനായി എഡ്മണ്ട് എന്നും പുരോഹിത വസതിയിലെത്തും. ഓരോ സുപ്രഭാതത്തിലും അടുത്ത ദിവസത്തേക്കുള്ള ക്ഷണക്കത്ത് കൈക്കലാക്കും. കാരണം, ഏത് ലേഡിക്കും ഒരു ശ്രോതാവിനെ ഇഷ്ടപ്പെടാതിരിക്കാനാവില്ല. എല്ലാം ശുഭമായി നീങ്ങുകയായിരുന്നു.

സുന്ദരിയും ഉന്മേഷമുള്ളവളുമായ ഒരു യുവതി, അവളെപ്പോലെ ലാവണ്യമുള്ള ഒരു ഹാർപ്പുമായി ജാലകത്തിനരികിൽ ഇരിക്കുന്നു. ജാലകത്തിനപ്പുറത്ത് മനോഹരമായൊരു കൊച്ചു പുൽത്തകിടി, അതിന് ചുറ്റും കുറ്റിച്ചെടികളും നിറയെ പൂച്ചെടികളും. ഏതൊരു പുരുഷന്റെയും ഹൃദയം കവരാൻ ഇതെല്ലാം ധാരാളം. കാലാവസ്ഥ, പശ്ചാത്തലം, അന്തരീക്ഷം, എല്ലാം സ്നേഹവും വികാരവും ഉദ്ദീപിപ്പിക്കാനുതകുന്നവ. മിസിസ് ഗ്രാന്റും അവളുടെ ഉരുണ്ടശരീരവും പ്രയോജനം ചെയ്യാതിരുന്നില്ല! എല്ലാം പൊരുത്തപ്പെട്ടതുപോലെ പ്രേമം പുഷ്പിക്കാൻ തുടങ്ങുമ്പോൾ, കാണുന്നതെല്ലാം മനോഹരമായി തോന്നും; ഡോ. ഗ്രാന്റും സാണ്ട്വിച്ച്ട്രപോലും! കാര്യങ്ങളൊന്നും പഠിക്കാതെ, താൻ എന്താണ് ചെയ്യാൻ

പോകുന്നതെന്നറിയാതെ, ഒരാഴ്ച കഴിഞ്ഞപ്പോഴേക്കും, എഡ്മണ്ട് പ്രേമത്തിലകപ്പെട്ടുപോയി. ആ ലേഡിയാകട്ടെ, സ്തുതിപാഠകനോ ആരാധ്യപുരുഷനോ മൂത്ത സഹോദരസ്ഥാനമുള്ളവനോ അല്ലാത്ത അവനെ ഇഷ്ടപ്പെടാൻ തുടങ്ങി. അവൾ അക്കാര്യം മുൻകൂട്ടി കാണുകയോ, മനസിലാക്കുകയോ ചെയ്തിട്ടില്ല. സാധാരണ രീതിയനുസരിച്ച് അയാൾ സരസനല്ല, ഗൗരവക്കാരനാണ്. ആരെയും അങ്ങനെ അഭിനന്ദിക്കാറില്ല. ഉറച്ച അഭിപ്രായക്കാരൻ, പ്രശാന്തവും ലളിതവുമായ പ്രകൃതി. അയാളിൽ എന്തോ ആകർഷണീയതയുണ്ട്. ഒരുപക്ഷേ അയാളുടെ ആത്മാർഥത, നിശ്ചയദാർഢ്യം, സത്യസന്ധത, എന്നിവയായിരിക്കാം മിസ്സ്. ക്രാഫോർഡിനെ സ്പർശിച്ചത്. എന്തായാലും അധികമൊന്നും അവൾ അതിനെക്കുറിച്ച് ചിന്തിച്ചില്ല. അന്നയാൾ അവളെ സന്തോഷിപ്പിച്ചു. തന്റെ അടുത്ത് അയാൾ ഉണ്ടായിരിക്കണമെന്നവൾ ആഗ്രഹിച്ചു. അത്രതന്നെ.

എല്ലാ പ്രഭാതങ്ങളിലും എഡ്മണ്ട് പുരോഹിത ഭവനത്തിൽ ചെല്ലുന്നത് ഫാന്നിയെ അത്ഭുതപ്പെടുത്തിയില്ല. അവൾക്കും അവിടെ പോകാൻ വലിയ ഇഷ്ടമായിരുന്നു. ക്ഷണിക്കാതെതന്നെ, ആരാലും ശ്രദ്ധിക്കപ്പെടാതെ അവിടെചെന്ന് ഹാർപ്പ് സംഗീതം, അവൾ കേട്ടേനെ. സന്ധ്യാസഞ്ചാരം കഴിഞ്ഞ് ഇരു കുടുംബങ്ങളും വിടപറഞ്ഞ് പിരിഞ്ഞാലും, അവൻ മിസിസ് ഗ്രാന്റിന്റെയും സഹോദരിയുടെയും വീട്ടിലെത്തും; അപ്പോൾ മിസ്റ്റർ ക്രാഫോർഡ് പാർക്കിലെ മഹിളകളോടൊപ്പം സമയം ചെലവിടുകയായിരിക്കും; അതിലും ഫാന്നിക്കൊരത്ഭുതവും തോന്നിയില്ല. എന്നാൽ, അതൊരു ചീത്തശീലമായി അവൾക്കു തോന്നി. തനിക്കുവേണ്ടി വീഞ്ഞും വെള്ളവും പകർന്നു തരാൻ എഡ്മണ്ട് ഇല്ലാതാകുമ്പോൾ, അവളത് വേണ്ടെന്നുവെക്കും. ഇത്രയും സമയം മിസ്സ് ക്രാഫോർഡിനോടൊപ്പം അയാൾ എങ്ങനെ ചിലവഴിക്കുന്നു എന്നവൾ ചിലപ്പോൾ ചെറിയൊരു അതിശയത്തോടെ ചിന്തിക്കാറുണ്ട്. മുമ്പയാൾ പ്രസ്താവിച്ചിട്ടുള്ള കുറ്റങ്ങൾ ഇപ്പോൾ കാണുന്നില്ലേ? തന്നോടൊപ്പം അവൾ ഉള്ളപ്പോഴെല്ലാം ഇക്കാര്യം ഓർമിപ്പിക്കപ്പെട്ടിട്ടുണ്ട്. അതങ്ങനെതന്നെ ആയിരുന്നു. എഡ്മണ്ടിന് മിസ്സ്. ക്രാഫോർഡിനെ കുറിച്ച് സംസാരിക്കുവാൻ വലിയ ഇഷ്ടമായിരുന്നു. അഡ്മിറലിനെ കുറിച്ചുള്ള അഭിപ്രായപ്രകടനം മറന്നതുപോലെ. സ്വന്തം അഭിപ്രായപ്രകടനം നടത്താൻപോലും അവൾ ശങ്കിച്ചു. അത് അപമര്യാദയായി കണക്കാക്കപ്പെട്ടെങ്കിലോ. അവളെ ആദ്യമായി മിസ്സ്. ക്രാഫോർഡ് വേദനിപ്പിച്ചത്, കുതിരസ്സവാരി പഠിക്കാനുള്ള ആഗ്രഹത്തിന്റെ പരിണിതഫലം മൂലമായിരുന്നു. അവൾ മാൻസ്ഫീൽഡിൽ സ്ഥിരതാമസമാക്കിയപ്പോൾ, പാർക്കിലെ യുവതികളെ മാതൃകയാക്കി കുതിരസവാരി പരിശീലിക്കാനാഗ്രഹിച്ചു. എഡ്മണ്ടുമായുള്ള അവളുടെ പരിചയം വർധിച്ചതോടെ അയാളുടെ പ്രോത്സാഹനവും ലഭിച്ചു. തന്റെ ശാന്തമായ കുതിരയെ അവൾക്കായി നൽകുവാനയാൾ തയാറായി. ഒരു തുടക്കക്കാരിക്കത് ഏറ്റവും അനുയോജ്യയാണ്. കസിനെ വേദനിപ്പിക്കാനോ മുറിവേൽപ്പിക്കാനോ ഉദ്ദേശിച്ചായിരുന്നില്ല അയാളുടെ ഈ പദ്ധതി. അവൾക്ക് അതുകൊണ്ട് ഒറ്റ ദിവസത്തെ വ്യായാമംപോലും നഷ്ടപ്പെടാനിടവരില്ല.

അവളുടെ സവാരി തുടങ്ങുന്നതിന് അരമണിക്കൂർ മുമ്പ് മാത്രം കുതിരയെ പുരോഹിതഭവനത്തിലേക്ക് കൊണ്ടു പോകും. ആദ്യം ഇക്കാര്യം നിർദേശിക്കപ്പെട്ടപ്പോൾ, അവഗണിക്കപ്പെട്ടെന്ന തോന്നലിനു പകരം, നന്ദിയാണവൾക്ക് തോന്നിയത്. സവാരി ഉപേക്ഷിക്കാൻ പറഞ്ഞില്ലല്ലോ.

മിസ്സ്. ക്രാഫോർഡിന്റെ ആദ്യ ഉദ്യമം പ്രശംസനീയമായിരുന്നു; ഫാന്നിക്ക് ഒരസൗകര്യവും നേരിട്ടില്ല. കുതിരയെ എഡ്മണ്ട് പുരോഹിതഭവനത്തിലേക്ക് കൊണ്ടുപോയി മിസ്സ്. ക്രാഫോർഡിന് പരിശീലനം നൽകിയശേഷം അതുമായി തക്കസമയത്തുതന്നെ തിരിച്ചെത്തിയിരിക്കുന്നു; ഫാന്നിയോ വൃദ്ധൻ കുതിരവണ്ടിക്കാരനോ സവാരിക്ക് പോകാൻ തയാറാകുന്നതിനുമുമ്പുതന്നെ. കസിനുമാരില്ലാതെ സവാരിക്കുപോകുമ്പോൾ ഫാന്നിയുടെ സഹായത്തിന് ചെല്ലാറുള്ളത് ഈ കുതിരവണ്ടിക്കാരനാണ്. രണ്ടാം ദിവസത്തെ പരിശീലനത്തിൽ ചില പ്രശ്നങ്ങൾ ഉണ്ടാകാതിരുന്നില്ല. സവാരിയിലുള്ള ആനന്ദാനുഭൂതിയിൽ, അത് വിട്ടുപോരാനവൾക്ക് തോന്നിയില്ല. ധൈര്യവും ഊർജസ്വലതയും ശക്തിയുമുള്ള അവൾ, അത്രയ്ക്ക് വലുപ്പമുള്ളവളല്ലെങ്കിലും ഒരു കുതിരക്കാരിയെപ്പോലെ സവാരിയിൽ തിളങ്ങി. സവാരിയിലുള്ള യഥാർഥ സുഖസംതൃപ്തിയോടൊപ്പം, എഡ്മണ്ടിന്റെ പരിചരണവും നിർദേശങ്ങളുംകൂടിയായപ്പോൾ അത് കൂടുതൽ ആനന്ദകരമായി തോന്നിയേക്കാം. പരിശീലനത്തിലുള്ള തുടക്കത്തിലെ പുരോഗതിയും അവളെ ആവേശംകൊള്ളിച്ചു; കുതിരപ്പുറത്തു നിന്നിറങ്ങാനവൾക്ക് മനസ്സ് വന്നില്ല. ഫാന്നി സവാരിക്ക് തയാറായി കാത്ത് നിൽക്കുകയായിരുന്നു. ഇനിയും പോകാത്തതിൽ മിസിസ് നോറിസിന്റെ ശകാരവും തുടങ്ങിക്കഴിഞ്ഞു. എന്നിട്ടും കുതിരയെ കാണാനില്ല. എഡ്മണ്ടും പ്രത്യക്ഷപ്പെട്ടില്ല. ആന്റിയുടെ ശകാരത്തിൽനിന്ന് രക്ഷപ്പെടാനും, അയാളെ നോക്കാനുംവേണ്ടി അവൾ പുറത്തേക്ക് നടന്നു.

വീടുകൾ തമ്മിൽ കഷ്ടിച്ച് അരമൈലിന്റെ ദൂരമേ ഉള്ളു എങ്കിലും അവിടെനിന്ന് കാണാൻ പറ്റുമായിരുന്നില്ല. എന്നാൽ, പുറംവാതിലിൽനിന്ന് അമ്പത് വാര നടന്നപ്പോഴേക്കും പാർക്കിന്റെ കീഴ്ഭാഗം കാണാൻ കഴിഞ്ഞു. പുരോഹിതഭവനം വ്യക്തമായി കാണാറായി; ഗ്രാമീണ പാതയ്ക്കപ്പുറത്ത് ശാന്തമായി ഉയർന്നു നിൽക്കുന്ന പുരയിടം. ഡോക്ടർ ഗ്രാന്റിന്റെ പുൽത്തകിടിയിൽ അവൾ അവരെ പെട്ടെന്ന് കണ്ടു–എഡ്മണ്ടും മിസ്സ് ക്രാഫോർഡും കുതിരപ്പുറത്തേറി തൊട്ടുതൊട്ടായി സവാരി ചെയ്യുന്നു. ഡോക്ടർ ഗ്രാന്റും ഭാര്യയും മിസ്റ്റർ ക്രാഫോർഡും രണ്ടോ മൂന്നോ കുതിരക്കാരോടൊപ്പം സവാരി നോക്കിനിൽക്കുന്നു. അവർ വളരെ ആഹ്ലാദഭരിതരായി കാണപ്പെട്ടു. –ഒരേ കാര്യത്തിൽ മാത്രം താൽപ്പര്യമെടുത്ത് നിൽക്കുന്നവർ–അതീവ സന്തുഷ്ടരാണെന്ന കാര്യത്തിൽ യാതൊരു സംശയവുമില്ല. കാരണം ആഹ്ലാദത്തിന്റെ അട്ടഹാസങ്ങൾ അവളുടെ കാതുകളിൽ വന്നലച്ചിരുന്നു. ആ ആരവം അവളെ സന്തോഷിപ്പിച്ചില്ല; എഡ്മണ്ട് തന്നെ മറന്നല്ലോ എന്നവൾ അത്ഭുതപ്പെട്ടു, മനോവേദനതോന്നി. പുൽത്തകിടിയിൽനിന്നും കണ്ണെടുക്കാൻ അവൾക്കു കഴി

ഞ്ഞില്ല. അവിടെനടക്കുന്ന യാതൊന്നും നിരീക്ഷിക്കാതിരിക്കാൻ അവൾക്കായില്ല. ആദ്യം മിസ്സ് ക്രാഫോർഡും അവളുടെ കൂട്ടുകാരനും മൈതാനത്തിന് ചുറ്റും ഒരു റൗണ്ട് അടിച്ചു. അതത്ര ചെറിയ ദൂരമൊന്നുമായിരുന്നില്ല, ഒരടിവ്യത്യാസത്തിലാണവരുടെ സവാരി. അവളുടെ നിർബന്ധത്താലാണെന്നു തോന്നുന്നു കുതിരസവാരിയുടെ വേഗതകൂട്ടി. എത്ര അതിശയകരമായ രീതിയിലാണവൾ കുതിരപ്പുറത്തിരിക്കുന്നത്, ഫാന്നിയെപ്പോലെ പേടിച്ചിട്ടല്ല! ഏതാനും മിനിറ്റുകൾക്കുശേഷം അവർ നിന്നു. എഡ്മണ്ട് തൊട്ടടുത്ത് നിന്നുകൊണ്ടവളോട് സംസാരിക്കുകയാണ്. കടിഞ്ഞാൺ പ്രയോഗിക്കുന്നതിനെകുറിച്ച് നിർദേശങ്ങൾ നൽകുകയാണെന്ന് വ്യക്തം. അവനവളുടെ കൈപിടിച്ചു. അവളത് കണ്ടു, അതോ ഭാവനയോ? അതിലൊന്നും അവൾ അതിശയിക്കേണ്ടതില്ല. എഡ്മണ്ട് സ്വയം മറ്റുള്ളവർക്ക് ഉപകാരപ്രദമായി പ്രവർത്തിക്കുന്നത് തികച്ചും സ്വാഭാവികം തന്നെ. ആരുടെ മുന്നിലും നല്ല സ്വഭാവവും പെരുമാറ്റവുമാണവന്റേത്. എന്നാൽ, മിസ്റ്റർ ക്രാഫോർഡിന് അവനെ ഈ ബുദ്ധിമുട്ടിൽനിന്നും ഒഴിവാക്കാമായിരുന്നു എന്നവൾ ചിന്തിക്കാതിരുന്നില്ല. ഇത്തരം കാര്യങ്ങൾ എന്തുകൊണ്ടും ഒരു സഹോദരൻ തന്നെ നിർവഹിക്കുന്നതായിരുന്നു ഏറ്റവും ഉചിതം. പക്ഷേ തന്റെ സൽസ്വഭാവത്തെക്കുറിച്ചും, കുതിരസവാരിയിലെ പ്രാവീണ്യത്തെക്കുറിച്ചും ആത്മപ്രശംസ നടത്താനല്ലാതെ, ഇത്തരം കാര്യങ്ങൾ വിവേകത്തോടെ ചെയ്യാനുള്ള യാതൊരു കഴിവും മിസ്റ്റർ ക്രാഫോർഡിനില്ല; ഒരു പരിശീലന പാടവവുമില്ല. എഡ്മണ്ടുമായി തുലനം ചെയ്യുമ്പോൾ ദയാദാക്ഷിണ്യവുമില്ല. ഇത്തരം ഇരട്ടിപ്പണി ആ കുതിരയെക്കൊണ്ട് ചെയ്യിപ്പിക്കുന്നത് കഷ്ടമാണെന്നവൾ ചിന്തിച്ചു. തന്നെ മറന്നാലും, ആ പാവം പെൺകുതിരയെ മറക്കരുതായിരുന്നു.

പുൽത്തകിടിയിലുണ്ടായിരുന്ന ആൾക്കൂട്ടം പിരിഞ്ഞുപോകുന്നതും, കുതിരപ്പുറത്തിരുന്ന മിസ്സ്. ക്രാഫോർഡിനെ പിൻതുടർന്ന് എഡ്മണ്ട് കാൽനടയായി പടിവാതിൽകടന്ന് പാർക്കിലേക്ക് നീങ്ങുന്നതും കണ്ടപ്പോൾ അവളുടെ അസ്വസ്ഥമനസ്സ് കുറച്ചൊക്കെ ശാന്തമായി. അവൾ നിൽക്കുന്നിടത്തേക്കവർ അടുത്ത് വരികയാണ്. താൻ അക്ഷമയായും മര്യാദയില്ലാത്തവളുമാണെന്നവർക്ക് തോന്നിയെങ്കിലോ എന്നവൾ ഭയപ്പെടാൻ തുടങ്ങി. അത്തരം സംശയം ഒഴിവാക്കാനായി വലിയ ആകാംക്ഷയോടെ അവൾ അവരുടെ അടുക്കലേക്ക് നടന്നു.

"എന്റെ പ്രിയപ്പെട്ട മിസ്സ്. പ്രൈസ്" അടുത്തെത്താറായപ്പോൾ മിസ്സ്. ക്രാഫോർഡ് പറഞ്ഞു "നിന്നെ കാത്ത് നിർത്തിച്ചതിൽ നേരിട്ട് ക്ഷമ പറയാൻ വേണ്ടിയാണ് ഞാൻ വന്നത് – മറ്റൊന്നും എനിക്ക് പറയാനില്ല – വളരെ വൈകിപ്പോയെന്ന് എനിക്കറിയാം. വളരെ മോശമായാണ് ഞാൻ പെരുമാറിയതെന്നും. അതുകൊണ്ട് പറ്റുമെങ്കിൽ എന്നോട് പൊറുക്കണം സ്വാർഥത പൊറുക്കപ്പെടേണ്ടതാണ്; കാരണം അതിനൊരു പരിഹാരമുണ്ടെന്ന് തോന്നുന്നില്ല."

ഫാന്നിയുടെ മറുപടി വളരെ സൗമ്യതയോടെ ആയിരുന്നു. അവൾക്കത്ര ധൃതിയൊന്നുമില്ല, എന്ന എഡ്മണ്ടിന്റെ ഉറച്ച അഭിപ്രാ

യവും അതോടൊപ്പം പ്രകടിപ്പിക്കപ്പെട്ടു.

"എന്റെ കസിൻ സാധാരണ പോകാറുള്ളതിന്റെ ഇരട്ടി ദൂരം പോകാനുള്ളത്ര സമയം ഇനിയുമുണ്ട്." അയാൾ പറഞ്ഞു. "അരമണിക്കൂർ നേരത്തെ പുറപ്പെടുന്നത് തടഞ്ഞതുമൂലം അവളുടെ സുഖസൗകര്യം നീ വർധിപ്പിക്കുകയാണ് ചെയ്തത്. കാർമേഘങ്ങൾ ഉരുണ്ടുകൂടുന്നുണ്ട്. നേരത്തെ പുറപ്പെട്ടിരുന്നെങ്കിൽ ചൂടുകൊണ്ടവൾ കഷ്ടപ്പെട്ടേനെ. ഇത്രയുമധികം വ്യായാമം ചെയ്ത് നീ തളർന്നില്ലെന്ന് ഞാൻ കരുതുന്നു. വീട്ടിലേക്കുള്ള നടത്തം ക്ഷീണമാകില്ലല്ലൊ."

"ഈ കുതിരപ്പുറത്തുനിന്നിറങ്ങിപ്പോകുന്നതാണെനിക്ക് ക്ഷീണം!" അവന്റെ സഹായത്തോടെ താഴെ ഇറങ്ങവെ അവൾ അഭിപ്രായപ്പെട്ടു. "ഞാൻ ഉറപ്പ് പറയുന്നു. ഞാൻ വളരെ ശക്തയാണ്. ഒന്നും ഒരിക്കലും എന്നെ തളർത്തുന്നില്ല, എനിക്കിഷ്ടമില്ലാത്ത കാര്യങ്ങൾ ചെയ്യുന്നതൊഴിച്ച് മിസ്സ്. പ്രൈസ്, മോശമായൊരു രീതിയിലാണ് ഞാനിതിനെ നിനക്ക് വിട്ടുതരുന്നത്. എന്നാൽ, രസകരമായൊരു കുതിരസവാരി ഞാൻ ആത്മാർഥതയോടെ നിനക്കാശംസിക്കുന്നു. ഈ ഉന്മേഷവതിയായ പ്രിയപ്പെട്ട സുന്ദരിക്കുതിരയെകുറിച്ച് നന്മമാത്രമേ എനിക്ക് കേൾക്കാനുണ്ടാകൂ."

സ്വന്തം കുതിരയുമായി കാത്തുനിന്നിരുന്ന വൃദ്ധനായ കുതിരക്കാരൻ അപ്പോൾ അവരുടെ അരികിലെത്തി. ഫാന്നിയെ അവളുടെ കുതിരപ്പുറത്ത് കയറ്റി പാർക്കിന്റെ മറ്റൊരുഭാഗത്തേക്ക് പുറപ്പെട്ടു. അവൾ പിൻതിരിഞ്ഞ് നോക്കിയപ്പോൾ, അവർ ഇരുവരും കുന്നിറങ്ങി ഒന്നിച്ച് ഗ്രാമത്തിലേക്ക് നടക്കുന്നത് കണ്ടു. ആ കാഴ്ച അവളുടെ അസ്വാസ്ഥ്യം വർധിപ്പിച്ചതേയുള്ളൂ. അതിനുംപുറമെ, ഒരു കുതിരസവാരിക്കാരി എന്ന നിലയിൽ മിസ്സ്. ക്രാഫോർഡിന്റെ കഴിവിനെക്കുറിച്ചുള്ള ആ വൃദ്ധന്റെ പ്രശംസകൾ അവൾക്ക് അരോചകമായി തോന്നി. അവളുടേതുപോലെ അത്ര താൽപ്പര്യത്തോടെ അയാളും ആ സവാരി വീക്ഷിച്ചുകൊണ്ടിരിക്കുകയായിരുന്നു.

"ഇത്രയും സന്മനസുള്ള മഹിളയുടെ കുതിരസവാരികാണുന്നതു തന്നെ എത്ര സുഖകരമാണ്." അയാൾ തുടർന്നു "ഇതിനെക്കാൾ നന്നായി കുതിരപ്പുറത്തിരിക്കുന്ന ഒരു വ്യക്തിയെ ഞാൻ കണ്ടിട്ടില്ല. പേടി എന്ന ഒരു ചിന്തയേ ഇല്ല അവൾക്ക്. നിങ്ങളെക്കാൾ തികച്ചും വ്യത്യസ്തം, മിസ്സ്. ആറുവർഷങ്ങൾക്കു മുമ്പ് നിങ്ങൾ ആദ്യമായി സവാരി തുടങ്ങിയതിനെക്കാൾ എത്ര വ്യത്യസ്തം. എനിക്ക് ദൈവാനുഗ്രഹമുണ്ട്! നിങ്ങളെ ആദ്യമായി സർ. തോമസ് കുതിരപ്പുറത്ത് കയറ്റിച്ചപ്പോൾ നിങ്ങൾ എങ്ങനെയാണ് കിടന്ന് വിറച്ചിരുന്നത്!"

ഡ്രോയിങ്റൂമിലും മിസ്സ്. ക്രാഫോർഡ് പ്രകീർത്തിക്കപ്പെട്ടു. അവളുടെ പ്രകൃതിദത്തമായ ശക്തിയും ധൈര്യവും മിസ്സ് ബെർട്രാമുമാരുടെ അഭിനന്ദനങ്ങൾക്ക് പാത്രമായി. കുതിരസവാരിയിലുള്ള അവളുടെ പരമാനന്ദം അവരുടേതാണെന്ന് തോന്നി; ആരംഭത്തിലേ പ്രകടിപ്പിച്ച അവളുടെ കഴിവ് അവരുടേതാണെന്നും. അതിനെക്കുറിച്ച് പ്രശംസിക്കു

ന്നതിലവർ വലിയ ആനന്ദം കണ്ടെത്തി.

"അവൾ ഭംഗിയായി സവാരി ചെയ്യുമെന്ന് എനിക്കുറപ്പാണ്" ജൂലിയ പറഞ്ഞു. "അതിനുവേണ്ടി സൃഷ്ടിക്കപ്പെട്ടവളെപ്പോലെ. സ്വന്തം സഹോദരന്റേതുപോലെ സ്ഫുടമായ ശരീരഘടനയാണവളുടേത്."

"അതെ" മരിയ അതിനോട് യോജിച്ചു. "അവളുടെ ഊർജസ്വലതയും അതുപോലെ വിശിഷ്ടം, സ്വഭാവഗുണവും അപ്രകാരം തന്നെ. കുതിരസവാരിയിലെ വൈദഗ്ധ്യവും മനസും തമ്മിൽ വലിയ ബന്ധമുണ്ടെന്നാണെനിക്ക് തോന്നുന്നത്."

രാത്രി അവർ പിരിഞ്ഞപ്പോൾ, പിറ്റേന്ന് സവാരിക്ക് പോകാനുണ്ടോ എന്ന് എഡ്മണ്ട് ഫാന്നിയോട് ചോദിച്ചു.

"ഇല്ല, എനിക്കറിയില്ല, നിങ്ങൾക്ക് കുതിരയെ ആവശ്യമുണ്ടെങ്കിൽ, ഇല്ല" അതായിരുന്നു അവളുടെ മറുപടി.

"എനിക്കാ കുതിരയെ ആവശ്യമില്ല" അയാൾ പറഞ്ഞു. 'നിനക്ക് വീട്ടിലിരിക്കാൻ എപ്പോഴെങ്കിലും തോന്നിയാൽ കുതിരയെ കൂടുതൽ സമയം ഉപയോഗിക്കാൻ മിസ്സ്. ക്രാഫോർഡിന് സന്തോഷമാണെന്നെനിക്ക് തോന്നുന്നു. – ചുരുക്കത്തിൽ രാവിലത്തെ സമയം മുഴുവൻ മാൻസ്ഫീൽഡ് മൈതാനംവരെ പോകാനവൾക്ക് വലിയ ആഗ്രഹമുണ്ട്. അവിടെനിന്നുള്ള മനോഹരമായ കാഴ്ചയെക്കുറിച്ച് മിസിസ് ഗ്രാന്റ് അവളോട് പറയാറുണ്ട്. അവൾക്കത് കാണാൻ വലിയ മോഹമാണെന്ന കാര്യത്തിൽ എനിക്ക് സംശയമില്ല. എന്നാൽ, ഏതെങ്കിലും ഒരു പ്രഭാതം ധാരാളമാണതിന്. പക്ഷേ, നിന്റെ പതിവ് പരിപാടികളിലിടപെടുന്നതവൾക്ക് അങ്ങേയറ്റം വിഷമമാണ്. അത് വളരെ തെറ്റായി അവൾ കരുതുന്നു–അവൾ വിനോദത്തിനുവേണ്ടി മാത്രമാണ് സവാരിചെയ്യുന്നത്, നീ ആരോഗ്യത്തിനു വേണ്ടിയും."

"നാളെ തീർച്ചയായും ഞാൻ സവാരിക്ക് പോകുന്നില്ല." ഫാന്നി മറുപടി നൽകി. "ഈയിടെയായി ഞാൻ എപ്പോഴും പുറത്ത് പോകാറുള്ളതല്ലേ; നാളെ വീട്ടിലിരിക്കാം. ഇപ്പോൾ എനിക്ക് നന്നായി നടക്കാനുള്ള ശേഷിയുണ്ടെന്നറിയാമോ?"

എഡ്മണ്ടിന് സന്തോഷമായി; ഫാന്നിക്ക് വിഷമമില്ലാതെ, പിറ്റേന്നു രാവിലെ മാൻസ്ഫീൽഡ് മൈതാനത്തിലേക്കുള്ള സവാരി പുറപ്പെട്ടു– ആ സംഘത്തിൽ ഫാന്നി ഒഴിച്ചുള്ള എല്ലാ യുവതീയുവാക്കന്മാരും അടങ്ങിയിരുന്നു. എല്ലാവരും ആ സവാരി അതിയായി ആസ്വദിച്ചു. അതിന്റെ ഇരട്ടി സന്തോഷത്തോടെ വൈകുന്നേരം അക്കാര്യം ചർച്ച ചെയ്യപ്പെട്ടു. ഇത്തരം വിജയകരമായ പദ്ധതികൾ പൊതുവെ ആവർത്തിക്കപ്പെടുകപതിവാണ്. മാൻസ്ഫീൽഡ് മൈതാനത്തിലേക്ക് നടത്തിയതുപോലൊരു സവാരി മറ്റേതെങ്കിലും ദിക്കിലേക്ക് പിറ്റേന്ന് നടത്തണമെന്ന് തീരുമാനിക്കപ്പെട്ടു. കാണാൻ നിരവധി സ്ഥലങ്ങൾ ഉണ്ട്; ചൂടുള്ള കാലാവസ്ഥയാണെങ്കിലും, തണലുള്ള പാതകളിലൂടെ യാത്ര ചെയ്യാം; ആ യുവ സംഘത്തിനത് എപ്പോഴും ലഭ്യമായിരുന്നു. ഇങ്ങനെ തുടർച്ചയായ നാല് സുപ്രഭാതങ്ങൾ സവാരിക്കായി ചിലവഴിക്കപ്പെട്ടു. അവിടത്തെ ഏറ്റവും

മനോഹരമായ സ്ഥലങ്ങളുടെ പ്രാധാന്യം ക്രാഫോർഡുകളെ ബോധ്യമാക്കികൊടുത്തു. ഗ്രാമപ്രദേശം മുഴുവൻ കാണിച്ചുകൊടുത്തു. എല്ലാം വിവരിച്ചു കൊടുത്തു. ആഹ്ലാദവും ആനന്ദവും നിറഞ്ഞ നിമിഷങ്ങൾ! ചൂടുമാത്രമായിരുന്നു ചെറിയൊരു അസൗകര്യം, അതു സന്തോഷത്തോടെ അവർ സഹിച്ചു – നാലാം ദിവസം വരെ. പെട്ടെന്ന് ആ സംഘത്തിലെ ഒരാളുടെ സന്തോഷത്തിനു മീതെ കാർമേഘങ്ങൾ പടരാൻ തുടങ്ങി. മിസ്. ബെർട്രാമിനാണത് സംഭവിച്ചത്. എഡ്മണ്ടും ജൂലിയയും പുരോഹിതഭവനത്തിൽ ഡിന്നറിന് ക്ഷണിക്കപ്പെട്ടപ്പോൾ, അവൾ ഒഴിവാക്കപ്പെട്ടു. അത് മിസിസ് ഗ്രാന്റ് മനഃപൂർവം ചെയ്തതാണ്; തികഞ്ഞ സന്മനസോടെ. കാരണം, അന്ന് മിസ്റ്റർ റഷ്വർത്ത് പാർക്കിൽ എത്താൻ സാധ്യതയുണ്ടെന്ന് അറിയിച്ചിരുന്നു. എന്നാൽ, അതവളെ വല്ലാതെ മുറിവേൽപ്പിച്ചു. വീട്ടിലെത്തുന്നതുവരെ തന്റെ ദേഷ്യവും വിഷമവും കടിച്ചമർത്തി പ്രസന്നവതിയായി നടിക്കാനവൾ വളരെ പാടുപെട്ടു. മിസ്റ്റർ റഷ്വർത്ത് ആണെങ്കിൽ വന്നതുമില്ല. അതവളുടെ ഹൃദയവേദന വർധിപ്പിച്ചു. അമ്മയോടും ആന്റിയോടും കസിനോടും അവൾ മുഖം വീർപ്പിച്ചു. ഡിന്നർ സമയത്ത് മുഖം കറുപ്പിച്ച് ഇരിപ്പായിരുന്നു.

രാത്രി പത്തിനും പതിനൊന്നിനുമിടയ്ക്ക് ഉല്ലാസത്തോടെ തിളങ്ങുന്ന മുഖവുമായി എഡ്മണ്ടും ജൂലിയയും ഡ്രോയിങ് റൂമിലേക്ക് കടന്നുവന്നു. അതിനുനേരെ വിപരീത ഭാവത്തിൽ മൂന്ന് വനിതകളും അവിടെ ഇരിക്കുന്നതവർ കണ്ടു. താൻ വായിക്കുന്ന പുസ്തകത്തിൽനിന്ന് മാരിയ കണ്ണുകൾ ഉയർത്തിയതേയില്ല; ലേഡി ബെർട്രാം അർധ സുഷുപ്തിയിലാണ്. സഹോദരീപുത്രിയുടെ അസുഖകരമായ പെരുമാറ്റത്തിൽ വ്യാകുലയായ മിസിസ് നോറിസ് ഡിന്നറിനെക്കുറിച്ച് ഒന്നോരണ്ടോ ചോദ്യങ്ങൾ ചോദിച്ചു. അതിന് ഉടനെ മറുപടി കിട്ടാതായപ്പോൾ കൂടുതലൊന്നും ചോദിക്കേണ്ടെന്ന് തീരുമാനിച്ചു. ഏതാനും മിനിറ്റുകൾ, സഹോദരീസഹോദരന്മാർ ആ രാത്രിയുടെ മനോഹാരിതയെകുറിച്ചുള്ള പ്രശംസയിൽ മുഴുകി. നക്ഷത്രങ്ങളെക്കുറിച്ച് അഭിപ്രായപ്രകടനം നടത്തി. തങ്ങൾക്കതീതമായ കാര്യങ്ങളെക്കുറിച്ച് ചിന്തിച്ചു. എന്നാൽ, സംഭാഷണം ഒന്ന് നിലച്ചപ്പോൾ, എഡ്മണ്ട് ചുറ്റും വീക്ഷിച്ചുകൊണ്ട് ചോദിച്ചു.

“ഫാന്നി എവിടെ?–അവൾ ഉറങ്ങാൻ പോയോ?”

“ഇല്ല,” മിസിസ് നോറിസ് മറുപടി നൽകി. “ഒരു നിമിഷം മുമ്പ് അവൾ ഇവിടെ ഉണ്ടായിരുന്നല്ലോ.”

ആ നീണ്ട മുറിയുടെ മറ്റേ അറ്റത്തുനിന്ന് അവളുടെ മൃദുസ്വരം ഉയർന്നു. അവൾ സോഫായിൽ കിടക്കുകയാണെന്നവർക്ക് മനസിലായി.. മിസിസ് നോറിസ് അവളെ ശകാരിക്കാൻ തുടങ്ങി.

“അതൊരു വൃത്തികെട്ട തന്ത്രമാണ്, ഫാന്നി സോഫയിൽ വൈകുന്നേരം മുഴുവൻ ചടഞ്ഞു കിടക്കുന്നത്. നിനക്കെന്തുകൊണ്ട് ഞങ്ങളെപ്പോലെ ഇവിടെ വന്നിരുന്ന് എന്തെങ്കിലും ചെയ്തുകൂടാ– നിനക്ക് സ്വന്തമായി ജോലി ഒന്നുമില്ലെങ്കിൽ പാവങ്ങളുടെ കുട്ടയിൽ നിന്ന് എന്തെങ്കിലും തുന്നാനായിത്തരാം. കഴിഞ്ഞാഴ്ച കൊണ്ടുവന്ന തുണികൾ തൊട്ടിട്ടില്ല.

അത് വെട്ടിവെട്ടി എന്റെ നടുവൊടിഞ്ഞു. നീ മറ്റുള്ളവരെക്കുറിച്ച് ചിന്തിക്കാൻ പഠിക്കണം. ഞാൻ പറയുന്നത് മനസിലാക്കുക, സദാസമയം സോഫയിൽ അലസയായി കിടക്കുന്നത് ഒരു ചെറുപ്പക്കാരിക്കും ഭൂഷണമല്ല, മോശം തന്ത്രമാണ്."

അത് പറഞ്ഞു തീരും മുമ്പ് ഫാന്നി മേശയ്ക്കടുത്തുള്ള തന്റെ ഇരിപ്പിടത്തിലെത്തി പണി വീണ്ടും ആരംഭിച്ചു. വളരെ ആഹ്ലാദത്തിലായിരുന്നു, ജൂലിയ അത്ഭുതത്തോടെ പറഞ്ഞു.

"ഞാൻ പറയട്ടെ, മാം, വീട്ടിലെ മറ്റാരെയുംപോലെ ഫാന്നിയും വളരെക്കുറച്ചു മാത്രമേ സോഫയിൽ കിടക്കാറുള്ളൂ."

"ഫാന്നി" അവളെ ശ്രദ്ധിച്ചു നോക്കികൊണ്ട് എഡ്മണ്ട് ചോദിച്ചു. "നിനക്ക് തലവേദന ഉണ്ട് അല്ലേ? എനിക്കുറപ്പാണ്."

അവൾക്കത് നിഷേധിക്കാനായില്ല; അതത്രകൂടുതലല്ല എന്നവൾ മറുപടി നൽകി.

"എനിക്ക് നിന്നെ വിശ്വസിക്കാനാകുന്നില്ല" അവൻ പറഞ്ഞു. "നിന്റെ മുഖഭാവം എനിക്ക് നന്നായി അറിയാം. എത്രനേരമായി അത് തുടങ്ങിയിട്ട്?"

"ഡിന്നറിന് കുറച്ചുമുമ്പ്. ഉഷ്ണം കൊണ്ടാണ്, വേറെ കുഴപ്പമൊന്നുമില്ല."

"ഈ ചൂടിൽ നീ പുറത്തു പോയിരുന്നോ?"

"പുറത്തു പോകുകയോ! തീർച്ചയായും അവൾ പോയി." മിസിസ് നോറിസ് പറഞ്ഞു. "ഇന്നത്തെപ്പോലെ നല്ലൊരു ദിവസം നീ അവളെ ഇരുത്താൻ ആഗ്രഹിക്കുന്നോ? ഞങ്ങൾ എല്ലാവരും പുറത്തുപോയതല്ലേ? നിന്റെ അമ്മപോലും ഒരു മണിക്കൂറിൽ കൂടുതൽ സമയം പുറത്തായിരുന്നു."

"അതെ, തീർച്ചയായും എഡ്മണ്ട്," അമ്മ അതിനെ പിൻതാങ്ങി. മിസ്സിസ് നോറിസിന്റെ ഫാന്നിയുടെ നേരെയുള്ള കടുത്ത ശകാരം കേട്ട് അവരുടെ ഉറക്കം നിശ്ശേഷം മാറിയിരുന്നു. "ഞാൻ ഒരു മണിക്കൂറിലധികം നേരം പുറത്തായിരുന്നു; മുക്കാൽ മണിക്കൂർ പൂന്തോട്ടത്തിലായിരുന്നു. അപ്പോൾ ഫാന്നി റോസ് ചെടികൾ മുറിച്ച് വൃത്തിയാക്കി. നല്ല സുഖമായിരുന്നു. അവിടെ, എന്നാൽ ഭയങ്കര ചൂട്. ഭിത്തിയിലെ തട്ടിനു കീഴെ തണലുണ്ടായിരുന്നു. വീണ്ടും ഉള്ളിലേക്ക് വരാനെനിക്കിഷ്ടം തോന്നിയില്ല."

"ഫാന്നി റോസ് മുറിക്കുകയായിരുന്നോ?"

"അതെ, ഇക്കൊല്ലത്തെ അവസാന പുഷ്പങ്ങളാണവ എന്നു പറയാനെനിക്ക് ഖേദമുണ്ട്. പാവം ചെടികൾ! അവർക്ക് നല്ല ചൂട് അനുഭവപ്പെട്ടുകാണും. എന്നാൽ, മുഴുവൻ വിടർന്നു കഴിഞ്ഞതിനാൽ കാത്തിരിക്കാനാവില്ലായിരുന്നു."

തീർച്ചയായും ഒരു രക്ഷയുമില്ല." പതിഞ്ഞ സ്വരത്തിൽ മിസിസ് നോറിസ് പിൻതാങ്ങി. "എന്നാൽ അവളുടെ തലവേദന അപ്പോൾ തുടങ്ങിയതൊന്നുമല്ല, സഹോദരാ. വെയിലത്ത് കുമ്പിട്ടുനിന്നതുകൊണ്ടൊന്നും തലവേദന ഉണ്ടാകാനിടയില്ല. നാളേക്കത് സുഖമാകും. നിങ്ങളുടെ സുഗന്ധവിനാഗിരി അവൾക്കൊന്ന് കൊടുക്കുക; എന്റേത് നിറയ്ക്കാൻ

ഞാനെപ്പോഴും മറന്നുപോകുന്നു."

"അവളുടെ പക്കലതുണ്ട്" ലേഡി ബെർട്രാം മറുപടി നൽകി. നിന്റെ വീട്ടിൽനിന്ന് രണ്ടാംതവണ മടങ്ങിവന്നതു മുതൽ അതവളുടെ കയ്യിൽത്ത ന്നെയാണ്."

"എന്ത്!" എഡ്മണ്ട് ഒച്ചവെച്ചു. അവൾ റോസ് വെട്ടുക മാത്രമല്ല, ഇത്രയും ദൂരം നടക്കുകയും ചെയ്തു! പാർക്കിന്റെ അപ്പുറത്തുള്ള നിങ്ങ ളുടെ വീട്ടിലേക്ക് നടക്കുകയോ, അതും രണ്ടുപ്രാവശ്യം, മാം? – അവ ളുടെ തലവേദനയിൽ അത്ഭുതപ്പെടാനൊന്നുമില്ല." മിസിസ് നോറിസ് ജൂലിയയുമായി സംസാരിച്ചുകൊണ്ടിരുന്നതിനാൽ അവൻ പറഞ്ഞത് കേട്ടില്ല.

"അത് അവൾക്ക് താങ്ങാവുന്നതിന് അപ്പുറമാണ് എന്നു ഞാൻ ഭയ പ്പെടുന്നു" ലേഡിബെർട്രാം പറഞ്ഞു "റോസുകൾ മുറിച്ചുകഴിഞ്ഞപ്പോൾ നിന്റെ ആന്റിക്കവ വേണമെന്നു തോന്നി; അപ്പോൾ അത് വീട്ടിൽ എത്തി ച്ചുകൊടുക്കണ്ടേ?"

"എന്നാൽ രണ്ടുപ്രാവശ്യം പോകാൻ മാത്രം റോസുകൾ ഉണ്ടായി രുന്നോ?"

"ഇല്ല, പക്ഷേ ഒഴിഞ്ഞു കിടക്കുന്ന മുറിയിൽ അത് ഉണക്കാനിടണ മായിരുന്നു, നിർഭാഗ്യവശാൽ ഫാന്നി പോരുമ്പോൾ ആ മുറി പൂട്ടാൻ മറന്നുപോയി, അതുകൊണ്ട് താക്കോലും എടുത്ത് വീണ്ടും അങ്ങോട്ട് പോകേണ്ടിവന്നു."

എഡ്മണ്ട് എഴുന്നേറ്റ് മുറിയിൽ ഉലാത്തിക്കൊണ്ടു പറഞ്ഞു:

"ഇത്തരം ജോലി ഫാന്നിയെ അല്ലാതെ മറ്റാരെയും ഏൽപ്പിക്കാൻ പറ്റില്ലായിരുന്നോ? – സത്യമായും, മാം, അത് വളരെ മോശം പണിയായി പ്പോയി."

"ഇക്കാര്യം ഇതിലും ഭംഗിയായി എങ്ങനെ നിർവഹിക്കുമെന്ന് എനി ക്കറിയില്ല" മിസിസ് നോറിസ് തൊള്ളപൊളിച്ചു. "അല്ലെങ്കിൽ ഞാൻ സ്വയം പോകണം. എന്നാൽ ഒരേ സമയം രണ്ടുസ്ഥലത്തും എനിക്കു ണ്ടാകാൻ പറ്റില്ലല്ലോ. നിന്റെ അമ്മയുടെ ആഗ്രഹപ്രകാരം അവരുടെ പാൽക്കാരിയെക്കുറിച്ച് ആ സമയത്ത് മിസ്റ്റർ ഗ്രീനുമായി ഞാൻ സംസാ രിക്കുകയായിരുന്നു. അതിനുശേഷം മിസിസ് ജെഫ്രിക്ക് സ്വന്തം മകനെ ക്കുറിച്ചുള്ള ഒരു കത്ത് എഴുതിക്കൊടുക്കാമെന്ന് ജോൺഗ്രൂമിന് വാക്കു കൊടുത്തിരുന്നു. ആ പാവം അരമണിക്കൂറായി എനിക്കുവേണ്ടി കാത്തി രിക്കുന്നു. തോന്നുമ്പോഴൊക്കെ എന്നെ ഉപയോഗിക്കാൻ പറ്റാത്തതിന്റെ പേരിൽ എന്നെ ആർക്കും കുറ്റപ്പെടുത്താനാവില്ല. എല്ലാം ഒരേ സമയത്ത് പെട്ടെന്നു ചെയ്യാൻ എനിക്കു കഴിയില്ല. എനിക്കുവേണ്ടി എന്റെ വീട്ടി ലേക്ക് ഫാന്നിയോട് ആവശ്യപ്പെട്ടത് ഒരിക്കലും അന്യായമായി ഞാൻ കരുതുന്നില്ല. കാൽ മൈലിൽ കൂടുതൽ ദൂരമില്ല അങ്ങോട്ട്. എത്ര ദിവ സങ്ങളാണ് ഞാൻ മൂന്നു പ്രാവശ്യം അങ്ങോട്ടുമിങ്ങോട്ടും നടന്നിട്ടുള്ളത്. കാലത്തും വൈകുന്നേരവും ഏത് കാലാവസ്ഥയിലും എന്നിട്ടതിനെക്കു

റിച്ച് ആരും ഒന്നും മിണ്ടാറില്ലല്ലോ."

"ഫാന്നിക്ക് നിങ്ങളുടെ പകുതി കരുത്തേയുള്ളൂ മാം."

"ഫാന്നി കൃത്യമായി ചിട്ടതെറ്റിക്കാതെ വ്യായാമം ചെയ്തിരുന്നെങ്കിൽ, ഇത്രയും പെട്ടെന്നു തളർന്നുപോകില്ലായിരുന്നു. ഈയിടെയായി അവൾ കുതിരസവാരിക്കു പോകുന്നില്ല, സവാരിക്ക് പോകാത്ത സമയത്ത് അവൾ നടക്കാൻ പോകണമെന്ന് ഞാൻ നിർബന്ധിക്കാറുണ്ട്. അവൾ കുതിര സവാരിക്ക് പോയിട്ടുണ്ടെങ്കിൽ ഞാനീ പണി അവളെ ഏൽപ്പിക്കില്ലായിരുന്നു. റോസ് ചെടികൾക്കിടയിൽ കുനിഞ്ഞുനിന്ന് പണിയെടുക്കുന്നത് അവൾക്ക് നല്ലതാണെന്ന് ഞാൻ കരുതി. അത്തരം ക്ഷീണിപ്പിക്കുന്ന ജോലിക്കുശേഷം കുറച്ചുദൂരം നടക്കുന്നതുപോലെ ഉന്മേഷദായകമായ മറ്റൊരു കാര്യമില്ല. ശാന്തമായ വെയിലായിരുന്നെങ്കിലും, അതത്ര ചൂടില്ലായിരുന്നു. നന്മതിന്മകൾ പറയുകയാണ്, എഡ്മണ്ട്," അർഥവത്തായി അവന്റെ അമ്മയ്ക്കു നേരെ തലയാട്ടിക്കൊണ്ടവൾ തുടർന്നു "റോസ് മുറിക്കലും അതിനിടയിലൂടെയുള്ള അലച്ചിലുമാണ് എല്ലാ പ്രശ്നത്തിനും കാരണം."

"തീർച്ചയായും അതുതന്നെയാണ് എന്റെയും ഭയം." അനിയത്തിയുടെ സംഭാഷണം കേൾക്കാനിടയായ നിഷ്കളങ്കയായ ലേഡിബെർട്രാം അഭിപ്രായപ്പെട്ടു. "അവിടെവച്ചുതന്നെയായിരിക്കണം അവൾക്ക് തലവേദന കിട്ടിയത്. ഏത് ശരീരത്തെയും തകർക്കാനുള്ളത്ര ചൂട് അവിടെ ഉണ്ടായിരുന്നു. എനിക്ക് സഹിക്കാവുന്നത്ര ഞാൻ സഹിച്ചു. നായക്കുട്ടികൾ പൂച്ചട്ടികൾക്കിടയിൽ പോകാതിരിക്കാനായി അതിനെ വിളിച്ചുകൊണ്ടിരിക്കുന്നതു തന്നെ എനിക്ക് സഹിക്കാവുന്നതിനപ്പുറമായിരുന്നു."

ആ ലേഡിമാരോട് പിന്നീടൊന്നും എഡ്മണ്ട് പറഞ്ഞില്ല, മറ്റൊരു മേശയിലേക്ക് ശാന്തനായി നടന്നു ചെന്നു, അതിലിരുന്ന വീഞ്ഞ് ഒരു ഗ്ലാസിലേക്ക് ഒഴിച്ച് ഫാന്നിക്കു കൊടുത്തു, അവന്റെ നിർബന്ധത്തിനു വഴങ്ങി അവളത് കുടിച്ചു. അത് നിരസിക്കണമെന്നവൾ കരുതിയതാണ്; എന്നാൽ, വിവിധ വികാരങ്ങൾ കൊണ്ടവളുടെ കണ്ണുകൾ നിറഞ്ഞുപോയിരുന്നു. ആ സമയത്ത് സംസാരിക്കുന്നതിനെക്കാൾ ഭേദം വീഞ്ഞ് മോന്തി കുടിക്കുന്നതായിരുന്നു.

അമ്മയോടും ആന്റിയോടും തോന്നിയ ദേഷ്യത്തെക്കാളേറെ തന്നോട് തന്നെ അവന് ദേഷ്യം തോന്നി. അവർ ചെയ്തതിനെക്കാൾ എത്രയോ മോശമാണ് അവളെ വിസ്മരിച്ചുകൊണ്ട് താൻ ചെയ്ത പ്രവൃത്തികൾ. അവളെ വേണ്ട രീതിയിൽ പരിഗണിച്ചിരുന്നെങ്കിൽ ഇത്തരത്തിലൊന്നും സംഭവിക്കില്ലായിരുന്നു. തുടർച്ചയായ നാലുദിവസങ്ങൾ വ്യായാമമില്ലാതെയും സുഹൃത്തുക്കളൊന്നുമില്ലാതെ ഒറ്റപ്പെട്ടും അവൾക്ക് കഴിയേണ്ടി വന്നു. ആന്റിമാർ ആവശ്യപ്പെട്ട അന്യായ പ്രവർത്തികളിൽ നിന്ന് രക്ഷപ്പെടാനവൾക്ക് ഒരു ഒഴിവുകഴിവും കിട്ടിയില്ല. കഴിഞ്ഞ നാലു ദിവസങ്ങളായി അവൾക്ക് കുതിരസവാരിക്ക് പോകാൻ പറ്റാതിരുന്നതോർത്തവൻ ലജ്ജിച്ചു. എത്ര വിമുഖതയോടെയാണെങ്കിലും മിസ്സ്.

ക്രാഫോർഡിന്റെ വിനോദത്തിന് തടയിടാനവൻ ദൃഢനിശ്ചയമെടുത്തു. ഇനിയൊരിക്കലും അത് ആവർത്തിക്കില്ല.

ഫാന്നി കിടക്കാൻ പോയത് വളരെ ഹൃദയഭാരത്തോടെയായിരുന്നു, പാർക്കിലെത്തിയ ആദ്യരാത്രിയിലേതുപോലെ. അവളുടെ അസുഖത്തിനുള്ള ഒരു കാരണം അത്തരം മാനസികാവസ്ഥയാണ്. കാരണം, താൻ അവഗണിക്കപ്പെട്ടവളാണെന്ന് കരുതി. കഴിഞ്ഞ കുറച്ച് ദിവസങ്ങളായി അസന്തുഷ്ടിയും അസൂയയും അവളെ വിഷമിപ്പിച്ചിരുന്നു, അവയ്ക്കെതിരേ അവൾ മനസാ പൊരുത്തപ്പെടുകയായിരുന്നു. അവൾ മറ്റുള്ളവരുടെ നിരീക്ഷണത്തിൽനിന്നു രക്ഷപ്പെടാൻ വേണ്ടിയായിരുന്നു സോഫയിലേക്ക് പിൻവലിഞ്ഞത്, തലവേദനയെക്കാൾ ഹൃദയവേദനയായിരുന്നു അവൾക്ക് അപ്പോൾ അനുഭവിച്ചിരുന്നത്. എഡ്മണ്ടിന്റെ കരുണാമയമായ പെരുമാറ്റം പെട്ടെന്നൊരു മാറ്റം അവളിലുണ്ടാക്കി, എങ്ങനെ സ്വയം പിടിച്ചുനിൽക്കുമെന്നവൾക്കറിയില്ലായിരുന്നു.

8

പിറ്റേന്നു തന്നെ ഫാന്നിയുടെ കുതിരസവാരി പുനരാരംഭിച്ചു. സുഖകരമായൊരു സുപ്രഭാതം, പതിവിന് വിപരീതമായി ചൂട് കുറഞ്ഞ കാലാവസ്ഥ. ഫാന്നിയുടെ നഷ്ടപ്പെട്ട ആരോഗ്യവും ആനന്ദവും വീണ്ടെടുക്കാനാകുമെന്ന് എഡ്മണ്ട് പ്രത്യാശിച്ചു. അവൾ പോയ ഉടനെ അമ്മയോടൊപ്പം മിസ്റ്റർ റഷ്വർത്ത് എത്തി. ഒരു ഉപചാര സന്ദർശനമായിരുന്നു അത്. അവരുടെ മാന്യത പ്രദർശിപ്പിക്കാനായിട്ട്, പ്രത്യേകിച്ചും രണ്ടാഴ്ച മുമ്പ് തുടങ്ങിവച്ച സതർട്ടൻ സന്ദർശന പദ്ധതി തീരുമാനിക്കണം. അവർ കുറച്ചു ദിവസമായി വീട്ടിലില്ലാതിരുന്നതിനാൽ ഈ പദ്ധതി ഉറങ്ങിക്കിടക്കയായിരുന്നു. അക്കാര്യം വീണ്ടും ഉയർന്നപ്പോൾ മിസിസ് നോറിസും സഹോദരീപുത്രിമാരും വളരെയേറെ സന്തോഷിച്ചു. അടുത്ത ഒരു ദിവസംതന്നെ സന്ദർശനത്തിനായി തീരുമാനിക്കപ്പെട്ടു, മിസ്റ്റർ ക്രാഫോർഡിന് സൗകര്യമുള്ള ദിവസമായിരിക്കണം. ആ യുവതികൾക്കത് ഓർമയുണ്ടായിരുന്നു. അതുതന്നെയായിരുന്നു മിസിസ് നോറിസിന്റെ ചിന്താഗതിയെങ്കിലും അവർ മിസ്റ്റർ ക്രാഫോർഡിന്റെ കാര്യത്തിൽ ഉത്തരവാദിത്വമെടുക്കാൻ തയാറായില്ല. ഒടുവിൽ മിസ്സ്. ബെർട്രാമിന്റെ സൂചന ലഭിച്ചപ്പോൾ മിസ്റ്റർ റഷ്വർത്ത് ഉചിതമായൊരു തീരുമാനത്തിലെത്തി, അതായത്, സ്വയം പുരോഹിതഭവനത്തിൽ ചെന്ന് അടുത്ത ബുധനാഴ്ച അയാൾക്ക് സൗകര്യമായിരിക്കുമോ എന്ന് അന്വേഷിക്കുക.

അയാൾ തിരിച്ചുവരുന്നതിന് മുമ്പ് മിസിസ് ഗ്രാന്റും അവിടെ എത്തി. അവർ വീട്ടിൽനിന്ന് കുറച്ച് മുമ്പ് പുറപ്പെട്ട് എവിടെയൊക്കെയോ പോയി മറ്റൊരു വഴിയിലൂടെ വന്നതിനാൽ മിസ്റ്റർ റഷ്വർത്തിനെ കണ്ടിരുന്നില്ല. മിസ്റ്റർ ക്രാഫോർഡ് വീട്ടിലുണ്ടാകുമെന്നവർ പറഞ്ഞപ്പോൾ എല്ലാവർക്കും ആശ്വാസമായി. സതർട്ടൻ പദ്ധതി ചർച്ച ചെയ്യപ്പെട്ടു. മിസിസ് നോറിസ്

വളരെ ആവേശത്തിലായിരുന്നതിനാൽ മറ്റൊരു കാര്യത്തെക്കുറിച്ചും സംസാരിക്കാൻ പറ്റില്ലായിരുന്നു. അനന്തരഫലങ്ങളെക്കുറിച്ചൊന്നും ചിന്തിക്കാത്ത ആ പ്രൗഢ, മിസിസ് റഷ്വർത്ത്, തന്റെയും മകന്റെയും പേരിൽ ലേഡി ബെർട്രാമിനെ അവരുടെ സംഘത്തിൽ ചേരാനായി നിർബന്ധിച്ചുകൊണ്ടിരുന്നു. അവരാകട്ടെ ആ ക്ഷണം നിരസിച്ചുകൊണ്ടുമിരുന്നു. എന്നാൽ, അവരുടെ ശാന്തമായ ഒഴിഞ്ഞുമാറൽ കണ്ട് അവർക്ക് വരാനാഗ്രഹമുണ്ടെന്ന് മിസിസ് റഷ്വർത്ത് കരുതി. പക്ഷേ, മിസിസ് നോറിസ് ഉറക്കെ വാചാലമായി കാര്യങ്ങൾ വിശദീകരിച്ചപ്പോൾ മിസിസ് റഷ്വർത്തിന് സത്യാവസ്ഥ ബോധ്യമായി.

"എന്റെ സഹോദരിക്ക് യാത്രാക്ഷീണം താങ്ങാനാവില്ല, അത്രയ്ക്കധികമായിരിക്കുമെന്നത് എനിക്കുറപ്പാണ്, എന്റെ പ്രിയപ്പെട്ട മിസിസ് റഷ്വർത്ത്, പത്ത് മൈൽ അങ്ങോട്ടും പത്ത് മൈൽ ഇങ്ങോട്ടും അറിയാമോ. ഈ അവസരത്തിൽ നിങ്ങൾ എന്റെ സഹോദരിയോട് ക്ഷമിക്കണം, അവരെ ഒഴിവാക്കി പ്രിയപ്പെട്ട രണ്ട് പുത്രിമാരെയും എന്നെയും സ്വീകരിക്കുക. അവൾ ആകെ പോകാനാഗ്രഹിച്ച ഒരേയൊരു സ്ഥലം സതർട്ടൻ മാത്രമാണ്. എന്നാൽ, തീർച്ചയായും അതിനും കഴിയില്ല. അവൾക്ക് കൂട്ടായി ഫാന്നി പ്രൈസ് ഇരിക്കും, അപ്പോൾ എല്ലാം ഭംഗിയായി നീങ്ങും. എഡ്മണ്ട് സ്വന്തം അഭിപ്രായം പറയാൻ ഇവിടെ ഇല്ലെങ്കിലും, അവന് ഈ സംഘത്തിൽ ചേരാൻ ഏറ്റവുമധികം സന്തോഷമാണെന്ന് ഞാൻ ഉറപ്പ് തരുന്നു. അവൻ കുതിരപ്പുറത്ത് യാത്ര ചെയ്യും."

ലേഡി ബെർട്രാം വീട്ടിലിരിക്കുന്നതിനോട് മിസിസ് റഷ്വർത്തിന് യോജിക്കേണ്ടി വന്നെങ്കിലും വിഷമത്തോടെ പറഞ്ഞു. ലേഡിയുടെ അസാന്നിധ്യം വലിയൊരു പോരായ്മയായിരിക്കും. മിസ് പ്രൈസ് കൂടിയുണ്ടായിരുന്നെങ്കിൽ എനിക്ക് അങ്ങേയറ്റം സന്തോഷമായേനെ, അവൾ ഇതുവരെ സതർട്ടനിൽ വന്നിട്ടില്ലല്ലോ. അവൾക്കത് കാണാൻ പറ്റാത്തത് കഷ്ടമാണ്."

"നിങ്ങൾ വളരെ ദയാലുവാണ്, വലിയ ഉദാര മനസ്ക, എന്റെ പ്രിയപ്പെട്ട മാഡം" മിസിസ് നോറിസ് ഒച്ചവച്ചു. "എന്നാൽ, ഫാന്നിക്ക് സതർട്ടൻ സന്ദർശിക്കാൻ ഒരുപാട് അവസരങ്ങളുണ്ടാകും, എത്രയോ കാലം അവളുടെ മുന്നിൽ നീണ്ടുകിടക്കുന്നു. ഇപ്പോൾ അവൾ പോകുന്ന പ്രശ്നമേയില്ല. ലേഡി ബെർട്രാമിന് അവളെ വിടാൻ പറ്റിയേക്കില്ല."

"ഓ! ഇല്ല – ഫാന്നിയില്ലാതെ എനിക്ക് പറ്റില്ല."

എല്ലാവർക്കും സതർട്ടൻ കാണാനാഗ്രഹമുണ്ടെന്ന വിശ്വാസത്തിൽ മിസ്സിസ് റഷ്വർത്ത് തന്റെ സംഭാഷണം തുടർന്നു. മിസ്സ്. ക്രാഫോർഡിനെയും സംഘത്തിലുൾപ്പെടുത്തണം. സതർട്ടനടുത്തുവരെ പോയിട്ടും അവിടം സന്ദർശിക്കാതിരുന്ന മിസ്സിസ് ഗ്രാന്റ്, മിസ്സ് റഷ്വർത്തിന്റെ ക്ഷണം മര്യാദയുടെ പേരിൽ നിരസിച്ചു. എന്നാൽ, അനിയത്തിയെ ക്ഷണിച്ചതിലവൾ സന്തോഷിച്ചു. വേണ്ട രീതിയിൽ നിർബന്ധിച്ചപ്പോൾ മേരിയും സസന്തോഷം ക്ഷണം സ്വീകരിച്ചു. മിസ്റ്റർ റഷ്വർത്ത് പുരോഹിത ഭവനത്തിൽനിന്നും വിജയാഹ്ലാദത്തോടെ തിരിച്ചെത്തി. എഡ്മണ്ടും സമ

യത്ത് തന്നെ എത്തി. ബുധനാഴ്ചത്തെ പദ്ധതിയെക്കുറിച്ചറിഞ്ഞു. അവൻ മിസ്സിസ് റഷ്വർത്തിനെ കുതിരവണ്ടിയിൽ കയറ്റി, സഹോദരിമാരോടൊപ്പം പാർക്കിന്റെ പകുതിദൂരംവരെ അവരെ അനുഗമിച്ചു.

അവൻ തിരിച്ച് ഡൈനിങ് റൂമിലെത്തിയപ്പോൾ, സതർട്ടനിൽ പോകുന്ന സംഘാംഗങ്ങളെക്കുറിച്ച് മിസ്സിസ് നോറിസ് ഒരു തീരുമാനത്തിലെത്താൻ ശ്രമിക്കുന്നതവൻ കണ്ടു. മിസ്സ്. ക്രാഫോർഡിനെ ആ സംഘത്തിലുൾപ്പെടുത്തുന്നത് അഭികാമ്യമാണോ, അല്ലയോ? അവളുടെ സഹോദരന്റെ വണ്ടി അവളെക്കൂടാതെതന്നെ നിറഞ്ഞിരിക്കുമോ? മിസ്സ്. ബെർട്രാമുമാർ അതുകേട്ട് ചിരിച്ചു; വണ്ടിയിൽ നാലുപേർക്ക് സുഖമായി ഇരിക്കാമെന്നവർ ഉറപ്പിച്ചു പറഞ്ഞു. അതിനും പുറമെ പെട്ടിപ്പുറത്ത് അവനോടൊപ്പം മറ്റൊരാൾക്കും ഇരിക്കാം.

“എന്നാൽ, എന്താണതിന്റെയൊക്കെ ആവശ്യം” എഡ്മണ്ട് പറഞ്ഞു “ക്രാഫോർഡിന്റെ വണ്ടി തന്നെ ഉപയോഗിക്കണമെന്ന് എന്താണിത്ര നിർബന്ധം? അമ്മയുടെ വണ്ടി ഉപയോഗിച്ചുകൂടെ? ഈ സന്ദർശനത്തെക്കുറിച്ച് അന്ന് ആദ്യമായി സൂചിപ്പിച്ചപ്പോൾത്തന്നെ എനിക്ക് മനസിലാവാത്ത ഒരു കാര്യമാണ്, കുടുംബസന്ദർശനം എന്തുകൊണ്ട് കുടുംബവാഹനത്തിലായിക്കൂടാ എന്ന്.”

“എന്ത്!” ജൂലിയ ഒച്ചയിട്ടു “മൂന്നുപേർക്കിരിക്കാവുന്ന ആ ഒറ്റക്കുതിരവണ്ടിയിൽ അടച്ചിരുന്ന് പോകുകയോ, അതും ഈ കാലാവസ്ഥയിൽ! വലിയ കുതിരവണ്ടിയുള്ളപ്പോൾ എന്തിന് ബുദ്ധിമുട്ടണം? ഇല്ല, എന്റെ പ്രിയപ്പെട്ട എഡ്മണ്ട്, അത് പറ്റില്ല.”

“അതിനും പുറമെ” മരിയ അഭിപ്രായപ്പെട്ടു “മിസ്റ്റർ ക്രാഫോർഡ് നമ്മളെ കൊണ്ടുപോകാമെന്നു കരുതിയിരിക്കയാണ്; തന്റെ വാഗ്ദാനം ഒരു അവകാശവാദമായി അയാൾ ഉന്നയിക്കും.”

“പിന്നെ, എന്റെ പ്രിയപ്പെട്ട എഡ്മണ്ട്,” മിസ്സിസ് നോറിസ് അഭിപ്രായപ്പെട്ടു. “ഒരു വണ്ടികൊണ്ട് കാര്യം സാധിക്കുമെങ്കിൽ രണ്ട് വണ്ടികൾ എന്തിനാണ്, യാതൊരു പ്രയോജനവുമില്ല. നമ്മൾക്കറിയാൻ വേണ്ടി മാത്രം പറയുകയാണ്, ഇവിടം മുതൽ സതർട്ടൻ വരെയുള്ള റോഡുകൾ വണ്ടിക്കാരനത്ര തൃപ്തികരമല്ല, ഇടുങ്ങിയ വഴിയിലൂടെ യാത്ര ചെയ്ത് തന്റെ വണ്ടി ഉരഞ്ഞു നാശമാകുന്നെന്ന് അയാൾ എപ്പോഴും പകയോടെ ആവലാതിപ്പെടാറുണ്ട്. സർ. തോമസ് തിരിച്ചുവരുമ്പോൾ വണ്ടിയുടെ പെയിന്റ് ഉരഞ്ഞ് നാശമായി കാണുന്നത് ആരെങ്കിലും ഇഷ്ടപ്പെടുമോ.”

“മിസ്റ്റർ ക്രാഫോർഡിന്റെ വണ്ടി ഉപയോഗിക്കാൻ പറ്റിയ ഉപാധിയൊന്നുമല്ല അത്” മരിയ ഇടപെട്ടു. “എന്നാൽ സത്യമിതാണ്, വിൽകോക്സ് ഒരു മണ്ടൻ വൃദ്ധനാണ്, അയാൾക്ക് വണ്ടിയോടിക്കാനറിയില്ല. നമ്മൾക്ക് ബുധനാഴ്ച ഇടുങ്ങിയ വഴിയിൽ യാതൊരു സൗകര്യവുമുണ്ടാകില്ല, ഞാനിതിന്റെ ഉത്തരവാദിത്വം ഏറ്റെടുക്കാം.”

“യാതൊരു അസൗകര്യമോ ബുദ്ധിമുട്ടോ പെട്ടിയിലിരുന്ന് യാത്ര

ചെയ്യാൻ ഉണ്ടാകില്ലെന്ന് ഞാൻ കരുതുന്നു" എഡ്മണ്ട് പറഞ്ഞു.

"ബുദ്ധിമുട്ടോ!" മരിയ അട്ടഹസിച്ചു "ഓ! പ്രിയപ്പെട്ടവനേ. പൊതുവെ ഏറ്റവും സുഖകരമായ ഇരിപ്പിടമായിട്ടാണ് അതിനെ കരുതുന്നത്. നാടു കാണാൻ ഇത്രയും അതുല്യമായൊരു ഇരിപ്പിടമുണ്ടോ? മിക്കവാറും പെട്ടിപ്പുറം മിസ്സ്. ക്രാഫോർഡ് തന്നെ തെരഞ്ഞെടുക്കും."

"അപ്പോൾ നിങ്ങളോടൊപ്പം ഫാന്നിയും വരുന്നതിന് എതിർപ്പുണ്ടാകില്ലല്ലോ; അവൾക്ക് ഇരിക്കാൻ സ്ഥലമുണ്ടാകുമെന്നതിൽ സംശയമില്ല."

"ഫാന്നി!" മിസിസ് നോറിസ് പഴയ പല്ലവി ആവർത്തിച്ചു. "എന്റെ പ്രിയപ്പെട്ട എഡ്മണ്ട്, നമ്മുടെകൂടെ അവളെ കൊണ്ടുപോകാനൊരുദ്ദേശ്യവുമില്ല. അവൾ സ്വന്തം ആന്റിയുടെ കൂടെ നിൽക്കും. മിസിസ് റഷ്വർത്തിനോട് അപ്രകാരമാണ് ഞാൻ പറഞ്ഞത്; അവളെ അവർ പ്രതീക്ഷിക്കുന്നില്ല."

"ആ പാർട്ടിയിൽ ഫാന്നിയെ പങ്കുകൊള്ളിക്കാതിരിക്കാൻ നിങ്ങൾക്ക് കാരണമൊന്നുമില്ലെന്നു ഞാൻ കരുതുന്നു, മാഡം" അവൻ അമ്മയെ സംബോധനചെയ്തുകൊണ്ട് പറഞ്ഞു "നിങ്ങളുടെ സുഖസൗകര്യങ്ങൾ ഒഴിച്ച്. അവളെ കൂടാതെ നിങ്ങൾക്ക് കഴിയാൻ പറ്റുമെങ്കിൽ, അവളെ നിർത്താൻ ആഗ്രഹിക്കരുതായിരുന്നു."

"പറ്റുമെന്നുറപ്പാണ്; എന്നാൽ അവളില്ലാതെ കഴിയില്ല."

"ഞാൻ നിങ്ങളോടൊപ്പം നിന്നാൽ നിങ്ങൾക്കതിന് കഴിയും; ഞാൻ ചെയ്യാൻ പോകുന്നതതാണ്."

ഇതൊരു വലിയ ഒച്ചപ്പാട് തന്നെ സൃഷ്ടിക്കപ്പെട്ടു.

"അതെ" അവൻ തുടർന്നു. "ഞാൻ പോകേണ്ട യാതൊരാവശ്യവുമില്ല, ഞാൻ വീട്ടിൽ തങ്ങാനാണ് ഉദ്ദേശിക്കുന്നത്. സതർട്ടൻ കാണാൻ ഫാന്നിക്ക് വലിയ ആഗ്രഹമുണ്ട്. എനിക്കറിയാം അതവളുടെ വലിയൊരഭിലാഷമാണെന്ന്. അവൾക്ക് ഇത്തരം ഒരു സംതൃപ്തി ഉണ്ടായിട്ടേയില്ല; ഇപ്പോൾ അവൾക്കത് സസന്തോഷം അമ്മ നൽകും. ഇല്ലേ?"

"ഓ! അതെ, വളരെ സന്തോഷം, നിന്റെ ആന്റിക്ക് എതിർപ്പില്ലെങ്കിൽ."

മിസിസ് നോറിസ് അതിന് തയാറാണ്; ഒരു പ്രശ്നം മാത്രം ഫാന്നിക്ക് പോകാൻ കഴിയില്ലെന്ന് മിസിസ് റഷ്വർത്തിനോടവൾ തീർത്ത് പറഞ്ഞിരുന്നു. ഇനി അവളെകൊണ്ടുചെന്നാൽ അവർക്കൊരു അമ്പരപ്പാകില്ലേ; ഈ പ്രശ്നം മിസിസ് നോറിസിനെ ശരിക്കും കുഴക്കി. ഏറ്റവും വിചിത്രമായൊരു കാഴ്ചയായിരിക്കും അതെന്നവൾ കരുതി! അത് വളരെ മോശമായിരിക്കും; അതുല്യവും ്യ ഉന്നതവുമായ പെരുമാറ്റത്തിനുടമയായ മിസിസ് റഷ്വർത്തിനെ അനാദരിക്കലായിരിക്കും. മിസിസ് നോറിസിന് ഫാന്നിയോട് യാതൊരു സ്നേഹവുമില്ല, എപ്പോഴെങ്കിലും അവളുടെ സന്തോഷം ആഗ്രഹിച്ചിട്ടുമില്ല. തന്റെ പദ്ധതിയോടുള്ള പക്ഷഭേദം മൂലമാണവൾ എഡ്മണ്ടിനെ എതിർത്തത്; കാരണം ആ പദ്ധതി അവളുടെ സ്വന്തമാണ്. മറ്റൊരു താൽപ്പര്യവും അവൾക്കില്ലായിരുന്നു. താൻ എല്ലാം

അതിഭംഗിയായി പ്ലാൻ ചെയ്തു എന്നവൾ കരുതി, അതിൽ വരുത്തുന്ന ഏത് മാറ്റവും ദോഷകരമായിരിക്കും. മിസിസ് റഷ്വർത്തിന്റെ കാര്യ മോർത്ത് ആന്റി വ്യാകുലപ്പെടേണ്ടതില്ലെന്ന് എഡ്മണ്ട് പറഞ്ഞു. അവൻ അവരോടൊപ്പം ഹാളിലൂടെ നടക്കവെ, മിസ്. പ്രൈസും തങ്ങളുടെ സംഘ ത്തിലുണ്ടായിരിക്കുമെന്ന് സൂചിപ്പിച്ചപ്പോൾ അവൾക്ക് പ്രത്യേക ക്ഷണം നൽകിയിരുന്നു. എഡ്മണ്ട് ഇപ്രകാരം പറഞ്ഞതുകേട്ട് മിസിസ് നോറിസ് വല്ലാതെ വിഷമിച്ചെങ്കിലും അതിചാരുതയോടെ ഇത്രമാത്രം പറഞ്ഞു "വളരെ നല്ലത്, വളരെ നല്ലത്, നീ തീരുമാനിക്കുന്നതുപോലെ, നിന്റേ തായ രീതിയിൽത്തന്നെ ചെയ്തോളൂ. എനിക്കൊരു പ്രശ്നവുമില്ല."

"ഫാന്നിക്കു പകരം നീ വീട്ടിൽ തങ്ങുന്നത് വിചിത്രമായി തോന്നുന്നു" മരിയ അഭിപ്രായപ്പെട്ടു.

"അവൾ നിന്നോട് വളരെയേറെ കടപ്പെട്ടവളായിരിക്കും" ധൃതിയിൽ മുറിവിട്ടുപോകുന്നതിനിടെ ജൂലിയ പറഞ്ഞു. അമ്മയോടൊപ്പം നിൽക്കാ മെന്ന് തനിക്കും പറയേണ്ടിവരുമോ എന്നൊരു തോന്നൽ അവളിലുണ്ടായി.

"സന്ദർഭാനുസരണം ഉണ്ടാകാറുള്ള നന്ദി ഫാന്നിയിലെപ്പോഴുമുണ്ടാ കും." ഇത്രമാത്രമായിരുന്നു അതിനുള്ള എഡ്മണ്ടിന്റെ മറുപടി. അതോടെ ആ വിഷയത്തെക്കുറിച്ചുള്ള വാഗ്വാദങ്ങൾ അവസാനിപ്പിക്കപ്പെട്ടു.

ഈ പദ്ധതിയെക്കുറിച്ചറിഞ്ഞപ്പോൾ ഫാന്നിക്കുണ്ടായ സന്തോ ഷത്തെക്കാൾ എത്രയോ വലുതായിരുന്നു അവളുടെ കൃതജ്ഞത, എന്ന ത്തേക്കാളേറെ എഡ്മണ്ടിന്റെ ദയാവായ്പ് അവളനുഭവിച്ചറിഞ്ഞു. ആർക്കും സംശയം തോന്നാത്ത രീതിയിലാണ് ആ സ്നേഹബന്ധം അവൻ ഓർത്തിരിക്കുന്നത്. എന്നാൽ, തനിക്കുവേണ്ടി സ്വന്തം സുഖങ്ങൾ എഡ്മണ്ടിന് ത്യജിക്കേണ്ടി വന്നതിൽ ഫാന്നിക്കു വേദന തോന്നി; അവ നില്ലാതെ സതർട്ടൻ സന്ദർശിക്കുന്നതിൽ എന്ത് സംതൃപ്തിയാണുള്ളത്.

രണ്ട് മാൻസ്ഫീൽഡ് കുടുംബങ്ങളും തമ്മിലുണ്ടായ അടുത്ത സമാഗമത്തിന് ചെറിയൊരുമാറ്റംകൂടി വരുത്തപ്പെട്ടു; അതിന് പൊതു അംഗീകാരവും ലഭിക്കപ്പെട്ടു. അന്ന് ലേഡിബെർട്രാമിന് കൂട്ടിനിരിക്കുന്ന ചുമതല മകനു പകരം മിസിസ് ഗ്രാന്റ് വഹിക്കാമെന്നേറ്റു. ഡോ. ഗ്രാന്റ് ഡിന്നറിനെത്തുകയും ചെയ്യും. ആ പദ്ധതി ലേഡിബെർട്രാമിന് വളരെ ഇഷ്ടമായി. യുവതികൾ വീണ്ടും വലിയ പ്രസരിപ്പിലായി. ഇത്തരം ഒരു പരിപാടി ഉരുത്തിരിഞ്ഞു വന്നതിൽ എഡ്മണ്ട്പോലും വളരെ കൃതജ്ഞ നായിരുന്നു, അവനും പ്രൈആ സംഘത്തിൽ ചേരാനാകുമല്ലോ. അതൊരു ഉഗ്രൻ പ്ലാൻ ആണെന്ന് മിസിസ് നോറിസ് കരുതി; ആ പ്ലാൻ തന്റെ നാവിൻ തുമ്പത്ത് വന്നതാണെന്നും, അത് പറയാൻ തുടങ്ങുമ്പോഴേക്കും മിസിസ് ഗ്രാന്റ്ത് പ്രഖ്യാപിച്ചു എന്നും അവൾ വിചാരിച്ചു.

ബുധനാഴ്ച നല്ല ദിവസമായിരുന്നു. പ്രാതൽ കഴിഞ്ഞ ഉടനെ കുതിര വണ്ടി എത്തി; സഹോദരിമാരോടൊപ്പം മിസ്റ്റർ ക്രാഫോർഡാണ് വണ്ടി ഓടി ച്ചിരുന്നത്. എല്ലാവരും തയാറായിരുന്നതുകൊണ്ട്, മിസിസ് ഗ്രാന്റിനെ താഴെ യിറക്കി, മറ്റുള്ളവരെ വണ്ടിയിൽ കയറ്റുക മാത്രമേ ചെയ്യേണ്ടിയിരുന്നുള്ളൂ.

ഇരിപ്പിടങ്ങൾ മുറപ്രകാരം നീക്കിവെച്ചിരുന്നില്ല. എല്ലാവരെയും അസൂയപ്പെടുത്തുന്ന മതിപ്പുള്ള സീറ്റ് ആർക്ക് ലഭിക്കും? ഏത് ഭാഗ്യവതിക്കാണോ നറുക്ക് വീഴുക? ഓരോ മിസ്സ്. ബെർട്രാമും അതുതന്നെയാണ് ചിന്തിച്ചത്, ഓരോരുത്തിയും തനിക്കത് ഔദാര്യത്തോടെ വെച്ചുനീട്ടുമെന്ന് ആശിച്ചു. മിസിസ് ഗ്രാന്റ് പുറത്തിറങ്ങുമ്പോൾ പറഞ്ഞ വാക്കോടെ കാര്യം തീർച്ചപ്പെടുത്തപ്പെട്ടു. "നിങ്ങൾ അഞ്ചുപേർ ഉള്ളതിനാൽ ഒരാൾ ഹെൻട്രിയോടൊപ്പം ഇരിക്കുന്നതാണ് നല്ലത്; ജൂലിയ, നീ മുമ്പ് പറയാറുള്ളതുപോലെ വണ്ടി ഓടിക്കാനാഗ്രഹിക്കുന്നുണ്ടെങ്കിൽ അതിന് പറ്റിയ അവസരമാണിതെന്ന് ഞാൻ കരുതുന്നു."

സന്തുഷ്ടയായ ജൂലിയ! അസന്തുഷ്ടയായ മരിയ! ഒരു നിമിഷത്തിനകം ജൂലിയ പെട്ടിപ്പുറം കയ്യടക്കി. മരിയ പിന്നിലെ ഒരു സീറ്റിലും ഇരിപ്പായി, അവളുടെ മുഖത്ത് അവഹേളനവും മ്ലാനതയും നിറഞ്ഞുനിന്നു. താഴെ നിൽക്കുന്ന രണ്ട് മഹിളകളുടെ ആശംസകളോടെ വണ്ടി നീങ്ങി; യജമാനത്തിയുടെ കരങ്ങളിലിരുന്ന് നായക്കുട്ടി കുരച്ചു.

മനോഹരമായൊരു ഗ്രാമത്തിലൂടെയായിരുന്നു അവരുടെ പാത. ഫാന്നിയുടെ കുതിരസവാരി അത്ര വ്യാപകമൊന്നുമല്ലാത്തതിനാൽ, ഈ പ്രദേശം അവൾക്ക് അജ്ഞാതമായിരുന്നു. പുതുതായതെന്തും നിരീക്ഷിക്കാനവൾക്ക് വലിയ സന്തോഷമായിരുന്നു, സുന്ദരമായതെന്തും അവൾ വിസ്മയത്തോടെ നോക്കിക്കാണും, പലപ്പോഴും മറ്റുള്ളവരുടെ സംഭാഷണത്തിൽ അവളെ പങ്കുകൊള്ളിക്കാറില്ല, അവൾക്കതിൽ താൽപ്പര്യവുമില്ല. സ്വന്തം ചിന്തകളും സങ്കൽപ്പങ്ങളുമാണ് പതിവായി അവളുടെ ഏറ്റവും നല്ല കൂട്ടുകാർ. പ്രകൃതി സൗന്ദര്യം, റോഡുകളുടെ സ്ഥിതി, ഭൂപ്രകൃതിയിലെ വ്യത്യസ്തതകൾ, കൊയ്ത്ത്, വീടുകൾ, കന്നുകാലികൾ, കുട്ടികൾ തുടങ്ങിയവ നോക്കിയിരിക്കുന്നതാണ് അവൾക്ക് ഏറ്റവും സന്തോഷമുള്ള കാര്യം. തനിക്ക് തോന്നുന്ന കാര്യങ്ങൾ ചർച്ച ചെയ്യാൻ എഡ്മണ്ട് അടുത്തുണ്ടെങ്കിൽ ആ സന്തോഷം പതിന്മമടങ്ങ് വർധിക്കും. ആ ഒറ്റക്കാര്യത്തിൽ മാത്രമാണ് അവളും മുന്നിലിരിക്കുന്ന ലേഡിയും തമ്മിലുള്ള സാമ്യം. എഡ്മണ്ടിനെ വിലമതിക്കുന്നതൊഴിച്ച് മറ്റെല്ലാ കാര്യത്തിലും മിസ്സ്. ക്രാഫോർഡും അവളും വ്യത്യസ്തരാണ്. ഫാന്നിയുടെ സൗന്ദര്യബോധമോ അഭിരുചിയോ മനസോ വികാരമോ അവൾക്കില്ല. അവൾ പ്രകൃതിയെ, ജീവനില്ലാത്ത പ്രകൃതിയെ ഒരു നിരീക്ഷണ ബോധവുമില്ലാതെ ചുമ്മാ നോക്കിക്കാണുന്നു. അവളുടെ ശ്രദ്ധമുഴുവൻ സ്ത്രീപുരുഷന്മാരിലാണ്; ചൊടിയും ചുണയുമാണവളുടെ സാമർഥ്യം. എഡ്മണ്ട് റോഡിൽ അവർക്കു വളരെ പിന്നിലാകുമ്പോഴോ, അവരുടെ മുന്നിലെത്തി കുന്ന് കയറുമ്പോഴോ, "അതാ അവൻ" എന്നു പറയുന്നതിൽ അവർ ഒന്നിച്ചു ചേർന്നു. പല പ്രാവശ്യം ആ വാക്കുകൾ അവരിൽ നിന്ന് ഒരേ സമയം പുറത്തുവന്നു.

ആദ്യത്തെ ഏഴുമൈൽ യാത്രയിൽ മിസ്സ്. ബെർട്രാം വളരെ അസ്വസ്ഥയായിരുന്നു. അവളുടെ പ്രകൃതിവീക്ഷണം എപ്പോഴും ചെന്നെത്തുന്നത്, സദാ

സമയം കളിതമാശ പറഞ്ഞ് രസിച്ച് തൊട്ടുതൊട്ടിരിക്കുന്ന മിസ്റ്റർ ക്രാഫോർഡിലും സ്വന്തം സഹോദരിയിലുമായിരിക്കും. പുഞ്ചിരിച്ചു കൊണ്ട് ജൂലിയായുടെ നേരെ തിരിയുമ്പോഴുള്ള അവന്റെ പ്രസരിപ്പുള്ള മുഖവും, സഹോദരിയുടെ പൊട്ടിച്ചിരിയും അവളെ സദാ കുപിത യാക്കിക്കൊണ്ടിരുന്നു. ജൂലിയ തിരിഞ്ഞുനോക്കുമ്പോൾ ആഹ്ലാദം നിറഞ്ഞ മുഖമാണവൾ കണ്ടത്, സംസാരമോ അങ്ങേയറ്റം പ്രസരിപ്പു ള്ളതും, ഗ്രാമം അവർക്ക് ആകർഷകമായിരുന്നു, മറ്റുള്ളവർക്കും അപ്ര കാരം ദർശിക്കാൻ കഴിയണമെന്നവൾ ആഗ്രഹിച്ചു, എന്നാൽ അതിനായി തന്റെ സീറ്റ് ഒഴിഞ്ഞ് കൊടുക്കാൻ താൽപ്പര്യം പ്രകടിപ്പിച്ചത് മിസ്സ് ക്രാഫോർഡിനു മാത്രമായിരുന്നു. പക്ഷേ, അതിപ്രകാരമുള്ള അഭിപ്രാ യപ്രകടനത്തിൽ മാത്രം ഒതുങ്ങി. “പിളർന്നുകിടക്കുന്ന ഒരു പ്രദേശം. അതാ നോക്കൂ, നിനക്ക് എന്റെ സീറ്റാണ് ഉണ്ടായിരുന്നതെങ്കിൽ എന്ന് ഞാനാശിച്ചുപോകുകയാണ്; എന്നാൽ, നീ അത് എടുക്കില്ലെന്നെനിക്ക റിയാം, ഞാനെത്ര നിർബന്ധിച്ചാലും.” മിസ്സ് ക്രാഫോർഡ് അതിന് മറുപടി പറയുമ്പോഴേക്കും വണ്ടി അതിവേഗത്തിൽ കുതിച്ച് പായാൻ തുടങ്ങി.

സതർട്ടൻ പരിസരത്ത് അവർ എത്തിയപ്പോൾ, മിസ്സ്. ബെർട്രാമിന്റെ നില മെച്ചപ്പെട്ടെന്നു പറയാം; അപ്പോൾ അവളുടെ വില്ലിന് രണ്ട് വാറു കളായിരുന്നു! ഒന്ന്, ‘റഷ്വർത്ത് -വികാരം; രണ്ടാമത്തേത് ‘ക്രാഫോർഡ്-വികാരം; സതർട്ടൻ പരിസരത്ത് എത്തിയതോടെ ഒന്നാമ ത്തേത് കൂടുതൽ പ്രഭാവം നേടി. മിസ്റ്റർ റഷ്വർത്തിന്റെ സാമൂഹ്യപദവി തന്റേതുതന്നെയാണ്. “ആ കാടുകൾ സതർട്ടന്റേതാണ്” എന്നവൾക്ക് മിസ്സ്. ക്രാഫോർഡിനോട് പറയാതിരിക്കാൻ കഴിഞ്ഞില്ല. “പാതയുടെ ഇരു വശവുമുള്ള ഭൂമി മുഴുവൻ മിസ്റ്റർ റഷ്വർത്തിന്റേതാണ്” എന്ന് അലസ മായി നോക്കിയിരിക്കാനും അവൾക്ക് കഴിഞ്ഞില്ല; അവളുടെ ഹൃദയം പുളകംകൊള്ളുകയായിരുന്നു. പണ്ട് സിവിൽ കോടതിയും ക്രിമിനൽ കോടതിയുമെല്ലാം ഉണ്ടായിരുന്ന ആ പുരാതനപ്രഭുഭവനത്തിന്റെ പരി സരത്തിലേക്കവർ പ്രവേശിച്ചപ്പോൾ അവളുടെ ആഹ്ലാദം വർധിച്ചുകൊ ണ്ടിരുന്നു.

“ഇനി മോശം റോഡ് ഉണ്ടാകില്ല, മിസ്സ്. ക്രാഫോർഡ്, നമ്മുടെ ബുദ്ധിമുട്ടുകൾ കഴിഞ്ഞു. ഇനിയുള്ള വഴി അതിന്റേതായ രീതിയിൽത്ത ന്നെയാണ്. എസ്റ്റേറ്റിന്റെ ചുമതല ഏറ്റെടുത്തതുമുതൽ മിസ്റ്റർ റഷ്വർത്ത് അത് ഭംഗിയായി നിലനിർത്തിയിട്ടുണ്ട്. ഇതാ ഗ്രാമം തുടങ്ങു കയായി. ആ വീടുകൾ ശരിക്കും മാനക്കേട് തന്നെ. ആ പള്ളിഗോപുരം എത്ര മനോഹരം. പഴയ സ്ഥലങ്ങളിലേതുപോലെ പള്ളിബംഗ്ലാവിനടു ത്തല്ല എന്നതിലെനിക്ക് സന്തോഷമുണ്ട്; മണിയടിശബ്ദം ദുസ്സഹമാണ്. ഒരു പുരോഹിതഭവനമുണ്ട്. ഭംഗിയുള്ളൊരു വീട്. പുരോഹിതനും ഭാര്യയും വളരെ അന്തസ്സുള്ളവരാണെന്നാണ് ഞാൻ കേട്ടിട്ടുള്ളത്. ഏതോ കുടുംബാംഗങ്ങൾ നിർമിച്ചിട്ടുള്ളതാണ് ആ അഗതിമന്ദിരങ്ങൾ. വലതു ഭാഗത്തുള്ളത് കാര്യസ്ഥന്റെ വീടാണ്, നല്ല മനുഷ്യനായ വ്യക്തിയാണ യാൾ. ഇപ്പോൾ നമ്മൾ പടിവാതിൽക്കലെത്തും. എന്നാൽ പാർക്കിലൂടെ

ഒരു മൈൽകൂടിയാത്രചെയ്യണം ബംഗ്ലാവിലെത്താൻ. ഈ അറ്റം അത്ര മോശമല്ല, നോക്കൂ, നല്ല ചില മരങ്ങളുണ്ട്. പക്ഷേ, ബംഗ്ലാവിന്റെ ചുറ്റുപാട് ദാരുണമാണ്. അരമൈൽ ദൂരം കുന്നിറങ്ങിയിട്ട് വേണം അവിടെ എത്താൻ, കഷ്ടം തന്നെ. നല്ലൊരു പ്രവേശനവഴി ഉണ്ടായിരുന്നെങ്കിൽ അത്ര മോശം സ്ഥലമായി തോന്നില്ലായിരുന്നു."

മിസ്സ്. ക്രാഫോർഡും പ്രശംസിക്കുന്നതിൽ മോശമായിരുന്നില്ല; മിസ്സ്. ബെർട്രാമിന്റെ വികാരം അവൾ വളരെ നന്നായി ഊഹിച്ചെടുത്തു; സ്നേഹിതരുടെ ഉത്സാഹം പരമാവധി പ്രോത്സാഹിപ്പിക്കാനവൾ ശ്രദ്ധിച്ചു. മിസിസ് നോറിസ് ആഹ്ലാദത്തോടെ ചിരിച്ചുകൊണ്ടിരുന്നു. ഫാന്നി പോലും പ്രശംസകൾ ചൊരിഞ്ഞു, ആത്മസംതൃപ്തിയോടെ എല്ലാം കേട്ടുകൊണ്ടിരുന്നു; തന്റെ കൺമുമ്പിൽ വരുന്നതെല്ലാം അവൾ ആർത്തിയോടെ ഒപ്പിയെടുത്തു, ബുദ്ധിമുട്ടി കഴുത്ത് പുറത്തേക്കിട്ട് വീട് വീക്ഷിച്ചുകൊണ്ടവൾ പറഞ്ഞു "ആദരവോടുകൂടിയല്ലാതെ ഇത്തരം ഒരു കെട്ടിടം എനിക്ക് നോക്കിക്കാണാനാവില്ല." അവൾ തുടർന്നു "എവിടെയാണ്, അപ്പോൾ പ്രവേശനമാർഗം? വീടിന്റെ മുൻഭാഗം കിഴക്കുഭാഗത്താണെന്ന് ഞാൻ കരുതുന്നു. അപ്പോൾ പ്രവേശനമാർഗം അതിന് പിന്നിലായിരിക്കണം. പടിഞ്ഞാറാണ് മുൻവശം എന്നാണല്ലോ മിസ്റ്റർ റഷ്വർത്ത് പറഞ്ഞിരുന്നത്."

"അതെ, അത് വീടിന് നേരെ പിന്നിലാണ്; കുറച്ച് ദൂരെനിന്ന് ആരംഭിക്കുന്നു, വളപ്പിന്റെ അറ്റം വരെ അരമൈൽ ദൂരത്തോളം നീണ്ടുകിടക്കുന്നു. നിങ്ങൾക്കതിവിടെ മറ്റ് ചിലത് കാണാം – വലിയ മരങ്ങൾ. മുഴുവനും ഓക്ക് മരങ്ങളാണ്."

തനിക്കറിയാത്ത പല കാര്യങ്ങളെക്കുറിച്ചും കൃത്യമായ വിവരണം മിസ്റ്റർ റഷ്വർത്ത് ചോദിച്ചാൽ, മിസ്സ്. ബെർട്രാമിന് ഇപ്പോൾ നൽകാനാകും. അവർ മുഖ്യകവാടത്തിന്റെ മുന്നിലെ കൽപ്പടവുകളിലെത്തിയപ്പോൾ അവളുടെ ആവേശം ചിറകടിച്ച് പറക്കുകയായിരുന്നു, ഒപ്പം അന്തസും പൊങ്ങച്ചവും.

9

തന്റെ സുന്ദരിയായ വനിതയെ സ്വീകരിക്കാനായി മിസ്റ്റർ റഷ്വർത്ത് വാതിൽക്കലുണ്ടായിരുന്നു; തികഞ്ഞ ശുഷ്കാന്തിയോടെ ആ സംഘം സ്വാഗതം ചെയ്യപ്പെട്ടു. അതേ സൗഹാർദതയോടെതന്നെ ഡ്രോയിങ് റൂമിൽ വച്ച് അമ്മ അവരെ സ്വീകരിച്ചു. മിസ്സ്. ബെർട്രാമിന് അവളാഗ്രഹിച്ച രീതിയിലുള്ള പരിചരണമാണ് ഓരോരുത്തരിൽനിന്നും ലഭിച്ചത്. സ്വീകരണച്ചടങ്ങുകൾക്കു ശേഷം ആദ്യപരിപാടി ഭക്ഷണമായിരുന്നു. ഡൈനിങ് പാർലറിലേക്ക് പോകുന്നതിനിടയ്ക്കുള്ള ഒന്നു രണ്ട് മുറികളിലെ വാതിലുകൾ മലർക്കെ തുറന്നിട്ടിരുന്നു; അവരെ അതിലൂടെ പ്രവേശിപ്പിച്ചു. സുഖസമൃദ്ധമായ ലഘുഭക്ഷണം മനോഹരമായി അവിടെ ഒരുക്കിയിരുന്നു. അവർ ധാരാളം സംസാരിച്ചു, ധാരാളം കഴിച്ചു, എല്ലാം

ഭംഗിയായി നടന്നു. പിന്നെ അന്നത്തെ പ്രത്യേക പദ്ധതിയെക്കുറിച്ച് ചർച്ച ആരംഭിച്ചു. ഏത് രീതിയിലാണ് മിസ്റ്റർ ക്രാഫോർഡ് ആ ഭൂമി നിരീക്ഷിക്കാനുദ്ദേശിക്കുന്നത്?– മിസ്റ്റർ റഷ്‌വർത്ത് തന്റെ പദ്ധതി വിവരിച്ചു. രണ്ടിൽ കൂടുതൽ പേരെ കൊണ്ടുപോകാനുള്ള ഏതെങ്കിലും വണ്ടിയുടെ ആവശ്യകതയെക്കുറിച്ച് മിസ്റ്റർ ക്രാഫോർഡ് പറഞ്ഞു. "മറ്റുള്ളവരുടെ കാഴ്ചപ്പാടും തീർപ്പും നഷ്ടപ്പെടുകയെന്നത്, ഇപ്പോഴത്തെ ഉല്ലാസം നഷ്ടപ്പെടുത്തുന്നതിനെക്കാൾ കഷ്ടമായിരിക്കും."

ഒറ്റക്കുതിരവണ്ടിയും എടുക്കാമെന്ന് മിസ്റ്റർ റഷ്‌വർത്ത് നിർദേശിച്ചു; എന്നാൽ അതൊരു ഭേദഗതിയായി സ്വീകരിക്കപ്പെട്ടില്ല. യുവതികളാരും സംസാരിക്കുകയോ പുഞ്ചിരിക്കുകയോ ചെയ്തില്ല. മുമ്പവിടെ സന്ദർശിച്ചിട്ടില്ലാത്തവർക്ക് വീട് കാണിച്ചുകൊടുക്കാമെന്ന അവരുടെ അടുത്ത നിർദേശം കൂടുതൽ സ്വീകാര്യമായിരുന്നു; അതിന്റെ വലുപ്പം പ്രദർശിപ്പിക്കുന്നതിൽ മിസ്സ്. ബെർട്രാമിന് വളരെ സന്തോഷമായിരുന്നു. എന്തെങ്കിലും ചെയ്യുവാൻ എല്ലാവരും ആഗ്രഹിച്ചു.

അതനുസരിച്ച്, ആ സംഘം ചുറ്റിയടിക്കാൻ തയാറായി. മിസിസ് റഷ്‌വർത്തിന്റെ നേതൃത്വത്തിൽ നിരവധി മുറികൾ അവർ കയറിയിറങ്ങി; വിശാലമായ മുറികൾ, അമ്പതുവർഷങ്ങൾക്കു മുമ്പത്തെ ശിൽപ്പശൈലിയിൽ നിർമിക്കപ്പെട്ട മനോഹരമായ ഫർണിച്ചറുകൾ, തിളങ്ങുന്ന തറകൾ, ഉറപ്പുള്ള വീട്ടിത്തടി, വിലകൂടിയ ചുവന്ന മേശവിരികൾ, മാർബിൾ, തങ്കത്തകിട് പൊതിഞ്ഞുള്ള അലങ്കാരശിൽപ്പങ്ങൾ, ഓരോന്നും അതിന്റേതായ രീതിയിൽ അതിസുന്ദരം. ധാരാളം ചിത്രങ്ങൾ അതിനുള്ളിലുണ്ട്; ചിലത് മനോഹരമാണ്. ഭൂരിഭാഗവും കുടുംബചിത്രങ്ങളാണ്. വീട് സൂക്ഷിപ്പുകാരനിൽനിന്ന് വളരെ ബുദ്ധിമുട്ടി എല്ലാ കാര്യങ്ങളും വിശദീകരിച്ചുകൊടുക്കേണ്ട രീതി മിസിസ് റഷ്‌വർത്ത് പഠിച്ചിരുന്നു; വീട് പ്രദർശനത്തിനവൾ ഇപ്പോൾ യോഗ്യത നേടിക്കഴിഞ്ഞിരിക്കുന്നു! (പതിനേഴും പതിനെട്ടും നൂറ്റാണ്ടുകളിൽ ഗ്രാമവസതികൾ സന്ദർശിക്കുക എന്നത് പ്രഭുകുടുംബങ്ങളിലൂടെ നല്ലൊരു വിനോദമായിരുന്നു.) മുഖ്യമായും മിസ്സ്. ക്രാഫോർഡിനെയും ഫാന്നിയെയും സംബോധന ചെയ്തുകൊണ്ടാണ് അവർ വിവരണങ്ങൾ നൽകിയിരുന്നത്. എന്നാൽ, ഇരുവരുടെയും പ്രതികരണങ്ങൾ തമ്മിൽ ഒരു സാമ്യവുമില്ലായിരുന്നു. അതുപോലെ ധാരാളം ബംഗ്ലാവുകൾ സന്ദർശിച്ചിട്ടുള്ള മിസ്സ്. ക്രാഫോർഡ് അതൊന്നും ശ്രദ്ധിച്ചതേയില്ല, മര്യാദയുടെ പേരിൽ ശ്രദ്ധിക്കുന്നതായി നടിക്കുകയായിരുന്നു, എന്നാൽ ഫാന്നിക്കത് പുത്തൻ അനുഭവമായിരുന്നതിനാൽ വളരെ രസകരമായിരുന്നു. പൂർവികകുടുംബത്തെക്കുറിച്ചുള്ള മിസിസ് റഷ്‌വർത്തിന്റെ വർണനകൾ അവൾ അതീവശ്രദ്ധയോടെ കേട്ടുകൊണ്ടിരുന്നു, അതിന്റെ ഉയർച്ചയും പ്രതാപവും, രാജകീയ സന്ദർശനങ്ങളും സേവനങ്ങളും, എല്ലാം തനിക്കറിയാവുന്ന ചരിത്രസംഭവങ്ങളുമായി അവൾ ആഹ്ലാദത്തോടെ ബന്ധിപ്പിച്ചുനോക്കി; കഴിഞ്ഞകാലരംഗങ്ങൾ അവളുടെ ഭാവനയെ ഊഷ്മളമാക്കി.

ഒറ്റ മുറിയിൽനിന്നും ദൂരക്കാഴ്ച അസാധ്യമായിരുന്നു. ഫാന്നിയും മറ്റ് ചിലരും മിസിസ് റഷ്വർത്തിന്റെ വിവരണങ്ങൾ കേട്ടുകൊണ്ടിരിക്കവെ, ഹെൻട്രി ക്രാഫോർഡ് ജനാലകളിലേക്ക് നോക്കി ഗൗരവഭാവത്തിൽ തലകുലുക്കിക്കൊണ്ടിരുന്നു. പടിഞ്ഞാറുഭാഗത്തുള്ള എല്ലാ മുറികളും പുൽത്തകിടിയെയാണ് അഭിമുഖീകരിക്കുന്നത്, പിന്നെ പ്രവേശനപാത, അതിനുമുമ്പ് ഇരുമ്പ് വേലിയും ഗേറ്റുകളും.

കുറേ മുറികൾകൂടി സന്ദർശിച്ചപ്പോൾ, 'ജനാലടാക്സ്' കൊടുക്കാനല്ലാതെ മറ്റൊരു പ്രയോജനവും ആ മുറികൾകൊണ്ടില്ലെന്ന് അവന് ബോധ്യമായി (പതിനേഴും പതിനെട്ടും നൂറ്റാണ്ടുകളിൽ വീടിന്റെ ജനാലകളുടെ എണ്ണമനുസരിച്ച് ഇംഗ്ലണ്ടിൽ ടാക്സ് ഈടാക്കപ്പെട്ടിരുന്നു); അതുപോലെ, വീട്ടുവേലക്കാരികൾക്ക് തൊഴിലുമായി! "ഇപ്പോൾ" മിസിസ് റഷ്വർത്ത് പറഞ്ഞു "നമ്മൾ ചാപ്പലിലേക്ക് വരികയാണ്, മുറപ്രകാരം മുകളിൽ നിന്നാണിതിലേക്ക് പ്രവേശിക്കേണ്ടത്, എന്നിട്ട് താഴേക്ക് നോക്കണം; എന്നാൽ നമ്മൾ സുഹൃത്തുക്കളായതിനാൽ ഞാൻ ഇതിലെ കൊണ്ടുപോകാം, നിങ്ങൾ ക്ഷമിക്കുമെങ്കിൽ."

അവർ ഉള്ളിലേക്ക് പ്രവേശിച്ചു. വെറും വിശാലമായ ദീർഘചതുരാകൃതിയിലുള്ള പ്രാർഥനാഹാളിനെക്കാൾ പ്രൗഢഗംഭീരമായ എന്തോ ഒന്നായിരുന്നു ഫാന്നിയുടെ സങ്കൽപ്പത്തിൽ ഈ ചാപ്പൽ! – ശ്രദ്ധേയമോ പാവനമോ ആയതൊന്നും അവിടെ ദർശിക്കാനായില്ല; സമൃദ്ധമായ മഹാഗണിവേലകളും മുകളിലെ കുടുംബഗാലറിക്കുമീതെ വിരിച്ച വെൽവറ്റ് കുഷനുകളും മാത്രമാണുള്ളത്. "എനിക്ക് നിരാശ തോന്നുന്നു, കസിൻ" അവൾ മെല്ലെ എഡ്മണ്ടിനോട് പറഞ്ഞു. "ചാപ്പലിനെക്കുറിച്ചുള്ള എന്റെ സങ്കൽപ്പം ഇതായിരുന്നില്ല. ഗാംഭീര്യമോ വ്യാകുലതയോ പ്രൗഢിയോ ഒന്നുമില്ല ഇവിടെ. ഇടനാഴികളോ ആർച്ചുകളോ ശിലാലിഖിതങ്ങളോ കൊടിക്കൂറകളോ ഇവിടെയില്ല. 'സ്വർഗരാജ്യത്തെ രാത്രി കാറ്റിൽ പറത്തുവാനുള്ള' കൊടികളില്ല, കസിൻ. 'സ്കോട്ട് രാജാവ് താഴെക്കിടന്നുറങ്ങുന്ന'തിന്റെ യാതൊരു സൂചനയുമില്ല."

"നീ ഒരു കാര്യം മറക്കുകയാണ് ഫാന്നി, കുറച്ചു കാലത്തിനു മുമ്പാണിവ നിർമിക്കപ്പെട്ടതെന്ന്. പഴയ കോട്ടകളിലെയും സന്യാസിമഠങ്ങളിലെയും ചാപ്പലുകളുമായി താരതമ്യപ്പെടുത്തുമ്പോൾ, എത്ര പരിമിതമായ ഒരു ഉദ്ദേശ്യത്തിനാണ് ഇത് നിർമിക്കപ്പെട്ടിരിക്കുന്നതെന്ന് ഓർക്കണം. കുടുംബത്തിന്റെ സ്വകാര്യആവശ്യത്തിനു മാത്രമാണിത് പണിയിച്ചത്. അവർ മറവ് ചെയ്യപ്പെട്ടിരിക്കുന്നത് ഇടവകപള്ളിയിലാണെന്ന് ഞാൻ കരുതുന്നു. അവിടെ കൊടികളും നേട്ടങ്ങളും നിനക്കുകാണാം."

"അതെല്ലാം ചിന്തിക്കാതിരുന്നത് എന്റെ വിഡ്ഢിത്തം തന്നെ; എന്നാലും എനിക്ക് നിരാശ തോന്നി."

മിസിസ് റഷ്വർത്ത് തന്റെ വിവരണം തുടർന്നു, "നിങ്ങൾ കാണുന്നതുപോലെ ഈ ചാപ്പൽ നിർമിക്കപ്പെട്ടത് ജെയിംസ് രണ്ടാമന്റെ കാലത്താണ്. ആ കാലഘട്ടത്തിനു മുമ്പ് ഇരിക്കാനുള്ള ബഞ്ചുകൾ മരം

കൊണ്ടുണ്ടാക്കിയവയായിരുന്നു. പ്രസംഗപീഠത്തിന്റെയും കുടുംബസീറ്റിന്റെയും ലൈനിങ്ങും കുഷനുകളും രക്തവർണത്തുണികളെക്കൊണ്ട് മാത്രമായിരിക്കണമെന്നതിന്റെ പിന്നിൽ എന്തെങ്കിലും കാരണമുണ്ടാകും. എന്നാൽ, അത് നിസ്സംശയം പറയാനാവില്ല. മനോഹരമായ ഒരു ചാപ്പൽ ആണിത്; മുമ്പിത് രാവിലെയും രാത്രിയും സ്ഥിരമായി ഉപയോഗിച്ചിരുന്നു. കുടുംബപുരോഹിതനായിരുന്നു ഇവിടെ പ്രാർഥന നടത്തിയിരുന്നത്, പലർക്കും അതോർമയുണ്ട്. എന്നാൽ പരേതനായ മിസ്റ്റർ റഷ്വർത്ത് അത് നിർത്തി.

“ഓരോ തലമുറയും അതിന്റേതായ അഭിവൃദ്ധിയുടെ മാറ്റങ്ങൾ വരുത്തുന്നു.” ഒരു പുഞ്ചിരിയോടെ മിസ്സ്. ക്രാഫോർഡ് എഡ്മണ്ടിനോട് പറഞ്ഞു.

മിസ്റ്റർ ക്രാഫോർഡിനോട് തന്റെ പാഠങ്ങൾ ആവർത്തിക്കാനായി മിസിസ് റഷ്വർത്ത് പോയി. എഡ്മണ്ട്, ഫാന്നി, മിസ്. ക്രാഫോർഡ് എന്നിവർ ഒരു സംഘമായി നിന്നു. “അത് കഷ്ടമാണ്” ഫാന്നി ഉറക്കെ പറഞ്ഞു. “ആ ആചാരങ്ങൾ നിർത്തിവച്ചത്, മുൻകാലങ്ങളിലെ അമൂല്യമായൊരു ഘടകമായിരുന്നു അത്. മഹത്തായൊരു കുടുംബത്തിന്റെ വ്യക്തിത്വവുമായി ബന്ധപ്പെട്ടതാണ് അതിലെ ചാപ്പലും പുരോഹിതനും. കുടുംബം ഒന്നിച്ച് പതിവായി പ്രാർഥനയ്ക്ക് ഒത്തുചേരുന്നത് ഉൽക്കൃഷ്ടമായൊരു കാര്യംതന്നെ!”

“തീർച്ചയായും വളരെ നല്ലത്! മിസ്സ്. ക്രാഫോർഡ് ചിരിച്ചുകൊണ്ട് പറഞ്ഞു “എല്ലാ പാവങ്ങളായ വേലക്കാരികളെയും ജോലിക്കാരെയും അവരുടെ പണിയും വിശ്രമവും ഉപേക്ഷിച്ച് ദിവസേന രണ്ട് നേരം പ്രാർഥിക്കാൻ കുടുംബത്തെ തലപ്പത്തുള്ളവർ നിർബന്ധിക്കുകയും, എന്തെങ്കിലും ഒഴിവുകഴിവ് പറഞ്ഞ് അവർ സ്വയം അതിൽ നിന്ന് വിട്ടുനിൽക്കുകയും ചെയ്യുന്നു.”

“അതല്ല ഫാന്നിയുടെ കുടുംബയോഗം എന്ന സങ്കൽപ്പം.” എഡ്മണ്ട് മറുപടി നൽകി– “യജമാനനും യജമാനത്തിയും സ്വയം പങ്കെടുക്കുന്നില്ലെങ്കിൽ ആ ആചാരത്തിന് ഗുണത്തിലേറെ ദോഷമാണ് ഉണ്ടാകുക.”

“എന്തായാലും, ഇത്തരം കാര്യങ്ങളിൽ സ്വന്തം ഇഷ്ടത്തിനു വിടുന്നതാണ് ഭേദം. എല്ലാവരും തങ്ങളുടെ ഇഷ്ടാനുസരണം നീങ്ങാനാണ് ആഗ്രഹിക്കുന്നത് – സ്വന്തം സമയവും പ്രാർഥനാരീതിയും തെരഞ്ഞെടുക്കാൻ. ഹാജർ ആകാനുള്ള ബാധ്യത, ഔപചാരികത, നിയന്ത്രണം, സമയദൈർഘ്യം – മൊത്തത്തിൽ അത് ദുഷ്കരമാണ്; ആരും അതിഷ്ടപ്പെടുന്നില്ല. ആ ഗ്യാലറിയിൽ മുട്ടുകുത്തുകയും കോട്ടുവായ ഇടുകയും ചെയ്യുന്ന നല്ലവരായ മനുഷ്യർ ചിന്തിക്കുന്നുണ്ടാകും, പത്ത് മിനിട്ടുകൂടി കിടക്കയിൽ കിടക്കാൻ എന്നെങ്കിലും പറ്റുമോ എന്ന്! നിരീക്ഷണവാദിയെന്ന അധിക്ഷേപത്തിനിരയാകാതെ, തലവേദന കൂടാതെ ഉറക്കമുണരാനാകുമോ. ചാപ്പലിൽ പോകാതിരിക്കാനായാൽ അവർ ആഹ്ലാദത്തോടെയും അസൂയയോടെയും തുള്ളിച്ചാടും. എത്ര വിമുഖതയോടെയായിരിക്കും റഷ്വർത്ത് കുടുംബത്തിലെ തരുണീമണികൾ പല

പ്പോഴും ഈ ചാപ്പലിന് അറ്റകുറ്റ പണികൾ ചെയ്യിപ്പിച്ചിരിക്കുക എന്ന് നിങ്ങൾക്ക് ചിന്തിക്കാൻ കഴിയുമോ? യുവതികളായ മിസിസ് എലീനോർസും മിസിസ് ബ്രിഡ്ജെറ്റ്സും – ഭക്തിഭാവത്തിൽ മുഴുകി, എന്നാൽ തലയ്ക്കകത്ത് തികച്ചും വ്യത്യസ്തമായ പലതും. – പ്രത്യേകിച്ച് പാവം പുരോഹിതർ കൊള്ളാത്തവരാണെങ്കിൽ – അക്കാലത്തെ പുരോഹിതർ ഇപ്പോഴത്തെക്കാളും മോശക്കാരായിരുന്നു."

ഏതാനും നിമിഷങ്ങളോളം അവൾക്കൊരു മറുപടിയും നൽകപ്പെട്ടില്ല. തുടുത്ത മുഖവുമായി ഫാന്നി എഡ്മണ്ടിനെ നോക്കി, സംസാരിക്കാത്തതിൽ ദേഷ്യം വന്നു. സംസാരിക്കുന്നതിന് മുമ്പവന് അൽപ്പം ചിന്തിക്കേണ്ടിയിരുന്നു "നിന്റെ ചടുല മനസിന് ഗൗരവമുള്ള കാര്യങ്ങൾപോലും ഗൗരവത്തിലെടുക്കാനാവില്ല; രസിപ്പിക്കുന്ന ഒരു ചിത്രീകരണമാണ് നീ വരച്ചുകാണിച്ചത്. അപ്രകാരമല്ലെന്ന് മനുഷ്യപ്രകൃതിക്ക് പറയാനാകില്ല. നമ്മൾ ആഗ്രഹിക്കുന്നതുപോലെ നമ്മുടെ ചിന്തകൾ സ്ഥാപിച്ചെടുക്കാൻ ചിലപ്പോൾ ബുദ്ധിമുട്ടായി തോന്നാം. എന്നാൽ, അത് എപ്പോഴും സംഭവിക്കുന്നെന്ന് നീ കരുതുകയാണെങ്കിൽ, അനാസ്ഥയിൽ നിന്നാണ് ഒരു ദൗർബല്യം ഒരു ശീലമായി മാറുന്നത്. അത്തരം വ്യക്തികളുടെ സ്വകാര്യ ഉപാസനയിൽ നിന്ന് എന്താണ് പ്രതീക്ഷിക്കാൻ കഴിയുന്നത്? പള്ളിയിൽ വന്നു പ്രാർഥിക്കുന്ന ദുഃഖിതമനസുകൾക്ക് സ്വകാര്യമുറിയിലിരുന്ന് പ്രാർത്ഥിക്കുന്നതാണ് നല്ലതെന്നാണോ നീ കരുതുന്നത്?"

"അതെ, വളരെ ശരി. ചുരുങ്ങിയത് അവർക്കനുകൂലമായി രണ്ടു സൗകര്യങ്ങളെങ്കിലുമുണ്ട്. പുറമെനിന്ന് ഏകാഗ്രത കൊടുക്കാനുള്ള സാധ്യതകൾ കുറവാണ്, പിന്നെ ദീർഘനേരം സഹിക്കേണ്ടി വരില്ല."

"ഒരു ചുറ്റുപാടിൽ സ്വയം പൊരുതാനാകാത്ത മനസ്സ് മറ്റൊരു ചുറ്റുപാടിൽ ശ്രദ്ധ തിരിക്കാനായി ഏന്തെങ്കിലും ഉപാധികണ്ടെത്തും, എന്ന് ഞാൻ വിശ്വസിക്കുന്നു. ആ സ്ഥലത്തിന്റെ സ്വാധീനവും അനുകരിക്കത്തക്ക നടപടിക്രമവും പലപ്പോഴും കൂടുതൽ നല്ല വികാരങ്ങൾ ഉണർത്തുന്നു, ആരംഭദശയേക്കാളേറെ. നീണ്ട കുർബാന ചിലപ്പോൾ മനസിന് ബുദ്ധിമുട്ടുണ്ടാക്കുമെന്ന് ഞാൻ സമ്മതിക്കുന്നു. അങ്ങനെയായിരിക്കരുതെന്ന് ആരും ആഗ്രഹിക്കുന്നു – പള്ളിപ്രാർഥനകൾ മറക്കാൻ മാത്രം അത്രവളരെക്കാലമൊന്നുമായിട്ടില്ല ഞാൻ ഓക്സ്ഫോർഡ് വിട്ടിട്ട്."

ഈ സംവാദം നടന്നുകൊണ്ടിരിക്കെ സംഘത്തിലെ മറ്റുള്ളവർ ചാപ്പലിൽ അങ്ങിങ്ങായി നടക്കുകയായിരുന്നു. തന്റെ സഹോദരിയെ ശ്രദ്ധിക്കുവാൻവേണ്ടി ജൂലിയ മിസ്റ്റർ ക്രാഫോർഡിനെ വിളിച്ചു "അടുത്തടുത്തു നിൽക്കുന്ന മിസ്റ്റർ റഷ്‌വർത്തിനെയും മരിയയെയും ഒന്നു നോക്കൂ, കല്യാണച്ചടങ്ങ് നടക്കാൻ പോകുന്നതുപോലെതന്നെ ആ അന്തരീക്ഷത്തിൽ നിന്നവർ വിമുക്തരായില്ലേ."

മിസ്റ്റർ ക്രാഫോർഡ് അതിനോട് യോജിച്ചുകൊണ്ട് പുഞ്ചിരിച്ചു; മരിയയുടെ അടുത്തേക്കു നടന്നു ചെന്ന് അവൾ മാത്രം കേൾക്കുന്ന രീതിയിൽ മന്ത്രിച്ചു– "മിസ്സ്. ബെർട്രാം അൾത്താരയ്ക്കടുത്തെത്തുന്നത് കാണാനെനിക്കിഷ്ടമില്ല."

ഞെട്ടിക്കൊണ്ട് ആ ലേഡി ഒന്നുരണ്ടു പടവുകൾ പിന്മാറി; എന്നാൽ, ഒരുനിമിഷത്തിനകം സമനില വീണ്ടെടുത്ത് ഒന്നു പുഞ്ചിരിച്ചു. അധികം ശബ്ദമുയർത്താതെ അയാളോട് ചോദിച്ചു "അയാൾ അവളെ ത്യജിച്ചാലോ?"

"വളരെ മോശമായ രീതിയിൽത്തന്നെ ഞാനത് നടത്തുമെന്ന് ഭയപ്പെടുന്നു." അർഥഗർഭമായൊരു നോട്ടത്തോടെ അയാൾ മറുപടി നൽകി.

ആ സമയത്ത് എത്തിച്ചേർന്ന ജൂലിയയും ആ തമാശ തുടർന്നുകൊണ്ടുപോയി. "സത്യമായും, അതുടനെ നടക്കാതിരിക്കുന്നത് കഷ്ടമാണ്. നമ്മൾക്കതിനുള്ള ലൈസൻസ് ഉണ്ടായിരുന്നെങ്കിൽ, നമ്മൾ എല്ലാവരും ഇപ്പോൾ ഇവിടെ ഒന്നിച്ച് കൂടിയിരിക്കുകയല്ലേ; ഇത്രയും സുഖകരവും സന്തോഷകരവുമായൊരു അവസരം ഈ ലോകത്തുണ്ടാകില്ല.

അവളതുപറഞ്ഞ് യാതൊരു കരുതലും കൂടാതെ പൊട്ടിച്ചിരിച്ചു; മിസ്റ്റർ റഷ്‌വർത്തിനും അമ്മയ്ക്കും കാര്യം പിടികിട്ടി. മിസിസ് റഷ്‌വർത്ത് അന്തസ്സോടെ മന്ദഹസിച്ചുകൊണ്ട് പറഞ്ഞു, എപ്പോൾ അത് നടന്നാലും തനിക്ക് ഏറ്റവും സന്തോഷപ്രദമായൊരു കാര്യമാണ്. "എഡ്മണ്ടിന് വൈദിക പദവിയുണ്ടായിരുന്നെങ്കിൽ!" ജൂലിയ അട്ടഹസിച്ചുകൊണ്ട് അവനും മിസ്സ്. ക്രാഫോർഡും ഫാന്നിയും നിൽക്കുന്നിടത്തേക്ക് ഓടിച്ചെന്നു. "എന്റെ പ്രിയപ്പെട്ട എഡ്മണ്ട്, നിനക്കിപ്പോൾ വൈദിക പദവി ഉണ്ടായിരുന്നെങ്കിൽ, നിനക്ക് നേരിട്ട് ഈ വിവാഹച്ചടങ്ങ് നടത്താമായിരുന്നു. നീ പുരോഹിതനായി വാഴിക്കപ്പെടാത്തത് എത്ര നിർഭാഗ്യകരമാണ്; മിസ്റ്റർ റഷ്‌വർത്തും മരിയയും തയാറാണ്."

ജൂലിയ ഇത് പറഞ്ഞപ്പോൾ, താൽപ്പര്യമില്ലാത്തൊരു നിരീക്ഷകന്റെ മുഖഭാവമായിരുന്നു മിസ്സ് ക്രാഫോർഡിന്റേത്. നൂതനമായ ഈ ആശയം കേട്ടവൾ അന്ധാളിച്ചുപോയി. ഫാന്നി അവളോട് സഹതപിച്ചു. "പറഞ്ഞതിൽ അവൾ എത്രമാത്രം ദുഃഖിതയായിട്ടുണ്ടാകും" എന്ന ചിന്ത ഫാന്നിയുടെ മനസിലൂടെ കടന്നുപോയി.

"പുരോഹിതനായി വാഴിക്കപ്പെടുക!" മിസ്സ്. ക്രാഫോർഡ് ചോദിച്ചു "എന്ത്? നീ ഒരു പുരോഹിതനാകാൻ പോകുകയാണോ?"

"അതെ. അച്ഛൻ തിരിച്ചെത്തിയ ഉടനെ വൈദികപദവി ഏറ്റെടുക്കും – മിക്കവാറും ക്രിസ്തുമസിന്."

മിസ്സ്. ക്രാഫോർഡ് ഉത്സാഹം വീണ്ടെടുത്ത്, പഴയ മാനസികാവസ്ഥയിലെത്തി, ഇത്രമാത്രം മറുപടി നൽകി "ഞാനിത് നേരത്തെ അറിഞ്ഞിരുന്നെങ്കിൽ, ഞാനാ ഉടുപ്പിനെക്കുറിച്ച് കൂടുതൽ ആദരവോടെ സംസാരിച്ചേനെ." അതോടെ ആ വിഷയം മാറി.

ചാപ്പൽ വീണ്ടും നിശ്ശബ്ദവും നിശ്ചലവുമായി (വർഷം മുഴുവൻ അതങ്ങനെ തന്നെയായിരുന്നു, അപൂർവം ചില വിഘ്നങ്ങളൊഴിച്ചാൽ.) സഹോദരിയുടെ ജൽപ്പനങ്ങളിൽ അസന്തുഷ്ടയായ മിസ്സ്. ബെർട്രാം പുറത്തേക്ക് നടന്നു; ആവശ്യത്തിലേറെ സമയം അവിടെ ചെലവഴിച്ചെന്ന് എല്ലാവർക്കും തോന്നിയതുപോലെ കാണപ്പെട്ടു.

വീടിന്റെ താഴ്ഭാഗം മുഴുവൻ കാണിച്ചുകഴിഞ്ഞു. പ്രധാനകോണിപ്പടി

കയറി മുകളിലെ മുറികളെല്ലാം കാണിച്ചുകൊടുക്കാൻ മിസിസ് റഷ്വർത്ത് ഉത്സാഹത്തോടെ തയാറായി നിൽക്കുമ്പോഴേക്കും, അതിനൊക്കെ സമയമുണ്ടാകുമോ എന്ന് മകൻ സംശയം പ്രകടിപ്പിച്ചു, ഏത് സാമാന്യബോധമുള്ളവനും പുറപ്പെടുവിക്കുന്ന പ്രസ്താവന "വളരെ നേരം നമ്മൾ വീട്ടിൽ ചുറ്റിക്കറങ്ങിയാൽ, പുറത്ത് നമ്മൾക്ക് ചെയ്യേണ്ട പ്രവൃത്തികൾക്ക് സമയം കണ്ടുകിട്ടാതെ വരും. ഇപ്പോൾത്തന്നെ രണ്ടുമണി കഴിഞ്ഞു. അഞ്ചുമണിക്ക് ഡിന്നർ കഴിക്കേണ്ടതാണ്."

മിസിസ് റഷ്വർത്ത് വഴങ്ങി. ഭൂമി എങ്ങനെ പരിശോധിക്കണം, ആരൊക്കെ വേണം എന്ന പ്രശ്നം കൂടുതൽ അസ്വാസ്ഥ്യജനകമായേക്കാം. മിസിസ് നോറിസ് വണ്ടികളുടെയും കുതിരകളുടെയും കാര്യങ്ങൾ തയാറാക്കാൻ തുടങ്ങുകയായിരുന്നു. അപ്പോഴേക്കും യുവതീയുവാക്കൾ, പുറത്തേക്കുള്ളൊരു വാതിൽ കണ്ട്, അത് തള്ളിത്തുറന്ന് ചവിട്ടുപടികളിലൂടെ ഇറങ്ങി പൂന്തോട്ടത്തിലും പുൽത്തകിടിയിലുമെത്തി; ശുദ്ധവായു ആസ്വദിക്കാനായി സ്വാതന്ത്ര്യത്തോടെ നടത്തമാരംഭിച്ചു.

"നമ്മൾ ഇവിടെ നിന്നു തിരിഞ്ഞാൽ" അവരുടെ ഉദ്ദേശ്യം മനസിലാക്കിയ മിസിസ് റഷ്വർത്ത് ഉപചാരപൂർവം പറഞ്ഞു "ഏറ്റവും കൂടുതൽ മരങ്ങളുള്ള സ്ഥലത്തെത്താം."

"ഒരു സംശയം" മിസ്റ്റർ ക്രാഫോർഡ് ചുറ്റും നോക്കിക്കൊണ്ട് പറഞ്ഞു "ഇവിടെയിരുന്ന് നമ്മൾക്കെന്തെങ്കിലും ചെയ്തുകൂടെ, ഇനി കൂടുതൽ നടക്കണോ? മിസ്റ്റർ റഷ്വർത്ത്, ഈ പുൽത്തകിടിയിൽ ചർച്ചായോഗം കൂടിയാലോ?"

"ജെയിംസ്" മിസിസ് റഷ്വർത്ത് മകനോട് പറഞ്ഞു "മരങ്ങൾ നിറഞ്ഞഭാഗം എല്ലാവർക്കും പുതുമയുള്ളതായിരിക്കുമെന്നെനിക്ക് തോന്നുന്നു. മിസ്സ്. ബെർട്രാമുമാർ അതൊരിക്കലും കണ്ടിട്ടില്ലല്ലോ."

ആരും എതിർപ്പ് പ്രകടിപ്പിച്ചില്ല; എന്നാലും കുറച്ചുനേരത്തേക്ക്, എങ്ങോട്ടെങ്കിലും പോകാനുള്ള താൽപ്പര്യം കാണപ്പെട്ടില്ല. ആദ്യം എല്ലാവരെയും ആകർഷിച്ചത് ചെടികളും പ്രത്യേകതരം കോഴികളും ആയിരുന്നു. എല്ലാവരും സ്വതന്ത്രമായി പല ദിശകളിലേക്കും തിരിഞ്ഞു. ആദ്യം നീങ്ങിയത് മിസ്റ്റർ ക്രാഫോർഡായിരുന്നു, വീടിന്റെ ആ ഭാഗം ഒന്ന് പരിശോധിക്കണം. ആ പുൽത്തകിടിയും അതിന്റെ ഓരോ വശത്തുമുള്ള ഉയർന്ന മതിലും. മുന്നിലെ ചെടി വളരുന്ന പ്രദേശത്തിനപ്പുറത്തേക്കുള്ള ദൃശ്യം ആ മതിൽ തടഞ്ഞു നിർത്തുന്നു. പിന്നെ പച്ചപിടിച്ച നിമ്നോന്നതപ്രദേശം, അതിനപ്പുറം പൊക്കത്തിലുള്ള ഒരു നീണ്ടനടപ്പാത, അതിനരികിലൂടെ കമ്പിവേലി, അതിന് മുകളിലൂടെ അപ്പുറത്തുള്ള മരക്കൂട്ടങ്ങളുടെ ശിഖിരങ്ങൾ കാണാം, കുറ്റങ്ങൾ കണ്ടെത്താൻ പറ്റിയ ഇടം! ഉടനെ മിസ്സ്. ബെർട്രാമും മിസ്റ്റർ റഷ്വർത്തും മിസ്റ്റർ ക്രാഫോർഡിനെ പിന്തുടർന്നു, കുറച്ചുകഴിഞ്ഞപ്പോൾ മറ്റുള്ളവരും പ്രത്യേക ഗ്രൂപ്പുകളായി നീങ്ങാൻ തീരുമാനിച്ചു. അവർ മൂന്നുപേരും പാതയുടെ മേൽത്തട്ടിൽ സഗൗരവം ചർച്ച ചെയ്യുന്നതുകണ്ട എഡ്മണ്ടും മിസ്സ്. ക്രാഫോർഡും

ഫാന്നിയും കുറച്ചുനേരം അവരുടെ ചർച്ചയിൽ പങ്കുകൊണ്ടശേഷം പ്രത്യേക സംഘമായി മുന്നോട്ട് നീങ്ങി.

ബാക്കി മൂന്നുപേർ, മിസിസ് റഷ്വർത്തും മിസിസ് നോറിസും ജൂലിയായും അപ്പോഴും വളരെ പിന്നിലായിരുന്നു. നിർഭാഗ്യവതിയായ ജൂലിയയ്ക്ക് തന്റെ പിടയ്ക്കുന്ന കാലുകളെ നിയന്ത്രിച്ച്, സാവധാനം നടക്കുന്ന മിസിസ് റഷ്വർത്തിനെ പിന്തുടരേണ്ടി വന്നു. കോഴിക്കുഞ്ഞുങ്ങൾക്ക് തീറ്റി കൊടുക്കാനെത്തിയ വീട്ടുകാര്യസ്ഥയോട് കൂട്ടുകൂടുകയായിരുന്നു അപ്പോൾ അവളുടെ ആന്റി; അവർ വെടിപറച്ചിൽ തുടർന്നു. ആ ഒമ്പതുപേരുടെ സംഘത്തിൽ അസന്തുഷ്ടയായ ഒരേയൊരാൾ പാവം ജൂലിയ ആയിരുന്നു; വല്ലാത്തൊരാത്മ പീഡനമാണവളിപ്പോൾ അനുഭവിച്ചുകൊണ്ടിരുന്നത്, വണ്ടിയിലിരിക്കുമ്പോഴുള്ള ജൂലിയയിൽനിന്നു തികച്ചും വ്യത്യസ്തം! അവളത്രയും കാലം പരിശീലിച്ചുപോന്ന എളിമ അവൾക്കുതന്നെ വിനയായി; അവരിൽ നിന്ന് രക്ഷപ്പെടാൻ നിർവാഹമില്ലാതായി. ആധിപത്യം ചെലുത്താനുള്ള കഴിവില്ലായ്മ, മറ്റുള്ളവരോടുള്ള പരിഗണന, സ്വന്തം മനസിനെ പഠിക്കാനുള്ള കഴിവുകേട്, ധാർമികതയെക്കുറിച്ചുള്ള തത്വദീക്ഷ തുടങ്ങിയവ അവളുടെ നില ദുരിതപൂർണമാക്കി.

“അസഹ്യമായ ചൂടാണിവിടെ” ടെറസിലൂടെ തിരിഞ്ഞുനടക്കവെ മിസ്സ്. ക്രാഫോർഡ് പറഞ്ഞു. മരക്കൂട്ടങ്ങളിലേക്ക് തുറക്കുന്ന നടുവിലെ വാതിലിനടുത്തേക്ക് അവർ നീങ്ങുകയായിരുന്നു. “സുഖപ്രദമായൊരു നിലയോട് നമ്മൾ ആരെങ്കിലും എതിർപ്പ് പ്രകടിപ്പിക്കുമോ? ഇവിടെ, ഇതാ മനോഹരമായൊരു കൊച്ചുകാട്, അതിനുള്ളിലേക്കൊന്നു പോകാൻ പറ്റിയിരുന്നെങ്കിൽ! വാതിലടച്ചിട്ടില്ലെങ്കിൽ എന്ത് രസകരമായിരിക്കും! – എന്നാൽ, തീർച്ചയായും അതിങ്ങനെയാണ്; ഈ വിശാലമായ സ്ഥലങ്ങളിൽ തോട്ടക്കാർക്കുമാത്രമാണ് ഇഷ്ടമുള്ളിടത്തെല്ലാം പോകാൻ കഴിയുന്നത്.”

വാതിൽ എന്തായാലും പൂട്ടിയിരുന്നില്ല; അവരെല്ലാവരും ആഹ്ലാദത്തോടെ അതിലൂടെ പുറത്ത് കടന്നു, ഭയങ്കരമായ വെയിലിൽ നിന്നും രക്ഷപ്പെട്ടു. ഉയർന്ന ചവിട്ടുപടികൾ കടന്ന് അവർ കാട്ടിലെത്തി. രണ്ട് ഏക്കർ സ്ഥലത്ത് മരങ്ങൾ വച്ചുപിടിപ്പിച്ചുണ്ടാക്കിയ ഒരു കാടാണത്. പൈൻ മരങ്ങളും ലോറലുമാണധികം; ബീച്ച് മരങ്ങൾ മുഴുവൻ മുറിച്ചിരിക്കുന്നു. വരിവരിയായാണവ നട്ടിരിക്കുന്നതെങ്കിലും നല്ല ഇരുട്ടും തണലുമാണ്, നിമ്നോന്നതമായ പുൽത്തകിടിയെക്കാൾ മനോഹരമായ പ്രകൃതിദൃശ്യം. അവർക്ക് നല്ല സുഖവും ഉണർവും അനുഭവപ്പെട്ടു. അതിനെ പ്രശംസിച്ചുകൊണ്ടവർ കുറച്ചുനേരം വെറുതെ നടന്നു. ചെറിയൊരിടവേളയ്ക്കു ശേഷം മിസ്സ്. ക്രാഫോർഡ് സംഭാഷണം തുടങ്ങി.

“അപ്പോൾ, നിങ്ങൾ ഒരു പുരോഹിതനാകാൻ പോകുകയാണ്, മിസ്റ്റർ ബെർട്രാം; എനിക്കത്ഭുതം തോന്നുന്നു.”

“അത് നിന്നെ എന്തിനത്ഭുതപ്പെടുത്തണം? ഞാൻ എന്തെങ്കിലും

തൊഴിൽ ചെയ്യണമെന്ന് നിനക്കൂഹിക്കാമല്ലോ. ഞാനൊരു വക്കീലോ പട്ടാളക്കാരനോ നാവികനോ ആകുന്നില്ലെന്നു മനസിലാക്കുക."

"വളരെ വാസ്തവം; എന്നാൽ, ഞാനത് ഓർത്തില്ല. സാധാരണയായി രണ്ടാമത്തെ പുത്രനായി സമ്പത്ത് വിട്ടുപോകുന്ന ഒരു അങ്കിളോ മുത്തച്ഛനോ ഉണ്ടായിരിക്കും."

"ഒരു പ്രശംസനീയമായ സമ്പ്രദായം" എഡ്മണ്ട് പറഞ്ഞു; "എന്നാൽ തികച്ചും സാർവത്രികമല്ല. ഞാനതിനൊരപവാദമാണ്, അതുകൊണ്ട് എനിക്ക് സ്വന്തമായി എന്തെങ്കിലും ചെയ്യണം."

"എന്നാൽ, നിങ്ങൾ എന്തിനാണൊരു പുരോഹിതനാകുന്നത്? ഞാൻ കരുതിയിരുന്നത്, ഏറ്റവും താഴെയുള്ളവന്റെ വിധിയാണതെന്നാണ്; അവന് മൂത്തവർക്കെല്ലാം തെരഞ്ഞെടുക്കാൻ പലതുമുണ്ടാകും."

"പള്ളി ആരും ഒരിക്കലും തെരഞ്ഞെടുക്കില്ലെന്നാ അപ്പോൾ നീ കരുതുന്നത്?"

" 'ഒരിക്കലും' എന്നതൊരു ദുഷിച്ച വാക്കാണ്; എന്നാൽ, അതേ സംഭാഷണത്തിലെ 'ഒരിക്കലും' എന്ന വാക്കിനർഥം 'പതിവായിട്ടില്ല' എന്നാണെങ്കിൽ ഞാനങ്ങനെ കരുതുന്നു. കാരണം, പള്ളിയിൽ എന്താണ് ചെയ്യാനുള്ളത്. മനുഷ്യർ സ്വയം സമുന്നതരാകാൻ ഇഷ്ടപ്പെടുന്നു; ഏത് രീതിയിലും പ്രശസ്തരാകണം, എന്നാൽ പള്ളിയിലല്ല. ഒരു പുരോഹിതൻ ഒന്നുമല്ല."

"സംഭാഷണത്തിലെ 'ഒന്നുമല്ല' എന്നതിന് തരംതിരിക്കലുണ്ട്, അതിന്റേതായ ഗ്രേഡിങ്, 'ഒരിക്കലും' എന്ന വാക്കിനുള്ളതുപോലെ എന്ന് ഞാൻ വിശ്വസിക്കുന്നു. ഒരു പുരോഹിതന് നിലയിലോ ഫാഷനിലോ ഉന്നതനാകാൻ കഴിയില്ല. പൊതുജനങ്ങളെ നയിക്കില്ല. വേഷഭൂഷാദികൾക്ക് പ്രാധാന്യം കൽപ്പിക്കില്ല. എന്നാൽ, ആ അവസ്ഥയെ 'ഒന്നുമല്ല' എന്നു ഞാൻ വിശേഷിപ്പിക്കില്ല; മനുഷ്യരാശിക്ക് ഏറ്റവും സുപ്രധാനമായ എല്ലാ കാര്യങ്ങളും അതിലുൾക്കൊള്ളുന്നു; വ്യക്തിഗതമോ കൂട്ടായ്മയോ കാലികമോ ശാശ്വതമോ ഏത് കാര്യമായാലും. ആ പദവിക്ക് മതത്തിന്റെയും സദാചാരത്തിന്റെയും രക്ഷാകർതൃത്വമുണ്ട്; അവരുടെ സ്വാധീനത്തിന്റെ ഫലമായി വിശിഷ്ടശീലങ്ങൾ രൂപംകൊള്ളുന്നു. ഒരാൾക്കും ആ പദവി 'ഒന്നുമില്ല' എന്നുപറയാനാകില്ല. ആ പദവി അലങ്കരിക്കപ്പെടുന്നവൻ നിർഗുണനാണെങ്കിൽ, അവഗണിക്കുന്നവനാണ്; ആ പദവിയുടെ പ്രാധാന്യമറിയാത്തവൻ, പദവിയുടെ പരിധിക്കപ്പുറം വന്ന് ചെയ്യാൻ പാടില്ലാത്തത് ചെയ്യുന്നവൻ."

"ഇതുവരെ ആരും കേൾക്കാത്ത പ്രാധാന്യം നിങ്ങൾ പുരോഹിതന് നൽകുകയാണ്, അല്ലെങ്കിൽ എനിക്ക് ഉൾക്കൊള്ളാൻ കഴിയുന്നതിലേറെ. ഈ പ്രാധാന്യമോ സ്വാധീനമോ ഒന്നും ആരും സമൂഹത്തിൽ കാണുന്നില്ല. വളരെ വിരളമായി മാത്രം സമൂഹത്തിൽ പ്രത്യക്ഷപ്പെടാറുള്ള അവർക്കിതെങ്ങനെ നേടാനാകും? കേൾക്കാൻ കൊള്ളാകുന്നതായാൽപ്പോലും ആഴ്ചയിൽ രണ്ട് സാരോപദേശപ്രസംഗങ്ങൾ മാത്രം നടത്തുന്ന ഒരു ഉപദേശകന്, ബ്ലെയറിനെ വെല്ലുന്ന ശൈലി ഉണ്ടെങ്കിൽ

പോലും, നിങ്ങൾ പറയുന്നതെല്ലാം എങ്ങനെയാണ് നിർവഹിക്കാൻ കഴിയുക? പ്രാർഥനയ്ക്കെത്തുന്ന വലിയ ജനക്കൂട്ടത്തെ ബാക്കി ദിവസങ്ങളിൽ എങ്ങനെ സൽസ്വഭാവികളായി നിലനിർത്താനാകും? ദേവാലയത്തിലെ പ്രസംഗപീഠത്തിനു പുറമെ വിരളമായേ ഒരു പുരോഹിതനെ ജനം കാണാറുള്ളൂ."

"നീ ലണ്ടനെക്കുറിച്ചാണ് പറയുന്നത്; ഞാൻ പൊതുവെ രാജ്യത്തെ സ്ഥിതിയെക്കുറിച്ചും."

"ആസ്ഥാനനഗരം മറ്റ് പ്രദേശങ്ങൾക്കും ഒരു സാമ്പിളായി കണക്കാക്കാമെന്ന് ഞാൻ കരുതുന്നു."

"ഇല്ല, രാജ്യത്തിന്റെ നന്മകളുടെ അനുപാതമായി അതിനെക്കാണാനാവില്ല. നമ്മുടെ ഏറ്റവും നല്ല സദാചാരത്തിന്റെ മാതൃകയായി വൻനഗരങ്ങളെ കരുതാൻ പറ്റില്ല. അതവിടെയില്ല. ഏത് മതവിഭാഗത്തിലെ മാന്യവ്യക്തികൾക്കും ഏറ്റവും നല്ലകാര്യങ്ങൾ ചെയ്യാൻ കഴിയും. അത് തീർച്ചയായും അവിടെയില്ല; പുരോഹിതന്റെ സ്വാധീനം അവിടെ അനുഭവപ്പെടുന്നില്ല. ഒരു നല്ല ഉപദേശിയെ പിന്തുടരുകയും പ്രശംസിക്കുകയും ചെയ്യുന്നു. എന്നാൽ, ഉപദേശങ്ങളിൽ മാത്രമല്ല ഒരു നല്ല പുരോഹിതൻ ഇടവകയിലും സമീപപ്രദേശങ്ങളിലും ഉപകരിക്കപ്പെടുന്നത്. ആ പ്രദേശം അദ്ദേഹത്തിന്റെ വ്യക്തിപ്രഭാവം തിരിച്ചറിഞ്ഞാൽ, സ്വഭാവരീതി മനസിലാക്കിയാൽ ഉണ്ടാകുന്ന സ്വാധീനം ലണ്ടനിൽ കാണാൻ പ്രയാസമാണ്. അവിടെ ഇടവകക്കാർക്കിടയിൽ പുരോഹിതൻ ഇല്ലാതാകുന്നു! ഭൂരിഭാഗംപേർക്കും അയാൾ ഒരുപദേശിയാണ്. അവരുടെ പൊതുജനത്തിന്മേലുള്ള സ്വാധീനത്തെക്കുറിച്ച്, (മിസ്സ്. ക്രാഫോർഡ് എന്നെ തെറ്റിദ്ധരിക്കരുത്) ഞാനവരെ ഉന്നതരായ വിധികർത്താക്കളെന്നോ, മാന്യതയും എളിമയും നിയന്ത്രിക്കുന്നവരെന്നോ, ജീവിതത്തിലെ മതാചാരങ്ങളുടെ നായകന്മാരെന്നോ വിളിക്കാനുദ്ദേശിക്കുന്നു. ഞാൻ രീതികളെന്ന് ഉദ്ദേശിക്കുന്നത് പെരുമാറ്റരീതിയെയാണ്, ഒരുപക്ഷേ, നല്ല ആദർശങ്ങളുടെ ഫലത്തെ ചുരുക്കത്തിൽ, ഈ ആദർശങ്ങളുടെ ഉദ്ദിഷ്ടസിദ്ധിക്കുവേണ്ടിയാണവർ കർത്തവ്യനിരതരാകുന്നത്, പഠിപ്പിക്കുന്നതും നിർദേശിക്കുന്നതും. എല്ലായിടത്തും കണ്ട് പോരുന്നതും അതുതന്നെയാണെന്ന് ഞാൻ വിശ്വസിക്കുന്നു."

"തീർച്ചയായും" ഫാന്നി ആത്മാർഥതയോടെ പറഞ്ഞു.

"അതാ മിസ്സ്. ക്രാഫോർഡ് ഒച്ചയിട്ടു, നിങ്ങൾ മിസ്സ്. പ്രൈസിനെ തികച്ചും വിശ്വസിപ്പിച്ചിരിക്കുന്നു"

"മിസ്സ്. ക്രാഫോർഡിനെയും ബോധ്യപ്പെടുത്താൻ കഴിഞ്ഞേക്കുമെന്നാണെന്റെ വിശ്വാസം."

"നിങ്ങൾക്ക് ഒരിക്കലും കഴിയുമെന്നെനിക്ക് തോന്നുന്നില്ല." ഒരു കുസൃതിച്ചിരിയോടെ അവൾ മറുപടി നൽകി. "തുടക്കത്തിലേതുപോലെ ഇപ്പോഴും എനിക്കതിശയമാണ്, നിങ്ങൾ പുരോഹിതപട്ടം സ്വീകരിക്കാൻ പോകുകയാണെന്നോർക്കുമ്പോൾ! മറ്റ് എത്രയോ നല്ല ജോലികൾക്ക്

നിങ്ങൾ ശരിക്കും യോഗ്യനാണ്. ദയവായി നിങ്ങൾ മനസ്സ് മാറ്റൂ. ഇനിയും വൈകിയിട്ടില്ല. നിയമപഠനത്തിന് പോകൂ."

"നിയമപഠനത്തിനോ! എത്ര ലാഘവത്തോടെയാണ് ആ വൻകാട്ടിലേക്ക് പോകാൻ പറയുന്നത്!"

"നിയമപഠനമാണ് ഏറ്റവും മോശമെന്ന് പറയാനാണല്ലോ നിങ്ങൾ പോകുന്നത്, എന്നാൽ കാലേകൂട്ടി ഞാനത് തടയുന്നു; ഓർക്കുക ഞാൻ നിങ്ങളെ തടഞ്ഞിട്ടുണ്ട്."

"എന്റെ ഫലിതോക്തി തടയുകയാണ് നിന്റെ ലക്ഷ്യമെങ്കിൽ നീ ധൃതി പിടിക്കേണ്ട; കാരണം ഞാൻ തമാശ പറയുന്ന പ്രകൃതക്കാരനല്ല. യഥാർഥ വസ്തുത മാത്രം പറയുന്ന രീതിയാണെന്റേത്. തുറന്നു പറയുന്ന ശീലം. വെറുതെ പൊള്ളവാക്കുപറഞ്ഞ് സമയം കളയുന്നവനല്ല."

കുറച്ച് സമയത്തേക്ക് നിശ്ശബ്ദത അവിടെ തളംകെട്ടിനിന്നു; ഓരോരുത്തരും ചിന്തയിലാണ്ടു. ഫാന്നിയാണാദ്യം ആ മൗനം തകർത്തത്. "ഈ മനോഹരമായ കാട്ടിലൂടെ നടന്ന് ഞാൻ ക്ഷീണിച്ചുപോയെന്ന് തോന്നുന്നു. അടുത്ത ഇരിപ്പിടം വരുമ്പോൾ, നിങ്ങൾക്ക് വിരോധമില്ലെങ്കിൽ കുറച്ച് നേരം ഇരിക്കാനെനിക്കാഗ്രഹമുണ്ട്."

"എന്റെ പ്രിയപ്പെട്ട ഫാന്നി" എഡ്മണ്ട് പെട്ടെന്നവളുടെ കരംഗ്രഹിച്ചുകൊണ്ട് ഉറക്കെപ്പറഞ്ഞു "എത്ര ചിന്താശൂന്യനാണ് ഞാൻ! നീ വല്ലാതെ ക്ഷീണിച്ചിട്ടില്ലെന്ന് ഞാൻ കരുതുന്നു. ഒരുപക്ഷേ," മിസ്സ്. ക്രാഫോർഡിനു നേരെ തിരിഞ്ഞ് "എന്റെ ഈ കൂട്ടുകാരിയും ഒരുകൈ പിടിച്ച് എന്നെ ആദരിക്കുമെന്ന് കരുതട്ടെ."

"താങ്ക്യൂ, എന്നാൽ ഞാനത്ര തളർന്നിട്ടൊന്നുമില്ല" സംസാരിച്ചുകൊണ്ട് തന്നെ അവൾ കൈപിടിച്ചു. അവളുടെ ആ പ്രവൃത്തി ആദ്യമായി അവനിൽ ചാരിതാർഥ്യം ഉണർത്തി, ഒരുനിമിഷം അവൻ ഫാന്നിയെ മറന്നു. "നീ എന്നെ സ്പർശിച്ചതായിട്ടേ തോന്നുന്നില്ല" അവൻ പറഞ്ഞു "നിന്നെക്കൊണ്ടൊരു പ്രയോജനവുമില്ല. ഒരു സ്ത്രീയുടെയും പുരുഷന്റെയും കൈകളുടെ ഭാരത്തിന് എന്ത് അന്തരമാണ്! ഓക്സ്ഫോർഡിൽവച്ച് ഒരു തെരുവ് മുഴുവൻ ഒരാളെ എന്റെ മേൽ ചാരിയിരുത്തിക്കൊണ്ട് ഞാൻ യാത്ര ചെയ്യുമായിരുന്നു; അയാളുമായി തുലനം ചെയ്യുമ്പോൾ നീ ഒരു ഈച്ചയാണ്!"

"ഞാൻ ശരിക്കും ക്ഷീണിച്ചിട്ടില്ല; എനിക്കതിൽ അത്ഭുതം തോന്നുന്നു. കാരണം, ചുരുങ്ങിയത് ഒരുമൈൽ എങ്കിലും നമ്മൾ ഈ കാട്ടിലൂടെ നടന്നിരിക്കണം, അത്രയും നടന്നു കാണില്ലേ?"

"അരമൈൽ പോലുമില്ല" എന്നായിരുന്നു അവന്റെ ദൃഢസ്വരത്തിലുള്ള മറുപടി. കാരണം, സ്ത്രീകളെപ്പോലെ ദൂരം അളക്കാനോ സമയം കണക്കുകൂട്ടാനോ അവന് ഇഷ്ടമില്ലായിരുന്നു.

"ഓ! നമ്മൾ എത്ര വളഞ്ഞാണ് വന്നതെന്ന് നിങ്ങൾ കണക്കാക്കുന്നില്ല. വളഞ്ഞുപുളഞ്ഞ പാതയിലൂടെയാണ് നമ്മൾ നടന്നത്. ആ കാടിന് തന്നെ അരമൈൽ ദൂരമുണ്ട്, അതിന്റെ അറ്റം ഇനിയും കാണാനായിട്ടില്ല; ആദ്യം നമ്മൾ വിട്ടുപോന്ന വലിയ പാത എത്ര ദൂരെയാണ്."

“എന്നാൽ നീ ഒന്ന് ഓർത്തുനോക്കൂ, ആ വലിയ പാത വിടുന്നതിനുമുമ്പ്, അതിന്റെ അറ്റം നമുക്ക് കാണാമായിരുന്നു. മുഴുവൻ കാടും നമ്മൾ അവിടെ നിന്ന് നോക്കിക്കണ്ടു. അത് ഇരുമ്പ് ഗേറ്റ് വച്ച് അടച്ചിരിക്കുന്നതും. അപ്പോൾ ഒരു ഫർലോങ്ങിൽ കൂടുതൽ ദൂരമില്ല.”

“ഓ! എനിക്ക് നിങ്ങളുടെ ഫർലോങ്ങുകളെക്കുറിച്ചൊന്നുമറിയില്ല. എന്നാലത് വളരെ നീണ്ടൊരു കാടാണെന്നെനിക്കുറപ്പാണ്. അതിനുള്ളിൽ കടന്നതുമുതൽ അകത്തേക്കും പുറത്തേക്കുമായി നമ്മൾ ചുറ്റിക്കറങ്ങുകയാണ്. അതുകൊണ്ട്, നമ്മൾ ഒരുമൈൽ നടന്നെന്നു ഞാൻ പറഞ്ഞത് അതിർത്തിക്കുള്ളിലെ നടത്തമാണ്.”

“കൃത്യം കാൽമണിക്കൂറാണിവിടെ നമ്മൾ ചെലവഴിച്ചത്.” വാച്ചെടുത്തുകൊണ്ട് എഡ്മണ്ട് പറഞ്ഞു. “നമ്മൾ മണിക്കൂറിൽ നാലുമൈൽ വേഗതയിൽ നടന്നെന്നാണോ നീ കരുതുന്നത്?”

“ഓ! നിങ്ങളുടെ വാച്ചും വച്ചിട്ട് എന്നെ ആക്രമിക്കല്ലേ. വാച്ച് ഒന്നുകിൽ വളരെ ഫാസ്റ്റ് ആകാം, അല്ലെങ്കിൽ വളരെ സ്ലോ. ഒരു വാച്ചുകൊണ്ട് എന്നെ അനുശാസിക്കാൻ കഴിയില്ല.”

കുറച്ചുകൂടി നടന്നപ്പോൾ, അവർ പറഞ്ഞുകൊണ്ടിരുന്ന പാതയുടെ അറ്റത്തെത്തി. തണലിൽ ഒന്നുനിന്ന് കമ്പിവേലിക്കുമുകളിലൂടെ പാർക്കിലേക്ക് ദൃഷ്ടികളയച്ചു. അടുത്ത് നല്ലൊരു ബഞ്ച് കണ്ട്; എല്ലാവരും അതിൽ ഇരുന്നു.

“നീ വല്ലാതെ തളർന്നിരിക്കുന്നു എന്നെനിക്ക് തോന്നുന്നു, ഫാന്നി” എഡ്മണ്ട് അവളെ നിരീക്ഷിച്ചുകൊണ്ട് പറഞ്ഞു. “നീ വേഗം പറയൂ, നീ ഇങ്ങനെ തളർന്നാൽ, ഇന്ന് ഉല്ലാസകരമല്ലാത്ത ഒരു ചീത്ത ദിവസമായിരിക്കും നിനക്ക്. കുതിരസവാരിയൊഴിച്ച് മറ്റെല്ലാ വ്യായാമങ്ങളും അവളെ പെട്ടെന്നു തളർത്തുന്നു, മിസ്സ്. ക്രാഫോർഡ്.”

“കഴിഞ്ഞാഴ്ച മുഴുവൻ അവളുടെ കുതിരയെ എടുക്കാനെന്നെ നിങ്ങൾ അനുവദിച്ചത് എത്ര മോശമായി! നിങ്ങളോടും എന്നോടുതന്നെയും എനിക്ക് ലജ്ജതോന്നുന്നു, അതിനി ഒരിക്കലും ആവർത്തിക്കപ്പെടരുത്.”

“നിന്റെ ശ്രദ്ധയും പരിഗണനയും എന്റെ അവഗണനയെക്കുറിച്ച് കൂടുതൽ എന്നെ ബോധവാനാക്കുന്നു. ഫാന്നിയുടെ താൽപ്പര്യങ്ങൾ എന്നെക്കാൾ കൂടുതൽ നിന്റെ കരങ്ങളിലാണ് സുരക്ഷിതം.”

“അവൾ ഇത്ര ക്ഷീണിതയായി കാണുന്നതിൽ എനിക്കതിശയമില്ല; ഇന്നുരാവിലെ നമ്മൾ ചെയ്തുകൊണ്ടിരുന്ന കാര്യങ്ങൾ പോലെ ഇത്രയും ക്ലേശിപ്പിക്കുന്നതായി മറ്റൊന്നില്ല – വലിയൊരു വീടുകാണൽ, ഒരു മുറിയിൽനിന്ന് മറ്റൊന്നിലേക്ക് അലഞ്ഞുതിരിയൽ, – കണ്ണുകൾക്കും മനസിനും പീഡനം – മനസിലാകാത്ത കാര്യങ്ങൾ കേട്ടുകൊണ്ടിരിക്കൽ – താൽപ്പര്യമില്ലാത്ത കാര്യങ്ങളെ പ്രശംസിക്കൽ – ലോകത്തിലെ ഏറ്റവും ബോറ് പരിപാടിയാണിത്. മിസ്സ്. പ്രൈസിന്റെ ഗതിയും അതുതന്നെ, അവൾക്കത് അറിയില്ലെങ്കിലും!”

"ഞാൻ കുറച്ച് വിശ്രമിക്കാം." ഫാന്നി പറഞ്ഞു– "ഒരു നല്ല ദിവസം തണലിലിരുന്ന് സസ്യലതാദികൾ വീക്ഷിക്കുന്നത് പരിപൂർണമായ വിശ്രമം തന്നെയാണ്."

കുറച്ചു നേരം ഇരുന്നശേഷം മിസ്സ്. ക്രാഫോർഡ് വീണ്ടും എഴുന്നേറ്റു. "എനിക്കൊന്ന് നടക്കണം." അവൾ പറഞ്ഞു വിശ്രമമാണെന്നെ തളർത്തുന്നത് – കാട്ടിലേക്ക് ചുമ്മാനോക്കിയിരുന്നു മടുത്തു. ആ കമ്പി ഗേറ്റിനരികിൽ ചെന്ന്, അതിലൂടെ കാടൊന്ന് വീക്ഷിക്കണം, അത് നന്നായി കാണാനാകും."

എഡ്മണ്ടിനും അതുതന്നെ തോന്നി. "മിസ്സ്. ക്രാഫോർഡ്, നിങ്ങൾ ഇപ്പോൾ നടക്കുമ്പോൾ ദൂരം ശ്രദ്ധിക്കുക. അത് അരമൈൽ ദൂരത്തല്ലെന്ന് നിനക്ക് ബോധ്യമാകും, അതിന്റെ പകുതി പോലുമില്ലെന്ന്."

"അത് വളരെ ദൂരെയാണ്." അവൾ മറുപടി നൽകി " ഒറ്റനോട്ടത്തിനു തന്നെ എനിക്കറിയാം."

അവൻ പിന്നെയും അവളോട് തർക്കിച്ചുനോക്കി, ഫലമുണ്ടായില്ല. അവൾ കണക്കുകൂട്ടില്ല; ഓർത്തുനോക്കില്ല. ചുമ്മാ പുഞ്ചിരിച്ചുകൊണ്ട്, ഉറപ്പിച്ച് പറയും! അതിൽ നിന്ന് കടുകിട മാറില്ല. ഒടുവിൽ, കാട്ടിനുള്ളിൽ കുറച്ചുകൂടി നടന്ന് അതിന്റെ വ്യാപ്തി കണ്ടുപിടിക്കാൻ അവർ തീരുമാനിച്ചു. അവർ അതിന്റെ ഒരറ്റം വരേയേ പോകൂ, ഇപ്പോൾ ഇരിക്കുന്നതിന് നേരെ മുന്നിലൂടെ. (കമ്പിവേലിയുടെ അരിക് ചേർന്ന് പുല്ലു പിടിപ്പിച്ച ഒരു നടപ്പാതയുണ്ട്.) തന്റെ ക്ഷീണം മാറ്റിയെന്നും ഒപ്പം വരാമെന്നും ഫാന്നി പറഞ്ഞെങ്കിലും, അത് അനുവദിക്കപ്പെട്ടില്ല. അവളോട് അവിടെത്തന്നെയിരുന്ന് വിശ്രമിക്കാനുള്ള എഡ്മണ്ടിന്റെ ആത്മാർഥമായ നിർബന്ധം അവൾക്ക് എതിർക്കാനായില്ല. കസിന്റെ പരിചരണത്തെക്കുറിച്ച് ആനന്ദത്തോടെ ചിന്തിച്ചുകൊണ്ട് അവൾ ബെഞ്ചിലിരുന്നു; എന്നാൽ താൻ ശാരീരികമായി ദുർബലയാണല്ലോ എന്നോർത്ത് കൂടുതൽ ദുഃഖിക്കുകയും ചെയ്തു. അവർ മുന്നിലെ വളവ് തിരിഞ്ഞുപോകുന്നതുവരെ ഫാന്നി നോക്കിക്കൊണ്ടിരുന്നു, അവരുടെ സ്വരം മാഞ്ഞുപോകുന്നതുവരെ അവളത് ശ്രദ്ധിച്ചുകൊണ്ടിരുന്നു.

10

പതിനഞ്ചോ ഇരുപതോ മിനിറ്റുകൾ അങ്ങനെകടന്നു പോയി. എഡ്മണ്ടിനെയും മിസ്സ്. ക്രാഫോർഡിനെയും തന്നെയും കുറിച്ച് ഓരോന്ന് ചിന്തിച്ചുകൊണ്ടിരിക്കുകയാണ് ഫാന്നി; ആരും അവളെ തടസപ്പെടുത്താനില്ല. ഇത്രയും നേരമായിട്ടും അവളെ ഒറ്റയ്ക്ക് വിട്ടതിൽ ഫാന്നിക്കതിശയം തോന്നി. അവരുടെ കാലടിസ്വരവും ശബ്ദവും വീണ്ടും കേൾക്കാനാഗ്രഹിച്ച് ആകാംക്ഷയോടെ അവൾ കാതോർത്തു, കുറെകഴിഞ്ഞപ്പോൾ അവൾ കേട്ടു; സംസാരവും കാലടി ഒച്ചയും അടുത്ത് വരുന്നു. എന്നാലത് അവൾ ആഗ്രഹിച്ചവരായിരുന്നില്ല. ഫാന്നി നടന്നു വന്ന വഴിയെ മിസ്സ്. ബെർട്രാം, മിസ്റ്റർ റഷ്വർത്ത്, മിസ്റ്റർ ക്രാഫോർഡ് എന്നിവർ

നടന്നെത്തി.

"മിസ്സ്. പ്രൈസ് ഒറ്റയ്ക്ക്!" "എന്റെ പ്രിയപ്പെട്ട ഫാന്നി, ഇതെന്തു പറ്റി?" ഇതായിരുന്നു അവരുടെ ആദ്യ പ്രതികരണം. അവൾ സംഭവ കഥ വിവരിച്ചുകൊടുത്തു.

"പാവം പ്രിയപ്പെട്ട ഫാന്നി" അവളുടെ കസിൻ ഉറക്കെപ്പറഞ്ഞു "നിന്നോട് എത്രമോശമായാണവർ പെരുമാറിയത്. നിനക്ക് ഞങ്ങളോടൊപ്പം നിൽക്കാമായിരുന്നു."

പിന്നെ, ഇരുയുവാക്കളുടെയും നടുവിലിരുന്നുകൊണ്ട് അവൾ മുമ്പ് പറഞ്ഞുവന്നിരുന്ന സംഭാഷണം തുടർന്നു. ആ സ്ഥലത്തിന്റെ പുനരുദ്ധാരണ പ്രക്രിയയെക്കുറിച്ച് സജീവമായൊരു ചർച്ചനടന്നു. ഒന്നും തീരുമാനിക്കപ്പെട്ടിട്ടില്ല – എന്നാൽ ഹെൻടിക്രാഫോർഡിന് ധാരാളം പദ്ധതികളും ആശയങ്ങളുമുണ്ട്. പൊതുവെ പറഞ്ഞാൽ, അയാളുടെ നിർദേശങ്ങൾ ഉടനെ അംഗീകരിക്കപ്പെട്ടു, ആദ്യം അവളും പിന്നെ മിസ്റ്റർ റഷ്വർത്തും. അയാളുടെ മുഖ്യജോലി മറ്റുള്ളവർ പറയുന്നത് കേട്ടിരിക്കലാണെന്ന് തോന്നും. സ്വന്തം അഭിപ്രായം പ്രകടിപ്പിക്കാൻ തയാറായില്ല. തന്റെ സുഹൃത്ത് സ്മിത്തിന്റെ സ്ഥലം അവർ കണ്ടിരുന്നെങ്കിൽ എന്നൊരാഗ്രഹം മാത്രം പ്രകടിപ്പിച്ചു.

ഏതാനും മിനിറ്റുകൾ ഈ രീതിയിൽ ചെലവഴിച്ചശേഷം, ഇരുമ്പ് ഗേറ്റിനു നേരെ നോക്കിയ മിസ്സ് ബെർട്രാം അതിനു പുറത്തുള്ള പാർക്ക് അവരുടെ പദ്ധതികളെകൂടുതൽ വിപുലമാക്കാനുപകരിക്കുമെന്നഭിപ്രായപ്പെട്ടു. അതുതന്നെയാണേറ്റവും നല്ല മാർഗമെന്ന് ഹെൻട്രിക്രാഫോർഡും പറഞ്ഞു. അരമൈലിനുള്ളിൽ സ്ഥിതിചെയ്യുന്ന ഒരു കൊച്ചുകുന്ന് അയാൾ ചൂണ്ടിക്കാട്ടി. അവിടന്ന് വീട്ടിലേക്ക് നല്ലൊരു നോട്ടം കിട്ടും. അങ്ങനെ ആ ഗേറ്റ് കടന്ന് കുന്നിലേക്ക് പോകാൻ തീരുമാനിച്ചു. എന്നാൽ ഗേറ്റ് പൂട്ടി ഇട്ടിരിക്കുകയാണ്. താക്കോൽ എടുത്തിരുന്നെങ്കിൽ എന്ന് മിസ്റ്റർ റഷ്വർത്ത് ഓർത്തുപോയി. എടുക്കണമോ എന്ന് പുറപ്പെടുമ്പോൾ ചിന്തിച്ചതാണ്. വീണ്ടും വരുമ്പോൾ താൻ എപ്പോഴും താക്കോൽ കയ്യിൽ വെക്കുമെന്നയാൾ തീരുമാനിച്ചു. എന്നാൽ, അതുകൊണ്ടൊന്നും ഇപ്പോഴത്തെ പ്രശ്നം പരിഹരിക്കപ്പെടില്ലല്ലൊ. മിസ്സ്ബെർട്രാമിന് പാർക്കിലേക്കുപോകാനുള്ള മോഹം ഉപേക്ഷിക്കാനായില്ല. ഒടുവിൽ, താൻ വേഗം പോയി താക്കോൽ എടുത്തുകൊണ്ടുവരാമെന്ന് മിസ്റ്റർ റഷ്വർത്ത് പ്രഖ്യാപിച്ചു. ഉടനെ പുറപ്പെടുകയും ചെയ്തു. "അതുതന്നെയാണ് ഇപ്പോൾ ചെയ്യാവുന്ന ഏറ്റവും നല്ലകാര്യം, ഏതായാലും വീട്ടിൽ നിന്ന് ഇത്രയും ദൂരം വന്നില്ലേ" അയാൾ പോയപ്പോൾ മിസ്റ്റർ ക്രാഫോർഡ് അഭിപ്രായപ്പെട്ടു.

"അതെ, മറ്റൊന്നും ചെയ്യാനില്ല. എന്നാൽ ഇപ്പോൾ, നിങ്ങൾ പ്രതീക്ഷിച്ചതിനെക്കാൾ മൊത്തത്തിൽ മോശമായി തോന്നുന്നില്ലേ ഈ സ്ഥലം?" "ഇല്ല, തീർച്ചയായും നേരെമറിച്ചാണ്. അത് മെച്ചപ്പെട്ടതും, പ്രൗഢവും, അതിന്റേതായ ശൈലിയിൽ പൂർണതയുള്ളതുമാണ്, ആ ശൈലി ഏറ്റവും നല്ലതല്ലെങ്കിലും. നിന്നോട് സത്യം പറയട്ടെ" ശബ്ദം

താഴ്ത്തിക്കൊണ്ട് "ഞാനിന്നനുഭവിക്കുന്ന ഇത്രയും ആനന്ദമൂർഛയോടെ വീണ്ടും സതർട്ടൻ കാണുമെന്ന് ഞാൻ കരുതുന്നില്ല. മറ്റൊരു വേനലിൽ, സതർട്ടൻ എനിക്ക് മെച്ചപ്പെട്ടതായിരിക്കില്ല."

ഒരു നിമിഷത്തെ അമ്പരപ്പിനുശേഷം ലേഡി മറുപടിനൽകി– "ലോകത്തിന്റെ കാഴ്ചയിലൂടെ വീക്ഷിക്കാനാവാത്ത ഒരു മനുഷ്യനാണ് നിങ്ങൾ, സതർട്ടൻ മെച്ചപ്പെട്ടിട്ടുണ്ടെന്ന് മറ്റുള്ളവർ ചിന്തിക്കുമ്പോൾ, നിങ്ങളും അങ്ങനെ കരുതുമെന്ന കാര്യത്തിൽ എനിക്ക് സംശയമില്ല."

"ചില കാര്യങ്ങളിൽ ഞാൻ തികച്ചും ഈ ലോകത്തിലെ സാധാരണ മനുഷ്യരുടേതുപോലെയല്ല."

പിന്നീട് തികഞ്ഞ നിശ്ശബ്ദത അവിടെ വ്യാപിച്ചു, മിസ്സ്. ബെർട്രാം വീണ്ടും തുടങ്ങി "ഇന്നുരാവിലത്തെ ഇങ്ങോട്ടുള്ള യാത്ര നിങ്ങൾക്ക് വളരെ ഇഷ്ടപ്പെട്ടെന്ന് തോന്നുന്നു. നിങ്ങൾ നന്നായി അത് ആസ്വദിക്കുന്നതുകണ്ട് എനിക്ക് സന്തോഷം തോന്നി. നിങ്ങളും ജൂലിയയും വഴിനീളെ ചിരിതന്നെ ആയിരുന്നല്ലൊ."

"ആയിരുന്നോ? അതെ, അങ്ങനെതന്നെ ആയിരുന്നെന്നെനിക്ക് തോന്നുന്നു; എന്നാൽ, അതൊന്നും എനിക്കോർമയില്ല. ഓ! എന്റെ അങ്കിളിന്റെ ഒരു വൃദ്ധൻ കുതിരക്കാരന്റെ ചില പരിഹാസ്യകഥകൾ ഞാനവൾക്ക് പറഞ്ഞു കൊടുക്കുകയായിരുന്നെന്ന് തോന്നുന്നു. നിങ്ങളുടെ അനിയത്തിക്ക് ചിരിക്കാൻ വലിയ ഇഷ്ടമാണെന്ന് തോന്നുന്നു."

"എന്നെക്കാൾ മൃദുല ഹൃദയയാണവൾ എന്ന് നിങ്ങൾ കരുതുന്നുണ്ടോ?"

"വളരെ വേഗം ചിരിപ്പിക്കാം." അയാൾ മറുപടിനൽകി "അതിന്റെ അനന്തരഫലം എന്താണെന്നോ" പുഞ്ചിരിയോടെ "കൂടുതൽ നല്ലകൂട്ടുകെട്ട്. പത്ത് മൈൽ യാത്രയിൽ ഐറിഷ് അനുഭവകഥകൾ പറഞ്ഞ് നിങ്ങളെ രസിപ്പിക്കാമെന്ന് ഞാൻ കരുതുന്നില്ല."

"സ്വാഭാവികമായും, ജൂലിയയെപ്പോലെ ഞാനും ഊർജസ്വലയാണെന്ന് ഞാൻ വിശ്വസിക്കുന്നു. എന്നാൽ, മറ്റ് പലതും എനിക്കിപ്പോൾ ചിന്തിക്കേണ്ടതുണ്ട്."

"നിസ്സംശയം – ചില പരിതഃസ്ഥിതികളിൽ വൻ ആവേശം വിവരമില്ലായ്മയെ സൂചിപ്പിക്കും. നിങ്ങളുടെ പ്രത്യാശകൾ എന്തായായലും, വളരെ മോഹനമാണ്. അതിന് ഉത്സാഹം അത്യന്താപേക്ഷിതമാണ്. അതിപ്രഫുല്ലമായൊരു രംഗമാണ് നിങ്ങളുടെ മുന്നിലുള്ളത്."

"അക്ഷരാർഥത്തിലാണോ നിങ്ങൾ ഉദ്ദേശിക്കുന്നത്, അതോ ആലങ്കാരികമോ? അക്ഷരാർഥത്തിൽ എന്ന് ഞാൻ കരുതുന്നു. അതെ, തീർച്ചയായും, എന്റെ മുന്നിലുള്ള രംഗം അതിപ്രഫുല്ലമാണ്, അതിമനോഹരമാണ്. സൂര്യൻ പ്രകാശിച്ചു നിൽക്കുന്നു, പാർക്ക് ഉത്സാഹഭരിതമായികാണപ്പെടുന്നു. എന്നാൽ, നിർഭാഗ്യവശാൽ ആ ഇരുമ്പുഗേറ്റ്, ആ മുള്ളുവേലി എന്നിൽ സംയമനവും ക്ലേശവും ഉണർത്തുന്നു. എനിക്കതിൽ നിന്ന് രക്ഷപ്പെടാനാകുന്നില്ല, സ്റ്റാർലിങ് കിളിക്കൂട്ടിൽകിടന്ന് കേഴുന്നതുപോലെ!"

വികാരം തുളുമ്പുന്ന മുഖഭാവത്തോടെയാണവൾ ഇത് പറഞ്ഞത്.

അവൾ മെല്ലെ ഗേറ്റിലേക്ക് നടന്നു; അയാൾ അവളെ പിൻതുടർന്നു "മിസ്റ്റർ റഷ്വർത്തിന് താക്കോൽ കൊണ്ടുവരുവാൻ ഇത്രയും നേരമോ!"

"താക്കോലില്ലാതെയോ, മിസ്റ്റർ റഷ്വർത്തിന്റെ മേൽക്കോയ്മയും സംരക്ഷണവുമില്ലാതെയോ നിങ്ങൾക്ക് ഈ ലോകത്തുനിന്ന് പുറത്തു കടക്കാനാവില്ലേ? വലിയ പ്രയാസമൊന്നുംകൂടാതെ ഗേറ്റിന്റെ അറ്റത്തു കൂടെ എന്റെ സഹായത്താൽ നിങ്ങൾക്ക് പുറത്ത് ചാടാൻ പറ്റുമെന്ന് ഞാൻ കരുതുന്നു. നിങ്ങൾ ശരിക്കും അതാഗ്രഹിക്കുന്നുണ്ടെങ്കിൽ, അത് വിലക്കപ്പെട്ടിട്ടുള്ളതല്ലെന്ന് നിങ്ങൾക്ക് തോന്നുന്നുണ്ടെങ്കിൽ, അത് ചെയ്യ ണമെന്ന് ഞാൻ കരുതുന്നു."

"വിലക്കപ്പെടുകയോ! നോൺസൻസ്! എനിക്ക് തീർച്ചയായും അപ്ര കാരം പുറത്ത് കടക്കാനാകും ഞാനതുതന്നെ ചെയ്യും. മിസ്റ്റർ റഷ്വർത്ത് ഉടനെ ഇവിടെ എത്തും, അറിയാമോ – നമ്മൾ അപ്പോൾ കാണാമറയ ത്തായിരിക്കരുത്."

"അല്ലെങ്കിൽ, അയാൾതന്നെ മിസ്സ്. പ്രൈസ് അയാളോട് പറയുമ ല്ലോ. അയാൾക്ക് നമ്മളെ ആ കുന്നിനടുത്തോ, കുന്നിൻ പുറത്തെ വൃക്ഷ ങ്ങൾക്കിടയിലോ കണ്ടെത്താനാകും."

ഇതെല്ലാം തെറ്റാണെന്ന് കരുതിയ ഫാന്നി അത് തടയാൻ ശ്രമി ക്കാതിരുന്നില്ല. "നിങ്ങൾ സ്വയം മുറിവേൽപ്പിക്കും, മിസ്സ് ബെർട്രാം" അവൾ വിളിച്ചുപറഞ്ഞു. "ആ ഇരുമ്പ് കുറ്റികൾ നിങ്ങളെ കുത്തിമുറി വേൽപ്പിക്കും – നിങ്ങളുടെ ഉടുപ്പ് കീറിപ്പോകും, മുള്ളു വേലിക്കിടയിൽ വഴുതി വീണു പോകും, അപായം. നിങ്ങൾ പോകാതിരിക്കുന്നതാണ് നല്ലത്."

അവളുടെ കസിൻ സുരക്ഷിതയായി കാണപ്പെട്ടു. ഫാന്നിയുടെ വാക്കുകൾ കേട്ട് വിജയഭാവത്തോടെ പുഞ്ചിരിച്ചുകൊണ്ടവൾ പറഞ്ഞു. "താങ്ക്യൂ, എന്റെപ്രിയപ്പെട്ട ഫാന്നി, ഞാനും എന്റെ ഉടുപ്പും നല്ല ബോധ ത്തിലായിരിക്കും! അതുകൊണ്ട് ഗുഡ്ബൈ."

ഫാന്നി വീണ്ടും തന്റേതായ ഏകാന്തതയിലേക്ക് വഴുതിവീണു. സുഖ കരമായ ഒരു അവസ്ഥയായിരുന്നില്ല അവളുടേത്. അവൾ അപ്പോൾ കണ്ടതും കേട്ടതുമോർത്ത് ദുഃഖിച്ചു. മിസ്സ്. ബെർട്രാമിന്റെ പെരുമാറ്റ ത്തിൽ അത്ഭുതം തോന്നി, മിസ്റ്റർ ക്രാഫോർഡിനോട് ദേഷ്യവും. അവർ ഒരു വളഞ്ഞ വഴിയിലൂടെയാണ് കുന്നിലേക്ക് നീങ്ങിയത്; അത് തികച്ചും യുക്തിരഹിതമായി ഫാന്നിക്ക് തോന്നി, കുന്നിലേക്ക് നേരെ പോകാമല്ലോ! വേഗം അവർ അവളുടെ കൺമുമ്പിൽ നിന്നും മറഞ്ഞു. കുറെ നേരം കൂട്ടുകാരുടെ ശബ്ദമൊന്നും കേൾക്കാതെ അവൾ ഒറ്റയ്ക്ക് ഇരുന്നു, അവൾ സ്വയം കാടുകയറുകയായിരുന്നു! എഡ്മണ്ടും മിസ്സ്. ക്രാഫോർഡും അവിടം വിട്ട് പോയിരിക്കാമെന്നുപോലും അവൾ ചിന്തി ക്കാൻ തുടങ്ങിയതാണ്. എന്നാൽ തന്നെ അപ്പാടെ മറക്കാൻ എഡ്മണ്ടിന് കഴിയില്ലെന്നവൾ ഓർത്തു.

അസുഖകരമായ ചിന്തകളിൽ നിന്നവൾ വീണ്ടും ഉണർത്തപ്പെട്ടു. ആരോ പ്രധാനവഴിയിലൂടെ ധൃതിയിൽ നടന്നുവരുന്ന കാലടി ശബ്ദമാ

യിരുന്നു അത്. മിസ്റ്റർ റഷ്‌വർത്ത് ആയിരിക്കുമെന്നാണവൾ കരുതിയത്, എന്നാലത് ജൂലിയ ആയിരുന്നു. ശ്വാസം നിലച്ചമട്ടിൽ ചൂടായിട്ടാണ് വരവ്, മുഖത്ത് ഇച്ഛാഭംഗം നിഴലിച്ചുകാണാം. ഫാന്നിയെ കണ്ടപ്പോൾ അവൾ ഉറക്കെ വിളിച്ച് ചോദിച്ചു "ഹായ് സന്തോഷം! മറ്റുള്ളവരെവിടെ? ഞാൻ വിചാരിച്ചു, മരിയയും മിസ്റ്റർ ക്രാഫോർഡും നിന്നോടൊപ്പമുണ്ടെന്ന്."

ഫാന്നി കാര്യങ്ങൾ വിവരിച്ചുകൊടുത്തു.

"സത്യമായും നല്ലൊരു തന്ത്രംതന്നെ!. അവരെ ഇവിടെയൊന്നും എനിക്ക് കാണാൻ കഴിയുന്നില്ലല്ലോ." ആകാംക്ഷയോടെ പാർക്കിലേക്ക് നോക്കിക്കൊണ്ടവൾ പറഞ്ഞു "എന്നാലവർ അത്ര ദൂരേക്ക് പോകാനിടയില്ല; ആരുടെയും സഹായമില്ലാതെതന്നെ, മരിയയുടെ അത്രയ്ക്ക് കഴിവ് എനിക്കുണ്ട്."

"എന്നാൽ, ജൂലിയാ, മിസ്റ്റർ റഷ്‌വർത്ത് താക്കോലുമായി ഉടനെ ഇവിടെ എത്തും. മിസ്റ്റർ റഷ്‌വർത്തിനുവേണ്ടി കാത്തിരിക്കുക."

"തീർച്ചയായും ഇല്ല. ആ കുടുംബത്തിൽനിന്ന് രാവിലെ ആവശ്യത്തിലേറെകിട്ടിക്കഴിഞ്ഞു. എന്റെ കുട്ടീ, അയാളുടെ ഭയങ്കരിയായ അമ്മയിൽനിന്ന് ഇപ്പോൾത്തന്നെ രക്ഷപ്പെട്ടതേയുള്ളൂ. നിശാന്തയായി ആനന്ദിച്ചുകൊണ്ട് ഇവിടെ ഇരിക്കുമ്പോൾ എന്തൊരു പീഡനമാണ് ഞാൻ അനുഭവിച്ചുകൊണ്ടിരുന്നതെന്നോ! എന്റെ സ്ഥാനത്ത് നീ ആയിരുന്നാലും, ഒരുപക്ഷേ അതുതന്നെ ആയിരുന്നേനെ ഗതി; എന്നാൽ, ഈ ദുർഗതിയിൽ നിന്ന് ഒഴിഞ്ഞുമാറാൻ നീ എപ്പോഴും എന്തെങ്കിലും കൗശലം കണ്ടുപിടിക്കും."

ഏറ്റവും അന്യായമായൊരു നിന്ദയായിരുന്നു ഇതെങ്കിലും, ഫാന്നി നിശ്ശബ്ദം അത് കേട്ടിരുന്നു. ജൂലിയ വിഷമിച്ചിരിക്കയാണ്, പെട്ടെന്ന് ദേഷ്യപ്പെടുന്ന പ്രകൃതം; എന്നാലത് അധികനേരം നീണ്ടുനിൽക്കില്ലെന്നവൾക്കറിയാം. അതുകൊണ്ട് യാതൊന്നും ശ്രദ്ധിക്കാത്തമട്ടിൽ അവൾ മിസ്റ്റർ റഷ്‌വർത്തിനെ കണ്ടിരുന്നോ എന്നുമാത്രം ഫാന്നി ചോദിച്ചു.

"ഉവ്വ്, ഉവ്വ്, ഞങ്ങൾ കണ്ടിരുന്നു. ജീവന്മരണപ്രശ്നം പോലെ, അയാൾ കുതിച്ചുപായുകയായിരുന്നു. അതിനിടയ്ക്ക് തനിക്കുപറ്റിയ തെറ്റിനെക്കുറിച്ച് എന്തോപറഞ്ഞു, നിങ്ങൾ എവിടെയാണെന്നും."

"ഒരു കാര്യവുമില്ലാതെ അയാൾക്കിത്രയും കഷ്ടപ്പെടേണ്ടിവന്നതിൽ ദയതോന്നുന്നു."

"അത് മിസ്സ്. മരിയായെ ബാധിക്കുന്നകാര്യം. അവളുടെ പാപങ്ങൾക്ക് ഞാൻ സ്വയം ശിക്ഷിക്കപ്പെടാനാഗ്രഹിക്കുന്നില്ല. എന്റെ മുഷിപ്പൻ ആന്റി വീട്ടുകാര്യസ്ഥയുടെ ചുറ്റും നൃത്തം വെക്കുന്നിടത്തോളംകാലം അമ്മയെ എനിക്ക് ഒഴിവാക്കാൻ കഴിയില്ലായിരുന്നു, എന്നാൽ മകനിൽനിന്ന് ഒഴിഞ്ഞുമാറാം."

അവൾ വേഗത്തിൽ കമ്പിവേലി പൊത്തിപ്പിടിച്ചുകയറി, നടന്നകന്നു. മിസ്സ്. ക്രാഫോർഡിനെയും എഡ്മണ്ടിനെയും അവിടെയെങ്ങാനും കാണുകയുണ്ടായോ എന്ന ഫാന്നിയുടെ അവസാന ചോദ്യത്തിന് മറു

പടിനൽകാൻപോലും അവൾ കാത്തില്ല. മിസ്റ്റർ റഷ്‌വർത്തിനെ കണ്ട പ്പോൾ ഉണ്ടായ ഭീതിമൂലം അവരുടെ നീണ്ട അസാന്നിധ്യത്തെകുറിച്ചുള്ള ചിന്തതന്നെ വിട്ടുപോയി. അല്ലെങ്കിൽ ആ വിഷമം അവളെ വിട്ടുപിരി യാതെ നിന്നേനെ. അയാളെ വളരെ മോശമായ രീതിയിലാണവർ ഉപ യോഗിച്ചതെന്നവൾക്ക് തോന്നി; നടന്ന സംഭവങ്ങൾ വിവരിച്ചത് തികച്ചും ദുഃഖത്തോടെ ആയിരുന്നു. ജൂലിയ പോയി അഞ്ചുമിനിറ്റ് കഴിയു മ്പോഴേക്കും അയാളവിടെ എത്തി; ഫാന്നി പരമാവധി ഭംഗിയായി കാര്യ ങ്ങൾ അവതരിപ്പിച്ചെങ്കിലും അയാൾ വല്ലാതെ അപമാനിതനും ദുഃഖിത നുമായി കാണപ്പെട്ടു. ആദ്യം അയാളൊന്നും പറഞ്ഞില്ല. പക്ഷേ അതി യായ അത്ഭുതവും വിഷമവും ആ മുഖത്ത് പ്രതിഫലിച്ചിരുന്നു. അയാൾ ഇരുമ്പുഗേറ്റുവരെ നടന്നുചെന്ന് അവിടെനിന്നു, എന്ത് ചെയ്യണമെന്നറി യാത്തതുപോലെ!

"അവർ എന്നോട് ഇവിടെ നിൽക്കാനാവശ്യപ്പെട്ടു – ആ കുന്നിലോ പരിസരത്തോ അവരെ കാണാമെന്ന് പറയാനെന്റെ കസിൻ മരിയ എന്നെ ചുമതലപ്പെടുത്തി."

"ഞാനിനി കൂടുതൽ ദൂരംപോകേണ്ടതില്ലെന്ന് തോന്നുന്നു" മുഖം കറുപ്പിച്ചുകൊണ്ടയാൾ പറഞ്ഞു. "അത് വളരെ നിർഭാഗ്യകരമാണ്." ഇക്കാര്യത്തെക്കുറിച്ച് എന്തെങ്കിലും കൂടുതൽ പറയാനവൾ ആഗ്രഹിച്ച താണ്.

ചെറിയൊരു നിശ്ശബ്ദമായ ഇടവേളയ്ക്കുശേഷം അയാൾ പറഞ്ഞു

"എനിക്കുവേണ്ടി അവർക്ക് തീർച്ചയായും കാത്തിരിക്കാമായിരുന്നു."

"നിങ്ങൾ പിൻതുടർന്നു ചെല്ലുമെന്നാണ് മിസ്സ്. ബെർട്രാം വിചാരി ച്ചിട്ടുള്ളത്."

"അവൾ കാത്തിരുന്നെങ്കിൽ എനിക്കവളെ പിൻതുടരേണ്ടി വരില്ലാ യിരുന്നു."

അത് നിഷേധിക്കാനാവില്ല, ഫാന്നി നിശ്ശബ്ദതപാലിച്ചു. അൽപ്പനേര ത്തിനുശേഷം അയാൾ തുടർന്നു. "മറ്റ് ചിലരെപ്പോലെ നീയും ഈ മിസ്റ്റർ ക്രാഫോർഡിന്റെ വലിയ ആരാധികയാണോ, മിസ്സ്. പ്രൈസ്? എന്നെ സംബന്ധിച്ചിടത്തോളം, അയാളിൽ അപ്രകാരമൊന്നും ദർശിക്കുന്നില്ല."

"അയാളൊരു സുമുഖനാണെന്നേ തോന്നുന്നില്ല എനിക്ക്."

"സുമുഖൻ! അത്തരം പൊക്കം കുറഞ്ഞ ഒരാളെ ആരും സുമുഖ നെന്ന് വിളിക്കില്ല. അഞ്ചടി ഒമ്പതിഞ്ചു പോലുമില്ല അയാൾ. അഞ്ചടി എട്ടിഞ്ചിൽ കൂടുതലുണ്ടെങ്കിൽത്തന്നെ അത്ഭുതമാണ്. ഒരു വിരൂപ നായാണ് ഞാനയാളെ കരുതുന്നത്. എന്റെ അഭിപ്രായത്തിൽ ഈ ക്രാഫോർഡുകളെ കൂട്ടാതിരിക്കുകയാണ് നല്ലത്. അവരില്ലാതെ നമ്മൾക്കെല്ലാം ഭംഗിയായി നിർവഹിക്കാം."

ഫാന്നി ചെറുതായൊന്ന് നിശ്വസിച്ചു. അയാളെ എങ്ങനെ എതിർക്കു മെന്നവൾക്ക് അറിയില്ലായിരുന്നു.

"ഞാൻ പോയി താക്കോൽ കൊണ്ടുവരുന്നതിൽ എന്തെങ്കിലും ഒഴിവ് കണ്ടെത്താമായിരുന്നു. എന്നാൽ, അത് വേണമെന്നവൾ പറഞ്ഞ

ഉടനെ ഞാൻ പോയി."

"ഇതിനെക്കാൾ മര്യാദയോടെ ആർക്കും പ്രവർത്തിക്കാനാവില്ല. എനിക്കുറപ്പാണ്, കഴിയാവുന്നത്ര വേഗത്തിൽ നിങ്ങൾ നടന്നു, എന്നാലും ഇത്രയും ദൂരമുണ്ടല്ലോ ഇവിടെ നിന്ന് വീട്ടിലേക്ക്. കാത്തിരിക്കുന്നവർക്ക്, സമയത്തെക്കുറിച്ച് നീതിയുക്തമായി ചിന്തിക്കാനാവില്ല. ഓരോ അരമിനിറ്റും അഞ്ച് മിനിറ്റായി തോന്നും."

അയാൾ എഴുന്നേറ്റ് വീണ്ടും ഗേറ്റിലേക്ക് നടന്നു. ആ സമയത്ത് താക്കോൽ തന്റെ കയ്യിലുണ്ടായിരുന്നെങ്കിൽ എന്നാശിച്ചുപോയി. അയാൾ അവിടെ നിന്നതിന്റെ രഹസ്യം താൻ ഗ്രഹിച്ചതായി ഫാന്നി കരുതി, മനസലിഞ്ഞതിന്റെ ലക്ഷണം. അത് ഒരു ശ്രമം കൂടി നടത്തി നോക്കാൻ അവളെ പ്രോത്സാഹിപ്പിച്ചു. അതുകൊണ്ടവൾ പറഞ്ഞു

"നിങ്ങൾ അവരുടെ അടുത്ത് പോകാതിരിക്കുന്നത് കഷ്ടമാണ്. പാർക്കിന്റെ ആ ഭാഗത്തുനിന്ന് വീടിനെ നന്നായി നോക്കിക്കാണാമെന്നാണവരുടെ പ്രതീക്ഷ, പുനരുദ്ധാരണം നടത്താനത് സഹായകരമായിരിക്കും. അത്തരം കാര്യങ്ങൾ നിങ്ങളില്ലാതെ തീരുമാനിക്കാനാവില്ലെന്നറിയാമല്ലോ."

ഒരു കൂട്ടുകാരനെ കൂടെ നിർത്തുന്നതിനെക്കാൾ, അയാളെ പറഞ്ഞുവിടുന്നതിലാണ് താൻ കൂടുതൽ വിജയിക്കുക എന്നവൾ മനസിലാക്കി.

മിസ്റ്റർ റഷ്‌വർത്തിന് കുറേശ്ശെ ഉത്സാഹമായി. "ശരി" അയാൾ പറഞ്ഞു "നീ ശരിക്കും അങ്ങനെയാണ് കരുതുന്നതെങ്കിൽ, ഞാൻ പോകുന്നതാണ് നല്ലത്. താക്കോൽ കൊണ്ടുവന്നതുകൊണ്ട് യാതൊരു പ്രയോജനവുമില്ലെങ്കിൽ അത് മണ്ടത്തരമല്ലേ." അങ്ങനെ മറ്റ് ഔപചാരികതകളൊന്നുമില്ലാതെ അയാൾ നടന്നകന്നു.

തന്നെ അത്രദീർഘനേരം ഒറ്റയ്ക്കാക്കിപോയ രണ്ടുപേരെക്കുറിച്ചുള്ള ചിന്തകളായിരുന്നു അപ്പോൾ ഫാന്നിയുടെ മനസു നിറയെ. അവളുടെ ക്ഷമ നശിച്ചുകൊണ്ടിരുന്നു; അവരെ അന്വേഷിച്ചുപോകാമെന്നവൾ തീരുമാനിച്ചു. താഴെയുള്ള പാതയിലൂടെ അവരുടെ പാദങ്ങൾ അവൾ പിൻതുടർന്നു. ഒരു വളവ് തിരിഞ്ഞപ്പോൾ മിസ്സ്. ക്രാഫോർഡിന്റെ ചിരി അവളുടെ കാതുകളിൽ വന്നലച്ചു; ആ ശബ്ദം അടുത്തടുത്തുവന്നു. ഏതാനും വളവുകൾ തിരിഞ്ഞപ്പോൾ അവൾ അവരുടെ മുന്നിലെത്തി. അവർ പാർക്കിൽനിന്ന് കാട്ടിലേക്ക് തിരിഞ്ഞതേയുള്ളൂ. പാർക്കിന്റെ ഒരു വശത്തുണ്ടായിരുന്ന ഗേറ്റ് പൂട്ടാതെ കിടക്കുന്നതു കണ്ടപ്പോൾ അതിലൂടെ പാർക്കിലേക്ക് പോകാനവർ പ്രലോഭിപ്പിക്കപ്പെട്ടു. അവർ പാർക്കിന്റെ കുറെ ഭാഗം നടന്നുകണ്ടു. ഫാന്നിക്കും അതെല്ലാം കാണണമെന്ന് ആഗ്രഹമുണ്ടായിരുന്നു; എന്നാൽ, ഒരു മരത്തിന്റെ കീഴിലവൾക്ക് ഏകാകിയായി ഇരിക്കേണ്ടിവന്നു. ഇതാണവരുടെ കഥ. അവർ വളരെ രസകരമായാണ് സമയം ചെലവഴിച്ചതെന്നുറപ്പാണ്. അവർ തങ്ങളുടെ സാന്നിധ്യത്തിന്റെ ദൈർഘ്യം പോലും ഓർത്തില്ല. എഡ്മണ്ടിന് തന്നോട് ഇഷ്ടമാണെന്നും, താൻ തളർന്നുപോയിരുന്നില്ലെങ്കിൽ അവൾക്കുവേണ്ടി തിരിച്ചെത്തിയേനെ എന്നും ഉള്ള ഉറപ്പായിരുന്നു ഫാന്നിയുടെ ഏറ്റവും വലിയ ആശ്വാസം. എന്നാൽ, ഒരു മണിക്കൂർ ഒറ്റയ്ക്കിരുത്തിയതിന്റെ വേദന മാറ്റാൻ ഇത്

അപര്യാപ്തമായിരുന്നു. ഏതാനും മിനിറ്റുകൾ മാത്രമാണവർ സംസാരിച്ചത്. അതുകൊണ്ട് അവളുടെ ജിജ്ഞാസ മാറിക്കിട്ടിയില്ല, ഇത്രനേരം അവർ എന്തിനെ കുറിച്ചാണ് സംസാരിച്ചുകൊണ്ടിരുന്നത്? അവ വേഗം തന്നെ വീട്ടിലേക്ക് തിരിച്ചു പോകാമെന്ന് തീരുമാനമെടുത്തത് അവളെ നിരാശയിലാഴ്ത്തി.

ടെറസിന്റെ കോണിപ്പടിയുടെ അടിയിലെത്തിയപ്പോൾ മിസിസ് റഷ്വർത്തും മിസിസ് നോറിസും മുകളിൽ നിൽക്കുന്നുണ്ടായിരുന്നു, കാട്ടിലേക്ക് പോകാൻ തയാറായിട്ട്. ഒന്നര മണിക്കൂറായി അവർ വീടു വിട്ടിറങ്ങിയിട്ട്. മിസിസ് നോറിസിന് വളരെ വേഗത്തിൽ നടക്കാൻ കഴിയും. തന്റെ സഹോദരീപുത്രിമാർക്ക് സന്തോഷം തകർക്കുന്നരീതിയിൽ എന്തെല്ലാം അനിഷ്ടസംഭവങ്ങൾ ഉണ്ടായെങ്കിലും, അവളുടേത് തികഞ്ഞ സന്തോഷപ്രദമായൊരു സുപ്രഭാതമായിരുന്നു അത് – കാരണം, വീട്ടുകാര്യസ്ഥയുടെ ഉപചാരശീലം അത്രയ്ക്കവളെ സംതൃപ്തയാക്കി. അവൾ മിസിസ് നോറിസിനെ ഡയറിയിൽ കൊണ്ടുപോയി പശുക്കളെക്കുറിച്ച് വിവരിച്ചുകൊടുത്തു, നല്ല ക്രീം ചീസ് കൊടുത്തു, 'ഫെസന്റ്' മുട്ടകൾ കൊടുത്തു. ജൂലിയ അവരെ വിട്ടുപോയശേഷം അവർ തോട്ടക്കാരനെ കണ്ടു. അയാളുമായി നല്ല പരിചയത്തിലായി. കാരണം, അയാളുടെ പേരക്കുട്ടിയുടെ അസുഖത്തെക്കുറിച്ചവൾ പരിഹാരം കണ്ടെത്തി. അത് തുള്ളപ്പനിയാണെന്നയാളെ ബോധ്യപ്പെടുത്തി, അത് വരാതിരിക്കാൻ കയ്യിൽ കെട്ടാനൊരു മാന്ത്രികച്ചരട് കൊടുക്കാമെന്നേറ്റു. അതിനു പ്രത്യുപകാരമായി തന്റെ ഏറ്റവും നല്ല ചെടികളുള്ള നഴ്സറി അവൾക്ക് കാണിച്ചുകൊടുത്തു. വിശിഷ്ടമായൊരുതരം ചെടി അവൾക്ക് സമ്മാനിക്കയും ചെയ്തു.

എല്ലാം കഴിഞ്ഞ് അവരെല്ലാം ഒന്നിച്ച് വീട്ടിലേക്ക് മടങ്ങി. സോഫയിലിരുന്ന് സൊറപറഞ്ഞ് സമയം കളഞ്ഞു. മറ്റുള്ളവർ വരുന്നതുവരെയും ഡിന്നർ തയാറാക്കുന്നതുവരെയും ക്വാർട്ടർലി റെവ്യൂസ് മാസികവായിച്ചുകൊണ്ടിരുന്നു. മിസ്സ്. ബെർട്രാമുമാരും രണ്ട് മാന്യന്മാരും എത്തിയത് കുറെകഴിഞ്ഞായിരുന്നു. അവരുടെ ചുറ്റിയടിക്കൽ അത്ര ഹൃദ്യമായിരുന്നില്ല. അന്നത്തെ ലക്ഷ്യത്തിനനുയോജ്യമോ, ഉപകാരപ്രദമോ ആയിരുന്നില്ല. അവരുടെ വിവരണത്തിൽ നിന്ന് മനസിലാക്കാൻ കഴിഞ്ഞത് അവർ ഓരോരുത്തരെയും പരസ്പരം തിരക്കി അലഞ്ഞുതിരിയുകയായിരുന്നു എന്നാണ്, ഒടുവിൽ അവർ ഒത്തുചേർന്നപ്പോൾ സൗഹാർദം പുനഃസ്ഥാപിക്കാൻ കഴിയാത്തത്ര വൈകിപ്പോയിരുന്നു. പുനരുദ്ധാരണത്തെക്കുറിച്ചൊരു തീരുമാനവുമെടുക്കാനായില്ല എന്നാണ് ഫാന്നിയുടെ നിരീക്ഷണം. ജൂലിയയെയും റഷ്വർത്തിനെയും നോക്കിയപ്പോൾ തന്റെ ഹൃദയം മാത്രമല്ല വേദനിച്ചതെന്ന് അവൾക്ക് തോന്നി. ഓരോരുത്തരുടെ മുഖത്തും മ്ലാനത വ്യാപിച്ചിരുന്നു. മിസ്റ്റർ ക്രാഫോർഡും മിസ്സ്. ബെർട്രാമും കുറെക്കൂടി പ്രസന്നരായിരുന്നു. ഡിന്നർ സമയത്ത് മറ്റ് രണ്ടു പേരുടെയും മുഷിച്ചിൽ മാറ്റി ഉത്സാഹഭരിതരാക്കാനായി മിസ്റ്റർ ക്രാഫോർഡ് പാടുപെടുന്നതായി

അവൾക്ക് തോന്നി.

ഡിന്നർ കഴിഞ്ഞ ഉടനെ കാപ്പിയും ചായയും നൽകപ്പെട്ടു. പത്ത് മൈൽ യാത്ര ചെയ്യേണ്ടതുള്ളതിനാൽ ഒട്ടും സമയം നഷ്ടപ്പെടുത്താതെയായിരുന്നു സൽക്കാരചടങ്ങുകൾ, ഡിന്നർ മേശയിലിരിക്കുന്നതുമുതൽ വണ്ടി വാതിൽക്കലെത്തുന്നതുവരെ സ്വസ്ഥതയില്ലാതെ ഓടി നടന്നിരുന്ന മിസിസ് നോറിസ് ഏതാനും ഫെസന്റ് മുട്ടകളും ഗ്രീൻപീസും വീട്ടുകാര്യസ്ഥയിൽനിന്ന് കരസ്ഥമാക്കി. മിസിസ് റഷ്വർത്തിനോട് ധാരാളം അന്തസ്സുറ്റ പ്രഭാഷണങ്ങൾ നൽകി. പിന്നെ മടക്കയാത്രയ്ക്ക് തയാറെടുത്തു. ആ സമയത്ത് മിസ്റ്റർ ക്രാഫോർഡ് ജൂലിയയെ സമീപിച്ച് പറഞ്ഞു–

“എന്റെ കൂട്ടുകാരിയെ എനിക്ക് നഷ്ടപ്പെട്ടില്ലെന്ന് വിശ്വസിക്കുന്നു. തുറന്ന ഈ സീറ്റിലിരുന്ന് വൈകുന്നേരത്തെ കാറ്റ് ബുദ്ധിമുട്ടാക്കില്ലെങ്കിൽ” ആ അഭ്യർഥന മുൻകൂട്ടി കണ്ടിരുന്നില്ലെങ്കിലും, വളരെ സന്തോഷത്തോടെ സ്വാഗതം ചെയ്തു. അങ്ങനെ ജൂലിയയുടെ ദിവസം ആരംഭിച്ചതുപോലെതന്നെ സമാപിക്കാൻ പോകുകയാണ്. മിസ്സ്. ബെർട്രാം കരുതിയിരുന്നത് മറ്റെന്തോ ആയിരുന്നു. അവൾക്ക് നിരാശതോന്നി. എന്നാൽ, താനാണ് യഥാർഥത്തിൽ കൂടുതൽ പ്രിയപ്പെട്ടവൾ എന്ന ദൃഢവിശ്വാസം അവളെ ആശ്വസിപ്പിച്ചു. അവൾക്ക് ലഭിക്കേണ്ടരീതിയിലുള്ള യാത്രയയപ്പ് മിസ്റ്റർ റഷ്വർത്തിൽ നിന്നവൾ ഏറ്റുവാങ്ങി. അവളെ കൈപിടിച്ച് വണ്ടിയിൽ കയറ്റുന്നതിലാണ്, പെട്ടിപ്പുറത്ത് കേറാൻ സഹായിക്കുന്നതിനെക്കാൾ ഏറെ അയാൾ ഇഷ്ടപ്പെട്ടത് – അയാളുടെ അലംഭാവം അതിലെ ക്രമീകരണങ്ങളിലൂടെ സ്ഥിരീകരിക്കപ്പെട്ടു.

“കൊള്ളാം, ഫാന്നി, നിനക്കിത് സുന്ദരമായൊരു ദിവസമായിരുന്നു, സത്യം!” പാർക്കിലൂടെ വണ്ടി ഓടിക്കൊണ്ടിരിക്കവേ മിസിസ് നോറിസ് പറഞ്ഞു “തുടക്കം മുതൽ അവസാനംവരെ സന്തോഷഭരിതം! നീ അതിന് ബെർട്രാം ആന്റിയോടും എന്നോടും വളരെയേറെ കടപ്പെട്ടിരിക്കുന്നു, നിന്നെ പറഞ്ഞയയ്ക്കാൻ ഉപായം കണ്ടെത്തിയതിൽ അതിമനോഹരമായൊരു ദിവസം നിനക്കാസ്വദിക്കാൻ കഴിഞ്ഞു!”

മരിയ വളരെ അസന്തുഷ്ടയായിരുന്നു. അവൾ മുഖത്തടിച്ചപോലെ പ്രതികരിച്ചു. “നിങ്ങൾ വളരെ രസമായി ദിവസം ചെലവഴിച്ചു എന്ന് ഞാൻ കരുതുന്നു മാം. നിങ്ങളുടെ മടി നിറയെ നല്ല സാധനങ്ങളാണല്ലോ, നമ്മുടെ ഇടയ്ക്ക് ഇതാ ഒരു കൂട, എന്റെ കാൽമുട്ടിൽ നിർദയം അത് മുട്ടിക്കൊണ്ടിരിക്കുന്നു.”

“എന്റെ പ്രിയപ്പെട്ടവളേ, അത് സുന്ദരമായ ഒരു കൊച്ചു ചെടിയാണ്. ആ നല്ലവനായ വൃദ്ധൻ തോട്ടക്കാരൻ എന്നെക്കൊണ്ട് എടുപ്പിച്ചത്. അത് നിനക്ക് ബുദ്ധിമുട്ടുണ്ടാക്കുന്നുണ്ടെങ്കിൽ ഞാനത് എന്റെ മടിയിൽ എടുത്ത് വെച്ചോളാം. നോക്കൂ ഫാന്നി, ആ പാഴ്സൽ നീ എനിക്കുവേണ്ടി പിടിക്കണം – നന്നായി ശ്രദ്ധിക്കണം – വീഴാനിടവരരുത്. നമ്മുടെ ഡിന്നറിന് കഴിച്ചതുപോലുള്ള ഉഗ്രൻ ക്രീം ചീസാണത്. ഞാനത് എടുക്കാതിരുന്നാൽ ആ നല്ലവളായ വൃദ്ധ മിസിസ് വിറ്റേക്കറിന് വലിയ സങ്കടമാകുമായിരു

ന്നു. ഞാൻ കഴിയുന്നതും ഒഴിഞ്ഞു മാറാൻ നോക്കി. അപ്പോൾ അവളുടെ കണ്ണുകൾ നിറഞ്ഞൊഴുകാറായി. എന്റെ ചേച്ചിക്ക് ഇഷ്ടമുള്ളതരം ചീസ് ആണതെന്ന് എനിക്കറിയാം. ആ മിസിസ് വിറ്റേക്കർ ഒരു അമൂല്യ നിധിതന്നെ! വീഞ്ഞ് രണ്ടാമത്തെ മേശയിൽ അനുവദിക്കുമോ എന്ന് ചോദിച്ചപ്പോൾ ഇവൾ ശരിക്കും ഞെട്ടിപ്പോയി. രണ്ട് വേലക്കാരികളെ അവൾ വെള്ള ഗൗൺ ധരിക്കാനായി തിരിച്ചുവിട്ടു! ചീസ് സൂക്ഷിച്ച് പിടിക്കുക, ഫാന്നി. ഇപ്പോൾ എനിക്ക് മറ്റേപാഴ്സലും കുടയും ബുദ്ധിമുട്ടില്ലാതെ പിടിച്ചിരിക്കാം."

"മറ്റെന്തൊക്കെയാണ് നിങ്ങൾ കൈക്കലാക്കിയത്?" മരിയചോദിച്ചു. സതർട്ടൻ അപ്രകാരം അഭിനന്ദനമർഹിക്കുന്നു എന്ന് പാതി സന്തോഷത്തോടെ ആയിരുന്നു ചോദ്യം.

"കൈക്കലാക്കുകയോ, എന്റെ പ്രിയപ്പെട്ടവളേ! ആ മനോഹരമായ ഫെസന്റിന്റെ നാല് മുട്ടകൾ മാത്രം, മിസിസ് വിറ്റേക്കർ എന്നെ നിർബന്ധിച്ച് പിടിപ്പിച്ചതാണ്. വേണ്ടെന്ന് പറഞ്ഞാലവൾക്ക് വിഷമമാകും. ഞാൻ ഒറ്റയ്ക്കാണ് താമസിക്കുന്നതെന്നവൾക്കറിയാം. അതുകൊണ്ടാണത് എനിക്ക് നേരമ്പോക്കായിരിക്കുമെന്നവൾ കരുതിയത്. ആ മുട്ടകൾ വിരിഞ്ഞ് കുഞ്ഞുങ്ങൾ ഉണ്ടാകുമ്പോൾ!, തീർച്ചയായും അതിങ്ങനെ തന്നെ ആയിരിക്കും. ഡയറി ജോലിക്കാരിയെ വിളിച്ച്, ഒരു കോഴിയെ ആ മുട്ടകൾക്ക് അടയിരുത്താൻ നിയോഗിക്കണം. അവ നന്നായി വിരിഞ്ഞാൽ ഞാനെന്റെ വീട്ടിലേക്കവയെകൊണ്ടു പോകും. ഒരു കോഴിക്കൂട് കടം വാങ്ങണം. എന്റെ ഏകാന്തതയിൽ അവയുടെ സാന്നിധ്യം വളരെ ആഹ്ലാദകരമായിരിക്കും. എനിക്ക് ഭാഗ്യമുണ്ടെങ്കിൽ നിന്റെ അമ്മയ്ക്കും കുറച്ചെണ്ണത്തിനെ കൊടുക്കാനാകും."

അതൊരു സുന്ദരമായ സന്ധ്യയായിരുന്നു, മൃദുലവും നിശ്ചലവും! പ്രകൃതിയുടെ പ്രശാന്തതപോലെ യാത്രയും വളരെ സുഖകരം. എന്നാൽ, മിസിസ് നോറിസ് സംസാരം നിർത്തിയപ്പോൾ നിശ്ശബ്ദമായൊരു യാത്രയായി അത് മാറി.

അവരുടെ ഉത്സാഹം കെട്ടടങ്ങിക്കഴിഞ്ഞിരുന്നു. ആ ദിനം സന്തോഷത്തിന്റേതോ സന്താപത്തിന്റേതോ എന്ന് നിശ്ചയിക്കുന്നതിനുള്ള തീവ്രചിന്തയിലായിരുന്നു അവരെല്ലാം.

11

മാൻസ്ഫീൽഡിൽ വന്ന ആന്റിഗ്വായിൽ നിന്നുള്ള കത്തുകളെക്കാൾ സന്തോഷകരമായ അനുഭൂതി. പല കോട്ടങ്ങളും കുറവുകളുമുണ്ടായാലും മിസ്സ്. ബെർട്രാമുകൾക്ക് നൽകിയത് സതർട്ടനിലെ ആ സുദിനമായിരുന്നു. ഹെൻട്രി ക്രാഫോർഡിനെ കുറിച്ചുള്ള ചിന്ത, അച്ഛനെക്കുറിച്ചുള്ളതിനെക്കാൾ ആനന്ദകരമായിരുന്നു. ചെറിയൊരു കാലയളവിനുള്ളിൽ അച്ഛൻ ഇംഗ്ലണ്ടിൽ വീണ്ടും എത്തുമെന്ന ചിന്ത അവർക്കേറ്റവും അരോ

ചകമായി തോന്നി!

അദ്ദേഹത്തിന്റെ തിരിച്ചുവരവിന് നിശ്ചയിക്കപ്പെട്ട ആ ഇരുണ്ട മാസം നവംബർ ആയിരുന്നു. ഉൽക്കണ്ഠയോടെയായിരുന്നു സർ. തോമസ് ഇക്കാര്യം എഴുതിയത്. അദ്ദേഹത്തിന്റെ അവിടത്തെ ജോലി തീരാറായിരിക്കുന്നു. അതുകൊണ്ടാണ് സെപ്തംബറിൽ മടക്കയാത്ര തുടങ്ങാമെന്ന് തീരുമാനിച്ചത്. നവംബർ ആദ്യത്തിൽ പ്രിയപ്പെട്ട കുടുംബവുമായി വീണ്ടും ചേരാമെന്നയാൾ ആഗ്രഹിച്ചു.

ജൂലിയയെക്കാൾ കഷ്ടമായിരുന്നു മരിയയുടെ നില. കാരണം, അവൾക്ക് അച്ഛൻ ഒരു ഭർത്താവിനെ കൊണ്ടുവന്നിരിക്കുന്നു. തന്റെ സന്തോഷത്തിൽ ഏറ്റവും ഉത്സുകനായ ആ സുഹൃത്തിന്റെ തിരിച്ചുപോക്ക് അവളെ കാമുകനുമായി ചേർക്കും. അവനെ ആശ്രയിച്ചാണവളുടെ സന്തോഷം നിലനിൽക്കുന്നത്, അതാണവൾ സ്വീകരിച്ച തീരുമാനം. ആ പ്രത്യാശ ഇരുളടഞ്ഞതാണ്! അവൾക്കാകെ ചെയ്യാൻ കഴിയാവുന്നത് അതിലൂടെ ഒരു മൂടൽമഞ്ഞ് വിതറുകയാണ്, എന്നിട്ട് മാഞ്ഞു മാഞ്ഞു പോകുമ്പോൾ മറ്റൊരു ദൃശ്യം തെളിഞ്ഞുവരുമെന്ന് പ്രതീക്ഷിച്ചിരിക്കുക. അച്ഛന്റെ വരവ് നവംബർ ആദ്യത്തിലായിരിക്കണമെന്നില്ല. സാധാരണയാത്രകൾ വൈകാറുണ്ട്. യാത്രയിലെ ദുർഘടങ്ങളോ പ്രശ്നങ്ങളോ മറ്റെന്തെങ്കിലുമോ ചുരുങ്ങിയത് നവംബർ പകുതിയെങ്കിലുമാകും. അതിനിനിയും മൂന്നുമാസമുണ്ട്. മൂന്നു മാസം എന്നു വെച്ചാൽ പതിമൂന്ന് ആഴ്ചകൾ. പതിമൂന്ന് ആഴ്ചകൾക്കുള്ളിൽ പലതും സംഭവിക്കാം.

തന്റെ തിരിച്ചുവരവിനെപറ്റി പുത്രിമാർക്കുള്ള തോന്നലിന്റെ പകുതിയെങ്കിലും സർ. തോമസ് സംശയിച്ചിരുന്നെങ്കിൽ അതദ്ദേഹത്തെ അഗാധമായി വേദനിപ്പിച്ചേനെ. മാൻസ്ഫീൽഡ് പാർക്കിൽ സായംകാലം ചെലവഴിക്കാനായി മിസ്സ്. ക്രാഫോർഡ് സഹോദരനോടൊപ്പം വന്നപ്പോൾ ആ നല്ല വാർത്ത കേട്ടു. മര്യാദയോടെ കേട്ടിരിക്കുന്നു എന്നല്ലാതെ, തനിക്കിക്കാര്യത്തിൽ യാതൊരുതാൽപ്പര്യവുമില്ലെന്ന ഭാവത്തിൽ, ശാന്തമായൊരു അഭിനന്ദനത്തിലൂടെ അവൾ സ്വന്തം വികാരങ്ങൾ മുഴുവൻ പുറത്തുവിട്ടു. മിസിസ് നോറിസ് കത്തിലെ വിവരങ്ങൾ വിവരിച്ചുകൊടുത്തു. അങ്ങനെ ആ വിഷയം അവസാനിപ്പിക്കപ്പെട്ടു.

എന്നാൽ, ചായയ്ക്കുശേഷം തുറന്ന ഒരു ജാലകത്തിനരികെ എഡ്മണ്ടിനോടൊപ്പം നിന്ന മിസ് ക്രാഫോർഡ് പെട്ടെന്ന് ആ സംഘത്തിനു നേരെതിരിഞ്ഞ് സംഗതി ആവർത്തിച്ചു. റഷ്വർത്ത് എത്രസന്തുഷ്ടനായാണ് കാണപ്പെടുന്നത്! അയാൾ നവംബർ മാസം ഓർത്തുകൊണ്ടിരിക്കയാണ്. പുറത്തേക്ക് നോക്കി അസ്തമയ ശോഭ ആസ്വദിക്കുകയാണ് ഫാന്നി. മിസ്സ് ബെർട്രാമുമാരും മിസ്റ്റർ റഷ്വർത്തും ഹെൻട്രിക്രാഫോർഡും പിയാനോക്കരികിൽ മെഴുകുതിരിയും പിടിച്ചു തിരക്കിലാണ്.

"എഡ്മണ്ടും മിസ്റ്റർ റഷ്വർത്തിനു നേരെ ദൃഷ്ടികൾ പായിച്ചു. എന്നാൽ ഒന്നും പറഞ്ഞില്ല. നിങ്ങളുടെ അച്ഛന്റെ തിരിച്ചുവരവ് വളരെ രസകരമായൊരു അനുഭവമായിരിക്കും."

"തീർച്ചയായും ആയിരിക്കും, ഇത്രയും കാലത്തെ വേർപാടിനു

ശേഷം, വേർപാട് നീണ്ടതാണെന്നു മാത്രമല്ല, വളരെ അപകടങ്ങൾ നിറഞ്ഞതുമായിരുന്നു."

"മറ്റ് രസകരമായ സംഭവങ്ങൾക്കും അത് മുന്നോടി ആയിരിക്കും, നിങ്ങളുടെ സഹോദരിയുടെ വിവാഹം, നിങ്ങളുടെ വൈദികപ്പട്ടം."

"അതെ."

"അവഹേളിക്കയല്ല" അവൾ ചിരിച്ചുകൊണ്ട് തുടർന്നു "പഴയ അപരിഷ്കൃത ഹീറോകളെകുറിച്ചാണ് ഞാനിപ്പോൾ ഓർത്തുപോകുന്നത്. വിദേശരാജ്യത്ത് അത്ഭുത വിജയങ്ങൾ കരസ്ഥമാക്കിയ ശേഷം, തങ്ങളുടെ സുരക്ഷിതമായ തിരിച്ചുപോക്കിനായി ദൈവങ്ങൾക്ക് ബലിദാനം നടത്തുന്നവർ!"

"ഇക്കാര്യത്തിൽ ത്യാഗമൊന്നുമില്ല." ഗൗരവം നിറഞ്ഞൊരു പുഞ്ചിരിയോടെ എഡ്മണ്ട് മറുപടി നൽകി വീണ്ടും ദൃഷ്ടി പിയാനൊയിലേക്ക് തിരിച്ചു. അത് തികച്ചും അവളുടെ തീരുമാനമാണ്."

"ഓ! അതെ, എനിക്കതറിയാം. ഞാൻ ചുമ്മാ തമാശപറയുകയായിരുന്നു. ഏത് യുവതിയും ചെയ്യുന്നതേ അവൾ ചെയ്തിട്ടുള്ളൂ. അവൾ അതീവ സന്തുഷ്ടയാണെന്ന കാര്യത്തിൽ എനിക്ക് സംശയമില്ല. ഞാൻ ഉദ്ദേശിച്ച മറ്റെ ബലി നിങ്ങൾക്ക് മനസിലാവില്ല."

"എന്റെ വൈദികപ്പട്ടം, മരിയയുടെ വിവാഹംപോലെ അതും സ്വമനസാലെ എടുത്ത തീരുമാനമാണ്."

"നിങ്ങളുടെ മനോഭാവവും അച്ഛന്റെ സൗകര്യവും ഭംഗിയായി യോജിച്ചുപോകുന്നത് ഭാഗ്യമാണ്. നിങ്ങളെ അതിന് സ്വാധീനിക്കുന്ന ശക്തി ഇവിടെത്തന്നെ ഉണ്ട്."

"എന്നെ സ്വാധീനിച്ച എന്ത് ശക്തിയാണത്?"

"എന്നാൽ, അങ്ങനെ ഒന്നില്ലെന്നെനിക്കുറപ്പാണ്." ഫാന്നി ഉറക്കെ പറഞ്ഞു.

"നിന്റെ നല്ലവാക്കുകൾക്ക് നന്ദി ഫാന്നി, ഞാൻ സത്യം ചെയ്ത് പറയുന്നതിനേക്കാൾ ഉപരിയാണത്. നേരെമറിച്ച്, അങ്ങനെ ഒരു വ്യവസ്ഥ എനിക്കു വേണ്ടി ഉണ്ടായിരുന്നെന്നുള്ള അറിവ് എന്നെ സ്വാധീനിച്ചേനെ. അത് തെറ്റാണെന്ന് എനിക്ക് ചിന്തിക്കാനും കഴിയില്ല. അത് മറികടക്കാനുള്ള സ്വാഭാവിക വിമുഖതയുമില്ലായിരുന്നു. തനിക്ക് ചെറുപ്പത്തിലേ കാര്യക്ഷമതയുണ്ടെന്നറിയാനായി ഒരാൾ ചീത്ത പുരോഹിതനാകേണ്ടതില്ല. ഞാൻ സുരക്ഷിതമായ കരങ്ങളിലാണ്. തെറ്റായ മാർഗത്തിലേക്ക് ആകർഷിക്കപ്പെട്ടിട്ടില്ല എന്നെനിക്ക് വിശ്വാസമുണ്ട്. എന്റെ അച്ഛൻ സ്വന്തം മനസ്സാക്ഷിക്കനുസരിച്ച് പ്രവർത്തിക്കുവാൻ എന്നെ അനുവദിക്കുമെന്നെനിക്കുറപ്പാണ്. ഞാൻ സ്വാധീനിക്കപ്പെട്ടിട്ടുണ്ടെന്നകാര്യത്തിൽ എനിക്കൊരു സംശയവുമില്ല. എന്നാൽ, അതൊരപരാധമല്ലെന്ന് ഞാൻ കരുതുന്നു."

ചെറിയൊരു ഇടവേളയ്ക്കുശേഷം ഫാന്നി അഭിപ്രായപ്പെട്ടു "ഒരു അഡ്മിറലിന്റെ മകൻ നേവിയിൽ ചേരുമ്പോഴോ, ഒരു ജനറലിന്റെ മകൻ പട്ടാളത്തിൽ ചേരുമ്പോഴോ, ആരും അതിൽ കുറ്റം കണ്ടെത്തുന്നില്ല. ഇതും അതുപോലൊരുകാര്യമാണ്. എല്ലാവരെയും നന്നായി സേവിക്കാ

വുന്ന ഒരു മാർഗം തെരെഞ്ഞെടുക്കുന്നവരെ തങ്ങളുടെ മാർഗത്തോട് ആത്മാർഥത കുറഞ്ഞവരാണെന്ന് സംശയിക്കരുത്.”

“അല്ല, എന്റെ പ്രിയപ്പെട്ട മിസ്സ്. പ്രൈസ്. അതിന് പര്യാപ്തമായ കാരണങ്ങളുണ്ട്. നേവിയിലോ ആർമിയിലോ ഉള്ള ജോലിക്ക് അതിന്റേതായ ന്യായീകരണമുണ്ട്. അതിനനുകൂലമാണ് എല്ലാം. സാഹസികത, അപകടസാധ്യത, ഘോഷം, ഫാഷൻ. പട്ടാളക്കാരും നാവികരും സമൂഹത്തിൽ എന്നും ആദരിക്കപ്പെടുന്നവരാണ്. ആളുകൾ സൈനികരും നാവികരുമായിത്തീരുന്നതിൽ യാതൊരത്ഭുതവുമില്ല.”

“എന്നാൽ, പൗരോഹിത്യം സ്വീകരിക്കുന്ന മനുഷ്യന്റെ ഉദ്ദേശ്യത്തെ അവിശ്വാസിക്കുമെന്നാണോ നീ കരുതുന്നത്?” എഡ്മണ്ട് ചോദിച്ചു. “നിന്റെ കണ്ണിൽ വിശ്വാസം വരണമെങ്കിൽ യാതൊരു വരുമാനവുമില്ലാതെ അവൻ ജീവിച്ചുകാണിക്കണം.”

“എന്ത്! യാതൊരു വരുമാനവുമില്ലാതെ ജീവിക്കുകയോ! അത് ഭ്രാന്താണ്, തീർച്ചയായും മുഴുഭ്രാന്ത്!”

“ഞാൻ നിന്നോടൊന്ന് ചോദിക്കട്ടെ വരുമാനമില്ലാതെയാണോ, വരുമാനത്തോടുകൂടിയാണോ ഒരാൾ പുരോഹിതപ്പട്ടം സ്വീകരിക്കേണ്ടത്? ഇല്ല, എന്നാണു പറയേണ്ടതെന്ന് നിനക്കറിയില്ല. എന്നാൽ, നിന്റെ തന്നെ വാദമുഖത്തിൽനിന്ന് പുരോഹിതന് ചില ആനുകൂല്യങ്ങൾ ഞാൻ അഭ്യർഥിക്കുന്നു. സൈനികന്റെയും നാവികന്റെയും ജോലികൾക്കുള്ള പ്രതിഫലം, സാഹസികത, കോലാഹലം, ഫാഷൻ എന്നിവ പുരോഹിതനെ സ്വാധീനിക്കാനാകില്ലെങ്കിലും, ആത്മാർഥതയിലും സദുദ്ദേശ്യത്തിലും അയാളെ സംശയിക്കാനാകില്ല.”

“ഓഹ്! റെഡിമെയ്ഡ് ആയി ലഭിക്കുന്ന സമ്പാദ്യത്തിന്റെ കാര്യത്തിലയാൾ വളരെ ആത്മാർഥതയുള്ളവനാണെന്നതിലൊരു സംശയവുമില്ല, ആർക്കെങ്കിലുംവേണ്ടി ജോലി ചെയ്യുന്നതിനെക്കാൾ കൂടുതൽ അയാളത് ഇഷ്ടപ്പെടുന്നു. മറ്റ് ദിവസങ്ങൾ മുഴുവൻ ഒന്നും ചെയ്യാതെ ഇരുന്ന് തിന്നും കുടിച്ചും തടിച്ച് വീർക്കുക! അത് മടിയന്മാരുടെ തൊഴിലാണ്, മിസ്റ്റർ ബെർട്രാം. തീർച്ചയായും, അലസതയും സുഖലോലുപതയും എല്ലാ സ്തുത്യർഹമായ അതിമോഹങ്ങളും വെച്ചുപുലർത്തുക, നല്ല സുഹൃദ് സംഘത്തോടുള്ള മോഹം, അല്ലെങ്കിൽ, മാന്യനായി അംഗീകരിക്കപ്പെടാനുള്ള കഷ്ടപ്പാട്. അതാണ് പുരോഹിതനാകാൻ മനുഷ്യനെ പ്രേരിപ്പിക്കുന്നത്.”

“അപരിഷ്കൃതനും സ്വാർഥനും ആയാൽ ഒരു പുരോഹിതനായി – ദിനപത്രം വായന, കാലാവസ്ഥ നിരീക്ഷണം, ഭാര്യയുമായി വഴക്കിടുക. പണികളെല്ലാം അയാളുടെ സഹായി ചെയ്തുകൊള്ളും. അയാളുടെ പണി ആഹാരം കഴിക്കൽ മാത്രം!”

“അത്തരം പുരോഹിതർ ഉണ്ടെന്ന കാര്യത്തിൽ സംശയമില്ല. എന്നാൽ, അതൊരു പൊതുസ്വഭാവമായി കണക്കാക്കുന്ന മിസ്സ്. ക്രാഫോർഡിന്റെ അഭിപ്രായത്തെ അംഗീകരിക്കാനാവില്ല, അത്തരക്കാർ വിരളമാണെന്നാണ് ഞാൻ കരുതുന്നത്. സ്വന്തം തീർപ്പല്ല, നിങ്ങളുടെ

ഈ അധിക്ഷേപത്തിനാധാരം എന്ന് ഞാൻ സംശയിക്കുന്നു. നിങ്ങൾ പതിവായി കേൾക്കാറുള്ള വിദ്വേഷികളുടെ അഭിപ്രായങ്ങളിൽ നിന്ന് രൂപം കൊണ്ടവയാണ്. സ്വന്തം നിരീക്ഷണത്തിലൂടെ പുരോഹിതവർഗത്തെക്കുറിച്ച് ആധികാരികമായി പറയാനുള്ള വിജ്ഞാനം സമ്പാദിക്കുക എന്നത് അസാധ്യമാണ്. നിങ്ങൾ ആക്ഷേപിക്കുന്ന രീതിയിലുള്ള ചുരുക്കം ചിലരെ നേരിട്ട് പരിചയപ്പെട്ടുകാണും. സ്വന്തം അങ്കിളിന്റെ മേശയ്ക്കരികിലിരുന്ന് കേട്ടകാര്യങ്ങളാണ് നിങ്ങൾ പറയുന്നത്."

"പൊതു അഭിപ്രായമാണ് ഞാൻ പറഞ്ഞത്. പൊതു അഭിപ്രായം സാധാരണ നിലയിൽ ശരിയായിരിക്കും. പുരോഹിതരുടെ കുടുംബജീവിതത്തെക്കുറിച്ച് എനിക്ക് കൂടുതലൊന്നുമറിയില്ലെങ്കിലും, അറിയാവുന്ന പലതിൽ നിന്നും ലഭിച്ച വിവരങ്ങൾ തെറ്റാവാനിടയില്ല."

"ഏതെങ്കിലും വിദ്യാസമ്പന്നനായൊരാൾ, ഏത് നിലയിലുള്ളവനായാലും, വകതിരിവില്ലാത്ത രീതിയിൽ കുറ്റപ്പെടുത്തപ്പെട്ടാൽ, തെറ്റായ അറിവുമൂലമായിരിക്കും അത്. അല്ലെങ്കിൽ (പുഞ്ചിരിയോടെ) മറ്റെന്തെങ്കിലും കാരണംകൊണ്ട്. നിന്റെ അങ്കിൾ, മറ്റ് അഡ്മിറൽമാർ തുടങ്ങിയവർക്ക് സ്വന്തം പുരോഹിതരെക്കുറിച്ച് മാത്രമേ അറിയൂ. ഗുണത്തിനോ ദോഷത്തിനോ എന്തായാലും അവർ ഒഴിഞ്ഞുമാറിനിൽക്കുന്ന ചാപ്പലിലെ സൈനിക പുരോഹിതരെക്കുറിച്ചുമാത്രം."

"പാവം വില്യം! ആന്റിവെർപ്പി പുരോഹിതൻ വളരെ കരുണയോടെയാണവനോട് പെരുമാറാറുള്ളത്" ഫാന്നി മൃദുവായി പറഞ്ഞു. സംഭാഷണത്തോടുള്ള പ്രതിപത്തി കൊണ്ടല്ലെങ്കിലും, സ്വന്തം വികാരം പ്രകടിപ്പിക്കാതിരിക്കാനവൾക്കായില്ല.

"എന്റെ അങ്കിളിൽ നിന്ന് അഭിപ്രായം രൂപീകരിക്കുന്ന ശീലം എനിക്കില്ല. മിസ്സ്. ക്രാഫോർഡ് തിരിച്ചടിച്ചു. എനിക്കങ്ങനെ ചിന്തിക്കാനേ കഴിയില്ല – നിങ്ങളെന്നെ അത്രയും കഠിനമായി നിർബന്ധിക്കുന്ന നിലയ്ക്ക് ഞാൻ പ്രതിപാദിക്കാം. പുരോഹിതരെ നേരിട്ട് കണ്ട് മനസിലാക്കാൻ പറ്റാത്തവളൊന്നുമല്ല ഞാൻ, ഇപ്പോൾ ഞാൻ സഹോദരൻ ഡോ. ഗ്രാന്റിന്റെ അതിഥിയാണല്ലൊ. ഡോ. ഗ്രാന്റ് എന്നോട് വളരെ കരുണാമയനും ആദരവുള്ളവനുമാണെങ്കിലും, അദ്ദേഹം തികഞ്ഞ ഒരു മാന്യനാണെങ്കിലും പണ്ഡിതനും ബുദ്ധിമാനുമാണെങ്കിലും ഇടയ്ക്കൊക്കെ നല്ല വേദോപദേശങ്ങൾ നൽകുന്നവനാണെങ്കിലും, അദ്ദേഹത്തെ സുഖിയനും മടിയനും സ്വാർഥനുമായ ഒരു 'തീറ്റിമാടനാ'യിട്ടാണ് ഞാൻ കാണുന്നത്. സ്വാദുള്ള ഭക്ഷണം മാത്രമാണ് ചിന്ത. മറ്റുള്ളവർക്കുവേണ്ടി വിരലനക്കില്ല. അതിനു പുറമെ പാചകക്കാരന് എന്തെങ്കിലും അബദ്ധംപറ്റിയാലോ, തന്റെ നല്ലവളായ ഭാര്യക്കുനേരെ അട്ടഹസിക്കും. സത്യംപറയട്ടെ, ഇന്നു വൈകുന്നേരം ഞാനും ഹെൻട്രിയും പുറത്തേക്കോടാൻ പോയതാണ്, ഒരു താറാവിന്റെ കാര്യത്തിൽ! അയാൾ പൊട്ടിത്തെറിച്ചു. പാവം എന്റെ സഹോദരിക്കവിടെ നിന്ന് എല്ലാം സഹിക്കേണ്ടിവന്നു."

"നിന്റെ എതിർപ്പിൽ എനിക്ക് അത്ഭുതംതോന്നുന്നില്ല. സത്യം. അത്

വലിയ സ്വഭാവദൂഷ്യംതന്നെ. സുഖലോലുപതമൂലം അത് കൂടുതൽ വഷളായി. അതിലൂടെ നിന്റെ സഹോദരി വിഷമിക്കുന്നത് കാണുമ്പോൾ ഉള്ള അസഹ്യ വേദന ഊഹിക്കാവുന്നതാണ്. ഫാന്നി, അത് നമ്മൾക്കെതിരായി നീങ്ങുന്നു. ഡോ. ഗ്രാന്റിനെ നമ്മൾക്ക് ന്യായീകരിക്കാനാകില്ല."

"ഇല്ല" ഫാന്നി മറുപടിനൽകി "എന്നാൽ അതയാളുടെ തൊഴിലിന്റെ കുഴപ്പംകൊണ്ടല്ല. ഏത് തൊഴിലിൽ ഡോ. ഗ്രാന്റ് തെരെഞ്ഞെടുക്കപ്പെട്ടാലും നല്ല മനോഭാവത്തോടെ അത് നിർവഹിക്കില്ല. അയാൾ നേവിയിലോ ആർമിയിലോ ആയിരുന്നെങ്കിൽ ഇപ്പോൾ ഉള്ളതിനെക്കാൾ വളരെ കൂടുതൽ പേർ അയാൾക്ക് കീഴിൽ ജോലിചെയ്യുമായിരുന്നു. അപ്പോൾ, പുരോഹിതപദവിയിലുള്ളതിനെക്കാൾ കൂടുതൽ ആളുകളെ അയാൾ അസ്വസ്ഥരാക്കുമായിരുന്നു. ഡോ.ഗ്രാന്റിൽനിന്ന് അതിൽ കൂടുതലൊന്നും പ്രതീക്ഷിക്കാനാവില്ലെന്നാണെനിക്ക് തോന്നുന്നത്. കൂടുതൽ സജീവമായ ഉത്തരവാദിത്വമുള്ള തൊഴിലിൽ അയാൾ കൂടുതൽ അപകടകാരിയായിത്തീർന്നേനെ – അവിടെ സ്വന്തം വിജ്ഞാനത്തെക്കുറിച്ചയാൾ ചിന്തിക്കില്ല, ഇപ്പോഴത്തെ നില അതല്ല ഒരു മനുഷ്യൻ – ഡോ. ഗ്രാന്റിനെപ്പോലെ ബുദ്ധിമാനായൊരു മനുഷ്യൻ എല്ലാ ആഴ്ചയും മറ്റുള്ളവരെ സ്വന്തം ചുമതലകൾ പതിവായി പഠിപ്പിക്കുമ്പോൾ, എല്ലാ ഞായറാഴ്ചയും രണ്ടുനേരം പള്ളിയിൽപ്പോയി വളരെ ഭംഗിയായി വേദോപദേശങ്ങൾ പകർന്നു കൊടുക്കുമ്പോൾ, അദ്ദേഹത്തിൽ നന്മയുടെ മാറ്റങ്ങൾ വരുത്താതിരിക്കില്ല. അതദ്ദേഹത്തെ ചിന്തിപ്പിക്കും. പുരോഹിതനായിരുന്നാൽ മാത്രമേ സ്വയം നിയന്ത്രിക്കാൻ യത്നിക്കുകയുള്ളു, മറ്റേതൊരു തൊഴിലിനെക്കാൾ കൂടുതൽ അതദ്ദേഹത്തെ സഹായിക്കും."

"നേരെ മറിച്ചാണെന്ന് നമ്മൾക്ക് തെളിയിക്കാൻ കഴിയില്ല എന്നുറപ്പാണ് – വേദോപദേശത്തെ ആശ്രയിച്ച് സ്നേഹിക്കുന്ന ഒരാളെ ഭർത്താവായി ലഭിക്കുന്നതിനെക്കാൾ നല്ല ഭാവി മിസ്സ്. പ്രൈസിനുണ്ടാകട്ടെ എന്ന് ഞാനാശംസിക്കുന്നു. കാരണം, എല്ലാ ഞായറാഴ്ചകളിലും നല്ല പ്രസന്ന മനോഭാവത്തോടെ അയാൾ വേദോപദേശം നൽകിയാലും, തിങ്കളാഴ്ച രാവിലെ മുതൽ ശനിയാഴ്ച രാത്രിവരെ താറാവിനെച്ചൊല്ലി വഴക്കുണ്ടാക്കുന്നത് മഹാകഷ്ടമാണ്."

"ഫാന്നിയോട് വഴക്കുണ്ടാക്കാൻ പറ്റുന്നവൻ, എനിക്കുതോന്നുന്നത്" എഡ്മണ്ട് വാത്സല്യപൂർവം പറഞ്ഞു "ധർമോപദേശങ്ങൾ എന്നുള്ള പരിധിക്കപ്പുറമുള്ളവനായിരിക്കും."

ഫാന്നി മുഖംതിരിച്ച് ജാലകത്തിനപ്പുറത്തേക്ക് നോക്കി. മിസ്സ്. ക്രാഫോർഡ് സൗഹൃദഭാവത്തിൽ പറഞ്ഞു "അഭിനന്ദനം കേൾക്കുന്നതിലേറെ അതിനർഹയായിരിക്കുന്നതാണ് മിസ്സ്. പ്രൈസിന് ശീലം." അപ്പോഴേക്കും ഒരു സംഘഗാനം ആലപിക്കാനുള്ള മിസ്സ്. ബെർട്രാമുമാരുടെ ആത്മാർഥമായ ക്ഷണം കിട്ടിയപ്പോൾ അവൾ വാദ്യോപകരണങ്ങളുടെ അടുത്തേക്ക് ഓടിപ്പോയി. അവളുടെ നന്മകളെക്കുറിച്ചോർത്ത് മനം നിറഞ്ഞ ആനന്ദത്തോടെ എഡ്മണ്ട് ആ പോക്കും നോക്കിയിരുന്നു. എത്ര

മര്യാദയുള്ള പെരുമാറ്റം, എത്രമനോഹരമായ ചലനം!

"എത്ര പ്രസന്നയാണാ പോകുന്നവൾ" അവൻ പറഞ്ഞു. "ഒരിക്കലും വേദനിപ്പിക്കാത്ത പ്രകൃതം! എത്ര സുന്ദരമാണവളുടെ നടത്തം! എത്ര വേഗത്തിലാണവൾ മറ്റുള്ളവരുടെ മനോഭാവവുമായി ഒത്തുപോകുന്നത്! അവർ വിളിച്ച ഉടനെ അവരോടൊപ്പം ചേർന്നു. എന്തൊരു ആർദ്രത" ഒന്ന് ചിന്തിച്ചശേഷം അവൻ തുടർന്നു "അത്തരം കരങ്ങളിലായിരുന്നു അവൾ വേണ്ടിയിരുന്നത്!"

ഫാന്നി അതിനോട് യോജിച്ചു. സംഘഗാനത്തിൽ പങ്കുകൊള്ളാൻ പോകാതെ അവൻ തന്നോടൊപ്പം ജനാലയ്ക്കരികിൽ ഇരിപ്പ് തുടർന്നതിൽ അവൾ സന്തോഷിച്ചു. അവളുടേതുപോലെ അവന്റെയും ദൃഷ്ടികൾ പുറത്തെ പ്രകൃതിദൃശ്യങ്ങളിലേക്ക് തിരിഞ്ഞു. മഴക്കാറില്ലാത്ത വെട്ടിത്തിളങ്ങുന്ന ആ രാത്രിയിൽ എല്ലാം എത്ര പാവനവും ശാന്തവും രമണീയവുമായാണ് കാണപ്പെടുന്നത്. അതിനിടയിൽ മരണങ്ങളുടെ കനത്ത നിഴലുകൾ, ഫാന്നി തന്റെ ചിന്തകൾ പുറത്തുവിട്ടു "ഇവിടെയാണ് മധുരമായ മനപ്പൊരുത്തം!" അവൾ പറഞ്ഞു "ഇവിടെയാണ് പ്രശാന്തി!" ഇവിടെയാണ് എല്ലാ ചിത്രരചനയും സംഗീതവും പിൻതള്ളപ്പെടുന്നത്. കവിതയ്ക്കുമാത്രമേ അത് വർണിക്കാൻ കഴിയൂ. ഇവിടെയാണ് എല്ലാ ഉൽക്കണ്ഠയും പ്രശാന്തമാക്കപ്പെടുന്നത്, ഹൃദയം പരമാനന്ദത്തിലേക്കുയർത്തപ്പെടുന്നത്! ഇത്തരം രാത്രികളിൽ പുറത്തേക്ക് നോക്കിയിരിക്കുമ്പോൾ, ഈ ലോകത്ത് ദുഷ്ടതയോ ദുഃഖമോ ഇല്ലെന്നെനിക്ക് തോന്നിപ്പോകുന്നു. പ്രകൃതിയുടെ ശ്രേഷ്ഠത കൂടുതൽ ശ്രദ്ധിച്ചിരുന്നെങ്കിൽ ഈ ദുഷ്ചിന്തകൾ തീർച്ചയായും കുറഞ്ഞേനെ. അത്തരം രംഗങ്ങൾ ചിന്തിച്ചാൽ ജനങ്ങൾ കൂടുതൽ സന്മാർഗത്തിലൂടെ നീങ്ങിയേനെ."

"നിന്റെ ഉത്സാഹഭരിതമായ സംഭാഷണംകേൾക്കാൻ ഞാൻ ഇഷ്ടപ്പെടുന്നു, ഫാന്നി. ഇതൊരു മനോഹരമായ രാത്രിയാണ്. നീ ചിന്തിക്കുന്നതിന്റെ ഒരംശംപോലും ചിന്തിക്കാൻ പഠിപ്പിക്കാത്തവരോട് ദയതോന്നുന്നു– ചെറുപ്രായത്തിൽ പ്രകൃതിയോട് യാതൊരു വാസനയും തോന്നിപ്പിക്കാൻ ഇടവരുത്താത്തവരോട്. അവർ വലിയൊരു കാര്യമാണ് നഷ്ടപ്പെടുത്തുന്നത്."

"ഇക്കാര്യത്തെക്കുറിച്ച് ചിന്തിക്കാനും ഉൾക്കൊള്ളാനും എന്നെ പഠിപ്പിച്ചത് നിങ്ങളാണ്, കസിൻ."

"എനിക്ക് വളരെ അനുയോജ്യനായൊരു പണ്ഡിതനുണ്ടായിരുന്നു. നോക്കൂ, ആർക്ക് ടറസ്സിന് എന്ത് പ്രകാശമാണ്."

"അതെ, കോസിയോപിയ് കാണാൻ കഴിഞ്ഞെങ്കിൽ."

"അതിന് നമ്മൾക്ക് ലോണിലേക്ക് പോകേണ്ടിവരും. നിനക്ക് പേടിയുണ്ടോ?"

"ഒട്ടുമില്ല. നമ്മൾ നക്ഷത്ര നിരീക്ഷണം നടത്തിയിട്ട് നാളുകൾ ഏറെയായി." "അതെ, അതെങ്ങനെ സംഭവിച്ചു എന്നെനിക്കറിയില്ല."

സംഘഗാനം ആരംഭിച്ചു. "ഇത് തീരുന്നതുവരെ നമ്മൾക്ക് ഇരിക്കാം

ഫാന്നി." ജാലകത്തിൽനിന്നും തല തിരിച്ചുകൊണ്ടവൻ പറഞ്ഞു. ഗാനം പുരോഗമിച്ചതോടെ അവൻ മുന്നോട്ട് മെല്ലെനടന്ന് വാദ്യോപകരണങ്ങളുടെ അടുത്തെത്തുന്നതവൾ വിഷമത്തോടെ നോക്കിക്കണ്ടു. പാട്ട് നിൽക്കുമ്പോഴേക്കും ഗായകരുടെ സമീപത്തെത്തിയ അവൻ ആ സംഘഗാനം ഒന്നുകൂടി വായിക്കാൻ അവരോട് തിടുക്കത്തിൽ അപേക്ഷിച്ചു.

ഫാന്നി ഏകയായി ആ ജനാലയ്ക്കരികിൽ ദീർഘശ്വാസം വിട്ടുകൊണ്ട് ഇരുന്നു. ജലദോഷം പിടിക്കുമെന്നു പറഞ്ഞ് മിസിസ് നോറിസും ശകാരിക്കുന്നതുവരെ അവൾ ആ ഇരുത്തം തുടർന്നു.

12

സർ. തോമസ് നവംബറിലാണ് തിരിച്ചുവരിക. മൂത്തപുത്രന് നേരത്തെ വീട്ടിലെ പല ചുമതലകളും നിർവഹിക്കേണ്ടതുണ്ട്. സെപ്തംബർ ആദ്യത്തിൽ മിസ്റ്റർ ബെർട്രാം എത്തുമെന്നുള്ള വാർത്തകൾ കിട്ടി. ആദ്യം വനപാലകനും പിന്നെ എഡ്മണ്ടിനും അയാൾ കത്തെഴുതി. എന്നാൽ, ആഗസ്ത് അവസാനത്തിൽ അയാൾ സ്വയം വന്നണഞ്ഞു. സന്ദർഭാനുസരണം ഉല്ലാസവാനും സന്തുഷ്ടനും ധീരനുമായി അയാൾ മാറി. മിസ്സ്. ക്രാഫോർഡും അതാണല്ലൊ ആവശ്യപ്പെട്ടിരുന്നത്. കുതിരപ്പന്തയങ്ങൾ, വെയ്മത്ത്, പാർട്ടികൾ, സുഹൃത്തുക്കൾ, എന്നിവയെകുറിച്ച് താൽപ്പര്യത്തോടെ കേട്ടിരുന്ന കഥകൾ വീണ്ടും വർണിക്കാനായി അയാൾ വീണ്ടും എത്തി. തന്റെ ഇളയ സഹോദരനോടുള്ള അവളുടെ മുൻഗണന നേരിട്ട് തുലനം ചെയ്യാനുള്ള കരുത്തോടെ.

അതവൾക്ക് വളരെ വിഷമംപിടിച്ചതായിരുന്നു. അവളതിൽ ആത്മാർഥമായി ദുഃഖിച്ചു. മൂത്തവനെ വിവാഹം കഴിക്കുന്നതുപോയിട്ട്, അയാളെ ആകർഷിക്കാവുന്നരീതിയിൽ സുന്ദരിയായിരിക്കാൻപോലും അവൾ ആഗ്രഹിച്ചില്ല. സുഖഭോഗങ്ങൾ മാത്രം ലക്ഷ്യമാക്കി മാൻസ്ഫീൽഡിൽ നിന്നുള്ള അയാളുടെ നീണ്ട അസാന്നിധ്യം അവനവളിൽ തൽപ്പരനല്ലെന്നതിനുള്ള തികഞ്ഞ തെളിവാണ് വ്യക്തം. അത്രയ്ക്കധികം അനാസ്ഥയാണയാളുടെ ഭാഗത്തുനിന്നുണ്ടായത്. അയാൾ ഇപ്പോൾ മാൻസ്ഫീൽഡ് പാർക്കിന്റെ ഉടമസ്ഥനായി ഉയർത്തപ്പെട്ടാൽപോലും (സമയംവരുമ്പോൾ അത് സംഭവിക്കുകയും ചെയ്യും) തനിക്കയാളെ സ്വീകരിക്കാനാകുമെന്നവൾ വിശ്വസിക്കുന്നില്ല.

കാലാവസ്ഥയും ഉത്തരവാദിത്വങ്ങളും മിസ്റ്റർ ബെർട്രാമിനെ മാൻസ്ഫീൽഡിലേക്ക് ആനയിച്ചു. മിസ്റ്റർ ക്രാഫോർഡിനെ നോർഫോൾക്കിലേക്കും. സെപ്റ്റംബർ ആദ്യത്തിൽ 'എവരിംഗാമി'ന് അയാളില്ലാതെ പറ്റില്ല. അയാൾ രണ്ടാഴ്ചയ്ക്കാണ് അങ്ങോട്ടുപോയത്. മിസ്സ്. ബെർട്രാമുമാർക്ക് വിരസമായ രണ്ടാഴ്ചയ്കൾ. പരസ്പരം കാവൽ നിന്നിരുന്നവരായിരുന്നു അവർ. ചേച്ചിയോടുള്ള അസൂയ ഏറ്റുപറഞ്ഞിട്ടുള്ളവൾ പോലുമാണ് ജൂലിയ! അയാളുടെ അഭിനിവേശത്തിൽ സംശയാലുവായ അവൾ അയാളുടെ തിരിച്ചുവരവ് ആഗ്രഹിച്ചില്ല. നായാട്ടും ഉറക്കവുമായി

കഴിയുന്നതടക്കുള്ള രണ്ടാഴ്ചത്തെ തികഞ്ഞ വിശ്രമം കുറെനാൾ കൂടി മാറിനിൽക്കാനയാളെ പ്രേരിപ്പിച്ചേനെ. എന്നാൽ, സ്വന്തം ഉദ്ദേശ്യത്തെക്കുറിച്ച് പുനർചിന്തനം നടത്തുന്ന ശീലമോ, തന്റെ സുഖലോലുപത്വം എങ്ങോട്ടാണ് തന്നെ നയിക്കുന്നതെന്ന അവലോകനമോ നടത്താത്ത അയാൾ അന്നന്നത്തെ സ്ഥിതിക്കപ്പുറം വീക്ഷിച്ചില്ല. സമൃദ്ധിയുടേതായ സ്വാർഥതയും ചിന്താശൂന്യതയും, ചീത്ത മാതൃകയും അയാൾ പിൻതുടർന്നു. സൗന്ദര്യവും ബുദ്ധിയും പ്രസരിപ്പുമുള്ള സഹോദരിമാർ അയാളുടെ ആർത്തിപിടിച്ച മനസിന് ഒരു വിനോദമായിരുന്നു, വെറും നേരം പോക്ക്. മാൻസ്ഫീൽഡിലെ സാമൂഹ്യ വിനോദത്തിന് തുല്യമായതൊന്നും നോർഫോൾക്കിലില്ലാതിരുന്നതിനാൽ, അയാൾ നിശ്ചയിക്കപ്പെട്ട ദിവസം തന്നെ സസന്തോഷം തിരിച്ചെത്തി. അയാൾ അവിടെ ആഹ്ലാദത്തോടെ സ്വീകരിക്കപ്പെടുകയും ചെയ്തു.

മിസ്റ്റർ ക്രാഫോർഡിന്റെ അസാന്നിധ്യം മരിയയെ വല്ലാതെ വേദനിപ്പിച്ചിരുന്നു. മിസ്റ്റർ റഷ്‌വർത്ത് മാത്രമാണവളെ പരിചരിച്ചിരുന്നത്. അയാളുടെ ആവർത്തനവിരസമായ സ്പോർട്സ് വിവരണങ്ങൾ, സ്വന്തം നായകളെ പറ്റിയുള്ള പ്രശംസകൾ, അയൽവാസികളോടുള്ള അസൂയ, അവരുടെ യോഗ്യതകളെകുറിച്ചുള്ള സന്ദേഹം, അയാളുടെ നായാട്ട് കമ്പം തുടങ്ങിയവ കേട്ടവൾ മടുത്തു. ഇവ താൽപ്പര്യമില്ലാത്ത സ്ത്രീകളിൽ യാതൊരു ഉന്മേഷവും ഈ വിഷയങ്ങൾ വരുത്തില്ല. അല്ലെങ്കിൽ ആ പറയുന്ന ആളോട് അത്ര ബന്ധമുണ്ടായിരിക്കണം. യാതൊന്നും ചെയ്യാനില്ലായിരുന്നു. ജൂലിയയ്ക്കതിനെക്കാൾ വേദനയാണ് ക്രാഫോർഡിന്റെ വിയോഗം സൃഷ്ടിച്ചത്. ഓരോ സഹോദരിയും താനാണയാളുടെ പ്രേമഭാജനം എന്ന് വിശ്വസിച്ചു. മിസിസ് ഗ്രാന്റിന്റെ സൂചനയിലൂടെ വീക്ഷിച്ചാൽ ജൂലിയയുടെ വിശ്വാസം ന്യായീകരിക്കാനാകും, മിസ്റ്റർ ക്രാഫോർഡിന്റെ സൂചനപ്രകാരം മരിയായുടേയും! അയാളുടെ അസാന്നിധ്യത്തിനു മുമ്പുള്ള ജീവിതരീതിയിലേക്ക് എല്ലാം തിരിച്ചെത്തി. അയാളുടെ ചടുലതയും പെരുമാറ്റ ശൈലിയും വശ്യമായിരുന്നു. ഓരോരുത്തർക്കും, ഒരവസരവും നഷ്ടപ്പെടുത്താതെ സ്ഥിരോത്സാഹത്തോടുകൂടിയ ഹൃദ്യമായ പെരുമാറ്റരീതി പൊതുവെ ആവേശമുണർത്തുന്നതായിരുന്നു.

ആ സംഘത്തിൽ എന്തെങ്കിലും അനിഷ്ടം തോന്നിയിട്ടുള്ളത് ഫാന്നിക്ക് മാത്രമായിരുന്നു. സതർട്ടനിൽ പോയ ദിവസം മുതൽ, സഹോദരികളിൽ ആരോടൊപ്പം മിസ്റ്റർ ക്രാഫോർഡ് ഉണ്ടായാലും അവൾ അയാളെ നിരീക്ഷിക്കാതിരുന്നിട്ടില്ല. അത്ഭുതവും വിരോധവും അവൾക്കനുഭവപ്പെടും. മറ്റേതൊരുകാര്യത്തിലും തന്നിൽ വിധിന്യായത്തിൽ അവൾക്ക് പൂർണ വിശ്വാസമുള്ളതുപോലെ ഇതിലും വിശ്വാസമർപ്പിച്ചു. തന്റെ കാഴ്ചപ്പാട് വ്യക്തമാണെന്ന് ഉറപ്പായതിനാൽ, തന്നിൽ വിശ്വാസമർപ്പിച്ച ആളോട് അപ്രകാരം സുപ്രധാനകാര്യങ്ങൾ പറയേണ്ടതായിരുന്നു. എന്തായാലും, അപകടസാധ്യതയുള്ള ഒരു സൂചനമാത്രമേ അവൾ നൽകിയുള്ളൂ, എന്നാൽ, ആ സൂചന വിഫലമായി. "എനിക്ക് വാസ്തവ

ത്തിൽ അത്ഭുതം തോന്നി" അവൾ അഭിപ്രായപ്പെട്ടു "ഇത്രപെട്ടെന്നുള്ള മിസ്റ്റർ ക്രാഫോർഡിന്റെ തിരിച്ചുവരവിൽ, ഏഴ് ആഴ്ച ഇവിടെ താമസിച്ചശേഷം പോയതാണല്ലോ. മാറ്റങ്ങളോട് വളരെ താൽപ്പര്യമുള്ളവനും സഞ്ചാരപ്രിയനുമാണയാൾ എന്നാണ് ഞാൻ ധരിച്ചിട്ടുള്ളത്, ഒരിക്കൽ അയാൾ ഇവിടന്ന് പോയാൽ, എന്തെങ്കിലും സംഭവിക്കുമെന്ന് എനിക്കുറപ്പായിരുന്നു, മറ്റേതെങ്കിലും സ്ഥലത്ത് എത്തിക്കുമെന്ന്. മാൻസ്ഫീൽഡിനേക്കാൾ എത്രയോ ഉല്ലാസകരമായ സ്ഥലങ്ങൾ അയാൾക്ക് സുപരിചിതമാണ്."

"അയാൾക്കൊരു അംഗീകാരമാണത്" എഡ്മണ്ടിന്റെ മറുപടി അതായിരുന്നു. "അതയാളുടെ സഹോദരിക്ക് സന്തോഷം നൽകുന്നു എന്നു ഞാൻ പറയാനുദ്ദേശിക്കുന്നു. അയാളുടെ അസ്ഥിരമായ ജീവിതരീതി അവൾക്കിഷ്ടമല്ല."

"എന്റെ കസിനുകൾക്ക് അയാളെ എന്തൊരിഷ്ടമാണ്!"

"അതെ, സ്ത്രീകളോടുള്ള അയാളുടെ പെരുമാറ്റം ആരെയും പ്രീതിപ്പെടുത്തുന്നതാണ്. ജൂലിയയോടയാൾക്ക് പ്രത്യേക പരിഗണയുണ്ടെന്ന് മിസിസ് ഗ്രാന്റ് സംശയിക്കുന്നതായി എനിക്കുതോന്നുന്നു. എന്നാൽ, അത്തരം ലക്ഷണങ്ങൾ ഞാനൊരിക്കലും കണ്ടിട്ടില്ല, അങ്ങനെ ആകണമെന്നെനിക്കാഗ്രഹമുണ്ടെങ്കിലും അയാൾക്ക് യാതൊരു കുറവുമില്ല."

"മിസ്സ്. ബെർട്രാമിന്റെ വിവാഹനിശ്ചയം കഴിഞ്ഞിരുന്നില്ലെങ്കിൽ" ഫാന്നി കരുതലോടെ പറഞ്ഞു. "ഞാൻ വിചാരിക്കയായിരുന്നു, അയാൾ അവളെ ജൂലിയയെക്കാൾ കൂടുതൽ ഇഷ്ടപ്പെടുന്നു."

"അത് ഒരുപക്ഷേ ജൂലിയയെ ഏറ്റവും കൂടുതലയാൾ ഇഷ്ടപ്പെടുന്നതിന്റെ സൂചനയായിരിക്കാം, ഫാന്നി. കാരണം, അത്തരം സംഭവങ്ങൾ പലപ്പോഴും കാണാറുണ്ട്. ഒരാൾ ഒരു തീരുമാനമെടുക്കുംമുമ്പ് അവളുടെ സഹോദരിയെയോ, ഏറ്റവും അടുത്ത കൂട്ടുകാരിയെയോ, അവളെക്കാൾ കൂടുതൽ ആദരിക്കുന്നു. മരിയയിൽനിന്ന് എന്തെങ്കിലും അപായമുണ്ടാകുമെന്ന് സ്വയം മനസിലാക്കിയാൽ അയാളിവിടെ നിൽക്കില്ല. ക്രാഫോർഡ് നല്ല വിവേകമുള്ളവനാണ്. ഞാനവൾക്കുവേണ്ടി ഒരിക്കലും അസ്വസ്ഥനല്ല, അവളുടെ അടുപ്പം അത്ര ഉറച്ചതല്ല."

താൻ തെറ്റിദ്ധരിച്ചതാകാമെന്ന് ഫാന്നി കരുതി, ഭാവിയിൽ അത് തിരുത്താം. എഡ്മണ്ടിനെ എന്തൊക്കെതരത്തിൽ ബോധിപ്പിച്ചാലും, മറ്റുള്ളവരുടെ നോട്ടത്തിൽനിന്നും സൂചനകളിൽനിന്നും, ജൂലിയ മിസ്റ്റർ ക്രാഫോർഡ് തിരഞ്ഞെടുത്തവളാണെന്ന് തോന്നിപ്പിച്ചാലും, എന്താണവൾകരുതേണ്ടതെന്ന് അവൾക്കുതന്നെ അറിയില്ലായിരുന്നു!

ഒരുദിവസം വൈകുന്നേരം അവളൊരു രഹസ്യസംഭാഷണം കേൾക്കാനിടയായി. അതവളെ അതിശയിപ്പിച്ചു. അത് കേട്ടില്ലായിരുന്നെങ്കിൽ എന്നവൾ ആഗ്രഹിച്ചുപോയി. തീക്കുണ്ഡത്തിനടുത്ത് ഏതാനും സ്ത്രീകൾക്കിടയിൽ അവൾ ഇരിക്കുകയായിരുന്നു. മറ്റ് യുവതീയുവാക്കൾ ഡാൻസ്ചെയ്യുകയാണ്. മൂത്ത കസിനെയും പ്രതീക്ഷിച്ച് അസ്വസ്ഥതയോടെയാണവളുടെ ഇരിപ്പ്. ഡാൻസിന് പങ്കാളിയായി തനിക്ക് ലഭിക്കാവുന്ന ആകെയുള്ള

ആശ ഈ കസിനെ ആശ്രയിച്ചാണിരിക്കുന്നത്. ഫാന്നിയുടെ ആദ്യത്തെ ബാൾ ആണിത്. മറ്റ് ലേഡിമാരുടെ ആദ്യ ബാളിനെപ്പോലെ ഗംഭീരചമയങ്ങളോ ഒരുക്കങ്ങളോ ഒന്നുമില്ല. അന്ന് ഉച്ചതിരിഞ്ഞാണ് ഇക്കാര്യം ചിന്തിച്ചതുതന്നെ. ജോലിക്കാർക്കിടയിലെ ഒരു വയലിൻകാരനാണതിന്റെ സംഘാടകൻ. മിസിസ് ഗ്രാന്റിന്റെയും, സന്ദർശനത്തിനായി അന്നെത്തിയ മിസ്റ്റർ ബെർട്രാമിന്റെ പുതിയൊരു സുഹൃത്തിന്റെയും സഹായത്തോടെ അഞ്ച് ജോഡികൾ ഡാൻസിന് തയാറാക്കപ്പെട്ടു, എങ്കിലും ഫാന്നിക്കത് വളരെ സന്തോഷകരമായൊരു സംഭവമായിരുന്നു. നാല് ഡാൻസുകൾ അവൾ ചെയ്തു, പതിനഞ്ച് മിനിറ്റ് പോലും നഷ്ടപ്പെടുന്നതവൾക്ക് ഖേദകരമായിരുന്നു – ആശയോടെ അവൾ കാത്തിരിക്കുകയാണ്. ഇടയ്ക്ക് ഡാൻസ് ചെയ്യുന്നവരെയും, പിന്നെ വാതിൽക്കലേക്കും നോക്കിക്കൊണ്ടിരിക്കവെ, മുമ്പ് സൂചിപ്പിച്ച രണ്ട് മഹിളമാർ തമ്മിലുള്ള സംഭാഷണം കേൾക്കാനിടയായി.

"എനിക്ക് തോന്നുന്നത്, മാം," മിസിസ് നോറിസ് പറഞ്ഞു അവളുടെ കണ്ണുകൾ മിസ്റ്റർ റഷ്‌വർത്തിന്റെയും മരിയയുടെയും നേരെ തിരിഞ്ഞിരുന്നു, രണ്ടാം പ്രാവശ്യം അവർ ഡാൻസ് പങ്കാളികളായിരുന്നു. "നമ്മൾക്ക് ചില സന്തുഷ്ട മുഖങ്ങൾകൂടി ഇപ്പോൾ കാണാൻ പറ്റും."

"അതെ, മാം, തീർച്ചയായും" ഗാംഭീര്യത്തോടെ കൃത്രിമചിരിവരുത്തി മറ്റവൾ മറുപടിനൽകി. "ഇപ്പോൾ ഇങ്ങനെ നോക്കിയിരിക്കുന്നതിൽ എന്ത് സംതൃപ്തിയാണ്. അവരെ വേർപിരിക്കാൻ ഇടവരുത്തുന്നത് കഷ്ടമാണ്, ഈ സാഹചര്യത്തിൽ യുവമിഥുനങ്ങളെ നിയമാനുസൃതമായി മാറ്റാൻ പറയരുത് – എന്റെ മകൻ എന്തുകൊണ്ടത് നിർദേശിച്ചില്ല എന്നാണെന്റെ അത്ഭുതം."

"അവനത് ചെയ്തു എന്ന് ഞാൻ ഉറപ്പ് പറയുന്നു, മാം – മിസ്റ്റർ റഷ്‌വർത്ത് ഒരിക്കലും അശ്രദ്ധനല്ല. എന്നാൽ പ്രിയപ്പെട്ട മരിയ വലിയ ഔചിത്യബോധമുള്ളവളാണ്. ഇക്കാലത്ത് അന്യരുടെ വികാരങ്ങളെക്കുറിച്ച് ഇത്രയും പരിഗണനയുള്ള ഒരാളെ കണ്ടുമുട്ടാൻ പ്രയാസമാണ്, മിസിസ് റഷ്‌വർത്ത്, വിശിഷ്ടത ഒഴിവാക്കാനുള്ള ആഗ്രഹം! – പ്രിയപ്പെട്ട മാം, ഇപ്പോൾ അവളുടെ മുഖത്തേക്കൊന്നുനോക്കൂ, – കഴിഞ്ഞ രണ്ട് ഡാൻസുകളെക്കാൾ എത്ര വ്യത്യാസം!"

മിസ്സ്. ബെർട്രാം തീർച്ചയായും സന്തുഷ്ടയായിരുന്നു. ആനന്ദം കൊണ്ടവളുടെ കണ്ണുകൾ മിന്നിത്തിളങ്ങി, വളരെ ഉത്സാഹത്തോടെ അംഗവിക്ഷേപത്തോടയായിരുന്നു അവളുടെ സംസാരം. കാരണം, മിസ്റ്റർ ക്രാഫോർഡും പങ്കാളി ജൂലിയായും അവളുടെ അടുത്താണ് ഡാൻസ് ചെയ്തിരുന്നത്. അവരെല്ലാവരും ഒറ്റക്കൂട്ടമായിരുന്നു. മുമ്പെങ്ങനെയായിരുന്നു അവളുടെ മുഖഭാവമെന്ന് ഫാന്നിക്ക് ഓർമയില്ല. കാരണം, അവൾ സ്വയം എഡ്മണ്ടിനോടൊപ്പം ഡാൻസ് ചെയ്യുകയായിരുന്നു, അവളെക്കുറിച്ച് ചിന്തിച്ചതേയില്ല.

മിസിസ് നോറിസ് തുടർന്നു "ചെറുപ്പക്കാർ ഇത്രസന്തോഷത്തോടെ

ജോഡിയായി ഡാൻസ് ചെയ്യുന്നതുകാണാൻ എന്ത് രസമാണ്. മാം! സർ. തോമസിന്റെ സന്തോഷത്തെക്കുറിച്ച് എനിക്ക് ഓർക്കാതിരിക്കാൻ കഴിയുന്നില്ല. മറ്റൊരു ജോഡിയുടെ സാധ്യതയെകുറിച്ച് നിങ്ങൾ എന്തുപറയുന്നു, മാം? മിസ്റ്റർ റഷ്‌വർത്ത് നല്ലൊരു മാതൃക കാട്ടിക്കൊടുത്തു. അത്തരം കാര്യങ്ങൾ വളരെ ആകർഷകമായിരിക്കും."

മിസിസ് റഷ്‌വർത്ത് തന്റെ മകനെയല്ലാതെ മറ്റാരെയും കണ്ടിരുന്നില്ല. അതുകൊണ്ടവൾ അന്തംവിട്ടുപോയി! "മുകളിലുള്ള ജോഡി, മാം. അവിടെ ഒരു ലക്ഷണവും നിങ്ങൾ കാണുന്നില്ലേ?"

"ഓഹ്! പ്രിയപ്പെട്ടവളേ – മിസ്സ്. ജൂലിയയും മിസ്റ്റർ ക്രാഫോർഡും. അതെ, തീർച്ചയായും, അഴകുള്ളൊരു ജോഡി. അവനെത്ര വരുമാനമുണ്ട്?"

"ഒരു വർഷം നാലായിരം."

"വളരെ നല്ലത് – കൂടുതൽ ഇല്ലാത്തവർ ഉള്ളതുകൊണ്ട് തൃപ്തിപ്പെടണം – ഒരുവർഷം നാലായിരം എന്നത് നല്ലൊരുവരുമാനമാണ്. അവൻ നല്ല കുലീനനാണെന്ന് തോന്നുന്നു, സ്ഥിരോത്സാഹിയായ യുവാവ്, അതുകൊണ്ട് ജൂലിയ വളരെ സന്തോഷവതിയാകുമെന്ന് ഞാൻ വിശ്വസിക്കുന്നു."

"അതിനിയും ഉറപ്പിച്ചിട്ടില്ല, മാം – സുഹൃത്തുക്കൾക്കിടയിൽ മാത്രമേ ഞങ്ങളിക്കാര്യം ചർച്ചചെയ്തിട്ടുള്ളൂ. എന്നാൽ, അത് നടക്കുമെന്ന കാര്യത്തിൽ എനിക്കൊട്ടും സംശയമില്ല. അവൻ അവളുടെകാര്യത്തിൽ പരമാവധി ശ്രദ്ധിച്ചുതുടങ്ങിയിട്ടുണ്ട്."

കൂടുതലൊന്നും ഫാന്നിക്ക് ശ്രദ്ധിക്കാൻ കഴിഞ്ഞില്ല. ചെകിടോർക്കലും, അത്ഭുതപ്പെടലും തൽക്കാലത്തേക്കവൾ മാറ്റിവെച്ചു. കാരണം, മിസ്റ്റർ ബെർട്രാം വീണ്ടും മുറിയിലെത്തിയിരിക്കുന്നു. അയാൾ തന്നെ ഡാൻസിന് ക്ഷണിച്ചാൽ വലിയൊരു ബഹുമതിയായിരിക്കുമെന്നവൾക്ക് തോന്നി. അത് സംഭവിക്കുമെന്നോർത്തവൾ കാത്തിരുന്നു. അയാൾ അവൾ ഇരിക്കുന്നിടത്തേക്ക് നടന്നുവന്നു. എന്നാൽ, അവളെ ഡാൻസിന് ക്ഷണിക്കുന്നതിനുപകരം, കസേര അവളുടെ അടുത്തേക്ക് വലിച്ചിട്ട് സംസാരിക്കാനാണ് ആഗ്രഹിച്ചത്. രോഗംപിടിപെട്ട കുതിരകളെ കുറിച്ചൊരു വിവരണം അയാൾ നൽകി, ഈയിടെ വിട്ടുപോന്ന കുതിരക്കാരനെക്കുറിച്ചും, അതല്ലായിരുന്നു ഫാന്നിയുടെ പ്രതീക്ഷ. എന്നാലും അവളുടെ എളിമയാർന്ന പ്രകൃതിയനുസരിച്ച്, താനത് പ്രതീക്ഷിക്കരുതായിരുന്നു എന്നുടനെ മനസിലാക്കി. തന്റെ കുതിരയെക്കുറിച്ച് പറഞ്ഞുകഴിഞ്ഞപ്പോൾ, മേശയിൽ നിന്നൊരു ദിനപത്രമെടുത്ത്, അതിലേക്ക് നോക്കി അലസമായി പറഞ്ഞു.

"നിനക്ക് ഡാൻസ് ചെയ്യണമെന്നുണ്ടെങ്കിൽ, ഫാന്നി, ഞാൻ നിന്നോടൊപ്പം വരാം."– വളരെ ഭവ്യതയോടെ അവളാക്ഷണം നിരസിച്ചു – അവൾ ഡാൻസ് ചെയ്യാനാഗ്രഹിക്കുന്നില്ലെന്ന്– "എനിക്കതിൽ സന്തോഷമുണ്ട്" ഉത്സാഹത്തോടെപറഞ്ഞു. ദിനപത്രം മേശപ്പുറത്ത് വീണ്ടും വലിച്ചെറിഞ്ഞു. "കാരണം, ഞാൻ ക്ഷീണിച്ച് ചാകാറായി. ഈ നല്ല മനുഷ്യർ ഇത്രയും നേരം എങ്ങനെയാണ് ഡാൻസ് ചെയ്യുന്നതെന്ന് എനിക്കത്ഭുതം

തോന്നുന്നു. – അവരെല്ലാം പ്രേമത്തിലായിരിക്കാം, അല്ലാതെ ഇത്തരം ഭോഷത്വത്തിൽ എന്ത് രസമാണ് കണ്ടെത്താനാകുന്നത് – അവര ങ്ങനെത്തന്നെ ആയിരിക്കുമെന്ന് ഞാൻ കരുതുന്നു – നിനക്കവരെ ഒന്ന് വീക്ഷിച്ചാൽ മനസിലാകും അവരത്രയും പ്രേമജോഡികളാണെന്ന്. –യെറ്റ്സും മിസിസ് ഗ്രാന്റുമൊഴിച്ച് – നമ്മൾ മാത്രമറിയാൻ പറയുകയാ ണ്, അവൾ പാവം സ്ത്രീ, മറ്റുള്ളവരെപ്പോലെ അവൾക്കും ഒരു കാമു കൻ ആവശ്യമാണ്! ഡോക്ടറോടൊപ്പമുള്ള അവളുടെ ജീവിതം ഗതി കെട്ടതാണ്" കസേരയിലേക്ക് ഒരു കള്ളനോട്ടം അയച്ചുകൊണ്ടയാൾ അഭി പ്രായപ്പെട്ടു. തൊട്ടടുത്തിരുന്ന അയാൾ അത് കേട്ടിരിക്കുമോ എന്ന സന്ദേ ഹത്തോടെ മുഖഭാവവും വിഷയവും പെട്ടെന്നയാൾ മാറ്റി. എന്നാൽ, ഫാന്നിക്ക് ചിരിയടക്കാൻ കഴിഞ്ഞില്ല.

"അമേരിക്കയിൽ നടക്കുന്നത് വിചിത്രമായൊരു കാര്യം തന്നെ, അല്ലേ, ഡോക്ടർ ഗ്രാന്റ്! എന്താണ് നിങ്ങളുടെ അഭിപ്രായം?– പൊതു കാര്യങ്ങളെകുറിച്ചറിയാൻ ഞാൻ നിങ്ങളെയാണ് എപ്പോഴും സമീപിക്കാ റുള്ളത്."

"എന്റെ പ്രിയപ്പെട്ട ടോം" അയാളുടെ ആന്റി ഒച്ചവെച്ചു "നീ ഡാൻസ് ചെയ്യുന്നില്ലെങ്കിൽ ഞാനൊരുകാര്യം പറയട്ടെ, ഞങ്ങളോടൊപ്പം ശീട്ട്ക ളിക്കാൻ വിരോധമില്ലല്ലോ. ഉണ്ടോ?" പിന്നെ അവൾ എഴുന്നേറ്റ് അവന രികിലെത്തി ശീട്ട് കളിക്കാനായി നിർബന്ധിച്ചു, ഇപ്രകാരം മന്ത്രിച്ചു "മിസിസ് റഷ്വർത്തിനുവേണ്ടി നമ്മൾക്കൊരു ശീട്ടുമേശ തയാറാക്കണം, അറിയാമോ – നിന്റെ അമ്മയ്ക്കക്കാര്യത്തിൽ വലിയ ഉൽക്കണ്ഠയുണ്ട്. എന്നാൽ സ്വയം അത്രയും സമയം വിനിയോഗിക്കാനാകില്ല, നീയും ഞാനും ഡോ. ഗ്രാന്റും മതി. ഞങ്ങൾ അരക്രൌണിനാണ് കളിക്കാറു ള്ളതെങ്കിലും, ഇപ്പോൾ അരഗ്വിനിക്ക് പന്തയം വെക്കാം."

"എനിക്ക് ഏറ്റവും സന്തോഷമേ ഉള്ളൂ. ഉറക്കെ" മറുപടി പറഞ്ഞ യാൾ ഉത്സാഹത്തോടെ ചാടി എഴുന്നേറ്റു "അതെനിക്ക് ഏറ്റവും ആനന്ദ കരമായേനെ – എന്നാൽ ഇപ്പോൾ ഞാൻ ഡാൻസ് ചെയ്യാൻ പോകുക യാണ്. വരൂ, ഫാന്നി."– അവളുടെ കരംഗ്രഹിച്ചുകൊണ്ട് "വെറുതെ സമയം കളയരുത്, അല്ലെങ്കിൽ ഡാൻസ് ഇപ്പോൾ തീരും."

കസിനോട് വലിയ കൃതജ്ഞതയൊന്നും തോന്നിയില്ലെങ്കിലും ഫാന്നി സന്തോഷത്തോടെ ചെന്നു. മറ്റൊരാളുടെയും അയാളുടെയും സ്വാർത്ഥതയെ വേർതിരിച്ചറിയുകയായിരുന്നു അവൾ.

"എന്തൊരു എളിമയോടുകൂടിയ അഭ്യർഥന!" അവർ നടന്നുനീങ്ങു ന്നുവെന്ന് അയാൾ ധാർമിക രോഷത്തോടെ അത്ഭുതം പ്രകടിപ്പിച്ചു. "എന്നെ അടുത്തുരണ്ട് മണിക്കൂറുകൾ കാർഡ് മേശയിൽ പിടിച്ചിരുത്താൻ, അതും അവരോടും ഡോ. ഗ്രാന്റിനോടുമൊപ്പം, സദാസമയം വഴക്കടിക്കുന്ന രണ്ടുപേർ! പിന്നെ ശീട്ടുകളി ഒട്ടും അറിയാത്ത തപ്പിത്തടയുന്ന ആ വൃദ്ധ. എന്റെ നല്ലവളായ ആന്റി കുറച്ചുനേരം അനങ്ങാതിരുന്നെങ്കിൽ എന്ന്

ഞാനാഗ്രഹിച്ചു പോകുകയാണ്. എന്നോട് ഒരുകാര്യം ആവശ്യപ്പെട്ടിരിക്കുന്നു! അവരുടെ എല്ലാവരുടെയും മുന്നിൽ യാതൊരു മര്യാദയുമില്ലാതെ എനിക്ക് നിരസിക്കാനൊരു പഴുതും നൽകാത്തരീതിയിൽ! പ്രത്യേകിച്ചും ഇത്തരം പെരുമാറ്റരീതിയാണ് എനിക്കിഷ്ടമില്ലാത്തത്, മറ്റെതിനേക്കാളേറെ എന്നെ കോപിഷ്ഠനാക്കുന്നത്. അനുമതി ആരായുകയാണെന്ന നാട്യത്തിൽ, എന്തുവേണമെങ്കിലും തീരുമാനിക്കാമെന്ന ഭാവത്തിൽ, എല്ലാം അനുസരിപ്പാൻ ശ്രമിക്കുക – എന്തെങ്കിലുമാകട്ടെ! നിന്നോടൊപ്പം ഡാൻസ് ചെയ്യാൻ തോന്നിച്ചില്ലായിരുന്നെങ്കിൽ, എനിക്കതിൽനിന്ന് രക്ഷപ്പെടാനാകില്ലായിരുന്നു. അത് വലിയകാര്യമാണ്. എന്നാൽ, എന്റെ ആന്റിയുടെ തലയിൽ അങ്ങനെ ഒരുകാര്യം കടന്നുകൂടിയാൽ, ഒന്നിനും അവരെതടയാനാവില്ല."

13

ഈ പുതിയസുഹൃത്ത്, ബഹുമാനപ്പെട്ട ജോൺയെറ്റ്സ്, ഫാഷന്റെയും ധാരാളിത്തത്തിന്റെയും മൂർത്തീകരണമാണ്. ഒരു പ്രഭുവിന്റെ ഇളയമകനായ അയാൾക്ക് പരമാവധി സ്വാതന്ത്ര്യവും ലഭിച്ചിട്ടുണ്ട്. ഒരുപക്ഷേ, അയാളുടെ മാൻസ്ഫീൽഡിലേക്കുള്ള പ്രവേശനം സർ. തോമസിന് അരോചകമായി തോന്നിയേക്കാം. വെയ്മത്തിൽ വെച്ചാണ് മിസ്റ്റർ ബെർട്രാമുമായുള്ള അയാളുടെ പരിചയം തുടങ്ങുന്നത്. ഒരേ സൊസൈറ്റിയിൽ അവർ ഒന്നിച്ച് പത്ത് ദിവസം ചെലവഴിച്ചു. ആ സൗഹൃദം, അത് സൗഹൃദമാണെന്ന് പറയാമെങ്കിൽ, ദൃഢമായത് മാൻസ്ഫീൽഡിലേക്ക് മിസ്റ്റർ യെറ്റ്സ് ക്ഷണിക്കപ്പെട്ടതോടെയാണ്. ആ വഴിക്ക് പോകുമ്പോൾ അവിടെ കയറണമെന്ന മിസ്റ്റർ ബെർട്രാമിന്റെ ക്ഷണം അയാൾ സ്വീകരിച്ചു. ഉദ്ദേശിച്ചതിലും നേരത്തെ ആയിരുന്നു അയാളുടെ വരവ്. മറ്റൊരു സുഹൃത്തിന്റെ വീട്ടിൽ ഉല്ലാസത്തിനായി ഒത്തു ചേർന്ന വലിയൊരു സംഘം പെട്ടെന്ന് പിരിച്ചുവിടേണ്ടിവന്നതിലാണത് സംഭവിച്ചത്. അതിൽ പങ്കുകൊള്ളാനായി അയാൾ വെയ്മത്ത് വിട്ടിരുന്നു. നിരാശയുടെ ചിറകുകൾ വിടർത്തിക്കൊണ്ടായിരുന്നു അയാളുടെ വരവ്, മനസുനിറയെ നാടകാഭിനയമായിരുന്നു. കാരണം, അതൊരു തിയേറ്റർ പാർട്ടിയായിരുന്നത്രെ, അയാളുംകൂടി അഭിനയിച്ചിരുന്ന ആ നാടകം രണ്ടു ദിവസത്തിനകം പ്രദർശിപ്പിക്കപ്പെടേണ്ടതായിരുന്നു. അപ്പോഴാണ് ആ കുടുംബക്കാരുടെ അടുത്ത ഒരു ബന്ധു മരിച്ചതിന്റെ പേരിൽ എല്ലാം മാറ്റിവെക്കപ്പെട്ടത്. എല്ലാ പദ്ധതിയും അതോടെ തകർന്നുപോയി. സന്തോഷത്തിന്റെയും പ്രശസ്തിയുടെയും നാളുകൾ അടുത്തിരിക്കവെ ആയിരുന്നു ഈ അത്യാഹിതം. എക്ലിസ് ഫോർഡിലെ ഈ പ്രൈവറ്റ് തിയേറ്ററിനെക്കുറിച്ച് ഒരു പാരഗ്രാഫ് നീണ്ടൊരു മാധ്യമപ്രശംസ മതിയായിരുന്നു ആ പാർട്ടിയെ ചുരുങ്ങിയത് ഒരു വർഷത്തേക്കെങ്കിലും അനശ്വരമാക്കാൻ! ഇത്രയും അടുത്തെത്തിയശേഷം എല്ലാം നഷ്ടപ്പെടുക എന്നത് വേദനിപ്പിക്കു

ന്നൊരു മുറിവ്തന്നെയാണ്. മിസ്റ്റർ യെറ്റ്സിന് മറ്റൊന്നും സംസാരിക്കാൻ കഴിഞ്ഞില്ല. എക്ലിസ് ഫോർഡും തിയേറ്ററും, അതിന്റെ ഒരുക്കങ്ങൾ, വേഷവിധാനങ്ങൾ, റിഹേഴ്സലുകൾ, ഫലിതങ്ങൾ, എന്നിവയായിരുന്നു അയാളുടെ ഒരിക്കലും നിലയ്ക്കാത്ത വിഷയങ്ങൾ. കഴിഞ്ഞകാലത്തെക്കുറിച്ചുള്ള വീമ്പടിക്കലാണയാളുടെ ഏക ആശ്വാസം.

അയാളുടെ ഭാഗ്യത്തിന് നാടകപ്രേമം സാർവത്രികമാണ്. യുവജനതയിൽ അഭിനയ മോഹം അത്രയ്ക്കധികമാണ്. അയാളുടെ ശ്രോതാക്കൾക്ക് ഒരിക്കലും മടുപ്പ് അനുഭവപ്പെടുന്നില്ല. ആദ്യരംഗം മുതൽ അവസാനവാക്കുവരെ അത് ആകർഷണീയമാണ്. അതിൽ ഭാഗഭാക്കാവാൻ ആഗ്രഹിക്കാത്തവർ ചുരുക്കമായിരിക്കും, അതുപോലെ സ്വന്തം വൈദഗ്ധ്യം അതിൽ ശ്രമിച്ചുനോക്കാൻ ആഗ്രഹിക്കാത്തവരും. നാടകത്തിന്റെപേര് 'കാമുകരുടെ പ്രതിജ്ഞകൾ' എന്നായിരുന്നു. കാസൽ പ്രഭുവിന്റെ ഭാഗമാണ് മിസ്റ്റർ യെറ്റ്സിന് അഭിനയിക്കേണ്ടിയിരുന്നത്. "ചെറിയൊരുറോൾ" അയാൾ പറഞ്ഞു "എന്റെ അഭിരുചിക്ക് ചേർന്നതേയല്ല, അത്തരം ഒരു റോൾ ഇനി തീർച്ചയായും ഞാൻ സ്വീകരിക്കില്ല. എന്നാൽ, ഞാൻ യാതൊരു എതിർപ്പും കാണിച്ചില്ല. ലോർഡ് റാവെൻഷായും ഡ്യൂക്കും ഞാൻ എക്ലസിസ് ഫോർഡിൽ ചെല്ലുന്നതിനു മുമ്പുതന്നെ നല്ല രണ്ട് റോളുകൾ കരസ്ഥമാക്കിയിരുന്നു. എനിക്കുവേണ്ടി സ്വന്തം റോൾ വിട്ടുതരാമെന്ന് ലോർഡ് റാവെൻഷാ പറഞ്ഞെങ്കിലും, അതേറ്റെടുക്കുക അസാധ്യമായിരുന്നു, നിങ്ങൾക്കറിയാമോ, എനിക്കയാളോട് വിഷമം തോന്നി. അയാൾ സ്വന്തം കഴിവുകൾ തെറ്റിദ്ധരിച്ചിരിക്കുകയാണ്. അയാൾ ബേരന് തുല്യനേയല്ല. ദുർബല സ്വരമുള്ള ഒരു കുറിയ മനുഷ്യൻ, ആദ്യത്തെ പത്ത് മിനിറ്റിനുശേഷം എപ്പോഴും തൊണ്ട അടയുന്നു! അത് നാടകത്തെ തകർത്തുകളഞ്ഞേനെ. എന്നാൽ, യാതൊരു ബുദ്ധിമുട്ടും ഞാൻ ഉണ്ടാക്കില്ലെന്ന് തീരുമാനമെടുത്തിരുന്നു. ഡ്യൂക്ക് ഫ്രഡറിക്കിന് യോജിച്ചവനല്ലെന്ന് സർ. ഹെൻട്രി കരുതി, എന്നാൽ ആ റോൾ തനിക്ക് കിട്ടണമെന്ന ആഗ്രഹംകൊണ്ടായിരുന്നു വാസ്തവത്തിൽ അവരിൽ ഉചിതനായവനു തന്നെയാണത് നൽകപ്പെട്ടിരുന്നത്. അത്തരം ഒരു ഭീഷണി ഹെൻട്രി ഉയർത്തിയതിൽ എനിക്കത്ഭുതം തോന്നി. ഭാഗ്യവശാൽ നാടകത്തിന്റെ കരുത്ത് അയാളെ ആശ്രയിച്ചായിരുന്നില്ല. ഞങ്ങളുടെ അഗതാ മികച്ചവളായിരുന്നു, ഡ്യൂക്കും ഉഗ്രനാണെന്നായിരുന്നു പലരുടെയും അഭിപ്രായം. മൊത്തത്തിൽ, അത്, തീർച്ചയായും അതിശയകരമായ വിജയം കൈവരിച്ചേനെ."

"അത് കഷ്ടമായി, സത്യമായിട്ടും", "നിങ്ങൾ വളരെയധികം സഹാനുഭൂതി അർഹിക്കുന്നു." ശ്രോതാക്കളുടെ കരുണാമയമായ പ്രതികരണം.

"ആവലാതിപ്പെട്ടിട്ട് കാര്യമില്ല. വിധവയായ വൃദ്ധയ്ക്ക് മരിക്കാൻ കണ്ടസമയം! ഇതിലും മോശമായൊരു സമയം കിട്ടില്ലായിരുന്നു. ഞങ്ങൾക്കാവശ്യമായി മൂന്നു ദിവസം ആ വാർത്ത മറച്ചുവെക്കാമായിരുന്നു. വെറും മൂന്ന് ദിവസം മാത്രം. അവർ ഒരു മുത്തശ്ശി മാത്രമാണ്,

എല്ലാം സംഭവിച്ചത് ഇരുനൂറ് മൈൽദൂരെയും. അതുകൊണ്ടൊരു കുഴപ്പവുമില്ലെന്നായിരുന്നു എന്റെ കരുതൽ, അത് നിർദേശിക്കപ്പെട്ടു, എനിക്കറിയാം. എന്നാൽ ഇംഗ്ലണ്ടിൽ ഏറ്റവും കുറ്റമറ്റവരിൽ ഒരാളായി ഞാൻ കരുതുന്ന കൂടയിലോർഡ് റാവെൻഷാ അത് ശ്രദ്ധിച്ചില്ല."

"ഒരു കോമഡിക്കു പകരം ഒരു ഫാർഡ്" മിസ്റ്റർ ബെർട്രാം പറഞ്ഞു.

"അങ്ങനെ കാമുകരുടെ പ്രതിജ്ഞകൾ അവസാനിച്ചു. ലോർഡും ലേഡി റാവെൻഷായും എന്റെ മുത്തശ്ശി അഭിനയിക്കാനായി സ്ഥലംവിട്ടു. ശരി, മുത്തശ്ശിയുടെ സ്വത്ത് അയാളെ ആശ്വസിപ്പിക്കട്ടെ. ഒരുപക്ഷേ തന്റെ കടങ്ങൾ ഓർത്ത് അയാൾ പേടിച്ച് വിറച്ചിരിക്കാം. അതുകൊണ്ട് പിൻവാങ്ങുന്നതിൽ വിഷമംതോന്നിയിട്ടില്ലായിരിക്കാം. നിനക്കൊരു നഷ്ടപരിഹാരമെന്നോണം, നമ്മൾക്ക് മാൻസ്ഫീൽഡിൽ ഒരു കൊച്ച് തീയേറ്റർ രൂപീകരിക്കാമെന്ന് ഞാൻ വിചാരിക്കുന്നു, യെറ്റ്സ്. നിന്നോട് ഞങ്ങളുടെ മാനേജരാകാൻ ഞാൻ ആവശ്യപ്പെടുന്നു."

ആ നേരത്ത് ഉദിച്ച ഒരു ചിന്തയായിരുന്നു അതെങ്കിലും, അതവിടെ അവസാനിച്ചില്ല. അഭിനയവാഞ്ഛ ഉണർന്നെഴുന്നേറ്റു. അപ്പോഴത്തെ ഗൃഹനാഥനെ ആയിരുന്നു അതേറ്റവും ശക്തമായി സ്വാധീനിച്ചത്. ഏത് നൂതന സംരംഭവും ഭംഗിയായി അവതരിപ്പിക്കാൻ ഇഷ്ടംപോലെ ഒഴിവുസമയം അയാൾക്കുണ്ട്. അതുപോലെ ഊർജസ്വലതയും കഴിവും ഫലിതവാസനയും. അഭിനയചാതുരിയുമായി ഇത് നന്നായി ഇണങ്ങിപ്പോകും. ആ ചിന്ത വീണ്ടും വീണ്ടും അയാളുടെ മനസിൽ ഉയർന്നുവന്നു. "ഓ!" എക്ലിസ് ഫോർഡ് തിയറ്ററും ദൃശ്യപരമ്പരകളും ചിലത് ശ്രമിച്ചുനോക്കിയാലോ. ഓരോ സഹോദരിയും അയാളുടെ ആഗ്രഹങ്ങളുടെ പ്രതിധ്വനിപോലെ പറഞ്ഞു. എല്ലാ സുഖഭോഗങ്ങളിലും സംതൃപ്തി നേടിയ ഹെൻട്രിക്രാഫാർഡ് ഈ സുഖം മാത്രം ആസ്വദിച്ചിട്ടില്ല. നാടകമെന്ന ആശയം അയാളെ ആവേശഭരിതനാക്കി.

''എനിക്ക് തികഞ്ഞ വിശ്വാസമുണ്ട്,'' അയാൾ പറഞ്ഞു. "ഷൈലോക്കോ റിച്ചാർഡ് മൂന്നാമനോ മുതൽ ചുവന്നകോട്ടും കൂമ്പൻ തൊപ്പിയും ധരിച്ച് പാടുന്ന നായകൻവരെ, എഴുതപ്പെട്ട ഏത് കഥാപാത്രം എടുക്കാനും എനിക്ക് കഴിയും. എനിക്ക് ഏതും എന്തും ആകാൻകഴിയും. എനിക്ക് തൊള്ളപൊളിക്കാം, ആഞ്ഞടിക്കാം, ഇംഗ്ലീഷ് ഭാഷയിലെ ഏത് ട്രാജഡിയോ കോമഡിയോ അവതരിപ്പിക്കാമെന്ന് തോന്നുന്നു. നമ്മൾ എന്തെങ്കിലും ചെയ്യണം. പാതിനാടകമായാലും വിരോധമില്ല – ഒരു ആക്ട് – ഒരു സീൻ; നമ്മളെ എന്താണ് തടയാനുള്ളത്? ഇവിടെ ഉള്ളവരല്ല, എനിക്കുറപ്പുണ്ട്." മിസ്സ്. ബെർട്രാമുമാരുടെ നേരെ ദൃഷ്ടി പായിച്ചുകൊണ്ടയാൾ തുടർന്നു: "പിന്നെ, ഒരു തിയേറ്റർ, എന്താണൊരു തിയേറ്റർ കൊണ്ട് അർഥമാക്കുന്നത്? നമ്മൾ മാത്രമാണത് ആസ്വദിക്കാനുള്ളത്, ഈ വീട്ടിലെ ഏത് മുറിയും മതിയാകും."

"നമ്മൾക്കൊരു കർട്ടൻവേണം" ടോംബെർട്രാം അഭിപ്രായപ്പെട്ടു. "ഏതാനുംവാര പച്ചവുള്ളൻ തുണിയാണ് കർട്ടന് വേണ്ടത്, അതുതന്നെ

ധാരാളം."

"ഓ! ധാരാളം" യെറ്റ്സ് ഉറക്കെപ്പറഞ്ഞു.

"ഒറ്റ രംഗംപാർശ്വം മതി, രണ്ട് വഴികൾ പതിഞ്ഞ വാതിലുകൾ, മൂന്നാ നാലോ രംഗങ്ങൾ വെട്ടിച്ചുരുക്കുക; ഇതുപോലുള്ളൊരു പദ്ധതിക്ക് മറ്റൊന്നും ആവശ്യമില്ല. നമ്മൾക്ക് മാത്രം ആസ്വദിക്കാനായി ഇതിൽ കൂടുതലൊന്നും വേണ്ട."

"ഇതിൽ കുറവായാലും നമ്മൾ സംതൃപ്‌രാകണമെന്നാണെനിക്കു പറയാനുള്ളത്." മരിയപറഞ്ഞു "സമയം ഉണ്ടാകില്ല; മറ്റ് പല ബുദ്ധിമുട്ടുകളും ഉയർന്നുവന്നേക്കാം. നമ്മൾ മിസ്റ്റർ ക്രാഫോർഡിന്റെ അഭിപ്രായം സ്വീകരിക്കുകയാണ് നല്ലത്. നാടകാവതരണമാണ് നമ്മുടെ ലക്ഷ്യം, തിയേറ്റർ അല്ല. നമ്മുടെ ഏറ്റവും നല്ല പല നാടകങ്ങളും സ്റ്റേജില്ലാതെ അവതരിപ്പിക്കാനാവുന്നവയാണ്."

"ഇല്ല" അസ്വസ്ഥതയോടെ കേൾക്കാൻ തുടങ്ങിയ എഡ്മണ്ട് പറഞ്ഞു "ഒന്നും പാതിയായി നമ്മൾ ചെയ്യാതിരിക്കുക. നമ്മൾക്ക് അഭിനയിക്കണമെന്നുണ്ടെങ്കിൽ, ഗാലറിയും ബോക്സും എല്ലാം ഉള്ള തികഞ്ഞ തിയേറ്ററിൽ ആകട്ടെ, തുടക്കം മുതൽ അവസാനംവരെ പൂർണ നാടകം അവതരിപ്പിക്കണം. അതൊരു ജർമൻ നാടകം ആയിക്കോട്ടെ, ആകർഷകമായ സൂത്രങ്ങൾ, കുഴൽ വാദ്യം, നൃത്തം രംഗങ്ങൾക്കിടയിൽ ഗാനങ്ങൾ തുടങ്ങിയവ ഉണ്ടായതുകൊണ്ട് കുഴപ്പമൊന്നുമില്ല. എക്ലിസ്ഫോർഡിൽ ചെയ്യുന്നതുപോലെ നമ്മൾ ചെയ്യുന്നില്ലെങ്കിൽ, ഒന്നും ചെയ്യാതിരിക്കയാണ് നല്ലത്."

"ഇപ്പോൾ, എഡ്മണ്ട്, ഇഷ്ടക്കേട് കാണിക്കരുത്". ജൂലിയ പറഞ്ഞു "നിന്നെക്കാൾ കൂടുതൽ നാടകത്തെ മറ്റാരും ഇഷ്ടപ്പെട്ടില്ല, ഇത്രയധികം നാടകം കണ്ടിട്ടുള്ള മറ്റൊരാളുമില്ല."

"ശരിയാണ് യഥാർഥ അഭിനയം കാണുവാൻ, നല്ല സ്വാഭാവിക അഭിനയം. എന്നാൽ, ആ കലയിൽ പ്രാവീണ്യമില്ലാത്തവരുടെ വിവരംകെട്ട ഉദ്യമം നോക്കിക്കാണാൻ ഞാൻ വരില്ല. വിദ്യാഭ്യാസവും അന്തസ്സും കാത്തുസൂക്ഷിക്കുന്ന ഒരുപറ്റം മാന്യന്മാരുടെയും മഹതികളുടെയും സാഹസപ്രവൃത്തി മാത്രമാണത്."

ചെറിയൊരു ഇടവേളയ്ക്കുശേഷം, എന്തായാലും, ആ വിഷയത്തെക്കുറിച്ചുള്ള ചർച്ച തുടർന്നു, പൂർവാധികം ഔത്സുക്യത്തോടെ, ഓരോരുത്തരുടെയും താൽപ്പര്യം വർധിച്ചുവന്നു. താൽപ്പര്യമില്ലാത്തവരും ഇഷ്ടപ്പെടാൻ തുടങ്ങി. ഒന്നും തീരുമാനിക്കപ്പെട്ടില്ലെങ്കിലും, ടോം ബെർട്ടൻ കോമഡി വേണമെന്ന് അഭിപ്രായപ്പെട്ടു, എന്നാൽ, അയാളുടെ സഹോദരിമാർക്കും ഹെൻട്രിക്രാഫോർഡിനും ട്രാജഡിയോടായിരുന്നു താൽപ്പര്യം. അവരെ എല്ലാവരെയും ഒരുപോലെ സംതൃപ്തരാക്കുന്നു. ഒരു നാടകം കണ്ടെത്തുക അത്ര എളുപ്പമല്ല. ലോകത്തിലെ മറ്റേത് പ്രശ്നവും ഇതിനെക്കാൾ എളുപ്പമായിരുന്നു! എന്തെങ്കിലും അഭിനയിച്ചേ തീരൂ എന്ന ദൃഢനിശ്ചയം എഡ്മണ്ടിനെ തികച്ചും അസ്വസ്ഥനാക്കി. അത് തടയാൻ

തന്നെ അവൻ തീരുമാനിച്ചു. ആ മേശയിൽ നടക്കുന്ന സംഭാഷണങ്ങൾ എല്ലാം അമ്മയും കേട്ടിരുന്നെങ്കിലും എതിർപ്പൊന്നും പ്രകടിപ്പിച്ചിരുന്നില്ല.

അന്ന് സന്ധ്യക്ക് തന്റെ ബലം പരീക്ഷിക്കാനവന് അവസരം ലഭിച്ചു. മരിയ, ജൂലിയ, ഹെൻട്രിക്രാഫോർഡ്, മിസ്റ്റർ യെറ്റ്സ് എന്നിവർ ഇരിക്കുകയാണ്. അവിടെനിന്നും ടോം ഡ്രോയിങ് റൂമിലേക്ക് വന്നു. എഡ്മണ്ട് ചിന്താധീനനായി തീകുണ്ഡത്തിനരികിൽ നിൽക്കുന്നു, കുറച്ചുദൂരെ ഒരു സോഫയിൽ ലേഡിബെർട്രാം ഇരിക്കുന്നുണ്ട്, അവരെ പരിചരിച്ചുകൊണ്ട് അരികിൽ ഫാന്നിയും.

ടോം അവിടെ എത്തിയ ഉടനെ പറയാൻ തുടങ്ങി "നമ്മളുടേതുപോലെ ഇത്രയും വൃത്തികെട്ട ഒരു ബില്യാർഡ് ടേബിൾ ഒരിടത്തും കാണില്ല, ലോകത്തൊരിടത്തും! എനിക്കിത് സഹിക്കാനാകുന്നില്ല, എന്തു ചെയ്യാനാണ്. എന്നാൽ, ഒരു നല്ലകാര്യം ഞാൻ ഇപ്പോൾ തീരുമാനിച്ചുറച്ചു. ഒരു തീയേറ്ററിന് പറ്റിയ മുറിയാണത്, ശരിക്കും അതിന് യോജിച്ച നീളവും ആകൃതിയുമെല്ലാം, പിന്നെ അങ്ങേയറ്റത്തുള്ള വാതിലുകൾ സംഭാഷണം പറഞ്ഞുകൊടുക്കാൻ പറ്റിയതാക്കാൻ അഞ്ച് മിനിറ്റ് മതി. ആ പുസ്തകഅലമാര അച്ഛന്റെ മുറിയിലേക്കൊന്ന് മാറ്റണം. നമ്മൾ ആശിക്കുന്നതെല്ലാം അതിലുണ്ട്, വേണമെങ്കിൽ അച്ഛന്റെ മുറി ഒന്നാന്തരം ഗ്രീൻറൂമാക്കി മാറ്റാം, ബില്യാർഡ് മുറിയുമായി യോജിപ്പിക്കാം."

"അഭിനയത്തിന്റെ കാര്യം നീ ഗൗരവത്തിലെടുത്തിട്ടൊന്നുമില്ലല്ലൊ, ടോം?" സഹോദരൻ തീകുണ്ഡത്തിനടുത്തേക്ക് വന്നപ്പോൾ എഡ്മണ്ട് മെല്ലെ ചോദിച്ചു.

"ഗൗരവത്തിലല്ലെന്നോ! ഇതിൽക്കൂടുതൽ ഒരിക്കലും തോന്നിയിട്ടില്ല, ഞാൻ ഉറപ്പ് തരുന്നു, നിന്നെ എന്തിനാണത് അത്ഭുതപ്പെടുത്തുന്നത്?"

"അത് വളരെ തെറ്റാണെന്ന് ഞാൻ കരുതുന്നു. പൊതുവീക്ഷണത്തിൽ സ്വകാര്യനാടകാഭിനയം ചില ആക്ഷേപങ്ങൾക്ക് വിധേയമാണ്. നമ്മുടെ സാഹചര്യത്തിൽ അത് അങ്ങേയറ്റം വിവേക ശൂന്യമാണെന്ന് ഞാൻ കരുതുന്നു, വിവേകശൂന്യമെന്നല്ല പറയേണ്ടത് അതിനെക്കാൾ എത്രയോ വലുത്. അച്ഛന്റെ വികാരം കണക്കിലെടുക്കണം, അദ്ദേഹം ഇവിടെ ഇല്ലെങ്കിലും ഒരുതരത്തിൽ ആപൽക്കരമാണിത്. മരിയയെ സംബന്ധിച്ചാണെങ്കിൽ ഔചിത്യമില്ലായ്മയാണിതെന്ന് എനിക്ക് തോന്നുന്നു. അവളുടെ നില വളരെ സൂക്ഷ്മമായി കൈകാര്യം ചെയ്യേണ്ടതാണ്, എല്ലാം കണക്കിലെടുക്കുമ്പോൾ, അതിലോലമാണ് നില."

"നീ എത്ര ഗുരുതരമായാണ് കാര്യങ്ങൾ എടുക്കുന്നത്, അച്ഛൻ വരുന്നതുവരെ ആഴ്ചയിൽ മൂന്നുദിവസം നമ്മൾ അഭിനയിക്കാൻ പോകുകയാണെന്ന ഭാവത്തിൽ! രാജ്യം മുഴുവൻ ക്ഷണിക്കുകയാണെന്ന് തോന്നും. അങ്ങനെ പ്രദർശിപ്പിക്കാനൊന്നും പോകുന്നില്ല. നമ്മൾക്ക് സ്വയം രസിക്കാൻ വേണ്ടിമാത്രമാണത്, പ്രവൃത്തിമണ്ഡലത്തിൽ ഒരു രൂപഭേദം, നൂതനമായ എന്തെങ്കിലും ചെയ്യാനുള്ള നമ്മുടെ കരുത്ത് പ്രകടിപ്പിക്കൽ. നമ്മൾക്ക് കാണികൾ ആവശ്യമില്ല, പ്രസിദ്ധിയും ആവശ്യമി

ല്ല. വളരെ തൃപ്തികരമായൊരു ഒന്നാംതരം നാടകം നമ്മൾ തിരഞ്ഞെടുക്കണം. എനിക്കത് ഭംഗിയായി അവതരിപ്പിക്കാവുന്നരീതിയിൽ ആവിഷ്കരിക്കാൻ കഴിയും. ആർക്കും ബുദ്ധിമുട്ടില്ലാത്ത രീതിയിൽ മനോഹരമായ ഭാഷയിൽ, ആദരണീയനായ ഗ്രന്ഥകാരനെപ്പോലെ എനിക്കതിലെ സംഭാഷണങ്ങൾ രൂപാന്തരപ്പെടുത്താനാകും. എനിക്കൊരു പേടിയോ ശങ്കയോ ഇല്ല. അച്ഛന്റെ അസാന്നിധ്യം ഒരെതിർപ്പായി കാണേണ്ടതില്ല, പ്രചോദനമാണ്. അദ്ദേഹത്തിന്റെ തിരിച്ചുവരവിനെ കുറിച്ചുള്ള പ്രതീക്ഷ അമ്മയ്ക്ക് ഉൽക്കണ്ഠാകുലമായ സമയമാണ്. ആ സമയത്ത് അമ്മയെ രസിപ്പിക്കാനായി എന്തെങ്കിലും മാർഗം നമ്മൾക്ക് സൃഷ്ടിക്കാൻ കഴിഞ്ഞാൽ അടുത്ത ഏതാനും ആഴ്ചകൾ അവർ ഉത്സാഹവതിയായിരിക്കും. നമ്മുടെ സമയം നല്ല രീതിയിലാണ് ചെലവഴിക്കാൻ പോകുന്നത്, അദ്ദേഹവും അപ്രകാരമേ കരുതൂ എന്നെനിക്കുറപ്പാണ് – ഇത് വളരെ ഉൽക്കണ്ഠാകുലമായ കാലഘട്ടമാണ് അമ്മയ്ക്ക്."

അയാൾ ഇത് പറഞ്ഞപ്പോൾ എല്ലാവരുടെ ദൃഷ്ടിയും അമ്മയുടെ നേരെ തിരിഞ്ഞു. ഒരു സോഫയുടെ മൂലയിൽ ചാരിക്കിടക്കുകയാണ് ലേഡി ബെർട്രാം. സമ്പത്തും സൗഖ്യവും മനശ്ശാന്തിയും കളിയാടുന്ന രൂപം. ചെറിയൊരു മയക്കത്തിലാണവർ, ഫാന്നി അവരവർക്കുവേണ്ടി കഷ്ടപ്പെട്ട് എന്തോ പണിചെയ്തുകൊണ്ടിരിക്കുന്നു.

എഡ്മണ്ട് പുഞ്ചിരിച്ചുകൊണ്ട് തലകുലുക്കി.

"ദൈവമേ! ഇത് വേണ്ടായിരുന്നു" ടോം ആർത്തു ചിരിച്ചുകൊണ്ട് ഒരു കസേരയിലേക്ക് വീണു. "തീർച്ചയായും, എന്റെ പ്രിയപ്പെട്ട അമ്മേ, നിങ്ങളുടെ ഉൽക്കണ്ഠ – എന്റെ ഭാഗ്യം."

"എന്താണ് കാര്യം?" കനത്ത സ്വരത്തിൽ പാതി എഴുന്നേറ്റുകൊണ്ട് ലേഡി ചോദിച്ചു.

"ഞാൻ ഉറങ്ങിയൊന്നുമില്ലല്ലൊ."

"ഓ! ഇല്ല, പ്രിയപ്പെട്ട മാം – ആരും നിങ്ങളെ കുറ്റപ്പെടുത്തിയില്ല – ശരി, എഡ്മണ്ട്" പഴയശബ്ദവും ഭാവവും വരുത്തികൊണ്ട് പഴയ വിഷയത്തിലേക്ക് അയാൾ തിരിച്ചുവന്നു, അപ്പോഴേക്കും ലേഡിബെർട്രാം വീണ്ടും ഉറക്കം തൂങ്ങി തുടങ്ങിയിരുന്നു. ടോം തുടർന്നു.

"എന്നാൽ, ഒരു കാര്യം ഞാൻ സമർഥിക്കുന്നു – ഒരു ദ്രോഹവും ചെയ്യുന്നില്ല."

"എനിക്ക് നിന്നോട് യോജിക്കാൻ കഴിയില്ല. നമ്മുടെ അച്ഛൻ അത് പൂർണമായും നിരാകരിക്കുമെന്നെനിക്കുറപ്പുണ്ട്."

"നേരേമറിച്ചാണ് ഞാൻ കരുതുന്നത്. യുവജനങ്ങളുടെ കഴിവ് പ്രദർശിപ്പിക്കുന്നതും, പ്രോത്സാഹിപ്പിക്കുന്നതും ഇഷ്ടപ്പെടുന്ന മറ്റൊരാൾ അച്ഛനെപ്പോലെ കാണില്ല. അഭിനയം, വിനോദം, സംഗീതം തുടങ്ങിയവയിൽ അദ്ദേഹത്തിന് നല്ല വാസനയായിരുന്നു. കുട്ടികളായിരിക്കുമ്പോഴെ നമ്മളെ ഈ വിഷയത്തിൽ അദ്ദേഹം പ്രോത്സാഹിപ്പിക്കുമായിരുന്നു. എത്ര പ്രാവശ്യം ജൂലിയസ് സീസറിന്റെ മൃതശരീരത്തിനുമേൽ നമ്മൾ വില

പിച്ചിട്ടുണ്ട്, ഇതേ മുറിയിൽ വെച്ച്, അദ്ദേഹത്തിന്റെ വിനോദത്തിനായി. എനിക്ക് നല്ല ഉറപ്പുണ്ട്, എന്റെ പേര് നോർവിൽ എന്നായിരുന്നു ക്രിസ്തുമസ് കാലത്ത് എല്ലാദിവസം സന്ധ്യക്കും അത് അരങ്ങേറും."

"അത് വളരെ വ്യത്യസ്തമായ കാര്യമാണ് – നിനക്ക് വ്യത്യാസം സ്വയം മനസിലാകും. നമ്മൾ സ്കൂൾകുട്ടികളായിരുന്നപ്പോൾ ഭംഗിയായി സംസാരിക്കാനച്ഛൻ ആഗ്രഹിച്ചു. എന്നാൽ യുവതികളായ പുത്രിമാർ നാടകം അഭിനയിക്കുന്നത് അദ്ദേഹം ഒരിക്കലും ഇഷ്ടപ്പെടില്ല. അദ്ദേഹത്തിന്റെ മാന്യതയുടെ മാനദണ്ഡം വളരെ കർശനമാണ്."

"എനിക്കതെല്ലാം അറിയാം" ടോം അനിഷ്ടം പ്രകടിപ്പിച്ചു. എന്റെ അച്ഛനെ നീ അറിയുന്നതുപോലെ എനിക്കുമറിയാം. സ്വന്തം പുത്രിമാർ അദ്ദേഹത്തിന് വിഷമമുണ്ടാക്കാതിരിക്കാൻ ഞാൻ ശ്രദ്ധിച്ചോളാം. നീ സ്വന്തംകാര്യം നോക്കിക്കോളൂ എഡ്മണ്ട്, മറ്റ് കുടുംബാംഗങ്ങളുടെ കാര്യം ഞാൻ നോക്കിക്കൊള്ളാം."

"നിങ്ങൾ അഭിനയിക്കാൻ തന്നെയാണ് തീരുമാനിച്ചിട്ടുള്ളതെങ്കിൽ" എഡ്മണ്ട് പറഞ്ഞു. "അത് ചെറിയരീതിയിൽ വളരെ ശാന്തമായി ചെയ്യണമെന്ന് ഞാൻ ആഗ്രഹിക്കുന്നു. അച്ഛന്റെ അസാന്നിധ്യത്തിൽ അദ്ദേഹത്തിന്റെ വീട്ടിൽ അമിതസ്വാതന്ത്ര്യമെടുക്കരുത്, അത് ന്യായീകരിക്കാൻ കഴിയില്ല."

"അത്തരം കാര്യങ്ങൾക്കെല്ലാം ഞാൻ ഉത്തരവാദിത്വമേറ്റെടുത്തുകൊള്ളാം." ടോം ദൃഢസ്വരത്തിൽ മറുപടിനൽകി –"അദ്ദേഹത്തിന്റെ വീടിന് ക്ഷതമേൽപ്പിക്കില്ല. ഈ വീട്ടിൽ കുഴപ്പമൊന്നുമുണ്ടാകാതെ കാത്തു രക്ഷിക്കാൻ നിന്നെപ്പോലെ താൽപ്പര്യം എനിക്കുമുണ്ട്; ഒരു പുസ്തക അലമാര മാറ്റിയിടുകയോ, ഒരു വാതിൽ തുറന്നുവെക്കുകയോ, ഒരു ബില്യാർഡ് മുറി ഒരാഴ്ചത്തേക്ക് മറ്റ് കാര്യത്തിന് ഉപയോഗിക്കുകയോ മാത്രമാണ് ഞാനിപ്പോൾ നിർദ്ദേശിച്ച ചില മാറ്റങ്ങൾ. നമ്മൾ ഈ മുറിയിൽ കൂടുതൽ സമയം ഇരിക്കുകയും, പ്രാതൽ മുറിയിൽ കുറവ് സമയം ചിലവഴിക്കുകയും ചെയ്യുന്നതിൽ അദ്ദേഹം എതിർക്കുമെന്നാണോ നീ കരുതുന്നത്? അല്ലെങ്കിൽ, എന്റെ സഹോദരിമാരുടെ പിയാനൊ മുറിയുടെ ഒരു മൂലയിൽനിന്ന് മറ്റൊരു മൂലയിലേക്ക് മാറ്റിയതിന്!– തനിവിഡ്ഢിത്തം!"

"നവീകരണം അതിന്റേതായ രീതിയിൽ തെറ്റല്ലെങ്കിൽ, ചെലവിന്റെ കാര്യത്തിൽ തെറ്റായിരിക്കും."

"അതെ, അത്തരം, ഒരു പദ്ധതിയുടെ ചെലവ് ഭയങ്കരം തന്നെ! ഒരുപക്ഷേ ഇരുപത് പൗണ്ട് – ഒരു തിയേറ്റർ ഒരുക്കുവാൻ അത്രയൊക്കെവരും, സംശയമില്ല, എന്നാൽ, ഏറ്റവും ലളിതമായ രീതിയിൽ, തയാറാകുവാനാണത് – ഒരു പച്ചകർട്ടൻ, പിന്നെ, കുറച്ച് ആശാരിപ്പണിയും അത്രയേ ഉള്ളൂ. ആശാരിപ്പണി വീട്ടിലെ ആശാരി ക്രിസ്റ്റോഫർ ജേൽസൺ ചെയ്യും, അപ്പോൾ ചെലവിന്റെകാര്യം പറയുന്നത് അസംബന്ധമാണ്. ജേൽസണെ ഉപയോഗിച്ചാൽ സർ. തോമസിന് എല്ലാകാര്യങ്ങളും സ്വീകാര്യമായിരി

ക്കും. ഈ വീട്ടിൽ നിനക്കല്ലാതെ മറ്റാർക്കും വകതിരിവില്ല എന്ന് നീ കരുതരുത് – നിനക്കത് ഇഷ്ടമല്ലെങ്കിൽ നീ അഭിനയിക്കേണ്ട, എന്നാൽ, എല്ലാവരെയും ഭരിക്കാമെന്ന് കരുതേണ്ട."

"ഇല്ല, ഞാൻ അഭിനയിക്കുന്നകാര്യം" എഡ്മണ്ട് മറുപടിനൽകി "ഞാൻ അങ്ങേയറ്റം പ്രതിഷേധിക്കുന്നു."

അത് കേട്ട് ടോം മുറിക്ക് പുറത്തേക്ക് നടന്നു. ടോം തീയിന്നടുത്തിരുന്ന് തീ ഇളക്കിക്കൊണ്ട് ചിന്തയിലാണ്ടു.

ഇതെല്ലാം കേട്ടുകൊണ്ടിരുന്ന ഫാന്നി, മുഴുവൻ സമയവും എഡ്മണ്ടിന്റെ അഭിപ്രായത്തെയും വികാരത്തെയും മനസാ പിൻതാങ്ങി. അൽപ്പം ആശ്വാസം നൽകാനായി ഉൽക്കണ്ഠയോടെ അവൾ പറയാൻ തുടങ്ങി. "അവർക്കൊരുപക്ഷേ പറ്റിയ ഒരു നാടകം കണ്ടെത്താൻ കഴിഞ്ഞേക്കില്ല. നിങ്ങളുടെ സഹോദരന്റെ അഭിരുചിയും നിങ്ങളുടെ സഹോദരിമാരുടേതും, വളരെ വിഭിന്നമാണ്."

"അതിലെനിക്കൊരു ആശയുമില്ല, ഫാന്നി. അവർ ആ പദ്ധതിക്കുവേണ്ടി വാശിപിടിക്കയാണെങ്കിൽ, അവർ എന്തെങ്കിലും മാർഗം കണ്ടെത്തും – ഞാൻ എന്റെ ചേച്ചിമാരോട് സംസാരിക്കാം, അവരെ പിൻതിരിപ്പിക്കാൻ ശ്രമിക്കാം. അത്രയേ എനിക്ക് ചെയ്യാൻ കഴിയൂ."

"എന്റെ ആന്റി നോറിസ് നിങ്ങളുടെ ഭാഗത്തായിരിക്കുമെന്ന് ഞാൻ കരുതുന്നു."

"ഞാനും അങ്ങനെതന്നെ വിചാരിക്കുന്നു. എന്നാൽ, അതുകൊണ്ടൊരു പ്രയോജനവുമില്ല, അവർക്ക് ടോമിനെയോ എന്റെ സഹോദരിമാരെയോ സ്വാധീനിക്കാൻ കഴിയില്ല. എനിക്കവരെ വിശ്വസിപ്പിക്കാൻ പറ്റിയില്ലെങ്കിൽ, അത് അതിന്റേതായ രീതിയിൽ നീങ്ങിക്കോട്ടെ. ആന്റിയെ ഇടപെടുത്താൻ ഉദ്ദേശിക്കുന്നില്ല. കുടുംബകലഹമാണ് ഏറ്റവും ദൗർഭാഗ്യകരമായ കാര്യം. വഴക്കുണ്ടാവാത്ത രീതിയിൽ എന്തെങ്കിലും ചെയ്യുകയാണ് നല്ലത്."

പിറ്റേന്ന് രാവിലെ സഹോദരിമാരുമായി അവനിക്കാര്യം ചർച്ച ചെയ്യാനാവസരം ലഭിച്ചു. അവന്റെ ഉപദേശത്തെ അക്ഷമയോടെയാണവർ കേട്ടത്. ഒരിക്കലും അവർ വഴങ്ങാൻ തയാറായില്ല. ടോമിനെപ്പോലെ ദൃഢമായിരുന്നു അവരുടെ നിശ്ചയം – അവരുടെ അമ്മ ആ പദ്ധതിയെ എതിർത്തില്ല. അച്ഛന്റെ എതിർപ്പിനെക്കുറിച്ചവർ ഭയപ്പെട്ടതേയില്ല. എത്രയോ ഉന്നതകുടുംബങ്ങളിൽ നടത്തപ്പെടുന്ന ഈ പരിപാടികൊണ്ട് കുഴപ്പമൊന്നും ഉണ്ടാകാനില്ല. എത്രയെത്ര മാന്യവനിതകളാണതിൽ പങ്കുകൊള്ളുന്നത്. സഹോദരീ സഹോദരന്മാരും, ആത്മാർഥസുഹൃത്തുക്കളും മാത്രം ഉൾക്കൊള്ളുന്ന ഇത്തരം ഒരു പദ്ധതിയെ എതിർക്കുന്നത് ധാർമികതയുടെ പേരിലുള്ള ഒരുതരം ഭ്രാന്താണ്. അവരുടെ പരിധിക്കപ്പുറം അതറിയാൻപോലും പോകുന്നില്ല. മരിയയുടെ അപ്പോഴത്തെനില സൂക്ഷ്മതയോടെയും ശ്രദ്ധയോടെയും കൈകാര്യം ചെയ്യപ്പെടേണ്ടതാണെന്ന് ജൂലിയയ്ക്ക് തോന്നി – എന്നാൽ അത് തന്നെ ബാധിക്കുന്നില്ല – അവൾ സ്വതന്ത്രയാണ്. തന്റെ വിവാഹനിശ്ചയം എല്ലാ നിയന്ത്ര

ണങ്ങളെയും മറികടക്കാനുള്ള ഒരു ഉപാധിയായിട്ടാണ് മരിയ കരുതിയത്. അച്ഛനോടോ അമ്മയോടോ, ജൂലിയയെപ്പോലെ എല്ലാകാര്യങ്ങളും കൂടിയാലോചിക്കാനവൾ പോയിരുന്നില്ല. എഡ്മണ്ട് നിരാശനായെങ്കിലും അവൻ നിർബന്ധിച്ചുകൊണ്ടിരുന്നു. അപ്പോൾ പുരോഹിതവസതിയിൽ നിന്നെത്തിയ ഹെൻട്രിക്രാഫോർഡ് വിളിച്ചുപറഞ്ഞു.

"ഇനി മറ്റാളുകളുടെ ആവശ്യം നമ്മുടെ തിയേറ്ററിന് വേണ്ടിവരില്ല, മിസ്സ്. ബെർട്രാം. പൊക്കം കുറഞ്ഞവരെ ഇനി വേണ്ട – ഈ കമ്പനിയിൽ ചേരാൻ എന്റെ സഹോദരിക്ക് ഇഷ്ടമാണ്. പ്രായമായ സ്ത്രീയുടെയോ വിശ്വസ്തസേവകയുടെയോ ഭാഗം എടുക്കാനവൾക്ക് സന്തോഷമേയുള്ളൂ, നിനക്കിത്തരം റോളുകൾ ഇഷ്ടമായിരുന്നില്ലല്ലോ."

മരിയ എഡ്മണ്ടിനുനേരെ ദൃഷ്ടിപായിച്ചു. അതിന്റെ അർഥം ഇതായിരുന്നു "ഇപ്പോൾ നീ എന്ത് പറയുന്നു? മേരി ക്രാഫോർഡ് ഇങ്ങനെ കരുതുമ്പോൾ ഞങ്ങൾ പറയുന്നതെങ്ങനെ തെറ്റാകും?"

അങ്ങനെ എഡ്മണ്ട് നിശ്ശബ്ദനാക്കപ്പെട്ടു. നടനം പ്രതിഭാശാലികളുടെ മനസിനെ കൂടുതൽ വശ്യമാക്കും എന്ന് അവന് അംഗീകരിക്കേണ്ടിവന്നു, സ്നേഹഭാവത്തോടെ, കൂടുതൽ മര്യാദയോടെ, സന്ദേശത്തിന്റെ സാരം മാത്രം കണക്കിലെടുത്തുകൊണ്ട്.

ആ പദ്ധതി അങ്ങനെ മുന്നോട്ടു നീങ്ങി. എതിർപ്പുകൾ വിഫലമായി. മിസിസ് നോറിസ് എതിർപ്പ് പ്രകടിപ്പിക്കുമെന്ന അവന്റെ വിശ്വാസവും തകർന്നു. തന്റെ മൂത്തസഹോദരീ പുത്രനും പുത്രിയും പറഞ്ഞതിനെ ഒന്നും അവൾ എതിർത്തില്ല, അവർക്കത്ര ശക്തമായ സ്വാധീനമുണ്ടായിരുന്നു. ഈ പദ്ധതികൊണ്ട് മറ്റുള്ളവർക്കോ, തനിക്കോ യാതൊരു ചെലവും വരില്ലെന്നറിഞ്ഞപ്പോൾ അവൾ സസന്തോഷം പിൻതാങ്ങി. അതിലൂടെ ലഭിക്കാവുന്ന തിരക്കും പ്രാധാന്യവും അവൾ ഇഷ്ടപ്പെട്ടു. ഒരു മാസമായി സ്വന്തം ചെലവിൽ താമസിക്കുന്ന വീടുവിട്ട് അവരോടൊപ്പം കഴിയുന്നത് രസകരമായിരിക്കും, സമയം മുഴുവൻ അവരുടെ സേവനത്തിനായി ചെലവഴിക്കാം. വാസ്തവത്തിൽ ഈ നാടകപദ്ധതി അവളെ അങ്ങേയറ്റം ആഹ്ലാദിപ്പിച്ചു.

14

എഡ്മണ്ട് കരുതിയതിനെക്കാൾ കൂടുതൽ ശരിയായി തോന്നിയത് ഫാന്നി പറഞ്ഞതായിരുന്നു. എല്ലാവരെയും തൃപ്തിപ്പെടുത്തുന്ന ഒരു നാടകം തെരഞ്ഞെടുക്കുക നിസ്സാരകാര്യമായിരുന്നില്ല. ആശാരി ഉത്തരവനുസരിച്ച് അളവുകളെടുത്തു. രണ്ട് പ്രശ്നങ്ങൾ പരിഹരിക്കപ്പെട്ടു; പ്ലാൻ വികസിപ്പിക്കലും ചെലവ് വർധിപ്പിക്കലും. അയാൾ പ്രവർത്തന നിരതനായി. എന്നാൽ, പറ്റിയ നാടകം ഇനിയും തെരഞ്ഞെടുക്കാനായില്ല. മറ്റ് ഒരുക്കങ്ങളും നടന്നുകൊണ്ടിരുന്നു. നോർത്തംടണിൽ നിന്ന് വലിയൊരു റോൾ വുള്ളൻ തുണി എത്തി. മിസിസ് നോറിസ് അത് മുറിച്ച് ശരിയാക്കി (അവളുടെ സാമർഥ്യംകൊണ്ട് മുക്കാൽവാരതുണി ലാഭിച്ചു!) വേലക്കാരിക

ളെക്കൊണ്ടത് കർട്ടനാക്കി, എന്നിട്ടും നാടകം തെരഞ്ഞെടുക്കാനായിട്ടില്ല. ഇങ്ങനെ രണ്ടു മൂന്ന് ദിവസം കടന്നുപോയി. ഒന്നും കണ്ടെത്താനാവില്ലെന്ന് എഡ്മണ്ട് ആശിക്കാൻ തുടങ്ങി.

സത്യത്തിൽ ഒരുപാട് കാര്യങ്ങൾ ശ്രദ്ധിക്കാനുണ്ട്, ഒരുപാട് പേരെ പ്രീതിപ്പെടുത്താനുണ്ട്, കുറേ നല്ല കഥാപാത്രങ്ങൾ ആവശ്യമാണ്. എല്ലാറ്റിനും പുറമേ ഒരേ സമയം അത് ട്രാജഡിയും കോമഡിയുമായിരിക്കണം. ഒരു തീരുമാനം വിദൂരമാണെന്ന് കാണപ്പെട്ടു.

മിസ്സ്. ബെർട്രാമുമാർ, ഹെൻട്രി ക്രാഫോർഡ്, മിസ്റ്റർ യറ്റ്സ് എന്നിവരായിരുന്നു ട്രാജഡി വേണമെന്നു വാദിച്ചവർ; ടോം ബെർട്രാം കോമഡിയുടെ ഭാഗത്തായിരുന്നു; അയാൾ ഒറ്റയ്ക്കായിരുന്നില്ല, ക്രാഫോർഡിന്റെ ആഗ്രഹം കോമഡിയാണെന്ന് വ്യക്തം. അയാൾ എളിമയോടെ മാറി നിന്നെങ്കിലും മേരിയുടെ ദൃഢനിശ്ചയവും കരുത്തും സഖ്യം അസാധ്യമായി തോന്നിപ്പിച്ചു. പൊരുത്തപ്പെട്ടുപോകാനാകാത്ത ഈ അഭിപ്രായ വ്യത്യാസം നിലനിൽക്കെ, ചുരുക്കം കഥാപാത്രങ്ങളുള്ള നാടകം വേണമെന്ന കാര്യത്തിൽ അവൾ യോജിച്ചു. എന്നാൽ എല്ലാ കഥാപാത്രങ്ങളും തുല്യപ്രാധാന്യമുള്ളവരായിരിക്കണം, മൂന്ന് പ്രധാന സ്ത്രീകഥാപാത്രങ്ങളും. എല്ലാ നല്ല നാടകങ്ങളും ഓടിച്ചുനോക്കി, യാതൊരു ഫലവുമുണ്ടായില്ല. ഹാംലെറ്റ്, മാക്ബത്ത്, ഒഥെല്ലോ, ഡഗ്ലസ്, ഗമെസ്റ്റർ തുടങ്ങിയ ഏതൊരു ട്രാജഡിക്കാരനും ഇഷ്ടപ്പെട്ട നാടകങ്ങൾ തിരസ്കരിക്കപ്പെട്ടു. റൈവൽസ്, ദി സ്കൂൾ ഫോർ സ്കാണ്ടൽ, വീൽ ഓഫ് ഫോർച്ചൂൺ, ഹെയർ അറ്റ് ലോ തുടങ്ങിയ നിരവധി നാടകങ്ങളും ശക്തമായ എതിർപ്പോടെ തഴയപ്പെട്ടു. ഏത് നാടകം നിർദേശിക്കപ്പെട്ടാലും, എന്തെങ്കിലും പ്രശ്നം കൊണ്ടുവരും, ഏതെങ്കിലും വിഭാഗം ഇതേ പല്ലവി ആവർത്തിക്കും "ഓഹ്! ഇല്ല അതൊരിക്കലും പറ്റില്ല, നിരർഥകമായ ട്രാജഡികളൊന്നും നമുക്ക് വേണ്ട. ഒരുപാട് കഥാപാത്രങ്ങൾ – തരക്കേടില്ലാത്ത ഒരു സ്ത്രീ കഥാപാത്രവുമില്ല – അതല്ലാത്തതെന്തും ആയിക്കോട്ടെ, എന്റെ പ്രിയപ്പെട്ട ടോം – അതിന് ആളെകിട്ടാൻ ബുദ്ധിമുട്ടാണ്– അത്തരം ഒരു ഭാഗം അഭിനയിക്കാൻ ആരെയും പ്രതീക്ഷിക്കേണ്ടതില്ല– തുടക്കം മുതൽ അവസാനംവരെ കോമാളിത്തരമാണ്. അത് കൊള്ളാം, എന്നാൽ താണനിലവാരമുള്ള ഭാഗങ്ങൾ – എന്റെ അഭിപ്രായം ഇംഗ്ലീഷ് ഭാഷയിലെ ഏറ്റവും വിരസമായ നാടകമാണത് – ഞാൻ എതിർപ്പ് പ്രകടിപ്പിക്കാനാഗ്രഹിക്കുന്നില്ല, എന്നാൽ എന്തെങ്കിലും ഗുണം വേണ്ടേ, ഇതിനെക്കാൾ മോശമായ ഒരെണ്ണം നമ്മൾക്ക് തെരഞ്ഞെടുക്കാൻ പറ്റില്ല."

ഫാന്നി എല്ലാം ശ്രദ്ധിച്ചുകൊണ്ട് വെറുതെയിരുന്നു. അവരുടെ മൂടി വെയ്ക്കപ്പെട്ട സ്വാർഥമനോഭാവം നിരീക്ഷിക്കാൻ രസം തോന്നാതിരുന്നില്ല. ഇതെവിടെച്ചെന്നവസാനിക്കുമെന്നവൾ അതിശയത്തോടെ നോക്കിയിരുന്നു. ഏതെങ്കിലും നാടകം അഭിനയിക്കട്ടെ എന്നായിരുന്നു അവളുടെ മോഹം. കാരണം, പകുതി നാടകംപോലും അവളിതുവരെ കണ്ടിട്ടില്ല. എന്നാൽ അനന്തരഫലം അതിനെതിരാകുമെന്ന് കാണപ്പെട്ടു. "ഇതൊരിക്കലും പറ്റില്ല" ഒടുവിൽ ടോം ബെർട്രാം പറഞ്ഞു "ഏറ്റവും വെറുപ്പ്

തോന്നുന്ന രീതിയിലാണ് നമ്മൾ സമയം നശിപ്പിക്കുന്നത്. എന്തെങ്കിലും ഒന്ന് തീരുമാനിക്കണം. ഏത് തെരഞ്ഞെടുത്താലും സാരമില്ല. നമ്മൾ ഇത്ര നല്ലവരൊന്നുമാകേണ്ട. കുറച്ച് കൂടുതൽ കഥാപാത്രങ്ങളുള്ളതു കൊണ്ട് എന്തിന് പേടിക്കണം? ഡബിൾ റോളാക്കാം. കുറച്ച് ചുരുക്കാം. ഒരു ഭാഗം നിസ്സാരമാണെങ്കിൽ അത് നന്നാക്കിയെടുക്കാം. ഇനി ഞാനൊരു കുഴപ്പവും സൃഷ്ടിക്കില്ല. നിങ്ങൾ എനിക്ക് തരാനായി തെരഞ്ഞെടുക്കുന്ന ഏത് ഭാഗവും ഞാനഭിനയിക്കും, കാമേഡിയൻ വേഷമായാലും. എനിക്ക് മറ്റൊരു നിബന്ധനയുമില്ല."

പിന്നീട് ചുരുങ്ങിയത് അഞ്ച് പ്രാവശ്യമെങ്കിലും ഹെയർ അറ്റ ലൊ നിർദേശിച്ചുകാണും; ലോർഡ്സ്റ്റുബെർലയുടെ റോൾ ആണോ ഡോ. പംഗ് ലോസിന്റേതാണോ തനിക്ക് യോജിച്ചതെന്ന സംശയം മാത്രമേ ഉണ്ടായിരുന്നുള്ളൂ. അയാൾ വളരെ ആത്മാർഥതയോടെ ആ നാടകത്തിലെ മറ്റ് കഥാപാത്രങ്ങളുടെ ചില നല്ല ദുരന്തരംഗങ്ങളെക്കുറിച്ച് പറഞ്ഞ് ഫലിപ്പിക്കാൻ ശ്രമിച്ചെങ്കിലും വിജയിച്ചില്ല.

ഈ നിഷ്ഫലമായ ശ്രമത്തെത്തുടർന്നുണ്ടായ മൗനം കുറച്ചു കഴിഞ്ഞ് അയാൾതന്നെ ഭേദിച്ചു. മേശപ്പുറത്ത് നിരന്നുകിടന്ന നിരവധി നാടകങ്ങളിൽ ഒന്നെടുത്ത് മറിച്ചുനോക്കി, പെട്ടെന്ന് അത്ഭുതത്തോടെ മുറവിളികൂട്ടി "കാമുകരുടെ പ്രതിജ്ഞകൾ! റാവൻഷാകളുടേതുപോലെ എന്തുകൊണ്ട് കാമുകരുടെ പ്രതിജ്ഞകൾ നമ്മൾക്കെടുത്തുകൂടാ? എന്തുകൊണ്ട് നമ്മൾ നേരത്തെ ഇക്കാര്യം ചിന്തിച്ചില്ല? അത് നന്നായി യോജിക്കുമെന്ന് എനിക്ക് തോന്നുന്നു. നിങ്ങളെല്ലാം എന്ത് പറയുന്നു? യറ്റ്സിനും ക്രാഫോർഡിനും പറ്റിയ രണ്ട് ശക്തമായ ദുരന്തറോളുകളുണ്ട്, കോമാളി ബട്ളർ എനിക്കും – അതാർക്കും വേണ്ടെങ്കിൽ – നിസ്സാരം റോളാണെങ്കിലും എനിക്കതിനോട് ഇഷ്ടക്കേടില്ല; ഞാൻ നേരത്തെ പറഞ്ഞതുപോലെ, ഞാൻ ഏത് റോളായാലും ഭംഗിയായി അവതരിപ്പിക്കാൻ ഉറച്ചിരിക്കുകയാണ്. ബാക്കിയുള്ള കഥാപാത്രങ്ങൾ ആർക്ക് വേണമെങ്കിലും എടുക്കാം; കൗണ്ട്കാസ്സെലും അൻഹാൾട്ടും മാത്രമാണത്.

ആ നിർദേശം പൊതുവെ സ്വീകാര്യമായിരുന്നു. തീരുമാനമാകാതെ നീണ്ടുപോകുന്നതിൽ എല്ലാവരും തളർന്ന് കഴിഞ്ഞിരുന്നു. എല്ലാവരെയും ഒരുപോലെ പ്രീതിപ്പെടുത്തുന്ന ആദ്യത്തെ ആശയമായി അവരതിനെ കരുതി. മിസ്റ്റർ യറ്റ്സ് പ്രത്യേകിച്ചും സന്തുഷ്ടനായി. അയാൾ ബാറൻ അറ്റ് എക്ലിസ് ഫോർഡ് ചെയ്യാനായി കൊതിയോടെ കാത്തിരുന്ന് നെടുവീർപ്പിടുകയായിരുന്നു. ലോർഡ് റാവെൻഷായുടെ വീട്ടിൽ നടന്ന ഓരോ ഒച്ചവയ്ക്കലിനെക്കുറിച്ചോർത്തവൻ പിറുപിറുത്തുകൊണ്ടിരുന്നു; പിന്നീടത് സ്വന്തം മുറിയിൽ ആവർത്തിക്കാൻ നിർബന്ധിതനായി. ബാരൻവൈഡൻ ഹേമിലൂടെ ആഞ്ഞടിക്കുക അവന്റെ നാടകീയ ജീവിതത്തിലെ ഉന്നതാഭിലാഷമായിരുന്നു. അതിലെ പകുതി സംഭാഷണങ്ങളും മനഃപാഠമാക്കിക്കഴിഞ്ഞ അവന് ആ റോൾ എടുക്കാൻ ഭയങ്കര ഉത്സാഹമായി. തന്നോട് സ്വയം നീതികാണിക്കാനെന്നോണം, എന്തായാലും അത് കയ്യടക്കാൻ തുനിഞ്ഞില്ല– കാരണം ഫ്രെഡറിക്കിനും ഒച്ചവെക്കാനുള്ള വളരെ

നല്ല സംഭാഷണങ്ങൾ ഉണ്ടെന്നയാൾ ഓർത്തു; ആ കഥാപാത്രത്തോടും അവന് തുല്യതാൽപ്പര്യമായിരുന്നു. അതിൽ ഏത് റോൾ എടുക്കാനും ഹെൻട്രിക്രാഫോർഡ് തയാറായിരുന്നു. മിസ്റ്റർ യറ്റ്സ് തെരഞ്ഞെടുക്കാത്ത ഏതും അയാൾ തൃപ്തിയോടെ സ്വീകരിക്കും. പിന്നെ ബാക്കി ഭാഗത്തെക്കുറിച്ച് ചർച്ച തുടർന്നു. അഗതായുടെ താൽപ്പര്യങ്ങൾ ഉൾക്കൊള്ളാൻ തനിക്കാവുമെന്ന വിശ്വാസത്തിൽ ആ കഥാപാത്രത്തെ അവതരിപ്പിക്കാൻ മിസ്സ്. ബെർട്രാം തീരുമാനിച്ചു. ഒരു കഥാപാത്രമെടുക്കുമ്പോൾ അതിന്റെ ഉയരവും ആകാരവുമൊക്കെ കണക്കിലെടുക്കണമെന്ന കാരണത്താൽ ഏറ്റവും ഉയരം കൂടിയ മിസ്റ്റർ യറ്റ്സ് ബാരന്റെ റോൾ എടുക്കണമെന്ന അഭിപ്രായം എല്ലാവരും ശരിവച്ചു. അങ്ങനെ ആ രണ്ട് റോളുകൾ സ്വീകരിക്കപ്പെട്ടു. ഫ്രെഡറിക്കിന്റെ കാര്യത്തിലവൾക്ക് ഉറപ്പുണ്ടായിരുന്നു. അപ്പോൾ മൂന്ന് കഥാപാത്രങ്ങൾ തീരുമാനിക്കപ്പെട്ടു. മരിയ പറയുന്നതെന്തും ചെയ്യാൻ സന്നദ്ധനായ മിസ്റ്റർ റഷ്വർത്ത് ഒരു പ്രശ്നമല്ല. അഗതായാകുവാൻ സ്വന്തം സഹോദരിയെപ്പോലെ ജൂലിയയ്ക്കും മോഹമുണ്ടായിരുന്നു. അവൾ മിസ്സ്. ക്രാഫോർഡിന്റെ കാര്യം പറഞ്ഞ് വഴക്കുണ്ടാക്കാൻ തുടങ്ങി.

"ഇവിടെ ഇല്ലാത്തവരോട് മര്യാദ കാണിച്ചില്ല" അവൾ പറഞ്ഞു. "ആവശ്യത്തിന് സ്ത്രീ കഥാപാത്രങ്ങളില്ല. അമേലിയയും അഗതായും, മരിയയ്ക്കും എനിക്കും പറ്റും; എന്നാൽ നിങ്ങളുടെ സഹോദരിക്ക് പറ്റിയ റോളൊന്നുമില്ല, മിസ്റ്റർ ക്രാഫോർഡ്."

അതിനെക്കുറിച്ച് ചിന്തിക്കല്ലേ എന്നായിരുന്നു മിസ്റ്റർ ക്രാഫോർഡിന്റെ ആഗ്രഹം. അനിയത്തിക്ക് അഭിനയിക്കാൻ യാതൊരു താൽപ്പര്യവുമില്ലയെന്നയാൾക്ക് ഉറപ്പാണ്. ഏതെങ്കിലും രീതിയിൽ അവൾ ഉപയോഗപ്രദമായിരിക്കും എന്നതിനാൽ ഈ അവസരത്തിൽ ഉൾപ്പെടുത്തേണ്ടതില്ല. പക്ഷേ, ടോം ബെർട്രാം ഉടനെ ആ തീരുമാനത്തെ എതിർത്തു."

അമേലിയയുടെ റോൾ ഏതുവിധത്തിലും മിസ്സ് ക്രാഫോർഡിന് യോജിച്ചതാണ്; "അയാൾ ഉറപ്പിച്ചു പറഞ്ഞു." ആ കഥാപാത്രം അവളുടേതാണ്, അവളത് സ്വീകരിക്കുമെങ്കിൽ. "സ്വാഭാവികമായും അനിവാര്യമായും അവളുടേത് തന്നെ." അയാൾ സ്ഥിരീകരിച്ചു "അഗാത എന്റെ ഏതെങ്കിലും സഹോദരിക്ക് യോജിച്ചതുപോലെ. അവരുടെ ഭാഗത്ത് നിന്നതൊരു ത്യാഗമൊന്നുമല്ല; കാരണം, അത് തികച്ചുമൊരു ഹാസ്യകഥാപാത്രമാണ്."

നിശ്ശബ്ദമായൊരു ഇടവേള. ഓരോ സഹോദരിയും ഉൽക്കണ്ഠാകുലരായി കാണപ്പെട്ടു. ഇരുവരും അഗതായുടെ ഭാഗത്തിന് മനസാ അവകാശവാദമുന്നയിച്ചു, മറ്റുള്ളവർ താന്താങ്ങളെ നിർബന്ധിക്കണമെന്നാഗ്രഹിച്ചു. അതിനിടെ നാടകം കയ്യിലെടുത്ത് അലസമായി ഒന്നാമത്തെ ആക്ട് മറിച്ച് നോക്കിക്കൊണ്ടിരുന്ന ഹെൻട്രിക്രാഫോർഡ് പെട്ടെന്ന് ഒരു തീരുമാനത്തിലെത്തി.

"ഞാൻ മിസ്സ് ജൂലിയ ബെർട്രാമിനോട് അഭ്യർഥിക്കുന്നു" അയാൾ പറഞ്ഞു "അഗതായുടെ ഭാഗം എടുക്കരുത്, അല്ലെങ്കിൽ അതിന്റെ

ഗാംഭീര്യം മുഴുവൻ നഷ്ടപ്പെടും. നീ അത് ചെയ്യരുത്, തീർച്ചയായും ചെയ്യരുത് – (അവൾക്കുനേരെ തിരിഞ്ഞ്) നിന്റെ ദുഃഖം നിറഞ്ഞ വിളർത്ത മുഖം എനിക്ക് സഹിക്കാനാകുന്നില്ല. നമ്മൾ ഒന്നിച്ചു നടന്ന ചിരിതമാശകൾ ശരിയായ രീതിയിൽ എന്റെ മനസിലൂടെ കടന്നുപോകുന്നു; ഫ്രെഡറിക് തന്റെ മാറാപ്പുമായി തടിതപ്പും."

സുഖകരമായ രീതിയിൽ മര്യാദയോടെയാണത് പറഞ്ഞത്; എന്നാൽ, ജൂലിയയുടെ വികാരത്തെ അത് മുറിവേൽപ്പിച്ചു. മരിയയുടെ മുഖത്തേക്കവൾ ഒന്ന് നോക്കി, അതോടെ ആ മുറിവിന്റെ ആഴം വർധിച്ചു. അതൊരു തന്ത്രമായിരുന്നു – ഒരു ചതി, അവൾ അവഗണിക്കപ്പെട്ടു. മരിയ തെരഞ്ഞെടുക്കപ്പെട്ടു. മരിയ പ്രയാസപ്പെട്ട് അടക്കാൻ ശ്രമിച്ച വിജയത്തിന്റെ പുഞ്ചിരി തന്നെ അതിന് തെളിവാണ്. ജൂലിയ സംസാരിക്കുന്നതിനുള്ള ശേഷി സംഭരിക്കുന്നതിന് മുമ്പ് അവളുടെ സഹോദരനും സ്വന്താഭിപ്രായം പ്രകടിപ്പിച്ചു.

"ഓ! അതെ, മരിയ തന്നെയായിരിക്കണം അഗതാ. ഏറ്റവും നല്ല അഗതാ അവൾ തന്നെയായിരിക്കും. താൻ ഇഷ്ടപ്പെടുന്നത് ട്രാജഡിയാണെന്ന് ജൂലിയ കരുതിയാലും, എനിക്കവളിൽ വിശ്വാസമർപ്പിക്കാനാവില്ല. അവളിൽ ട്രാജഡിയുടേതായ ഒരു ലക്ഷണവുമില്ല, ആ നോട്ടമോ ഭാവമോ ഇല്ല. രൂപവും അതിനനുയോജ്യമല്ല, നടത്തം ദ്രുതഗതിയിലാണ്, സംസാരം ധൃതിയിൽ, മുഖഭാവവും അതിനനുസൃതമല്ല. വൃദ്ധയായ ഗ്രാമീണ വനിതയുടെ ഭാഗം എടുക്കുന്നതാണവൾക്ക് നല്ലത്. കോട്ടേജുകാരന്റെ ഭാര്യ, തീർച്ചയായും അതാണ് നിനക്ക് പറ്റിയ ഭാഗം. ജൂലിയ, കോട്ടേജുകാരന്റെ ഭാര്യയുടെ റോൾ നല്ല രസകരമാണ്, ഞാൻ നിനക്കുറപ്പ് തരുന്നു. തന്റെ ഭർത്താവിന്റെ അപാരമായ മനുഷ്യസ്നേഹത്തിന് പരിഹാരം കാണുന്ന ഉത്സാഹിയായ ഭാര്യ. നിനക്ക് കോട്ടേജുകാരന്റെ ഭാര്യയാകാം."

"കോട്ടേജുകാരന്റെ ഭാര്യയോ!" മിസ്റ്റർ യേറ്റ്സ് ഒച്ചവെച്ചു. "നീ എന്താണീ പറയുന്നത്? ഏറ്റവും നിസ്സാരവും നിന്ദ്യവുമായ കഥാപാത്രം, വെറും സാധാരണ റോൾ – ഒറ്റസംഭാഷണംപോലും സഹിക്കാവുന്ന രീതിയിലുള്ളതല്ല. നിന്റെ സഹോദരി അത് ചെയ്കയോ! അത് നിർദേശിക്കുന്നത് തന്നെ അപമാനകരമാണ്. എക്ലിസ് ഫോർഡിൽ ഗവർണസ് ആണത് ചെയ്തത്. അത് മറ്റാർക്കും നൽകില്ലെന്ന് ഞങ്ങൾ എല്ലാവരും സമ്മതിച്ചതാണ്. കുറച്ച് കൂടി നീതി പാലിക്കുക, മിസ്റ്റർ മാനേജർ, ദയവായി. സ്വന്തം കമ്പനി അംഗങ്ങളുടെ കഴിവുകൾ മനസിലാക്കാൻ കഴിയാത്തവൻ ആ സ്ഥാനത്തിരിക്കാൻ അർഹനല്ല."

"എന്തുകൊണ്ട്, എന്റെ നല്ല സുഹൃത്തേ, ഞാനും എന്റെ കമ്പനിയും യഥാർഥ അഭിനയം തുടങ്ങുന്നതിന് മുമ്പ് ചിലതെല്ലാം ചിന്തിച്ചുറപ്പിക്കേണ്ടി വരില്ലേ. ഞാൻ ജൂലിയയെ ഇടിച്ചു താഴ്ത്തി പറയാനല്ല ഉദ്ദേശിച്ചത്. നമ്മൾക്ക് രണ്ട് അഗതാമാർ പറ്റില്ലല്ലോ; ഒരു ഗ്രാമീണ ഭാര്യ വേണം താനും. ഞാൻ സ്വയം വൃദ്ധൻ ബട്ളറുടെ ഭാഗമെടുത്ത് തൃപ്തിപ്പെട്ടത് അവൾക്കൊരു മാതൃകയായി കണ്ടുകൂടേ? അവളുടെ റോൾ

നിസ്സാരമാണെങ്കിൽ അത് ഭംഗിയായി അവതരിപ്പിക്കുന്നതവൾക്ക് ഒരംഗീകാരമാണ്. ഹാസ്യത്തെ പൂർണമായും അവൾ തിരസ്കരിക്കുകയാണെങ്കിൽ അവൾ ഗ്രാമീണന്റെ ഭാര്യയുടെ സംഭാഷണത്തിനു പകരം ഗ്രാമീണന്റെ സംഭാഷണം പറയട്ടെ; അങ്ങനെ മൊത്തത്തിൽ ഒരു മാറ്റം വരുത്താം. അയാൾ തികച്ചും ദയതോന്നിപ്പിക്കുന്ന ഒരു ദുഃഖകഥാപാത്രമാണ് എന്നെനിക്കുറപ്പുണ്ട്. നാടകത്തിന് മാറ്റം കൊണ്ട് ഒന്നും സംഭവിക്കുന്നില്ല. ഭർത്താവിന് ഭാര്യയുടെ സംഭാഷണം വേണ്ട രീതിയിൽ ഞാൻ ശരിപ്പെടുത്താമെന്നേൽക്കുന്നു."

"ഗ്രാമീണഭാര്യക്കുവേണ്ടി നീ എത്ര പക്ഷപാതം കാണിച്ചാലും" ഹെൻട്രിക്രാഫോർഡ് അഭിപ്രായപ്പെട്ടു "നിന്റെ സഹോദരിക്ക് യോജിച്ച റോൾ ആക്കി മാറ്റാനതിന് കഴിയില്ല. അവളുടെ സൽപ്രകൃതം മുതലെടുത്ത് അത് അടിച്ചേൽപ്പിക്കുന്നത് ഞങ്ങൾക്ക് സഹിക്കാനാവില്ല. ഈ ഭാഗം സ്വീകരിക്കാനവളെ അനുവദിക്കരുത്. അവളെ സ്വന്തം തീരുമാനത്തിന് വിടണം. അവളുടെ പ്രാഗത്ഭ്യം അമേലിയയിൽ ആവശ്യമാണ്. അഗതായെക്കാൾ ബുദ്ധിമുട്ടുള്ള കഥാപാത്രമാണ് അമേലിയ, അഭിനയിച്ച് ഫലിപ്പിക്കാൻ പ്രയാസം. ഈ നാടകത്തിലെ ഏറ്റവും പ്രയാസമേറിയ കഥാപാത്രമാണ് അമേലിയ എന്ന് ഞാൻ കരുതുന്നു. അതിന് നല്ല കരുത്തും ആകർഷണവും ആവശ്യമാണ്. വിനോദവും ലാളിത്യവുമുണ്ടായിരിക്കണം. പ്രശസ്തരായ നടികൾ ഇതിൽ പരാജയപ്പെട്ടത് ഞാൻ കണ്ടിട്ടുണ്ട്. മിക്കവാറും എല്ലാ പ്രൊഫഷണൽ നടികൾക്കും ലാളിത്യം അപ്രാപ്യമാണ്; അതിന് മൃദുലവികാരങ്ങൾ അനിവാര്യമാണ്; അവർക്കില്ലാത്തതും അതുതന്നെ – അതിന് ഒരു കുലസ്ത്രീതന്നെ വേണം – ഒരു ജൂലിയ ബെർട്രാം. നിങ്ങൾ അത് ഏറ്റെടുക്കുമെന്ന് ഞാൻ വിശ്വസിക്കട്ടെ? ഉൽക്കണ്ഠ നിറഞ്ഞ അഭ്യർഥനയോടെ അയാൾ അവളെ തിരിഞ്ഞു നോക്കി; അതവളെ അൽപ്പം ആശ്വസിപ്പിച്ചു. എന്ത് പറയണമെന്ന് ശങ്കിച്ചവൾ നിൽക്കവെ, ആ റോളിനുള്ള മിസ്സ് ക്രാഫോർഡിന്റെ അർഹതയെക്കുറിച്ച് അവളുടെ സഹോദരൻ ഇടയ്ക്കുകയറി പറയാൻ തുടങ്ങി.

"ഇല്ല, ഇല്ല, ജൂലിയ അമേലിയ ആകേണ്ട. അവൾക്ക് പറ്റിയ റോളേ അല്ല അത്, അവൾക്കത് ഇഷ്ടമാകില്ല, അവൾ അത് നന്നായി ചെയ്യില്ല. അവൾ ഉയരക്കൂടുതലുള്ളവളും പരുക്കനുമാണ്. അമേലിയയാകട്ടെ പൊക്കംകുറഞ്ഞ, ഓടിച്ചാടി നടക്കുന്ന ഒരു കൊച്ചുപെൺകുട്ടിയാണ്. അത് മിസ്സ്. ക്രാഫോർഡിന് യോജിച്ചതാണ്, മിസ്സ്. ക്രാഫോർഡിനു മാത്രമേ യോജിക്കൂ. അവൾ ആ കഥാപാത്രത്തെപ്പോലെ തന്നെയുണ്ട്, അഭിനന്ദനീയമായ വിധത്തിൽ അവൾ അത് ചെയ്യുമെന്ന് എനിക്ക് വിശ്വസിപ്പിക്കാനാകും."

അത് ശ്രദ്ധിക്കാതെ ഹെൻട്രിക്രാഫോർഡ് ജൂലിയയോട് തന്റെ വിനീതാഭ്യർഥന തുടർന്നു "നീ ഞങ്ങളോട് ദയ കാണിക്കണം" അയാൾ പറഞ്ഞു "തീർച്ചയായും. നീ കഥാപാത്രങ്ങളെ വായിച്ച് മനസിലാക്കിയപ്പോൾ പറ്റിയ ആ കഥാപാത്രം നീ തെരഞ്ഞെടുത്തിട്ടുണ്ടാകും, അതാണ് യോജിച്ചതെന്ന് നീ കരുതിയിട്ടുണ്ടാകുമെന്ന് എനിക്കുറപ്പാണ്. നിനക്ക് താൽപ്പര്യം

ട്രാജഡിയോടാണെങ്കിലും കോമഡിയാണ് തെരഞ്ഞെടുത്തത്. ഒരുകുട്ട ഭക്ഷണസാധനങ്ങളുമായി നീ എന്നെ ജയിലിൽ സന്ദർശിക്കുന്ന ഒരു രംഗമുണ്ട്. ആ സന്ദർശനം നീ നിരസിക്കില്ലല്ലോ? നീ കുട്ടയുമായി വരണമെന്ന് ഞാൻ കരുതുന്നു."

അയാളുടെ ശബ്ദത്തിലെ വശ്യത അവളെ സ്പർശിച്ചു; ജൂലിയയ്ക്ക് ഇളക്കം തട്ടി, എന്നാൽ, അയാളവളെ ആശ്വസിപ്പിക്കാൻ വേണ്ടി മാത്രം പറയുന്നതാണോ, മുമ്പത്തെ പരസ്യഅവഹേളനം മറയ്ക്കാനായി? അവൾക്ക് അയാളെ വിശ്വസിക്കാനായില്ല. അവഗണന മിക്കവാറും ഉറപ്പാണ്. ഒരുപക്ഷേ, അവളോടയാൾ വിശ്വാസവഞ്ചന നടത്തുകയായിരിക്കും, നീചമായ തന്ത്രം. അവൾ സംശയദൃഷ്ട്യാ ചേച്ചിയെ നോക്കി. മരിയായുടെ മുഖഭാവത്തിൽനിന്ന് ഒരു തീരുമാനത്തിലെത്താനാകും, അവൾക്ക് നിരാശയും ഭയവുമുണ്ടെങ്കിൽ – എന്നാൽ മരിയ ശാന്തയും സംതൃപ്തയുമായി കാണപ്പെട്ടു. തന്റെ പതനമല്ലാതെ മറ്റൊന്നും മരിയയെ സന്തുഷ്ടയാക്കുകയില്ലെന്ന് ജൂലിയയ്ക്കു നന്നായി അറിയാം. പെട്ടെന്ന് ധാർമിക രോഷത്തോടെ വിറയ്ക്കുന്ന സ്വരത്തിൽ അവൾ അയാളോട് പറഞ്ഞു.

"ഞാൻ ഭക്ഷണപദാർഥങ്ങളുള്ള കുട്ടയുമായി വരുമ്പോൾ, ഉള്ളിലെ വികാരങ്ങൾ മുഖത്ത് വരാതെ കഴിക്കുവാൻ നിങ്ങൾക്ക് ഭയമില്ലെന്ന് തോന്നുന്നു – അങ്ങനെയാണ് ചെയ്യേണ്ടതെങ്കിലും – എന്നാൽ, അഗതായുടെ ഭാഗം മാത്രമാണ് എനിക്ക് കരുത്തോടെ അവതരിപ്പിക്കാനാകുക!" – അവൾ നിർത്തി – ഹെൻട്രിക്രാഫോർഡ് ഒരു വിഡ്ഢിയെപ്പോലെ കാണപ്പെട്ടു; എന്താണ് പറയേണ്ടതെന്നറിയാതെ ഇതികർത്തവ്യതമൂഢനായി മിഴിച്ചിരുന്നു. ടോം ബെർട്രാം വീണ്ടും പറഞ്ഞ് തുടങ്ങി, "മിസ്സ്. ക്രാഫോർഡ് തന്നെ അമേലിയ ആകണം – ഉഗ്രൻ അമേലിയ ആയിരിക്കും അവൾ".

"എനിക്കൊരു റോൾ വേണമെന്ന് ചിന്തിച്ച് പേടിക്കണ്ട." ജൂലിയ ദേഷ്യത്തോടെ പെട്ടെന്നു പറഞ്ഞു "ഞാൻ അഗതായാകുന്നില്ലെങ്കിൽ, ഒന്നും വേണ്ട, അതുറപ്പാണ്. ലോകത്തിലെ എല്ലാ ഭാഗത്തുമുള്ള ഒരു സാധാരണ കഥാപാത്രമാണ് അമേലിയ. എനിക്കേറ്റവും വെറുപ്പുളവാക്കുന്നത്; എനിക്ക് അറപ്പാണ് ആ റോൾ. അസഹ്യവും, വിനയമില്ലാത്തതും, അസ്വഭാവികവും, മര്യാദയുമില്ലാത്തതുമായ ഒരു പെൺകുട്ടി. ഞാൻ എന്നും കോമഡിയെ എതിർത്തവളാണ്, ഇത് ഏറ്റവും വൃത്തികെട്ട രൂപത്തിലുള്ള ഒരു കോമഡിയാണ്." ഇപ്രകാരം പറഞ്ഞ് അവൾ ധൃതിയിൽ മുറിവിട്ട് പുറത്തേക്ക് പോയി. ഫാന്നിയൊഴിച്ച് മറ്റെല്ലാവരെയും ഈ പെരുമാറ്റം വിഷമത്തിലാക്കി. ചെറിയൊരു സഹതാപം അവർക്ക് അവളോട് തോന്നിയില്ല. ഇതെല്ലാം ശാന്തയായി നിരീക്ഷിച്ചുകൊണ്ടിരുന്ന ഫാന്നിക്ക്, അസൂയയാണിതിന്റെ പിന്നിലെന്ന് നന്നായി അറിയാം. അവൾക്ക് ജൂലിയയോട് വലിയ സഹതാപം തോന്നി.

അവൾ പോയശേഷം ചെറിയൊരു നിശ്ശബ്ദത അവിടെ നിലനിന്നു. എന്നാൽ, അതിവേഗം അവളുടെ സഹോദരൻ കാര്യത്തിലേക്ക് മടങ്ങി,

കാമുകരുടെ പ്രതിജ്ഞയിലേക്ക്, അയാൾ ജിജ്ഞാസയോടെ നാടകപുസ്തകം മറിച്ച് നോക്കി, രംഗങ്ങൾ എങ്ങനെ ആയിരിക്കണമെന്ന് മിസ്റ്റർ യെറ്റ്സിന്റെ സഹായത്തോടെ തീരുമാനിക്കാൻ ശ്രമിച്ചു – മരിയയും ഹെൻട്രിക്രാഫോർഡും അപ്പോൾ പതിഞ്ഞ സ്വരത്തിൽ എന്തോ സംസാരിക്കുകയായിരുന്നു. പിന്നീടവൾ പ്രഖ്യാപിച്ചു

"ഞാൻ തികഞ്ഞ സന്തോഷത്തോടെ എന്റെ ഭാഗം ജൂലിയയ്ക്കായി വിട്ടുകൊടുക്കാൻ തയാറാണ്. എന്നാൽ ഒരു കാര്യം പറയാം, ആ റോൾ ഞാൻ, ഒരുപക്ഷേ, വളരെ മോശമായിട്ടായിരിക്കാം ചെയ്യുന്നതെങ്കിൽ, അവൾ അതിനേക്കാൾ മോശമായിട്ടായിരിക്കും ചെയ്യുക!" നിസ്സംശയം എല്ലാവരും അതിനെ അഭിനന്ദിച്ചു.

കുറച്ച് സമയം ഇങ്ങനെ കഴിഞ്ഞു. സംഘം പല കാര്യങ്ങൾക്കായി പിരിഞ്ഞു. ടോം ബെർട്രാമും മിസ്റ്റർ യെറ്റ്സും ഒന്നിച്ച് മുറിയിൽ അങ്ങോട്ടുമിങ്ങോട്ടും നടന്നു; ഈ മുറിയാണല്ലോ ഇനിമുതൽ തിയേറ്റർ എന്നറിയപ്പെടാൻ പോകുന്നത്! മിസ്സ്. ബെർട്രാം പുരോഹിതഭവനത്തിൽ പോയി, മിസ്സ്. ക്രാഫോർഡിന് അമേലിയായുടെ റോൾ നൽകാൻ തീരുമാനിച്ചു. ഫാന്നി മാത്രം ഒറ്റയ്ക്കിരുന്നു.

ആ ഏകാന്തതയിലിരുന്ന് അവൾ ആദ്യം ചെയ്ത പ്രവൃത്തി, മേശപ്പുറത്ത് ഇട്ടിരുന്ന നാടകപുസ്തകം എടുത്ത് വായിച്ചുനോക്കലാണ്, ഇതിനെക്കുറിച്ചാണല്ലോ ഇത്രയും നേരം അവൾ കേട്ടുകൊണ്ടിരുന്നത്. അവൾ വളരെ ജിജ്ഞാസയോടെ ആർത്തിയോടെ അത് വായിച്ചുകൊണ്ടിരുന്നു; ഇടയ്ക്കിടയ്ക്ക് വായന നിർത്തി ചിന്തിച്ച് ഇരുന്നുപോകും. ഇവിടെ അവതരിപ്പിക്കേണ്ടതാണോ ഈ നാടകം എന്നോർക്കും – പ്രൈവറ്റ് തീയേറ്ററുകളിൽ ഇത് സ്വീകാര്യമാണോ! അഗതായുടെയും അമേലിയയുടെയും വീടിന്റെ പ്രതിച്ഛായയ്ക്ക് തികച്ചും അനുചിതമാണെന്ന് അവൾക്ക് തോന്നി – ഒരാളുടെ സാഹചര്യം, മറ്റെയാളുടെ ഭാഷ, ഒരു മാന്യസ്ത്രീക്കും യോജിച്ച രീതിയല്ല അവ. തങ്ങൾ ചെയ്യാൻ പോകുന്ന ഈ പ്രവൃത്തിയെക്കുറിച്ച് തന്റെ കസിനുകൾ ബോധവതികളാണോ എന്ന് ഫാന്നിക്ക് സങ്കൽപ്പിക്കാനായില്ല. എഡ്മണ്ട് തീർച്ചയായും ഇക്കാര്യത്തിൽ പ്രതിഷേധിക്കാതിരിക്കില്ല; അപ്പോൾ അവർ അത് മനസിലാക്കും എന്നവൾ പ്രതീക്ഷിച്ചു.

15

മിസ്സ്. ക്രാഫോർഡ് തന്റെ റോൾ ഉടനെ സ്വീകരിച്ചു. പുരോഹിതഭവനത്തിൽനിന്ന് മിസ്സ്. ബെർട്രാം തിരിച്ചെത്തിയതോടെ മിസ്റ്റർ റഷ്വർത്തും വന്നു ചേർന്നു. അങ്ങനെ മറ്റൊരു കഥാപാത്രവും രൂപപ്പെട്ടു. കൗണ്ട് കാസെലിന്റേയോ അൻഹാൾട്ടിന്റേയോ റോളുകളാണ് നിർദേശിക്കപ്പെട്ടത്. ഏതാണ് തെരഞ്ഞെടുക്കേണ്ടതെന്ന് ആദ്യം അയാൾക്ക് രൂപമില്ലായിരുന്നു; മിസ്സ്. ബെർട്രാമിന്റെ നിർദേശം ആരാഞ്ഞു. റോളുകളെക്കുറിച്ച് കൂടുതൽ മനസിലാക്കുകയും, മുമ്പ് ലണ്ടനിൽ വച്ച് ആ നാടകം കണ്ടത് ഓർക്കു

കയും ചെയ്തപ്പോൾ, അൻഹാൾട്ട് ഒരു വിഡ്ഢിവേഷമാണെന്ന് തിരിച്ചറിഞ്ഞു. ഉടനെ കൗണ്ട് ആകാൻ തീരുമാനിച്ചു. ആ തീരുമാനം മിസ്സ്. ബെർട്രാം അംഗീകരിക്കുകയും ചെയ്തു; കാരണം കുറച്ചേ അയാൾക്ക് പഠിക്കാനുള്ളൂ എങ്കിൽ അത്രയും നല്ലത്! അഗതായും കൗണ്ടും ഒന്നിച്ചു വരുന്ന രംഗങ്ങളിൽ അയാൾക്കുള്ള താൽപ്പര്യത്തോട് അവൾക്ക് സഹാനുഭൂതി തോന്നിയില്ലെങ്കിലും, അയാൾ നാടകത്തിന്റെ കൂടുതൽ പേജുകൾ മറിച്ച് നോക്കി ഒന്നിച്ചുള്ള മറ്റ് രംഗങ്ങൾ കണ്ടെത്താൻ ശ്രമിക്കവെ, അക്ഷമയോടെ അവൾ അത് വാങ്ങി പരമാവധി സംഭാഷണങ്ങൾ വെട്ടിച്ചുരുക്കി – അതിനുപുറമേ നന്നായി വേഷം ധരിക്കേണ്ട ആവശ്യകതയും, അതിന്റെ നിറംപോലും നിർദേശിക്കുകയുണ്ടായി. താൻ ആഡംബരവേഷം ധരിക്കണമെന്ന ആശയം അയാൾക്ക് വളരെ കൂടുതൽ ഇഷ്ടമായി; അത് വളരെ അവജ്ഞാപൂർവമായിരിക്കും വീക്ഷിക്കുകയെങ്കിലും, അയാൾ സ്വന്തം വേഷത്തെക്കുറിച്ചുള്ള ചിന്തയിൽ മുഴുകി. മറ്റുള്ളവരുടെ അഭിപ്രായത്തെക്കുറിച്ചോ ഇഷ്ടക്കേടിനെക്കുറിച്ചോ ഓർത്തതേയില്ല, മരിയയ്ക്കത് പാതിസമ്മതമാണെങ്കിലും.

ദിവസം മുഴുവൻ പുറത്തായിരുന്ന എഡ്മണ്ട് എത്തുന്നതിന് മുമ്പ് ഇത്രയും കാര്യങ്ങൾ തീരുമാനിക്കപ്പെട്ടു കഴിഞ്ഞിരുന്നു; അവനൊന്നും അറിഞ്ഞിരുന്നില്ല. എന്നാൽ, ഡിന്നറിനുമുമ്പ് അവൻ ഡ്രോയിങ് റൂമിലേക്ക് പ്രവേശിച്ചപ്പോൾ, ടോമും മരിയയും മിസ്റ്റർ യെറ്റ്സും തമ്മിൽ നടക്കുന്ന ചർച്ച വളരെ ഉച്ചത്തിലായിരുന്നു. സന്തോഷവാർത്ത അറിയിക്കാനായി മിസ്റ്റർ റഷ്‌വർത്ത് വളരെ ഉത്സാഹത്തോടെ മുന്നോട്ട് വന്നു.

"നമ്മൾക്കൊരു നാടകം കിട്ടി" അയാൾ പറഞ്ഞു *കാമുകരുടെ പ്രതിജ്ഞകൾ* എന്നാണ് പേര്; കൗണ്ട് കാസ്സെലിന്റെ റോളാണ് എനിക്ക്. ആദ്യം ഞാൻ നീല ഡ്രസിട്ട് വരും, റോസ് നിറമുള്ള സാറ്റിൻ മേലങ്കിയും; അതിനുശേഷം നിറപ്പകിട്ടാർന്ന ഒരു നായാട്ട് സ്യൂട്ട് ആണ് ധരിക്കുക – എനിക്കത് എങ്ങനെ ഇഷ്ടപ്പെടുമെന്നറിയില്ല."

ഫാന്നിയുടെ കണ്ണുകൾ എഡ്മണ്ടിനെ പിന്തുടർന്നു. അവന്റെ ശബ്ദം കേട്ടപ്പോൾ അവളുടെ ഹൃദയം പിടയ്ക്കാൻ തുടങ്ങി; അവന്റെ നോട്ടം അവളെ കിടുക്കി, അവന്റെ വികാരം അവൾ തൊട്ടറിഞ്ഞു.

"കാമുകരുടെ പ്രതിജ്ഞകൾ!" അത്ഭുതം നിറഞ്ഞ ഒരുതരം സ്വരത്തിൽ ഇത്രമാത്രമാണവൻ മിസ്റ്റർ റഷ്‌വർത്തിന് മറുപടി നൽകിയത്. എതിരഭിപ്രായമൊന്നുമില്ലല്ലോ എന്നമട്ടിൽ അവൻ തന്റെ സഹോദരന്റെയും സഹോദരിമാരുടെയും നേരെ തിരിഞ്ഞു.

"അതെ" മിസ്റ്റർ യെറ്റ്സ് ഉറക്കെ പറഞ്ഞു. "നീണ്ട ചർച്ചകൾക്കും പ്രശ്നങ്ങൾക്കും ശേഷം, ഇത്രയും നന്നായി യോജിക്കുന്ന മറ്റൊരു നാടകമില്ലെന്ന് ഞങ്ങൾ കണ്ടെത്തി. *കാമുകരുടെ പ്രതിജ്ഞകൾ* പോലെ ഇത്രയും തൃപ്തികരമായ മറ്റൊരു നാടകമില്ല. അത് നേരത്തെ ചിന്തിച്ചില്ലല്ലോ എന്നതാണ് അത്ഭുതം. എന്റെ മണ്ടത്തരത്തിൽ വെറുപ്പ് തോന്നുന്നു, കാരണം, ഞാൻ എക്ലിസ് ഫോർഡിൽ കണ്ടതിന്റെ എല്ലാ പ്രയോജന

ങ്ങളും നമ്മൾക്കിവിടെ ലഭ്യമാകും. ഒരു മാതൃക ഉണ്ടായത് വളരെ ഉപകാരപ്രദമായല്ലെ! – മിക്കവാറും എല്ലാ കഥാപാത്രങ്ങളും തീരുമാനിക്കപ്പെട്ടുകഴിഞ്ഞു."

"എന്നാൽ സ്ത്രീകളുടെ കാര്യത്തിൽ എന്ത് ചെയ്യും?" മരിയയെ നോക്കി ഗൗരവഭാവത്തിൽ ചോദിച്ചു.

മരിയ മറുപടി നൽകുമ്പോൾ വിവർണയായി "അന്ന് ലേഡി റാവൻഷാ എടുത്ത ഭാഗം ഞാൻ എടുക്കുന്നു; പിന്നെ (ധീരമായ ദൃഷ്ടിയോടെ) മിസ്സ്. ക്രാഫോർഡ് ആയിരിക്കും അമേലിയ."

"ഇത്തരം ഒരു നാടകം ഇത്ര എളുപ്പത്തിൽ നമ്മളെക്കൊണ്ട് അവതരിപ്പിക്കാനാകുമെന്ന് ഞാൻ കരുതുന്നില്ല." ഇപ്രകാരം മറുപടി നൽകിക്കൊണ്ട്, അമ്മയും ആന്റിയും ഫാന്നിയും ഇരിക്കുന്ന തീക്കുണ്ഡത്തിന്നരികിലേയ്ക്ക് എഡ്മണ്ട് ചെന്നു; വളരെ വിഷമം നിറഞ്ഞ മുഖഭാവത്തോടെ അവിടെ ഇരുന്നു.

മിസ്റ്റർ റഷ്വർത്ത് അവന്റെ അരികിലെത്തി പറഞ്ഞു. "ഞാൻ മൂന്നു പ്രാവശ്യം പ്രത്യക്ഷപ്പെടുന്നുണ്ട്, നാൽപ്പത്തിരണ്ട് സംഭാഷണങ്ങൾ. അത് വലിയൊരു കാര്യം തന്നെയാണ് അല്ലേ? – എന്നാൽ ഇത്രയും മോടിയായി വരണമെന്ന ആശയം എനിക്കത്ര പിടിക്കുന്നില്ല – ഒരു നീല വേഷത്തിൽ ഞാൻ എങ്ങനെ ഇരിക്കുമെന്ന് എനിക്ക് സ്വയം അറിയില്ലസ. അതോടൊപ്പം ഇളം ചുവപ്പ് സാറ്റിൻ മേലങ്കിയും."

അയാൾക്ക് മറുപടി കൊടുക്കാൻ എഡ്മണ്ടിന് കഴിഞ്ഞില്ല– ഏതാനും മിനിട്ടുകൾക്ക് ശേഷം ആശാരിയുടെ ചില സംശയങ്ങൾ തീർക്കാനായി മിസ്റ്റർ ബെർട്രാം പുറത്തേക്ക് വിളിക്കപ്പെട്ടു, ഒപ്പം മിസ്റ്റർ യെറ്റ്സും പോയി. അതിനു പിന്നാലെ മിസ്റ്റർ റഷ്വർത്തും മുറിവിട്ടു പോയപ്പോൾ, എഡ്മണ്ട് ഉടനെ സംസാരിക്കാൻ തുടങ്ങി,

"ഈ നാടകത്തെക്കുറിച്ചുള്ള എന്റെ അഭിപ്രായം മിസ്റ്റർ യെറ്റ്സിന്റെ മുന്നിൽ വച്ച് പറയാൻ കഴിയില്ല, അത് എക്ലിസ് ഫോർഡിലെ അയാളുടെ സുഹൃത്തുക്കളെ അപമാനിക്കലായിരിക്കും– എന്നാൽ, ഞാൻ ഇപ്പോൾ പറയട്ടെ എന്റെ പ്രിയപ്പെട്ട മരിയ, ഈ നാടകം ഒരു സ്വകാര്യ അഭിനയത്തിന് ഒട്ടും യോജിച്ചതല്ല–നീ ഈ ഉദ്യമം ഉപേക്ഷിക്കുമെന്ന് ഞാൻ വിശ്വസിക്കുന്നു – അത് ശ്രദ്ധയോടെ വായിച്ചാൽ നീ അങ്ങനെ ചെയ്യുമെന്നെനിക്കുറപ്പാണ്. ആദ്യആക്ട് മാത്രം അമ്മയ്ക്കോ ആന്റിക്കോ ഉറക്കെ വായിച്ച് കേൾപ്പിക്കാം, എന്നിട്ട് നിനക്കത് അംഗീകരിക്കാനെങ്ങനെ കഴിയുമെന്ന് ചിന്തിക്കുക – അച്ഛന്റെ തീരുമാനത്തിനത് അയക്കേണ്ടിവരില്ലെന്ന് എനിക്ക് വിശ്വാസമുണ്ട്."

"ഞങ്ങൾ കാര്യങ്ങൾ വ്യത്യസ്ഥതമായ രീതിയിൽ വീക്ഷിക്കുന്നു." മരിയ ശബ്ദമുയർത്തി "ഞാൻ നാടകം നന്നായി മനസിലാക്കിയിട്ടുണ്ടെന്ന് നിനക്ക് ഉറപ്പ് തരുന്നു – ചെറിയൊരുതിരുത്തൽ നടത്തിയാൽ, അത് തീർച്ചയായും ചെയ്യാവുന്നതേയുള്ളൂ, അധിക്ഷേപാർഹമായ യാതൊന്നും ഞാനതിൽ കാണുന്നില്ല. അത് പ്രൈവറ്റ് പ്രദർശനത്തിന് യോജ്യമാണെന്ന് കരുതുന്ന ഒരു യുവതി ഞാൻ മാത്രമല്ല."

"ഞാനതിൽ ഖേദിക്കുന്നു." അതായിരുന്നു അവന്റെ മറുപടി. "എന്നാൽ ഇക്കാര്യത്തിൽ നീയാണ് നേതൃത്വം നൽകേണ്ടത്; നീ ഒരു മാതൃകയാകണം – മറ്റുള്ളവർ മണ്ടത്തരം കാണിച്ചാൽ, നീയാണവരെ തിരുത്തേണ്ടവൾ, യഥാർഥ സൗകുമാര്യം എന്താണെന്ന് കാണിച്ചുകൊടുക്കണം – മാന്യതയുടെ കാര്യത്തിൽ നിന്റെ പെരുമാറ്റമായിരിക്കണം മറ്റുള്ളവർ നിയമമാക്കേണ്ടത്."

അവളുടെ സാമൂഹ്യപദവിയെക്കുറിച്ചുള്ള സൂചന ചില ഫലം കണ്ടെന്ന് പറയാം. മരിയയെക്കാൾ നേതൃത്വമോഹം മറ്റാർക്കുമില്ലായിരുന്നു; – സന്തോഷത്തോടെ അവൾ മറുപടി നൽകി

"നിന്നോടെനിക്ക് കൃതജ്ഞതയുണ്ട്, എഡ്മണ്ട് – നിന്റെ ഉദ്ദേശ്യം വളരെ നല്ലതാണ്, എനിക്കുറപ്പുണ്ട് – എന്നാലും, നീ കാര്യങ്ങൾ തെറ്റായ രീതിയിലാണ് കാണുന്നതെന്നാണ് ഞാൻ ഇപ്പോഴും കരുതുന്നത്; അവരോട് ഇത്തരം ഒരു കാര്യത്തെക്കുറിച്ച് ഒരു പ്രഭാഷണം നടത്താൻ സത്യത്തിലെനിക്ക് കഴിയില്ല. – അത് ഏറ്റവും വലിയ അപമര്യാദയായി ഞാൻ കരുതുന്നു."

"അത്തരമൊരു ആശയമാണ് എന്റെ തലയ്ക്കകത്തെന്ന് നീ വിചാരിക്കുന്നോ? അല്ല – നിന്റെ പെരുമാറ്റമാകട്ടെ നിന്റെ ഏറ്റവും വലിയ പ്രഭാഷണം – കഥാപാത്രം പരിശോധിച്ചപ്പോൾ നീ അതിന് യോജിച്ചവളല്ലെന്ന് സ്വയം ബോധ്യമായെന്നും, അതവതരിപ്പിക്കാൻ ഭയങ്കര കഷ്ടപ്പാടാണെന്നും, തന്നിൽനിന്ന് പ്രതീക്ഷിക്കുന്ന ഫലം ലഭിക്കുന്ന ആത്മവിശ്വാസമില്ലെന്നും പറയുക – ദൃഢതയോടെ അത് പറയുക, അത്രയും ധാരാളം – വിവേചനശക്തിയുള്ളവർക്ക് നിന്റെ ലക്ഷ്യം പിടികിട്ടും – ആ നാടകം ഉപേക്ഷിക്കപ്പെടും, നിന്റെ മാന്യത വേണ്ടരീതിയിൽ ആദരിക്കപ്പെടുകയും ചെയ്യും."

"മര്യാദകേടായിട്ടുള്ളതൊന്നും ചെയ്യരുത്, എന്റെ പ്രിയപ്പെട്ടവളേ," ലേഡി ബെർട്രാം പറഞ്ഞു. "സർ. തോമസിനത് ഇഷ്ടപ്പെടില്ല – ഫാന്നി ആ ബെൽ ഒന്നടിക്കൂ; എനിക്ക് ഡിന്നറിന് സമയമായി – ജൂലിയ ഡ്രസ്സ് ചെയ്തു കഴിഞ്ഞിട്ടുണ്ടാകുമല്ലോ, ഇതിനകം"

"എനിക്ക് വിശ്വാസമാണ്, മാഡം" ഫാന്നിയെതടഞ്ഞുകൊണ്ട് എഡ്മണ്ട് പറഞ്ഞു "സർ. തോമസ് അതിഷ്ടപ്പെടില്ല."

'നോക്കൂ, എന്റെ പ്രിയപ്പെട്ടവളേ, എഡ്മണ്ട് പറയുന്നത് നീ കേൾക്കുന്നുണ്ടോ?"

"ഞാൻ ആ റോൾ തിരസ്കരിച്ചാൽ" മരിയ പൂർവാധികം ആവേശത്തോടെ പറഞ്ഞു "ജൂലിയ തീർച്ചയായും അതെടുക്കും."

"എന്ത്! എഡ്മണ്ട് അലറി "നിന്റെ കാരണങ്ങൾ അറിഞ്ഞിട്ടും!"

"ഓ! ഞങ്ങൾ തമ്മിലുള്ള വ്യത്യാസം അവൾ ഓർക്കും – ഞങ്ങളുടെ സാഹചര്യങ്ങൾ തമ്മിലുള്ള വ്യത്യാസം. ഞാൻ ആവശ്യമാണെന്ന് കരുതുന്നതുപോലെ അവൾ തത്വദീക്ഷയുള്ളവളാകണമെന്നില്ല, അവളങ്ങനെ വാദിക്കുമെന്നെനിക്കുറപ്പാണ്. ഇല്ല, നീ എന്നോട് ക്ഷമിക്കണം. എന്റെ സമ്മതം തിരിച്ചെടുക്കാനെനിക്ക് കഴിയില്ല. അതെല്ലാം നേരത്തെ തീരു

മാനിക്കപ്പെട്ടുകഴിഞ്ഞതാണ്; എല്ലാവരും നിരാശപ്പെടും. ടോം വല്ലാതെ ദേഷ്യപ്പെടും. നമ്മൾ അത്രയ്ക്ക് നല്ലവരാണെങ്കിൽ, ഒന്നും അഭിനയിക്കേണ്ട."

അതുതന്നെ ഞാൻ പറയാൻ പോകുകയായിരുന്നു" മിസിസ് നോറിസ് ഇടപെട്ടു. "എല്ലാ നാടകങ്ങളും എതിർക്കപ്പെടുകയാണെങ്കിൽ, നിങ്ങൾ ഒന്നും അഭിനയിക്കില്ല – അതിന്റെ തയ്യാറെടുപ്പിനായി ഇത്രയധികം പണം വലിച്ചെറിഞ്ഞു – അത് നമ്മൾക്കെല്ലാവർക്കും അപമാനമാണ്. എനിക്കാ നാടകത്തെക്കുറിച്ചൊന്നുമറിയില്ല; എന്നാൽ മരിയ പറയുന്നതുപോലെ ചൂടുള്ളതെന്തെങ്കിലും അതിലുണ്ടെങ്കിൽ (മിക്കവാറും എല്ലാറ്റിലും അതങ്ങനെയാണ്) അത് നിഷ്പ്രയാസം എടുത്ത് മാറ്റാമല്ലോ – നമ്മൾ അമിത നിഷ്കർഷ കാണിക്കേണ്ടതില്ല എഡ്മണ്ട്. മിസ്റ്റർ റഷ്‌വർത്തും അഭിനയിക്കുന്നതുകൊണ്ട് ഒരു കുഴപ്പവുമുണ്ടാകില്ല. – ആശാരിമാർ ജോലി ആരംഭിച്ചപ്പോൾ, ടോം ഒരു തീരുമാനത്തിലെത്തിയിട്ടുണ്ടെന്ന് ഞാൻ കരുതി; പാർശ്വങ്ങളിലെ വാതിൽ പണിക്കുതന്നെ അരദിവസം നഷ്ടപ്പെടുത്തി. എന്തായാലും കർട്ടൻ തയാറാക്കുന്നതുതന്നെ വലിയൊരു ജോലിയാണ്. വേലക്കാരികൾ അവരുടെ പണി നന്നായി ചെയ്യുന്നു; ഏതാനും ഡസൻ റിംഗുകൾ നമ്മൾക്ക് തിരിച്ചുകൊടുക്കാൻ പറ്റിയേക്കുമെന്ന് ഞാൻ കരുതുന്നു – അവ അടുപ്പിച്ചടുപ്പിച്ച് തുന്നിച്ചേർക്കാനാവില്ല. സാധനങ്ങൾ പരമാവധി പാഴാക്കാതെ ഉപയോഗിക്കാൻ ഞാൻ യത്നിച്ചിട്ടുണ്ട്. ഇത്രയധികം ചെറുപ്പക്കാരുടെ മേൽനോട്ടം വഹിക്കാൻ ഒരു ഉറച്ച തലവൻ ആവശ്യമാണ്. ഇന്നു നടന്ന ഒരു സംഭവം ടോമിനോട് പറയാൻ ഞാൻ മറന്നുപോയി – ഞാൻ കോഴിക്കൂടുകൾ പരിശോധിച്ച് വരുമ്പോൾ ഡിക്ക് ജാക്സൺ രണ്ട് പൈൻപലകകൾ കൈയ്യിൽ പിടിച്ച് വേലക്കാരുടെ ഹാളിന്റെ വാതിലിലേക്ക് നീങ്ങുന്നത് കണ്ടു. അവന്റെ അച്ഛന്റെ അടുത്തേയ്ക്ക് കൊണ്ട് പോകുകയാണെന്നുറപ്പ്. അമ്മ അവനെ സന്ദേശവുമായി അച്ഛന്റെ അടുത്തേക്ക് അയച്ചുകാണും, അപ്പോൾ അച്ഛൻ അവനെ രണ്ട് മരപ്പലകകൾ എടുക്കാനായി വിട്ടു, അതില്ലാതെ പറ്റില്ലായിരുന്നു. ഇതിന്റെയെല്ലാം അർഥം എനിക്കറിയാം. അപ്പോഴേക്കും വേലക്കാരുടെ ഭക്ഷണത്തിനുള്ള മണി അടിക്കാൻ തുടങ്ങി. അന്യന്റെ വസ്തുവിൽ അതിക്രമിച്ചു കടക്കുന്ന ഇത്തരം ആളുകളെ എനിക്ക് വെറുപ്പാണ് (ജാക്സൺമാർ ഭയങ്കരകയ്യേറ്റക്കാരാണ് – കിട്ടുന്നതൊക്കെ കടത്തുന്നവർ); ഞാൻ ആ ചെക്കനോട് നേരിട്ട് പറഞ്ഞു (ഒരു തടിയൻ മന്ദബുദ്ധി, പത്ത് വയസ്സ് പ്രായം കാണും, നാണം കെട്ടവൻ) ഞാൻ ഈ പലകകൾ നിന്റെ അച്ഛന് കൊണ്ടുകൊടുക്കാം, ഡിക്ക്, നീ വേഗം വീട്ടിൽ പൊയ്ക്കൊള്ളൂ – അവൻ ഒരു മന്ദനെപ്പോലെ മുഖം തിരിച്ച് ഒന്നും മിണ്ടാതെ നിന്നു. നന്നായി ശകാരിക്കേണ്ടതായിരുന്നു എന്ന് എനിക്ക് തോന്നി; അതോടെ അവന്റെ വീട്ടിലേയ്ക്ക് അതിക്രമിച്ച് കയറുന്ന സ്വഭാവം എന്നെന്നേക്കുമായി നിന്നേനെ – അത്തരം ആർത്തിപ്പണ്ടങ്ങളെ എനിക്ക് വെറുപ്പാണ് – നിങ്ങളുടെ അച്ഛൻ ആ കുടുംബത്തോട് എത്ര

നന്നായാണ് പെരുമാറിയിരുന്നത്; കൊല്ലം മുഴുവൻ അയാളെ ജോലിക്ക് നിർത്തുമായിരുന്നു!"

ആരും അതിന് മറുപടി കൊടുക്കാൻ മെനക്കെട്ടില്ല; മറ്റുള്ളവർ വേഗം തിരിച്ചുപോയി. അവരെ നേരെയാക്കാൻ ശ്രമം നടത്തിയല്ലോ എന്നൊരു സംതൃപ്തി മാത്രം എഡ്മണ്ടിനുണ്ടായി.

ഡിന്നർ സമയം വിരസതയോടെ കടന്നുപോയി. ഡിക്സനുനേരെയുണ്ടായ തന്റെ വിജയത്തെക്കുറിച്ച് മിസിസ് നോറിസ് വീണ്ടും വർണിച്ചു; എന്നാൽ, നാടകങ്ങളെക്കുറിച്ചോ, അതിന്റെ തയ്യാറെടുപ്പുകളെക്കുറിച്ചോ ചർച്ച ചെയ്യപ്പെട്ടില്ല. കാരണം, എഡ്മണ്ടിന്റെ നിരസനം അവന്റെ സഹോദരനിൽപോലും അസ്വസ്ഥത സൃഷ്ടിച്ചിരുന്നു, അയാളത് സമ്മതിക്കില്ലെങ്കിലും. ഹെൻട്രിക്രാഫോർഡിന്റെ ഉത്സാഹപൂർവമായ പിൻതാങ്ങൽ ആഗ്രഹിച്ചെങ്കിലും ആ വിഷയം ഒഴിവാക്കുകയാണ് ഭേദം എന്നു കരുതി. ജൂലിയയെ പ്രീതിപ്പെടുത്താൻ സ്വയം ശ്രമിച്ച മിസ്റ്റർ യെറ്റ്സ് അവളുടെ വിഷാദഭാവം കണ്ട് ഒരു വിഷയത്തിലേക്കും കടക്കാനാവാതെ കുഴങ്ങി, ഞങ്ങളുടെ കമ്പനിയിൽ നിന്നും ഒഴിഞ്ഞ് മാറിയതിൽ ദുഃഖം പ്രകടിപ്പിക്കുക മാത്രം ചെയ്തു. മിസ്റ്റർ റഷ്വർത്തിന്റെ തലയിൽ സ്വന്തം റോളും സ്വന്തം ഡ്രസ്സും മാത്രമേ ഉണ്ടായിരുന്നുള്ളൂ; മറ്റ് കാര്യങ്ങളിൽ യാതൊരു താൽപ്പര്യവും കാണിച്ചില്ല.

എന്നാൽ, തിയേറ്ററിനെ സംബന്ധിക്കുന്ന കാര്യങ്ങൾ ഒന്നോ രണ്ടോ മണിക്കൂർ നേരത്തേയ്ക്ക് മാത്രമാണ് മാറ്റി വെയ്ക്കപ്പെട്ടത്; ഇനിയും ഒരുപാട് കാര്യങ്ങൾ തീരുമാനിക്കാനുണ്ട്. വൈകുന്നേരം പുത്തൻ ആവേശത്തോടെ ടോം, മരിയ, മിസ്റ്റർ യെറ്റ്സ് എന്നിവർ വീണ്ടും ഡ്രോയിംഗ് റൂമിൽ ഒത്തുകൂടി; പ്രത്യേകമായൊരു മേശയ്ക്ക് ചുറ്റുമിരുന്ന്, നാടകപുസ്തകം തുറന്നുവച്ച്, വിഷയത്തിന്റെ അഗാധതയിലേയ്ക്ക് ഇറങ്ങിച്ചെല്ലവെ മിസ്റ്റർ ക്രാഫോർഡും മിസ്സ്. ക്രാഫോർഡും അങ്ങോട്ട് കയറിച്ചെന്നു. ഇരുട്ടത്ത് വൈകിവരാൻ ബുദ്ധിമുട്ടായിരുന്നെങ്കിലും അവർക്ക് വരാതിരിക്കാൻ കഴിഞ്ഞില്ല; നന്ദി നിറഞ്ഞ ആഹ്ലാദത്തോടെ അവർ സ്വാഗതം ചെയ്യപ്പെട്ടു.

"കൊള്ളാം, എങ്ങിനെയാണ് കാര്യങ്ങൾ നീങ്ങുന്നത്? എന്താണ് തീരുമാനങ്ങൾ?"

"ഓ! നിങ്ങളെക്കൂടാതെ ഞങ്ങൾക്കൊന്നും ചെയ്യാൻ കഴിയില്ല." ഇതായിരുന്നു ആദ്യകുശലപ്രശ്നം. മറ്റ് മൂന്ന് പേരോടൊപ്പം മേശയ്ക്കരികിൽ ഹെൻട്രിക്രാഫോർഡ് ഇരിപ്പുറപ്പിച്ചു. അയാളുടെ സഹോദരി ലേഡി ബെർട്രാമിന്നരികിലേയ്ക്ക് ചെന്ന് സസന്തോഷം അവരെ അഭിനന്ദിച്ചു.

"ഞാൻ ശരിക്കും നിങ്ങളെ അഭിനന്ദിക്കുന്നു, പ്രഭ്വി," അവൾ പറഞ്ഞു "നാടകം തെരഞ്ഞെടുത്തതിൽ; മാതൃകാപരമായ ക്ഷമയോടെ നിങ്ങൾ എല്ലാം സഹിച്ചെങ്കിലും ഈ ശബ്ദകോലാഹലങ്ങളും ബുദ്ധിമുട്ടുകളും നിങ്ങളെ തളർത്തിയിരിക്കുമെന്നെനിക്കുറപ്പാണ്. അഭിനേതാക്കൾ സന്തുഷ്ടരായിരിക്കാം; എന്നാൽ, നോക്കി നിൽക്കുന്നവർ ഒരു തീരുമാനത്തി

ലെത്തിയതിൽ അങ്ങേയറ്റം നന്ദിയുള്ളവരാണ്. മാഡം, ഞാൻ നിങ്ങളോടും മിസിസ് നോറിസിനോടും, അതേ വിഷമാവസ്ഥയിൽ അകപ്പെട്ട മറ്റുള്ളവരോടും ആത്മാർത്ഥമായി എന്റെ സന്തോഷം പങ്കുവയ്ക്കുന്നു." പാതി ഭീതിയോടെ ഫാന്നിക്കപ്പുറത്തിരിക്കുന്ന എഡ്മണ്ടിനെ അവൾ ഒന്നുനോക്കി.

ലേഡിബെർട്രാം വളരെ മര്യാദയോടെ അവൾക്ക് മറുപടി നൽകി; എന്നാൽ എഡ്മണ്ട് ഒന്നും മിണ്ടിയില്ല; ഒരു കാഴ്ചക്കാരനെപ്പോലെ നിസ്സംഗത പാലിച്ചു. ഏതാനും മിനിട്ടുകൾ തീയേറ്ററിന് ചുറ്റും ഇരിക്കുന്ന സംഘത്തോട് സൊറപറഞ്ഞ ശേഷം, മേശയ്ക്കരികിലിരിക്കുന്ന പാർട്ടിയിലേക്ക് മിസ്സ്. ക്രാഫോർഡ് മടങ്ങി. അവരുടെ തയാറെടുപ്പുകളിൽ താൽപ്പര്യമെടുത്ത് കുറച്ചുനേരം അവരുടെ അടുത്തവൾ നിന്നു. പെട്ടെന്ന് എന്തോ ഓർത്തപോലെ അവൾ അതിശയം പ്രകടിപ്പിച്ചു.

"എന്റെ നല്ല സുഹൃത്തുക്കളേ, നിങ്ങൾ തികഞ്ഞ ശാന്തതയോടെ ഈ കോട്ടേജുകളെക്കുറിച്ചും മറ്റും ചർച്ച ചെയ്യുകയാണല്ലോ – എന്നാൽ, അതിന്നിടയ്ക്ക് എന്റെ ഭാഗധേയം എന്താണെന്ന് പറയൂ. ആരായിരിക്കും അൻഹാൾട്ട്? നിങ്ങളിൽ ഏത് മാന്യനുമായിട്ടാണ് എനിക്ക് പ്രേമത്തിലാകേണ്ടത്?"

ഒരുനിമിഷം നേരത്തേക്ക് ആരും ഒന്നും ശബ്ദിച്ചില്ല. പിന്നെ എല്ലാവരും ഒന്നിച്ച് ആ ദുഃഖസത്യം വെളിപ്പെടുത്തി – അതായത് അവർക്കിതുവരെ അൻഹാൾട്ടിനെ കിട്ടിയില്ലെന്ന്. "മിസ്റ്റർ റഷ്വർത്ത് ആയിരിക്കും കൗണ്ട് കാസ്സെൽ, എന്നാൽ ആരും ഇതുവരെ അൻഹാൾട്ടിന്റെ റോൾ ഏറ്റെടുത്തിട്ടില്ല."

"എനിക്ക് ഏതുവേണമെങ്കിലും തെരഞ്ഞെടുക്കാനുള്ള സ്വാതന്ത്ര്യമുണ്ടായിരുന്നു." മിസ്റ്റർ റഷ്വർത്ത് പറഞ്ഞു "എന്നാൽ, എനിക്കേറ്റവും ഇഷ്ടപ്പെട്ടത് കൗണ്ട് ആണ് – ധരിക്കേണ്ട ആഡംബരവസ്ത്രത്തോട് അത്ര പ്രതിപത്തിയില്ലെങ്കിലും."

"നിങ്ങൾ വളരെ ബുദ്ധിപൂർവം തെരഞ്ഞെടുത്തു, ഞാൻ ഉറപ്പ് തരുന്നു." പ്രസന്നഭാവത്തോടെ മിസ്സ്. ക്രാഫോർഡ് മറുപടി നൽകി. "അൻഹാൾട്ട് ഒരു കരുത്തുള്ള കഥാപാത്രമാണ്."

"കൗണ്ടിന് നാൽപ്പത്തിരണ്ട് സംഭാഷണങ്ങളുണ്ട്" മിസ്റ്റർ റഷ്വർത്ത് തിരിച്ചടിച്ചു. "അത് നിസ്സാരകാര്യമല്ല."

"എനിക്കതിലൊട്ടും അത്ഭുതമില്ല" ചെറിയൊരു ഇടവേളയ്ക്കു ശേഷം മിസ്സ്. ക്രാഫോർഡ് പറഞ്ഞു, "അൻഹാൾട്ടിന്റെ റോളിന് ആളെ കിട്ടാത്തതിൽ. അമേലിയയുടെയും ഗതി അതുതന്നെ. അത്തരം ഒരു പുരോഗമനവാദിയായ യുവതി ഏത് പുരുഷനെയും ഭയപ്പെടുത്തും"

"പറ്റുമെങ്കിൽ ആ റോൾ ഞാൻ എടുത്തേനെ, സസന്തോഷം." ടോം ഉച്ചത്തിൽ ആക്രോശിച്ചു.

"നിർഭാഗ്യവശാൽ ബട്ട്ലറും അൻഹാൾട്ടും ഒന്നിച്ച് വരുന്നുണ്ട്. എന്തായാലും, അക്കാര്യം ഞാൻ പൂർണമായും ഉപേക്ഷിച്ചിട്ടില്ല – എന്ത് ചെയ്യാൻ പറ്റുമെന്ന് ഒന്നു നോക്കട്ടെ – വീണ്ടും ഒന്നുകൂടി പരിശോധിക്കാം."

"നിന്റെ സഹോദരൻ ആ ഭാഗമെടുക്കട്ടെ" യെറ്റ്സ് മെല്ലെ പറഞ്ഞു "അവൻ ചെയ്യുമെന്ന് നീ കരുതുന്നില്ലേ?"

"ഞാനവനോട് ആവശ്യപ്പെടില്ല". തണുപ്പൻ മട്ടിൽ ദൃഢനിശ്ചയത്തോടെ ടോം മറുപടി നൽകി.

മിസ്സ്. ക്രാഫോർഡ് മറ്റെന്തോ സംസാരിച്ചശേഷം തീകായുന്ന സംഘത്തിന്റെ അടുത്തെത്തി. "അവർക്കെന്നെ ആവശ്യമേയില്ല" അവരുടെകൂടെ ഇരുന്നുകൊണ്ടവൾ പറഞ്ഞു "ഞാനവരെ വിഷമിപ്പിക്കുന്നു, ഭംഗിവാക്ക് പറയിപ്പിക്കുന്നു. മിസ്റ്റർ എഡ്വാർഡ് ബെർട്രാം, നിങ്ങൾ നാടകത്തിൽ അഭിനയിക്കാത്ത നിലയ്ക്ക്, നിങ്ങൾക്ക് നിഷ്പക്ഷനായൊരു ഉപദേഷ്ടാവാകാൻ കഴിയും. അതുകൊണ്ട് ഞാൻ അപേക്ഷിക്കുന്നു. അൻഹാൾട്ടിന്റെ ഭാഗത്തിന്നായി നമ്മൾ എന്ത് ചെയ്യണം? ഏതെങ്കിലും ഒരാൾ ഡബിൾ റോൾ ചെയ്യുന്നത് പ്രായോഗികമാണോ? നിങ്ങളുടെ ഉപദേശം എന്താണ്?

"എന്റെ ഉപദേശം" അവൻ ശാന്തനായി പറഞ്ഞു "നാടകം മാറ്റുക"

"എനിക്കതിൽ ഒരെതിർപ്പുമില്ല" അവൾ മറുപടി നൽകി. "എനിക്ക് അമേലിയയുടെ ഭാഗത്തോട് പ്രത്യേക വൈമുഖ്യമൊന്നുമില്ലെങ്കിലും (നന്നായി പിന്താങ്ങിയാൽ) – അതായത് എല്ലാം നല്ല രീതിയിൽ നീങ്ങിയാൽ – ഒരു പ്രശ്നമുണ്ടാക്കാൻ എനിക്ക് ദുഃഖമുണ്ട് – എന്നാൽ, ആ മേശയിലുള്ളവർ നിങ്ങളുടെ ഉപദേശം കേൾക്കാൻ തയാറല്ലെങ്കിലോ – (ചുറ്റും നോക്കിക്കൊണ്ട്) – അത് തീർച്ചയായും അവർ എടുക്കില്ല."

എഡ്മണ്ട് പിന്നെയൊന്നും മിണ്ടിയില്ല. "ഏതെങ്കിലും റോൾ നിങ്ങൾക്കെടുക്കാൻ താൽപ്പര്യമുണ്ടെങ്കിൽ, അത് അൻഹാൾട്ടായിരിക്കുമെന്ന് ഞാൻ കരുതുന്നു." ചെറിയൊരു നിശ്ശബ്ദതയ്ക്കു ശേഷം ചതുരതയോടെ ആ ലേഡി അഭിപ്രായപ്പെട്ടു "കാരണം, അയാളൊരു പുരോഹിതനാണ്, അറിയാമോ."

"ആ സാഹചര്യമൊന്നും എന്നെ പ്രലോഭിപ്പിക്കാൻ പോകുന്നില്ല, ഒരു തരത്തിലും." അയാൾ മറുപടി നൽകി. "മോശം അഭിനയത്തിലൂടെ ആ കഥാപാത്രത്തെ പരിഹാസ്യമാക്കുന്നതിൽ എനിക്ക് ഖേദമുണ്ട്. സാധാരണ ഉപദേശിയിൽനിന്നും വ്യത്യസ്തനായി അൻഹാൾട്ടിനെ അവതരിപ്പിക്കാൻ വളരെ പ്രയാസമാണ്. ആ തൊഴിൽ തെരഞ്ഞെടുത്തവൻ പോലും അത് സ്റ്റേജിൽ അവതരിപ്പിക്കാൻ ആഗ്രഹിച്ചേക്കില്ല."

മിസ്സ്. ക്രോഫോർഡ് നിശ്ശബ്ദത പാലിച്ചു; അമർഷത്തോടെ സ്വന്തം കസേര ചായമേശയ്ക്കരികിലേക്ക് വലിച്ചിട്ട്, അവിടെ അധ്യക്ഷത വഹിച്ചിരുന്ന മിസിസ് നോറിസിനെ ശ്രദ്ധിച്ചുകൊണ്ടിരുന്നു.

"ഫാന്നീ" മറ്റൊരു മേശയിൽ നിന്ന് ടോംബെർട്രാം വിളിച്ചു. അവിടെ ആകാംക്ഷയോടെ സമ്മേളനം നടക്കുകയാണ്, നിലയ്ക്കാത്ത ചർച്ച. "ഞങ്ങൾക്ക് നിന്റെ സേവനം ആവശ്യമാണ്." അലച്ചിലുള്ള എന്തെങ്കിലും ജോലിയായിരിക്കും എന്ന പ്രതീക്ഷയോടെ ഫാന്നി പെട്ടെന്ന് എഴുന്നേറ്റു. ബുദ്ധിമുട്ടുള്ള ജോലികൾ അവളെ ഏൽപ്പിക്കുന്നശീലം ഇപ്പോഴും അവസാനിക്കപ്പെട്ടിട്ടില്ല, എഡ്മണ്ട് കഴിയാവുന്നത്ര ശ്രമിച്ചിട്ടും!

"ഓഹ്! ഞങ്ങൾ നിന്നെ സീറ്റിൽനിന്ന് എഴുന്നേൽപ്പിക്കാൻവേണ്ടിയല്ല വിളിച്ചത്, ബുദ്ധിമുട്ടിക്കാനല്ല, ഇപ്പോൾ ആവശ്യമില്ല. നീ ഞങ്ങളുടെ നാടകത്തിൽ അഭിനയിക്കണമെന്നു പറയാനാണ്, നീ കോട്ടേജുകാരന്റെ ഭാര്യയാകണം.

"ഞാനോ!" ഫാന്നി നിലവിളിച്ചുകൊണ്ട് വീണ്ടും കസേരയിലിരുന്നു; അവളുടെ മുഖഭാവം പേടിച്ചു വിരണ്ടിരുന്നു. "എന്നോട് തീർച്ചയായും നിങ്ങൾ ക്ഷമിക്കണം; ഈ ലോകം തന്നെ നൽകിയാലും എനിക്കഭിനയിക്കാൻ കഴിയില്ല. ഇല്ല, തീർച്ചയായും കഴിയില്ല."

"എന്നാൽ നീ തീർച്ചയായും അഭിനയിക്കണം, ഞങ്ങൾക്ക് നിന്നോട് ക്ഷമിക്കാനാവില്ല. നീ പേടിക്കണ്ട, അത് ഒരു ചെറിയ റോൾ ആണ്, വളരെ നിസ്സാരം, എല്ലാംകൂടി അരഡസൻ സംഭാഷണം കാണും. നീ പറയുന്ന വാക്കുകളൊന്നും ആരും കേട്ടില്ലെങ്കിലും ഒരു കുഴപ്പവുമില്ല, നിന്റെ ഇഷ്ടാനുസരണം ഒരു എലിയെപ്പോലെ ഇഴഞ്ഞുനടന്നാലും പ്രശ്നമില്ല; എന്നാൽ, ഞങ്ങൾക്ക് നിന്നെ വേണം."

"നീ അരഡസൻ സംഭാഷണത്തെ ഭയപ്പെടുകയാണെങ്കിൽ" മിസ്റ്റർ റഷ്വർത്ത് ഉച്ചത്തിൽ ചോദിച്ചു "എന്നെപ്പോലൊരു ഭാഗമെടുത്താൽ എന്ത് ചെയ്യും? എനിക്ക് നാൽപ്പത്തിരണ്ട് സംഭാഷണങ്ങൾ പഠിക്കാനുണ്ട്."

"ഞാൻ കാണാപ്പാഠം പഠിക്കാൻ പേടിച്ചിട്ടൊന്നുമല്ല." താൻ മാത്രമേ ആ മുറിയിലപ്പോൾ സംസാരിക്കുന്നുള്ളൂ എന്നുകണ്ടവൾ നടുങ്ങി. എല്ലാവരുടെയും കണ്ണുകൾ അവളുടെമേൽ പതിഞ്ഞിരുന്നു "എന്നാൽ, ശരിക്കും എനിക്ക് അഭിനയിക്കാൻ കഴിയില്ല."

"അതെയതെ, ഞങ്ങൾക്കുവേണ്ടി ഭംഗിയായി അഭിനയിക്കാൻ നിനക്ക് കഴിയില്ല. നിന്റെ ഭാഗം പഠിക്കൂ, ബാക്കിയെല്ലാം ഞങ്ങൾ പഠിപ്പിക്കാം. നിനക്ക് രണ്ട് രംഗങ്ങളേയുള്ളൂ. ഞാൻ കോട്ടേജുകാരനായ നിലയ്ക്ക് നിന്നെ ഉള്ളിലേക്കെടുക്കുകയും പുറത്തേക്ക് തള്ളുകയും ചെയ്യാം, നീ അത് വളരെ നന്നായി ചെയ്യും, ഞാൻ ഉത്തരവാദിത്വമേറ്റെടുക്കുന്നു."

"തീർച്ചയായും ഇല്ല, മിസ്റ്റർ ബെർട്രാം, നിങ്ങൾ എന്നോട് ക്ഷമിക്കണം; നിങ്ങൾക്കതിനെക്കുറിച്ച് സങ്കൽപ്പിക്കാനാവില്ല. അതെനിക്കസാധ്യമാണ്. ഞാനതേറ്റെടുത്താൽ നിങ്ങൾക്ക് നിരാശപ്പെടേണ്ടി വരും."

"ഛൂ! ഛൂ! നാണിക്കേണ്ട. നീ അത് വളരെ നന്നായി ചെയ്യും. എല്ലാവിധ സഹായങ്ങളും നിനക്ക് ലഭ്യമായിരിക്കും. പൂർണതയൊന്നും ഞങ്ങൾ പ്രതീക്ഷിക്കുന്നില്ല. ഒരു തവിട്ടുനിറമുള്ള ഗൗൺ നീ സംഘടിപ്പിക്കണം. ഒരു വെള്ള ആപ്രണും തൊപ്പിയും. നിന്റെ മുഖത്ത് കുറച്ച് ചുളിവ് വരുത്തണം, കൺകോണുകളിലും; അപ്പോൾ നീ ആ കൊച്ചുവൃദ്ധയായി ശരിക്കും മാറും."

"നിങ്ങൾ എന്നോട് ക്ഷമിക്കണം, തീർച്ചയായും ക്ഷമിക്കണം" ഫാന്നി നിലവിളിച്ചു. വിഷമം കൊണ്ടവളുടെ മുഖം ചുവന്നു. വേദനയോടെ അവൾ എഡ്മണ്ടിനെ നോക്കി. സഹോദരന്റെ സംസാരത്തിലടിപ്പെട്ട് അയാളെ പ്രകോപിപ്പിക്കേണ്ടെന്ന് കരുതി, അനുകമ്പയോടെ അവളെ ശ്രദ്ധിച്ചുകൊണ്ടിരുന്ന അവൻ, പ്രോത്സാഹിപ്പിക്കുന്ന രീതിയി

ലുള്ള ഒരു മന്ദഹാസം മാത്രം അവൾക്ക് നൽകി. അവളുടെ അഭ്യർഥന യൊന്നും ടോമിൽ ഏശിയില്ല. അയാൾ പറഞ്ഞതുതന്നെ ആവർത്തിച്ചു. ടോം മാത്രമായിരുന്നില്ല, മരിയയും ക്രാഫോർഡും മിസ്റ്റർ യെറ്റ്സും ആ ആവശ്യത്തെ പിന്താങ്ങി. ടോമിന്റെ ശൈലിയിലായിരുന്നില്ല, വളരെ മാന്യ മായ രീതിയിൽ. ഫാന്നിക്കത് അപ്രതിരോധ്യമായിത്തോന്നി. അവളതി നുശേഷം ഒന്ന് ശ്വാസം വിടുന്നതിന് മുമ്പ് മിസിസ് നോറിസ് തുടങ്ങി. മന്ത്രിക്കുന്നപോലെയായിരുന്നെങ്കിലും എല്ലാവർക്കും കേൾക്കാമായിരുന്നു അവളുടെ കോപത്തോടെയുള്ള ശാസന "ഒരു കാര്യവുമില്ലാതെ എന്തി നാണീ പ്രശ്നം ഇവിടെ – നിന്റെ കാര്യമോർത്തെനിക്ക് ലജ്ജ തോന്നുന്നു, ഫാന്നി. ഇത്തരം നിസ്സാരകാര്യത്തിനായി നീ വിഷമം സൃഷ്ടിക്കുന്നു, കസിനുമാരോട് മര്യാദ കാണിച്ചുകൂടേ – അവർ നിന്നോട് എത്ര കരുണയു ള്ളവരാണ്! – സന്തോഷത്തോടെ ആ റോൾ എടുക്കൂ. ഇനി അക്കാര്യത്തെ ച്ചൊല്ലി ഒരു വർത്തമാനവും ഇവിടെ കേൾക്കരുത്, എന്റെ അപേക്ഷയാണ്."

"അവളെ നിർബന്ധിക്കരുത്, മാഡം" എഡ്മണ്ട് പറഞ്ഞു. "ഇത്ത രത്തിൽ അവളെ നിർബന്ധിക്കുന്നത് ശരിയല്ല – നിങ്ങൾ കാണുന്നതല്ലേ, അവൾക്ക് നാടകത്തിൽ അഭിനയിക്കാൻ ഇഷ്ടമല്ല – ബാക്കിയുള്ളവരെ പ്പോലെ അവളും സ്വയം തെരഞ്ഞെടുക്കട്ടെ – തീരുമാനം. അവളെ ഇനിയും നിർബന്ധിക്കരുത്."

"ഞാനവളെ നിർബന്ധിക്കാൻ പോകുന്നില്ല" മിസിസ് നോറിസ് പരുഷമായി മറുപടി നൽകി "എന്നാൽ വളരെ ദുർവാശിക്കാരിയായി ഞാനവളെ കരുതും, നന്ദിയില്ലാത്ത പെൺകുട്ടി. സ്വന്തം ആന്റിയുടെയും കസിനുകളുടെയും ആഗ്രഹപ്രകാരം നടക്കാത്തവൾ – തികച്ചും നന്ദി കെട്ടവൾ, തീർച്ചയായും, താനാരാണെന്ന് സ്വയം അറിയാത്തവൾ."

എഡ്മണ്ട് സംസാരിക്കാൻ പറ്റാത്തത്ര ദേഷ്യത്തിലായിരുന്നു. മിസ്സ്. ക്രാഫോർഡ് ഒരു നിമിഷം അത്ഭുതത്തോടെ മിസിസ് നോറിസിനെ മിഴിച്ചു നോക്കി, പിന്നെ ഫാന്നിയുടെ നേരെ ദൃഷ്ടിപായിച്ചു; അവൾ കണ്ണുകൾ നിറച്ച് നിൽക്കുകയാണ്.

"ഈ പരിതഃസ്ഥിതി ഞാൻ ഇഷ്ടപ്പെടുന്നില്ല; ഇവിടെ എനിക്ക് വല്ലാത്ത ചൂട് അനുഭവപ്പെടുന്നു" എന്നു പറഞ്ഞ് മിസ്സ്. ക്രാഫോർഡ് ഫാന്നിയുടെ മുന്നിലേക്ക് കസേര വലിച്ചിട്ട് ഇരുന്നു. കരുണയോടെ മെല്ലെ ഫാന്നിയോട് മന്ത്രിച്ചു "സാരമില്ല, എന്റെ പ്രിയപ്പെട്ട മിസ്സ്. പ്രൈസ് – എല്ലാവരും എതിർക്കുകയും പീഡിപ്പിക്കുകയും ചെയ്യുന്നു, എന്നാൽ നമ്മളതൊന്നും കാര്യമാക്കേണ്ട." അവൾ ശ്രദ്ധയോടെ ഫാന്നിയോട് സംസാരം തുടർന്നു; സ്വയം അസ്വസ്തയാണെങ്കിലും ഫാന്നിയെ ഉത്സാ ഹിപ്പിക്കാൻ ശ്രമിച്ചു – സഹോദരനു നേരെയുള്ള ഒറ്റനോട്ടംകൊണ്ട് നാട കത്തിനുവേണ്ടിയുള്ള കൂടുതൽ അഭ്യർഥനകൾ തടഞ്ഞു. വാസ്തവത്തിൽ, പെട്ടെന്ന് എഡ്മണ്ടിന്റെ പ്രീതിനേടുകയായിരുന്നു അവളുടെ ലക്ഷ്യം.

ഫാന്നിക്ക് മിസ്സ്. ക്രാഫോർഡിനെ ഇഷ്ടമല്ലായിരുന്നു. എന്നാൽ, അപ്പോഴുള്ള അവളുടെ കരുണാർദ്രമായ പെരുമാറ്റത്തിൽ ഫാന്നി കൃത

ജ്ഞതയുള്ളവളായിരുന്നു. ഫാന്നി ചെയ്യുന്ന തുന്നൽപ്പണിയെ അവൾ പ്രശംസിച്ചു. കസിൻ വിവാഹം കഴിഞ്ഞുപോയാൽ, അവൾ പുറംലോകത്തേക്ക് വരുമെന്നവൾ കരുതി. നേവിയിലുള്ള സഹോദരനിൽനിന്ന് വല്ല വിവരവും ഈയിടെ കിട്ടിയിരുന്നോ എന്ന് മിസ്സ്. ക്രാഫോർഡ് തിരക്കി, തനിക്കയാളെ കാണാൻ ജിജ്ഞാസയുണ്ടെന്നും പറഞ്ഞു. അയാൾ വളരെ മാന്യനായ വ്യക്തിയായി അവൾ കരുതുന്നെന്നും, നേവിയിൽ ചേരുന്നതിന് മുമ്പുള്ള അയാളുടെ ഫോട്ടോ കാണാൻ താൽപ്പര്യമുണ്ടെന്നും അറിയിച്ചു – സുഖകരമായൊരു മുഖസ്തുതിയാണതെന്നവൾക്ക് അറിയാമെങ്കിലും കേട്ടുകൊണ്ടിരുന്നു; ഉദ്ദേശിച്ചതിലേറെ ഉന്മേഷത്തോടെ മറുപടി നൽകിക്കൊണ്ടിരുന്നു.

നാടകത്തെക്കുറിച്ചുള്ള ചർച്ച അപ്പോഴും തുടർന്നുകൊണ്ടിരുന്നു. ടോമിന്റെ വിളി മിസ്സ്. ക്രാഫോർഡിനെ ഫാന്നിയുമായുള്ള സംഭാഷണത്തിൽ നിന്ന് പിൻതിരിപ്പിച്ചു. അൻഹാൾട്ടിന്റെയും ബട്ളറിന്റെയും റോളുകൾ ഒന്നിച്ചഭിനയിക്കാൻ നിർവാഹമില്ലെന്ന് ആത്മാർഥമായ ഖേദത്തോടെ ടോം ബെർട്രാം അവളോട് വിളിച്ചുപറഞ്ഞു – പരമാവധി ശ്രമം അതിനായി അയാൾ നടത്തിയിരുന്നു – എന്നാൽ, അത് അസാധ്യമാണ് – അയാൾക്കത് ഉപേക്ഷിക്കേണ്ടി വന്നു – "എന്നാൽ, യാതൊരു ബുദ്ധിമുട്ടും ഇല്ലാതെ ആ റോൾ എടുപ്പിക്കാൻ ആളെകിട്ടും" അയാൾ തുടർന്നു "ഒരു വാക്ക് പറഞ്ഞാൽ മതി; നമ്മൾക്ക് തെരഞ്ഞെടുക്കാം – ഇവിടുന്ന് ആറ് നാഴിക ദൂരത്തിനുള്ളിൽനിന്ന് ആറു പേരെയെങ്കിലും എനിക്ക് നിർദേശിക്കാൻ കഴിയും, നമ്മുടെ കമ്പനിയിൽ ചേരാൻ ഭ്രമമുള്ളവർ, അവരിൽ ഒന്നോ രണ്ടോ പേർ നമ്മുടെ അന്തസ്സിന് യോജിച്ചവരാണ് – ഒലിവറെയും ചാൾസ് മഡോക്സിനെയും എനിക്ക് വിശ്വസിക്കാനാകും. അതുകൊണ്ട് നാളെ പുലർച്ചെ ഞാൻ കുതിരപ്പുറത്ത് സ്റ്റോക്കിൽപോയി അവരിലൊരാളെ പറഞ്ഞുറപ്പിക്കാം."

അയാൾ ഇത് പറഞ്ഞപ്പോൾ മരിയ ഉൽക്കണ്ഠയോടെ എഡ്മണ്ടിനെ തിരിഞ്ഞുനോക്കി; ഇത്തരം ഒരു പദ്ധതി അവൻ തീർച്ചയായും എതിർക്കണമെന്നവൾ പൂർണമായും ആശിച്ചു; അവരുടെ ആദ്യത്തെ എല്ലാ പ്രതിഷേധങ്ങൾക്കും ഈ തീരുമാനം കടകവിരുദ്ധമായി. എന്നാൽ, എഡ്മണ്ട് ഒന്നും മിണ്ടിയില്ല. – കുറച്ച് നേരം ചിന്തിച്ചശേഷം മിസ്സ്. ക്രാഫോർഡ് ശാന്തയായി മറുപടി നൽകി "എന്നെ സംബന്ധിച്ചിടത്തോളം, നിങ്ങൾ എന്ത് തീരുമാനിച്ചാലും എനിക്കൊരു എതിർപ്പുമില്ല. ഈ മാന്യന്മാരെ ആരെയെങ്കിലും ഞാൻ മുമ്പ് കണ്ടിട്ടുണ്ടോ – ഉവ്വ്, മിസ്റ്റർ ചാൾസ് മഡോക്സ് ഒരു ദിവസം സഹോദരിയുടെ വീട്ടിൽ ഡിന്നറിന് വന്നിട്ടുണ്ട്, അല്ലേ, ഹെൻട്രി? – ഒരു ശാന്തനായ മനുഷ്യൻ, എനിക്കയാളെ ഓർമയുണ്ട്. അയാൾ ആയിക്കോട്ടെ, നിങ്ങൾക്കിഷ്ടമാണെങ്കിൽ. തികച്ചും അപരിചിതനായൊരാളെക്കാൾ ഭേദം അതായിരിക്കും."

ചാൾസ് മഡോക്സ്തന്നെ ആവട്ടെ– പിറ്റേന്ന് പുലർച്ചെ അയാളുടെ അടുക്കൽ പോകാനുള്ള തന്റെ തീരുമാനം ടോം ആവർത്തിച്ചു. മുമ്പ് വാതുറക്കാതിരുന്ന ജൂലിയ രൂക്ഷമായ പരിഹാസത്തോടെ ആദ്യം മരി

യായുടെയും പിന്നെ എഡ്മണ്ടിന്റെയും നേരെ ദൃഷ്ടി പായിച്ചുകൊണ്ട് അഭിപ്രായപ്പെട്ടു.

"മാൻസ് ഫീൽഡ് തിയേറ്റർ പരിപാടികൾ അയൽവാസികൾക്കു മുഴുവൻ നല്ല ഉല്ലാസം പകരും!"

എഡ്മണ്ട് അപ്പോഴും ശാന്തനായിരുന്നു. പക്ഷേ ഉള്ളിലെ വികാരം മുഴുവൻ ആ മുഖത്ത് പ്രതിഫലിച്ചിരുന്നു.

"നമ്മുടെ ഈ നാടകത്തോട് വലിയ ഉത്സാഹമൊന്നും എനിക്ക് തോന്നുന്നില്ല." കുറച്ചുനേരം ചിന്തയിലാണ്ടശേഷം മിസ്സ്. ക്രാഫോർഡ് ശബ്ദം താഴ്ത്തി ഫാന്നിയോട് പറഞ്ഞു.

"മിസ്റ്റർ മഡോക്സിന്റെ ചില സംഭാഷണങ്ങൾ ഞാൻ വെട്ടിച്ചുരുക്കുമെന്ന് അയാളോട് റിഹേഴ്സൽ തുടങ്ങുന്നതിനു മുമ്പുതന്നെ ഞാൻ പറയും, എന്റെ കുറെയേറെ ചുരുക്കണം – അത് വളരെ അരോചകമായിരിക്കും. ഒരിക്കലും ഞാൻ പ്രതീക്ഷിച്ചതുപോലെ ആകില്ല."

16

മിസ്സ്. ക്രാഫോർഡിന്റെ ആശ്വാസവാക്കുകൾക്കൊന്നും, കഴിഞ്ഞ സംഭവങ്ങൾ ഫാന്നിയുടെ മനസിൽ നിന്ന് മാച്ചുകളയാൻ കഴിഞ്ഞില്ല – സന്ധ്യകഴിഞ്ഞ് അവൾ കിടന്നുറങ്ങാൻ പോയത് വേദനനിറഞ്ഞ മനസോടെ ആയിരുന്നു. അത്ര പരസ്യമായി തുടർച്ചയായുള്ള കസിൻ ടോമിന്റെ അധിക്ഷേപം അവളെ അപ്പോഴും അസ്വസ്ഥയാക്കിക്കൊണ്ടിരുന്നു. അതോടൊപ്പം കേൾക്കേണ്ടിവന്ന ആന്റിയുടെ നിർദയശകാരവും അവളെ വല്ലാതെ തളർത്തിക്കളഞ്ഞു. അത്തരത്തിൽ എല്ലാവരുടെയും മുന്നിൽവെച്ച് തന്നെ വിളിച്ചുപറഞ്ഞത്, ഇതിനെക്കാൾ എത്രയോ മോശമായത് സംഭവിക്കാൻ പോകുന്നതിന്റെ നാന്ദിയാണ്. അന്ന് കേൾക്കാനിടയായത് എല്ലാം അവളുടെ മനസിനെ മഥിച്ചുകൊണ്ടിരുന്നു – അഭിനയിക്കാനെന്താണിത്ര പ്രയാസം, അവളത് ചെയ്യണം എന്ന വാശി – ദുർവാശിക്കാരിയും നന്ദിയില്ലാത്തവളുമാണെന്ന ആരോപണം, താൻ ദാസ്യവൃത്തി ചെയ്യേണ്ടവളാണെന്നതിന്റെ ശക്തമായ സൂചനയായിരുന്നു. അവൾ അപ്പോൾ തീവ്രദുഃഖമാണനുഭവിച്ചത് – പ്രത്യേകിച്ചും, നാളെ ഇതിന്റെ തുടർച്ചയായി എന്തെല്ലാം സംഭവിക്കും എന്ന ഭീതിയും. ആ സമയത്ത് മിസ്സ്. ക്രാഫോർഡ് അവളെ സംരക്ഷിച്ചു എന്നത് ശരിതന്നെ, എന്നാൽ, ആധികാരികമായി സമ്മർദം ചെലുത്താൻ ടോമും മരിയയും വീണ്ടും ശ്രമിച്ചാൽ (അതിനവർക്കു കഴിവുള്ളവരാണ്), ആ സമയത്ത് എഡ്മണ്ട് അവിടെ ഉണ്ടായില്ലെങ്കിൽ – അവൾ എന്തുചെയ്യും? ഈ ചോദ്യത്തിന് ഉത്തരംകണ്ടെത്തുന്നതിനുമുമ്പ് അവൾ ഉറങ്ങിപ്പോയി. പിറ്റേന്ന് കാലത്തെഴുന്നേറ്റപ്പോൾ അവൾ വല്ലാത്ത പരിഭ്രമത്തിലായിരുന്നു. അവൾ അവിടെ വന്നകാലം മുതൽ ഉപയോഗിക്കുന്ന ആ കൊച്ച് ബെഡ്റൂമിന് ഒരു മറുപടി നൽകാനാവില്ലെന്നു കണ്ട് വസ്ത്രം ധരിച്ച ഉടനെ വിശാലമായൊരു മുറിയിലേക്ക് പോയി. കുറച്ചുനാളായി ആ മുറിയുടെ യജമാനത്തി അവളാണ്. ഇവിടെ നടന്നുകൊണ്ട് ചിന്തിക്കാം, ഉത്തരം കണ്ടെ

ത്താം. അവരുടെ സ്കൂൾമുറിയായിരുന്നു അത്. മിസ്സ്. ബെർട്രാമുമാർ വിലക്കുന്നതുവരെ സ്കൂൾമുറി എന്ന പേർ അതിന് നിലനിന്നു. മിസ്സ്. ലീ താമസിച്ചിരുന്നത് അതിലായിരുന്നു. അവിടെ ഇരുന്നവർ എഴുതുകയും വായിക്കുകയും ചെയ്തു, സംസാരിക്കയും പൊട്ടിച്ചിരിക്കുകയും ചെയ്തു, കഴിഞ്ഞ മൂന്നു വർഷങ്ങൾക്കു മുമ്പുവരെ, മിസ്സ്. ലീ അവരെ വിട്ടുപോകുന്നതുവരെ. പിന്നീടാമുറി ഉപയോഗിക്കപ്പെടാതെ കിടന്നു, ആരും അങ്ങോട്ടുപോകാതായി, ഫാന്നിമാത്രം ഇടയ്ക്കിടെ പോകും. തന്റെ ചെടികൾ സന്ദർശിക്കാനോ, ഏതെങ്കിലും പുസ്തകങ്ങൾ എടുക്കാനോ എത്തുമ്പോൾ. പുസ്തകങ്ങൾ അവിടെ സൂക്ഷിക്കാനാണവൾ ഇഷ്ടപ്പെടുന്നത്. മുകളിലെ അവളുടെ ഇടുങ്ങിയ മുറിയിൽ അതിനുള്ള സ്ഥലമില്ല. കാലക്രമേണ അവളുടെ സുഖസൗകര്യങ്ങൾ വർധിപ്പിക്കേണ്ടിവന്നപ്പോൾ, അതും അവളുടേതായി കണക്കാക്കപ്പെട്ടു. കൂടുതൽ സമയം അവിടെ ചെലവിടാൻ തുടങ്ങി. ആരും അക്കാര്യത്തിൽ അവളെ എതിർക്കാനില്ലാതിരുന്നതിനാൽ, സ്വാഭാവികവും ലളിതവുമായ തന്റേതായ രീതിയിൽ അതവൾ സജ്ജീകരിച്ചു. ഇപ്പോൾ അത് അവളുടേതായി പൊതുവെ അംഗീകരിക്കപ്പെട്ടിരിക്കുന്നു. കിഴക്കെമുറി എന്നറിയപ്പെട്ടിരുന്ന ആ മുറി, മരിയയ്ക്ക് പതിനാറ് വയസായശേഷം, ഇപ്പോൾ ഫാന്നിയുടേതായാണ് കരുതപ്പെടുന്നത്, അവളുടെതായ കൊച്ചു കിടപ്പറപോലെതന്നെ. കൊച്ചുമുറിക്കാരി മറ്റെ മുറി ഉപയോഗിക്കുന്നത് നീതിയുക്തമത്രെ. വിശാലമായ ഒന്നാംതരം മുറികളുള്ള മിസ്സ് ബെർട്രാമുമാർക്കത് തികച്ചും സ്വീകാര്യവുമാണ് – ഫാന്നിക്കുവേണ്ടി ആ മുറിയിൽ തീച്ചൂളവെക്കില്ല എന്ന ഉറപ്പിൽ, മറ്റാർക്കും വേണ്ടാത്ത ആ മുറി ഫാന്നി എടുക്കുന്നതിൽ മിസിസ് നോറിസിനും എതിർപ്പില്ലായിരുന്നു. എങ്കിലും ഫാന്നിയുടെ സുഖസൗകര്യങ്ങളുടെ പട്ടിക നിരത്തുമ്പോൾ, ആ വീട്ടിലെ ഏറ്റവും നല്ല മുറിയായി ഇതിനെ ഉൾപ്പെടുത്താറുണ്ട്.

അതിന്റെ ആകൃതി വളരെ സുഖകരമായിരുന്നു. വസന്തകാലത്തിന്റെ ആരംഭത്തിൽ തീയില്ലാതെതന്നെ അവിടെ കഴിയാം. അതുപോലെ, ശരൽക്കാല പ്രഭാതങ്ങളിലും ഫാന്നിയെപ്പോലെ സന്മനസുള്ളവർക്കവിടെ സുഖമാണ്. സൂര്യരശ്മി അടിച്ചുകയറുമ്പോൾ, അതിൽനിന്ന് ഓടിപ്പോകാനവൾ ആഗ്രഹിച്ചില്ല, ശിശിരകാലം വന്നാൽപ്പോലും. ഒഴിവുസമയത്ത് അവൾക്കവിടെ ലഭിക്കുന്ന സുഖം ഒന്നുവേറെതന്നെയാണ്. താഴെ അസുഖകരമായ എന്തെങ്കിലും സംഭവമുണ്ടായാൽ, അല്ലെങ്കിൽ എന്തെങ്കിലും പ്രശ്നത്തിന് പരിഹാരം കാണാൻ, അതുമല്ലെങ്കിൽ ഗുരുതരമായ ചിന്തകൾ തന്നെ അലട്ടിയാൽ, അവൾ ആ മുറിയെ ശരണം പ്രാപിക്കും – അവളുടെ ചെടികൾ, അവളുടെ പുസ്തകങ്ങൾ – അവൾക്ക് നല്ലൊരു ഗ്രന്ഥശേഖരമുണ്ട്, കിട്ടുന്ന പണമെല്ലാം അതിനായി ചെലവാകും. അവളുടെ എഴുത്തുമേശ, അവളുടെ കരകൗശലവസ്തുക്കൾ, എല്ലാം അവളുടെ മുന്നിലുണ്ട്. സുഖമില്ലാതിരിക്കുകയാണെങ്കിൽ, അഗാധമായ ചിന്തയിലാണ്ടിരിക്കുകയാണെങ്കിൽ, ആ മുറിയിലെ ഏതെ

ങ്കിലും ഒരു വസ്തുവുമായി ബന്ധപ്പെട്ട സ്മരണ അവളിലേക്കൊഴുകി യെത്തും. അല്ലെങ്കിൽ ഒരു സുഹൃത്തിനെപ്പോലെ തന്റെ ചിന്തകൾ വഹിക്കുന്നു. ചിലപ്പോൾ ഒരുപാട് കഷ്ടതകൾ അവൾക്ക് അനുഭവിക്കേണ്ടി വന്നിട്ടുണ്ട് – പലപ്പോഴും അവളുടെ സദുദ്ദേശ്യങ്ങൾ തെറ്റിദ്ധരിക്കപ്പെട്ടിട്ടുണ്ട്, അവളുടെ വികാരങ്ങൾ അവഗണിക്കപ്പെട്ടിട്ടുണ്ട്, അവളുടെ ധാരണാശക്തിയെ ഇടിച്ചുകാണിച്ചിട്ടുണ്ട്. നിഷ്ഠൂരശാസനയുടെയും നിന്ദയുടെയും അവഗണനയുടെയും വേദനകൾ അവൾ അറിഞ്ഞിട്ടുണ്ട്. എന്നാലും, അത്തരം സംഭവങ്ങൾ ആവർത്തിക്കപ്പെടുമ്പോഴെല്ലാം എന്തെങ്കിലും സാന്ത്വനവചനങ്ങൾ ലഭിക്കാറുണ്ട്. ബെർട്രാം ആന്റി അവൾക്കുവേണ്ടി സംസാരിക്കും, അല്ലെങ്കിൽ മിസ്സ്. ലീ അവളെ പ്രോത്സാഹിപ്പിക്കും. അതിനേക്കാളെല്ലാം പ്രിയങ്കരം, എപ്പോഴും ലഭിക്കാറുള്ളത് എഡ്മണ്ട് – അവളുടെ വഴികാട്ടിയും സുഹൃത്തുമായ എഡ്മണ്ട് – അവളുടെ ലക്ഷ്യത്തെ അവൻ പിൻതാങ്ങി, അല്ലെങ്കിൽ ഓരോന്നിന്റെ അർഥവും അവൾക്ക് വിവരിച്ചുകൊടുത്തു, അവളോട് കരയരുതെന്ന് പറഞ്ഞു. അല്ലെങ്കിൽ സ്നേഹത്തിന്റെ ചിലതെളിവുകളവൻ കാട്ടിക്കൊടുത്തു, അതവളുടെ കണ്ണുനീർത്തുള്ളികളെ പ്രകാശിപ്പിച്ചു, ആഹ്ലാദകരമാക്കി – എല്ലാം ഇപ്പോൾ കൂട്ടിക്കലർത്തപ്പെട്ടിരിക്കുന്നു. കാലം എല്ലാം അത്രയ്ക്ക് യോജിപ്പിച്ചിരിക്കുന്നു. എല്ലാ പഴയ ക്ലേശങ്ങൾക്കും അതിന്റേതായൊരു ആനന്ദമുണ്ട്. ആ മുറി അവൾക്ക് ഏറ്റവും പ്രിയപ്പെട്ടതായിരുന്നു, അതുപോലെ അതിലെ ഫർണിച്ചറും. ആ വീട്ടിലെ ഏറ്റവും മനോഹരമായ ഫർണിച്ചറുമായിപ്പോലും അവയെ മാറ്റാൻ അവൾക്കിഷ്ടമല്ല. ഒരിക്കൽ മിനുസമുള്ളതായിരുന്ന ഫർണിച്ചർ കുട്ടികളുടെ ഉപയോഗംമൂലം നാശമായിട്ടുണ്ടെങ്കിലും – ഏറ്റവും മനോഹരമായ കലാവിരുതുള്ളത് നിറം മങ്ങിയ ഒരു സ്റ്റൂൾ ആണ്, ജൂലിയായുടേത്. ഡ്രോയിങ് റൂമിന് ഒട്ടും യോജിച്ചതല്ല. പിന്നെ മൂന്ന് നേർത്ത കർട്ടൻതുണികൾ, ഒരു ജനാലയുടെ താഴെയുള്ള മൂന്ന് പാളികൾ മറച്ചിരുന്നവ, അതിൽ ഇറ്റലിയിലെ ഒരു ഗുഹയ്ക്കടിയിൽ നിൽക്കുന്ന ടിന്റേൺ ആബി കാണാം, ചന്ദ്രികയിൽ വെട്ടിത്തിളങ്ങുന്ന 'കംബർലാണ്ടി'ലെ ഒരു തടാകവും. ഒരിടത്തും വെക്കാൻ പറ്റില്ലെന്ന് കരുതപ്പെട്ട കുറെ കുടുംബചിത്രങ്ങൾ ചുമരിൽ ആണി അടിച്ചുറപ്പിച്ചിരിന്നു. പിന്നെ, മെഡിറ്ററേനിയനിൽനിന്ന് നാല് വർഷം മുമ്പ് വില്യം അയച്ചുകൊടുത്ത ഒരു കപ്പലിന്റെ ചെറിയൊരു ചിത്രം, താഴെ എച്ച് എം എസ് ആന്റ് വെർപ് എന്നെഴുതിയിരിക്കുന്നു. മെയിൻ മാസ്റ്റിന്റെ അത്ര വലുപ്പമുള്ള അക്ഷരത്തിൽ!

മനക്ഷോഭവും അസ്വസ്ഥതയും നിറഞ്ഞമനസിന് ആശ്വാസം തേടിയാണവൾ സമാധാനത്തിന്റെ ഈ കൂട്ടിലേക്ക് കടന്നു ചെന്നത് – എഡ്മണ്ടിന്റെ പടത്തിലേക്ക് നോക്കിയാൽ എന്തെങ്കിലും ഉപദേശം നേടാനാകുമോ എന്നുകാണാൻ, അല്ലെങ്കിൽ 'ജെറെനിയം' പുഷ്പങ്ങളിൽനിന്നുയർന്നുവരുന്ന സൗരഭ്യം നിറഞ്ഞ മന്ദമാരുതനേറ്റ് ആത്മാവിന് കരുത്തുപകരാൻ. എന്നാൽ, തന്റെ അക്ഷീണപരിശ്രമംതന്നെ വൃഥാവിലാകുമോ

എന്നവൾ ഭയപ്പെട്ടു. എന്ത് ചെയ്യണമെന്നവൾക്കൊരു രൂപവുമില്ലായിരുന്നു. വല്ലാത്തൊരു അനിശ്ചിതത്വം അവൾക്കനുഭവപ്പെടാൻ തുടങ്ങി. അവൾ ആ മുറിയിൽ ഉലാത്തിക്കൊണ്ടിരിക്കെ അവളുടെ സംശയം വർധിച്ചുവന്നു. ഇത്രയും ഹൃദ്യമായി ഊഷ്മളതയോടെ ആവശ്യപ്പെട്ട കാര്യങ്ങൾ അവൾ നിരാകരിച്ചത് ശരിയായോ? അവൾ ഇത്രയും ശക്തമായി ആഗ്രഹിച്ചത്? തനിക്ക് കടപ്പാടുള്ളവർക്ക് ഏറ്റവും ആവശ്യമായൊരു പദ്ധതിയല്ലേ താൻ തകർത്തത്? അത് അപമര്യാദയല്ലേ,– സ്വാർഥത – സ്വയം പ്രദർശിപ്പിക്കപ്പെടുന്നതിലുള്ള ഭയം? എഡ്മണ്ടിന്റെ തീരുമാനമോ, സർ. തോമസ് എല്ലാം നിരാകരിക്കുമെന്ന അവന്റെ പ്രേരണയോ മറ്റുള്ളവരുടെ അഭ്യർഥനയെ നിരസിച്ചതിന് തക്കതായ ന്യായീകരണമാണോ? അഭിനയം അത്രയ്ക്ക് ഭയാനകമാണവൾക്ക്. തന്റെ സന്ദേഹത്തിന്റെ ആത്മാർഥതയിൽ അവൾക്കുതന്നെ സംശയം തോന്നിക്കുന്ന രീതിയിലായിരുന്നു ചുറ്റും ഇരുന്ന കസിനുമാരുടെ അഭ്യർഥന! അത് തുടർന്നുകൊണ്ടിരുന്നപ്പോൾ ആ സംശയം ബലപ്പെടുകയും ചെയ്തു. ജനാലകൾക്കിടയിലിട്ടിട്ടുള്ള മേശപ്പുറം നിറയെ തുന്നൽ പെട്ടികളാണ്, പലപ്പോഴായി അവൾക്ക് ലഭിച്ചിട്ടുള്ളവ, മുഖ്യമായും ടോം സമ്മാനിച്ചിട്ടുള്ളത്. ഇത്തരം ഓർമകൾ ഉയർത്തിയ കടപ്പാടുകൾ അവളെ കൂടുതൽ സംഭ്രമിപ്പിച്ചു. തന്റെ ചുമതല നിർവഹിക്കുന്നതിനുള്ള ഒരു മാർഗം ആരാഞ്ഞുകൊണ്ടിരിക്കവെ വാതിൽക്കൽ ഒരു മുട്ട് കേട്ടു. “ഉള്ളിലേക്ക് വരൂ” എന്നവൾ സൗമ്യതയോടെ പറഞ്ഞതിന് മറുപടി എന്നോണം പ്രത്യക്ഷപ്പെട്ട ആൾ, അവളുടെ എല്ലാ സംശയങ്ങളും പതിവായി തീർത്തുകൊടുക്കുന്നവനായിരുന്നു. എഡ്മണ്ടിനെ കണ്ടപ്പോളവളുടെ കണ്ണുകൾ പ്രകാശിച്ചു.

“കുറച്ചുസമയം ഞാൻ നിന്നോട് സംസാരിച്ചോട്ടെ, ഫാന്നി?” അവൻ ചോദിച്ചു,

“ഉവ്വ്, തീർച്ചയായും.”

“എനിക്ക് നിന്നോടു കൂടി ആലോചിക്കണം. നിന്റെ അഭിപ്രായമറിയണം.”

“എന്റെ അഭിപ്രായമോ!” അവൾ ഉച്ചത്തിൽ പറഞ്ഞു. അത്തരം ഒരു അഭിനന്ദനം കേട്ടവൾ ചുളുങ്ങി, അതവളെ വളരെ സന്തോഷിപ്പിച്ചു.

“അതെ നിന്റെ ഉപദേശവും അഭിപ്രായവും. എന്ത് ചെയ്യണമെന്ന് എനിക്കറിയില്ല. ഈ നാടകപരിപാടി കൂടുതൽ വഷളായിക്കൊണ്ടിരിക്കയാണ്, നിനക്കറിയാമല്ലോ. കഴിയാവുന്നത്ര വൃത്തികെട്ട നാടകമാണവർ തെരഞ്ഞെടുത്തിട്ടുള്ളത്, അത് പൂർത്തീകരിക്കാനായി നമ്മൾക്കാർക്കും പരിചയമില്ലാത്ത ഒരു യുവാവിന്റെ സഹായം തേടാൻ പോകുകയാണ്. സ്വകാര്യസ്വഭാവം നഷ്ടപ്പെടുന്നില്ലെന്ന ആദ്യ വാഗ്ദാനത്തിന്റെ അന്ത്യമാണിത്. ചാൾസ് മഡോക്സ് കുഴപ്പക്കാരനല്ലെന്നെനിക്കറിയാം. എന്നാൽ, ഈ രീതിയിൽ അയാളെ നമ്മൾക്കിടയിലേക്ക് ആനയിക്കപ്പെടുമ്പോഴുണ്ടാകുന്ന അമിത അടുപ്പം അങ്ങേയറ്റം എതിർക്കപ്പെടേണ്ടതാണ്. അടുപ്പത്തെക്കാളേറെ – സഹവാസം. ക്ഷമയോടെ അതിനെക്കുറിച്ചോർക്കാനെനിക്ക് കഴിയുന്നില്ല – അത് വലിയൊരു ദുഷ്പ്രവൃത്തി ആയിട്ടാണെനിക്ക്

തോന്നുന്നത്, പറ്റുമെങ്കിൽ അത് തടയണം. ആ കാഴ്ചപ്പാടിലൂടെയല്ലേ നീയും അത് വീക്ഷിക്കുന്നത്?"

"അതെ, എന്നാൽ എന്ത് ചെയ്യാൻ കഴിയും? നിങ്ങളുടെ സഹോദരൻ ദൃഢനിശ്ചയമെടുത്തിരിക്കുകയാണ്."

"ഒരു കാര്യമേ ചെയ്യാനുള്ളൂ, ഫാന്നി. അൻഹാൾട്ടിന്റെ ഭാഗം ഞാൻ തന്നെ എടുക്കണം. മറ്റൊന്നുകൊണ്ടും ടോമിനെ ഇതിൽനിന്ന് പിൻതിരിപ്പിക്കാനാവില്ലെന്ന് എനിക്ക് നന്നായി അറിയാം."

ഫാന്നിക്ക് മറുപടിപറയാൻ കഴിഞ്ഞില്ല. "എനിക്കിഷ്ടമുള്ള കാര്യമല്ല അത്." അവൻ തുടർന്നു "പരസ്പരവിരുദ്ധമായി ഔചിത്യമില്ലായ്മയിലേക്ക് തള്ളിവിടപ്പെടാൻ ആരും ആഗ്രഹിക്കില്ല. തുടക്കം മുതലേ ഈ പദ്ധതിയെ എതിർത്ത ഞാൻ ഇപ്പോൾ അതിനോട് സഹകരിക്കുന്നത് പരിഹാസ്യമാണ്, പ്രത്യേകിച്ച് എല്ലാ രീതിയിലും അവർ ആദ്യ പദ്ധതിക്കപ്പുറം കാലെടുത്ത് വെച്ചിരിക്കുമ്പോൾ. എന്നാൽ മറ്റൊരു മാർഗവും എനിക്ക് ചിന്തിക്കാൻ കഴിയുന്നില്ല. നിനക്ക് കഴിയുമോ ഫാന്നി!"

"ഇല്ല" ഫാന്നി മെല്ലെ മറുപടിനൽകി. "ഇത്രപെട്ടെന്ന് പറ്റില്ല–എന്നാൽ–"

"എന്നാൽ, എന്ത്? നിന്റെ തീരുമാനം എനിക്കനുകൂലമല്ലെന്ന്തോന്നുന്നു. ഒന്ന് ചിന്തിച്ചുനോക്കൂ. ഒരുപക്ഷേ എന്നെപ്പോലെ അത്ര അറിവ് ഇക്കാര്യത്തിൽ നിനക്കില്ലായിരിക്കാം. ഒരു യുവാവിനെ ഈ രീതിയിൽ സ്വീകരിക്കുമ്പോൾ ഉണ്ടായേക്കാവുന്ന അസ്വസ്ഥതയും കുഴപ്പവും നിനക്കറിയില്ല – നമ്മളോടൊപ്പം കഴിയേണ്ടിവരുമ്പോൾ – ഏത് സമയത്തും കടന്നുവരാനനുവാദം നൽകപ്പെട്ടാൽ – പെട്ടെന്ന് ഒരു സ്ഥാനമുറപ്പിച്ചാൽ എല്ലാ നിയന്ത്രണങ്ങളും താറുമാറാകും. ഓരോ റിഹേഴ്സലും സൃഷ്ടിക്കാൻ പോകുന്ന ദുഃസ്വാതന്ത്ര്യത്തെക്കുറിച്ചുമാത്രം ഒന്ന് ചിന്തിച്ചുനോക്കൂ. വളരെ മോശമാണത്! മിസ്സ്. ക്രാഫോർഡിന്റെ സ്ഥാനത്ത് നീയാണെന്ന് ഒന്നു സങ്കൽപ്പിച്ചുനോക്കൂ, ഫാന്നി, ഒരു അപരിചിതനോടൊപ്പം അമേലിയയായി അഭിനയിച്ചാൽ എങ്ങനെയിരിക്കും? അവൾക്ക് സ്വന്തമായി ചിന്തിക്കാനാവകാശമുണ്ട്, കാരണം, അവളെ തീർച്ചയായും അത് സ്പർശിച്ചിട്ടുണ്ട്. ഇന്നലെ രാത്രി അവൾ നിന്നോട് പറഞ്ഞതെല്ലാം ഞാൻ കേട്ടു. അപരിചിതനോടൊപ്പം അഭിനയിക്കുന്നതിലുള്ള അതൃപ്തി ഞാൻ മനസിലാക്കി. മറ്റ് ചില പ്രതീക്ഷകളോടെ ആയിരിക്കാം, ഒരുപക്ഷേ, അവൾ ആ റോൾ എടുത്തത് – അതെങ്ങനെ ആയിരിക്കുമെന്ന് വേണ്ട രീതിയിൽ പഠിക്കാൻ ശ്രമിക്കാതെ. അത് ക്രൂരതയാണ്, അവളെ അത് ചെയ്യാൻ പ്രേരിപ്പിക്കുന്നത് തെറ്റാണ്. അവളുടെ വികാരങ്ങളെ മാനിക്കണം. നിനക്കത് പിടികിട്ടുന്നില്ലേ, ഫാന്നി? നീ മടുക്കുന്നു."

"മിസ്സ്. ക്രാഫോർഡിനുവേണ്ടി ഞാൻ ഖേദിക്കുന്നു. എന്നാൽ അതിനെക്കാൾ ഖേദം, നിങ്ങൾ എതിർത്തകാര്യം ഇപ്പോൾ ചെയ്യാൻ പോകുന്നു എന്ന് കാണുമ്പോഴാണ്. ഇപ്പോൾ നിങ്ങൾ ചിന്തിക്കുന്നകാര്യം എന്റെ അങ്കിളിന് സ്വീകാര്യമല്ലാത്തതാണ്. മറ്റുള്ളവർക്ക് വലിയ വിജയമാകും."

“അവരത് വലിയ വിജയമായൊന്നും കാണേണ്ടതില്ല. എന്റെ മോശം പ്രകടനം കാണുമ്പോൾ അതവർക്ക് മനസിലാകും. എന്തായാലും, വിജയം ഉറപ്പാണ്, ഞാനതിനെ ധൈര്യമായി എതിർത്തുനിൽക്കണം. എന്നാൽ, ഈ പദ്ധതിയുടെ കുപ്രചരണം തടയാൻ ഞാൻ കാരണക്കാരനായാൽ അതുതന്നെ എനിക്കൊരു നല്ല പ്രതിഫലമാണ്. പ്രദർശനത്തിന് അതിർരേഖയിടാനും നമ്മുടെ മണ്ടത്തരങ്ങളിലേക്ക് ശ്രദ്ധകേന്ദ്രീകരിക്കുവാനും കഴിയും. ഇന്നത്തെ നിലയ്ക്ക് എനിക്ക് യാതൊരു സ്വാധീനവുമില്ല, എനിക്കൊന്നും ചെയ്യാൻ കഴിയില്ല. ഞാനവരെ എതിർത്തു. അവരെന്നെ ശ്രദ്ധിച്ചില്ല. എന്നാൽ, ഞാൻ സമ്മതം മൂളുന്നതിലൂടെ അവർ സന്തുഷ്ടരാകും. അപ്പോൾ ഈ പരിപാടി നമ്മളിൽ മാത്രം ഒതുക്കി നിർത്തുവാനായി അവരെ നിർബന്ധിക്കാനാകുമെന്ന് എനിക്കുറപ്പുണ്ട്. ഇപ്പോഴത്തെപ്പോലെ വളർന്ന് വികസിച്ചു പോകാനിടവരില്ല. അത് ഒരു നേട്ടം തന്നെയാണ്. മിസിസ് റഷ്വർത്തിലും ഗ്രാന്റുമാരിലും ഒതുങ്ങി നിൽക്കുന്നതായിരിക്കണം ഈ പരിപാടി. അതാണെന്റെ ലക്ഷ്യം. അത് വിലമതിക്കാവുന്ന ഒരു നേട്ടമല്ലേ?”

“അതെ, അതൊരുവലിയകാര്യം തന്നെ.”

“എന്നാലും നീ അത് അംഗീകരിക്കുന്നില്ല. ഇതേപോലെ ഗുണം ചെയ്യാവുന്ന മറ്റെന്തെങ്കിലും പദ്ധതി നിനക്ക് നിർദേശിക്കാമോ?”

“ഓ! കസിൻ.”

“നീ എനിക്കെതിരാണെങ്കിൽ, എനിക്ക് എന്നിൽത്തന്നെ വിശ്വാസം അർപ്പിക്കാനാവില്ല. എന്നിട്ടും ടോമിനെ ഈ രീതിയിൽ നീങ്ങാൻ ഒരിക്കലും അനുവദിച്ചുകൂടാ, നാട്ടിൽ കറങ്ങിയടിച്ച്, ആരെയെങ്കിലും നിർബന്ധിച്ച് അഭിനയിക്കാനായി കൂട്ടിക്കൊണ്ടുവരിക. ആരായാലും വിരോധമില്ല! കാഴ്ചയ്ക്ക് ഒരു മാന്യനായാൽ മതി. മിസ്സ്. ക്രാഫോർഡിന്റെ മാനസികനിലയെക്കുറിച്ച് നീ കൂടുതൽ കടന്നു ചിന്തിച്ചിരിക്കുമെന്ന് ഞാൻ കരുതി.”

“അവൾ വളരെ സന്തോഷിക്കുമെന്ന കാര്യത്തിൽ യാതൊരു സംശയവുമില്ല. അതവൾക്ക് വലിയൊരാശ്വാസമാകും.” കൂടുതൽ ഊഷ്മളത പ്രകടിപ്പിക്കാൻ ശ്രമിച്ചുകൊണ്ട് ഫാന്നി അഭിപ്രായപ്പെട്ടു.

“ഇന്നലെ രാത്രിയിലേതുപോലെ ഇത്രയും സ്നേഹത്തോടെ നിന്നോടവൾ പെരുമാറുന്നത് താൻ കണ്ടിട്ടില്ല. എനിക്കാക്കാര്യത്തിലവളോട് വളരെ ഇഷ്ടംതോന്നി.”

“അവൾ വളരെ ദയാലുവാണ്. തീർച്ചയായും, എനിക്ക് സന്തോഷമായി.”

ഉദാരതയെക്കുറിച്ചുള്ള പ്രഭാഷണം അവൾക്ക് മുഴുമിപ്പിക്കാനായില്ല. നടുക്കുവെച്ചവളുടെ മനസ്സാക്ഷി അത് തടഞ്ഞു നിർത്തി, എന്നാൽ എഡ്മണ്ട് സംതൃപ്തനായിരുന്നു.

“പ്രാതലിനുശേഷം ഉടനെ ഞാനങ്ങോട്ട് പോകുകയാണ്” അവൻ പറഞ്ഞു. “അവിടെ സന്തോഷം പകരാനെനിക്ക് കഴിയുമെന്നുറപ്പാണ്.

ഇനി പ്രിയപ്പെട്ട ഫാന്നി, ഞാൻ നിന്നെ അധികനേരം തടഞ്ഞുവയ്ക്കുന്നില്ല. നിനക്ക് വായിക്കണമല്ലോ. എന്നാൽ, നിന്നോട് സംസാരിക്കുന്നതുവരെ എനിക്കൊരു മനസ്സമാധാനവുമില്ലായിരുന്നു, ഒരു തീരുമാനത്തിലെത്തുന്നതുവരെ. ഉറങ്ങുമ്പോഴും ഉണർന്നിരിക്കുമ്പോഴും, ഇന്നലെരാത്രി എന്റെ തലനിറയെ ഇക്കാര്യം മാത്രമായിരുന്നു. അത് തെറ്റാണ് – എന്നാലും, തീർച്ചയായും അതിന്റെ തീവ്രത ഞാൻ കുറയ്ക്കുന്നു. ടോം ഉണർന്നാൽ നേരെ ഞാനവന്റെ അടുത്തുചെന്ന് കാര്യങ്ങൾ അവതരിപ്പിക്കാം. പിന്നീട് പ്രാതൽമേശയിൽ ഒന്നിച്ച് ചേരുമ്പോൾ, നമ്മൾ എല്ലാവരും ഒന്നിച്ച് നാടകം അഭിനയിക്കുന്നതിനെക്കുറിച്ച് ആഹ്ലാദത്തോടെ ചർച്ച ചെയ്യും. അതിനിടയിൽ നീ ചൈനയിലേക്ക് ഒരു ട്രിപ്പ് നടത്തുമെന്ന് ഞാൻ കരുതുന്നു! എങ്ങനെയുണ്ട് ലോർഡ് മക്കാർട്നി" (മേശയിൽനിന്ന് ഒരു പുസ്തകം ആദ്യം എടുത്താപിന്നെ മറ്റ് പലതും). "നിന്നെ, ആശ്വസിപ്പിക്കാൻ ഇതാ *ക്രാബ്ബീസ് ടെയിൽസും ഐഡ്ലറും*, വൻ ഗ്രന്ഥങ്ങൾ വായിച്ചു തളരുമ്പോൾ അവ വായിക്കാം. നിന്റെ കൊച്ചു വാസസ്ഥലം എനിക്കിഷ്ടപ്പെട്ടു, അഭിനന്ദനങ്ങൾ ഞാൻ പോയ ഉടനെ അഭിനയത്തെക്കുറിച്ചുള്ള അസംബന്ധമെല്ലാം തലയിൽനിന്നും എടുത്തുകളയുക, മനസ്സമാധാനത്തോടെ മേശയ്ക്കടുത്തിരുന്ന് വായിക്കുക. അധികനേരം ഇവിടെ ഇരുന്ന് തണുപ്പേൽക്കരുത്."

അവൻ പോയി, എന്നാൽ, വായന നടന്നില്ല. ചൈനയില്ല. ഫാന്നിക്ക് ആത്മസംയമനം നേടാനായില്ല. അവൻ അവളോട് പറഞ്ഞത് ഏറ്റവും അസാധാരണവും, ഏറ്റവും അചിന്ത്യവും, ഏറ്റവും അസ്വീകാര്യവുമായ വാർത്തകളായിരുന്നു, മറ്റൊന്നും അവൾക്ക് ചിന്തിക്കാനായില്ല. അഭിനയിക്കുകയോ! അവന്റെ എല്ലാവിധ എതിർപ്പുകൾക്കുശേഷം – അത്രയ്ക്ക് പരസ്യമായി പ്രകടിപ്പിച്ച എതിർപ്പുകൾ! അതെല്ലാം കഴിഞ്ഞശേഷം അവൻ സംസാരിക്കുന്നതവൾ ശ്രദ്ധിച്ചിട്ടുണ്ട്, അവന്റെ നോട്ടം കണ്ടിട്ടുണ്ട്, അവന്റെ വികാരം മനസിലാക്കിയിട്ടുണ്ട്, ഇത് സാധ്യമാണോ? എഡ്മണ്ട് ഇത്ര സ്ഥിരതയില്ലാത്തവനോ! അവൻ സ്വയം വഞ്ചിക്കുകയല്ലേ? അവൻ ചെയ്യുന്നത് തെറ്റല്ലേ? ഹാ, കഷ്ടം! ഇതെല്ലാം മിസ്.ക്രാഫോർഡിന്റെ പണികളാണ്. അവന്റെ ഓരോ വാക്കിലും അവളുടെ സ്വാധീനം ഫാന്നി കണ്ടു. കഷ്ടം തന്നെ. തന്റെ പെരുമാറ്റത്തെക്കുറിച്ചുള്ള സംശയങ്ങളും ഭയാശങ്കകളും മുമ്പവളെ പീഡിപ്പിച്ചുകൊണ്ടിരുന്നെങ്കിൽ, അവൻ പറഞ്ഞ കാര്യങ്ങൾ കേട്ടതോടെ, എല്ലാം മറന്നുപോയി. അതിന് യാതൊരു പ്രാധാന്യവും ഇപ്പോൾ ഇല്ലാതായിരിക്കുന്നു. അഗാധമായ ഈ മനഃസ്താപം അതിനെ വിഴുങ്ങിക്കളഞ്ഞു. കാര്യങ്ങൾ അതിന്റേതായ രീതിയിൽ നീങ്ങും. എങ്ങനെ അവസാനിച്ചാലും അവൾ ശ്രദ്ധിക്കാൻ പോകുന്നില്ല. അവളുടെ കസിനുകൾ ആക്രമിച്ചേക്കാം. എന്നാൽ, അതവളെ മുറിവേൽപ്പിക്കില്ല. അവർക്കപ്രാപ്യമാണവൾ. ഒടുവിൽ വഴങ്ങേണ്ടിവന്നാലും – സാരമില്ല – എല്ലാം ദുരിതപൂർണമാണല്ലോ ഇപ്പോൾ.

17

മിസ്റ്റർ ബെർട്രാമിനും മരിയയ്ക്കും തീർച്ചയായും, അതൊരു വിജയദിനമായിരുന്നു. എഡ്മണ്ടിന്റെ തീരുമാനത്തിൻമേലുള്ള അത്തരം വിജയം അവരുടെ പ്രതീക്ഷകൾക്കപ്പുറമായിരുന്നു; അതുകൊണ്ട് ഏറ്റവും ആഹ്ലാദകരവും. തങ്ങളുടെ പ്രിയപ്പെട്ട പദ്ധതിയെ ശല്യപ്പെടുത്താനായി ഇനി ഒന്നുമില്ല. അവർ രഹസ്യമായി പരസ്പരം അഭിനന്ദിച്ചു. മാറ്റത്തിന് കാരണം ദൗർബല്യമായവർ കരുതി. എല്ലാ രീതിയിലും അവർ ആഹ്ലാദം പങ്കുവച്ചു. എഡ്മണ്ടിന്റെ ഭാവം അപ്പോഴും ഗൗരവം തുളുമ്പുന്നതായിരുന്നു, മൊത്തത്തിൽ ആ പദ്ധതി തനിക്കിഷ്ടമില്ലെന്നവൻ പറഞ്ഞു, പ്രത്യേകിച്ചും ആ നാടകം. എന്തായാലും അവർ കാര്യം നേടി. അവന് അഭിനയിക്കേണ്ടി വന്നു. സ്വാർത്ഥമനോഭാവംകൊണ്ട് മാത്രമാണവൻ അതിന് നിർബന്ധിതനായത്. ധാർമികമായ മുൻനിലപാടിൽ നിന്നവൻ താഴേക്കിറങ്ങി. ഈ അധഃപതനത്തിലവർ സന്തോഷിച്ചു.

എന്തായാലും അവനോടവർ വളരെ ഭംഗിയായാണ് പെരുമാറിയത്; എങ്കിലും അവരുടെ വിജയാഹ്ലാദം അവരുടെ അധരങ്ങളിൽ തങ്ങിനിന്നിരുന്നു. തങ്ങളുടെ ആഗ്രഹത്തിനെതിരെ ചാൾസ്മഡോക്സിനെ കൊണ്ടുവരുന്നതിൽനിന്ന് രക്ഷപ്പെട്ടല്ലോ എന്ന ഭാവമായിരുന്നു അവർക്ക്, അയാളെ ഉൾപ്പെടുത്താനവർ നിർബന്ധിക്കപ്പെട്ടതുപോലെ! "സ്വന്തം കുടുംബവൃത്തത്തിൽ ശാന്തമായി പരിപാടി നടത്തണമെന്നവർ തികച്ചും ആഗ്രഹിച്ചിരുന്നു. അവർക്കിടയിൽ ഒരു അപരിചിതൻ വന്നുപെട്ടാൽ എല്ലാ സന്തോഷവും തകർക്കപ്പെടും." എഡ്മണ്ട് തന്റെ ആശയം അവതരിപ്പിച്ചപ്പോൾ പ്രേക്ഷകരെ പരിമിതപ്പെടുത്തണമെന്ന് സൂചിപ്പിച്ചിരുന്നു. ആ സന്ദർഭത്തിൽ അവർ എന്തും സമ്മതിക്കാൻ തയാറായിരുന്നു. എല്ലാവരും സസന്തോഷം അതൊരു പ്രോത്സാഹനമായി കരുതി. അവന്റെ ഡ്രസ് തുന്നാമെന്ന് മിസിസ് നോറിസ് ഏറ്റു. ബാറനോടൊത്തുള്ള അൻഹാൾട്ടിന്റെ അവസാനരംഗം വികാരതീക്ഷ്ണതയോടെ നന്നായി മിസ്റ്റർ യെറ്റ്സ് അവനെ ധരിപ്പിച്ചു; എത്ര സംഭാഷണമുണ്ടെന്ന് എണ്ണിനോക്കാനുള്ള ചുമതല മിസ്റ്റർ റഷ്വർത്ത് ഏറ്റു.

"ഒരുപക്ഷേ" ടോം പറഞ്ഞു "ഫാന്നിയും നമ്മളുടെ അഭ്യർഥന ഇപ്പോൾ മാനിച്ചേക്കും; നിനക്കവളെ നിർബന്ധിക്കാൻ കഴിഞ്ഞേക്കും."

"ഇല്ല, അവളുടേത് ഉറച്ച തീരുമാനമാണ്. തീർച്ചയായും അവൾ അഭിനയിക്കില്ല."

"ഓ! ശരി." പിന്നെ ഒരക്ഷരം മിണ്ടിയില്ല. എന്നാൽ, താൻ വീണ്ടും അപകടത്തിലാണെന്നവൾ മനസിലാക്കി. അപകടമുണ്ടാകില്ലെന്ന തോന്നൽ അവളെ വിട്ടുപോകാൻ തുടങ്ങി.

എഡ്മണ്ടിന്റെ ഈ മനംമാറ്റത്തെ പാർക്കിലുള്ളവരെപ്പോലെ പുരോഹിതഭവനത്തിലുള്ളവരും സന്തോഷത്തോടെ സ്വീകരിച്ചു. മിസ്സ്. ക്രാഫോർഡ് ആഹ്ലാദവതിയായി കാണപ്പെട്ടു. ആനന്ദത്തോടെ എല്ലാം

വിലയിരുത്തി: "മറ്റുള്ളവരുടെ വികാരങ്ങളെ അവൻ മാനിച്ചത് തീർച്ചയായും ഔചിത്യമാണ്; ആ തീരുമാനത്തിൽ അവൻ സന്തുഷ്ടനായിരിക്കും."

വളരെ സംതൃപ്തിയോടെ പ്രഭാതം കടന്നുപോയതുപോലെ, വലിയ ഒച്ചപ്പാടൊന്നും കൂടാതെ ഫാന്നിക്കതിൽ നിന്നൊരു ഗുണമുണ്ടായി. മിസ്റ്റർ ക്രാഫോർഡിന്റെ ആത്മാർഥമായ അഭ്യർഥന വഴങ്ങി, മിസിസ് ഗ്രാന്റ് തന്റെ സ്വതസിദ്ധമായ പ്രസന്ന മനോഭാവത്തോടെ, ഫാന്നി എടുക്കേണ്ട റോൾ എടുക്കാമെന്നേറ്റു – ഇത്രയുമായിരുന്നു അവൾക്കന്ന് സന്തോഷിക്കാൻ വക നൽകിയത്. ഇതുപോലും എഡ്മണ്ട് അവതരിപ്പിച്ച രീതി അവളെ വല്ലാതെ വേദനിപ്പിച്ചു. ഇതിനവൾ മിസ്സ്. ക്രാഫോർഡിനോട് നന്ദിയുള്ളവളായിരിക്കണം. മിസ്സ്. ക്രാഫോർഡിന്റെ കരുണാമയമായ പ്രയത്നത്തോടവൾ കടപ്പെട്ടിരിക്കുന്നു. തികഞ്ഞ ആരാധനയോടെയാണവൻ ഈ അഭിപ്രായം പ്രകടിപ്പിച്ചത്. അവൾ സുരക്ഷിതയായി; എന്നാൽ, സമാധാനം നശിച്ചു. മനസ്സമാധാനം തീരെ നഷ്ടപ്പെട്ടു. താൻ തെറ്റൊന്നും ചെയ്തിട്ടില്ലെന്ന് അവൾക്കറിയാം. എങ്കിലും വല്ലാത്തൊരസ്വസ്ഥത. അവളുടെ ഹൃദയം എഡ്മണ്ടിന്റെ തീരുമാനത്തെ എതിർത്തുകൊണ്ടിരുന്നു. അവന്റെ സ്ഥിരതയില്ലായ്മയുമായി പൊരുത്തപ്പെട്ട് പോകാനവൾക്ക് കഴിഞ്ഞില്ല. അതുമൂലമുള്ള അയാളുടെ സന്തോഷം അവളെ പീഡിപ്പിച്ചു. അവളുടെ മനസ്സ് അസൂയയും ക്ഷോഭവുംകൊണ്ട് കലുഷിതമായി. പ്രസന്നമുഖത്തോടെ മിസ്സ്. ക്രാഫോർഡ് എത്തി; അതൊരപമാനമായി അവൾക്ക് തോന്നി; അവളോടുള്ള സൗഹൃദഭാവം തിരിച്ചു നൽകാൻ ഫാന്നിക്കായില്ല. അവളുടെ ചുറ്റുമുള്ളവരെല്ലാം ആഹ്ലാദത്തിമിർപ്പിലാണ്. അവരവരുടെ കർത്തവ്യത്തിൽ മുഴുകിയിരിക്കുന്നു, തങ്ങളുടെ റോളുകൾ, ഡ്രസ്, ഇഷ്ടപ്പെടുന്ന രംഗങ്ങൾ, സുഹൃത്തുക്കൾ, സംഘങ്ങൾ; ചർച്ചകളിലും താരതമ്യപഠനങ്ങളിലും ഏർപ്പെട്ടിരിക്കുന്നു. തങ്ങൾ നിർദേശിച്ച മാറ്റങ്ങളെക്കുറിച്ച് വിലയിരുത്തുന്നു. എല്ലാവരും തിരക്കിലാണ്. അവൾമാത്രം അപ്രധാന വ്യക്തി, ദുഃഖിത. അവൾക്ക് ഒന്നിലും ഒരു പങ്കുമില്ല. അവൾക്ക് പോകുകയോ ഇരിക്കുകയോ ചെയ്യാം, ആ തിരക്കിനിടയിൽ ഇരിക്കാം, അല്ലെങ്കിൽ ആരാലും ശ്രദ്ധിക്കപ്പെടാതെ എഴുന്നേറ്റ് തന്റെ കിഴക്കേമുറിയുടെ ഏകാന്തതയിൽ ശരണം പ്രാപിക്കാം. ഇതിനെക്കാൾ ഭേദം മറ്റെന്തെങ്കിലും ചെയ്യുകയാണ്. മിസിസ് ഗ്രാന്റിന് പ്രാധാന്യമേറി. അവളുടെ സൽപ്പെരുമാറ്റം പ്രശംസിക്കപ്പെട്ടു – അവളുടെ അഭിരുചിയും സമയവും പ്രത്യേകം പരിഗണിക്കപ്പെട്ടു – അവളുടെ സാന്നിധ്യം ഒഴിച്ചുകൂടാത്തതായി – അവളെ എല്ലാവരും അന്വേഷിച്ചുകൊണ്ടിരിക്കും പരിചരിക്കും പ്രശംസിക്കും. അവൾ സ്വീകരിച്ച റോളിനെ ഓർത്ത് ആദ്യം ഫാന്നിക്ക് അസൂയ തോന്നിയിരുന്നു. എന്നാൽ, പുനരാലോചന നടത്തിയപ്പോൾ നല്ല അഭിപ്രായമാണ് മനസിലുദിച്ചത്. അത് തനിക്ക് യോജ്യമല്ലെന്നും, മിസിസ് ഗ്രാന്റ് ആദരവ് അർഹിക്കുന്നെന്നും അവൾക്ക് തോന്നി. തനിക്ക് ഏറ്റവുമധികം അഭിനന്ദനം ലഭിച്ചിരുന്നെങ്കിലും ആ പദ്ധതിയിൽ അവൾ ഒരിക്കലും സമാധാനത്തോടെ

പങ്ക് കൊള്ളില്ലായിരുന്നു; അങ്കിളിനെ ഓർത്ത് അതിനെ നിന്ദിക്കുമായിരുന്നു.

ഫാന്നിയുടെ ഹൃദയം മാത്രമല്ല വേദനിക്കപ്പെട്ടതെന്ന് അതിവേഗം അവൾക്ക് മനസിലാക്കാൻ കഴിഞ്ഞു – ജൂലിയയും വളരെ ദുഃഖിതയായിരുന്നു.

ഹെൻട്രിക്രാഫോർഡ് അവളുടെ വികാരങ്ങളെ അവഗണിച്ചു. കുറെ നാളായി അവന്റെ ശ്രദ്ധപിടിച്ചുപറ്റാനായി അവൾ ശ്രമിച്ചുകൊണ്ടിരിക്കയായിരുന്നു. അക്കാര്യത്തിൽ സ്വന്തം സഹോദരിയോടവൾ അസൂയാലു ആയിരുന്നു. എന്നാൽ ഇപ്പോൾ, മരിയയോടുള്ള അയാളുടെ മുൻഗണന അവളിൽ യാഥാർഥ്യ ബോധമുണർത്തി– അവൾ മ്ലാനവദനയായി നിശ്ശബ്ദത പാലിച്ച് ഇരിപ്പായി. ഒന്നിനും വഴങ്ങാതെ ഭയങ്കരഗൗരവത്തത്തിൽ, ഒന്നിലും ജിജ്ഞാസയോ സന്തോഷമോ ഇല്ലാതെ. മിസ്റ്റർയെറ്റ്സിനെ മാത്രമാണവൾ സംസാരിക്കാനനുവദിച്ചത്, അയാളോടുമാത്രം ഉല്ലാസത്തോടെ സംസാരിച്ചു, മറ്റുള്ളവരുടെ അഭിനയത്തെ പരിഹസിച്ചു.

പരസ്യമായ ഈ അവഹേളനം നടന്ന് രണ്ട് ദിവസത്തിനുശേഷം, ഹെൻട്രിക്രാഫോർഡ് അവളെ അനുനയിപ്പിക്കാനായി പതിവ് രീതിയിൽ ശ്രമിച്ചുനോക്കി. എന്നാൽ, അവളതെല്ലാം നിന്ദാപൂർവം നിരസിച്ചപ്പോൾ അയാൾ സ്ഥിരോത്സാഹം കാട്ടാതായി, പിന്നെ ശ്രദ്ധിക്കാനേപോയില്ല. നാടകാഭിനയത്തിൽ തിരക്കുപിടിച്ച് ഓടിനടന്നു. വഴക്കിന്റെ കാര്യത്തിൽ ഉദാസീനനായി. വാസ്തവത്തിൽ അത് സംഭവിച്ചത് ഭാഗ്യമായി അയാൾ കരുതി. മറ്റുള്ളവർ ഉയർത്തിയ പ്രതീക്ഷകൾക്ക് ശാന്തമായൊരു രീതിയിൽ അന്ത്യം കുറിക്കാനായല്ലോ. മിസിസ് ഗ്രാന്റിനപ്പുറം പലരിലും ആ പ്രതീക്ഷ വളർന്നുകഴിഞ്ഞിരുന്നു. ജൂലിയയെ നാടകത്തിൽനിന്ന് ഒഴിവാക്കിയതും അവഗണിക്കുന്നതും മിസിസ് ഗ്രാന്റിന് ഇഷ്ടപ്പെട്ടില്ല. എന്നാൽ, അത് സ്വന്തം സന്തോഷത്തെ ബാധിക്കുന്ന കാര്യമല്ലാത്തതിനാൽ അവൾ ഇടപെടാൻ പോയില്ല. ഹെൻട്രിതന്നെയാണ് സ്വന്തം ഭാവി നിർണയിക്കേണ്ടത്. അനുനയിപ്പിക്കുന്ന രീതിയിലുള്ളൊരു പുഞ്ചിരിയോടെ അയാൾ സഹോദരിക്ക് ഉറപ്പുകൊടുത്തു, അയാളോ ജൂലിയയോ തങ്ങളുടെ ബന്ധം ഗൗരവത്തോടെ എടുത്തിട്ടില്ല. മൂത്ത സഹോദരിയെപ്പോലെ പഴയ മുൻകരുതൽ അവൾ പുതുക്കുകയേ ചെയ്തിട്ടുള്ളൂ, വല്ലാതെ ആരാധിച്ച് സ്വന്തം മനശ്ശാന്തി അപകടത്തിലാക്കേണ്ട എന്ന് തന്നോട് അപേക്ഷിക്കുകമാത്രം. പിന്നെ ചെറുപ്പക്കാർക്ക് പൊതുവെ ആനന്ദിക്കാനുള്ള ഏതെങ്കിലും കാര്യത്തിൽ അവളെ സസന്തോഷം പങ്കുകൊള്ളിക്കുക, പ്രത്യേകിച്ച് സഹോദരിക്ക് പ്രിയപ്പെട്ടവരായ ആ രണ്ടുപേരുടെയും സന്തോഷം വർധിപ്പിക്കാനായാണ് അപ്രകാരം ചെയ്തത്.

“ജൂലിയ ഹെൻട്രിയുമായി പ്രേമത്തിലല്ല എന്നറിഞ്ഞ് എനിക്കത്ഭുതം തോന്നി.” മിസിസ് ഗ്രാന്റ് മേരിയോട് അഭിപ്രായപ്പെട്ടു.

“ആണെന്ന് ഞാൻ കരുതുന്നു” മേരി തണുപ്പൻമട്ടിൽ മറുപടിനൽകി. “എനിക്കു തോന്നുന്നത് രണ്ട് സഹോദരിമാരും പ്രേമത്തിലാണെന്നാണ്.”

“ഇരുവരും! ഇല്ല, ഇല്ല, അതാവില്ല. അവനതിനെക്കുറിച്ച് ഒരു സൂച

നയും നൽകരുത്. മിസ്റ്റർ റഷ്വർത്തിനെക്കുറിച്ചോർത്തുനോക്കൂ."

"മിസ്റ്റർ റഷ്വർത്തിനെക്കുറിച്ചോർക്കാൻ നിങ്ങൾ മിസ്സ്. ബെർട്രാമിനോട് പറയേണ്ടതായിരുന്നു. അതവൾക്ക് നന്മയുണ്ടാക്കും. മിസ്റ്റർ റഷ്വർത്തിന്റെ സ്വത്തിനെയും സ്വാതന്ത്ര്യത്തെയുംകുറിച്ച് ഞാൻ പലപ്പോഴും ചിന്തിക്കാറുണ്ട് – എന്നാൽ, ഒരിക്കലും അയാളെക്കുറിച്ചോർക്കാറില്ല. അത്തരം എസ്റ്റേറ്റുള്ള ഒരാൾ കൗണ്ടി പ്രതിനിധിയാകണം, തൊഴിൽ ഉപേക്ഷിച്ച് കൗണ്ടിയെ പ്രതിനിധാനം ചെയ്യണം."

"അയാൾ വേഗം പാർലിമെന്റിലെത്തുമെന്നാണ് ഞാൻ കരുതുന്നത്. സർതോമസ് എത്തുമ്പോൾ ഏതെങ്കിലും 'ബറൊ'യിൽ അയാൾ നിൽക്കും. ഇതുവരെ അയാളെ ആ മാർഗത്തിലൂടെ നയിക്കാൻ ആരുമുണ്ടായിട്ടില്ല."

"സർ. തോമസ് വീട്ടിൽതിരിച്ചെത്തുമ്പോൾ സുപ്രധാനമായ പല കാര്യങ്ങളും നേടും." ചെറുതായൊന്നുനിർത്തിയശേഷം മേരി പറഞ്ഞു. "പോപ്പിനെ അനുകരിച്ച്" പുകയിലയെ സംബോധനചെയ്ത് ഹാക്കിൻസ് ബ്രൗൺസ് പറയുന്ന വാചകം നിങ്ങൾ ഓർക്കുന്നോ? അനുഗൃഹീതയായ ഇല, നിന്റെ സൗരഭ്യമാർന്ന കാറ്റ് ടെംപ്ലാർസിന് വിനയവും, ഇടവകവികാരിക്ക് വിവേകവും നൽകട്ടെ, ഞാനതിനൊരു പാരഡി പറയട്ടെ. അനുഗൃഹീതനായ സർ! നിന്റെ സ്വേച്ഛാധിപത്യപരമായ നേട്ടം കുട്ടികൾക്ക് സമൃദ്ധിയും, റഷ്വർത്തിന് വിവേകവും നൽകട്ടെ, അത് പോരേ, മിസിസ് ഗ്രാന്റ് എല്ലാം സർ. തോമസിന്റെ തിരിച്ചുവരവിനെയാണ് ആശ്രയിച്ചിരിക്കുന്നതെന്ന് തോന്നുന്നു."

"അദ്ദേഹത്തിന്റെ വീക്ഷണം വളരെ നീതിയുക്തമാണെന്ന് നീ അദ്ദേഹം കുടുംബത്തോടൊപ്പം കഴിയുമ്പോൾ കണ്ട് മനസിലാക്കും, എനിക്ക് ഉറപ്പാണ്. അദ്ദേഹത്തെകൂടാതെ നമ്മൾക്കിത്ര സുഖമായി കഴിയാൻ പറ്റുമായിരുന്നെന്ന് എനിക്ക് തോന്നുന്നില്ല. വളരെ അന്തസ്സുള്ള പെരുമാറ്റരീതിയാണ് അദ്ദേഹത്തിന്റേത്, അത്തരം ഒരു കുടുംബനാഥന് യോജിച്ചത്; എല്ലാവരെയും, അദ്ദേഹം അവരവരുടെ നിലയ്ക്ക് നിർത്തുന്നു. ലേഡി ബെർട്രാം ഇപ്പോൾ ഒരു വട്ടപ്പൂജ്യമാണ്, അദ്ദേഹം വീട്ടിലുള്ളപ്പോൾ അത്ര മോശമല്ലായിരുന്നു. മറ്റാർക്കും മിസിസ് നോറിസിനെ മര്യാദയ്ക്ക് നിർത്താനാവില്ല. എന്നാൽ, മേരി, മരിയബെർട്രാം ഹെൻട്രിയെ സ്നേഹിക്കുന്നുണ്ടെന്ന് സങ്കൽപ്പിക്കേണ്ട. ജൂലിയായും സ്നേഹിക്കുന്നില്ലെന്നെനിക്കുറപ്പാണ്. അല്ലെങ്കിൽ കഴിഞ്ഞരാത്രിയിലേതുപോലെ മിസ്റ്റർ യെറ്റ്സിനോടവൾ അഴിഞ്ഞാടില്ലായിരുന്നു. അവനും മരിയയും വളരെ നല്ല സുഹൃത്തുക്കൾ മാത്രമാണ്. അവൾ സതർട്ടൻ അത്രമാത്രം ഇഷ്ടപ്പെടുന്നു, ഒരിക്കലും ചപലയാകില്ല."

"വിവാഹം റജിസ്റ്റർ ചെയ്യുന്നതിനു മുമ്പ് ഹെൻട്രി ഇറങ്ങിപ്പുറപ്പെട്ടാൽ, മിസ്റ്റർ റഷ്വർത്തിന് അവസരം നഷ്ടപ്പെട്ടേക്കും."

"നിനക്ക് അത്രയ്ക്ക് സംശയമുണ്ടെങ്കിൽ, എന്തെങ്കിലും ചെയ്യണം, ഈ നാടകം അവസാനിച്ച ഉടനെ നമ്മൾക്കവനോട് ഗൗരവത്തോടെത്തന്നെ സംസാരിക്കണം, അവന്റെ മനസറിയണം. അവൻ ഒന്നും ഉദ്ദേ

ശിച്ചിട്ടില്ലെങ്കിൽ നമ്മൾക്ക് തൽക്കാലം അവനെ വിട്ടുകളയാം."

ജൂലിയ ശരിക്കും ദുഃഖിതയായിരുന്നു. മിസിസ് ഗ്രാന്റ് അത് മനസിലായിരുന്നില്ല. അതുപോലെ അവളുടെ സ്വന്തം കുടുംബാംഗങ്ങളും അത് ശ്രദ്ധിച്ചിട്ടില്ല. അവൾ സ്നേഹിച്ചിരുന്നു, ഇപ്പോഴും സ്നേഹിക്കുന്നു. പ്രിയപ്പെട്ടവനിൽ നിന്നുണ്ടായ ഇച്ഛാഭംഗം ഏതൊരു ആഹ്ലാദവതിയെയും വേദനിപ്പിക്കുന്നതുപോലെ അവളെയും വേദനിപ്പിച്ചു. ദുഃഖവും കോപവും അവളുടെ ഹൃദയത്തെ ഗ്രസിച്ചു. ദേഷ്യം മാത്രമായിരുന്നു അവൾക്കൊരാശ്വാസം നൽകിയത്. താൻ സ്നേഹിച്ചിരുന്ന സഹോദരി ഇന്നവളുടെ ഏറ്റവും വലിയ ശത്രുവായി മാറിയിരിക്കുന്നു. അവർ പരസ്പരം അകന്നു. അവിടെ നടക്കുന്ന കാര്യങ്ങൾ ദുഃഖപര്യവസായി ആകട്ടെ എന്ന് ജൂലിയ ആശിച്ചു. സ്വയം അപമാനിതയാക്കുകയും, മിസ്റ്റർ റഷ്വർത്തിന് അപമാനം വരുത്തിവെക്കുകയും ചെയ്ത ലജ്ജാകരമായ പെരുമാറ്റത്തിന് മരിയാക്കുള്ള ശിക്ഷ! യാതൊരു അഭിപ്രായവ്യത്യാസമോ പെരുമാറ്റദോഷമോ ഇല്ലാതെതന്നെ ഒരേ താൽപ്പര്യക്കാരായ സഹോദരികൾ അകന്നിരിക്കുന്നു. ഇത്തരം ഒരു പരീക്ഷണഘട്ടത്തിൽ അവരെ നീതിയും കാരുണ്യവും ഉള്ളവരാക്കാൻ മാത്രം ആദർശം അവർക്കില്ലായിരുന്നു. അന്തസ്സോ സഹാനുഭൂതിയോ ഇല്ല. മരിയ വിജയലഹരിയിലായിരുന്നു, ജൂലിയയെ അവഗണിച്ചുകൊണ്ട് അവൾ സ്വന്തം ലക്ഷ്യത്തിലേക്ക് മുന്നേറി. ഹെൻട്രിക്രാഫോർഡ് മരിയയോട് പ്രത്യേകതാൽപ്പര്യം കാണിക്കുന്നത് ജൂലിയയ്ക്ക് സഹിക്കാനാകില്ല, അതുകൊണ്ടവൾ അത് കാണാതിരിക്കാൻ ശ്രമിച്ചു. അവളിലത് അസൂയ ഉയർത്തുകയും ഒടുവിൽ അത് ഒരു പൊതുശല്യമായിമാറുകയും ചെയ്തു.

ഫാന്നിക്കതു കണ്ട് ജൂലിയയോട് ദയതോന്നി. എന്നാൽ, പുറമേക്കവർ തമ്മിൽ യാതൊരു കൂട്ടുകെട്ടുമില്ലായിരുന്നു. ജൂലിയ ഒന്നും പറഞ്ഞിരുന്നില്ല, ഫാന്നി അത്രയ്ക്ക് സ്വാതന്ത്ര്യവും അവളോട് എടുത്തില്ല. അവർ രണ്ടും ഏകാന്തദുഃഖിതരായിരുന്നു. അല്ലെങ്കിൽ ഫാന്നിയുടെ അന്തർബോധത്തിലൂടെ മാത്രം പരസ്പരം ബന്ധപ്പെട്ടവർ.

ജൂലിയയുടെ വ്യാകുലതയെക്കുറിച്ച് ഇരുസഹോദരന്മാരും ആന്റിയും ശ്രദ്ധിച്ചതേയില്ല. അതിനുകാരണം അവരുടെ മനസുനിറയെ സ്വന്തം കാര്യങ്ങളായിരുന്നു എന്നതാകാം, മറ്റുജോലികളിൽ പൂർണമായും അവർ വ്യാപൃതരായിരുന്നു. ടോം തിയേറ്റർ കാര്യങ്ങളിൽ മുഴുകി, മറ്റൊന്നും അവൻ ശ്രദ്ധിച്ചില്ല. എഡ്മണ്ടാകട്ടെ നാടകത്തിന്റെയും യാഥാർഥ ജീവിതത്തിന്റെയും, മിസ്സ് ക്രാഫോർഡിന്റെ അനുരാഗതരംഗത്തിന്റെയും ഇടയിൽപ്പെട്ട് ഉഴലുകയായിരുന്നു. അവനും ജൂലിയയുടെ നിലയെക്കുറിച്ച് ശ്രദ്ധിച്ചതേയില്ല. കമ്പനിയുടെ കൊച്ചുകൊച്ച് കാര്യങ്ങൾ നിർവഹിക്കുന്നതിലും നിർദേശിക്കുന്നതിലും മുഴുകി ഓടിനടക്കുകയായിരുന്നു മിസിസ് നോറിസ്. അവരുടെ ഡ്രസ്സുകൾ സന്ദർഭോചിതമായി ചുരുങ്ങിയ ചെലവിൽ അവൾ തയ്പിച്ചു, ആരും ഒരു നന്ദിവാക്ക് അവളോട് പറഞ്ഞില്ലെങ്കിലും. അങ്ങനെ, അവിടെയും ഇവിടെയുമായി അരക്രൗൺ വീതം സ്ഥലത്തില്ലാത്ത സർ.

തോമസിന് അകംനിറഞ്ഞ സത്യസന്ധതയോടെ സമ്പാദിച്ചുകൊടുത്തു; അദ്ദേഹത്തിന്റെ പുത്രിമാരുടെ സന്തോഷത്തെ കാത്തുരക്ഷിച്ചു.

18

എല്ലാം ഇപ്പോൾ ക്രമീകൃതമായ രീതിയിൽ നീങ്ങിത്തുടങ്ങി, തിയേറ്റർ, നടന്മാർ, നടികൾ, ഡ്രസുകൾ, എല്ലാം വേണ്ട രീതിയിൽ മുന്നോട്ട് പോയിക്കൊണ്ടിരുന്നു. മറ്റ് വലിയ പ്രതിബന്ധങ്ങളൊന്നും ഉയർന്നുവന്നില്ലെങ്കിലും, ആ സംഘത്തിലുള്ളവർ എല്ലാവിധത്തിലും സംതൃപ്തരല്ലെന്ന് അധികനാൾ കഴിയുന്നതിനുമുമ്പുതന്നെ ഫാന്നി മനസിലാക്കി. ആദ്യം അവൾ കരുതിയിരുന്നതുപോലെ അവർക്കിടയിൽ അഭിപ്രായ ഐക്യമോ, ആഹ്ലാദമോ കാണാനില്ല. എല്ലാവരും അവരവരുടേതായ രീതിയിൽ മനോവേദന അനുഭവിക്കുന്നു. എഡ്മണ്ട് പലരീതിയിലും, വളരെയേറെ വിഷമങ്ങൾ നേരിടുന്നു. അവൻ പ്രതീക്ഷിക്കാത്തരീതിയിൽ ഒരു കർട്ടൻ പെയിന്റർ പട്ടണത്തിൽനിന്നും എത്തിയിരിക്കുന്നു. പണി ആരംഭിക്കയും ചെയ്തു. ചെലവ് വല്ലാതെ വർധിച്ചു. അതിനെക്കാൾ മോശം, ആ പരിപാടി ഗംഭീരമായി ആഘോഷിക്കാനുള്ള നീക്കമായിരുന്നു. സ്വകാര്യ സദസിലായിരിക്കും നാടകം അവതരിപ്പിക്കുക എന്ന തീരുമാനം കാറ്റിൽ പറത്തിക്കൊണ്ട് തന്റെ മുന്നിൽ വന്നുപെടുന്ന കുടുംബക്കാർക്കെല്ലാം ക്ഷണക്കത്ത് നൽകിക്കൊണ്ടിരിക്കുന്നു. കർട്ടൻപെയിന്ററുടെ മന്ദഗതിയിലുള്ള ജോലിയെ കുറ്റപ്പെടുത്തി ടോം അയാളെ ശാസിക്കാൻ തുടങ്ങി. കാത്തിരിപ്പിന്റെ കഷ്ടപ്പാടോർത്ത് പരിതപിച്ചു. അയാൾ തന്റെ ഭാഗം പഠിച്ചു – എല്ലാഭാഗങ്ങളും ബട്‌ളറുമായി ബന്ധമുള്ള എല്ലാ നിസ്സാര സംഗതികളും ഹൃദിസ്ഥമാക്കി. അഭിനയം ആരംഭിക്കാൻ അക്ഷമനായി കാത്തിരുന്നു. അങ്ങനെ, ഓരോ ദിവസവും ഒന്നും ചെയ്യാനില്ലാതായപ്പോൾ, തന്റെ റോളുകൾ നിസ്സാരമാണെന്ന ബോധം അവനിൽ ഉണരാൻ തുടങ്ങി. മറ്റേതെങ്കിലും നാടകം തെരഞ്ഞെടുക്കാത്തതിൽ അവന് ദുഃഖം തോന്നി. ഫാന്നി എപ്പോഴും നല്ല ഒരു ശ്രോതാവായിരുന്നതിനാൽ (പലപ്പോഴും ഒരേയൊരു ശ്രോതാവ്) എല്ലാവരും തങ്ങളുടെ ആവലാതികളും വിഷമങ്ങളും അവളോടാണ് പറഞ്ഞിരുന്നത്. മിസ്റ്റർ യെറ്റ്സ് വെറുതെ തൊള്ളയിടുന്നവനായാണ് കരുതപ്പെട്ടതെന്ന് അവൾക്കറിയാം. ഹെൻട്രി ക്രാഫോർഡിന്റെ കാര്യത്തിൽ മിസ്റ്റർ യെറ്റ്സിന് ഇച്ഛാഭംഗമാണ്. ചിരിയിലൂടെ മിസിസ് ഗ്രാന്റ് സർവതും നശിപ്പിക്കുന്നു. എഡ്മണ്ട് തന്റെ ഭാഗം മോശമായാണ് അവതരിപ്പിക്കുന്നത്, മിസ്റ്റർ റഷ്‌വർത്തിനെക്കൊണ്ട് എന്തെങ്കിലും ചെയ്യിപ്പിക്കുക എന്നത് കഷ്ടമത്രെ. ഓരോ വാചകം പറയാനും അയാൾക്ക് പ്രോംപ്റ്റർ വേണം. അയാളോടൊപ്പം റിഹേഴ്സൽനടത്തുവാൻ ആരെയും കിട്ടില്ലെന്നവൾക്കറിയാം, പാവം റഷ്‌വർത്ത്. ഫാന്നിയുടെയും മറ്റുള്ളവരുടെയും മുന്നിൽ അയാൾ ഇത്തരം ആവലാതികൾ നിരത്തി. അയാളുടെ നേരെയുള്ള തന്റെ കസിൻ മരിയായുടെ അവഗ

ണനയെക്കുറിച്ചവൾക്കുറപ്പാണ്. വാസ്തവത്തിൽ, അവളും മിസ്റ്റർ ക്രാഫോർഡും തമ്മിലുള്ള ആദ്യരംഗം ഇടയ്ക്കിടെ റിഹേഴ്സൽ ചെയ്യുന്നതിന്റെ യാതൊരാവശ്യവുമില്ല. ഇതിനെക്കുറിച്ചുള്ള അയാളുടെ പരാതി അടുത്തുതന്നെ അവൾക്ക് കേൾക്കേണ്ടിവരും! ഇത്രയുംകാലം എല്ലാവരും സംതൃപ്തരും സന്തുഷ്ടരുമായിരുന്നെങ്കിൽ, ഇപ്പോൾ അവർ തങ്ങൾക്കില്ലാത്ത എന്തൊക്കെയോ ആഗ്രഹിക്കുന്നു. മറ്റുള്ളവർക്ക് അതൃപ്തിതോന്നിക്കുന്ന സന്ദർഭങ്ങൾ സൃഷ്ടിക്കുന്നു –എല്ലാവർക്കും, ഒന്നുകിൽ റോൾ വളരെ വലുതായി അല്ലെങ്കിൽ തീരെ ചെറുതായി എന്നാണ് പരാതി – അവർ വേണ്ടരീതിയിൽ ശ്രദ്ധിക്കുന്നില്ല, ഏത് ഭാഗത്തുകൂടെയാണ് പ്രവേശിക്കേണ്ടതെന്ന് ആരും ഓർക്കുന്നില്ല, ആരും സംവിധായകനെ ശ്രദ്ധിക്കുന്നില്ല.

മറ്റുള്ളവരെപ്പോലെ നാടകം ആസ്വദിക്കാൻ ഫാന്നിയും തയാറായി – ഹെൻട്രിക്രാഫോർഡിന്റെ അഭിനയംകൊള്ളാം, തിയേറ്ററിലേക്ക് നുഴഞ്ഞുകയറി, നാടകത്തിന്റെ ഒന്നാംരംഗ റിഹേഴ്സൽ കാണുന്നതവൾക്കിഷ്ടമായിരുന്നു. മരിയയുടെ ചില സംഭാഷണങ്ങൾ വികാരമുണർത്തുന്നതായിരുന്നു എങ്കിലും മരിയായും നന്നായി അഭിനയിക്കുന്നുണ്ടെന്നവൾക്കു തോന്നി. വളരെനന്നായി – ഒന്നു രണ്ട് റിഹേഴ്സൽ കഴിഞ്ഞപ്പോൾ ഫാന്നി അവരുടെ ഏക പ്രേക്ഷകയായി മാറി – പിന്നെ, ചിലപ്പോൾ പ്രോംപ്റ്ററും, ചിലപ്പോൾ കാഴ്ചക്കാരിയും – പലപ്പോഴും വളരെ പ്രയോജനപ്രദം – അവളുടെ നിർണയമനുസരിച്ച് അവരിൽ ഏറ്റവും നല്ല നടൻ മിസ്റ്റർ ക്രാഫോർഡ് ആണ്. എഡ്മണ്ടിനെക്കാൾ ആത്മവിശ്വാസമുണ്ടയാൾക്ക്. ടോമിനെക്കാൾ കൂടുതൽ ബോധവും, മിസ്റ്റർ യെറ്റ്സിനെക്കാൾ കൂടുതൽ കഴിവും വാസനയും – ഒരു വ്യക്തിയെന്ന നിലയ്ക്കയാളെ അവൾക്കിഷ്ടമല്ല. എന്നാൽ, ഏറ്റവും നല്ല നടനാണയാൾ എന്ന് സമ്മതിക്കാതിരിക്കാനാവില്ല. ഇക്കാര്യത്തിൽ അവളുമായി അഭിപ്രായവ്യത്യാസമുള്ളവർ ഉണ്ടാകില്ല. മിസ്റ്റർ യെറ്റ്സ്, തീർച്ചയായും, അയാളുടെ വിധേയത്വത്തെയും, വിരസമായ പെരുമാറ്റത്തെയും അതിശയത്തോടെയാണ് വീക്ഷിച്ചത് – ഒടുവിൽ ആ ദിനം വന്നണഞ്ഞു. മിസ്റ്റർ റഷ്വർത്ത് അവളുടെ നേരെ ഇരുണ്ടമുഖത്തോടെ നോക്കി ചോദിച്ചു "അയാളിൽ എന്തെങ്കിലും നല്ലതായി ഉണ്ടെന്ന് നീ കരുതുന്നുണ്ടോ? ഞാൻ ആണയിട്ടുപറയുന്നു, എനിക്കയാളെ അഭിനന്ദിക്കാനാകുന്നില്ല. നമ്മൾതമ്മിൽ പറയുകയാണ്, പൊക്കം കുറഞ്ഞ് സുമുഖനല്ലാത്ത ഒരാൾ നല്ല നടനോ! എന്റെ അഭിപ്രായത്തിൽ വളരെ പരിഹാസ്യമാണ്."

അന്നുമുതൽ അയാളുടെ പഴയ അസൂയവീണ്ടും തുടങ്ങി. മരിയ ക്രാഫോർഡുമായി കൂടുതൽ അടുക്കുന്നതോടെ അത് വർധിച്ചുവരികയും ചെയ്തു. മിസ്റ്റർ റഷ്വർത്തിനാകട്ടെ തന്റെ നാൽപ്പത്തി രണ്ട് സംഭാഷണങ്ങൾ പഠിക്കുക ദുഷ്കരമായിരുന്നു. അയാളുടെ അമ്മയ്ക്കുമാത്രമേ ഒരു ശുഭാപ്തി വിശ്വാസമുണ്ടായിരുന്നുള്ളു. മറ്റുള്ളവർ അയാളെ എങ്ങനെ സഹിക്കും എന്നോർക്കുകയായിരുന്നു. മകന്റെ സംഭാഷണങ്ങൾ വെട്ടി

ച്ചുരുക്കാൻ ആ അമ്മയ്ക്ക് സമ്മതമല്ലായിരുന്നു. സംഭാഷണത്തിന്റെ തുടക്കവാചകമെങ്കിലും അയാൾ ഓർത്ത് പറയണമെന്നേ മറ്റുള്ളവർ ആഗ്രഹിച്ചുള്ളു, ബാക്കിയുള്ളത് പ്രോംപ്റ്റർ പറഞ്ഞുകൊള്ളും. കരുണാർദ്രമനസ്കയായ ഫാന്നി അയാളെ ഡയലോഗ് പഠിപ്പിക്കുവാൻ വളരെയേറെ കഷ്ടപ്പെട്ടു. അവളുടെ കഴിവിനനുസരിച്ച് സഹായവും നിർദേശങ്ങളും നൽകി, യാന്ത്രികമായി ഡയലോഗ് ഓർത്തിരിക്കാനുള്ള കുറുക്കുവഴികൾ പഠിപ്പിച്ചു. അതിനുവേണ്ടി അയാൾ പറയുന്ന ഓരോ വാക്കും അവൾക്ക് മനപ്പാഠമാക്കേണ്ടിവന്നു. എന്നിട്ടും അയാളുടെ കാര്യത്തിൽ വലിയ പുരോഗതിയൊന്നും ഉണ്ടായില്ല.

അസുഖകരവും ഉൽക്കണ്ഠാകരവുമായ പല ചിന്തകളും അവളുടെ മനസിലുണ്ടായിരുന്നു എന്നത് ഉറപ്പാണ്. എന്തൊക്കെ ആയാലും, അവൾ ശ്രദ്ധിക്കപ്പെട്ടു തുടങ്ങിയതോടെ, താൻ ഉപയോഗമില്ലാത്തവളല്ല എന്നവൾക്ക് തോന്നിത്തുടങ്ങി. സുഹൃത്തുക്കളില്ലാത്തവളുമല്ല. ഒഴിവുസമയത്ത് അവളുടെ ആവശ്യം അവിടെ അനിവാര്യമായിത്തീർന്നു. തന്റെ മുമ്പത്തെ മ്ലാനത അടിസ്ഥാനരഹിതമാണെന്ന് തെളിയിക്കപ്പെട്ടു. എല്ലാവർക്കും അവളെ ആവശ്യമായിത്തീർന്നു. ഏതൊരാളെയുംപോലെ അവളും മനശ്ശാന്തി നേടി.

ഒരുപാട് തുന്നൽവേലകൾ ചെയ്യേണ്ടതുണ്ടായിരുന്നു. അതിൽ അവളുടെ സഹായം ഒഴിച്ചുകൂടാത്തതാണ്. ഫാന്നി ഒന്നും ചെയ്യാതെ സുഖമായി നടക്കുകയാണെന്നാണ് മിസിസ് നോറിസിന്റെ വിചാരം. അവളുടെ സംസാരരീതിയിൽ നിന്ന് വ്യക്തമാണ്.

“വരൂ ഫാന്നി” അവൾ ഒച്ചയിട്ടു “നിനക്ക് നല്ല സമയമാണിപ്പോൾ, ഇങ്ങിനെ സുഖമായി ഒരു മുറിയിൽനിന്ന് മറ്റൊന്നിലേക്ക് കറങ്ങിയടിച്ച് സമയം കളയുകയല്ലേ, നീ – നിന്നെ എനിക്കിവിടെ ആവശ്യമുണ്ട് – ഞാനിവിടെ എല്ലുമുറിയെ അടിമപ്പണി ചെയ്യുന്നു, നിൽക്കാൻപോലും പറ്റുന്നില്ല. കൂടുതൽ സാറ്റിൻതുണി വാങ്ങിക്കാതെ മിസ്റ്റർ റഷ്വർത്തിന്റെ മേലങ്കി തുന്നിതീർക്കാൻ എന്തെങ്കിലും ഉപായം കണ്ടെത്തണം. അതിന് എനിക്ക് നിന്റെ സഹായം കൂടിയേ തീരൂ – മൂന്ന് കുട്ടിത്തുന്നലുകൾ കൂടിയേ ഉള്ളു, അത് പെട്ടെന്നു നീ ചെയ്തുതരണം – എനിക്ക് കാര്യനിർവഹണച്ചുമതല മാത്രമായിരുന്നെങ്കിൽ എത്ര ഭാഗ്യമായിരുന്നു – ഇതിന് പറ്റിയ ആൾ നീയാണ്, നിന്നെപ്പോലെ വേഗത്തിൽ മറ്റാർക്കും ഇത് ചെയ്യാനാകില്ല.”

യാതൊരെതിർപ്പും പ്രകടിപ്പിക്കാതെ ശാന്തയായി അവളാ ജോലി ഏറ്റെടുത്തു. എന്നാൽ, ദയാലുവായ ബെർട്രാം ആന്റി അവളെ ശ്രദ്ധിച്ചുകൊണ്ട് പറഞ്ഞു:

“ഫാന്നി വളരെ ആഹ്ലാദത്തിലാണെന്ന കാര്യത്തിൽ ആർക്കും അത്ഭുതം തോന്നേണ്ടതില്ല, സഹോദരീ – ഇതെല്ലാം അവൾക്കൊരു പുതുമയാണ്, നിനക്കറിയാമല്ലോ – നീയും ഞാനും നാടകം എന്തുമാത്രം ഇഷ്ടപ്പെട്ടിരുന്നു – ഞാൻ ഇപ്പോഴും അങ്ങനെത്തന്നെ. എനിക്ക് കുറച്ചുകൂടി വിശ്രമവേള ലഭിച്ചാൽ, റിഹേഴ്സൽ കാണണമെന്നുണ്ട്. എന്തിനെക്കുറിച്ചുള്ള നാടകമാണ്, ഫാന്നി, നീ അതിനെക്കുറിച്ചൊന്നും എന്നോട് പറ

ഞ്ഞില്ലല്ലൊ."

"ഓ! സഹോദരീ, അവളോടൊന്നും ഇപ്പോൾ ചോദിക്കല്ലേ, കാരണം, മറ്റുള്ളവരെപ്പോലെ സംസാരിച്ചുകൊണ്ട് പണിയെടുക്കാൻ കഴിവുള്ളവളല്ല അവൾ – *കാമുകരുടെ പ്രതിജ്ഞ*കളാണ് നാടകം."

"നാളെ വൈകുന്നേരം മൂന്ന് ആളുകൾ റിഹേഴ്സൽ ചെയ്യുമെന്ന് ഞാൻ കരുതുന്നു. അപ്പോൾ ഒന്നിച്ച് എല്ലാ നടീനടന്മാരെയും കാണാനുള്ള അവസരം നിങ്ങൾക്ക് കിട്ടും" ബെർട്രാംആന്റിയോട് ഫാന്നി പറഞ്ഞു.

"കർട്ടൻ പിടിപ്പിക്കുന്നതുവരെ കാത്തിരിക്കുന്നതാണ് നല്ലത്" മിസിസ് നോറിസ് ഇടയ്ക്കുകയറി പറഞ്ഞു. "ഒന്നു രണ്ട് ദിവസത്തിനകം കർട്ടൻ പിടിപ്പിക്കാനാകും – കർട്ടനില്ലാതെ നാടകം കാണുന്നത് ബുദ്ധിയില്ലായ്മയാണ് – മനോഹരമായ തോരണങ്ങളോടൊപ്പം ഞാനത് ഞാത്തിയിടും."

കാത്തിരിക്കാമെന്നുള്ള നിർദേശത്തിന് ലേഡി ബെർട്രാം വഴങ്ങിയെന്ന് തോന്നി – ആന്റിയുടെ ആത്മസംയമനത്തിൽ ഫാന്നിക്ക് പങ്കുകൊള്ളാനായില്ല. നാളെയെക്കുറിച്ചവർ ഒരുപാട് ചിന്തിച്ചു – മൂന്ന് ആക്ട് റിഹേഴ്സൽ ചെയ്യുമ്പോൾ എഡ്മണ്ടും മിസ്. ക്രാഫോർഡും ആദ്യമായി ഒന്നിച്ചഭിനയിക്കുന്നത് കാണാൻകഴിയും. മൂന്നാം ആക്ട് പ്രത്യേകിച്ചും അവൾക്ക് ഏറ്റവും താൽപ്പര്യമുള്ളതാണ്. അവർ എങ്ങനെയായിരിക്കും ഒന്നിച്ചഭിനയിക്കുക എന്നറിയാൻ കാത്തിരിക്കുകയായിരുന്നു അവൾ, ഉൽക്കടമായ ഭീതിയോടെ. പ്രേമമാണ് വിഷയം – ആ മാന്യൻ പ്രേമവിവാഹത്തെക്കുറിച്ച് വിശദീകരിക്കുന്നു, പ്രേമ പ്രഖ്യാപനം ആ ലേഡിയും നടത്തുന്നു.

വേദനയും അതിശയവും കലർന്ന മനോവികാരത്തോടെ ആ രംഗം പലപ്രാവശ്യം അവൾ വായിച്ചു. അതീവ താൽപ്പര്യത്തോടെ, അവരത് അവതരിപ്പിക്കുന്നത് കാണാനവൾ കാത്തിരിക്കുകയാണ്. സ്വകാര്യമായിട്ടുപോലും അവരതിന്റെ റിഹേഴ്സൽ നടത്തിയിട്ടില്ലെന്നവൾക്കറിയാം.

പിറ്റേന്ന് നേരം പുലർന്നു. വൈകുന്നേരത്തേക്കുള്ള പദ്ധതി തുടരുന്നു. അതിനെക്കുറിച്ചുള്ള ചിന്ത ഫാന്നിയുടെ മനസിനെ മഥിച്ചുകൊണ്ടിരുന്നു. ആന്റിയുടെ നിർദേശപ്രകാരം എല്ലാ ജോലികളും വളരെ ശുഷ്കാന്തിയോടെ ഫാന്നി ചെയ്തു, എന്നാൽ, ആ ശുഷ്കാന്തിയും മൗനവും ഉൽക്കണ്ഠാകുലമായൊരു മനസാൽ ഒളിപ്പിക്കപ്പെട്ടിരുന്നു. ഉച്ചയോടെ അവൾ തന്റെ ജോലിയിൽ നിന്നും രക്ഷപ്പെട്ട് കിഴക്കെമുറിയിലേക്ക് പോയി. മറ്റൊന്നിലും അവൾക്ക് താൽപ്പര്യമില്ല എന്ന് കരുതിനിൽക്കുമ്പോഴേക്കും, അനാവശ്യമായ ഒന്നാം ആക്ടിന്റെ റിഹേഴ്സൽ ഹെൻട്രി ക്രാഫോർഡ് നിർദേശിക്കയായിരുന്നു, മിസ്റ്റർ റഷ്‌വർത്തിന്റെ കണ്ണുവെട്ടിച്ചുകൊണ്ട്! ഹാൾ കടന്നുവരുമ്പോൾ, രണ്ട് മഹതിമാർ പുരോഹിത ഭവനത്തിൽനിന്ന് നടന്നുവരുന്നത് അവൾ ഒരു നോക്കുകണ്ടിരുന്നു. എന്നാൽ അവൾ തിരിച്ചുപോകാതെ കിഴക്കേ മുറിയിൽത്തന്നെ, ആരുടെയും ശല്യമില്ലാതെ ചിന്താമഗ്നയായി സ്വന്തം ജോലിയിൽ മുഴുകി. കാൽമണിക്കൂറോളം അവിടെ ഇരുന്നുകാണും. അപ്പോൾ വാതിൽക്കൽ മെല്ലെ ഒരു കൊട്ട് കേട്ടു. മിസ്സ്. ക്രാഫോർഡ് ഉള്ളിലേക്ക് പ്രവേശിച്ചു.

"ഞാൻ ഉദ്ദേശിച്ചത് ശരിയല്ലേ? അതെ. ഇതാണ് കിഴക്കേമുറി? എന്റെ പ്രിയപ്പെട്ട മിസ്സ്.പ്രൈസ്, എന്നോട് ക്ഷമിക്കണം, നിന്റെ സഹായം അഭ്യർഥിക്കാൻ വേണ്ടിയാണ് ഞാനിവിടെ വന്നത്."

ഫാന്നി അതിശയത്തോടെ നോക്കി. തന്റെ മുറിയിലേക്ക് വന്ന അതിഥിയെ ഒരു യജമാനത്തിയെപ്പോലെ ആദരവോടെ സ്വീകരിച്ച് ആകാംക്ഷയോടെ നിന്നു.

"താങ്ക്യു – എനിക്ക് ചൂട് തോന്നുന്നു, നല്ല ചൂട്, ഞാൻ കുറച്ചു നേരം ഇവിടെ നിന്നോട്ടെ, എന്റെ മൂന്നാം ആക്ട് ഒന്ന് കേൾക്കുവാൻ ദയവുണ്ടാകണം. ഞാൻ പുസ്തകം കൊണ്ടുവന്നിട്ടുണ്ട്. നീ എന്നോടൊപ്പം അത് റിഹേഴ്സ് ചെയ്താൽ വളരെ ഉപകാരമായിരിക്കും! എഡ്മണ്ടിനോടൊപ്പം റിഹേഴ്സൽ നടത്താമെന്നു വിചാരിച്ചാണ് ഞാൻ വന്നത് – ഞങ്ങൾ മാത്രം വൈകുന്നേരത്തിനുപകരം; എന്നാൽ, അവന് ഇപ്പോൾ സൗകര്യമില്ല. സൗകര്യപ്പെട്ടാൽത്തന്നെ എനിക്ക് ഭംഗിയായി ചെയ്യാൻ കഴിയുമെന്ന് തോന്നുന്നില്ല, കുറച്ചുകൂടി ഹൃദിസ്ഥമാക്കിയില്ലെങ്കിൽ. ഒന്നു രണ്ട് സംഭാഷണങ്ങൾ ശരിക്കും ബുദ്ധിമുട്ടാണ് – നീ സന്മനസ്സ് കാണിക്കില്ലേ?"

വളരെ മര്യാദയോടെ ഫാന്നി ഉറപ്പുനൽകി, അവളുടെ വാക്കുകൾ പതറിയിരുന്നെങ്കിലും.

"നീ എപ്പോഴെങ്കിലും എന്റെ ഭാഗംവായിച്ചു നോക്കിയിട്ടുണ്ടോ?" പുസ്തകം തുറന്നുകൊണ്ട് മിസ്സ്. ക്രാഫോർഡ് തുടർന്നു "ഇതാ, നോക്കൂ. ആദ്യം അതിനെക്കുറിച്ച് കൂടുതലൊന്നും ഞാൻ ചിന്തിച്ചിരുന്നില്ല – എന്നാൽ, സത്യമായിട്ടും – അതാ നോക്കൂ ആ സംഭാഷണം, പിന്നെ അതും. അതും, എങ്ങനെയാണവന്റെ മുഖത്തുനോക്കി അത്തരം കാര്യങ്ങൾ പറയുക? നിനക്കത് കഴിയുമോ? എന്നാൽ, അവൻ നിന്റെ കസിൻ ആണ്, അതാണ് വ്യത്യാസം. നീ എന്നോടൊപ്പം അത് റിഹേഴ്സൽ ചെയ്യണം, നിന്നെ അവനായി ഞാൻ സങ്കൽപ്പിക്കാം. ചിലപ്പോൾ അവന്റെ മുഖഛായ തന്നെയാണ് നിനക്കും."

"എനിക്കുണ്ടോ?– പരിമാവധി ഭംഗിയായി ഞാൻ ചെയ്യാം – എന്നാൽ, ആ ഭാഗം എനിക്ക് വായിച്ചു നോക്കണം, കാരണം, വളരെകുറച്ചേ എനിക്കതിനെകുറിച്ച് പറയാൻ കഴിയൂ."

"ഒന്നും അറിയില്ലെന്നെനിക്ക് തോന്നുന്നു. തീർച്ചയായും നിനക്കൊരു പുസ്തകം വേണം, ഇപ്പോൾത്തന്നെ. സ്റ്റേജിന്റെ മുൻഭാഗത്തിടാൻ രണ്ട് കസേരകൾ വേണം. അതാ വളരെ നല്ല സ്കൂൾ കസേരകൾ, തിയേറ്ററിനുവേണ്ടിയുള്ളതല്ലെന്നെനിക്കുറപ്പാണ്. കൊച്ചുപെൺകുട്ടികൾക്കിരുന്ന് കാലിട്ടുചവുട്ടിക്കൊണ്ട് പാഠങ്ങൾ പഠിക്കാൻ പറ്റിയവ. ഇത്തരം ഒരു ഉദ്ദേശ്യത്തിന് അവ ഉപയോഗിക്കുന്നത് നിന്റെ അങ്കിൾ കണ്ടാൽ എന്ത് പറയും? സർ. തോമസ് നമ്മളെ ഈ അവസരത്തിൽ കാണാനിടയായാൽ എന്തുകരുതും, ആശംസിക്കുമോ! വീട് മുഴുവൻ നമ്മൾ റിഹേഴ്സൽ നടത്തുകയാണ്. ഡൈനിങ്റൂമിൽ യെറ്റ്സിന്റെ അട്ടഹാസം കേൾക്കാം. ഞാൻ മുകളിലേക്ക് വരുമ്പോളത് കേട്ടു. തിയേറ്ററിൽ ആകട്ടെ ആ തളരാത്ത റിഹേഴ്സലുകാരും, അഗാതായും അഫ്രഡറിക്കും. അവർ പൂർണതകൈ

വരിച്ചില്ലെങ്കിലേ എനിക്കത്ഭുതമുള്ളൂ. അതിനിടയ്ക്ക് ഒരുകാര്യംചോദിച്ചോട്ടെ, അഞ്ചുമിനിറ്റു മുമ്പ് ഞാൻ നോക്കിയപ്പോൾ, അവർ പരസ്പരം ആലിംഗനം ചെയ്യുന്നത് ഒഴിവാക്കാൻ ശ്രമിക്കുകയായിരുന്നു. അപ്പോൾ മിസ്റ്റർ റഷ്വർത്ത് എന്നോടൊപ്പം ഉണ്ട്. അയാളതുകണ്ട് അൽപ്പം അസ്വസ്ഥനായെന്നെനിക്ക് തോന്നി. ഞാൻ പരമാവധി അയാളുടെ ശ്രദ്ധതിരിക്കാൻ ശ്രമിച്ചുകൊണ്ട് മെല്ലെ മന്ത്രിച്ചു. നമ്മൾക്ക് ഒന്നാംതരം ഒരു അഗതായെയാണ് ലഭിച്ചിരിക്കുന്നത്, അരങ്ങ് തകർക്കും. മാതൃ നിർവിശേഷമായ എന്തോ ഒന്ന് അവളുടെ ശൈലിയിലുണ്ട്, തികച്ചും മാതൃസഹജമാണ് അവളുടെ ശബ്ദവും മുഖഭാവവും, ഞാനത് നന്നായി കൈകാര്യം ചെയ്തില്ലേ? ഉടനെ അയാളുടെ മുഖം പ്രകാശിച്ചു. ഇനി എന്റെ ആത്മഗതം."

അവൾ ആരംഭിച്ചു. എഡ്മണ്ടിനെ പ്രതിനിധീകരിക്കുക എന്ന ചിന്ത ഫാന്നിയെ ശക്തമായി ആവേശം കൊള്ളിച്ചിരുന്നു, അവൾ വളരെ എളിമയോടെ സംഭാഷണത്തിൽ പങ്കുകൊണ്ടു. എന്നാൽ, ഒരു സ്ത്രീയുടേതായ യഥാർഥ ശബ്ദവും ഭാവവും, പുരുഷനെ അവതരിപ്പിക്കത്തക്കതായിരുന്നില്ല. അത്തരം ഒരു അൻഹാൾട്ട്രിനോടൊപ്പം അഭിനയിക്കാൻ മിസ്സ്. ക്രാഫോർഡിന് നല്ല ധൈര്യം തോന്നി. അവർ പകുതിരംഗം കഴിഞ്ഞപ്പോൾ വാതിൽക്കലൊരു മുട്ടുകേട്ട് അഭിനയം നിർത്തി. എഡ്മണ്ട് കടന്നുവന്നതോടെ പരിപാടി തൽക്കാലം അവർ മാറ്റിവെച്ചു.

അപ്രതീക്ഷിതമായ ആ സമാഗമം മൂന്നുപേർക്കും അതിശയവും സന്തോഷവും ഉളവാക്കി. മിസ്സ്. ക്രാഫോർഡ് വന്ന അതേ ഉദ്ദേശ്യത്തിലായിരുന്നു എഡ്മണ്ടിന്റെ വരവ്, ആത്മബോധവും ആനന്ദവും താൽക്കാലികമായിരുന്നില്ല. അവ തന്റെ കയ്യിലും ഒരു പുസ്തകമുണ്ട്, തന്നോടൊപ്പം റിഹേഴ്സ് ചെയ്യാനായി ഫാന്നിയെത്തിരക്കി എത്തിയതാണവൻ. വൈകുന്നേരത്തെ പരിപാടിക്ക് തയാറെടുക്കാനായി അവളുടെ സഹായം തേടി. വീടിനുള്ളിൽ മിസ്സ് ക്രാഫോർഡുള്ള കാര്യം അവനറിയില്ലായിരുന്നു. അങ്ങനെ ഒന്നിച്ചുചേർന്നതിലുള്ള ആനന്ദവും ആഹ്ലാദവും ചെറുതല്ലായിരുന്നു – പദ്ധതികൾ താരതമ്യപ്പെടുത്തി – ഫാന്നിയുടെ സേവനങ്ങളെ പ്രകീർത്തിച്ചു.

അവരുടെ ഉത്സാഹത്തിനൊപ്പം ഫാന്നിക്കെത്താൻ കഴിഞ്ഞില്ല. അവരുടെ ആഹ്ലാദത്തിമിർപ്പ് അവളുടെ ആവേശത്തെ തണുപ്പിച്ചു. താൻ ഒന്നുമല്ലാതായിത്തീർന്നതുപോലെ അവൾക്ക് തോന്നി, ആശ്വാസം നഷ്ടപ്പെട്ടതുപോലെ. ഇനി അവർ ഒന്നിച്ച് റിഹേഴ്സൽ ചെയ്യും. എഡ്മണ്ട് അക്കാര്യം നിർദേശിച്ചു, നിർബന്ധിച്ചു, അഭ്യർഥിച്ചു – ആദ്യം അത്രവലിയ താൽപ്പര്യമെടുത്തില്ലെങ്കിലും പിന്നീടതിന് ആ ലേഡി വഴങ്ങി. ഫാന്നിയുടെ ചുമതല അവരെ നിരീക്ഷിക്കലും, പ്രോംപ്റ്റ് ചെയ്യലും മാത്രമായി ചുരുങ്ങി. അവൾ വിധികർത്താവും വിമർശകയുമായി അവരോധിക്കപ്പെട്ടു. ആത്മാർഥമായി ആ ചുമതല നിർവഹിക്കാനവൾ തീരുമാനിച്ചു, അവരുടെ പോരായ്മകളെല്ലാം ചൂണ്ടിക്കാണിക്കണം. പക്ഷേ, അത് ചെയ്യുന്നതിലൂടെ അവളുടെ ഉള്ളിലെ വികാരങ്ങൾ സങ്കോചിച്ചു.

അവൾക്കത് ചെയ്യാൻ കഴിഞ്ഞില്ല, കഴിയില്ല, ശ്രമിക്കാൻപോലും ധൈര്യപ്പെട്ടില്ല. അവൾ വിമർശനത്തിന് അധികാരപ്പെടുത്തപ്പെട്ടവളാണെങ്കിൽ, നിരാകരിക്കുന്നതിന് മുതിരുമ്പോൾ സ്വന്തം മനസ്സാക്ഷിക്ക് കടിഞ്ഞാണിടേണ്ടിവരും. ആത്മാർഥത പാലിക്കേണ്ടതാവശ്യമാണ്, അവരെ പ്രോംപ്ചെയ്യുക എന്നതുതന്നെ ധാരാളം. ചിലപ്പോൾ ധാരാളത്തിലധികവും! കാരണം, അവൾക്ക് എപ്പോഴും പുസ്തകത്തിൽ ശ്രദ്ധചെലുത്താനായില്ല. അവരെ നോക്കി അവൾ സ്വയം മറന്ന് ഇരുന്നുപോയി. എഡ്മണ്ടിന്റെ അമിത ആവേശം കണ്ട് അവൾക്ക് കോപം വന്നു. ഒരിക്കൽ പുസ്തകത്തിലെ ആ പേജ് അടച്ചുവെച്ച് ഇരിക്കേണ്ടിവന്നു. അവൾ ക്ഷീണിച്ചതായി ഭാവിച്ചു. അവളോടവർ നന്ദിയും ദയയും പ്രകടിപ്പിച്ചു. അവർ ഊഹിക്കുന്നതിലേറെ സഹാനുഭൂതി അവൾ അർഹിക്കുന്നുണ്ടായിരുന്നു. ഒടുവിൽ ആ രംഗം അവസാനിച്ചു. അവർ പരസ്പരം അഭിനന്ദനങ്ങൾ അർപ്പിക്കുന്നതുകണ്ട് അവളും അവരെ പ്രശംസിച്ചു. പിന്നീട് അവൾ ഒറ്റയ്ക്കായപ്പോൾ ഈ സംഭവത്തെക്കുറിച്ച് വീണ്ടും ഓർത്തു നോക്കി. അവരുടെ അഭിനയം തന്മയത്വവും, വികാരം നിറഞ്ഞതുമാണെന്നവൾക്ക് തോന്നി, അത് പ്രശംസനീയംതന്നെ. എന്നാൽ, വളരെ വേദനാജനകമായ പ്രകടനമായിരുന്നു അതവൾക്ക്. അതിന്റെ പരിണിത ഫലമെന്തായാലും, അതേ ദിവസം തന്നെ അത്യുഗ്രമായ അതിന്റെ ആഘാതം വീണ്ടും അവൾക്ക് സഹിക്കണം.

ആദ്യത്തെ മൂന്ന് ആളുകളുടെ മുറപ്രകാരമുള്ള ഒന്നാമത്തെ റിഹേഴ്സൽ തീർച്ചയായും അന്ന് വൈകുന്നേരം അരങ്ങേറും. ഡിന്നർകഴിഞ്ഞ ഉടനെ റിഹേഴ്സലിനായി തിരിച്ചുവരാമെന്ന കരാറിൽ മിസിസ് ഗ്രാന്റും ക്രാഫോർഡുമാരും വീട്ടിലേക്ക് പോയി. എല്ലാവരും ഉൽക്കണ്ഠയോടെ സന്ധ്യയാകാൻ കാത്തിരുന്നു. അന്തരീക്ഷത്തിൽ പൊതുവെ, ആഹ്ലാദ പ്രസരിപ്പ് നിറഞ്ഞു നിന്നു. അവസാനമാകുമ്പോൾ ടോം നന്നായി മുന്നേറുന്നതിൽ സ്വയം ആനന്ദലഹരിയിലാണ് എഡ്മണ്ട്. എല്ലാവരിലും ഉണ്ടായിരുന്ന ചെറിയതരത്തിലുള്ള അസ്വസ്ഥതകൾ മാഞ്ഞുപോയിരിക്കുന്നു. എല്ലാവരും ജാഗരൂകരും ആകാംക്ഷാഭരിതരും അക്ഷമരുമാണ്. മഹിളമാർ ദ്രുതഗതിയിൽ നടക്കുന്നു. മാന്യന്മാർ അവരുടെ പിന്നാലെ പായുന്നു. ലേഡിബെർട്രാം, മിസിസ് നോറിസ്, ജൂലിയ എന്നിവരൊഴികെ എല്ലാവരും നേരത്തെതന്നെ തിയേറ്ററിൽ ഒത്തുകൂടി. ലൈറ്റ് സജ്ജീകരണങ്ങളെല്ലാം ചെയ്ത് അപൂർണമായ ആ തിയേറ്ററിൽ റിഹേഴ്സൽ ആരംഭിക്കാനായി മിസിസ് ഗ്രാന്റിന്റെയും ക്രാഫോർഡുമാരുടെയും വരവിനെ മാത്രം പ്രതീക്ഷിച്ചിരിപ്പാണവർ.

ക്രാഫോർഡുമാർക്കുവേണ്ടി അധികസമയം അവർക്ക് കാത്തിരിക്കേണ്ടി വന്നില്ല. എന്നാൽ, മിസിസ് ഗ്രാന്റ് ഇല്ല. അവൾക്ക് വരാൻ കഴിഞ്ഞില്ല. തനിക്ക് സുഖമില്ലെന്ന് പ്രഖ്യാപിച്ച ഡോക്ടർ ഗ്രാന്റ് ഭാര്യയെ റിഹേഴ്സലിന് വിട്ടില്ല.

“ഡോ. ഗ്രാന്റിന് സുഖമില്ല” കപടഗാംഭീര്യത്തോടെ പറഞ്ഞു– “ഇതുവരെ കിടപ്പായിരുന്നു. ഇന്ന് ഫെസന്റ് ഇറച്ചി ഒന്നും കഴിച്ചിട്ടില്ല. അത്

ഭയങ്കര കട്ടിയാണത്രെ– പ്ലെയ്റ്റ് തിരിച്ചയച്ചു– അപ്പോൾ മുതൽ സുഖമില്ലാതിരിക്കയാണ്."

വല്ലാത്ത നിരാശ! മിസിസ് ഗ്രാന്റിന്റെ അസാന്നിധ്യം തീർച്ചയായും ദുഃഖകരംതന്നെ. അവളുടെ സുഖകരമായ പെരുമാറ്റവും, എല്ലാവരോടും യോജിച്ചുപോകുന്ന സന്തോഷകരമായ ശൈലിയും അവരെല്ലാം ഇഷ്ടപ്പെട്ടു – ഇപ്പോൾ അവളുടെ സാന്നിധ്യം അനിവാര്യമായിത്തീർന്നു. അവളില്ലാതെ സംതൃപ്തിയോടെ അവർക്ക് അഭിനയിക്കാനോ റിഹേഴ്സൽചെയ്യാനോ കഴിയില്ല. വൈകുന്നേരത്തെ സന്തോഷം മുഴുവൻ തകർക്കപ്പെട്ടു. എന്താണ് ചെയ്യേണ്ടത്? കോട്ടേജറായ ടോം നിരാശയിലാണ്. ചെറിയൊരു ആശയക്കുഴപ്പത്തിനുശേഷം ചില കണ്ണുകൾ ഫാന്നിയുടെ നേരെ തിരിഞ്ഞു. ആരോ ചിലർ പറയുന്നത് കേട്ടു "മിസ്സ്. പ്രൈസിന് ആ ഭാഗം വായിച്ചുകൊടുക്കാൻ പറ്റുമെങ്കിൽ എത്രനന്നാകുമായിരുന്നു." ഉടനെ വിനീതാഭ്യർഥനകളുടെ ഒരു പ്രവാഹംതന്നെ ആയിരുന്നു. എല്ലാവരും അതുതന്നെ ആവശ്യപ്പെട്ടു, എഡ്മണ്ട് പോലും പറഞ്ഞു "ചെയ്യൂ ഫാന്നി, നിനക്കത്രയ്ക്ക് എതിർപ്പില്ലെങ്കിൽ."

എന്നാൽ, ഫാന്നി പിന്നെയും വൈമനസ്യം കാണിച്ചു. ആ ആശയം അവൾക്ക് താങ്ങാനായില്ല. എന്തുകൊണ്ട് മിസ്സ്. ക്രാഫോർഡിനത് ചെയ്തുകൂടാ? റിഹേഴ്സലിൽ പങ്കുകൊള്ളാതെ സ്വന്തം മുറിയിൽ ഇരുന്നാൽ മതിയായിരുന്നു. അതായിരുന്നില്ലേ ഏറ്റവും സുരക്ഷിതം. അത് തന്നെ ദേഷ്യം പിടിപ്പിക്കുമെന്നും വിഷമിപ്പിക്കുമെന്നും അവൾക്കറിയാമായിരുന്നു. ദൂരെ മാറിനിൽക്കുകയാണ് തന്റെ ഡ്യൂട്ടിയെന്നവൾക്കറിയാമായിരുന്നു. അവൾ യഥായോഗ്യം ശിക്ഷിക്കപ്പെട്ടിരിക്കുന്നു.

"നീ ആ ഭാഗം വായിച്ചാൽ മാത്രം മതി" ഹെൻട്രിക്രാഫോർഡ് അഭ്യർഥന ആവർത്തിച്ചു.

"അവൾക്കതിലെ ഒരോ അക്ഷരവും അറിയാമെന്ന് ഞാൻ വിശ്വസിക്കുന്നു." മരിയ പിൻതാങ്ങി "കാരണം, കഴിഞ്ഞ ദിവസം ഇരുപത് സ്ഥലത്ത് മിസിസ് ഗ്രാന്റിനെ തിരുത്തുകയുണ്ടായി. ഫാന്നി, നിനക്കാ ഭാഗം അറിയാമെന്നെനിക്കുറപ്പാണ്."

അറിയില്ലെന്നു പറയാൻ ഫാന്നിക്ക് കഴിഞ്ഞില്ല അവരെല്ലാം അശ്രാന്തംപരിശ്രമിച്ചുകൊണ്ടിരിക്കവെ – അവളുടെ സൽസ്വഭാവത്തെ കണക്കിലെടുത്ത് സ്നേഹനിർഭരമായ നോട്ടത്തോടെ എഡ്മണ്ടിന്റെ ആഗ്രഹം ആവർത്തിച്ചപ്പോൾ അവൾക്ക് വഴങ്ങാതിരിക്കാൻ കഴിഞ്ഞില്ല. കഴിയാവുന്നത്ര ഭംഗിയായി ചെയ്യാമെന്നേറ്റു. എല്ലാവരും സംതൃപ്തരായി. ഹൃദയം പിടച്ചുകൊണ്ടവൾ അമ്പരന്നിരിക്കവെ, മറ്റുള്ളവർ റിഹേഴ്സൽ ആരംഭിക്കാൻ ഉള്ള തയാറെടുപ്പുകളിൽ മുഴുകി.

അവർ ആരംഭിച്ചു – സ്വന്തം ബഹളത്തിലവർ മുഴുകി നിൽക്കവെ, വീടിന്റെ മറ്റേ ഭാഗത്ത് അസാധാരണമായൊരു ആരവം ഉയർന്നുകേട്ടു. വാതിൽ തുറക്കപ്പെട്ടപ്പോൾ അത് ഉള്ളിലേക്ക് കടന്നുവന്നു. വാതിൽക്കൽ പ്രത്യക്ഷപ്പെട്ട ജൂലിയ, ഭയാക്രാന്തയായി ഉച്ചത്തിൽ ആർത്തുവിളിച്ചു–

"എന്റെ അച്ഛൻ വന്നിരിക്കുന്നു! ഇപ്പോൾ അദ്ദേഹം ഹാളിൽ ഉണ്ട്."

മാൻഫീൽഡ് പാർക്ക്

ഭാഗം 2

1

ആ പാർട്ടിയുടെ സംഭ്രാന്തി എങ്ങനെ വർണിക്കാൻ? അധികം പേർക്കും ഉഗ്രഭീതിയാണുളവായത്. സർ. തോമസ് വീട്ടിൽ! തൽക്ഷണം ശിക്ഷിക്കപ്പെടുമെന്നവർക്ക് തോന്നി; അതിൽനിന്ന് രക്ഷപ്പെടാനൊരു മാർഗവും കണ്ടില്ല. അതിന് യാതൊരു തർക്കവുമില്ലെന്ന് ജൂലിയയുടെ നോട്ടം തന്നെ വ്യക്തം. ആദ്യത്തെ ഞെട്ടലിനുശേഷം ഏതാനും നിമിഷങ്ങൾ ആരും ഒന്നും ശബ്ദിച്ചില്ല. എല്ലാവരുടെയും മുഖഭാവം മാറി. അവർ മറ്റെങ്ങോ നോക്കി നിന്നു. ഏറ്റവും കനത്ത ഒരു ആഘാതമായി അവരതിനെ കരുതി: ഏറ്റവും നടുക്കിയ, അനവസരത്തിലേറ്റ ആഘാതം! ആ സായാഹ്നത്തിലെ ഉപദ്രവകരമായൊരു തടസമായി മിസ്റ്റർ യെറ്റ്സ് അതിനെകരുതി. അതൊരനുഗ്രഹമായാണ് മിസ്റ്റർ റഷ്വർത്ത് കണ്ടത്. മറ്റെല്ലാ ഹൃദയങ്ങളും ആത്മനിന്ദയിലും ഭീതിയിലും കിടന്ന് പിടച്ചു. ഓരോരുത്തരും ആശങ്കയോടെ സ്വയം ചോദിച്ചു "നമ്മൾക്ക് എന്ത് സംഭവിക്കും? എന്താണിപ്പോൾ ചെയ്യേണ്ടത്?" ഭീകരമായൊരു ഇടവേളയായിരുന്നു അത്. വാതിൽ തുറക്കുന്നതും കാലടിശബ്ദവും അവരുടെ കാതുകളിൽ വന്നലച്ചു, ഭീതിവർധിപ്പിച്ചു.

ആദ്യം സംസാരിച്ചുതുടങ്ങിയത് ജൂലിയയായിരുന്നു. അസൂയയും വിദ്വേഷവും തൽക്കാലം മറന്നു; പൊതുലക്ഷ്യത്തിനുവേണ്ടി സ്വാർഥത ഉപേക്ഷിച്ചു. എന്നാൽ, അവൾ പ്രവേശിച്ചപ്പോൾ ഫ്രെഡറിക്ക് ആരാധനയോടെ അഗതായുടെ പ്രഭാഷണം ശ്രദ്ധിച്ച് അവളുടെ കരങ്ങൾ തന്റെ നെഞ്ചോട് ചേർത്ത് നിൽക്കുകയായിരുന്നു. ഞെട്ടിക്കുന്ന ഈ വാർത്ത കേട്ടിട്ടും ആ രംഗം തുടരുന്നതുകണ്ട് ജൂലിയയുടെ ഹൃദയം തുടിച്ചു, പഴയ മുറിവ് വീണ്ടും അവളെ വേദനിപ്പിച്ചു. വെളുത്തമുഖം ചുവന്ന് തുടുത്തു. മുറിയിൽനിന്ന് തിരിച്ചുനടന്നുകൊണ്ടവൾ പറഞ്ഞു:

"അദ്ദേഹത്തിന്റെ മുന്നിൽ പ്രത്യക്ഷപ്പെടാൻ എനിക്ക് പേടിക്കേണ്ട

ആവശ്യമില്ല.''

അവളുടെ പോക്ക് മറ്റുള്ളവരെ ഉണർത്തി. ഇരു സഹോദരന്മാരും, എന്തെങ്കിലും ചെയ്തേപറ്റൂ എന്ന ചിന്തയിൽ മുന്നോട്ടുനടന്നു. അവർ പരസ്പരം ഏതാനും വാക്കുകൾ കൈമാറി. അഭിപ്രായവ്യത്യാസം ഇക്കാര്യത്തിൽ ആവശ്യമില്ല. നേരെ ഡ്രോയിങ്റൂമിൽ അവർ എത്തണം. അതേ ഉദ്ദേശ്യത്തോടെ മരിയയും അവരോടൊപ്പം ചേർന്നു, ആ മൂന്നുപേരിൽ ഏറ്റവും ധൈര്യമുള്ളവൾ. ജൂലിയയെ പിന്തിരിപ്പിക്കാനിടയായ ചുറ്റുപാട് മധുരമായൊരു താങ്ങ് തന്നെ ആയിരുന്നു അവൾക്ക്. അത്തരം സന്ദർഭത്തിൽ ഹെൻട്രിക്രാഫോർഡ് തന്റെ കരംഗ്രഹിച്ചു നിന്നത്, സന്ദേഹവും ഉൽക്കണ്ഠയും എന്നും ഉയർത്തുന്നതായിരുന്നു. അത് ഒരു ഉറച്ച തീരുമാനത്തിലെത്താനുള്ള ഏറ്റവും ആത്മാർഥമായ നീക്കമായി അവൾ കരുതി, അച്ഛനെ എതിരിടാൻപോലും ഉള്ള കരുത്ത് അതവൾക്ക് നേടിക്കൊടുത്തു. മിസ്റ്റർ റഷ്വർത്തിന്റെ ആവർത്തിച്ചുകൊണ്ടിരുന്ന ചോദ്യത്തെ തീരെ അവഗണിച്ചുകൊണ്ടവർ നടന്നുനീങ്ങി. "ഞാനും പോകട്ടെ– ഞാനുംകൂടി ചെല്ലുന്നതല്ലേ നല്ലത്? – ഞാനും പോകുന്നതല്ലേ ശരി?" അവർ വാതിൽകടന്ന ഉടനെ ആകാംക്ഷയോടെയുള്ള ആ ചോദ്യത്തിന് ഹെൻട്രി ക്രാഫോർഡ് മറുപടിനൽകി അയാളെ പ്രോത്സാഹിപ്പിച്ചു. ഒട്ടും വൈകിക്കാതെ സർ. തോമസിനോടുള്ള ആദരവ് പ്രകടിപ്പിക്കുന്നതാണ് ഏതുവിധത്തിലും നല്ലതെന്നയാൾ ഉപദേശിച്ചു. അതിവേഗം സസന്തോഷം അയാളവരെ പിൻതുടർന്നു.

ക്രാഫോർഡുമാരുടെയും മിസ്റ്റർ യെറ്റ്സിന്റെയുമൊപ്പം ഫാന്നി ഒറ്റയ്ക്കായി. കസിനുമാർ അവളെ തികച്ചും അവഗണിച്ചിരിക്കുന്നു. അവളുടെ അഭിപ്രായത്തിൽ സർ. തോമസിന്റെ വാത്സല്യത്തിലുള്ള തന്റെ അവകാശം വളരെ താഴ്ന്നതാണ്. സ്വന്തം കുട്ടികളോടൊപ്പം തന്നെ കാണാനാവില്ല എന്നൊരു ആശയം അവളുടെ മനസിലുദിച്ചു. ചെറിയൊരു ഇടവേളയ്ക്കു ശേഷം കാണുന്നതാണ് നല്ലത്. മറ്റുള്ളവരെക്കാൾ കൂടുതലായിരുന്നു അവളുടെ അസ്വസ്ഥതയും ഭയവും. നിഷ്കളങ്കയാണെങ്കിലും അവളുടെ മനോഭാവം അപ്രകാരമായിരുന്നു. അവൾക്ക് തലകറങ്ങുന്നതുപോലെ തോന്നി; മുമ്പ് അങ്കിളിനോടുണ്ടായിരുന്ന ഭീതിമുഴുവൻ തിരിച്ചുവരികയാണ്, അതോടൊപ്പം അദ്ദേഹത്തോടുള്ള സഹാനുഭൂതിയും. അങ്കിളിനുമുന്നിൽ ഭൂതോദയംവന്ന മറ്റുള്ളവരോടും അവൾക്ക് അനുകമ്പതോന്നി – ഉൽക്കണ്ഠനിറഞ്ഞ എഡ്മണ്ടിന്റെ വികാരം വർണ്ണനാതീതമാണ്. ഒരു കസേരയിൽ, ഇത്തരം ഭീതിനിർഭരമായ ചിന്തയിൽ മുങ്ങി അവൾ ഇരുന്നു. എന്നാൽ, മറ്റ് മൂന്നുപേർ തങ്ങളെ അലട്ടുന്ന വികാരങ്ങൾ പരസ്പരം സംസാരിച്ച് ശമിപ്പിക്കുകയായിരുന്നു, യാതൊരു നിയന്ത്രണവും സ്വയം ഏർപ്പെടുത്തിയില്ല. പെട്ടെന്ന്, അസ്ഥാനത്തുള്ള അദ്ദേഹത്തിന്റെ വരവ് ഏറ്റവുംവലിയ വിപത്തായി അവർ വിലപിച്ചു. പാവം സർ. തോമസിനോട് യാതൊരു കാരുണ്യവും കാണിച്ചില്ല; അദ്ദേഹം ആന്റിഗ്വായിൽത്തന്നെ ഇരിക്കട്ടെ എന്നായിരുന്നു അവരുടെ മോഹം.

ഇക്കാര്യത്തിൽ മിസ്റ്റർ യെറ്റ്സിനെക്കാൾ കൂടുതൽ താൽപ്പര്യം

എടുത്തത് ക്രാഫോർഡുമാരായിരുന്നു. അവർക്ക് ആ കുടുംബത്തെകുറിച്ച് നന്നായി അറിയാമായിരുന്നു, വരാൻ പോകുന്ന പ്രശ്നത്തെക്കുറിച്ചും വ്യക്തമായ ധാരണയുണ്ടായിരുന്നു. നാടകം നശിപ്പിക്കപ്പെട്ടു എന്നകാര്യത്തിലവർക്ക് സംശയമില്ല, ആ പദ്ധതി പൂർണമായും തകർക്കപ്പെടാൻ പോകുകയാണ്, എന്നാൽ, താൽക്കാലികമായൊരുതടസം മാത്രമായാണതിനെ മിസ്റ്റർ യെറ്റ്സ് കണ്ടത്. വൈകുന്നേരത്തെ പരിപാടിമാത്രം അലങ്കോലപ്പെട്ടു. ചായയ്ക്കുശേഷം റിഹേഴ്സൽ പുനരാരംഭിക്കാമെന്നുപോലും അയാൾ നിർദേശിക്കുകയുണ്ടായി. അപ്പോഴേക്കും സർ. തോമസിനെ സ്വീകരിക്കുന്ന ബഹളം ഒന്നവസാനിക്കും. പിന്നെ അദ്ദേഹത്തിനും സമാധാനത്തോടെ പരിപാടി ആസ്വദിക്കാം. ക്രാഫോർഡുമാർ ആ ആശയത്തെ പുച്ഛിച്ചുതള്ളി. അവിടന്ന് നിശ്ശബ്ദം സ്ഥലംവിട്ട്, അന്നുരാത്രി പുരോഹിതഭവനത്തിൽ താമസിക്കുന്നതാണ് നല്ലതെന്ന അവരുടെ അഭിപ്രായം മിസ്റ്റർ യെറ്റ്സ് ശരിവെച്ചില്ല, ആ കുടുംബത്തെ അവരുടേതായ വഴിക്ക് വിടുകയാണ് വേണ്ടതെന്നും പിതാവിന്റെ മേധാവിത്വത്തെയോ കുടുംബബന്ധങ്ങളെയോ കുറിച്ചൊന്നുമറിയാത്ത മിസ്റ്റർ യെറ്റ്സ് അതിന്റെയൊന്നും ആവശ്യമില്ലെന്ന് കരുതി. അതുകൊണ്ട് അവർക്ക് നന്ദിരേഖപ്പെടുത്തിക്കൊണ്ടയാൾ പറഞ്ഞു:

"ഞാൻ ഇവിടെത്തന്നെ നിൽക്കാനാണ് ഇഷ്ടപ്പെടുന്നത്, വൃദ്ധനായ മാന്യനോട് എനിക്കെന്റെ അകൈതവമായ ആദരവ് പ്രകടിപ്പിക്കണം. മാത്രമല്ല എല്ലാവരും ഓടിപ്പോയെന്ന് മറ്റുള്ളവർ കരുതുന്നത് മോശമാണ്."

കൂടുതൽ സമയം കാത്തിരിക്കുന്നത് അനാദരവായി കണക്കാക്കപ്പെട്ടെങ്കിലോ എന്ന് ഫാന്നി ചിന്തിക്കാൻ തുടങ്ങി. അവൾ മുറിവിട്ട്, അങ്കിളിനു മുന്നിൽ ചെല്ലുക എന്ന ഭയാനകമായ ഡ്യൂട്ടി നിർവഹിക്കാനായി പുറപ്പെട്ടു.

പെട്ടെന്നവൾ ഡ്രോയിങ് റൂമിന്റെ വാതിൽക്കലെത്തി. ഒരു നിമിഷം അവളവിടെ ശങ്കിച്ചുനിന്നു, ധൈര്യം സംഭരിക്കാനായി. എന്നാൽ, ഒരു വാതിലിനു പുറത്തും അവൾക്ക് ധൈര്യം ലഭിക്കാനായിട്ടില്ലെന്നവൾക്കറിയാം. നിരാശയോടെ അവൾ വാതിൽപ്പിടി തിരിച്ചു. പ്രകാശമാനമായ ഡ്രോയിങ്റും അവളുടെ കൺമുന്നിൽ തെളിഞ്ഞു; കുടുംബാംഗങ്ങൾ മുഴുവൻ അവിടെ സന്നിഹിതരാണ്. അവൾ പ്രവേശിക്കവെ സ്വന്തം പേർ ഉച്ചരിക്കുന്നതവൾ കേട്ടു. സർ. തോമസ് ചുറ്റും നോക്കിക്കൊണ്ട് ചോദിക്കുകയാണ് "എന്നാൽ, ഫാന്നി എവിടെ – എന്റെ കൊച്ചു ഫാന്നിയെ കാണുന്നില്ലല്ലോ?" പിന്നെ അവളെ കണ്ടപ്പോൾ മുന്നോട്ടുവന്ന്, കാരുണ്യത്തോടെ എന്റെ പ്രിയപ്പെട്ട ഫാന്നി എന്ന് സംബോധനചെയ്ത്, വാത്സല്യപൂർവം അവളെ ചുംബിച്ചു, വളരെ ആനന്ദത്തോടെ അവളെത്രവളർന്നിരിക്കുന്നു എന്നതിശയം പ്രകടിപ്പിച്ചു! അവളെ അതത്ഭുതപ്പെടുത്തുകയും, സ്പർശിക്കുകയും ചെയ്തു. എന്ത് പറയണമെന്നോ, എങ്ങോട്ടു നോക്കണമെന്നോ അറിയാതെ അവൾ പരുങ്ങി, അവൾ അത്രയ്ക്ക് പീഡനമനുഭവിച്ചു. അദ്ദേഹം ഒരിക്കലും അത്രയ്ക്ക് കരുണകാണിച്ചിട്ടില്ല, ജീവിതത്തിലൊരിക്കലും. അദ്ദേഹത്തിന്റെ പെരുമാറ്റത്തിൽ മാറ്റം വന്നിരിക്കുന്നതായി അവൾക്ക് തോന്നി, ആനന്ദാതിരേകത്താൽ അദ്ദേഹത്തിന്റെ ശബ്ദം ദ്രുത

ഗതിയിലായിരുന്നു. അന്തസ്സിന്റെ പേരിലുണ്ടായിരുന്ന പണ്ടത്തെ ഗാംഭീര്യമെല്ലാം മാറി വളരെ ലോലമായിരിക്കുന്നു. അദ്ദേഹം അവളെ ലൈറ്റിനരികിലേക്ക് ആനയിച്ചു, വീണ്ടും അവളുടെ നേരെനോക്കി പ്രത്യേകിച്ചും അവളുടെ ആരോഗ്യത്തെക്കുറിച്ചന്വേഷിച്ചു. പിന്നീട് സ്വയംതിരുത്തി, അതന്വേഷിക്കേണ്ടതില്ലെന്ന് മനസിലാക്കി. കാരണം, അവളുടെ രൂപംതന്നെ അതിന് മതിയായ മറുപടിതരുന്നു. അവളുടെ പഴയവിളർത്ത മുഖത്തിന് ലജ്ജയുടെ അരുണിമപകർന്നിട്ടുണ്ട്. ആരോഗ്യത്തിലും സൗന്ദര്യത്തിലും അവൾ ഒരുപോലെ മുന്നോട്ടുപോയിട്ടുണ്ടെന്നദ്ദേഹം മനസിലാക്കി. അവളുടെ കുടുംബത്തെക്കുറിച്ചയാൾ ആരാഞ്ഞു, പ്രത്യേകിച്ചും വില്യമിനെകുറിച്ച്. അദ്ദേഹത്തിന്റെ കാരുണ്യത്തിൽ മനസിളകിയ അവൾ, തനിക്ക് അങ്കിളിനോടുണ്ടായിരുന്ന സ്നേഹക്കുറവിനെ അപലപിച്ചു, അദ്ദേഹത്തിന്റെ തിരിച്ചുവരവ് നിർഭാഗ്യമായി കരുതിയതിൽ പരിതപിച്ചു. പിന്നെ തല ഉയർത്താനുള്ള ധൈര്യം നേടിയപ്പോൾ അവൾ അദ്ദേഹത്തെ ഒന്ന് വീക്ഷിച്ചു. എത്രമെലിഞ്ഞിരിക്കുന്നു, വല്ലാതെ ക്ഷീണിച്ചിരിക്കുന്നു, ചൂടുകാലാവസ്ഥയിൽ തൊലിയിൽ പൊള്ളലും ചുളിവും വീണിരിക്കുന്നു. അവളുടെ മനസിൽ വാത്സല്യവികാരങ്ങൾ ഉണർന്നു, എന്തെല്ലാം അപ്രതീക്ഷിതമായ വിഷമങ്ങളാണ് അദ്ദേഹത്തെ പീഡിപ്പിക്കാൻ പോകുന്നതെന്നോർത്ത് അവൾ വേദനിച്ചു.

ആ പാർട്ടിയുടെ ജീവൻ തീർച്ചയായും സർ. തോമസ്തന്നെയായിരുന്നു. അദ്ദേഹത്തിന്റെ നിർദേശമനുസരിച്ച് എല്ലാവരും തീക്ക് ചുറ്റും ഇരുന്നു. സംസാരിക്കാൻ ഏറ്റവും കൂടുതൽ അവകാശം അദ്ദേഹത്തിനാണ്. വീണ്ടും സ്വന്തം വീട്ടിൽ തിരിച്ചെത്തി, അത്രയും നീണ്ട ഒരു വേർപാടിനുശേഷം കുടുംബാംഗങ്ങളുടെ മധ്യത്തിലിരുന്ന് സംസാരിക്കുന്നതിലുള്ള ആഹ്ലാദം അസാധാരണമായ രീതിയിലദ്ദേഹത്തെ വാചാലനാക്കി. തന്റെ കടൽ യാത്രയെക്കുറിച്ചുള്ള വിശദവിവരങ്ങൾ നൽകാനദ്ദേഹം തയാറായിരുന്നു, തന്റെ രണ്ട് പുത്രന്മാർ ചോദ്യങ്ങൾ ചോദിക്കുന്നതിനുമുമ്പുതന്നെ അവർക്ക് മറുപടിനൽകാൻ! അദ്ദേഹത്തിന്റെ ആന്റിഗ്വായിലെ ബിസിനസ് ഒടുവിൽ പെട്ടെന്നാണ് ധാരണയിലായത്. സാധാരണ യാത്രക്കപ്പലിനായി കാത്തുനിൽക്കാതെ ഒരു പ്രൈവറ്റ് കപ്പലിൽ യാത്രതിരിച്ചു, ലിവർപൂളിൽനിന്ന് നേരെ ഇങ്ങോട്ടുപോന്നു. എല്ലാകൊച്ചുകൊച്ചു സംഭവങ്ങളെകുറിച്ചും 'എറൈവൽ', 'ഡിപ്പാർച്ചർ' എന്നിവയെകുറിച്ചുമെല്ലാം കൃത്യമായ വിവരങ്ങൾ നൽകി. ലേഡി ബെർട്രാമിന്റെ അടുത്തിരുന്ന് ഹൃദയം നിറഞ്ഞ സംതൃപ്തിയോടെ അദ്ദേഹം ചുറ്റും ഇരിക്കുന്നവരുടെ മുഖങ്ങളിലേക്ക് നോക്കി – എല്ലാവരെയും ഒന്നിച്ച് വീട്ടിൽ കാണാൻ കഴിഞ്ഞതിലുള്ള ഭാഗ്യത്തെക്കുറിച്ച് ഇടയ്ക്കിടെ പറഞ്ഞിരുന്നതിനാൽ തുടർച്ചയായ സംഭാഷണം തടസപ്പെട്ടിരുന്നു – അദ്ദേഹത്തിന്റെ വരവ് അപ്രതീക്ഷിതമാണെങ്കിലും – അദ്ദേഹം ആഗ്രഹിച്ചിരുന്നതുപോലെത്തന്നെ എല്ലാവർക്കും ഒന്നിച്ചുകൂടാൻ കഴിഞ്ഞു. മിസ്റ്റർ റഷ്വർത്തിനെയും മറന്നില്ല. ഏറ്റവും ഹൃദ്യമായ സ്വീകരണവും സൗഹൃദം നിറഞ്ഞ ഹസ്തദാനവും അയാൾക്കുവേണ്ടി നൽകപ്പെട്ടു. മാൻസ്ഫീൽഡുമായി ബന്ധപ്പെട്ട സുപ്രധാനവിഷയങ്ങളിൽ അയാ

ളെയും ഉൾപ്പെടുത്തുകയുണ്ടായി. അരോചകമായതൊന്നും മിസ്റ്റർ റഷ്‌വർത്തിന്റെ രൂപത്തിൽ ഇല്ലായിരുന്നു; അതുകൊണ്ട് സർ. തോമസിനയാളെ ഇഷ്ടമായി.

അദ്ദേഹത്തിന്റെ ഭാര്യയാണ് ഏറ്റവും സന്തോഷത്തോടെ പറഞ്ഞതെല്ലാം ശ്രദ്ധിച്ചുകേട്ടിരുന്നത്. ഭർത്താവിനെ കണ്ടപ്പോൾ അവൾ അങ്ങേയറ്റം ആഹ്ലാദിച്ചു. പെട്ടെന്നുള്ള അദ്ദേഹത്തിന്റെ വരവ് അവളുടെ ആത്മാവിനെ ഊഷ്മളമാക്കി, കഴിഞ്ഞ ഇരുപത് വർഷങ്ങളായി ഇങ്ങനെ ഒരു അവസ്ഥ അവൾക്കുണ്ടായിട്ടില്ല. ഏതാനും മിനിറ്റുകൾ അവൾ തത്തിപ്പറക്കുകതന്നെയായിരുന്നു! ആഹ്ലാദത്തോടെ തന്റെ എല്ലാപണികളും മാറ്റിവെച്ചു, നായക്കുട്ടിയെ അടുത്തുനിന്നും പറഞ്ഞുവിട്ടു. അവളുടെ എല്ലാ ശ്രദ്ധയും ഭർത്താവിനുനേരെ തിരിഞ്ഞു. സോഫയുടെ ബാക്കി ഭാഗം ഭർത്താവിനായി വിട്ടുകൊടുത്തു. സ്വന്തം സന്തോഷാവസ്ഥയ്ക്ക് വിഘ്നം വരുത്തുന്ന ഉൽക്കണ്ഠകളൊന്നും മനസിൽ ഉയർന്നുവന്നില്ല, മറ്റാർക്കുവേണ്ടിയും അദ്ദേഹത്തിന്റെ അസാന്നിധ്യത്തിൽ കുറ്റമറ്റരീതിയിലാണവൾ സമയം ചിലവഴിച്ചത്, ഒരുപാട് പരവതാനികൾ തുന്നിത്തീർത്തു, നിരവധി വാരനൂൽ തൊങ്ങലും! പ്രായമായ മക്കളുടെ സൽസ്വഭാവത്തെയും സൽപ്രവർത്തികളെയും കുറിച്ച് നിർബാധം അവൾ സംസാരിച്ചേനെ. അദ്ദേഹത്തെ വീണ്ടും കാണാനും അദ്ദേഹത്തിന്റെ സംസാരം കേൾക്കാനും അവൾക്ക് അത്രയ്ക്ക് സന്തോഷമായിരുന്നു. അദ്ദേഹത്തിന്റെ വർണ്ണനകൾ അവളുടെ കാതുകളെ രസിപ്പിച്ചു, ഭാവനകൾക്ക് വർണപ്പകിട്ടേകി, എത്രഭയങ്കരമായിരുന്നു അവരുടെ വിയോഗം എന്നവൾ ഓർത്തു, നീണ്ടവേർപാട് അവൾക്ക് എന്തുമാത്രം അസഹ്യമായേനെ.

മിസിസ് നോറിസിന്റെ സന്തോഷവും സഹോദരിയുടേതിനെക്കാൾ ഒട്ടുംകുറവല്ലായിരുന്നു. വീട്ടിലെ അപ്പോഴത്തെ നില അറിഞ്ഞാലുള്ള സർ. തോമസിന്റെ ദേഷ്യം ഓർത്ത് അവൾ സ്വയം വിഷമിച്ചില്ലെന്നല്ല. സഹോദരീഭർത്താവ് പ്രവേശിച്ചപ്പോൾ അവൾ മിസ്റ്റർ റഷ്‌വർത്തിന്റെ ഇളം ചുവപ്പ് സാറ്റിൻ മേലങ്കി മാറ്റിവെക്കുകയായിരുന്നു. അവളുടെ മുഖത്തപ്പോൾ പേടിയൊന്നും പ്രകടമായിരുന്നില്ല. എന്നാൽ, മടങ്ങിവന്നരീതി അവൾക്ക് ചെയ്യാനൊരു പണിയുമില്ലാതായി. സ്വന്തം ജോലിയെ താൻ വഞ്ചിച്ചതായി മിസിസ് നോറിസിന് തോന്നി, അതിനെ ആശ്രയിച്ചായിരുന്നല്ലോ അവളുടെ നിലനിൽപ്പുതന്നെ. അദ്ദേഹത്തിന്റെ തിരിച്ചുവരവോ, മരണമോ എന്തായാലും കൊട്ടിഘോഷിച്ചു നടക്കണം. സർ. തോമസ് കയറിവരുന്നത് ആദ്യം കാണാനോ, ആ സന്തോഷവാർത്ത ഓടിനടന്ന് എല്ലാവരെയും അറിയിക്കാനോ അവൾക്കവസരം ലഭിച്ചില്ല. ആരെയും മുറിയിൽനിന്ന് പുറത്തേക്ക് വിളിപ്പിക്കാതെ, ഭാര്യയുടെയും മക്കളുടെയും മനോഭാവം മനസിലാക്കി, ബട്ളറിനെ പിൻതുടർന്ന് ഡ്രോയിങ് റൂമിലേക്ക് കടന്നു ചെല്ലുകയായിരുന്നു അദ്ദേഹം.

വളരെ തിരക്കുപിടിച്ച് ഓടിനടന്ന് ബഹളം ഉണ്ടാക്കാൻ ശ്രമിക്കുകയായിരുന്നു മിസിസ് നോറിസ്; ബഹളം വെക്കേണ്ട യാതൊരുകാര്യവുമില്ലെങ്കിലും, ഒന്നും ആവശ്യമില്ലെങ്കിലും തന്റെ പ്രാധാന്യം പ്രദർശിപ്പി

ക്കാൻ പാടുപെടുകയായിരുന്നു! ശാന്തിയും സമാധാനവുമായിരുന്നു അപ്പോൾ ആവശ്യമായിരുന്നത്. സർ. തോമസ് ഭക്ഷണം കഴിക്കാൻ സമ്മതിച്ചിരുന്നെങ്കിൽ, വീട്ടുകാര്യസ്ഥയ്ക്ക് അനാവശ്യമായ നിർദേശങ്ങൾ നൽകുകയും, ഭൃത്യനെ അപമാനിക്കുന്ന രീതിയിൽ ശാസിക്കുകയും ചെയ്യുമായിരുന്നു. എന്നാൽ തനിക്ക് ഡിന്നർ വേണ്ടെന്ന് സർ. തോമസ് ഉറപ്പിച്ചുപറഞ്ഞു – ഒന്നും കഴിക്കില്ലെന്ന്, ചായവരുന്നതുവരെ – ചായ കുറെക്കഴിഞ്ഞ് മതി. എന്നിട്ടും ഓരോകാര്യത്തിനവൾ ഇടയ്ക്കിടെ നിർബന്ധിച്ചുകൊണ്ടിരിക്കും. ഇംഗ്ലണ്ടിലേക്ക് കടൽമാർഗം പോകവെ, ഒരു ഫ്രഞ്ച് പ്രൈവറ്റ് നാവികസേന കപ്പൽ മുന്നിൽ വന്നുപെട്ട ഭയാനകമായ സംഭവത്തെക്കുറിച്ച് ഏറ്റവും ആകർഷകമായ രീതിയിൽ വർണിച്ചുകൊണ്ടിരിക്കുമ്പോൾ, സൂപ്പ് കൊണ്ടുവരട്ടെ എന്ന അവളുടെ അപസ്വരം ഉയർന്നു: "തീർച്ചയായും, എന്റെ പ്രിയപ്പെട്ട സർ. തോമസ്, ഒരു കോപ്പ സൂപ്പ് നിങ്ങൾക്കിപ്പോൾ ചായയെക്കാൾ നന്നായിരിക്കും. ഒരു കോപ്പ സൂപ്പ് കഴിക്കൂ."

സർ. തോമസിനെ അതുകൊണ്ടൊന്നും പ്രകോപിപ്പിക്കാനായില്ല "വീണ്ടും എല്ലാവരുടെയും സുഖസൗകര്യത്തിനുവേണ്ടിയുള്ള അതേ ഉൽക്കണ്ഠ!" അതായിരുന്നു അദ്ദേഹത്തിന്റെ മറുപടി– "എന്നാൽ ചായയല്ലാതെ മറ്റൊന്നും എനിക്ക് വേണ്ട."

"ശരി അപ്പോൾ, ലേഡി ബെർട്രാം, നിങ്ങൾക്ക് ചായ ഉടനെ വേണമെന്നുണ്ടെങ്കിൽ ബാഡ്ഡിലെയോട് ഒന്ന് വേഗം പണിയെടുക്കാൻ പറയൂ, ഇന്നയാൾ വളരെ മെല്ലെയാണ്." സർ. തോമസ് തന്റെ വിവരണം തുടർന്നു:

ഒടുവിൽ അദ്ദേഹം നിർത്തി. "തൽക്കാലം വാർത്തകൾ തീർന്നിരിക്കുന്നു. സന്തോഷത്തോടെ അയാൾ ചുറ്റും നോക്കി. പ്രിയപ്പെട്ടവരെ ഓരോരുത്തരെയും മാറി മാറി വീക്ഷിച്ചു. എന്നാൽ, ആ ഇടവേള അധികം നീണ്ടു നിന്നില്ല. ആവേശത്തോടെ ലേഡി ബെർട്രാം സംസാരിക്കാൻ തുടങ്ങി. അവളുടെ സംസാരം കേട്ടപ്പോഴുള്ള മക്കളുടെ മാനസിക വികാരം എന്തായിരുന്നു! "ഈയിടെയായി ഈ കുട്ടികൾ എങ്ങനെയാണ് സ്വയം വിനോദിപ്പിച്ചിരുന്നതെന്നറിയാമോ സർ. തോമസ്? അവർ അഭിനയിക്കുകയായിരുന്നു. ഞങ്ങളെല്ലാവരും ഉത്സാഹത്തോടെ അതിൽ മുഴുകി."

"തീർച്ചയായും! എന്താണ് നിങ്ങൾ അഭിനയിച്ചിരുന്നത്?"

"ഓഹ്! അതിനെക്കുറിച്ചെല്ലാം അവർ പറയും."

"എല്ലാം വേഗംതന്നെ പറയാം." ടോം പെട്ടെന്ന് ഒച്ചവെച്ചു, അലസഭാവത്തിൽ തുടർന്നു. എന്നാൽ ഇപ്പോൾ അതുപറഞ്ഞ് അങ്ങനെ ബോറടിക്കേണ്ട. നാളെ എല്ലാംവിശദമായി നിങ്ങൾക്ക് കേൾക്കാം, സർ, എന്തെങ്കിലും ചെയ്ത് അമ്മയെ രസിപ്പിക്കാനുള്ള ശ്രമത്തിലായിരുന്നു ഞങ്ങൾ. വെറും ഒരാഴ്ചകൊണ്ട് ഏതാനും രംഗങ്ങൾ സജ്ജീകരിക്കപ്പെട്ടു, നിസ്സാരസംഗതി. ഒക്ടോബർ മാസം തുടങ്ങിയതോടെ തോരാത്ത മഴയായതിനാൽ ഞങ്ങൾക്ക് വീട്ടിനുള്ളിൽ ഒതുങ്ങിക്കൂടേണ്ടിവന്നു, ദിവസങ്ങളോളം മൂന്നാം തീയതിക്കുശേഷം ഞാൻ തോക്ക് കയ്യിലെടുത്തിട്ടേയില്ല. ആദ്യത്തെ മൂന്നു ദിവസം ചെറിയ രീതിയിൽ നായാട്ട് ഒക്കെ ഉണ്ടായിരുന്നു. പിന്നെ ഒന്നുമി

ല്ല. ആദ്യദിവസം ഞാൻ മാൻസ് ഫീൽഡ് വനത്തിലേക്ക് കടന്നു, എഡ്മണ്ട് ഈസ്റ്റൻവരെ പോയിക്കാണും. ആറ് ജോഡി പക്ഷികളെ ഞങ്ങൾ വീട്ടിലേക്ക് കൊണ്ടുവന്നുകാണും, അതിന്റെ ആറിരട്ടിയെ കൊല്ലുകയും. എന്നാൽ, നിങ്ങളുടെ ഫെസന്റ് പക്ഷികളോട് ഞങ്ങൾക്ക് ആദരവാണ്. സർ, ഞാൻ ഉറപ്പ് തരുന്നു, നിങ്ങൾ ആഗ്രഹിക്കുന്നതുപോലെ. ഇത്രയും പക്ഷികൾ വനത്തിൽ നിറഞ്ഞിരിക്കുന്നത് നിങ്ങൾ മുമ്പൊരിക്കലും കണ്ടുകാണില്ല. ഇക്കൊല്ലത്തേതുപോലെ ഒരുകാലത്തും ഇത്രയും ഫെസന്റുകളെ ഞാൻ മാൻസ്ഫീൽഡ് വനത്തിൽ കണ്ടിട്ടില്ല. ഒരു ദിവസം നിങ്ങൾ അവിടെ നായാട്ടിന് പോകുമെന്ന് ഞാൻ കരുതുന്നു, സർ, വേഗം തന്നെ."

തൽക്കാലം ആപത്ത് ഒഴിവാക്കപ്പെട്ടു; ഫാന്നിയുടെ അസ്വസ്ഥത കുറച്ച്കുറഞ്ഞു. എന്നാൽ, ഉടനെകൊണ്ടുവന്ന ചായ കുടിച്ചശേഷം സർ. തോമസ് എഴുന്നേറ്റ് തന്റെ പ്രിയപ്പെട്ട മുറി കാണണമെന്ന മോഹം പ്രകടിപ്പിച്ചപ്പോൾ, അവളുടെ എല്ലാ അസ്വസ്ഥതകളും തിരിച്ചെത്തി. അവിടെ നടക്കപ്പെട്ട മാറ്റങ്ങളെക്കുറിച്ച് എന്തെങ്കിലും സൂചനനൽകുന്നതിനു മുമ്പു തന്നെ അദ്ദേഹം അങ്ങോട്ടുനടന്നു കഴിഞ്ഞു. അദ്ദേഹം അപ്രത്യക്ഷനായതോടെ വല്ലാത്തൊരു ഭീതി അവിടെ തളംകെട്ടി നിന്നു. ആദ്യം സംസാരിക്കാൻ തുടങ്ങിയത് എഡ്മണ്ട് ആയിരുന്നു.

"എന്തെങ്കിലും ചെയ്യണം." അവൻ പറഞ്ഞു. "നമ്മുടെ അതിഥികളെക്കുറിച്ച് ഉടനെ ചിന്തിക്കേണ്ടിയിരിക്കുന്നു" മരിയ അഭിപ്രായപ്പെട്ടു. ഹെൻട്രിക്രാഫോർഡിന്റെ നെഞ്ചിൽ തന്റെ കൈ അമർത്തിപ്പിടിച്ചപ്പോഴത്തെ വികാരമായിരുന്നു അവളുടെ മനസിലപ്പോഴും, മറ്റൊരു ചിന്തയും അവളെ അലട്ടിയില്ല – "മിസ് ക്രാഫോർഡിനെ എവിടെയാണ് നീ വിട്ടുപോയത്, ഫാന്നി?"

അവർ സ്ഥലംവിട്ടകാര്യം ഫാന്നി പറഞ്ഞു. അവരുടെ സന്ദേശം അവൾ കൈമാറി. "അപ്പോൾ, പാവം യെറ്റ്സ് ഒറ്റയ്ക്കാണ്." ടോം നിലവിളിച്ചു "ഞാൻ പോയി അവനെ കൂട്ടിക്കൊണ്ടുവരാം. എല്ലാം പുറത്തുവരുമ്പോൾ, അവൻ നമ്മൾക്കൊരു സഹായമാകും."

അയാൾ തിയേറ്ററിലേക്ക് നടന്നു. അച്ഛനും സുഹൃത്തും തമ്മിലുള്ള ആദ്യസമാഗമം അയാൾക്ക് കാണാൻ കഴിഞ്ഞു. തന്റെ മുറിയിൽ മെഴുകുതിരികൾ എരിഞ്ഞുനിൽക്കുന്നതുകണ്ട് സർ. തോമസ് അത്ഭുതപ്പെട്ടുപോയി. ചുറ്റുപാടും കണ്ണോടിച്ചപ്പോൾ പുതിയ സഹവാസത്തിന്റെ പലലക്ഷണങ്ങളും കണ്ടു, ഫർണീച്ചറെല്ലാം ചിതറിക്കിടക്കുന്നു. ബില്യാർഡ് മുറിയുടെ വാതിൽക്കൽനിന്ന് മാറ്റിയ പുസ്തക ഷെൽഫാണ് അന്നയാളുടെ ശ്രദ്ധയിൽപ്പെട്ട ആദ്യത്തെ ഞെട്ടിക്കുന്ന സംഭവം, ബില്യാർഡ് മുറിയിൽ നിന്നപ്പോൾ ഉയർന്നുവന്ന ശബ്ദങ്ങൾ അയാളെ അതിലേറെ അത്ഭുതപ്പെടുത്തി. ആരോ പ്രത്യേക സ്വരത്തിൽ ഉറക്കെ സംസാരിക്കുന്നു – അപരിചിതമായ ശബ്ദം – സംസാരിക്കുകയല്ല – ചിന്നം വിളിക്കയാണ്. അദ്ദേഹം വാതിൽക്കലേക്ക് കാലെടുത്തുവെച്ചു, വാതിൽതുറന്നപ്പോൾ താനൊരു തിയേറ്റർ സ്റ്റേജിലാണ് നിൽക്കുന്നതെന്ന് കണ്ടു. തൊള്ളപൊളതിക്കുന്ന ഒരു യുവാവ് തന്നെ ഇടിച്ച് പിന്നോക്കം വീഴ്ത്തുമെന്ന മട്ടിൽ തൊട്ടുമു

ന്നിൽ നിൽക്കുന്നു. ഒരുപക്ഷേ ഇത്രയും ഭംഗിയായി മറ്റൊരു റിഹേഴ്സലിലും അയാൾ അഭിനയിച്ചുകാണില്ല. ഈ പരിതസ്ഥിതിയിൽ സർ. തോമസിനെ യെറ്റ്സ് കണ്ട സമയത്താണ് ടോം ബെർട്രാം മുറിയുടെ മറ്റെ ഭാഗത്തുകൂടെ അങ്ങോട്ടുപ്രവേശിച്ചത്. മുഖഭാവം മറച്ചുവെക്കാൻ അയാൾ ഒരിക്കലും ഇത്രയ്ക്ക് പാടുപെട്ടിട്ടില്ല. അച്ഛന്റെ അത്ഭുതംനിറഞ്ഞ ഗാംഭീര്യഭാവവും, ആവേശഭരിതനായ ബാരൻ വൈൽഡൻ ഹെയിമിൽ നിന്ന് മാന്യനായ മിസ്റ്റർ യെറ്റ്സിലേക്കുള്ള ഭാവമാറ്റവും, സർ. തോമസ് ബെർട്രാമിനെ കുനിഞ്ഞുവണങ്ങിയുള്ള ക്ഷമാപണവും ഉഗ്രൻ പ്രദർശനം തന്നെയായിരുന്നു; അവന് മറക്കാനാവാത്ത യഥാർഥ ഭാവാഭിനയം! അത് അവസാനത്തേതാണ് – മിക്കവാറും ആ സ്റ്റേജിലെ അവസാന രംഗം. അതിനേക്കാൾ നല്ലൊരുരംഗം ഉണ്ടാകാനില്ല. വിജയാഹ്ലാദത്തോടെ ആ വീട് അടയ്ക്കപ്പെടും!

എന്തായാലും സന്തോഷിച്ച് നിൽക്കാനുള്ള സമയമല്ല ഇതെന്നവനറിയാം. മുന്നോട്ടു ചെന്ന് സുഹൃത്തിനെ അച്ഛന് പരിചയപ്പെടുത്തിക്കൊടുക്കണം. വിലക്ഷണമായ പലവാചകങ്ങളിലൂടെയാണെങ്കിലും കഴിയാവുന്നത്ര നന്നായി ആ കൃത്യം അവൻ നിർവഹിച്ചു. തന്റെ അന്തസിനൊത്ത രീതിയിൽ സൗഹാർദത്തോടെ സർ. തോമസ് മിസ്റ്റർ യെറ്റ്സിനെ സ്വീകരിച്ചു. എന്നാൽ, സത്യത്തിൽ അയാളെ പരിചയപ്പെടാനദ്ദേഹത്തിന് യാതൊരുതാൽപ്പര്യവുമില്ലായിരുന്നു. മിസ്റ്റർ യെറ്റ്സിന്റെ കുടുംബത്തെയും ബന്ധുക്കളെയും അദ്ദേഹത്തിന് നന്നായി അറിയാം. "വിശിഷ്ടസുഹൃത്തെ"ന്നാണ് മകൻ അയാളെ പരിചയപ്പെടുത്തിയത്, തന്റെ മകന്റെ നൂറുകണക്കിന് 'വിശിഷ്ടസുഹൃത്തു'ക്കളെപ്പോലെ ഇയാളും അദ്ദേഹത്തിന് സ്വീകാര്യനല്ലായിരുന്നു. വീട്ടിൽ തിരിച്ചെത്തിയപ്പോൾ സൗഖ്യമാണദ്ദേഹം ആഗ്രഹിച്ചത്. തന്റെ വീട് കുട്ടിച്ചോറാക്കി ഇട്ടിരിക്കുന്നതുകണ്ട അദ്ദേഹത്തിന്റെ ക്ഷമനശിക്കാറായി, നാടകാഭിനയത്തിന്റെ പേരിൽ നടക്കുന്ന അസംബന്ധവും, ഇഷ്ടമില്ലാത്തൊരു യുവാവിനെ പരിചയപ്പെടേണ്ടി വന്നതുമെല്ലാം അദ്ദേഹത്തെ ഉള്ളാലെ ക്ഷുഭിതനാക്കിയിരുന്നു.

അച്ഛന്റെ ചിന്തകൾ ടോം മനസിലാക്കി. ഇതുവരെ തങ്ങളോട് ഒരുതരത്തിലും ഇഷ്ടക്കേട് കാണിച്ചിട്ടില്ലാത്ത അദ്ദേഹത്തിന് ഇപ്പോൾ വിരോധം തോന്നിയിട്ടുണ്ടെന്നവൻ കരുതി – മുറിയിലെ അലങ്കാരവേലകളിലേക്കും മുകൾത്തട്ടിലേക്കും അച്ഛൻ ദൃഷ്ടിപായിച്ചുനിൽക്കുന്നതിൽ എന്തോ കാരണങ്ങളുണ്ട്. ബില്യാർഡ് ടേബിളിനെ കുറിച്ച് ചെറിയൊരു ഗൗരവത്തോടെ അന്വേഷിച്ചശേഷം മറ്റുകാര്യങ്ങളിൽ വലിയ ഉൽക്കണ്ഠയൊന്നും കാണിച്ചില്ല. ഇരുഭാഗത്തുമുള്ള അത്തരം അസ്വസ്ഥതകൾ അധികനേരം നീണ്ടുനിന്നില്ല. പിന്നെ മിസ്റ്റർ യെറ്റ്സിന്റെ ചോദ്യത്തിന് ശാന്തമായ രീതിയിൽ ഹ്രസ്വമായ മറുപടിനൽകി. ആ മൂന്ന് മാന്യന്മാരും ഒന്നിച്ച് ഡ്രോയിങ് റൂമിൽ തിരിച്ചെത്തി. സർ. തോമസിന്റെ മുഖത്ത് ഗൗരവഭാവം പ്രകടമായിരുന്നു.

"ഞാൻ നിങ്ങളുടെ തിയേറ്ററിൽ നിന്നാണല്ലൊ ഇപ്പോൾ വന്നത്"

ഇരുന്നുകൊണ്ടദ്ദേഹം ശാന്തനായി പറഞ്ഞു “അപ്രതീക്ഷിതമായിരുന്നു എനിക്കാകാഴ്ച. എന്റെ മുറിയോടുള്ള അതിന്റെ സാമീപ്യം – എല്ലാ രീതിയിലും അതെന്നെ അതിശയിപ്പിച്ചു. കാരണം, നിങ്ങളുടെ അഭിനയം അത്ര ഗുരുതരമായൊരു അവസ്ഥയിലെത്തിയെന്ന് അൽപ്പം പോലും ഞാൻ കരുതിയിരുന്നില്ല. അതൊരുനല്ലകാര്യം തന്നെ, മെഴുകുതിരിയുടെ പ്രകാശത്തിൽ കാണുമ്പോൾ, എന്റെ സുഹൃത്ത് ക്രിസ്റ്റോഫർ ജേൽസൻ വിശ്വസിക്കുന്നതുപോലെ.” പിന്നെ വിഷയം മാറ്റി ചായ മൊത്തിക്കുടിച്ചുകൊണ്ട് ശാന്തനായി കുടുംബകാര്യങ്ങളിലേക്കദ്ദേഹം തിരിഞ്ഞേനെ. സർ തോമസ് പറഞ്ഞതിന്റെ അർഥം തിരിച്ചറിയാൻ കഴിയാത്ത മിസ്റ്റർ യെറ്റ്സ് തിയേറ്ററിനെകുറിച്ചുള്ള സംഭാഷണം തുടർന്നുകൊണ്ടുപോയി. ചോദ്യങ്ങളും അഭിപ്രായങ്ങളും കൊണ്ടയാളെ ബുദ്ധിമുട്ടിച്ചു. ഒടുവിൽ എക്ലിസ് ഫോർഡിൽ നേരിട്ട നിരാശയുടെ ചരിത്രം മുഴുവൻ വർണിച്ചു! വളരെ എളിമയോടെ സർ തോമസ് എല്ലാം കേട്ടിരുന്നു. എന്നാൽ മിസ്റ്റർ യെറ്റ്സിന്റെ മര്യാദയില്ലാത്ത പെരുമാറ്റത്തോട് അദ്ദേഹത്തിന് വെറുപ്പ് തോന്നി, മോശം അഭിപ്രായം സ്ഥിരീകരിക്കപ്പെട്ടു. അയാളുടെ കഥ അവസാനിച്ചപ്പോൾ, യാതൊരു സഹാനുഭൂതിയും അദ്ദേഹം പ്രകടിപ്പിച്ചില്ല, ചെറുതായി തല ഒന്ന് കുനിച്ചതൊഴികെ.

“ഞങ്ങളുടെ നാടകാഭിനയത്തിന്റെ ഉത്ഭവം വാസ്തവത്തിൽ ഇതാണ്.” അൽപ്പം ചിന്തിച്ചശേഷം ടോം പറഞ്ഞു: “എക്ലിസ് ഫോർഡിൽ നിന്നും എന്റെ സുഹൃത്ത് മിസ്റ്റർ യെറ്റ്സ് ഈ സാംക്രമികരോഗം ഇവിടേക്ക് പടർത്തി. ഇത്തരംകാര്യങ്ങൾ എപ്പോഴും പകരും എന്നറിയാമല്ലോ, സർ – ഞങ്ങളിൽ അത് മുമ്പുതന്നെ അങ്ങ് പ്രോത്സാഹിപ്പിക്കുമായിരുന്നല്ലോ, അതുകൊണ്ടായിരിക്കാം കൂടുതൽ വേഗത്തിലായത്. പഴയകാലടിപ്പാതകൾ വീണ്ടും പിൻതുടരുന്നതുപോലെ.”

അവസരം കിട്ടിയ ഉടനെ മിസ്റ്റർ യെറ്റ്സ് സുഹൃത്തിൽനിന്നും ആ വിഷയം ഏറ്റെടുത്തു. തങ്ങൾ ചെയ്തതും, ചെയ്തുകൊണ്ടിരിക്കുന്നതുമായ കാര്യങ്ങളെക്കുറിച്ചയാൾ സർ. തോമസിന് നല്ലൊരു വിവരണം നൽകി. അവരുടെ കാഴ്ചപ്പാടിലുള്ള പുരോഗതി, തുടക്കത്തിലെ പ്രതിബന്ധങ്ങൾ തരണം ചെയ്തത്, ഇപ്പോഴത്തെ ശുഭ പ്രതീക്ഷ, എല്ലാം അയാൾ വിശദീകരിച്ചു. അമിതാവേശത്തോടെ ഇതെല്ലാം വർണിക്കുമ്പോൾ, മറ്റ് സുഹൃത്തുക്കളുടെ അസ്വസ്ഥതനിറഞ്ഞ ചലനങ്ങളെക്കുറിച്ചോ, ഭാവമാറ്റത്തെക്കുറിച്ചോ, ഒട്ടും ബോധവാനല്ലായിരുന്നു അയാൾ! താൻ കണ്ണുംനട്ടുകൊണ്ടിരുയാളുടെ മുഖഭാവം കണ്ടിട്ടുപോലും അയാളുടെ പ്രഭാഷണം നിലച്ചില്ല – എഡ്മണ്ടിന്റെയും സഹോദരിമാരുടെയും മുഖത്തേക്ക് തന്റെ കറുത്ത പുരികങ്ങൾ ചുളിച്ച് സത്യാവസ്ഥ അറിയാനെന്നപോലെ സർ. തോമസ് നോക്കി, പ്രത്യേകിച്ചും എഡ്മണ്ടിനുനേരെ സ്വന്തം ഹൃദയവികാരങ്ങൾ പ്രകടിപ്പിക്കുന്ന മൗനമായൊരു ഭാഷയായിരുന്നു അത്; ശക്തമായ പ്രതിഷേധത്തിന്റെയും അധിക്ഷേപത്തിന്റേതുമായൊരു ഭാഷയായിരുന്നു അത്; ശക്തമായ പ്രതിഷേധത്തിന്റെയും അധിക്ഷേപത്തിന്റേതുമായൊരു ഭാഷ! ഫാന്നിയുടെ മനസിലേക്കത് തുളച്ചു

കയറി. തന്റെ ആന്റിയുടെ സോഫയ്ക്കു പിന്നിലേക്ക് അവൾ കസേര നീക്കിയിട്ട് ഇരുന്നു, ആരാലും, ശ്രദ്ധിക്കപ്പെടാതെ എല്ലാം നന്നായി വീക്ഷിക്കാവുന്ന രീതിയിൽ. എഡ്മണ്ടിനെ അധിക്ഷേപിക്കുന്ന വിധത്തിലുള്ള ആ നോട്ടം അച്ഛനിൽ നിന്നവൾ ഒരിക്കലും പ്രതീക്ഷിച്ചിരുന്നില്ല. അത് അർഹിക്കുന്നതായിരുന്നെങ്കിലും തീർച്ചയായും പ്രകോപനപരം തന്നെയായിരുന്നു. സർ. തോമസിന്റെ നോട്ടം ഇപ്രകാരം പറയുന്നതുപോലെ തോന്നി.

"എഡ്മണ്ട്, നിന്റെ തീരുമാനത്തെയാണ് ഞാൻ ആശ്രയിച്ചിരിക്കുന്നത്. എന്നിട്ട് നീ എന്താണ് ചെയ്തത്?"– അവളുടെ ആത്മാവ് അങ്കിളിനെ നമിച്ചു, മറുപടി പറയാനായി മനസ്സ് പിടച്ചു. "ഓഹ്! അവനെ അങ്ങനെ നോക്കല്ലെ. മറ്റെല്ലാവരെയും അങ്ങനെ നോക്കിക്കോളൂ, എന്നാൽ, അവനെമാത്രം നോക്കല്ലെ!"

മിസ്റ്റർ യെറ്റ്സ് അപ്പോഴും സംസാരം തുടർന്നുകൊണ്ടിരുന്നു "സത്യം പറയട്ടെ, സർ. തോമസ്, ഇന്ന് വൈകുന്നേരം നിങ്ങൾ എത്തിയപ്പോൾ ഞങ്ങൾ റിഹേഴ്സലിന്റെ തിരക്കിലായിരുന്നു. മൂന്ന് ആക്റ്റുകൾ ഞങ്ങൾക്ക് റിഹേഴ്സ് ചെയ്യാനുണ്ടായിരുന്നു. മൊത്തത്തിൽ അതൊരുവിജയമാണ്. ഞങ്ങളുടെ കമ്പനി ഇപ്പോൾ ചിന്നിച്ചിതറി. ക്രാഫോർഡുകൾ വീട്ടിലേക്ക് പോയി. ഇന്നിനി റിഹേഴ്സൽ നടക്കുമെന്ന് തോന്നുന്നില്ല. അങ്ങ് നാളെ വൈകുന്നേരം ഞങ്ങളോടൊപ്പം ഉണ്ടാകാനുള്ള സന്മനസ്സ് കാട്ടിയാൽ അതിന്റെ ഫലത്തെക്കുറിച്ച് എനിക്ക് ആശങ്കയില്ല. അങ്ങയെ അത് രസിപ്പിക്കുമെന്ന് ഞാൻ സൂചനൽകുന്നു. ഈ യുവ പ്രതിഭകൾക്കതിന് കഴിയും. അങ്ങേക്കത് രസിക്കുമെന്ന് ഞാൻ മുൻകൂട്ടി പറഞ്ഞു."

"എനിക്ക് രസമായിരിക്കും, സർ" സർ. തോമസ് ഗൗരവത്തിൽ മറുപടിനൽകി. "റിഹേഴ്സൽ ഇല്ലാതെതന്നെ." പിന്നെ, നിർദയമായൊരു പുഞ്ചിരിയോടെ തുടർന്നു "ഞാൻ വീട്ടിലെത്തിയ സന്തോഷത്തോടെ രസമായി കഴിയാനാണ് ആഗ്രഹിക്കുന്നത്. "എല്ലാവരിൽനിന്നും മുഖം തിരിച്ച് അയാൾ പ്രശാന്തനായി പറഞ്ഞു. "എനിക്കവസാനകാലത്ത് മാൻസ്ഫീൽഡിൽ നിന്ന് ലഭിച്ചകത്തുകളിൽ മിസ് ക്രാഫോർഡിനെയും മിസ്റ്റർ ക്രാഫോർഡിനെക്കുറിച്ചും സൂചിപ്പിച്ചിരുന്നു. അവർ യോജിക്കുന്ന തരത്തിലുള്ളവരാണോ?"

മറുപടി നൽകാൻ പെട്ടെന്ന് തയാറായ ഒരേ ഒരാൾ ടോം ആയിരുന്നു. അവരോട് പ്രത്യേക അടുപ്പമോ അഭിനയത്തിലോ പ്രേമത്തിലോ അസൂയയോ ഇല്ലാതിരുന്നതിനാൽ അവരെകുറിച്ച് വളരെ നല്ല അഭിപ്രായം പറയാൻ കഴിഞ്ഞു.

"മിസ്റ്റർ ക്രാഫോർഡ് ഏറ്റവും സരസനായൊരു മാന്യനാണ് – അവന്റെ സഹോദരി ജീവസ്സുറ്റ ഒരു സുന്ദരിക്കുട്ടിയും."

മിസ്റ്റർ റഷ്വർത്തിന് നിശ്ശബ്ദത പാലിക്കാനായില്ല. "മാന്യനല്ല അയാളെന്ന് ഞാൻ പറയുന്നില്ല. എന്നാൽ, അഞ്ചടിയിൽ കൂടുതൽ പൊക്കമില്ലെന്നും അത്ര സുമുഖനല്ലെന്നും നിങ്ങൾ അച്ഛനോട് പറയണം."

സർ തോമസിനത് ശരിക്കും പിടികിട്ടിയില്ല, അദ്ദേഹം അത് പറഞ്ഞ ആളുടെ മുഖത്തേക്ക് അത്ഭുതത്തോടെ നോക്കി.

“എനിക്ക് തോന്നുന്നത് ഞാൻ പറയട്ടെ” മിസ്റ്റർ റഷ്‌വർത്ത് തുടർന്നു. “എന്റെ അഭിപ്രായത്തിൽ സദാസമയം റിഹേഴ്സൽ ചെയ്തുകൊണ്ടിരിക്കുന്നത് അത്രനല്ലതല്ല. അധികമായാൽ അമൃതും വിഷം. തുടക്കതിലേതുപോലെ നാടകാഭിനയത്തോടെനിക്കൊരു കമ്പ വുമില്ല. നമ്മൾ നല്ലരീതിയിൽ സമയം വിനിയോഗിക്കാം എന്ന് ഞാൻ കരുതുന്നു, അലസമായി ഇവിടെ ഒന്നിച്ചിരുന്ന് സുഖകരമായി സമയം കൊല്ലാം.”

സർ. തോമസ് വീണ്ടും അയാൾക്കുനേരെ ദൃഷ്ടിപായിച്ചു; പിന്നെ അതംഗീകരിച്ചതുപോലെ മന്ദഹസിച്ചുകൊണ്ട് മറുപടിനൽകി. “ഈ വിഷയത്തെകുറിച്ചുള്ള നമ്മുടെ വികാരങ്ങൾ കണ്ടെത്താൻ കഴിഞ്ഞ തിൽ എനിക്ക് സന്തോഷമുണ്ട്. അതെനിക്ക് ആത്മാർഥമായ സംതൃപ്തി നൽകുന്നു. ഞാൻ പെട്ടെന്ന് കാര്യങ്ങൾ ഗ്രഹിക്കുകയും കരുതലോടെ ഇരിക്കുകയും വേണം. കുട്ടികൾക്ക് തോന്നാത്ത പല സന്ദേഹവും തത്വ ദീക്ഷയും എനിക്ക് തോന്നുന്നു. തികച്ചും സ്വാഭാവികമാണത്. കുടുംബ ത്തിൽ ശാന്തിയും സമാധാനവും വേണം. അതിന് ഞാൻ വലിയ വിലകൽപ്പിക്കുന്നു, കോലാഹലമില്ലാത്ത രീതിയിലുള്ള ഉല്ലാസങ്ങൾ. എന്നാൽ, നിങ്ങളുടെ പ്രായത്തിൽ ഇതെല്ലാം ഉൾക്കൊള്ളണമെങ്കിൽ അതിനനുയോജ്യമായ പരിതഃസ്ഥിതി ഉണ്ടായിരിക്കണം. പരസ്പരം പൊരുത്തപ്പെട്ടു പോകുന്നതിന്റെ പ്രാധാന്യം എനിക്കറിയാം.”

മിസ്റ്റർ റഷ്‌വർത്തിന്റെ അഭിപ്രായം അയാൾക്ക് പ്രകടിപ്പിക്കാൻ പറ്റു ന്നതിനെക്കാൾ ഭംഗിയായി അവതരിപ്പിക്കുകയായിരുന്നു സർ. തോമ സിന്റെ ലക്ഷ്യം. മിസ്റ്റർ റഷ്‌വർത്തിൽനിന്നും ബുദ്ധിപരമായൊരഭിപ്രായം പ്രതീക്ഷിക്കേണ്ടെന്ന് അദ്ദേഹത്തിനറിയാം. എന്നാൽ, കാര്യങ്ങൾ നന്നായി തിരിച്ചറിയാവുന്ന ദൃഢചിത്തനായൊരു യുവാവാണയാൾ, വാക്ചാതുര്യ ത്തെക്കാൾ ഉദ്ദേശ്യശുദ്ധിയുള്ളവൻ. അതിനെ അദ്ദേഹം വളരെയേറെ വില മതിച്ചു. പലർക്കും പുഞ്ചിരിക്കാതിരിക്കാൻ കഴിഞ്ഞില്ല. ഇത്രയും അർഥഗ ർഭമായ വാക്കുകൾ കേട്ട് എന്ത് പറയണമെന്നറിയാതെ മിസ്റ്റർ റഷ്‌വർത്ത് ഇരുന്നു. സർ. തോമസിന്റെ നല്ല അഭിപ്രായം അയാളുടെ മനസിനെ വല്ലാതെ ആഹ്ലാദിപ്പിച്ചിരുന്നു. വാസ്തവത്തിൽ അയാളുടെ മൗനം ആ നല്ല അഭിപ്രായം കുറച്ചുനേരംകൂടി കാത്തു രക്ഷിക്കാൻ സഹായകരമായി.

2

പിറ്റേന്നു രാവിലെ അച്ഛനെ ഒറ്റയ്ക്ക് കാണണമെന്നായിരുന്നു എഡ്മണ്ടിന്റെ ആദ്യ ലക്ഷ്യം, നാടകാഭിനയ പദ്ധതിയെകുറിച്ച് വസ്തു നിഷ്ഠമായ വിവരണം നൽകണം; അതിൽ തന്റെ പങ്ക് പരമാവധി ന്യായീ

കരിക്കണം, നല്ല ഉദ്ദേശ്യത്തിലാണ് അവനതിന് തുനിഞ്ഞതെന്ന്. സ്വയം ന്യായീകരിക്കുമ്പോൾ മറ്റുള്ളവരെക്കുറിച്ച് ഒരു ദോഷവും പറയാതിരിക്കുവാനവൻ ആഗ്രഹിച്ചു. ആശ്വാസ വചനങ്ങളൊന്നുമാവശ്യമില്ലാതെന്നെ അവരിൽ ഒരാളുടെ സ്വഭാവത്തെ കുറിച്ചവൻ സൂചിപ്പിച്ചു. "ഞങ്ങളെല്ലാവരും ഏതെങ്കിലും രീതിയിൽ കുറ്റപ്പെടുത്തേണ്ടവരാണ്" അവൻ പറഞ്ഞു. ഞങ്ങളെല്ലാവരും, ഫാന്നി ഒഴിച്ച്. ഫാന്നിമാത്രമാണ് ഉടനീളം ശരിയായ വിധത്തിൽ വിധിന്യായം നടത്തിയത്, എന്നും അവൾ ഉറച്ചു നിന്നു. തുടക്കം മുതൽ അവസാനംവരെ അവൾ ആ പദ്ധതിയെ അചഞ്ചലയായി ചെറുത്തു. അങ്ങയെകുറിച്ചവൾ ഒരിക്കലും ഓർക്കാതിരുന്നിട്ടില്ല. അങ്ങ് ആഗ്രഹിക്കുന്നതെല്ലാം അച്ഛന് ഫാന്നിയിൽ കാണാൻ കഴിയും."

അവരുടെ ആ പദ്ധതി എല്ലാവിധത്തിലും അപമര്യാദയായിപ്പോയെന്ന് സർ. തോമസ് കരുതി, അതും ആ സമയത്ത് തന്റെ മകൻ അതിൽ പങ്കുകൊണ്ടതും അദ്ദേഹത്തെ വിഷമിപ്പിച്ചു; തീർച്ചയായും അത് അതിരുകടന്നു പോയി. ഇഷ്ടക്കേട് മറക്കാനെന്നോണം അദ്ദേഹം എഡ്മണ്ടിന്റെ കൈപിടിച്ചു കുലുക്കി. എത്രത്തോളം മറക്കാൻ കഴിയുമെന്നതു തന്നെ അദ്ദേഹം മറന്നു. അതിവേഗം അസുഖകരമായ ഓർമ നിലനിർത്തുന്നവയെല്ലാം നീക്കം ചെയ്യപ്പെട്ടു, എല്ലാം പൂർവസ്ഥിതിയിലായി. മറ്റ് മക്കളെ ഗുണദോഷിക്കാനൊന്നും അദ്ദേഹം പോയില്ല. കൂടുതൽ ആഴത്തിൽ ഇറങ്ങിച്ചെന്ന് സൂക്ഷ്മ പരിശോധന നടത്തി അപകടം വരുത്തിവെക്കുന്നതിനെക്കാൾ ഭേദം അവർ തങ്ങളുടെ തെറ്റ് മനസിലാക്കി എന്ന് കരുതുന്നതാണ്. ഒരു താക്കീതോടെ എല്ലാം അവസാനിപ്പിക്കുക, എല്ലാ സജ്ജീകരണങ്ങളും തുടച്ചുനീക്കുക, അത്രയും മതി.

ആ വീട്ടിലെ ഒരാളോട് സർ തോമസ് പെരുമാറ്റത്തിലൂടെ തന്റെ വികാരങ്ങൾ പ്രകടിപ്പിച്ചു മിസിസ് നോറിസ് തക്കതായ ഉപദേശംനൽകി. അസുഖകരമായ പ്രവൃത്തികൾ തടയേണ്ടതായിരുന്നു എന്നയാൾ ആശിച്ചു. ഈ ചെറുപ്പക്കാർ പദ്ധതി തയാറാക്കുമ്പോൾ അന്യരുടെ വികാരങ്ങളെ മാനിക്കുന്നില്ല. അവർ സ്വയം നല്ലൊരു തീരുമാനമെടുക്കാൻ കഴിവുള്ളവരാകണം, എന്നാലവർ ചെറുപ്പമാണ്. എഡ്മണ്ട് ഒഴിച്ചുള്ളവരെല്ലാം ചഞ്ചലസ്വഭാവമുള്ളവരാണ് എന്നയാൾ വിശ്വസിച്ചു. അതുകൊണ്ട് അവരുടെ തെറ്റായ നടപടികൾക്കവൾ വഴങ്ങിക്കൊടുത്തതിൽ അദ്ദേഹം അത്ഭുതം പ്രകടിപ്പിച്ചു. അത്തരം ഒരു ഉല്ലാസ പരിപാടി നിർദേശിക്കപ്പെട്ടതിനെക്കാൾ മോശമായി അവളുടെ അതിനുള്ള അംഗീകാരം. മിസിസ് നോറിസ് ആകെ കുഴങ്ങി. തന്റെ ജീവിതത്തിലൊരിക്കലും ഇങ്ങനെ വായ അടച്ചിരിക്കേണ്ടിവന്നിട്ടില്ല. സർ. തോമസ് കാണുന്നതുപോലെ വലിയൊരു കുറ്റകൃത്യമായി അതവൾക്ക് തോന്നാത്തതിനാൽ കുറ്റസമ്മതം നടത്താനവൾ ലജ്ജിച്ചു. അവൾക്ക് അവരിൽ സ്വാധീനമില്ലെന്ന് സമ്മതിക്കാനും അവൾ തയാറല്ല, തന്റെ സംസാരം വൃഥാവിലാവില്ലെന്നും. കഴിയുന്നത്രവേഗം ആ വിഷയത്തിൽനിന്ന് പുറത്തുചാടി സന്തോഷകരമായ മറ്റ് കാര്യങ്ങളിലേക്ക് സർ. തോമസിന്റെ വാക്ധോരണി തിരിക്കു

ന്നതിലാണ് അവളുടെ പാടവം. താൻ കുടുംബത്തിന്റെ സുഖത്തിനും സന്തോഷത്തിനും വേണ്ടി ചെയ്തകാര്യങ്ങളെക്കുറിച്ച് പ്രശംസ നേടാൻ പലതും ചെയ്യേണ്ടതുണ്ട്, താൻ നടത്തിയ ത്യാഗങ്ങളുടെയും കഷ്ടപ്പാടുകളുടെയും കഥ. സാമ്പത്തിക കാര്യങ്ങളെക്കുറിച്ചും മറ്റും ലേഡി ബെർട്രാമിനും എഡ്മണ്ടിനും വിലയേറിയ നിർദേശങ്ങൾ നൽകി. അതുകൊണ്ട് നല്ല സമ്പാദ്യമുണ്ടാക്കാനായി. ചില ചീത്ത വേലക്കാരെ കണ്ടെത്തി. എന്നാലവളുടെ തുറുപ്പുശീട്ട് സതർട്ടൻ തന്നെയായിരുന്നു. റഷ്വർത്തുമാരുമായി ബന്ധം സ്ഥാപിച്ചതും അവളുടെ ഏറ്റവും വലിയ കരുത്തായിരുന്നു; മഹിമയും. അവിടെ ആർക്കും കീഴടക്കാനാവില്ല! മിസ്റ്റർ റഷ്വർത്തിനെ മരിയയിലേക്കടുപ്പിക്കുന്നതിനുള്ള എല്ലാ പ്രശസ്തിയും അവൾ സ്വയം ഏറ്റെടുത്തു.

"ഞാൻ സജീവമായി പ്രവർത്തിച്ചിരുന്നില്ലെങ്കിൽ" അവൾ പറഞ്ഞു "അവന്റെ അമ്മയെ പരിചയപ്പെടുത്തിയിരുന്നില്ലെങ്കിൽ, ചേച്ചിയെ ആദ്യ സന്ദർശനത്തിന് പ്രേരിപ്പിക്കാൻ കഴിഞ്ഞിരുന്നില്ലെങ്കിൽ, തീർച്ചയായും ഒന്നും നടക്കില്ലായിരുന്നു. കാരണം, അത്രയും സൽസ്വഭാവിയാണ് മിസ്റ്റർ റഷ്വർത്ത്, ഒരുപാട് പ്രോത്സാഹനം അയാൾക്ക് ആവശ്യമായിരുന്നു. ഇഷ്ടംപോലെ പെൺകുട്ടികളുണ്ട് അയാളെ തട്ടിയെടുക്കാൻ, നമ്മൾ അനങ്ങാതിരുന്നെങ്കിൽ അത് സംഭവിച്ചേനെ. എന്നാൽ, ഞാൻ അടങ്ങിയിരുന്നില്ല, ഒരവസരവും പാഴാക്കിയില്ല. എന്റെ സഹോദരിയെ സമ്മതിപ്പിക്കാനായി പരമാവധി ശ്രമിച്ചു. ഒടുവിൽ ഞാനതിൽ വിജയിച്ചു. സതർട്ടനിലേക്കുള്ള ദൂരം നിങ്ങൾക്കറിയാമല്ലോ, കടുത്ത ശിശിരകാലമായിരുന്നു, കടന്നു പോകാൻ പറ്റാത്ത റോഡുകൾ, എന്നിട്ടും ഞാനവളെ നിർബന്ധിച്ചുകൊണ്ടു പോയി."

"എനിക്കറിയാം എത്രവലിയ സ്വാധീനമാണ് നിങ്ങൾക്ക് ലേഡി ബെർട്രാമിന്റെയും മക്കളുടെയും മേൽ ഉള്ളതെന്ന്."

"എന്റെ പ്രിയപ്പെട്ട സർ. തോമസ്, അന്നത്തെ റോഡിന്റെ നില നിങ്ങൾ കണ്ടിരുന്നെങ്കിൽ! ഞങ്ങൾക്കൊരിക്കലും അത് മറികടക്കാനാകില്ലെന്ന് ഞാൻ കരുതി, നാല് കുതിരകൾ ഉണ്ടായിരുന്നെങ്കിലും. പാവം വൃദ്ധൻ വണ്ടിക്കാരൻ ഞങ്ങളോടുള്ള സ്നേഹവും അനുകമ്പയും കൊണ്ടാണ് പോകാൻ തയാറായത്. കാലിലെ വാതരോഗംമൂലം അയാൾക്ക് പെട്ടിപ്പുറത്ത് ഇരിക്കാൻ തന്നെ പ്രയാസമായിരുന്നു. അതിൽ ഞാനയാളെ ചികിത്സിച്ചിരുന്നു, ഒടുവിലയാൾ സുഖം പ്രാപിച്ചു. എന്നാൽ, ശീതകാലം അയാൾക്ക് ദുരിതമാണ്–ഇത് അത്തരം ഒരു ദിവസമായിരുന്നു. ഞാനയാളുടെ മുറിയിൽച്ചെന്ന് വണ്ടി ഓടിക്കാൻ വരേണ്ടതില്ലെന്ന് ഉപദേശിച്ചു. അയാൾ തൊപ്പിധരിക്കുകയായിരുന്നു – ഞാൻ പറഞ്ഞു "വണ്ടിക്കാരാ, നിങ്ങൾ പോകാതിരിക്കുകയാണ് നല്ലത്. സ്റ്റീഫൻ വേണ്ട രീതിയിൽ കാര്യങ്ങൾ നിർവഹിച്ചുകൊള്ളുമെന്നറിയാമല്ലോ, ചാൾസ് പലപ്പോഴും മാർഗദർശി ആയിട്ടുള്ളതുമാണ്. അതുകൊണ്ട് പേടിക്കാനൊന്നുമില്ലെന്നെനിക്കുറപ്പാണ്. എന്തായാലും അയാൾ വഴങ്ങില്ലെന്നെനിക്ക് മനസിലായി, പോകാൻ തന്നെ തയാറെടുക്കുകയാണ്. അനാവശ്യമായി

വിഷമിക്കുന്നതെനിക്ക് ഇഷ്ടമല്ലാത്തതിനാൽ ഞാനൊന്നും മിണ്ടിയില്ല. എന്നാൽ, ഓരോ ചാട്ടം വരുമ്പോഴും ഞാനയാളെക്കുറിച്ചോർത്ത് വിഷമിച്ചു. സ്റ്റോക്കിനടുത്തുള്ള പരുക്കൻ റോഡിൽ കല്ലുകൾക്കുമീതെ ഐസും സ്നോയും കുന്നുകൂടിക്കിടക്കുന്നിടത്ത്, നിങ്ങൾക്ക് ഊഹിക്കാൻ പറ്റാത്തത്ര ദുരിതമായിരുന്നു, അയാൾക്കുവേണ്ടി ശരിക്കും ഞാൻ ഖേദിച്ചു. പിന്നെ ആ പാവം കുതിരകൾ!– അവ കഷ്ടപ്പെട്ട് വലിക്കുന്നത് കാണാൻ കഴിയില്ല! കുതിരകൾക്കുവേണ്ടി ഞാനെത്ര വേദനിക്കാറുണ്ടെന്ന് നിങ്ങൾക്കറിയാമല്ലൊ. സാണ്ടക്രോഫ്ട് കുന്നിനടിയിലെത്തിയപ്പോൾ ഞാൻ എന്താണ് ചെയ്തതെന്ന് നിങ്ങൾക്കറിയാമോ? നിങ്ങളെന്നെ പരിഹസിക്കും – ഞാൻ പുറത്തിറങ്ങി മുകളിലേക്ക് നടന്നു, ശരിക്കും. അതവൾക്ക് അത്രവലിയ ലാഭമൊന്നുമുണ്ടാക്കിയില്ലെങ്കിലും, ചെറിയൊരാശ്വാസം നൽകിക്കാണും. ആ പാവം മൃഗങ്ങൾ കഷ്ടപ്പെട്ട് വലിക്കുന്നതോർത്ത് എനിക്ക് സമാധാനത്തോടെ ഇരിക്കാൻ കഴിഞ്ഞില്ല, എനിക്ക് ഭയങ്കര ജലദോഷം പിടിപെട്ടു, എന്നിട്ടും ഞാനത് കണക്കാക്കിയില്ല. എന്റെ സന്ദർശനം വിജയകരമായി പര്യവസാനിച്ചല്ലോ."

"ആ ബന്ധം സ്ഥാപിച്ചെടുക്കാനായി എടുത്ത ഏത് കഷ്ടപ്പാടും മഹനീയമായി ഞാൻ കരുതുന്നു. മിസ്റ്റർ റഷ്വർത്തിന്റെ പെരുമാറ്റത്തിൽ ആകർഷിക്കത്തക്കതായി ഒന്നുമില്ലെങ്കിലും, ഒരുകാര്യത്തിൽ അയാൾ ഇന്നലെ രാത്രി പ്രകടിപ്പിച്ച അഭിപ്രായം എന്നെ പ്രീതനാക്കി – അഭിനയത്തിന്റെ കോലാഹലത്തിൽനിന്നും ഒഴിഞ്ഞുമാറിയുള്ള ശാന്തമായ കുടുംബസമ്മേളനത്തോടുള്ള മുൻഗണന, ആരും ആശിച്ചുപോകുന്ന അതേ വികാരം."

"അതെ, തീർച്ചയായും, നിങ്ങൾ കൂടുതൽ അയാളെ മനസിലാക്കുംതോറും കൂടുതൽ ഇഷ്ടപ്പെടാൻ തുടങ്ങും. ഉജ്വലമായൊരു സ്വഭാവമല്ല അയാളുടേതെങ്കിലും, ഒരായിരം സൽഗുണങ്ങളുള്ളവനാണ്! നിങ്ങളെ അത്രതാൽപ്പര്യത്തോടെയാണവൻ നോക്കുന്നത്. എന്നെ ഇക്കാര്യത്തിൽ എല്ലാവരും കളിയാക്കുന്നു. ഞാനാണിതിന് ഉത്തരവാദിയെന്നവർ കരുതുന്നു. കഴിഞ്ഞ ദിവസം മിസിസ് ഗ്രാന്റ് പറയുകയുണ്ടായി, സത്യമായിട്ടും മിസിസ് നോറിസ്, മിസ്റ്റർ റഷ്വർത്ത് നിങ്ങളുടെ സ്വന്തം മകനായിരുന്നെങ്കിലുംപോലും സർ. തോമസിനെ ഇതിനെക്കാൾ ആദരവോടെ കാണില്ലായിരുന്നു!"

സർ. തോമസ് ആ വിഷയം വിട്ടു. അവളുടെ മുഖസ്തുതി അദ്ദേഹത്തെ കീഴ്പ്പെടുത്തിക്കഴിഞ്ഞിരുന്നു. അവൾ സ്നേഹിക്കുന്നവരുടെ സന്തോഷം അപകടത്തിലാക്കുമെന്ന് തോന്നുമ്പോൾ അവളുടെ തീരുമാനത്തെ കാരുണ്യം സ്വാധീനിക്കുന്നു എന്ന് അദ്ദേഹത്തിന് വിശ്വാസമായി.

അദ്ദേഹത്തിനന്ന് തിരക്കുപിടിച്ച ഒരു പ്രഭാതമായിരുന്നു. അവരോട് അധികനേരം സംസാരിക്കാൻ നിന്നില്ല. മാൻസ്ഫീൽഡ് ജീവിതത്തിലെ പഴയ രീതികൾ അദ്ദേഹത്തിന് പുനഃസ്ഥാപിക്കേണ്ടതുണ്ട്, തന്റെ കാര്യസ്ഥനെയും മാനേജരെയും കാണണം, എല്ലാം ഒന്ന് പരീക്ഷിക്കാൻ. ബിസിനസ് കാര്യങ്ങൾക്കിടയിൽ കുതിരലായങ്ങളിലേക്കും പൂന്തോട്ടങ്ങ

ളിലേക്കും നടക്കണം, തൊട്ടടുത്ത തോപ്പിലേക്കും ഡിന്നർ സമയത്ത് കുടുംബനാഥന്റെ കസേരയിലിരിക്കുന്നതിനു മുമ്പ് ഇക്കാര്യങ്ങളെല്ലാം വളരെ ഊർജസ്വലതയോടെ അയാൾ ചെയ്തു. എന്നുമാത്രമല്ല, ബില്യാർഡ്റൂമിൽ ചെയ്ത മാറ്റങ്ങളെല്ലാം തൂത്തുമാറ്റാൻ ആശാരിയെ നിയമിക്കയും ചെയ്തു. തിയേറ്റർ പെയിന്റുചെയ്തവനെ പുറത്താക്കി. ഒരു മുറിയുടെ നിലമാത്രമേ ആ പെയിന്റർ വൃത്തികേടാക്കിയിരുന്നുള്ളൂ! വണ്ടിക്കാരന്റെ സ്പോഞ്ചുകൾ മുഴുവൻ നശിപ്പിച്ചു. അവിടെ ഉണ്ടായിരുന്ന പഴയ ഓർമകൾ പാടെ തുടച്ചുനീക്കാൻ ഒന്നോ രണ്ടോ ദിവസങ്ങൾ മതിയെന്ന് സർ തോമസ് വിശ്വസിച്ചു. വീട്ടിലുള്ള 'കാമുകരുടെ പ്രതിജ്ഞകളുടെ' കോപ്പികൾ നശിപ്പിക്കുന്നതടക്കം, തന്റെ കൺമുന്നിൽ വന്നുപെട്ട കോപ്പികളെല്ലാം അദ്ദേഹം കത്തിച്ചുകളയുകയായിരുന്നു!

സർ. തോമസിന്റെ ഉദ്ദേശ്യം മിസ്റ്റർ യെറ്റ്സ് മനസിലാക്കാൻ തുടങ്ങുകയായിരുന്നു. അപ്പോൾ രാവിലെ മുഴുവൻ അയാളും സുഹൃത്തും നായാട്ടിൽ ഏർപ്പെട്ടിരിക്കയായിരുന്നു. അപ്പോൾ അച്ഛന്റെ പ്രത്യേക സ്വഭാവത്തെകുറിച്ച് ടോം ക്ഷമാപണപൂർവം വിവരിച്ചുകൊടുത്തു, എന്താണ് വരാൻ പോകുന്നതെന്ന് സൂചിപ്പിച്ചു. മിസ്റ്റർ യെറ്റ്സിനെ അത് തീവ്രമായി വേദനിപ്പിച്ചു. അതേരീതിയിൽ രണ്ടാമതും നിരാശനാകേണ്ടിവന്നത് വലിയ നിർഭാഗ്യം തന്നെ. അയാളുടെ ധാർമിക രോഷം തിളച്ചുപൊങ്ങുകയായിരുന്നു. തന്റെ സുഹൃത്തിനോടും ഇളയസഹോദരിയോടുമുള്ള ദൗർബല്യം ഇല്ലായിരുന്നെങ്കിൽ പ്രഭുവിന്റെ വിവരംകെട്ട പ്രവൃത്തിയെ എതിർത്തേനെ. കുറച്ചുകൂടി വിവേകത്തോടെ പെരുമാറാനായി വാദിച്ചേനെ. അതായിരുന്നു മാൻസ്ഫീൽഡ് കാട്ടിലായിരുന്നപ്പോഴും തിരിച്ചുവരുമ്പോഴും അയാൾ ചിന്തിച്ചത്. എന്നാൽ സർ തോമസിൽ എന്തോചിലതുണ്ടായിരുന്നു! അവർ ഒരേ മേശയ്ക്ക് ചുറ്റുമിരിക്കുമ്പോൾ, അദ്ദേഹത്തെ സ്വന്തം വഴിക്ക് വിടുന്നതാണ് ബുദ്ധിപൂർവമെന്ന് യെറ്റ്സിന് തോന്നി, എതിർക്കാതെതന്നെ ഭോഷത്വം സ്വയം മനസിലാക്കട്ടെ. വെറുക്കപ്പെട്ട പല അച്ഛന്മാരെയും മുമ്പയാൾ കണ്ടിട്ടുണ്ട്. പലപ്പോഴും അവർമൂലമുള്ള ദുരനുഭവങ്ങൾ അറിയേണ്ടിവന്നിട്ടുണ്ട്. എന്നാൽ, ജീവിതത്തിലൊരിക്കലും സർ തോമസിനെപ്പോലെ ഇത്രയും ബുദ്ധിശൂന്യനായൊരു സ്വേച്ഛാധിപതിയെയും കണ്ടിട്ടില്ല. മക്കളെ ഓർത്ത് മാത്രമാണദ്ദേഹത്തെ ആരും സഹിക്കുന്നത്. മിസ്റ്റർ യെറ്റ്സിന് കുറച്ചുനാൾകൂടി ആ വീട്ടിൽ താമസിക്കാൻ കഴിഞ്ഞതിന്നയാൾ സർ. തോമസിന്റെ സുന്ദരിയായ മകൾ ജൂലിയയോട് നന്ദിയുള്ളവനായിരിക്കണം.

ബാഹ്യമായ ശാന്തതയോടെ സായാഹ്നം കടന്നുപോയി. വാസ്തവത്തിൽ ഓരോ മനസും കലുഷിതമായിരുന്നു. സർ തോമസ് പെൺമക്കളോട് സംഗീതമാലപിക്കാനാവശ്യപ്പെട്ടു, ഒരു പരിധിവരെ അസ്വസ്ഥത മറച്ചുവെക്കാനത് സഹായിച്ചു. മരിയ ഭയങ്കര ദേഷ്യത്തിലായിരുന്നു. ക്രാഫോർഡ് അവളോട് ഏത് നിമിഷവും പ്രേമാഭ്യർഥന നടത്തുമെന്നവൾ കരുതിയിരുന്നു. അതിനുവേണ്ടി ഒരു ദിവസംപോലും കാത്തിരിക്കാനുള്ള ക്ഷമ അവൾക്കില്ലായിരുന്നു. രാവിലെ മുഴുവൻ അവൾക്കയാളെ

കാണണം. എല്ലാ സായാഹ്നങ്ങളും അയാളെ പ്രതീക്ഷിച്ചിരിക്കും. മിസ്റ്റർ റഷ്വർത്ത് വലിയ വാർത്തയുമായി സതർട്ടനിലേക്ക് തിരിച്ചുപോയി. അയാൾ ഇനി ഒരിക്കലും മടങ്ങിവരരുതെന്നവൾ ആശിച്ചു. എന്നാൽ, പുരോഹിത ഭവനത്തിൽ നിന്നാരെയും അവർ കണ്ടില്ല, ഒറ്റജീവിയെയും. ഒരുവാർത്തയുമില്ല. മിസിസ് ഗ്രാന്റിൽനിന്ന് അഭിനന്ദനങ്ങളറിയിച്ചുകൊണ്ടുള്ള ഒരു കുറിപ്പ് ലേഡിബെർട്രാമിന് ലഭിച്ചതൊഴികെ വളരെ ആഴ്ചകൾക്കുശേഷം കുടുംബങ്ങൾ ഛിന്നഭിന്നമാക്കപ്പെട്ട ആദ്യ ദിനമായിരുന്നു അത്. ആഗസ്ത് മാസം തുടങ്ങിയതിൽപ്പിന്നെ ഏതെങ്കിലും വിധത്തിൽ അവർ എന്നും ഒന്നിച്ചു കൂടുമായിരുന്നു. അതൊരു ഉൽക്കണ്ഠാകുലമായ ദിനമായിരുന്നു. നാളെയും ചീത്തയാകുമെന്നതിന് സംശയമില്ല. ഏതാനും നിമിഷത്തെ ആവേശത്തിനുശേഷം മണിക്കൂറുകളോളം നീണ്ടുനിന്ന യാതനയായിരുന്നു.

ഹെൻട്രിക്രാഫോർഡ് വീണ്ടും വീട്ടിലെത്തി. അയാൾ ഡോ. ഗ്രാന്റിനോടൊപ്പം നടന്നുവന്ന് സർ. തോമസിന് ആദരവുകളർപ്പിക്കാൻ ഉൽക്കണ്ഠ കാണിച്ചു. പ്രാതൽ മുറിയിലേക്കവർ ആനയിക്കപ്പെട്ടു. അവിടെ കുടുംബാംഗങ്ങളെല്ലാം സന്നിഹിതരായിരുന്നു. സർ തോമസ് വേഗം അവിടേക്ക് കടന്നുവന്നു. താൻ സ്നേഹിക്കുന്ന വ്യക്തിയെ അച്ഛന് പരിചയപ്പെടുത്തികൊടുക്കുമ്പോൾ മരിയ ആഹ്ലാദത്തോടെ നോക്കിനിന്നു. അപ്പോഴത്തെ അവളുടെ വികാരങ്ങൾ വർണിക്കാനാവില്ല. അവളുടെയും ടോമിന്റെയുമിടയ്ക്ക് ഇരിപ്പുറപ്പിച്ച ഹെൻട്രിക്രാഫോർഡ്, 'ഇപ്പോഴത്തെ സന്തോഷകരമായ ഇടവേളയ്ക്കുശേഷം (ഉപചാരപൂർവം സർ. തോമസിന് വീക്ഷിച്ചുകൊണ്ട്) നാടകം പുനരാരംഭിക്കാൻ ഉദ്ദേശിക്കുന്നുണ്ടോ, എന്ന് പതിഞ്ഞ സ്വരത്തിൽ ടോമിനോട് ചോദിച്ചു. കാരണം, അങ്ങനെയാണെങ്കിൽ ആ സംഘം ആവശ്യപ്പെടുന്ന സമയത്ത് അയാൾ മാൻസ്ഫീൽഡിലേക്ക് തിരിച്ചുവരാൻ ശ്രമിക്കാം. അയാൾ ഉടനെ അങ്കിളിനെ കാണാൻ ബാത്തിലേക്ക് പോകുകയാണ്. എന്നാൽ കാമുകരുടെ പ്രതിജ്ഞകൾ പുനരാരംഭിക്കാൻ ഉദ്ദേശ്യമുണ്ടെങ്കിൽ, മറ്റെല്ലാപരിപാടികളും മാറ്റിവെക്കാൻ തയാറാണ്, അങ്കിളിനെ പറഞ്ഞു സമ്മതിപ്പിക്കാം, തന്റെ അസാന്നിധ്യംമൂലം നാടകം നാശമാകരുത്."

"ബാത്തോ നോർവോൾക്കോ ലണ്ടനോ യോർക്കോ – എവിടെയാണ് ഞാനെങ്കിലും." അയാൾ പറഞ്ഞു: "ഒരു മണിക്കൂർ മുന്നറിയിപ്പുമതി. ഇംഗ്ലണ്ടിന്റെ ഏത് ഭാഗത്തുനിന്നായാലും ഞാനീ പരിപാടിക്കായി പാഞ്ഞെത്തും."

ആ സമയത്ത് മരിയയ്ക്കുപകരം ടോം സംസാരിച്ചത് ഭാഗ്യമായി. അയാൾ വേഗത്തിൽ മറുപടി നൽകി "നിങ്ങൾ പോകുന്നതിൽ എനിക്ക് ഖേദമുണ്ട്. എന്നാൽ, നമ്മുടെ നാടകം, അതെല്ലാം അവസാനിച്ചു കഴിഞ്ഞു – ശരിക്കും സമാപ്തമായി! (അർഥവത്തായി അച്ഛനെ നോക്കി). പെയിന്ററെ ഇന്നലെ പറഞ്ഞുവിട്ടു, തിയേറ്ററിന്റെ അവശേഷിച്ച ഭാഗങ്ങൾ നാളെ തുടച്ചു നീക്കപ്പെടും – ഒന്നാംതീയതി മുതൽ അവിടെ എങ്ങനെ ആയിരിക്കുമെന്നെനിക്കറിയാം. ബാത്തിലേക്കുള്ള യാത്ര നേരത്തെ ആയി

പ്പോയി – അവിടെ ആരെയും കാണാൻപോലും കിട്ടില്ല."

"എന്റെ അങ്കിളിന്റെ പതിവുകാലമാണത്."

"എപ്പോഴാണ് പോകാനുദ്ദേശിക്കുന്നത്?"

"മിക്കവാറും 'ബാൻ ബറി'വരെ ഇന്ന് പോകും."

"ആരുടെ കുതിരലായമാണ് നിങ്ങൾ ബാത്തിൽ ഉപയോഗിക്കുക?" അടുത്തചോദ്യം. ഇത്തരം വിഷയങ്ങൾ ചർച്ചചെയ്തുകൊണ്ടിരിക്കവെ, വളരെ ശാന്തത നടിച്ചുകൊണ്ട് മരിയ സംഭാഷണത്തിലിടപെടാൻ എത്തി.

ആദ്യം പറഞ്ഞകാര്യങ്ങൾ അയാൾ അവളോട് ആവർത്തിച്ചു, ഖേദ ഭാവത്തോടെ, സമചിത്തതയോടെ, എന്നാൽ, അതുകൊണ്ടെല്ലാം എന്ത് പ്രയോജനം? – അയാൾ പോകുകയാണ് – സ്വമനസാലെയല്ലാ പോകുന്നതെങ്കിലും, സ്വമനസാലെ മാറിനിൽക്കാനാഗ്രഹിക്കുന്നു. അങ്കിളിന്റെ കാര്യത്തിനൊഴികെ മറ്റെല്ലാകാര്യത്തിലും അയാൾ സ്വന്തഇഷ്ടപ്രകാരമാണ് പരിപാടികൾ തയാറാക്കാറുള്ളത് – അത്യാവശ്യമാണെന്നയാൾ പറയും, എന്നാൽ, അവൾക്കറിയാം അയാളുടെ സ്വാതന്ത്ര്യത്തെകുറിച്ച് അയാളുടെ നെഞ്ചോട് അമർത്തി വെച്ച അവളുടെ കൈ! ഇപ്പോൾ ആ കയ്യും ഹൃദയവും ഒരുപോലെ നിശ്ചലമായിരിക്കുന്നു! സ്വന്തം മനസ്സ് അവളെ താങ്ങി നിർത്തി, എന്നാൽ, മനോവേദന അസഹ്യമായിരുന്നു – അയാളുടെ സംസാരം കേട്ടുകൊണ്ടിരിക്കാനവൾക്ക് കഴിഞ്ഞില്ല. മര്യാദയോടെയാണവൾ പുറമേക്ക് പെരുമാറിയതെങ്കിലും മറ്റുള്ളവർക്കു മുന്നിൽ വികാരവിക്ഷോഭം തടഞ്ഞു നിർത്താനവൾ പാടുപെട്ടു. വിടവാങ്ങൽ സന്ദർശനം ഹ്രസ്വമായിരുന്നു. അയാൾ പോകയാണ്. അവസാനമായി അയാൾ അവളുടെ കരം സ്പർശിച്ചു തലകുനിച്ച് വിടപറഞ്ഞു. അവൾക്ക് വല്ലാത്ത ഏകാന്തത അനുഭവപ്പെട്ടു. ഹെൻട്രിക്രാഫോർഡ് പോയി. ആ വീട്ടിൽനിന്ന് ഇറങ്ങി, രണ്ട് മണിക്കൂറുകൾക്കുശേഷം പുരോഹിതഭവനത്തിൽനിന്നും. അങ്ങനെ അയാളുടെ സ്വാർഥമോഹം മരിയയിലും ജൂലിയയിലും ഉയർത്തിവിട്ട ആശകൾ അസ്തമിക്കപ്പെട്ടു.

അയാൾ പോയതിൽ ജൂലിയ സന്തോഷിക്കയാണുണ്ടായത്. അയാളുടെ സാന്നിധ്യം അവൾക്ക് അസഹ്യമായി തുടങ്ങിയിരുന്നു. മേരി അയാളെ സ്വന്തമാക്കിയാലും ഇല്ലെങ്കിലും ഏതെങ്കിലും രീതിയിൽ പ്രതികാരം ചെയ്യാനവൾ ശാന്തതയോടെ കാത്തിരുന്നു – വിട്ടുപോകുന്നസമയത്ത് അത് പ്രകടിപ്പിക്കാനവൾ ആഗ്രഹിച്ചില്ല – ഹെൻട്രിക്രാഫോർഡ് പോയി; വാസ്തവത്തിലവൾക്ക് ചേച്ചിയോട് സഹതാപമാണ് തോന്നിയത്.

ആ വിവേകപൂർവമായ പ്രവൃത്തിയിൽ ഫാന്നി ആത്മാർഥമായും ആഹ്ലാദിച്ചു. ഡിന്നർ സമയത്താണതവളറിഞ്ഞത്, അതൊരനുഗ്രഹമായി അവൾ കരുതി. മറ്റെല്ലാവരും ഖേദത്തോടെയാണതിനെകുറിച്ച് സൂചിപ്പിച്ചത്. അയാളുടെ ഗുണഗണങ്ങൾ വികാരപൂർവം വാഴ്ത്തപ്പെട്ടു, എഡ്മണ്ട് മുതൽ അലസയായി അമ്മവരെ. മിസിസ് നോറിസ് അത്ഭുതത്തോടെ ചുറ്റും നോക്കി. ജൂലിയയുമായുള്ള അയാളുടെ പ്രേമബന്ധം വ്യർഥമായല്ലോ! അക്കാര്യം അശ്രദ്ധയായി താൻ മുന്നോട്ടുവെച്ചല്ലോ എന്നോർത്തവൾ ഭയപ്പെട്ടു. എന്നാൽ, ഒരുപാട് കാര്യങ്ങൾ ശ്രദ്ധിക്കാനുള്ളപ്പോൾ,

സ്വന്തം ആഗ്രഹങ്ങൾക്കൊത്ത് പ്രവൃത്തികൾ നീക്കാൻ അവൾക്കെങ്ങനെ കഴിയാനാണ്!

ഒന്നുരണ്ട് ദിവസങ്ങൾക്കുശേഷം അതേമാതിരി മിസ്റ്റർയെറ്റ്സും സ്ഥലംവിട്ടു. അയാൾ പോയപ്പോഴാണ് സർ. തോമസിന് ശരിക്കും ആശ്വാസമായത്. കുടുംബത്തോടൊപ്പം സ്വസ്ഥമായിരിക്കാനാഗ്രഹിച്ച അദ്ദേഹത്തിന് മിസ്റ്റർ യെറ്റ്സിനെപോലുള്ള ഒരാളുടെ സാന്നിധ്യം അസഹ്യമായിരുന്നു. അലസനും ധാരാളിയും ആത്മവിശ്വാസമുള്ളവനുമായ അയാൾ എല്ലാ വിധത്തിലും ഉപദ്രവമായിരുന്നു. അവൻ സ്വയം വെറുപ്പുളവാക്കുന്നവനാണ്. അതിനും പുറമെ ടോമിന്റെ സുഹൃത്തും ജൂലിയയുടെ ആരാധകനുമായപ്പോൾ അയാൾ എതിർക്കപ്പെടേണ്ടവനായിമാറി. മിസ്റ്റർ ക്രാഫോർഡ് പോയാലും നിന്നാലും സർ. തോമസിന് ഒരുപോലെയാണ്, പ്രത്യേക താൽപ്പര്യങ്ങളൊന്നുമില്ല – എന്നാൽ, മിസ്റ്റർ യെറ്റ്സിനോടൊപ്പം വാതിൽക്കൽവരെ നടന്നു ചെന്ന്, സന്തോഷപൂർവം ശുഭയാത്ര നേരുമ്പോൾ നേടിയ സംതൃപ്തി അപാരമായിരുന്നു. തിയേറ്ററിന്റെ ഉന്മൂലനം പൂർത്തീകരിക്കുന്നതുവരെ മിസ്റ്റർ യെറ്റ്സ് മാൻസ്ഫീൽഡിൽ ഉണ്ടായിരുന്നു, നാടകവുമായി ബന്ധപ്പെട്ടതെല്ലാം നശിപ്പിക്കപ്പെട്ടു. അതിന്റേതായ വിഷാദത്തിൽ മുങ്ങിയാണയാൾ വീടുവിട്ടിറങ്ങിയത്. അയാളെ പുറത്തിറക്കി വിടാൻ സർ. തോമസ് ആഗ്രഹിച്ചു. അയാളാണ് ആ പദ്ധതിയുമായി ബന്ധപ്പെട്ട ഏറ്റവും മോശം കണ്ണി, അതിനെക്കുറിച്ച് അദ്ദേഹത്തെ ഓർമിപ്പിക്കുന്ന അവസാനത്തെ വസ്തു!

അദ്ദേഹത്തെ വിഷമിപ്പിച്ചേക്കാവുന്ന ഒരു സാധനം ആരും കാണാതെ മിസിസ് നോറിസ് അഴിച്ചുമാറ്റി, അതിവിദഗ്ധമായി അവൾ തയ്പിച്ചെടുത്ത കർട്ടൻ തുണി. അതവൾ സ്വന്തം വീട്ടിലേക്ക് കടത്തി. പച്ചത്തുണി പ്രത്യേകിച്ചും, അവൾക്കാവശ്യമായിരുന്നു!

3

'**കാ**മുകരുടെ പ്രതിജ്ഞ'കളിൽനിന്നും സ്വതന്ത്രമായി, കുടുംബജീവിതരീതിയിൽ വല്ലാത്തൊരു മാറ്റമാണ് സർ. തോമസിന്റെ തിരിച്ചുവരവ് സൃഷ്ടിച്ചത്. അദ്ദേഹത്തിന്റെ ഭരണത്തിൽ മാൻസ്ഫീൽഡ് മറ്റൊരു സ്ഥലമായിമാറി. അവരുടെ സംഘത്തിലെ പലരും പറഞ്ഞയയ്ക്കപ്പെട്ടു. പലരുടെയും പ്രസരിപ്പ് അസ്തമിച്ചു. പഴയതുമായി തട്ടിച്ചുനോക്കുമ്പോൾ എല്ലാം മ്ലാനതയായിമാറി, ജീവനില്ലാത്ത ഒരു നിഷ്പ്രഭമായ കുടുംബം! പുരോഹിതകുടുംബവുമായി വലിയ ബന്ധമൊന്നുമില്ല. പൊതുവെ മറ്റു സുഹൃദ് ബന്ധങ്ങളിൽ നിന്നെല്ലാം സർ. തോമസ് പിൻവലിഞ്ഞു. ഒരു കൂട്ടുകെട്ടിനോ ചർച്ചയ്ക്കോ തൽക്കാലം അദ്ദേഹം തുനിഞ്ഞില്ല, ഒരു കാര്യത്തിലൊഴിച്ച്, റഷ്വർത്തുകളുമായുള്ള കൂട്ടുകെട്ടിൽ. അതദ്ദേഹത്തിനിഷ്ടമായിരുന്നു.

അച്ഛന്റെ വികാരം ശരിക്കും ഉൾക്കൊള്ളാൻ എഡ്മണ്ടിന് കഴിഞ്ഞു. അവനതിൽ ഒരത്ഭുതവും തോന്നിയില്ല, ഗ്രാന്റ്മാരെ ഒഴിവാക്കിയതൊഴിച്ചാൽ ഖേദവുമില്ലായിരുന്നു.

അവൻ ഫാന്നിയോട് അഭിപ്രായപ്പെട്ടു എന്നാൽ, അവർക്ക് ഒരവകാശമുണ്ട്. അവർ നമ്മളോടൊപ്പമുള്ളവരാണ്. നമ്മുടെ ഒരു ഭാഗം പോലെ. അച്ഛന്റെ അസാന്നിധ്യത്തിൽ അവർ അമ്മയെയും സഹോദരിമാരെയും വളരെ ശ്രദ്ധയോടെനോക്കിയിരുന്ന കാര്യം അദ്ദേഹം ഓർത്തിരുന്നെങ്കിൽ എന്നു ഞാനാഗ്രഹിച്ചുപോകുകയാണ്. തങ്ങൾ അവഗണിക്കപ്പെട്ടു എന്നവർ കരുതിയെങ്കിലോ എന്നാണെന്റെ ഭയം. അവരെ അച്ഛൻ ശരിക്കറിയില്ലെന്നതാണ് വാസ്തവം. ഒരുകൊല്ലം മുമ്പ് അദ്ദേഹം ഇംഗ്ലണ്ട് വിട്ടുപോകുമ്പോൾ അവർ ഇവിടെ അറിഞ്ഞിരുന്നെങ്കിൽ, ഇല്ലായിരുന്നല്ലോ. അദ്ദേഹം കൂടുതൽ അവർ അർഹിക്കുന്ന വില സമൂഹത്തിലവർക്ക് നൽകിയേനെ. കാരണം, അദ്ദേഹം ഇഷ്ടപ്പെടുന്ന രീതിയിലുള്ള ആളുകളാണവർ. നമ്മൾക്ക് പലപ്പോഴും ഊർജസ്വലത കൈമോശം വന്നുപോകുന്നതായി എനിക്ക് തോന്നുന്നു. എന്റെ സഹോദരിമാർ മ്ലാനവദനരാണ്, ടോം തീർച്ചയായും അസ്വസ്ഥനും. ഡോക്ടറും മിസിസ് ഗ്രാന്റും നമ്മൾക്ക് ഉല്ലാസം പകർന്നു തരും, സായാഹ്നങ്ങൾ ആഹ്ലാദകരമാകും, അച്ഛനുപോലും."

"നിങ്ങൾക്കങ്ങനെ തോന്നുന്നോ? ഫാന്നി ചോദിച്ചു. "എന്റെ അഭിപ്രായത്തിൽ അങ്കിളിന് കൂടുതൽ പേരെ ഇഷ്ടമല്ല. എനിക്കുതോന്നുന്നത്, നിങ്ങൾ പറയാറുള്ള അതേശാന്തത, സ്വന്തം കുടുംബത്തിലെ പ്രശാന്തതമാത്രമാണദ്ദേഹം ആഗ്രഹിക്കുന്നത്. സാധാരണയിൽ കവിഞ്ഞ ഗൗരവഭാവമൊന്നും നമ്മളിലില്ലെന്നാണെന്റെ വിശ്വാസം, അതായത് അങ്കിൾ വിദേശത്ത് പോകുന്നതിനുമുമ്പത്തേതിനെക്കാൾ. എന്റെ ഓർമ ശരിയാണെങ്കിൽ, എല്ലാം അതേപോലെതന്നെയാണ്. അദ്ദേഹത്തിന്റെ സാന്നിധ്യത്തിൽ ഒരിക്കലും ഉറക്കെചിരിക്കാറില്ല. ഒരുതരം ലജ്ജാശീലമുണ്ടായിരുന്നു. ഒരിക്കലും നമ്മുടെ സായാഹ്നങ്ങൾ അന്ന് ആഹ്ലാദപ്രദമായിരുന്നതായി ഞാൻ ഒർക്കുന്നില്ല. അങ്കിൾ പട്ടണത്തിലേക്ക് പോകുമ്പോൾ ഒഴിച്ച്."

"നീ പറഞ്ഞത് ശരിയാണ്, ഫാന്നി" ഒന്ന് ആലോചിച്ചശേഷം അവൻ മറുപടി നൽകി.

"നമ്മുടെ സായാഹ്നങ്ങൾ പുതിയരീതിയിലാക്കുന്നതിനു പകരം പഴയതിലേക്ക് തിരിച്ചെത്തിയെന്ന് ഞാൻ കരുതുന്നു. ഊർജസ്വലമായിരിക്കുന്നതിലാണ് പുതുമ. എന്നിട്ടും, ഏതാനും ആഴ്ചകൾ നൽകിയ അനുഭവം എത്ര ശക്തമാണ്! അപ്രകാരം ഒരിക്കലും നമ്മൾ മുമ്പ് ജീവിച്ചിട്ടില്ലെന്നുപോലും എനിക്ക് തോന്നുന്നു."

"മറ്റുള്ളവരെക്കാൾ കൂടുതൽ ഗൗരവക്കാരിയായി ഞാൻ എന്നെനിക്ക് സ്വയം തോന്നുന്നു." ഫാന്നിപറഞ്ഞു "സായാഹ്നങ്ങൾ വളരെ ദീർഘമുള്ളതായി എനിക്കനുഭവപ്പെടുന്നില്ല. വെസ്റ്റ് ഇന്റീസിനെ കുറിച്ച് അങ്കിൾ സംസാരിക്കുന്നതുകേൾക്കാൻ എനിക്ക് വളരെ ഇഷ്ടമാണ്. മണിക്കൂറുകളോളം അത് കേട്ടിരിക്കാനെനിക്ക് കഴിയും. മറ്റെന്തിനെക്കാളേറെ അതെന്നെ രസിപ്പിക്കുന്നു. മറ്റുള്ളവരിൽനിന്ന് വ്യത്യസ്തയാണ് ഞാൻ എന്നു പറയട്ടെ."

"എന്തിനാണിങ്ങനെ നീ പറയുന്നത്? (പുഞ്ചിരിയോടെ) – ബുദ്ധി

യിലും വിവേകത്തിലും നീ മറ്റുള്ളവരിൽനിന്നും വിഭിന്നയാണെന്ന് പറഞ്ഞുകേൾക്കാൻ നീ ആഗ്രഹിക്കുന്നോ? നിനക്കോ, മറ്റാർക്കെങ്കിലുമോ എന്നിൽനിന്ന് അത്തരം ഒരു അനുമോദനം എപ്പോഴെങ്കിലും കിട്ടിയിട്ടുണ്ടോ, ഫാന്നി? അഭിനന്ദനം നേടണമെന്നുണ്ടെങ്കിൽ നീ എന്റെ അച്ഛന്റെ അടുത്തേക്ക് പൊയ്ക്കോളൂ. അദ്ദേഹം നിന്നെ സംതൃപ്തയാക്കും. നീ സ്വന്തം അങ്കിളിനോട് ചോദിച്ചുനോക്ക് എന്താണദ്ദേഹം കരുതുന്നതെന്ന്; നിനക്ക് ഇഷ്ടംപോലെ അഭിനന്ദനങ്ങൾ കേൾക്കാൻ കഴിയും. അദ്ദേഹവും സന്തുഷ്ടനാകട്ടെ."

അത്തരം ഒരു ഭാഷ ഫാന്നിക്ക് പുത്തനായിരുന്നു. അതവളെ തികച്ചും അമ്പരപ്പിച്ചു.

"നീ വളരെ സന്തോഷം നൽകുന്നവളാണെന്ന് നിന്റെ അങ്കിൾ കരുതുന്നു സുന്ദരിക്കുട്ടി. പ്രിയപ്പെട്ട ഫാന്നി – അതാണ് കാര്യം, ചുരുക്കത്തിൽ. ഞാനൊഴിച്ച് മറ്റാരെങ്കിലുമാണെങ്കിൽ അതിനപ്പുറം കണ്ടേനെ. മുമ്പ് നീ അത്ര സുന്ദരിയായിരുന്നില്ലെന്ന് അവർ കരുതുന്നു. ഇതുവരെ നിന്റെ അങ്കിൾ നിന്നെ ഒരിക്കലും അഭിനന്ദിച്ചിട്ടില്ല എന്നതാണ് വാസ്തവം – എന്നാൽ ഇപ്പോൾ അദ്ദേഹം അത് ചെയ്യുന്നു. നിന്റെ പ്രകൃതം അത്രയ്ക്ക് നന്നായിട്ടുണ്ട്! നിന്റെ മുഖം അത്രയ്ക്ക് അഴകേറിയിരിക്കുന്നു! അതിനു മുന്നിൽ മുഖം തിരിക്കേണ്ട – അത് നിന്റെ അങ്കിൾ അല്ലേ. അങ്കിളിന്റെ അഭിനന്ദനം നിനക്ക് സഹിക്കാനാവില്ലെങ്കിൽ എന്ത് ചെയ്യും! നീ അഴകുള്ളവളാണെന്ന ബോധം നീ ഉറപ്പിച്ചെടുക്കണം – സുന്ദരിയായി വളർന്നുവരുന്നതിൽ നീ ശ്രദ്ധിക്കേണ്ടതില്ല."

"ഓഹ്! അങ്ങനെ സംസാരിക്കല്ലെ, അങ്ങനെ സംസാരിക്കല്ലെ." അവൾ അസ്വസ്ഥതയോടെ ഒച്ചവെച്ചു. അവന് ഈ വൈകാരികഭാവം അപരിചിതമായിരുന്നു. എന്നാൽ, അവളുടെ തീവ്രദുഃഖം കണ്ട് അവൻ ഇത്രമാത്രം പറഞ്ഞു:

"എല്ലാവിധത്തിലും നിന്റെ അങ്കിൾ നിന്നോട് സന്തുഷ്ടനാണ്. അദ്ദേഹത്തോട് നീ കൂടുതൽ സ്വാതന്ത്ര്യത്തോടെ സംസാരിക്കണമെന്നാണെന്റെ ആഗ്രഹം – സായാഹ്ന സമ്മേളനങ്ങളിൽ നീ മാത്രമാണ് നിശ്ശബ്ദതപാലിക്കുന്നത്."

"എന്നാൽ, പതിവിലേറെ ഞാനദ്ദേഹത്തോട് സംസാരിക്കുന്നുണ്ട്, എനിക്കുറപ്പാണ്. അടിമവ്യാപാരത്തെക്കുറിച്ച് കഴിഞ്ഞ രാത്രി ഞാനദ്ദേഹത്തോട് ചോദിച്ചത് നിങ്ങൾ കേട്ടില്ലേ?"

"ഞാൻ കേട്ടു – ആ ചോദ്യത്തെ പിൻതുടർന്ന് കൂടുതൽ സംസാരിക്കുമെന്ന് കരുതി കൂടുതൽ വിവരങ്ങൾ ആരാഞ്ഞിരുന്നെങ്കിൽ അത് നിന്റെ അങ്കിളിനെ സംപ്രീതനാക്കിയേനെ.

ഞാനത് ആഗ്രഹിച്ചതാണ് – എന്നാൽ, അത്രയ്ക്ക് നിശ്ശബ്ദതയായിരുന്നു അപ്പോൾ! എന്റെ കസിൻമാർ ഒരക്ഷരം മിണ്ടാതെ, ആ വിഷയത്തിൽ താൽപ്പര്യമില്ലാത്തമട്ടിൽ ഇരിക്കുമ്പോൾ എനിക്ക് ചോദിക്കാൻ തോന്നിയില്ല. സ്വന്തം പുത്രിമാരിൽനിന്ന് അത്തരം ചോദ്യങ്ങൾ ഉയരുമെന്നദ്ദേഹം ആശിച്ചിട്ടുണ്ടായിരിക്കണം. അപ്പോൾ, ഞാൻ അത്രയും

ഉൽക്കണ്ഠയോടെ സസന്തോഷം വിവരണം കേൾക്കാനാഗ്രഹിക്കുന്നത് ശരിയല്ലെന്ന് തോന്നി.”

“കഴിഞ്ഞദിവസം നിന്നെക്കുറിച്ച് മിസ് ക്രാഫോർഡ് പറഞ്ഞത് വളരെ ശരിയാണ്. ശ്രദ്ധിക്കപ്പെടുന്നതും പ്രശംസിക്കപ്പെടുന്നതും ഭീതിയോടെയാണ് നീ വീക്ഷിക്കുന്നത്, മറ്റ് സ്ത്രീകൾ അവഗണനയെ പേടിക്കുന്നതുപോലെ. പുരോഹിത ഭവനത്തിൽ വെച്ച് നിന്നെക്കുറിച്ച് ഞങ്ങൾ സംസാരിക്കവെ അവൾ പറഞ്ഞവാക്കുകളാണത്. അവൾക്ക് നല്ല വിവേകമുണ്ട്. സ്വഭാവ പഠനത്തിൽ ഇത്രയും മിടുക്കിയായൊരുവളെ എനിക്കറിയില്ല – ഇത്രയും ചെറിയൊരു യുവതിയെ സംബന്ധിച്ചിടത്തോളം അത് സ്തുത്യർഹമാണ്! നിന്നെവളരെക്കാലമായി അടുത്തറിയാവുന്നവരെക്കാൾ വളരെ നന്നായി നിന്നെ അവൾ മനസിലാക്കുന്നു. മറ്റ് പലരെ കുറിച്ചും അവൾ നൽകുന്ന സൂചനകളിൽനിന്നും ഭാവപ്രകടനത്തിൽനിന്നും എത്രകാര്യമായാണ് കാര്യങ്ങൾ എനിക്ക് ഗ്രഹിക്കാൻ കഴിയുന്നത്. എന്റെ അച്ഛനെകുറിച്ചെന്താണവൾ കരുതുന്നതെന്നറിയാനെനിക്ക് കൗതുകം തോന്നുന്നു! സുമുഖനും മാന്യനും അന്തസ്സുള്ളവനും ദൃഢചിത്തനുമായ വ്യക്തിയായി അദ്ദേഹത്തെ അവൾ പ്രശംസിക്കും; എന്നാൽ, അദ്ദേഹത്തെ അധികം കണ്ടിട്ടില്ലാത്തതിനാൽ, ഒരുപക്ഷേ അദ്ദേഹത്തിന്റെ മിതഭാഷണത്തോട് എതിർപ്പുണ്ടാകാം. അവർ കൂടുതൽ അടുത്താൽ പരസ്പരം ഇഷ്ടപ്പെടുമെന്നെനിക്ക് തോന്നുന്നു. അവളുടെ പ്രസരിപ്പ് അദ്ദേഹം ആസ്വദിക്കും. അദ്ദേഹത്തിന്റെ കരുത്തുകൾ വിലമതിക്കാനുള്ള കഴിവ് അവൾക്കുണ്ട്. അവർ കൂടെക്കൂടെ കണ്ടിരുന്നെങ്കിൽ എന്ന് ഞാനാഗ്രഹിക്കുകയാണ്. അദ്ദേഹത്തിന് ഇഷ്ടക്കേടുണ്ടെന്നവൾ കരുതരുതെന്ന് ഞാനാശിക്കുന്നു.”

“അവൾക്ക് നിങ്ങളെ എല്ലാവരെയുംകുറിച്ച് വ്യക്തമായി അറിയാം” ചെറിയൊരു നിശ്വാസത്തോടെ ഫാന്നി പറഞ്ഞു. “ആശങ്ക വേണ്ട. സ്വന്തം കുടുംബത്തോടൊപ്പം മാത്രം ചിലവഴിക്കണമെന്ന് സർ. തോമസിന് ആദ്യം തോന്നിച്ചത് തികച്ചും സ്വാഭാവികമാണ്, അതിനെക്കുറിച്ചവൾക്ക് തർക്കിക്കാനൊന്നുമില്ല. കുറച്ചുകഴിയുമ്പോൾ നമ്മൾ പഴയതുപോലെ സമ്മേളിക്കുമെന്നെനിക്കുറപ്പുണ്ട്.”

“ജനിച്ചശേഷം ആദ്യത്തെ ഒക്ടോബറാണ് ഒരുനാട്ടിൻപുറത്തവൾ ചിലവഴിക്കുന്നത്. ടൻ ബ്രിഡ്ജ്കോ, ചെൽട്ടെൻ ഹാമോ ഒരു നാട്ടിൻപുറമായി ഞാൻ കരുതുന്നില്ല. നവംബർ ഇതിലും കടുത്തമാസമാണ്. ശീതകാലം വരുമ്പോൾ മാൻസ്ഫീൽഡ് വിരസമാകാതിരിക്കാനുള്ള എല്ലാമുൻകരുതലുകളും മിസിസ് ഗ്രാന്റ് ഉൽക്കണ്ഠാപൂർവം എടുക്കുന്നുണ്ട്.”

ഫാന്നി ഒരുപാട് സംസാരിച്ചേനെ. എന്നാൽ, മിണ്ടാതിരിക്കയാണ് സുരക്ഷിതം. മിസ് ക്രാഫോർഡിന്റെ പാടവം, നേട്ടങ്ങൾ, ഊർജസ്വലത, പ്രാധാന്യം, സുഹൃത്തുക്കൾ എന്നിവയെകുറിച്ച് സ്പർശിക്കാതിരിക്കയാണ് നല്ലത്, അത് ആത്മവഞ്ചനയായി ശ്രദ്ധിക്കപ്പെട്ടെങ്കിലോ. അവളെക്കുറിച്ചുള്ള മിസ് ക്രാഫോർഡിന്റെ നല്ല അഭിപ്രായത്തോട് നന്ദി

കാണിക്കണമല്ലോ. അതുകൊണ്ടവൾ വിഷയം മാറ്റി.

"നാളെ അങ്കിൾ സതർട്ടനിലാണ് ഡിന്നർ കഴിക്കുന്നതെന്നെനിക്ക് തോന്നുന്നു, നിങ്ങളും മിസ്റ്റർ ബെർട്രാമും ഉണ്ടാകും. വീട്ടിൽ ഞങ്ങൾ കുറച്ചുപേരേ ഉണ്ടാകൂ. മിസ്റ്റർ റഷ്വർത്തിനെ അങ്കിൾ തുടർന്നും ഇഷ്ടപ്പെടുമെന്ന് ഞാൻ വിശ്വസിക്കുന്നു."

"അത് അസാധ്യമാണ് ഫാന്നി. നാളത്തെ സന്ദർശനത്തിനുശേഷം അദ്ദേഹത്തിന്റെ സ്നേഹത്തിന് കോട്ടം തട്ടും. കാരണം അയാളോടൊപ്പം അഞ്ച് മണിക്കൂർ ഞങ്ങൾ ചെലവഴിക്കുന്നുണ്ട്. അതോർത്ത് എനിക്ക് ഭയങ്കര പേടിയുണ്ട്; ആ വിവേകശൂന്യമായ ദിവസത്തെ ഓർത്ത്. അതിനെക്കാൾ മോശമായി ഒന്നും സംഭവിക്കാനില്ല – സർ. തോമസിന്റെ മനസിൽ പതിയുന്ന മുദ്ര! അദ്ദേഹത്തിന് അധികകാലം സ്വയം വഞ്ചിക്കാനാകില്ല. അവർക്കെല്ലാംവേണ്ടി ഞാൻ ഖേദിക്കുന്നു. റഷ്വർത്തും മരിയയും ഒരിക്കലും കണ്ടുമുട്ടിയില്ലായിരുന്നെങ്കിൽ എന്ന് ഞാൻ കരുതുന്നു."

ഇക്കാര്യത്തിൽ തീർച്ചയായും സർ. തോമസിന് നിരാശയുണ്ട്. മിസ്റ്റർ റഷ്വർത്തിനോടദ്ദേഹത്തിന് ദയതോന്നിയിരുന്നെങ്കിലും, അദ്ദേഹത്തോട് മിസ്റ്റർ റഷ്വർത്തിന് വലിയ ആദരവായിരുന്നെങ്കിലും, സത്യാവസ്ഥ അതിവേഗം അദ്ദേഹത്തിന് തിരിച്ചറിയാൻ കഴിഞ്ഞു – അതായത്, മിസ്റ്റർ റഷ്വർത്ത് ഗുണമേന്മയില്ലാത്തൊരു യുവാവാണ്; പുസ്തകങ്ങളുടെ കാര്യത്തിൽ മാത്രമല്ല ബിസിനസിന്റെ കാര്യത്തിലും അജ്ഞനാണ്, സ്ഥിരചിത്തതയില്ലാത്തവൻ, അക്കാര്യം അവനുതന്നെ അറിയാത്തതുപോലെ.

വളരെ വ്യത്യസ്തനായൊരു മരുമകനെയാണദ്ദേഹം പ്രതീക്ഷിച്ചിരുന്നത്. മരിയയെ ഓർത്തദ്ദേഹം വേദനിക്കാൻ തുടങ്ങി. അവളുടെ വികാരം മനസിലാക്കാൻ ശ്രമിച്ചു. അലക്ഷ്യഭാവം നടിക്കുന്നതാണ് ഏറ്റവും നല്ലതെന്ന് അദ്ദേഹത്തിന് തോന്നി. മിസ്റ്റർ റഷ്വർത്തിനോടുള്ള അവളുടെ പെരുമാറ്റം തണുപ്പനായിരുന്നു. മകളോടക്കാര്യം സഗൗരവം സംസാരിക്കാൻ സർ. തോമസ് തീരുമാനിച്ചു. ആ ബന്ധം പ്രയോജനകരമാണെങ്കിലും, നേരത്തെ പരസ്യമായി വിവാഹനിശ്ചയം നടത്തിയിട്ടുള്ളതാണെങ്കിലും, അവളുടെ സന്തോഷം അതിനുവേണ്ടി ബലി അർപ്പിക്കാനാവില്ല. ഒരുപക്ഷേ മിസ്റ്റർ റഷ്വർത്തിനെ അധികം പരിചയമില്ലാത്തതിനാലായിരിക്കാം അവൾ സ്വീകരിച്ചത്. കൂടുതൽ അറിഞ്ഞപ്പോൾ പശ്ചാത്തപിക്കയും.

തികഞ്ഞ കരുണയോടെ സർ. തോമസ് മകളെ വിളിച്ച് സംസാരിച്ചു, തന്റെ ഭീതിയെക്കുറിച്ച് പറഞ്ഞു, അവളുടെ ആഗ്രഹം ആരാഞ്ഞു. ആത്മാർഥതയോടെ ഹൃദയം തുറന്ന് സംസാരിക്കാനഭ്യർഥിച്ചു. ഏത് അസ്വസ്ഥതയെയും ധീരതയോടെ ചെറുക്കണമെന്നദ്ദേഹം അവളോട് ഉദ്ബോധിപ്പിച്ചു. ഭാവിജീവിതം ദുഃഖകരമായിരിക്കുമെന്ന് തോന്നുന്നുണ്ടെങ്കിൽ ഈ ബന്ധം പൊട്ടിച്ചെറിയാൻ മടിക്കരുത്. അദ്ദേഹം അവൾക്കുവേണ്ടി പ്രവർത്തിക്കും. അവളെ രക്ഷിക്കും. അതുകേട്ട് ഒരുനിമിഷം മരിയകിടുങ്ങിപ്പോയി. ഒരുനിമിഷംമാത്രം. അച്ഛൻ പറഞ്ഞു നിർത്തിയപ്പോൾ നിശ്ച

യദാർഢ്യത്തോടെ അവൾ പെട്ടെന്ന് മറുപടിനൽകി. ഒരെതിർപ്പും പ്രകടിപ്പിക്കാതെ അച്ഛന്റെ പ്രത്യേക ശ്രദ്ധയ്ക്കും, പിതൃനിർവിശേഷമായ കാരുണ്യത്തിനും അവൾ അദ്ദേഹത്തോട് നന്ദിപറഞ്ഞു. തന്റെ വിവാഹനിശ്ചയം പൊട്ടിച്ചെറിയാൻ യാതൊരാഗ്രഹവും അവൾക്കില്ല, ഒരഭിപ്രായവ്യത്യാസവുമില്ല. മിസ്റ്റർ റഷ്വർത്തിന്റെ സ്വഭാവത്തോടും പെരുമാറ്റത്തോടും അവൾക്ക് വലിയ മതിപ്പാണ്, അയാളുമായുള്ള ബന്ധത്തിൽ സന്തുഷ്ടയായിരിക്കുമോ എന്നകാര്യത്തിൽ യാതൊരു സംശയവും വേണ്ട.

സർ. തോമസിന് സന്തോഷമായി. തൃപ്തിയായി. വാസ്തവത്തിൽ ആ ബന്ധം വേദനയോടെ മാത്രമേ അദ്ദേഹത്തിന് അവസാനിപ്പിക്കാൻ കഴിയുമായിരുന്നുള്ളൂ. അങ്ങനെ അതയാൾ ന്യായീകരിച്ചു. മിസ്റ്റർ റഷ്വർത്ത് ചെറുപ്പമാണ്, നന്നാവാൻ ധാരാളം സമയമുണ്ട് – നല്ല സമൂഹത്തിൽ മിസ്റ്റർ റഷ്വർത്ത് അഭിവൃദ്ധിപ്പെടണം. അയാളുമായി ജീവിക്കുന്നത് സന്തോഷകരമാണെന്ന് ഇപ്പോൾ അവൾ പറഞ്ഞത്– വിശ്വസിക്കണം, അന്ധമായ പ്രേമമോ മുൻവിധിയോ ഇല്ലാതെയാണ് പറഞ്ഞതെങ്കിൽ അവളുടെ വികാരങ്ങൾ തീക്ഷ്ണമല്ലായിരിക്കാം. അയാൾ ഒരിക്കലും അങ്ങനെകരുതിയിട്ടുമില്ല. അതുകൊണ്ടവളുടെ സുഖം കുറയില്ല. അവളുടെ ഭർത്താവ് ഒരു പ്രമുഖനും ഉജ്വല സ്വഭാവമുള്ളവനും ആയിരുന്നെങ്കിൽ, തീർച്ചയായും എല്ലാം അവൾക്കനുകൂലമായേനെ. പ്രേമത്തിന്റെ പേരിൽ വിവാഹം കഴിക്കാത്ത ഒരു യുവതിക്ക്, പൊതുവെ സ്വന്തം കുടുംബത്തോടായിരിക്കും കൂടുതൽ സ്നേഹബന്ധം. സതർട്ടനും മാൻസ്ഫീൽഡുമായുള്ള സാമീപ്യം സ്വാഭാവികമായും വലിയ പ്രലോഭനമാണ്, ഏറ്റവും ആസ്വാദ്യകരവുമാണ്. ഇതൊക്കെയായിരുന്നു സർ. തോമസിന്റെ ന്യായീകരണങ്ങൾ അമ്പരിപ്പിക്കുന്ന മാനസിക സ്ഫോടനത്തിന്റെ അസുഖകരമായ ചിന്തകളിൽനിന്നും സന്തോഷത്തോടെയുള്ള രക്ഷപ്പെടൽ. തനിക്ക് കൂടുതൽ അന്തസ്സും സ്വാധീനവും നേടിക്കൊടുക്കുന്ന ഒരു വിവാഹബന്ധം ഉറപ്പിക്കാൻ കഴിഞ്ഞതിലുള്ള ആനന്ദം! അതിനനുകൂലമായ മകളുടെ മനോഭാവത്തോടുള്ള അത്യധികമായ സന്തോഷം.

അവൾക്കും അദ്ദേഹത്തിനും ഒരുപോലെ തൃപ്തികരമായ വിധത്തിൽ ആ കൂടിക്കാഴ്ച അവസാനിച്ചു. ഇനി ഒരിക്കലും മറിച്ച് ചിന്തിക്കാനിടവരാത്തരീതിയിൽ അവൾ സ്വന്തം ഭാവി ഉറപ്പിച്ചു. അതിലവൾ സന്തോഷിച്ചു. അതായത്, സതർട്ടനിലേക്കവൾ വ്യത്യസ്തരീതിയിൽ പണയപ്പെടുത്തപ്പെട്ടു. തന്റെ പ്രവർത്തികൾ നിയന്ത്രിക്കാനും ഭാവി തകർക്കാനുമുള്ള ക്രാഫോർഡിന്റെ വിജയസാധ്യതകൾക്കവൾ വിരാമമിട്ടു, സുരക്ഷിതയായി. പ്രൗഢിയോടെയുള്ള ദൃഢ നിശ്ചയം. ഭാവിയിൽ കൂടുതൽ കരുതലോടെ മിസ്റ്റർ റഷ്വർത്തിനോട് പെരുമാറുമെന്ന് നിശ്ചയിച്ചു. അച്ഛന് തന്നെക്കുറിച്ച് ഇനി സംശയത്തിന് ഇടകൊടുക്കില്ല.

ഹെൻട്രി മാൻസ്ഫീൽഡ് വിട്ട് മൂന്നുനാല് ദിവസത്തിനുശേഷമാണ് സർ. തോമസ് മകളോട് ഇക്കാര്യം ചർച്ചചെയ്തിരുന്നതെങ്കിൽ അവളുടെ മറുപടി മറ്റൊന്നായിരുന്നേനെ. ഇപ്പോൾ അവളുടെ വികാരങ്ങൾ തണുത്തു, അയാൾ തിരിച്ചുവരുമെന്ന ആശ നശിച്ചു, അയാളുടെ പ്രതിയോ

ഗിയെ സഹിക്കുവാൻ തികച്ചും തീരുമാനിച്ചു കഴിഞ്ഞു. അയാൾ പോയി മൂന്നുനാല് ദിവസങ്ങൾ കഴിഞ്ഞിട്ടും മടങ്ങിവരികയോ, കത്തയയ്ക്കുകയോ, സന്ദേശമെത്തിക്കുകയോ ചെയ്യാതായപ്പോൾ ഹൃദയം ശാന്തമാകുന്ന ലക്ഷണമൊന്നും കാണാതായപ്പോൾ വിരഹത്തിൽനിന്നും ഗുണമുണ്ടാകുമെന്ന ആശ നശിച്ചപ്പോൾ അവളുടെ മനസ്സ് തണുത്തു, പ്രൗഢിയും പ്രതികാരവാഞ്ഛയും ഉയർന്നുവന്നു.

ഹെൻട്രിക്രാഫോർഡ് അവളുടെ സന്തോഷം നശിപ്പിച്ചു. എന്നാൽ, താനങ്ങനെ ചെയ്തു എന്ന് അയാൾക്കറിയില്ല. അവളുടെ കീർത്തിയോ, രൂപമോ, ഭാവിയോ അയാൾ നശിപ്പിച്ചിട്ടില്ല. മാൻസ്ഫീൽഡിലെ ഒഴിവുകാലത്ത് അവൾ സതർട്ടനും ലണ്ടനും ഉപേക്ഷിച്ച്, ആഡംബരമായ സ്വതന്ത്രജീവിതം പരിത്യജിച്ച് തന്നോടൊപ്പം ഉല്ലസിച്ച് നടക്കണമെന്നയാൾ ചിന്തിക്കരുതായിരുന്നു. സ്വാതന്ത്ര്യമാണ് എപ്പോഴും വേണ്ടിയിരുന്നത്, മറ്റെന്തിനെക്കാളേറെ, പ്രത്യേകിച്ചും മാൻസ്ഫീൽഡിൽ. അച്ഛൻ ഏർപ്പെടുത്തിയ നിയന്ത്രണങ്ങൾ അവൾക്ക് കൂടുതൽ കൂടുതൽ അസഹനീയമായി തുടങ്ങിയിരുന്നു. അദ്ദേഹത്തിന്റെ അസാന്നിധ്യത്തിൽ അനുഭവിച്ച സ്വാതന്ത്ര്യം ഇപ്പോൾ തികച്ചും അനിവാര്യമായിത്തീർന്നു. അവൾക്ക് അച്ഛനിൽനിന്നും, മാൻസ്ഫീൽഡിൽനിന്നും കഴിയുന്നത്രവേഗം രക്ഷപ്പെടണം. സമ്പത്തിലും പദവിയിലും ആശ്വാസം കണ്ടെത്തണം. മുറിവേറ്റ ആത്മാവിന് തിരക്കുപിടിച്ച ലോകത്തിൽ സാന്ത്വനം നേടാനാകും. അവളുടെ മനസ്സ് ഒരു ദൃഢനിശ്ചയത്തിലെത്തി, ഇനി അത് മാറില്ല.

അത്തരം വൈകാരികാവസ്ഥയിൽ താമസം വരുത്തുന്നത്, ഒരുക്കങ്ങൾക്കുവേണ്ടിയുള്ള താമസംപോലും, ദോഷമാണ്. മിസ്റ്റർ റഷ്വർത്ത് വിവാഹത്തിന് അവളെക്കാൾ അക്ഷമനായിരുന്നു. അവൾ സുപ്രധാനമായ കാര്യങ്ങളെല്ലാം മനസാ തയാറെടുത്ത് കഴിഞ്ഞു. വീടിനോടുള്ള വെറുപ്പും, നിയന്ത്രണത്തോടുള്ള വിരോധവും, ശാന്തിതേടിയും, ഉള്ള വിവാഹത്തിനവൾ പൂർണമായും ഒരുങ്ങിക്കഴിഞ്ഞു. പ്രേമനൈരാശ്യവും ഭാവിവരനോടുള്ള അവജ്ഞയും അവളുടെ മനസിൽ നിറഞ്ഞു നിന്നിരുന്നു. ബാക്കി ഉള്ളതെല്ലാം കാത്തിരിക്കാവുന്നതേയുള്ളു, പുത്തൻ വണ്ടികളും ഫർണിച്ചറുമെല്ലാം; വിവാഹം നടന്നശേഷം സ്വന്തം ഇഷ്ടാനുസരണം ലണ്ടനിലെ വസന്തകാലത്താക്കാം.

ഇക്കാര്യങ്ങൾ എല്ലാം സ്വീകാര്യമായപ്പോൾ, തയാറെടുപ്പുകൾക്ക് ഏതാനും ആഴ്ചകൾമതിയെന്ന് മനസിലായി.

തന്റെ പ്രിയപുത്രൻ തെരഞ്ഞെടുത്ത സൗഭാഗ്യവതിയായ യുവതിക്ക് വീട്ടുകാര്യങ്ങളുടെ ചുമതല വിട്ടുകൊടുത്ത് സ്വയം വിരമിക്കാൻ മിസിസ് റഷ്വർത്ത് തയാറായി – നവംബർ ആരംഭത്തിൽ സ്വന്തം പരിചാരിക, അംഗരക്ഷകൻ, വണ്ടി എന്നിവയോടൊപ്പം ബാത്തിലേക്ക് താമസം മാറ്റി – അവിടെ സതർട്ടന്റെ അത്ഭുതങ്ങളെകുറിച്ച് സായാഹ്നപാർട്ടികളിൽ മോടിപിടിപ്പിച്ച് വാചാലതയോടെ വർണിച്ചു – ചീട്ടു മേശയിലെ ലഹരിയിൽ മുങ്ങി. ആ മാസം പകുതി ആകുമ്പോഴേക്കും വിവാഹചടങ്ങുകൾ നടത്തപ്പെട്ടു. അങ്ങനെ, സതർട്ടന് ഒരു യജമാനത്തികൂടി ലഭ്യമായി.

ആചാരപ്രകാരം നടത്തപ്പെട്ട ഒരു വിവാഹമായിരുന്നു അത്. വധു ഭംഗിയായി വസ്ത്രധാരണം ചെയ്തു – വധുവിന്റെ രണ്ട് പരിചാരികമാരും പതിവുപോലെ ഗുണം കുറഞ്ഞവരായിരുന്നു – അച്ഛൻ കന്യാദാനം നടത്തി – ദേഷ്യം പിടിപ്പിക്കാനായി അമ്മ കയ്യിൽ ഉപ്പ് പിടിച്ച് നിന്നു – ആന്റി കരയാൻ ശ്രമിച്ചു – കർമങ്ങൾ വളരെ ഭംഗിയായി ഡോ. ഗ്രാന്റ് നടത്തി. അയൽവാസികൾ വിവാഹച്ചടങ്ങിനെ പ്രകീർത്തിച്ചു, ഒരു കാര്യമൊഴികെ. അതായത്, വധൂവരന്മാരെയും ജൂലിയയെയും പള്ളിയിൽനിന്നും സതർട്ടനിലേക്ക് കൊണ്ടുപോയ വണ്ടി മിസ്റ്റർ റഷ്വർത്ത് ഒരു കൊല്ലംമുമ്പ് ഉപയോഗിച്ച അതേ വണ്ടി ആയിരുന്നു! മറ്റെല്ലാകാര്യത്തിലും അംഗീകൃതസാമൂഹ്യ ചട്ടങ്ങൾ സൂക്ഷ്മമമായി പാലിച്ചിരുന്നു.

എല്ലാം കഴിഞ്ഞു, അവർ പോയി. ഒരച്ഛന്റെ എല്ലാ ഉൽക്കണ്ഠയും സർ. തോമസിനനുഭവപ്പെട്ടു. ഭാര്യ പ്രതീക്ഷിച്ചതുപോലെ അദ്ദേഹവും വലിയ മാനസികവിക്ഷോഭത്തിലൂടെ കടന്നുപോകയായിരുന്നു, ഭാഗ്യത്തിന് എല്ലാറ്റിൽ നിന്നും രക്ഷപ്പെട്ടു. അന്നത്തെ ചുമതലകളിൽ സസന്തോഷം സഹായിച്ചിരുന്ന മിസിസ് നോറിസ് സ്വസഹോദരിയെ ഉത്തേജിപ്പിച്ചുകൊണ്ട് സദാസമയം പാർക്കിൽ ചിലവഴിച്ചു. മിസ്റ്റർ റഷ്വർത്തിന്റെയും മിസിസ് റഷ്വർത്തിന്റെയും ആരോഗ്യത്തിനുവേണ്ടി വലിയ ഒന്നു രണ്ട് ഗ്ലാസ് മദ്യം അകത്താക്കി. അവൾ ആഹ്ലാദത്തിലായിരുന്നു – അവളാണാബന്ധം ഉണ്ടാക്കിയത് – അവൾ എല്ലാം ചെയ്തു – അവളുടെ പൂർണവിജയത്തിൽനിന്ന്, ജീവിതത്തിലൊരിക്കലും ദാമ്പത്യ അസംതൃപ്തിയെകുറിച്ച് അവൾ കേട്ടിട്ടുണ്ട് എന്ന് ആരും കരുതിയില്ല; അവളുടെ കൺമുന്നിൽ വളർന്നുവന്ന സഹോദരീ പുത്രിയുടെ വിവാഹത്തെക്കുറിച്ച് ഉൾക്കാഴ്ചയുണ്ടായിരിക്കും.

ഏതാനും ദിവസങ്ങൾക്കുശേഷം ബ്രൈട്ടനിലേക്ക് പോകാനാണ് യുവദമ്പതികളുടെ പ്ലാൻ. കുറച്ച് ആഴ്ചകൾ അവിടെ ഒരു വീടെടുത്ത് താമസിക്കണം. പൊതുസ്ഥലങ്ങളെല്ലാം മരിയയ്ക്ക് പുത്തനാണ്. ബ്രൈട്ടൻ ശീതകാലത്തും വേനൽക്കാലത്തും ഒരുപോലെ ഉല്ലസിക്കാവുന്ന സ്ഥലമാണ്. അവിടത്തെ പുതുമ അവസാനിക്കുമ്പോഴെക്കും വിശാലമായ ലണ്ടൻ നഗരിയുടെ കാലമാകും; കൂടുതൽ വ്യാപ്തിയിലുള്ള വിനോദങ്ങൾ.

അവരോടൊപ്പം ജൂലിയയും ബ്രൈട്ടനിലേക്ക് പോകുന്നുണ്ട്. സഹോദരിമാർ തമ്മിലുള്ള സ്പർധ അവസാനിച്ചതോടെ അവർ സാവധാനം പഴയ അടുപ്പം പുനഃസ്ഥാപിക്കുവാൻ ശ്രമിക്കുകയായിരുന്നു. ചുരുങ്ങിയത്, ആ സമയത്ത് അവർ സുഹൃത്തുക്കളായെന്ന് പറയാം, പരസ്പരം ആഹ്ലാദത്തോടെ സമയം ചിലവിടുന്നു. റഷ്വർത്തിനു പുറമെ അയാളുടെ ഭാര്യക്കൊരു സുഹൃത്തിനെ ജൂലിയയിലൂടെ ലഭിച്ചു. മരിയയെപ്പോലെ ഉല്ലാസപ്രിയയായിരുന്നു ജൂലിയയും. പുതുമ അവളും ഇഷ്ടപ്പെട്ടു, മരിയയെപ്പോലെ അതിനായി പാടുപെടില്ലെങ്കിലും.

അവരുടെ വേർപാട് മാൻസ്ഫീൽഡിനെ മാറ്റിയെടുത്തു, ആ വിടവ്

നികത്താൻ കുറച്ച് സമയം വേണ്ടിവരും. കുടുംബവലയം വളരെ ചെറുതായി. ഈയിടെയായി മിസ് ബെർട്രാമുമാർ അതിന് വലിയ ഉല്ലാസമൊന്നും പകർന്നിരുന്നില്ലെങ്കിലും, അവരെ ഒഴിച്ചുകൂടാനാവില്ലായിരുന്നു. അമ്മപോലും അവരെ ഓർത്ത് വേദനിച്ചു – അതിനെക്കാൾ എത്രയേറെ അവരുടെ മൃദുല ഹൃദയയായ കസിൻ! അവൾ വീടിന് ചുറ്റും അവരെ ഓർത്തുകൊണ്ട് അലഞ്ഞുനടന്നു; അവർക്കുവേണ്ടി വേദനിച്ചു, സ്നേഹം നിറഞ്ഞ നൊമ്പരം, അത് അർഹിക്കാൻമാത്രം അവർ ഒരിക്കലും ഒന്നും ചെയ്തിട്ടില്ലെങ്കിലും.

4

കസിനുമാരുടെ വേർപാടിനുശേഷം ഫാന്നിയുടെ പ്രാധാന്യം വർധിച്ചു, ഡ്രോയിങ് റൂമിലെ ഒരേയൊരു യുവതിയായിത്തീർന്നു അവൾ. ഇതുവരെ ആ കുടുംബത്തിലെ മൂന്നാം പദവിയുള്ളവളായിരുന്നു അവൾ. അവൾ ഇപ്പോൾ കൂടുതൽ ശ്രദ്ധിക്കപ്പെട്ടു; അവളുടെ സാന്നിധ്യം കൂടുതൽ ആവശ്യമായിത്തീർന്നു. "ഫാന്നി എവിടെ?" ഒരു പതിവ് ചോദ്യമായി മാറി, അവളുടെ ആവശ്യമില്ലെങ്കിൽപോലും.

വീട്ടിൽ മാത്രമല്ല അവളുടെ മൂല്യം വർധിച്ചത്, പുരോഹിതഭവനത്തിലും അവളുടെ മതിപ്പ്കൂടി. മിസ്റ്റർ നോറിസിന്റെ മരണശേഷം വർഷത്തിൽ രണ്ട് പ്രാവശ്യത്തിലധികം അവളവിടെ പോയിട്ടില്ല. ഇന്നവൾക്ക് ആ വീട്ടിൽ എപ്പോഴും സ്വാഗതമാണ്, ക്ഷണിക്കപ്പെട്ട അതിഥി. ഇരുണ്ട വൃത്തികെട്ട ഒരു നവംബർ ദിവസം മേരിക്രാഫോർഡിന്നവൾ ഏറ്റവും സ്വീകാര്യയായ അതിഥിയായി മാറി. സന്ദർഭവശാൽ ആരംഭിച്ച അവളുടെ ആ സന്ദർശനം, അഭ്യർഥന പ്രകാരം തുടർന്നുകൊണ്ടിരുന്നു.

തന്റെ സഹോദരിക്ക് എന്തെങ്കിലും സന്തോഷകരമായ മാറ്റം വേണമെന്ന് ആത്മാർഥമായി ആഗ്രഹിച്ച മിസിസ് ഗ്രാന്റ്, ഫാന്നിയെ പല സന്ദർഭങ്ങളും സൃഷ്ടിച്ച് പതിവുസന്ദർശകയാക്കാൻ ശ്രമിച്ചു.

ഒരു ദിവസം നോറിസ് ആന്റി ഫാന്നിയെ ഏതോകാര്യത്തിനായി ഗ്രാമത്തിലേക്ക് വിട്ടു. അവൾ പുരോഹിത ഭവനത്തിനരികിലെത്തിയപ്പോൾ ഭയങ്കരമഴ പെയ്ത് തുടങ്ങി. അവൾ ഒരു ഓക്കുമരത്തിനടിയിൽ അഭയം പ്രാപിക്കുന്നത് ജനാലയിലൂടെ വീക്ഷിച്ച അവർ അവളെ നിർബന്ധിച്ച് വീട്ടിലേക്ക് കൊണ്ടുപോകാൻ ശ്രമിച്ചു. വേലക്കാരനെ അയച്ച് വിളിപ്പിച്ചെങ്കിലും അവൾ എളിമയോടെ വൈമുഖ്യം പ്രകടിപ്പിച്ചതുകൊണ്ട് ഡോ. ഗ്രാന്റ് സ്വയം ഒരു കുടയുമായി അവളെ സമീപിച്ചു. അതീവലജ്ജയോടെ അവൾക്ക് വേഗം അവരുടെ വീട്ടിലേക്ക് നടക്കേണ്ടിവന്നു. കനത്തമഴയെ ഓർത്ത് വിഷാദിച്ച് നെടുവീർപ്പിട്ടുകൊണ്ടിരിക്കയായിരുന്നു അപ്പോൾ മിസ് ക്രാഫോർഡ്, രാവിലത്തെ വ്യായാമം ഈ മഴ മുടക്കിയല്ലൊ എന്ന ഖേദം. ഇനി ഇരുപത്തിനാല് മണിക്കൂർ ഒറ്റ ജീവിയെപ്പോലും കാണാനാവില്ലെന്നവൾക്കറിയാം. മുൻവാതിൽക്കലിൽ ചെറിയൊരു ഒച്ചപ്പാട് കേട്ടവൾ എത്തിനോക്കി. പൂമുഖത്ത് മഴവെള്ളത്തിൽ ഈറനണിഞ്ഞുനിൽക്കുന്ന

ഫാന്നിയെ കണ്ട് അവൾ ആഹ്ലാദിച്ചു. നാട്ടിൻപുറത്തെ മഴ ദിവസത്തിലെ വിലപ്പെട്ട ഒരു സംഭവം അവളുടെ മുന്നിലേക്ക് ആനയിക്കപ്പെട്ടിരിക്കുന്നു! അവൾ വീണ്ടും ഉത്സാഹവതിയായി. നനഞ്ഞുകുളിച്ചുനിൽക്കുന്ന ഫാന്നിക്ക് മാറ്റാൻ ആൻ പുതിയ വസ്ത്രങ്ങൾ നൽകി. ഫാന്നി അവളുടെ സേവനത്തിന് വഴങ്ങിക്കൊടുത്തു. യജമാനത്തിമാരും ഭൃത്യകളും അവളെ സഹായിച്ചു. ഉടുപ്പ് മാറിയശേഷം താഴേക്കിറങ്ങിവന്ന്, മഴ തീരുന്നതുവരെ ഒരു മണിക്കൂറോളം കാത്തിരുന്നു. മിസ്ക്രാഫോർഡിന് അങ്ങനെ നൂതനമായ ചിലത് കാണാനും ചിന്തിക്കാനും അവസരം ലഭിച്ചു. ഡിന്നർ സമയംവരെ ഇനി അതിൽ മുഴുകാം.

ഇരു സഹോദരിമാരും വളരെ സന്തുഷ്ടരായിരുന്നു, അവളോട് വളരെ ദയയോടെ പെരുമാറി; ഫാന്നിയുടെ ഈ സന്ദർശനം അവൾക്ക് ആനന്ദകരമായിരിക്കാനവർ ശ്രമിച്ചു. ഒരു മണിക്കൂറിനുള്ളിൽ മഴമാറുമെന്നവൾ വിശ്വസിച്ചു. അല്ലെങ്കിൽ, ഡോ. ഗ്രാന്റിന്റെ കുതിരവണ്ടിയിൽ അവളെ കൊണ്ടുവിടുമെന്ന ഭീഷണി അവൾക്ക് നേരിടേണ്ടിവരും; ആ നാണക്കേടിൽ നിന്നവൾക്ക് രക്ഷപ്പെടണം! അത്തരം ഒരുകാലാവസ്ഥയിൽ അവൾ പുറത്തുപോയതോർത്ത് വീട്ടിലുള്ളവർ ഉൽക്കണ്ഠപ്പെടുമെന്നവൾക്ക് പേടിക്കേണ്ടതില്ല. കാരണം, അവൾ പുറത്തുപോയകാര്യം രണ്ട് ആന്റിമാർക്കുമാത്രമേ അറിയുള്ളൂ. അവർക്ക് യാതൊരു വിഷമവുമുണ്ടാകില്ലെന്ന് അവൾക്കുറപ്പാണ്.

ആകാശം തെളിഞ്ഞുതുടങ്ങി. അപ്പോഴാണ് ആ മുറിയിലുള്ള 'ഹാർപ്പ്' ഫാന്നി ശ്രദ്ധിച്ചത്. അതിനെക്കുറിച്ചവൾ തിരക്കിയപ്പോൾ അത് വായിച്ചുകേൾക്കാനുള്ള ആഗ്രഹമായി കരുതപ്പെട്ടു. അപ്രകാരമല്ലെന്നവൾ സമർഥിക്കാൻ ശ്രമിച്ചെങ്കിലും ഫലമുണ്ടായില്ല. മാൻസ്ഫീൽഡിൽ അത് കൊണ്ടുവന്നശേഷം അവൾ അത് വായിച്ചുകേട്ടിട്ടില്ല, പുരോഹിത ഭവനത്തിൽ അവൾക്ക് വരാനും ഇടയായിട്ടില്ല. മിസ്. ക്രാഫോർഡിന് സ്വന്തം അവഗണനയിൽ വിഷമം തോന്നി.

"ഞാനിപ്പോൾ അത് വായിച്ചുകേൾപ്പിക്കട്ടെ? ഏത് പാട്ടാണ് വേണ്ടത്?" സസന്തോഷം അവൾ ചോദിച്ചു.

അവൾ 'ഹാർപ്പ്' വായിച്ചുതുടങ്ങി, പുതിയൊരു ശ്രോതാവിനെ കിട്ടിയതിലുള്ള സന്തോഷത്തിൽ, പ്രത്യേകിച്ചും അതിശയത്തോടും ഭവ്യതയോടുംകൂടി സംഗീതം ആസ്വദിച്ചുകൊണ്ടിരിക്കുന്ന ഒരു ശ്രോതാവ്! കാലാവസ്ഥ പ്രകാശമാനമാകുന്നത് ജനലഴിയിലൂടെ ഫാന്നി നോക്കുന്നതുവരെ അവൾ വായനതുടർന്നു. ഫാന്നിയുടെ മനോഗതം ഊഹിച്ചുകൊണ്ടവൾ പറഞ്ഞു "കാൽ മണിക്കൂർകൂടി, അപ്പോഴേക്കും മഴമാറുമോന്ന് നോക്കാം. തോർന്ന ഉടനെ ഓടിപ്പോകേണ്ട. ആ കാർമേഘങ്ങൾ ഭയങ്കരമാണ്."

"എന്നാൽ, അവ കടന്നുപോയിരിക്കുന്നു." ഫാന്നി മറുപടിനൽകി "ഞാനത് നോക്കിക്കൊണ്ടിരിക്കയാണ് – തെക്കുനിന്നുള്ള മഴയാണ്."

"തെക്കുനിന്നോ വടക്കുനിന്നോ, അതൊരു കാർമേഘമാണെന്നെനിക്കറിയാം. അത് ഇങ്ങനെ ഇരുണ്ടുകൂടി നിൽക്കുമ്പോൾ നീ പോകരുത്.

അതിനു പുറമെ, നിനക്കുവേണ്ടി കുറച്ചുകൂടി സംഗീതം ആലപിക്കാൻ ഞാനാഗ്രഹിക്കുന്നു – അതിമനോഹരമായൊരു ഗാനം – നിന്റെ കസിൻ എഡ്മണ്ടിന് പ്രിയപ്പെട്ടത്. നീ ഇവിടെ ഇരുന്ന് നിന്റെ കസിന്റെ പ്രിയ ഗാനം കേൾക്കണം."

അത് ശരിയാണെന്ന് ഫാന്നിക്ക് തോന്നി. അവൾ എഡ്മണ്ടിനെ കുറിച്ചോർത്തു, പ്രത്യേകിച്ചും മിസ്. ക്രാഫോർഡിന്റെ സ്മരണ പുതുക്കപ്പെട്ടപ്പോൾ. വീണ്ടും വീണ്ടും എഡ്മണ്ട് ആ മുറിയിൽ വന്നിരുന്ന് ഹാർപ്പ് സംഗീതം കേൾക്കുന്നതവൾ വിഭാവനം ചെയ്തുനോക്കി. ഒരുപക്ഷേ, താനിരിക്കുന്ന അതേ ഇരിപ്പിടത്തിൽ ഇരുന്നായിരിക്കാം അവൻ കേട്ടിരുന്നത്; സുഖകരമായ അന്തരീക്ഷത്തിൽ ആഹ്ലാദത്തോടെ അവളുടെ പ്രത്യേക ഭാവത്തിലും രാഗത്തിലുമുള്ള സംഗീതം ആസ്വദിച്ചിരുന്നത്. അതിലവൾ അതീവസന്തുഷ്ടയായിരുന്നിരിക്കണം, അവനിഷ്ടമുള്ളതെന്തും ചെയ്യാൻ തയാറായിരുന്നിരിക്കണം. ആ ഗാനം അവസാനിച്ചതോടെ തിരിച്ചുപോകുവാൻ ഫാന്നി അക്ഷമകാട്ടി, മുമ്പത്തെക്കാളേറെ. പോകുമെന്നുറപ്പായപ്പോൾ, അവളോട് വീണ്ടും വരണമെന്ന് സാദരം മിസ്. ക്രാഫോർഡ് അപേക്ഷിച്ചു, പറ്റുമ്പോഴെല്ലാം ഒന്നിച്ച് നടക്കാൻ വരണം, കൂടുതൽ സമയം ഹാർപ്പ് സംഗീതം കേൾക്കണം. വീട്ടിൽ നിന്ന് എതിർപ്പൊന്നുമുണ്ടായില്ലെങ്കിൽ അങ്ങനെ ആകാമെന്നവൾ കരുതി.

മിസ്. ബെർട്രാമുമാർ പോയി രണ്ടാഴ്ചയ്ക്കുള്ളിൽ ഉണ്ടായ അവരുടെ അടുപ്പത്തിന്റെ ഉത്ഭവം ഇപ്രകാരമായിരുന്നു. മുഖ്യമായും നൂതനമായൊരു മാറ്റത്തിനുവേണ്ടിയുള്ള മിസ്. ക്രാഫോർഡിന്റെ ആഗ്രഹത്തിന്റെ ഫലം. രണ്ടോ മൂന്നോ ദിവസം കൂടുമ്പോൾ ഫാന്നി അവിടെ പോകുമായിരുന്നു. ഒരുതരം ആകർഷണമായി അത് തോന്നി. പോയില്ലെങ്കിൽ എന്തോ അസ്വസ്ഥത പോലെ. അത് അവളോടുള്ള സ്നേഹം കൊണ്ടായിരുന്നില്ല, അവളെപ്പോലെ ഒരിക്കലും ചിന്തിച്ചിട്ടുമല്ല. മറ്റാരും ഇല്ലാത്തതിനാൽ മാത്രം യാതൊരു കടപ്പാടുമില്ലാത്ത അടുപ്പം. അവളുടെ സംഭാഷണത്തിൽനിന്ന് വലിയൊരു ആനന്ദമൊന്നും ലഭിച്ചിരുന്നില്ലെങ്കിലും ചിലപ്പോൾ ഒരു നേരമ്പോക്കായി തോന്നി. താൻ ആദരിച്ചിരുന്നവരെകുറിച്ചോ, ബഹുമാനിക്കുന്ന വിഷയങ്ങളെകുറിച്ചോ അവൾ തമാശപറയുമ്പോൾ ഫാന്നി നിശ്ശബ്ദതപാലിക്കും. എന്നാലും അവൾപോകും. മിസിസ് ഗ്രാന്റിന്റെ തോട്ടത്തിൽ അവർ ഒന്നിച്ച് മണിക്കൂറുകളോളം ഉലാത്തും. അക്കൊല്ലം പതിവില്ലാതെ കാലാവസ്ഥ മിതമായിരുന്നു. ചിലപ്പോൾ പുറത്തുകിടക്കുന്ന തുറന്ന ബെഞ്ചിൽ വളരെ നേരം അവർ ഇരിക്കും, ഫാന്നിക്ക് ബുദ്ധിമുട്ട് തോന്നാത്തിടത്തോളം നേരം. വൈകിവന്ന ശരത്ക്കാലത്തിന്റെ മാധുര്യം ആസ്വദിക്കും. പെട്ടെന്ന് ശക്തമായ തണുത്ത കാറ്റടിച്ച് മരങ്ങളിൽ അവശേഷിച്ച പഴുത്ത ഇലകൾ ചിതറി വീഴുമ്പോൾ ചാടി എഴുന്നേറ്റ് ചൂടുള്ള സ്ഥലത്തേക്ക് നടക്കും.

"ഇത് മനോഹരമാണ് – അതിമനോഹരം" ഒരു ദിവസം അവർ ഒന്നിച്ചിരിക്കുമ്പോൾ ഫാന്നി പറഞ്ഞു "ഓരോ പ്രാവശ്യം ഞാനീ തോട്ടത്തിൽ വരുമ്പോഴും അതിന്റെ വളർച്ചയും മനോഹാരിതയും കണ്ട് കൂടു

തൽ അത്ഭുതപ്പെടുന്നു. മൂന്നുവർഷങ്ങൾക്കുമുമ്പ് ഇത് വെറും ഒരു പരുക്കൻ കുറ്റിക്കാടായിരുന്നു. വയലിന്റെ മുകൾ ഭാഗത്തുള്ള ഈ പ്രദേശം ഒന്നിനും കൊള്ളാത്തതാണെന്നാണ് കരുതിയത്. ഇന്നത് നടക്കാൻ പറ്റിയ നല്ലൊരു സ്ഥലമായി മാറിയിരിക്കുന്നു, അതിമനോഹരമായി. ഇനിയൊരുമൂന്നു വർഷംകൂടി കഴിയുമ്പോൾ നമ്മളിത് മറക്കും – മുമ്പ് ഇതെങ്ങനെയിരുന്നെന്നു പാടെ മറന്നു പോകും. എത്ര അതിശയകരമാണ്. കാലത്തിന്റെയും മനുഷ്യമനസുകളുടെയും മാറ്റങ്ങൾ എന്തുമാത്രം അത്ഭുതകരമാണ്!" ആ ചിന്തയിൽ മുങ്ങിക്കൊണ്ടവൾ തുടർന്നു. "പ്രകൃതിയുടെ ഏത് കഴിവാണ് ഏറ്റവും അത്ഭുതകരമായിട്ടുള്ളതെന്ന് ചോദിച്ചാൽ ഞാൻ പറയും 'ഓർമ' എന്ന്. ഓർമയുടെ പ്രവർത്തനശേഷിയെയും പരാജയങ്ങളെയും അസമത്വത്തെയുംകുറിച്ച് എത്ര വിവരിച്ചാലും പൂർണമാകുകയില്ല. അത്രയ്ക്ക് കാത്തുസൂക്ഷിക്കുന്നതും ഉപകാരപ്രദവും, ചൊൽപ്പടിക്ക് നിർത്തുന്നതുമാണ്, ഓമ – മറ്റ് ചിലപ്പോൾ വളരെ ദുർബലവും, സംഭ്രമജനകവും – വേറെ ചില സന്ദർഭങ്ങളിൽ ക്രൂരമായി ഹിംസിക്കുന്നത്, അത്രയ്ക്ക് നിയന്ത്രണാതീതം! എല്ലാവിധത്തിലും അതൊരു ദിവ്യാത്ഭുതം തന്നെ."

മിസ്ക്രാഫോർഡിനെ ഈ സംഭാഷണം സ്പർശിച്ചില്ല, അതത്ര ശ്രദ്ധിക്കാതിരുന്നതിനാൽ അവൾക്കൊന്നും പറയാനില്ലായിരുന്നു. അത് മനസിലാക്കിയ ഫാന്നി മനസിലെ ചിന്തകളിൽനിന്ന് മുക്തയായി അവൾക്ക് താൽപ്പര്യമുള്ള വിഷയത്തിലേക്ക് തിരിച്ചുവന്നു.

"ഇക്കാര്യത്തിൽ മിസിസ് ഗ്രാന്റ് കാണിച്ച അഭിരുചിയെ ഞാൻ പ്രശംസിക്കുന്നത് അപ്രസക്തമാണ്, എന്നാലും എനിക്കവരെ ആരാധിക്കാതിരിക്കാനാകുന്നില്ല. അത്രയ്ക്ക് ലളിതമായാണ് അവർ ഈ തോട്ടവും നടപ്പാതയും പ്ലാൻ ചെയ്തിരിക്കുന്നത് – അധികം പ്രയാസപ്പെടാതെ!"

"അതെ" മിസ് ക്രാഫോർഡ് അശ്രദ്ധയായി മറുപടിനൽകി "ഇത്തരം ഒരു സ്ഥലത്തിനനുയോജ്യമായ രീതിയിൽ, അത്രവലുപ്പം തോന്നില്ല ഇവിടെ എങ്കിലും. നിന്നോടുമാത്രം പറയുകയാണ്, ഒരു ഗ്രാമപുരോഹിതൻ ഇത്തരത്തിലുള്ള ഒരു പരിസരം സൃഷ്ടിക്കാനാഗ്രഹിക്കുന്നു എന്ന് ഞാൻ മാൻസ്ഫീൽഡിൽ എത്തുന്നതുവരെ കരുതിയിട്ടില്ല."

"പച്ചപ്പ് ഇത്രയും വളർന്നുപന്തലിക്കുന്നതുകാണാൻ എനിക്കെത്ര സന്തോഷമാണെന്നോ!" ഫാന്നി മറുപടിനൽകി: "ഇവിടത്തെ മണ്ണ് തന്റേതിനേക്കാൾ നല്ലതാണെന്ന് അങ്കിളിന്റെ തോട്ടക്കാരൻ എപ്പോഴും പറയും. ഈ തഴച്ചുവളരുന്ന പച്ചച്ചെടികൾ കണ്ടാലത് അറിയാം – ഒരിക്കലും ഉണങ്ങാത്ത പച്ചപ്പരവതാനിയും ചെടികളും! എത്രമനോഹരം, എത്രസ്വാഗതാർഹം, എത്ര അത്ഭുതകരമാണാകുറ്റിക്കാടുകളും ചെടികളും! അതിനെക്കുറിച്ചോർക്കുമ്പോൾ, വൈവിധ്യമാർന്ന പ്രകൃതിയെ കുറിച്ച് അതിശയം തോന്നുന്നു!– ചിലരാജ്യങ്ങളിൽ ഇലകൾ പൊഴിക്കുന്ന ചെടികളുണ്ട്. അതും അത്ഭുതംതന്നെ. ഒരേ മണ്ണും ഒരേ സൂര്യനുമാണ് ചെടികളെ പരിപോഷിപ്പിക്കുന്നത്; എന്നാൽ, വ്യത്യസ്ത നിയമങ്ങൾ. അനിയന്ത്രിതമായ ആവേശപ്രകടനമാണ് എന്റേതെന്ന് നിങ്ങൾ കരുതുന്നുണ്ടാകും.

എന്നാൽ, ഞാൻ പുറത്ത് ചെന്നിരിക്കുമ്പോൾ ഇത്തരം അതിശയിക്കുന്ന ചിന്തകളാണ് എന്നിൽ ഉയർന്നുവരിക."

"സത്യം പറയട്ടെ" മിസ്. ക്രാഫോർഡ് മറുപടി നൽകി ലൂയി പതിനാലാമന്റെ അരമനയിലെ പ്രശസ്തനായ 'ഡോജി'നെപ്പോലെയാണ് ഞാൻ കുറെയൊക്കെ. ഞാൻ ഇതിനുള്ളിൽ കഴിയുന്നതിനെക്കാൾ വലിയ അത്ഭുതമല്ല എനിക്കീ പച്ചപിടിച്ച കുറ്റിക്കാടുകൾ. ഇതായിരിക്കും എന്റെ വീടെന്ന് ഒരുവർഷംമുമ്പ് ആരെങ്കിലും പറഞ്ഞിരുന്നെങ്കിൽ, മാസങ്ങളോളം എനിക്കിവിടെ താമസിക്കേണ്ടിവരും (ഞാൻ ഇപ്പോൾ ചെയ്യുന്നതുപോലെ) എന്ന് പറഞ്ഞിരുന്നെങ്കിൽ, ഞാനൊരിക്കലും അത് വിശ്വസിക്കില്ലായിരുന്നു! ഏകദേശം അഞ്ചുമാസങ്ങളായി ഞാനിവിടെ താമസിക്കുന്നു! എന്റെ ജീവിതത്തിലെ ഏറ്റവും ശാന്തമായ അഞ്ച് മാസങ്ങൾ!

"നിങ്ങൾക്കിത് വല്ലാത്ത ശാന്തത നിറഞ്ഞ അന്തരീക്ഷമാണെന്ന് ഞാൻ കരുതുന്നു."

"താത്വികമായി അത് ശരിതന്നെ, എന്നാൽ" അത് പറയുമ്പോൾ അവളുടെ കണ്ണുകൾ പ്രകാശിച്ചു. "വാസ്തവത്തിൽ, ഇത്രയും സന്തോഷകരമായൊരു വേനൽക്കാലം ഞാൻ ഒരിക്കലും ചിലവഴിച്ചിട്ടില്ല. എന്നാൽ, അപ്പോൾ" ചിന്താധീനയായി മെല്ലെ പറഞ്ഞു "അതെങ്ങോട്ട് നയിക്കുമെന്ന് പറയാനാവില്ല."

ഫാന്നിയുടെ ഹൃദയം ദ്രുതഗതിയിൽ മിടിക്കാൻ തുടങ്ങി, കൂടുതലൊന്നും അനുമാനിക്കാനവൾക്കായില്ല. മിസ്. ക്രാഫോർഡ് അതിയായ ഉത്സാഹത്തോടെ തുടർന്നു.

"പ്രതീക്ഷിച്ചതിനെക്കാൾ എത്രയോ ഭംഗിയായി ഒരു ഗ്രാമീണ വസതിയുമായി ഞാൻ പൊരുത്തപ്പെട്ടു എന്നെനിക്കറിയാം. പകുതി വർഷം ഇനിയും ചില പ്രത്യേക പരിതഃസ്ഥിതിയിൽ, ഗ്രാമീണജീവിതം സസന്തോഷം തുടരാനെനിക്ക് കഴിയും – വളരെ ആനന്ദത്തോടെ – കുടുംബബന്ധങ്ങൾക്കിടയിൽ മനോഹരമായ ഒരു കൊച്ചുവീട് – അവരുമായി ഇടപഴകുന്ന ഒരുജീവിതം – കുലീനമായ ഒരു സമൂഹം അയൽപ്പക്കത്ത് വൻ സമ്പത്തൊന്നും വേണമെന്നില്ല, ഏറ്റവും പ്രിയപ്പെട്ടവനുമായി സൊള്ളിക്കൊണ്ടിരിക്കുക, അത്തരം ഒരു ചിത്രത്തെക്കാൾ ശോഭനമായി മറ്റെന്തുണ്ട്, അല്ലേ മിസ്. പ്രൈസ്? അത്തരം ഒരു കുടുംബത്തോടുകൂടിയ പുതിയ മിസിസ് റഷ്‌വർത്തിനോട് അസൂയപ്പെടേണ്ടതില്ല.

"മിസിസ് റഷ്‌വർത്തിനോട് അസൂയപ്പെടുകയോ!" അത്രമാത്രമാണ് ഫാന്നി പറയാൻ ശ്രമിച്ചത്.

"മിസിസ് റഷ്‌വർത്തിനോട് കർക്കശമായി പെരുമാറുന്നത് വളരെ മോശമാണ്. നമ്മൾക്കവൾ എത്രയോ ആനന്ദകരമായ ദിവസങ്ങൾ നൽകിയിരിക്കുന്നു, അതിന് നമ്മളവളോട് കടപ്പെട്ടവരാണ്. അടുത്തകൊല്ലവും നമ്മൾക്കൊന്നിച്ച് സതർട്ടനിൽ, പോകാൻകഴിയുമെന്ന് ഞാൻ പ്രതീക്ഷിക്കുന്നു. മിസ്സ്. ബെർട്രാം നേടിയ ആ ബന്ധം പൊതുജനങ്ങൾക്ക് ഒരു അനുഗ്രഹംതന്നെയാണ്, മിസ്റ്റർ റഷ്‌വർത്തിന്റെ ഭാര്യ എന്നനിലയ്ക്ക് അവരുടെ ആദ്യ ആഘോഷം വീട് വിരുന്നുകാരെക്കൊണ്ട് നിറയ്ക്കലാ

യിരിക്കും, നാട്ടിലെ ഏറ്റവും നല്ല ബാർ ഡാൻസ് നടത്തൽ."

ഫാന്നി നിശ്ശബ്ദതപാലിച്ചു – മിസ്. ക്രാഫോർഡ് കുറച്ചുനേരം ചിന്തയിലാണ്ടു. ഏതാനും മിനിറ്റുകൾക്കുശേഷം പെട്ടെന്ന് ആർത്തുവിളിച്ചു "ആഹ്! ഇതാ അദ്ദേഹം" എന്തായാലും, അത് മിസ്റ്റർ റഷ്‌വർത്ത് ആയിരുന്നില്ല. മിസിസ് ഗ്രാന്റിനോടൊപ്പം എഡ്മണ്ട് അവരുടെ അരികിലേക്ക് നടന്നുവരികയാണ്.

"എന്റെ ചേച്ചിയും മിസ്റ്റർ ബെർട്രാമും നിന്റെ മൂത്ത കസിൻ പോയതിനാൽ ഇദ്ദേഹം വീണ്ടും മിസ്റ്റർ ബെർട്രാം ആയതിൽ എനിക്ക് സന്തോഷമുണ്ട്. മിസ്റ്റർ എഡ്മണ്ട് ബെർട്രാമും എന്ന സ്വരത്തിന് എന്തോ പ്രത്യേകതയുണ്ട് – ഔപചാരികത, ദയാവായ്പ്, ഇളയസഹോദരന്റേതായ എളിമ ഞാൻ വെറുക്കുന്നു."

"നമ്മൾക്ക് ഇരുവർക്കും എത്ര വ്യത്യസ്തമായാണ് അനുഭവപ്പെടുന്നത്" ഫാന്നി ഉറക്കെപറഞ്ഞു "എനിക്ക് 'മിസ്റ്റർ ബെർട്രാം' എന്ന ശബ്ദം തണുപ്പനായിട്ടാണ് തോന്നുന്നത്. സ്വഭാവഗുണമില്ലാത്തത്, തികച്ചും ഊഷ്മളതയില്ലാത്തത് അതൊരു മാന്യവ്യക്തിയുടെ പ്രതീകം മാത്രം. അത്രതന്നെ. എന്നാൽ, 'എഡ്മണ്ട്' എന്ന പേരിനൊരു ശ്രേഷ്ഠതയുണ്ട്. അത് ധീരതയുടെയും കീർത്തിയുടെയും മുഖമുദ്രയാണ് – രാജാക്കന്മാരുടെ, രാജകുമാരന്മാരുടെ, യോദ്ധാക്കളുടെ, അതിന് ധീരോദാത്തതയുടെയും ഊഷ്മളമായ സ്നേഹത്തിന്റെയും പരിമളമുണ്ട്."

"ആ പേര് നല്ലതാണെന്ന് ഞാൻ അംഗീകരിക്കുന്നു. ലോർഡ് എഡ്മണ്ട് അല്ലെങ്കിൽ സർ. എഡ്മണ്ട് എന്ന് കേൾക്കാൻ നല്ല രസമാണ്. എന്നാൽ വെറും മിസ്റ്റർ ജോൺ എന്നോ മിസ്റ്റർ തോമസ് എന്നോ കേൾക്കുന്നതു പോലെയേ ഉള്ളൂ. ശരി, ഈ സമയത്ത് പുറത്തിരുന്ന് സംസാരിക്കുന്ന അവരുമായി നമ്മളും ചേർന്നാലോ?"

എഡ്മണ്ട് അവരെ പ്രത്യേക സന്തോഷത്തോടെയാണ് സ്വാഗതം ചെയ്തത്. അവരുടെ പുതിയ അടുപ്പത്തിനുശേഷം ആദ്യമായായാണവൻ അവരെ ഒന്നിച്ച് കാണുന്നത്. വളരെ സംതൃപ്തിയോടെയായിരുന്നു ആ പുതിയ കൂട്ടുകെട്ടിനെക്കുറിച്ചയാൾ കേട്ടത്. തനിക്ക് പ്രിയപ്പെട്ട അവർ ഇരുവരും തമ്മിലുള്ള സൗഹൃദം അയാളുടെ മനസ്സ് ആഗ്രഹിച്ച അതേ രീതിയിൽത്തന്നെ ആയിരുന്നു. കാമുകരുടെ ധാരണയനുസരിച്ച് പറഞ്ഞാൽ, ഈ സൗഹൃദംകൊണ്ട് ഫാന്നിക്ക് മാത്രമല്ല നേട്ടമുണ്ടാകുന്നത്!

"കൊള്ളാം" മിസ്. ക്രാഫോർഡ് പറഞ്ഞു: "ഞങ്ങളുടെ ഔചിത്യമില്ലായ്മയ്ക്ക് നിങ്ങൾ ഞങ്ങളെ വഴക്ക് പറയുന്നില്ലല്ലോ? ഞങ്ങൾ ഇവിടെ ഇരുന്ന് എന്താണ് സംസാരിച്ചിരുന്നതെന്നറിയാമോ? വീണ്ടും അതാവർത്തിക്കില്ലെന്ന് അഭ്യർഥിക്കട്ടെ?"

"നിങ്ങൾ ഒറ്റയ്ക്ക് ഇരിക്കുകയായിരുന്നെങ്കിൽ ഞാനൊരുപക്ഷേ വഴക്ക് പറഞ്ഞേനേ" എഡ്മണ്ട് പറഞ്ഞു: "എന്നാൽ, നിങ്ങൾ ഒന്നിച്ച് തെറ്റ് ചെയ്താൽ എനിക്കത് പൊറുക്കാനാകും."

"അവർ അധികം നേരം അവിടെ ഇരുന്നിട്ടുണ്ടാകില്ല" മിസിസ് ഗ്രാന്റ് ഉറക്കെ പറഞ്ഞു. "കാരണം, ഞാൻ ഷാൾ എടുക്കാനായി മുകളിലേക്ക്

പോകുമ്പോൾ കോണിയുടെ ജനലഴിയിലൂടെ ഞാനവരെ കണ്ടിരുന്നു, പിന്നീടവർ നടക്കുകയായിരുന്നു."

"ശരിക്കും" എഡ്മണ്ട് തുടർന്നു: "ഇന്ന് ശാന്തമായൊരു ദിവസമാണ്, കുറച്ചുനേരം അങ്ങനെ ഇരുന്നത് അത്ര അവിവേകമൊന്നുമല്ല. കലണ്ടർ നോക്കി നമ്മുടെ കാലാവസ്ഥ എപ്പോഴും നിർണയിക്കാനാകില്ല. ചിലപ്പോൾ മെയ്മാസത്തിൽ നമ്മൾ നവംബറിനെക്കാൾ കൂടുതൽ സ്വാതന്ത്ര്യമെടുക്കുന്നു."

"സത്യമായും" മിസ്. ക്രാഫോർഡ് ഒച്ചവച്ചു.

"ഞാനിതുവരെ കണ്ടിട്ടുള്ളവരിൽവച്ച് ഏറ്റവും നിരാശാജനകമായ രണ്ട് സുഹൃത്തുക്കളാണ് നിങ്ങൾ! ഞങ്ങൾ എന്തുമാത്രം ബുദ്ധിമുട്ടുകൾ സഹിച്ചു, എത്രതണുപ്പ് അനുഭവിച്ചു എന്നൊന്നും നിങ്ങൾക്കറിയില്ല! മിസ്റ്റർ ബെർട്രാമിന്റെ കാര്യത്തിൽ എനിക്ക് വലിയ പ്രതീക്ഷയൊന്നുമില്ല, ഒരു നിർവികാരനാണയാൾ. എന്നാൽ നിങ്ങൾ, എന്റെ സഹോദരി, എന്റെ സ്വന്തം സഹോദരി, നിങ്ങൾക്ക് ചെറിയൊരു അപകടസൂചന നൽകാൻ എനിക്കവകാശമുണ്ടെന്ന് ഞാൻ കരുതുന്നു."

"മുഖസ്തുതി പറയേണ്ട, എന്റെ പ്രിയപ്പെട്ട മേരി നിനക്കെന്റെ മനസിനെ ഒട്ടും ഇളക്കാൻ കഴിയില്ല. എനിക്ക് സ്വന്തം അസ്വസ്ഥതകളുണ്ട്, അത് വേറെ ചിലകാര്യങ്ങൾക്കാണെന്നുമാത്രം. എനിക്ക് കാലാവസ്ഥ മാറ്റാൻ കഴിഞ്ഞിരുന്നെങ്കിൽ, നിന്റെ നേരെ കടുത്ത കിഴക്കൻ കാറ്റ് ആഞ്ഞടിച്ചേനെ, മുഴുവൻ സമയവും – കാരണം, രാത്രി ശാന്തമായ കാലാവസ്ഥയാണെന്നതിന്റെ പേരിൽ റോബർട്ട് ഇവിടെവിട്ടുപോയ ചില ചെടികൾ ഇതാ. ഒടുവിൽ പെട്ടെന്ന് കാലാവസ്ഥ മാറുമെന്നെനിക്കറിയാം. ഉടനെ ഐസ്വന്ന് മൂടും, എല്ലാവരെയും അത്ഭുതപ്പെടുത്തിക്കൊണ്ട് (ചുരുങ്ങിയത് റോബർട്ടിനെയെങ്കിലും), എനിക്കെല്ലാം നഷ്ടമാകും. അതിനെക്കാൾ കഷ്ടമാണ് പാചകക്കാരൻ ഇപ്പോൾത്തന്നെ എന്നോടുപറഞ്ഞത്, ടർക്കിക്കോഴിയെ ഞായറാഴ്ചയ്ക്ക് തയാറാക്കാനാവില്ലെന്ന്, വേണമെന്ന് ഞാൻ പ്രത്യേകിച്ചും ആഗ്രഹിച്ചതാണ്. കാരണം, ദിവസം മുഴുവൻ ജോലി ചെയ്ത് ക്ഷീണിച്ചുവരുന്ന ഡോ. ഗ്രാന്റ് ഞായറാഴ്ച അതെത്രമാത്രം ആസ്വദിച്ച് കഴിക്കുമെന്നെനിക്കറിയാം. നാളെക്കപ്പുറം ടർക്കി വെച്ചിരിക്കാനാവില്ലത്രെ. ഇതൊക്കെയാണ് എന്റെ ആവലാതികൾ. കാലാവസ്ഥ കാലാനുസൃതമല്ലെന്ന് എനിക്ക് തോന്നുന്നു."

"ഒരു ഗ്രാമത്തിൽ വീട് ഭരിക്കുന്നതിലെ ആനന്ദം!" മിസ് ക്രാഫോർഡ് കളിയാക്കി "എന്നെ തോട്ടക്കാരിയായോ കോഴിവളർത്തുന്നവളായോ ശുപാർശ ചെയ്യുക!"

"എന്റെ പ്രിയപ്പെട്ട കുട്ടീ, ഡോ. ഗ്രാന്റിനെ വെസ്റ്റ് മിൽസ്റ്ററിലെയോ സെന്റ് പോളിന്റെയോ ഡീൻ ആയി ശുപാർശ ചെയ്യൂ, അപ്പോൾ ഞാനും നീ ആശിക്കുന്നതുപോലെ സന്തുഷ്ടയാകും. നല്ല തോട്ടക്കാരനെയും കോഴിവളർത്തുന്നവനെയും ലഭിക്കും. എന്നാൽ, മാൻസ്ഫീൽഡിൽ അത്തരക്കാരൊന്നുമില്ല. ഞാനെന്തുചെയ്യണമെന്നാണ് നീ ഉദ്ദേശിക്കുന്നത്?"

“ഓഹ്! നിങ്ങൾക്ക് ഇപ്പോൾ ചെയ്യുന്നതല്ലാതെ മറ്റൊന്നും ചെയ്യാനാകില്ല, എപ്പോഴും പീഡനങ്ങളനുഭവിക്കുക, ഒരിക്കലും സമനില തെറ്റാതെ എല്ലാം സഹിക്കുക.”

“താങ്ക്യു, – എന്നാൽ ഇത്തരം നിസ്സാരതൊന്തരവുകളിൽനിന്ന് രക്ഷപ്പെടാനാവില്ല, മേരി, ഉള്ളതുകൊണ്ട് തൃപ്തിപ്പെട്ട് കഴിയുക. നീ ടൗണിൽ കുടുംബമായി സ്ഥിരതാമസമാക്കുമ്പോൾ ഞാൻ അത് കാണാൻ വരും. തോട്ടക്കാരനും കോഴിവളർത്തുന്നവനുമായി നീ എങ്ങനെ ഇടപെടുന്നു എന്ന് നോക്കാം – അവരുടെ കൃത്യനിഷ്ഠയില്ലായ്മയും അകലവും അമിതചെലവും ചതിയുംമൂലം ഇതിലേറെ വിലപിക്കേണ്ടിവരും.

“ഇത്തരം അനുഭവങ്ങളിൽനിന്ന് രക്ഷപ്പെടാൻ എനിക്കൊരു ധനികയാകണം. സന്തോഷത്തിനുള്ള ഏറ്റവും നല്ല ഉപാധി വലിയ സമ്പാദ്യമാണെന്നാണ് ഞാനെന്നും കേട്ടിട്ടുള്ളത്. അത് തോട്ടത്തിന്റെയും ടർക്കിക്കോഴിയുടെയും പ്രശ്നങ്ങളെല്ലാം സ്വയം പരിഹരിക്കും.”

“വളരെ വലിയ പണക്കാരിയാകാനാണോ നിന്റെ മോഹം?” എഡ്മണ്ട് ചോദിച്ചു. ഫാന്നിയുടെ കണ്ണുകളിലപ്പോൾ ഗൗരവം സ്ഫുരിച്ചിരുന്നു.

“തീർച്ചയായും. നിങ്ങൾക്കില്ലേ? – നമ്മൾക്കെല്ലാവർക്കുമില്ലേ?”

“എന്റെ അധികാര ശേഷിക്കപ്പുറത്തുള്ളതിനെകുറിച്ച് ഞാനൊന്നും ഇച്ഛിക്കുന്നില്ല. മിസ്സ് ക്രാഫോർഡിന് എത്രസമ്പത്ത് വേണമെങ്കിലും മോഹിക്കാം, പ്രതിവർഷം എത്രആയിരം പൗണ്ട് എന്നെല്ലാം. തീർച്ചയായും അത് ലഭിക്കയും ചെയ്തേക്കാം. ദരിദ്രനാകരുതെന്നുമാത്രമാണെന്റെ മോഹം.”

“മിതമായ സാമ്പത്തിക മാതൃകയിലൂടെ വരവിനനുസരിച്ച് ചെലവുചെയ്യുക തുടങ്ങിയവയല്ലേ. ഞാൻ നിങ്ങളെ മനസിലാക്കുന്നു – നിങ്ങളുടെ പ്രായത്തിനനുസരിച്ച ഒരു വ്യക്തിക്ക് വളരെ യോജിച്ച പദ്ധതി തന്നെ. ചുരുങ്ങിയവരുമാനവും ഉദാസീനമായ ബന്ധങ്ങളുമുള്ളവർക്ക് പറ്റിയത്! നിങ്ങൾക്ക് സാമാന്യം നല്ലരീതിയിൽ കഴിഞ്ഞു കൂടുകയല്ലേ വേണ്ടൂ? നിങ്ങളുടെ മുന്നിൽ അധികം സമയമില്ല. ബന്ധുക്കളാകട്ടെ നിങ്ങൾക്കുവേണ്ടി കാര്യമായി ഒന്നും ചെയ്യുന്ന നിലയിലല്ല ധാരാളം സമ്പത്തുണ്ടെങ്കിലും. എല്ലാരീതിയിലും സത്യസന്ധനും നിർധനനുമായിക്കൊള്ളൂ – എനിക്ക് നിങ്ങളോട് അസൂയയൊന്നുമില്ല. ബഹുമാനക്കുറവുമില്ല. എന്നാൽ, സത്യസന്ധനും ധനികനുമായവനോടാണ് എനിക്ക് കൂടുതൽ ബഹുമാനം.”

“നിന്റെ പണക്കാരോടും പാവങ്ങളോടുമുള്ള ബഹുമാനത്തിന്റെ അളവിൽ എനിക്ക് യാതൊരുതാൽപ്പര്യവുമില്ല. ഞാൻ ദരിദ്രനാവാൻ ഉദ്ദേശിക്കുന്നില്ല. ദാരിദ്ര്യത്തിനെതിരാണ് ഞാൻ, സത്യസന്ധതയെ നീ താഴ്ത്തിക്കാണരുതെന്ന് മാത്രം. അക്കാര്യത്തിൽ എനിക്ക് ഉൽക്കണ്ഠയുണ്ട്.”

“അതിനെ ഞാൻ താഴ്ത്തിക്കാണുന്നില്ല. അത് മഹത്തായൊരു കാര്യം തന്നെ. ഉന്നതങ്ങളിലേക്ക് ഉയരേണ്ടതിനെ മറക്കുന്ന ഏതിനെയും ഞാൻ മോശമായിക്കാണുന്നു.”

"എങ്ങനെയാണത് ഉന്നതങ്ങളിലേക്കുയരുന്നത്? എന്റെ സത്യസന്ധത എങ്ങനെ വിശിഷ്ടമായൊരുനിലയിലേക്ക് ഉയരും?"

"അതത്ര എളുപ്പം മറുപടി പറയാവുന്ന ഒരു ചോദ്യമല്ല. ഓഹ്!" ആ മഹിള തുടർന്നു: "നിങ്ങൾ പാർലമെന്റ് അംഗം ആകേണ്ടതാണ്. അല്ലെങ്കിൽ പത്തുവർഷംമുമ്പ് പട്ടാളത്തിൽ ചേരേണ്ടതായിരുന്നു."

"അതിപ്പോൾ വലിയകാര്യമൊന്നുമല്ല. പാർലമെന്റിന്റെകാര്യം പറയുകയാണെങ്കിൽ, ജീവിക്കാൻ മാർഗമില്ലാത്ത ഇളയമക്കൾ ഞങ്ങളുടെ പ്രത്യേക പാർലമെന്റ് ഉണ്ടാക്കുന്നതുവരെ എനിക്ക് കാത്തിരിക്കേണ്ടിവരും. ഇല്ല, മിസ്സ് ക്രാഫോർഡ്, ഗൗരവത്തോടെ അവൻ തുടർന്നു: എനിക്ക് കിട്ടാൻ സാധ്യതയില്ലാത്ത ഉന്നത പദവികൾ ഓർക്കുന്നത് കഷ്ടമാണ് – ഒരിക്കലും കിട്ടാത്തവ അവ വ്യത്യസ്ത സ്വഭാവത്തിലുള്ളവയാണ്."

അയാൾ സംസാരിച്ചപ്പോൾ ഉള്ള ഗാംഭീര്യ ഭാവവും, അതിനുള്ള മിസ്. ക്രാഫോർഡിന്റെ തമാശനിറഞ്ഞ മറുപടിയും ഫാന്നിയെ ദുഃഖിപ്പിച്ചു. വേഗം വീട്ടിലേക്ക് പോകാനവൾ തീരുമാനിച്ചു. അത് പറയുവാനുള്ള ധൈര്യം സംഭരിക്കവെ, മാൻസ്ഫീൽഡ് പാർക്കിലെ വലിയ ഘടികാരം മൂന്ന് അടിച്ചു. പതിവിലേറെ സമയം താനിവിടെ ചിലവഴിച്ചു എന്ന് ഫാന്നിക്ക് മനസിലായി. പെട്ടെന്ന് പോകാനവൾ തയാറെടുക്കവെ, തന്നെ അമ്മ അങ്ങോട്ടയച്ചത് ഫാന്നിയെ കൊണ്ടുവരാനാണെന്നകാര്യം എഡ്മണ്ട് ഓർത്തു.

ഫാന്നിയുടെ ധൃതികൂടി. എഡ്മണ്ടില്ലാതെതന്നെ അവൾ ഒറ്റയ്ക്ക് ഓടിപ്പോകുമായിരുന്നു. എന്നാൽ, എല്ലാവരും എഴുന്നേറ്റു, ഫാന്നിയോടൊപ്പം നടന്നു. ഡോ.ഗ്രാന്റ് പൂമുഖത്തുണ്ടായിരുന്നു. അദ്ദേഹത്തോട് സംസാരിക്കാനായി അവർ നിന്നപ്പോൾ, തന്നോടൊപ്പം എഡ്മണ്ടും വരുന്നുണ്ടെന്ന് അവന്റെ പെരുമാറ്റത്തിൽനിന്നും ഫാന്നിക്ക് മനസിലായി – അവനും യാത്രപറയുകയായിരുന്നു – അതിനവൾ നന്ദിയുള്ളവളായിരുന്നു – പിറ്റേന്ന് ഭക്ഷണം കഴിക്കാനായി വരണമെന്ന് ഡോ.ഗ്രാന്റ് എഡ്മണ്ടിനെ ക്ഷണിച്ചു, ഉടനെ മിസിസ് ഗ്രാന്റ് ഫാന്നിക്കും ആ ക്ഷണം നീട്ടി. പുതിയൊരനുഭവമായിരുന്നു അതവൾക്ക്, ഫാന്നിയുടെ ജീവിതത്തിൽ തികച്ചും നൂതനമായൊരു നില. അവൾ അത്ഭുതപ്പെട്ടു, അമ്പരന്നു! വിക്കി വിക്കി എളിമയോടെ അവൾ പറഞ്ഞു, "അത് തന്റെ അധികാരപരിധിയിൽപ്പെട്ടതല്ലെന്ന്." അവൾ അഭിപ്രായത്തിനും സഹായത്തിനുമായി എഡ്മണ്ടിനു നേരെ നോക്കി. ഇത്രയും സന്തോഷകരമായൊരു ക്ഷണം അവൾക്ക് ലഭിച്ചതിൽ എഡ്മണ്ട് ആഹ്ലാദിച്ചു. ആന്റിയുടെ ഭാഗത്തുനിന്ന് എതിർപ്പൊന്നുമുണ്ടാകില്ലെന്ന് എഡ്മണ്ട് ഉറപ്പിച്ചു പറഞ്ഞു. അവളെ വിടുന്നതിൽ അവന്റെ അമ്മ പ്രശ്നമൊന്നും ഉണ്ടാക്കില്ല. അതുകൊണ്ട് ക്ഷണം സ്വീകരിക്കാമെന്നവൻ ഉപദേശം നൽകി. അവൻ പ്രോത്സാഹിപ്പിച്ചിട്ടും ഫാന്നി ഒരു സാഹസിക സംരഭംത്തിന് തയാറായില്ല. ഒടുവിൽ എതിരായി ഒന്നും കേട്ടില്ലെങ്കിൽ, മിസിസ് ഗ്രാന്റിന് അവളെ പ്രതീക്ഷിക്കാമെന്ന് തീരുമാനമായി.

"ഡിന്നറിന് എന്തായിരിക്കുമെന്ന് നിങ്ങൾക്കറിയാമോ?" മിസിസ്

ഗ്രാന്റ് പുഞ്ചിരിയോടെ പറഞ്ഞു: "ടർക്കിക്കോഴി – ഒരു ഉഗ്രൻ ടർക്കി, ഞാൻ ഉറപ്പുതരുന്നു. കാരണം, എന്റെ പ്രിയപ്പെട്ടവനെ" – ഭർത്താവിനു നേരെ തിരിഞ്ഞു– "നാളെ ടർക്കി തയാറാക്കണമെന്ന് പാചകക്കാരൻ നിർബന്ധിക്കുന്നു."

"വളരെനല്ലത്, വളരെനല്ലത്" ഡോ.ഗ്രാന്റ് ഉറക്കെ പറഞ്ഞു: "അതാണ് ഭേദം. വീട്ടിൽ നല്ലതെന്തെങ്കിലും ഉണ്ടെന്ന് പറയുന്നത് കേൾക്കാൻ സന്തോഷമുണ്ട്. മിസ്. പ്രൈസും മിസ്റ്റർ എഡ്മണ്ട് ബെർട്രാമും അതിൽ പങ്കുചേരണമെന്ന് ഞാൻ പറയുന്നു. അതൊരു സുഹൃദ്സമാഗമം മാത്രം, വലിയ ഡിന്നർ ഒന്നുമല്ല. ഒരു ടർക്കിയോ ഒരു താറാവോ, അല്ലെങ്കിൽ ആടിന്റെ തുട, നീയും നിന്റെ പാചകക്കാരനും തെരഞ്ഞെടുക്കുന്നതെന്തായാലും മതി."

രണ്ട് കസിനുമാരും വീട്ടിലേക്ക് ഒന്നിച്ച് നടന്നു. ഫാന്നിയുമായി അടുപ്പമുണ്ടാക്കുന്നരീതിയിൽ തയാറാക്കിയ ഈ ഡിന്നറിൽ എഡ്മണ്ട് വളരെ സന്തുഷ്ടനായിരുന്നു. ഇക്കാര്യത്തെക്കുറിച്ചുള്ള സംഭാഷണമൊഴിച്ചാൽ ബാക്കി സമയം നിശ്ശബ്ദരായാണവർ നടന്നത് – ആ സംഭാഷണത്തിനു ശേഷം അവൻ ചിന്താധീനനായി.

5

"എന്നാൽ എന്തിനാണ് മിസിസ് ഗ്രാന്റ് ഫാന്നിയെ ക്ഷണിച്ചത്?" ലേഡിബെർട്രാം ചോദിച്ചു. "എന്താണങ്ങനെ അവൾ ചിന്തിക്കാൻ കാരണം? – ഇത്തരത്തിൽ ഒരു ഡിന്നറിന് ഫാന്നി ഒരിക്കലും പോയിട്ടില്ലെന്ന് നിനക്കറിയാമല്ലൊ. എനിക്കവളെ വിടാൻ പറ്റില്ല. അവൾ പോകാനാഗ്രഹിക്കുന്നില്ലെന്നെനിക്കുറപ്പാണ് – ഫാന്നി, നീ പോകാനാഗ്രഹിക്കുന്നോ, പറയൂ?"

"നിങ്ങൾ അത്തരത്തിൽ അവളോട് ചോദിച്ചാൽ" തന്റെ കസിൻ മറുപടി പറയുന്നതിനെ തടഞ്ഞുകൊണ്ട് എഡ്മണ്ട് ഒച്ചവെച്ചു "ഫാന്നി ഉടനെ പറയും 'ഇല്ല' എന്ന്, എന്നാൽ, അവൾക്ക് പോകാനിഷ്ടമാണെന്ന് എനിക്കുറപ്പുണ്ട്, എന്റെ പ്രിയപ്പെട്ട മാം."

"അവളെ മിസിസ് ഗ്രാന്റ് ക്ഷണിച്ചതെന്തിനാണെന്ന് എനിക്ക് മനസിലാകുന്നില്ല – ഇതിന് മുമ്പൊരിക്കലും ചെയ്തിട്ടില്ല– നിന്റെ സഹോദരിമാരെ അവൾ ഇടയ്ക്കിടെ വിളിക്കാറുണ്ട്; എന്നാൽ ഒരിക്കലും ഫാന്നിയെ വിളിച്ചിട്ടില്ല."

"ഞാനില്ലാതെ നിങ്ങൾക്ക് കഴിയാനാകില്ലെങ്കിൽ, മാം" നിരാകരിക്കുന്ന സ്വരത്തിൽ ഫാന്നി പറഞ്ഞു –

"എന്നാൽ, വൈകുന്നേരം മുഴുവൻ അച്ഛൻ അമ്മയോടൊപ്പമുണ്ടാകും."

"ഉറപ്പാണോ, എങ്കിൽ കുഴപ്പമില്ല."

"അച്ഛന്റെ അഭിപ്രായം എടുത്താലോ, മാം."

"അത് നല്ലകാര്യമാണ്. അങ്ങനെ ചെയ്യാം, എഡ്മണ്ട്. സർ. തോമസ്

വന്ന ഉടനെ അദ്ദേഹത്തോട് ചോദിക്കാം, അവളില്ലാതെ എനിക്കിരിക്കാൻ പറ്റുമോ എന്ന്."

"നിങ്ങളുടെ ഇഷ്ടംപോലെ മാം. ക്ഷണംസ്വീകരിക്കാമോ എന്ന് അച്ഛൻ തീരുമാനിക്കട്ടെ. മിസിസ് ഗ്രാന്റും ഫാന്നിയും ചെയ്യുന്നത് ശരിയാണെന്നേ അദ്ദേഹം പറയൂ എന്ന് ഞാൻ കരുതുന്നു, ആദ്യത്തെ ക്ഷണമായതുകൊണ്ട് അത് സ്വീകരിക്കണം എന്ന്."

"എനിക്കറിയില്ല. ഞാനദ്ദേഹത്തോട് ചോദിക്കാം. എന്നാൽ, മിസിസ് ഗ്രാന്റ് ഫാന്നിയെ വിളിച്ചതോർത്ത് അദ്ദേഹം ശരിക്കും അത്ഭുതപ്പെടും."

കൂടുതലൊന്നും പറയേണ്ടതില്ല, പറഞ്ഞിട്ട് കാര്യവുമില്ല, സർ തോമസ് വരുന്നതുവരെ! എന്നാൽ, പിറ്റേന്ന് വരാനിരിക്കുന്ന തന്റെ അസൗകര്യത്തെക്കുറിച്ചുള്ള ചിന്തയായിരുന്നു ലേഡി ബെർട്രാമിന്റെ മനസു നിറയെ. അരമണിക്കൂറിനുശേഷം തോട്ടത്തിൽനിന്ന് എന്തോകാര്യത്തിനായി ഡ്രെസിങ് റൂമിലെത്തി തിരിച്ചുപോകവെ അദ്ദേഹത്തെ മടക്കിവിളിച്ച് അവൾ പറഞ്ഞു: "സർ തോമസ്, ഒരു നിമിഷം നിൽക്കൂ – എനിക്ക് നിങ്ങളോട് ചിലത് പറയാനുണ്ട്."

തളർന്നമട്ടിലുള്ള അവളുടെ സ്വരം, (ഒരിക്കലും ഉയർത്താത്ത) എപ്പോഴും ശ്രദ്ധയോടെ കേൾക്കപ്പെട്ടിരുന്നു. സർ. തോമസ് തിരിച്ചു വന്നു. അവൾ കഥ പറഞ്ഞുതുടങ്ങി. ഫാന്നി ഉടനെ മുറിയിൽനിന്നും രക്ഷപ്പെട്ടു. അങ്കിളിനോടുള്ള ഏത് ചർച്ചയും അവൾക്ക് സഹിക്കാനാവില്ല. അവൾ ഉൽക്കണ്ഠാകുലയായിരുന്നു, ആവശ്യത്തിലേറെ അവൾ പോയാലും നിന്നാലും എന്ത് വ്യത്യാസമാണ്? – എന്നാൽ, കുറെനേരം ആലോചിക്കാനും തീരുമാനിക്കാനും അദ്ദേഹം ഗൗരവത്തിൽ ഫാന്നിയുടെ നേരെ ദൃഷ്ടിതിരിക്കും, ഒടുവിൽ അവൾക്കെതിരായി തീരുമാനമെടുക്കുകയും ചെയ്യും. അവൾക്ക് വിധേയത്വത്തോടെയോ അശ്രദ്ധമായോ നിൽക്കാൻ കഴിഞ്ഞെന്ന് വരില്ല. അവളുടെ കാര്യം ഭംഗിയായി ചർച്ചചെയ്യപ്പെട്ടു. ലേഡി ബെർട്രാം ഇപ്രകാരം തുടങ്ങി: "നിങ്ങൾക്ക് അത്ഭുതം തോന്നുന്ന ഒരു കാര്യം എനിക്ക് പറയാനുണ്ട്. മിസിസ് ഗ്രാന്റ് ഫാന്നിയെ ഡിന്നറിന് ക്ഷണിച്ചിരിക്കുന്നു!"

"കൊള്ളാം" അത്ഭുതകരമായ കാര്യം കേൾക്കാൻ പ്രതീക്ഷിച്ചുകൊണ്ട് സർ. തോമസ് പറഞ്ഞു.

"അവൾ പോകണമെന്നാണ് എഡ്മണ്ടിന്റെ ആഗ്രഹം. എന്നാൽ, എനിക്കെങ്ങനെയാണവളെ വിടാൻ കഴിയുക?"

"അവൾ വൈകും" തന്റെ വാച്ച് പുറത്തെടുത്തുകൊണ്ട് സർ തോമസ് പറഞ്ഞു: "എന്നാൽ, നിങ്ങളുടെ പ്രശ്നമെന്താണ്?"

അമ്മയുടെ കഥയിലെ വിട്ടുപോയ ഭാഗങ്ങൾ പൂരിപ്പിക്കാൻ എഡ്മണ്ട് വിനയപൂർവം മുന്നോട്ടുവന്നു. അവൻ എല്ലാം വിവരിച്ചുകൊടുത്തു. അമ്മയ്ക്ക് ഇത്രമാത്രമേ കൂട്ടിച്ചേർക്കേണ്ടിവന്നുള്ളൂ "എന്തതിശയം! മിസിസ് ഗ്രാന്റ് മുമ്പൊരിക്കലും അവളെ ക്ഷണിക്കാറില്ല."

"എന്നാൽ, അത് വളരെ സ്വാഭാവികമല്ലേ" എഡ്മണ്ട് അഭിപ്രായപ്പെട്ടു "മിസിസ് ഗ്രാന്റ് തന്റെ അനിയത്തിക്ക് ഇത്രയും നല്ലൊരു സന്ദർശ

കയെ നേടിക്കൊടുക്കുന്നത്?"

"തികച്ചും സ്വാഭാവികം" കുറച്ചു നേരം ചിന്തിച്ചശേഷം സർ. തോമസ് പറഞ്ഞു: "സഹോദരിയുടെ കാര്യമൊന്നും ഇതിൽ എടുക്കേണ്ടതില്ല, തികച്ചും സ്വാഭാവികം തന്നെ. ലേഡി ബെർട്രാമിന്റെ സഹോദരീപുത്രിയായ മിസ്. പ്രൈസിനോട് മിസിസ് ഗ്രാന്റ് കാണിക്കുന്ന ആദരവാണിത്. അതിൽ കൂടുതൽ വിശദീകരണമൊന്നും ആവശ്യമില്ല. ആദ്യക്ഷണമാണിതെന്നതാണ് എന്നെ അത്ഭുതപ്പെടുത്തുന്നത്. ഫാന്നി വ്യവസ്ഥയോടുകൂടിയ മറുപടിനൽകിയത് പൂർണമായും ശരിയാണ്. അവൾ ചെയ്യേണ്ട രീതിയിൽത്തന്നെയാണ് ചെയ്തത്. അവൾ പോകണമെന്നുതന്നെയാണ് എന്റെ തീരുമാനം. എല്ലാ ചെറുപ്പക്കാർക്കും ഒന്നിച്ച് കൂടുവാൻ ആഗ്രഹിക്കുന്നതിൽ തെറ്റൊന്നുമില്ല. ആ ഉല്ലാസം അവൾക്ക് നിഷേധിക്കുവാൻ കാരണമൊന്നും ഞാൻ കാണുന്നില്ല.

"എന്നാൽ, അവളില്ലാതെ എനിക്ക് ഒറ്റയ്ക്കിരിക്കാനാകുമോ, സർ. തോമസ്?"

"തീർച്ചയായും പറ്റുമെന്ന് ഞാൻ കരുതുന്നു."

"അനിയത്തി ഇല്ലാത്തപ്പോൾ അവളാണെനിക്ക് ചായഉണ്ടാക്കി തരുന്നതെന്നറിയാമോ?"

"നിങ്ങളുടെ സഹോദരിയോട് അന്ന് ദിവസം മുഴുവൻ ഇവിടെ ചിലവഴിക്കാനാവശ്യപ്പെടാം. ഞാൻ തീർച്ചയായും വീട്ടിലുണ്ടാകും."

"വളരെനല്ലത്, അപ്പോൾ ഫാന്നിക്ക് പോകാം, എഡ്മണ്ട്."

ആ നല്ല വാർത്തയുമായി എഡ്മണ്ട് സ്വന്തം മുറിയിലേക്ക് പോകവേ അവളുടെ വാതിൽക്കൽമുട്ടി വിളിച്ചു.

"കൊള്ളാം, ഫാന്നി, എല്ലാം സസന്തോഷം തീരുമാനിക്കപ്പെട്ടു. നിന്റെ അങ്കിളിന്റെ ഭാഗത്തുനിന്ന് നേരിയ ഒരു ശങ്കപോലും ഉണ്ടായില്ല. അദ്ദേഹത്തിന് ഒരേയൊരു അഭിപ്രായമേ ഉണ്ടായിരുന്നുള്ളൂ. നീ പോകണം."

"താങ്ക്യു. എനിക്കത്ര സന്തോഷമുണ്ട്." ഫാന്നിയുടെ സ്വതസ്സിദ്ധമായ മറുപടി. അവൻ പോയി വാതിലടച്ചപ്പോൾ അവൾക്ക് ചിന്തിക്കാതിരിക്കാൻ കഴിഞ്ഞില്ല. "എന്നാലും, ഞാനെന്തിനാണ് സന്തോഷിക്കുന്നത്! അവിടെ തീർച്ചയായും അസുഖകരമായ പലതും എനിക്ക് കാണാനും കേൾക്കാനും ഇടവരില്ലേ?"

ആ വിശ്വാസമുണ്ടായിരുന്നെങ്കിലും അവൾ സന്തുഷ്ടയായിരുന്നു. മറ്റുള്ളവരുടെ ദൃഷ്ടിയിൽ അത് സാധാരണസംഭവമായി തോന്നുമെങ്കിലും അവൾക്കതിന് പുതുമയും പ്രാധാന്യവുമുണ്ട്. കാരണം, സതർട്ടനിൽ പോയ ദിവസം ഒഴിച്ച് ഒരിക്കലും അവൾ പുറമെനിന്ന് ഡിന്നർ കഴിച്ചിട്ടില്ല. അരമൈൽ ദൂരെ, മൂന്നുപേരോടുംകൂടി മാത്രമാണെങ്കിലും അത് പുറമെനിന്ന് ഡിന്നർ കഴിച്ചിട്ടില്ല. അരമൈൽ ദൂരെ മൂന്നു പേരോടു മാത്രമാണെങ്കിലും അത് പുറമെ നിന്ന് ഡിന്നർ കഴിക്കലാണല്ലോ. അതിനുള്ള ഓരോ കൊച്ചുതയാറെടുപ്പുകളും ആസ്വാദ്യകരമാണ്. അവളുടെ വാസനയോ വികാരങ്ങളോ രൂപപ്പെടുത്തേണ്ടിയിരുന്നവരിൽനിന്നവൾക്ക് അനുഭാവമോ സഹായമോ ലഭിച്ചില്ല. കാരണം, ലേഡി ബെർട്രാം ആർക്കെ

ങ്കിലും ഉപകാരപ്രദമായിരിക്കണമെന്ന് ഒരിക്കലും സ്വയം ചിന്തിച്ചിട്ടില്ല. പിറ്റേന്ന് നേരത്തെ എത്തണമെന്ന സർ. തോമസിന്റെ ക്ഷണം സ്വീകരിച്ച് വന്ന മിസിസ് നോറിസ് വളരെ ദേഷ്യത്തിലായിരുന്നു. തന്റെ സഹോദരീ പുത്രിയുടെ സന്തോഷം ഇന്നും എന്നും പരമാവധി തകർക്കാൻ ലക്ഷ്യമിട്ട് ഇറങ്ങിത്തിരിച്ചവളാണ് അവൾ എന്ന് തോന്നും.

"സത്യമാണ്, ഫാന്നി, അത്തരം പെരുമാറ്റവും ഉല്ലാസവും നേടാൻ നിനക്ക് കഴിയുന്നത് വലിയ ഭാഗ്യമാണ്! നിന്നെക്കുറിച്ചോർക്കുന്നതിന് മിസിസ് ഗ്രാന്റിനോട് നീ കടപ്പെട്ടിരിക്കുന്നു. അതുപോലെ നിന്നെ പോകാനനുവദിച്ച ആന്റിയോടും അത് തികച്ചും അസാധാരണ പ്രവൃത്തിയായി നീ കാണണം. ഈ വിധത്തിൽ ഒത്തുകൂടാൻ നിനക്ക് വാസ്തവത്തിൽ ഒരവസരവും ലഭിക്കില്ലെന്ന് നീ ഓർക്കുമെന്ന് ഞാൻ കരുതുന്നു, അല്ലെങ്കിൽ എപ്പോഴെങ്കിലും പുറമെനിന്ന് ഡിന്നർകഴിക്കാനാകുമെന്ന്! അത് ആവർത്തിക്കപ്പെടുമെന്നും കരുതേണ്ട. നിന്നെ ഏതെങ്കിലും രീതിയിൽ അനുമോദിക്കാൻ വേണ്ടിയല്ല അത്. നിന്റെ അങ്കിളിനെയും ആന്റിയെയും എന്നെയും അനുമോദിക്കാൻ ഉദ്ദേശിച്ചു കൊണ്ടുള്ളതാണത്. ഞങ്ങളെ ആദരിക്കണമെന്ന് മിസിസ് ഗ്രാന്റ് കരുതുന്നു, നിന്നെ ഉദ്ദേശിച്ചല്ല. അല്ലെങ്കിൽ അവളുടെ മസ്തിഷ്കത്തിൽ അത്തരം ഒരു ചിന്ത രൂപംകൊള്ളില്ലായിരുന്നു. നിന്റെ കസിൻ ജൂലിയ വീട്ടിലുണ്ടായിരുന്നെങ്കിൽ നീ ഒരിക്കലും ക്ഷണിക്കപ്പെടില്ലായിരുന്നെന്ന് ഉറപ്പാണ്."

മിസിസ് ഗ്രാന്റിന്റെ ആനുകൂല്യത്തെ വളരെ സമർത്ഥമായ രീതിയിൽ മിസിസ് നോറിസ് ഒഴിവാക്കി. ഇനി ഫാന്നി, അവളെ പോകാനനുവദിച്ച ബെർട്രാം ആന്റിയോടുള്ള കടപ്പാടിനെക്കുറിച്ചേ സംസാരിക്കൂ, അതുപോലെ തന്റെ അസാന്നിധ്യത്തിൽ ചെയ്യേണ്ടിവരുന്ന ജോലികളെക്കുറിച്ചും.

ഓഹ്! നീയില്ലാതെതന്നെ നിന്റെ ആന്റിക്ക് കാര്യങ്ങൾ ഭംഗിയായി നിർവഹിക്കാനാകും, അല്ലെങ്കിൽ നിന്നെ പോകാനനുവദിക്കില്ലായിരുന്നു. ഞാനിവിടെ ഉണ്ടാകും, അതുകൊണ്ട് ആന്റിയുടെ കാര്യത്തിൽ നിനക്ക് ഉൽക്കണ്ഠവേണ്ട. നിനക്ക് വളരെ ആനന്ദകരമായ ദിവസം ഞാൻ ആശംസിക്കുന്നു, അത് ആഹ്ലാദം നിറഞ്ഞതാകട്ടെ. എന്നാൽ ഒരുകാര്യം പറയട്ടെ, ഒരു മേശയിൽ അഞ്ചുപേർ ഇരുന്ന് ഡിന്നർ കഴിക്കുന്നത് വളരെ വിലക്ഷണമാണ്, ഏറ്റവും മോശം നമ്പറാണ് അഞ്ച്. മിസിസ് ഗ്രാന്റിനെപ്പോലെ ഇത്രയും കഴിവുള്ളൊരു ലേഡിക്ക് വേണ്ട രീതിയിൽ കാര്യങ്ങൾ നിർവഹിക്കാൻ കഴിയുന്നില്ലല്ലോ എന്ന് ഞാൻ അത്ഭുതപ്പെടുന്നു! അവരുടെ അസാമാന്യവലുപ്പത്തിലുള്ള മേശ മുറിനിറഞ്ഞു നിൽക്കുന്നു, ഭയങ്കരം! ഞാൻ പോരുമ്പോൾ എന്റെ ഡൈനിങ് ടേബിൾ എടുക്കുവാൻ ഡോക്ടർ തയാറായിരുന്നെങ്കിൽ, ആ പരന്ന വൃത്തികെട്ട മേശ ഒഴിവാക്കിയിരുന്നെങ്കിൽ എത്ര ഭംഗി ആയിരുന്നേനെ! ഏത് വിവേകശാലിയും അതേ ചെയ്യൂ, ഇവിടത്തെ ഡൈനിങ് ടേബിളിനെക്കാൾ വീതിയുണ്ടതിന്. അങ്ങനെ ചെയ്തിരുന്നെങ്കിൽ അയാളെ ആളുകൾ എത്രയേറെ ബഹുമാനിച്ചേനെ! സ്വന്തം നിലമറന്ന്, അതിനപ്പുറം പ്രവർത്തിക്കുന്നവരെ ആരും ഒരിക്കലും ആദരിക്കില്ല. അതോർക്കുക, ഫാന്നി.

അഞ്ച്, അഞ്ച് പേർ മാത്രം മേശയ്ക്ക് ചുറ്റും ഇരിക്കുക! എന്തായാലും പത്ത് പേർക്കെങ്കിലും അതിലിരുന്ന് ഡിന്നർ കഴിക്കാമെന്ന് എനിക്ക് ഉറപ്പ് പറയാനാകും."

മിസിസ് നോറിസ് ശ്വാസം വലിച്ചുകൊണ്ട് പ്രഭാഷണം തുടർന്നു:

"ആളുകൾ സ്വന്തം നിലമറന്ന് തന്നേക്കാൾ വലിയവരായി നടിച്ച് നടക്കുന്നതിലെ മണ്ടത്തരത്തെയും ഭോഷത്വത്തെയുംകുറിച്ച് ഓർക്കുമ്പോൾ നിനക്കൊരു സൂചന തരണമെന്ന് ഞാൻ വിചാരിക്കുന്നു, ഫാന്നി, ഞങ്ങളാരും കൂടെ ഇല്ലാതെയാണല്ലോ നീ ഇപ്പോൾ കമ്പനികൂടാൻ പോകുന്നത്. നീ സ്വന്തം കസിനുകളെപ്പോലെ ഒരിക്കലും മുന്നോട്ടു വന്ന് ഒന്നിനെകുറിച്ചും അഭിപ്രായപ്രകടനം നടത്തരുത് – പ്രിയപ്പെട്ട മിസിസ് റഷ്വർത്തിനെപ്പോലെയോ, ജൂലിയായെപോലെയോ ആണ് നീ എന്ന് സ്വയം കരുതരുത്. അതൊരിക്കലും പാടില്ല. എന്നെ വിശ്വസിക്കൂ, ഒന്നോർക്കുക നീ എവിടെ ആയാലും, ഏറ്റവും താഴ്ന്നവളും അവസാനത്തേതുമായിരിക്കണം. മിസ്. ക്രാഫോർഡ് പുരോഹിതഭവനത്തിൽ എന്തൊക്കെ സ്വാതന്ത്ര്യമെടുത്താലും, നീ അവളെ അനുകരിക്കാൻ പാടില്ല. രാത്രി തിരിച്ചുവരുന്ന സമയം എഡ്മണ്ട് തീരുമാനിക്കട്ടെ, അവൻ പറയുന്നത്രസമയം അവിടെ ചിലവഴിക്കാം."

"ശരി, മാം, ഞാൻ മറ്റൊന്നും ചിന്തിക്കില്ല."

"പിന്നെ മഴപെയ്താൽ, അതുണ്ടാകുമെന്നുറപ്പാണ്, ഇത്രയും കാർമേഘങ്ങൾ ഇരുണ്ടുകൂടിയദിവസം എന്റെ ജീവിതത്തിൽ ഉണ്ടായിട്ടില്ല – നീ സ്വയം കാര്യങ്ങൾ കൈകാര്യം ചെയ്യണം, നിനക്കുവേണ്ടി വണ്ടി അയയ്ക്കുമെന്ന് പ്രതീക്ഷിക്കേണ്ട. ഞാൻ ഇന്നു രാത്രി തീർച്ചയായും വീട്ടിലേക്ക് മടങ്ങുന്നില്ല. അതുകൊണ്ട് ഒരുതരത്തിലും വണ്ടി ഇറക്കുകയില്ല. എന്താണ് സംഭവിക്കാൻ പോകുന്നതെന്ന് നീ സ്വയം ഒരു തീരുമാനത്തിലെത്തുക, ആവശ്യമുള്ളതെല്ലാം കയ്യിൽ കരുതിവെക്കുക."

അത് തികച്ചും ഉചിതമാണെന്നവളുടെ സഹോദരീപുത്രി വിചാരിച്ചു. മിസിസ് നോറിസ് ഉദ്ദേശിച്ചതിനെക്കാൾ വളരെ താഴ്ന്ന നിലയാണ് ഫാന്നി തനിക്ക് നൽകിയത്. കുറച്ചുകഴിഞ്ഞ് സർ. തോമസ് വാതിൽ തുറന്നുകൊണ്ട് വിളിച്ചുചോദിച്ചു "ഫാന്നി, എപ്പോഴാണ് നിനക്കുവേണ്ടി കുതിരവണ്ടി വരേണ്ടത്?" അത്ഭുതസ്തബ്ധയായ അവൾക്ക് ഒന്നും മിണ്ടാനായില്ല.

"എന്റെ പ്രിയപ്പെട്ട സർ. തോമസ്" മിസിസ് നോറിസ് മുഖം ചുവപ്പിച്ച് കോപത്തോടെ പറഞ്ഞു: "ഫാന്നി നടന്നോളും."

"നടക്കുകയോ!" അതിഗാംഭീര്യത്തോടെ സർ. തോമസ് ആവർത്തിച്ചു. മുറിക്കുള്ളിലേക്ക് കടന്നു വന്ന് തുടർന്നു: "ഈ കാലാവസ്ഥയിൽ എന്റെ 'നീസ്' ഡിന്നർ പാർട്ടിക്ക് നടന്നു പോകുകയോ! ഇരുപതുമിനിറ്റ്, യോജിച്ചകാര്യമാണോ അത്?"

"അതെ, സർ" മിസിസ് നോറിസിനോട് ഒരു ക്രിമിനലിനുള്ള വികാരമായിരുന്നു മനസിലുള്ളതെങ്കിലും, അവൾ എളിമയോടെ മറുപടിനൽകി. വിജയ മനോഭാവം മറച്ചുവെക്കാനാവാതെ ഫാന്നി അങ്കിളിനെ പിൻതു

ടർന്ന് മുറിക്ക് പുറത്തെത്തി. അദ്ദേഹം ദേഷ്യത്തോടെ ഇപ്രകാരം പറഞ്ഞ തവൾ കേട്ടുനിന്നു.

"തികച്ചും അനാവശ്യം! വലിയൊരു ഉപകാരം! എന്നാൽ എഡ്മണ്ടും പോകുന്നുണ്ട് - വാസ്തവം - ഇത് എഡ്മണ്ടിന് വേണ്ടിയാകട്ടെ. വ്യാഴാഴ്ച രാത്രി അവന് ജലദോഷമുള്ളതായി ഞാൻ ശ്രദ്ധിച്ചിരുന്നു."

എന്നാൽ, അതുകൊണ്ടൊന്നും ഫാന്നിയെ കബളിപ്പിക്കാനായില്ല. വണ്ടിവരുന്നത് തനിക്കുവേണ്ടി മാത്രമാണെന്നവൾക്കറിയാം. ആന്റിയുടെ പ്രസ്താവനയ്ക്ക് തൊട്ടുപിറകെ ഉണ്ടായ അങ്കിളിന്റെ പരിഗണന അവളെ വല്ലാതെ സ്പർശിച്ചു. ഒറ്റയ്ക്കായപ്പോൾ നന്ദിയുടെ കണ്ണുനീർ അവളുടെ നയനങ്ങളിൽ വെട്ടിത്തിളങ്ങി.

ഒരു മിനിറ്റിനുള്ളിൽ വണ്ടി എത്തി. ഉടനെ എഡ്മണ്ടും താഴേക്ക് ഇറങ്ങിവന്നു. താൻ വൈകിയെങ്കിലോ എന്നു പേടിച്ച് ഫാന്നി കുറച്ചു നേരത്തെതന്നെ തയാറായി ഡ്രോയിങ് റൂമിൽ കാത്തിരുന്നു. കൃത്യനിഷ്ഠയുള്ളവനായ സർ. തോമസ് സമയത്തിനുതന്നെ അവരെ യാത്രയാക്കി.

"ഇപ്പോൾ ഞാൻ നിന്നെ ഒന്ന് നോക്കട്ടെ, ഫാന്നി" ഒരു സഹോദരന്റെ വാത്സല്യത്തോടെ പുഞ്ചിരിച്ചുകൊണ്ട് എഡ്മണ്ട് പറഞ്ഞു: "നിന്നെ ഞാൻ എത്ര ഇഷ്ടപ്പെടുന്നെന്നോ. ഈ വെളിച്ചത്തിൽപ്പോലും നീ വളരെ സുന്ദരിയായി കാണപ്പെടുന്നു, തീർച്ചയായും. ഏത് ഉടുപ്പാണ് നീ ധരിച്ചിരിക്കുന്നത്?"

കസിന്റെ കല്യാണത്തിന് എന്റെ അങ്കിൾ സസന്തോഷം സമ്മാനിച്ച പുതിയ ഉടുപ്പ്. കഴിയുന്നത്രവേഗം അത് ധരിക്കണമെന്നു ഞാൻ കരുതി. ഇനി ശീതകാലം മുഴുവൻ എനിക്കത് ഇടാൻ അവസരം ലഭിക്കില്ല. ഞാൻ കൂടുതൽ ആഡംബരത്തോടെ വസ്ത്രം ധരിച്ചിരിക്കുന്നു എന്ന് കരുതില്ലെന്ന് ഞാൻ വിശ്വസിക്കുന്നു."

"ഒരു സ്ത്രീക്ക്, വെള്ളവസ്ത്രം ധരിക്കുമ്പോൾ, ഒന്നും അത്യാഢംബരമല്ല. ഇല്ല, എനിക്ക് നിന്നെക്കുറിച്ച് അങ്ങനെ തോന്നുന്നില്ല. എല്ലാം തികച്ചും അനുയോജ്യം. നിന്റെ ഗൗൺ അതിമനോഹരമാണ്. ആ തിളങ്ങുന്ന പുള്ളികൾ എനിക്കിഷ്ടമായി. മിസ് ക്രാഫോർഡിന് ഇതുപോലൊരു ഗൗൺ ഇല്ലേ?"

പുരോഹിതഭവനത്തിനടുത്തെത്തി, കുതിരലായവും വണ്ടിപ്പുരയും കടന്നപ്പോൾ എഡ്മണ്ട് പറഞ്ഞു.

"ഹെയ്! ഇവിടെ ആരോ എത്തിയിട്ടുണ്ട്, ഇതാ ഒരു വണ്ടി! നമ്മളെ കാണാൻ ആരെയാണവർ കൊണ്ടുവന്നിരിക്കുന്നത്?" ശരിക്ക് നോക്കാനായി അവൻ വണ്ടിയുടെ ഒരു ഭാഗത്തെ ചില്ല് താഴ്ത്തി– "അത് ക്രാഫോർഡന്റേതാണ്. ക്രാഫോർഡിന്റെ വണ്ടി! അയാളത് രണ്ടു പഴയ പുരയിലേക്ക് തള്ളിക്കയറ്റുന്നു. അയാൾ തീർച്ചയായും ഇവിടെ ഉണ്ട്. അത് തികച്ചും അത്ഭുതം തന്നെ, ഫാന്നി. അയാളെ കാണാൻ എനിക്ക് വളരെ സന്തോഷമുണ്ട്." താൻ എത്ര വ്യത്യസ്തമായാണ് അതിനെ വീക്ഷിക്കുന്നതെന്ന് പറയാനുള്ള അവസരം ഫാന്നിക്ക് ലഭിച്ചില്ല. അന്ധാ

ളിച്ച് വിറച്ചുകൊണ്ടാണവൾ ഡ്രോയിങ് റൂമിലേക്ക് നടന്നു ചെന്നത്.

തീർച്ചയായും മിസ്റ്റർ ക്രാഫോർഡ് അവിടെ ഇരിപ്പുണ്ട്. കുറച്ച് മുമ്പ് എത്തിയ അയാൾ ഡിന്നറിന് തയാറായി ഇരിക്കുകയാണ്. അയാളുടെ ചുറ്റിനും നിൽക്കുന്ന മൂവരുടെ പുഞ്ചിരിയും സന്തോഷഭാവവും കണ്ടാൽ അറിയാം, ഏതാനും ദിവസങ്ങൾക്കായി അയാൾ ബാത്ത് വിട്ട് ഇവിടെ എത്തിയത് എത്ര സ്വാഗതാർഹമാണ് അവർക്കെന്ന്. അയാളുടെയും എഡ്മണ്ടിന്റെയും സമ്മേളനം വളരെ ഹൃദ്യമായിരുന്നു. ഫാന്നിയൊഴിച്ച് മറ്റെല്ലാവരും ആഹ്ലാദത്തിലാണ്. അവൾക്കും അയാളുടെ സാന്നിധ്യം കൊണ്ട് ചിലഗുണങ്ങളുണ്ടായി. പാർട്ടിയിൽ ഓരോ അംഗം കൂടുമ്പോഴും അവൾക്ക് പ്രിയങ്കരമായ മൗനംപാലിച്ച് ആരാലും ശ്രദ്ധിക്കപ്പെടാതെ ഇരിക്കാമല്ലൊ! അതിവേഗം ഇതവൾക്ക് ബോധ്യമായി. നോറിസ് ആന്റിയുടെ ഉപദേശം വേണ്ടുവോളം ഉണ്ടായിരുന്നല്ലോ. ആ സംഘത്തിലെ മുഖ്യ ലേഡി എന്നനിലയിൽ ചില പ്രത്യേക പരിചരണം ലഭിച്ചെങ്കിലും ഡിന്നർ മേശയ്ക്കരികിലിരിക്കുമ്പോൾ അവിടെ പ്രവഹിച്ചുകൊണ്ടിരുന്ന പ്രഭാഷണധാരയിൽ അവൾക്ക് പങ്കെടുക്കേണ്ട ആവശ്യം വന്നില്ല – സഹോദരീസഹോദരന്മാർ തമ്മിൽ ബാത്തിനെക്കുറിച്ച് അത്രയ്ക്കധികം സംസാരിക്കാനുണ്ടായിരുന്നു. അതുപോലെ നാടിനെക്കുറിച്ച് ഇരു യുവാക്കൾ തമ്മിലും. അതിനും പുറമെ മിസ്റ്റർ ക്രാഫോർഡും ഡോ. ഗ്രാന്റും തമ്മിലുള്ള രാഷ്ട്രീയസംവാദവും, മിസ്റ്റർ ക്രാഫോർഡും മിസിസ് ഗ്രാന്റും തമ്മിലുള്ള നാട്ടുവർത്തമാനങ്ങളും അവിടെ നിറഞ്ഞുതുളുമ്പി. അതുകൊണ്ട് എല്ലാം രസമായി കേട്ടിരിക്കാൻ ഫാന്നിക്ക് കഴിഞ്ഞു. അങ്ങനെ നല്ലൊരു ദിവസമായി അത് മാറി. പുതുതായി വന്നുപെട്ട മാന്യന്റെ നീണ്ടുപോയേക്കാവുന്ന മാൻസ്ഫീൽഡ് വാസം അവൾക്ക് സ്വാഗതാർഹമായി തോന്നിയില്ല. നോർഫോൾക്കിൽ നിന്ന അയാളുടെ വേട്ടക്കാരെ വരുത്തുക, എന്ന ആശയം ഡോ. ഗ്രാന്റിന്റെ നിർദേശവും എഡ്മണ്ടിന്റെ ഉപദേശവും മൂലം ഉടലെടുത്തതാണ്. ഇരു സഹോദരിമാരും ആ ആശയത്തെ ഹൃദ്യമായി സ്വാഗതം ചെയ്തു. ഫാന്നിയുടെ അഭിപ്രായവും അയാൾ ആരാഞ്ഞു. ഈ നല്ല കാലാവസ്ഥ തുടരുമോ എന്നതായിരുന്നു അവളോട് ഉന്നയിച്ച ചോദ്യം. എന്നാൽ, മര്യാദയോടെ ഹ്രസ്വവും അലസവുമായൊരു മറുപടിയാണവൾ നൽകിയത്. അയാൾ താമസിക്കുന്നതവൾക്കിഷ്ടമല്ല. അയാൾ അവളോട് സംസാരിക്കുന്നതവൾക്ക് ഒട്ടും ഇഷ്ടമല്ല.

തന്റെ രണ്ട് കസിനുമാരെ, പ്രത്യേകിച്ച് മരിയയെ, അയാളെ കണ്ടപ്പോൾ അവൾ ഓർത്തുപോയി. എന്നാൽ, അത്തരം അമ്പരപ്പിക്കുന്ന ചിന്തകളൊന്നും അയാളുടെ മനസിനെ അലട്ടിയില്ല. എല്ലാം അരങ്ങേറിയ അതേ സ്ഥലത്ത് അയാളിതാ വീണ്ടും എത്തിയിരിക്കുന്നു, മിസ്. ബെർട്രാമുമാരില്ലാതെ സുഖമായി താമസിക്കുവാൻ തയാറായിട്ട്! മറ്റൊരു രീതിയിൽ മാൻസ്ഫീൽഡ് താൻ അറിയില്ലെന്ന മട്ടിൽ! ഡ്രോയിങ് റൂമിലേക്ക് പോകുന്നതുവരെ അയാളുടെ സംസാരം അവൾ കേട്ടിരുന്നത് ഒരു പൊതുവേദിയിലേതുപോലെ ആയിരുന്നു. ഡ്രോയിങ് റൂമിലവർ സമ്മേളിച്ചപ്പോൾ

എഡ്മണ്ട് ചില പ്രത്യേക ജോലിക്കാര്യങ്ങൾ സംസാരിക്കാനായി ഡോ. ഗ്രാന്റിനോടൊപ്പം ഇരുന്നു, അവർ പൂർണമായും സംഭാഷണത്തിൽ മുഴുകിയിരിക്കയാണ്. മിസിസ് ഗ്രാന്റ് ആണ് ചായമേശയ്ക്കരികിൽ. അയാൾ അപ്പോൾ സഹോദരിമാരോട് സംസാരിക്കാൻ തുടങ്ങി, പ്രത്യേകിച്ച് മറ്റെ സഹോദരിയോട്. ഫാന്നിക്ക് വെറുപ്പ് തോന്നിയ ഒരുതരം പുഞ്ചിരിയോടെ അയാൾ പറഞ്ഞു:

"അപ്പോൾ! റഷ്വർത്തും അയാളുടെ സുന്ദരിയായ വധുവും ബ്രൈട്ടനിലാണെന്ന് ഞാൻ മനസിലാക്കുന്നു – സന്തുഷ്ടനായ മനുഷ്യൻ!"

"അതെ, അവരവിടെയാണ് – രണ്ടാഴ്ചയായി, അല്ലേ മിസ്. പ്രൈസ്?– ജൂലിയയും അവരോടൊപ്പമുണ്ട്."

"മിസ്റ്റർ യെറ്റ്സോ, അയാൾ അത്രദൂരെയല്ലെന്ന് എനിക്ക് തോന്നുന്നു."

"മിസ്റ്റർ യെറ്റ്സ്!–ഓഹ്! മിസ്റ്റർ യെറ്റ്സിനെക്കുറിച്ച് ഞങ്ങൾക്കൊന്നുമറിയില്ല. മാൻസ്ഫീൽഡിലേക്കുള്ള കത്തുകളിൽ അയാളുടേത് ഉണ്ടെന്നെനിക്ക് തോന്നുന്നില്ല. ഉണ്ടോ മിസ് പ്രൈസ്? – എന്റെ സുഹൃത്ത് ജൂലിയയ്ക്ക് നന്നായി അറിയാം. അവളുടെ അച്ഛന് മിസ്റ്റർ യെറ്റ്സിനെ എത്രത്തോളം സഹിക്കാനാകുമെന്ന്."

"പാവം റഷ്വർത്തും അയാളുടെ നാൽപ്പത്തിരണ്ട് സംഭാഷണങ്ങളും!" ക്രാഫോർഡ് തുടർന്നു: ആർക്കും ഒരിക്കലും അത് മറക്കാനാവില്ല. പാവം മനുഷ്യൻ! ഇപ്പോൾ ഞാൻ മനസിലാക്കുന്നു – അയാളുടെ കഷ്ടപ്പാടും നൈരാശ്യവും. കൊള്ളാം ഞാൻ വല്ലാതെ തെറ്റിദ്ധരിച്ചു, അയാളുടെ സുന്ദരിയായ മരിയ അയാളെക്കൊണ്ട് നാൽപ്പത്തിരണ്ട് സംഭാഷണങ്ങൾ ഉരുവിടാൻ ആഗ്രഹിച്ചിട്ടുണ്ടെങ്കിൽ പെട്ടെന്ന് ഗൗരവഭാവത്തിൽ തുടർന്നു: "അത് മോശമായി'.' പിന്നെ വീണ്ടും സ്വരം മാറ്റി വളരെ സൗമ്യതയോടെ ഫാന്നിയോട് പറഞ്ഞു: "നീ മിസ്റ്റർ റഷ്വർത്തിന്റെ ഏറ്റവും നല്ല സുഹൃത്താണ്. നിന്റെ കരുണയും ക്ഷമയും ഒരിക്കലും മറക്കാനാവില്ല, അയാൾക്ക് സ്വന്തം ഭാഗം പഠിക്കാനായി എടുത്ത തളരാത്ത പരിശ്രമവും ക്ഷമയും – പ്രകൃതി അയാൾക്ക് നിരസിച്ച ബുദ്ധിനൽകാനുള്ള നിന്റെ ശ്രമം, നിരർഥകമായ ശ്രമം! നിന്റെ കാരുണ്യം അളക്കാനുള്ള ബോധം അയാൾക്ക് ഇല്ലാതെപോയി. എന്നാൽ, ആ സംഘത്തിലെ മറ്റെല്ലാവർക്കും നിന്നോട് ആദരവായിരുന്നെന്ന് പറയാൻ ഞാൻ ആഗ്രഹിക്കുന്നു."

ഫാന്നിയുടെ മുഖം വിവർണമായി. അവൾ നിശ്ശബ്ദത പാലിച്ചു.

"അതൊരു സ്വപ്നംപോലെയായിരുന്നു. സുഖകരമായൊരു സ്വപ്നം" അയാൾ ആശ്ചര്യംപ്രകടിപ്പിച്ചു. ഏതാനും നിമിഷം ചിന്താമഗ്നനായി ഇരുന്ന ശേഷം അയാൾ തുടർന്നു: "നമ്മുടെ നാടക പരിപാടികൾ അത്യാഹ്ലാദത്തോടെയാണ് ഞാൻ ഓർക്കാറുള്ളത്. എന്തൊരു ആകർഷകമായ വിനോദം, എന്തൊരു ഉത്സാഹം, എന്തൊരു പ്രസരിപ്പ്! എല്ലാവരെയും അത് സ്പർശിച്ചു. നമ്മളെല്ലാം സജീവമായി പങ്കുകൊണ്ടു. ദിവസത്തിലെ ഓരോ മണിക്കൂറും നമ്മൾ ജോലിയിൽ മുഴുകി, ആശയോടെ

ഉൽക്കണ്ഠയോടെ ബഹളം വെച്ച്. സദാസമയം എന്തെങ്കിലും കൊച്ചുകൊച്ച് എതിർപ്പുകൾ, കൊച്ചുകൊച്ച് സംശയങ്ങൾ, ചെറിയ ആശങ്കകൾ. എല്ലാം അതിജീവിച്ചു. ഇതിനേക്കാളേറെ സന്തോഷം എനിക്കൊരിക്കലും ഉണ്ടായിട്ടില്ല.

നിശ്ശബ്ദമായ ധാർമിക രോഷത്തോടെ ഫാന്നി തന്നോടുതന്നെ ആവർത്തിച്ചു "ഒരിക്കലും കൂടുതൽ സന്തോഷിച്ചിട്ടില്ല! – ന്യായീകരിക്കാനാകാത്ത കാര്യങ്ങൾ ചെയ്തുകൊണ്ട് – അത്രയും മാന്യതയില്ലാതെയും നിർദയമായും പെരുമാറിക്കൊണ്ട്, ഒരിക്കലും കൂടുതൽ സന്തോഷിച്ചിട്ടില്ലത്രെ."

"നമ്മൾ ഭാഗ്യമില്ലാത്തവരാണ്, മിസ്. പ്രൈസ്" എഡ്മണ്ട് കേൾക്കാതിരിക്കാനായി പതിഞ്ഞസ്വരത്തിൽ അയാൾ തുടർന്നു: (അവളുടെ വികാരങ്ങൾ ഉൾക്കൊള്ളാനയാൾക്ക് കഴിഞ്ഞിരുന്നില്ല) നമ്മൾ തീർച്ചയായും ഹതഭാഗ്യരാണ്. മറ്റൊരാഴ്ച, ഒരേഒരാഴ്ചകൂടി മതിയായിരുന്നു നമ്മൾക്ക്, നമ്മൾ കാര്യങ്ങൾ നിർവഹിച്ചിരുന്നെങ്കിൽ – ഒന്നുരണ്ടാഴ്ചയ്ക്ക് ആ കാറ്റിനെനിയന്ത്രിക്കാൻ മാൻസ്ഫീൽഡ് പാർക്കിന് കഴിഞ്ഞിരുന്നെങ്കിൽ കാര്യങ്ങൾ തികച്ചും വ്യത്യസ്തമായേനെ. നമ്മൾ ഒരു പകടവും അദ്ദേഹത്തിന് സൃഷ്ടിക്കില്ലായിരുന്നു. ഒരു ഘോരമായ കാലാവസ്ഥയും ഉണ്ടാകില്ലായിരുന്നു – ഒരുശാന്തമായ എതിർകാറ്റ് മാത്രം. ആ കാലാവസ്ഥയിൽ ഒരാഴ്ച ശാന്തതയോടെ അദ്ദേഹത്തിന്റെ ഇഷ്ടത്തിനു വഴങ്ങികഴിയണമായിരുന്നു നമ്മൾ എന്നെനിക്ക് തോന്നുന്നു, മിസ് പ്രൈസ്."

അയാൾ അവളിൽ നിന്നൊരു മറുപടി ആവശ്യപ്പെടുന്നതുപോലെ കാണപ്പെട്ടു. ഫാന്നി മുഖം തിരിച്ച് പതിവിലേറെ ദൃഢസ്വരത്തിൽ പറഞ്ഞു:

"എന്നെ സംബന്ധിച്ചിടത്തോളം, സാർ, അദ്ദേഹത്തിന്റെ വരവ് ഒരു ദിവസംപോലും വൈകുന്നത് എനിക്കിഷ്ടമല്ലായിരുന്നു. അങ്കിൾ വന്നപ്പോൾ അത് പൂർണമായും നിരാകരിച്ചു. എന്റെ അഭിപ്രായത്തിൽ, എല്ലാം ബഹുദൂരം പോയിക്കഴിഞ്ഞിരുന്നു."

മുമ്പൊരിക്കലും ഇത്രയുമധികം അയാളോടവൾ സംസാരിച്ചിട്ടില്ല. ഇത്രയും ദേഷ്യത്തിൽ ആരോടും സംസാരിച്ചിട്ടില്ല. അത് പറഞ്ഞവസാനിച്ചപ്പോൾ തന്റെ ചങ്കൂറ്റമോർത്തവൾ വിറച്ചു, മുഖം ചുവന്ന് തുടുത്തു. അയാൾ അത്ഭുതപ്പെട്ടു. അവൾ പറഞ്ഞതിനെക്കുറിച്ച് ഏതാനും മിനിറ്റുകൾ നിശ്ശബ്ദമായി ചിന്തിച്ചശേഷം ശാന്തഗംഭീരമായ സ്വരത്തിലയാൾ മറുപടിനൽകി, നിഷ്കളങ്കമായ അവളുടെ അഭിപ്രായം അംഗീകരിച്ചതുപോലെ.

"നീ പറഞ്ഞത് ശരിയാണെന്ന് ഞാൻ കരുതുന്നു. അത് കരുതലില്ലാത്ത ഒരു ഉല്ലാസമായിരുന്നു. വല്ലാത്തൊരു ബഹളം തന്നെ." പിന്നെ, സംഭാഷണം തിരിച്ചുവിട്ട് അവളെ മറ്റെന്തെങ്കിലും വിഷയത്തിലേക്ക് കൊണ്ടുവരുവാൻ അയാൾ ശ്രമിച്ചേനെ. എന്നാൽ, അവളുടെ മറുപടികൾ ഒഴിഞ്ഞുമാറുന്ന രീതിയിലുള്ളതായതിനാൽ ആ ദിശയിൽ മുന്നേറുവാൻ അയാൾക്ക് കഴിഞ്ഞില്ല.

ഡോ.ഗ്രാന്റിനെയും എഡ്മണ്ടിനെയും ഇടയ്ക്കിടെ നോക്കി ക്കൊണ്ടിരുന്ന മിസ്സ് ക്രാഫോർഡ് അഭിപ്രായപ്പെട്ടു: "ആ മാന്യന്മാർക്ക് എന്തെങ്കിലും വലിയ താൽപ്പര്യമുള്ള വിഷയം ചർച്ചചെയ്യാനുണ്ടാകും."

"ലോകത്തിലെ ഏറ്റവും രസകരമായത്" സഹോദരൻ മറുപടി നൽകി: "എങ്ങനെ പണമുണ്ടാക്കാം – നല്ലൊരുവരുമാനം എങ്ങനെ പെരു പ്പിക്കാം. അതിവേഗം ആരംഭിക്കാൻ പോകുന്ന ബെർട്രാമിന്റെ ജീവിത ത്തെകുറിച്ച് അവന് വേണ്ടനിർദേശങ്ങൾ നൽകയാണ് ഡോ.ഗ്രാന്റ്. "അവൻ ഏതാനും ആഴ്ചയ്ക്കുള്ളിൽ പുരോഹിതപട്ടം സ്വീകരിക്കുമെ ന്നെനിക്ക് തോന്നുന്നു. അതാണവർ ചർച്ചചെയ്യുന്നത്. ബെർട്രാം നന്നായി വരുമെന്ന് കേൾക്കാനെനിക്ക് സന്തോഷമുണ്ട്. താറാവുകളെ ഇഷ്ടം പോലെ ഉണ്ടാക്കുവാനുള്ള നല്ലൊരു സമ്പാദ്യം അവനുണ്ടാകട്ടെ! അതും വലിയ ബുദ്ധിമുട്ടൊന്നും കൂടാതെ. ഒരു വർഷം എഴുനൂറ് പൗണ്ടിൽ കുറയാത്തവരുമാനം അവനുണ്ടാകുമെന്നാണെനിക്ക് തോന്നുന്നത്. ഇളയ സഹോദരന് എഴുനൂറ് നല്ലൊരു തുകയാണ്. അവന് സ്വന്തം വീട്ടിൽ കഴിയാനും പറ്റും. അത് വാസ്തവത്തിൽ 'പോക്കറ്റ് മണി'യാണ്, ക്രിസ്തുമസിനും ഈസ്റ്ററിനും ഉള്ള പ്രഭാഷണമാണ് യഥാർഥവരു മാനം!"

അയാളുടെ സഹോദരി തന്റെ വികാരങ്ങൾ ചിരിച്ചുതള്ളി "ഓരോ രുത്തരും അവരവരുടെ ചെലവുകൾ ചുരുക്കി അനായാസമായ രീതി യിൽ കാര്യങ്ങൾ ഉറപ്പിക്കാൻ നോക്കുമ്പോൾ എനിക്ക് ചിരിവരുന്നു. അവർക്ക് എത്രവലിയ പദവികൾ നേടാനാകും! നിങ്ങളുടെ വരവ് വർഷ ത്തിൽ എഴുനൂറ് പൗണ്ടാക്കി നിജപ്പെടുത്തിയാൽ, നിങ്ങൾ ഒന്നുമല്ലാ ത്തവനാകും, ഹെൻട്രി."

"ഒരുപക്ഷേ ഞാനങ്ങനെ ആയേക്കും. താരതമ്യാനുസൃതമായകാ ര്യങ്ങളേ നിനക്കറിയൂ. ജന്മാവകാശവും ശൈലിയും ആണ് ജോലിയുടെ മാനദണ്ഡം. അയാൾക്ക് ഇരുപത്തിനാലോ ഇരുപത്തഞ്ചോ വയസാകു മ്പോൾ പ്രതിവർഷം എഴുനൂറ് പൗണ്ട് വരുമാനമുണ്ടാകും, അതിനൊന്നും ചെയ്യാനാവില്ല."

അതിനുവേണ്ടി എന്തെങ്കിലും ചെയ്യണമെന്ന് മിസ്ക്രാഫോർഡ് പറ ഞ്ഞേനെ. അത്ര നിസ്സാരകാര്യമായി അവൾ എടുത്തില്ല. എന്നാലവൾ സ്വയം നിയന്ത്രിച്ച് നിശ്ശബ്ദത പാലിച്ചു. പിന്നീട് ആ രണ്ട് മാന്യന്മാരും അടുത്ത് വന്നിരുന്നപ്പോൾ ആ വിഷയത്തിൽ തൽപ്പരയല്ലെന്നമട്ടിൽ ശാന്ത യായിരിക്കാനവൾ ശ്രമിച്ചു.

''ബെർട്രാം'' ഹെൻട്രി ക്രാഫോർഡ് പറഞ്ഞു: ''നിങ്ങളുടെ ആദ്യത്തെ വേദോപദേശ പ്രഭാഷണം കേൾക്കാൻ ഞാൻ മാൻസ് ഫീൽഡിൽ എത്തും, ഒരു യുവാവായ തുടക്കക്കാരനെ പ്രോത്സാഹിപ്പി ക്കാൻ വേണ്ടിമാത്രം. എന്നാണത് ഉണ്ടാകുക? മിസ് പ്രൈസ്, നിങ്ങ ളുടെ കസിനെ പ്രോത്സാഹിപ്പിക്കുന്നതിൽ നീയും എന്നോടൊപ്പം ചേരുമോ? സമയം മുഴുവൻ അവനിൽ കണ്ണുംനട്ട് ശ്രദ്ധിച്ചിരിക്കില്ലേ – ഞാൻ ചെയ്യുന്നതുപോലെ – ഒരുവാക്കും നഷ്ടപ്പെടുത്താതെ, ഉൽക്ക്യ

ഷ്ടവും മനോഹരവുമായ ഏതെങ്കിലും വാചകങ്ങൾ കുറിച്ചെടുക്കാനായി? നമ്മൾക്ക് ഓരോ കൊച്ചു മേശയും പെൻസിലും തരണം. എന്നാണതുണ്ടാകുക? നിങ്ങൾ മാൻസ്ഫീൽഡിൽ വേദോപദേശം നടത്തണം, സർ തോമസും ലേഡിബെർട്രാമും അത് കേൾക്കണം."

"ഞാൻ കഴിയുന്നത്ര നിങ്ങളിൽനിന്ന് ഒഴിഞ്ഞുമാറി നിൽക്കണം, ക്രാഫോർഡ്," എഡ്മണ്ട് പറഞ്ഞു: കാരണം, നിങ്ങൾ എന്നെ സംഭ്രമിപ്പിക്കും, നിങ്ങളങ്ങനെ ചെയ്യുന്നതുകാണാനെനിക്ക് വിഷമമാണ്, മറ്റാരേക്കാളേറെ."

"അദ്ദേഹത്തിനങ്ങനെ തോന്നുമോ?" ഫാന്നി ആലോചിച്ചു "ഇല്ല. അങ്ങനെ ഒന്നും തോന്നില്ല."

പാർട്ടി വീണ്ടും ഒന്നിച്ചുകൂടി. മുഖ്യ പ്രഭാഷകർ പരസ്പരം ആകർഷിക്കപ്പെട്ടു. അവൾ ശാന്തയായി ഇരുപ്പുറപ്പിച്ചു. ചായയ്ക്കുശേഷം അവർ ചീട്ടുകളിക്കാനിരുന്നു. ഭർത്താവിന്റെ താൽപ്പര്യങ്ങൾ ശ്രദ്ധിക്കുന്ന മിസിസ് ഗ്രാന്റിന്റെ പദ്ധതിയായിരുന്നു അത്. നേരത്തെ ഉദ്ദേശിച്ചിരുന്നതല്ല – മിസ്സ് ക്രാഫോർഡ് ഹാർപ്പ് വായിക്കാൻ തുടങ്ങി. ഫാന്നിക്ക് ശ്രദ്ധിക്കയല്ലാതെ മറ്റൊന്നും ചെയ്യാനില്ലായിരുന്നു. സായാഹ്നം മുഴുവൻ അവളുടെ ശാന്തിയും സമാധാനവും അലങ്കോലപ്പെടാതെ തുടർന്നു, ഇടയ്ക്കിടെ മിസ്റ്റർ ക്രാഫോർഡിന്റെ ചോദ്യങ്ങൾക്ക് മറുപടിപറയേണ്ടിവന്നതൊഴിച്ചാൽ, മിസ്സ് ക്രാഫോർഡ് തന്റെ വിഷമം സംഗീതത്തിലൂടെ ഒഴുക്കിക്കളഞ്ഞു, അതോടൊപ്പം തന്റെ സുഹൃത്തിനെ രസിപ്പിക്കുകയും.

അതിവേഗം എഡ്മണ്ട് വികാരിപ്പട്ടം സ്വീകരിക്കുമെന്ന വാർത്ത അവൾക്കൊരു പ്രഹരമായിരുന്നു. അത് മാറ്റിവെച്ചിരുന്നെന്നാണവൾ കരുതിയിരുന്നത്. അമർഷത്തോടെയും വേദനയോടെയും കൂടിയാണവളതിനെകുറിച്ച് ചിന്തിച്ചത്. അവൾ അവനോട് വളരെ കുപിതയായിരുന്നു. സ്വന്തം സ്വാധീനവലയത്തെക്കുറിച്ചവൾ കൂടുതൽ ചിന്തിക്കാൻ തുടങ്ങി, അവനെക്കുറിച്ചവൾ ചിന്തിച്ചുതുടങ്ങി – അവളുടെ വികാരങ്ങളെക്കുറിച്ച് – വലിയ ആദരവോടെ, വ്യക്തമായ ലക്ഷ്യത്തോടെ. എന്നാൽ, ഇപ്പോൾ അവനോട് ശാന്തമായാണ് പെരുമാറേണ്ടത്, നിർവികാരതയോടെ. അവന് ഗൗരവമായ കാഴ്ചപ്പാട് അവളെക്കുറിച്ചില്ലായിരുന്നെന്ന് ഇപ്പോൾ വ്യക്തമായി, യഥാർഥ സ്നേഹബന്ധമില്ല. അവൾ വഴങ്ങില്ലെന്നറിഞ്ഞിട്ടും ഇത്തരം ഒരു പരിതഃസ്ഥിതി അയാൾ സൃഷ്ടിച്ചിരിക്കുന്നു. അയാളുടെ അനാസ്ഥയുമായി പൊരുത്തപ്പെടാനവൾ പഠിക്കണം. താൽക്കാലികമായ വിനോദത്തിനപ്പുറം മറ്റൊന്നും ചിന്തിക്കാതെ അവൾക്കയാളുടെ ശ്രദ്ധ പിടിച്ചുപറ്റാൻ ഇനി മുതൽ കഴിയണം. അയാൾക്ക് സ്വന്തം വികാരങ്ങൾ നിയന്ത്രിക്കാനാകുമെങ്കിൽ, അവളുടെ വികാരങ്ങൾ അവൾക്ക് ദോഷകരമാകില്ല.

6

രണ്ടാഴ്ചകൂടി മാൻസ്ഫീൽഡിൽ തങ്ങാൻ ഹെൻട്രിക്രാഫോർഡ് പിറ്റേന്നു രാവിലെ തീരുമാനമെടുത്തു. അതനുസരിച്ച് വേട്ടക്കാരോട്

അവിടെ എത്തുവാനായി സന്ദേശമയച്ചു. അഡ്മിറലിനും ഏതാനും വാചകങ്ങൾ വിശദീകരണമായി എഴുതി. കത്തുകൾ ഒട്ടിച്ച ഉടനെ സഹോദരിക്കുനേരെ തിരിഞ്ഞ് പുഞ്ചിരിയോടെ ചോദിച്ചു.

"നായാട്ടിനുപോകാത്തദിവസം ഞാൻ എങ്ങനെയാണ് സമയം കളയുക, മേരി? ആഴ്ചയിൽ മൂന്നുദിവസത്തിലേറെ പുറത്ത് പോകാനെനിക്ക് കഴിയില്ല, പ്രായമായില്ലേ? ഇടദിവസങ്ങളിൽ സമയം ചിലവഴിക്കാൻ ഞാൻ ഒരു പദ്ധതി തയാറാക്കിയിട്ടുണ്ട്; അതിനെകുറിച്ച് നീ എന്ത് വിചാരിക്കുന്നു?"

"തീർച്ചയായും എന്നോടൊപ്പം നടക്കുകയും സവാരിചെയ്യുകയുമായിരിക്കും."

"മുഴുവൻ ശരിയല്ല, അത് രണ്ടും എനിക്ക് ഇഷ്ടമാണെങ്കിലും. അതെന്റെ ശരീരത്തിനുമാത്രമേ വ്യായാമം നൽകുകയുള്ളു, മനസിന്റെ കാര്യംകൂടി ഞാൻ നോക്കണ്ടേ, അതിനും പുറമെ, അത് വിനോദവും ഉല്ലാസവും മാത്രമാണ്, തൊഴിലൊന്നും ചെയ്യാതെ അലസമായി അന്ന് ആഹാരം കഴിച്ച് സമയം കൊല്ലാനെനിക്കാവില്ല. ഇല്ല, ഫാന്നി പ്രൈസിനെക്കൊണ്ട് എന്നെ പ്രേമിപ്പിക്കലാണ് എന്റെ പദ്ധതി."

"ഫാന്നി പ്രൈസ്! നോൺസൻസ്! ഇല്ല, ഇല്ല. അവളുടെ രണ്ട് കസിനുകളെക്കൊണ്ട് നിങ്ങൾ തൃപ്തിപ്പെടണം."

"എന്നാൽ, ഫാന്നി പ്രൈസില്ലാതെ എനിക്ക് തൃപ്തിവരില്ല, അവളുടെ ഹൃദയത്തിൽ ചെറിയൊരു സുഷിരമെങ്കിലും വരുത്താതെ. ശ്രദ്ധിക്കപ്പെടാനുള്ള അവളുടെ ആഗ്രഹം നീ ശരിക്ക് നോക്കിയിട്ടില്ലെന്ന് തോന്നുന്നു. ഇന്നലെ രാത്രി നമ്മൾ അവളോട് സംസാരിച്ചുകൊണ്ടിരുന്നപ്പോൾ, കഴിഞ്ഞ ഒന്നരമാസമായി അവളിൽ വന്ന അത്ഭുതകരമായ മാറ്റങ്ങൾ നിങ്ങളാരും ശ്രദ്ധിച്ചില്ലെന്ന് തോന്നുന്നു. നിങ്ങൾ എന്നും അവളെ കാണുന്നതുകൊണ്ടാകാം അത് ശ്രദ്ധിക്കാത്തത്. എന്നാൽ, അവൾ കഴിഞ്ഞ ശരൽക്കാലത്തിൽനിന്നും തികച്ചും വ്യത്യസ്തയാണിപ്പോൾ എന്ന് ഞാൻ ഉറപ്പിച്ച് പറയുന്നു. അന്നവൾ ശാന്തയും വിനീതയുമായൊരു സാധാരണപെൺകുട്ടിയായിരുന്നു. എന്നാൽ, ഇപ്പോൾ, അവൾ തികച്ചും ഒരു സുന്ദരിയാണ്. അവൾക്ക് നിറമോ മുഖശ്രീയോ ഇല്ലെന്നായിരുന്നു ഞാൻ കരുതിയിരുന്നത്. പക്ഷേ, അവളുടെ മൃദുചർമത്തിൽ ഇന്നലത്തേതുപോലെ ഇടയ്ക്കിടെ അരുണിമ പകരുമ്പോൾ, എത്ര മനോഹരമാണ്. അവളുടെ കണ്ണുകളും വായയും നിരീക്ഷിച്ചാലറിയാം പറയാനുള്ളത് ഭംഗിയായി പ്രകടിപ്പിക്കാൻ പ്രാപ്തിയുണ്ടെന്ന്. പിന്നെ – അവളുടെ ഭാവം, പെരുമാറ്റം, മൊത്തത്തിലുള്ള ആകർഷണം, എല്ലാം അവർണനീയമായ വിധത്തിൽ മെച്ചപ്പെട്ടിരിക്കുന്നു! കഴിഞ്ഞ ഒക്ടോബറിനുശേഷം രണ്ട് ഇഞ്ചെങ്കിലും പൊക്കംവെച്ചിട്ടുണ്ട് അവൾ."

"ഫൂ! ഫൂ! അവളുമായി തുലനം ചെയ്യാൻ മറ്റ് പൊക്കമുള്ള പെൺകുട്ടികൾ ഇല്ലാത്തതുകൊണ്ടാണത്; അല്ലെങ്കിൽ അവൾ പുതിയ ഗൗൺ ഇട്ടതുകൊണ്ടാകാം. മുമ്പ് ഇത്രയും ഭംഗിയായി അവൾ ഡ്രസ് ചെയ്തത്

നിങ്ങൾ കണ്ടിട്ടില്ലല്ലൊ. ഒക്ടോബറിലേതുപോലെത്തന്നെയാണവളിപ്പോഴും, എന്നെ വിശ്വസിക്കൂ. അവൾമാത്രമായിരുന്നു ഒരേയൊരു പെൺകുട്ടി ഇന്നലത്തെ കൂട്ടത്തിൽ, നിങ്ങൾക്ക് ആരെങ്കിലും വേണം. അവൾ സുന്ദരിയായിത്തന്നെയാണ് ഞാൻ എപ്പോഴും കരുതിയിട്ടുള്ളത്. അസാധാരണ സൗന്ദര്യമൊന്നുമില്ല. ആളുകൾ പറയുന്നതുപോലെ ആവശ്യത്തിന് സൗന്ദര്യം. ഒരാളിൽ വളർന്നുവരുന്ന ഒരുതരം സൗന്ദര്യം. അവളുടെ കണ്ണുകൾ കൂടുതൽ കറുത്തതായിരിക്കണം, എന്നാലവളുടെ പുഞ്ചിരി മധുരമുള്ളതാണ്, ഈ ഒരു മാറ്റമൊഴിച്ച് മറ്റൊന്നുമില്ല. അവളുടെ നല്ല വേഷവിധാനവും, മറ്റാരെയും നിങ്ങൾക്ക് കാണാനില്ലാതിരുന്നതും ആണതിന്റെ കാരണം. അതുകൊണ്ട്, നിങ്ങൾക്കവളോട് അഴിഞ്ഞാടണമെങ്കിൽ അതവളുടെ സൗന്ദര്യംമൂലമാണെന്ന് എന്നോടൊരിക്കലും വാദിക്കേണ്ട, നിങ്ങളുടെ അലസതയും മണ്ടത്തരവും മൂലമാണെന്നും".

അതിനവളുടെ സഹോദരന്റെ മറുപടി ഒരു പുഞ്ചിരിമാത്രമായിരുന്നു. പിന്നീടയാൾ പറഞ്ഞു: മിസ് ഫാന്നിയെ എന്തുചെയ്യണമെന്നെനിക്കറിയില്ല. എനിക്കവളെ മനസിലാക്കാനാകുന്നില്ല. ഇന്നലെ എങ്ങനെ ആയിരുന്നു അവളെന്ന് എനിക്ക് പറയാൻ കഴിയുന്നില്ല. എങ്ങനെയാണവളുടെ സ്വഭാവം? – അവൾ പുണ്യയാണോ? അവൾ വിചിത്രസ്വഭാവക്കാരിയാണോ? അവൾ അമിതവിനയം കാണിക്കുന്നവളാണോ? എന്റെ നേരെ മുഖംതിരിക്കുന്നതും, ഗൗരവത്തോടെ നോക്കുന്നതും എന്തുകൊണ്ട്? അവളെക്കൊണ്ട് സംസാരിപ്പിക്കാനെനിക്ക് കഴിഞ്ഞില്ല. എന്റെ ജീവിതത്തിൽ ഒരിക്കലും ഇങ്ങനെ ഒരു പെൺകുട്ടിയോടൊപ്പം എനിക്ക് സമയം ചിലവഴിക്കേണ്ടിവന്നിട്ടില്ല. അവളെ സന്തോഷിപ്പിക്കാൻ ശ്രമിച്ചുകൊണ്ട്– ഇപ്രകാരം പരാജയപ്പെട്ടുകൊണ്ട്! എന്നെ ഇത്രയും ഗൗരവത്തോടെ നോക്കുന്ന ഒരു പെൺകുട്ടിയെ ഞാനിതുവരെ കണ്ടിട്ടില്ല! അതിൽ നിന്നവളെ എനിക്ക് മാറ്റിയെടുക്കണം. അവളുടെ നോട്ടം പറയുന്നു 'എനിക്ക് നിങ്ങളെ ഇഷ്ടമല്ല, നിങ്ങളെ ഇഷ്ടപ്പെടാതിരിക്കാൻ ഞാൻ തീരുമാനിച്ചുകഴിഞ്ഞു.' ഞാൻ പറയുന്നു, എനിക്ക് കഴിയും."

"മണ്ടൻ! അതാണവളുടെ ആകർഷണം! ഇതാ – നിങ്ങളെ അവൾ ശ്രദ്ധിക്കാത്തത് – അപ്പോൾ അവളുടെ ചർമം മൃദുവായി, അവൾ പൊക്കമുള്ളവളായി, ആകർഷണവും സൗന്ദര്യവുമുള്ളവളായി! അവളെ നിങ്ങൾ വിഷമിപ്പിക്കരുതെന്നാണ് എന്റെ ആഗ്രഹം. ചെറിയൊരു പ്രേമം അവളെ ഉത്സാഹഭരിതയാക്കിയേക്കാം, അതവൾക്ക് നല്ലതാണ്. എന്നാൽ അവളെ ആഴത്തിൽ മുക്കാൻ ഞാൻ നിങ്ങളെ അനുവദിക്കില്ല. കാരണം, അവൾ അത്രയ്ക്ക് നല്ലൊരുകുട്ടിയാണ്, വളരെയേറെ ആർദ്രതയുള്ളവൾ."

"അത് രണ്ടാഴ്ചയ്ക്കല്ലേയുള്ളൂ" ഹെൻട്രി പറഞ്ഞു: "രണ്ടാഴ്ച അവളെ കൊല്ലുമെങ്കിൽ, ഒന്നിനും രക്ഷിക്കാൻ കഴിയാത്ത പ്രകൃതമാണവളുടേത്. ഇല്ല, ഞാനവൾക്ക് ഒരു ദ്രോഹവും ചെയ്യില്ല, പ്രിയപ്പെട്ട കുട്ടി! എന്നോടവൾ കാരുണ്യത്തോടെ നോക്കിയാൽ മാത്രംമതി, വിവർണയാകുന്നതുപോലെ പുഞ്ചിരിക്കയും വേണം. ഞങ്ങൾ എവിടെ

യായാലും എന്റെ അടുത്ത് ഒരു കസേര ഇട്ട് അവൾ ഇരിക്കണം, എനിക്കൊരു കസേര അവൾ സ്വയം ഇട്ടുതരണം, എന്നോടൊപ്പം ഇരുന്ന് പ്രസരിപ്പോടെ സംസാരിക്കണം. എന്റെ രീതിയിൽ ചിന്തിക്കുകയും, എന്റെ സന്തോഷങ്ങളിൽ താൽപ്പര്യമെടുക്കുകയും വേണം. എന്നെ മാൻസ്ഫീൽഡിൽ കൂടുതൽ നാളുകൾ നിർത്താൻ ശ്രമിക്കണം; ഞാനിവിടം വിട്ടുപോകുമ്പോൾ താൻ ഒരിക്കലും ഇനി സന്തുഷ്ടയായിരിക്കില്ല എന്ന് വൾക്ക് തോന്നണം. മറ്റൊന്നും എനിക്ക് വേണ്ട."

"വളരെ ലഘൂകരിച്ചിരിക്കുന്നു!" മേരി പറഞ്ഞു: "എനിക്കിപ്പോൾ ശങ്കയില്ല. കൊള്ളാം, നിങ്ങൾക്ക് യത്നിക്കാൻ ധാരാളം അവസരങ്ങൾ ലഭിക്കും; കാരണം, ഞാൻ ഒരുപാട് സമയം അവളോട് ഒന്നിച്ച് കഴിയാറുണ്ട്."

കൂടുതൽ എതിർവാദത്തിനൊന്നും മുതിരാതെ അവൾ ഫാന്നിയെ സ്വന്തം വിധിക്ക് വിട്ടു – മിസ്സ് ക്രാഫോർഡ് കരുതിയതിനേക്കാൾ കടുപ്പമായിരുന്നു ഫാന്നിയുടെ ഹൃദയം. കീഴടക്കാനാവാത്ത അത്തരം പതിനെട്ടുകാരികളുടെ മനസ് ഭംഗിയായ പെരുമാറ്റംകൊണ്ടോ വൈദഗ്ധ്യം കൊണ്ടോ സേവനംകൊണ്ടോ മുഖസ്തുതികൊണ്ടോ പിടിച്ചുപറ്റാനാവില്ല; സ്വന്തം തീരുമാനത്തെമാറ്റി, സ്നേഹിപ്പിക്കാനുമാകില്ല. ലോല ഹൃദയമുള്ള സൽസ്വഭാവിയായ ഫാന്നിക്ക് പിടിച്ചു നിൽക്കാനാകുമോ? ക്രാഫോർഡിനെപ്പോലെ ഒരാൾക്കു മുന്നിൽ നേരത്തെത്തന്നെ അയാളെക്കുറിച്ചവൾക്ക് ചീത്ത അഭിപ്രായമാണുള്ളതെങ്കിലും! തുടർച്ചയായുള്ള അയാളുടെ ശുഷ്കാന്തി (മര്യാദകേടായിട്ടുള്ളതല്ല), അവളുടെ മാന്യരീതിക്ക് അനുയോജ്യമായ പെരുമാറ്റം, തുടങ്ങിയവ മുമ്പുണ്ടായിരുന്ന അവളുടെ വെറുപ്പ് കുറയ്ക്കാനിടയാക്കി. ഒരിക്കലും പഴയകാര്യങ്ങൾ അവൾ മറന്നില്ല, മോശക്കാരനായിത്തന്നെയാണയാളെ അപ്പോഴും അവൾ കരുതിയത്. എന്നാൽ, അയാളുടെ കഴിവുകൾ അവൾ മനസിലാക്കി; അയാൾ രസികനാണ്, സ്വഭാവരീതി മെച്ചപ്പെട്ടിരിക്കുന്നു, വളരെ എളിമയുള്ളവനാണ് (കുറ്റമറ്റരീതിയിൽ) അതുകൊണ്ട് തിരിച്ചും അയാളോട് ആദരവ് കാട്ടാതിരിക്കാനവൾക്ക് കഴിഞ്ഞില്ല.

വളരെകുറച്ചു ദിവസങ്ങളേ അതിന് വേണ്ടിവന്നുള്ളു. അതിനു ശേഷം അവളെ സന്തോഷിപ്പിക്കാനുള്ള ചുറ്റുപാടുകൾ സംജാതമായി. കുറെനാളായി കണ്ടിട്ടില്ലാത്ത അവളുടെ ഏറ്റവും പ്രിയപ്പെട്ട സഹോദരൻ വില്യം വീണ്ടും ഇംഗ്ലണ്ടിലെത്തിയിരിക്കുന്നു. അവൾക്കവന്റെ ഒരു കത്ത് ലഭിച്ചു, ധൃതി പിടിച്ചെഴുതിയ ഏതാനും വാചകങ്ങൾ, ഇംഗ്ലീഷ് ചാനലിൽ കപ്പൽ എത്തിയപ്പോൾ എഴുതിയതാണ്. ആന്റ്‌വെർപ്പ് നങ്കൂരമിട്ട ഉടനെ ആദ്യം പുറപ്പെട്ട ബോട്ടിൽ അത് പോർട്സ് മൗത്തിലേക്കയച്ചു. ക്രാഫോർഡ് കയ്യിൽ ഒരു ന്യൂസ് പേപ്പറുമായി കടന്നുചെന്നപ്പോൾ ഈ കത്തിനെക്കുറിച്ചോർത്ത് അവൾ ആഹ്ലാദത്തോടെ വിറയ്ക്കുന്നതയാൾ കണ്ടു. അകമഴിഞ്ഞ നന്ദിയോടെ, പ്രകാശിച്ചമുഖവുമായി അങ്കിൾ വില്യമിനുള്ള ക്ഷണക്കത്ത് പറഞ്ഞുകൊടുത്ത് എഴുതിക്കുന്നതവൾ കേട്ടുനിൽക്കുകയാണ്.

രണ്ടുദിവസം മുമ്പ് മാത്രമാണ് ക്രാഫോർഡ് കാര്യങ്ങളെല്ലാം മനസിലാക്കിയത്, അങ്ങനെ ഒരു സഹോദരനുണ്ടെന്നും, കപ്പലിലാണെന്നും മറ്റും. അയാൾക്കതിൽ വലിയ താൽപ്പര്യമുയർന്നു. മെഡിറ്ററേനിയൻ കമ്പനിയിൽനിന്ന് ആന്റ്‌വെർപ്പ് എന്ന് മടങ്ങുമെന്ന വിവരം അറിയാനായി അയാൾ പട്ടണത്തിലേക്ക് തിരിക്കാൻ തീരുമാനിച്ചു. ഫാന്നിയെ പ്രീതിപ്പെടുത്താനുള്ള എന്തെങ്കിലും മാർഗം കണ്ടെത്തണം, അതോടൊപ്പം അഡ്മിറൽ അങ്കിളിനെ സന്ദർശിക്കുക എന്ന ഡ്യൂട്ടിയും നിർവഹിക്കണം. അയാളുടെ ലക്ഷ്യം സഫലമായി. വില്യമിനോടുള്ള അവളുടെ സ്നേഹത്തിലൂടെ അത് അംഗീകരിക്കപ്പെട്ടു.

ഈ പ്രിയപ്പെട്ടവില്യം അതിവേഗം അവരുടെ അടുത്തെത്തും, ലീവ് കിട്ടുമെന്നുറപ്പാണ്. കപ്പൽ ജോലിക്കാരനായ അയാളെ തുറമുഖത്തിനരികെ താമസിച്ചിരുന്ന മാതാപിതാക്കൾ കാണാറുണ്ട്, ഒരുപക്ഷേ എന്നും. അതുകൊണ്ട് ലീവ് സമയം മുഴുവൻ സഹോദരിയോടൊപ്പം ചിലവഴിക്കാനവൻ തീരുമാനിച്ചു. കഴിഞ്ഞ ഏഴുവർഷങ്ങളായി അവർ നിരന്തരം കത്തുകളിലൂടെ ബന്ധപ്പെട്ടിരുന്നു. അവന്റെ വളർച്ചയ്ക്കായി വേണ്ടതെല്ലാം അങ്കിൾ ചെയ്തിട്ടുണ്ട്. അവളുടെ കത്തിനുള്ള മറുപടി, വേഗം വരാനുള്ള തീരുമാനം അറിയിച്ചുകൊണ്ട്, പെട്ടെന്ന് കിട്ടി. ഫാന്നിയുടെ ആദ്യ ഡിന്നർകഴിഞ്ഞ് പത്ത് ദിവസം കഴിയുമ്പോഴേക്കും അതിനെക്കാൾ വലിയൊരു മാനസികവിക്ഷോഭമാണ് അവൾക്ക് അനുഭവപ്പെട്ടത് – താഴെ ലോബിയിൽ, കോണിക്കടുത്ത് തന്റെ സഹോദരനെ കൊണ്ടുവരുന്ന വണ്ടിയുടെ ആദ്യശബ്ദം കാതോർത്തുനിൽക്കുകയാണവൾ. അങ്ങനെ കാത്തുനിൽക്കവെ സസന്തോഷം അത് എത്തി. സമാഗമം വൈകിപ്പിക്കാനായി ഉപചാരങ്ങളൊന്നുമില്ലായിരുന്നു. വീട്ടിൽ പ്രവേശിച്ച ഉടനെ അവളവനെ സ്വീകരിച്ചാനയിച്ചു. ആദ്യത്തെ ഏതാനും മിനിറ്റുകളിലെ ആനന്ദം വീക്ഷിക്കുവാൻ ദൃക്സാക്ഷികളൊന്നുമില്ലായിരുന്നു! വാതിൽ തുറക്കാൻ നിയോഗിക്കപ്പെട്ട വേലക്കാർ വിളിച്ചാൽ മാത്രമേ വരാവൂ – സർ. തോമസും എഡ്മണ്ടും ഇതിന് പ്രത്യേകം മൗനാനുവാദം നൽകിയിരുന്നു. വണ്ടിയുടെ ശബ്ദം കേൾക്കുമ്പോഴേക്കും ഹാളിലേക്ക് ഓടിച്ചെല്ലരുതെന്നും, നിന്നിരുന്ന സ്ഥലത്തുതന്നെ നിന്നാൽ മതിയെന്നും അവർ ഇരുവരും മിസിസ് നോറിസിനെ ഉപദേശിച്ചിരുന്നു.

വില്യമും ഫാന്നിയും അവരുടെ മുന്നിലെത്തി. സർ. തോമസ് അവനെ സസന്തോഷം സ്വാഗതം ചെയ്തു. അദ്ദേഹം ഏഴുവർഷങ്ങൾക്കുമ്പ് ഒരുക്കിവിട്ടതിൽനിന്നും തികച്ചും വ്യത്യസ്തനായിരുന്നു ഇപ്പോൾ വില്യം; തുറന്ന മനഃസ്ഥിതിയും പ്രസന്നമുഖവും ആത്മാർഥതയും ആദരണീയമായ രീതിയുമുള്ള ഒരു യുവാവ്. അദ്ദേഹം ഒരു സുഹൃത്തായി അവനെക്കണ്ടു.

അവനെ കാത്തുനിൽക്കുമ്പോഴുണ്ടായ അരമണിക്കൂർ നേരത്തെ ഉൽക്കണ്ഠയും സന്തോഷവുംനിറഞ്ഞ അസ്വസ്ഥതയിൽനിന്നു ഫാന്നി മുക്തയായി. തുടക്കത്തിൽ സഹോദരനിൽവന്ന മാറ്റം അവളിൽ നിരാശ

ഉളവാക്കിയെങ്കിലും, ആ ചിന്തമാറിയതോടെ അത് പഴയവില്യം തന്നെ എന്ന് അവൾക്ക് തോന്നി. വളരെ വർഷങ്ങളായി ആഗ്രഹിച്ചിരുന്നതു പോലെ അവനോട് മതിവരുവോളം സംസാരിച്ചിരിക്കാനവളുടെ ഹൃദയം വെമ്പി. ആ സമയം, എന്തായാലും, സാവധാനം വന്നണഞ്ഞു. ഇരുഭാഗത്തുമുള്ള ഊഷ്മള സ്നേഹം കവിഞ്ഞൊഴുകി. അവളോടുള്ള സ്നേഹമായിരുന്നു അവന് ഏറ്റവും പ്രാധാന്യം. ദൃഢമനസും ധീരപ്രകൃതവുമുള്ള അവൻ തന്റെ സ്നേഹം സ്വാഭാവികമായും തുറന്ന് പ്രകടിപ്പിച്ചു. പിറ്റേന്നവർ ഒന്നിച്ച് നടക്കാൻ പോയി, തികഞ്ഞ ആനന്ദത്തോടെ, ഓരോ ദിവസവും അവർ ഒറ്റയ്ക്കുള്ളസംഭാഷണങ്ങൾ തുടർന്നു. ആത്മസംതൃപ്തിയോടെയാണത് സർ. തോമസ് വീക്ഷിച്ചത്, എഡ്മണ്ട് അദ്ദേഹത്തോടത് സൂചിപ്പിക്കുന്നതിനുമുമ്പുതന്നെ.

ചില പ്രത്യേക സന്ദർഭങ്ങളിലുള്ള ആനന്ദകരമായ നിമിഷങ്ങളൊഴിച്ച് (ഉദാഹരണത്തിന്, കഴിഞ്ഞ ഏതാനും മാസങ്ങളായി എഡ്മണ്ട് അവൾക്ക് നൽകുന്ന സന്തോഷം) ഫാന്നി ജീവിതത്തിൽ ഇത്രയും സംതൃപ്തി ഒരിക്കലും അറിഞ്ഞിട്ടില്ല. തന്റെ സഹോദരനും സുഹൃത്തുമായ വില്യമിനോട് ഇത്രയും പേടികൂടാതെ, ആരാലും തടയപ്പെടാതെ ഇടപെടുന്നതിലുള്ള സംതൃപ്തി! അവൻ സ്വന്തം ഹൃദയം അവൾക്ക് തുറന്നുകാട്ടി, തന്റെ അഭിലാഷങ്ങൾ, ഭീതികൾ, പദ്ധതികൾ, ഉൽക്കണ്ഠകൾ, പ്രൊമോഷൻ സാധ്യതകൾ – അവൾക്ക് വളരെ കുറച്ചു മാത്രം അറിയാവുന്ന അച്ഛനമ്മമാരെയും സഹോദരീ സഹോദരന്മാരെയും കുറിച്ചുള്ള വിശദവിവരങ്ങൾ – മാൻസ്ഫീൽഡിലെ അവളുടെ സുഖസൗകര്യങ്ങളെയും കഷ്ടപ്പാടുകളെയും കുറിച്ചറിയാനവൻ താൽപ്പര്യമെടുത്തു – അവൾ പറഞ്ഞതുപോലെ ഓരോ കുടുംബാംഗങ്ങളെയും അംഗീകരിക്കാൻ തയാറായി, നല്ല അഭിപ്രായങ്ങളിൽ വലിയ ഭേദം കാണിക്കാതെ അവരുടെ ആന്റി നോറിസിന്റെ ശകാരത്തെക്കുറിച്ചുപോലും – അവരുടെ കുട്ടിക്കാലത്തെ നല്ലതും ചീത്തയുമായ സംഭവങ്ങൾ അവർ അയവിറക്കി, വേദനകളും സന്തോഷങ്ങളും അവർക്ക് മധുരമായ ഓർമകളായിരുന്നു. സഹോദര സ്നേഹം മറ്റേതൊരു സ്നേഹബന്ധത്തേക്കാൾ ശക്തമാണ്, ഭാര്യാഭർതൃബന്ധത്തേക്കാൾപോലും. ഒരേ കുടുംബത്തിലെ കുട്ടികൾ, ഒരേ രക്തം, ഒരേ കൂട്ടുകെട്ടും രീതികളും, ഇതെല്ലാം ആനന്ദത്തിന് വഴിയൊരുക്കുന്നു, പിന്നീടുള്ള ബന്ധങ്ങൾക്കൊന്നും അതിനാവില്ല. അതെല്ലാം അസ്വാഭാവികമായി നീണ്ടു നിൽക്കുന്ന പിണക്കങ്ങൾ മാത്രമാണ്. ഒരു വിവാഹമോചനംകൊണ്ട് അത്തരം ബന്ധം സാധൂകരിക്കാനാകും. പലപ്പോഴും കഷ്ടം! അതങ്ങനെയാണ് – സഹോദര സ്നേഹം വ്യത്യസ്തമാണ്. വില്യമിന്റെയും ഫാന്നിയുടെയും കാര്യത്തിൽ ഇപ്പോഴും അത് പാരമ്യത്തിലാണ്, പുതുമ നഷ്ടപ്പെടാത്ത രീതിയിൽ. വിരുദ്ധ താൽപ്പര്യങ്ങളാൽ ആ സ്നേഹബന്ധത്തിന് ഊഷ്മളത നഷ്ടപ്പെട്ടിട്ടില്ല, വേർപാടുമൂലമോ മറ്റ് ബന്ധങ്ങൾമൂലമോ തണുക്കപ്പെട്ടിട്ടില്ല, ആ സ്നേഹം വർധിച്ചിട്ടേ ഉള്ളൂ.

പ്രിയങ്കരമായ ആ സ്നേഹം വളർന്നുവന്നു, നന്മയെ വിലമതിക്കുന്നവരെല്ലാം അതിൽ സന്തോഷിച്ചു. മറ്റാരെയും പോലെ ഹെൻട്രി ക്രാഫോർഡിന്റെ മനസിനെയും അത് സ്പർശിച്ചു. യുവാവിന്റെ തുറന്ന സ്നേഹത്തെയും ഊഷ്മളമായ പെരുമാറ്റത്തെയും അയാൾ ആദരിച്ചു. ഫാന്നിക്കു നേരെ കൈനീട്ടി ഇപ്രകാരം അയാൾ അഭിപ്രായപ്പെട്ടു.

"നിങ്ങൾക്കറിയാമോ ഞാൻ വിചിത്രമായ ആ ഫാഷൻ ഇഷ്ടപ്പെടാൻ തുടങ്ങിക്കഴിഞ്ഞു. അത്തരം കാര്യങ്ങൾ ഇംഗ്ലണ്ടിൽ നടക്കുന്നുണ്ടെന്ന് ഞാൻ ആദ്യം കേട്ടപ്പോൾ എനിക്കത് വിശ്വസിക്കാൻ കഴിഞ്ഞില്ല. മിസിസ് ബ്രൗണും മറ്റ് സ്ത്രീകളും ജിബ്രാൾട്ടറിൽ കമീഷണറുടെ വസതിയിൽവെച്ച് ഇതേവേഷവിധാനത്തിൽ പ്രത്യക്ഷപ്പെട്ടപ്പോൾ അവർക്ക് ഭ്രാന്താണെന്ന് ഞാൻ കരുതി; എന്നാൽ, ഫാന്നിക്കെന്നെ അനുരഞ്ജിപ്പിക്കാൻ കഴിയും." എന്നിട്ടയാൾ ഫാന്നിയുടെ തിളങ്ങുന്ന കവിളിലേക്കും, പ്രകാശിക്കുന്ന കണ്ണുകളിലേക്കും അഭിനന്ദനത്തോടെ നോക്കി. അപ്പോൾ അവൾ സഹോദരന്റെ കടലിലെ സാഹസികരംഗങ്ങളെക്കുറിച്ച് വർണിക്കയായിരുന്നു.

ഫാന്നിയുടെ രൂപത്തിൽ ഹെൻട്രിക്രാഫോർഡ് ആകൃഷ്ടനായി. അവളുടെ വശ്യതവർധിച്ചു – ഇരട്ടിയായി – അവളുടെ നിറവും മുഖകാന്തിയും വർധിച്ചു എന്ന തോന്നൽ തന്നെ അവളുടെ ആകർഷണശക്തിയുടെ ലക്ഷണമാണ്. അവളുടെ മാനസികശക്തിയെകുറിച്ചയാൾക്ക് യാതൊരു സംശയവുമില്ലായിരുന്നു. ശരിക്കും വികാരനിർഭരമായൊരു ഹൃദയമാണവളുടേത്. ലൗകിക ജ്ഞാനമില്ലാത്ത ആ യുവ ഹൃദയത്തെ ഉത്തേജിപ്പിക്കണം! അയാൾ വിചാരിച്ചതിനേക്കാൾ കൂടുതൽ അയാൾക്കവളിൽ താൽപ്പര്യമുദിച്ചു. രണ്ടാഴ്ച അതിന് മതിയാകില്ല. അയാളുടെ താമസം അനിശ്ചിതകാലത്തേക്ക് നീട്ടി.

വില്യമിന്റെ സംസാരം കേൾക്കാനായി അങ്കിൾ ഇടയ്ക്കിടെ അവനെ വിളിപ്പിക്കുമായിരുന്നു. അവന്റെ വിവരണങ്ങൾ സർ. തോമസിനെ രസിപ്പിച്ചു. എന്നാൽ, മുഖ്യ ലക്ഷ്യം ആ യുവാവിന്റെ ചരിത്രം മനസിലാക്കലായിരുന്നു. അവന്റെ വ്യക്തവും ലളിതവും ഉത്സാഹപൂർണവുമായ വിവരണങ്ങൾ അദ്ദേഹം പൂർണ സംതൃപ്തിയോടെ കേട്ടിരുന്നു – അതിലദ്ദേഹം നല്ല ആദർശങ്ങളും, തൊഴിൽപരമായ ജ്ഞാനവും കരുത്തും ധീരതയും ആനന്ദവും കണ്ടു. എല്ലാറ്റിനും അവൻ അർഹനാണ്, നല്ലൊരു ഭാവിയുള്ളവൻ. യുവാവാണെങ്കിലും ഒരുപാട് അനുഭവജ്ഞാനമുള്ളവൻ, ഒരുപാട് കണ്ടിട്ടുള്ളവൻ. അവൻ മെഡിറ്ററേനിയനിലായിരുന്നു – വെസ്റ്റ് ഇന്റീസിലായിരുന്നു – വീണ്ടും മെഡിറ്ററേനിയനിൽ – ക്യാപ്റ്റന്റെ ആനുകൂല്യംമൂലം ഇടയ്ക്കിടെ കരയിലേക്ക് പോകാൻ കഴിയുമായിരുന്നു. കഴിഞ്ഞ ഏഴുവർഷത്തിനിടയിൽ പലതരത്തിലുള്ള അപകടമേഖലകൾ തരണം ചെയ്തിട്ടുണ്ട്, കടലും യുദ്ധവും വരുത്തിവെച്ചത്. അത്തരം ഒരു വ്യക്തിയുടെ സംസാരം കേൾക്കുന്നത് സ്വാഭാവികമായും രസകരമായിരിക്കും. മിസിസ് നോറിസ് മാത്രം എല്ലാവരെയും ശല്യപ്പെടുത്തിക്കൊണ്ട്

ആ മുറിയിൽ വെറിപിടിച്ച് ഓടി നടക്കും, തുന്നാനുള്ള നൂലുണ്ട അന്വേഷിച്ചോ, അല്ലെങ്കിൽ പഴയ ഷർട്ടിലെ ഒരു ബട്ടൻ തിരക്കിയോ! അപ്പോൾ വില്യം കപ്പൽ തകർന്ന കാര്യമോ, എതെങ്കിലും ഏറ്റുമുട്ടലോ വിവരിക്കുകയായിരിക്കും. മറ്റെല്ലാവരും അവന്റെ വർണ്ണനകൾ അതീവശ്രദ്ധയോടെ കേട്ടുകൊണ്ടിരിക്കും. ലേഡി ബെർട്രാമിനുപോലും അത്തരം ഭീകര സംഭവങ്ങൾ പിടയുന്ന മനസോടെയല്ലാതെ കേട്ടുകൊണ്ടിരിക്കാനായില്ല. ഇടയ്ക്കിടെ സ്വന്തം വേലയിൽനിന്ന് കണ്ണുകളുയർത്തി ഇപ്രകാരം പറയും: "ദൈവമേ! എന്തൊരു കഷ്ടം – എങ്ങനെയാണ് ആരെങ്കിലും നാവിക സേവനത്തിനായി കടലിൽ പോകുന്നത്! എനിക്കത്ഭുതം തോന്നുന്നു."

ഹെൻട്രിക്രാഫോർഡിൽ അതൊരു വ്യത്യസ്ത വികാരമാണ് ഉളവാക്കിയത്. അയാൾക്ക് കടലിൽ പോയിരുന്നെങ്കിൽ എന്നൊരുമോഹം, എന്നിട്ട് ഒരുപാട് കാണുകയും പ്രവർത്തിക്കയും കഷ്ടതകളനുഭവിക്കയും വേണം. അയാളുടെ ഹൃദയം ചൂടുപിടിച്ചു, വിചിത്രഭാവനകൾ ചിറകുവിടർത്തി. ആ പയ്യനോട് വല്ലാത്ത ആദരവുതോന്നി, ഇരുപത് വയസിനു മുമ്പ് എന്തുമാത്രം യാതനകളനുഭവിച്ചു, എന്തൊരു മനസ്സ്! ധീരതയുടെ മഹിമ, പ്രയോജനം, അധ്വാനം, സഹനശക്തി എന്നിവയുമായി അയാൾ സ്വന്തം സുഖലോലുപ ജീവിതരീതിയുമായി തുലനം ചെയ്തു, എത്ര ലജ്ജാകരം! താൻ ഒരു വില്യം പ്രൈസ് ആയിരുന്നെങ്കിൽ! ഇന്നത്തേതിനെക്കാൾ എത്രയോ ആത്മാഭിമാനത്തോടും സന്തുഷ്ടിയോടുംകൂടി കഴിയാമായിരുന്നു!

അത് വെറും മോഹം മാത്രമായിരുന്നു, ക്ഷണികം. അയാൾ ദിവാസ്വപ്നത്തിൽനിന്നും ഉണർന്നെഴുന്നേറ്റു, അത് സൃഷ്ടിച്ച വേദനയിൽനിന്നും. പിറ്റേന്നത്തെ നായാട്ടിനെക്കുറിച്ചുള്ള എഡ്മണ്ടിന്റെ അന്വേഷണമായിരുന്നു അയാളെ മനോരാജ്യത്തിൽ നിന്നുണർത്തിയത്. തന്റെ ഉത്തരവ് കാത്തുനിൽക്കുന്ന കുതിരക്കാരും കുതിരകളും ഉള്ള ഒരു ധനികനാണ് താനെന്ന ബോധം പെട്ടെന്നയാളിലുണ്ടായി. ഒരുതരത്തിൽ അതാണ് നല്ലത്, തനിക്കിഷ്ടമുള്ളവരോട് കരുണകാണിക്കാമല്ലോ. നായാട്ടിനുള്ള താൽപ്പര്യം വില്യം പ്രകടിപ്പിച്ചു. അത്യുത്സാഹത്തോടെയും ധീരതയോടെയും കൂടിയാണെങ്കിലും അതിയായ ജിജ്ഞാസയും അവനുണ്ടായിരുന്നു. യാതൊരു വിഷമവുമില്ലാതെ ക്രാഫോർഡ് അതിന് വഴങ്ങി. ഫാന്നിക്കതിൽ നല്ല ഭയമുണ്ടായിരുന്നു. വില്യമിനുവേണ്ടി അവൾ ഭയപ്പെട്ടു. പല രാജ്യങ്ങളിലും അയാൾ കുതിരസവാരിയിലെ വൈദഗ്ധ്യം തെളിയിച്ചിട്ടുണ്ടെന്ന് വിശദീകരിച്ചെങ്കിലും, പല പരുക്കൻ കുതിരകളെയും, കൈകാര്യം ചെയ്തിട്ടുണ്ടെന്ന് സമർഥിച്ചെങ്കിലും, പല വീഴ്ചകളിൽനിന്നും കഷ്ടിച്ച് രക്ഷപ്പെട്ട വർണ്ണനകൾ നിരത്തിയെങ്കിലും, ഒരു പ്രഭുവർഗനായാട്ടുകാരന് തുല്യമായി അവനെ കരുതാനവൾക്ക് കഴിഞ്ഞില്ല; സ്വയം വിശ്വസിപ്പിക്കാനായില്ല. അവൻ പരിക്കുകളൊന്നും കൂടാതെ തിരിച്ചെത്തുന്നതുവരെ അവൾക്ക് ആപൽശങ്കയിൽനിന്ന് രക്ഷപ്പെടാനാ

യില്ല. അത് സംഭവിക്കുമെന്ന് ഉറപ്പിച്ചുതന്നെയാണ് ക്രാഫോർഡ് കുതിരയെ വില്യമിന് നൽകിയതെന്ന് ഉറപ്പുള്ള ഫാന്നിക്ക് അയാളോട് ഒരു ഉപകാരസ്മരണയും തോന്നിയില്ല. എന്നാൽ, വില്യമിന് യാതൊരു പരിക്കും പറ്റിയില്ലെന്ന് കണ്ടപ്പോൾ, അവൾ കുതിരയുടെ ഉടമസ്ഥനോട് സൗമനസ്യം കാട്ടി, ഒരു ചെറുപുഞ്ചിരി സമ്മാനിക്കുകപോലും ചെയ്തു. പിന്നെ, ഏറ്റവും ആത്മാർഥതയോടെ, നിരസിക്കാനാവാത്ത വിധത്തിൽ, അവൻ 'നോർത്തംടൻഷൈറി'ലുള്ളിടത്തോളംകാലം ഉപയോഗിക്കാനായി ആ കുതിരയെ അയാൾ വില്യമിന് കൈമാറി.

7

ഇരുകുടുംബാംഗങ്ങളും തമ്മിലുള്ള ബന്ധം ശരത്ക്കാലത്തേതുപോലെ ആയിത്തീർന്നു. ഇപ്പോൾ, പഴയ അടുപ്പം പുനഃസ്ഥാപിക്കാനാകുമെന്ന് ആരും പ്രതീക്ഷിച്ചതല്ല.

ഹെൻട്രിക്രാഫോർഡിന്റെ തിരിച്ചുവരവും വില്യം പ്രൈസിന്റെ ആഗമനവുമാണതിന് മുഖ്യ കാരണം. എന്നാൽ, അതിലേറെ വിലമതിക്കേണ്ടത് പുരോഹിതഭവനത്തിലുള്ളവരോട് സർ. തോമസ് കാണിച്ച സഹനശക്തിയാണ്! ആദ്യം അദ്ദേഹത്തിനവരോട് തോന്നിയ വിദ്വേഷത്തിന് അയവ് വന്നു; ഇപ്പോൾ ഗ്രാന്റുമാരും അവരോടൊപ്പം വസിക്കുന്ന ചെറുപ്പക്കാരും നല്ല സന്ദർശകരാണെന്ന് അദ്ദേഹം കരുതാൻ തുടങ്ങി. മിസ്റ്റർ ക്രാഫോർഡ് തന്റെ 'നീസിന്'യോജിച്ച വരനല്ലേ എന്നുപോലും അദ്ദേഹം ചുമ്മാ ചിന്തിച്ചുപോയി – അതുകൊണ്ട് അറിയാതെ തന്നെ അയാളുടെ സന്ദർശനത്തിനദ്ദേഹം മൗനാനുമതിനൽകി.

ഈ പരിതഃസ്ഥിതിയിലാണ് യാദൃച്ഛികമായി എല്ലാവരെയും പുരോഹിതഭവനത്തിൽ ഡിന്നറിന്നായി ക്ഷണിച്ചപ്പോൾ, അദ്ദേഹം അത് സ്വീകരിക്കാൻ തയാറായത്. അതിൽ പങ്കുകൊള്ളണമോ വേണ്ടയോ എന്നദ്ദേഹം പലപ്രാവശ്യം ചർച്ചചെയ്ത് സംശയങ്ങൾ ദൂരീകരിച്ചശേഷമാണൊരു തീരുമാനത്തിലെത്തിയത്. "കാരണം, സർ. തോമസിനതിൽ താൽപ്പര്യമില്ലാത്തതുപോലെ കാണപ്പെട്ടു! ലേഡി ബെർട്രാമിന് ഭയങ്കര മടിയും!" ഉന്നതരുടെ പാർട്ടികളിൽ മാത്രം പങ്കെടുക്കാറുള്ള അവർക്ക് മിസ്റ്റർ ക്രാഫോർഡിന്റെ സൽക്കാരത്തോട് താൽപ്പര്യം തോന്നാതിരുന്നത് സ്വാഭാവികം മാത്രം, എന്നാൽ, അയാളുടെ നല്ല പെരുമാറ്റം അവരെ സ്വാധീനിച്ചു. ആ സന്ദർശനത്തിനിടയിലാണ് മിസ്റ്റർ ക്രാഫോർഡ് ഫാന്നി പ്രൈസിന്റെ ആരാധകനാണെന്ന് ആദ്യമായി അദ്ദേഹം ചിന്തിക്കാൻ തുടങ്ങിയത്. അലസമായി അവരെ ശ്രദ്ധിച്ചിരുന്ന ആർക്കും അത് തോന്നാനിടയുണ്ട്.

ആ സമ്മേളനം പൊതുവെ സന്തോഷകരമായിരുന്നു, വളരെ ഭംഗിയായി സജ്ജീകരിക്കപ്പെട്ടത്, സംസാരിക്കുന്നവരെയും ശ്രദ്ധിച്ചിരിക്കുന്നവരെയും ശരിയായ അനുപാതത്തിലാണ് ഇരുത്തിയിരുന്നത്. ഡിന്നർ വിഭവസമൃദ്ധവും രസകരവുമായിരുന്നു, ഗ്രാന്റുമാരുടെ പതിവ് ശൈലിയിൽ. എല്ലാവരെയും അത് തൃപ്തിപ്പെടുത്തി, മിസിസ് നോറിസിനെ ഒഴിച്ച്!

വിശാലമായ മേശയും അതിലെ നിരവധി വിഭവങ്ങളും അവൾക്ക് ക്ഷമയോടെ നോക്കിക്കാണാൻകഴിഞ്ഞില്ല. തന്റെ കസേരയുടെ പിറകിലൂടെ നടന്നു വിളമ്പിത്തരുന്ന ഭൃത്യന്മാരിലും, ഏതെങ്കിലും തണുത്തുപോയ വിഭവത്തിലും അവൾ കുറ്റംകണ്ടെത്താൻ ശ്രമിച്ചു!

മിസിസ് ഗ്രാന്റും അനിയത്തിയും വിനോദപരിപാടികൾ നേരത്തെത്തന്നെ അസൂത്രണം ചെയ്തിരുന്നു. 'വിസ്റ്റ്' കളിക്കാനുള്ള മേശയ്ക്കുപുറമെ, മറ്റെന്തെങ്കിലും കളിക്കാനുള്ള സ്ഥലസൗകര്യവുമുണ്ടെന്ന് വൈകുന്നേരം അവർ കണ്ടെത്തി. അതുകൊണ്ട് 'സ്പെക്കുലേഷൻ' കളിച്ചാലോ എന്നവർ ആലോചിച്ചു; അതിന് എല്ലാവരും സമ്മതിക്കണം. ലേഡി ബെർട്രാം വല്ലാത്ത ആശയക്കുഴപ്പത്തിലായി, ഏത് കളി തെരഞ്ഞെടുക്കണം? വിസ്റ്റോ, സ്പെക്കുലേഷനോ, രണ്ടും ശീട്ടുകളി തന്നെ. അവൾ മടിച്ചു നിന്നു. ഭാഗ്യത്തിന് സർ. തോമസ് എത്തി.

"ഞാൻ എന്താണ് ചെയ്യേണ്ടത്, സർ. തോമസ്? വിസ്റ്റോ സ്പെക്കുലേഷനോ? എനിക്ക് ഏതാണ് രസകരമായിതോന്നുക?"

ഒരു നിമിഷം ചിന്തിച്ചശേഷം, സ്പെക്കുലേഷൻ എന്നദ്ദേഹം പറഞ്ഞു. അദ്ദേഹം നല്ലൊരു വിസ്റ്റ് കളിക്കാരനാണ്. ഒരുപക്ഷേ, തന്റെ പാർട്ട്നർ ആയി ഭാര്യയെ കിട്ടിയാൽ വിസ്റ്റ് കളി ആസ്വാദ്യകരമാകില്ലെന്നദ്ദേഹം ചിന്തിച്ചിരിക്കാം.

"വളരെനല്ലത്" ലേഡി സംതൃപ്തിയോടെ മറുപടിനൽകി "അപ്പോൾ, നിങ്ങൾക്കിഷ്ടമാണെങ്കിൽ സ്പെക്കുലേഷൻ ആകാം, മിസിസ്ഗ്രാന്റ്. എനിക്കതിനെക്കുറിച്ചൊന്നും അറിയില്ല. എന്നാൽ, ഫാന്നി എന്നെ പഠിപ്പിക്കും."

തനിക്കും ആ കളി അറിയില്ലെന്ന് ഫാന്നി ഉൽക്കണ്ഠയോടെ പ്രതികരിച്ചു. അവൾ ജീവിതത്തിലൊരിക്കലും അത് കളിക്കയോ കാണുകയോ ചെയ്തിട്ടില്ല – വീണ്ടും ലേഡി ബെർട്രാം പരുങ്ങലിലായി – ശീട്ടുകളിയിൽ ഏറ്റവും എളുപ്പം സ്പെക്കുലേഷൻ ആണെന്ന് എല്ലാവരും അവരെ ബോധ്യപ്പെടുത്തിയതിനാലും, ഹെൻട്രിക്രാഫോർഡ് ആത്മാർഥതയോടെ മുന്നോട്ടു വന്ന് ലേഡിബെർട്രാമിന്റെയും ഫാന്നിയുടെയും നടുവിലിരുന്ന് ഇരുവരെയും അത് പഠിപ്പിക്കാമെന്ന് പറഞ്ഞതിനാലും, അവർ വഴങ്ങി. അങ്ങനെ, സർ. തോമസ്, മിസിസ് നോറിസ്, ഡോക്ടർ ഗ്രാന്റ്, മിസിസ് ഗ്രാന്റ് എന്നിവർ ഗമയിൽ മേശയ്ക്ക് ചുറ്റും അവരോടൊപ്പം ഇരുന്നു. ബാക്കി ആറുപേർ മിസ്.ക്രാഫോർഡിന്റെ നിർദേശപ്രകാരം മറ്റെ മേശയ്ക്ക് ചുറ്റും. ഹെൻട്രിക്രാഫോർഡിന് വളരെ ഇഷ്ടപ്പെട്ട ഒരു ക്രമീകരണമായിരുന്നു അത്, ഫാന്നിയുടെ അടുത്തിരിക്കാം, തന്റെ ശീട്ടുകൾക്കുപുറമെ മറ്റ് രണ്ടുപേരുടേതും നോക്കണം, നല്ല തിരക്കുപിടിച്ച പണിതന്നെ. ഫാന്നിക്ക് മൂന്നു മിനിറ്റിനകം കളിയുടെ നിയമങ്ങളെല്ലാം മനസിലായെങ്കിലും അയാൾ അവളെ ഉത്തേജിപ്പിച്ചുകൊണ്ടിരുന്നു. വില്യവുമായി മത്സരം വരുമ്പോൾ അതവൾക്ക് ബുദ്ധിമുട്ടായി തോന്നി. ലേഡി ബെർട്രാമിന്റെ കാര്യത്തിൽ, മുഴുവൻ സമയവും വിജയത്തിനു പിന്നിൽ അയാൾ തന്നെ ആയിരുന്നു, ശീട്ട് ഇട്ടിരുന്നതെല്ലാം അയാളുടെ നിർദേ

ശപ്രകാരം മാത്രമായിരുന്നു, തുടക്കം മുതൽ അവസാനം വരെ.

അയാൾ നല്ല ഉത്സാഹത്തിലായിരുന്നു. സുഖകരമായി, അനായാസമായി, അതി ശീഘ്രം അയാൾ ശീട്ടുകൾ ഇറക്കി; കളിയുടെ അന്തസ്സ് അതിവിദഗ്ധമായി നിലനിർത്തി. അപ്പുറത്തെ നിശ്ശബ്ദമായ മേശയേക്കാൾ വളരെ വ്യത്യാസമായ രീതിയിൽ ഉല്ലാസഭരിതമായിരുന്നു അവരുടെ മേശ!

തന്റെ ഭാര്യ എങ്ങനെ കളി ആസ്വദിക്കുന്നു എന്നും, വിജയസാധ്യതയുണ്ടോ എന്നും അറിയാനായി സർ. തോമസ് രണ്ട് പ്രാവശ്യം അന്വേഷിച്ചെങ്കിലും ഫലമുണ്ടായില്ല, അവർ കളിയിൽ അത്രയ്ക്ക് മുഴുകിയിരിക്കയായിരുന്നു. ആദ്യത്തെ 'റബ്ബർ' അവർ നേടിയതിൽ മിസിസ് ഗ്രാന്റ് ലേഡിബെർട്രാമിനെ അഭിനന്ദിക്കുന്നതുവരെ അദ്ദേഹത്തിനൊരു പിടിയും കിട്ടിയിരുന്നില്ല.

"നിങ്ങൾ ഈ കളിയിൽ വളരെ സന്തുഷ്ടയാണെന്ന് തോന്നുന്നു."

"ഓഹ്! ഡിയർ, അതെ – തീർച്ചയായും വളരെ രസകരമാണ്. വളരെ പ്രത്യേകതരം കളി. എന്താണത് എന്നൊന്നും എനിക്കറിയില്ല. ഞാൻ കാർഡ് നോക്കാറുമില്ല. എല്ലാം മിസ്റ്റർ ക്രാഫോർഡ് ആണ് ചെയ്യുന്നത്, ബെർട്രാം" കളിയിൽ ചെറിയൊരു ഉത്സാഹക്കുറവ് അനുഭവപ്പെട്ടപ്പോൾ ക്രാഫോർഡ് പറഞ്ഞു: "ഇന്നലെ നായാട്ടിനുശേഷം വീട്ടിലേക്ക് തിരിക്കവെ എന്താണുണ്ടായതെന്ന് ഞാൻ നിന്നോട് പറഞ്ഞില്ല" ഒന്നിച്ച് വേട്ടയാടുകയായിരുന്നു. നല്ല വേഗതയിൽ കുതിര പാഞ്ഞുകൊണ്ടിരിക്കവെ അതിന്റെ ഒരു കുളമ്പിലെ ഷൂ തെറിച്ചുപോയി; മാൻസ്ഫീൽഡിൽനിന്ന് കുറെ ദൂരെ എത്തിക്കാണണം. ഹെൻട്രിക്രാഫോർഡ് നായാട്ടു നിർത്തി വീട്ടിലേക്ക് മടങ്ങാൻ നിർബന്ധിതനായി. "ആ പഴയ 'ഫാം ഹൗസ്' കടന്നശേഷം എനിക്ക് വഴിതെറ്റി എന്ന് ഞാൻ പറഞ്ഞിരുന്നല്ലോ. എന്റെ ഭാഗ്യത്തിന് അതെന്നെ ഒരിക്കലും വിട്ടുപോകാറില്ല – എനിക്ക് കാണാൻ ജിജ്ഞാസയുണ്ടായിരുന്നു അതേസ്ഥലത്ത് ഞാനെത്തിയിരിക്കുന്നു! പെട്ടെന്ന് ഒരു മൂലതിരിഞ്ഞപ്പോൾ, കുന്നുകൾക്കിടയിൽ സ്ഥിതിചെയ്യുന്ന ഒരു കൊച്ചു ഗ്രാമത്തിലെത്തി. എനിക്ക് മുന്നിലുള്ള ഒരു ചെറിയ അരുവി ഇറങ്ങി കടക്കണം. എന്റെ വലതു ഭാഗത്ത്, കുന്നിൻ മുകളിൽ ഒരു പള്ളി നിൽക്കുന്നു – ആ സ്ഥലത്തിനനുയോജ്യമല്ലാത്ത തരത്തിൽ വലിയ മനോഹരമായൊരു പള്ളി. ആ പരിസരത്തെങ്ങും ഒരു മാന്യന്റെ വീട് കാണാനായില്ല. പുരോഹിതഭവനമെന്ന് പറയാനായി പള്ളിക്കടുത്ത് ഒന്നും കണ്ടില്ല. അപ്പോഴേക്കും ഞാൻ 'തോൺടൺ ലേസി'യിലെത്തി.

"കേട്ടിട്ട് ആ സ്ഥലം തന്നെയാണെന്ന് തോന്നുന്നു" എഡ്മണ്ട് മറുപടി നൽകി "സെവൻ ഫാം കഴിഞ്ഞ് നിങ്ങൾ ഏത് വഴിക്കാണ് തിരിഞ്ഞത്?"

"അത്തരം അപ്രസക്തചോദ്യങ്ങൾക്ക് ഞാൻ മറുപടിപറയില്ല. നീ ഒരു മണിക്കൂർ നേരം എന്നെ ചോദ്യങ്ങൾകൊണ്ട് കറക്കിയാലും, അത് തോൺടൺ ലേസിയല്ലെന്ന് നിനക്ക് തെളിയിക്കാനാവില്ല – അത്രയ്ക്ക് ഉറപ്പാണതെനിക്ക്."

"അപ്പോൾ, നിങ്ങൾ അന്വേഷിച്ചോ?"

"ഇല്ല, ഒരിക്കലുമില്ല. എന്നാൽ, അവിടെ ഹെഡ്ജ് നേരെയാക്കിയി

രുന്ന ഒരാളോട് ഞാൻ പറഞ്ഞു, ഇതായിരിക്കും തോൺടൺ ലേസി എന്ന്, അയാളത് സമ്മതിച്ചു."

"നിങ്ങൾക്ക് നല്ല ഓർമശക്തിയുണ്ട്. ആ സ്ഥലത്തെകുറിച്ച് എന്തെങ്കിലും പറഞ്ഞകാര്യം ഞാൻ മറന്നുപോയി."

അവൻ ഉടനെ താമസമാക്കാൻ പോകുന്ന സ്ഥലമാണ് തോൺടൺലേസി. മിസ് ക്രാഫോർഡിനത് നന്നായി അറിയാം. അവൾ വില്യം പ്രൈസിനെ വീഴ്ത്താനായി കാർഡിൽ ശ്രദ്ധിച്ചിരിക്കയാണ്. ശരി എഡ്മണ്ട് തുടർന്നു "നിങ്ങൾക്കവിടം ഇഷ്ടപ്പെട്ടോ?"

"തീർച്ചയായും, വളരെയേറെ. നീ ഭാഗ്യവാനാണ്. ആ സ്ഥലം ജനവാസയോഗ്യമാക്കാൻ തന്നെ ചുരുങ്ങിയത് അഞ്ചുകൊല്ലമെങ്കിലും എടുക്കും."

"അല്ല, അല്ല, അത്രയ്ക്ക് മോശമൊന്നുമല്ല. ഫാം യാർഡ് മാറ്റണം എന്ന് ഞാൻ സമ്മതിക്കുന്നു. എന്നാൽ, മറ്റൊന്നും എനിക്കറിയില്ല. ആ വീട് അത്ര മോശമൊന്നുമല്ല. ഫാം യാർഡ് മാറ്റിയാൽ അവിടേക്കെത്തുവാനത്ര ബുദ്ധിമുട്ടൊന്നുമില്ല."

"ആ ഫാം യാർഡ് പൂർണമായും മാറ്റണം, കന്നവാന്റെ കടവരെ മരംവെച്ചു പിടിപ്പിക്കണം. വീടിന്റെ മുഖം കിഴക്കോട്ടാക്കിമാറ്റണം, തെക്കോട്ടല്ല വേണ്ടത്. പൂമുഖവും പ്രധാനമുറിയും കിഴക്ക് ഭാഗത്തായിരിക്കണമെന്നാണ് ഞാൻ ഉദ്ദേശിക്കുന്നത്. അപ്പോഴാണ് കാഴ്ചയ്ക്ക് ഭംഗി. അത് ചെയ്യുമെന്നെനിക്കുറപ്പാണ്. അവിടെ ആയിരിക്കണം പൂമുഖം. ഇപ്പോൾ പൂന്തോട്ടം എന്ന് പറയുന്ന ആ സ്ഥലത്തിലൂടെ പ്രവേശിക്കണം. വീടിന്റെ പിൻവശത്തുള്ള പ്രദേശം നീ ഒരു പൂന്തോട്ടമാക്കിമാറ്റണം. അപ്പോൾ നല്ലൊരു കാഴ്ചയായിരിക്കുമത് – തെക്കുകിഴക്കോട്ട് ചെരിഞ്ഞു കൊണ്ട്. ആ സ്ഥലം അതിനുവേണ്ടി സൃഷ്ടിക്കപ്പെട്ടതുപോലുണ്ട്. ചുറ്റുപാടും കാണാനായി, പള്ളിക്കും വീടിനും ഇടയ്ക്കുള്ള പാതയിലൂടെ അമ്പതുവാര ഞാൻ ഓടിച്ചുനോക്കി. അവിടെ എങ്ങനെ ഇരിക്കും എന്ന് ഞാൻ നിരീക്ഷിച്ചു. ഒന്നും അത്ര എളുപ്പമല്ല. പൂന്തോട്ടം ഉണ്ടാക്കാൻ പോകുന്ന സ്ഥലത്തിനപ്പുറത്തുള്ള പുൽത്തകിടിയിലേക്കും മറ്റും പ്രധാനഗ്രാമവീഥിയിൽനിന്ന് പാതകൾ എത്തിക്കണം. മനോഹരമായ പുൽമേടാണത്. അവിടെ ജീവിതം സുഖകരമായിരിക്കുമെന്ന് ഞാൻ കരുതുന്നു. അല്ലെങ്കിൽ, നീയത് വാങ്ങിക്കണം. പിന്നെ, ആ അരുവി.. അതിലെന്തെങ്കിലും ചെയ്തേപറ്റൂ. എന്താണെന്ന് പെട്ടെന്ന് തീരുമാനിക്കാനാകുന്നില്ല; രണ്ടുമൂന്ന് ആശയങ്ങളുണ്ടെനിക്ക്."

"എനിക്കുമുണ്ട്. രണ്ടുമൂന്ന് ആശയങ്ങൾ" എഡ്മണ്ട് പറഞ്ഞു: "അതിലൊന്ന് തോൺടൺ ലേസിക്കുവേണ്ടിയുള്ള നിങ്ങളുടെ പദ്ധതികളൊന്നും ഒരിക്കലും പ്രായോഗികമാക്കാൻ പറ്റില്ല എന്നതാണ്. ലളിതവും ആഡംബരമില്ലാത്തതുമായ പരിസരമാണ് എനിക്കിഷ്ടം. വീടും പരിസരവും മാന്യരുടെ വസതിപോലെ ഇരിക്കണം, സുഖപ്രദമായിരിക്കണം, ധാരാളിത്തം പാടില്ല, അത്രയേ ഞാൻ ഉദ്ദേശിക്കുന്നുള്ളൂ. എന്നെ ആദരിക്കുന്നവർക്കും അത് മതിയാവും."

അവസാനം പറഞ്ഞ വാചകത്തിലെ സ്വരമാറ്റവും പാതിനോട്ടവും

ശ്രദ്ധിച്ച് നീരസവും സംശയവും തോന്നിയ മിസ്സ് പ്രൈസ് വില്യം പ്രൈസുമായുള്ള ശീട്ടുനീക്കം പെട്ടെന്നവസാനിപ്പിച്ച്, നഷ്ടം വന്നാലും കുഴപ്പമില്ല എന്ന ഭാവത്തിൽ വലിയൊരു തുക വാതുവെച്ച് ഒച്ചയിട്ടു.

ഒരു ധീരവനിതയെപ്പോലെ ഞാനിതാവാതുവെക്കുന്നു, തണുപ്പൻ രീതിയിലുള്ള മുൻകരുതലൊന്നും കൂടാതെ. വേണമെങ്കിൽ എല്ലാംനഷ്ടപ്പെട്ടോട്ടെ, അതിനായി ശ്രമിക്കാഞ്ഞിട്ടല്ലല്ലൊ, ഒന്നും ചെയ്യാതെ വെറുതെ ഇരിക്കാനായി ജനിച്ചവളല്ല ഞാൻ."

ജയം അവളുടേതായിരുന്നു. വീണ്ടും ചീട്ടുകൾ പങ്കിട്ടു. ക്രാഫോർഡ് തോൺടൺ ലേസിയെക്കുറിച്ചുള്ള സംസാരം തുടർന്നു:

"എന്റെ പദ്ധതി ഏറ്റവും നല്ലതാകണമെന്നില്ല. എനിക്കതിനായി അധികം സമയം ചിലവഴിക്കാൻ കഴിഞ്ഞില്ല. എന്നാൽ, നിനക്ക് ഒരുപാട് കാര്യങ്ങൾ ചെയ്യേണ്ടിവരും. അതർഹിക്കുന്ന സ്ഥലമാണത്. അത്രയും ചെയ്തില്ലെങ്കിൽ നിനക്ക് സംതൃപ്തി നേടാനാവില്ല. (ക്ഷമിക്കണം മാഡം, നിങ്ങൾ കാർഡ് ശ്രദ്ധിക്കുന്നില്ല. അതാ നിങ്ങളുടെ മുന്നിൽ കിടക്കുന്ന കാർഡ് നോക്കൂ.) ആ സ്ഥലം അതർഹിക്കുന്നു, ബെർട്രാം. മാന്യരുടെ വസതിക്കുള്ള ഒരു അന്തരീക്ഷം. വേണമെന്ന് നീ പറഞ്ഞല്ലൊ. അത് ചെയ്യണം. ശല്യംപിടിച്ച ആ ഫാം യാർഡ് പൊളിച്ചുമാറ്റണം. ഇത്രയും അന്തസ്സുള്ള ഒരു പരിസരം, വെറും പുരോഹിതഭവനത്തിനപ്പുറമുള്ള ഒരു വീട്, ഞാനിതുവരെ കണ്ടിട്ടില്ല. ഉയരം കുറഞ്ഞ ഒറ്റമുറികളുടെ ഒരു ശേഖരമല്ല അത്. ജനാലകളുടെ അത്രതന്നെ മേൽക്കൂരകൾ ഉള്ളവ!– സമചതുരാകൃതിയിലുള്ള ഫാം ഹൗസുപോലെ വൃത്തികെട്ടതുമല്ല. കനത്ത ചുമരുകളും വിശാലമുറികളുമുള്ള വലിയൊരു ഹർമ്യമാണ്. പുരാതന കുലീന കുടുംബം തലമുറകളായി രണ്ട് നൂറ്റാണ്ടെങ്കിലും താമസിച്ചിരുന്ന വസതിയാണതെന്ന് തോന്നുന്നു. ഒരു വർഷം മൂവായിരം പൗണ്ടെങ്കിലും വരുമാനമുള്ളവർക്ക് അനുയോജ്യമായത്."

മിസ് ക്രാഫോർഡ് ശ്രദ്ധിച്ചു, എഡ്മണ്ട് അതിനോട് യോജിച്ചു. "മാന്യവസതിയുടെ ഭാവം, എന്ത് ചെയ്താലും അതിനുണ്ട്. എന്നാൽ, അതിനുപരി പലതും അതിൽ സൃഷ്ടിക്കാനാകും (ഞാൻ നോക്കട്ടെ, മേരി; ലേഡി ബെർട്രാം ഒരു ഡസനാണ് 'റാണി'ക്കുവേണ്ടി വാതുവെച്ചത്, നോ, നോ, ഒരു ഡസൻ വളരെ കൂടുതലാണ്. ലേഡി ബെർട്രാം ഒരു ഡസൻ വാതുവെക്കേണ്ട. കളി നടക്കട്ടെ, നടക്കട്ടെ). ഞാൻ നിർദേശിച്ച പരിഷ്കാരങ്ങൾ നടത്തപ്പെട്ടാൽ (ശരിക്കും എന്റെ പദ്ധതി പ്രകാരം നീങ്ങണമെന്നൊന്നും ഞാൻ ആവശ്യപ്പെടുന്നില്ല, മറ്റാർക്കും ഇതിനേക്കാൾ നല്ല നിർദേശം തരാനാകുമെന്നെനിക്ക് തോന്നുന്നില്ല) – അതിന് നല്ലൊരു രൂപഭംഗി ആർജിക്കാനാകും. അതൊരു ഉഗ്രൻ സ്ഥലമായി മാറും. ഒരു മാന്യവസതിക്കുപരി വിദ്യാസമ്പന്നനും, ആധുനിക രീതിയും വൻബന്ധങ്ങളും ഉള്ള ഒരു വ്യക്തിയുടെ മന്ദിരമായി മാറും. ആ റോഡിലൂടെ കടന്നുപോകുന്ന ഓരോ മനുഷ്യനും, ആ ഇടവകയിലെ ഏറ്റവും വലിയ ധനികന്റെ വീടായി അതിനെ നോക്കിക്കാണും, പ്രത്യേകിച്ചും മറ്റൊരു പ്രമാണിയുടെ വീടും ആ പരിസരത്തില്ലാത്ത നിലയ്ക്ക് വിലമ

തിക്കാനാവാത്തത്ര നല്ല ഒരു പരിസരമാണത്. നീയും എന്നെപ്പോലെ കരുതുന്നുണ്ടെന്ന് ഞാൻ വിശ്വസിക്കുന്നു – (മൃദുസ്വരത്തിൽ ഫാന്നിക്കുനേരെ തിരിഞ്ഞു) – നീ എപ്പോഴെങ്കിലും ആ സ്ഥലം കണ്ടിട്ടുണ്ടോ?"

പെട്ടെന്ന് നിഷേധാർഥത്തിൽ മറുപടികൊടുത്ത്, തനിക്കീ വിഷയത്തിൽ താൽപ്പര്യമില്ല എന്ന ഭാവത്തിൽ സഹോദരന്റെ ചീട്ടുകളിയിലേക്ക് ശ്രദ്ധ തിരിച്ചു; വലിയൊരു വാതുവെച്ച് അവളെ കുഴപ്പത്തിലേക്ക് നയിക്കുകയായിരുന്നു. എന്നാൽ, ക്രാഫോർഡ് നിർബന്ധിച്ചു "വേണ്ട, വേണ്ട, നീ 'റാണി' വിടരുത്; നിനക്കത് വിലപ്പെട്ടതാണ്, നിന്റെ സഹോദരന്റെ പകുതിവില വന്നിട്ടില്ല. ഇല്ല, ഇല്ല, സർ, തൊടരുത് – തൊടരുത്. നിന്റെ സഹോദരി റാണി വിടില്ല. അവൾ ഉറപ്പിച്ചുകഴിഞ്ഞു. ഈ കളിയിൽ നീ വിജയിക്കും, (അവൾക്കുനേരെ വീണ്ടും തിരിഞ്ഞു)– വിജയം തീർച്ചയായും നിന്റേതാണ്."

"എന്നാൽ, വില്യം ജയിക്കണമെന്നാണ് ഫാന്നിയുടെ ആഗ്രഹം" അവൾക്കുനേരെ നോക്കി മന്ദഹസിച്ചുകൊണ്ട് എഡ്മണ്ട് പറഞ്ഞു. "പാവം ഫാന്നി! അവൾ ആഗ്രഹിക്കുന്നതുപോലെ സ്വയം പറ്റിക്കാനനുവദിക്കുന്നില്ല! മിസ്റ്റർ ബെർട്രാം" ഏതാനും മിനിറ്റുകൾക്കുശേഷം മിസ്സ് ക്രാഫോർഡ് അഭിപ്രായപ്പെട്ടു.

"നിങ്ങൾക്കറിയാമോ, ഹെൻട്രി അത്ര സമർഥനായ പരിഷ്കർത്താവാണ്. അത്രയും പ്രഗത്ഭനായൊരാളെ തോൺടൺ ലേസിയുടെ നവീകരണത്തിനായി നിങ്ങൾക്ക് ലഭിക്കില്ല. അവന്റെ സഹായം സ്വീകരിക്കുന്നതാണ് നല്ലത്. അവനെത്ര ഉപകാരപ്രദമായിരുന്നു സതർട്ടനിലെന്ന് ഒന്നോർത്തുനോക്കൂ! ആഗസ്തിലെ ചുട്ടുപൊള്ളുന്ന ഒരു ദിവസം നമ്മൾ ഒന്നിച്ച് അവിടെ പോയി, അവൻ അവിടെ ആവിഷ്കരിച്ച മഹത്തായ പദ്ധതികൾ ഒന്ന് ഓർത്തുനോക്കൂ, അവനിൽനിന്നും ഉടലെടുത്ത ഉജ്വല കലാവാസന. നമ്മൾ അവിടെ പോയി, വീണ്ടും വീട്ടിൽ തിരിച്ചെത്തി. അവിടെ ചെയ്തകാര്യങ്ങൾ പറയേണ്ടതില്ലല്ലൊ!"

ഫാന്നിയുടെ ദൃഷ്ടി കോപത്തോടെ ശകാരഭാവത്തിൽ, ഒരുനിമിഷം ക്രാഫോർഡിനു നേരെ തിരിഞ്ഞു, എന്നാൽ, അയാളുടെ കണ്ണുകളുമായി ഇടഞ്ഞതോടെ അവൾ ദൃഷ്ടി പിൻവലിച്ചു. അയാൾ ബോധപൂർവം സഹോദരിയുടെ നേരെ തലകുലുക്കി; പിന്നെ ചിരിച്ചുകൊണ്ട് മറുപടി നൽകി "സതർട്ടനിൽ കാര്യമായി എന്തെങ്കിലും ചെയ്തോ എന്നെനിക്കറിയില്ല. എന്നാൽ, കടുത്ത ചൂടുള്ളൊരു ദിവസമായിരുന്നു അത്, നമ്മൾ ഓരോരുത്തരും ഓരോരുത്തരുടെ പിന്നാലെ നടന്ന് വിഷമിച്ചു. അവിടത്തെ ബഹളത്തിനിടയിൽ. അയാൾ സ്വരംതാഴ്ത്തി ഫാന്നിയോട് മാത്രമായി തുടർന്നു: "സതർട്ടനിൽ പോയ ദിവസം ഞാൻ നടത്തിയ പദ്ധതിയിൽ എനിക്ക് ഖേദം തോന്നുന്നു. ഇപ്പോൾ കാര്യങ്ങൾ വ്യത്യസ്തമായൊരു രീതിയിലാണ് ഞാൻ വീക്ഷിക്കുന്നത്. അന്ന് കാണപ്പെട്ട ഞാനല്ല ഇപ്പോൾ എന്ന് മനസിലാക്കുക."

ആ സമയത്ത് അലസയായി ഇരുന്ന മിസിസ് നോറിസിനെ സതർട്ടൻ എന്ന വാക്ക് ഉത്സാഹിപ്പിച്ചു. ഡോ. ഗ്രാന്റും മിസിസ് ഗ്രാന്റും

അപ്പോൾ കളിയിൽ കരുത്താർജിച്ചുകൊണ്ടിരിക്കയായിരുന്നു, അവളും സർ. തോമസും തകർച്ചയിലേക്കും. മിസിസ് സസന്തോഷം വിളിച്ചു പറഞ്ഞു: "സതർട്ടൻ! അതൊരു ഉഗ്രൻ സ്ഥലമാണ്, തീർച്ചയായും. എന്ത് രസമായാണ് നമ്മൾ അവിടെ ഒരു ദിവസം ചിലവഴിച്ചത്. വില്യം നിനക്ക് ഭാഗ്യമില്ല; അടുത്ത പ്രാവശ്യം നീ വരുമ്പോൾ പ്രിയപ്പെട്ട മിസ്റ്റർ റഷ്വർത്തും ഭാര്യയും വീട്ടിലുണ്ടാകുമെന്ന് ഞാൻ വിശ്വസിക്കുന്നു. അവർ ഇരുവരും നിന്നെ കാരുണ്യത്തോടെ സ്വീകരിക്കുമെന്ന് ഞാൻ ഉറപ്പുതരുന്നു. നിന്റെ കസിനുമാർ സ്വന്തം ബന്ധങ്ങൾ മറക്കുന്ന തരത്തിലുള്ളവരല്ല. മിസ്റ്റർ റഷ്വർത്ത് ഏറ്റവും പ്രിയങ്കരനായൊരു വ്യക്തിയാണ്. അവർ ഇപ്പോൾ ബ്രൈട്ടനിൽ ആണെന്ന് നിനക്കറിയാമല്ലോ – അവിടത്തെ ഏറ്റവും നല്ല വീടുകളിലൊന്നിൽ. എത്രദൂരെയാണതെന്ന് കൃത്യമായി എനിക്കറിയില്ല; എന്നാൽ, നീ 'പോർട്ട്സ്മത്തിലേക്ക് തിരിച്ചുപോകുമ്പോൾ, വളരെ ദൂരെയല്ലെങ്കിൽ, അവിടെപോയി സ്നേഹാന്വേഷണങ്ങൾ അറിയിക്കുക. നിന്റെ കസിനുമാർക്ക് കൊടുക്കാനായി ചെറിയൊരു പൊതി ഞാൻ തന്നയയ്ക്കാം."

"എനിക്കതിൽ സന്തോഷമേ ഉള്ളൂ ആന്റി– എന്നാൽ, ബ്രൈട്ടൻ ഏകദേശം ബിച്ചി ഹെഡ്ന്നരികിലാണ്. അത്രയും ദൂരം എനിക്ക് പോകാൻ കഴിഞ്ഞാലും, അതുപോലൊരു പരിഷ്കൃതമായ സ്ഥലത്ത് ഞാൻ സ്വാഗതം ചെയ്യപ്പെടില്ല – ഞാനൊരു നിസ്സാരനായ പാവം നാവികനല്ലേ."

അവരുടെ മര്യാദയെക്കുറിച്ച് മിസിസ് നോറിസ് ഉത്സാഹത്തോടെ ഉറപ്പ് നൽകുവാൻ തുടങ്ങിയപ്പോൾ സർ. തോമസ് ആധികാരികമായി ഇടപെട്ടു. "നീ ബ്രൈട്ടനിലേക്ക് പോകണമെന്ന് ഞാൻ ഉപദേശിക്കില്ല, വില്യം, നിനക്ക് കൂടുതൽ സൗകര്യപ്രദമായ അന്തരീക്ഷത്തിൽ അവരെ കാണാൻ വേഗം തന്നെ അവസരമുണ്ടാക്കുമെന്ന് ഞാൻ ഉറപ്പ് തരുന്നു. എന്റെ പുത്രിമാർ അവരുടെ കസിനുമാരെ എവിടെവെച്ച് കാണാനും ഇഷ്ടമുള്ളവരായിരിക്കും. അതുപോലെ എന്റെ ബന്ധുക്കളെ സ്വന്തം ബന്ധുക്കളായി ആത്മാർഥതയോടെത്തന്നെ കാണാൻ മിസ്റ്റർ റഷ്വർത്തിന് കഴിയുമെന്ന് നിനക്ക് മനസിലാകും."

"ഒന്നാമത്തെ ലോർഡിന്റെ പ്രൈവറ്റ് സെക്രട്ടറിയായി അദ്ദേഹത്തെ എനിക്ക് കാണാൻ കഴിയട്ടെ" പതിഞ്ഞസ്വരത്തിൽ വില്യം നൽകിയ ഒരേ മറുപടി അതായിരുന്നു. കൂടുതൽ പറയാനാഗ്രഹിച്ചില്ല, അതോടെ ആ വിഷയം അവസാനിപ്പിക്കപ്പെട്ടു.

അതുവരെ മിസ്റ്റർ ക്രാഫോർഡിന്റെ പെരുമാറ്റത്തിൽ വിമർശിക്കത്തക്കതായി ഒന്നും സർ. തോമസ് കണ്ടില്ല. എന്നാൽ, രണ്ടാമത്തെ 'റബ്ബറി'നു ശേഷം വിസ്റ്റ് ടേബിൾ നിർത്തി, തങ്ങളുടെ ഒടുവിലത്തെ കളിയിലെ അപാകതകളെകുറിച്ച് ഡോ. ഗ്രാന്റും മിസിസ് നോറിസും തർക്കം ആരംഭിച്ചപ്പോൾ, സർ. തോമസ് മറ്റേ ടേബിൾ നിരീക്ഷിച്ചു കൊണ്ടിരുന്നു, തന്റെ നീസ് ആണ് ശ്രദ്ധാകേന്ദ്രമെന്നദ്ദേഹം മനസിലാക്കി.

തോൺടൺലേസിയെക്കുറിച്ചുള്ള മറ്റൊരു പദ്ധതി ഹെൻട്രിക്രാഫോർഡ് വർണിക്കുകയാണ്. എഡ്മണ്ടിന്റെ ശ്രദ്ധയാകർഷിക്കാൻ കഴി

യാതായപ്പോൾ വളരെ ആത്മാർഥതയോടെ കാര്യങ്ങൾ സുന്ദരിയായ തന്റെ അയൽവാസിക്ക് വിവരിച്ചുകൊടുക്കാൻ തുടങ്ങി. അടുത്ത ശീത കാലത്ത് അത് വാടകയ്ക്കെടുക്കാനാണയാളുടെ പ്ലാൻ, അതിനടുത്തായി അയാൾക്ക് സ്വന്തമായൊരു വീട് നിർമിക്കണം. നായാട്ട് കാലത്ത് മാത്രം ഉപയോഗിക്കാനല്ല (അപ്പോൾ അവളോടയാൾ പറഞ്ഞതുപോലെ) അതിന് പ്രാധാന്യമുണ്ടെങ്കിലും ഡോക്ടർ ഗ്രാന്റിന്റെ മഹാമനസ്കതകൊണ്ട് അയാളുടെ കുതിരകളെ ലായത്തിൽ നിർത്തുവാനാകുന്നുണ്ടെങ്കിലും വലിയ അസൗകര്യമാണത്. ആ വീട് ഒരു പ്രത്യേക കാലത്തിനോ, വിനോദത്തിനോ വേണ്ടി മാത്രമുള്ളതല്ല. തന്റെ ഹൃദയാഭിലാഷമാണ്. അവിടെ ഒരു മനോ ഹരമായ വീടുണ്ടാക്കി, ഇഷ്ടമുള്ളപ്പോഴെല്ലാം വന്നു താമസിക്കുക എന്ന ത്, സ്വന്തമായൊരു വീട്, എല്ലാ ഒഴിവുസമയങ്ങളും ചിലവഴിക്കാനായി. അയാൾ അവിടെ താമസിച്ച് മാൻസ്ഫീൽഡുമായുള്ള സ്നേഹവും അടു പ്പവും വളർത്തി പൂർണതയിലെത്തിക്കും. ഓരോ ദിവസം ചെല്ലുംതോറും അതിന്റെ മൂല്യവും അഭിലാഷവും വർധിച്ചുകൊണ്ടിരിക്കുന്നു. സർ. തോമസ് അത് കേട്ടു, എങ്കിലും എതിർപ്പ് തോന്നിയില്ല. ആ യുവാവിന്റെ സംസാരം അന്തസ്സ്കെട്ട രീതിയിലായിരുന്നില്ല; ഫാന്നി അത് കേട്ടത് വളരെ മര്യാദയോടെ മാന്യമായ രീതിയിലായിരുന്നു, വളരെ ശാന്തവും അനാകർഷകവുമായ രീതിയിൽ. അതുകൊണ്ട് അവളുടെ പ്രവൃത്തിയിൽ അധിക്ഷേപാർഹമായി അദ്ദേഹമൊന്നും കണ്ടില്ല. വളരെ കുറച്ചു മാത്രമേ അവൾ സംസാരിച്ചുള്ളൂ, അവിടെയും ഇവിടെയും സമ്മതഭാവത്തിൽ മൂളി; നോർത്തംടൻ ഷൈറിനനുകൂലമായി ഉള്ള അയാളുടെ കാഴ്ചപ്പാടിനെ പിൻതാങ്ങാനോ അവളോടുള്ള അഭിനന്ദന പ്രകടനങ്ങളിൽ മയങ്ങിവീ ഴാനോ പോയില്ല. സർ. തോമസ് അത് ശ്രദ്ധിക്കുന്നുണ്ടെന്ന് കണ്ട് അതേ കാര്യം അദ്ദേഹത്തോടും ഹെൻട്രിക്രാഫോർഡ് അവതരിപ്പിച്ചു. സ്വരം സാധാരണ മട്ടിലായിരുന്നെങ്കിലും വികാരം ഉൾക്കൊണ്ടതായിരുന്നു.

"എനിക്ക് നിങ്ങളുടെ അയൽവാസിയാകാൻ ആഗ്രഹമുണ്ട്, സർ. തോമസ്, ഞാൻ മിസ്. പ്രൈസിനോട് പറഞ്ഞത് ഒരുപക്ഷേ, നിങ്ങൾ കേട്ടുകാണും. ഞാൻ നിങ്ങളുടെ അനുമതി പ്രതീക്ഷിക്കട്ടെ. ഇത്തരം ഒരു വാടകക്കാരനെതിരായി നിങ്ങൾ സ്വന്തം മകനിൽ സ്വാധീനം ചെലു ത്തരുത്. ചെയ്യുമോ?"

സർ. തോമസ് ഭാവ്യതയോടെ തലകുനിച്ച് മറുപടി നൽകി "അതാണ് ഒരേയൊരു മാർഗം, സാർ നിങ്ങൾ സ്ഥിരമായൊരു അയൽവാസിയായി സ്ഥാനമുറപ്പിക്കുന്നത് എനിക്കിഷ്ടമല്ല. എന്നാൽ, എഡ്മണ്ട് തോൺ ടൺ ലേസിയിൽ സ്വന്തം വീടുണ്ടാക്കി താമസിക്കണമെന്നാണെന്റെ ആഗ്രഹം. എഡ്മണ്ട്, ഞാൻ പറഞ്ഞത് കൂടിപ്പോയോ?"

എന്താണവിടെ നടക്കുന്നതെന്നറിഞ്ഞ് പെട്ടെന്നൊരു മറുപടിനൽകി.

"തീർച്ചയായും, സർ, വാസസ്ഥലമല്ലാതെ നിനക്ക് മറ്റൊരു ദേശമി ല്ല. എന്നാൽ, ക്രാഫോർഡ്, നിങ്ങളെ ഒരു വാടകക്കാരനായി ഞാൻ അംഗീകരിക്കുന്നില്ലെങ്കിലും, ഒരു സുഹൃത്തെന്നനിലയിൽ നിങ്ങൾക്ക് വരാം. എല്ലാ ശീതകാലത്തും പകുതിവീട് നിങ്ങളുടെ സ്വന്തമായി കരു

തുക. കുതിരലായം നിങ്ങളുടെ ഇഷ്ടാനുസരണം വലുതാക്കാം. അതു പോലെ നിങ്ങളുടെ പ്ലാൻ അനുസരിച്ചുള്ള വിപുലീകരണ പ്രവൃത്തികൾ ഈ വസന്തത്തിൽ ചെയ്യാം."

"ഞങ്ങൾക്കാണ് നഷ്ടം" സർ. തോമസ് തുടർന്നു: "അവൻ പോകുന്നത് എട്ട് മൈൽ ദൂരേക്ക് മാത്രമാണെങ്കിലും കുടുംബത്തിലുണ്ടാകുന്ന എണ്ണക്കുറവ് വിഷമകരമാണ്. എന്നാൽ എന്റെ ഏതെങ്കിലും മകൻ അത്രയും ചെയ്യാൻ തയാറായിരുന്നില്ലെങ്കിൽ എനിക്ക് വല്ലാത്ത നാണക്കേട് തോന്നിയേനെ. ആ വിഷയത്തെക്കുറിച്ച് നീ കൂടുതലൊന്നും ചിന്തിക്കാതിരുന്നത് തികച്ചും സ്വാഭാവികമാണ്, മിസ്റ്റർ ക്രാഫോർഡ്. എന്നാൽ ഒരു ഇടവകയ്ക്ക് ആവശ്യങ്ങളും അവകാശങ്ങളുമുണ്ട്, സ്ഥിരതാമസമുള്ള ഒരു പുരോഹിതനേ അത് അറിയാൻ കഴിയൂ. അവിടെ താമസിക്കാതെ കർത്തവ്യങ്ങൾ നിർവഹിക്കുന്ന ഒരു വികാരിക്കും അത് തൃപ്തികരമാം വണ്ണം നിറവേറ്റാനാകില്ല. പൊതുവെ പറഞ്ഞാൽ, എഡ്മണ്ടിന് മാൻസ്ഫീൽഡിൽ താമസിച്ചുകൊണ്ടുതന്നെ പ്രാർഥനകളും വേദോപദേശ പ്രസംഗങ്ങളും നടത്താൻ പറ്റിയേക്കും, എല്ലാ ഞായറാഴ്ചയും കുതിരപ്പുറത്ത് പോകാം. ജനവാസമില്ലാത്തൊരു വീട്ടിൽതങ്ങാം. പ്രാർഥനകൾ നടത്താം. അവന് ആഴ്ചയിലൊരിക്കൽ തോൺടൺ ലേസിയിലെ പുരോഹിതനാകാം. മൂന്നുനാല് മണിക്കൂറോളം, അതവനെ തൃപ്തിപ്പെടുത്തുമെങ്കിൽ. എന്നാൽ, അതുണ്ടാകില്ല. ആഴ്ചതോറുമുള്ള ഒരു വേദോപദേശത്തേക്കാൾ കൂടുതൽ പാഠങ്ങൾ പഠിക്കാൻ മനുഷ്യമനസ്സ് ആവശ്യപ്പെടുന്നുണ്ടെന്ന് അവനറിയാം. അവൻ ഇടവകക്കാർക്കിടയിൽ താമസിച്ചില്ലെങ്കിൽ, അവരെ സ്ഥിരമായി ശ്രദ്ധിച്ച് അവരുടെ അഭ്യുദയകാംക്ഷിയും സുഹൃത്തുമാണെന്ന് തെളിയിച്ചില്ലെങ്കിൽ, അവൻ തനിക്കുവേണ്ടിയോ, അവരുടെ നന്മയ്ക്കുവേണ്ടിയോ ഒന്നും ചെയ്യുന്നില്ല."

മിസ്റ്റർ ക്രാഫോർഡ് അതിനോട് യോജിച്ചുകൊണ്ട് തലകുലുക്കി.

"ഞാൻ ആവർത്തിക്കുന്നു" സർ. തോമസ് തുടർന്നു:

"ആ തോൺടൺ ലേസി മാത്രമാണ് മിസ്റ്റർ ക്രാഫോർഡ് താമസക്കാരനായി കാണാൻ ഞാൻ ആഗ്രഹിക്കാത്ത പരിസരത്തുള്ള ഒരേയൊരു സ്ഥലം."

മിസ്റ്റർ ക്രാഫോർഡ് തലകുനിച്ച് നന്ദിരേഖപ്പെടുത്തി.

"സർ. തോമസ്" എഡ്മണ്ട് പറഞ്ഞു: "ഒരു ഇടവക വികാരിയുടെ ചുമതല നിസ്സംശയം മനസിലാക്കുന്നു – അദ്ദേഹത്തിന്റെ മകനും അത് മനസിലാക്കുന്നുണ്ടെന്ന് നമ്മൾ കരുതണം."

സർ. തോമസിന്റെ ഉച്ചത്തിലുള്ള പ്രഭാഷണം എന്ത് വികാരമാണ് മിസ്റ്റർ ക്രാഫോർഡിൽ സൃഷ്ടിച്ചതെന്നറിയില്ലെങ്കിലും, മറ്റ് രണ്ട് പേരിൽ, അദ്ദേഹത്തെ ശ്രദ്ധിച്ചുകൊണ്ടിരുന്ന മിസ് ക്രാഫോർഡിലും ഫാന്നിയിലും ഒരുതരം പ്രക്ഷുബ്ധാവസ്ഥയാണ് ഉളവാക്കിയത്. അവരിലൊരാൾക്ക് തോൺടൺ ഇത്രപെട്ടെന്ന് അവന്റെ സ്വന്തം വസതിയാകുമെന്ന് ഇതുവരെ അറിയില്ലായിരുന്നു. അവൾ ദൃഷ്ടികൾ താഴ്ത്തി ചിന്തയിലാണ്ടു. ദിവസവും എഡ്മണ്ടിനെ കാണാൻ പറ്റാതാകുമ്പോൾ എങ്ങനെ

ഉണ്ടാകും എന്ന് വിഭാവനം ചെയ്തുനോക്കി. മറ്റവൾ, വാസ്തവത്തിൽ ഞെട്ടി വിറച്ചുപോയി. എത്ര മനോഹര സങ്കൽപ്പങ്ങളെയാണവൾ താലോലിച്ച് വളർത്തിയത് – സ്വതന്ത്രമായി ഉല്ലസിച്ച് വളർത്തിയത് – സ്വതന്ത്രമായി ഉല്ലസിച്ച് കഴിയാവുന്ന സുന്ദരവും ആധുനികവുമായൊരു വീട്, സമ്പന്നനായൊരു ഭർത്താവ്. അതായിരുന്നു അവളുടെ ഭാവനയിലെ തോൺടൺ!– സർ. തോമസിനെ കടുത്തവെറുപ്പോടെയാണവൾ വീക്ഷിച്ചത്, അവളുടെ സങ്കൽപ്പങ്ങൾ തല്ലിത്തകർത്തവൻ ഒന്നുമറിയാത്തതുപോലുള്ള അദ്ദേഹത്തിന്റെ ക്ഷമാശീലം ആണവൾക്ക് സഹിക്കാനാകാത്തത്; അദ്ദേഹത്തിന്റെ പ്രവൃത്തിയെ അവഹേളിച്ച് ആശ്വാസം കണ്ടെത്താനുള്ള ധൈര്യവും അവൾക്കില്ല.

ചീട്ടുകളി അവസാനിപ്പിക്കേണ്ട സമയമായി, സുവിശേഷ പ്രസംഗമാണിപ്പോൾ നടക്കുന്നത്! എല്ലാം അവസാനിപ്പിച്ച് മറ്റൊരിടത്തിരുന്ന് പുതിയ കൂട്ടരുമായി സംസാരിച്ച് ഉത്സാഹം വീണ്ടെടുക്കാനവൾ ആഗ്രഹിച്ചു.

സംഘാംഗങ്ങളെല്ലാം തീയിന് ചുറ്റും അവിടവിടെയായി ഇരിക്കുകയാണ്, യാത്രപറഞ്ഞു പിരിയാനുള്ള തയാറെടുപ്പിൽ വില്യമും ഫാന്നിയും ഒറ്റയ്ക്ക് മാറിയിരുന്നു സംസാരിക്കുന്നു, ആളൊഴിഞ്ഞ കാർഡ് ടേബിളിനരികിലാണ് ഇരിപ്പ്. മറ്റാരെയുംകുറിച്ച് ചിന്തിക്കാതെ രസകരമായി സംഭാഷണത്തിൽ മുഴുകിയിരിക്കുന്നു. ആരെങ്കിലും അവരെ ശല്യപ്പെടുത്തുന്നതുവരെ ആ രംഗം തുടർന്നു. ഹെൻട്രിക്രാഫോർഡാണ് ആദ്യം അവർക്കു നേരെ കസേര നീക്കിയിട്ടത്. ഏതാനും മിനിറ്റുകൾ അയാൾ അവരെ നിശ്ശബ്ദം നിരീക്ഷിച്ചു. ഡോ. ഗ്രാന്റുമായി സംസാരിച്ചുകൊണ്ടിരുന്ന സർ. തോമസ് അയാളെ ശ്രദ്ധിച്ചു.

“ഇന്ന് ‘അസംബ്ലി നൈറ്റ്’ ആണ്” വില്യം പറഞ്ഞു “ഞാൻ പോർട്സ്മത്തിലായിരുന്നെങ്കിൽ. ഒരുപക്ഷേ, അത് ആഘോഷിക്കുകയായിരിക്കും.”

“എന്നാൽ, പോർട്സ്മത്തിൽ പോകാൻ നീ ആഗ്രഹച്ചിരുന്നില്ലല്ലൊ, വില്യം?”

“ഇല്ല, ഫാന്നി, അത് ഞാനാഗ്രഹിച്ചിരുന്നില്ല. പോർട്സ്മത്ത് മതിയായി, ധാരാളം ഡാൻസും, നീ ഇല്ലെങ്കിൽ പിന്നെ അതിലെന്ത് രസം. എന്നാൽ, അസംബ്ലിയിൽ പങ്കെടുക്കുന്നതുകൊണ്ട് എന്തെങ്കിലും ഗുണമുണ്ടോ എന്നെനിക്കറിയില്ല. കാരണം, എനിക്കൊരു പങ്കാളിയെകിട്ടിയെന്ന് വരില്ല. ‘കമീഷൻ’ ഇല്ലാത്തവർക്കുനേരെ പോർട്സ്മത്ത് പെൺകുട്ടികൾ തലതിരിക്കുന്നു, ഒരു നാവികൻ അവർക്ക് ഒന്നുമല്ലാത്തപോലെ! തീർച്ചയായും ഒന്നുമല്ല. ഗ്രെഗറിമാരെ നീ ഓർക്കുന്നുണ്ടോ? അവർ അതിസുന്ദരികളായി വളർന്നിരിക്കുന്നു; എന്നാലവർ എന്നോട് സംസാരിക്കാറുപോലുമില്ല, കാരണം, ഒരു ലഫ്റ്റനന്റ് ലൂസിയോട് പ്രേമാഭ്യർഥന നടത്തിയിരിക്കുന്നു.”

“ഓഹ്! ഷെയിം! ഷെയിം! – സാരമില്ല, വില്യം (ധാർമികരോഷം കൊണ്ടവളുടെ കവിളുകൾ ചുകന്ന് തുടുത്തു). അത് ശ്രദ്ധിക്കേണ്ട കാര്യമില്ല. നിന്റെ

കുറ്റം കൊണ്ടല്ല അത്. മഹാന്മാരായ മിക്കവാറും എല്ലാ അഡ്മിറൽ മാർക്കും അവരുടെ കാലത്ത് ഇത്തരം അനുഭവങ്ങളുണ്ടായിട്ടുണ്ട്. നീ അതോർക്കണം; എല്ലാ നാവികന്റെയും ജീവിതത്തിലെ ഒരു ഭാഗമാണ തെന്നു സമാധാനിച്ച് നീ മുന്നേറണം – ചീത്തകാലാവസ്ഥയും കഷ്ടത നിറഞ്ഞ ജീവിതവുംപോലെ – ഈ ഗുണമുണ്ടെങ്കിലേ അതവസാനി ക്കുമ്പോൾ, ജീവിതത്തിൽ യാതൊരു ബുദ്ധിമുട്ടും ഉണ്ടാകാത്ത കാലം വരും. നീ ഒരു ലെഫ്റ്റനന്റ് ആകുമ്പോൾ! ഒരുകാര്യം മാത്രം ഓർക്കുക, വില്യം, നീ ലെഫ്റ്റനന്റ് ആകുമ്പോൾ ഇത്തരം അസംബന്ധങ്ങൾ നീ ശ്രദ്ധിക്കുകയേ ഇല്ല."

"ഞാൻ ഒരിക്കലും ഒരു ലെഫ്റ്റനന്റ് ആകില്ലെന്ന് എനിക്ക് തോന്നി പ്പോകുന്നു, ഫാന്നി. എല്ലാവരെയും ആക്കുന്നു, എന്നെ ഒഴിച്ച്."

"ഓഹ്"! എന്റെ പ്രിയപ്പെട്ട വില്യം, അങ്ങനെ സംസാരിക്കല്ലെ, ആശ കൈവെടിയരുത്. എന്റെ അങ്കിൾ ഒന്നും പറയുന്നില്ലെങ്കിലും, അദ്ദേഹ ത്തിന്റെ കഴിവിൽ നിന്നുകൊണ്ട് നിനക്ക് വേണ്ടതെല്ലാം ചെയ്യും എന്നെ നിക്കുറപ്പാണ്. നിന്നെപ്പോലെ അതിന്റെ അനന്തരഫലങ്ങൾ അദ്ദേഹത്തി നുമറിയാം."

അവരുടെ അടുത്തെത്തിയ അങ്കിളിക്കെണ്ട് അവൾ പെട്ടെന്ന് നിർത്തി. അദ്ദേഹത്തിനെന്തെങ്കിലും സംശയം തോന്നിയെങ്കിലോ! ഓരോ രുത്തരും സംസാരവിഷയം മാറ്റാൻ ആഗ്രഹിച്ചു.

"നിനക്ക് ഡാൻസ് ഇഷ്ടമാണോ ഫാന്നി?"

"അതെ, വളരെ ഇഷ്ടമാണ്; ഞാൻ വേഗം തളരുമെന്ന് മാത്രം."

"നിന്നോടൊപ്പം ഒരു 'ബാളി'ന് പോയി നിന്റെ ഡാൻസ് കാണാനെ നിക്ക് മോഹമുണ്ട്. നോർത്തംടണിൽ നീ ഒരിക്കലും ബാൾ ഡാൻസ് ചെയ്തിട്ടില്ലേ? – നീ ഡാൻസ് ചെയ്യുന്നതു കാണാനെനിക്കാഗ്രഹമുണ്ട്. പറ്റുമെങ്കിൽ നിന്നോടൊപ്പം ഡാൻസ് ചെയ്യണം. ഞാനാരായിരുന്നെന്ന് ഇവിടെ ആർക്കും അറിയില്ലല്ലൊ. ഒരിക്കൽക്കൂടി എനിക്ക് നിന്റെ പാർട്നർ ആകണം. ഒരുപാട് പ്രാവശ്യം നമ്മൾ ഒന്നിച്ച് ചാടിമറിഞ്ഞ് ഡാൻസ് ചെയ്തിട്ടുള്ളതാണ്. ഓർമയില്ലേ? പ്രത്യേകിച്ച്, റോഡിൽ ഓർഗൻ വായി ക്കുന്നത് കേൾക്കുമ്പോൾ, അല്ലേ? എന്റേതായ രീതിയിൽ ഞാനന്നൊരു നല്ല നർത്തകനായിരുന്നു, എന്നാൽ, നീ അതിനെക്കാൾ നല്ല നർത്തകി." അപ്പോഴേക്കും അടുത്തെത്തിയ അങ്കിളിനു നേരെ തിരിഞ്ഞു.

"ഫാന്നി ഒരു നല്ല നർത്തകിയല്ലേ, സർ?" അഭൂതപൂർവമായ അത്തരം ഒരു ചോദ്യംകേട്ട് പേടിച്ച ഫാന്നി ഏത് ഭാഗത്തേക്ക് നോക്ക ണമെന്നറിയാതെ പരിഭ്രമിച്ച് നിന്നു. എന്ത് ഉത്തരമായിരിക്കും ലഭിക്കുക? ഗൗരവഭാവത്തിലുള്ള അധിക്ഷേപ വാക്കുകളാകാം, അല്ലെങ്കിൽ സഹോ ദരനെ വേദനിപ്പിക്കുന്ന തരത്തിലുള്ള തണുപ്പൻ പ്രതികരണം, അത വളെ നിലംപതിപ്പിക്കും! നേരെമറിച്ച് അതിപ്രകാരമായിരുന്നു "നിന്റെ ചോദ്യത്തിന് മറുപടി പറയാൻ കഴിയാത്തതിൽ എനിക്ക് ഖേദമുണ്ട്. ഫാന്നി ഒരു കൊച്ചുകുട്ടിയായിരിക്കുമ്പോഴല്ലാതെ അവൾ ഡാൻസ് ചെയ്യു

ന്നത് ഞാനൊരിക്കലും കണ്ടിട്ടില്ല. എന്നാൽ, ഒരു മാന്യവനിതയെപ്പോലെ അവൾ ഡാൻസ് ചെയ്യുമെന്ന്, അവസരം നൽകിയാലവൾ തെളിയിക്കുമെന്ന് നമ്മൾക്കിരുവർക്കും വിശ്വസിക്കാം. വളരെ വേഗം തന്നെ ആ അവസരം നമ്മൾക്ക് ലഭിക്കും."

"നിന്റെ സഹോദരി ഡാൻസ് ചെയ്യുന്നത് കാണാനുള്ള സൗഭാഗ്യം എനിക്കുണ്ടായിട്ടുണ്ട്, മിസ്റ്റർ. പ്രൈസ്." മുന്നോട്ടു കുനിഞ്ഞുകൊണ്ട് ഹെൻട്രിക്രാഫോർഡ് പറഞ്ഞു "നിന്റെ അന്വേഷണത്തിന് തൃപ്തികരമായ രീതിയിൽ മറുപടിനൽകാനെനിക്ക് കഴിയും. (ഫാന്നിയുടെ വേദന നിറഞ്ഞ മുഖഭാവംകണ്ട്) എന്നാൽ അക്കാര്യം മറ്റൊരവസരത്തിലാകാം, ഒരാൾക്കത് ഇഷ്ടമല്ലെന്ന് തോന്നുന്നു."

സത്യമാണ്, ഒരിക്കൽ ഫാന്നി ഡാൻസ് ചെയ്യുന്നതയാൾ കണ്ടിട്ടുണ്ട്. അവളുടെ ശാന്തമായി ഒഴുകിക്കൊണ്ടിരുന്ന മനോഹരമായ നൃത്തത്തെക്കുറിച്ചയാൾ മറുപടി നൽകിയേനെ എന്നതും സത്യമാണ്. പക്ഷേ അതിനെക്കുറിച്ച് കൃത്യമായി ഓർക്കാനയാൾക്ക് കഴിഞ്ഞില്ല.

എന്തായാലും അയാൾ അവളുടെ നൃത്തത്തിന്റെ ഒരു ആരാധകനായി. ആ വിഷയത്തിൽ അതൃപ്തിയൊന്നും തോന്നാതിരുന്ന സർ. തോമസ്, പൊതുവെ നൃത്തത്തെക്കുറിച്ചുള്ള സംഭാഷണം നീട്ടിക്കൊണ്ടുപോയി. ആന്റിഗ്വായിലെ ബാൾഡാൻസുകളെക്കുറിച്ച് വിശദീകരിച്ചു, വിവിധതരം ഡാൻസുകളെകുറിച്ചുള്ള വില്യമിന്റെ നിരീക്ഷണത്തെ ശ്രദ്ധിച്ചുകേട്ടു. അതിനിടയിൽ വണ്ടിവന്നകാര്യം വിളിച്ചു പറഞ്ഞതദ്ദേഹം കേട്ടില്ല. മിസിസ് നോറിസ് തിരക്കുകൂട്ടി.

"വരൂ, ഫാന്നി, ഫാന്നി, എന്താണ് നീ ചെയ്യുന്നത്? ഞങ്ങൾ പോകുകയാണ്. ആന്റി പോകുന്നത് നീ കാണുന്നില്ലേ? വേഗം, വേഗം. പാവം വൃദ്ധൻ വിൽകോക്സിനെ അധികം നേരം കാത്തുനിർത്തുന്നത് എനിക്ക് സഹിക്കാനാവില്ല. വണ്ടിക്കാരനെയും കുതിരകളെയുംകുറിച്ച് നീ എപ്പോഴും ഓർക്കണം. എന്റെ പ്രിയപ്പെട്ട സർ. തോമസ്, നേരത്തെ തീരുമാനിച്ചതുപോലെ നിങ്ങൾക്കും എഡ്മണ്ടിനും വില്യമിനുംവേണ്ടി കുതിരവണ്ടി തിരിച്ചുവരും."

സർ. തോമസിനതിൽ ഭിന്നാഭിപ്രായമൊന്നുമില്ലായിരുന്നു. കാരണം, അത് താൻ തന്നെ ഒരുക്കിയ സംവിധാനമാണ്, നേരത്തെ ഭാര്യയോടും സഹോദരിയോടും പറഞ്ഞിട്ടുള്ളതും. എന്നാൽ, മിസിസ് നോറിസ് അത് മറന്നതുപോലെ കാണപ്പെട്ടു, അവളാണതെല്ലാം പ്ലാൻ ചെയ്തതെന്നായിരുന്നു ഭാവം!

ആ സന്ദർശനത്തിന്റെ അവസാനരംഗം ഫാന്നിയെ നിരാശപ്പെടുത്തുന്നതായിരുന്നു – കാരണം, ഭൃത്യനിൽനിന്നും ഷാൾ മെല്ലെ വാങ്ങി അവളെ പുതയ്ക്കാൻ എഡ്മണ്ട് തുടങ്ങുമ്പോഴേക്കും, പെട്ടെന്നത് മിസ്റ്റർ ക്രാഫോർഡ് പിടിച്ചെടുത്ത് ഫാന്നിയുടെ തോളുകൾ പുതപ്പിച്ചു. അയാളുടെ ഔന്നത്യത്തോടെയുള്ള പ്രവൃത്തിയോടവൾക്ക് കടപ്പാട് പ്രകടിപ്പിക്കേണ്ടിവന്നു.

8

ഫാന്നിയുടെ ഡാൻസ് കാണണമെന്ന വില്യമിന്റെ ആഗ്രഹം അവന്റെ അങ്കിളിന്റെ മനസിൽ തട്ടി. അതൊരു താൽക്കാലിക വികാരമായിരുന്നില്ല. അതിനവസരം ഒരുക്കുന്നതിനെക്കുറിച്ച് സർ. തോമസിന് കൂടുതലൊന്നും ചിന്തിക്കാനില്ലായിരുന്നു. ആ സന്തോഷകരമായ വികാരത്തിലദ്ദേഹം മുഴുകി–ഫാന്നിയുടെ ഡാൻസ് കാണാനാഗ്രഹിക്കുന്ന എല്ലാവരെയും ആഹ്ലാദിപ്പിക്കുവാൻ, പൊതുവെ എല്ലാ യുവാക്കൾക്കും ആനന്ദം പ്രദാനം ചെയ്യുവാൻ ആ ചിന്ത അവിടെ അവസാനിപ്പിച്ചു. തികച്ചും സ്വതന്ത്രമായൊരു തീരുമാനം അദ്ദേഹം എടുത്തുകഴിഞ്ഞു. പിറ്റേന്ന് പ്രാതൽ വേളയിലതിന്റെ ഫലം അദ്ദേഹം വെളിപ്പെടുത്തി. തന്റെ 'നെവ്യു' പറഞ്ഞതോർത്തുകൊണ്ടദ്ദേഹം അഭിപ്രായപ്പെട്ടു:

"ഈ ഒരു ആഗ്രഹം സഫലമാകാതെ നിനക്ക് നോർത്തംടൻഷൈർ വിടേണ്ടിവരുന്നതിൽ എനിക്ക് വിഷമമുണ്ട്, വില്യം. നിങ്ങളിരുവരും ഒന്നിച്ച് ഡാൻസ് ചെയ്യുന്നതുകാണാനെനിക്ക് എന്ത് സന്തോഷമാണെന്നോ. നോർത്തംടനിലെ ബാൾ ഡാൻസിനെകുറിച്ച് നീ പറഞ്ഞല്ലോ. നിന്റെ കസിനുകളതിൽ പലപ്പോഴും പങ്കുകൊണ്ടിട്ടുണ്ട്. എന്നാൽ, അത് പൂർണമായും നമ്മൾക്ക് ചേരുകയില്ല. നിന്റെ ആന്റിക്ക് വളരെ ആയാസകരമായിരിക്കും. നോർത്തംടൻ ബാളിനെക്കുറിച്ച് ചിന്തിക്കേണ്ടെന്നാണെനിക്ക് തോന്നുന്നത്. വീട്ടിൽ ഒരു ബാൾ ഡാൻസ് ഒരുക്കുന്നതായിരിക്കും ഉത്തമം. എങ്കിൽ"–

"ആഹ്! എന്റെ പ്രിയപ്പെട്ട സർ. തോമസ്" മിസിസ് നോറിസ് ഇടയ്ക്കുകയറി പറഞ്ഞു: "എന്താണ് വരാൻ പോകുന്നതെന്ന് എനിക്കറിയാം. എനിക്കറിയാം, നിങ്ങളെന്താണ് പറയാൻ പോകുന്നതെന്ന്. പ്രിയപ്പെട്ട ജൂലിയ വീട്ടിലുണ്ടായിരുന്നെങ്കിൽ, അല്ലെങ്കിൽ ഏറ്റവും പ്രിയപ്പെട്ട മിസിസ് റഷ്‌വർത്ത് സതർട്ടനിലുണ്ടായിരുന്നെങ്കിൽ, യുവാക്കൾക്ക് ഡാൻസ് ഒരുക്കാൻ നിങ്ങൾ പ്രലോഭിക്കപ്പെട്ടേനെ. എനിക്കറിയാം, നിങ്ങളപ്രകാരം ചെയ്യുമായിരുന്നു, അവർ ബാളിന്റെ ആകർഷകത്വം വർധിപ്പിക്കുവാൻ വീട്ടിലുണ്ടായിരുന്നെങ്കിൽ, ഈ ക്രിസ്തുമസിനത് ഉണ്ടാകും. നിന്റെ അങ്കിളിനോട് നന്ദി പറയൂ വില്യം, നന്ദി പറയൂ."

"എന്റെ പുത്രിമാർക്ക്" സർ. തോമസ് ഗൗരവത്തോടെ ഇടയ്ക്കുകയറി പറഞ്ഞു: "ബ്രൈട്ടനിൽ ആഹ്ലാദിക്കാൻ ധാരാളം വകയുണ്ട്, അവർ വളരെ സന്തുഷ്ടരാണെന്ന് ഞാൻ വിശ്വസിക്കുന്നു. എന്നാൽ, ഞാൻ മാൻസ്ഫീൽഡിൽ നടത്താനുദ്ദേശിക്കുന്ന ഡാൻസ് അവരുടെ കസിനുകൾക്കുവേണ്ടിയാണ്. നമ്മൾക്കെല്ലാം ഒന്നിച്ച് കൂടാൻ കഴിഞ്ഞാൽ നമ്മുടെ സംതൃപ്തി തീർച്ചയായും പാരമ്യത്തിലെത്തും. എന്നാൽ, ചിലരുടെ അസാന്നിധ്യം നിമിത്തം മറ്റുള്ളവരുടെ ഉല്ലാസം നിഷേധിക്കപ്പെടരുത്."

മിസിസ് നോറിസിന് പിന്നെ ഒരക്ഷരം മിണ്ടാനായില്ല. അദ്ദേഹത്തിന്റെ ദൃഷ്ടികളിൽ നിശ്ചയദാർഢ്യത്തിന്റെ തിളക്കം അവൾ ദർശിച്ചു. അവളുടെ അത്ഭുതവും നിരാശയും ഒന്ന് കെട്ടടങ്ങി, ആത്മസംയ

മനം പാലിക്കാൻ ഏതാനും മിനിറ്റുകളുടെ മൗനം ആവശ്യമായി വന്നു. ഈ സമയത്ത് ഒരു ബാൾ! അദ്ദേഹത്തിന്റെ പുത്രിമാരുടെ അസാന്നിധ്യത്തിൽ, അതും അവളോടാലോചിക്കാതെ! എന്നാലും, ആശ്വാസത്തിന് വകയുണ്ട്! അവളാണ് എല്ലാം തയാറാക്കേണ്ടവൾ, ലേഡി ബെർട്രാമിനെ എല്ലാവിധ ആയാസങ്ങളിൽനിന്നും ഒഴിവാക്കണം, എല്ലാ ചുമതലകളും അവളുടെ ചുമലിലായിരിക്കും. ആ സായാഹ്നത്തിലെ ആദരണീയ വ്യക്തി. ഇത്തരം ചിന്തകൾ അവളെ പെട്ടെന്ന് ഉത്സാഹവതിയാക്കി, സസന്തോഷം മറ്റുള്ളവരുമായി ചേർന്നു. എല്ലാവരും അവരവരുടെ സന്തോഷവും നന്ദിയും പ്രകടിപ്പിച്ചു.

എഡ്മണ്ട്, വില്യം, ഫാന്നി എന്നിവർ തങ്ങളുടേതായ രീതിയിൽ നന്ദിരേഖപ്പെടുത്തി, നോട്ടത്തിലൂടെയും സംസാരത്തിലൂടെയും അവരത് നിർവഹിച്ചു. സർ. തോമസ് വാഗ്ദാനം ചെയ്ത ബാൾ അവർ ആഹ്ലാദപൂർവം സ്വാഗതം ചെയ്തു. മറ്റ് രണ്ടുപേർക്കും വേണ്ടി എഡ്മണ്ട് വികാരം കൊണ്ടു. ഇത്രയും വലിയൊരു കാരുണ്യം തന്റെ അച്ഛൻ കാണിച്ചിട്ടില്ലെന്ന് അവന് തോന്നി, അവനത്രയ്ക്ക് സംതൃപ്തനായിരുന്നു.

ലേഡി ബെർട്രാം തൃപ്തിയോടെ നിശ്ശബ്ദയായിരുന്നു, ഒരെതിർപ്പും കാണിച്ചില്ല. അവൾക്ക് യാതൊരു ബുദ്ധിമുട്ടും ഉണ്ടാകാതിരിക്കാൻ സർ. തോമസ് പ്രത്യേകം ശ്രദ്ധിച്ചു. അവൾ അദ്ദേഹത്തിന് ഉറപ്പ് നൽകി.

ഏത് മുറിയാണ് ഡാൻസിന് ഏറ്റവും അനുയോജ്യമായിരിക്കുക എന്നതിനെകുറിച്ചദ്ദേഹത്തിന് നിർദേശങ്ങൾ നൽകുവാൻ മിസിസ് നോറിസ് തയാറായിരുന്നു, എന്നാൽ, അതെല്ലാം നേരത്തെ തീരുമാനിക്കപ്പെട്ടതായി അവൾ മനസിലാക്കി. അത് നടത്തേണ്ട ദിവസം ഏതാണെന്ന് ഒന്നിച്ചിരുന്ന് തീരുമാനിക്കാമെന്ന് സൂചിപ്പിച്ചപ്പോഴാണറിയുന്നത് അതും തീരുമാനിച്ചുകഴിഞ്ഞെന്ന്. പദ്ധതികൾ പൂർണമായി അസൂത്രണം ചെയ്യുന്നതിൽ സർ. തോമസ് ആനന്ദം കണ്ടെത്തി. അവൾ അൽപ്പനേരം ശാന്തയായി ശ്രദ്ധിക്കാൻ തുടങ്ങിയപ്പോൾ, താൻ ക്ഷണിക്കാൻ പോകുന്ന കുടുംബങ്ങളുടെ ലിസ്റ്റ് വായിച്ചുകേൾപ്പിച്ചു. അവരിൽ നിന്ന് പന്ത്രണ്ടോ പതിനാലോ യുവജോഡികൾ എത്തണം, പെട്ടെന്നുള്ള ക്ഷണമാണെങ്കിലും ഇരുപത്തിരണ്ടാം തീയതി ഡാൻസിന് ഏറ്റവും യോജിച്ച ദിനമായി നിശ്ചയിച്ചതിന്റെ കാരണം അദ്ദേഹം വ്യക്തമാക്കി. 24 നു വില്യമിന് പോർട്സ്മത്തിലെത്തണം, അതുകൊണ്ട് 22 നാണവന്റെ ഇവിടത്തെ അവസാനദിവസം. വളരെക്കുറച്ച് ദിവസങ്ങൾ മാത്രം അവശേഷിച്ചിരിക്കേ നേരത്തെ പരിപാടി ഒരുക്കുന്നത് അവിവേകമാണ്. അതുതന്നെയാണ് താനും ചിന്തിച്ചതെന്നു പറഞ്ഞ് മിസിസ് നോറിസ് തൃപ്തി പ്രകടിപ്പിച്ചു, ഏറ്റവും നല്ല ദിവസം 22 ന് ആണെന്ന് അവൾ പറയാൻ പോവുകയായിരുന്നത്രെ!

അങ്ങനെ ബാൾ തീരുമാനിക്കപ്പെട്ടു. അതുമായി ബന്ധപ്പെട്ടവരെയെല്ലാം അക്കാര്യം അറിയിച്ചു. അന്ന് സന്ധ്യക്ക് മുമ്പുതന്നെ ക്ഷണിക്കപ്പെടേണ്ടവർക്കെല്ലാം ക്ഷണക്കത്തുകൾ എത്തിച്ചുകൊടുത്തു; അധികം യുവതികളും ആനന്ദാനുഭൂതിയോടെയാണ് അന്നുരാത്രി ഉറങ്ങാൻ കിടന്നത്, ഫാന്നിയുടെ നിലയും അതുതന്നെ. അവളെ സംബന്ധിച്ചിടത്തോളം

സന്തോഷത്തിന്നുപരിയായിരുന്നു അവളുടെ ഉൽക്കണ്ഠ. കാരണം, അവൾ ചെറുപ്പവും അനുഭവജ്ഞാനമില്ലാത്തവളുമാണ്, എന്തെങ്കിലും സ്വയം തീരുമാനിക്കാനോ, സ്വന്തം കഴിവിൽ വിശ്വസിക്കാനോ പറ്റാത്തവൾ – “അവൾ എങ്ങനെ വസ്ത്രധാരണം ചെയ്യണം” അതാണിപ്പോഴത്തെ ഉൽക്കണ്ഠാകുലമായ അവസ്ഥയ്ക്ക് കാരണം. അവളുടെ പക്കൽ ആകെയുള്ള ഒരേയൊരു ആഭരണം അവൾക്കുവേണ്ടി സിസിലിയിൽ നിന്ന് വില്യം വാങ്ങിക്കൊണ്ടുവന്ന മനോഹരമായൊരു മണക്കുന്തിരിക്കക്കുരിശാണ്. അത് ഞാത്തിയിടാൻ ഒരു കഷണം റിബൺ മാത്രമേ ഉള്ളു എന്നതാണ് ഏറ്റവും വലിയ വിഷമം. ഒരിക്കൽ അപ്രകാരം അവളതണിഞ്ഞിട്ടുണ്ടെങ്കിലും, മറ്റെല്ലായുവതികളുടെയും വിലപിടിച്ച ആഭരണങ്ങൾക്കിടയിൽ അത് അനുവദനീയമാണോ? എങ്കിലും എങ്ങനെ അത് അണിയാതിരിക്കും! അതോടൊപ്പം ഒരു സ്വർണചെയിനും വാങ്ങിക്കണമെന്ന് വില്യം ആഗ്രഹിച്ചതാണ്, എന്നാൽ, അതവന്റെ കഴിവിനുപരിയായിരുന്നു, അതുകൊണ്ട് കുരിശ് അണിയാതിരുന്നാൽ, അതവനെ അപമാനിക്കുന്നതിന് തുല്യമായിരിക്കും. ഉൽക്കണ്ഠനിറഞ്ഞ ഇത്തരം ചിന്തകൾ അവളെ ഉലച്ചു. ബാൾഡാൻസ് പദ്ധതി അവൾക്ക് നൽകിയ ചാരിതാർഥ്യം തണുപ്പിക്കുന്നതായിരുന്നു ഈ ചിന്തകൾ.

അതിനിടെ ബാളിനുള്ള തയാറെടുപ്പുകൾ നടന്നുകൊണ്ടിരുന്നു. അതിൽനിന്ന് യാതൊരുവിധ അസൗകര്യവും അനുഭവപ്പെടാതെ ലേഡി ബെർട്രാം തന്റെ സോഫയിൽ ഇരുത്തം തുടർന്നു. വീട്ടുകാര്യസ്ഥയുടെ അടുത്തുനിന്ന് ചില അതിഥികൾ എത്തിയിരുന്നു. വേലക്കാരി ലേഡി ബെർട്രാമിനു വേണ്ടി ഒരു പുതിയ ഉടുപ്പ് ഉണ്ടാക്കുന്ന തിരക്കിലാണ് സർ. തോമസ് നിർദേശങ്ങൾ നൽകുകയും, മിസിസ് നോറിസ് ഓടി നടക്കുകയും ചെയ്യുന്നു. എന്നാൽ, ഇതൊന്നും അവർക്കൊരു ശല്യമായി തോന്നിയില്ല, അവർ മുൻകൂട്ടി കണ്ടതുപോലെ “സത്യത്തിൽ, ഈ ഇടപാട് അത്ര കുഴപ്പമുള്ളതല്ല.

ഈ സമയം എഡ്മണ്ട് വല്ലാതെ ഉൽക്കണ്ഠാകുലനായിരുന്നു. രണ്ട് സുപ്രധാന കാര്യങ്ങളാണ് അവന്റെ മനസിനെ മഥിച്ചുകൊണ്ടിരുന്നത്, ഭാവി ജീവിതത്തിന്റെ വിധിനിർണയിക്കുന്നത് – വൈദികപ്പട്ടം സ്വീകരിക്കലും വിവാഹവും കഴിഞ്ഞയുടനെ അതിലേതെങ്കിലും സുപ്രധാനമായൊരു കാര്യം സംഭവിക്കും. ‘പീറ്റർ, ബറൊ’ക്കടുത്തുള്ള ഒരു സുഹൃത്തിന്റെ അടുക്കലേക്ക് 23 ന് അവൻ പോവുകയാണ്, തന്റെ നിലയിൽത്തന്നെയാണ് അവനും ക്രിസ്തുമസ് വാരത്തിൽ വൈദികപ്പട്ടം സ്വീകരിക്കുവാൻ പോകുകയാണവൻ. തന്റെ പാതി ഭാഗധേയം അതോടെ കുറിക്കപ്പെടും – എന്നാൽ, മറ്റെപാതി അത്ര അനായാസമായി അനുനയിപ്പിക്കാനാകുമെന്ന് തോന്നുന്നില്ല, വിവാഹാഭ്യർഥന നടത്തൽ. അവന്റെ ചുമതലകൾ ഉറപ്പിക്കപ്പെടും. എന്നാൽ, ചുമതലകൾ പങ്കുകൊള്ളാനും പ്രോത്സാഹിപ്പിക്കാനുമുള്ള ഭാര്യ അപ്രാപ്യമായ നിലയിലാണ്. സ്വന്തം മനസ്സ് അവന്നറിയാം, എന്നാൽ, മിസ്സ്. ക്രാഫോർഡിനെ പൂർണമായും മനസിലാ

ക്കാനവനായില്ല. പല കാര്യങ്ങളിലും അവർ അഭിപ്രായ ഐക്യമുള്ളവരായിരുന്നില്ല, അവൾ ശുഭപ്രതീക്ഷ നൽകുന്നരീതിയിലല്ല പലപ്പോഴും പെരുമാറിയിരുന്നതും. എന്നാലും മൊത്തത്തിൽ നോക്കുമ്പോൾ അവളുടെ സ്നേഹത്തിലവൻ വിശ്വാസമർപ്പിച്ചു. ഉടനെ അക്കാര്യത്തിലൊരു തീരുമാനത്തിലെത്തണം. അവൻ വല്ലാത്ത ഉൽക്കണ്ഠയിലായിരുന്നു. ചിലപ്പോൾ അവനുതോന്നും, തന്നോടുള്ള അവളുടെ സ്നേഹം സുദൃഢമാണെന്ന്, മറ്റ് ചിലപ്പോൾ തോന്നും അവൾക്കവനോട് യാതൊരു താൽപ്പര്യവുമില്ലെന്ന്, ലണ്ടൻ ജീവിതം ആഗ്രഹിക്കുന്ന അവൾ അവനെ നിരാകരിക്കുമെന്നുറപ്പല്ലേ? പരസ്പരം വിരുദ്ധമായ ഇത്തരം ചിന്തകൾ അവനെ തളർത്തി.

ഒറ്റ ചോദ്യത്തെ ആശ്രയിച്ചാണ് എല്ലാം നിലനിൽക്കുന്നത്. അത്യന്താപേക്ഷിതമായ കാര്യങ്ങൾ വേണ്ടെന്ന് വെക്കാൻ മാത്രം അഗാധ പ്രേമം അവൾക്കവനോടുണ്ടോ?– അത്രയ്ക്കധികം അവൾ അവനെ സ്നേഹിക്കുന്നുണ്ടോ? ഈ ചോദ്യം പല പ്രാവശ്യം അവൻ തന്നോടു തന്നെ ചോദിച്ചു. അധികം പ്രാവശ്യം 'ഉണ്ട്' എന്നായിരുന്നു മറുപടി എങ്കിലും, പലപ്പോഴും 'ഇല്ല' എന്നും ഉത്തരം കിട്ടി.

മിസ്സ്. ക്രാഫോർഡ് വളരെ വേഗം മാൻസ്ഫീൽഡ് വിട്ടുപോകും. ഈ പരിതസ്ഥിതിയിൽ 'ഇല്ല'യും 'ഉണ്ട്' വും മാറിമാറി മനസിൽ അതിവേഗം വന്ന് മറഞ്ഞു കൊണ്ടിരുന്നു. പ്രിയ സുഹൃത്തിന്റെ കത്തിനെക്കുറിച്ച് പറയുമ്പോൾ അവളുടെ കണ്ണുകൾ തിളങ്ങുന്നതവൻ ശ്രദ്ധിച്ചു. അവളെ ലണ്ടനിലേക്ക് ക്ഷണിച്ചുകൊണ്ടുള്ളൊരു കത്താണത്, കുറെ നാൾ അവരോടൊപ്പം താമസിക്കാനുള്ള ക്ഷണക്കത്ത്, ജനുവരി വരെ ഹെൻട്രിയും ഇപ്പോൾ താമസിക്കുന്നിടത്തുതന്നെ തുടരും. അയാളവളെ കൊണ്ടു പോകാമെന്ന് ദയാപൂർവം സമ്മതിച്ചിട്ടുണ്ട്. അത്യുത്സാഹത്തോടെ ഈ യാത്രയെക്കുറിച്ചവൾ വർണിക്കുന്നതുകേട്ടാൽ 'ഇല്ല' എന്ന് നിസ്സംശയം ഉറപ്പിക്കാം. എന്നാൽ, ഇത് ആദ്യ ദിവസത്തെ വികാരമാണ്, വാർത്ത അറിഞ്ഞ് ഒരു മണിക്കൂറിനുള്ളിലെ ആഹ്ലാദവേളയിൽ. സുഹൃത്തുക്കളെ കാണുകമാത്രമായിരുന്നു അപ്പോൾ അവളുടെ മനസിൽ. കുറച്ചുകഴിഞ്ഞ് വ്യത്യസ്തമായ രീതിയിൽ പറയുന്നതവൻ കേട്ടു – മറ്റൊരു വികാരത്തോടെ തികഞ്ഞ വികാരവായ്പോടെ മിസിസ് ഗ്രാന്റിനോടാണവൾ തന്റെ അഭിപ്രായം, പ്രകടിപ്പിച്ചത്, അവൾ അവരെ വിട്ടുപോകുന്നത് ദുഃഖത്തോടെ ആയിരിക്കും. സുഹൃത്തുക്കളോ, അവരോടൊപ്പമുള്ള ഉല്ലാസ ജീവിതമോ, താൻ വിട്ടുപോകുന്ന സുഖത്തേക്കാൾ വലുതല്ലെന്നവൾക്ക് തോന്നിത്തുടങ്ങിയിരിക്കുന്നു. താൻ പോകേണ്ടതാണെന്നും, അവിടെച്ചെന്നാൽ നന്നായി ഉല്ലസിക്കാനാകുമെന്നും അവൾ കരുതുന്നുണ്ടെങ്കിലും, വീണ്ടും മാൻസ്ഫീൽഡിൽ തിരിച്ചെത്താനവൾ കാത്തിരിക്കുകയാണ്. അതിൽ ഒരു 'ഉവ്വ്' ഒളിഞ്ഞു കിടപ്പില്ലേ?

ഇത്തരം കാര്യങ്ങൾ ചിന്തിച്ചും പരിഗണിച്ചും പുനപ്പരിശോധിച്ചും സമയംകളഞ്ഞ എഡ്മണ്ടിന് സായാഹ്ന പരിപാടിയെക്കുറിച്ച് കൂടുത

ലൊന്നും ഓർക്കാനായില്ല. മറ്റ് കുടുംബാംഗങ്ങളെല്ലാം വലിയ ആകാം ക്ഷയോടെ അതിനായി തയാറെടുത്തു. തന്റെ രണ്ട് കസിനുമാരും അതിൽ പങ്കെടുക്കുന്നതൊഴിച്ച് ഈ സായാഹ്നത്തിനവൻ വലിയ പ്രാധാന്യമൊന്നും നൽകിയില്ല. അതിനെ രണ്ട് കുടുംബങ്ങളുടെ സംഗമമായി മാത്രമേ അവൻ കണ്ടുള്ളൂ. ഓരോ കൂടിക്കാഴ്ചയിലും മിസ്. ക്രാഫോർഡിന്റെ സ്നേഹ ബന്ധം കൂടുതൽ ദൃഢമായി ഉറപ്പിക്കപ്പെടുമെന്നവൻ ആശിക്കും. എന്നാൽ, ബാൾറൂമിന്റെ ഭ്രമണത്തിൽ അത്തരം ഗൗരവമുള്ള വിഷയം പ്രകടിപ്പിക്കാനാവില്ലല്ലോ. ആദ്യത്തെ രണ്ട് നൃത്തങ്ങൾ അവളോടൊപ്പം ചെയ്യാൻ കഴിയുമെന്ന ആഹ്ലാദം മാത്രമേ അവന് പ്രതീക്ഷിക്കാനാകൂ. മറ്റൊരുതയാറെടുപ്പും അവന് ബാളിനുവേണ്ടി ചെയ്യാനില്ലായിരുന്നു.

വ്യാഴാഴ്ചയാണ് ബാൾ ഡാൻസ്. ബുധനാഴ്ച രാവിലെ, താൻ ഏത് രീതിയിലാണ് വസ്ത്രധാരണം ചെയ്യുക എന്ന് തീരുമാനിക്കാനാകാതെ ഫാന്നി കുഴങ്ങി. കൂടുതൽ അറിവുള്ള മിസിസ് ഗ്രാന്റിനെയും അവളുടെ സഹോദരിയെയും, സമീപിച്ച് ഇക്കാര്യത്തിൽ ഉപദേശം തേടാനവൾ തീരുമാനിച്ചു. അവളുടെ കഴിവും അഭിരുചിയും സഹായകരമായിരിക്കും, കുറ്റമറ്റതായിരിക്കും. എഡ്മണ്ടും വില്യമും നോർത്തംടനിൽ പോയിരിക്കയാണ്, അതുപോലെ മിസ്റ്റർ ക്രാഫോർഡും പുറത്തുപോയിരിക്കുമെന്ന് ഫാന്നി കരുതി. ഫാന്നി ധൈര്യസമേതം പുരോഹിതഭവനത്തിലേക്ക് നടന്നു, അവരുമായി രഹസ്യ ചർച്ചനടത്തണം. ഫാന്നിക്ക് ആ ചർച്ച രഹസ്യമായിരിക്കണമെന്ന് നിർബന്ധമാണ്, കാരണം സ്വന്തം ഉൽക്കണ്ഠയിൽ അവൾ സ്വയം ലജ്ജിതയായിരുന്നു.

പുരോഹിതഭവനത്തിൽനിന്ന് ഏതാനും വാരകൾക്കപ്പുറത്തുവെച്ച് അവൾ മിസ്. ക്രാഫോർഡിനെ കണ്ടുമുട്ടി. നടക്കാനിറങ്ങിയ അവൾക്ക് പെട്ടെന്ന് തിരിച്ച് വീട്ടിലേക്ക് മടങ്ങാൻ ഇഷ്ടമില്ലാത്തതുപോലെ കാണപ്പെട്ടു. ഫാന്നി തന്റെ ആഗമനോദ്ദേശ്യം കൂട്ടുകാരിയോട് വെളിപ്പെടുത്തി. നടക്കവെ തന്നെ കാര്യങ്ങൾ തീരുമാനിക്കപ്പെട്ടാൽ പിന്നെ ഉള്ളിലേക്ക് പോകേണ്ടതില്ലല്ലോ എന്നവൾ കരുതി. ഫാന്നിയുടെ അഭ്യർഥന അവളെ സന്തോഷിപ്പിച്ചതായി തോന്നി. ഒരുനിമിഷം ചിന്തിച്ചശേഷം വളരെ ആദരവോടെ തന്നോടൊപ്പം വീട്ടിലേക്ക് വരുവാൻ മിസ്. ക്രാഫോർഡ് അവളെ നിർബന്ധിച്ചു. സ്വന്തം മുറിയിലേക്ക് പോകാമെന്നവൾ പറഞ്ഞു. അവിടെ സുഖമായി ഇരുന്ന് രഹസ്യചർച്ച നടത്താം. ഡ്രോയിങ് റൂമിലിരിക്കുന്ന ഡോ. ഗ്രാന്റിനെയും മിസിസ് ഗ്രാന്റിനെയും ശല്യപ്പെടുത്തുകയും വേണ്ട. ഫാന്നിക്ക് ആ നിർദേശം ഇഷ്ടപ്പെട്ടു. അത്രയും കാരുണ്യത്തോടെ തന്നോട് താൽപ്പര്യം കാട്ടിയതിൽ അവൾ കൃതജ്ഞയായിരുന്നു. അവർ നേരെ കോണികയറി മുകളിലെ മുറിയിലെത്തി. അതിവേഗം തങ്ങളുടെ വിഷയത്തിൽ മുഴുകി. സന്തുഷ്ടയായ മിസ്. ക്രാഫോർഡ് തന്റെ അഭിരുചിക്കനുസരിച്ചുള്ള അഭിപ്രായപ്രകടനം നടത്തി. എല്ലാം വളരെ എളുപ്പമായി ചെയ്യാനുള്ള നിർദേശങ്ങൾ നിരത്തി. അവളുടെ പ്രോത്സാഹനം ഫാന്നിക്ക് വളരെ സഹായകരമായി തോന്നി. ശ്രേഷ്ഠമായ രീതിയിലു

ള്ളൊരു വേഷവിധാനം ഉറപ്പിക്കപ്പെട്ടു.

"എന്നാൽ നെക്കലേസിന്റെ കാര്യത്തിൽ നീ എന്താണ് ചെയ്യാൻ പോകുന്നത്?" മിസ്. ക്രാഫോർഡ് ചോദിച്ചു. "നിന്റെ സഹോദരൻ തന്ന കുരിശ് അണിയുന്നില്ലേ?" അത് പറഞ്ഞുകൊണ്ടവൾ ഒരു ചെറിയ പൊതി അഴിക്കാൻ തുടങ്ങി. അവർ പരസ്പരം കണ്ടുമുട്ടിയ സമയത്ത് ആ പൊതി അവളുടെ കയ്യിൽ ഫാന്നി കണ്ടിരുന്നു. കുരിശ് അണിയുന്നതിനെക്കുറിച്ചുള്ള ആശയും ആശങ്കയും ഫാന്നി വിശദീകരിച്ചു. എങ്ങനെ അത് ധരിക്കും, എങ്ങനെ ധരിക്കാതിരിക്കും, അവൾക്കൊരു എത്തുംപിടിയുംകിട്ടുന്നില്ല. അതിന് മറുപടി എന്നോണം തന്റെ ചെറിയ ആഭരണപ്പെട്ടി മിസ്. ക്രാഫോർഡ് തുറന്ന് അവളുടെ മുന്നിൽ വെച്ചു. നിരവധി സ്വർണമാലകളും നെക്ലേസുകളും അതിനകത്തുണ്ട്. ഏത് വേണമെങ്കിലും തെരഞ്ഞെടുക്കാമെന്നവൾ ഫാന്നിയോട് പറഞ്ഞു. ഈ പൊതിയുമായി ഫാന്നിയെ കാണാനവൾ പുരോഹിത ഭവനത്തിൽനിന്നും പുറപ്പെട്ടപ്പോഴാണ് ഫാന്നി അവളെ കണ്ടുമുട്ടിയത്. ഇതിൽനിന്ന് ഇഷ്ടമുള്ളതൊന്ന് കുരിശ് കോർത്തിടാനായി എടുക്കുവാൻ അവൾ ഫാന്നിയെ കരുണാർദ്രമായി നിർബന്ധിച്ചു. അതിനി തിരിച്ചു തരേണ്ട എന്നും. ഈ നിർദേശംകേട്ട് ഭീതിയോടെ ഫാന്നി ഞെട്ടിത്തിരിഞ്ഞു.

"ഞാൻ സമാഹരിച്ചിട്ടുള്ള ആഭരണങ്ങൾ നീ കാണുന്നില്ലേ" അവൾ പറഞ്ഞു: "ഇതിന്റെ പകുതിപോലും ഞാൻ ഉപയോഗിക്കാറില്ല, ഓർക്കാറുപോലുമില്ല. പുതിയതൊന്നുമല്ല ഞാൻ നൽകുന്നത്, പഴയ ഒരു നെക്ലേസ് മാത്രം. ഞാൻ എടുക്കുന്ന സ്വാതന്ത്ര്യം നീ പൊറുക്കണം. എന്നോട് ദയ കാണിക്കൂ."

അപ്പോഴും ഫാന്നി എതിർത്തു, ആത്മാർഥതയോടെ. സമ്മാനം വളരെ വിലപ്പെട്ടതാണ്. എന്നാൽ, മിസ്. ക്രാഫോർഡ് നിർബന്ധം തുടർന്നു. തികഞ്ഞ ആത്മാർഥതയോടെ, സ്നേഹപൂർവം വാദിച്ചു, ബാളിന്റെ വിജയത്തിനും വില്യമിനും അവൻ സമ്മാനിച്ച കുരിശിനും വേണ്ടി അത് സ്വീകരിക്കണമെന്നഭ്യർഥിച്ചു. താൻ അഹങ്കാരത്തോടെ അവളെ അവഗണിക്കുകയാണെന്ന് തെറ്റിദ്ധരിച്ചെങ്കിലോ എന്നുഭയന്ന് ഫാന്നിക്ക് ഒടുവിൽ വഴങ്ങേണ്ടിവന്നു. എളിമ നിറഞ്ഞ വിമുഖതയോടെ അതിൽ ഒന്ന് തെരഞ്ഞെടുക്കാൻ തീരുമാനിച്ചു. ഏറ്റവും വില കുറഞ്ഞതേതാണെന്നറിയാനവൾ ഓരോന്നും പരിശോധിച്ചു. ഒടുവിൽ അതിലൊരെണ്ണം അവൾ തെരഞ്ഞെടുത്തു. ആ നെക്ലേസായിരുന്നു മിസിസ് ക്രാഫോർഡ് പലപ്രാവശ്യം എടുത്ത് അവളെ കാണിച്ചുകൊണ്ടിരുന്നത്. ഭംഗിയായി പണിത ഒരു സ്വർണ നെക്ലേസ്. ഒരു സാധാരണ നീളമുള്ള ചെയിനായിരുന്നു കുരിശുകോർത്തിടാനായി ഫാന്നി ആഗ്രഹിച്ചിരുന്നതെങ്കിലും, മിസ്. ക്രാഫോർഡ് ഒട്ടും സൂക്ഷിച്ചുവെക്കാനാഗ്രഹിക്കാതിരുന്നത് ആ നെക്ലേസായിരുന്നതിനാൽ അവൾ അത് സ്വീകരിക്കാൻ തയാറായി. മിസ്. ക്രാഫോർഡ് പൂർണസമ്മതത്തോടെ പുഞ്ചിരിച്ചു. പെട്ടെന്ന് ആ നെക്ലേസ് എടുത്ത് അവളുടെ കഴുത്തിലണിയിച്ച്, എത്ര മനോഹരമാണെന്നഭിപ്രായപ്പെട്ടു. ആ

സമ്മാനം അങ്ങനെ സ്ഥിരീകരിക്കപ്പെട്ടു.

അത് ഉചിതമല്ലെന്ന് പറയാൻ ഫാന്നിക്ക് പറ്റിയില്ല, മനസാക്ഷിക്കുത്തുണ്ടെങ്കിലും അവസരോചിതമായ ആ സമ്മാനത്തിലവൾ വളരെ സന്തോഷിച്ചു. വാസ്തവത്തിൽ, മറ്റൊരാളോടാണവൾ കടപ്പെട്ടിരിക്കേണ്ടത്!

"ഞാൻ ഈ നെക്ലേസ് അണിയുമ്പോൾ എപ്പോഴും നിന്നെകുറിച്ചോർക്കും" ഫാന്നി പറഞ്ഞു.

"നീ എത്ര ദയാലുവാണ്."

"ആ നെക്ലേസ് അണിയുമ്പോൾ നീ മറ്റൊരാളെക്കൂടി ഓർക്കണം" മിസ്സ്. ക്രാഫോർഡ് മറുപടി നൽകി "ഹെൻട്രിയെ; കാരണം ആദ്യമായി ഇതവൻ തെരഞ്ഞെടുത്താണ് എനിക്ക് തന്നത്. യഥാർഥ ദാതാവിനെ ഓർക്കാനുള്ള ചുമതലയോടെ ഈ നെക്ലേസ് ഞാൻ നിന്നെ ഏൽപ്പിക്കുന്നു. അതൊരു കുടുംബസ്മാരകമാകട്ടെ! നിന്റെ മനസിൽ സഹോദരനില്ലാതെ സഹോദരിയെ ഓർക്കാനാകില്ല."

ഭയങ്കരമായ അത്ഭുതവും ചിന്താക്കുഴപ്പവും ഫാന്നിയെ ഉലച്ചു. ആ സമ്മാനം അവൾ ഉടനെ തിരിച്ചേൽപ്പിച്ചേനെ. മറ്റൊരാളുടെ സമ്മാനം – സഹോദരന്റേതായാൽ പോലും – അസാധ്യം! – അത് പാടില്ല! അമ്പരപ്പോടെ അവൾ ആ നെക്ലേസ് വീണ്ടും താഴെവെച്ചു. മറ്റേതെങ്കിലും എടുത്തെങ്കിലോ, അതോ ഒന്നും എടുക്കാതിരുന്നാലോ എന്നായിരുന്നു അവളുടെ ചിന്ത. ഇത്രയും വിവേകമുള്ളൊരുവളെ താൻ ഒരിക്കലും കണ്ടിട്ടില്ലെന്ന് മിസ്. ക്രാഫോർഡ് ചിന്തിച്ചു.

"എന്റെ പ്രിയപ്പെട്ട കുട്ടി" അവൾ ചിരിച്ചുകൊണ്ട് പറഞ്ഞു: "നീ എന്തിനെയാണ് ഭയപ്പെടുന്നത്? ഹെൻട്രി തന്റെ നെക്ലേസാണതെന്ന് അവകാശവാദം ഉന്നയിക്കുമെന്നോ. അത് അണിയുന്നത് അന്തസില്ലാത്ത പ്രവൃത്തിയാണെന്നോ? – അതല്ലെങ്കിൽ, മൂന്നുവർഷങ്ങൾക്കുമുമ്പ് അവൻ വാങ്ങിച്ച ഒരു ആഭരണം നിന്റെ മനോഹരമായ കഴുത്തിനെ അലങ്കരിച്ചുകാണുമ്പോൾ അവൻ വാനോളം പൊങ്ങുമെന്നോ, ഒരുപക്ഷേ – കള്ളച്ചിരിയോടെ നോക്കി – ഞങ്ങൾ തമ്മിൽ ഒരു കൂട്ടുകെട്ട് ഉണ്ടാക്കിയതായി നീ ഒരുപക്ഷേ, സംസാരിക്കുന്നുണ്ടായിരിക്കാം. ഞാൻ ഇപ്പോൾ ചെയ്യുന്നതെല്ലാം ഹെൻട്രിയുടെ അറിവോടും ആഗ്രഹപ്രകാരവുമാണെന്ന്."

മുഖം ചുവന്ന് തുടുത്തുകൊണ്ട് ഫാന്നി അത്തരം ചിന്തയെ പ്രതിഷേധിച്ചു.

"കൊള്ളാം അപ്പോൾ" അവൾ പറഞ്ഞതൊന്നും മുഖവിലയ്ക്കെടുക്കാതെ കൂടുതൽ ഗൗരവഭാവത്തിൽ മിസ്. ക്രാഫോർഡ് മറുപടി നൽകി. "യാതൊരു ചതിയുമില്ലെന്ന് എന്നെ ബോധ്യപ്പെടുത്താനായി ഈ നെക്ലേസ് എടുക്കുക, ഇനി അതിനെക്കുറിച്ചൊന്നും പറയരുത്. എന്റെ സഹോദരന്റെ സമ്മാനമായതുകൊണ്ട് അത് സ്വീകരിക്കുന്നതിലൊരു ഭാവഭേദവും കാണാൻ പാടില്ല. ഞാനത് ആർക്ക് സമ്മാനിച്ചാലും ആരും അതിന് വിരോധം പറയില്ലെന്ന് ഞാനുറപ്പുതരുന്നു. അവൻ എനിക്ക് എപ്പോഴും എന്തെങ്കിലും തന്നുകൊണ്ടിരിക്കും, അതിനുമാത്രം സമ്മാന

ങ്ങൾ എനിക്ക് തന്നിട്ടുണ്ട്, അതിന്റെ എല്ലാം വില കണക്കാക്കുക അസാധ്യമാണ്, അതിൽ പകുതിപോലും ഓർത്തിരിക്കാനവന് കഴിയില്ല. ഈ നെക്ലേസിനെകുറിച്ച് പറയുകയാണെങ്കിൽ, അഞ്ചാറ് പ്രാവശ്യത്തിൽ കൂടുതൽ ഞാനത് അണിഞ്ഞിട്ടുണ്ടെന്ന് തോന്നുന്നില്ല. അതിമനോഹരമാണത്. എന്നാൽ, അതിനെക്കുറിച്ച് ഞാൻ ഓർക്കാറേ ഇല്ല. എന്റെ ആഭരണപ്പെട്ടിയിലെ ഏത് ആഭരണം എടുക്കാനും നിനക്ക് പൂർണമനസോടെ ഞാൻ സമ്മതം തന്നതാണ്. എന്നാൽ, നീ അതു തന്നെ തെരഞ്ഞെടുത്തു. എനിക്കാണതിന് അവസരം കിട്ടിയിരുന്നതെങ്കിൽ, അതേ നെക്ലേസു തന്നെ ഞാൻ തെരഞ്ഞെടുത്ത് സസന്തോഷം നിനക്ക് സമ്മാനിച്ചേനെ. അതിനെക്കുറിച്ചിനി ഒന്നും പറയല്ലേ, എന്റെ അപേക്ഷയാണ്. ഈ നിസ്സാരകാര്യം ഇത്രയും ചർച്ച ചെയ്യപ്പെടേണ്ടതില്ല."

കൂടുതൽ എതിർക്കാൻ ഫാന്നി ധൈര്യപ്പെട്ടില്ല. വീണ്ടും നന്ദിരേഖപ്പെടുത്തിക്കൊണ്ട് അവൾ ആ നെക്ലേസ് സ്വീകരിച്ചു. എങ്കിലും പഴയതുപോലെ അത്ര സന്തോഷത്തോടെ അല്ലായിരുന്നു. കാരണം, മിസ്സ്. ക്രാഫോർഡിന്റെ കണ്ണുകളിലെ ഭാവം അവൾക്കത്ര തൃപ്തികരമായി തോന്നിയില്ല.

മിസ്റ്റർ ക്രാഫോർഡിന്റെ സ്വഭാവമാറ്റം നിർവികാരതയോടെ നോക്കാൻ ഫാന്നിക്ക് കഴിഞ്ഞില്ല. അതവൾ കുറെകണ്ടിട്ടുള്ളതാണ്. തീർച്ചയായും അവളെ സന്തോഷിപ്പിക്കാനയാൾ ശ്രമിക്കുന്നുണ്ട് – അയാൾ ധീരനാണ്, ഉപചാരശീലമുള്ളവനാണ്, തന്റെ കസിൻമാരോട് പെരുമാറിയിരുന്നതുപോലെതന്നെയാണിപ്പോൾ പെരുമാറുന്നത്. അവരെ വഞ്ചിച്ചതുപോലെ തന്നെയും വഞ്ചിക്കാനയാൾ ആഗ്രഹിക്കുന്നു, മനസ്സമാധാനം തകർക്കാൻ. ഈ നെക്ലേസിന്റെ കാര്യത്തിലും അയാൾക്കെന്തെങ്കിലും താൽപ്പര്യംകാണില്ലേ! ഇല്ലെന്ന് വിശ്വസിക്കാനവൾക്കായില്ല. അനുസരണയുള്ള ഒരു സഹോദരിയാണ് മിസ്. ക്രാഫോർഡ് എങ്കിലും, ഒരു സ്ത്രീയും സുഹൃത്തുമെന്നനിലയ്ക്ക് ശ്രദ്ധയില്ലാത്തവളാണ്.

ഇങ്ങനെ ഓരോന്ന് ചിന്തിച്ചും സംശയിച്ചും, അവൾ വീട്ടിലേക്ക് തിരിച്ചു. താൻ വളരെ ആഗ്രഹിച്ച ഒരു സാധനം നേടിയിട്ടും മനസിന് യാതൊരു തൃപ്തിയും അനുഭവപ്പെട്ടില്ല. – മുമ്പ് അതിലെ നടന്നു പോകുമ്പോൾ ഉണ്ടായിരുന്ന ഉൽക്കണ്ഠ കുറഞ്ഞെന്ന് പറയാനാവില്ല, അതിനൊരു രൂപഭേദം വന്നു എന്നുമാത്രം!

9

വീട്ടിൽ എത്തിയ ഉടനെ ഫാന്നി മുകളിലേക്ക് കയറി തന്റെ കിഴക്കെമുറിയിലെ ഏതോ ഇഷ്ടപ്പെട്ട പെട്ടിയിൽ അപ്രതീക്ഷിതമായി നേടിയ സംശയാസ്പദമായ ഈ നെക്ലേസ് നിക്ഷേപിക്കാൻ തീരുമാനിച്ചു. അവൾ തന്റെ വിലപ്പെട്ട കൊച്ചുകൊച്ചു സാധനങ്ങളെല്ലാം ഈ പെട്ടിയിലാണ് സൂക്ഷിച്ചുവെക്കാറ്. എന്നാൽ, വാതിൽ തുറന്ന ഉടനെ കസിൻ, എഡ്മ

ണ്ട്, മേശയ്ക്കടുത്തിരുന്ന് എഴുതുന്നതുകണ്ട് അവൾ അത്ഭുതപ്പെട്ടുപോയി! അത്തരം ഒരു സംഭവം ഇതിനുമുമ്പ് ഉണ്ടായിട്ടില്ല. അവൾക്കത് സ്വാഗതാർഹമായിരുന്നെങ്കിലും, അതിശയകരമായി തോന്നി.

"ഫാന്നി" പേന താഴെവെച്ച് എഴുന്നേറ്റ് അവൻ നേരെ സംഭാഷണത്തിലേക്ക് കടന്നു, കയ്യിൽ എന്തോ പിടിച്ചിട്ടുണ്ട്. "ഇവിടെ വന്ന് ഇരുന്നതിൽ ഞാൻ ക്ഷമചോദിക്കുന്നു. നിന്നെ നോക്കി വന്നതാണ്. നീ വരുമെന്ന പ്രതീക്ഷയിൽ കുറച്ചുനേരം കാത്തിരുന്നു. പിന്നെ എന്റെ വരവിന്റെ ഉദ്ദേശ്യം എഴുതിവെക്കാമെന്ന് കരുതി. കത്തെഴുതിത്തുടങ്ങിയതേയുള്ളൂ, അത് നിനക്ക് കാണാം. എന്നാൽ, ഇനി വന്നകാര്യം നേരിട്ട് പറയാം. ഈ നിസ്സാര വസ്തു സ്വീകരിക്കണമെന്ന് അപേക്ഷിക്കാൻ വേണ്ടി മാത്രം വന്നതാണ്. വില്യമിന്റെ കുരിശ് ഇടാനുള്ള ഒരു ചെയിൻ. ഒരാഴ്ച മുമ്പത് നിനക്ക് വാങ്ങിത്തരാനുദ്ദേശിച്ചതാണ്; എന്നാൽ, ചേട്ടൻ കുറെനാളായി പട്ടണത്തിലില്ലാതിരുന്നതിനാൽ വൈകിപ്പോയി. ഇപ്പോൾത്തന്നെയാണ് നോർത്തംടനിൽനിന്നത് എനിക്ക് ലഭിച്ചത്. നിനക്ക് ഈ ചെയിൻ ഇഷ്ടപ്പെടുമെന്ന് ഞാൻ വിശ്വസിക്കുന്നു, ഫാന്നി, നിന്റെ ലളിതമായ അഭിരുചിക്കനുസരിച്ചതാകാൻ ഞാൻ പരമാവധി ശ്രമിച്ചിട്ടുണ്ട്. എന്തായാലും എന്റെ ഉദ്ദേശ്യത്തോട് നീ ദയകാട്ടുമെന്നെനിക്കറിയാം. നിന്റെ ഏറ്റവും പഴയ സുഹൃത്തുക്കളിൽ ഒരാളുടെ സ്നേഹചിഹ്നമായി ഇത് സ്വീകരിക്കുക."

ഇത്രയും പറഞ്ഞ് അവൻ ധൃതിയിൽ പുറത്തുപോകാൻ നിൽക്കുകയായിരുന്നു, വേദനയുടെയും ആനന്ദത്തിന്റെയും ഒരായിരം വികാരങ്ങൾ ഫാന്നിയെ ഇളക്കിമറിച്ചു. അവൾ സംസാരിക്കാനൊരു ശ്രമം നടത്തി നോക്കി. പിന്നെ ശക്തി സംഭരിച്ചവൾ വിളിച്ചുപറഞ്ഞു:

''ഓഹ്! കസിൻ, ഒരു നിമിഷം നിൽക്കൂ, ദയവായി.'' അവൻ തിരിഞ്ഞു നിന്നു.

"നിങ്ങളോട് നന്ദി പറയാനെനിക്ക് കഴിയില്ല" വികാരവിവശയായി അവൾ തുടർന്നു: "നന്ദിക്ക് ഇവിടെ പ്രസക്തിയില്ല. എനിക്ക് പ്രകടിപ്പിക്കാനാവുന്നതിൽ എത്രയോ അധികമാണ് അതെന്നെ സ്പർശിച്ചത്. ഈ രീതിയിൽ എന്നെക്കുറിച്ചോർത്ത നിങ്ങളുടെ നന്മനിറഞ്ഞ....."

"ഇത് മാത്രമാണോ നിനക്ക് പറയാനുള്ളതെങ്കിൽ, ഫാന്നി" പുഞ്ചിരിച്ചുകൊണ്ടവൻ വീണ്ടും തിരിഞ്ഞു നടക്കാൻ ഭാവിച്ചു.

"അല്ല, അല്ല. എനിക്ക് നിങ്ങളുമായി ചിലതുകൂടി ആലോചിക്കാനുണ്ട്."

സ്വയം അറിയാതെ അവൾ അപ്പോൾത്തന്നെ എഡ്മണ്ട് സമ്മാനിച്ച പൊതിതുറന്നു. മനോഹരമായി പൊതിഞ്ഞ ആ ചെറിയ ആഭരണപ്പെട്ടിക്കുള്ളിൽ ആകർഷകലാളിത്യമുള്ള ചെയിൻ കണ്ട് അവളുടെ ഹൃദയം വീണ്ടും കിടന്ന് പിടച്ചു.

"ശരിക്കും എത്രമനോഹരമാണിത്! ഇതുതന്നെയാണ് ഞാൻ ആഗ്രഹിച്ചത്! ഞാൻ എന്നും സ്വന്തമാക്കാനാഗ്രഹിച്ച ഒരേ ഒരു ആഭരണം ഇതാണ്. എന്റെ കുരിശിനിത് തികച്ചും അനുയോജ്യമാണ്. അവ ഒന്നിച്ച് ധരിക്കണം. ഇത്രയും നല്ലൊരു ശുഭമുഹൂർത്തത്തിൽ അത് ലഭിച്ചിരിക്കു

ന്നു. ഓഹ്! കസിൻ, നിങ്ങൾക്കറിയില്ല എനിക്കത് എത്രയ്ക്ക് സ്വീകാര്യമാണെന്ന്!"

"എന്റെ പ്രിയപ്പെട്ട ഫാന്നി, ഇതിനെപ്പറ്റി നീ ഒരുപാട് അധികം വികാരംകൊള്ളുന്നു. നിനക്ക് ഈ ചെയിൻ ഇഷ്ടമായെന്നറിഞ്ഞ് ഞാൻ ഏറ്റവുമധികം സന്തോഷിക്കുന്നു, അതുപോലെ നാളത്തെ ആവശ്യത്തിന്നായി ഇന്നുതന്നെ അതിവിടെ എത്തിയതിലും. എന്നാൽ, നിന്റെ നന്ദി പ്രകടനം അസ്ഥാനത്താണ്. നിനക്കെന്തെങ്കിലും സഹായം ചെയ്യുന്നതിനേക്കാൾ വലിയ സന്തോഷം എനിക്കീ ലോകത്തിലൊന്നുമില്ല, എന്നെ വിശ്വസിക്കൂ. അല്ല, എനിക്ക് തീർത്തുപറയാൻ കഴിയും, ഇത്രയും പരിപൂർണവും ദൃഢവുമായ സന്തോഷം. അത് ഒരിക്കലും പിൻവാങ്ങാത്തതാണ്."

അത്രയും സ്നേഹനിർഭരമായൊരന്തരീക്ഷത്തിൽ ഒരക്ഷരം മിണ്ടാതെ ഒരു മണിക്കൂർ നേരം നിന്നാലും ഫാന്നിക്ക് മടുപ്പ് വരില്ല! എന്നാൽ, ഒരു നിമിഷം നിന്നശേഷം, എഡ്മണ്ട് അവളുടെ സ്വർഗലോകത്തേക്ക് പറന്നുപോയ മനസിനെതിരിച്ചുകൊണ്ടു വന്നു. ഇപ്രകാരം പറഞ്ഞു കൊണ്ട്:

"എന്നാൽ, എന്താണ് നിനക്കെന്നോട് കൂടിയാലോചിക്കണമെന്നു പറഞ്ഞത്?"

അത് ആ നെക്ലേസിനെക്കുറിച്ചായിരുന്നു. ഇപ്പോൾ ഏറ്റവും ആത്മാർഥതയോടെ അവളത് തിരിച്ചു നൽകാനാഗ്രഹിച്ചു. അതിനവൾക്ക് എഡ്മണ്ടിന്റെ പൂർണ അംഗീകാരം വേണം. അടുത്ത് നടന്ന അവളുടെ സന്ദർശനത്തിന്റെ കഥ അവൾ വിവരിച്ചുകൊടുത്തു. ഇപ്പോൾ അവളുടെ പരമാനന്ദം അവസാനിക്കും! കാരണം, ആ ചുറ്റുപാട് എഡ്മണ്ടിനെ വല്ലാതെ സ്പർശിച്ചു. മിസ്. ക്രാഫോർഡിന്റെ പ്രവൃത്തി അവനെ അത്രയ്ക്ക് ആഹ്ലാദിപ്പിച്ചു. അവർ ഇരുവരുടെയും മനസിന്റെ യോജിപ്പിൽ ചാരിതാർഥ്യനായി. അവൾ തന്റെ പദ്ധതിയെക്കുറിച്ചുള്ള എഡ്മണ്ടിന്റെ അഭിപ്രായം അറിയാനായി കാത്തിരുന്നു. എന്നാലവൻ മനോരാജ്യത്തിൽ മുഴുകി ഇരിക്കുകയാണ്. ഇടയ്ക്കിടെ പ്രശംസയുടെ ഒറ്റപ്പെട്ട വാക്കുകൾ പുറപ്പെടുവിക്കുന്നു! അവൻ ദിവാസ്വപ്നത്തിൽനിന്നും ഉണർന്നപ്പോൾ, അവളുടെ ആഗ്രഹത്തെ നിശിതമായി എതിർത്തു.

"നെക്ലേസ് തിരിച്ചുകൊടുക്കുകയോ! ഇല്ല, എന്റെ പ്രിയപ്പെട്ട ഫാന്നി, ഒരുതരത്തിലും പാടില്ല. അതവളെ വല്ലാതെ വേദനിപ്പിക്കും. ഒരു സുഹൃത്തിന്റെ സന്തോഷത്തിനുവേണ്ടി സമ്മാനിച്ച വസ്തു തിരിച്ചേൽപ്പിക്കുന്നതിനെക്കാൾ ദുഃഖകരമായ മറ്റൊരുകാര്യമില്ല. അവൾ അർഹിക്കുന്ന ആ സന്തോഷം എന്തിനുനശിപ്പിക്കണം?"

"എനിക്കാണത് ആദ്യമായി സമ്മാനിച്ചിരുന്നതെങ്കിൽ" ഫാന്നി പറഞ്ഞു: "അത് തിരിച്ചേൽപ്പിക്കുന്നതിനെക്കുറിച്ച് ചിന്തിക്കുകപോലുമില്ലായിരുന്നു. എന്നാൽ, ആവശ്യമില്ലാതായപ്പോൾ സഹോദരന്റെ ഒരു പാരിതോഷികം അവൾ ഉപേക്ഷിക്കുന്നത് ശരിയായി തോന്നുന്നില്ല. ആണോ?"

"ആവശ്യമില്ലെന്നവൾക്ക് തോന്നിയിട്ടില്ല, ഇഷ്ടമല്ലെന്നും. ആദ്യം അത് സഹോദരന്റെ സമ്മാനമായിരുന്നതുകൊണ്ട് യാതൊരു ഭേദവുമി

ല്ല. അത് നൽകാനവളെ തടയാത്തതിനാലും, നിന്നെ അത് വാങ്ങുന്നതിൽനിന്ന് വിലക്കാത്തതിനാലും അത് നീ സൂക്ഷിക്കുന്നതിൽ യാതൊരു തെറ്റുമില്ല. എന്റെ സമ്മാനത്തെക്കാൾ എത്രമനോഹരമാണത്, സംശയമില്ല, ഒരു ബാൾറൂമിന് ഏറ്റവും യോജിച്ചത്."

"ഇല്ല, അതിനെക്കാൾ മനോഹരമല്ല, ഒരു രീതിയിലും, എന്റെ ഉദ്ദേശ്യത്തിന് ഒട്ടും യോജിച്ചതല്ല. വില്യമിന്റെ കുരിശിന് അനുയോജ്യമാണ് ഈ ചെയിൻ, എങ്ങനെ തുലനം ചെയ്താലും നെക്ലേസിനെക്കാൾ മനോഹരമാണ്."

"ഒറ്റ രാത്രിക്കുവേണ്ടി, ഫാന്നി, ഒറ്റരാത്രിമാത്രം, ഒരു ത്യാഗമായി കരുതിയിട്ടെങ്കിലും – നിന്റെ സുഖത്തിനായി ഇത്രയും താൽപ്പര്യമെടുക്കുന്ന ഒരാളെ വേദനിപ്പിക്കാതിരിക്കാനായി നീ ആ ത്യാഗം ചെയ്യുമെന്നെനിക്കുറപ്പാണ്. നിന്നോടുള്ള മിസ്സ്. ക്രാഫോർഡിന്റെ താൽപ്പര്യം – നീ അർഹിക്കുന്നതിൽ കൂടുതലെങ്കിലും അത് സുദൃഢമായിരുന്നു. നെക്ലേസ് തിരിച്ചുകൊടുക്കുമ്പോൾ നന്ദികേടിന്റെ ഒരു ഭാവം അതിനുണ്ടാവില്ലേ. അപ്രകാരമല്ല എന്ന് നിനക്കറിയാമെങ്കിലും നിന്റെ പ്രകൃതത്തിന് യോജിച്ചതല്ല അതെന്നെനിക്കുറപ്പുണ്ട്. അത് നാളെ, ഉദ്ദേശിച്ചതുപോലെ, ബാൾ ഡാൻസിൽ ധരിക്കുക. ഈ മാല സാധാരണ പരിപാടികൾക്ക് ഉപയോഗിക്കാം; എന്തായാലും ബാളിനുവേണ്ടി ഓർഡർ നൽകിയതായിരുന്നില്ലല്ലോ അത്. ഇതാണെന്റെ ഉപദേശം. ഇരുവരുടെയും ദൃഢമൈത്രിക്കിടയിൽ ഒരു കരിനിഴൽ വീഴുവാൻ ഞാനാഗ്രഹിക്കുന്നില്ല; വളരെ ആഹ്ലാദത്തോടെയാണ് നിങ്ങളുടെ സ്നേഹബന്ധം ഞാൻ നിരീക്ഷിക്കാറുള്ളത്. ഉദാരതയിലും ലാളിത്യത്തിലും ഇരുവരും ഒരേപോലെയാണ്, ഒരേസ്വഭാവം. കൊച്ചുകൊച്ചു വ്യത്യാസങ്ങളേ കാണൂ, മുഖ്യമായും സാഹചര്യത്തിൽനിന്നും ഉടലെടുക്കുന്നവ, അത് യഥാർഥത്തിൽ പരിശുദ്ധമായ സൗഹൃദത്തിനൊരു തടസമാകുന്നില്ല. അതിനിടയിൽ ഉദാസീനതയുടെ കരിനിഴൽ വീഴാൻ പാടില്ല" അവൻ ആവർത്തിച്ചു. ആ ശബ്ദം താഴ്ന്നു താഴ്ന്നു വന്നു.

ഈ ലോകത്ത് എനിക്ക് ഏറ്റവും പ്രിയപ്പെട്ട രണ്ടുപേർക്കിടയിൽ."

ഇത്രയും പറഞ്ഞു കൊണ്ടവൻ നടന്നു. പരമാവധി മനസമാധാനം വീണ്ടെടുക്കാൻ ശ്രമിച്ചുകൊണ്ട് ഫാന്നി അവിടെത്തന്നെ ഇരുന്നു. അവന്റെ ഏറ്റവും പ്രിയപ്പെട്ട രണ്ടു പേരിൽ ഒരാളാണവൾ – അതവൾക്ക് ശക്തിനൽകി. എന്നാൽ, മറ്റതോ!– ഒന്നാമത്തേത്! മുമ്പൊരിക്കലും അവൻ ഇത്രയും ഹൃദയം തുറന്ന് സംസാരിക്കുന്നതവൾ കേട്ടിട്ടില്ല. വളരെനാളായി അവൾ വിചാരിച്ചിരുന്നകാര്യമായിരുന്നു അതെങ്കിലും, അതൊരു കുത്തി മുറിവേൽപ്പിക്കലായിരുന്നു. കാരണം, അതവന്റെ കാഴ്ചപ്പാടും വിശ്വാസവും തുറന്നുകാട്ടി. അത് തീരുമാനിക്കപ്പെട്ടു. അവൻ മിസ്സ്. ക്രാഫോർഡിനെ വിവാഹം കഴിക്കും. തനിക്കേറ്റ ഒരു കുത്താണത്, നീണ്ട പ്രതീക്ഷകൾക്കുശേഷം! അവൾ വീണ്ടും വീണ്ടും അവന്റെ വാക്കുകൾ മനസാ ആവർത്തിച്ചു, അവൾ അവന്റെ ഏറ്റവും പ്രിയപ്പെട്ട രണ്ടുപേരിൽ ഒരാളാണെന്ന്, ആ വാക്കുകളിലെ വികാരം ഉൾക്കൊള്ളുന്നതിനു മുമ്പുതന്നെ. മിസ്സ്. ക്രാഫോർഡ് അവന്

അർഹതപ്പെട്ടവളാണെന്നവൾ വിശ്വസിക്കുന്നുണ്ടോ, ഉണ്ടായിരിക്കാം – ഓഹ്! അവർ എത്ര വ്യത്യസ്തരായിരിക്കും – ഇതിൽ കൂടുതൽ എന്ത് സഹിക്കാനാണ്! എന്നാൽ, അവൻ വഞ്ചിക്കപ്പെടുകയാണ്. അവൻ അവൾക്കില്ലാത്ത ഗുണഗണങ്ങളെ വാഴ്ത്തുന്നു. അവളിൽ നിറഞ്ഞുനിൽക്കുന്ന കുറ്റങ്ങൾ കാണുന്നതേയില്ല. ഈ വഞ്ചനയോർത്ത് ഫാന്നി കുറച്ചുനേരം കണ്ണീരൊഴുക്കി; എന്നിട്ടും വികാരവിക്ഷോഭം ഒതുക്കാനവൾക്കായില്ല. അവനുവേണ്ടി വികാരതീവ്രമായ പ്രാർഥനകളിലൂടെ മാത്രമേ അൽപ്പമെങ്കിലും ആശ്വാസം കണ്ടെത്താനവൾക്ക് കഴിഞ്ഞുള്ളൂ.

അമിതമായതെന്തും മറികടക്കുവാൻ ശ്രമിക്കുകയാണവളുടെ ഉദ്ദേശ്യം, അത് തന്റെ കർത്തവ്യമായവൾ കരുതി. എഡ്മണ്ടിനോടുള്ള സ്വാർഥസ്നേഹത്തിന് കടിഞ്ഞാണിടണം. അതൊരു നഷ്ടമായോ നൈരാശ്യമായോ കരുതുന്നത് ധിക്കാരമാണ്; സ്വന്തം എളിമയെ തൃപ്തിപ്പെടുത്താനുതകുന്ന കരുത്തുറ്റ വാക്കുകൾ അവൾക്ക് ലഭിച്ചില്ല. മിസ്. ക്രാഫോർഡ് അവനെക്കുറിച്ച് ചിന്തിക്കുന്നത് നീതീകരിക്കാവുന്നതുപോലെ അവളുടേത് നീതീകരിക്കാനാവില്ല. അത് ഉന്മാദമായേ കരുതപ്പെടൂ. അവളെ സംബന്ധിച്ചിടത്തോളം, ഒരു പരിതഃസ്ഥിതിയിലും, അവൻ അവളുടെ ഒന്നുമല്ല! ഒരു സുഹൃത്തിനെക്കാൾ പ്രിയപ്പെട്ടതായി ഒന്നുമല്ല. അത്തരം ഒരു ചിന്ത അവളുടെ മനസിൽ എങ്ങനെ ഉയർന്നുവന്നു, വിലക്കപ്പെട്ടതും പാപപങ്കിലവുമായ ആശയം! ഭാവനയിൽപ്പോലും അതവളെ സ്പർശിക്കാൻ പാടില്ലാത്തതായിരുന്നു. അവൾ വിവേകമുള്ളവളാകാൻ ശ്രമിക്കണം, യുക്തിക്ക് നിരക്കാത്തത് ചിന്തിക്കരുത്, മിസ്സ്. ക്രാഫോർഡിന്റെ സ്വഭാവത്തെ അതർഹിക്കുന്നരീതിയിൽ വിധി കൽപ്പിക്കണം, അവൾക്കവനോടുള്ള യഥാർഥ ഉൽക്കണ്ഠയും അഭിനിവേശവും ആത്മാർഥ ഹൃദയത്തോടെ അവൾ ഉൾക്കൊള്ളണം.

ആദർശധീരതയുള്ളവളാണവൾ. സ്വന്തം കർത്തവ്യം നിർവഹിക്കാനവൾ തീരുമാനമെടുത്തു. എങ്കിലും യുവത്വത്തിന്റെ പ്രകൃതിദത്തമായ വൈകാരികത പൂർണമായും നിർമാർജനം ചെയ്യാനാകില്ലല്ലൊ. ഇത്തരം ദൃഢനിശ്ചയമെല്ലാം എടുത്തെങ്കിലും, എഡ്മണ്ട് അവൾക്കുവേണ്ടി എഴുതാൻ തുടങ്ങിയ കത്തെടുത്ത്, ഒരു അമൂല്യനിധിപോലെ തഴുകി ലോലവികാരത്തോടെ അവളതിലെ വാക്കുകൾ ഉരുവിട്ടു. “എന്റെ ഏറ്റവും പ്രിയപ്പെട്ട ഫാന്നി, ഇത് സ്വീകരിക്കാനുള്ള കനിവുണ്ടാകണം” – സമ്മാനത്തിന്റെ ഏറ്റവും വിലപിടിച്ച ഭാഗമെന്നോണം അത് ചെയിനിനോടൊപ്പം കെട്ടിവെച്ചു. അവനിൽനിന്ന് ഒരു കത്തെന്ന രൂപേണ ആകെ അവൾക്കിതുവരെ ലഭിച്ചിട്ടുള്ള ഒരു വസ്തു ആണിത്. ഇതുപോലെ ഒന്ന് ഇനി ഒരിക്കലും ലഭിച്ചെന്ന് വരില്ല. ഇത്തരം ഒരവസരത്തിൽ, ഇതേ ശൈലിയുള്ള മറ്റൊരു കത്ത് ലഭിക്കുക അസാധ്യമാണ്. ഏറ്റവും പ്രശസ്തനായ രചയിതാവിന്റെ തൂലികയിൽനിന്നും ഉതിർന്നുവീണ രണ്ട് വരികളെപ്പോലെ അമൂല്യമായവ പിന്നെ ഒരിക്കലും സംഭവിക്കില്ല – ഏറ്റവും പ്രിയപ്പെട്ട ജീവചരിത്രകാരന്മാരുടെ ഗവേഷണങ്ങളെ ഇത്രയും പൂർണമായി പ്രസാദിപ്പിച്ചു

കാണില്ല. സ്ത്രീകളുടെ വികാരോജ്വലമായ പ്രേമം ഏതൊരു ജീവചരിത്രകാരന്റെ ഭാവനയ്ക്കും അപ്പുറത്താണ്! അവളെ സംബന്ധിച്ചിടത്തോളം ആ കയ്യക്ഷരം തന്നെ, അതിലെ വിഷയം എന്തുതന്നെ ആയാലും, അതൊരനുഗ്രഹമാണ്. മറ്റേതൊരു മനുഷ്യന്റെ മനോഹരമായ കയ്യക്ഷരത്തിനും എഡ്മണ്ടിന്റെ വെറും സാധാരണ കയ്യക്ഷരത്തിന് നൽകാനായ വശ്യതയില്ലായിരുന്നു! ധൃതിയിൽ എഴുതിയ ആ കുറിപ്പ് കുറ്റമറ്റതായിരുന്നു. ആദ്യ നാല് വാക്കുകൾക്ക് എന്തൊരു ആവിഷ്കരണൗചിത്യമാണ്. വാക്കുകൾ ക്രമീകരിച്ചിരിക്കുന്ന രീതിക്ക് "എന്റെ ഏറ്റവും പ്രിയപ്പെട്ട ഫാന്നി." അതവളെക്കാലത്തും നോക്കിക്കൊണ്ടിരിക്കും!

സ്വന്തം ചിന്തകൾ നിയന്ത്രിച്ച്, മനസിലെ സമ്മിശ്രവികാരങ്ങളിൽ നിന്നാശ്വാസം നേടി, അവൾ സമയത്തിനുതന്നെ താഴെ ഇറങ്ങിവന്ന് പതിവുപോലെ ബെർട്രാം ആന്റിയുടെ സേവനത്തിൽ മുഴുകി. ആ ജോലിയിൽ ഒട്ടും ഉത്സാഹക്കുറവ് കാട്ടിയില്ല.

പ്രതീക്ഷിച്ചിരുന്ന ആഘോഷത്തിന്റേതായ ദിനം, വ്യാഴാഴ്ച വന്നണഞ്ഞു. പതിവിനു വിപരീതമായി, ഫാന്നിക്ക് ശുഭകരമായ രീതിയിലായിരുന്നു ആ ദിവസത്തിന്റെ തുടക്കം. പ്രാതൽകഴിഞ്ഞ ഉടനെ മിസ്റ്റർ ക്രാഫോർഡിന്റെ ഒരു കുറിപ്പ് വില്യമിന് ലഭിച്ചു. തനിക്ക് പിറ്റേന്ന് ഏതാനും ദിവസത്തേക്കായി ലണ്ടനിലേക്ക് പോകേണ്ടതുള്ളതിനാൽ ഒരു കൂട്ടുകാരന്റെ ആവശ്യം വന്നിരിക്കുന്നു. അതുകൊണ്ട് വില്യമിന്റെ മാൻസ്ഫീൽഡിൽനിന്നുള്ള മടക്കയാത്ര അരദിവസം നേരത്തെ ആക്കിയാൽ തന്റെ കുതിരവണ്ടിയിൽ ഒന്നിച്ചുപോകാനാകും. പട്ടണത്തിലെ അങ്കിളിന്റെ വസതിയിൽ ഡിന്നർസമയത്ത് എത്തണമെന്നാണ് മിസ്റ്റർ ക്രാഫോർഡിന്റെ ആഗ്രഹം. വില്യമിനെയും ഡിന്നറിന് ക്ഷണിച്ചിട്ടുണ്ട്. ഈ നിർദേശം വില്യമിനെ വളരെ സന്തോഷിപ്പിച്ചു. രസികനായ ഇത്തരം ഒരു സ്നേഹിതനോടൊപ്പം നാല് കുതിരകളെ പൂട്ടിയവണ്ടിയിൽ യാത്ര ചെയ്യുന്നതവൻ ആഹ്ലാദത്തോടെ ഓർത്തു. മറ്റ് ചില കാരണങ്ങളാൽ ഈ പദ്ധതി ഫാന്നിക്കും വളരെ ഏറെ സന്തോഷമായി. കാരണം, ആദ്യത്തെ പ്ലാൻ അനുസരിച്ച് പിറ്റേന്ന് രാത്രിയിലെ മെയിലിൽ ആയിരുന്നു നോർത്തംടനിൽനിന്നും വില്യമിന് പോകേണ്ടിയിരുന്നത്. അപ്പോൾ പേർട്സ്മത്ത് കോച്ച് പിടിക്കുന്നതിനു മുമ്പവന് ഒരു മണിക്കൂർ വിശ്രമം പോലും ലഭിക്കില്ലായിരുന്നു. മിസ്റ്റർ ക്രാഫോർഡിന്റെ ഈ വാഗ്ദാനം മൂലം അവൾക്ക് സഹോദരനെ ഏതാനും മണിക്കൂറുകൾ മുമ്പ് വിട്ടു പിരിയേണ്ടിവരുമെങ്കിലും അത്തരം യാത്രകൊണ്ടുള്ള ക്ഷീണം വില്യമിനൊഴിവാക്കാമല്ലോ എന്നോർത്തവൾ അത്യധികം സന്തോഷിച്ചു. മറ്റൊന്നും അവൾ ചിന്തിച്ചില്ല. മറ്റൊരു കാരണമാണ് ആ പ്ലാൻ അംഗീകരിക്കാൻ സർ. തോമസിനെ പ്രേരിപ്പിച്ചത്. അഡ്മിറൽ ക്രാഫോർഡിന് തന്റെ 'നെവ്യു'വിനെ പരിചയപ്പെടുത്തുന്നത് അവന് ഗുണം ചെയ്യും. അഡ്മിറലിനതിൽ താൽപ്പര്യമുണ്ടെന്നദ്ദേഹം കരുതുന്നു. മൊത്തത്തിൽ ആനന്ദകരമായൊരു കുറിപ്പായിരുന്നു അത്. രാവിലെ മുഴുവൻ അതിന്റെ

ഉത്സാഹത്തിമിർപ്പിലായിരുന്നു ഫാന്നി. ആ കത്തിന്റെ ഉടമയും ഉടനെ സ്ഥലം വിടുമല്ലോ എന്ന ചിന്തയും അവളുടെ ആഹ്ലാദത്തിന് മാറ്റുകൂട്ടി.

ബാളിന്റെ സമയം അടുത്തുവരുന്തോറും അവളുടെ ഉൽക്കണ്ഠയും ഭയവും വർധിച്ചുവന്നു. തനിക്കുണ്ടാകേണ്ട സന്തോഷത്തിന്റെ പകുതിയും അത് നശിപ്പിച്ചുകളഞ്ഞു. ഇതേ അവസരത്തിനുവേണ്ടി പല യുവതികളും അനായാസമായാണ് നോക്കിയിരിക്കാറുള്ളതെങ്കിൽ, അവളുടെ നില നേരെമറിച്ചായിരുന്നു. ക്ഷണിക്കപ്പെട്ട പകുതിപേർക്കേ മിസ്സ് പ്രൈസ് എന്ന പേർപോലും അറിയുകയുള്ളൂ. അവളുടെ അരങ്ങേറ്റമാണിന്ന്, ആ സായാഹ്നത്തിലെ 'റാണി'യായി കരുതപ്പെടേണ്ടവൾ. മിസ്സ്. പ്രൈസിനേക്കാൾ കൂടുതൽ ആഹ്ലാദവതിയാകാൻ ആർക്ക് കഴിയും? എന്നാൽ, ഒരു സമൂഹവനിതയായിട്ടല്ല അവൾ വളർത്തപ്പെട്ടത്. ഏത് കാഴ്ചപ്പാടിലൂടെയാണ് ഈ ബാൾ അവളെ വീക്ഷിക്കുകയും ആദരിക്കയും ചെയ്യുന്നതെന്നതിൽ അവളുടെ ഭയം ഇപ്പോഴത്തേതിനെക്കാൾ പതിന്മടങ്ങ് വർധിച്ചേനെ, സുഖവും സമാധാനവും നഷ്ടപ്പെട്ടേനെ. അധികം നിരീക്ഷിക്കപ്പെടാതെയും വലിയ ക്ഷീണമില്ലാതെയും ഡാൻസ് ചെയ്യാൻ കഴിയണം. പാതിരാത്രിവരെ നൃത്തം ആടാനുള്ള കരുത്തും, അനുയോജ്യരായ പങ്കാളികളും വേണം. കുറച്ചുനേരം എഡ്മണ്ടിനോടൊപ്പം നൃത്തം ചെയ്യണം, വളരെ കുറച്ചുമാത്രം മിസ്റ്റർ ക്രാഫോർഡിനൊപ്പവും. വില്യം ആസ്വദിക്കുന്നത് കാണണം. നോറിസ് ആന്റിയിൽനിന്ന് മാറിനിൽക്കാൻ കഴിയണം, ഇത്രയുമാണവളുടെ അഭിലാഷം. അവളുടെ ഏറ്റവും വലിയ സന്തോഷം, അവളുടെ ഏറ്റവും വലിയ ആഗ്രഹങ്ങൾ ഇവയായിരുന്നതിനാൽ അതെപ്പോഴും അതിജീവിക്കാറില്ല. രണ്ട് ആന്റിമാരോടൊപ്പം ചിലവഴിച്ച നീണ്ട പ്രഭാതവേളയിൽ അവളുടെ ശുഭപ്രതീക്ഷകൾക്ക് മങ്ങലേറ്റു. അവസാനദിവസം പൂർണമായും ആസ്വദിക്കാൻ തീരുമാനിച്ച വില്യം നായാട്ടിനായി പോയിരിക്കയാണ്. എഡ്മണ്ട് പുരോഹിതഭവനത്തിലായിരിക്കുമെന്നവൾക്കൂഹിക്കാൻ മതിയായ കാരണങ്ങളുണ്ട്. മിസിസ് നോറിസിന്റെ ശല്യം മുഴുവൻ സഹിക്കാനവൾ ഒറ്റയ്ക്കായി. വീട്ടുകാര്യസ്ഥയായിരുന്നു ആന്റിയുടെ മുഖ്യവിരോധി; അവൾ അത്താഴം സ്വന്തം രീതിയിൽ തയാറാക്കി നശിപ്പിക്കുമത്രെ. ഫാന്നി ഇതെല്ലാം കേട്ടുകേട്ട് തളർന്നു പോയി. ബാളിന്റെ ദൂഷ്യവശങ്ങളായിരിക്കാം ഇതെല്ലാമെന്നവൾ കരുതി. മനോവേദനയോടെ അവൾ എഴുന്നേറ്റ് ഉടുപ്പ് മാറ്റുവാനായി സ്വന്തം മുറിയിലേക്ക് പോയി, അപ്പോഴെക്കും സന്തോഷിക്കാനുള്ള കഴിവ് അവൾക്ക് നഷ്ടപ്പെട്ടുകഴിഞ്ഞിരുന്നു.

അവൾ മെല്ലെ മുകളിലേക്ക് നടക്കുമ്പോൾ തലേന്നത്തെ സംഭവങ്ങളെ കുറിച്ചോർത്തു. ഏകദേശം ഇതേസമയത്താണ് അവൾ പുരോഹിതഭവനത്തിൽനിന്ന് തിരിച്ചെത്തിയതും, കിഴക്കെ മുറിയിൽ എഡ്മണ്ടിനെ കണ്ടുമുട്ടിയതും. "ഇന്ന് വീണ്ടും അവിടെ അവനെ കാണാൻ കഴിഞ്ഞെങ്കിൽ!" അവൾ തന്നോടുതന്നെ ആഹ്ലാദപൂർവം പറഞ്ഞു.

"ഫാന്നി" അവളുടെ അരികിൽ നിന്നൊരു സ്വരം ഉയർന്നു. ഞെട്ടിത്തിരിഞ്ഞവൾ നോക്കി. കോണിപ്പടിക്കുമുകളിൽ അതാ എഡ്മണ്ട്

നിൽക്കുന്നു! അവൻ അവളുടെ അരികിലേക്ക് ചെന്നു. “നീ വല്ലാതെ ക്ഷീണിച്ച് തളർന്നിരിക്കുന്നല്ലൊ, ഫാന്നി, ഒരുപാട് ദൂരം നടന്നോ?”

“ഇല്ല, ഞാൻ പുറത്ത് പോയിട്ടേ ഇല്ല.”

“അപ്പോൾ വീട്ടിനുള്ളിൽ അടച്ചിരുന്നതിന്റെ ക്ഷീണമാകാം, അത് വളരെ മോശമാണ്. നീ പുറത്ത് പോകേണ്ടതായിരുന്നു.”

കൂടുതൽ പരാതിക്കിടകൊടുക്കാതിരിക്കാനായി അവൾ മൗനം പാലിച്ചു. പതിവുള്ള ദയാവായ്പോടെയാണവൻ അവളെ വീക്ഷിച്ചതെങ്കിലും, തന്റെ മുഖത്തെക്കുറിച്ചല്ല അപ്പോൾ അവൻ ചിന്തിക്കുന്നതെന്നവൾക്ക് തോന്നി. അവൻ അത്ര ഉത്സാഹത്തിലല്ല. അവളുമായി ബന്ധമില്ലാത്ത എന്തോകാര്യം അവന്റെ മനസിനെ വിഷമിപ്പിക്കുന്നുണ്ട്. അവർ ഒന്നിച്ച് കോണികയറി. അവർ ഇരുവരുടെയും മുറികൾ മുകളിലെ നിലയിലാണ്.

“ഡോ.ഗ്രാന്റിന്റെ വീട്ടിൽനിന്നാണ് ഞാൻ വരുന്നത്” എഡ്മണ്ട് പറഞ്ഞു തുടങ്ങി: “ആ ദൗത്യയാത്രയുടെ ഉദ്ദേശ്യം നീ ഊഹിച്ചുകാണും, ഫാന്നി.” ഒരേയൊരു ഉദ്ദേശ്യമേ അതിനുള്ളൂ എന്ന് ഫാന്നിക്കറിയാമെന്ന ഭാവമായിരുന്നു അവന്റേത്. അതവളെ സംസാരിക്കാനാവാത്ത വിധത്തിൽ തളർത്തിക്കളഞ്ഞു– “ആദ്യത്തെ രണ്ട് ഡാൻസിന് ഞാൻ മിസ്. ക്രാഫോർഡിനെ പങ്കാളിയാക്കാനാഗ്രഹിക്കുന്നു.” അതായിരുന്നു പിന്നീടുണ്ടായ വിശദീകരണം. ഫാന്നിക്ക് വീണ്ടും ജീവൻ വീണു! സംസാരിക്കാമെന്നായി; അവളിൽനിന്ന് എന്തെങ്കിലും മറുപടി അവൻ പ്രതീക്ഷിക്കുന്നുണ്ടെന്നവൾക്കറിയാം. എന്നിട്ടതിന്റെ ഫലമെന്തായി എന്നവൾ ചോദിച്ചു.

“അതെ” അവൻ മറുപടിനൽകി “അവൾ സമ്മതിച്ചു; എന്നാൽ (വിഷാദമായൊരു പുഞ്ചിരിയോടെ) ഇതെന്നോടൊപ്പമുള്ള അന്തിമനൃത്തമായിരിക്കുമെന്നവൾ പറയുന്നു. അവൾ ഗൗരവമായിട്ടല്ല അത് പറഞ്ഞിരിക്കുക എന്ന് ഞാൻ കരുതുന്നു. ഗൗരവത്തിലല്ലെന്ന് ഞാനാശിക്കുന്നു എന്നാലും അത് എനിക്ക് കേൾക്കേണ്ടിവന്നില്ലേ. അവൾ ഒരിക്കലും ഒരു പുരോഹിതനോടൊപ്പം ഡാൻസ് ചെയ്തിട്ടില്ലത്രെ, ഇനി ഒരിക്കലും ചെയ്യുകയുമില്ലെന്ന്. എന്നെ സംബന്ധിച്ചിടത്തോളം ഒരു ബാൾ വേണ്ടായിരുന്നു എന്നു ഞാനാഗ്രഹിച്ചുപോകുന്നു – ഞാനുദ്ദേശിച്ചത് ഇതേ ആഴ്ച, ഇതേ ദിവസം – നാളെ ഞാൻ വീട് വിടുകയാണ്.”

ഫാന്നി സംസാരിക്കാൻ പാടുപെട്ടു “നിങ്ങളെ വേദനിപ്പിക്കുന്ന സംഭവങ്ങളുണ്ടായതിൽ എനിക്ക് ദുഃഖമുണ്ട്. ഇത് സന്തോഷിക്കാനുള്ള ഒരു ദിനമാകേണ്ടതാണ്. എന്റെ അങ്കിളിന്റെ ആഗ്രഹം അതാണ്.”

“ഓഹ്! അതെ, അതെ, അത് ആഹ്ലാദിക്കേണ്ട ഒരുദിനം തന്നെ. വാസ്തവത്തിൽ, ബാൾ അനവസരത്തിലായി എന്നല്ല ഞാൻ കരുതിയത് – എന്താണതർഥമാക്കുന്നത്? എന്നാൽ, ഫാന്നി” അവളുടെ കരം ഗ്രഹിച്ച്, ശബ്ദം താഴ്ത്തി ഗൗരവഭാവത്തിലവൻ തുടർന്നു: “ഇതിന്റെ എല്ലാം അർഥം നിനക്കറിയാമല്ലൊ. അതെന്താണെന്ന് നീ കാണുന്നുണ്ട്, ഞാൻ പറയുന്നതിനെക്കാൾ നന്നായി നിനക്കത് വിശദീകരിക്കാനാകും, ഞാൻ എന്തുകൊണ്ട് പ്രകോപിതനാണെന്ന്. ഞാൻ നിന്നോട് കുറ

ച്ചുനേരം സംസാരിക്കട്ടെ. നീ വളരെ കരുണാമയിയായ ശ്രോതാവാണ്. ഇന്ന് കാലത്ത് ഉണ്ടായ അവളുടെ പെരുമാറ്റത്തിൽ എന്റെ മനസ്സ് വല്ലാതെ വേദനിച്ചു, അതിൽനിന്ന് മുക്തനാകാനാകുന്നില്ല. നിന്റേതു പോലെ മധുരവും കുറ്റമറ്റതുമാണ് അവളുടെ മനോഭാവമെന്ന് എനിക്കറിയാം. എന്നാൽ, അവളുടെ പഴയസുഹൃത്തുക്കളുടെ സ്വാധീനം സംസാരത്തെയും പെരുമാറ്റത്തെയും ചെറുതായി ദുഷിപ്പിച്ചിരിക്കുന്നു. അവൾക്ക് ദുരുദ്ദേശ്യങ്ങളില്ല; ചീത്തകാര്യങ്ങൾ ചിന്തിക്കുന്നില്ല; എന്നാൽ, അത് സംസാരത്തിൽ വന്നുപോകുന്നു – തമാശരൂപത്തിൽ – തമാശയ്ക്കാണവൾ പറയുന്നതെങ്കിലും, എന്നെ അഗാധമായത് വേദനിപ്പിക്കുന്നു."

"ശിക്ഷണത്തിന്റെ ഫലം" ഫാന്നി സൗമ്യതയോടെ പറഞ്ഞു.

എഡ്മണ്ടിനതിനോട് യോജിക്കാതിരിക്കാനായില്ല. "അതെ, ആ അങ്കിളും ആന്റിയും, ഏറ്റവും നല്ലൊരു മനസിനെ അവർ കേടുവരുത്തി! പലപ്പോഴും, ഫാന്നി, ഞാൻ നിന്നോട് തികച്ചും യോജിക്കുന്നു, പെരുമാറ്റത്തിൽ മാത്രമല്ല, മനസ്സു തന്നെ ദുഷിപ്പിക്കപ്പെട്ടിരിക്കുന്നു."

തന്റെ അഭിപ്രായം അറിയാനവൻ ആഗ്രഹിക്കുന്നുണ്ടെന്ന് ഫാന്നിക്ക് തോന്നി. അതുകൊണ്ട് അൽപ്പം ചിന്തിച്ചശേഷം അവൾ പറഞ്ഞു: "വെറും ഒരു ശ്രോതാവായിമാത്രമാണ് എന്നെ ഉദ്ദേശിക്കുന്നതെങ്കിൽ, കസിൻ, ഞാനതിന് തയാറാണ്. എന്നാൽ, ഒരു ഉപദേഷ്ടാവാകാനുള്ള അർഹത എനിക്കില്ല. എന്നോട് ഒരുപദേശവും ആരായരുത്, എനിക്കതിന് പ്രാപ്തിയില്ല."

"നീ പറഞ്ഞത് ശരിയാണ്, ഫാന്നി, എതിർപ്പ് പ്രകടിപ്പിക്കാൻ പ്രയാസമാണ്. എന്നാലും നീ ഭയപ്പെടേണ്ട ആവശ്യമില്ല. അത്തരം ഒരു വിഷയത്തെക്കുറിച്ച് ഞാനൊരിക്കലും നിന്നോട് ഉപദേശം തേടില്ല; അതിനെക്കുറിച്ച് ഒരിക്കലും ഉപദേശം ചോദിക്കാതിരിക്കുന്നതാണ് ഭേദം. ചിലതിനെക്കുറിച്ച് ചോദിക്കണമെന്ന് വിചാരിച്ചതാണ്, എന്നാലത് മറ്റ് ചിലകാര്യങ്ങളിൽ സ്വാധീനം ചെലുത്തിയെങ്കിലോ. ഞാൻ നിന്നോട് സംസാരിക്കാൻ മാത്രമേ ആഗ്രഹിക്കുന്നുള്ളൂ."

"ഒരുകാര്യം കൂടി. സ്വാതന്ത്ര്യമെടുക്കുന്നതിൽ ക്ഷമിക്കണം – എന്നോട് സംസാരിക്കുന്നത് ശ്രദ്ധിച്ചുവേണം. ഇപ്പോൾ പറയുന്നകാര്യം പിന്നീട് നിങ്ങളെ വിഷമിപ്പിക്കുന്നതാവരുത്. ഒരു സമയം വരും...."

ഇത് പറഞ്ഞപ്പോൾ അവളുടെ മുഖം ചുവന്ന് തുടുത്തു.

"ഏറ്റവും പ്രിയപ്പെട്ട ഫാന്നി" അവൻ ആക്രോശിച്ചു. അവളുടെ കരം തന്റെ അധരങ്ങളിലമർത്തിപ്പിടിച്ചു. മിസ്. ക്രാഫോർഡിന്റേതിന്റെ അത്രതന്നെ ഊഷ്മളത അതിനുണ്ടായിരുന്നു. "മറ്റുള്ളവരുടെ വികാരങ്ങളെ കണക്കിലെടുക്കുന്ന ചിന്തകളാണ് നിന്റെ മനസ്സ് നിറയെ! എന്നാൽ, അതിവിടെ അനാവശ്യമാണ്. ആ സമയം ഒരിക്കലും വരില്ല. അത് അസാധ്യമാണെന്ന് ഞാൻ ചിന്തിക്കാൻ തുടങ്ങുകയാണ്. അവസരങ്ങൾ കുറഞ്ഞു കുറഞ്ഞു വരുന്നു. അങ്ങനെ സംഭവിച്ചാൽത്തന്നെ എനിക്കോ നിനക്കോ ഓർമിക്കാനായി ഒന്നുമുണ്ടാകില്ല, പേടിക്കേണ്ട ആവശ്യമില്ല; എന്റെ ധർമബോധത്തിൽ എനിക്ക് ലജ്ജയില്ല. ഞാൻ പറഞ്ഞകാര്യങ്ങൾ നിന്നോടല്ലാതെ

ഈ ലോകത്ത് മറ്റാരോടും എനിക്ക് പറയാൻ കഴിയില്ല. എന്നാൽ, നിനക്ക് നന്നായി അറിയാം എനിക്ക് അവളെക്കുറിച്ചുള്ള അഭിപ്രായം. ഞാന സ്ഥനൊന്നുമല്ല, ഫാന്നി. അവളുടെ കൊച്ചുകൊച്ചു കുറവുകളെക്കുറിച്ച് നമ്മൾ എത്രതവണയാണ് സംസാരിച്ചിട്ടുള്ളത്! നീ എന്നെ പേടിക്കണ്ട. അവളെക്കുറിച്ച് ഞാനിപ്പോൾ ഗൗരവമായി ചിന്തിക്കുന്നില്ല. എന്നാൽ, നിന്റെ കരുണയും സഹാനുഭൂതിയും ആത്മാർഥമായ നന്ദിയോടെ സ്മരിച്ചില്ലെങ്കിൽ ഞാനൊരു മന്ദബുദ്ധിയായിരിക്കും, തീർച്ചയായും."

ഒരു പതിനെട്ടുകാരിയുടെ മനസ്സ് ഇളക്കിവിടാൻ മാത്രം അവൻ പറഞ്ഞുകഴിഞ്ഞു, അടുത്തൊന്നും അനുഭവിച്ചിട്ടില്ലാത്ത സുഖകരമായ വികാരം ഉണർത്തുവാനുതകുന്നതെല്ലാം അവൻ പറഞ്ഞു കഴിഞ്ഞു. പ്രകാശിച്ച മുഖത്തോടെ അവൾ മറുപടിനൽകി.

"അതെ, കസിൻ, നിങ്ങൾക്ക് മറ്റൊന്നും ചെയ്യാനാകില്ലെന്നെനിക്ക് ബോധ്യമായി, ചിലതെല്ലാം പാടില്ലാത്തതാണെങ്കിലും. നിങ്ങൾ പറയാനാഗ്രഹിക്കുന്നതെന്തായാലും കേൾക്കാനെനിക്ക് ഭയമില്ല. മടിക്കേണ്ട. ഇഷ്ടമുള്ളതെന്തും പറയാം."

അവർ അപ്പോൾ രണ്ടാംനിലയിലായിരുന്നു; ഒരു വേലക്കാരി അവിടെ വന്നതിനാൽ അവർ സംസാരം തുടർന്നില്ല. ഏറ്റവും ആനന്ദകരമായ അവസ്ഥയിൽ ഫാന്നി എത്തിനിന്നു. അഞ്ച് മിനിറ്റുകൂടി അവന് സംസാരിക്കാൻ കഴിഞ്ഞിരുന്നെങ്കിൽ മിസ്. ക്രാഫോർഡിന്റെ കുറ്റങ്ങളെക്കുറിച്ചും, തന്റെ നൈരാശ്യത്തെക്കുറിച്ചും കൂടുതൽ വിളമ്പിയേനെ. തൽക്കാലം സ്നേഹവും നന്ദിയും നിറഞ്ഞൊരു നോട്ടത്തോടെ അവൻ വിടപറഞ്ഞു. അതുല്യമായൊരു വൈകാരികോന്മത്തതയായിരുന്നു അപ്പോൾ അവൾ അനുഭവിച്ചത്. മണിക്കൂറുകളോളം അവളതിൽ ലയിച്ചുനിന്നു. ക്രാഫോർഡിൽനിന്ന് വില്യമിനു ലഭിച്ച കുറിപ്പിന്റെ ആനന്ദലഹരി കെട്ടടങ്ങിയതോടെ, അവളുടെ മാനസികനില നേരെമറിച്ചായിരുന്നു. മനസ്സമാധാനം പൂർണമായും നഷ്ടപ്പെട്ടു, യാതൊരാശയ്ക്കും വകയില്ലാതായി. എന്നാൽ ഇപ്പോൾ, എല്ലാം പുഞ്ചിരിച്ചുനിൽക്കുകയാണ്. വില്യമിന്റെ നല്ല ഭാവിയെക്കുറിച്ചുള്ള ചിന്ത അവളുടെ മനസിൽ വീണ്ടും ഉയർന്നുവന്നു, മുമ്പത്തേക്കാൾ കൂടുതൽ തീക്ഷ്ണതയോടെ. പിന്നെ ബാൾ – അവൾക്കു മുന്നിൽ ഇത്രയും ആഹ്ലാദകരമായൊരു സായാഹ്നം! ഇപ്പോൾ ശരിക്കും അവൾ ഉത്സാഹഭരിതയായിരിക്കുന്നു. ബാളിന് അനുയോജ്യമായ രീതിയിൽ വസ്ത്രധാരണം ചെയ്യാനവൾ സന്തോഷപൂർവം തുനിഞ്ഞു. എല്ലാം ഭംഗിയായി നിർവഹിക്കപ്പെട്ടു – തന്റെ രൂപം അവൾക്ക് ഇഷ്ടപ്പെട്ടു. വീണ്ടും നെക്ലേസിന്റെ കാര്യം വന്നപ്പോൾ അവളെ ഭാഗ്യം പൂർണമായും തുണച്ചതുപോലെ! പലപ്രാവശ്യം ശ്രമിച്ചിട്ടും കുരിശിന്റെ കണ്ണിയിലൂടെ മിസ്സ്. ക്രാഫോർഡ് സമ്മാനിച്ച നെക്ലേസ് കടന്നുപോകുന്നില്ല. എഡ്മണ്ടിന്റെ ചെയിൻ ഇടേണ്ടിവന്നു – ആഹ്ലാദത്തോടെ ആ ചെയിനിലവൾ കുരിശ് കോർത്തിട്ടു, തനിക്ക് ഏറ്റവും പ്രിയങ്കരരായ രണ്ടുപേരുടെ സ്മാരകങ്ങൾ, ഭാവനയും യാഥാർഥ്യവും ഒന്നിച്ചിണങ്ങിയ സ്നേഹത്തിന്റെ പ്രതീകങ്ങൾ – അവളത് കഴുത്തിലണിഞ്ഞു; വില്യമിനെയും എഡ്മണ്ടിനെയും ഒന്നിച്ച് അവ

ളതിൽ ദർശിച്ചു. അതോടൊപ്പം മിസ്സ്. ക്രാഫോർഡിന്റെ നെക്ലേസും അണിയാനവൾക്ക് വിഷമം തോന്നിയില്ല. അതാണ് ശരി എന്നവൾക്ക് തോന്നി. മിസ്. ക്രാഫോർഡിന്നതിൽ അവകാശമുണ്ട്. തന്റെ അവകാശ ങ്ങളിൽ അത് ഇടപെടാത്തിടത്തോളം കാലം സസന്തോഷം അവൾ മിസ്. ക്രാഫോർഡിനോട് നീതികാണിക്കണം. നെക്ലേസ് ശരിക്കും കാണാൻ നല്ല ഭംഗിയുള്ളതാണ്. ഒടുവിൽ ഫാന്നി മുറിവിട്ട് പുറത്തുവന്നു. അവൾ അതീവ സംതൃപ്തയായിരുന്നു, തന്നോടുതന്നെയും പരിസരത്തോടും.

ആ സമയത്താണ് അവളുടെ ബെർട്രാം ആന്റി പെട്ടെന്നവളെക്കുറിച്ച് ഓർത്തത്, പതിവില്ലാത്തൊരു ചിന്ത! ബാളിന് തയാറാകുന്ന ഫാന്നിയെ ഭംഗിയായി അലങ്കരിക്കണം. അവൾ വസ്ത്രധാരണം കഴിഞ്ഞ നേരത്താ യിരുന്നു അവർക്ക് ഈ 'വിളി' ഉണ്ടായത്. അവരുടെ സ്വന്തം പരിചാരി കയെ വേഗം ഫാന്നിയുടെ അരികിലേക്കയച്ചു, വളരെ വൈകിക്കഴിഞ്ഞി രുന്നെങ്കിലും! 'മിസിസ് ചാപ്മാൻ' അവിടെ എത്തിയ സമയത്താണ്, വേഷഭൂഷാദികളോടെ മിസ്സ്. പ്രൈസ് മുറിയിൽനിന്ന് പുറത്തേക്കുവന്നത് – എന്നാൽ, ഫാന്നിക്ക് തന്റെ ആന്റിയുടെ ഔദാര്യം തൃപ്തിയേകി.

10

ഫാന്നി താഴേക്ക് ഇറങ്ങിവന്നപ്പോൾ അവളുടെ അങ്കിളും രണ്ട് ആന്റിമാരും ഡ്രോയിങ് റൂമിൽ ഉണ്ടായിരുന്നു. അങ്കിളിന് അവളോട് വലിയ താൽപ്പര്യമാണിപ്പോൾ; അവളുടെ മനോഹരരൂപം അദ്ദേഹം സന്തോഷത്തോടെ വീക്ഷിച്ചു, അതിസുന്ദരം. വൃത്തിയായി വസ്ത്ര ധാരണം ചെയ്തിരിക്കുന്നു എന്നു മാത്രമേ അപ്പോൾ അവളുടെ സാന്നി ധ്യത്തിൽ അദ്ദേഹം അഭിപ്രായം പറഞ്ഞുള്ളൂ. എന്നാൽ, അവൾ വീണ്ടും മുറിവിട്ടുപോയപ്പോൾ അവളുടെ സൗന്ദര്യത്തെ അദ്ദേഹം ശ്ലാഘിച്ചു.

"അതെ" ലേഡി ബെർട്രാം പറഞ്ഞു: "അവളെ കാണാൻ നല്ല ചന്ത മുണ്ട്. അവളെ ഒരുക്കുവാനായി ഞാൻ ചാപ്മാനെ വിട്ടിരുന്നു."

"നല്ല ചന്തമുണ്ടെന്നോ! ഓഹ്, അതെ" മിസിസ് നോറിസ് ഒച്ചവെച്ചു "അവൾക്കത്ര സൗകര്യമല്ലെ ഇവിടെ ലഭിക്കുന്നത്, പിന്നെ എന്തുകൊണ്ട് ഭംഗിയുണ്ടാകില്ല? തന്റെ കസിനുകളെപ്പോലെ എല്ലാസുഖ സൗകര്യങ്ങ ളോടും കൂടിയാണവൾ ഇവിടെവളരുന്നത്. ഒന്നോർത്തുനോക്കൂ, സർ. തോമസ്, എത്ര അസാധാരണമായ ഗുണങ്ങളാണ് നിങ്ങളും ഞാനുംമൂലം അവൾക്ക് നേടാനാകുന്നത്. നിങ്ങൾ കണ്ട ആ ഗൗൺ തന്നെ പ്രിയപ്പെട്ട മിസിസ് റഷ്വർത്തിന്റെ വിവാഹവേളയിൽ നിങ്ങള വൾക്ക് സമ്മാനിച്ചതല്ലേ? നമ്മൾ അവളെ ഏറ്റെടുത്തില്ലായിരുന്നെങ്കിൽ അവളുടെ ഗതി എന്തായേനെ?"

സർ. തോമസ് പിന്നെ ഒന്നും മിണ്ടിയില്ല. അവർ മേശയ്ക്കരികിലിരു ന്നു. അദ്ദേഹം പരിസരം വീക്ഷിച്ചപ്പോൾ, രണ്ട് യുവാക്കളുടെ കണ്ണുക ളിൽ തന്റെ അഭിപ്രായമാണ് പ്രതിഫലിക്കുന്നതെന്ന് അദ്ദേഹം കണ്ടു. താൻ അംഗീകരിക്കപ്പെട്ടെന്ന് ഫാന്നി മനസിലാക്കി. താൻ സുന്ദരിയാണെ ന്ന ബോധം അവളെ കൂടുതൽ അഴകുള്ളവളാക്കി. പലവിധത്തിലും

അവൾ സന്തുഷ്ടയായിരുന്നു, കൂടുതൽ സന്തോഷിക്കാനിരിക്കുന്നതേയുള്ളൂ, കാരണം, ആന്റിമാർ ആ മുറിവിട്ട് പോയതോടെ, വാതിൽ തുറന്നുപിടിച്ചിരുന്ന എഡ്മണ്ട്, ഫാന്നി അതിലെ കടന്നുപോയപ്പോൾ പറഞ്ഞു.

"നീ എന്നോടൊപ്പം ഡാൻസ് ചെയ്യണം, ഫാന്നി രണ്ട് ഡാൻസ് എനിക്കായി നീക്കി വെക്കണം. ആദ്യത്തേതൊഴിച്ച്, നിനക്കിഷ്ടമുള്ള ഏതെങ്കിലും രണ്ടെണ്ണം."

ഇതിൽ കൂടുതൽ അവൾ എന്ത് ആഗ്രഹിക്കാൻ! ജീവിതത്തിൽ ഇത്രയും ആനന്ദമൂർഛ അവൾ അനുഭവിച്ചിട്ടില്ല. മുമ്പ് തന്റെ കസിനുമാർ ബാൾ ദിവസം കാണിച്ചിരുന്ന ഉല്ലാസത്തിൽ അവൾക്കൊരത്ഭുതവും ഇപ്പോൾ തോന്നിയില്ല. അത് തീർച്ചയായും ആകർഷണീയം തന്നെ. നോറിസ് ആന്റിയുടെ ശ്രദ്ധയിൽപ്പെടാതെ, ഡ്രോയിങ്റൂമിൽ അവൾ ഡാൻസ് പ്രാക്ടീസ് ചെയ്തുനോക്കി.

അരമണിക്കൂർ കടന്നുപോയി, മറ്റേതൊരു ചുറ്റുപാടിലാണെങ്കിലും അതവളെ തളർത്തിയേനെ, എന്നാൽ ഫാന്നി ഉത്സാഹവതിയായിത്തന്നെ കാണപ്പെട്ടു. എഡ്മണ്ടുമായുള്ള സംഭാഷണത്തിന്റെ ഓർമ്മ അവൾക്ക് ഉത്തേജനം നൽകി. മിസിസ് നോറിസിന്റെ വെറിപിടിച്ച പ്രകൃതമോ, ലേഡി ബെർട്രാമിന്റെ കോട്ടുവായിടലോ, അവളെ അലോസരപ്പെടുത്തിയില്ല.

മാന്യന്മാർ ഒന്നിച്ചുകൂടി. മധുര പ്രതീക്ഷകളോടെ വണ്ടികൾക്കായി അവർ കാത്തുനിന്നു. ഉല്ലാസവും ആഹ്ലാദവും പടർന്നുപിടിച്ചു. എല്ലാവരും കൂട്ടമായിനിന്ന് സംസാരിക്കയും ചിരിക്കുകയും ചെയ്തു. എഡ്മണ്ടിന്റെ സന്തോഷത്തിനുപിന്നിൽ എന്തോ വിഷാദം ഒളിഞ്ഞുകിടക്കുന്നുണ്ടെന്ന് ഫാന്നിക്ക് തോന്നി, എന്നാലും ആ ഉല്ലാസഭാവം കാണാൻ വളരെ ആഹ്ലാദമുണ്ട്.

വണ്ടികളുടെ ശബ്ദം ശരിക്കും കേൾക്കാറായപ്പോൾ അവളുടെ ചങ്കിടിക്കാൻ തുടങ്ങി, അതിഥികൾ സമ്മേളിച്ചുതുടങ്ങിയതോടെ അവളുടെ ഉല്ലാസം നഷ്ടപ്പെടാൻ തുടങ്ങി. ഇത്രയധികം അപരിചിതരെ ഒന്നിച്ചു കണ്ട് അവൾ തന്നിലേക്കുതന്നെ ചുരുങ്ങി. ഗൗരവഭാവക്കാരും ഔപചാരികത്വം പാലിക്കുന്നവരുമായ ഉന്നതരുമായി ഇടപെടാനവൾ ഭയപ്പെട്ടു. അങ്കിൾ ഇടയ്ക്കിടെ വിളിച്ച് ഇവരെ പരിചയപ്പെടുത്തും, സംസാരിക്കാൻ നിർബന്ധിക്കും, ഭവ്യതയോടെ. അത് വീണ്ടും വീണ്ടും ആവർത്തിക്കപ്പെട്ടു. ഇത് കഠിനമായൊരു ഡ്യൂട്ടിതന്നെയാണ്. ആ പരിസരത്ത് സന്തോഷത്തോടെ ചുറ്റിക്കറങ്ങുന്ന വില്യമിനോടൊപ്പം ചേരാനവൾ ആഗ്രഹിച്ചു.

ഗ്രാന്റുമാരുടെയും ക്രാഫോർഡുമാരുടെയും വരവ് ആശ്വാസകരമായി തോന്നി. കൂടിക്കാഴ്ചയുടെ മുറുക്കം കുറഞ്ഞു, അവരുടെ ജനപ്രീതിയാർജിച്ച പെരുമാറ്റവും അടുപ്പവും അന്തരീക്ഷം ഉല്ലാസഭരിതമാക്കി – കൊച്ചുകൊച്ച് ഗ്രൂപ്പുകൾ രൂപീകരിക്കപ്പെട്ടു, എല്ലാവർക്കും അതാശ്വാസം പകർന്നു. ഫാന്നിക്കത് ഗുണകരമായി. ഔപചാരികതയുടെ പിടിയിൽ നിന്നവൾ രക്ഷപ്പെട്ടു. അവളുടെ കണ്ണുകൾ എഡ്മണ്ടിനെയും മേരി ക്രാഫോർഡിനെയും പരതി. എല്ലാം മനോഹരം! അതിന്റെ അന്ത്യം എന്തായിരിക്കും? മിസ്റ്റർ ക്രഫോർഡിനെ മുന്നിൽ കണ്ടതോടെ അവ

ളുടെ ഉത്സാഹമെല്ലാം അസ്തമിച്ചു. അയാൾ ആദ്യത്തെ രണ്ട് ഡാൻസിന് ക്ഷണിച്ച കാര്യം അവൾ ഓർത്തു. ഒരു ചതുരംഗത്തിലേതുപോലെയാണവളുടെ മാനസികനില. ആദ്യം ഒരു നൃത്തപങ്കാളിയെ നേടുക എന്നതൊരു വലിയ കാര്യമാണ് – ഡാൻസ് ആരംഭിക്കാൻ പോകുകയാണ്. മിസ്റ്റർ ക്രാഫോർഡ് അവളെ ക്ഷണിച്ചില്ലായിരുന്നെങ്കിൽ, അവൾക്ക് അവസാനമേ ഒരവസരം ലഭിക്കുമായിരുന്നുള്ളൂ എന്നവൾ ഓർത്തു, അന്വേഷണങ്ങൾ, ബഹളം, ഇടപെടലുകൾ – അത് ഭയങ്കരമായേനെ. അതേസമയം, അർഥവത്തായ ചില ലക്ഷ്യങ്ങൾ അയാളുടെ ക്ഷണത്തിൽ അവൾ കണ്ടു, അതവൾക്കിഷ്ടപ്പെട്ടില്ല. തന്റെ നെക്ലേസിൽ ഒരുനിമിഷം അയാളുടെ ദൃഷ്ടിപതിഞ്ഞതവൾ കണ്ടു – ഒരു പുഞ്ചിരിയോടെ – പുഞ്ചിരിച്ചെന്നവൾക്ക് തോന്നി – അതവളുടെ മുഖം തുടുപ്പിച്ചു, അവൾ വല്ലാതെ ദുഃഖിച്ചു. അവളെ വിഷമിപ്പിക്കാനായി വീണ്ടും അയാളതിലേക്ക് നോക്കിയില്ലെങ്കിലും, അവളുടെ അമ്പരപ്പ് മാഞ്ഞുപോയില്ല, വർധിച്ചതേയുള്ളൂ. മറ്റൊരാളുടെ അരികിലേക്കയാൾ പോയപ്പോഴേ അവൾക്കൊരാശ്വാസം ലഭിച്ചുള്ളൂ. പിന്നീടവൾക്ക് ഒരു ഡാൻസ് പങ്കാളിയെ നേടാനായതിലുള്ള സംതൃപ്തി അനുഭവപ്പെട്ടു, സ്വമനസാലെ വന്നുപെട്ട ഒരു പങ്കാളി.

സംഘം ബാൾറൂമിലേക്ക് നീങ്ങവെ, ആദ്യമായി മിസ്സ്. ക്രാഫോർഡിന് മുന്നിലവൾ ചെന്നുപെട്ടു. അവളുടെ നോട്ടവും പുഞ്ചിരിയും സ്വന്തം സഹോദരന്റേതുപോലെ. ഫാന്നിയുടെ നെക്ലേസിലേക്ക് തിരിഞ്ഞു. അക്കാര്യത്തെകുറിച്ചവൾ സംസാരിക്കാൻ തുടങ്ങുമ്പോഴെക്കും ആകാംക്ഷയോടെ രണ്ടാമത്തെ ചെയിനിനെകുറിച്ചുള്ള വിശദീകരണം ഫാന്നി ധൃതിയിൽ നൽകി – യഥാർഥചെയിൻ! മിസ്സ്. ക്രാഫോർഡ് എല്ലാം ശ്രദ്ധിച്ചു കേട്ടു. ഫാന്നിയോടുള്ള എല്ലാ വിദ്വേഷവും അവൾ മറന്നു. ഒറ്റക്കാര്യം മാത്രമാണവളെ സ്പർശിച്ചത്. സ്വതവെ പ്രകാശിച്ചു നിൽക്കുന്ന അവളുടെ കണ്ണുകൾ അപ്പോൾ കൂടുതൽ തിളങ്ങി. ഭയങ്കരസന്തോഷത്തോടെ ഉദ്ഘോഷിച്ചു "അവൻ തന്നോ? എഡ്മണ്ട് തന്നോ? അവന് യോജിച്ച പ്രവൃത്തിതന്നെ. മറ്റൊരുമനുഷ്യനും അപ്രകാരം ചിന്തിക്കില്ല. എനിക്കവനോട് വല്ലാത്ത മതിപ്പ് തോന്നുന്നു." അവനെ അതറിയിക്കാനെന്നമട്ടിൽ അവൾ ചുറ്റും നോക്കി. അവൻ അടുത്തില്ല, മുറിക്കുപുറത്ത് ഏതോ ഒരു സംഘം മഹിളകളെ പരിചരിക്കുകയാണ്. മിസിസ് ഗ്രാന്റ് ആ രണ്ട് പെൺകുട്ടികളുടെയും അടുത്തെത്തി, അവരുടെ കരംഗ്രഹിച്ചുകൊണ്ട് മറ്റുള്ളവരുടെ അരികിലേക്ക് നടന്നു.

ഫാന്നിയുടെ ഹൃദയം വിങ്ങി; മിസ്സ്. ക്രാഫോർഡിന്റെ വികാരത്തെകുറിച്ചോർക്കാൻപോലും അവൾക്ക് കഴിഞ്ഞില്ല. അവർ ബാൾറൂമിലെത്തി. വയലിൻ സംഗീതം ഒഴുകിക്കൊണ്ടിരിക്കുന്നു. ഒന്നിലും ശ്രദ്ധിക്കാനാവാത്ത ഒരു മാനസികനിലയായിരുന്നു അവളുടേത്. അവിടത്തെ ഒരുക്കങ്ങളെക്കുറിച്ചവൾ ഒരു വിഹഗവീക്ഷണം നടത്തി, സജ്ജീകരണങ്ങൾ കണ്ട് മനസിലാക്കി.

ഏതാനും മിനിറ്റുകൾക്കുശേഷം സർ. തോമസ് അവളുടെ അരികിലെത്തി, ആരെങ്കിലും അവളെ ഡാൻസിന് ക്ഷണിച്ചിട്ടുണ്ടോ എന്നാരാഞ്ഞു.

"ഉവ്വ്, സർ, മിസ്റ്റർ ക്രാഫോർഡ്." അദ്ദേഹം കേൾക്കാൻ ആശിച്ച അതേ ഉത്തരം. മിസ്റ്റർ ക്രാഫോർഡ് അത്രദൂരെ ആയിരുന്നില്ല. സർ. തോമസ് അയാളെ അവളുടെ അരികിലേക്ക് ആനയിച്ചുകൊണ്ട് പറഞ്ഞു.

"ഫാന്നി നൃത്തസംഘത്തെ നയിച്ച് ബാൾ ആരംഭിക്കട്ടെ." ഈ ആശയം ഒരിക്കലും അവളുടെ മനസിൽ ഉദിച്ചിരുന്നില്ല. സായാഹ്നപരിപാടിയെകുറിച്ചോർക്കുമ്പോഴെല്ലാം അവൾ കരുതിയത്, മിസ്. ക്രാഫോർഡിനോടൊപ്പം എഡ്മണ്ട് ആയിരിക്കും നൃത്തം ഉൽഘാടനം ചെയ്യുക എന്നായിരുന്നു. അത്രയും ദൃഢവിശ്വാസമായിരുന്നതിനാൽ, അങ്കിൾ മറിച്ച് പറഞ്ഞപ്പോൾ അവൾക്ക് അത്ഭുതം മറച്ചുവയ്ക്കാനായില്ല. അവളതിന് അയോഗ്യയാണെന്നോ, ക്ഷമിക്കണമെന്നോ, എല്ലാം സൂചിപ്പിക്കാൻ ശ്രമിച്ചെങ്കിലും, സർ. തോമസിന്റെ അഭിപ്രായത്തോട് എതിര് നിൽക്കുന്നത് അപകടമാണ്. ഭയപ്പാടോടെ അവൾ തന്റെ മനോഗതം അങ്കിളിനെ അറിയിച്ചു, എന്തായാലും അതുകൊണ്ട് പ്രയോജനമൊന്നുമുണ്ടായില്ല; – സർ. തോമസ് പുഞ്ചിരിച്ചു, അവളെ പ്രോത്സാഹിപ്പിക്കാൻ ശ്രമിച്ചു, പിന്നെ ദൃഢനിശ്ചയത്തോടെ ഗൗരവഭാവത്തിൽ പറഞ്ഞു: "അതങ്ങനെയാണ് വേണ്ടത്, എന്റെ പ്രിയപ്പെട്ടവളേ." ഉടനെത്തന്നെ മിസ്റ്റർ ക്രാഫോർഡ് അവളെ മുറിയിലേക്കാനയിച്ച്, മറ്റ് നർത്തകർക്കായി കാത്തുനിന്നു. ആ സംഘം ജോഡികളായി മാറി.

അവൾക്കൊന്നും വിശ്വസിക്കാനായില്ല, ഇത്രയും സുന്ദരികൾക്കു മുന്നിൽതന്നെ എഴുന്നള്ളിക്കയോ! മഹത്തായൊരു പദവിതന്നെ! തന്റെ കസിനുകളെപ്പോലെ അവളും കരുതപ്പെടുന്നു! അവിടെ സന്നിഹിതരല്ലാത്ത കസിനുകളുടെ അരികിലേക്ക് അവളുടെ ചിന്തകൾ പറന്നുപോയി; അവൾക്ക് ശരിക്കും വിഷമം തോന്നി. ഈ നൃത്തത്തിൽ പങ്കുകൊള്ളാനായി അവർ ഇപ്പോൾ വീട്ടിൽ ഉണ്ടായിരുന്നെങ്കിൽ, അവർ എന്തുമാത്രം ആഹ്ലാദിച്ചേനെ. വീട്ടിൽ ഒരു ബാൾ നടത്തുന്നതിനെക്കുറിച്ച് വലിയ അന്തസോടെയാണവർ പറയാറ്. അതവൾ കേട്ടിട്ടുള്ളതാണ്. ഇപ്പോൾ അവരുടെ അസാന്നിധ്യത്തിൽ അത് നടത്തപ്പെടുന്നു – അവളാണത് ഉൽഘാടനം ചെയ്യുന്നത് – അതും മിസ്റ്റർ ക്രാഫോർഡിനോടൊപ്പം! തന്റെ ഈ പദവിയിൽ അവർ അസൂയപ്പെടല്ലേ എന്നവൾ ആശിച്ചു. കഴിഞ്ഞ ശരത് കാലത്ത് അവിടെ നടന്ന ബാളിനെകുറിച്ചവൾ ഓർത്തു. അതിനെക്കാൾ ഗംഭീരമാണ് ഇപ്പോഴത്തെ ഒരുക്കങ്ങൾ.

ബാൾ ആരംഭിച്ചു. സന്തോഷത്തെക്കാൾ ഏറെ അന്തസ്സാണ് ഫാന്നിക്കനുഭവപ്പെട്ടത്. ചുരുങ്ങിയത് ആദ്യ നൃത്തത്തിലെങ്കിലും. അവളുടെ പങ്കാളി വലിയ ആനന്ദലഹരിയിലായിരുന്നു, ആ ഉത്സാഹം അവളിലേക്ക് പകരാനയാൾ ശ്രമിച്ചു. എന്നാൽ പേടിമൂലം അവൾക്കൊന്നും ആസ്വദിക്കാനായില്ല; അവളെ ആരും ശ്രദ്ധിക്കുന്നില്ലെന്ന് ബോധ്യം വരുന്നതുവരെ ആ മാനസികനില തുടർന്നു. യുവത്വം, സൗന്ദര്യം, എളിമ, എന്നീ ഗുണങ്ങൾ മറ്റുള്ളവരുടെ പ്രശംസ പിടിച്ചുപറ്റുന്നവയായിരുന്നു. അവൾക്ക് ആകർഷണീയതയുണ്ട്, മാന്യതയുണ്ട്, സർ. തോമസിന്റെ 'നീസ്' ആണവൾ. അതിവേഗം അവൾ മിസ്റ്റർ ക്രാഫോർഡിന്റെ ആരാധനാപാത്രമാ

യി, അത് ധാരാളമായിരുന്നു അവൾക്ക് പൊതുസമ്മതയാകാൻ. വളരെ ഉത്സുകനായി സർ. തോമസ് അവളുടെ നൃത്തപുരോഗതി നിരീക്ഷിച്ചു കൊണ്ടിരുന്നു. തന്റെ 'നീസി'നോടയാൾക്ക് അഭിമാനം തോന്നി. മിസിസ് നോറിസിനെപ്പോലെ, മാൻസ്ഫീൽഡാണവൾക്ക് എല്ലാ ഐശ്വര്യവും സൗന്ദര്യവും പ്രദാനം ചെയ്തതെന്ന് കരുതിയില്ലെങ്കിലും, മറ്റെല്ലാ ആനുകൂല്യങ്ങളും ചെയ്തുകൊടുത്തതിൽ അദ്ദേഹം സന്തുഷ്ടനായി – വിദ്യാഭ്യാസവും പെരുമാറ്റരീതിയും – അദ്ദേഹത്തോടവൾ കടപ്പെട്ടിരിക്കുന്നു.

സർ. തോമസിന്റെ ചിന്തകൾ മനസിലാക്കിയെടുക്കാൻ മിസ്. ക്രാഫോർഡിന് കഴിഞ്ഞു. ഫാന്നിക്കുനേരെ എന്തെല്ലാം തെറ്റുകൾ അദ്ദേഹം ചെയ്തിട്ടുണ്ടെങ്കിലും, അവളെക്കുറിച്ച് ചില നല്ലവാക്കുകൾ പറയാനാഗ്രഹിച്ച് മിസ്സ്. ക്രാഫോർഡ് അദ്ദേഹത്തിനരികിലേക്ക് ചെന്നു. ഹൃദ്യമായ പ്രശംസയായിരുന്നു അവളുടേത്, അവൾ ആഗ്രഹിക്കുന്നതുപോലെ അദ്ദേഹം അത് സ്വീകരിച്ചു, വളരെ മര്യാദയോടെയും എളിമയോടെയും അവളോട് പെരുമാറി. മിസ്സ്. ക്രാഫോർഡ് അവരോടൊപ്പം ഒരു സോഫയിലിരുന്ന് മിസ്സ്. പ്രൈസിന്റെ വേഷവിധാനത്തെ വാഴ്ത്തി.

"അതെ, അവളെ കാണാൻ നല്ല ഭംഗിയുണ്ട്." ലേഡിബെർട്രാം ഉടനെ മറുപടിനൽകി. "ചാപ്മാൻ അവളെ ഡ്രസ് ചെയ്യാൻ സഹായിച്ചിരുന്നു. ഞാൻ ചാപ്മാനെ അവളുടെ അടുത്തേക്കയച്ചു." ഫാന്നിയെ പ്രശംസിക്കുന്നത് അവൾക്കിഷ്ടമല്ല എന്നല്ല അതിന്റെ അർഥം. ചാപ്മാന്റെ സ്വന്തം കാരുണ്യത്തിൽ അവൾ അത്രകണ്ട് ചാരിതാർഥയായിരുന്നു! ആ ചിന്ത അവളുടെ തലച്ചോറിൽ നിന്ന് മാറ്റാനായില്ല.

മിസിസ് നോറിസിന്റെ സ്വഭാവം മിസ്സ്. ക്രാഫോർഡിന് നന്നായി അറിയാം. അവസരംകിട്ടിയപ്പോൾ അവൾ പറഞ്ഞു– "ആഹ്! മാം, ഇന്നുരാത്രി പ്രിയപ്പെട്ട മിസിസ് റഷ്‌വർത്തും ജൂലിയായും നമ്മളോടൊപ്പമുണ്ടാകേണ്ടതായിരുന്നു!" തിരക്കിട്ട പണികൾക്കിടയിലാണെങ്കിലും പുഞ്ചിരിയോടെ മിസിസ് നോറിസ് തന്റെ സഹോദരീപുത്രിമാരെകുറിച്ച് വാചാലയായി! ചീട്ടുമേശ തയാറാക്കലും, സർ. തോമസിന് നിർദേശങ്ങൾ നൽകലും, ആളുകളെ ഇരുത്തലും മറ്റുമായി മിസ്. നോറിസ് ഭയങ്കര തിരക്കിലാണ്.

ഫാന്നിയെ പ്രീതിപ്പെടുത്തലായിരുന്നു മിസ്. ക്രാഫോർഡിന്റെ അടുത്ത ലക്ഷ്യം; പ്രശംസയിലൂടെ അവളെ ഉത്തേജിപ്പിക്കാൻ മിസ്സ്. ക്രാഫോർഡ് ആഗ്രഹിച്ചു. ഫാന്നിയുടെ മുഖം ചുവന്നു തുടുക്കുന്നതിന്റെ അർഥം അവൾ തെറ്റിദ്ധരിച്ചു. ആദ്യത്തെ രണ്ട് ഡാൻസ് കഴിഞ്ഞപ്പോൾ അവൾ ഫാന്നിയുടെ അരികിലെത്തി അർഥഗർഭമായി നോക്കിക്കൊണ്ട് ചോദിച്ചു:

"എന്റെ സഹോദരൻ നാളെ പട്ടണത്തിലേക്ക് പോകുന്നതെന്തിനാണെന്ന് ഒരുപക്ഷേ: നിനക്ക് പറയാൻ കഴിഞ്ഞേക്കും, എന്തോ ജോലിയുണ്ടെന്നവൻ പറയുന്നു, എന്നാൽ, എന്താണതെന്ന് എന്നോട് തുറന്ന് പറയുന്നുമില്ല. ആദ്യമായാണെന്നെ വിശ്വാസത്തിലെടുക്കാത്തത്! ഒടുവിൽ നമ്മളെല്ലാം ഈ നിലയിലെത്തുന്നു, ഇന്നോ നാളെയോ പറിച്ചുമാറ്റപ്പെടുന്നു! ഇപ്പോൾ ഞാൻ നിന്നോട് വിവരങ്ങൾ തിരക്കുകയാണ്. ഹെൻട്രി

എന്തിനാണ് പോകുന്നതെന്ന് ദയവായി പറയുക."

ഫാന്നി സ്വന്തം അജ്ഞത പ്രകടിപ്പിച്ചു, അതവളെ അമ്പരപ്പിച്ചു.

"ശരി, അപ്പോൾ" മിസ്. ക്രാഫോർഡ് ചിരിച്ചുകൊണ്ട് മറുപടിനൽകി. "നിന്റെ സഹോദരനോടൊപ്പം ഉള്ള യാത്ര ആസ്വദിക്കാനും നിന്നെക്കുറിച്ച് യാത്രാമധ്യേ സംസാരിക്കാനും ആയിരിക്കാം."

ഫാന്നി വല്ലാതെ പരിഭ്രമിച്ചു. എന്നാൽ ആ പരിഭ്രമം അതൃപ്തിയുടേതായിരുന്നു. അവൾ ചിരിക്കാത്തതിൽ മിസ്. ക്രാഫോർഡ് അതിശയിച്ചു; ഒരുപക്ഷേ, അമിതമായ ആകാംക്ഷമൂലമായിരിക്കാം, അല്ലെങ്കിൽ മറ്റെന്തെങ്കിലും പ്രശ്നം, ഹെൻട്രിയോടുള്ള അനിഷ്ടമായിരിക്കുമെന്നു മാത്രം അവൾ കരുതിയില്ല. ഫാന്നി ആ സന്ധ്യ ശരിക്കും ആസ്വദിച്ചു - എന്നാൽ, ഹെൻട്രിയുമായി അതിനൊരു ബന്ധവുമില്ലായിരുന്നു. അയാൾ വീണ്ടും തന്നെ ഡാൻസിന് ക്ഷണിക്കല്ലെ എന്നായിരുന്നു അവളുടെ ചിന്ത. അത്താഴസമയത്തെക്കുറിച്ചയാൾ മിസിസ് നോറിസിനോട് അന്വേഷിച്ചത് അവളുടെ മനസിൽ സംശയമുയർത്താനിടയാക്കി, തന്നോടൊപ്പം ആ സമയത്ത് അയാൾക്കിരിക്കാൻ വേണ്ടിയാണോ? അത് ഒഴിവാക്കാനാവില്ല. എല്ലാവരുടെയും ശ്രദ്ധാകേന്ദ്രമാണവളെന്നയാൾ അവളെ ധരിപ്പിച്ചിരിക്കയാണ്. അതിലവൾക്ക് ഇഷ്ടക്കേട് പ്രകടിപ്പിച്ചിരിക്കാനാവില്ല; അയാളുടെ പെരുമാറ്റത്തിൽ പൊങ്ങച്ചമോ കാഠിന്യമോ ഉണ്ടെന്ന് പറയാനും അവൾക്ക് കഴിയില്ല - ചിലപ്പോൾ, വില്യമിനെക്കുറിച്ച് പറയുമ്പോൾ അയാൾ ശരിക്കും സ്വാഗതാർഹനായി തോന്നി, ഹൃദ്യമായ ആ പെരുമാറ്റം അയാളെക്കുറിച്ച് മതിപ്പുളവാക്കുന്നതായിരുന്നു. എന്നാലും അയാളുടെ പരിചരണം അവളുടെ സംതൃപ്തിക്ക് ഹേതുവായിരുന്നില്ല. വില്യമിനു നേരെ നോക്കുമ്പോഴെല്ലാം അവളിൽ സന്തോഷം കവിഞ്ഞൊഴുകി; എത്രരസമായിട്ടാണവൻ എല്ലാം ആസ്വദിക്കുന്നത്. അഞ്ച് മിനിറ്റ് തോറും അവൾ അവനെ സമീപിച്ച് അവന്റെ പങ്കാളികളെക്കുറിച്ചുള്ള വിവരണം കേട്ടുകൊണ്ടിരുന്നു. തന്നെക്കുറിച്ചുള്ള പ്രശംസകൾ കേട്ടവൾ പുളകംകൊണ്ടു. എഡ്മണ്ടിനോടൊത്തുള്ള അവളുടെ രണ്ട് നൃത്തങ്ങളെക്കുറിച്ചുള്ള ചിന്ത അവളെ അതീവസന്തുഷ്ടയാക്കി; ആ നൃത്തം ഉടനെ ചെയ്യാനവൾ ആഗ്രഹിച്ചു. ആ സായംകാലം മുഴുവൻ അവളോടൊപ്പം നൃത്തം വെക്കാൻ പലരും തയാറായിരുന്നു. എന്നാൽ, അവനോടൊപ്പം സ്ഥിരമായി ഡാൻസ് ചെയ്യാനവൾ മോഹിച്ചു. അത് സംഭവിക്കുമ്പോൾ അവൾ ആഹ്ലാദിക്കും. എന്നാൽ, അവന് യാതൊരുത്സാഹവുമില്ലായിരുന്നു, മനസ്സ് ചത്തപോലെ.

"ഔപചാരികതകൊണ്ട് ഞാൻ തളർന്നിരിക്കുന്നു." അവൻ പറഞ്ഞു: "ഒന്നും പറയാനില്ലെങ്കിലും, രാത്രിമുഴുവൻ ഞാൻ തുടർച്ചയായി സംസാരിച്ചുകൊണ്ടിരിക്കയായിരുന്നു. എന്നാൽ നിന്നോടൊപ്പം, ഫാന്നി, എനിക്ക് സമാധാനം ലഭിക്കും. നിനക്ക് സംസാരിച്ചിരിക്കണമെന്നില്ലല്ലൊ. നിശ്ശബ്ദതയുടെ ധാരാളിത്വം നമ്മൾക്കാസ്വദിക്കാം." ക്ഷീണിതനായ അവന്റെ മാനസികാവസ്ഥ മനസിലാക്കി, തങ്ങളുടെ രണ്ട് ഡാൻസുകളെക്കുറിച്ചുള്ള വാഗ്ദാനം അവൾ ഓർമിപ്പിച്ചില്ല.

ആ സായാഹ്നം എഡ്മണ്ടിന് അത്ര സന്തോഷകരമൊന്നുമല്ലായിരുന്നു. അവനോടൊപ്പം ഉള്ള ആദ്യ നൃത്തത്തിൽ മിസ്. ക്രാഫോർഡ് വളരെ ആഹ്ലാദവതിയായിരുന്നു, എന്നാലത് അവനിൽ പ്രതിഫലിച്ചില്ല, വാസ്തവത്തിൽ മനസ്സ് കൂടുതൽ ഉദാസീനമാകുകയാണുണ്ടായത്. പിന്നീട് – അവളെ വീണ്ടും ഡാൻസിന് ക്ഷണിക്കാനവൻ സ്വയം പ്രേരിതനായി. എന്നാൽ, അവൻ തുടങ്ങാൻ പോകുന്ന തൊഴിലിനെക്കുറിച്ച് മോശമായ രീതിയിൽ സംസാരിച്ച് അവൾ അവന്റെ മനസിനെ വല്ലാതെ വേദനിപ്പിച്ചു. അവർ സംസാരിച്ചു – അവർ മിണ്ടാതിരുന്നു –അവൻ യുക്തിയുക്തം വാദിച്ചു – അവൾ അവനെ അവഹേളിച്ചു – ഒടുവിൽ, വിഷമത്തോടെ അവർ പരസ്പരം വിടപറഞ്ഞു. ഫാന്നിയും അത് ശ്രദ്ധിക്കാനിടയായി. എഡ്മണ്ട് ദുഃഖിക്കുമ്പോൾ അവൾ സന്തോഷിക്കുന്നത് കാടത്തമാണ്. എന്നാലും, മനസറിയാതെ ചെറിയൊരു സന്തോഷം ഉയർന്നുവരുന്നു, അവൻ പീഡനമനുഭവിക്കുന്നു എന്നറിഞ്ഞിട്ടും.

അവനോടൊപ്പമുള്ള അവളുടെ രണ്ട് ഡാൻസുകൾ കഴിഞ്ഞപ്പോൾ, അവളുടെ ആവേശവും ആരോഗ്യവും മോശമായി. അവൾ ഡാൻസ് ചെയ്യാതെ നടക്കുന്നതു കണ്ട സർ. തോമസ് അവളോട് ഇരുന്ന് വിശ്രമമെടുക്കാനാവശ്യപ്പെട്ടു. അവൾ ദ്രുതഗതിയിൽ ശ്വാസംവിട്ടുകൊണ്ടിരുന്നു. അവൾ ഇരുന്നതോടെ മിസ്റ്റർ ക്രാഫോർഡും ഒരു സീറ്റിൽ ഇരിപ്പുറപ്പിച്ചു.

"പാവം ഫാന്നി!" ഒരുനിമിഷം അവളെ കാണാനെത്തിയ വില്യം വിളിച്ചുപറഞ്ഞു: "എത്രപെട്ടന്നാണവൾ തളർന്നുപോയത്! ഡാൻസ് തുടങ്ങിയതല്ലേയുള്ളൂ. രണ്ട് മണിക്കൂർകൂടി തുടരാമെന്നാണ് ഞാൻ കരുതിയത്. എന്താണിത്രവേഗം നീ ക്ഷീണിച്ചുപോയത്?"

"ഇത്രവേഗമോ! എന്റെ പ്രിയസുഹൃത്തേ," തന്റെ വാച്ചെടുത്തു നോക്കിക്കൊണ്ട് സർ. തോമസ് പറഞ്ഞു "മൂന്നു മണിയായി; നിന്റെ സഹോദരിക്ക് ഇത്രയും വൈകി ഉണർന്നിരിക്കുന്ന ശീലമില്ല."

"ശരി അപ്പോൾ, ഫാന്നി, ഞാൻ പോകുന്നതിനുമുമ്പ് നാളെ നീ എഴുന്നേറ്റ് വരേണ്ട. കഴിയുന്നത്ര ഉറങ്ങുക, എന്നെക്കുറിച്ച് ഓർക്കേണ്ടതില്ല."

"ഓഹ്! വില്യം." "എന്ത്! നീ പോകുന്നതിനുമുമ്പ് എഴുന്നേൽക്കാനാണോ അവൾ ഉദ്ദേശിക്കുന്നത്?"

"ഓഹ്! അതെ, സർ" ഫാന്നി ധൃതിയിൽ സ്വന്തം ഇരിപ്പിടത്തിൽ നിന്നെഴുന്നേറ്റ് അങ്കിളിന്റെ അരികിലെത്തി പറഞ്ഞു: "എനിക്ക് എഴുന്നേറ്റ് അവനോടൊപ്പം പ്രാതൽ കഴിക്കണം. ഇത് അവസാന പ്രാതലാണ് എന്നറിയാമല്ലൊ, അവസാനത്തെ പ്രഭാതം."

"അത് വേണ്ടെന്നാണെന്റെ അഭിപ്രായം – ഒമ്പതരയോടെ അവൻ പ്രാതൽകഴിച്ച് പുറപ്പെടും – മിസ്റ്റർ ക്രാഫോർഡ്, ഒമ്പതരയ്ക്കല്ലെ നിങ്ങൾ അവനോട് പുറപ്പെടാൻ പറഞ്ഞിട്ടുള്ളത്?"

തനിക്കനുവാദം നിഷേധിക്കപ്പെട്ടതിലവൾ വേദനിച്ചു, അവളുടെ കണ്ണുകൾ നിറഞ്ഞു. "ശരി, ശരി" അതൊരനുവാദമായിരുന്നു. "അതെ, ഒമ്പതര" ക്രാഫോർഡ് വില്യമിനോട് പറഞ്ഞു "ഞാൻ വളരെ കൃത്യനിഷ്ഠ പാലിക്കുന്നവനാണ്. കാരണം എനിക്കുവേണ്ടി ഉണരാൻ കാരുണ്യവതി

യായ ഒരു സഹോദരിയില്ല!" പിന്നെ ഫാന്നിയോട് പതിഞ്ഞസ്വരത്തിൽ "ശൂന്യമായൊരു വീട്ടിൽനിന്നാണ് ഞാനിപ്പോൾ പോകുന്നതെങ്കിലും, നാളെ തികച്ചും വ്യത്യസ്തമായിട്ടായിരിക്കും എന്റെ ആശയം നിന്റെ സഹോദരൻ കാണുന്നത്."

അൽപ്പം ആലോചിച്ച് നിന്നശേഷം പിറ്റേന്ന് പ്രാതലിനായി ക്രാഫോർഡിനെ സർ. തോമസ് ക്ഷണിച്ചു; ഒറ്റയ്ക്ക് കഴിക്കുന്നതിനുപകരം തങ്ങളോടൊപ്പം പ്രാതൽകഴിക്കാമല്ലോ. തന്റെ ക്ഷണം ഉടനെ സ്വീകരിക്കപ്പെട്ടപ്പോൾ, ബാളിൽ തനിക്ക് അയാളെക്കുറിച്ച് ഉദിച്ച സംശയം സ്ഥിരീകരിക്കപ്പെട്ടു. മിസ്റ്റർ ക്രാഫോർഡിന് ഫാന്നിയിൽ അനുരാഗം ഉടലെടുത്തിരിക്കുന്നു. പരിണിതഫലം എന്തായിരിക്കുമെന്നദ്ദേഹം സസന്തോഷം വിഭാവനം ചെയ്തുനോക്കി. എന്നാൽ, അദ്ദേഹം അപ്പോൾ ചെയ്തതിനവൾ നന്ദിപ്രകടിപ്പിക്കയുണ്ടായില്ല. അവസാന പ്രാതലിന് വില്യം പൂർണമായും അവളോടൊപ്പമുണ്ടായിരിക്കണമെന്നവൾ ആഗ്രഹിച്ചു. എങ്കിൽ എന്ത് രസമായിരുന്നു! അവളുടെ ആഗ്രഹം തൂത്തെറിയപ്പെട്ടെങ്കിലും മനസിൽ അസ്വസ്ഥതയൊന്നും തോന്നിയില്ല. നേരെമറിച്ച്, തന്റെ ക്ഷേമത്തെക്കുറിച്ചന്വേഷിക്കുന്ന നിലയിൽ കാര്യങ്ങൾ എത്തിച്ചേർന്നതിൽ അവൾ സന്തോഷിക്കുകയാണുണ്ടായത്. അത്തരം ഒരനുഭവം അവൾക്കന്യമായിരുന്നല്ലോ. അതുകൊണ്ട് സങ്കടപ്പെടാനൊന്നുമില്ല.

ഉടനെതന്നെ മറ്റൊരുകാര്യത്തിലും സർ. തോമസ് ഇടപെട്ടു; വേഗം പോയിക്കിടക്കാനവളോടദ്ദേഹം ഉപദേശിച്ചു. "ഉപദേശം" എന്നായിരുന്നു അദ്ദേഹം പ്രയോഗിച്ച വാക്ക്. എങ്കിലും, പൂർണാധികാരത്തോടെയുള്ളൊരു ഉപദേശമായിരുന്നു. അവൾ എഴുന്നേറ്റു; മിസ്റ്റർ ക്രാഫോർഡിന്റെ അതിഭവ്യതയോടെയുള്ള യാത്രാമൊഴി സ്വീകരിച്ച് ശാന്തയായി അവൾ നടന്നകന്നു. നൃത്തഹാളിന്റെ കവാടത്തിലൊരു നിമിഷം നിന്ന്, 'ബാൻക്സഹോഹാളിലെ ലേഡിയെപ്പോലെ മനോഹരമായ നൃത്തരംഗം വീക്ഷിച്ചു, "ഒരുനിമിഷം! കൂടുതലില്ല." അഞ്ചോ ആറോ ജോഡികൾ നൃത്തം വെക്കുന്ന സുന്ദരമായ കാഴ്ച ഒന്ന് വീക്ഷിച്ചു – പിന്നെ മെല്ലെ മെല്ലെ പ്രധാനകോണികയറി മുകളിലെത്തി. തുടർച്ചയായ ഡാൻസും, ആകാംക്ഷയും ഭയവും അവളെ തളർത്തിക്കളഞ്ഞിരുന്നു. എങ്കിലും, ബാൾ തികച്ചും ആനന്ദകരമായി അവൾക്കനുഭവപ്പെട്ടു.

അവളെ വിശ്രമിക്കാനായി സർ. തോമസ് പറഞ്ഞുവിട്ടത് അവളുടെ ആരോഗ്യനിലയെകുറിച്ചുള്ള ആകാംക്ഷകൊണ്ടുമാത്രമല്ല, എന്നുവേണം കരുതുവാൻ. മിസ്റ്റർ ക്രാഫോർഡ് വളരെനേരമായി അവളുടെ അരികിൽ ഇരിക്കുകയാണ്, അവളെ ഭാര്യയായി നിർദേശിക്കാനദ്ദേഹം പ്രേരിപ്പിക്കപ്പെട്ടെങ്കിലോ.

11

ബാൾ കഴിഞ്ഞു – പ്രാതലും കഴിഞ്ഞു. വിടവാങ്ങൽ ചുംബനം നൽകി വില്യം യാത്രയായി. മിസ്റ്റർ ക്രാഫോർഡ് പറഞ്ഞതുപോലെ, വളരെ കൃത്യനിഷ്ഠയുള്ളവനായിരുന്നു; സസന്തോഷം പ്രാതൽ കഴിച്ചു.

വില്യമിനോടൊപ്പം അവസാനനിമിഷംവരെ കൂടെനിന്ന്, യാത്ര

അയച്ച ശേഷം, ദുഃഖം നിറഞ്ഞ മനസോടെ ഫാന്നി ഡൈനിങ് റൂമിൽ തിരിച്ചെത്തി; വിഷാദകരമായ ആ മാറ്റം അവളെ വീർപ്പുമുട്ടിച്ചു. ശാന്ത യായിരുന്ന് കരയാനവളെ അങ്കിൾ ഒറ്റയ്ക്ക് വിട്ടു. ഒരുപക്ഷേ, അദ്ദേഹം ഇങ്ങനെ ധരിച്ചിരിക്കാം. ഒഴിഞ്ഞുകിടക്കുന്ന ഓരോ യുവാവിന്റെയും കസേര അവളെ ഉത്സാഹിപ്പിച്ചെങ്കിലോ; അല്ലെങ്കിൽ വില്യമിന്റെ പ്ലേറ്റിലെ തണുത്ത പോർക്ക് എല്ലുകളും കടുക് സോസും, മിസ്റ്റർ ക്രാഫോർഡിന്റെ പ്ലേറ്റിലെ പൊട്ടിയ മുട്ടത്തോടുകളും അവളെ ആശ്വസിപ്പിച്ചേനെ. അങ്കിൾ ഉദ്ദേശിച്ചതുപോലെ അവൾ ഒരുപാട് കരഞ്ഞു; എന്നാൽ, അത് സഹോ ദരനെ ഓർത്തുകൊണ്ട് മാത്രമായിരുന്നു, മറ്റൊന്നുമല്ല. വില്യം പോയി; അവന്റെ സന്ദർശനത്തിലെ പകുതി സമയവും അവൾ സ്വന്തം അഭിനി വേശത്തിനായി പാഴാക്കി എന്നൊരു കുറ്റബോധം അവൾക്കുണ്ടായി; സ്വന്തം ഉൽക്കണ്ഠകൾ പറഞ്ഞ് അവനെ ശല്യപ്പെടുത്തി.

നോറിസ് ആന്റിയുടെ അൽപ്പത്തത്തെക്കുറിച്ചോ ഇഷ്ടക്കേടിനെക്കു റിച്ചോ താൻ ചിന്തിക്കാൻപോലും പാടില്ലായിരുന്നു എന്ന് ഫാന്നിക്ക് തോന്നി, അതാണവളുടെ മനോഭാവം. വില്യമിനെ അത് അറിയിക്കരു തായിരുന്നു.

വിഷാദംനിറഞ്ഞ വിരസമായൊരു ദിനമായിരുന്നു അത് – ഉടനെ രണ്ടാമത്തെ പ്രാതൽ. എഡ്മണ്ട് അവരോട് വിടപറഞ്ഞ് കുതിരപ്പുറത്ത് കയറി, ഒരാഴ്ചത്തേക്ക് പീറ്റർ ബറോയിലേക്ക് പോകുകയാണ്. അങ്ങനെ എല്ലാവരും പോയിക്കഴിഞ്ഞ രാത്രിയിലേതായി ഒന്നും ബാക്കിയില്ല. ഓർമ കൾ മാത്രം. അതവളുമായി പങ്കിടാനും ആരുമില്ല. അവൾ ബെർട്രാം ആന്റിയുമായി സംസാരിച്ചു – ബാളിനെക്കുറിച്ചവൾക്ക് ആരോടെങ്കിലും സംസാരിക്കണം; എന്നാൽ, ആന്റി അവിടെ നടന്ന കാര്യങ്ങൾ വളരെ കുറച്ചേ കണ്ടിരുന്നുള്ളൂ. അത് ഭാരമുള്ളൊരു പണിയായി അവർക്ക് തോന്നിയതിനാൽ വലിയ താൽപ്പര്യമൊന്നും കാണിച്ചില്ല. മറ്റുള്ളവരുടെ വസ്ത്രധാരണം എങ്ങനെയിരുന്നെന്നോ, അത്താഴത്തിന് ഏത് സീറ്റി ലാണ് ഇരുന്നതെന്നോ ലേഡി ബെർട്രാമിന് ഉറപ്പില്ല, തന്റേതൊഴിച്ച്! ഒരു മിസ്സ്. മദ്ദോക്സിനെക്കുറിച്ചവൾ കേട്ടതെന്താണെന്നോ, എന്താണ് ഫാന്നി യിൽ ലേഡി പ്രസ്കോട്ട് ദർശിച്ച പ്രത്യേകതയെന്നോ അവർക്ക് ഓർക്കാൻ കഴിഞ്ഞില്ല. മിസ്റ്റർ ക്രാഫോർഡിനെക്കുറിച്ചാണോ വില്യമി നെക്കുറിച്ചാണോ അവിടത്തെ ഏറ്റവും ശ്രേഷ്ഠനായ യുവാവെന്ന് കേണൽ ഹാരിസൺ വിശേഷിപ്പിച്ചതെന്നും അവർക്ക് ഉറപ്പില്ല; ആരോ അവരുടെ ചെവിയിൽ എന്തോ മന്ത്രിച്ചു, അതെന്തായിരിക്കുമെന്ന് സർ. തോമസിനോട് ചോദിക്കാനവൾ മറന്നു പോയി. അവരുടെ ഏറ്റവും നീണ്ട സംഭാഷണവും ഏറ്റവും വ്യക്തമായ ആശയവിനിമയവും ഇതായിരുന്നു! മറ്റെല്ലാം അലസമായ രീതിയിലും. “അതെ–അതെ–വളരെ നല്ലത്–നീ എങ്ങനെയുണ്ടായിരുന്നു? അവനോ? – ഞാനൊന്നും കണ്ടില്ല – ഒന്നും തിരിച്ചറിയാനാകുന്നില്ല.” അത് വളരെ മോശം തന്നെ; മിസിസ് നോറി സിന്റെ പരുഷമായ മറുപടികളെക്കാൾ ഭേദമാണെന്ന് മാത്രം. ആവശ്യ

ത്തിലധികമുണ്ടായിരുന്ന ജെല്ലിയുമായി മിസിസ് നോറിസ് സുഖമില്ലാത്തൊരു വേലക്കാരിയെ പരിചരിക്കാൻ വീട്ടിൽ പോയിരിക്കയാണ്.

പകൽപോലെ വൈകുന്നേരവും വിഷാദം നിറഞ്ഞതായിരുന്നു –

"എനിക്കെന്ത് പറ്റിയെന്ന് മനസിലാകുന്നില്ല." ചായപ്പാത്രങ്ങളെല്ലാം എടുത്ത് മാറ്റിയപ്പോൾ ലേഡി ബെർട്രാം പറഞ്ഞു "എനിക്ക് വല്ലാത്തൊരു മൂഢത്വം ബാധിച്ചതുപോലെ! ഇന്നലെ രാത്രി വളരെ വൈകുന്നതുവരെ ഞാൻ ഉറക്കമൊഴിച്ചിരുന്നിരിക്കണം. ഞാൻ ഇവിടെ ഇരുന്നു ഉറങ്ങിപ്പോകാതിരിക്കാൻ നീ എന്തെങ്കിലും ചെയ്യണം, ഫാന്നി. എനിക്ക് ജോലി ചെയ്യാനാകുന്നില്ല. കാർഡ് എടുക്കൂ – എനിക്ക് വല്ലാത്ത ആലസ്യം തോന്നുന്നു."

ശീട്ടുകൾ കൊണ്ടുവന്നു. കിടക്കാൻ പോകുന്നതുവരെ ഫാന്നി ആന്റിയോടൊപ്പം ശീട്ട് കളിച്ചു. രണ്ട് മണിക്കൂറോളം സർ. തോമസ് അവിടെയിരുന്ന് പുസ്തകം വായിക്കുകയായിരുന്നു; അതിനുള്ളിൽ ശീട്ട് എണ്ണുന്ന ശബ്ദമല്ലാതെ മറ്റൊന്നും ആ മുറിയിൽനിന്ന് ഉയർന്നില്ല. "അപ്പോൾ മുപ്പത്തിയൊന്ന് ... നിങ്ങളാണ് ഇനി ശീട്ട് ഇടേണ്ടത് മാം, ഞാൻ നിങ്ങൾക്ക് വേണ്ടി ശീട്ട് നിരത്തട്ടെ?" ആ മുറിയിൽ ഇരുപത്തിനാല് മണിക്കൂറിനുള്ളിൽ വന്ന മാറ്റങ്ങളെക്കുറിച്ച് ഫാന്നി വീണ്ടും വീണ്ടും ചിന്തിച്ചു, അതുപോലെ ആ വീടിന്റെ മറ്റ് പലഭാഗങ്ങളിലും. ആശയും പുഞ്ചിരിയും, തിക്കും തിരക്കും ബഹളവുമായിരുന്നു ഇന്നലെ രാത്രി ഡ്രോയിങ് റൂമിലും മറ്റെല്ലായിടത്തും. ഇപ്പോൾ മ്ലാനതയും വിഷാദവും മാത്രം.

ഒരു രാത്രിയിലെ സുഖമായ ഉറക്കംകൊണ്ട് അവളുടെ പ്രസരിപ്പ് കുറെയൊക്കെ തിരിച്ചുകിട്ടി. പിറ്റേന്ന് വില്യമിനെക്കുറിച്ചവൾ കൂടുതൽ ഉത്സാഹത്തോടെ ഓർത്തു. രാവിലെ അവൾക്ക് മിസിസ് ഗ്രാന്റിനോടും മിസ്. ക്രാഫോർഡിനോടും വ്യാഴാഴ്ച രാത്രിയിലെ പരിപാടികളെക്കുറിച്ച് സന്തോഷപൂർവം സംസാരിക്കാൻ കഴിഞ്ഞു; അന്നത്തെ ആഹ്ലാദവും ആവേശവും അവർ പങ്കുവച്ചു; കഴിഞ്ഞുപോയൊരു ബാളിനെക്കുറിച്ചുള്ള ഇത്തരം ഒരവലോകനം ആവശ്യം തന്നെയായിരുന്നു; അതിനുശേഷം അപ്പോഴത്തെ ശാന്തമായ അവസ്ഥയിലേക്ക് മാനസികമായി തിരിച്ചുവരാനവൾക്ക് അനായാസേന കഴിഞ്ഞു, സ്വസ്ഥമായ ആഴ്ചയുമായി പൊരുത്തപ്പെട്ടുപോകാനും.

അവർ ഒരു ചെറിയ സംഘമായി ചുരുങ്ങി; ഇതിനു മുമ്പൊരിക്കലും ഇല്ലാത്തതുപോലെ പകൽ മുഴുവൻ അവർ ഒന്നിച്ചിരുന്നു. എല്ലാ സന്തോഷവും സമാധാനവും ആ കുടുംബത്തിൽ നിലനിന്നിരുന്നത് അവനെ ആശ്രയിച്ചായിരുന്നു. ആഹ്ലാദകരമായ കുടുംബസമ്മേളനങ്ങളിൽ അവന്റെ സാന്നിധ്യം ആവേശം പകർന്നിരുന്നു; അവൻ പോയി എന്നാൽ, അത് സഹിക്കാൻ പഠിക്കണം. എപ്പോഴായാലും അവൻ പോകേണ്ടവനാണ്. എന്നാൽ, അങ്കിളിനോടൊപ്പം ഒരേമുറിയിലിരുന്ന് അദ്ദേഹത്തിന്റെ ശബ്ദം കേൾക്കാനും, പേടി കൂടാതെ ചോദ്യങ്ങൾക്ക് മറുപടി പറയാനും കഴിഞ്ഞതിൽ അവൾ നന്ദിയുള്ളവളാണ്. മുമ്പവൾക്ക് അങ്കിളിനോട്

സംസാരിക്കാൻ ഭയമായിരുന്നല്ലൊ.

"നമ്മുടെ രണ്ട് യുവാക്കളെയും നമ്മൾ 'മിസ്' ചെയ്യുന്നു" ഡിന്നറിനുശേഷം ആ കൊച്ചുകുടുംബം സമ്മേളിച്ചപ്പോൾ ആദ്യത്തെ രണ്ട് ദിവസങ്ങൾ സർ. തോമസ് അഭിപ്രായപ്രകടനം നടത്തി. എന്നാൽ, ഫാന്നിയുടെ പിടയ്ക്കുന്ന കണ്ണുകൾകണ്ട് ആദ്യദിവസം അദ്ദേഹം കൂടുതലൊന്നും പറഞ്ഞില്ല, അവരുടെ ആരോഗ്യത്തിനുവേണ്ടി സ്വൽപ്പം കുടിക്കുക മാത്രം ചെയ്തു. രണ്ടാമത്തെ ദിവസം കുറച്ചുകൂടി മുന്നോട്ട് പോയി. വില്യമിന്റെ കാര്യം അനുഭാവപൂർവം ശുപാർശചെയ്യപ്പെട്ടിട്ടുണ്ട്; പ്രൊമോഷൻ പ്രതീക്ഷിക്കാം. "ഇനി അവന് നമ്മളെ ഇടയ്ക്കിടെ സന്ദർശിക്കാനാകുമെന്ന് ആശിക്കാം" സർ. തോമസ് തുടർന്നു "എഡ്മണ്ടിനെ സംബന്ധിച്ച് പറയുകയാണെങ്കിൽ, അവനില്ലാതെ ജീവിക്കാൻ നമ്മൾ പഠിക്കണം. ഇത് അവനോടൊപ്പമുള്ള നമ്മുടെ അവസാന ശീതകാലമായിരിക്കും."

"അതെ" ലേഡി ബെർട്രാം പറഞ്ഞു "എന്നാൽ, അവൻ പോകരുതെന്നാണ് എന്റെ മോഹം. അവരെല്ലാവരും പോകുകയാണെന്നെനിക്ക് തോന്നുന്നു. അവർ വീട്ടിൽ താമസിച്ചിരുന്നെങ്കിൽ എന്ന് ഞാനാശിച്ചു പോകുന്നു."

മുഖ്യമായും ജൂലിയയെ ഉദ്ദേശിച്ചായിരുന്നു ഈ ആഗ്രഹം. അവൾ മരിയയോടൊപ്പം പട്ടണത്തിലേക്ക് പോകാൻ അനുമതി നേടിയിരുന്നല്ലൊ. അത് അനുവദിക്കുകയാണ് നല്ലതെന്ന് സർ. തോമസ് കരുതി. തന്റെ സൽപ്രകൃതമനുസരിച്ച് ലേഡിബെർട്രാം അതിന് തടസം നിൽക്കില്ലായിരുന്നു. എന്നാൽ, അവളുടെ മടക്കയാത്ര ദീർഘിക്കുന്നതിൽ അവർ വിലപിച്ചു. അവൾ തിരിച്ചെത്തേണ്ട സമയം കഴിഞ്ഞിരിക്കുന്നു. ഭാര്യയെ സമാധാനിപ്പിക്കാൻ സർ. തോമസിന് പാടുപെടേണ്ടി വന്നു. ഒരു ദാക്ഷിണ്യമുള്ള അച്ഛന്റെ എല്ലാ സഹായങ്ങളും ആ മകൾക്കായി അദ്ദേഹം നീട്ടി; അതുപോലെ സ്നേഹമയിയായ ഒരമ്മയുടെ ആശീർവാദവും മക്കളുടെ സന്തോഷത്തിനായി നൽകപ്പെട്ടു; അതായിരുന്നു അവരുടെ പ്രകൃതം. എല്ലാറ്റിനും ശാന്തയായി അവർ സമ്മതം മൂളി; "അതെ" കുറേ നേരം നിശ്ശബ്ദയായി ചിന്തിച്ചിരുന്നശേഷം പെട്ടന്നവർ അഭിപ്രായപ്പെട്ടു.

"സർ. തോമസ്, ഞാൻ ഓർക്കുകയായിരുന്നു – ഫാന്നിയെ നമ്മൾ ദത്തെടുത്തത് എത്ര സന്തോഷകരമായ കാര്യമാണ്, മറ്റുള്ളവർ നമ്മെ വിട്ടുപോയപ്പോഴാണതിന്റെ ഗുണമറിയുന്നത്."

സർ. തോമസ് ഈ അഭിനന്ദന വചനം ഒന്നുകൂടി പെരുപ്പിച്ചു "വളരെ വാസ്തവം. ഫാന്നിയെ മുഖത്ത് നോക്കി പ്രശംസിച്ചു അവൾ എത്ര നല്ല പെൺകുട്ടിയാണെന്ന് നമ്മൾ കാണിച്ചു – ഇന്നവൾ വിലമതിക്കാനാവാത്തൊരു സുഹൃത്താണ്, നമ്മൾ അവളോട് ദയ കാണിച്ചിട്ടുണ്ടെങ്കിൽ, ഇന്നവൾ നമ്മൾക്ക് അത്രയ്ക്ക് ഒഴിച്ചുകൂടാത്തവളാണ്."

"അതെ" ലേഡി ബെർട്രാം ഉടനെ സമ്മതിച്ചു "അവൾ നമ്മളോടൊപ്പം എന്നും ഉണ്ടാകുമെന്നോർക്കുമ്പോൾ എന്തൊരാശ്വാസമാണ്."

സർ. തോമസ് പാതി പുഞ്ചിരിയോടെ തന്റെ നീസിനെ ഒന്ന് വീക്ഷിച്ചു, പിന്നെ ഗൗരവത്തോടെ മറുപടി നൽകി "അവൾ നമ്മളെ ഒരിക്കലും വിട്ടുപോകില്ലെന്ന് ഞാൻ വിശ്വസിക്കുന്നു, മറ്റൊരു കുടുംബത്തിലേക്കവൾ ക്ഷണിക്കപ്പെടുന്നതുവരെ. അതവൾക്ക് ഇവിടത്തേതിനെക്കാൾ കൂടുതൽ സന്തോഷകരമായ ജീവിതം വാഗ്ദാനം ചെയ്തെങ്കിലോ."

"അത്ര സംഭവ്യമായി തോന്നുന്നില്ല, സർ. തോമസ്. ആരാണവളെ ക്ഷണിക്കാൻ? ഇടയ്ക്കിടയ്ക്കവൾ സതർട്ടനിൽ ചെല്ലുന്നത് മരിയയ്ക്ക് വളരെ സന്തോഷമായിരിക്കും; എന്നാൽ, അവിടെ സ്ഥിരതാമസമാക്കാനവൾ ക്ഷണിക്കുമെന്നെനിക്ക് തോന്നുന്നില്ല – ഫാന്നി ഇവിടെത്തന്നെ ആയിരിക്കും സുഖമായി കഴിയുക – അതിനും പുറമെ അവളില്ലാതെ എനിക്ക് ജീവിക്കാനാവില്ല."

ശാന്തിയും സമാധാനവുമായി മാൻസ്ഫീൽഡിലെ വലിയ ഗൃഹം പിന്നിട്ട ആഴ്ച, വ്യത്യസ്ത രീതിയിലാണ് പുരോഹിത ഭവനം കഴിഞ്ഞത്. ഓരോ ഗൃഹത്തിലെയും യുവതികളുടെ അനുഭവം വ്യത്യസ്തമായിരുന്നു. ശാന്തിയും സമാധാനവുമായിരുന്നു ഫാന്നി നേടിയിരുന്നതെങ്കിൽ, മനോവ്യഥയും നിരാശയുമായിരുന്നു മേരിക്ക്. വിവിധ മനോഭാവത്തിൽ നിന്നും പെരുമാറ്റ രീതിയിൽനിന്നും ഉടലെടുത്തത് – ഒരാൾ വളരെ എളുപ്പം സംതൃപ്തയാകും, മറ്റെ ആൾ അസഹനീയയും; അവരുടെ അന്തരീക്ഷത്തിന്റെ പ്രശ്നമാണ്. ചില കാര്യങ്ങളിൽ അവർ തികച്ചും വിരുദ്ധാഭിപ്രായക്കാരാണ്. എഡ്മണ്ടിന്റെ അസാന്നിധ്യത്തിന്റെ ആവശ്യകത ഓർക്കുമ്പോൾ ഫാന്നിയുടെ മനസിന് ആശ്വാസമാണ്. മേരിക്കാണെങ്കിൽ അത് ഏത് രീതിയിലും ദുഃഖകരമാണത്രെ. അവൾക്കവന്റെ സാന്നിധ്യം എന്നും, എപ്പോഴും, ആവശ്യമാണ്. അവൻ പോയകാര്യമോർത്തവൾ കുപിതയാകും; പ്രത്യേകിച്ചും അവളുടെ സഹോദരൻ പോയസമയത്തുതന്നെ അപ്രത്യക്ഷനായതിൽ, അതുപോലെ വില്യം പോയതിലും. എത്ര രസകരമായൊരു സംഘമാണ് അതോടെ തകർക്കപ്പെട്ടത്! അവളെ അത് വല്ലാതെ സ്പർശിച്ചു. പുരോഹിതഭവനത്തിലെ മൂവരുടെയും നില കഷ്ടമാണ്, മഴയും മഞ്ഞും പെയ്തുകൊണ്ടിരിക്കുമ്പോൾ വീടിനകത്ത് ചടഞ്ഞിരിക്കുന്നു, ഒന്നും ചെയ്യാനില്ലാതെ, യാതൊരുവിധ പരിപാടിയും പ്രതീക്ഷിക്കാനാവാതെ. സ്വന്തം അഭിപ്രായം മുറുകെ പിടിച്ച്, അവളുടെ നിർദേശത്തിന് വഴങ്ങാതെ പ്രവർത്തിക്കാനിറങ്ങിയ എഡ്മണ്ടിനോടവൾക്ക് ദേഷ്യമായിരുന്നു. (കുപിതയായാണ് അവൾ ബാൾ റൂമിൽ വെച്ച് അവനെ വിട്ടുപോന്നത്.) എന്നാൽ, ഇപ്പോൾ അവൾക്ക് അവനെക്കുറിച്ച് ഇടയ്ക്കിടയ്ക്ക് ചിന്തിക്കാതിരിക്കാൻ കഴിഞ്ഞില്ല; അവന്റെ ഗുണങ്ങളും സ്നേഹം നിറഞ്ഞ പെരുമാറ്റവും, ആയിടെയുണ്ടാകാറുള്ള ദൈനംദിന കൂടിക്കാഴ്ചകളും വീണ്ടും അനുഭവിക്കാനവൾ കൊതിച്ചു. അവന്റെ അസാന്നിധ്യം അനാവശ്യമായി നീളുകയാണ്. ഇത്രയും നീണ്ട ഒരു വേർപാട് അവൻ ആസൂത്രണം ചെയ്യാൻ പാടില്ലായിരുന്നു – ഒരാഴ്ചക്കാലം വീട്ടിൽ നിന്ന് മാറിനിൽക്കാൻ പാടില്ലായിരുന്നു; പ്രത്യേകിച്ചും

അവൾ മാൻസ്ഫീൽഡിൽ നിന്നും പോകാൻ നിൽക്കുന്ന സമയത്ത്. പിന്നെ അവൾ സ്വയം കുറ്റപ്പെടുത്താൻ തുടങ്ങി. കഴിഞ്ഞ അവസരത്തി ലവൾ പരുഷമായി പെരുമാറാൻ പാടില്ലായിരുന്നു. ചില കടുത്ത വാക്കുകൾ പുരോഹിതർക്കെതിരെ താൻ പ്രയോഗിച്ചെന്നവൾ ഭയപ്പെട്ടു – വളരെ അപമാനകരമായ പദപ്രയോഗങ്ങൾ, അങ്ങനെ സംഭവിക്കരുതാ യിരുന്നു. അത് സംസ്കാരമില്ലായ്മയാണ് – അത് തെറ്റായിരുന്നു. അത്തരം വാക്കുകൾ ഇനി ഉപയോഗിക്കില്ലെന്നവൾ മനസാശപഥം ചെയ്തു.

അവളുടെ വിഷമം ആ ആഴ്ചയോടെ അവസാനിച്ചില്ല. ഇതെല്ലാം കഷ്ടം തന്നെ; എന്നാൽ, വെള്ളിയാഴ്ചയായിട്ടും എഡ്മണ്ട് വരാതെയാ യപ്പോൾ അവളുടെ ആധി വർധിച്ചു – ശനിയാഴ്ചയായി, എഡ്മണ്ട് എത്തി യില്ല – അവൻ മടക്കയാത്ര നീട്ടിവച്ച വിവരത്തിന് വീട്ടിലേക്ക് എഴുതി യിട്ടുണ്ടെന്ന കാര്യം ഞായറാഴ്ചയാണവൾ അറിയുന്നത്; സുഹൃത്തി നോടൊപ്പം കുറച്ചുനാൾകൂടി നിൽക്കാമെന്നേറ്റെന്ന്!

അവൾക്ക് നേരത്തെ അക്ഷമയും ഖേദവും തോന്നിയിരുന്നെങ്കിൽ – താൻ പറഞ്ഞതിൽ ദുഃഖിക്കുകയും, അതവനിൽ വല്ലാത്ത ആഘാതം ഉണ്ടാക്കിയിരിക്കുമെന്ന് ഭയപ്പെട്ടെങ്കിൽ ഇപ്പോൾ ആ ഭയം പത്തിരട്ടിയായി മാറി. അതിനും പുറമെ പുതിയതായൊരു വികാരവും അവളെ പിടികൂടി – അസൂയ. അവന്റെ സുഹൃത്ത് മിസ്റ്റർ ഓവന് സഹോദരിമാരുണ്ട് –അവൻ അവരാൽ ആകർഷിക്കപ്പെട്ടേക്കാം. എന്തായാലും, തന്റെ പദ്ധതി പ്രകാരം ലണ്ടനിലേക്കവൾ പോകാനിരിക്കെ, അവൻ ഇപ്രകാരം ദൂരെ മാറിനിൽക്കുന്നത് അവൾക്ക് സഹിക്കാനായില്ല. ഹെൻട്രി പറഞ്ഞിരു ന്നതുപോലെ രണ്ടു മൂന്ന് ദിവസത്തിനകം അയാൾ മാൻസ്ഫീൽഡിൽ എത്തിയിരുന്നെങ്കിൽ, അവൾ മാൻസ്ഫീൽഡ് വിട്ടുപോയേനെ. ഉടനെ ഫാന്നിയുടെ അടുക്കലെത്തി വിവരങ്ങൾ അറിയണമെന്നവൾ കൂടുതൽ ആഗ്രഹിച്ചു. ദുരിതം നിറഞ്ഞ ഈ ഏകാന്തതയിൽ അവൾക്കിനി ജീവി ക്കാനാവില്ലെന്ന് തോന്നി. വേഗം അവൾ പാർക്കിലേക്ക് നടന്നു. ഒരാഴ്ച മുമ്പത്തേതുപോലെ വിജയാഹ്ലാദത്തോടെയുള്ള നടത്തമായിരുന്നില്ല അത്. അവന്റെ പേരെങ്കിലും കേൾക്കാമല്ലോ എന്ന മോഹത്താലായി രുന്നു ആ പോക്ക്.

ഫാന്നി ലേഡിബെർട്രാമിനോടൊപ്പമായിരുന്നതിനാൽ ആദ്യത്തെ ഒരുമണിക്കൂർ പാഴായി; ഫാന്നിയെ ഒറ്റയ്ക്കു കിട്ടിയാലല്ലാതെ അവൾക്കൊന്നും പ്രതീക്ഷിക്കാനില്ല. ഒടുവിൽ ലേഡിബെർട്രാം മുറി വിട്ടു പോയി. ഉടനെ പരമാവധി ശാന്തത ഭാവിച്ചുകൊണ്ട് മിസ്. ക്രാഫോർഡ് സംസാരം തുടങ്ങി.

"കസിൻ എഡ്മണ്ട് ഇത്രയും നാൾ മാറിനിൽക്കുന്നതിനെക്കുറിച്ച് നിനക്കെന്ത് തോന്നുന്നു? വീട്ടിലെ ഏക ചെറുപ്പക്കാരി എന്ന നിലയ്ക്ക് നിനക്കായിരിക്കും ഏറ്റവും വിഷമം എന്നു ഞാൻ കരുതുന്നു. നീ അവന്റെ വേർപാടിൽ ദുഃഖിക്കുന്നുണ്ടായിരിക്കണം. അവന്റെ വരവ് ദീർഘിപ്പിക്കു ന്നത് നിന്നെ അത്ഭുതപ്പെടുത്തുന്നില്ലേ?"

"എനിക്കറിയില്ല" ഫാന്നി ശങ്കയോടെ പറഞ്ഞു. – "അതെ – ഞാനത് പ്രത്യേകിച്ച് പ്രതീക്ഷിച്ചിരുന്നില്ല."

"ഒരുപക്ഷേ, പറയുന്നതിനെക്കാൾ കൂടുതൽ താമസം നീട്ടുന്ന പ്രകൃതമായിരിക്കാം, അവന്റേത്. എല്ലാ യുവാക്കളുടെയും പൊതുരീതിയാണത്."

"അദ്ദേഹം അങ്ങനെയല്ല; ഒരിക്കൽ മാത്രമേ മുമ്പ് മിസ്റ്റർ ഓവനെ കാണാൻ പോയിട്ടുള്ളൂ."

"ഇപ്പോൾ ആ വീട് കൂടുതൽ ആനന്ദകരമായി അവന് തോന്നുന്നുണ്ടാകാം – അവൻ വളരെ – വളരെ സഹൃദയനായൊരു വ്യക്തിയാണ്. ലണ്ടനിലേക്ക് പോകുന്നതിനു മുമ്പ് എനിക്കവനെ വീണ്ടും കാണാതിരിക്കാനാവില്ല; എനിക്കതിൽ വിഷമമുണ്ട്; അങ്ങനെ സംഭവിക്കുമെന്ന കാര്യത്തിൽ ഇപ്പോൾ എനിക്ക് സംശയമില്ല – ഹെൻട്രിയുടെ വരവ് ഞാൻ ഏതു സമയത്തും പ്രതീക്ഷിക്കുന്നു. അവൻ വന്നാൽ, എനിക്കു പിന്നെ മാൻസ്ഫീൽഡിൽ പിടിച്ചുനിൽക്കാനാവില്ല. ഒരിക്കൽക്കൂടി എനിക്കവനെ കാണാൻ ആഗ്രഹമുണ്ട്. ഞാൻ ഏറ്റുപറയുന്നു. നീ എന്റെ ഉപചാരപൂർവമുള്ള അഭിനന്ദനങ്ങൾ അവനെ അറിയിക്കണം. അതെ, – ഉപചാരം എന്നു തന്നെയല്ലേ പറയുക. മറ്റെന്തോ വാക്കാണ് ഉപയോഗിക്കേണ്ടത്, മിസ്. പ്രൈസ്, നമ്മുടെ ഭാഷയിൽ ഉപചാരങ്ങൾക്കും പ്രേമത്തിനും ഇടയിലുള്ള എന്തോ ഒരു വാക്ക് – നമ്മൾ തമ്മിലുള്ള സ്നേഹബന്ധത്തിന് ആവശ്യമാണ് – ഇത്രയും മാസങ്ങളിലെ പരിചയം! എന്നാൽ ഇവിടെ ഉപചാരം എന്ന വാക്ക് മതിയാകും – അവന്റെ കത്ത് ദീർഘമുള്ളതായിരുന്നോ? അവിടെ എന്താണവൻ ചെയ്യുന്നതെന്ന വിവരണങ്ങളുണ്ടോ? ക്രിസ്മസ് ആഘോഷത്തിന് വേണ്ടിയാണോ അവൻ താമസം നീട്ടുന്നത്?"

"കത്തിന്റെ ഒരു ഭാഗം മാത്രമേ ഞാൻ വായിച്ചു കേട്ടുള്ളൂ; അങ്കിളിനുള്ളതായിരുന്നു– വളരെ ഹ്രസ്വമായ കത്തായിരുന്നെന്നാണെനിക്ക് തോന്നുന്നത്; ഏതാനും വാചകങ്ങളേ ഉള്ളൂ എന്നെനിക്കുറപ്പാണ്, സുഹൃത്ത് കുറച്ചുനാൾകൂടി താമസിക്കാൻ നിർബന്ധിച്ചു എന്നുമാത്രമറിയാം; അവനത് സമ്മതിക്കുകയും ചെയ്തു. കുറച്ച് നാളുകളോ, കുറേ നാളുകളോ എന്നെനിക്കുറപ്പില്ല."

"ഓഹ്! അച്ഛനാണ് കത്തയച്ചത് – എന്നാലത് ലേഡിബെർട്രാമിനോ നിനക്കോ ആയിരുന്നെങ്കിൽ! അച്ഛനായതുകൊണ്ട് കത്ത് ഹ്രസ്വമാണെന്നതിൽ അത്ഭുതമൊന്നുമില്ല. ആരാണ് സർ. തോമസിനോട് കത്തിലൂടെ സല്ലാപം നടത്തുക? നിനക്കാണവൻ എഴുതിയിരുന്നെങ്കിൽ കൂടുതൽ വിവരങ്ങൾ ഉണ്ടായേനെ. ബാളുകളെക്കുറിച്ചും പാർട്ടികളെക്കുറിച്ചും കേൾക്കാമായിരുന്നു – എല്ലാറ്റിനെയും എല്ലാവരെയും കുറിച്ച് അവൻ വർണിച്ച് എഴുതിയേനെ. എത്ര മിസ് ഓവന്മാരുണ്ട്?"

"മൂന്ന് മുതിർന്നവർ."

"അവർ പാട്ടുകാരികളാണോ?"

"എനിക്കറിയില്ല; ഞാൻ കേട്ടിട്ടില്ല."

"അതാണാദ്യത്തെ പ്രശ്നം മനസിലായോ" മിസ് ക്രാഫോർഡ് പറഞ്ഞു, "അതിലൊരു താൽപ്പര്യവുമില്ലാത്തതിൽ. ഏതൊരു പാട്ടുകാരിയും മറ്റുള്ളവരെക്കുറിച്ച് ചോദിക്കുന്ന കാര്യമാണത്. എന്നാൽ, മറ്റ് യുവതികളെക്കുറിച്ച് ആരായുന്നത് മണ്ടത്തരമാണ് – പ്രായമായ സഹോദരിമാരെക്കുറിച്ച്; കാരണം, പറയാതെ തന്നെ അവർ എപ്രകാരമുള്ളവരാണെന്ന് കൃത്യമായി പറയാനാകും – എല്ലാവരും വളരെ സമർഥരും രമിപ്പിക്കുന്നവരും, അതിലൊരുവൾ അതിസുന്ദരി. എല്ലാ കുടുംബത്തിലും ഒരു സുന്ദരി ഉണ്ടായിരിക്കും – അതൊരു സാധാരണ കാര്യമാണ്. രണ്ടുപേർ പിയാനോ വായിക്കും, ഒരാൾ ഹാർപ്പും – എല്ലാവരും പാടും – അല്ലെങ്കിൽ പരിശീലിപ്പിച്ചാൽ പാടും – അതുമല്ലെങ്കിൽ പാട്ടിൽ ജന്മവാസനയുള്ളവർ – അല്ലെങ്കിൽ അതുപോലെ എന്തെങ്കിലും."

"എനിക്ക് മിസ് ഓവന്മാരെക്കുറിച്ച് ഒന്നുമറിയില്ല" ഫാന്നി ശാന്തയായി മറുപടി നൽകി.

"നിനക്കൊന്നുമറിയില്ല, നീ ശ്രദ്ധിക്കുന്നുമില്ല. തീർച്ചയായും ഒരിക്കലും കാണാത്തവരെക്കുറിച്ച് ഒരാൾ എങ്ങനെ ശ്രദ്ധിക്കാനാണ്? – ശരി, നിന്റെ കസിൻ തിരിച്ചെത്തുമ്പോൾ, മാൻസ്ഫീൽഡ് വളരെ പ്രശാന്തമായി കാണപ്പെടും – ബഹളം വയ്ക്കുന്നവരെല്ലാം പോയിക്കാണും, നിന്റെ സഹോദരൻ, എന്റെ സഹോദരനും ഞാൻ തന്നെയും. സമയം അടുക്കുംതോറും മിസിസ് ഗ്രാന്റിനെ വിട്ടുപോകാനെനിക്ക് മനസ്സ് വരുന്നില്ല. ഞാൻ പോകുന്നതവൾക്കിഷ്ടമല്ല."

ഫാന്നിക്ക് എന്തെങ്കിലും സംസാരിക്കേണ്ടിയിരിക്കുന്നു. "വളരെപ്പേർ നിന്റെ വേർപാടിൽ ദുഃഖിക്കുമെന്ന കാര്യത്തിൽ സംശയം വേണ്ട." അവൾ പറഞ്ഞു "നിന്നെ എല്ലാവരും വല്ലാതെ മിസ് ചെയ്യും."

കൂടുതൽ കേൾക്കാനും കാണാനുംവേണ്ടി മിസ്. ക്രാഫോർഡിന്റെ ദൃഷ്ടി അവൾക്കുനേരെ തിരിഞ്ഞു. പിന്നെ ചിരിച്ചുകൊണ്ട് പറഞ്ഞു.

"ഓഹ്! അതെ, ഏതൊരു ശല്യപ്പെടുത്തുന്ന വസ്തുവും എടുത്തുമാറ്റുമ്പോഴത്തേതു പോലെ! അതായത് വലിയൊരു വ്യത്യാസം അനുഭവപ്പെടുമ്പോൾ. എന്നാൽ, ഞാൻ ചൂണ്ടയിടുകയല്ല; എന്നെ അഭിനന്ദിക്കേണ്ട. എന്നെക്കുറിച്ച് വിരഹദുഃഖമുണ്ടെങ്കിൽ അത് പ്രത്യക്ഷപ്പെടും. എന്നെ കാണാനാഗ്രഹിക്കുന്നവർ എന്നെ കണ്ടെത്തും. ഞാൻ സംശയാസ്പദമായ നിലയിലോ ദൂരത്തോ എത്തിപ്പെടാനാവാത്ത സ്ഥലത്തോ ആയിരിക്കുകയില്ല."

ഫാന്നി നിശ്ശബ്ദത പാലിച്ചതിൽ മിസ്. ക്രാഫോർഡിന് നിരാശ തോന്നി. അവളിൽനിന്ന് സന്തോഷകരമായ ചില ഉറപ്പുകൾ ലഭിക്കുമെന്ന് മിസ്. ക്രാഫോർഡ് വിശ്വസിച്ചിരുന്നു, ഫാന്നിക്കെല്ലാം അറിയാവുന്നതാണല്ലോ. അവളുടെ ഉത്സാഹം വീണ്ടും കെട്ടടങ്ങി.

"മിസ്. ഓവനുമാർ" അവൾ പെട്ടെന്നു ചോദിച്ചു "തോർട്ടൺ ലേസിയിൽ അവരിൽ ഒരു മിസ് ഓവൻ സ്ഥിരതാമസമാക്കുകയാണെന്ന്

സങ്കൽപ്പിക്കുക; അപ്പോൾ നിനക്കെന്ത് തോന്നും? വിചിത്ര സംഭവങ്ങൾ നടക്കാറുണ്ട്. അവരതിന് ശ്രമിക്കുകയാണെന്ന് ഞാൻ പറയുന്നു. അവരെ സംബന്ധിച്ചിടത്തോളം അത് ശരിയാണ്; കാരണം, അവർക്കത് വളരെ നല്ലൊരു കുടുംബമായിരിക്കും. ഞാനതിൽ അത്ഭുതപ്പെടില്ല, അവരെ കുറ്റപ്പെടുത്തുകയുമില്ല – കഴിയാവുന്നത്ര സ്വന്തമായി കൈക്കലാക്കുക എന്നത് എല്ലാവരുടെയും കർത്തവ്യമാണ്. സർ. തോമസിന്റെ മകൻ ഉന്നതനാണ്; അവൻ അവരുടെ പാതയിലൂടെയാണിപ്പോൾ നീങ്ങുന്നത്. അവരുടെ അച്ഛൻ ഒരു പുരോഹിതനാണ്, സഹോദരനും ഒരു പുരോഹിതൻ തന്നെ; മൊത്തത്തിൽ ഒരു പുരോഹിതവൃന്ദം. അവൻ അവരുടെ നിയമാനുസൃതമായ സമ്പത്താണ്, തികച്ചും അവരുടേത്. നീ സംസാരിക്കുന്നില്ലല്ലോ, ഫാന്നി – മിസ്. പ്രൈസ് – നീ സംസാരിക്കുന്നില്ല – ഇപ്പോൾ നീ അങ്ങനെ പ്രതീക്ഷിക്കുന്നില്ലേ, സത്യസന്ധമായും?"

"ഇല്ല" ഫാന്നി ഉറക്കെ ശക്തമായി പ്രതികരിച്ചു "ഒരിക്കലും അത് പ്രതീക്ഷിക്കുന്നില്ല."

"ഒരിക്കലുമില്ല" മിസ്. ക്രാഫോർഡ് അത്യുത്സാഹത്തോടെ അലറി. "എനിക്കതിശയം തോന്നുന്നു. എന്നാൽ, നിനക്ക് വ്യക്തമായി അറിയാമെന്നെനിക്കുറപ്പാണ് – ഞാനെപ്പോഴും അങ്ങനെ കരുതുന്നു – ഒരുപക്ഷേ അവൻ അടുത്തൊന്നും വിവാഹം കഴിക്കുമെന്ന് നീ വിചാരിക്കുന്നില്ലായിരിക്കാം – അല്ലെങ്കിൽ ഉടനെ."

"ഇല്ല, ഞാൻ കരുതുന്നില്ല." ഫാന്നി മൃദുവായി മറുപടി നൽകി – തനിക്ക് തെറ്റു പറ്റില്ലെന്ന വിശ്വാസത്തോടെ.

സ്നേഹിത അവളെ ശ്രദ്ധാപൂർവം നോക്കി. ആ നോട്ടത്തിൽ അവളുടെ മുഖം തുടുത്തെങ്കിലും, കൂടുതൽ ഊർജസ്വലത സംഭരിച്ച് ഇത്രമാത്രം പറഞ്ഞു: "അദ്ദേഹം ഇതുപോലെ ഇരിക്കുന്നത് തന്നെയാണ് ഏറ്റവും നല്ലത്;" പിന്നെ വിഷയം മാറ്റി.

12

ഫാന്നിയുമായുള്ള സംഭാഷണത്തിനുശേഷം മിസ്സ് ക്രാഫോർഡിന്റെ വിഷമം വളരെ ലഘൂകരിക്കപ്പെട്ടു. അവൾ വീണ്ടും തിരിച്ച് വീട്ടിലേക്ക് നടന്നു, നല്ല ആവേശത്തോടെ. വീട്ടിനുള്ളിൽ അടച്ചിരുന്നെങ്കിൽ ഒരാഴ്ചകൂടി മ്ലാനതയിൽ കഴിയേണ്ടിവന്നേനെ, വൃത്തികെട്ട ആ കാലാവസ്ഥയിൽ! അന്ന് വൈകുന്നേരം തന്നെ അവളുടെ സഹോദരൻ, സ്വതസ്സിദ്ധമായ പ്രസരിപ്പോടെ, ലണ്ടനിൽനിന്നും തിരിച്ചെത്തി. അതോടെ അവളും പഴയ ആവേശത്തിലായി. അവന്റെ യാത്ര എന്തിനായിരുന്നെന്ന് അപ്പോഴും തുറന്നുപറയാതിരുന്നത് ആഹ്ലാദപൂർവമായിരുന്നു. ഒരു ദിവസം മുമ്പായിരുന്നെങ്കിൽ അതവളെ കുപിതയാക്കിയേനെ. എന്നാൽ, ഇപ്പോഴത് രസകരമായൊരു ഫലിതമായി അവൾ കരുതി. തന്നെ അത്ഭുതപ്പെടുത്താൻ വേണ്ടിമൂടിവെക്കുന്ന ഒരു രഹസ്യം. പിറ്റേന്നവളെ അത് അത്ഭുതപ്പെടുത്തും. ബെർട്രാമുമാരോട് 'ഹലോ' പറഞ്ഞശേഷം പത്തുമിനിറ്റിനുള്ളിൽ തിരിച്ചെത്താമെന്നു പറഞ്ഞ് ഹെൻട്രി സ്ഥലംവിട്ടു – എന്നാൽ,

ഒരു മണിക്കൂർ കഴിഞ്ഞിട്ടും കാണാനില്ല. അയാളോടൊപ്പം നടക്കാൻ തയാറായി നിന്ന സഹോദരിക്ക് ക്ഷമകെട്ടപ്പോൾ ഹെൻട്രി എത്തി. അവൾ ഒച്ചയിട്ടു.

"പ്രിയപ്പെട്ട ഹെൻട്രി, ഇത്ര നേരം നീ എവിടെയായിരുന്നു?" താൻ ലേഡി ബെർട്രാമിനോടും ഫാന്നിയോടുമൊപ്പമായിരുന്നു എന്നായിരുന്നു അയാളുടെ മറുപടി.

"അവരോടൊപ്പം ഒന്നരമണിക്കൂർ ഇരിക്കുകയോ?" മേരി അത്ഭുതം പ്രകടിപ്പിച്ചു.

എന്നാൽ, ഇതവളുടെ അതിശയത്തിന്റെ ആരംഭംമാത്രമായിരുന്നു.

"അതെ, മേരി" അവളുടെ കരംഗ്രഹിച്ച്, സ്വയം മറന്ന് നടപ്പാതയിലൂടെ നടന്നുകൊണ്ടയാൾ മറുപടിനൽകി എനിക്ക് പെട്ടെന്ന് പോരാൻ പറ്റിയില്ല – ഫാന്നി എത്രസുന്ദരിയാണ് – ഞാൻ തീരുമാനമെടുത്തു കഴിഞ്ഞു, മേരി. എന്റെ മനസ്സ് അത് ഉറപ്പിച്ചു. നിന്നെ അത് അത്ഭുതപ്പെടുത്തുമോ? ഇല്ല – ഫാന്നി പ്രൈസിനെ വിവാഹം കഴിക്കാൻ നിശ്ചയിച്ചു കഴിഞ്ഞു എന്ന് നീ അറിയണം."

ഇതോടെ അത്ഭുതത്തിനൊരു പരിസമാപ്തിയായി. അയാൾ എന്തൊക്കെ ചിന്തിച്ചാലും അത്തരം ഒരു സന്ദേഹം അവളുടെ മനസിൽ ഒരിക്കലും ഉദിച്ചിട്ടില്ല. അവൾ ശരിക്കും അത്ഭുതസ്തബ്ധയായി നോക്കി നിന്നു. അതുകൊണ്ട് പറഞ്ഞതെല്ലാം അവന് ആവർത്തിക്കേണ്ടിവന്നു, തികച്ചും പരിപാവനമായ രീതിയിൽ. അയാളുടെ തീരുമാനം പ്രഖ്യാപിക്കപ്പെട്ടപ്പോൾ പിന്നെ അത് അസ്വീകാര്യമായി തോന്നിയില്ല. അത്ഭുതം നിറഞ്ഞൊരു സന്തോഷമായിരുന്നു. ബെർട്രാം കുടുംബവുമായുള്ള ബന്ധം മേരിയെ ആഹ്ലാദിപ്പിച്ചു. സഹോദരനെക്കാൾ അൽപ്പം താഴ്ന്ന നിലയിലുള്ളവളെയാണ് വിവാഹം ചെയ്യുന്നത് എങ്കിലും സാരമില്ല.

"അതെ, മേരി" ഹെൻട്രി ദൃഢസ്വരത്തിൽ പറഞ്ഞവസാനിപ്പിച്ചു. "ഞാൻ ശരിക്കും പിടിക്കപ്പെട്ടു. നിനക്കറിയാമല്ലൊ, ഒരു രസത്തിനുവേണ്ടിയുള്ള പദ്ധതിയായിരുന്നു എന്റേത്, അതായിരുന്നു തുടക്കം – എന്നാൽ, അതിന്റെ അന്ത്യം ഇങ്ങനെ ആയി. എന്റെ സ്നേഹം വളരെ മുന്നോട്ട് പോയി; എന്നെ സംബന്ധിച്ചിടത്തോളം ഞാനൊരു തീരുമാനത്തിലെത്തി."

"ഭാഗ്യമുള്ള, ഭാഗ്യമുള്ള പെൺകുട്ടി" സംസാരിക്കാനുള്ള ശേഷി തിരിച്ചുകിട്ടിയപ്പോൾ അവൾ അട്ടഹസിച്ചു – "അവൾക്ക് എന്തൊരു ചേർച്ചയാണ്! എന്റെ ഏറ്റവും പ്രിയപ്പെട്ട ഹെൻട്രി, ഇതെന്റെ ആദ്യത്തെ തോന്നലാണ്; രണ്ടാമത്തേത്, ഞാൻ ഹൃദയംഗമായി നിന്റെ തെരഞ്ഞെടുക്കലിനെ അംഗീകരിക്കുന്നു, എന്നതാണ്. ഞാൻ ആഗ്രഹിക്കുന്നതുപോലെ നീ സദാ സന്തുഷ്ടനാകട്ടെ. നിനക്ക് സുന്ദരിയായൊരു കൊച്ചു ഭാര്യയുണ്ടാകും, നന്ദിയോടെ ആരാധിക്കുന്നവൾ. ശരിക്കും നീയത് അർഹിക്കുന്നു. അവൾക്ക് അതിശയകരമായൊരു ജോഡിയാണ്! അവളുടെ ഭാഗ്യത്തെക്കുറിച്ച് മിസിസ് നോറിസ് ഇടയ്ക്കിടെ പറയാറുണ്ട്; ഇപ്പോൾ അവൾ എന്ത് പറയും? കുടുംബത്തിന് മുഴുവൻ എന്തൊരാന

ന്ദമായിരിക്കും! അവൾക്ക് ചില ആത്മാർഥസുഹൃത്തുക്കളുണ്ട്. അവർ എപ്രകാരമാണ് ആഹ്ലാദിക്കുക! എന്നാൽ, അതിനെക്കുറിച്ചെല്ലാം എന്നോട് തുറന്നു പറയൂ, എല്ലാം പറയൂ. അവളെക്കുറിച്ച് ഗൗരവമായി ചിന്തിക്കാൻ തുടങ്ങിയത് എപ്പോഴാണ്?"

അത്തരം ഒരു ചോദ്യത്തിന് ഉത്തരം നൽകാൻ ബുദ്ധിമുട്ടാണ്, അത് ചോദിക്കുന്നതു കേൾക്കാൻ വളരെ ഇഷ്ടമാണെങ്കിലും പലതവണ അയാ ളതിന് മറുപടിപറയാൻ ശ്രമിച്ചുകൊണ്ടിരിക്കവെ അയാളുടെ സഹോ ദരി ഔത്സുക്യത്തോടെ ഇടപെട്ടു "ആഹ്! എന്റെ പ്രിയപ്പെട്ട ഹെൻട്രി, ഇതിനുവേണ്ടിയാണോ നീ ലണ്ടനിലേക്ക് പോയത്! ഇതായിരുന്നു നിന്റെ ബിസിനസ്! അഡ്മിറലുമായി കൂടിയാലോചിച്ച്, ഒരു തീരുമാനത്തിലെത്താൻ."

എന്നാലതയാൾ പാടെ നിരസിച്ചു. അയാൾക്ക് അങ്കിളിനെക്കുറിച്ച് നന്നായി അറിയാം, ഏത് വിവാഹബന്ധത്തിനോടുമുള്ള അങ്കിളിന്റെ മനോഭാവം! അങ്കിളിന് വിവാഹത്തോട് വെറുപ്പാണ്. ധനികനും സ്വതന്ത്ര നുമായൊരു യുവാവതിന് തയാറായാൽ അവൻ മാപ്പ് അർഹിക്കുന്നില്ല.

"ഫാന്നിയെ കുറിച്ചദ്ദേഹം അറിയുമ്പോൾ" ഹെൻട്രി തുടർന്നു: "അദ്ദേഹം അഭിപ്രായം മാറ്റും. അഡ്മിറലിനെപ്പോലൊരു വ്യക്തിയുടെ എല്ലാമുൻവിധികളും മാറ്റിയെഴുതാൻ പറ്റുന്നവളാണവൾ. കാരണം, ഈ ലോകത്ത് ജീവിച്ചിരിപ്പില്ലാത്തതാണെന്ന് അദ്ദേഹം വിശ്വസിക്കുന്ന അതേ സ്ത്രീയാണവൾ. അസാധ്യമെന്ന് അദ്ദേഹം വർണിക്കാറുള്ള അതേ സ്ത്രീ! എന്നാൽ, എല്ലാം ഉറപ്പിക്കുന്നതുവരെ – ഒരു പ്രശ്നവുമില്ലാതാകുന്നതുവരെ ഇക്കാര്യത്തെക്കുറിച്ചദ്ദേഹം ഒന്നും അറിയരുത്. അല്ല, മേരി, നീ തികച്ചും തെറ്റിദ്ധരിച്ചിരിക്കയാണ്. എന്റെ 'ബിസിനസ്' ഇനിയും നീ കണ്ടുപിടിച്ചിട്ടില്ല!"

"ശരി, ശരി, എനിക്ക് തൃപ്തിയായി; എന്തിനെ സംബന്ധിച്ചാണെന്ന് എനിക്കിപ്പോൾ മനസിലായി; ബാക്കി അറിയാനെനിക്കത്ര ധൃതിയൊന്നു മില്ല. ഫാന്നി പ്രൈസ് – അതിശയകരം – തികച്ചും അതിശയകരം! മാൻസ് ഫീൽഡിന് അത്രയും ചെയ്യേണ്ടിവരും – നിന്റെ വിധി മാൻസ്ഫീൽഡിൽ ബന്ധിക്കപ്പെട്ടിരിക്കുന്നു! എന്നാൽ, നീ ചെയ്യുന്നത് വളരെ ശരിയാണ്; ഇതിനെക്കാൾ നല്ലത് നിനക്ക് തെരഞ്ഞെടുക്കാനാ കില്ലായിരുന്നു. സ്വത്ത് ആഗ്രഹിക്കുന്നില്ലെങ്കിൽ, ഇതിനെക്കാൾ നല്ലൊരു പെൺകുട്ടിയെ ഈ ലോകത്ത് കാണാനാവില്ല. അവളുടെ ബന്ധുക്കൾ അതിലേറെ നല്ലവരാണ്. ഈ രാജ്യത്തെ മുൻനിരയിലുള്ളവരാണ് ബെർട്രാമുമാർ. അവൾ സർ. തോമസ് ബെർട്രാമിന്റെ നീസും. ലോക ത്തിന് അതുമതി! പറയൂ, എല്ലാം വിശദമായി എന്നോട് പറയൂ. എന്താണ് നിന്റെ പദ്ധതികൾ? ഈ സന്തോഷവർത്തമാനം അവൾക്കറിയാമോ?"

"ഇല്ല."

"എന്തിനാണിനി കാത്തിരിക്കുന്നത്?"

"ചെറിയൊരവസരത്തിന്നായി. മേരി, അവൾ തന്റെ കസിനുമാരെ പോലെയല്ല. എങ്കിലും എന്റെ ആഗ്രഹം വൃഥാവിലാകില്ലെന്ന് ഞാൻ കരു തുന്നു."

"ഓഹ്! ഇല്ല. അങ്ങനെ സംഭവിക്കില്ല. നിന്നോടത്ര സന്തുഷ്ടയല്ലെ

ങ്കിലും – അവൾ നിന്നെ ഇപ്പോൾ സ്നേഹിക്കുന്നില്ലെങ്കിലും (അക്കാര്യത്തിലെനിക്ക് ചെറിയ സംശയമുണ്ട്) നീ സുരക്ഷിതനാണ്. അവളുടെ മാന്യതയും ആദരവും നിറഞ്ഞ പെരുമാറ്റം നിന്നോടവളെ അടുപ്പിക്കും, എല്ലാം നിനക്ക് വേഗം സ്വന്തമാകും. പ്രേമം തോന്നാതെ അവൾ ഒരിക്കലും നിന്നെ വിവാഹം കഴിക്കുമെന്നെനിക്ക് തോന്നുന്നില്ല. ഉൽക്കർഷേച്ഛമൂലം സ്വാധീനിക്കപ്പെടാത്ത ഏതെങ്കിലും പെൺകുട്ടി ഈ ലോകത്തിലുണ്ടെങ്കിൽ അതവളായിരിക്കും. എനിക്കുറപ്പാണ്. എന്നാൽ, അവളോട് നിന്നെ സ്നേഹിക്കാനാവശ്യപ്പെട്ടു, അവൾക്കത് നിരസിക്കാനാവില്ല."

അവളുടെ ആവേശം അൽപ്പം തണുത്തപ്പോൾ, അയാൾ സന്തോഷപൂർവം സംസാരിക്കാൻ തുടങ്ങി, അവൾ നിശ്ശബ്ദയായിരുന്ന് ശ്രദ്ധിച്ചു. ഇരുവർക്കും താൽപ്പര്യമുണർത്തുന്നരീതിയിൽ ആ സംഭാഷണം തുടർന്നു. അവന് സ്വന്തം വികാരങ്ങൾ മാത്രമേ പ്രകടിപ്പിക്കാനുണ്ടായിരുന്നുള്ളൂ. ഫാന്നിയുടെ സൗന്ദര്യത്തെയും ആകർഷണീയതയെയും കുറിച്ചുമാത്രം – ഫാന്നിയുടെ സുന്ദരമായ മുഖവും വടിവുറ്റ ശരീരവും, ഫാന്നിയുടെ വശ്യമായ പെരുമാറ്റരീതിയും നന്മനിറഞ്ഞ ഹൃദയവും... ആയിരുന്നു. പറഞ്ഞാൽ തീരാത്ത വിഷയങ്ങൾ, മാന്യത, എളിമ, മധുരമായ ശീലം എന്നിവ വർണിക്കപ്പെട്ടു. സ്ത്രീക്ക് ഏറ്റവും വിലപ്പെട്ടതായി ഒരു പുരുഷൻ കാണുന്നത് ഇതെല്ലാമാണ്, അതൊന്നുമില്ലാത്തവരെയും അയാൾ ചിലപ്പോൾ സ്നേഹിച്ചിട്ടുണ്ടെങ്കിലും. അവളുടെ പ്രകൃതം അയാൾക്കിഷ്ടപ്പെട്ടു, പ്രശംസിച്ചു. അത് പലപ്പോഴും പരീക്ഷണത്തിനിരയാകുന്നതയാൾ കണ്ടിട്ടുണ്ട്. എഡ്മണ്ട് ഒഴിച്ച് ആ കുടുംബത്തിലെ മറ്റേതെങ്കിലും അംഗം ഏതെങ്കിലും രീതിയിൽ അവളുടെ ക്ഷമയും സഹനശക്തിയും പരീക്ഷിക്കാതിരുന്നിട്ടുണ്ടോ? അവളുടെ സ്നേഹബന്ധങ്ങൾ തികച്ചും കരുത്തുറ്റതാണ്. അവളെ സഹോദരനോടൊപ്പം കാണേണ്ടതാണ്! അവളുടെ ഹൃദയത്തിന്റെ ഊഷ്മളത സ്വന്തം മാന്യതയ്ക്ക് തുല്യമാണെന്ന് ആഹ്ലാദപൂർവം തെളിയിക്കാൻ മറ്റെന്ത് വേണം? അവളുടെ പ്രേമം കാംക്ഷിക്കുന്ന ഒരു കാമുകന് ഇതിൽ കൂടുതൽ പ്രോത്സാഹനം എന്താണ് വേണ്ടത്? പിന്നെ, അവളുടെ ധാരണാശക്തിയെക്കുറിച്ച് സന്ദേഹമേ വേണ്ട, ദ്രുതഗതിയിൽ വ്യക്തമായി. വിനയാന്വിതവും രമണീയവുമായ അവളുടെ മനസിന്റെ കണ്ണാടിയാണ് അവളുടെ പെരുമാറ്റരീതി. ഇതുമാത്രമല്ല ഒരു ഭാര്യയിലെ നല്ല ആദർശങ്ങളുടെ വില അറിയാൻ മാത്രമുള്ള വിവേകമൊന്നും ഹെൻട്രി ക്രാഫോർഡിനില്ല. അതിനെ കുറിച്ച് ഗൗരവത്തോടെ ചിന്തിക്കുന്ന പ്രകൃതമല്ല അയാളുടേത്. അവളുടെ സ്വഭാവ സ്ഥിരതയെക്കുറിച്ചും, ശ്രേഷ്ഠതയെക്കുറിച്ചും അയാൾ സംസാരിക്കുമ്പോൾ, അവൾ ആദർശശുദ്ധിയും ഈശ്വര ഭക്തയുമാണെന്ന് സമർഥിക്കാൻ ശ്രമിച്ചു.

"അവളിൽ എനിക്ക് പൂർണമായി വിശ്വാസം അർപ്പിക്കാനാകും" അയാൾ പറഞ്ഞു: "അതാണെനിക്കുവേണ്ടത്."

ഫാന്നിപ്രൈസിനെക്കുറിച്ചുള്ള അയാളുടെ അഭിപ്രായം അതിരുകവിഞ്ഞതല്ലെന്ന് വിശ്വസിച്ച അവന്റെ സഹോദരി അവളുടെ അഭ്യുദയത്തിൽ ആഹ്ലാദിച്ചു.

"അതിനെക്കുറിച്ച് ഞാൻ കൂടുതൽ ചിന്തിക്കും തോറും" അവൾ ഉറക്കെ പറഞ്ഞു: "നിങ്ങൾ ചെയ്തത് വളരെ ശരിയാണെന്നെനിക്ക് ബോധ്യമായി, നിനക്കനുയോജ്യയായ പെൺകുട്ടിയായി ഫാന്നി പ്രൈസിനെ ഞാനൊരിക്കലും തെരഞ്ഞെടുക്കില്ലായിരുന്നെങ്കിലും, അവൾക്കുമാത്രമെ നിന്നെ സന്തോഷിപ്പിക്കാനാകൂ എന്നെനിക്ക് തോന്നുന്നു. അവളുടെ സമാധാനം തകർക്കാനായി നിന്റെ ദുഷ്ചിന്ത യോടെയുള്ള പദ്ധതി തീർച്ചയായും ബുദ്ധിപരമായരീതിയിലേക്ക് മാറി യല്ലൊ. നിങ്ങൾ ഇരുവരും അതിന്റെ ഗുണം കണ്ടെത്തും."

"അത്തരം ഒരു ജീവിയോട് അപ്രകാരം ഞാൻ പെരുമാറിയത് മോശ മായി, വളരെ മോശമായി! എന്നാൽ, അപ്പോൾ അവളെ ഞാൻ മനസി ലാക്കിയില്ല. അതെന്റെ തലയിൽ സ്ഥാനമുറപ്പിച്ചശേഷം അവൾക്കൊരി ക്കലും അതോർത്ത് വിലപിക്കേണ്ടിവരില്ല. ഞാനവളെ അധികം സന്തു ഷ്ടയാക്കും, മേരി, അവൾ ഇതുവരെ ഒരിക്കലും അനുഭവിച്ചിട്ടില്ലാത്ത ത്ര, അല്ലെങ്കിൽ മറ്റൊരാളും കാണാത്തത്ര വളരെ ഞാനവളെ നോർത്തം ടൻഷൈറിൽനിന്ന് ഒരിക്കലും കൊണ്ടുപോകില്ല. എവരിംഗാം വിട്ട്, ഈ പരിസരത്തൊരു സ്ഥലം വാടകയ്ക്കെടുക്കും – ഒരുപക്ഷേ സ്റ്റാൻവിക്സ് ലോഡ്ജ്. ഏഴുവർഷത്തെ ലീസിന് എവരിംഗാം കൊടുക്കും. നല്ലൊരു വാടകക്കാരനെ കിട്ടാനൊരു പ്രയാസവുമുണ്ടാകില്ല. എന്റെ വ്യവസ്ഥകൾ നന്ദിയോടെ സ്വീകരിക്കുന്ന മൂന്നുപേരെയെങ്കിലും ഞാനിപ്പോൾ പറയാം."

"ഹാ!" മേരി അട്ടഹസിച്ചു "നോർത്തംടൻഷൈറിൽ സ്ഥിരതാമസ മാക്കുക! സന്തോഷം! അപ്പോൾ നമ്മളെല്ലാം ഒന്നിച്ചാകും."

അത് പറഞ്ഞുകഴിഞ്ഞപ്പോഴാണവൾ ഓർത്തത്, അത് പറയേണ്ടായി രുന്നെന്ന്. എന്നാൽ പരിഭ്രമിക്കേണ്ട ആവശ്യമില്ല. കാരണം, അവളുടെ സഹോദരൻ അവളെ പുരോഹിതഭവനത്തിലെ അന്തേവാസി ആയാണ് കണ്ടത്. തന്റെ സ്വന്തം വീട്ടിലേക്കവളെ അവൻ സാദരം ക്ഷണിച്ചു, അവൾക്കവിടെ എല്ലാ അവകാശങ്ങളുമുണ്ടെന്ന് പറഞ്ഞു.

"നിന്റെ സമയത്തിൽ പകുതിയിലേറെ ഞങ്ങൾക്ക് തരണം." അയാൾ പറഞ്ഞു: "എന്നോടും ഫാന്നിയോടുമൊപ്പം നീ താമസിക്കു ന്നത്ര തന്നെ സമയം മിസിസ് ഗ്രാന്റിനോടൊപ്പം നീ കഴിയുന്നത് എനി ക്കനുവദിക്കാനാവില്ല. കാരണം, ഞങ്ങൾക്ക് ഇരുവർക്കും നിന്നിൽ അവ കാശമുണ്ട്. ഫാന്നി ശരിക്കും നിന്റെ സഹോദരി ആയിരിക്കും!"

മേരി നന്ദിപൂർവം ഉറപ്പുനൽകി, എന്നാൽ അധികംനാൾ സഹോദര ന്റെയോ സഹോദരിയുടെയോ അതിഥിയായിക്കഴിയാനവൾ ഉദ്ദേശിച്ചിരുന്നില്ല.

"നീ പകുതിവർഷം ലണ്ടനിലും ബാക്കിപകുതി നോർത്തംടൻഷൈ റിലുമായി കഴിയാനാണോ വിചാരിക്കുന്നത്?"

"അതെ."

"അത് കൊള്ളാം, ലണ്ടനിൽ തീർച്ചയായും നിന്റെ സ്വന്തം വീടായി രിക്കുമല്ലൊ; അഡ്മിറലിനൊപ്പമല്ലല്ലൊ. അദ്ദേഹത്തിന്റെ സ്വഭാവം നിനക്ക് കിട്ടുന്നതിനുമുമ്പ്, അദ്ദേഹത്തിന്റെ മണ്ടൻ അഭിപ്രായങ്ങൾ നിന്നെ സ്വാധീ നിക്കുന്നതിനുമുമ്പ്, നീ ദൂരേക്ക് മാറുന്നതാണ് നല്ലത്. അദ്ദേഹത്തിന്റെ

കൂട്ടുകെട്ട് ജീവിതത്തിലെ വലിയൊരനുഗ്രഹമായാണ് നീ കാണുന്നത്! അതുകൊണ്ടുണ്ടാകുന്ന നേട്ടം നീ മനസിലാക്കുന്നില്ല; അദ്ദേഹത്തോടുള്ള സ്നേഹം നിന്നെ അന്ധനാക്കിയിരിക്കുന്നു. എന്നാൽ, എന്റെ കണക്കുകൂട്ടലനുസരിച്ച് നീ നേരത്തെ വിവാഹിതനാകുന്നത് നിനക്ക് നല്ലതാണ്. അഡ്മിറലിനെപ്പോലെ നീ വളരുന്നത്, അതേ നോട്ടവും ഭാവവും, വാക്കും പ്രവൃത്തിയും സ്വായത്തമാക്കുന്നത് എന്റെ ഹൃദയം തകർക്കും."

"ശരി, ശരി, ഇക്കാര്യത്തിൽ നമ്മൾ ഇരുവരും ഒരേ രീതിയിലല്ല ചിന്തിക്കുന്നത്. അഡ്മിറലിന് തന്റേതായ കുറ്റങ്ങളുണ്ടാകാം; എന്നാൽ, അദ്ദേഹം വളരെ നല്ല മനുഷ്യനാണ്, എനിക്കൊരച്ഛനെക്കാൾ വലുതാണ്. അദ്ദേഹത്തിന്റെ പകുതിപോലും ചില അച്ഛന്മാർ മക്കൾക്കുവേണ്ടി ചെയ്യാറില്ല. നീ ഫാന്നിയുടെ മനസിൽ അദ്ദേഹത്തിനെതിരായി വിദ്വേഷം വിതയ്ക്കരുത്. അവർ പരസ്പരം സൗഹാർദത്തിലായിരിക്കണം."

തന്റെ മനസിൽ പൊങ്ങിവന്ന അഭിപ്രായം മേരി തടഞ്ഞു നിർത്തി. വ്യത്യസ്തസ്വഭാവരീതികളുള്ള രണ്ട് വ്യക്തികൾ യോജിച്ച് പോകില്ലെന്നവൾ കരുതി. അതവൾ പറഞ്ഞില്ലെങ്കിലും അഡ്മിറലിനെക്കുറിച്ചുള്ള അഭിപ്രായം പ്രകടിപ്പിക്കാതിരിക്കാനായില്ല.

"ഹെൻട്രി, എനിക്ക് ഫാന്നിയെക്കുറിച്ച് ഉന്നതാഭിപ്രായമാണുള്ളത്, എന്നാൽ, മിസിസ് ക്രാഫോർഡിന്, ആ പേരിന്റെ മുൻഗാമിയായ എന്റെ പാവം ആന്റി സഹിച്ച കഷ്ടതയുടെ പകുതിയെങ്കിലും സഹിക്കേണ്ടി വന്നാൽ, ഞാനീ വിവാഹം കഴിയാവുന്ന കരുത്തോടെ തടയും. എന്നാൽ, എനിക്കറിയാം, നിന്റെ സ്നേഹത്തിന് പാത്രമായ ഒരു ഭാര്യ ഏറ്റവും സന്തോഷവതിയായൊരു സ്ത്രീ ആയിരിക്കും. നിന്റെ സ്നേഹം നിലച്ചാലും, നിന്റെ മാന്യതയിൽ അവൾ സംതൃപ്തി കണ്ടെത്തും."

ഫാന്നി പ്രൈസിനെ സന്തുഷ്ടയാക്കാൻ ഈ ലോകത്തിലുള്ളതെല്ലാം താൻ ചെയ്യുമെന്നും, അവളോടുള്ള അനുരാഗം ഒരിക്കലും നിലയ്ക്കാത്തതാണെന്നും അയാൾ വാചാലതയോടെ സമർഥിച്ചു. "ഇന്നു രാവിലെ നീ അവളെ കണ്ടിരുന്നെങ്കിൽ, മേരി" അയാൾ തുടർന്നു:

"എത്ര ക്ഷമയോടും സൗമ്യതയോടുംകൂടിയാണവൾ ആന്റിയുടെ വിഡ്ഢിത്തം നിറഞ്ഞ ആവശ്യങ്ങൾ നിർവഹിച്ചുകൊണ്ടിരുന്നത്! എത്ര നേരമാണവർക്കുവേണ്ടി അവൾ ജോലി ചെയ്തുകൊണ്ടിരുന്നത്, ആ സമയത്തവളുടെ നിറം കൂടുതൽ സുന്ദരമാകുന്നതുപോലെ കാണപ്പെട്ടു. പിന്നീടവൾ സ്വന്തം ഇരിപ്പിടത്തിൽ ചെന്നിരുന്ന് ആ വിഡ്ഢിപറഞ്ഞുകൊടുത്തുകൊണ്ടിരുന്ന പഴയ കുറിപ്പ് പൂർത്തിയാക്കി. വളരെ മാന്യതയോടെയാണിതെല്ലാം അവൾ ചെയ്തുകൊണ്ടിരുന്നത്, തന്റേതായ അഭിപ്രായങ്ങളൊന്നുമില്ലാതെ. എന്നത്തെപ്പോലെയും മനോഹരമായ രീതിയിലായിരുന്നു അവളുടെ കേശവിധാനം, അവൾ എഴുതുമ്പോൾ ഒരു ചുരുണ്ടമുടി താഴേക്ക് ഞാന്നുകിടന്നു, ഇടയ്ക്കിടയ്ക്കതവൾ പിന്നാക്കം കുടഞ്ഞു മാറ്റിക്കൊണ്ടിരിക്കും. അതിനിടയിലും ഇടയ്ക്കെന്നോട് സംസാരിക്കും. അല്ലെങ്കിൽ ഞാൻ പറയുന്നത് ശ്രദ്ധിക്കും, എന്റെ സംഭാഷണം വളരെ ഇഷ്ടമാണെന്നതുപോലെ. നീ അപ്രകാരം അവളെ കണ്ടിട്ടുണ്ടോ,

മേരി, എന്റെ സ്നേഹം ഒരിക്കലും നിലയ്ക്കില്ലെന്നപ്പോൾ നിനക്ക് മനസിലാകും."

"എന്റെ ഏറ്റവും പ്രിയപ്പെട്ട ഹെൻട്രി," അവന്റെ മുഖത്തുനോക്കി പുഞ്ചിരിച്ചുകൊണ്ടവൾ ഇടയ്ക്കുകയറി പറഞ്ഞു: "ഇത്രഗാഢമായ പ്രേമത്തിലകപ്പെട്ട നിന്നെക്കാണാനെന്തൊരാനന്ദമാണ്! എന്നെ തികച്ചും ആഹ്ലാദിപ്പിക്കുന്നു. എന്നാൽ, മിസിസ് റഷ്വർത്തും ജൂലിയയും എന്ത് പറയും?"

"അവരുടെ അഭിപ്രായവും വികാരവുമൊന്നും എനിക്കൊരു പ്രശ്നമല്ല. എനിക്ക് യോജിച്ച സ്ത്രീ എപ്രകാരമുള്ളവളാണെന്നവർ കാണട്ടെ. വിവേകമുള്ളൊരു മനുഷ്യന് അനുയോജ്യമായവൾ. ആ കണ്ടുപിടുത്തം കൊണ്ടവർക്ക് എന്തെങ്കിലും പ്രയോജനവുമുണ്ടാകട്ടെ എന്നു ഞാനാഗ്രഹിക്കുന്നു. അവരുടെ കസിൻ അർഹിക്കുന്ന രീതിയിൽ ആചരിക്കപ്പെട്ടു. എന്നിപ്പോളവർ കാണും. തങ്ങൾ വെറുക്കപ്പെട്ടനിലയിൽ കാരുണ്യമില്ലാതെ അവളെ അവഗണിച്ചതോർത്തവർ ലജ്ജിക്കട്ടെ. അവർ കോപിക്കും." ഒരു നിമിഷത്തെ നിശ്ശബ്ദതയ്ക്കുശേഷം തണുപ്പൻ സ്വരത്തിലയാൾ തുടർന്നു: മിസിസ് റഷ്വർത്ത് വളരെയേറെ കോപിക്കും. അത് അവൾക്കൊരു കയ്പ്പുള്ള ഗുളികയാണ്. അതായത്, മറ്റ് ഗുളികകളെപ്പോലെ, അതിന് രണ്ട് നിമിഷനേരത്തെ കയ്പേ ഉണ്ടാകൂ, പിന്നെ, വിഴുങ്ങുകയും മറക്കുകയും ചെയ്യുന്നു. മറ്റ് സ്ത്രീകളുടേതുപോലെ നീണ്ടുനിൽക്കുന്ന വികാരമല്ല അവളുടേതെന്ന് അറിയാനാവാത്ത സുന്ദര വിഡ്ഢിയൊന്നുമല്ല ഞാൻ, ഞാൻ അവരുടെ വലയിൽപ്പെട്ടുപോയിരുന്നെങ്കിലും. അതെ, മേരി, ഫാന്നിക്ക് തികച്ചും വ്യത്യസ്തമായി അനുഭവപ്പെടും. അവളുമായി ഇടപെടുന്ന ആർക്കും അത് മനസിലാകും. ഞാനാണീ മാറ്റത്തിന് കാരണക്കാരനെന്ന് അറിയുമ്പോഴാണ് എന്റെ സന്തോഷം പൂർണമാകുക. അവൾ അർഹിക്കുന്ന നില നേടിക്കൊടുക്കുന്നത് ഞാനാണെന്ന് അറിയണം. ഇപ്പോൾ അവൾ ആശ്രിതയാണ്, നിസ്സഹായ, സുഹൃത്തുക്കളില്ലാത്തവൾ, അവഗണിക്കപ്പെട്ടവൾ, വിസ്മരിക്കപ്പെട്ടവൾ."

"ഇല്ല, ഹെൻട്രി, അങ്ങനെയല്ല, എല്ലാവരാലും മറക്കപ്പെട്ടവളല്ല, സുഹൃത്തുക്കളില്ലാത്തവളുമല്ല. അവളുടെ കസിൻ എഡ്മണ്ട് ഒരിക്കലും അവളെ മറക്കില്ല."

"എഡ്മണ്ട് – സത്യമാണ് (പൊതുവെ പറഞ്ഞാൽ). അവളോടവൻ കരുണകാണിക്കുന്നുണ്ടെന്ന് ഞാൻ വിശ്വസിക്കുന്നു, അതുപോലെ സർ. തോമസും തന്റേതായ രീതിയിൽ, സമ്പന്നനും പ്രതാപിയും ഏകപക്ഷീയനുമായ ഒരു അങ്കിളിന്റെ രീതിയിൽ. അവളുടെ സന്തോഷത്തിനും സമാധാനത്തിനും അന്തസിനുമായി സർ. തോമസും എഡ്മണ്ടും ഒന്നിച്ച് ചെയ്യുന്നത് എന്റേതുമായി തുലനം ചെയ്യുമ്പോൾ ഒന്നുമല്ല."

13

പിറ്റേന്നുരാവിലെ വീണ്ടും ഹെൻട്രി ക്രാഫോർഡ് മാൻസ്ഫീൽഡിലെത്തി, സാധാരണ സന്ദർശനസമയത്തെക്കാൾ മുമ്പ് രണ്ട് മഹിളകളും

ഡൈനിങ് റൂമിലുണ്ട്. അയാളുടെ ഭാഗ്യത്തിന്, അയാൾ കയറിവന്നപ്പോൾ ലേഡിബെർട്രാം മുറിവിട്ടുപോകാൻ നിൽക്കുകയായിരുന്നു. അവർ വാതിൽക്കൽ എത്തിക്കഴിഞ്ഞിരുന്നു; കഷ്ടപ്പെട്ട് തിരിച്ചുനടക്കാൻ താൽപ്പര്യമില്ലാതെ അവർ മുന്നോട്ടു തന്നെ നീങ്ങി. മാന്യതയോടെ അയാളെ സ്വാഗതംചെയ്ത്, "സർ. തോമസിനെ അറിയിക്കൂ" എന്ന ഒരു കൊച്ചു വാചകം ഭൃത്യനോടുപറഞ്ഞ് അവർ നടന്നുനീങ്ങി.

അവർ പോകുന്നത് കണ്ട് അത്യധികം സന്തുഷ്ടനായ ഹെൻട്രി, അവരെ കുനിഞ്ഞ് വണങ്ങിയ ഉടനെ ഫാന്നിയുടെ നേരെ തിരിഞ്ഞു. അത്യുത്സാഹത്തോടെ ചില കത്തുകൾ പുറത്തെടുത്തുകൊണ്ട് പറഞ്ഞു.

"നിന്നെ ഇതുപോലെ ഒറ്റയ്ക്കുകാണാൻ അവസരം തന്നവർക്ക് കോടി കോടി നന്ദി. നീ ഊഹിക്കുന്നതിനെക്കാളേറെ ഞാനത് ആഗ്രഹിച്ചിരുന്നു. ഒരു സഹോദരി എന്ന നിലയ്ക്കുള്ള നിന്റെ വികാരം എനിക്ക് നന്നായി അറിയാം. ഞാൻ ഇപ്പോൾ കൊണ്ടുവന്ന വിവരം മറ്റാരുമായി പങ്കുവെക്കുന്നതിനു മുമ്പ് നിന്നോട് പറയണമെന്നെനിക്കാഗ്രഹമുണ്ട്. അവൻ നിയമിക്കപ്പെട്ടിരിക്കുന്നു. നിന്റെ സഹോദരൻ ഇപ്പോൾ ഒരു ലഫ്റ്റനന്റ് ആണ്. നിന്റെ സഹോദരന്റെ പ്രൊമോഷനിൽ നിന്നെ അഭിനന്ദിക്കുന്നതിൽ എനിക്ക് അങ്ങേയറ്റം സംതൃപ്തിയുണ്ട്. ഇതാ അതുമായി ബന്ധപ്പെട്ട ഉത്തരവുകൾ, ഈ പേപ്പറുകൾ ഇപ്പോൾ കിട്ടിയതാണ്. നിനക്കത് കാണുവാൻ ഒരുപക്ഷേ, മോഹമുണ്ടാകും."

ഫാന്നിക്ക് സംസാരിക്കാൻ കഴിഞ്ഞില്ല. അയാളത് ആഗ്രഹിച്ചുമില്ല. അവളുടെ കണ്ണുകളിലെ തിളക്കം, മുഖത്തെ നിറംമാറ്റം, വികാരങ്ങളുടെ വേലിയേറ്റം, സന്ദേഹങ്ങൾ, ആശയക്കുഴപ്പം എന്നിവ നിരീക്ഷിക്കുന്നതു തന്നെ ധാരാളം. അയാൾ നീട്ടിയപ്പോൾ അവൾ ആ കത്തുകൾ വാങ്ങിച്ചു. ആദ്യത്തേത് അയാളുടെ അങ്കിൾ അഡ്മിറലിന്റെ കത്താണ് – യുവാവായ പ്രൈസിന്റെ പ്രൊമോഷൻ വിജയകരമായി നടത്താൻ കഴിഞ്ഞതിനെകുറിച്ചുള്ള ഹ്രസ്വമായൊരുകത്ത്. അതോടൊപ്പം രണ്ട് കത്തുകൾ അടക്കം ചെയ്തിട്ടുണ്ട്. 'ഫസ്റ്റ് ലോർഡി'ന്റെ സെക്രട്ടറി ഒരു സുഹൃത്തിനയച്ച കത്താണ് ഒന്ന്; അഡ്മിറൽ ഈ ജോലി അയാളെയാണ് ഏൽപ്പിച്ചിരുന്നത്. അയാൾ അഡ്മിറലിനയച്ച കത്താണ് മറ്റൊന്ന്. സർ. ചാൾസിന്റെ ഒത്താശ നടപ്പാക്കുന്നതിൽ ലോർഡിന് വലിയ സന്തോഷമുണ്ടെന്നതിൽ സൂചിപ്പിച്ചിരിക്കുന്നു, അഡ്മിറൽ ക്രാഫോർഡിനുവേണ്ടി ഇത്തരം ഒരു സേവനം ചെയ്ത് സ്വന്തം ആദരവ് പ്രകടിപ്പിക്കാൻ കഴിഞ്ഞതിൽ സർ. ചാൾസ് അതീവ സന്തുഷ്ടനാണെന്നും. മിസ്റ്റർ വില്യം പ്രൈസിനെ സെക്കന്റ് ലഫ്നന്റ് ആയി 'എച്ച് എം സ്ലൂപ്പ് ത്രിഷി'ൽ നിയമിക്കാനായതിൽ ഉന്നതന്മാരുടെ സമൂഹത്തിൽ വലിയ ആഹ്ലാദമാണത്രെ!

ഈ കത്തുകൾ പിടിച്ചുകൊണ്ടവളുടെ കൈകൾ വിറയ്ക്കുകയായിരുന്നു, ഓരോന്നും അവൾ മാറിമാറി നോക്കി; ഹൃദയം വികാരംകൊണ്ട് വിങ്ങിപ്പൊട്ടി! ഈ സംഭവത്തിൽ തനിക്കുള്ള താൽപ്പര്യം നിഷ്കപടമായ ഉത്സാഹത്തോടെ ക്രാഫോർഡ് വിവരിക്കാൻ തുടങ്ങി:

"എന്റെ സന്തോഷം ഞാനെങ്ങനെ പറഞ്ഞറിയിക്കും" അയാൾ

തുടർന്നു "അതത്രയ്ക്കധികമാണ്, കാരണം, നിന്നെ മാത്രമാണ് ഞാൻ ഓർത്തത്. നീയുമായി തുലനം ചെയ്യുമ്പോൾ, അത്രയ്ക്ക് സന്തോഷിക്കാൻ മറ്റാർക്കാണവകാശം? മറ്റുള്ളവർ ഇക്കാര്യം അറിയുന്നതിനുമുമ്പ് നിന്നെ അതറിയിക്കണമെന്ന് ഞാനാഗ്രഹിച്ചു. എന്തായാലും ഒരുനിമിഷംപോലും ഞാനത് വൈകിപ്പിച്ചിട്ടില്ല. എത്ര അക്ഷമനും ആകാംക്ഷാഭരിതനും ഉന്മത്തനുമായിരുന്നു ഞാനെന്ന് ഇവിടെ വിവരിക്കുന്നില്ല. ഞാൻ ലണ്ടനിൽ ഉള്ളപ്പോൾത്തന്നെ എല്ലാം പൂർത്തീകരിക്കാൻ കഴിയാതിരുന്നതിൽ ഞാനെത്ര കഠിനമായി ദുഃഖിക്കുകയും നിരാശപ്പെടുകയും ചെയ്തെന്നോ! ഓരോ ദിവസവും ഉത്തരവും പ്രതീക്ഷിച്ചുകൊണ്ട് ഞാൻ കഴിച്ചുകൂട്ടി. എനിക്കിത്രയും വിലപ്പെട്ട ഒരു കാര്യമല്ലാതിരുന്നെങ്കിൽ മാൻസ്ഫീൽഡിൽ നിന്ന് ഞാൻ വിട്ടുനിൽക്കില്ലായിരുന്നു. ഞാൻ ആഗ്രഹിച്ച അതേ ചൂടോടെ എന്റെ അങ്കിൾ ഉടനെ രംഗത്തിറങ്ങി പ്രവർത്തനമാരംഭിച്ചു. എന്നാൽ, ഒരു സുഹൃത്ത് സ്ഥലത്തില്ലാത്തതിനാൽ കുറച്ച് ബുദ്ധിമുട്ടേണ്ടിവന്നു; മറ്റൊരാൾ വേറെ ചിലകാര്യങ്ങളിൽ ഏർപ്പെട്ടിരിക്കയായിരുന്നു. അതുകൊണ്ട് കൂടുതൽ കാത്തുനിൽക്കാനാകാതെ, സുരക്ഷിതമായ കരങ്ങളിൽ എല്ലാം അർപ്പിച്ചുകൊണ്ട്, തിങ്കളാഴ്ച ഞാൻ തിരിച്ചുപോന്നു. ലോകത്തിലെ ഏറ്റവും നല്ലവനായ എന്റെ അങ്കിൾ അതിനായി ശരിക്കും ഇറങ്ങി പ്രവർത്തിച്ചു. നിന്റെ സഹോദരനെ കണ്ട ശേഷം അദ്ദേഹം അപ്രകാരം ചെയ്യുമെന്നെനിക്ക് ഉറപ്പായിരുന്നു. അവനോടദ്ദേഹം വളരെ സന്തുഷ്ടനായിരുന്നു. എന്തുമാത്രം സന്തുഷ്ടനായിരുന്നു എന്നെനിക്ക് പറഞ്ഞുഫലിപ്പിക്കാനാവില്ല, അവനെക്കുറിച്ചുള്ള അദ്ദേഹത്തിന്റെ പ്രശംസയുടെ പകുതിപോലും എനിക്ക് പ്രകടിപ്പിക്കാനാവില്ല! ആ പ്രശംസ ഫലവത്താകുന്നതുവരെ എല്ലാം ഞാൻ മാറ്റിവെച്ചു, ഇന്നത് തെളിയിക്കപ്പെട്ടിരിക്കുന്നു. അന്ന് വൈകുന്നേരം അങ്കിളും വില്യമുമായി ഉണ്ടായ കൂടിക്കാഴ്ചയ്ക്കുശേഷം എല്ലാം സ്വമനസാലെ ചെയ്തു, എനിക്ക് കൂടുതൽ താൽപ്പര്യമുണർത്തേണ്ടിവന്നില്ല."

"അപ്പോൾ ഇതെല്ലാം നിങ്ങളുടെ പ്രവൃത്തി ആയിരുന്നോ?" ഫാന്നി ഉച്ചത്തിൽ ചോദിച്ചു. "ദൈവമേ! എത്ര വലിയ ദയാവായ്പ്! നിങ്ങൾ ശരിക്കും – അത് നിങ്ങളുടെ അഭിലാഷമായിരുന്നോ – എന്നോട് ക്ഷമിക്കണം, ഞാനാകെ അന്ധാളിച്ചുപോയി. അഡ്മിറൽ ക്രാഫോർഡ് അപേക്ഷിച്ചു? – എങ്ങനെയാണത്? – എനിക്കൊന്നും മനസിലാകുന്നില്ല, ബുദ്ധി മന്ദിച്ചപോലെ!"

കൂടുതൽ മനസിലാക്കുന്ന രീതിയിൽ വിവരിച്ചുകൊടുക്കുവാൻ ഹെൻട്രി സസന്തോഷം തയാറായി. തുടക്കംമുതൽ ഘട്ടം ഘട്ടമായി താൻ ചെയ്ത ഓരോ കാര്യവും വിശദീകരിച്ചു. തന്റെ അവസാന ലണ്ടൻ സന്ദർശനത്തിന്റെ ലക്ഷ്യം അവളുടെ സഹോദരനെ ഹിൽ സീറ്റിൽ കൊണ്ടുപോയി അഡ്മിറലിന് പരിചയപ്പെടുത്തി അദ്ദേഹത്തെക്കൊണ്ട് പ്രൊമോഷനു വേണ്ട കരുനീക്കങ്ങൾ നടത്തിക്കലായിരുന്നു. അതായിരുന്നു അയാളുടെ ജോലി. ഒറ്റ ജീവിയോടും ഇക്കാര്യം അയാൾ മിണ്ടിയില്ല. മേരിയോടുപോലും ഒരു വാക്ക് പറഞ്ഞിട്ടില്ല. കാര്യങ്ങൾ അനിശ്ചി

തമായിരിക്കെ തന്റെ ചിന്തകൾ ആരുമായും പങ്കിടാനാഗ്രഹിച്ചില്ല. എന്നാലും, അതായിരുന്നു അയാളുടെ ജോലി. തന്റെ ഉൽക്കണ്ഠയെക്കുറിച്ച യാൾ ഊർജസ്വലമായി വർണിച്ചു; ശക്തമായി പ്രകടിപ്പിച്ചു. അത് തികഞ്ഞ താൽപ്പര്യത്തോടെയായിരുന്നു, വലിയ അന്തരോദ്ദേശ്യത്തോടെ. ലക്ഷ്യവും ആഗ്രഹവും പറയുന്നതിനപ്പുറമായിരുന്നു. ശരിക്ക് ശ്രദ്ധിച്ചിരുന്നെങ്കിൽ ഫാന്നിക്കത് മനസിലാക്കാൻ കഴിഞ്ഞേനെ. എന്നാൽ, അവളുടെ മനസ്സ് അപ്പോഴും സമനിലയിലായിരുന്നില്ല; അവൾ അത്ഭുതസ്തബ്ധയായി തരിച്ചുനിന്നു; വില്യമിനെക്കുറിച്ച് പറഞ്ഞതുപോലും പൂർണമായി ഉൾക്കൊള്ളാനവൾക്കായില്ല. അയാൾ പറഞ്ഞുനിർത്തിയപ്പോൾ അവൾ ഇത്രമാത്രം അഭിപ്രായപ്പെട്ടു.

''എത്രവലിയ ദയ! എന്തൊരു കാരുണ്യം! ഓഹ്! മിസ്റ്റർ ക്രാഫോർഡ്, ഞങ്ങൾ അങ്ങേയറ്റം നിങ്ങളോട് കടപ്പെട്ടിരിക്കുന്നു. ഏറ്റവും പ്രിയപ്പെട്ട, ഏറ്റവും പ്രിയപ്പെട്ട വില്യം! അവൾ ചാടി എഴുന്നേറ്റ് ധൃതിയിൽ വാതിൽക്കലേക്ക് നടന്നു, ഉറക്കെ പറഞ്ഞുകൊണ്ട് "ഞാൻ എന്റെ അങ്കിളിന്റെ അടുത്തേക്ക് പോകുന്നു. അങ്കിളിനെ ഇത് ഉടനെ അറിയിക്കണം."

എന്നാലതയാൾക്ക് സഹിക്കാനായില്ല. ഇത് നല്ലൊരവസരമാണ്; അയാളുടെ മാനസിക വികാരങ്ങൾക്ക് കടിഞ്ഞാണിടാനായില്ല. ഉടനെ അയാളവളുടെ പിറകെ ചെന്നു. "പോകരുത്, അഞ്ചു മിനിറ്റ് സമയംകൂടി എനിക്കു നൽകണം" അയാളവളുടെ കൈകയറി പിടിച്ചു, വീണ്ടും ഇരിപ്പിടത്തിലേക്ക് കൊണ്ടുവന്നു. കൂടുതൽ വിവരങ്ങൾ നൽകാൻ തുടങ്ങി; അവളെ പിടിച്ചുനിർത്തിയതിൽ അവൾക്കെന്തെങ്കിലും സംശയം ഉദിക്കുന്നതിനുമുമ്പ് അയാൾക്ക് പറയാനുള്ളത് പറയണം. എന്തായാലും, അവളത് മനസിലാക്കി; അയാളുടെ ഹൃദയത്തിൽ താൻ വികാരങ്ങൾ ഇളക്കിവിട്ടു എന്നും, വില്യമിനുവേണ്ടി അയാൾ ചെയ്തതെല്ലാം തന്റെ അടുപ്പം നേടാൻ വേണ്ടി മാത്രമാണെന്നും മനസിലാക്കിയപ്പോൾ അവൾ വല്ലാതെ വേദനിച്ചു, ഏതാനും നിമിഷങ്ങളോളം അവൾക്ക് സംസാരിക്കാനായില്ല. എന്തൊരസംബന്ധമാണിതെന്നവൾ ഓർത്തു, കളിപറച്ചിലും വിക്രമം കാണിക്കലും, എല്ലാം ചതിയായിരുന്നു. അവളോട് മോശമായും മര്യാദകേടായും പെരുമാറിയെന്നവൾക്ക് തോന്നി. ഒരിക്കലും താനർഹിക്കുന്ന രീതിയിലായിരുന്നില്ല അത്. എന്നാൽ, അയാൾ അതുപോലെത്തന്നെയാണ്. താൻ മുമ്പ് കണ്ടറിഞ്ഞിട്ടുള്ളതുപോലെ പക്ഷേ, ഉള്ളിലെ അതൃപ്തി പാതിപോലും അവൾ പുറത്തുകാണിച്ചില്ല. കാരണം, അവൾക്കയാളോട്, ഒഴിവാക്കാനാവാത്ത കടപ്പാടുണ്ട്, അത് നിസ്സാരമല്ല. വില്യമിനുവേണ്ടി അവളുടെ ഹൃദയം സന്തോഷംകൊണ്ടും നന്ദികൊണ്ടും നിറഞ്ഞിരിക്കുമ്പോൾ, തന്നെമാത്രം വേദനിപ്പിച്ചകാര്യമോർത്ത് കോപിക്കാൻ പാടില്ല. രണ്ട് പ്രാവശ്യം കൈപിൻവലിക്കാൻ അവൾ ശ്രമിച്ചു, അയാളിൽനിന്ന് ഒഴിഞ്ഞുമാറാനും. അവൾ എഴുന്നേറ്റ് ഭയങ്കര അസ്വസ്ഥതയോടെ ഇത്രമാത്രം പറഞ്ഞു:

"അരുത് മിസ്റ്റർ ക്രാഫോർഡ്, ദയവായി പാടില്ല, ഞാൻ നിങ്ങളോട് യാചിക്കുന്നു. ഇത്തരം സംസാരം എനിക്കിഷ്ടമല്ല. എനിക്ക് പോകണം.

എനിക്കത് സഹിക്കാനാവില്ല."

എന്നാലയാൾ സംസാരിച്ചുകൊണ്ടേ ഇരുന്നു, തന്റെ സ്നേഹത്തെ കുറിച്ചുള്ള വർണനകൾ, തിരിച്ചുവരാനുള്ള അഭ്യർഥനകൾ; ഒടുവിൽ, അവൾക്ക് വ്യക്തമാകുന്നരീതിയിൽ, തന്നെയും തന്റേതായ മുഴുവൻ സമ്പത്തും സർവസ്വവും അവൾക്കായി അയാൾ സമർപ്പിച്ചു – അതപ്ര കാരം തന്നെ അയാൾ ഉരുവിട്ടു. അവളുടെ അത്ഭുതവും സംഭ്രമവും വർധിച്ചു. അയാൾ ഗൗരവത്തിലാണോ അത് പറഞ്ഞതെന്ന് സങ്കൽപ്പി ക്കാനായില്ലെങ്കിലും അവൾക്കത് താങ്ങാനായില്ല. ഒരു മറുപടിക്കുവേണ്ടി അയാൾ നിർബന്ധം പിടിച്ചു.

"ഇല്ല, ഇല്ല, ഇല്ല" അവൾ മുഖംപൊത്തിപ്പിടിച്ചുകൊണ്ട് അട്ടഹസിച്ചു "ഇതെല്ലാം അസംബന്ധമാണ്. എന്നെ വിഷമിപ്പിക്കല്ലെ, എനിക്കിനിയും ഇത് കേൾക്കാനുള്ള കരുത്തില്ല. നിങ്ങൾക്ക് വില്യമിനോടുള്ള ദയാദാ ക്ഷിണ്യത്തെക്കുറിച്ച് പ്രകടിപ്പിക്കാനെനിക്ക് വാക്കുകളില്ല. എന്നാൽ, ഇതെനിക്ക് പറ്റില്ല, എനിക്ക് സഹിക്കാൻ കഴിയില്ല, ഇത്തരം കാര്യങ്ങൾ എനിക്ക് കേൾക്കേണ്ട – ഇല്ല, ഇല്ല, എന്നെക്കുറിച്ചോർക്കരുത്. എന്നാൽ, നിങ്ങൾ എന്നെക്കുറിച്ചോർക്കില്ലെന്നെനിക്കറിയാം, അതെല്ലാം വെറുതെ പറയുകയാണെന്നെനിക്കറിയാം."

അവൾ അവനിൽനിന്ന് പിന്മാറുമ്പോൾ, അവർ നിന്നിരുന്ന മുറിയി ലേക്ക് നടന്നുവരുന്ന സർ. തോമസ് ഏതോ ഭൃത്യനോട് സംസാരിക്കു ന്നത് കേട്ടു. അതേ കൂടുതൽ അഭ്യർഥനയ്ക്കോ വാഗ്ദാനത്തിനോ ഉള്ള സമയമല്ല. എന്നാലും, അവൾ ഇത്രയും ഭവ്യതയോടെ നിൽക്കുന്ന സമ യത്ത് അതിനൊരു വിരാമമിടേണ്ടി വന്നത് ക്രൂരമായൊരവസ്ഥയായി അയാൾക്കു തോന്നി!– അങ്കിൾ വന്ന വാതിലിനെതിരെയുള്ള വാതിലി ലൂടെ അവൾ പുറത്തേക്കോടി. കിഴക്കെ മുറിയിൽച്ചെന്ന്, വീർപ്പുമുട്ടുന്ന അസ്വസ്ഥതയോടെ ഉലാത്താൻ തുടങ്ങി. പരസ്പരവിരുദ്ധമായ വികാര ങ്ങൾ അവളുടെ മനസിൽകിടന്ന് കുഴഞ്ഞു മറിഞ്ഞു. ഓരോകാര്യങ്ങളും ഓർത്തവൾ വികാരംകൊണ്ടു, വിറപൂണ്ട വെറുപ്പ്, സന്തോഷം, പീഡ നം, കടപ്പാട്, കോപം എല്ലാം അവളിലൂടെ കടന്നുപോയി. എല്ലാം അവി ശ്വസനീയമായി കാണപ്പെട്ടു! അക്ഷന്തവ്യവും ദുർഗ്രഹവുമായ പെരുമാ റ്റമാണയാളുടേത്!– അതാണയാളുടെ പ്രകൃതം, എന്തും തിന്മകലർത്തി യല്ലാതെ ചെയ്യാനാവില്ല. കുറച്ചുമുമ്പയാൾ അവളെ ഏറ്റവും സന്തോഷ വതിയാക്കിത്തീർത്തു, ഇപ്പോൾ അപമാനിക്കയും – എന്ത് പറയണമെ ന്നവൾക്കറിയില്ലായിരുന്നു – അതേത് വിധത്തിൽകരുതണം. അതയാൾ ഗൗരവമായി പറഞ്ഞതാകില്ല; എന്നാലും അത്തരം വാക്കുകളും വാഗ്ദാ നങ്ങളും എങ്ങനെ ക്ഷമിക്കും, അത് കളിയായി പറഞ്ഞതല്ലെങ്കിൽ?

എന്നാൽ വില്യം ഒരു ലഫ്നന്റ് ആയിരിക്കുന്നു – അതൊരു യാഥാർഥ്യമാണ്, കലർപ്പില്ലാത്ത സത്യം. അവൾ അതെന്നും ഓർക്കും, മറ്റെല്ലാം മറക്കാം. അവളോട് സംസാരിക്കില്ലെന്നുറപ്പാണ്, തനിക്കത് എത്ര അസ്വീകാര്യമാണെന്നയാൾ കണ്ടതാണ്. അങ്ങനെയാണെങ്കിൽ വില്യ മുമായുള്ള അയാളുടെ സൗഹൃദത്തെ എങ്ങനെ അവൾ ആദരിക്കും!

മിസ്റ്റർ ക്രാഫോർഡ് വീട്ടിൽനിന്നുപോയെന്ന് ബോധ്യം വരുന്നതുവരെ അവൾക്ക് കിഴക്കെമുറിയിൽനിന്ന് അനങ്ങാനായില്ല. എന്നാൽ, അയാൾപോയെന്ന് വിശ്വാസമായതോടെ അങ്കിളിന്റെ അടുത്തേക്ക് ഓടിച്ചെല്ലാനവൾ മോഹിച്ചു. അദ്ദേഹത്തിന്റെയും തന്റെയും ആഹ്ലാദം ഒന്നിച്ച് പങ്കുവെക്കണം. ഈ വൃത്താന്തത്തിലെ ആനുകൂല്യങ്ങളും വില്യമിന്റെ ഭാവിയും ചർച്ചചെയ്യണം. അവൾ ആഗ്രഹിച്ചതുപോലെ അതീവ സന്തുഷ്ടനായിരുന്നു അങ്കിൾ. വളരെ കരുണയോടെ സംസാരിച്ചു. സന്തോഷകരമായൊരു സംഭാഷണമായിരുന്നു അവരുടേത്, വില്യമിനെക്കുറിച്ച് കുറച്ചുനേരം സംസാരിച്ചപ്പോൾ, അവളുടെ മനസിനെ അലട്ടിക്കൊണ്ടിരുന്ന വിഷമം മാറിക്കിട്ടി. എന്നാൽ, അന്നുതന്നെ അവിടെ ഡിന്നറിനായി മിസ്റ്റർ ക്രാഫോർഡ് എത്തുമെന്ന് അദ്ദേഹം സംഭാഷണത്തിന്റെ അവസാനത്തിൽ പറഞ്ഞപ്പോൾ, അവളുടെ ആധി വർധിച്ചു. ഇത് ഏറ്റവും അസ്വീകാര്യമായൊരുവാർത്തയാണ്. കഴിഞ്ഞതൊന്നും അയാൾ ഓർത്തില്ലെങ്കിലും, അയാളെ ഇത്രപെട്ടെന്ന് വീണ്ടും കാണുക എന്നതവൾക്ക് ദുഷ്കരമാണ്.

അവൾ ശാന്തയായിരിക്കാൻ ശ്രമിച്ചു. ഡിന്നർ സമയം അടുത്തുവരുമ്പോഴേക്കും സാധാരണമട്ടിൽ പ്രത്യക്ഷപ്പെടാനായി അവൾ വളരെ പാടുപെട്ടു. എന്നാൽ, അതിഥികൾ വരുമ്പോൾ ഒഴിഞ്ഞുമാറാനോ, അസ്വസ്ഥയായി നിൽക്കാനോ അവൾക്ക് കഴിയില്ലായിരുന്നു. വില്യമിന്റെ പ്രൊമോഷനെ കുറിച്ചറിഞ്ഞ സുദിനത്തിൽത്തന്നെ ഇത്രയും ദുരിതാനുഭവങ്ങൾ സഹിക്കേണ്ടിവരുമെന്നവൾ കരുതിക്കാണില്ല.

മിസ്റ്റർ ക്രാഫോർഡ് മുറിയിൽ കയറിയ ഉടനെ അവളെ സമീപിച്ചു, തന്റെ സഹോദരിയുടെ ഒരു കുറിപ്പ് അവൾക്കയാൾ നൽകി. ഫാന്നിക്കയാളുടെ മുഖത്തുനോക്കാൻ കഴിഞ്ഞില്ല, എന്നാൽ, അയാളുടെ സ്വരത്തിൽ യാതൊരു കുറ്റബോധവും നിഴലിച്ചിരുന്നില്ല. ഉടനെ അവൾ ആ കുറിപ്പ് തുറന്നു. എന്തെങ്കിലും കാര്യത്തിൽ മുഴുകാമല്ലൊ എന്ന സന്തോഷത്തോടെ അത് വായിച്ചു. അസ്വസ്ഥയായി ഓടിനടക്കുന്ന നോറിസ് ആന്റി അവളെ നിരീക്ഷിക്കുന്നുണ്ടായിരുന്നു; അന്ന് ഡിന്നറിന് അവളും അവിടെ ഉണ്ടായിരുന്നു.

"എന്റെ പ്രിയപ്പെട്ട ഫാന്നി. അങ്ങനെ നിന്നെ എന്നും ഞാൻ വിളിച്ചോട്ടെ, മിസ്. പ്രൈസ് എന്ന് ആറ് ആഴ്ചയോളം തപ്പിത്തടഞ്ഞ് വിളിച്ചിരുന്നതിന് വിരാമമായല്ലൊ. വലിയ ആശ്വാസം – അഭിനന്ദനത്തിന്റെ ഏതാനും വാക്കുകൾ അയയ്ക്കാതെ എന്റെ സഹോദരനെ വിടാനെനിക്ക് തോന്നുന്നില്ല. എന്റെ ഏറ്റവും സന്തോഷത്തോടെയുള്ള അനുമതിയും അംഗീകാരവും നൽകുന്നു – മുന്നോട്ടു നീങ്ങുക, എന്റെ പ്രിയപ്പെട്ട, ഫാന്നി, ധീരതയോടെ. യാതൊരു ബുദ്ധിമുട്ടുകളും നേരിടേണ്ടിവരില്ല. എന്റെ അംഗീകാരം ഉറപ്പാക്കിയതുതന്നെ വലിയകാര്യമല്ലേ. അതുകൊണ്ട് ഇന്ന് വൈകുന്നേരം നിന്റെ ഏറ്റവും മനോഹരമായ ആ പുഞ്ചിരി അവന് നൽകുക, പതിവിലേറെ സന്തോഷവാനായി അവനെ തിരിച്ചയയ്ക്കുക.

സ്നേഹപൂർവം,

എം.സി."

ഫാന്നിക്കത് വായിച്ച് ഭാവഭേദമൊന്നുമുണ്ടായില്ല. ധൃതിയിൽ വായിച്ചതിനാലും വല്ലാത്ത പരിഭ്രമത്തിലായതിനാലും മിസ്. ക്രാഫോർഡിന്റെ ഉദ്ദേശ്യം വ്യക്തമായി ഗ്രഹിക്കാനായില്ല. എങ്കിലും തന്റെ സഹോദരനുമായുള്ള ബന്ധത്തിൽ അവൾ അഭിനന്ദിക്കയാണെന്നും, അത് ഗൗരവമായിത്തന്നെയാണെടുത്തിട്ടുള്ളതെന്നും മനസിലാക്കാൻ കഴിഞ്ഞു. എന്താണ് ചെയ്യേണ്ടതെന്നോ, ചിന്തിക്കേണ്ടതെന്നോ അവൾക്കറിയില്ലായിരുന്നു. ആ ഉദ്ദേശ്യം ഗൗരവമായെടുക്കുന്നത് നികൃഷ്ടമാണ്, ഏത് രീതിയിലും അസ്വസ്ഥതയും അമ്പരപ്പും ഉളവാക്കുന്നത്. മിസ്റ്റർ ക്രാഫോർഡിന്റെ സംസാരം അവളെ വിഷമിപ്പിച്ചു. എന്നാൽ, എപ്പോഴും അവളോടാണയാൾ അധികം സംസാരിച്ചത്. മറ്റുള്ളവരോട് സംസാരിക്കുന്നതിനെക്കാൾ എന്തോ ഒരു പ്രത്യേകത അവളോടുള്ള അയാളുടെ സംസാരത്തിലും സ്വരത്തിലുമുണ്ടെന്നവൾ ഭയപ്പെട്ടു. അവളുടെ അന്നത്തെ ഡിന്നറിന്റെ സന്തോഷമെല്ലാം അയാൾ നശിപ്പിച്ചു. ഒന്നും കഴിക്കാനവൾക്കു കഴിഞ്ഞില്ല. സന്തോഷം അവളുടെ വിശപ്പ് ഇല്ലാതാക്കി എന്നാണ് അത് ശ്രദ്ധിച്ച സർ. തോമസ് ആനന്ദത്തോടെ അഭിപ്രായപ്പെട്ടത്. ഭീതിമായ മിസ്റ്റർ ക്രാഫോർഡിന്റെ ഭാഷ്യം കേട്ടവൾ ലജ്ജിച്ചു. അയാളിരുന്ന വലതുഭാഗത്തേക്ക് മിഴികളുയർത്താനവൾക്ക് കഴിഞ്ഞില്ല. അയാൾ തന്നിൽത്തന്നെ കണ്ണുംനട്ടിരിക്കയാണെന്നവൾക്ക് തോന്നി.

പതിവിലേറെ നിശ്ശബ്ദയായിരുന്നു അവൾ. വില്യമിനെക്കുറിച്ച് സംസാരിക്കുമ്പോൾപോലും അവൾക്കതിൽ പങ്കുകൊള്ളാൻ കഴിഞ്ഞില്ല. കാരണം, ആ സംഭാഷണവും വലതുവശത്തുനിന്നായിരുന്നു വന്നുകൊണ്ടിരുന്നത്, അവൾക്കതിൽ വേദനതോന്നി.

പതിവിലേറെ സമയം ലേഡിബെർട്രാം അവിടെ ഇരുന്നെങ്കിൽ എന്നവൾ ആഗ്രഹിച്ചു. അവർ എഴുന്നേറ്റുപോകുമെന്നോർത്ത് നിരാശപ്പെട്ടു. ഒടുവിൽ അവർ ഡ്രോയിങ് റൂമിലേക്ക് പോന്നു. അവൾ സ്വന്തം ചിന്തയിലാണ്ടു. അപ്പോഴേക്കും വില്യമിന്റെ നിയമനത്തെക്കുറിച്ചുള്ള ആന്റിമാരുടെ സംസാരം അവസാനിച്ചിരുന്നു.

ആ പ്രൊമോഷനോടെ സർ. തോമസിനുണ്ടാകുന്ന സാമ്പത്തിക മെച്ചത്തെക്കുറിച്ചോർത്ത് മിസിസ് നോറിസ് സന്തോഷിച്ചു; അദ്ദേഹത്തിന് ഇനി അവനുവേണ്ടി പണം ചിലവഴിക്കേണ്ടിവരില്ലല്ലോ.

“ഇപ്പോൾ വില്യമിന് സ്വന്തം കാലിൽ നിൽക്കാനാകും, അവന്റെ അങ്കിളിനത് വലിയ ആശ്വാസമാണ്; അങ്കിൾ എന്തുമാത്രം പണം അവനുവേണ്ടി ചെലവാക്കിയിട്ടുണ്ടെന്നറിയാമോ. അവന് നൽകിയ സമ്മാനങ്ങൾ വേറെയും. എല്ലാക്കാര്യത്തിലും ഇപ്പോൾ വലിയ വ്യത്യാസമുണ്ടാകും. താൻ വില്യം പോകുന്ന സമയത്ത് നൽകിയ സാധനങ്ങളോർത്ത് അവൾ സന്തോഷിച്ചു, തന്റെ കഴിവിനനുസരിച്ച് നൽകിയല്ലോ എന്നതിൽ അതീവ സന്തുഷ്ടിപ്രകടിപ്പിച്ചു. അവന്റെ കേബിൻ സജ്ജീകരിക്കുന്നതിൽ അവ ഉപകരിക്കും. അവൻ ഇനിയും സാധനങ്ങൾ വാങ്ങാനായി കുറെയേറെ ചിലവ് വരും, അവന്റെ മാതാപിതാക്കൾക്ക് ചുരുങ്ങിയ ചെലവിൽ കാര്യങ്ങൾ നിർവഹിക്കാനാകുമെങ്കിലും – എന്നാൽ, തന്റേതായ ചെറു സംഭാ

വന അതിലേക്കായി നൽകിയല്ലോ എന്നോർത്തവൾ സന്തോഷിച്ചു."

"നീ നല്ലൊരു സംഭാവന നൽകിയതിൽ എനിക്ക് സന്തോഷമുണ്ട്." യാതൊരു സംശയവും തോന്നാത്തരീതിയിൽ ശാന്തയായി ലേഡി ബെർട്രാം പറഞ്ഞു "കാരണം, ഞാൻ 10 ലിറയേ നൽകിയുള്ളൂ."

"തീർച്ചയായും!" മിസിസ് നോറിസ് വിവർണമായ മുഖത്തോടെ ഉറക്കെ പറഞ്ഞു "സത്യമാണ്. പോക്കറ്റ് നിറച്ചിട്ടായിരിക്കും അവൻ പോയിരിക്കുക! ലണ്ടൻയാത്ര യാതൊരു ചിലവില്ലാതെയും!"

"പത്ത് ലിറ മതിയെന്ന് സർ. തോമസ് എന്നോട് പറഞ്ഞു."

അതിന്റെ പര്യാപ്തതയെക്കുറിച്ച് ചോദ്യം ചെയ്യാൻ മിസ് നോറിസിന് താൽപ്പര്യമില്ലായിരുന്നു, വിഷയം മറ്റൊരുതലത്തിലേക്ക് തിരിച്ചു വിട്ടു.

"എനിക്കത്ഭുതം തോന്നുന്നു" അവൾ പറഞ്ഞു തുടങ്ങി: "ബന്ധുക്കൾ എന്തുമാത്രമാണ് യുവാക്കൾക്കുവേണ്ടി ചെലവാക്കുന്നത്, അവരെ വളർത്തി വലുതാക്കാനായി! അതെത്രവരുമെന്നവർ ചിന്തിക്കുന്നേയില്ല. അവരുടെ മാതാപിതാക്കൾ, അങ്കിൾമാരും ആന്റിമാരും മറ്റും ഓരോ വർഷവും എത്രപണമാണ് ചെലവഴിക്കുന്നതെന്നവർ ഓർക്കുന്നില്ല. ഇവിടെ എന്റെ സഹോദരി പ്രൈസിന്റെ കുട്ടികളുടെ കാര്യമെടുക്കൂ, അവർക്കെല്ലാം വേണ്ടി സർ. തോമസ് എത്ര വലിയൊരു സംഖ്യയാണ് പ്രതിവർഷം ചെലവാക്കുന്നതെന്ന് ആർക്കും വിശ്വസിക്കാനാവില്ല, ഞാനവർക്കുവേണ്ടി ചെയ്യുന്നത് പറയുന്നില്ല."

"നീ പറയുന്നത് വളരെ ശരിയാണ്, സഹോദരി. എന്നാൽ, പാവങ്ങൾ! അവർക്ക് രക്ഷയില്ലല്ലോ. സർ. തോമസിനതൊരു പ്രശ്നമല്ലെന്ന് നിനക്കറിയാമല്ലോ. ഫാന്നി, വില്യം ഈസ്റ്റ് ഇൻഡീസിൽ പോകുമ്പോൾ എന്റെ ഷാളിന്റെ കാര്യം മറക്കരുത്. ഞാനവന് തക്കതായ പ്രതിഫലം കൊടുക്കും. അവൻ ഈസ്റ്റ് ഇൻഡീസിൽ പോകട്ടെ എന്ന് ഞാനാഗ്രഹിക്കുന്നു. അപ്പോൾ എനിക്ക് ഷാൾ കിട്ടുമല്ലോ; രണ്ടെണ്ണം വേണമെന്ന് എനിക്ക് തോന്നുന്നു, ഫാന്നി."

അതിനിടയിൽ, നിവൃത്തിയില്ലാത്തപ്പോൾ മാത്രം സംസാരിച്ചിരുന്ന ഫാന്നി, എന്താണ് മിസ്റ്റർ ക്രാഫോർഡിന്റേയും സഹോദരിയുടെയും ലക്ഷ്യമെന്ന് ആത്മാർഥമായി മനസിലാക്കാൻ ശ്രമിക്കുകയായിരുന്നു. മൊത്തത്തിൽ നോക്കുമ്പോൾ, അവർ അത് ഗൗരവത്തിലെടുത്തിട്ടില്ല എന്ന് തോന്നും, എന്നാലയാളുടെ വാക്കുകളും പെരുമാറ്റരീതിയും. എല്ലാം സ്വാഭാവികമാണ്, സംഭവിക്കാവുന്നതാണ്, അതിനെതിരായി ന്യായീകരിക്കാം – അവരുടെ ശൈലിയും ചിന്താഗതിയും, തന്റേതായ എല്ലാ അയോഗ്യതകളും – അവളുടെ ചിന്തകൾ കാടുകയറി. അത്തരം ഒരാളിന് ഗൗരവമായ ബന്ധം ഉണർത്താൻ എങ്ങനെ കഴിഞ്ഞു? നിരവധി പേരെ കണ്ടിട്ടുള്ള, നിരവധിപേരാൽ ആരാധിക്കപ്പെട്ടിട്ടുള്ള, നിരവധി പേരാൽ ശൃംഗരിക്കപ്പെട്ടിട്ടുള്ള (അതും തന്നേക്കാൾ എത്രയോ ഉന്നതരാൽ) ഒരാളിൽ! – അയാളെ സന്തോഷിപ്പിക്കാനവർ എത്ര കഷ്ടപ്പെട്ടിട്ടുണ്ട് – അതെല്ലാമയാൾ നിസ്സാരമായി കരുതി, അത്രയ്ക്ക് അശ്രദ്ധയോടെ നിർവികാരനായി – എല്ലാവർക്കുമയാൾ സർവതുമായിരുന്നു, എന്നിട്ടും ആരെയും

അയാൾ സാരമായെടുത്തില്ല? അതിനും പുറമെ, വിവാഹബന്ധത്തെക്കുറിച്ച് വലിയ ഭൗതിക സങ്കൽപ്പങ്ങളുള്ള അയാളുടെ സഹോദരി ഇക്കാര്യത്തിൽ എങ്ങനെ ഇതംഗീകരിച്ചു? ഇതിനേക്കാൾ വലിയ അസ്വാഭാവികത വേറെ ഉണ്ടോ? സ്വന്തം സംശയങ്ങളോർത്ത് ഫാന്നി ലജ്ജിച്ചു. ഗൗരവമായ ബന്ധമോ, അംഗീകാരമോ ഒഴിച്ച് മറ്റെന്തും സാധ്യമാണ്. മിസ്റ്റർ ക്രാഫോർഡും സർ. തോമസും അവരുമായി ഒത്തുചേരുന്നതിനു മുമ്പ്, അവൾ ഇക്കാര്യത്തിൽ സ്വയം ബോധവതിയായിക്കഴിഞ്ഞിരുന്നു. ക്രാഫോർഡ് മുറിയിലായിരുന്നപ്പോൾ ആ ദൃഢവിശ്വാസം നിലനിർത്താൻ ബുദ്ധിമുട്ടനുഭവപ്പെട്ടു. ഒന്നോ രണ്ടോ പ്രാവശ്യം അവൾക്കു നേരെ ഉയർന്ന നോട്ടം ഏത് രീതിയിലായിരുന്നെന്ന് മനസിലാക്കാനവൾക്ക് കഴിഞ്ഞില്ല. മറ്റേതെങ്കിലും വ്യക്തി ആയിരുന്നെങ്കിൽ അത് വളരെ ആത്മാർഥതയും അർഥവത്തുമാണെന്നവൾ പറഞ്ഞേനെ. എന്നാൽ, തന്റെ കസിനുമാരോടും മറ്റ് അമ്പത് പെൺകുട്ടികളോടും അയാൾ പെരുമാറിയ രീതിയാണതെന്നവൾ അപ്പോഴും വിശ്വസിച്ചു.

മറ്റുള്ളവർ കേൾക്കാത്തരീതിയിൽ തന്നോട് സംസാരിക്കാനയാൾ ആഗ്രഹിക്കുന്നെന്നവൾ കരുതി. പലപ്പോഴായി വൈകുന്നേരം മുഴുവൻ അയാളതിന് ശ്രമിക്കുന്നതായി അവൾക്ക് തോന്നി, സർ. തോമസ് മുറിയിൽനിന്ന് പുറത്ത് പോകുമ്പോഴെല്ലാം, അല്ലെങ്കിൽ മിസിസ് നോറിസുമായി സംസാരിച്ചുകൊണ്ടിരിക്കുമ്പോൾ. എന്നാൽ, എല്ലാ അവസരങ്ങളും ശ്രദ്ധയോടെ അവൾ ഒഴിവാക്കി.

ഒടുവിൽ – അത്രവൈകിയിട്ടല്ലെങ്കിലും അയാൾ പോകുന്നതിനെക്കുറിച്ച് സംസാരിക്കാൻ തുടങ്ങി; ഫാന്നിയുടെ പരിഭ്രമം ഒന്ന് ശമിച്ചതുപോലെതോന്നി. ഉടനെ അവളുടെ നേരെ തിരിഞ്ഞുകൊണ്ടയാൾ പറഞ്ഞവാക്കുകൾ അവളെ പരിഭ്രാന്തയാക്കി "മേരിക്ക് അയയ്ക്കാനായി ഒന്നുമില്ലേ? അവളുടെ കുറിപ്പിനു മറുപടിയില്ലേ? ഒന്നും നിന്നിൽനിന്ന് ലഭിച്ചില്ലെങ്കിൽ അവൾക്ക് നിരാശയാകും. ദയവായി അവൾക്ക് എഴുതുക, ഒരു വാചകമായാലും വിരോധമില്ല."

"ഓഹ്! അതെ, തീർച്ചയായും" ഫാന്നി ഉറക്കെ പറഞ്ഞു. ധൃതിയിൽ എഴുന്നേറ്റു. അമ്പരപ്പ് ഒളിപ്പിക്കാനുള്ള ധൃതിയായിരുന്നു അത്, അതുപോലെ ഒഴിഞ്ഞുപോകാനും – "ഞാൻ ഇപ്പോൾത്തന്നെ എഴുതാം."

അതുപ്രകാരം അവൾ മേശയ്ക്കരികിലേക്ക് നടന്നു; ആന്റിക്കുവേണ്ടി അവിടെ ഇരുന്നാണവൾ എഴുതാറുള്ളത്, എന്താണെഴുതേണ്ടതെന്നറിയാതെ യാന്ത്രികമായി എഴുതാനുള്ള സാമഗ്രികൾ എടുത്തു. മിസ്. ക്രാഫോർഡിന്റെ കത്ത് അവൾ ഒരിക്കലേ വായിച്ചിട്ടുള്ളൂ. ശരിക്ക് മനസിലാകാത്ത ഒരു കത്തിന് മറുപടി എഴുതുക ഏറ്റവും ദുഷ്കരമായ കാര്യമാണ്. അത്തരം കുറിപ്പെഴുതാൻ ഒട്ടും പരിശീലിച്ചിട്ടില്ലാത്ത അവൾക്ക് തെറ്റുപറ്റുമോ എന്നു ഭയമുണ്ടായിരുന്നു, കുറച്ചു സമയം കിട്ടിയിരുന്നെങ്കിൽ നന്നായി എഴുതാമായിരുന്നു. എന്നാൽ പെട്ടെന്ന് എന്തെങ്കിലും എഴുതിക്കൊടുക്കേണ്ടിയിരിക്കുന്നു. ഉദ്ദേശിച്ചതിന് വിരുദ്ധമായി ഒന്നും തോന്നരുതേ എന്ന ഒറ്റ ചിന്തയിൽ അവൾ എഴുതി, അപ്പോൾ

മനസുപോലെ കയ്യും വല്ലാതെ വിറച്ചിരുന്നു.

"എന്റെ ഏറ്റവും പ്രിയപ്പെട്ട വില്യമിന്റെ കാര്യത്തിൽ നിന്റെ കരുണയുള്ള അഭിനന്ദനങ്ങൾക്ക് ഞാൻ വളരെയേറെ കൃതജ്ഞതയുള്ളവളായിരിക്കും, എന്റെ പ്രിയപ്പെട്ട മിസ്. ക്രാഫോർഡ്. ബാക്കിയുള്ള നിന്റെ കുറിപ്പിന്റെ അർഥം എനിക്ക് മനസിലായില്ല; എന്നാൽ, അത്തരം ഒരു കാര്യം എന്നെ സംബന്ധിച്ചിടത്തോളം അനീതിയാണ്. കൂടുതൽ അതിലേക്ക് കടക്കരുതെന്ന് ഞാൻ യാചിക്കുന്നു; എന്നോട് നീ ക്ഷമിക്കുമല്ലോ. മിസ്റ്റർ ക്രാഫോർഡിന്റെ പെരുമാറ്റരീതി എനിക്ക് മനസിലാകുന്നില്ല; ഞാനത് കുറെ കണ്ടിട്ടുണ്ട്. എന്നെ അദ്ദേഹം വേണ്ടരീതിയിൽ മനസിലാക്കിയിട്ടുണ്ടെങ്കിൽ, വ്യത്യസ്തമായ രീതിയിൽ പെരുമാറണമെന്ന് ഞാൻ പറയുന്നു. എന്താണെഴുതുന്നതെന്ന് എനിക്കുതന്നെ അറിയില്ല; എന്നാൽ, ഇക്കാര്യം ആവർത്തിക്കാതിരിക്കാൻ സൗമനസ്യം കാട്ടണം. ഉപചാരപൂർവമായ നിന്റെ കുറിപ്പിന് നന്ദിയോടെ പ്രിയപ്പെട്ട മിസ്സ് ക്രാഫോർഡ്,

ഫാന്നി.

കത്തിന്റെ അവസാനം വ്യക്തമായിരുന്നില്ല. കത്ത് വാങ്ങിക്കാനെന്ന ഭാവത്തിൽ മിസ്റ്റർ ക്രാഫോർഡ് തന്റെ അടുത്തേക്ക് വരുന്നതുകണ്ട് പേടിയോടെയായിരുന്നു അവളത് എഴുതിത്തീർത്തത്.

"നിന്നെ ധൃതിപിടിപ്പിക്കാൻ ഞാൻ ഉദ്ദേശിക്കുന്നു എന്നു കരുതരുത്" അതിശയകരമായ വിറയോടെ കുറിപ്പെഴുതുന്നതു കണ്ട അയാൾ പതിഞ്ഞ സ്വരത്തിൽ അവളോട് പറഞ്ഞു "അത്തരം ഒരുദ്ദേശ്യവും എനിക്കില്ല. ധൃതിപിടിക്കേണ്ട, ഞാൻ അഭ്യർഥിക്കുന്നു."

"ഓഹ്! നന്ദി, ഞാനിതാ എഴുതിക്കഴിഞ്ഞു ഇതാ തീർന്നു – ഒരു നിമിഷത്തിനുള്ളിൽ അത് തയാറാകും – നിങ്ങളോടെനിക്ക് വലിയ കടപ്പാടുണ്ട് – അത് മിസ്സ് ക്രാഫോർഡിന് ദയവായി നൽകുക."

ആ കുറിപ്പുകൾ അയാൾക്ക് കൈമാറി, പെട്ടെന്നവൾ ദൃഷ്ടി പിൻവലിച്ച് തീകുണ്ഡത്തിന്നടുത്തേക്ക് നടന്നു, അവിടെയാണ് മറ്റുള്ളവർ ഇരിക്കുന്നത്. അന്തസോടെ കടന്നുപോകുകയല്ലാതെ മറ്റൊന്നും അയാൾക്ക് ചെയ്യാനില്ലായിരുന്നു.

ഇതിനെക്കാൾ അസ്വസ്ഥമായൊരു ദിനം തനിക്കുണ്ടായിട്ടില്ലെന്ന് ഫാന്നി ഓർത്തു. ഒരുപോലെ വേദനിക്കയും സന്തോഷിക്കയും ചെയ്തൊരു ദിനം! എന്നാൽ സന്തോഷം ആ ദിവസം കൊണ്ടവസാനിക്കുന്നതരത്തിലുള്ളതല്ല. വില്യമിന്റെ പ്രൊമോഷൻ എന്നും ഓർക്കപ്പെടും. അതേ സമയം ആ വേദന ഒരിക്കലും തിരിച്ചുവരില്ലെന്നവൾ വിശ്വസിച്ചു. തന്റെ കുറിപ്പ് മഹാമോശമായി കരുതപ്പെടുമെന്ന കാര്യത്തിൽ അവൾക്ക് സംശയമില്ല; ഭാഷയാണെങ്കിൽ ഒരു കുട്ടിയുടേതിനെക്കാൾ മോശം. അവളുടെ ദുഃഖം എല്ലാം താറുമാറാക്കി, ഒരടുക്കും ചിട്ടയുമില്ലാതാക്കി. എന്നാലും, തന്നെ കബളിപ്പിക്കാനോ മിസ്റ്റർ ക്രാഫോർഡിന്റെ അഭിനിവേശത്തിലൂടെ തൃപ്തിപ്പെടുത്താനോ കഴിയില്ലെന്നെങ്കിലും അവർക്കിരുവർക്കും ഉറപ്പായിക്കാണും.

മാൻഫീൽഡ് പാർക്ക്

ഭാഗം 3

1

പിറ്റേന്ന് രാവിലെ എഴുന്നേറ്റപ്പോഴും ഫാന്നിക്ക് ക്രാഫോർഡിന്റെ കാര്യം മറക്കാനായില്ല. തന്റെ കുറിപ്പിലെ വാക്കുകളുടെ അർഥം അവൾ ഓർത്തുനോക്കി, അതിന്റെ ഫലം പ്രതീക്ഷയ്ക്ക് വക നൽകുന്നതായിരിക്കും; തലേന്ന് രാത്രി തോന്നിയതുപോലെ ആയിരിക്കില്ല. മിസ്റ്റർ ക്രാഫോർഡ് സ്ഥലം വിട്ടിരുന്നെങ്കിൽ! ഏറ്റവും ആത്മാർഥമായി അവൾ ആഗ്രഹിച്ച കാര്യം അതാണ്. സഹോദരിയെയുംകൂട്ടി സ്ഥലം വിടുക; അതിനുവേണ്ടിയാണല്ലോ അയാൾ മാൻസ്ഫീൽഡിൽ തിരിച്ചെത്തിയത്. എന്തുകൊണ്ടത് ഇനിയും ചെയ്തില്ല; അവൾക്ക് മനസിലാക്കാനായില്ല. കാരണം, മിസ്സ് ക്രാഫോർഡ് തീർച്ചയായും യാത്ര വൈകിപ്പിക്കാനാഗ്രഹിച്ചിട്ടില്ല; ഇന്നലത്തെ സന്ദർശനത്തിൽ യാത്രാദിവസം പ്രഖ്യാപിക്കുമെന്നവൾ വിശ്വസിച്ചിരുന്നു. എന്നാൽ, മുമ്പേതന്നെ നടക്കേണ്ടിയിരുന്ന യാത്രയെക്കുറിച്ച് വെറുതെ സൂചിപ്പിക്കുക മാത്രമേ അയാൾ ചെയ്തുള്ളൂ.

അങ്ങനെ തന്റെ കുറിപ്പിന്റെ ഫലത്തെക്കുറിച്ച് മനസ്സംതൃപ്തി നേടിയശേഷം പുറത്തേക്ക് നോക്കിയപ്പോൾ മിസ്റ്റർ ക്രാഫോർഡ് വീണ്ടും വീട്ടിലേക്കു വരുന്നത് കണ്ടവൾ അത്ഭുതപ്പെട്ടു. തലേദിവസത്തെപ്പോലെ അതിരാവിലെ എത്തിയിരിക്കുന്നു. അയാളുടെ വരവ് അവളുമായി ബന്ധപ്പെട്ട കാര്യത്തിനായിരിക്കില്ല; എന്നാൽ, പറ്റുമെങ്കിൽ അയാളെ അവൾക്ക് ഒഴിവാക്കണം; അവളുടെ വഴിയിലൂടെ കോണികയറി വരുന്നതുകണ്ട് അവൾ അവിടെത്തന്നെ നിൽക്കാൻ തീരുമാനിച്ചു, അയാൾ വീട്ടിലുള്ള സമയമത്രയും, തന്നെ വിളിപ്പിച്ചില്ലെങ്കിൽ. മിസിസ് നോറിസ് വീട്ടിലുള്ളതിനാൽ അവളെ വിളിപ്പിക്കുമെന്ന് പേടിക്കേണ്ടതില്ല.

അവൾ കുറച്ചു നേരം അസ്വസ്ഥതയോടെ ഇരുന്നു, താഴെ നടക്കുന്ന ചലനങ്ങൾ ശ്രദ്ധിച്ച് വിറപൂണ്ടുകൊണ്ട്. ഏത് നിമിഷവും താൻ വിളിക്കപ്പെട്ടേക്കാമെന്ന ഭീതി അവളെ വിഷമിപ്പിച്ചുകൊണ്ടിരുന്നു. എന്നാൽ, കിഴക്കെ മുറിയിലേക്കുള്ള കാലൊച്ചയൊന്നും കേൾക്കാതായപ്പോൾ അവളുടെ മനസ്സ് സാവധാനം ശാന്തമായി; സ്വന്തം ജോലികളിലവൾ വ്യാപൃതയായി. മിസ്റ്റർ ക്രാഫോർഡ് വന്നതുപോലെ തന്നെ തിരിച്ചുപോകുമെന്നവൾ വിശ്വസിച്ചു; അയാൾ വന്ന കാര്യം അവൾക്കറിയേണ്ടി വരില്ല.

ഏകദേശം അരമണിക്കൂർ കടന്നു പോയി; അവൾ വലിയ ആശ്വാസത്തിലായിരിക്കുമ്പോഴാണ് പെട്ടെന്ന് പടി കയറുന്ന കാലടി ശബ്ദം അടുത്ത് വരുന്നതായി കേട്ടത്. ഒരു കനത്ത കാലടിസ്വരം, വീടിന്റെ ആ ഭാഗത്ത് കേൾക്കുക, പതിവില്ലാത്ത കാലടിസ്വരം. അത് അങ്കിളിന്റേതാണ്; അതും ശബ്ദവും അവൾക്ക് സുപരിചിതമാണ്. പലപ്പോഴും അതുകേട്ട് വിറയ്ക്കാറുള്ളതുപോലെ വീണ്ടും അവൾ വിറയ്ക്കാൻ തുടങ്ങി, തന്നോടദ്ദേഹം സംസാരിക്കാൻ വരികയാണല്ലോ എന്നോർത്ത്. വിഷയം എന്തെങ്കിലുമാകട്ടെ! തീർച്ചയായും സർ. തോമസ് തന്നെയായിരുന്നു അത്. അദ്ദേഹം വാതിൽ തുറന്ന്, അവൾ അവിടെ ഉണ്ടോ എന്നാരാഞ്ഞു; താൻ ഉള്ളിലേക്ക് വരട്ടെ എന്ന് ചോദിച്ചു, മുൻകാലങ്ങളിൽ അദ്ദേഹം ആ മുറി സന്ദർശിക്കാറുള്ളപ്പോഴത്തെ ഭയം വീണ്ടും അവളെ വിഴുങ്ങി. തന്റെ ഫ്രഞ്ചും ഇംഗ്ലീഷും പരീക്ഷിക്കാനായി അദ്ദേഹം വന്നിരിക്കുകയാണോ എന്നവൾക്ക് തോന്നിപ്പോയി!

അവൾ ഉപചാരപൂർവം എഴുന്നേറ്റുനിന്നു; ഒരു കസേര അദ്ദേഹത്തിനായി നീക്കി ഇട്ടു, തന്നെ സന്ദർശിച്ചതിൽ ആദരഭാവം പ്രകടിപ്പിച്ചു. അവളുടെ അസ്വസ്ഥതയെക്കാളേറെ ആ മുറിയിലെ അപര്യാപ്തതകളാണദ്ദേഹത്തിന്റെ ശ്രദ്ധയിൽപ്പെട്ടത്. മുറിയിൽ കടന്ന ഉടനെ അത്ഭുതത്തോടെ നിന്നുകൊണ്ടദ്ദേഹം ചോദിച്ചു:

"ഇന്നെന്താണ് നിനക്കിവിടെ തീ ഇല്ലാത്തത്?"

നിലത്ത് മഞ്ഞുണ്ട്, അവൾ ഒരു ഷാൾ പുതച്ചുകൊണ്ടാണിരിക്കുന്നത്. അവൾ മറുപടി പറയാൻ ഒന്ന് അറച്ചു.

"എനിക്ക് തണുക്കുന്നില്ല സർ; ഈ കാലത്ത് അധികസമയം ഞാനിവിടെ ഇരിക്കാറില്ല."

"എന്നാൽ നിനക്ക് ഒരു 'ഫയർപ്ലേസ്' ഇല്ലേ?"

"ഇല്ല, സർ."

"അതെങ്ങനെ സംഭവിച്ചു; എവിടെയോ തെറ്റ് പറ്റിയിട്ടുണ്ട്. നിനക്ക് സമാധാനത്തോടെ സുഖമായി ഇരിക്കാനുള്ള ഒരു മുറിയായിട്ടാണ് ഞാനിതിനെ ഇതുവരെ മനസിലാക്കിയിട്ടുള്ളത്, നിന്റെ കിടപ്പുമുറിയിൽ തീക്കുണ്ഡം വെക്കാനാവില്ലെന്നെനിക്കറിയാം. ഇവിടെ എന്തോ വലിയ തെറ്റിദ്ധാരണ ഉണ്ടായിട്ടുണ്ട്, അത് തിരുത്തണം. ഇവിടെ ഇരിക്കുന്നത് നിനക്ക് ഒട്ടും ആരോഗ്യകരമല്ല – ദിവസത്തിൽ അരമണിക്കൂറായാൽപ്പോലും തീയില്ലാതെ. നീ അത്ര കരുത്തുള്ളവളല്ല. നീ തണുത്ത് വിറയ്ക്കും. നിന്റെ ആന്റി ഇതറിഞ്ഞിട്ടുണ്ടാവില്ല."

ഫാന്നി നിശ്ശബ്ദത പാലിച്ചേനെ; എന്നാൽ സംസാരിക്കാൻ നിർബ ന്ധിത ആയതിനാൽ അവൾക്ക് മിണ്ടാതിരിക്കാനായില്ല. താൻ ഏറ്റവും സ്നേഹിക്കുന്ന ആന്റിയെ താൻ ന്യായീകരിച്ചുകൊണ്ടവൾ സംസാരിച്ചു; അവൾ തുടർന്നു: "എന്റെ ആന്റി നോറിസും നല്ലവളാണ്."

"എനിക്കറിയാം" സ്വൽപ്പം ചിന്തിച്ച്, കൂടുതലൊന്നും കേൾക്കാൻ ആഗ്രഹിക്കാതെ അങ്കിൾ ഉറക്കെ പറഞ്ഞു: "എനിക്കറിയാം. ചെറുപ്പ ക്കാരികളെ അനാവശ്യമായ സുഖസൗകര്യങ്ങളോടെ വളർത്തുന്നതിനെ തിരായി വളരെ ശക്തിയായി വാദിക്കുന്നവളാണ് നിന്റെ നോറിസ് ആന്റി. എന്നാൽ, എല്ലാം ഒരു ആധുനിക കാഴ്ചപ്പാടോടെ കാണണം. അവൾ സ്വയം കഠിനകാലാവസ്ഥകൾ നേരിടാൻ കഴിവുള്ളവളാണ്; മറ്റുള്ളവ രുടെ കാര്യത്തിലും ആ പ്രകൃതം സ്വാധീനം ചെലുത്തും. പിന്നെ മറ്റ് ചിലത് കൂടിയുണ്ട്, എനിക്ക് വ്യക്തമായി മനസിലാക്കാനാകും – അവ ളുടെ വികാരങ്ങൾ എപ്പോഴും എങ്ങനെയായിരുന്നെന്ന് എനിക്കറിയാം. അതിലെ ആദർശം നല്ലതുതന്നെ; എന്നാൽ, നിന്റെ കാര്യത്തിലത് അതിര് കടന്നുപോയി. ചിലപ്പോൾ, ചില കാര്യങ്ങളിൽ അനാവശ്യമായ വിവേ ചനം കാട്ടിയിരുന്നെന്ന് ഞാൻ ശ്രദ്ധിച്ചിട്ടുണ്ട്. എന്നാൽ, നിന്നെക്കുറിച്ച് നല്ലതുമാത്രമേ ഞാൻ ചിന്തിച്ചിട്ടുള്ളൂ. ഫാന്നീ, നിനക്ക് ഒരാളോടും നീര സമില്ല, നിനക്ക് നല്ല വിവേകമുണ്ട്, സംഭവങ്ങൾ ഭാഗികമായി വിലയിരു ത്താതെ മൊത്തത്തിൽ കാണാനുള്ള കഴിവ് നിനക്കുണ്ട്, നീ കഴിഞ്ഞു പോയ കാലം മുഴുവൻ ഒന്ന് വിലയിരുത്തി നോക്കൂ. കാലഘട്ടം, ആളു കൾ, സാധ്യതകൾ....... എല്ലാം അപ്പോൾ മനസിലാകും അവർ നിന്റെ അഭ്യുദയകാംക്ഷികളായിരുന്നില്ലെന്ന് തോന്നിയേക്കാം, നിനക്കർഹതപ്പെട്ട ഇടത്തരക്കാരുടെ വിദ്യാഭ്യാസം തന്ന് ആ നിലയിൽ വളരാനനുവദിച്ച വർ പിൽക്കാലത്ത്, അവരുടെ മുൻകരുതൽ അനാവശ്യമാണെന്ന് തെളി ഞ്ഞെങ്കിലും, അത് നല്ല ഉദ്ദേശ്യത്തോടെ ആയിരുന്നു. ഇല്ലായ്മയിലൂടെ യും നിയന്ത്രണത്തിലൂടെയും കടന്നുവന്ന ആൾക്ക് സമൃദ്ധിയുടെ ഗുണം ഇരട്ടി അനുഭവിക്കാനാകുമെന്ന് നിനക്ക് ഉറപ്പിക്കാം. നിന്നെക്കുറിച്ചുള്ള അഭിപ്രായത്തിൽ നീ എന്നെ നിരാശപ്പെടുത്തില്ലെന്നെനിക്കറിയാം; ആന്റി നോറിസ് അർഹിക്കുന്ന ബഹുമാനവും പരിചരണവും നീ അവർക്ക് നൽകാതിരിക്കില്ല എന്നാൽ, അത് ധാരാളമായി. ഇരിക്കൂ, എന്റെ പ്രിയ പ്പെട്ടവളേ, എനിക്ക് നിന്നോട് കുറച്ച് നേരം സംസാരിക്കാനുണ്ട്; എന്നാൽ, അധികം ദീർഘിപ്പിക്കില്ല."

ഫാന്നി അനുസരിച്ചു; തുടുത്ത മുഖവുമായി താഴേക്ക് ദൃഷ്ടി പതി പ്പിച്ചുകൊണ്ട് അവൾ ഇരുന്നു – ഒരു നിമിഷത്തെ നിശ്ശബ്ദതയ്ക്കു ശേഷം, ചിരി കടിച്ചമർത്താൻ ശ്രമിച്ചുകൊണ്ട് സർ. തോമസ് തുടർന്നു.

"ഇന്നു രാവിലെ എനിക്കൊരു സന്ദർശകനുണ്ടായിരുന്നെന്ന് ഒരു പക്ഷേ, നിനക്കറിയില്ലായിരിക്കാം. പ്രാതൽ കഴിച്ചുകഴിഞ്ഞ് അധികനേ രമാകുന്നതിന് മുമ്പ് മിസ്റ്റർ ക്രാഫോർഡ് എന്നെ കാണാനെത്തി. അവന്റെ ദൗത്യയാത്രയുടെ ലക്ഷ്യം ഒരുപക്ഷേ നിനക്ക് ഊഹിക്കാനാകും."

ഫാന്നിയുടെ നിറം കൂടുതൽ വിവർണമായി. അവൾ അസ്ഥാളിച്ചു, സംസാരിക്കാനോ നേരെനോക്കാനോ പറ്റാതിരിക്കയാണെന്ന് നിരീക്ഷിച്ച അവളുടെ അങ്കിൾ സ്വന്തം ദൃഷ്ടി മറ്റൊരിടത്തേക്ക് തിരിച്ച്, മിസ്റ്റർ ക്രാഫോർഡിന്റെ സന്ദർശനോദ്ദേശ്യം വർണിക്കാൻ തുടങ്ങി.

ഫാന്നിയുടെ കാമുകനായി പ്രഖ്യാപിക്കുകയായിരുന്നു മിസ്റ്റർ ക്രാഫോർഡിന്റെ ലക്ഷ്യം. അയാൾ വിവാഹാഭ്യർഥന നടത്തി; അവളുടെ രക്ഷിതാവായ, സ്വന്തം മാതാപിതാക്കളുടെ സ്ഥാനത്ത് നിൽക്കുന്ന, അങ്കിളിന്റെ അനുമതിക്കായി അഭ്യർഥിച്ചു. വളരെ ഭംഗിയായി, തുറന്ന മനസോടെ, അത്രയ്ക്കുചിതമായ രീതിയിലാണയാൾ എല്ലാം അവതരിപ്പിച്ചത്. തന്റെ അഭിപ്രായവും മറുപടിയും നിർണായകമെന്നറിഞ്ഞ സർ. തോമസ് അതിയായ സന്തോഷത്തോടെയാണ് അവരുടെ സംഭാഷണം വിശദീകരിച്ചുകൊടുത്തത്. തന്റെ 'നീസി'ന്റെ മനസിലൂടെ കടന്നുപോകുന്ന ചിന്തകളെക്കുറിച്ചദ്ദേഹം ബോധവാനേ അല്ലായിരുന്നു. വിശദവിവരങ്ങൾ തന്നെക്കാളേറെ അവളെ ആഹ്ലാദിപ്പിക്കുമെന്ന ധാരണയായിരുന്നു അദ്ദേഹത്തിന്. അതുകൊണ്ട്, ഇടതടവില്ലാതെ കുറെ നേരം അദ്ദേഹം സംസാരം തുടർന്നു. ഇടയ്ക്കുകയറി പറയാൻ ഫാന്നി ധൈര്യപ്പെട്ടില്ല – അവളതാഗ്രഹിച്ചുമില്ല. അവളുടെ മനസ്സ് വല്ലാത്ത ആശയക്കുഴപ്പത്തിലായിരുന്നു. അവൾ ഒന്ന് ചരിഞ്ഞു, നോട്ടം ഒരു ജനാലയിലേക്കാക്കി, മാനസിക സംഭ്രാന്തിയോടെയും ഭീതിയോടെയും അങ്കിൾ പറയുന്നത് ശ്രദ്ധിച്ചു കേട്ടു. ഒരുനിമിഷം അദ്ദേഹം നിർത്തി, എന്നാലതവളറിഞ്ഞതേയില്ല. കസേരയിൽ നിന്നെഴുന്നേറ്റുകൊണ്ട് അദ്ദേഹം തുടർന്നു: "ഇപ്പോൾ, ഫാന്നി, എന്റെ ജോലിയുടെ ഒരു ഭാഗം പൂർത്തിയാക്കിയിരിക്കുന്നു; ഏറ്റവും തൃപ്തികരമായ രീതിയിൽ കാര്യങ്ങൾ ഞാൻ കാണിച്ചുതന്നു. ഇനി ബാക്കി ഭാഗം നടപ്പാക്കാനായി എന്നോടൊപ്പം താഴേക്ക് വരിക. ഞാൻ സ്വയം നിന്റെ അസ്വീകാര്യനായൊരു സുഹൃത്തായി കണക്കാക്കപ്പെടുന്നില്ലെങ്കിലും, അതിനെക്കാൾ നല്ലൊരാളെ നിനക്കു കാണിച്ചുതരാം; അയാൾ പറയുന്നത് ശ്രദ്ധിച്ചു കേൾക്കൂ. മിസ്റ്റർ ക്രാഫോർഡ്, ഒരുപക്ഷേ, നീ സങ്കൽപ്പിച്ചപോലെ, അയാൾ ഇപ്പോഴും വീട്ടിലുണ്ട്, അയാൾ എന്റെ മുറിയിലാണ്, അവിടെ നിന്നെ കാണാനാശിച്ചുകൊണ്ട് ഇരിക്കുന്നു." ഇതു കേട്ട് പെട്ടെന്നവൾ തിരിഞ്ഞുനോക്കി, ഞെട്ടി, അത്ഭുതസ്തബ്ധയായി. ഈ ഭാവം സർ. തോമസിനെ അതിശയിപ്പിച്ചു. എന്നാൽ അവളുടെ വിചിത്രമായ വാക്കുകൾ കേട്ട് അയാളുടെ അത്ഭുതം വർധിച്ചു – "ഓഹ്! ഇല്ല സർ, എനിക്ക് കഴിയില്ല; തീർച്ചയായും എനിക്ക് അയാളെ കാണാൻ താഴേക്ക് പോകാൻ കഴിയില്ല. മിസ്റ്റർ ക്രാഫോർഡ് മനസിലാക്കേണ്ടതായിരുന്നു – അയാൾ മനസിലാക്കണം – അയാളെ ബോധ്യപ്പെടുത്താനായി ഇന്നലെ ഒരുപാട് പറഞ്ഞതാണ്. ഇന്നലെ അയാൾ ഇക്കാര്യത്തെക്കുറിച്ച് എന്നോട് സംസാരിച്ചിരുന്നു. ഒന്നും ഒളിച്ചുവയ്ക്കാതെ, എനിക്കത് ഇഷ്ടമല്ലെന്ന് ഞാനയാളോട് തുറന്നു പറഞ്ഞിരുന്നു. അയാളുടെ സ്നേഹപ്രകടനം തിരിച്ച് നൽകുക എന്നത് എന്റെ കഴിവിന്നപ്പുറത്താണ്."

"നീ പറഞ്ഞത് എനിക്ക് മനസിലാകുന്നില്ല" സർ. തോമസ് വീണ്ടും ഇരുന്നുകൊണ്ട് പറഞ്ഞു: "നിന്റെ കഴിവിനപ്പുറത്താണ് അയാളുടെ സ്നേഹപ്രകടനം തിരിച്ചുനൽകൽ! ഇതെല്ലാം എന്താണ്? ഇന്നലെ അയാൾ നിന്നോട് സംസാരിച്ചു എന്നെനിക്കറിയാം; ഞാൻ മനസിലാക്കിയിടത്തോളം, വിവേകമുള്ള ഏതൊരു യുവതിയെയുംപോലെ മുന്നോട്ട് പോകാനുള്ള പ്രോത്സാഹനം നൽകി എന്നതാണ്. ആ സമയത്തുള്ള നിന്റെ പെരുമാറ്റത്തെക്കുറിച്ച് കേട്ട് ഞാനത്യധികം സന്തോഷിക്കുകയും ചെയ്തു; അത്തരം ഔചിത്യബോധം പ്രശംസനീയമാണ്. എന്നാൽ ഇപ്പോൾ, ഉചിതമാംവണ്ണം അന്തസ്സോടെ ഔപചാരികനിർദേശം വെച്ചപ്പോൾ എന്താണ് നിന്റെ മനശ്ചാഞ്ചല്യത്തിന് കാരണം?"

"നിങ്ങൾ തെറ്റിദ്ധരിച്ചിരിക്കുകയാണ്, സർ" അപ്പോഴത്തെ ഉൽക്കണ്ഠമൂലം, അദ്ദേഹം തെറ്റാണ് പറഞ്ഞതെന്ന് പറയാനവൾ നിർബന്ധിതയായി. അവളുറക്കെപ്പറഞ്ഞു "നിങ്ങൾ തികച്ചും തെറ്റിദ്ധരിക്കപ്പെട്ടിരിക്കുകയാണ്. എങ്ങനെയാണ് മിസ്റ്റർ ക്രാഫോർഡിന് അത്തരമൊരു കാര്യം പറയാനാകുക. യാതൊരുവിധ പ്രോത്സാഹനവും ഇന്നലെ ഞാനയാൾക്ക് നൽകിയിട്ടില്ല – നേരെ മറിച്ച് ഞാനയാളോട് പറഞ്ഞു – എന്റെ കൃത്യമായ വാക്കുകൾ ഓർക്കാനാകുന്നില്ല – എന്നാൽ, എനിക്കൊരു കാര്യം ഉറപ്പാണ്, അയാൾ പറയുന്നത് കേൾക്കാൻ പറ്റില്ലെന്നും എനിക്കത് എല്ലാരീതിയിലും ദുഃഖകരമാണെന്നും ഇനി ഒരിക്കലും ആ വിധത്തിൽ സംസാരിക്കരുതെന്നും ഞാനയാളോട് യാചിച്ചു. ഇത്രയോ ഇതിനെക്കാൾ കൂടുതലോ ഞാൻ പറഞ്ഞെന്ന് എനിക്കുറപ്പാണ്; അതിനെക്കാൾ എത്രയോ അധികം ഞാൻ പറഞ്ഞേനെ, അയാൾ ഗൗരവത്തോടെയാണ് പറഞ്ഞതെന്ന് എനിക്ക് ഉറപ്പായിരുന്നെങ്കിൽ, എനിക്കത് ഇഷ്ടമല്ല; എനിക്കത് താങ്ങാനാവില്ല, ഉദ്ദേശിച്ചതിനെക്കാൾ കൂടുതൽ ആരോപിക്കാൻ. എല്ലാം അവസാനിച്ചെന്നാണ് ഞാൻ കരുതിയത്."

കൂടുതലൊന്നും അവൾക്ക് പറയാൻ കഴിഞ്ഞില്ല; ശ്വാസം നിലച്ചതുപോലെയായി. ഏതാനും നിമിഷത്തെ നിശ്ശബ്ദതയ്ക്കുശേഷം സർ. തോമസ് ചോദിച്ചു "നീ മിസ്റ്റർ ക്രാഫോർഡിനെ നിരസിക്കാനുദ്ദേശിക്കുന്നു എന്നാണോ ഞാൻ മനസിലാക്കേണ്ടത്?"

"അതെ, സർ."

"അയാളെ നിരസിക്കയോ?"

"അതെ, സർ."

"മിസ്റ്റർ ക്രാഫോർഡിനെ നിരസിക്കുക! എന്തിന്റെ പേരിൽ? എന്ത് കാരണത്താൽ?"

"എനിക്ക് – എനിക്കയാളെ ഇഷ്ടപ്പെടാൻ കഴിയില്ല സർ, വിവാഹം കഴിക്കാനാവില്ല."

"ഇത് വളരെ വിചിത്രമാണ്!" ഇഷ്ടക്കേടോടെയാണെങ്കിലും ശാന്തമായ സ്വരത്തിൽ സർ. തോമസ് പറഞ്ഞു "എനിക്ക് പിടികിട്ടാത്ത എന്തോ ഇതിലുണ്ട്. എല്ലാവിധത്തിലും യോഗ്യനായൊരു യുവാവ് നിന്നോട് സംസാരിക്കാനാഗ്രഹിക്കുന്നു. അയാൾക്കെല്ലാമുണ്ട്; ധനം, സ്വഭാവശുദ്ധി,

വ്യക്തിത്വം, എല്ലാവരെയും സന്തോഷിപ്പിക്കുന്ന സംഭാഷണചാതുര്യം. അയാൾ ഇന്ന് പരിചയപ്പെട്ടവനല്ല, കുറച്ചുനാളായി നിനക്കയാളെ അറിയാം. അതിനും പുറമെ അയാളുടെ സഹോദരി നിന്റെ ഏറ്റവും അടുത്ത സ്നേഹിതയാണ്. പിന്നെ അയാൾ നിന്റെ സഹോദരനുവേണ്ടി ചെയ്ത സഹായങ്ങൾ; അതുതന്നെ നിനക്ക് വേണ്ടിയുള്ള വലിയൊരു ഒത്താശയായി ഞാൻ കരുതുന്നു, മറ്റൊന്നുമല്ലെങ്കിലും. വില്യമിന് എന്ന് പ്രൊമോഷൻ കിട്ടുമെന്ന കാര്യം ഉറപ്പില്ലായിരുന്നു, ഞാൻ അതിനുവേണ്ടി ശ്രമിച്ചിട്ടും. അയാളത് നേരിട്ട് പോയി നേടിയെടുത്തു."

"അതെ" ലജ്ജയോടെ ദൃഷ്ടി താഴ്ത്തിക്കൊണ്ട് ഫാന്നി മെല്ലെ പറഞ്ഞു. അവൾക്ക് തന്നോട് തന്നെ അപ്പോൾ പുച്ഛം തോന്നി; ഇത്രയും നല്ലൊരു ചിത്രം അങ്കിൾ വരച്ചുകാണിച്ചിട്ടും മിസ്റ്റർ ക്രാഫോർഡിനെ തനിക്ക് ഇഷ്ടപ്പെടാൻ കഴിയുന്നില്ലല്ലൊ!

"നീ ഒരുപക്ഷേ അറിഞ്ഞുകാണും" സർ. തോമസ് തുടർന്നു: "മിസ്റ്റർ ക്രാഫോർഡിന്റെ നിന്നോടുള്ള പെരുമാറ്റത്തിലെ പ്രത്യേകത കുറച്ചുനാളായി നീ ശ്രദ്ധിച്ചുകാണും, അത് നിന്നെ അത്ഭുതപ്പെടുത്തിയിട്ടുണ്ടാവില്ല. നിന്നോടുള്ള അയാളുടെ മമത മനസിലാക്കിക്കാണുമല്ലോ. നീയതെല്ലാം ഔദാര്യപൂർവം സ്വീകരിച്ചെങ്കിലും (അക്കാര്യത്തിൽ എനിക്കൊരെതിർപ്പുമില്ല) നിനക്കത് അസുഖകരമായിരുന്നെന്ന് ഞാൻ ഒരിക്കലും കരുതിയില്ല. എനിക്ക് തോന്നുന്നത്, ഫാന്നി, നീ സ്വന്തം വികാരങ്ങൾ ശരിക്ക് മനസിലാക്കിയിട്ടില്ലെന്നാണ്."

"ഓഹ്! ഉവ്വ്, സർ. ഞാൻ തീർച്ചയായും മനസിലാക്കിയിട്ടുണ്ട്. അയാളുടെ ഉപചാരങ്ങൾ എപ്പോഴും – എനിക്കരോചകമാണ്."

അതിശയത്തോടെ സർ. തോമസ് അവളെ മിഴിച്ചുനോക്കി.

"ഇതെനിക്ക് സങ്കൽപ്പിക്കാനാകുന്നില്ല, ഒരു വിശദീകരണം ആവശ്യമാണ്. നിന്നെപ്പോലൊരു ചെറുപ്പക്കാരിക്ക് ആരുമായും പരിചയപ്പെട്ടിട്ടില്ലാത്തൊരുവൾക്ക് അത് അസാധ്യമായിത്തോന്നും, നിന്റെ സ്നേഹം..." അദ്ദേഹം ഒന്നു നിർത്തി, അവളെ തറപ്പിച്ചുനോക്കി. അവളുടെ ചുണ്ടുകൾ 'ഇല്ല' എന്നരൂപം പ്രാപിച്ചിരിക്കുന്നു, ശബ്ദം തളർന്നതാണെങ്കിലും മുഖം പ്രകാശിക്കുന്നുണ്ട്. എളിമയുള്ള ആ പെൺകുട്ടിയിൽ നിഷ്കളങ്കത നിറഞ്ഞുനിൽക്കുന്നു. സംതൃപ്തനായതുപോലെ അദ്ദേഹം പെട്ടെന്ന് തുടർന്നു "ഇല്ല, ഇല്ല, അത് തികച്ചും അപ്രസക്തമാണ് എന്നെനിക്കറിയാം. – തീരെ അസാധ്യം. ശരി കൂടുതലൊന്നും പറയാനാകില്ല."

ഏതാനും മിനിറ്റുകൾ അദ്ദേഹം നിശ്ശബ്ദതപാലിച്ചു; അഗാധമായ ചിന്തയിലാണ്ടു. അദ്ദേഹത്തിന്റെ 'നീസും' അതുപോലെ ഗാഢചിന്തയിലമർന്നു, കൂടുതൽ ചോദ്യങ്ങൾ അഭിമുഖീകരിക്കാനായി മാനസികശക്തി സംഭരിക്കാൻ ശ്രമിച്ചു. അവൾക്ക് സ്വയം വഞ്ചിക്കാനാവില്ല, അതിലും ഭേദം മരണമാണ്.

"മിസ്റ്റർ ക്രാഫോർഡിന്റെ തീരുമാനം ന്യായീകരിച്ചാലും ഇല്ലെങ്കിലും" സർ. തോമസ് വീണ്ടും ഗൗരവത്തോടെ തുടർന്നു:

"നേരത്തെ വിവാഹം ചെയ്യാനുള്ള അയാളുടെ ആഗ്രഹം സ്വാഗതാർഹമാണ്. നേരത്തെ വിവാഹം കഴിക്കണമെന്ന അഭിപ്രായക്കാരനാണ് ഞാൻ. സാമ്പത്തികശേഷിയുണ്ടെങ്കിൽ യുവാക്കൾ ഇരുപത്തിനാലാം വയസിൽ വിവാഹിതരാകണം. ഇതാണെന്റെ ആത്മാർഥമായ അഭിപ്രായം. എന്റെ മൂത്തമകൻ, നിന്റെ കസിൻ ബെർട്രാം നേരത്തെ വിവാഹിതനാകാത്തതിൽ എനിക്ക് ഖേദമുണ്ട്. വിവാഹം എന്നൊരുകാര്യം അവന്റെ മനസിലേ ഇല്ലെന്നെനിക്ക് തോന്നുന്നു. അവനതിന് തയാറായെങ്കിൽ എന്ന് ഞാനാഗ്രഹിച്ചുപോകുന്നു." അദ്ദേഹം ഫാന്നിക്കുനേരെ ഒന്ന് ദൃഷ്ടിപായിച്ചു. "എഡ്മണ്ടിന്റെ സ്വഭാവരീതിയും പെരുമാറ്റവും വെച്ച് നോക്കുമ്പോൾ, ചേട്ടനെക്കാൾ മുമ്പ് അനിയൻ വിവാഹിതനാകുമെന്നാണ് തോന്നുന്നത്. സ്നേഹിക്കുന്ന പെൺകുട്ടിയെ അവൻ സ്വയം കണ്ടെത്തിയെന്നാണ് ഞാൻ കരുതുന്നത്; മൂത്തവനതിനു കഴിഞ്ഞിട്ടില്ലെന്നും എനിക്ക് ബോധ്യപ്പെട്ടു. ഞാൻ പറഞ്ഞത് ശരിയല്ലേ? നീ എന്നോട് യോജിക്കുന്നുണ്ടോ, എന്റെ പ്രിയപ്പെട്ടവളേ?"

"ഉവ്വ്, സർ."

വളരെ ശാന്തതയോടെ മാന്യമായ രീതിയിലാണതദ്ദേഹം പറഞ്ഞത്. സർ. തോമസ് അവളുടെ കസിനുമാരുടെ കാര്യത്തിൽ വിഷമിക്കുന്നില്ല. എന്നാൽ, അതവൾക്കൊരു ഗുണവുമുണ്ടാക്കിയില്ല. അവളുടെ വിചിത്രപെരുമാറ്റം സ്ഥിരീകരിക്കപ്പെട്ടതോടെ അദ്ദേഹത്തിന്റെ നീരസം വർധിച്ചു. എഴുന്നേറ്റ് മുറിയിൽ മുഖം വീർപ്പിച്ചു നടക്കാൻ തുടങ്ങി. അവൾ കണ്ണുകളുയർത്തി നോക്കാൻ ധൈര്യപ്പെട്ടില്ലെങ്കിലും അങ്കിളിന്റെ രൂപം അവളുടെ മനസിൽ വ്യക്തമായി തെളിഞ്ഞുവന്നു. കുറച്ചു കഴിഞ്ഞ് "ആധികാരിക സ്വരത്തിൽ അദ്ദേഹം പറഞ്ഞു: "മിസ്റ്റർ ക്രാഫോർഡിന്റെ ശീലം മോശമാണെന്ന് കരുതാൻ നിനക്കെന്തെങ്കിലും കാരണമുണ്ടോ, കുട്ടി?"

"ഇല്ല, സർ."

അവൾ ഇതുംകൂടി പറയാനാഗ്രഹിച്ചു, "എന്നാൽ അയാളുടെ ആദർശങ്ങളെക്കുറിച്ചുണ്ട്." പക്ഷേ, ഈ ചർച്ചയും വിശദീകരണവും, കുറ്റംചുമത്തലുംമൂലം അവളുടെ മനസ്സ് തകർന്നിരുന്നു. നിരീക്ഷണത്തെ അടിസ്ഥാനപ്പെടുത്തിയുള്ളതായിരുന്നു അയാളെക്കുറിച്ചുള്ള അവളുടെ ദുഷിച്ച അഭിപ്രായം, തന്റെ കസിനുമാരുടെ നന്മ ഓർത്ത് അക്കാര്യം അവരുടെ അച്ഛനോട് സൂചിപ്പിക്കാനവൾ ധൈര്യപ്പെട്ടില്ല. മരിയയും ജൂലിയയും പ്രത്യേകിച്ച് മരിയ, അവർ മിസ്റ്റർ ക്രാഫോർഡിന്റെ ദുസ്സ്വഭാവത്തിനിരകളായിരുന്നു. അവരെ വഞ്ചിക്കാതെ സ്വന്തം മനസാക്ഷിപ്രകാരം അയാളുടെ സ്വഭാവം വെളിപ്പെടുത്താനാവില്ല. അത്രയ്ക്ക് സൂക്ഷ്മബുദ്ധിയുള്ളവനും നല്ലവനും അന്തസ്സുള്ളവനുമായ അങ്കിളിനെപ്പോലുള്ള ഒരാൾക്ക് അവളുടെ അതൃപ്തി തന്നെ ധാരാളം.

അവൾ പേടിച്ച് വിറച്ചിരിക്കുന്ന മേശയ്ക്കരികിൽ സർ. തോമസ് ചെന്നു, തണുപ്പൻ മട്ടിൽ ദൃഢമായി പറഞ്ഞു: "നിന്നോട് സംസാരിക്കുന്നതുകൊണ്ടൊരു പ്രയോജനവുമില്ലെന്നെനിക്ക് തോന്നുന്നു. ഏറ്റവും

വേദനാജനകമായ ഈ ചർച്ചാസമ്മേളനം അവസാനിപ്പിക്കുന്നതാണ് നല്ലത്. മിസ്റ്റർ ക്രാഫോർഡിനെ അധികം നേരം നിർത്തി വൈകിപ്പിക്കാനാവില്ല. നിന്റെ സ്വഭാവത്തെക്കുറിച്ച് അഭിപ്രായം പറയേണ്ടത് എന്റെ ചുമതലയായി കരുതുന്നതുകൊണ്ട് ഇത്രമാത്രം പറയുന്നു – ഞാൻ പടുത്തുയർത്തിയ എല്ലാ പ്രതീക്ഷകളും നീ തകർത്തുകളഞ്ഞു. ഞാനുദ്ദേശിച്ചതിന് കടകവിരുദ്ധമാണ് നിന്റെ സ്വഭാവമെന്ന് തെളിയിക്കപ്പെട്ടു. ഇംഗ്ലണ്ടിലേക്ക് തിരിച്ചു വന്നശേഷം വളരെ ഹിതകരമായ അഭിപ്രായമാണ് എനിക്ക് നിന്നെക്കുറിച്ചുണ്ടായിരിക്കുന്നത്, ഫാന്നി, എന്റെ പെരുമാറ്റത്തിൽ നിന്നത് മനസിലായിരിക്കുമല്ലോ. പ്രത്യേകിച്ചും നീ നല്ലമനോഭാവമുള്ളവളാണെന്നായിരുന്നു എന്റെ വിശ്വാസം, ഇക്കാലത്തെ യുവജനങ്ങളിൽ കാണപ്പെടുന്ന സ്വതന്ത്ര ചിന്താഗതിക്ക് വിരുദ്ധമാണെന്ന്. മടുപ്പിക്കുന്നരീതിയിലാണ് ഈ തലമുറയിലെ, യുവതികൾപോലും പെരുമാറുന്നത്. എന്നാൽ നീയും അതിൽനിന്ന് വിഭിന്നമല്ല എന്ന് തെളിയിക്കപ്പെട്ടു, നീ സ്വന്തം ഇഷ്ടാനുസരണം തീരുമാനമെടുക്കാൻ കഴിവുള്ളവളായി, നിന്നെ വേണ്ടരീതിയിൽ നയിക്കാൻ ബാധ്യസ്ഥരായവരുടെ അഭിപ്രായത്തെ മാനിക്കാതെ – അവരുടെ ഉപദേശം ആരായാതെ! ഞാൻ കരുതിയതിൽനിന്നും വളരെ വളരെ വ്യത്യസ്തയാണ് നീ. നിന്റെ കുടുംബത്തിനുണ്ടാകുന്ന ഗുണമോ ദോഷമോ– നിന്റെ മാതാപിതാക്കളുടെ – സഹോദരീ സഹോദരന്മാരുടെ – ഈ സമയത്ത് അവരെക്കുറിച്ച് ഒരുനിമിഷംപോലും നീ ചിന്തിച്ചില്ലല്ലോ. അവർക്കിതുകൊണ്ട് എന്തുമാത്രം ഗുണമുണ്ടാകും, അവർ ഈ ബന്ധത്തിൽ എത്രമാത്രം സന്തോഷിക്കും – നിനക്കത് ഒന്നുമല്ല. നീ സ്വന്തം കാര്യം മാത്രമേ ചിന്തിക്കുന്നുള്ളൂ. മിസ്റ്റർ ക്രാഫോർഡിന്റെ നില നീ ഓർക്കുന്നില്ല, അക്കാര്യം പരിഗണിക്കാൻപോലും തുനിയാതെ ഉടനെ നീ നിരസിച്ചു. അൽപ്പനേരം ശാന്തയായി ചിന്തിച്ചുനോക്കണമായിരുന്നു, സ്വന്തം മനസിനെ അപഗ്രഥനം ചെയ്യണമായിരുന്നു. ജീവിതത്തിലെ ഇത്രയും നല്ലൊരവസരം നീ പാഴാക്കി. അന്തസ്സോടെ സുഖകരമായൊരു ജീവിതം നിനക്ക് പടുത്തുയർത്താമായിരുന്നു; ഒരുപക്ഷേ, വീണ്ടും ഇത്തരം ഒരവസരം നിനക്ക് ലഭിച്ചെന്നുവരില്ല. മണ്ടത്തരംകൊണ്ട് നീ അത് നഷ്ടപ്പെടുത്തുകയാണ്. സൽസ്വഭാവവും നല്ലപെരുമാറ്റവും സമ്പന്നനുമായ ഒരു യുവാവ് ഇതാ എല്ലാം നിനക്ക് സമർപ്പിക്കാനായി നിൽക്കുന്നു, നിന്റെ കരംഗ്രഹിക്കാനായി മാന്യതയോടെ തയാറായിരിക്കുന്നു. ഞാനൊരുകാര്യം പറയട്ടെ, ഫാന്നി, നീ എത്രകാലം കാത്തിരുന്നാലും മിസ്റ്റർ ക്രാഫോർഡിന്റെ അത്രസമ്പത്തും, അയാളുടെ പത്തിലൊന്ന് സൽഗുണവുമുള്ളൊരു വ്യക്തിയെ നിനക്ക് കിട്ടില്ല. എന്റെ ഏതെങ്കിലും ഒരു മകളെ ഞാൻ സന്തോഷപൂർവം അയാൾക്ക് നൽകിയേനെ. മരിയ അന്തസ്സോടെ വിവാഹിതയായി. – എന്നാൽ, ജൂലിയായുടെ കാര്യം മിസ്റ്റർ ക്രാഫോർഡ് ആവശ്യപ്പെട്ടിരുന്നെങ്കിൽ, മരിയയെ മിസ്റ്റർ റഷ്‌വർത്തിന് നൽകിയതിനെക്കാൾ കൂടുതൽ ആനന്ദത്തോടെയും സംതൃപ്തിയോടെയും അതയാൾക്ക് നൽകിയേനെ.”

ഒരുനിമിഷം നിർത്തിയശേഷം അദ്ദേഹം തുടർന്നു – "എന്റെ മക്കൾ ഇത്തരം ഒരു വിവാഹാലോചന നിരസിച്ചാൽ ഞാൻ അങ്ങേയറ്റം അത്ഭുതപ്പെട്ടേനെ! അവർക്ക് ഇതിനെക്കാൾ കൂടുതൽ നല്ല ബന്ധത്തിന് അർഹതയുണ്ടെങ്കിലും. അത്ഭുതപ്പെടുകമാത്രമല്ല, വല്ലാതെ വേദനിക്കയും ചെയ്തേനെ, അപ്രകാരം സംഭവിച്ചിരുന്നെങ്കിൽ. അഭിമാനത്തെ ക്ഷത മേൽപ്പിച്ച, നിരുത്തരവാദപരമായ പ്രവൃത്തിയായി കണ്ടേനെ, കർത്ത വ്യത്തെ അതിക്രമിച്ചുകടക്കൽ, നിനക്ക് ആ നിയമം ബാധകമല്ല, നിന്നെ ആ രീതിയിൽ വിധികൽപ്പിക്കേണ്ടതില്ല. സ്വന്തം മകൾക്കുവേണ്ടതു പോലെ നിനക്കെന്നോട് കടപ്പാടിന്റെ ആവശ്യമില്ലല്ലൊ. എന്നാൽ, ഫാന്നി, നിന്റെ ഹൃദയത്തിൻനിന്ന് നന്ദിയില്ലായ്മ...."

അദ്ദേഹം നിർത്തി. അപ്പോഴേക്കും ഫാന്നി പൊട്ടിക്കരയാൻ തുടങ്ങി യിരുന്നു. കുപിതനായിരുന്നെങ്കിലും, അദ്ദേഹം അക്കാര്യം തുടർന്നില്ല. അവ ളുടെ ഹൃദയം തകർന്നു, തന്നെക്കുറിച്ചുള്ള അദ്ദേഹത്തിന്റെ അഭിപ്രായം ഇങ്ങനെയാണല്ലൊ! എത്രകഠിനമായ കുറ്റപ്പെടുത്തൽ; സ്വാർഥ, പിടിവാ ശിക്കാരി, തന്നിഷ്ടക്കാരി, നന്ദിയില്ലാത്തവൾ. ഇപ്രകാരമാണദ്ദേഹം അവളെ കുറ്റപ്പെടുത്തിയത്. അദ്ദേഹത്തിന്റെ പ്രതീക്ഷകളെ അവൾ തകർത്തു, വഞ്ചിച്ചു. അവൾ അദ്ദേഹത്തിന്റെ പ്രീതിനഷ്ടപ്പെടുത്തി, നല്ല അഭിപ്രായം നശിപ്പിച്ചു. അവൾക്കിനി എന്താണ് സംഭവിക്കുക?

"ഞാൻ വളരെ ഖേദിക്കുന്നു" കണ്ണുനീരൊഴുക്കിക്കൊണ്ട് ആത്മാർഥ തയോടെ അവൾ പറഞ്ഞു: "തീർച്ചയായും ഞാൻ വളരെ ഖേദിക്കുന്നു. മറ്റൊരു വിധത്തിൽ എനിക്ക് ചെയ്യാൻ കഴിയുമായിരുന്നെങ്കിൽ!" ശക്തി സംഭരിച്ചുകൊണ്ടവൾ പറഞ്ഞു: "എന്നാൽ, അയാളെ സന്തുഷ്ടനാക്കാ നാവില്ലെന്ന് എനിക്ക് പൂർണ ബോധ്യമുണ്ട്, എന്റെ നിലതന്നെ പരിതാ പകരമായിരിക്കും."

മറ്റൊരു കണ്ണീർ പ്രവാഹം, ആ പൊട്ടിക്കരച്ചിലും 'പരിതാപകരമെന്ന' വാക്കും സർ. തോമസിനെ ചെറുതായൊന്ന് ചിന്തിപ്പിച്ചു, ചെറിയൊരു മാറ്റം സംഭവിച്ചു. അവൾ ഭീരുവാണെന്നും, വേഗം സംഭ്രമിക്കുന്നവളാ ണെന്നും അദ്ദേഹത്തിനറിയാം. കുറച്ച് സമയം കൊടുത്ത്, അൽപ്പം സമ്മർദം ചെലുത്തിയാൽ, ക്ഷമയോടെ നേരിട്ടാൽ കാമുകനോടുള്ള മനോ ഭാവം മാറ്റിയെടുക്കാനാകുമെന്നദ്ദേഹം കരുതി. ആ മാന്യന് കാത്തിരി ക്കാൻ കഴിഞ്ഞാൽ, കാത്തിരിക്കാനുള്ള പ്രേമമുണ്ടെങ്കിൽ, സർ. തോമസിന് ആശിക്കാൻ വകയുണ്ട്, ആ ചിന്ത അദ്ദേഹത്തിന്റെ മനസി ലൂടെ കടന്നുപോയതോടെ മനസ്സ് വീണ്ടും ഉഷാറായി.

"ശരി" ദേഷ്യം വെടിഞ്ഞു, എന്നാൽ, ഗാംഭീര്യത്തോടെ അദ്ദേഹം പറഞ്ഞു "കൊള്ളാം കുട്ടീ, നിന്റെ കണ്ണുനീർതുടയ്ക്കൂ. അതുകൊണ്ടൊരു ഗുണവുമില്ല. നീ ഇപ്പോൾ എന്നോടൊപ്പം താഴേക്ക് വരൂ. മിസ്റ്റർ ക്രാഫോർഡ് ഒരുപാട് നേരമായി എന്റെ മുറിയിൽ കാത്തിരിക്കുന്നു. നീ തന്നെ അയാളോട് നേരിട്ട് മറുപടി പറയൂ. അതിൽ കുറഞ്ഞൊന്നും അയാൾക്ക് തൃപ്തികരമായിരിക്കില്ല. നിന്റെ മാനസികവികാരങ്ങൾ വേണ്ട രീതിയിൽ പ്രകടിപ്പിക്കാൻ നിനക്കുമാത്രമേ കഴിയൂ. എന്നെക്കൊണ്ടാവില്ല."

എന്നാൽ, താഴെപോകുന്ന കാര്യമോർത്ത് ഫാന്നി വല്ലാതെ ദയനീയാവസ്ഥയിലായി, അവൾ ഒഴിഞ്ഞുമാറാൻ ശ്രമിച്ചു. സർ. തോമസ് അൽപ്പം ചിന്തിച്ചശേഷം അതാണ് നല്ലതെന്ന് കരുതി. ഇരുവരെയും കുറിച്ചോർത്ത് ചെറിയ വിഷമം തോന്നിയെങ്കിലും, തന്റെ നീസിനുനേരെ നോക്കിയപ്പോൾ, കരച്ചിൽ മൂലം മങ്ങിയ അവളുടെ നിറവും പ്രകൃതവും കണ്ട്, ഉടനെയുള്ള കൂടിക്കാഴ്ച ദോഷമേ ചെയ്യൂ എന്ന് മനസിലാക്കി. അർഥശൂന്യമായ എന്തോ ചില വാക്കുകൾ ജൽപ്പിച്ചുകൊണ്ടദ്ദേഹം നടന്നുനീങ്ങി. പാവം ഫാന്നി അവിടെ ഇരുന്ന്, കഴിഞ്ഞകാര്യങ്ങളോർത്ത് കഠിനമായി കരഞ്ഞു.

അവളുടെ മനസ്സ് ആകെ കലുഷിതമായിരുന്നു. ഭൂതം, വർത്തമാനം, ഭാവി എല്ലാം ഭീകരമായിരുന്നു. എന്നാൽ, എല്ലാറ്റിനെക്കാളധികം അവളെ വേദനിപ്പിച്ചത് അങ്കിളിന്റെ ദേഷ്യമാണ്. സ്വാർഥയും നന്ദിയില്ലാത്തവളും! അദ്ദേഹത്തിനവൾ അങ്ങനെയാണ് കാണപ്പെട്ടത്! എന്നും അവളുടെ നില പരിതാപകരം തന്നെ, തന്റെ വിഷമം പങ്കുവെക്കാനോ ഉപദേശമാരായാനോ സംസാരിക്കാനോ അവൾക്കാരുമില്ല. അവളുടെ ഒരേയൊരു സുഹൃത്ത് അവിടെ ഇല്ലതാനും. അവൻ അച്ഛനെ ആശ്വസിപ്പിച്ചേനെ. ഒരുപക്ഷേ, എല്ലാവരും അവളെ സ്വാർഥയും നന്ദിയില്ലാത്തവളുമായി കരുതുമായിരിക്കും. വീണ്ടും വീണ്ടും അവൾക്ക് ശകാരം സഹിക്കേണ്ടിവന്നേക്കും. അവൾക്കത് കേൾക്കേണ്ടിവന്നേക്കും. കാണേണ്ടിവന്നേക്കും, അല്ലെങ്കിൽ അറിയേണ്ടിവന്നേക്കും ജീവിച്ചിരിക്കുന്നിടത്തോളം കാലം – അവളെക്കുറിച്ചുള്ള എല്ലാ കാര്യങ്ങളിലും. മിസ്റ്റർ ക്രാഫോർഡിനെതിരെയുള്ള നീരസം അവളിൽ നിലനിന്നെങ്കിലും അയാൾ അവളെ ശരിക്കും സ്നേഹിക്കുന്നുണ്ടെങ്കിൽ, അപ്പോഴും ഇഷ്ടക്കേടുതന്നെ. എല്ലാം നികൃഷ്ടം തന്നെ.

ഏകദേശം പതിനഞ്ചുമിനിറ്റുകഴിഞ്ഞ് അവളുടെ അങ്കിൾ തിരിച്ചെത്തി. അദ്ദേഹത്തെ കണ്ടതോടെ അവൾ തലകറങ്ങി വീണേനെ. അദ്ദേഹം ശാന്തനായി സംസാരിച്ചു, മൃദുവായി, കുറ്റപ്പെടുത്താതെ. അവൾക്ക് ചെറിയൊരാശ്വാസം തോന്നി. അദ്ദേഹത്തിന്റെ വാക്കുകളിലും സാന്ത്വനം നിറഞ്ഞിരുന്നു, അതുപോലെ പെരുമാറ്റത്തിലും. അദ്ദേഹം പറയാൻ തുടങ്ങി.

"മിസ്റ്റർ ക്രാഫോർഡ് പോയി, ഇപ്പോൾ പോയതേയുള്ളു നടന്നകാര്യങ്ങൾ ഞാൻ ആവർത്തിക്കുന്നില്ല. നീ അനുഭവിക്കുന്ന വിഷമം കൂട്ടാൻ ഞാനാഗ്രഹിക്കുന്നില്ല, ആവശ്യമില്ലാതെ അയാളുടെ വികാരങ്ങൾ വിവരിച്ചുകൊണ്ട് തികഞ്ഞ മാന്യനെപോലെയാണയാൾ പെരുമാറിയത് – ഒരു ഉദാരമതിയെപ്പോലെ, തന്റെ ഹൃദയവും മനോഭാവവും അയാൾ വളരെ ഭംഗിയായി എനിക്ക് തുറന്നു കാട്ടി. നിന്റെ മനോവിഷമത്തെക്കുറിച്ച് ഞാൻ അവതരിപ്പിച്ചപ്പോൾ, ഉടനെ, വളരെ പരിഗണനയോടെ നിന്നെ അപ്പോൾ കാണേണ്ടതില്ലെന്നയാൾ പറഞ്ഞു. കാണാനുള്ള നിർബന്ധം നിർത്തി."

അപ്പോൾ ഫാന്നി മുഖമുയർത്തി നോക്കി, പിന്നെ ദൃഷ്ടിതാഴ്ത്തി. "തീർച്ചയായും" അവളുടെ അങ്കിൾ തുടർന്നു: "അയാൾ നിന്നോട് ഒറ്റയ്ക്ക്

സംസാരിക്കാൻ അഭ്യർഥിച്ചേക്കും, അഞ്ച് മിനിറ്റ് മാത്രം. സ്വാഭാവികമായൊരഭ്യർഥന. എന്നാൽ, സമയം ഉറപ്പിച്ചിട്ടില്ല. ഒരുപക്ഷേ, നാളെ അല്ലെങ്കിൽ, നിന്റെ മനസ്സ് എപ്പോൾ ശാന്തമാകുമോ അപ്പോൾ. ഇപ്പോൾ നിനക്ക് ശാന്തിയും സമാധാനവുമാണാവശ്യം. ഈ കണ്ണുനീർ തുടയ്ക്കുക. അത് നിന്നെ തളർത്തുകയേ ഉള്ളൂ. എന്നെ ബോധിപ്പിക്കാനായി ഇതുവേണ്ട, ഈ മനോവികാരം വലിച്ചെറിഞ്ഞു ശക്തമായൊരു മനസിന്നുടമയാകാൻ പരിശ്രമിക്കുക. കുറച്ചുനേരം പുറത്ത് പോയി നടക്കുവാൻ ഞാൻ നിന്നെ ഉപദേശിക്കുന്നു. ശുദ്ധവായു നിനക്കുണർവേകും. കുറച്ചുനേരം തോട്ടത്തിൽ പോയി നടക്കുക; ശുദ്ധവായു ശ്വസിച്ചു ചെറിയൊരു വ്യായാമം ആകട്ടെ. പിന്നെ, ഫാന്നി (ഒരുനിമിഷം പിൻതിരിഞ്ഞു നോക്കിക്കൊണ്ട്) ഇവിടെ നടന്നതൊന്നും ഞാൻ താഴെയുള്ളവരോട് പറയുകയില്ല; നിന്റെ ബെർട്രാം ആന്റിയോടുപോലും സൂചിപ്പിക്കില്ല. നിരാശപരത്തേണ്ട ആവശ്യമില്ലല്ലൊ, നീയും ആരോടും ഒന്നും പറയേണ്ട."

സന്തോഷപൂർവം അനുസരിക്കാവുന്ന ഒരു ഉത്തരവായിരുന്നു അത്. ഈ ദയാപൂർവമുള്ള പ്രവൃത്തി അവളുടെ ഹൃദയത്തെ സ്പർശിച്ചു. ആന്റി നോറിസിന്റെ കടുത്തശകാരത്തിൽ നിന്നൊരു മോചനം! നന്ദിപൂർവം അദ്ദേഹം അവളെ വിട്ടുപോയി. ഇത്തരം ശകാരത്തെക്കാൾ അസഹനീയമായി മറ്റൊന്നില്ല, മിസ്റ്റർ ക്രാഫോർഡിനെ കാണുന്നതുപോലും!

അങ്കിൾ നിർദേശിച്ചപ്രകാരം അവൾ പുറത്തേക്ക് നടന്നു. കഴിയാവുന്നത്ര അദ്ദേഹത്തിന്റെ ഉപദേശം ശിരസാവഹിച്ചു. കണ്ണുനീർ തടഞ്ഞു, ഉത്സാഹം വീണ്ടെടുക്കാൻ ആത്മാർഥമായി ശ്രമിച്ചു, മനസിന് കരുത്തേകാൻ നോക്കി. അദ്ദേഹത്തിന്റെ സന്തോഷമാണ് തന്റെ അഭിലാഷമെന്ന് തെളിയിക്കാനവൾ ആഗ്രഹിച്ചു. അദ്ദേഹത്തിന്റെ ഇഷ്ടം വീണ്ടും കരസ്ഥമാക്കാൻ കൊതിച്ച് മറ്റൊരു പ്രയത്നവുംകൂടി അദ്ദേഹം അവൾക്ക് നൽകിയല്ലോ, ഇക്കാര്യങ്ങളെല്ലാം സ്വന്തം ആന്റിമാരിൽനിന്നും മറച്ചുവെക്കുക. അവളുടെ നോട്ടത്തിൽനിന്നോ പെരുമാറ്റത്തിൽനിന്നോ അവർക്ക് സംശയം തോന്നാതിരിക്കണം. നോറിസ് ആന്റിയിൽനിന്ന് രക്ഷപ്പെടുക ക്ലേശകരം തന്നെയാണ്.

നടത്തംകഴിഞ്ഞ് വീട്ടിൽ തിരിച്ചെത്തി സ്വന്തം കിഴക്കെമുറിയിലെത്തിയപ്പോൾ അവൾ ശരിക്കും അത്ഭുതസ്തബ്ധയായി! അവളുടെ ദൃഷ്ടി ആദ്യം പതിച്ചത്, ജ്വലിച്ചുകൊണ്ടിരിക്കുന്ന അഗ്നികുണ്ഡത്തിലാണ്. ഒരു ഫയർ! അത് വളരെ അധികമായിപ്പോയി, പ്രതീക്ഷയ്ക്കപ്പുറം! ആ സമയത്ത് അവൾക്ക് അത്തരമൊരു സുഖസൗകര്യം നൽകുക, അവളിൽ വേദന നിറഞ്ഞ കൃതജ്ഞത കവിഞ്ഞൊഴുകി. വീണ്ടും ഇത്രയും നിസ്സാരകാര്യങ്ങൾ ഓർത്തിരിക്കാനുള്ള മനോനില സർ. തോമസിനുണ്ടല്ലൊ എന്നവൾ അതിശയിച്ചു. അത് ശരിപ്പെടുത്താനായി എത്തിയ ഭൃത്യയിൽനിന്നും ഈ 'ഫയർ പ്ലേസ്' സ്ഥിരമായി അവിടെ ഉണ്ടാകുമെന്നവൾ അറിഞ്ഞു. സർ. തോമസിന്റെ ഉത്തരവാണത്.

"എനിക്ക് നന്ദിയില്ലായ്മകാണിക്കാൻ കഴിയുമെങ്കിൽ, ഞാനൊരു ക്രൂരയായിരിക്കണം." അവൾ ആത്മഗതമായി പറഞ്ഞു: "നന്ദിയില്ലാത്തവളായതിന് ദൈവം എന്നെ രക്ഷിക്കട്ടെ!"

ഡിന്നർ സമയംവരെ അവൾ അങ്കിളിനെയോ നോറിസ് ആന്റിയെയോ കണ്ടില്ല. അങ്കിളിന്റെ പെരുമാറ്റത്തിൽ മാറ്റമുണ്ടാകുമെന്നവൾക്ക് പ്രതീക്ഷയില്ലായിരുന്നു; അത്തരം ഒരു സൂചനയൊന്നും അദ്ദേഹത്തിൽ നിന്നുണ്ടായിട്ടില്ല; അങ്ങനെ ഉദ്ദേശിച്ചിട്ടില്ലെന്നവൾക്കുറപ്പാണ്, എന്തെങ്കിലും തോന്നിയെങ്കിൽ അതവളുടെ ഭാവനമാത്രം. എന്നാൽ, ആന്റി അവളുമായി വഴക്കിടാൻ തുടങ്ങി. ആന്റിയുടെ അറിവില്ലാതെ അവൾ നടക്കാൻ പോയതിലായിരുന്നു ദേഷ്യം.

"നീ പോകുന്നകാര്യം ഞാനറിഞ്ഞിരുന്നെങ്കിൽ, എന്റെ വീടുവരെ പോയി 'നാന്നി'ക്കുള്ള ചില നിർദേശങ്ങൾ കൊടുക്കാമായിരുന്നു." അവൾ പറഞ്ഞു: "ബുദ്ധിമുട്ടി അവിടംവരെ എനിക്ക് സ്വയം പോകേണ്ടിവന്നു. സമയമില്ലാത്ത എനിക്കത്, നീ പോകുന്നകാര്യമറിഞ്ഞിരുന്നെങ്കിൽ വലിയൊരു സഹായമായേനെ. നിന്നെ സംബന്ധിച്ചിടത്തോളം ഒരു വ്യത്യാസവും അതുകൊണ്ട് ഉണ്ടാകാൻ പോകുന്നില്ല എന്ന് ഞാൻ കരുതുന്നു. തോട്ടത്തിൽ നടന്നാലും എന്റെ വീട്ടിലേക്ക് നടന്നാലും എന്ത് വ്യത്യാസമാണ്."

"തോട്ടം നനവില്ലാത്ത സ്ഥലമായതിനാൽ ഞാനാണ് ഫാന്നിയോട് അവിടെ നടക്കാൻ നിർദേശിച്ചത്" സർ. തോമസ് പറഞ്ഞു.

"ഓഹ്!" ഒന്ന് അറച്ചുനിന്നശേഷം മിസിസ് നോറിസ് തുടർന്നു "നിങ്ങൾ വളരെ ദയാലുവാണ്, സർ. തോമസ്. എന്നാൽ, നിങ്ങൾക്കറിയില്ല, എന്റെ വീട്ടിലേക്കുള്ള പാത എത്ര വരണ്ടതാണെന്ന്. വളരെ സുഖകരമായി ഫാന്നിക്ക് നടക്കാൻ പറ്റുമായിരുന്നെന്നെനിക്കുറപ്പാണ്. അതുകൊണ്ട് എന്തെങ്കിലും പ്രയോജനമുണ്ടാകുമായിരുന്നു, അവളുടെ ആന്റിക്കൊരു സഹായവും. എല്ലാം അവളുടെ കുറ്റമാണ്. അവൾ പുറത്തുപോകുകയാണെന്നൊന്നു പറഞ്ഞാൽ മാത്രം മതി. എന്നാൽ, ഫാന്നിക്ക് ചില പ്രത്യേകതകളുണ്ട്, നേരത്തെതന്നെ ഞാനത് ശ്രദ്ധിച്ചിട്ടുണ്ട്. അവളുടേതായ രീതിയിലേ അവൾ എന്തും ചെയ്യൂ. ആരും ഒന്നും നിർദേശിക്കുന്നതവൾക്കിഷ്ടമല്ല. അവൾക്കിഷ്ടമുള്ളപ്പോൾ തന്നിഷ്ടപ്രകാരം നടക്കുന്നു, സ്വതന്ത്രയായി. അവളെന്തോ രഹസ്യം കാത്തുസൂക്ഷിക്കുന്നു, അതുപോലെ സ്വാതന്ത്ര്യം, നോൺസെൻസ്. അത് മാറ്റുന്നതാണ് ഭേദം, അതാണെന്റെ ഉപദേശം."

കുറച്ചുമുമ്പ് സർ. തോമസും ഇതേ അഭിപ്രായമാണ് പ്രകടിപ്പിച്ചതെങ്കിലും മിസിസ് നോറിസിന്റെ അഭിപ്രായം അനീതിയായി അദ്ദേഹത്തിന് തോന്നി. അദ്ദേഹം വിഷയം മാറ്റാൻ ശ്രമിച്ചു. പലപ്രാവശ്യത്തെ ഉദ്യമത്തിനുശേഷം മാത്രമേ അദ്ദേഹത്തിനതിൽ വിജയിക്കാനായുള്ളു. കാരണം, അദ്ദേഹം എത്രത്തോളം തന്റെ നീസിനെ ഇഷ്ടപ്പെടുന്നു, അവളെക്കുറിച്ച് എത്രത്തോളം നല്ല അഭിപ്രായം നിലനിർത്തുന്നു എന്ന് മിസിസ് നോറിസിന് മുമ്പോ ഇപ്പോഴോ അളക്കാൻ കഴിഞ്ഞിട്ടില്ല. അതുപോലെ സ്വന്തം മക്കളുടെ കഴിവിനെ ഫാന്നിയുടേതിനെക്കാൾ എത്രത്തോളം പൊക്കിക്കാണിക്കണമെന്നും! ഡിന്നറിലെ പകുതി സമയവും,

ഫാന്നിയുടെ ഒറ്റയ്ക്കുള്ള നടത്തത്തെക്കുറിച്ച് ശാസിച്ചുകൊണ്ടിരിക്കയായിരുന്നു അവൾ.

ഒടുവിൽ അതവസാനിച്ചു. രാത്രി ആയപ്പോൾ ഫാന്നിയുടെ മനസിനൽപ്പം ശാന്തി നേടാനായി; ക്ഷുഭിതമായ പ്രഭാതത്തിനുശേഷം പ്രതീക്ഷിക്കാത്ത ആശ്വാസമാണവൾക്ക് തോന്നിയത്. എന്തായാലും താൻ ചെയ്തത് ശരിയാണെന്നും, താൻ തെറ്റായ മാർഗത്തിലേക്ക് നയിക്കപ്പെട്ടിട്ടില്ലെന്നും അവൾ ദൃഢമായി വിശ്വസിച്ചു, തന്റെ തീരുമാനം സത്യസന്ധമാണ്. തന്റെ ഉദ്ദേശ്യങ്ങൾ പരിശുദ്ധമാണെന്നവൾക്ക് മറുപടി പറയാനാകും, അതാണ് പ്രഥമ പ്രധാനമായകാര്യം. രണ്ടാമതായി, അങ്കിളിന്റെ ഇഷ്ടക്കേട് കുറയുകയാണെന്നവൾ വിശ്വസിച്ചു, നിഷ്പക്ഷമായി അദ്ദേഹം ചിന്തിക്കുമ്പോൾ ഇനിയും അത് കുറഞ്ഞുകൊണ്ടിരിക്കും. സ്നേഹമില്ലാതെ വിവാഹം കഴിക്കുന്നത് എത്ര വൃത്തികെട്ടതും നിരാശാജനകവും അക്ഷന്തവ്യവുമായ പ്രവൃത്തിയാണെന്ന് നല്ലവനായ അങ്കിൾ കരുതുമെന്നവൾ ആശിച്ചു.

നാളെ നടന്നേക്കാവുന്ന, മിസ്റ്റർ ക്രാഫോർഡുമായുള്ള കൂടിക്കാഴ്ച കഴിഞ്ഞാൽ, ആ വിഷയം എന്നെന്നേക്കുമായി അവസാനിക്കുമെന്നവൾ സന്തോഷത്തോടെ ഓർത്തു. മിസ്റ്റർ ക്രാഫോർഡ് ഒരിക്കൽ മാൻസ്ഫീൽഡിൽനിന്നു പോയാൽ, അങ്ങനെ ഒരു സംഭവം ഉണ്ടായിട്ടേ ഇല്ല എന്നതുപോലെ തോന്നിക്കും. തന്നോടയാൾക്ക് തോന്നിയ സ്നേഹം മിസ്റ്റർ ക്രാഫോർഡിനെ വിഷമിപ്പിക്കുകയേ ഇല്ല എന്നവൾ വിശ്വസിച്ചു. അയാളുടെ മനസ്സ് അത്തരത്തിലുള്ളതല്ല. ലണ്ടൻ അവനെ വേഗം സുഖപ്പെടുത്തും. താൻ അകപ്പെട്ടുപോയ മോഹവലയത്തെക്കുറിച്ച് മനസിലാക്കി അത്ഭുതപ്പെടും, അവളുടെ യുക്തിയിൽ നന്ദിയുള്ളവനാകും, ദുഷ്കരമായ അനന്തരഫലത്തിൽനിന്ന് രക്ഷപ്പെട്ടതിൽ സന്തോഷിക്കും.

ഇത്തരം ആശാവഹമായ ചിന്തകളിൽ ഫാന്നി മുഴുകിയിരിക്കവെ അവളുടെ അങ്കിൾ ചായകഴിച്ചശേഷം ആരോ വിളിച്ചതിനാൽ മുറിവിട്ട് പുറത്തേക്കുപോയി. ഇടയ്ക്കങ്ങനെ ഉണ്ടാകാറുണ്ട്. അതവളത്ര കാര്യമാക്കിയില്ല. എന്നാൽ, പത്തുമിനിറ്റിനുശേഷം ബട്ളർ നേരെ അവളുടെ അടുത്തുവന്ന് പറഞ്ഞു: "സർ. തോമസ് നിങ്ങളോട് സംസാരിക്കാനാഗ്രഹിക്കുന്നു, അദ്ദേഹത്തിന്റെ മുറിയിൽ." എന്തായിരിക്കാം നടക്കുന്നതെന്നവൾ ചിന്തിച്ചുനോക്കി. തന്റെ മനസിൽ പൊങ്ങിവന്ന സംശയം അവളെ തളർത്തി, മുഖംവിളർത്തു. അവൾ ഉത്തരവനുസരിക്കാനായി പെട്ടെന്ന് എഴുന്നേറ്റപ്പോൾ, മിസിസ് നോറിസ് ഉറക്കെ വിളിച്ചു പറഞ്ഞു "നിൽക്കൂ, നിൽക്കൂ, ഫാന്നി! എന്തിനാണ് നിന്റെ ഒരുക്കം? – എവിടേക്കാണ് നീ പോകുന്നത്? – അത്ര ധൃതിപിടിക്കേണ്ട. നിന്നെയല്ല വിളിച്ചത്, എന്നെയാണ്. (ബട്ളറുടെ നേരെ നോക്കി) എന്നാൽ, എന്ത് താൽപ്പര്യത്തോടെയാണ് നീ ഓടിച്ചെല്ലുന്നത്. നിന്നെ സർ. തോമസ് വിളിക്കേണ്ട ആവശ്യമെന്താണ്? എന്നെയാണത്, ബാസ്സലെ, എനിക്കുറപ്പാണ്, സർ. തോമസ് ആവശ്യപ്പെട്ടത് എന്നെയാണ്, മിസ് പ്രൈസിനെയല്ല."

എന്നാൽ, ബാസ്സലെ ദൃഢമായി മറുപടിനൽകി, “അല്ല, മാം, അത് മിസ് പ്രൈസിനെയാണ്; മിസ് പ്രൈസിനെയാണെന്നെനിക്കുറപ്പാണ്.” അയാളുടെ പാതി പുഞ്ചിരിയുടെ അർഥം ഇതായിരുന്നു. “അദ്ദേഹം ഉദ്ദേശിച്ചകാര്യത്തിന് നിങ്ങൾക്ക് മറുപടി പറയാനാകുമെന്ന് ഞാൻ കരുതുന്നില്ല.”

വളരെ അതൃപ്തിയോടെ മിസിസ് നോറിസ് സ്വന്തം പണിയിലേക്ക് തിരിഞ്ഞു. അസ്വസ്ഥതയോടെ ഫാന്നി നടന്നുചെന്നുപെട്ടത്, അവൾ ഭയപ്പെട്ടതുപോലെ ഒറ്റയ്ക്ക് നിൽക്കുന്ന മിസ്റ്റർ ക്രാഫോർഡിന്റെ മുന്നിലായിരുന്നു!

2

ഫാന്നി ആസൂത്രണം ചെയ്തതുപോലെ കൂടിക്കാഴ്ച അത്ര ഹ്രസ്വമോ, പരിസമാപ്തമോ ആയിരുന്നില്ല. ആ മാന്യൻ അത്ര എളുപ്പം തൃപ്തിപ്പെടുന്നവനല്ലായിരുന്നു. സ്ഥിരോത്സാഹത്തോടെ കാത്തിരിക്കാനയാൾ തയാറാണ്, സർ. തോമസിന്റെ ആഗ്രഹംപോലെ ഒന്നാമതായി, മിസ്റ്റർ ക്രാഫോർഡ് ഒരു പൊങ്ങച്ചക്കാരനാണ്. അവന്റെ പെരുമാറ്റത്തിലതിന് വലിയ സ്വാധീനമുണ്ട്, അവൾ തന്നെ സ്നേഹിക്കുന്നുണ്ടെന്നയാൾ കരുതി, അവൾക്കതിനെക്കുറിച്ചറിയുകപോലുമില്ലെങ്കിലും രണ്ടാമതായി, അവളുടെ നില ഒടുവിൽ മനസിലാക്കിയപ്പോൾ കാലക്രമേണ അവളെക്കൊണ്ട് തന്റെ ആഗ്രഹപ്രകാരം പ്രേമിപ്പിക്കാൻ കഴിയുമെന്നയാൾ വിശ്വസിച്ചു.

അയാൾ പ്രേമത്തിലാണ്, അഗാധമായ പ്രേമത്തിൽ. ആത്മീയവും അനശ്വരവുമായൊരു തലത്തിലാണ് ആ പ്രേമം! അതിപ്പോൾ തടഞ്ഞുനിർത്തേണ്ടിവന്നതിനാൽ, പരിണിത ഫലം എന്തായിരിക്കുമെന്നറിയില്ല. ഊഷ്മളമായ അവന്റെ പ്രേമം അവളെ പ്രേമിപ്പിക്കാൻ നിർബന്ധിതയാക്കും എന്നയാൾ കരുതി.

അയാൾ നിരാശനാവില്ല, പിന്മാറില്ല; ദൃഢമായ ബന്ധം കെട്ടിപ്പടുക്കാനാവുമെന്നയാൾ യുക്തിയുക്തം സമർഥിച്ചു. അവളോടൊപ്പം സുഖസമൃദ്ധമായ നീണ്ട ദാമ്പത്യജീവിതം നയിക്കാനുള്ള ഗുണങ്ങൾ അവളിലുണ്ടെന്നയാൾ വിശ്വസിച്ചു. അവളുടെ ഇപ്പോഴത്തെ പെരുമാറ്റം, താൽപ്പര്യമില്ലായ്മയും മൃദുലസ്വഭാവവും (വളരെ വിരളമായി കാണാവുന്ന ഗുണങ്ങളാണെന്നയാൾ വിശ്വസിച്ചു) അയാളുടെ ആശ വളർത്തുകയാണുണ്ടായത്). സ്വന്തം തീരുമാനങ്ങൾ അരക്കിട്ട് ഉറപ്പിക്കുവാനും! മുൻനിശ്ചയത്തോടെ ഇരിക്കുന്ന കരുത്താർജിച്ച ഹൃദയത്തോടാണ് തനിക്ക് പൊരുതേണ്ടതെന്നയാൾക്കറിയില്ല; അയാൾക്ക് യാതൊരു സന്ദേഹവുമില്ല. അവൾ ഈ വിഷയത്തെകുറിച്ചത്ര ഗഹനമായി ഒരിക്കലും ചിന്തിച്ചിട്ടുണ്ടാവില്ല എന്നയാൾ കരുതി, അതുകൊണ്ട് പ്രശ്നമൊന്നുമുണ്ടാകില്ല.ഊഷ്മളമായ സ്നേഹത്തോടെയായിരുന്നു അയാളുടെ പെരുമാറ്റം. അയാളുടെ വിനയംമൂലം ഉദ്ദേശ്യങ്ങൾ മനസിലാക്കാനവൾക്കായില്ല. അപ്രതീക്ഷിതമായി പെട്ടെന്നയാളിൽ നിന്നുയരുന്ന അഭിപ്രായ പ്രകടനങ്ങൾ അവ

ളുടെ ഭാവനയ്ക്കപ്പുറത്തായിരുന്നു.

തീർച്ചയായും അത് തുടർന്നുപോകില്ല, തന്നെ മനസിലാക്കിയാൽ അയാൾ വിജയിക്കില്ലേ? – പൂർണമായും അതയാൾ വിശ്വസിച്ചു. അയാളുടേതുപോലുള്ളൊരു പ്രേമം നിരന്തരമായ യത്നത്തിലൂടെ തിരിച്ചു പിടിക്കാനാകും, അത് വിദൂരമല്ല. അവളുടെ സ്നേഹം പെട്ടെന്ന് നേടാനാകുമെന്നയാൾ ആനന്ദത്തോടെ വിഭാവനം ചെയ്തിരുന്നു. എന്നാൽ, ഇപ്പോൾ അവൾ സ്നേഹിക്കുന്നില്ലെന്നറിഞ്ഞിട്ടും അയാൾ ഖേദിച്ചില്ല. ചെറിയ ചില ബുദ്ധിമുട്ടുകൾ തരണം ചെയ്യേണ്ടതുണ്ട്. അതൊരു ദോഷമായി മിസ്റ്റർ ക്രാഫോർഡ് കണ്ടിട്ടില്ല. ഹൃദയങ്ങൾ കീഴടക്കാൻ കഴിവുള്ളവനാണയാൾ. നൂതനമായ, ചൂടുപിടിച്ച, ഒരു പരിതഃസ്ഥിതിയിലാണയാളിപ്പോൾ!

എന്തായാലും ജീവിതകാലംമുഴുവൻ എതിർപ്പുകൾ മാത്രം അറിഞ്ഞിട്ടുള്ള ഫാന്നിക്ക് ഇതിൽ യാതൊരാകർഷണവും തോന്നിയില്ല, ഒന്നും മനസിലായില്ല. സ്ഥിരോത്സാഹത്തോടെ യത്നിക്കാനാണയാളുടെ ഉദ്ദേശ്യമെന്നവൾ മനസിലാക്കി. തന്റേതായ ഭാഷയിൽ മനസിലുള്ള കാര്യങ്ങൾ തുറന്ന് പറഞ്ഞിട്ടും അയാൾക്കെങ്ങനെ അത് പിടികിട്ടിയില്ല? താനയാളെ സ്നേഹിക്കുന്നില്ലെന്നും, ഒരിക്കലും സ്നേഹിക്കാൻ കഴിയില്ലെന്നും ഉറപ്പിച്ചു പറഞ്ഞതാണ്. അത്തരം ഒരു മാറ്റം തികച്ചും അസാധ്യമാണ്; ആ വിഷയംതന്നെ അവൾക്ക് വേദനാജനകമാണ്. അക്കാര്യം ഇനിയൊരിക്കലും ആവർത്തിക്കരുതെന്ന് അയാളോട് അഭ്യർഥിക്കണം. തന്നെ വെറുതെ വിടണമെന്നും, ഈ വിഷയം ഇതോടെ അവസാനിച്ചെന്നും അറിയിക്കണം. താൻ കൂടുതൽ നിർബന്ധിക്കപ്പെട്ടാൽ, തങ്ങളുടെ മനോഭാവങ്ങൾ കടകവിരുദ്ധമാണെന്നും, സ്നേഹബന്ധം ഒരിക്കലും പൊരുത്തപ്പെട്ടുപോകില്ലെന്നും തുറന്നടിക്കും. വിദ്യാഭ്യാസവും, രീതിയും, പ്രകൃതവും വെച്ച് നോക്കുമ്പോൾ ഒരിക്കലും യോജിച്ച് പോകില്ല. തികഞ്ഞ ആത്മാർഥതയോടെ ഇതെല്ലാം അവൾ പറഞ്ഞിട്ടുള്ളതാണ്. എന്നാലും, അത് പോരാ, കാരണം, അവരുടെ സ്വഭാവങ്ങളിൽ പൊരുത്തക്കേടോ, പ്രതികൂല സാഹചര്യങ്ങളോ ഇല്ലെന്നയാൾ ഉടനെ പ്രതികരിച്ചു; ഇപ്പോഴും അയാൾ സ്നേഹിക്കുന്നെന്നും, പ്രത്യാശിക്കുന്നെന്നും പ്രഖ്യാപിച്ചു!

താൻ ഉദ്ദേശിച്ചതെന്താണെന്ന് ഫാന്നിക്ക് നന്നായി അറിയാം, എന്നാൽ സ്വന്തം പെരുമാറ്റരീതിയെ വിധികൽപ്പിക്കാനായില്ല. അവളുടെ പെരുമാറ്റം വളരെ മാന്യമായ രീതിയിലാണ്. അത്രെത്തോളം തന്റെ ഉദ്ദേശ്യം ഉൾക്കൊണ്ടതായിരുന്നെന്ന് അവൾക്കറിയില്ല. അവളുടെ ആത്മവിശ്വാസകുറവ്, കൃതജ്ഞത, ആർദ്രത തുടങ്ങിയവ ഇഷ്ടക്കേട് പ്രകടിപ്പിക്കുന്നത് പര്യാപ്തമല്ലാതാക്കി; ആത്മത്യാഗമായി അത് കാണപ്പെട്ടു. അല്ലെങ്കിൽ, അവൾക്കും അയാൾക്കും ഒരുപോലെ വേദന തോന്നുന്ന ഭാവം. ഇപ്പോൾ മിസ്റ്റർ ക്രാഫോർഡ് പഴയ മിസ്റ്റർ ക്രാഫോർഡ് അല്ല, മരിയ ബെർട്രാമിന്റെ വഞ്ചകനായ രഹസ്യകാമുകനല്ല, അവളുടെ വെറുപ്പ് നേടിയവൻ. അന്നയാളെ കാണുന്നതോ, അയാളോട് സംസാരിക്കുന്ന

തോ, അവൾക്ക് വെറുപ്പായിരുന്നു. അയാളിൽ യാതൊരു സൽഗുണവുമില്ലെന്നവൾ വിശ്വസിച്ചു. സന്തുഷ്ടനാകാനുള്ള അയാളുടെ കഴിവിനെ അവൾ അംഗീകരിച്ചില്ല. ആ മിസ്റ്റർ ക്രാഫോർഡാണ് ഇപ്പോൾ അവളോട് ഉൽക്കടമായ, നിസ്വാർഥമായ സ്നേഹത്തെക്കുറിച്ച് പറയുന്നത്. അയാൾ ഇപ്പോൾ അന്തസുള്ളവനും സത്യസന്ധനുമായി മാറിയിരിക്കുന്നു! വിവാഹബന്ധത്തിന്റെ പവിത്രതയിലാണ് യഥാർഥ സന്തോഷം എന്നയാൾ കണ്ടെത്തിയിരിക്കുന്നു. അവളുടെ ഗുണഗണങ്ങളെക്കുറിച്ച് വാചാലനാകുന്നു, തന്റെ പ്രേമത്തെക്കുറിച്ച് വീണ്ടും വീണ്ടും വർണിക്കുന്നു, തനിക്കറിയാവുന്ന വാക്കുകൾ ഉപയോഗിച്ച് അത് തെളിയിക്കാൻ ശ്രമിക്കുന്നു. ഭാഷയിലും സ്വരത്തിലും ആവേശത്തിലും അവളുടെ കുലീനതയെയും മനോഗുണത്തെയും വാഴ്ത്തുന്നു. അതിനെല്ലാം പുറമെ വില്യമിന് പ്രൊമോഷൻ വാങ്ങിക്കൊടുത്തവനാണ് ഇന്ന് മിസ്റ്റർ ക്രാഫോർഡ്!

ഇവിടെ ആണ് മാറ്റം! ഇവിടെയാണ് നടത്താനാവാത്ത അവകാശങ്ങൾ. സതർട്ടൻ സംഭവത്തിന്റെ പേരിലോ, മാൻസ്ഫീൽഡ് പാർക്കിലെ തിയേറ്ററിന്റെ പേരിലോ, ദേഷ്യത്തോടെ അവൾ അയാളെ നിന്ദിച്ചിട്ടുണ്ടാകും. എന്നാൽ, വ്യത്യസ്ത പെരുമാറ്റം അർഹിക്കുന്ന അവകാശത്തോടെയാണയാൾ ഇപ്പോൾ അവളെ സമീപിച്ചത്. അവൾക്ക് മര്യാദയോടെയേ പെരുമാറാനാകൂ. അവൾ സഹാനുഭൂതിയുള്ളവളായിരിക്കണം. ആദരിക്കപ്പെട്ടവളാണെന്ന വിചാരമുണ്ടായിരിക്കണം. സ്വന്തം നിലയ്ക്കായാലും സഹോദരന്റെ പേരിലായാലും നല്ല നന്ദിയുള്ളവളായിരിക്കണം. മൊത്തത്തിൽ ദയയും വിക്ഷോഭവും ആയിരുന്നു അതിന്റെ ഫലം. കടപ്പാടും ഉൽക്കണ്ഠയും അവളുടെ നിരാകരണത്തിനുപയോഗിച്ച വാക്കുകളിൽ കൂടിക്കലർന്നിരുന്നു, അതും പൊങ്ങച്ചക്കാരനായ ക്രാഫോർഡിനെപോലൊരു വ്യക്തിയോട്! ഒന്നുമില്ലെങ്കിലും അവളുടെ കടുത്ത അനാസ്ഥ ശരിക്കും ചോദ്യം ചെയ്യപ്പെട്ടേക്കാം. ഫാന്നി കരുതുന്നതുപോലെ അത്ര അവിവേകിയൊന്നുമല്ല അയാൾ. സ്ഥിരോത്സാഹം, നിത്യ പരിശ്രമം, നൈരാശ്യബോധമില്ലായ്മ എന്നീ കാര്യങ്ങളിൽ അയാളത്ര യുക്തിഹീനനൊന്നുമല്ല.

വൈമനസ്യത്തോടെയായിരുന്നു അയാൾ പോകാനനുവദിച്ചത്; എന്നാൽ, സംസാരത്തിൽ നിരാശയുടെ ലാഞ്ഛനയൊന്നുമില്ലായിരുന്നു, താൻ യുക്തിഹീനനല്ലെന്ന ആശ അവൾക്ക് നൽകാനയാൾ ശ്രമിച്ചു, മുമ്പ് പ്രഖ്യാപിച്ചിട്ടുള്ളതുപോലെത്തന്നെ.

ഇപ്പോൾ അവൾ കുപിതയാണ്. സ്ഥിരോത്സാഹത്തോടെയുള്ള യത്നത്തിന്റെ പേരിലവൾക്ക് നീരസം തോന്നി, അത്രയ്ക്ക് സ്വാർഥവും സങ്കുചിതവും. മുമ്പവളെ സ്പർശിച്ച, വെറുപ്പിച്ച, അന്യരുടെ വികാരങ്ങളെക്കുറിച്ചുള്ള പരിഗണനയും ആദരവും! മിസ്റ്റർ ക്രാഫോർഡിനോട് അതുപോലെ വീണ്ടും ഇതാ ചിലത്! മുമ്പയാളെ കൊള്ളരുതാത്തവനായി അവൾ കണ്ടതാണ്. സ്വന്തം സന്തോഷമേ അയാൾ ചിന്തിക്കുന്നുള്ളൂ. തീർച്ചയായും മാനുഷികവികാരങ്ങളും മനുഷ്യത്വവും അയാൾക്കുണ്ടാ

കേണ്ടതാണ് – ആഹ്! ഒരു കടമയെന്നനിലയ്ക്ക് ആദർശം വിളമ്പാൻ എപ്പോഴും എങ്ങനെ പറ്റാനാണ്, ഹൃദയത്തിലത് കമ്മി ആയിരിക്കുമ്പോൾ അവളുടെ സ്നേഹം നിർബാധം നൽകിയിരുന്നെങ്കിൽ – ഒരുപക്ഷേ അത് അങ്ങനെ വേണമായിരിക്കാം – അയാൾ ഒരിക്കലും അതിൽ ആകർഷിക്കപ്പെടില്ലായിരുന്നു. മുകളിലെ തന്റെ മുറിയിൽ ധാരാളിത്തത്തോടെ തീ കാഞ്ഞിരുന്നുകൊണ്ട്, വിഷാദത്തോടെ ഫാന്നി ചിന്തിച്ചു – ഭൂതകാലവും വർത്തമാനകാലവും അതിശയത്തോടെ അവളുടെ മനസിലൂടെ കടന്നുപോയി. വരാൻ പോകുന്നതിനെക്കുറിച്ച് അത്ഭുതത്തോടെ ഓർത്തുനോക്കി. വിഭ്രാന്തി നിറഞ്ഞ ആ മനസിൽ ഒന്നും വ്യക്തമായില്ല. എന്നാൽ, ഒരുകാര്യം വ്യക്തമാണ്, ഒരു ചുറ്റുപാടിലും നിർബന്ധിച്ച് തന്നെക്കൊണ്ട് മിസ്റ്റർ ക്രാഫോർഡിനെ സ്നേഹിപ്പിക്കാനാവില്ല. പിന്നെ സംതൃപ്തിയോടെ തീ കാഞ്ഞുകൊണ്ട് ചിന്തയിൽ മുഴുകി.

ആ യുവതീയുവാക്കൾക്കിടയിൽ നടന്നതെന്തെന്നറിയാൻ പിറ്റേന്നുവരെ ക്ഷമയോടെ കാത്തിരിക്കാൻ സർ. തോമസ് സ്വയം തയാറായി. പിന്നീടദ്ദേഹം മിസ്റ്റർ ക്രാഫോർഡിനെ കണ്ടു. അയാളുടെ വിശദീകരണം കേട്ടു. നിരാശയായിരുന്നു ആദ്യ പ്രതികരണം; കൂടുതൽ നല്ല കാര്യങ്ങളാണദ്ദേഹം പ്രതീക്ഷിച്ചിരുന്നത്. ക്രാഫോർഡിനെപ്പോലൊരു യുവാവിന്റെ ഒരു മണിക്കൂർ നീണ്ടുനിന്ന അഭ്യർഥന, മൃദുലയായ ഫാന്നിയെപോലൊരു പെൺകുട്ടിയിൽ മാറ്റങ്ങൾ സൃഷ്ടിക്കാനായില്ലല്ലോ എന്നദ്ദേഹം ചിന്തിച്ചു. എന്നാൽ, പ്രതീക്ഷാനിർഭരമായ സ്ഥിരപ്രയത്നത്തെക്കുറിച്ച് ദൃഢമായ കാഴ്ചപ്പാട് കാമുകനിൽ നിന്നറിഞ്ഞപ്പോൾ പെട്ടെന്ന് ആശ്വാസം തിരിച്ചുകിട്ടി. വിജയത്തിൽ ദൃഢവിശ്വാസം അയാൾ പ്രകടിപ്പിച്ചപ്പോൾ, സർ. തോമസിനത് ആശ്രയിക്കാമെന്ന് തോന്നി.

അയാൾ ഒന്നും വിട്ടുകളഞ്ഞില്ല, ഉപചാരം, അഭിനന്ദനം, അല്ലെങ്കിൽ കരുണ അതയാളുടെ പദ്ധതിയെ സഹായിക്കും. മിസ്റ്റർ ക്രാഫോർഡിന്റെ അചഞ്ചലമായ പ്രേമബന്ധം ആദരിക്കപ്പെട്ടു, ഫാന്നി പ്രശംസിക്കപ്പെട്ടു. ഇപ്പോഴും ആ ബന്ധം ലോകത്തിലെ ഏറ്റവും അഭിലഷണീയംതന്നെയാണ്. മാൻസ്ഫീൽഡ് പാർക്കിൽ മിസ്റ്റർ ക്രാഫോർഡിന് എന്നും സ്വാഗതമാണ്. എപ്പോഴൊക്കെ വരണമെന്ന് സ്വയം തീരുമാനിക്കാം, ഇപ്പോഴായാലും ഭാവിയിലായാലും. ഫാന്നിയുടെ വീട്ടുകാർക്കും ബന്ധുക്കൾക്കും ഒരേയൊരു അഭിപ്രായമേ ഉള്ളൂ. ഈ വിഷയത്തിൽ ഒരേയൊരു ആഗ്രഹമേ ഉള്ളൂ. അവളെ സ്നേഹിക്കുന്നവരുടെ സ്വാധീനം ഒരേ വഴിക്ക് തിരിയണം.

പ്രോത്സാഹിപ്പിക്കാൻ ഉതകുന്നതെല്ലാം അവർ സംസാരിച്ചു, ഓരോ പ്രോത്സാഹനവും നന്ദി നിറഞ്ഞ ആഹ്ലാദത്തോടെ സ്വീകരിക്കപ്പെട്ടു. പിന്നെ ആ മാന്യന്മാർ ഏറ്റവും നല്ല സുഹൃത്തുക്കളായി പിരിഞ്ഞു.

കാര്യങ്ങൾ ഇപ്പോൾ ഉറച്ച ഒരു നിലയിലെത്തിയ സന്തോഷത്തിൽ, തന്റെ 'നീസി'നോട് ശല്യപ്പെടുത്തുന്നതരം അപേക്ഷകൾ നടത്താതിരിക്കാൻ ദൃഢനിശ്ചയമെടുത്തു, തുറന്ന് ഇടപെടുകയേയില്ല. അവളുടെ മനോഭാവം വെച്ച് നോക്കുമ്പോൾ കാരുണ്യത്തോടെ പെരുമാറുന്നതാണ് കാര്യം നട

ക്കാൻ ഏറ്റവും നല്ല മാർഗം എന്നദ്ദേഹം വിശ്വസിച്ചു. ഒരു വശത്തുനിന്നു മാത്രമേ അഭ്യർഥന പാടുള്ളൂ. അവളുടെ കുടുംബത്തിന്റെ സംയമനം പാലിക്കൽ അതിനെ ആദരിച്ചുകൊണ്ടവൾ അവരുടെ ആഗ്രഹത്തിന് വഴങ്ങുമെന്ന കാര്യത്തിൽ സംശയമില്ല; അത് മുന്നോട്ട് നീക്കുന്നതിനുള്ള ഏറ്റവും ഉറപ്പുള്ള മാർഗമതാണ്. അതനുസരിച്ച്, ആദ്യ അവസരത്തിൽ ത്തന്നെ സർ. തോമസ് ചെറിയൊരു ഗൗരവത്തോടെ അവളോട് പറഞ്ഞു.

"ശരി, ഫാന്നി, ഞാൻ മിസ്റ്റർ ക്രാഫോർഡിനെ വീണ്ടും കണ്ടു, നിങ്ങൾ തമ്മിലുള്ള കാര്യങ്ങളുടെ കിടപ്പ് വ്യക്തമായി അയാളിൽനിന്നും മനസിലാക്കി. ഏറ്റവും അസാധാരണമട്ടിലുള്ളൊരു യുവാവാണയാൾ. എന്തൊക്കെ ആയാലും, അസാമാന്യമായൊരു ബന്ധമാണ് നീ അയാളുടെ മനസിൽ സൃഷ്ടിച്ചിരിക്കുന്നതെന്ന് മനസിലാക്കണം. ചെറുപ്പമാണെങ്കിലും, മാറി മാറിക്കൊണ്ടിരിക്കുന്ന അസ്ഥിര പ്രേമത്തെക്കുറിച്ച് അറിയില്ലെങ്കിലും, ഇത്തരത്തിലുള്ള അയാളുടെ സ്ഥിരോത്സാഹത്തോടെയുള്ള കാത്തിരിപ്പ് അതിശയമാണെന്ന് മനസിലാക്കണം, നിരുത്സാഹപ്പെടുത്താനാവാത്തതാണ്. അയാൾക്കത് പൂർണമായും ഒരു വൈകാരികപ്രശ്നമാണ്. ഗുണമേന്മയൊന്നും അതിനയാൾ അവകാശപ്പെടുന്നില്ല; ഒരുപക്ഷേ, അർഹതയില്ലായിരിക്കാം. എന്നാലും, ഭംഗിയായി അത് തെഞ്ഞെടുത്ത നിലയ്ക്ക് അയാളുടെ സാന്ദ്രമായ സ്ഥിരത ആദരിക്കപ്പെടാതെ പറ്റില്ല. അസാധാരണത്വം ഇല്ലായിരുന്നെങ്കിൽ അയാളുടെ അശ്രാന്തപരിശ്രമത്തെ ഞാൻ നിന്ദിച്ചേനെ."

"തീർച്ചയായും, സർ" ഫാന്നി പറഞ്ഞു: "മിസ്റ്റർ ക്രാഫോർഡ് ആ രീതിയിൽ തുടരുന്നതിൽ എനിക്ക് ഖേദമുണ്ട് – അതെനിക്ക് വലിയ അഭിനന്ദനമാണ് നൽകിയതെന്നെനിക്കറിയാം, അർഹതയില്ലാത്തൊരു ബഹുമാനം; എന്നാൽ, എന്റെ കഴിവിനുമപ്പുറമാണെതെന്ന് ഞാൻ വിശ്വസിക്കുന്നു, ഞാനപ്രകാരം അയാളോട് പറഞ്ഞിട്ടുമുണ്ട്."

"എന്റെ പ്രിയപ്പെട്ടവളേ" സർ. തോമസ് ഇടയ്ക്കുകയറി പറഞ്ഞു: "അതിന്റെ ഒന്നും ആവശ്യമില്ല. നിന്റെ വികാരം ഞാൻ നന്നായി മനസിലാക്കുന്നു, എന്റെ ആശംസകൾ നിന്നോടൊപ്പമുള്ളതുപോലെ; അല്ലെങ്കിൽ ഖേദം നിന്നോടൊപ്പമുള്ളതുപോലെ. ഇതിൽ കൂടുതലൊന്നും ഇനി പറയാനോ ചെയ്യാനോ ഇല്ല. ഇപ്പോൾ മുതൽ ഈ വിഷയം ഇനി നമ്മൾക്കിടയിൽ ഉയർന്നുവരില്ല. നിനക്കിനി അതോർത്ത് ഭയപ്പെടേണ്ടി വരില്ല, അല്ലെങ്കിൽ അസ്വസ്ഥയാകേണ്ടിവരില്ല. നിനക്കിഷ്ടമില്ലാത്ത ഒരാളെക്കൊണ്ട് നിന്നെ നിർബന്ധിച്ച് ഞാൻ വിവാഹം കഴിപ്പിക്കുമെന്ന് നീ കരുതേണ്ട. നിന്റെ സന്തോഷവും സുഖവും മാത്രമാണെന്റെ ലക്ഷ്യം. നിന്നിൽനിന്ന് ഞാനൊന്നും ആവശ്യപ്പെടുന്നില്ല. നിന്നെ വിശ്വസിപ്പിക്കാനുള്ള മിസ്റ്റർ ക്രാഫോർഡിന്റെ പ്രയത്നങ്ങളോട് ക്ഷമകാണിക്കുക, അവനോട് പൊരുത്തമില്ലാത്ത രീതിയിലാവരുത്. സ്വന്തം ഉത്തരവാദിത്വത്തിലാണയാൾ മുന്നോട്ടു നീങ്ങുന്നത്. നീ സുരക്ഷിതനിലയിലാണ്. അവനുമായി നീ കൂടിക്കാഴ്ച നടത്തുന്നത് ഞങ്ങളോടൊപ്പമായിരിക്കും, അസുഖകരമായ ചിന്തകളെല്ലാം വലിച്ചെറിയാം. ഉടനെ അയാൾ നോർത്തംടൻഷൈർ

വിടുകയാണ്, ഇനി ഇത്തരം ചെറിയ ത്യാഗങ്ങൾപോലും നിന്നോടാവശ്യപ്പെടില്ല. ഭാവി വളരെ അനിശ്ചിതത്വത്തിലാണ്. ഇനി, എന്റെ പ്രിയപ്പെട്ട ഫാന്നി, ഈ വിഷയം നമ്മൾക്കിടയിൽ ഒരു അടഞ്ഞ അധ്യായമാണ്."

വാഗ്ദാനം ചെയ്യപ്പെട്ട അയാളുടെ വേർപാട് മാത്രമാണ് ഫാന്നിക്ക് സംതൃപ്തിയോടെ ചിന്തിക്കാനായ ഏക വാർത്ത. അങ്കിളിന്റെ കരുണാർദ്രമായ മുഖഭാവവും, സംയമനത്തോടെയുള്ള പെരുമാറ്റവും അവളെ വല്ലാതെ സ്പർശിച്ചു. സത്യാവസ്ഥ എത്രത്തോളം അദ്ദേഹത്തിന് അജ്ഞാതമാണെന്ന് ചിന്തിച്ചപ്പോൾ, അദ്ദേഹത്തിന്റെ പെരുമാറ്റത്തിൽ അത്ഭുതപ്പെടേണ്ടതില്ലെന്ന് കരുതി. ഒരു പുത്രിയെ മിസ്റ്റർ റഷ്വർത്തിന് വിവാഹം കഴിച്ചുകൊടുത്ത ആളല്ലേ. അന്യരുടെ വികാരങ്ങളെക്കുറിച്ചുള്ള പരിഗണന തീർച്ചയായും അദ്ദേഹത്തിൽനിന്ന് പ്രതീക്ഷിക്കാനാവില്ല. അവൾ സ്വന്തം കർത്തവ്യം നിർവഹിക്കണം. കാലം അവളുടെ കർത്തവ്യം ഇന്നത്തെക്കാൾ ലഘൂകരിക്കുമെന്ന് പ്രത്യാശിക്കാം.

പതിനെട്ടുകാരിയാണെങ്കിലും, മിസ്റ്റർ ക്രാഫോർഡിന്റെ സ്നേഹം ശാശ്വതമായിരിക്കില്ലെന്ന് ചിന്തിക്കാനുള്ള വിവേകം അവൾക്കുണ്ട്. അതൊരിക്കലും സുസ്ഥിരമല്ല, നിരന്തരമായ നിഷേധത്തിലൂടെ സമയത്തിനു തന്നെ അതിന് തടയിടണം, അവസാനിപ്പിക്കണം. എത്രകാലം എടുക്കുമെന്നത് വേറെകാര്യം. ഒരു യുവതിയോട് തന്റെ കൃത്യമായ കണക്കുകൂട്ടലെന്താണെന്നന്വേഷിക്കുന്നത് മര്യാദയല്ല!

നിശ്ശബ്ദനായി ഇരിക്കാനാണ് സർ. തോമസ് ഇച്ഛിച്ചതെങ്കിലും, 'നീസി' നോട് ആ വിഷയത്തെകുറിച്ച് ഒരിക്കൽക്കൂടി സൂചിപ്പിക്കാൻ തയാറായി. അവളുടെ ആന്റിമാരോട് ഇക്കാര്യം വെളിപ്പെടുത്താനവൾ തയാറെടുക്കണം. പറ്റുമെങ്കിൽ ഇക്കാര്യം അദ്ദേഹം ഒഴിവാക്കിയേനെ. എന്നാൽ, മിസ്റ്റർ ക്രാഫോർഡിനതിനോട് യോജിപ്പില്ലായിരുന്നു. അത് രഹസ്യമാക്കാനയാൾ ആഗ്രഹിച്ചില്ല. ഒന്നും ഒളിച്ചുവെക്കാനയാൾക്കറിയില്ല. പുരോഹിതഭവനത്തിലുള്ളവർക്കെല്ലാമറിയാം. തന്റെ ഭാവി ജീവിതത്തെക്കുറിച്ച് സഹോദരിമാരോട് ചർച്ചചെയ്യുന്നതയാൾക്ക് വലിയ ഇഷ്ടമായിരുന്നു. തന്റെ വിജയത്തിന്റെ പുരോഗതിയിൽ അറിവുള്ള സാക്ഷികൾ ഉണ്ടാകുന്നതയാൾക്ക് ആഹ്ലാദകരമായിരുന്നു. സർ. തോമസ് ഇതറിഞ്ഞപ്പോൾ ഉടനെ തന്റെ ഭാര്യയെയും ഭാര്യാസഹോദരിയെയും കാര്യങ്ങൾ ധരിപ്പിക്കേണ്ടതിന്റെ ആവശ്യകത മനസിലാക്കി. ഇനി വൈകിച്ചുകൂടാ, ഫാന്നിയെപ്പോലെ, മിസിസ് നോറിസ് ഈ വാർത്ത അറിയുമ്പോഴുള്ള കോലാഹലമോർത്ത്, അദ്ദേഹവും ഭയപ്പെട്ടു. സദുദ്ദേശ്യത്തോടെയാണെങ്കിലും തെറ്റായ രീതിയിലുള്ള അവളുടെ അമിതാവേശത്തെ സർ. തോമസ് അപലപിച്ചു. ഇതിനകം മിസിസ് നോറിസിന്റെ തെറ്റായ രീതിയിൽ അസുഖകരമായ കാര്യങ്ങൾ ചെയ്യുന്ന മനുഷ്യരുടെ വർഗത്തിൽപ്പെടുത്തിക്കഴിഞ്ഞിരുന്നു, സദുദ്ദേശ്യം ലക്ഷ്യം വെച്ചാണവരത് ചെയ്യുന്നതെങ്കിലും!

എന്തായാലും മിസിസ് നോറിസ് അദ്ദേഹത്തെ ബുദ്ധിമുട്ടിച്ചില്ല. തികഞ്ഞ ക്ഷമയും നിശ്ശബ്ദതയും സഹോദരീപുത്രിയോട് പാലിക്കണമെ

ന്നദ്ദേഹം നിർബന്ധിച്ചു. അവളത്, വാഗ്ദാനം ചെയ്തെന്നുമാത്രമല്ല, പാലിക്കയും ചെയ്തു. അവളെകൂടുതൽ അനിഷ്ടത്തോടെ നോക്കിയെന്നുമാത്രം. അവൾ കുപിതയായിരുന്നു, അങ്ങേയറ്റം. ഫാന്നി അത് നിരസിച്ചതിനെക്കാളേറെ, അവൾക്കങ്ങനെ ഒരാലോചന വന്നതിലായിരുന്നു മിസിസ് നോറിസിന് ദേഷ്യം. അത് ജൂലിയയ്ക്ക് ദ്രോഹവും അപമാനവുമാണ്. അവളായിരുന്നു മിസ്റ്റർ ക്രാഫോർഡിന്റെ വധു ആകേണ്ടിയിരുന്നവൾ. അതിനെല്ലാം പുറമെ, തന്നെ അവഗണിച്ചതിലവൾ ഫാന്നിയെ വെറുത്തു, താൻ എപ്പോഴും ചവിട്ടി അമർത്താൻ ശ്രമിച്ചവൾക്ക് ഇത്രവലിയ പദവി വാഗ്ദാനം ചെയ്തത് അവൾക്ക് വെറുപ്പോടെ മാത്രമേ കാണാനായുള്ളൂ.

ആ സമയത്ത് വകതിരിവ് കാട്ടിയതിന്, അവൾ അർഹിക്കുന്നതിലേറെ സർ. തോമസ് പ്രശംസിച്ചു. അവളുടെ ദേഷ്യം കാണുകയല്ലേ വേണ്ടൂ, കേൾക്കേണ്ടതില്ലല്ലോ എന്നകാര്യത്തിൽ ഫാന്നി നോറിസ് ആന്റിയെ വാഴ്ത്തുകതന്നെ വേണം!

ലേഡി ബെർട്രാം മറ്റൊരു രീതിയിലാണതിനെ എടുത്തത്. അവർ ഒരു സുന്ദരിയായിരുന്നു, തഴച്ചുവളരുന്ന ഒരു സുന്ദരി, ജീവിതകാലം മുഴുവൻ. സൗന്ദര്യവും സമ്പത്തും ആണവരിൽ ആദരവ് ഉണർത്തുന്നത്. സമ്പന്നനായൊരാൾ അവളെ വിവാഹം കഴിക്കാനാഗ്രഹിക്കുന്നു എന്നറിഞ്ഞപ്പോൾ അവരുടെ മനസിൽ ഫാന്നിയുടെ നില വളരെ ഉയർന്നു. ഫാന്നി വളരെ സുന്ദരിയാണെന്നവൾക്ക് ബോധ്യമായി. മുമ്പ് അക്കാര്യത്തിലവൾക്ക് സംശയമുണ്ടായിരുന്നു. ഇനിയവൾ നല്ലനിലയിൽ വിവാഹിതയാകും. അവളെ സഹോദരീപുത്രി എന്ന് വിളിക്കുന്നത് അന്തസ്സായി അവർക്ക് തോന്നി.

“കൊള്ളാം ഫാന്നി” പിന്നീടവർ മാത്രമായപ്പോൾ ആന്റി ബെർട്രാം പറഞ്ഞു തുടങ്ങി – ഒറ്റയ്ക്ക് കിട്ടാനായി അവർ അക്ഷമയോടെ കാത്തിരിക്കയായിരുന്നു. അസാധാരണ ചൈതന്യമായിരുന്നു സംസാരിക്കുമ്പോൾ അവരുടെ മുഖത്തിന് – “ശരി, ഫാന്നി, സന്തോഷംനിറഞ്ഞ അതിശയകരമായ വാർത്തയാണ് ഞാനിന്നുരാവിലെ കേട്ടത്. ഒരിക്കൽ നിന്നോട് എനിക്കതിനെക്കുറിച്ച് സംസാരിക്കണം. ഞാൻ സർ. തോമസിനോട് പറഞ്ഞു. ഒരിക്കൽ മാത്രമേ സംസാരിക്കൂ. ഞാൻ നിനക്ക് സന്തോഷം ആശംസിക്കുന്നു, എന്റെ പ്രിയപ്പെട്ട നീസ്” ആത്മ സംതൃപ്തിയോടെ അവളെ നോക്കിക്കൊണ്ടവർ തുടർന്നു “ഹ! നമ്മൾ തീർച്ചയായും മനോഹരമായൊരു കുടുംബമാണ്.”

ഫാന്നിയുടെ മുഖം ചുവന്ന് തുടുത്തു, ആദ്യം, എന്ത് പറയണമെന്നവൾ സംശയിച്ചു. വികാരങ്ങൾ വ്രണപ്പെടുത്തുന്ന വശത്തേക്ക് ആക്രമണമുണ്ടാകുമോ എന്നു ഭയന്ന് അവൾ ഉടനെ മറുപടി നൽകി–

“എന്റെ പ്രിയപ്പെട്ട ആന്റി, ഞാൻ പ്രവർത്തിച്ചതിന് വിരുദ്ധമായി ചെയ്യണമെന്ന് എന്നിൽനിന്ന് നിങ്ങൾ ആഗ്രഹിക്കില്ലല്ലൊ; ഇല്ലെന്നെനിക്കുറപ്പാണ്. ഞാൻ വിവാഹം കഴിച്ച് പോകണമെന്ന് നിങ്ങൾക്കാഗ്രഹിക്കാൻ കഴിയില്ല; കാരണം, നിങ്ങളെന്റെ വേർപാടിൽ ദുഃഖിക്കും, ഇല്ലേ?– ഉവ്വ്, നിങ്ങൾ വല്ലാത്ത വിരഹവേദന അനുഭവിക്കുമെന്നെനിക്കുറപ്പാണ്.”

"ഇല്ല, എന്റെ പ്രിയപ്പെട്ടവളേ, ഞാനങ്ങനെ ചിന്തിക്കില്ല, ഇത്തരം ഒരു വിവാഹാലോചന നിനക്ക് വരുമ്പോൾ, നീയില്ലാതെ ഞാൻ കാര്യങ്ങൾ കൈകാര്യം ചെയ്തുകൊള്ളാം, ക്രാഫോർഡിനെപ്പോലെ സമ്പന്നനായൊരാളെ നീ വിവാഹം ചെയ്താൽ, ഒരു കാര്യം നീ ഓർക്കണം, ഫാന്നീ, ഇത്രയും വിലമതിക്കത്തക്ക ആലോചനകൾ വരുമ്പോൾ അത് സ്വീകരിക്കുകയാണ് ഏത് യുവതിയുടെയും കർത്തവ്യം."

അതാണ് യഥാർഥപെരുമാറ്റച്ചട്ടം. ഒരേയൊരു ഉപദേശം – ഫാന്നിക്ക് കഴിഞ്ഞ എട്ടരവർഷത്തിനിടയിൽ ആന്റിയിൽനിന്നും ലഭിച്ച ഏക ഉപദേശം! അതവളെ നിശ്ശബ്ദയാക്കി. അതിന്റെ ഉള്ളടക്കം എത്രദോഷകരമാണെന്നവൾ ഓർത്തു, അവൾക്കെതിരാണ്. ആന്റിയുടെ മനോഗതി എങ്കിൽ, എതിർക്കുന്നതുകൊണ്ട് പ്രയോജനമൊന്നുമില്ല. ലേഡിബെർട്രാം വാചാലയായി.

"ഞാനൊന്നുപറയട്ടെ, ഫാന്നി" അവർ തുടർന്നു: "ബാളിൽ വെച്ച് അയാൾ നിന്നെ പ്രേമിക്കുമെന്നെനിക്ക് ഉറപ്പായിരുന്നു. അന്ന് രാത്രിയാണ് കുഴപ്പം തുടങ്ങിയതെന്ന് തീർച്ച. നീ അന്ന് അത്രയ്ക്ക് സുന്ദരിയായിരുന്നു. എല്ലാവരും അതുതന്നെ പറഞ്ഞു. സർ. തോമസും പറഞ്ഞു. നിനക്കറിയാമല്ലോ, നിന്നെ വേഷമണിയിക്കാൻ ഞാൻ ചാപ്മാനെ വിട്ടിരുന്നു. എനിക്കതിൽ അതീവ സന്തോഷമേയുള്ളൂ. അന്നു വൈകുന്നേരമാണ് എല്ലാം നിശ്ചയിക്കപ്പെട്ടതെന്ന് ഞാൻ സർ. തോമസിനോട് പറയും." ആനന്ദലഹരിയിൽ മുങ്ങി അവർ തുടർന്നു: "ഞാൻ പറയട്ടെ, ഫാന്നി – മരിയയ്ക്കുവേണ്ടി ഞാൻ ചെയ്തതിൽ കൂടുതലാണത് – അടുത്ത പ്രാവശ്യം 'പഗ്' പ്രസവിക്കുമ്പോൾ നിനക്കൊരു നായക്കുഞ്ഞിനെ ഞാൻ തരും."

3

എഡ്മണ്ട് തിരിച്ചുവരുമ്പോൾ വലിയ കാര്യങ്ങളാണ് കേൾക്കാനുണ്ടായിരുന്നത്. നിരവധി അത്ഭുതവാർത്തകൾ അവനുവേണ്ടി കാത്തിരിക്കുകയാണ്. മാൻസ്ഫീൽഡിൽ എത്തിയ ഉടനെ ആദ്യം കണ്ട കാഴ്ച അവന് താൽപ്പര്യമില്ലാത്ത ഒന്നായിരുന്നു – ഹെൻട്രിക്രാഫോർഡും സഹോദരിയും ഗ്രാമത്തിൽ നടന്നുവരുന്നു – അവൻ ഒരു തീരുമാനമെടുത്തു – അവരെ ഒരു ദൂരത്തിൽ നിർത്തണം – മിസ്. ക്രാഫോർഡിനെ ഒഴിവാക്കാൻവേണ്ടിയാണവൻ തന്റെ അസാന്നിധ്യം രണ്ടാഴ്ചകൂടി നീട്ടിയത്, അത് മനപ്പൂർവം ചെയ്തതാണ്. വിഷാദം നിറഞ്ഞ ഓർമകൾ നിസ്സംഗതയോടെ സ്വാഗതം ചെയ്യാൻ മനസാ തയാറെടുത്തുകൊണ്ടായിരുന്നു എഡ്മണ്ടിന്റെ വരവ്. അപ്പോഴാണ് സഹോദരന്റെ കയ്യിൽ ഞാന്നുകൊണ്ട് അവളുടെ വരവ്. അവളുടെ സന്തോഷംനിറഞ്ഞ സ്വാഗതം അത്യന്തം സൗഹൃദത്തോടുകൂടിയതായിരുന്നു. രണ്ട് നിമിഷം മുമ്പാണ് അവൾ തന്നിൽനിന്ന് എത്രയോ മൈലുകൾക്കപ്പുറത്താണ് എന്നയാൾ കരുതിയത്, അതിലേറെ ദൂരത്തേക്ക് മാറ്റിനിർത്തണമെന്നും!

അത്തരം ഒരു സ്വീകരണം അവളിൽനിന്നവൻ പ്രതീക്ഷിച്ചിരുന്നതല്ല. ഔപചാരികമായൊരു പുഞ്ചിരിയോ തൃപ്തികരമായൊരു നോട്ടമോ ആയിരുന്നു ഏറ്റവും വലിയ പ്രതീക്ഷ! അവന്റെ ഹൃദയം ജ്വലിപ്പിക്കാനത് ധാരാളം മതി. ഇനി വരാൻ പോകുന്ന അത്ഭുതകൃത്യങ്ങൾ സംയമനത്തോടെ നേരിടാനാവൻ തയാറെടുത്തു.

വില്യമിന്റെ പ്രൊമോഷനും, അതിനെ ചുറ്റിപ്പറ്റിയുള്ള വിശദവിവരങ്ങളും അവൻ പൂർണമായി ധരിച്ചു. ഹൃദയത്തിൽ കാത്തുസൂക്ഷിച്ച മറ്റ് മൃദുലവികാരങ്ങൾക്കൊപ്പം ഈ സന്തോഷവാർത്തകൂടി അറിഞ്ഞപ്പോൾ, ഡിന്നർ സമയം മുഴുവൻ അവൻ ആനന്ദലഹരിയിലായിരുന്നു.

ഡിന്നറിനുശേഷം അവനും അച്ഛനും ഒറ്റയ്ക്കായി, ഫാന്നിയുടെ ചരിത്രം മുഴുവൻ അച്ഛനിൽനിന്നും ഗ്രഹിച്ചു. കഴിഞ്ഞ രണ്ടാഴ്ചത്തെ വൻ സംഭവങ്ങളും, ഇപ്പോഴത്തെ മാൻസ്ഫീൽഡ് അന്തരീക്ഷവും അവന് വ്യക്തമായി മനസിലാക്കാനായി.

അവിടെ നടക്കുന്ന സംഭവങ്ങളിൽ ഫാന്നി സംശയാലു ആയിരുന്നു. കുറെ നേരമായി ഡൈനിങ് റൂമിലിരുന്ന് അച്ഛനും മകനും ചർച്ച തുടരുന്നു, തന്നെക്കുറിച്ചാണവരുടെ ചർച്ച എന്ന് ഫാന്നിക്കുറപ്പാണ്. ചായകൊണ്ടുവന്നപ്പോൾ അവർ സംഭാഷണം അവസാനിപ്പിച്ച് പിരിഞ്ഞു. എഡ്മണ്ടിനെ വീണ്ടും കണ്ടപ്പോൾ അവൾക്ക് ഭയങ്കര കുറ്റബോധം തോന്നി. അവൻ അവളുടെ അടുക്കൽ വന്നിരുന്ന് കരംഗ്രഹിച്ച് മൃദുവായി അമർത്തി, കരുണയോടെ ചായകുടിക്കുന്നതിൽ ശ്രദ്ധ ചെലുത്തിക്കൊണ്ട് വികാരങ്ങൾ ഒളിപ്പിക്കാനായില്ലെങ്കിൽ അവൾ പൊട്ടിക്കരഞ്ഞുപോയേനെ!

തൽക്കാലം അവളുടെ ആഗ്രഹങ്ങളെ പ്രോത്സാഹിപ്പിക്കാനവൻ ഉദ്ദേശിച്ചിരുന്നില്ല. അവൾക്ക് താൽപ്പര്യമുള്ളകാര്യങ്ങളിൽ പങ്കെടുക്കുക മാത്രമായിരുന്നു അവന്റെ ലക്ഷ്യം. താൻ കേട്ട സ്നേഹബന്ധത്തെക്കുറിച്ച് സംസാരിക്കുകമാത്രം. വാസ്തവത്തിൽ, പൂർണമായും അവൻ അച്ഛന്റെ ഭാഗത്തായിരുന്നു; അച്ഛനെപ്പോലെ ക്രാഫോർഡിനെ നിരസിച്ച കാര്യത്തിൽ അത്ഭുതപ്പെട്ടില്ലെങ്കിലും, അവൾ ഒട്ടും തയാറെടുക്കാത്തതിനാലാണങ്ങനെ സംഭവിച്ചതെന്നവൻ കരുതി. അല്ലെങ്കിൽ അനുഭവം നേരെ മറിച്ചായേനെ! എന്നാൽ, ഇത്രയും നല്ലൊരു ബന്ധം നേടാനാവില്ലെന്നും അയാൾ പ്രവർത്തിച്ച രീതി ശരിയാണെന്നും സർ. തോമസ് കരുതി. ഇന്നത്തെ അവളുടെ താൽപ്പര്യമില്ലായ്മയെ അടിസ്ഥാനമാക്കിയുള്ള അവളുടെ പ്രവർത്തി മാനിച്ചുകൊണ്ട്, അസ്വസ്ഥരാകാതെ മുന്നേറിയാൽ, ഒടുവിൽ അവരുടെ മനോഭാവം മാറി പരസ്പര സ്നേഹത്തിലും വിശ്വാസത്തിലും ചെന്നെത്തുമെന്ന് അവൻ ആത്മാർഥമായി വിശ്വസിച്ചു. അതനുസരിച്ച് നീങ്ങാനവൻ ഗൗരവമായി ചിന്തിച്ചു. ക്രാഫോർഡ് വല്ലാത്ത ധൃതികാട്ടി പ്രശ്നങ്ങൾ സൃഷ്ടിച്ചു. അവൾക്ക് അടുക്കുവാനായി സമയം നൽകിയില്ല. തെറ്റായിടത്തു നിന്നായിരുന്നു അയാളുടെ തുടക്കം. അയാളുടെ കരുത്തും അവളുടെ മനോഭാവവും കണക്കിലെടുക്കുമ്പോൾ എല്ലാം ശുഭമായി പര്യവസാനിക്കുമെന്ന് എഡ്മണ്ട് ഉറപ്പിച്ചു. അതിനിട

യിൽ, ഫാന്നിയുടെ അമ്പരപ്പ് ശരിക്കും മനസിലാക്കിയ അവൻ, വാക്കു കൊണ്ടോ നോട്ടംകൊണ്ടോ പ്രവർത്തിക്കൊണ്ടോ അവളെ അക്കാര്യം ഓർമിപ്പിച്ച് വിവശയാക്കാതിരിക്കാൻ പ്രത്യേകം ശ്രദ്ധിച്ചു.

പിറ്റേന്ന് ക്രാഫോർഡ് എത്തിയപ്പൾ, എഡ്മണ്ടിന്റെ തിരിച്ചുവരവ് ആഘോഷിക്കാനായി, സർ. തോമസ് അയാളെ ഡിന്നറിന് ക്ഷണിച്ചു. അത്തരം ഒരഭിനന്ദനം ആവശ്യമായിരുന്നു. അയാൾ ഡിന്നറിന് സമ്മതിച്ചു. മിസ്റ്റർ ക്രാഫോർഡ് ഫാന്നിയുമായി പെരുമാറുന്ന രീതി എപ്രകാരമാണെന്ന് കണ്ടു മനസിലാക്കാൻ എഡ്മണ്ടിനപ്പോൾ ധാരാളം അവസരം കിട്ടുമല്ലോ. അവളുടെ പെരുമാറ്റത്തിൽനിന്ന് എത്രത്തോളം പ്രോത്സാഹനം അയാൾക്ക് ഉണ്ടാകുന്നെന്നും നിരീക്ഷിക്കാം. അത് വളരെ കുറവായിരുന്നു, വളരെവളരെ കുറവ് (എല്ലാ അവസരങ്ങളിലും എല്ലാ സാധ്യതകളിലും അവൾക്ക് അമ്പരപ്പ് മാത്രമായിരുന്നു. അവളുടെ ആശയക്കുഴപ്പത്തിൽ ആശയ്ക്ക് വകയില്ലെങ്കിൽ, മറ്റൊന്നിലും ആശയ്ക്ക് വകയില്ല!) തന്റെ സുഹൃത്തിന്റെ സ്ഥിരോത്സാഹത്തോടെയുള്ള യത്നത്തിൽ അവൻ അതിശയപ്പെടുകയായിരുന്നു. ഫാന്നി അതർഹിക്കുന്നു, അവളുടെ ക്ഷമ വിലമതിക്കാത്തതാണ്, ഓരോ മാനസിക ചലനവും. ഏതൊരു സ്ത്രീയും നിശ്വസിക്കുമ്പോൾ, അവളുടെ കണ്ണുകളിൽനിന്ന് മനസിലാക്കുന്നതിനെക്കാൾ കൂടുതൽ, ആ നിശ്വാസത്തിലൂടെ അവളുടെ താൽപ്പര്യമില്ലായ്മ മനസിലാക്കാനാകും. ക്രാഫോർഡിനത് വളരെ വ്യക്തമായി അറിയാമെന്ന് എഡ്മണ്ടിനുറപ്പാണ്. ഡിന്നർ വേളയിലെ ഈ പെരുമാറ്റത്തിൽനിന്ന് തന്റെ സുഹൃത്തിന് നല്ലൊരു തീരുമാനത്തിലെത്താനാകും.

വൈകുന്നേരത്തെ ചിലസംഭവങ്ങൾ പ്രോത്സാഹജനകമായി അവന് തോന്നി. അവനും ക്രാഫോർഡും ഡ്രോയിങ് റൂമിലേക്ക് നടക്കുമ്പോൾ, അവന്റെ അമ്മയും ഫാന്നിയും അവിടെ നിശ്ശബ്ദരായി ജോലിയിൽ മുഴുകിയിരിക്കയാണ്, മറ്റ് യാതൊന്നും ശ്രദ്ധിക്കാതെ. അവരുടെ മനശ്ശാന്തിയെക്കുറിച്ച് എഡ്മണ്ടിന് പറയാതിരിക്കാനായില്ല.

“ഞങ്ങൾ സദാസമയം നിശ്ശബ്ദരായി ഇരിക്കയല്ല” അമ്മ മറുപടി നൽകി: “ഫാന്നി എനിക്ക് വായിച്ചുതരികയായിരുന്നു, നീ വരുന്ന ശബ്ദം കേട്ട് പുസ്തകം മടക്കി വെച്ചതെയുള്ളൂ” തീർച്ചയാണ്, അപ്പോൾത്തന്നെ അടച്ചുവെച്ചതായി തോന്നിക്കുന്ന ഒരു പുസ്തകം മേശപ്പുറത്ത് കിടക്കുന്നുണ്ട്, ഷേക്സ്പിയറിന്റെ ഒരു കൃതി. “ഇത്തരം പുസ്തകങ്ങൾ അവൾ ഇടയ്ക്കിടെ എന്നെ വായിച്ചുകേൾപ്പിക്കാറുണ്ട്, ആ ആളുടെ ഒരു ഉഗ്രൻ പ്രസംഗത്തിന്റെ മധ്യത്തിലായിരുന്നു അവൾ. – അയാളുടെ പേരെന്താണ്, ഫാന്നി? – നിന്റെ കാലടിസ്വരം കേട്ടപ്പോൾ.”

ക്രാഫോർഡ് ആ പുസ്തകം കയ്യിലെടുത്തു. “ലേഡിക്കുവേണ്ടി ആ പ്രസംഗം മുഴുമിപ്പിക്കുന്നതിന്റെ ആനന്ദം ഞാനാസ്വദിക്കട്ടെ.” അയാൾ പറഞ്ഞു: “ഞാനത് നോക്കി കണ്ടുപിടിക്കാം. പെട്ടെന്ന് പിന്നെ ശ്രദ്ധയോടെ ഓരോ പേജിലെ ചുളിവും പരിശോധിച്ച്, അയാളത് കണ്ടുപിടിച്ചു, ഒന്നോരണ്ടോ പേജ് അപ്പുറമാണെങ്കിലും ലേഡി ബെർട്രാമിനെ

അത് സംതൃപ്തയാക്കി. കർദിനാൾ വോൾസെയുടെ പേര് പറഞ്ഞ ഉടനെ അവർ അത് ശരിവെച്ചു. അതിവേഗം അയാൾ ആ പ്രസംഗം എടുത്തു – ഫാന്നി നോട്ടംകൊണ്ടോ മറ്റ് വിധത്തിലോ സഹായിക്കാതെതന്നെ, ഒരു വാക്കുപോലും ആണെന്നോ അല്ലെന്നോ പറയാതെ! അവളുടെ മുഴുവൻ ശ്രദ്ധയും ജോലിയിലായിരുന്നു. മറ്റൊന്നിലും തനിക്ക് താൽപ്പര്യമില്ലെന്നേ അവളെ കണ്ടാൽ തോന്നൂ. എന്നാൽ, അയാളുടെ വായനയിൽ വല്ലാത്ത രസം തോന്നി. അഞ്ച് മിനിറ്റുപോലും തന്റെ മനസിനെ അവൾക്ക് പിടിച്ചുനിർത്താനായില്ല, ശ്രദ്ധിക്കാനവൾ സ്വയം നിർബന്ധിതയായി. അയാളുടെ വായന ഗംഭീരമായിരുന്നു. നല്ല ശൈലിയിലുള്ള വായന അവൾക്ക് അങ്ങേയറ്റം ഇഷ്ടമാണ്. അവൾക്ക് സുപരിചിതമാണ് നല്ല വായനാ രീതി. അവളുടെ അങ്കിൾ നന്നായി വായിക്കും – എല്ലാ കസിനുമാരും – എഡ്മണ്ട് ഭംഗിയായി. എന്നാൽ താൻ കേട്ടിട്ടില്ലാത്ത എന്തോ ഒരു മനോഹാരിത മിസ്റ്റർ ക്രാഫോർഡിന്റെ വായനയിലുണ്ട്. രാജാവ്, രാജ്ഞി, ബക്കിംഹാം, വോൾസെക്രോം വെൽ, എല്ലാവരെയും മാറിമാറി വായിച്ചുകേൾപ്പിച്ചു. ഏറ്റവും സന്തോഷഭാവത്തിൽ, ഏറ്റവും നല്ല രംഗങ്ങളും ഏറ്റവും നല്ല പ്രഭാഷണങ്ങളും അതിശക്തമായി, അതിമനോഹരമായി അവതരിപ്പിച്ചു. അന്തസും അഹങ്കാരവും, എളിമയും ദേഷ്യവും, എന്തൊക്കെയാണ് പ്രകടിപ്പിക്കേണ്ടത് അതെല്ലാം, ഒരേപോലെ സുന്ദരമായിരുന്നു – ശരിക്കും നാടകീയമായി – നാടകം എത്രരസകരമാണെന്ന് അയാൾ തന്റെ അഭിനയത്തിലൂടെ ഫാന്നിയെ പഠിപ്പിച്ചിട്ടുള്ളതാണ്. അയാളുടെ വായനയിലൂടെ അഭിനയം ഒരിക്കൽക്കൂടി അവളുടെ മനസിലൂടെ കടന്നുപോയി, ഒരുപക്ഷേ കൂടുതൽ ആനന്ദത്തോടെ. കാരണം, തികച്ചും അപ്രതീക്ഷിതമായാണല്ലോ അതുണ്ടായത്, മിസ്. ബെർട്രാമിനോടൊപ്പം അയാളെ സ്റ്റേജിൽ കാണുമ്പോഴുണ്ടാകാറുള്ള അസ്വസ്ഥതയും ഇപ്പോൾ അവൾക്കില്ലല്ലോ.

അവളുടെ ശ്രദ്ധ വർധിച്ചുവരുന്നത് എഡ്മണ്ട് നിരീക്ഷിച്ചുകൊണ്ടിരുന്നു. എങ്ങനെയാണ് തയ്യൽ പണിയിലുള്ള അവളുടെ ഏകാഗ്രത കുറഞ്ഞുവന്നതെന്നുകണ്ട് അവന് രസവും സംതൃപ്തിയും തോന്നി. തുടക്കത്തിൽ മുഴുവൻ ശ്രദ്ധയും തുന്നലിൽ ആയിരുന്നല്ലോ. നിശ്ചലയായി വായന കേട്ടുകൊണ്ടിരിക്കുമ്പോൾ സൂചി കയ്യിൽനിന്ന് വീണുപോയതുപോലും അവൾ അറിഞ്ഞില്ല! – ഒടുവിൽ, ദിവസം മുഴുവൻ ക്രാഫോർഡിനെ ഒഴിവാക്കാൻ ശ്രമിച്ച അവളുടെ കണ്ണുകൾ മിനിറ്റുകളോളം അയാളിൽത്തന്നെ തങ്ങിനിന്നു, ക്രാഫോർഡിന്റെ ശ്രദ്ധ അയാളിലേക്ക് തിരിയുന്നതുവരെ ഒടുവിൽ പുസ്തകം അടച്ചുവെച്ചതോടെ ആകർഷണവും നിലച്ചു. പിന്നെ അവൾ തന്നിലേക്കുതന്നെ പിൻവലിഞ്ഞു. മുഖം തുടുത്തുകൊണ്ട് മുമ്പത്തെപ്പോലെ കഠിനമായി ജോലി തുടർന്നു. എന്നാൽ, തന്റെ സുഹൃത്തിന് പ്രോത്സാഹനം നൽകാൻ എഡ്മണ്ടിന് ഇത്രയും മതിയായിരുന്നു. വളരെ വിനയത്തോടെ അവൻ ക്രാഫോർഡിന് നന്ദി പ്രകടിപ്പിച്ചപ്പോൾ, ഫാന്നിയുടെ രഹസ്യ വികാരങ്ങളും അറിയാനാഗ്രഹിച്ചു.

“ആ നാടകം നിങ്ങളുടെ ഏറ്റവും പ്രിയപ്പെട്ടതായിരിക്കണം” അവൻ പറഞ്ഞു: “അത് നന്നായി അറിയുന്നതുപോലെയായിരുന്നു വായന.”

“ഇപ്പോൾ മുതൽ അതെനിക്ക് പ്രിയപ്പെട്ടതാണ്” ക്രാഫോർഡ് മറുപടി നൽകി “ഇതിനുമുമ്പ് ഷേക്സ്പിയറിന്റെ ഒരു പുസ്തകവും എന്റെ കയ്യിൽ വന്നിട്ടില്ല, പതിനഞ്ച് വയസിനുശേഷം – *ഹെൻട്രി എട്ടാമൻ* അവതരിപ്പിച്ചത് ഞാൻ ഒരിക്കൽ കണ്ടിട്ടുണ്ട് – അതോ, അതഭിനയിച്ച ആരിൽ നിന്നോ, ഞാനതിനെക്കുറിച്ച് കേട്ടിട്ടുണ്ട്. ഏതാണ് ശരിയെന്ന് എനിക്കുറപ്പില്ല. എന്നാൽ, ഒന്നുമറിയാത്തവനും ഷേക്സ്പിയർ ഇഷ്ടപ്പെടും. ഒരു ഇംഗ്ലീഷുകാരന്റെ ശരീരത്തിലെ ഒരു ഭാഗമാണത്. അദ്ദേഹത്തിന്റെ ചിന്തകളും സുന്ദരമായ ഭാവനകളും ലോകം മുഴുവൻ പരന്നിരിക്കുന്നു, എല്ലായിടത്തും അത് ദർശിക്കാനാവും, അദ്ദേഹത്തോടടുക്കുന്നത് ജന്മവാസനയാണ്. അദ്ദേഹം ഉദ്ദേശിച്ച അർഥം ഉടനെ മനസിലാകാതെ, തലച്ചോറുള്ള ആരും അദ്ദേഹത്തിന്റെ നാടകം വായിച്ച് നിലത്തുവെക്കാറില്ല.”

“സംശയമില്ല, ഒരു പരിധിവരെ ഷേക്സ്പിയറുടെ കൃതികളുമായി ആളുകൾ സുപരിചിതരാകുന്നു,” എഡ്മണ്ട് പറഞ്ഞു: “കൊച്ചുനാൾ മുതൽ അദ്ദേഹത്തിന്റെ സുപ്രസിദ്ധവാക്യങ്ങൾ എല്ലാവരും ഉദ്ധരിക്കുന്നു. നമ്മൾ തുറന്നു നോക്കുന്ന പുസ്തകങ്ങളിൽ പകുതിയിലും അത് കാണാം. നമ്മളെല്ലാവരും ഷേക്സ്പിയറെക്കുറിച്ച് സംസാരിക്കുന്നു, അദ്ദേഹത്തിന്റെ ഉപമകളും അലങ്കാരങ്ങളും പ്രയോഗിക്കുന്നു, വർണനകളുപയോഗിച്ച് ലേഖനങ്ങളെഴുതുന്നു. എന്നാൽ, നിങ്ങൾ പ്രദാനം ചെയ്തത് തികച്ചും വ്യത്യസ്തമായൊരു രീതിയാണ്. അവിടവിടെയായി അദ്ദേഹത്തെക്കുറിച്ചറിയുന്നത് സാധാരണരീതിയിൽ ധാരാളമാണ്. അദ്ദേഹത്തെ പൂർണമായി മനസിലാക്കുന്നതും ഒരുപക്ഷേ, അസാധാരണമല്ല. എന്നാൽ, അദ്ദേഹത്തിന്റെ കൃതികൾ ഇത്രമനോഹരമായി ഉറക്കെ വായിക്കുന്നത് പ്രത്യേക കഴിവുതന്നെയാണ്.”

“സർ, നിങ്ങളെനിക്ക് വൻ ആദരവാണ് നൽകുന്നത്.” ഗൗരവഭാവത്തിൽ പരിഹസിച്ച് കുനിഞ്ഞുകൊണ്ട് ക്രാഫോർഡ് മറുപടി പറഞ്ഞു.

ഫാന്നിയിൽനിന്ന് അതിനനുസൃതമായ ഒരു പ്രശംസാവചനമെങ്കിലും കേൾക്കാനാഗ്രഹിച്ച് ഇരുമാന്യന്മാരും അവളുടെ മുഖത്തേക്ക് ദൃഷ്ടിപായിച്ചു. എന്നാൽ, അങ്ങനെ ഉണ്ടാകില്ലെന്നവർക്ക് ബോധ്യമായി. അവൾ ശ്രദ്ധിച്ചിരുന്നതുതന്നെ അവളുടെ പ്രശംസയായിരുന്നു. അതുകൊണ്ടവർ തൃപ്തിപ്പെടണം.

ലേഡിബെർട്രാം ശക്തമായ രീതിയിൽത്തന്നെ തന്റെ പ്രശംസ പ്രകടിപ്പിച്ചു.

“ശരിക്കൊരു നാടകം കാണുന്ന പ്രതീതിയായിരുന്നു എനിക്ക്.” അവർ പറഞ്ഞു: “സർ. തോമസ് ഇവിടെ ഉണ്ടായിരുന്നെങ്കിൽ എന്ന് ഞാനാഗ്രഹിച്ചുപോകുകയാണ്.”

ക്രാഫോർഡ് അത്യധികം സന്തോഷിച്ചു. കഴിവില്ലാത്തവളും ഉദാസീനയുമായ ലേഡി ബെർട്രാമിന്: ഇങ്ങനെ തോന്നിയിട്ടുണ്ടെങ്കിൽ, അറി

വുള്ളവളും ഊർജസ്വലയുമായ അവരുടെ 'നീസി'ന് എങ്ങനെ തോന്നും! ആ അനുമാനം അയാളുടെ മനസിനെ ഉത്തേജിപ്പിച്ചു.

"നിനക്ക് അഭിനയത്തോട് നല്ല വാസനയുണ്ട്. എനിക്കുറപ്പാണ്, മിസ്റ്റർ ക്രാഫോർഡ്," ലേഡി പറഞ്ഞു "ഞാൻ പറയട്ടെ, നീ ഒരു തിയേറ്റർ ഉണ്ടാക്കണം, എപ്പോഴെങ്കിലും, നോർഫോൾക്കിലെ നിന്റെ വീട്ടിൽ ഞാൻ ഉദ്ദേശിച്ചത്, നീ വിവാഹം കഴിച്ച് അവിടെ താമസമുറപ്പിക്കുമ്പോൾ, നീ തീർച്ചയായും അതാണുദ്ദേശിച്ചത്. നീ നോർഫോൾക്കിലെ സ്വന്തം വീട്ടിൽ ഒരു തിയേറ്റർ ഉണ്ടാക്കുമെന്ന് ഞാൻ കരുതുന്നു."

"നിങ്ങൾ അങ്ങനെ കരുതുന്നോ, മേം?" പെട്ടെന്നയാൾ അട്ടഹസിച്ചു "ഇല്ല, ഇല്ല, അതൊരിക്കലും സംഭവിക്കില്ല. അങ്ങ് പൂർണമായും തെറ്റിദ്ധരിച്ചിരിക്കയാണ്. എവരിംഗാമിൽ തിയേറ്ററുണ്ടാക്കില്ല! ഓഹ്! ഇല്ല."– പിന്നെ, പ്രസന്നമായൊരു പുഞ്ചിരിയോടെ അയാൾ ഫാന്നിയെ നോക്കി. അതിന്റെ അർഥം തീർച്ചയായും ഇതായിരുന്നു. "ആ ലേഡി എവരിംഗാമിൽ ഒരു തിയേറ്റർ ഉണ്ടാക്കാൻ ഒരിക്കലും അനുവദിക്കില്ല."

എഡ്മണ്ട് അതെല്ലാം കണ്ടു. അത് കാണാൻ താൽപ്പര്യമില്ലാതെ ഉറച്ചിരിക്കുന്ന ഫാന്നിയെയും കണ്ടു, എതിർപ്പിന്റെ പൂർണ അർഥം ആ ശബ്ദത്തിൽനിന്ന് വ്യക്തമാണെന്ന ഭാവത്തിൽ. അഭിനന്ദനത്തെക്കുറിച്ച് പെട്ടെന്നുണ്ടായ ബോധം, ആ സൂചനയെക്കുറിച്ചുള്ള ധാരണ. അത് അനുകൂലമാണെന്നവൻ കരുതി.

ഉറക്കെയുള്ള വായനയായിരുന്നു കുറച്ചുനേരത്തെ അവരുടെ ചർച്ചാവിഷയം. ആ രണ്ട് യുവാക്കൾ മാത്രമായിരുന്നു സംസാരിച്ചിരുന്നത്. തീകുണ്ഡത്തിനരികെ നിന്നുകൊണ്ടവർ ആ കഴിവിനോട് പൊതുവെ കാണിക്കുന്ന അവഗണനയെക്കുറിച്ച് സംസാരിച്ചു. പൂർണമായ അവഗണനയാണ് സാധാരണ സ്കൂൾ വിദ്യാഭ്യാസത്തിൽ നടക്കുന്നത്, അതിന്റെ അനന്തരഫലം സ്വാഭാവികമത്രെ. പിന്നീട് ഉറക്കെവായിക്കേണ്ട ആവശ്യം പെട്ടെന്ന് വരുമ്പോൾ അവർ പല തെറ്റുകളും അബദ്ധങ്ങളും എഴുന്നെള്ളിക്കുന്നു. ശബ്ദനിയന്ത്രണം, വേണ്ടരീതിയിലുള്ള സ്വരലയം, ഊന്നൽ, മുൻകരുതൽ, ഇവ വേണമെങ്കിൽ നല്ല പരിശീലനം ആവശ്യമാണ്. ഫാന്നി വീണ്ടും നല്ല രസത്തോടെ ശ്രദ്ധിക്കാൻ തുടങ്ങി.

"എന്റെ തൊഴിലിൽപ്പോലും"– എഡ്മണ്ട് പുഞ്ചിരിയോടെ പറഞ്ഞു – "എത്രകുറച്ചാണ് വായന എന്ന കല പഠിപ്പിച്ചിട്ടുള്ളത്! വ്യക്തമായൊരു രീതിയോ നല്ല പ്രസംഗമോ ശ്രദ്ധിക്കപ്പെട്ടിട്ടില്ല! മുൻകാലത്തെ സ്ഥിതിയെക്കുറിച്ചാണ് ഞാൻ പറഞ്ഞത് ഇപ്പോഴത്തെ കാര്യമല്ല – വിദേശ രാജ്യങ്ങളിൽ പുരോഗതിയുണ്ട് ഇപ്പോൾ. ഇരുപതോ മുപ്പതോ നാൽപ്പതോ വർഷങ്ങൾക്കുമുമ്പ് പുരോഹിതപ്പട്ടം സ്വീകരിച്ചവർ ഭൂരിഭാഗവും ചിന്തിച്ചുകാണും 'വായന വായനയും' 'മതപ്രഭാഷണം മതപ്രഭാഷണവു'മാണെന്ന്. ഇപ്പോളത് വ്യത്യസ്തമാണ്. ഈ വിഷയം കൂടുതൽ നീതിയുക്തമായി പരിഗണിക്കപ്പെടുന്നു. ഇപ്പോൾ മുമ്പത്തെക്കാൾ നിരീക്ഷണവും വാസനയും നിരൂപണബോധവും ഉണ്ട്. സ്പഷ്ടതയും ഊർജസ്വലതയും സത്യാവസ്ഥ പ്രകടിപ്പിക്കാൻ കൂടുതൽ പ്രയോജനപ്പെ

ടും. എല്ലാ പ്രാർഥനായോഗങ്ങളിലും കാര്യങ്ങൾ അറിയാത്തവരും, നീതി പൂർവം ചിന്തിക്കാനോ വിമർശിക്കാനോ അറിയാത്തവരും ആണ് അധികം."

പുരോഹിതപ്പട്ടം സ്വീകരിച്ചശേഷം ഒരിക്കൽ പ്രാർഥനായോഗം നട ത്തിയിട്ടുണ്ട് എഡ്മണ്ട്. അത് അറിഞ്ഞ ക്രാഫോർഡ് അവന്റെ അപ്പോ ഴത്തെ വികാരത്തെകുറിച്ചും സാഫല്യത്തെക്കുറിച്ചും നിരവധി ചോദ്യശരങ്ങൾ തൊടുത്തു വിടാൻ തുടങ്ങി – ഒരു സുഹൃത്തിന്റെ ഔത്സു ക്യത്തോടെ–ഫാന്നിക്ക് അതൃപ്തി തോന്നാത്ത രീതിയിൽ. പ്രാർഥനായോ ഗങ്ങളിൽ പ്രസംഗിക്കേണ്ട രീതിയെക്കുറിച്ച് സ്വന്തം അഭിപ്രായം ക്രാഫോർഡ് പ്രകടിപ്പിച്ചു, വേദപുസ്തകത്തിലെ ഏതെല്ലാം ഖണ്ഡിക കളാണ് ഉദ്ധരിക്കേണ്ടതെന്നും മറ്റും. എഡ്മണ്ട് ചിന്തിച്ചിരുന്ന അതേ കാര്യങ്ങൾ തന്നെ അയാൾ അഭിപ്രായപ്പെട്ടപ്പോൾ അവന് കൂടുതൽ സന്തോഷമായി. ഫാന്നിയുടെ ഹൃദയത്തിലേക്ക് കടന്നു ചെല്ലേണ്ട മാർഗം ഇതാണ്. വീരപരാക്രമവും വിനോദവുമൊന്നും അവളെ വിജയിക്കാൻ പര്യാപ്തമല്ല, ഭംഗിയായ പെരുമാറ്റംപോലും! ആ രീതിയിൽ സമീപഭാവി യിലൊന്നും അവളുടെ ഹൃദയം കീഴടക്കാനാവില്ല. ഗൗരവമുള്ള കാര്യങ്ങൾ ഗൗരവത്തോടെ സമീപിച്ച്, അവളിൽ വികാരമുണർത്താൻ കഴിയണം.

"നമ്മുടെ വേദോപദേശങ്ങൾക്ക്" ക്രാഫോർഡ് അഭിപ്രായപ്പെട്ടു. "അതിന്റേതായ മനോഹാരിതയുണ്ട്, മോശം വായനയ്ക്കുപോലും അതിനെ നശിപ്പിക്കാനാവില്ല. എന്നാൽ, അതിലും ആവർത്തനവിരസത യുണ്ട്. അത് മറക്കാനായി നല്ല രീതിയിൽ വായിക്കേണ്ടതുണ്ട്. എന്നെ സംബന്ധിച്ചിടത്തോളം, വേണ്ട രീതിയിൽ പ്രാർഥനായോഗങ്ങളിൽ ഞാൻ പങ്കെടുക്കാറില്ലെന്ന് കുറ്റസമ്മതം നടത്തേണ്ടിവരും, (ഈ സമയത്തയാൾ ഫാന്നിക്കുനേരെ ദൃഷ്ടിപായിച്ചു) എന്നാലും, പ്രാർഥന എങ്ങനെയാണ് വായിക്കേണ്ടതെന്ന് ഞാനെപ്പോഴും ചിന്തിക്കാറുണ്ട്, സ്വയം വായിക്കാൻ ആഗ്രഹിച്ചുപോകാറുണ്ട് – നീ എന്തെങ്കിലും പറഞ്ഞോ?" ഫാന്നിയുടെ അടുത്തേക്ക് കാലെടുത്തുവെച്ചുകൊണ്ട് മൃദുലസ്വരത്തിലയാൾ ചോദിച്ചു.

"ഇല്ല."

അയാൾ തുടർന്നു "സംസാരിച്ചില്ലെന്ന് നിനക്കുറപ്പാണോ? നിന്റെ ചുണ്ടുകൾ അനങ്ങുന്നത് ഞാൻ കണ്ടു. "ഞാൻ കൂടുതൽ പ്രാർഥനാ യോഗങ്ങളിൽ പങ്കെടുക്കണമെന്നും, ചിന്തകൾ അലഞ്ഞുതിരിയാനിടവ രുത്തരുതെന്നും നീ പറയാൻ പോകുന്നതായി എനിക്ക് തോന്നി. നീ അങ്ങനെ പറയാനുദ്ദേശിച്ചില്ലേ."

"തീർച്ചയായും ഇല്ല. നിങ്ങൾക്ക് സ്വന്തം കർത്തവ്യം നന്നായി അറി യാം. പിന്നെ ഞാൻ – അങ്ങനെ ചിന്തിച്ചാൽ...."

പെട്ടെന്ന് ആശയക്കുഴപ്പത്തോടെ അവൾ നിർത്തി, ഒരുവാക്കു പോലും തുടരാനായില്ല, കുറച്ചു നേരം അയാൾ കാത്തിരുന്നെങ്കിലും. പിന്നെ അയാൾ പഴയ സ്ഥാനത്തേക്ക് ചെന്നു. ഒന്നും സംഭവിച്ചിട്ടില്ലാത്ത മട്ടിൽ തുടർന്നു.

"പ്രാർഥനകൾ ഭംഗിയായി വായിക്കുന്നതുപോലെതന്നെ വിരളമാണ് മനോഹരമായി നടത്തുന്ന വേദോപദേശ പ്രസംഗങ്ങളും. സ്വയം സുന്ദര

മാണ് വേദോപദേശം. അത് ഭംഗിയായി തയാറാക്കുന്നതിനെക്കാൾ ക്ലേശകരമാണ് ഭംഗിയായി പ്രസംഗിക്കൽ. കാരണം, നന്നായി പഠിച്ചാൽ ഭംഗിയായി തയാറാക്കാൻ കഴിയും, അതിന്റേതായ രീതിയിൽ. നല്ലൊരു വേദോപദേശ പ്രസംഗം ഭംഗിയായി അവതരിപ്പിച്ചാൽ അതിലേറെ സംതൃപ്തിനൽകുന്നകാര്യം മറ്റൊന്നില്ല. ആദരവോടും അഭിനന്ദനത്തോടും കൂടിയല്ലാതെ എനിക്കത് കേൾക്കാനാവില്ല, അപ്പോൾ ഒരു പുരോഹിതനായെങ്കിലോ എന്നുപോലും എന്റെ മനസ്സ് കൊതിച്ചുപോകും. 'പുൾ പിറ്റിൽ നിന്നുള്ള പ്രഭാഷണത്തിൽ ആകർഷണീയമായ എന്തോ ഉണ്ട്, യഥാർഥ പ്രഭാഷണമാണെങ്കിൽ. അങ്ങേയറ്റം പ്രശംസയും ആദരവും അതർഹിക്കുന്നു. ശ്രോതാക്കളെ അത് പിടിച്ചിരുത്തും. ഏതുവിധ ജനക്കൂട്ടത്തെയും അത് സ്പർശിക്കും. ആരുടെയും ശ്രദ്ധയാകർഷിക്കുന്ന രീതിയിൽ, ആരെയും എതിർക്കാത്ത രീതിയിൽ നൂതനമായ എന്തെങ്കിലും കാര്യങ്ങൾ അവതരിപ്പിക്കുന്നൊരു മതപ്രഭാഷകൻ തികച്ചും ആദരണീയനാണ്. അത്തരം ഒരാളാകാൻ ഞാനാഗ്രഹിക്കുന്നു."

എഡ്മണ്ട് ചിരിച്ചു.

"തീർച്ചയായും ഞാനാഗ്രഹിക്കുന്നു. പ്രശസ്തനായ ഒരു മതപ്രഭാഷകനെയും എന്റെ ജീവിതത്തിൽ അസൂയയോടെ അല്ലാതെ ഞാൻ കേട്ടിട്ടില്ല. എന്നാൽ, എനിക്ക് ലണ്ടൻ ശ്രോതാക്കൾ വേണം. പഠിപ്പുള്ളവരോടേ എനിക്ക് പ്രഭാഷണം നടത്താനാകൂ, ഞാൻ പറയുന്നത് അതിന്റേതായ രീതിയിൽ ഉൾക്കൊള്ളാനാവുന്നവർ. സദാസമയവും ഈ തൊഴിലിനോടെനിക്ക് ഇഷ്ടം തോന്നുമോ എന്നറിയില്ല. ഇടയ്ക്കിടയ്ക്ക് മാത്രം, ഒരുപക്ഷേ, വസന്തത്തിൽ ഒന്നോ രണ്ടോ പ്രാവശ്യം മാത്രം, ആറ് ഞായറാഴ്ചകൾ ആകാംക്ഷയോടെ കാത്തിരുന്ന ശേഷം. എന്നാൽ സ്ഥിരം ജോലിയല്ല, അത് ശരിയാവില്ല."

അയാളുടെ വാചകമടി ഫാന്നിക്ക് ശ്രദ്ധിക്കാതിരിക്കാൻ കഴിഞ്ഞില്ല. ഇത് പറഞ്ഞപ്പോൾ അറിയാതെ അവൾ തലകുലുക്കിപ്പോയി. ക്രാഫോർഡ് ഉടനെ അവളുടെ അരികിലെത്തി, അതിന്റെ അർഥമെന്താണെന്ന് അന്വേഷിച്ചു. പ്രശ്നം മണത്തറിഞ്ഞ എഡ്മണ്ട്, ഫാന്നിക്കരികിലെ കസേരയിൽ ചാരിയിരുന്ന്, ഒരു പത്രമെടുത്ത് വായിക്കാൻ തുടങ്ങി. എന്തിനാണ് തലകുലുക്കിയതെന്ന തന്റെ കാമുകന്റെ ചോദ്യത്തിന് ഫാന്നി മറുപടിപറയേണ്ടിവരും, അയാൾക്ക് തൃപ്തികരമായ വിധത്തിൽ, എന്നവൻ കരുതി. അവരുടെ സ്വരം കേൾക്കാതിരിക്കാൻവേണ്ടി എഡ്മണ്ട് പത്രപരസ്യം വായിച്ചുകൊണ്ടിരുന്നു.

നിശ്ശബ്ദയായി അത്രയും നേരം അനങ്ങാതിരുന്ന ഫാന്നി, എഡ്മണ്ടിന്റെ ഭാവംകണ്ട് ഖേദിച്ചു. ഫാന്നി തന്നാലാവുന്നത്ര മാന്യതയോടെ ക്രാഫോർഡിൽനിന്ന് മാറിപ്പോകാൻ ശ്രമിച്ചു, അയാളുടെ നോട്ടവും ചോദ്യങ്ങളും ഒഴിവാക്കാനും. എന്നാൽ അയാൾ അവ തുടർന്നുകൊണ്ടും ഇരുന്നു.

"ആ തലകുലുക്കലിന്റെ ഉദ്ദേശ്യമെന്താണ്?" അയാൾ ചോദിച്ചു "എന്താണത് പ്രകടിപ്പിക്കുന്നത്? എതിർപ്പാണോ? അല്ലെങ്കിലെന്ത്? –

നിനക്ക് ഇഷ്ടപ്പെടാത്ത എന്ത് കാര്യമാണ് ഞാൻ പറഞ്ഞത്? – ഞാൻ മര്യാദയില്ലാതെ സംസാരിച്ചെന്ന് നീ കരുതുന്നോ? അസ്ഥാനത്താണെന്നോ, നിസ്സാരമാണെന്നോ? എന്താണതെന്ന് പറയൂ. ഞാൻ തെറ്റ് ചെയ്തിട്ടുണ്ടോ എന്ന് മാത്രമെങ്കിലും പറയൂ. ഉണ്ടെങ്കിൽ എനിക്ക് തിരുത്തണം. അതെ, അതെ, ഞാൻ നിന്നോട് യാചിക്കുകയാണ്. ഒരു നിമിഷനേരത്തേക്ക് നിന്റെ ജോലി ഒന്ന് നിർത്തൂ. ആ തലകുലുക്കിന്റെ അർഥമെന്താണ്?"

ഒരു ഫലവുമുണ്ടായില്ല. "ദയവായി, സർ, പറയല്ലെ – ദയവായി മിസ്റ്റർ ക്രാഫോർഡ്" രണ്ട് പ്രാവശ്യം അവൾ ആവർത്തിച്ചു – അവൾ അവിടന്ന് എഴുന്നേറ്റുപോകാൻ വൃഥാ ശ്രമിച്ചുനോക്കി – എന്നാൽ, അടുത്തുനിന്നു കൊണ്ടയാൾ മെല്ലെ അതേ അഭ്യർഥന തുടർന്നു. അവൾ കൂടുതൽ അസ്വസ്ഥയായി; വല്ലാത്ത ഇഷ്ടക്കേട് തോന്നി.

"നിങ്ങൾക്കെങ്ങനെ ഇപ്രകാരം ചെയ്യാൻ കഴിയുന്നു, സർ? നിങ്ങൾ ശരിക്കും എന്നെ അത്ഭുതപ്പെടുത്തുന്നു – നിങ്ങൾക്കെങ്ങനെ ഇത് ചെയ്യാൻ കഴിയുന്നു എന്നാണെന്റെ അത്ഭുതം......"

"ഞാൻ നിന്നെ അത്ഭുതപ്പെടുത്തുന്നോ?" അയാൾ ചോദിച്ചു: "നീ അത്ഭുതപ്പെടുന്നോ? എന്റെ ഈ അഭ്യർഥനയിൽ നിനക്ക് മനസിലാക്കാമെന്നതെന്തെങ്കിലുമുണ്ടോ? ഉടനെ ഞാനത് വിശദീകരിക്കാം. നിന്റെ നോട്ടവും പ്രവർത്തിയും എന്റെ ഉൽക്കണ്ഠ വർധിപ്പിക്കുകയാണ്. നിന്നെ അധികനേരം അതിശയിപ്പിക്കാൻ ഞാൻ വിടുന്നില്ല."

എത്ര നിയന്ത്രിച്ചിട്ടും ചെറുതായൊന്നു പുഞ്ചിരിക്കാതിരിക്കാനവൾക്ക് കഴിഞ്ഞില്ല, എന്നാൽ, ഒന്നും മിണ്ടിയില്ല.

"പുരോഹിത ജോലിയിൽ സ്ഥിരമായി നിൽക്കാനെനിക്കാഗ്രഹമില്ല എന്നു പറഞ്ഞപ്പോഴാണ് നീ തലകുലുക്കിയത്. അതെ, അതായിരുന്നു ആ വാക്ക്. സ്ഥിരമായി ആ വാക്കിനെ ഞാൻ ഭയപ്പെടുന്നില്ല. ഞാനത് പറയും വായിക്കും എഴുതും ആരോടായാലും. ആ വാക്കിൽ പേടിക്കേണ്ടതായി ഒന്നുമില്ല. ഞാൻ പേടിക്കേണ്ടതുണ്ടെന്ന് നീ കരുതുന്നോ?"

"ഒരുപക്ഷേ, സർ" ഒടുവിൽ സംസാരിക്കാൻ വിഷമിച്ചുകൊണ്ടവൾ പറഞ്ഞു –" ഒരുപക്ഷേ, സർ, ചിലപ്പോൾ നിങ്ങൾ ചെയ്യുന്നതെന്താണെന്ന് സ്വയം അറിയുന്നില്ല; അത് ദയനീയമാണ്."

ഏത് വിധേനയും അവളെ സംസാരിപ്പിക്കാൻ കഴിഞ്ഞല്ലോ എന്നോർത്ത് ക്രാഫോർഡ് ആഹ്ലാദിച്ചു. സംസാരം തുടരാൻ തീരുമാനിച്ചു. അത്തരം ഒരു മറുപടി കൊടുത്ത് അയാളെ അടിച്ചിരുത്താമെന്ന് കരുതിയ ഫാന്നിക്ക് തെറ്റുപറ്റി. ജിജ്ഞാസ ഉയർത്തിയ വിഷയത്തിൽനിന്ന് മറ്റൊരു വിഷയത്തിലേക്ക് സംഭാഷണം മാറി എന്നുമാത്രം. അയാൾക്ക് എന്തെങ്കിലും വിശദീകരണം തേടി അഭ്യർഥിക്കാനുണ്ടാകും, എപ്പോഴും നല്ല ഒരു സുവർണാവസരം. അങ്കിളിന്റെ മുറിയിൽ വെച്ച് അവളെക്കണ്ട ശേഷം ഇങ്ങനെ ഒരു സന്ദർഭം ലഭിച്ചിട്ടില്ല. ഇനി മാൻസ്ഫീൽഡിൽ വിടുന്നതിനുമുമ്പ് ലഭിക്കയുമില്ല.

മേശയുടെ തൊട്ടപ്പുറത്തിരിക്കുന്ന ലേഡിബെർട്രാം ഒന്നും കാര്യമാക്കിയെടുത്തില്ല. കാരണം, അവരെപ്പോഴും പാതി ഉറക്കത്തിലാണ്,

എഡ്മണ്ട് ആകട്ടെ പത്രപരസ്യത്തിൽ മുഴുകിയിരിക്കയും.

"കൊള്ളാം" ക്രാഫോർഡ് നിരവധി ചോദ്യങ്ങൾ തുരുതുരെ ചോദിച്ചിട്ടും മറുപടി ലഭിക്കാതായപ്പോൾ പറഞ്ഞു:

"മുമ്പത്തെക്കാൾ സന്തുഷ്ടനാണ് ഞാൻ. കാരണം, നിനക്കെന്നെക്കുറിച്ചുള്ള അഭിപ്രായം കൂടുതൽ വ്യക്തമായി എനിക്കിപ്പോൾ മനസിലായി. ഞാൻ ചപലനാണെന്ന് നീ കരുതുന്നു – സന്ദർഭാനുസരണം എളുപ്പത്തിൽ ചാഞ്ചാടുന്നവൻ. അത്തരം ഒരഭിപ്രായമുള്ളപ്പോൾ യാതൊരത്ഭുതവുമില്ല – എന്നാൽ, നമ്മൾക്ക് കാണാം. ഞാൻ തെറ്റു ചെയ്യുന്നില്ലെന്ന് ബോധിപ്പിക്കാനോ പ്രതിഷേധത്തിനോ വേണ്ടി അല്ല; എനിക്ക് നിന്നോടുള്ള സ്നേഹം സുദൃഢമാണെന്ന് വാക്കുകൊണ്ടല്ല പെരുമാറ്റംകൊണ്ട് ഞാൻ തെളിയിക്കും – വേർപാട്, ദൂരം, സമയം... ഇവ എനിക്കുവേണ്ടി സംസാരിക്കും – അവ തെളിയിക്കും. മറ്റാരെങ്കിലും നിന്നെ അർഹിക്കുന്നതുപോലെ, ഞാനും നിന്നെ അർഹിക്കുന്നു – യോഗ്യതയിൽ നീ എന്നെക്കാൾ എത്രയോ മടങ്ങ് മുകളിലാണ്, അതെല്ലാം എനിക്കറിയാം – ഏതൊരു വ്യക്തിക്കും ഇല്ലാത്തത്ര സൽഗുണങ്ങൾ നിന്നിലുണ്ടെന്ന് മുമ്പൊരിക്കലും എനിക്ക് തോന്നിയിട്ടില്ല. ഒരു മാലാഖയെപ്പോലെയാണ് നീ, അതിനപ്പുറം – ആർക്കും ഇതുപോലൊന്ന് ഒരിക്കലും കാണാനാവില്ല – എന്നാലും എനിക്ക് പേടിയൊന്നുമില്ല. കഴിവിന്റെ പേരിൽ എനിക്ക് നിന്നെ നേടാനാവില്ല. അതിന് സംശയമേയില്ല. നിന്റെ കഴിവുകൾ, മനസിലാക്കുകയും ആരാധിക്കുകയും ആത്മാർഥമായി സ്നേഹിക്കുകയും ചെയ്യുന്നവന് അത് തിരിച്ചുകിട്ടും അതിനവന് ശരിക്കും അവകാശമുണ്ട്. അവിടെയാണ് ഞാൻ എന്റെ വിശ്വാസം കെട്ടിപ്പടുക്കുന്നത്. അവകാശത്തിൽ ഞാൻ നിനക്കർഹനാണ്, അർഹനാകും. ഞാൻ പ്രഖ്യാപിച്ചതുപോലെയാണ് എന്റെ സ്നേഹബന്ധമെന്ന് ഒരിക്കൽ ബോധ്യമായാൽ, പിന്നെ എനിക്ക് കാത്തിരിക്കേണ്ടിവരില്ല – അതെ, ഏറ്റവും പ്രിയപ്പെട്ട, ഏറ്റവും സുന്ദരിയായ ഫാന്നി – അതെ – (അവൾ അനിഷ്ടത്തോടെ പിൻവാങ്ങുന്നതുകണ്ട്) എന്നോട് ക്ഷമിക്കൂ. ഒരുപക്ഷേ, ഇപ്പോൾ എനിക്ക് അവകാശമില്ലായിരിക്കാം. എന്നാൽ, എന്ത് പേരിലാണ് നിന്നെ ഞാൻ സംബോധന ചെയ്യുക? എന്റെ ഭാവനയിൽ മറ്റെന്തെങ്കിലും പേര് ഉണ്ടെന്ന് നീ സങ്കൽപ്പിച്ചിട്ടുണ്ടോ? ഇല്ല, അത് 'ഫാന്നി'യാണ്, എല്ലാ ദിവസവും ചിന്തിക്കുന്നതും, എല്ലാ രാത്രിയും കിനാവ് കാണുന്നതും – നീ ആ പേരിന് അത്രയ്ക്ക് മാധുര്യം നൽകിയിരിക്കുന്നു. മറ്റൊരു പേരിനും നിന്നെ ഇത്ര വർണിക്കാനാവില്ല."

ഫാന്നിക്ക് ഇനിയും പിടിച്ച് നിൽക്കാനാവില്ലെന്ന് തോന്നി. എന്തെങ്കിലും കാരണം പറഞ്ഞ് എഴുന്നേറ്റ് പോകണമെന്നുണ്ടായിരുന്നെങ്കിലും, മറ്റുള്ളവരുടെ എതിർപ്പ് ഓർത്ത് തൽക്കാലം സഹിച്ചിരുന്നു. ആരെങ്കിലും നടന്നു വരുന്ന കാലൊച്ച അവൾ കുറെനേരമായി പ്രതീക്ഷിക്കുകയായിരുന്നു.

ബാഡ്‌ലെയുടെ നേതൃത്വത്തിൽ ചായപ്പാത്രങ്ങളും കേക്കും മറ്റും പിടിച്ച് ഒരു സംഘം ഭൃത്യജനങ്ങൾ പ്രത്യക്ഷപ്പെട്ടപ്പോൾ, അവളുടെ ശരീ

രവും മനസും വേദനനിറഞ്ഞ തടവിൽനിന്ന് രക്ഷപ്പെട്ടതുപോലെയായി. മിസ്റ്റർ ക്രാഫോർഡിന് അവിടന്ന് മാറേണ്ടിവന്നു. അവൾ രക്ഷപ്പെട്ടു, തിരക്കുള്ളവളായി.

സംസാരിക്കുകയും കേട്ടുകൊണ്ടിരിക്കയും ചെയ്യുന്ന ആ സംഘത്തിൽ പങ്കുകൊള്ളേണ്ടിവരുന്നതിൽ എഡ്മണ്ടിന് വിഷമമൊന്നും തോന്നിയില്ല. എന്നാൽ, ആ സമ്മേളനം വളരെ നീണ്ടതായി അവന് അനുഭവപ്പെട്ടു. ഫാന്നിയുടെ മുഖത്ത് നോക്കിയപ്പോൾ വിഷമവും അസ്വസ്ഥതയുമാണവൻ ദർശിച്ചത്, ഇത്രയധികം സംസാരം കേട്ടിരിക്കേണ്ടായിരുന്നു എന്നവന് തോന്നി, അതും സംസാരിച്ചവന് യാതൊരു പ്രയോജനവുമില്ലാതെ.

4

ക്രാഫോർഡിനെ സംബന്ധിച്ചുള്ള കാര്യങ്ങൾ തങ്ങളുടെ സംഭാഷണങ്ങളിൽ ഉൾപ്പെടുത്തണമോ എന്നത് എഡ്മണ്ട് പൂർണമായും ഫാന്നിയുടെ തീരുമാനത്തിന് വിട്ടു. അവൾ അക്കാര്യം സൂചിപ്പിച്ചില്ലെങ്കിൽ അക്കാര്യം അവൻ ഒരിക്കലും സ്പർശിക്കില്ല. ഒന്നുരണ്ട് ദിവസങ്ങൾ അങ്ങനെ കടന്നുപോയപ്പോൾ അച്ഛന്റെ ആഗ്രഹപ്രകാരം അവന് സ്വന്തം നിലപാടിൽ മാറ്റംവരുത്തേണ്ടിവന്നു. സ്വന്തം സുഹൃത്തിനുവേണ്ടി അവളിൽ സ്വാധീനം ചെലുത്തണമെന്നായിരുന്നു അദ്ദേഹത്തിന്റെ അഭിപ്രായം.

ഒരുദിവസം, കുറച്ചുനേരത്തെതന്നെ, മാൻസ്ഫീൽഡ് വിടാനായിരുന്നു ക്രാഫോർഡിന്റെ തീരുമാനം. അയാൾ പോകുന്നതിനുമുമ്പ് ഒരു ശ്രമംകൂടി നടത്തുന്നത് നന്നായിരിക്കുമെന്ന് സർ. തോമസ് കരുതി, അയാളുടെ സ്ഥിരോത്സാഹത്തോടെയുള്ള യത്നവും, അചഞ്ചലമായ സ്നേഹവാഗ്ദാനങ്ങളും നിലനിന്നുകാണാനദ്ദേഹം ആഗ്രഹിച്ചു.

അക്കാര്യത്തിൽ മിസ്റ്റർ ക്രാഫോർഡിന്റെ കറകളഞ്ഞ സ്വഭാവത്തിൽ ഉൽക്കണ്ഠാകുലനായിരുന്നു സർ. തോമസ്. ഉറച്ച മനസിന്റെ ഒരു മാതൃകയായി അയാളെ കാണാനദ്ദേഹം ആശിച്ചു. അധികം കാലതാമസം കൂടാതെ, അയാളെ അധികം തളരാനനുവദിക്കാതെ, കാര്യസിദ്ധിക്കായുള്ള മാർഗങ്ങൾ അദ്ദേഹം ചിന്തിച്ചുകൊണ്ടിരുന്നു.

തന്നെ ഏൽപ്പിച്ച ജോലി വേണ്ടരീതിയിൽ നിർവഹിക്കാൻ എഡ്മണ്ട് വിമുഖതകാട്ടിയില്ല. ഫാന്നിയുടെ വികാരങ്ങളറിയാനയാൾ ആഗ്രഹിച്ചു. എല്ലാ ബുദ്ധിമുട്ടുകളും പ്രശ്നങ്ങളും അവൾ അവനുമായി കൂടി ആലോചിക്കാറുള്ളതാണ്. അവൻ അവളെ അത്രയ്ക്ക് സ്നേഹിക്കുന്നതിനാൽ, അവളുടെ വിശ്വാസം ഇപ്പോൾ നഷ്ടപ്പെട്ടെന്ന് കരുതാനാകില്ല. അവളെ സേവിക്കാനവൻ സദാ സന്നദ്ധനായിരുന്നു. മറ്റാരുടെ മുന്നിലാണവൾ ഹൃദയം തുറക്കുക? അവൾക്ക് ഉപദേശം ആവശ്യമില്ലെങ്കിൽ, ആശയ വിനിമയത്തിന്റെ ആശ്വാസമെങ്കിലും വേണ്ടിവരും. എന്നാൽ, ഫാന്നി അവനിൽനിന്നും അകന്ന്, ഒതുക്കവും നിശ്ശബ്ദതയും പാലിച്ചു, അത് അസ്വാഭാവികമായൊരു നിലപാടായിരുന്നു. ആ നിലപാട് മാറ്റിയെടുക്കണം. താൻ അതിന് മുൻക

യ്യെടുക്കണമെന്നാണ് ഫാന്നിയുടെ ആഗ്രഹമെന്ന് അവന് അതിവേഗം മനസിലാക്കാനായി.

“ഞാനവളോട് സംസാരിക്കാം, സർ, ആദ്യം കിട്ടുന്ന അവസരത്തിൽത്തന്നെ അവളോട് ഒറ്റയ്ക്ക് സംസാരിക്കാം.” എഡ്മണ്ട് വാക്കുകൊടുത്തു. ആ സമയത്ത് ഫാന്നി തോട്ടത്തിൽ നടക്കുന്നുണ്ടെന്ന് സർ. തോമസ് അവനോട് പറഞ്ഞപ്പോൾ, അവൻ ഉടനെ അവളുടെ അടുത്തെത്തി.

“ഞാൻ നിന്നോടൊപ്പം നടക്കാൻ വന്നതാണ്, ഫാന്നി.” അവൻ പറഞ്ഞു. “ഞാനും വരട്ടെ? (അവളുടെ കരംഗ്രഹിച്ചുകൊണ്ട്) വളരെ നാളായി സന്തോഷത്തോടെ നമ്മൾ ഒന്നിച്ച് നടന്നിട്ട്.”

വാക്കുകൾ പുറത്ത് വന്നില്ലെങ്കിലും നോട്ടത്തിലൂടെ അവളതിന് സമ്മതിച്ചു. വളരെ മ്ലാനതയിലായിരുന്നു അവളുടെ മനസ്സ്. “എന്നാൽ, ഫാന്നി”, അവൻ തുടർന്നു: “സുഖകരമായ നടത്തത്തിന് മറ്റ് ചിലതും കൂടി അനിവാര്യമാണ്, വെറുതെ ചരലിലൂടെ നടന്നതുകൊണ്ടുമാത്രമായില്ല. നീ എന്നോട് സംസാരിക്കണം. നിന്റെ മനസിൽ എന്തോ ചിലത് ഒളിപ്പിച്ചുവെച്ചിട്ടുണ്ടെന്ന് എനിക്കറിയാം. നീ ചിന്തിക്കുന്നതെന്താണെന്നെനിക്കറിയാം. എന്നെ നീ അക്കാര്യം അറിയിച്ചെന്ന് നിനക്ക് വിചാരിക്കാനാവില്ല. ഫാന്നിയൊഴിച്ച് മറ്റുള്ളവരിൽ നിന്നെല്ലാം ഞാനക്കാര്യം കേട്ടു. അങ്ങനെയാണോ വേണ്ടത്?”

ഫാന്നി ഉടനെ അസ്വസ്ഥതയോടെ മറുപടി നൽകി: “മറ്റുള്ളവരിൽ നിന്നെല്ലാം അക്കാര്യം അറിഞ്ഞു കഴിഞ്ഞെങ്കിൽ, കസിൻ, എനിക്ക് പറയാനായി ഒന്നുമില്ലല്ലൊ.”

“ഒരുപക്ഷേ, വസ്തുതകളല്ല, നിന്റെ വികാരങ്ങൾ, ഫാന്നി നിനക്കു മാത്രമേ അത് പറയാനാകൂ. എന്തായാലും, നിന്നെ നിർബന്ധിക്കാൻ ഞാനാഗ്രഹിക്കുന്നില്ല. അതല്ല നീ ആഗ്രഹിക്കുന്നതെങ്കിൽ ഞാനൊന്നും പറയുന്നില്ല. അതൊരാശ്വാസമാകുമെന്ന് ഞാൻ കരുതി.”

“നിങ്ങൾ വ്യത്യസ്ത രീതിയിലാണ് ചിന്തിക്കുന്നതെന്ന് ഞാൻ ഭയപ്പെടുന്നു. എന്റെ മാനസിക വികാരങ്ങൾ പ്രകടിപ്പിക്കുന്നതിൽ ആശ്വാസം ലഭിച്ചില്ലെങ്കിലോ.”

“നമ്മൾ വ്യത്യസ്തരീതിയിലാണ് ചിന്തിക്കുന്നതെന്ന് നീ കരുതുന്നുണ്ടോ? എനിക്കതിനെക്കുറിച്ച് ഒന്നുമറിയില്ല. നമ്മുടെ അഭിപ്രായങ്ങൾ തുലനം ചെയ്ത് നോക്കിയാൽ, മുമ്പത്തെപ്പോലെ ഒരേ രീതിയിലാണെന്ന് നിനക്ക് കാണാനാകും, എനിക്കുറപ്പാണ്. നിനക്ക് സ്നേഹം തിരിച്ചു നൽകാനാവുമെങ്കിൽ ക്രാഫോർഡിന്റെ വിവാഹാഭ്യർഥന ഏറ്റവും പ്രയോജനകരവും ആഗ്രഹിക്കാവുന്നതുമാണെന്ന് ഞാൻ കരുതുന്നു. അത് വളരെ സ്വാഭാവികമാണ്, ആ സ്നേഹം നിനക്ക് തിരിച്ചുനൽകാൻ കഴിയേണമേ എന്നാണ് നിന്റെ കുടുംബക്കാരെല്ലാം ആഗ്രഹിക്കുന്നത്. എന്നാൽ, അത് നിനക്ക് കഴിയാത്തതിനാൽ, നീ ചെയ്യേണ്ട രീതിയിൽത്തന്നെയാണത് നിരസിച്ചത്! ഇവിടെ നമ്മൾ തമ്മിൽ, എന്തെങ്കിലും അഭിപ്രായവ്യത്യാസമുണ്ടോ?

"ഓഹ്! ഇല്ല. എന്നാൽ, നിങ്ങൾ എന്നെ കുറ്റപ്പെടുത്തി എന്നാണ് ഞാൻ കരുതിയത്. നിങ്ങൾ എനിക്കെതിരാണെന്ന് ഞാൻ വിചാരിച്ചു. എന്തൊരാശ്വാസം."

"ഈ ആശ്വാസം നിനക്ക് ഉടനെ നേടാനായേനെ, ഫാന്നി, നീ അതിന് ശ്രമിച്ചിരുന്നെങ്കിൽ. എന്നാൽ, ഞാൻ നിനക്കെതിരാണെന്ന് നിനക്കെങ്ങനെ ചിന്തിക്കാൻ കഴിഞ്ഞു? സ്നേഹമില്ലാത്ത വിവാഹത്തിനു വേണ്ടി വാദിക്കുന്നവനാണ് ഞാനെന്ന് നിനക്കെങ്ങനെ സങ്കൽപ്പിക്കാനായി? പൊതുവെ ഇത്തരം കാര്യങ്ങളിൽ ഞാൻ അശ്രദ്ധനാണെങ്കിൽപ്പോലും നിന്റെ സന്തോഷം അപകടത്തിലായിരിക്കുന്ന സന്ദർഭത്തിൽ ഞാനപ്രകാരമായിരിക്കുമെന്ന് നിനക്കെങ്ങനെ സങ്കൽപ്പിക്കാനായി?"

"അങ്കിൾ എന്നെ തെറ്റായാണ് ധരിച്ചിരിക്കുന്നത്. അദ്ദേഹം നിങ്ങളുമായി സംസാരിച്ചിരുന്നെന്ന് ഞാൻ അറിഞ്ഞു."

"ഇതുവരെയുള്ള നിന്റെ നീക്കം, ഫാന്നി, തികച്ചും ശരിയാണ്. എന്റെ അത്ഭുതം – നിനക്ക് ആത്മപരിശോധന നടത്താൻ സമയം ലഭിച്ചിട്ടില്ലെന്നാണ്. എന്നാൽ, നിന്റെ ചിന്താഗതി പൂർണമായും ശരിയാണ്. അതിൽ എന്തെങ്കിലും പ്രശ്നം ഉണ്ടാകുമോ? ഉണ്ടായാൽ നമ്മൾക്കത് അപമാനകരമാകും. നീ അയാളെ പ്രേമിക്കുന്നില്ല – അയാളെ സ്വീകരിക്കുന്നതിൽ യാതൊരു ന്യായീകരണവുമില്ല."

ദിവസങ്ങളായി ഫാന്നി ഇത്രയ്ക്ക് ആശ്വാസം അറിഞ്ഞിട്ടില്ല.

"നിന്റെ സ്വഭാവം കുറ്റമറ്റതായിരിക്കുന്നിടത്തോളം കാലം, അവർ നിന്നോട് വേറെ രീതിയിൽ പ്രവർത്തിക്കുവാനാഗ്രഹിക്കുന്നത് തെറ്റാണ്. എന്നാൽ, കാര്യങ്ങൾ അവിടെ അവസാനിക്കുന്നില്ല. ക്രാഫോർഡിന്റേത് സാധാരണ സ്നേഹബന്ധമല്ല. മുമ്പ് ഇല്ലാതിരുന്ന ആദരവ് നേടിയെടുക്കാനായി സ്ഥിരോത്സാഹത്തോടെ യത്നിക്കാൻ തീരുമാനിച്ചിരിക്കയാണയാൾ. ഇതിന് കാലമെടുക്കുമെന്ന് നമ്മൾക്കറിയാം. എന്നാൽ (സ്നേഹപൂർവം പുഞ്ചിരിച്ച്) ഒടുവിലയാൾ വിജയിക്കട്ടെ, ഫാന്നി, ഒടുവിലയാൾ വിജയിക്കട്ടെ. നിന്റെ അനിഷ്ടം നീ സ്വയം പ്രകടിപ്പിച്ചുകഴിഞ്ഞു, താൽപ്പര്യമില്ലായ്മ തെളിയിച്ചുകഴിഞ്ഞു. ഇനി നിന്റെ മൃദുലഹൃദയവും നന്ദിയും തെളിയിക്കൂ. അപ്പോൾ നീ ഒരു മാതൃകാവനിതയായി മാറും. നീ സൃഷ്ടിക്കപ്പെട്ടിട്ടുള്ളതുതന്നെ അതിനാണെന്ന് ഞാനെന്നും വിശ്വസിക്കുന്നു."

"ഓഹ്! ഒരിക്കലുമില്ല, ഒരിക്കലുമില്ല, ഒരിക്കലുമില്ല; അയാൾക്കൊരിക്കലും എന്നെ വിജയിക്കാനാവില്ല." അവളുടെ ഊഷ്മളതയോടെയുള്ള സംസാരം എഡ്മണ്ടിനെ തികച്ചും അതിശയിപ്പിച്ചു. തന്നെക്കുറിച്ച് ചിന്തിച്ചുകൊണ്ടവളുടെ മുഖം തുടുത്തു. പ്രത്യേകിച്ച് അവന്റെ നോട്ടവും സ്വരവും ശ്രദ്ധിച്ചപ്പോൾ!

"ഒരിക്കലുമില്ല ഫാന്നി! അത്രയ്ക്കധികം ദൃഢനിശ്ചയം! ഇത് നീയല്ല പറയുന്നത്, നിന്റെ യുക്തിയാണ്."

"ഞാൻ ഉദ്ദേശിക്കുന്നത്" ദുഃഖത്തോടെ അവൾ സ്വയം തിരുത്തി "ഞാൻ കരുതുന്നത് എനിക്കൊരിക്കലും അതിന് കഴിയില്ലെന്നാണ്. ഭാവി

യെക്കുറിച്ച് പറയുകയാണെങ്കിൽ – അയാളുടെ ആദരവ് എനിക്കൊരിക്കലും തിരിച്ചുനൽകാനാവില്ലെന്നാണെന്റെ വിശ്വാസം.”

“നല്ല കാര്യങ്ങൾ സംഭവിക്കുമെന്നാണ് ഞാൻ കരുതുന്നത്. ക്രാഫോർഡിനെക്കാൾ കൂടുതൽ എനിക്കറിയാൻ കഴിയും. നിന്നെ സ്നേഹിപ്പിക്കാൻ ശ്രമിക്കുന്ന ഒരാൾക്ക് (നിനക്കയാളുടെ ഉദ്ദേശ്യം മനസിലായിട്ടുള്ളതിനാൽ) കഠിനാധ്വാനം ചെയ്യേണ്ടിവരും. അത് നേടിയെടുക്കുവാൻ, കാരണം, നിന്റെ മുൻവിധികളും സമ്പ്രദായങ്ങളും ശക്തമായി നേരിടേണ്ടിവരും. നിന്റെ ഹൃദയം കീഴടക്കുന്നതിനുമുമ്പ്, വർഷങ്ങളായി ശീലിച്ച ദൃഢമായ ജീവിതരീതിയിൽ അയാൾക്ക് അയവ് വരുത്തേണ്ടിവരും. വിടപറയലിന്റെ പിന്നിലെ ലക്ഷ്യവും അതുതന്നെ. മാൻസ്ഫീൽഡ് വിട്ടുപോകുന്നത് നിനക്കൊരുപക്ഷേ, താൽക്കാലികമായി അയാളോട് പൊരുതിനിൽക്കാൻ സഹായകമായേക്കാം. അയാൾ പ്രവർത്തിക്കാൻ പോകുന്നതെന്താണെന്ന് നിന്നോടയാൾ പറയേണ്ട ആവശ്യമില്ലല്ലൊ. എന്നെപ്പോലെ അയാളും നിന്നെ നന്നായി മനസിലാക്കിയിട്ടുണ്ട്, ഫാന്നി. നമ്മൾ തമ്മിൽ മാത്രം അറിയാൻവേണ്ടി പറയുകയാണ്, അയാൾ നിന്നെ കീഴടക്കിയേക്കും എന്നെനിക്ക് തോന്നുന്നു. എന്റെ സൈദ്ധാന്തികവും അയാളുടെ പ്രായോഗികവുമായ ജ്ഞാനം ഒന്നിച്ച് ചേരുമ്പോൾ അത് പരാജയപ്പെടില്ല. എന്റെ പദ്ധതിയനുസരിച്ച് പ്രവർത്തിച്ചാൽ അയാളുടെ ദൃഢമായ സ്നേഹം നീ അംഗീകരിക്കുമെന്നെനിക്ക് വിശ്വാസമുണ്ട്, കാലം അത് തെളിയിക്കും, (ഞാനത് ദൃഢമായി വിശ്വസിക്കുന്നു.) അയാൾ ഫലപ്രാപ്തി നേടും. അയാളെ സ്നേഹിക്കാൻ നീ ആഗ്രഹിക്കുന്നില്ലെന്ന് സങ്കൽപ്പിക്കാനെനിക്കാവില്ല – സ്വാഭാവികമായ കൃതജ്ഞത കാണുമല്ലൊ; അത്തരം ചില ചിന്തകൾ നിന്റെ മനസിൽ ഒളിഞ്ഞു കിടക്കുന്നുണ്ടാകും. സ്വന്തം അനാസ്ഥയിൽ നീ ഖേദിക്കും.”

“ഞങ്ങൾ തികച്ചും വ്യത്യസ്ത സ്വഭാവക്കാരാണ്” നേരിട്ടുള്ള ഒരു മറുപടി ഒഴിവാക്കികൊണ്ടവൾ പറഞ്ഞു: “എല്ലാ രീതിയിലും പെരുമാറ്റത്തിലും മനോഭാവത്തിലും വളരെ വളരെ വ്യത്യസ്തർ. ഞങ്ങൾക്ക് ഒരിക്കലും സന്തുഷ്ടരായി ഒന്നിച്ച് ജീവിക്കാനാവില്ലെന്നെനിക്ക് ഉറപ്പാണ്, ഞാൻ അയാളെ ഇഷ്ടപ്പെട്ടാൽപ്പോലും ഇത്രയും വ്യത്യസ്തരായ രണ്ട് വ്യക്തികളെ വേറെ കാണാനാവില്ല. ഞങ്ങൾക്കിടയിൽ പൊതുതാൽപ്പര്യമുള്ള ഒരു കാര്യംപോലുമില്ല. ഞങ്ങളുടെ നില ദയനീയമായിരിക്കും.”

“നീ തെറ്റിദ്ധരിച്ചിരിക്കുകയാണ്, ഫാന്നി. അസാദൃശ്യം അത്ര രൂക്ഷമൊന്നുമല്ല. നിങ്ങൾ തികച്ചും ഒരേ രീതിയിലുള്ളവരാണ്, നിങ്ങളുടെ അഭിരുചി ഒരുപോലെയാണ്, ധാർമികവും കലാപരവുമായ വാസനയും ഒരുപോലെയാണ്. ഇരുവർക്കും ഊഷ്മളമായ ഹൃദയവും കരുണാർദ്രമായ വികാരങ്ങളുമാണുള്ളത്. അയാൾ അന്ന് വായിക്കുന്നത് നീ കേട്ടതല്ലേ, ഫാന്നി; അന്നുരാത്രി ഷേക്സ്പിയറിനെക്കുറിച്ച് പറഞ്ഞത് നീ ശ്രദ്ധിച്ചുകേൾക്കുന്നത് ഞാൻ കണ്ടു. അയാൾ ഒരു സുഹൃത്താകാൻ

അനുയോജ്യനല്ലെന്ന് നീ കരുതുന്നോ? നീ സ്വയം മറക്കുന്നു. ഇരുവരുടെയും പ്രകൃതത്തിൽ കാര്യമായ വ്യത്യാസമുണ്ടെന്ന് ഞാൻ സമ്മതിക്കുന്നു. അയാൾ ഉല്ലാസവാനാണ് നീ ഒരു ഗൗരവക്കാരിയും; എന്നാൽ, അതത്രയും നല്ലതാണ്. അയാളുടെ ഉല്ലാസ പ്രകൃതി നിനക്കൊരു താങ്ങായിരിക്കും. പെട്ടെന്ന് വിഷാദപ്പെടുന്ന പ്രകൃതമാണ് നിന്റേത്. പ്രശ്നങ്ങൾ യഥാർഥത്തിലുള്ളതിനെക്കാൾ, വളരെ പെരുപ്പിച്ച് നീ കാണുന്നു. അയാളുടെ ആഹ്ലാദപ്രകൃതം അതിനൊരു തടയായി മാറും. അയാൾ ഒന്നിലും ഒരു തടസവും ദർശിക്കുന്നില്ല. അയാളുടെ ഉല്ലാസവും ഉത്സാഹവും നിനക്ക് സ്ഥായിയായൊരു താങ്ങായിരിക്കും. ഇത്രയും കാര്യത്തിൽ നിങ്ങൾ വ്യത്യസ്ത സ്വഭാവക്കാരായതുകൊണ്ട് നിങ്ങളുടെ സുഖകരമായ ജീവിതത്തിൽ ഒരു പോറലും ഏൽക്കാൻ പോകുന്നില്ല. അങ്ങനെ സങ്കൽപ്പിക്കരുത്. അത് നല്ലൊരു ചുറ്റുപാടേ സൃഷ്ടിക്കൂ എന്നെനിക്ക് ബോധ്യമുണ്ട്. മനോഭാവം രണ്ട് രീതിയിലാകുന്നത് നല്ലതാണെന്ന് എനിക്ക് നന്നായി അറിയാം. ആവേശം, പെരുമാറ്റം, സുഹൃദ്വലയം, വാചാലതയും മൗനവും, മ്ലാനതയും ഉത്സാഹവും എന്നിവയാണ് ഞാനുദ്ദേശിച്ചത്. ഇത് വിവാഹജീവിതത്തിന്റെ കെട്ടുറപ്പിന് നല്ലതാണെന്നെനിക്ക് ബോധ്യം വന്നിട്ടുണ്ട്. തീർച്ചയായും, രണ്ടറ്റത്തുള്ളവരെ ഞാനിതിൽ നിന്നൊഴിവാക്കുന്നു. എല്ലാകാര്യങ്ങളിലും ഒരുപോലെ സാദൃശ്യമുള്ളവർ രണ്ടറ്റത്തേക്ക് മാറും. പ്രതിപ്രവർത്തനമാണാവശ്യം, വിപരീതാകർഷണം അതിൽനിന്ന് ഉടലെടുക്കുന്നു. സ്വഭാവവും പെരുമാറ്റവും സംരക്ഷിക്കാൻ ഏറ്റവും പറ്റിയത് അതാണ്."

അവന്റെ ചിന്തകൾ ഏത് വിധത്തിലാണെന്ന് ഫാന്നിക്ക് ശരിക്കും ഊഹിക്കാനായി. മിസ്. ക്രാഫോർഡിന്റെ ശക്തി തിരിച്ചുവരികയാണ്. അവൻ വീട്ടിലെത്തിയതുമുതൽ അവളെക്കുറിച്ച് ആഹ്ലാദപൂർവം മാത്രമേ സംസാരിച്ചിട്ടുള്ളൂ. അവളെ ഒഴിവാക്കാനുള്ള നീക്കം ഇതോടെ അവസാനിപ്പിച്ചിരിക്കുന്നു. കഴിഞ്ഞദിവസം അവൻ പുരോഹിതഭവനത്തിൽ നിന്നാണ് ഡിന്നർ കഴിച്ചത്.

ഏതാനും മിനിറ്റുകൾ അവനെ സന്തോഷകരമായ സ്വന്തം സങ്കൽപ്പലോകത്തിലേക്ക് വിട്ടശേഷം ഫാന്നി ക്രാഫോർഡിനെപ്പറ്റിയുള്ള വിഷയത്തിലേക്ക് തിരിച്ചുവന്നു.

"മനോഭാവത്തിന്റെ പേരിൽ മാത്രമല്ല അയാൾ എനിക്ക് തികച്ചും അനുയോജ്യനല്ലെന്ന് ഞാൻ കരുതുന്നത്, അക്കാര്യത്തിൽ വിഭിന്നത അത്രയ്ക്ക് വലുതാണെങ്കിലും, അത്രയ്ക്ക് അതിരറ്റത്. അയാളുടെ ആവേശം പലപ്പോഴും എന്നെ പീഡിപ്പിക്കുന്നു – ഇപ്പോഴും എനിക്ക് എതിർപ്പുള്ള പലതും അയാളിൽ കുടികൊള്ളുന്നുണ്ട്. ഞാൻ പറയട്ടെ, കസിൻ, അയാളുടെ സ്വഭാവശുദ്ധി എനിക്കംഗീകരിക്കാനാവില്ല. നാടകാഭിനയകാലം മുതൽ എനിക്കയാളെക്കുറിച്ച് നല്ല അഭിപ്രായമല്ല. അയാൾ വളരെ മര്യാദകേടായി, വൃത്തികെട്ട രീതിയിൽ പെരുമാറുന്നത് ഞാൻ കണ്ടിട്ടുണ്ട്; എനിക്കങ്ങനെയാണ് തോന്നിയിട്ടുള്ളത്. എല്ലാം അവസാനി

ച്ചതുകൊണ്ട് ഞാൻ തുറന്നു പറയുകയാണ് – പാവം മിസ്റ്റർ റഷ്വർത്തിനോട് ഒട്ടും മര്യാദയില്ലാതെ, അദ്ദേഹത്തെ എത്രമാത്രം അത് മുറിവേൽപ്പിച്ചിട്ടുണ്ടെന്ന് ചിന്തിക്കാതെ, എന്റെ കസിൻ മരിയയോടുള്ള അടുപ്പം – ചുരുക്കത്തിൽ, നാടകാഭിനയകാലത്ത് എന്നിൽ പതിഞ്ഞ അഭിപ്രായങ്ങൾ എനിക്ക് മാറ്റിയെടുക്കാനാവില്ല."

"എന്റെ പ്രിയപ്പെട്ട ഫാന്നി," എഡ്മണ്ട് അവൾ പറഞ്ഞത് പൂർണമായും ശ്രദ്ധിക്കാതെ മറുപടിനൽകി "അത്തരം മണ്ടപ്രകടനങ്ങളിൽ സംഭവിച്ചതുവെച്ച് നമ്മൾ ആരെയും വിലയിരുത്തരുത്. നാടകാഭിനയകാലം എനിക്കോർക്കാൻ തന്നെ ഇഷ്ടമല്ല. മരിയയുടെ പ്രവൃത്തി തെറ്റായിരുന്നു, ക്രാഫോർഡിന്റെ പ്രവൃത്തിതെറ്റായിരുന്നു, നമ്മുടെ എല്ലാവരുടെയും പ്രവൃത്തികൾ തെറ്റായിരുന്നു. എന്നാൽ, എന്നെപ്പോലെ തെറ്റുചെയ്തവർ മറ്റാരുമില്ല. എന്നോട് തുലനം ചെയ്യുമ്പോൾ മറ്റുള്ളവരെല്ലാം കുറ്റം ചെയ്യാത്തവരാണ്! കണ്ണ് തുറന്നുവെച്ചുകൊണ്ടുതന്നെ ഞാൻ സ്വയം വിഡ്ഢിയാവുകയായിരുന്നു."

"ഒരു കാഴ്ചക്കാരനെപ്പോലെ" ഫാന്നി പറഞ്ഞു: "ഒരുപക്ഷേ നിങ്ങൾ കണ്ടതിനെക്കാൾ കൂടുതൽ ഞാൻ കണ്ടു; ചിലസമയത്ത് മിസ്റ്റർ റഷ്വർത്ത് വളരെ അസൂയാലുവും സംശയാലുവുമാണെന്നെനിക്ക് തോന്നിയിട്ടുണ്ട്."

"വളരെ സാധ്യതയുണ്ട്. അത്ഭുതമില്ല. ആ പരിപാടിയെക്കാൾ മര്യാദകെട്ടതായി മറ്റൊന്നുണ്ടാകില്ല. മരിയയ്ക്കങ്ങനെ പെരുമാറാൻ കഴിഞ്ഞല്ലോ എന്നോർത്ത് ഞാൻ ഞെട്ടിപ്പോയിട്ടുണ്ട്. എന്നാൽ, അവൾക്കത്തരം റോൾ എടുക്കാൻ പറ്റുമെങ്കിൽ, ബാക്കി സംഭവങ്ങളിൽ അത്ഭുതപ്പെടാനില്ല."

"നാടകത്തിനുമുമ്പ്, അയാൾ ജൂലിയയുടെ ശ്രദ്ധയാകർഷിക്കാനാണ് ശ്രമിക്കുന്നതെന്ന് ഞാൻ തെറ്റിദ്ധരിച്ചു."

"ജൂലിയ!– അയാൾ ജൂലിയയോട് പ്രേമത്തിലാണെന്ന് മുമ്പ് ആരിൽനിന്നോ ഞാൻ കേട്ടിരുന്നു. എന്നാൽ, ഒരിക്കലും എനിക്കപ്രകാരം തോന്നിയിട്ടില്ല. ഫാന്നി, എന്റെ സഹോദരിമാരുടെ നല്ല കഴിവുകളെ ഞാൻ മാനിക്കുന്നുണ്ടെങ്കിലും, അവരിൽ ഒരാൾ, അല്ലെങ്കിൽ ഇരുവരും ക്രാഫോർഡിന്റെ പ്രശംസ പിടിച്ചുപറ്റാൻ ആഗ്രഹിച്ചിട്ടുണ്ടായിരിക്കാം. അവിവേകം കാട്ടാനതവരെ പ്രേരിപ്പിച്ചു. അയാളുമായുള്ള സാമീപ്യം അവർ തീർച്ചയായും ആഗ്രഹിച്ചിരുന്നെന്ന് എനിക്കറിയാം. അവരുടെ പ്രോത്സാഹനംമൂലം ഉല്ലാസവാനായ ക്രാഫോർഡിനെപ്പോലൊരാൾ, (അൽപ്പം ചിന്താശൂന്യനായിരിക്കാം) അങ്ങനെ നീങ്ങിയേക്കാം – അതിൽ അത്ഭുതപ്പെടാനൊന്നുമില്ല. കാരണം, അയാളിൽ കപട വേഷമൊന്നുമില്ലെന്ന് വ്യക്തമാണ്. അയാളുടെ ഹൃദയം നിനക്കുവേണ്ടി കരുതിവെച്ചിരിക്കുകയാണ്. ഞാൻ പറയട്ടെ, അതുകൊണ്ട് അയാളെക്കുറിച്ചുള്ള എന്റെ അഭിപ്രായം സങ്കൽപ്പിക്കാനാവാത്തത്ര ഉയർന്നിരിക്കയാണ്. ഏറ്റവും ഉന്നത ബഹുമതിക്കർഹനാണയാൾ. കുടുംബജീവിതത്തിന്റെ മഹത്വം

അയാൾ ശരിക്കും വിലമതിക്കുന്നു എന്നാണത് കാണിക്കുന്നത്, പരിശുദ്ധമായ ദാമ്പത്യബന്ധത്തിന്റെ മഹത്വം" അങ്കിളിന്റെ സ്വാധീനം അയാളെ വഷളാക്കിയിട്ടില്ലെന്നതിന്റെ തെളിവാണത്. ചുരുക്കത്തിൽ, അയാളെക്കുറിച്ച് പേടിച്ചിരുന്നതൊന്നും ശരിയല്ല, അത്തരക്കാരനല്ല അയാൾ."

"അയാൾ ഗൗരവമുള്ളകാര്യങ്ങൾ ചിന്തിക്കേണ്ടരീതിയിലല്ല ചിന്തിക്കുന്നതെന്നാണെനിക്ക് തോന്നിയിട്ടുള്ളത്."

"അതിനെക്കാൾ ഇങ്ങനെ പറയുന്നതായിരിക്കും ശരി – അയാൾ ഗൗരവമുള്ള കാര്യങ്ങളെക്കുറിച്ച് ചിന്തിച്ചിട്ടേയില്ല. മുഖ്യപ്രശ്നം അതാണെന്നാണെന്റെ വിശ്വാസം. ഇത്രയും പഠിപ്പുണ്ടായിട്ടും അങ്ങനെ സംഭവിച്ചതെന്തുകൊണ്ടാണ്? ക്രാഫോർഡിന്റെ വികാരങ്ങളാണ് ഇപ്പോൾ അയാളുടെ വഴികാട്ടി എന്ന് അംഗീകരിക്കാൻ ഞാൻ തയാറാണ്. ഭാഗ്യത്തിന് ആ വികാരങ്ങൾ പൊതുവെ നല്ലവയാണ്. ബാക്കി നീ നൽകണം, ആ കുറവ് നികത്തണം. അത്തരം ഒരു സ്ത്രീയുമായി വിവാഹിതനാകുന്നവനാണ് ഏറ്റവും സന്തുഷ്ടനായ മനുഷ്യൻ; ആദർശത്തിൽ പാറപോലെ ഉറച്ചുനിൽക്കുന്നവളും കുലീനസ്വഭാവമുള്ളവളുമായയൊരു ഭാര്യയെ ലഭിക്കുന്നവൻ. വിരളമായി കാണുന്ന സമർഥയും ആകർഷകയുമായൊരു പങ്കാളിയെ തീർച്ചയായും അയാൾ തെരഞ്ഞെടുത്തുകഴിഞ്ഞു. അയാൾ നിന്നെ സന്തുഷ്ടയാക്കും. ഫാന്നി, എനിക്കറിയാം അയാൾ നിന്നെ സന്തോഷിപ്പിക്കും, നീ അയാളെ ശ്രേഷ്ഠനാക്കിമാറ്റും."

"എനിക്കത്തരം ഒരു ചുമതല ഏറ്റെടുക്കാനാവില്ല" ഫാന്നി ചീറി. "അത്രയും ഉത്തരവാദിത്വമുള്ളൊരു പദവി!"

"പതിവുപോലെ, നീ സ്വയം താഴ്ത്തിക്കാണുന്നു! എല്ലാം താങ്ങാനാവാത്ത വലിയ പ്രാരാബ്ധങ്ങളായി നീ കരുതുന്നു! ശരി, നിന്നെ മറ്റൊരു രീതിയിൽ ചിന്തിപ്പിക്കാനെനിക്ക് കഴിയില്ലെങ്കിലും, നീ അനുനയിക്കപ്പെടും എന്നെനിക്കുറപ്പുണ്ട്. നീ അതിന് വശംവദയാകുമെന്ന് ഞാൻ ആത്മാർഥമായി ഏറ്റുപറയുന്നു. ക്രാഫോർഡിന്റെ കാര്യത്തിൽ എനിക്കങ്ങനെ പ്രത്യേക താൽപ്പര്യങ്ങളൊന്നുമില്ല. നിന്റെ സന്തോഷമാണെനിക്ക് മുഖ്യം, ഫാന്നി. അതിനു ശേഷമേ ക്രാഫോർഡിന്റെ അവകാശവാദം ഉദിക്കുന്നുള്ളൂ."

ഫാന്നിക്കത് വളരെ നന്നായി അറിയാം, അക്കാര്യത്തെക്കുറിച്ച് ഒന്നും പറയേണ്ടതില്ല. പിന്നെ അമ്പത് വാരയോളം അവൾ ചിന്തയിലാണ്ട് നിശ്ശബ്ദരായി നടന്നു. എഡ്മണ്ടാണ് പിന്നീട് ആദ്യം സംസാരിച്ചു തുടങ്ങിയത്.

"ഇന്നലെ ഇക്കാര്യത്തെക്കുറിച്ചുള്ള അവളുടെ സംസാരരീതികണ്ട് ഞാൻ വളരെ സന്തോഷിച്ചു. കാരണം, ആ കാഴ്ചപ്പാടിലൂടെ അവൾ വസ്തുതകൾ കാണുമെന്നെനിക്ക് വിശ്വാസമില്ലായിരുന്നു. നിന്നോടവൾക്ക് വളരെ ഇഷ്ടമാണെന്നെനിക്കറിയാം. എന്നാലും സ്വന്തം സഹോദരനനുയോജ്യയാണ് നീ എന്നവൾ കരുതുമോ എന്നെനിക്ക് ഭയമുണ്ടായിരുന്നു, അതർഹിക്കുന്നരീതിയിൽ അല്ലെങ്കിൽ ശ്രേഷ്ഠയും സമ്പന്നയുമായൊരു സ്ത്രീയെ സഹോദരൻ വിവാഹം ചെയ്യുമെന്ന് പറഞ്ഞെങ്കിലോ? ഭൗതികമായ

പ്രമാണങ്ങളുടെ സ്വാധീനമാണ് ഞാൻ ഭയപ്പെട്ടത്, അവൾ അതാണല്ലോ സദാസമയം കേൾക്കുന്നത്. എന്നാൽ, അവളുടെ സംസാരം വളരെ വ്യത്യസ്തമായിരുന്നു. അവൾ നിന്നെക്കുറിച്ചാണ് സംസാരിച്ചത്, ഫാന്നി, സംസാരിക്കേണ്ടരീതിയിൽത്തന്നെ. നിന്റെ അങ്കിളിന്റെയോ എന്റെയോ പോലെ ഈ ബന്ധം ആത്മാർഥമായും അവൾ ആഗ്രഹിക്കുന്നു. ഞങ്ങളക്കാര്യം സുദീർഘമായി ചർച്ച ചെയ്തു. അവളുടെ വികാരം മനസിലാക്കാൻ ഉൽക്കണ്ഠയുണ്ടായിരുന്നെങ്കിലും, ഞാനാ വിഷയം സൂചിപ്പിക്കുമായിരുന്നില്ല – എന്നാൽ ഞാൻ മുറിയിൽക്കയറി അഞ്ച് മിനിറ്റാകുമ്പോഴേക്കും തുറന്ന മനസോടെ അവളക്കാര്യത്തെക്കുറിച്ച് സംസാരിക്കാൻ തുടങ്ങി, അവളുടേതായ പ്രത്യേക മധുരമായ ശൈലിയിൽ, അത്യുത്സാഹത്തോടെ അവളുടെ ധൃതി കണ്ട് മിസിസ് ഗ്രാന്റ് അവളെ പരിഹസിച്ചു."

"മിസിസ് ഗ്രാന്റ് അപ്പോൾ മുറിയിലുണ്ടായിരുന്നോ?"

"ഉവ്വ്, ഞാൻ വീട്ടിലെത്തിയപ്പോൾ രണ്ട് സഹോദരിമാരും ഒന്നിച്ചിരിക്കയായിരുന്നു. ഞങ്ങൾ തുടങ്ങിയ സംഭാഷണം ക്രാഫോർഡും ഡോ. ഗ്രാന്റും വരുന്നതുവരെ തുടർന്നു, ഫാന്നി."

"മിസ്. ക്രാഫോർഡിനെ ഞാൻ കണ്ടിട്ട് ഒരാഴ്ചയായി."

"അതെ, അവൾക്കതിൽ ഖേദമുണ്ട്. എന്നിട്ടും, അത് നന്നായെന്നാണ് പറഞ്ഞത്! എന്തായാലും അവൾ പോകുന്നതിനുമുമ്പ് നീ ചെന്നുകാണണം. അവൾ നിന്നോട് വളരെ ദേഷ്യത്തിലാണ് ഫാന്നി. നീ അതിന് തയാറായിരുന്നോളൂ. സ്വയം വളരെ ദേഷ്യത്തിലാണെന്നവൾ പറയുന്നു. നിനക്കവളുടെ ദേഷ്യം ഊഹിക്കാമല്ലോ. അതൊരു സഹോദരിയുടെ ഖേദവും നിരാശയുമാണ്. തന്റെ സഹോദരൻ ആഗ്രഹിക്കുന്നതെല്ലാം ഉടനെ നേടാനുള്ള അവകാശം അയാൾക്കുണ്ടെന്നവൾ കരുതുന്നു. അവൾക്ക് ക്ഷതമേറ്റിരിക്കയാണ്, നീ വില്യമിനെ കാണുന്നതുപോലെ, എന്നാൽ, അവൾ നിന്നെ ഹൃദയംഗമമായി സ്നേഹിക്കുകയും ആദരിക്കയും ചെയ്യുന്നു."

"അവൾ വളരെ ദേഷ്യപ്പെട്ടിരിക്കയാണെന്നോടെന്ന് എനിക്കറിയാം."

"എന്റെ ഏറ്റവും പ്രിയപ്പെട്ട ഫാന്നി," എഡ്മണ്ട് ഉറക്കെ പറഞ്ഞു, അവളുടെ കൈപിടിച്ചമർത്തി തന്നോടടുപ്പിച്ചുകൊണ്ട്: "അവളുടെ കോപത്തെക്കുറിച്ചോർത്ത് നീ വിഷമിക്കേണ്ട. സംസാരിച്ച് തീർക്കാവുന്ന കോപമേ ഉള്ളു. അവളുടെ ഹൃദയം സ്നേഹവും കാരുണ്യവും നിറഞ്ഞതാണ്, നീരസം ഒട്ടുമില്ല. അവളുടെ പ്രശംസ നീ കേൾക്കേണ്ടതായിരുന്നു. അപ്പോഴത്തെ അവളുടെ മുഖം നീ ഒന്ന് കണ്ടിരുന്നെങ്കിൽ – നീ ഹെൻട്രിയുടെ ഭാര്യയാകണമെന്ന്, അവൾ പറഞ്ഞപ്പോൾ നിന്നെ 'ഫാന്നി' എന്നാണെപ്പോഴും വിളിച്ചിരുന്നതെന്ന് ഞാൻ നിരീക്ഷിച്ചു, അതൊരിക്കലും മുമ്പ് പതിവില്ലാത്തതാണ്. സഹോദരീ നിർവിശേഷമായ സ്നേഹമാണത് പ്രകടിപ്പിക്കുന്നത്."

"പിന്നെ മിസിസ്ഗ്രാന്റ്, അവളെന്തു പറഞ്ഞു – അവൾ സംസാരിച്ചോ – അവൾ സദാസമയവും അവിടെ ഉണ്ടായിരുന്നോ?"

"ഉവ്വ്, അവൾ പൂർണമായും സഹോദരിയോട് യോജിച്ചു. നീ നിരാകരിച്ചതിലുള്ള അത്ഭുതം ഭയങ്കരമായിരുന്നു, ഫാന്നി. ഹെൻട്രിക്രാഫോർഡിനെപ്പോലൊരാളെ നിരസിക്കുക എന്നത് അവർക്ക് മനസിലാൻ കഴിഞ്ഞില്ല. നിനക്കുവേണ്ടി കഴിയാവുന്നതെല്ലാം ചെയ്യാമെന്ന് ഞാനേറ്റു. യഥാർഥത്തിൽ, അവർ പ്രസ്താവിച്ചത് – കഴിയുന്നത്രവേഗം നീ വിവേകമുള്ളവളാണെന്ന് സ്വയം തെളിയിക്കണം, പെരുമാറ്റത്തിൽ മാറ്റം വരുത്തണം, മറ്റൊന്നിനും അവരെ തൃപ്തിപ്പെടുത്താനാവില്ല. എന്നാൽ, ഇതു നിന്നെ വിഷമിപ്പിക്കുന്നുണ്ട്. ഞാൻ നിന്നെ വേദനിപ്പിച്ചോ? എന്നിൽ നിന്ന് നീ മുഖം തിരിക്കരുത്."

"ഞാൻ ഓർക്കേണ്ടതായിരുന്നു." കുറച്ചുനേരം ചിന്തിച്ചശേഷം ഫാന്നി ആയാസത്തോടെ പറഞ്ഞു "ഒരു പുരുഷൻ അസ്വീകാര്യനാക്കുന്ന സ്ഥിതിയെക്കുറിച്ച് എല്ലാ സ്ത്രീകളും മനസിലാക്കിയിരിക്കണം, ഒരു സ്ത്രീക്കും സ്നേഹിക്കാനാവാത്ത സ്ഥിതി, അയാൾ പൊതുവെ എല്ലാവർക്കും സ്വീകാര്യനായിരിക്കാം. അയാൾ ഈ ലോകത്തിലെ ഏറ്റവും ഉൽക്കൃഷ്ടനായിരിക്കാം, അയാളെ എല്ലാ സ്ത്രീകളും ഇഷ്ടപ്പെട്ടെന്നുമിരിക്കാം, എന്നാലും അത് ഉറപ്പിച്ചു എന്നു കരുതാനാവില്ലെന്നാണെന്റെ അഭിപ്രായം. ക്രാഫോർഡിന് അയാളുടെ സഹോദരിമാർ വിചാരിക്കുന്ന എല്ലാ അവകാശങ്ങളും ഉണ്ടെന്ന് തന്നെകരുതുക, ഞാനെന്തിന് അയാളുടെ മാനസിക വികാരങ്ങൾക്ക് ഉത്തരം നൽകണം അയാളെന്നെ അത്ഭുതപ്പെടുത്തിക്കളഞ്ഞു. അയാളുടെ എന്നോടുള്ള ഇത്തരം പെരുമാറ്റത്തെക്കുറിച്ച് മുമ്പ് എനിക്കൊരു രൂപവുമില്ലായിരുന്നു. അയാളെ സ്നേഹിക്കാൻ ഞാൻ സ്വന്തം മനസിനെ പരിശീലിപ്പിക്കയായിരുന്നില്ല, തീർച്ചയായും. അയാളെന്നെ ശ്രദ്ധിച്ചിരുന്നിരിക്കാം. എന്നെ സംബന്ധിച്ചിടത്തോളം, അയാളുടെ സ്ഥിരോത്സാഹത്തോടെയുള്ള കാത്തിരിപ്പ് വെറും വ്യാമോഹമാണ്. മിസ്റ്റർ ക്രാഫോർഡിന്റെ സഹോദരിമാർ അയാളെ എത്രതന്നെ വിലമതിപ്പുള്ളവനായി കരുതിയാലും അത് ശരിയായ രീതിയിൽ കാണേണ്ടതായിരുന്നു, അയാൾ ഒന്നും ഉദ്ദേശിച്ചില്ലെങ്കിൽത്തന്നെ. ഞാൻ എങ്ങനെയാണ് ചെയ്യേണ്ടിയിരുന്നത് – അയാൾ എന്നെ ഇഷ്ടപ്പെടുന്നെന്ന് പറയുന്ന നിമിഷം അയാളെ പ്രേമിക്കണോ? അയാൾ ചോദിച്ച ഉടനെ അയാളുമായി വിവാഹബന്ധത്തിന് ഞാൻ എങ്ങനെ തയാറാകും? അയാളുടെ സഹോദരിമാർ എന്റെയും അയാളുടെയും നില ഒരുപോലെ പരിഗണിക്കണം. അയാളുടെ യോഗ്യത കൂടുതലാണെങ്കിൽ, അയാളെക്കുറിച്ചോർക്കുന്നതുതന്നെ അനുചിതമാണ്. പിന്നെ, പിന്നെ, – സ്ത്രീകളുടെ പ്രകൃതത്തെകുറിച്ചുള്ള ഞങ്ങളുടെ ധാരണ വളരെ വ്യത്യസ്തമാണ്. ഒരു സ്ത്രീക്ക് ഇത്ര പെട്ടെന്ന് സ്നേഹം തിരിച്ചു നൽകാനാകുമെന്ന് അവർ കരുതുന്നുണ്ടെങ്കിൽ."

"എന്റെ പ്രിയപ്പെട്ട, പ്രിയപ്പെട്ട ഫാന്നി, ഇപ്പോൾ സത്യാവസ്ഥ എനിക്ക് പിടികിട്ടി. ഇതായിരിക്കും നിജസ്ഥിതിയെന്ന് എനിക്കറിയാമായിരുന്നു. അത്തരം വികാരങ്ങളാണ് നിന്നെ ഏറ്റവും യോഗ്യതയുള്ളവളാക്കുന്നത്. ഞാനത് നേരത്തെതന്നെ നിനക്ക് വകവെച്ചുതന്നിട്ടുള്ളതാണ്. നിന്നെ

ശരിക്കും മനസിലാക്കാൻ കഴിഞ്ഞു എന്നാണെന്റെ വിശ്വാസം. നീ കൃത്യമായ വിശദീകരണം എനിക്കു നൽകി. ഇനി എന്റെ സ്നേഹിതയ്ക്കും മിസിസ് ഗ്രാന്റിനും എനിക്ക് തക്കതായ മറുപടി നൽകാം. അവർ ഇരുവരും കൂടുതൽ തൃപ്തരാകും, നിന്റെ ഊഷ്മളഹൃദയയായ സ്നേഹിത, ഹെൻട്രിയോടുള്ള സ്നേഹാവേശംമൂലം കുറച്ച് കൂടുതൽ മുന്നോട്ട് പോയെങ്കിലും ഞാൻ അവരോട് പറഞ്ഞിട്ടുണ്ട്, നീ മറ്റ് മനുഷ്യരെപ്പോലെയല്ല, പുതുമയുള്ള കാര്യങ്ങൾക്ക് യാതൊരു താൽപ്പര്യവുമില്ലാത്തവളാണെന്ന്, ശീലത്തിനാണ് പ്രാധാന്യമെന്നും. ക്രാഫോർഡിന്റെ നൂതന ശൈലിയിലുള്ള സംസാരരീതി അയാൾക്കെതിരായിത്തീർന്നു. അത് ഈയിടെ നടന്ന പുത്തൻ സംഭവങ്ങളായതിനാൽ, എല്ലാം അവർക്ക് പ്രതികൂലമായിരുന്നു. നിനക്ക് പരിചിതമല്ലാത്തതൊന്നും നിനക്ക് സഹിക്കാൻ കഴിയില്ലല്ലൊ. നിന്റെ സ്വഭാവം അവർക്ക് മനസിലാക്കാനായി ഒരുപാട് കാര്യങ്ങൾ ഇനിചെയ്യേണ്ടതുണ്ട്. സ്വന്തം സഹോദരനുവേണ്ടി മിസ് ക്രാഫോർഡ് തയാറാക്കിയ പ്രോത്സാഹന പദ്ധതികൾകേട്ട് ഞങ്ങൾ ചിരിച്ചു. സമയത്തിനുള്ളിൽ പ്രേമം സഫലമാക്കാനായി പൂർണവിശ്വാസത്തോടെ അശ്രാന്ത പരിശ്രമം നടത്താനയാളെ നിർബന്ധിക്കാനാണവൾ ഉദ്ദേശിക്കുന്നത്, പത്തുവർഷത്തിനുശേഷം, അയാളുടെ സങ്കടഹർജി കരുണയോടെ പരിഗണിച്ചശേഷം വിവാഹം കഴിക്കുക!"

അവിടെ പെരുമാറേണ്ട രീതിയോർത്ത് പ്രയാസത്തോടെ ഫാന്നി ഒന്ന് മന്ദഹസിച്ചു. അവൾ വല്ലാതെ വികാരവിവശയായിരുന്നു. താൻ ചെയ്യുന്നത് തെറ്റാണോ എന്നവൾ ഭയപ്പെട്ടു, സംസാരം അതിര് കവിയുന്നുണ്ടോ, ജാഗ്രത പാലിക്കണമെന്ന വിചാരത്തിൽ അമിതാഭിനയം നടത്തുന്നോ? ഒരു ദോഷത്തിൽനിന്നും സുരക്ഷിതയാവാനായി മറ്റൊരു തെറ്റ് താൻ ചെയ്യുകയാണോ? മിസ്. ക്രാഫോർഡിനെപ്പോലെ താനും ഇത്തരം അവസരത്തിൽ ചുണകാട്ടുകയാണോ, അതും ഇത്തരം ഒരു വിഷയത്തിൽ, കടുത്ത പ്രകോപനം തന്നെ.

ക്ഷീണവും വിഷമവും അവളുടെ മുഖത്ത് പ്രതിഫലിച്ചതായി എഡ്മണ്ട് കണ്ടു, ഉടനെ കൂടുതൽ സംസാരിക്കാതിരിക്കാനവൻ തീരുമാനിച്ചു. ക്രാഫോർഡ് എന്ന നാമം ഉച്ചരിക്കാൻപോലും തുനിഞ്ഞില്ല, അവൾക്ക് ഇഷ്ടമുള്ള കാര്യങ്ങളൊഴിച്ച്, ഈ ആദർശം മുറുകെ പിടിച്ച്, അയാൾ അഭിപ്രായപ്പെട്ടു:

"അവർ തിങ്കളാഴ്ച പോകുകയാണ്. അതുകൊണ്ട് നീ സ്നേഹിതയെ നാളെയോ ഞായറാഴ്ചയോ കാണുമെന്ന് കരുതട്ടെ. അവർ ശരിക്കും തിങ്കളാഴ്ച പോകും! അന്നുവരെ 'ലെസിങ് ബൈ'യിൽ തങ്ങേണ്ടതായിരുന്നു ഞാൻ, അത്രയ്ക്ക് നിർബന്ധം ചെലുത്തപ്പെട്ടതാണ്. ഞാനതിന് വാക്ക് കൊടുത്തുകഴിഞ്ഞിരുന്നു. എങ്കിൽ വലിയ വ്യത്യാസമാണ് ഉണ്ടാകുമായിരുന്നത്. അഞ്ചാറ് ദിവസം കൂടി 'ലെസിങ് ബൈ'യിൽ താമസിച്ചിരുന്നെങ്കിൽ ജീവിതത്തിൽത്തന്നെ മറക്കാനാവാത്തൊരു മാറ്റം വന്നേനെ!

"നിങ്ങളവിടെ കുറച്ചുകൂടി ദിവസങ്ങൾ താമസിക്കാൻ പോയതാണോ?"

"തീർച്ചയായും. വളരെ എളിമയോടെ അവർ നിർബന്ധിച്ചതാണ്; ഞാൻ സമ്മതിക്കാൻ തയാറായതുമായിരുന്നു. നിങ്ങൾ മാൻസ് ഫീൽഡിൽ എങ്ങനെ കഴിയുന്നെന്നറിയാതെ, നിങ്ങളിൽനിന്നും കത്തൊന്നും കിട്ടാതെ ഞാൻ വിഷമിച്ചു. നിങ്ങൾ കത്തയച്ചിരുന്നെങ്കിൽ തീർച്ചയായും ഞാനവിടത്തെ താമസം നീട്ടിയേനെ. എന്നാൽ രണ്ടാഴ്ചയായി നിങ്ങളുടെ വിവരങ്ങളൊന്നും അറിയാത്തതിനാൽ, വളരെ ദിവസങ്ങളായല്ലോ ഞാൻ മാറി നിൽക്കുന്നതെന്നെനിക്കുതോന്നി. അതുകൊണ്ടാണ് വേഗം പോന്നത്."

"നിങ്ങളുടെ അവിടത്തെ താമസം സുഖകരമായിരുന്നോ?"

"അതെ, ആയിരുന്നു. അല്ലെന്നുപറഞ്ഞാൽ അതെന്റെ മനസിന്റെ വൈകല്യമായി കരുതണം! അവരെല്ലാം സന്തുഷ്ടരാണ്. ഞാൻ അത്ര സന്തോഷത്തിലല്ലെന്നവർക്ക് തോന്നിയിരിക്കുമോ എന്നൊരു സംശയം. അസ്വസ്ഥ മനസോടെയാണ് ഞാൻ മാൻസ്ഫീൽഡ് വിട്ടത്. അതെന്നെ വേദനിപ്പിച്ചുകൊണ്ടിരുന്നു, വീണ്ടും മാൻസ്ഫീൽഡിൽ തിരിച്ചെത്തുന്നതുവരെ."

"മിസ്. ഓവനുകൾ – നിങ്ങൾക്കവരെ ഇഷ്ടമായിരുന്നോ? ഇല്ലേ?"

"ഉവ്വ്, വളരെ അധികം. ഉല്ലാസവതികളും സരസരും നിഷ്കളങ്കരുമായ പെൺകുട്ടികൾ. എന്നാൽ, ഞാൻ സ്ത്രീ സൊസൈറ്റിക്ക് യോജിച്ചവനല്ല ഫാന്നി. ഉല്ലാസവതികളായ പെൺകുട്ടികളോടല്ല എനിക്ക് താൽപ്പര്യം, വിവേകവും ബുദ്ധിയുമുള്ള പെൺകുട്ടികളോടാണ്, അതാണല്ലോ ഞാൻ പരിചയിച്ച ജീവിതം. രണ്ടും വ്യത്യസ്ത ജീവിതരീതിയാണ്. നീയും മിസ്. ക്രാഫോർഡും എന്നെ വളരെ നല്ലവനായി മാറ്റി."

എന്തായാലും, ഫാന്നിക്ക് വല്ലാത്ത വിഷാദവും ക്ഷീണവും അനുഭവപ്പെട്ടു. അവളുടെ നോട്ടത്തിൽനിന്ന് അവനത് മനസിലാക്കി; അത് സംസാരത്തിലൂടെ മാറ്റിയെടുക്കാവുന്നതല്ല. കൂടുതൽ ഒന്നും പറയാതെ, ഒരു രക്ഷിതാവിന്റെ ദയാപൂർവമായ അധികാരത്തോടെ അവൻ അവളെ വീട്ടിനുള്ളിലേക്ക് നയിച്ചു.

5

ഫാന്നിക്ക് പറയാനുള്ളതെല്ലാം പൂർണമായും താൻ മനസിലാക്കി കഴിഞ്ഞെന്ന് എഡ്മണ്ട് വ്ശ്വസിച്ചു. അവളുടെ വികാരങ്ങൾ അനുമാനിക്കാൻ കഴിഞ്ഞു. അവൻ സംതൃപ്തനായി – അവൻ മുമ്പ് കരുതിയതുപോലെ, ക്രാഫോർഡിന്റെ ഭാഗത്തുനിന്ന് ധൃതിപിടിച്ച നീക്കമായിരുന്നു. ആദ്യം, ഇക്കാര്യത്തെക്കുറിച്ച് ആലോചിച്ച് തീരുമാനമെടുക്കാൻ സമയം കൊടുക്കണം. പിന്നെ അതവൾക്ക് ഇഷ്ടമാകണം. അയാൾ അവളിൽ അനുരക്തനാണെന്ന് പരിഗണിക്കാനവൾക്ക് കഴിയണം. എങ്കിൽ ആ സ്നേഹം അധികകാലമില്ലാതെ തിരിച്ചുകിട്ടും.

ഫാന്നിയുമായുള്ള സംഭാഷണത്തിന്റെ ഫലത്തെക്കുറിച്ചുള്ള തന്റെ അഭിപ്രായം എഡ്മണ്ട് അച്ഛനെ ധരിപ്പിച്ചു. ഇനി കൂടുതലൊന്നും അവ

ളോട് പറയേണ്ട ആവശ്യമില്ലാത്തതിനാൽ, അവളെ സ്വാധീനിക്കാനോ നിർബന്ധിക്കാനോ ശ്രമിക്കരുതെന്ന് അവൻ ഒത്താശചെയ്തു. എല്ലാം ക്രാഫോർഡിന്റെ പതറാത്ത പരിശ്രമത്തിനും ഫാന്നിയുടെ സ്വാഭാവിക മാനസിക പരിവർത്തനത്തിനും വിട്ടുകൊടുക്കുക.

അപ്രകാരം തന്നെ ആയിരിക്കുമെന്ന് സർ. തോമസ് വാക്കുകൊടുത്തു. ഫാന്നിയുടെ മനോഭാവത്തെക്കുറിച്ചുള്ള എഡ്മണ്ടിന്റെ വിശദീകരകരണം നീതിപൂർവമാണെന്നദ്ദേഹം വിശ്വസിച്ചു. അവളുടെ മാനസിക വികാരം അതുതന്നെയാണെന്നദ്ദേഹം മനസിലാക്കി, എന്നാലത് വളരെ ദൗർഭാഗ്യകരമായിപ്പോയി. തന്റെ മകന്റെ ഉറച്ച വിശ്വാസം ഭാവിയെക്കുറിച്ചദ്ദേഹത്തിനില്ലായിരുന്നു. ഇത്രയും നീണ്ട ഒരു കാലയളവും, സ്വഭാവമാറ്റവും അവൾക്കാവശ്യമായിരുന്നെങ്കിൽ, ക്രാഫോർഡിന്റെ അഭ്യർഥനകൾ മുഴുവനവൾ കേട്ടിരിക്കേണ്ടതില്ലായിരുന്നു. ഇനി ഒന്നും ചെയ്യാനില്ല, നന്മപ്രതീക്ഷിച്ച് ശാന്തമായി ഇരിക്കുകയല്ലാതെ.

വാഗ്ദാനം ചെയ്യപ്പെട്ട അവളുടെ "സ്നേഹിത'യുടെ (എഡ്മണ്ട് ക്രാഫോർഡിനെ വിളിക്കുന്നത്) സന്ദർശനം ഫാന്നിക്കൊരു ഉഗ്രൻ ഭീഷണി തന്നെ ആയിരുന്നു. അതോർത്ത് ഭീതിയോടെയാണവൾ കഴിഞ്ഞത്. അത്രയ്ക്ക് പക്ഷപാതയും കുപിതയുമായൊരു സഹോദരി എന്ന നിലയ്ക്ക് തത്വദീക്ഷയില്ലാത്ത സംസാരമാണവളുടേത്, പേടിക്കേണ്ടവളാണവൾ. അവളുടെ ഇഷ്ടക്കേട്, അവളുടെ നുഴഞ്ഞുകയറ്റം, അവളുടെ സന്തോഷം.... എല്ലാം എതിരിടാൻ പേടിയാണ്. അവളുമായുള്ള കൂടിക്കാഴ്ചാവേളയിൽ മറ്റാരെങ്കിലും കൂടെ ഉണ്ടാകേണമേ എന്നാണ് ഫാന്നിയുടെ പ്രാർഥന, അതുമാത്രമാണൊരു രക്ഷാമാർഗം! ഫാന്നി സദാസമയം ലേഡി ബെർട്രാമിനെ ഒട്ടിക്കൊണ്ട് നടന്നു; കിഴക്കെമുറിയിൽ പോയതേയില്ല; ഏകയായി തോട്ടത്തിൽ നടക്കാൻ പോയില്ല. പെട്ടെന്നുള്ള ആക്രമണത്തിൽനിന്ന് രക്ഷപ്പെടാനവൾ ജാഗരൂകയായി.

അവളതിൽ വിജയിച്ചു. ആന്റിയോടൊപ്പം സുരക്ഷിതയായി ഡൈനിങ് റൂമിലിരിക്കുമ്പോഴാണ് മിസ്. ക്രാഫോർഡ് വന്നത്. ആദ്യ വിഷമഘട്ടം തരണം ചെയ്യപ്പെട്ടു. അവൾ പ്രതീക്ഷിച്ചപോലെ പ്രത്യേക നോട്ടമോ ഭാവമോ മിസ്. ക്രാഫോർഡിൽ നിന്നുണ്ടായില്ല. അരമണിക്കൂർ നീണ്ടുനിൽക്കുന്ന മിതമായ ദേഷ്യ പ്രകടനമേ ഉണ്ടാകുകയുള്ളൂ എന്ന് ഫാന്നി ആശിക്കാൻ തുടങ്ങി, അത് സഹിക്കാവുന്നതേയുള്ളൂ. എന്നാൽ, ആശകുറച്ചുകൂടിപ്പോയി, മിസ്. ക്രാഫോർഡ് അവസരത്തിനനുസരിച്ച് അടങ്ങിയിരിക്കുന്നവളായിരുന്നില്ല. ഫാന്നിയെ ഒറ്റയ്ക്ക് കാണാൻ തന്നെ അവൾ ഉറപ്പിച്ചു കഴിഞ്ഞിരുന്നു. അതുകൊണ്ട് അധികം സമയം ആകുന്നതിനുമുമ്പു തന്നെ അവൾ ഫാന്നിയോട് മെല്ലെ പറഞ്ഞു:

"നമ്മൾക്ക് എവിടെയെങ്കിലും ഒറ്റയ്ക്കിരുന്ന് സംസാരിക്കണം. നിന്നോട് ചില കാര്യങ്ങൾ പറയാനുണ്ട്." ഫാന്നി തരിച്ചുപോയി, അവളുടെ മനസിലും നാഡീ ഞരമ്പുകളിലും ആ വാക്കുകൾ ചലനമുണ്ടാക്കി. എതിർപ്പ് അസാധ്യമാണ്. ഉടനെ വഴങ്ങുന്ന അവളുടെ ശീലം, അവളെ പെട്ടെന്നെഴുന്നേൽപ്പിച്ച് വാതിലിന് പുറത്തേക്ക് നടത്തി. ദുഃഖംനിറഞ്ഞ വികാരത്തോ

ടെയാണവൾ നടന്നത്, എന്നാൽ, അത് ഒഴിച്ചുകൂടാനാവാത്തതായിരുന്നു.

അവർ ഹാളിൽ എത്തിയതോടെ മിസ്. ക്രാഫോർഡിന് എന്തും പറയാനുള്ള സ്വാതന്ത്ര്യം ലഭ്യമായി. അവൾ ഉടനെ ഫാന്നിക്കു നേരെ നെറ്റിചുളിച്ചു, എന്നാൽ വാത്സല്യപൂർവം, ശാസനാരൂപത്തിൽ തലകുലുക്കി. ഏതാനും നിമിഷം അവളുടെ കരംഗ്രഹിച്ചുനിന്നശേഷം പറഞ്ഞു:

“പാവം, പാവം പെൺകുട്ടി, നിന്നെ എങ്ങനെ വഴക്കുപറയുമെന്നെനിക്കറിയില്ല” ബാക്കിയുള്ളത് മുറിക്കകത്ത് എത്തിയശേഷം പറയാനായി കരുതിവെച്ചു. സ്വാഭാവികമായും ഫാന്നി തന്റെ സ്നേഹിതയെ സ്വന്തം മുറിയിലേക്കാണ് കൊണ്ടുപോയത്. ഇപ്പോൾ സുഖമായി അവിടെ ഇരുന്ന് സംസാരിക്കാനുള്ള സൗകര്യങ്ങളുണ്ട്. ഹൃദയവേദനയോടെ അവൾ വാതിൽ തുറന്നു. ആ മുറി അതുവരെ സാക്ഷ്യം വഹിക്കാത്ത വേദനാജനകമായ രംഗങ്ങൾ അവതരിക്കപ്പെടും എന്ന ആശങ്ക അവളെ മഥിച്ചു. എന്നാൽ, അവളുടെമേൽ പതിക്കാനിരുന്ന ശകാരവർഷം മിസ്. ക്രാഫോർഡിന്റെ സംഭാഷണവിഷയത്തിൽ വന്നമാറ്റംമൂലം തൽക്കാലം വൈകിപ്പിച്ചു. കിഴക്കെമുറിയിൽ വീണ്ടും എത്തിയപ്പോൾ അവളുടെ മനസിൽ ആഹ്ലാദം അലയടിച്ചു. “ആഹ്!” അവൾ അട്ടഹസിച്ചു, ഉത്സാഹത്തിമിർപ്പോടെ “ഞാനിവിടെ വീണ്ടും എത്തിയോ? – കിഴക്കെമുറി. മുമ്പൊരിക്കലേ ഞാനീ മുറിയിൽ വന്നിട്ടുള്ളൂ!”– അവൾ ചുറ്റുപാടും നോക്കിയശേഷം മുൻപ് നടന്ന സംഭവങ്ങളെല്ലാം ഓർക്കാൻ ശ്രമിച്ചുകൊണ്ട് തുടർന്നു. “മുമ്പൊരിക്കൽ മാത്രം. നീയത് ഓർക്കുന്നുണ്ടോ? റിഹേഴ്സൽ ചെയ്യാൻ വന്നതാണ് ഞാൻ. നിന്റെ കസിനും വന്നിരുന്നു. ഞങ്ങൾ ഒന്നിച്ച് റിഹേഴ്സൽ നടത്തി. ഞങ്ങളുടെ പ്രോംപ്റ്ററും പ്രേക്ഷകയും നീ ആയിരുന്നു. ഒരു ആനന്ദകരമായ റിഹേഴ്സൽ. ഞാനൊരിക്കലും അത് മറക്കില്ല. ഇതാ ഇവിടെ നമ്മൾ നിൽക്കുന്നു, മുറിയുടെ ഇതേ ഭാഗത്തു തന്നെ; ഇവിടെയായിരുന്നു നിന്റെ കസിൻ, ഇവിടെ ഞാൻ, ഇവിടെ കസേരകളും – ഓഹ്! എന്തിന് അത്തരം കാര്യങ്ങൾ അങ്ങനെ കടന്നുപോയി?”

സ്നേഹിതയുടെ സന്തോഷത്തിനുവേണ്ടി അവൾ മറുപടി പറയാനാഗ്രഹിച്ചു. എന്നാൽ മിസ്. ക്രാഫോർഡിന്റെ മനസ്സ് നിറയെ ആനന്ദം നിറഞ്ഞ ഓർമകളായിരുന്നു, ചിന്തയിൽ മുങ്ങി ഇരിപ്പാണ്.

“ഞങ്ങൾ റിഹേഴ്സൽ ചെയ്തിരുന്ന രംഗം അത്ര വളരെ ശ്രദ്ധേയമായിരുന്നു! അതിലെ വിഷയം അത്രയ്ക്ക് വളരെ വളരെ. ഞാനെന്താണ് പറയേണ്ടത്? വിവാഹബന്ധത്തെക്കുറിച്ച് വിശദീകരിക്കയും, ഒത്താശ ചെയ്യുന്നതുമാണ് രംഗം. രണ്ട് നീണ്ടപ്രസംഗങ്ങളിലൂടെ ഗൗരവം പാലിച്ച് സാക്ഷാൽ അൻഹാൾട്ട് ആകാൻ എഡ്മണ്ട് ശ്രമിക്കുന്നത് ഞാനിപ്പോൾ മനസിൽ കാണുന്നു. ‘രണ്ട് അനുഭാവമുള്ള ഹൃദയങ്ങൾ വിവാഹബന്ധത്തിലാകുമ്പോൾ, വിവാഹജീവിതം ആനന്ദകരമായിത്തീരുന്നു. അയാൾ ആ വാക്കുകൾ ഉച്ചരിച്ചപ്പോൾ ഉണ്ടായ നോട്ടവും ശബ്ദവും ഒരുകാലത്തും എന്റെ മനസിൽനിന്ന് മാഞ്ഞുപോകില്ല. അത് വളരെ വിചിത്രമായിരു

ന്നു, അതിവിചിത്രം, അത്തരം ഒരു രംഗം അഭിനയിക്കാൻ ഞങ്ങൾക്ക് പറ്റിയത്! എന്റെ ജീവിതത്തിലെ ഏതെങ്കിലും ഒരാഴ്ചക്കാലത്തെക്കുറിച്ചെനിക്കോർക്കാൻ കരുത്തുണ്ടെങ്കിൽ അത് ഈ ആഴ്ചയെക്കുറിച്ചായിരിക്കും, നാടകാഭിനയത്തിന്റെ ഈ ആഴ്ച! പറയൂ ഫാന്നി, അങ്ങനെ ആയിരിക്കില്ലേ? കാരണം, ഇത്രയും ആനന്ദം എനിക്ക് മറ്റൊന്നിലും അനുഭവപ്പെട്ടിട്ടില്ല. അയാളുടെ ആവേശം, ഓഹ്! പറയാൻ പറ്റാത്തത്ര മനോഹരം! എന്നാൽ, എന്തൊരു കഷ്ടം! അതേ രാത്രിതന്നെ എല്ലാം നശിപ്പിക്കപ്പെട്ടു, അതേ രാത്രിയാണല്ലോ ഏറ്റവും അസ്വീകാര്യനായ നിന്റെ അങ്കിളിന്റെ വരവ്. പാവം സർ. തോമസ്, നിങ്ങളെ കാണാൻ ആർക്കാണ് സന്തോഷം? എന്നാലും ഫാന്നി, സർ. തോമസിനെപ്പറ്റി അപമര്യാദയോടെ ഞാൻ സംസാരിക്കുമെന്ന് വിചാരിക്കേണ്ട. ഏതാനും ഒരാഴ്ചയോളം, തീർച്ചയായും, എനിക്കദ്ദേഹത്തോട് ഭയങ്കര വെറുപ്പായിരുന്നു എങ്കിലും. ഇല്ലാ, ഞാനിപ്പോൾ അദ്ദേഹത്തോട് നീതികാണിക്കുന്നു. അത്തരം ഒരു കുടുംബത്തിന്റെ നാഥനാകാൻ അദ്ദേഹം അർഹനാണ്. ഇപ്പോൾ നിങ്ങളെ എല്ലാവരെയും ഞാൻ സ്നേഹിക്കുന്നു." ഇപ്രകാരം പറഞ്ഞ് വളരെ മാർദവമായ ഹൃദയത്തോടെ മെല്ലെ എഴുന്നേറ്റു. വികാരപരവശയായി ഫാന്നി ഒരിക്കലും അവളെ കണ്ടിട്ടില്ല. "ഞാനീ മുറിയിലെത്തിയപ്പോൾ എന്റെ മനസാകെ ഇളകിപ്പോയി, നീ ഊഹിക്കുന്നതുപോലെ!" തമാശരൂപത്തിൽ ചിരിച്ചുകൊണ്ടവൾ പറഞ്ഞു "ഇപ്പോൾ അതിൽനിന്ന് മുക്തയായി, അതുകൊണ്ട് നമ്മൾ സ്വസ്ഥമായിരുന്ന് കുറച്ചുനേരം സംസാരിക്കാം. ഫാന്നി, നിന്നെ ശകാരിക്കണമെന്ന ഉദ്ദേശ്യത്തിലാണ് ഞാനിവിടെ വന്നത്, എന്നാൽ, കാര്യത്തോടടുക്കുമ്പോൾ എനിക്കതിന് മനസ്സ് വരുന്നില്ല." പിന്നെ ഫാന്നിയെ വളരെ സ്നേഹപൂർവം ആലിംഗനം ചെയ്തുകൊണ്ട് തുടർന്നു. "കൊള്ളാം, മാന്യയായ ഫാന്നി, ഇത് നീയുമായുള്ള എന്റെ അവസാന കൂടിക്കാഴ്ചയാണെന്ന് ഞാൻ കരുതുന്നു. കാരണം, എനിക്കറിയില്ല. എത്രകാലം – നിന്നെ സ്നേഹിക്കാനല്ലാതെ മറ്റൊന്നിനും എനിക്ക് കഴിയില്ല."

ഫാന്നിയെ അത് വല്ലാതെ സ്പർശിച്ചു. ഇത്തരം സംഭവം അവൾ പ്രതീക്ഷിച്ചിരുന്നില്ല. 'അവസാന' കൂടിക്കാഴ്ച എന്ന വാക്ക് അവളിൽ വിഷാദം ഉളവാക്കി. അവൾക്ക് കഴിയാവുന്നതിലപ്പുറം മിസ്. ക്രാഫോർഡിനെ സ്നേഹിക്കുന്നുണ്ടെന്നതുപോലെ ഫാന്നി നിലവിളിച്ചു. അവളുടെ വികാരത്തിൽ മനസലിഞ്ഞ മിസ്. ക്രാഫോർഡ് ഫാന്നിയെ വീണ്ടും വാത്സല്യത്തോടെ ആലിംഗനം ചെയ്തുകൊണ്ട് പറഞ്ഞു: "നിന്നെ വിട്ടുപിരിയാനെനിക്ക് വിഷമമുണ്ട്. ഞാൻ പോകുന്നിടത്ത് നിന്റെ പകുതിപോലും സ്നേഹമുള്ളവരെ എനിക്ക് കാണാൻ കിട്ടില്ല. നമ്മൾ സഹോദരിമാരാകില്ലെന്ന് ആരാണ് പറയുന്നത്? ആകുമെന്ന് എനിക്കറിയാം. നമ്മൾ ബന്ധുക്കളാകാൻവേണ്ടി സൃഷ്ടിക്കപ്പെട്ടവരാണ്. ആ കണ്ണുനീർ എന്നെ വിശ്വസിപ്പിക്കുന്നത് നീയും അതാഗ്രഹിക്കുന്നു എന്നാണ്, പ്രിയപ്പെട്ടഫാന്നി." ഫാന്നി സ്വയം ഉണർന്നു, മറുപടിപറയാൻ ശ്രമിച്ചു.

"എന്നാൽ, നീ ഒരു സുഹൃദ്സംഘത്തിൽനിന്ന് മറ്റൊരു സുഹൃദ്സംഘത്തിലേക്ക് പോകുകയല്ലേ ചെയ്യുന്നുള്ളൂ. വളരെ വിശിഷ്ടനായൊരു സുഹൃത്തിനടുക്കലേക്കല്ലെ നീ പോകുന്നത്."

"അതെ, വളരെ ശരിയാണ്. മിസിസ് ഫ്രേസർ വളരെ വർഷങ്ങളായി എന്റെ അടുത്ത സുഹൃത്താണ്. എന്നാൽ, അവളുടെ അടുത്ത് പോകാനെനിക്ക് യാതൊരു താൽപ്പര്യവുമില്ല. വിട്ടുപോകുന്ന സുഹൃത്തുക്കളെ മാത്രമേ എനിക്ക് ഓർക്കാനാകൂ. എന്റെ ഉൽക്കൃഷ്ടയായ സഹോദരി, നീ പൊതുവെ, എല്ലാ ബെർട്രാമുമാരും. നിങ്ങളെല്ലാവരും അത്രയ്ക്ക് നല്ല ഹൃദയമുള്ളവരാണ്, ലോകത്തുള്ള മറ്റാരേയുംകാൾ നിങ്ങളിൽ വിശ്വാസമർപ്പിക്കാമെന്ന ഒരു തോന്നൽ എന്നിൽ ഉറഞ്ഞുകിടക്കുന്നു. സാധാരണ പെരുമാറ്റത്തിൽ ആർക്കും അത് അറിയില്ല. ഈസ്റ്റർ കഴിയുന്നതുവരെ എനിക്ക് മിസിസ് ഫ്രേസറുടെ അടുത്ത് പോകാൻ പറ്റില്ലെന്ന് അവളെ പറഞ്ഞ് സമ്മതിപ്പിക്കാനായെങ്കിൽ എന്ന് ഞാനാശിച്ചുപോകുകയാണ്, അതായിരിക്കും സന്ദർശനത്തിന് കൂടുതൽ അനുയോജ്യമായ സമയം – എന്നാൽ, ഇപ്പോൾ എനിക്കവളെ ഒഴിവാക്കാനാവില്ല. അവളുടെ അടുക്കൽ എത്തിയാൽ, അവളുടെ സഹോദരിയുടെ വീട്ടിലും പോകേണ്ടിവരും, ലേഡി സ്റ്റോർനവെ കാരണം, അവളാണ് അവരിരുവരിൽ എന്റെ ഏറ്റവും അടുത്ത സ്നേഹിത. എന്നാൽ, കഴിഞ്ഞ മൂന്നു വർഷമായി ഞാനവളെ തീരെ ശ്രദ്ധിച്ചിട്ടേയില്ല."

ഈ സംഭാഷണത്തിനുശേഷം, ഇരുപെൺകുട്ടികളും നിശ്ശബ്ദരായി കുറച്ചു നേരമിരുന്നു. അവർ അഗാധമായ ചിന്തയിലാണ്ടു. ഈ ലോകത്തിലെ വിവിധതരത്തിലുള്ള സുഹൃദ്ബന്ധങ്ങളെക്കുറിച്ചായിരുന്നു ഫാന്നിയുടെ ചിന്ത. മേരി അത്ര ദാർശനികയൊന്നുമല്ല. അവളാണ് പിന്നീട് ആദ്യം സംസാരിക്കാൻ തുടങ്ങിയത്.

"അന്ന് തട്ടിൻപുറത്ത് വന്ന് നിന്നെ കാണാനുറപ്പിച്ചകാര്യം ഞാൻ വ്യക്തമായി ഓർക്കുന്നു. കിഴക്കെമുറിയെ കുറിച്ചൊരു രൂപവുമില്ലാതെയാണ് ഇടനാഴിയിലൂടെ ഞാൻ നടന്നുനീങ്ങിയത്! ഞാൻ വരുമ്പോൾ ചിന്തിച്ചിരുന്ന കാര്യം എത്രനന്നായിട്ടാണ് ഞാൻ ഓർക്കുന്നത്. ഉള്ളിൽ കയറിനോക്കിയപ്പോൾ നീ ഈ മേശയ്ക്കരികിലിരുന്ന് ജോലി ചെയ്യുകയായിരുന്നു. പിന്നെ വാതിൽ തുറന്നു വന്നപ്പോൾ എന്നെക്കണ്ട് അതിശയിച്ചുനിന്ന നിന്റെ കസിൻ! അതിനും പുറമെ, അതേ വൈകുന്നേരം നിന്റെ അങ്കിൾ തിരിച്ചുവന്നത്! അതുപോലൊരു സംഭവം ഉണ്ടായിക്കാണില്ല."

ഏതാനും നിമിഷത്തെ നിശ്ശബ്ദത അതിൽനിന്ന് സടകുടഞ്ഞെഴുന്നേറ്റശേഷം അവൾ ഫാന്നിയെ ആക്രമിക്കാൻ തുടങ്ങി.

"ഫാന്നി, നീ സദാസമയം ദിവാസ്വപ്നത്തിലാണല്ലൊ. നിന്നെക്കുറിച്ചു ചിന്തിക്കുന്നവനെ ധ്യാനിച്ചിരിക്കയാണോ? ഓഹ്! കുറച്ചുനേരത്തേക്ക് നഗരത്തിലെ ഞങ്ങളുടെ സമൂഹത്തിലേക്ക് നിന്നെ കൊണ്ടുപോകാൻ കഴിഞ്ഞിരുന്നെങ്കിൽ നിനക്ക് മനസിലാകുമായിരുന്നു ഹെൻട്രിയുടെ മേൽ നിനക്കുള്ള സ്വാധീനശക്തി എത്രയാണെന്ന്! ഓഹ്! അസൂ

യയും ഹൃദയവേദനയും അനുഭവിക്കുന്നവർ ഡസൻകണക്കിനാണ്! നീ പ്രവർത്തിച്ചത് കേൾക്കുമ്പോൾ അത്ഭുതപ്പെട്ടുപോകും! ഒരു രഹസ്യം പറയാം, പഴയ പ്രേമങ്ങളുടെയും പ്രതാപത്തിന്റെയും മേഖലയിൽ ഹെൻട്രി ഒരു ഹീറോ ആണ്. നീ കീഴടക്കിയതിന്റെ യഥാർഥ മഹത്വം മനസിലാക്കണമെങ്കിൽ, നീ ലണ്ടനിലേക്ക് വരണം, അവനെ അവർ എങ്ങനെ പ്രതിക്കൂട്ടിലാക്കും, അല്ലെങ്കിൽ എന്നെ അവരെങ്ങനെ അവന്റെ പേരിൽ ആക്രമിക്കും എന്ന് നിനക്ക് കാണാൻ കഴിയും! നീയുമായുള്ള അടുപ്പത്തിന്റെപേരിൽ മിസിസ് ഫ്രേസർ പണ്ടത്തേതിന്റെ പകുതി ഉത്സാഹംപോലും ഇപ്പോൾ എന്നെ സ്വീകരിക്കാൻ കാട്ടില്ല. അവൾ സത്യാവസ്ഥ അറിയുമ്പോൾ, ഞാൻ നോർത്തംടൺ ഷൈറിലേക്ക് തിരിച്ചുപോകുന്നതാണ് നല്ലതെന്ന് ആഗ്രഹിച്ചേക്കും. കാരണം, മിസ്റ്റർ ഫ്രേസറിന്റെ ആദ്യ ഭാര്യയിൽ ഒരു മകളുണ്ട്. അവളെ ഹെൻട്രിയെക്കൊണ്ട് കല്യാണം കഴിപ്പിക്കാൻ ധൃതിപിടിക്കയാണ് മിസിസ് ഫ്രേസർ, ഓഹ്! അത്രയ്ക്ക് ഭ്രാന്തെടുത്ത് പരക്കംപായുകയാണ് അവൾ! നീ എത്ര നിഷ്കളങ്കയായാണ് ഇവിടെ ഇരിക്കുന്നത്, എത്ര ശാന്തതയോടെ. നീ സൃഷ്ടിച്ചുവിട്ട വികാരവേലിയേറ്റം എത്ര ദൂരവ്യാപകമാണെന്ന് നീ അറിയുന്നില്ല. നിന്നെ കാണാനുള്ള അവരുടെ ജിജ്ഞാസ, എനിക്ക് ഉത്തരം പറയേണ്ടിവരുന്ന അവസാനിക്കാത്ത ചോദ്യങ്ങൾ! പാവം മാർഗരറ്റ് ഫ്രേസർ എന്നോട് ചോദിച്ചുകൊണ്ടേ ഇരിക്കും – നിന്റെ കണ്ണുകളും പല്ലുകളും എങ്ങനെയാണ്, നീ എങ്ങനെ കേശാലങ്കാരം നടത്തുന്നു, നിന്റെ ഷൂസുകൾ ആരാണ് നിർമിക്കുന്നത് – തുടങ്ങിയ നിരവധി ചോദ്യങ്ങൾ. എന്റെ പാവം കൂട്ടുകാരിക്കുവേണ്ടി മാർഗരറ്റ് വിവാഹിതയായെങ്കിൽ എന്നു ഞാൻ ആഗ്രഹിക്കുന്നു. ഫ്രേസർ ദമ്പതികളും മറ്റേതൊരു ദമ്പതികളെയും പോലെ സന്തുഷ്ടരല്ല. എന്നാൽ, ആ സമയത്ത് ജാനറ്റിന് ഏറ്റവും യോജിച്ച ഒരു ബന്ധമായിരുന്നു അത്. ഞങ്ങളെല്ലാവരും ആഹ്ലാദിച്ചു. അവൾക്ക് അയാളെ സ്വീകരിക്കയല്ലാതെ മറ്റ് മാർഗമൊന്നുമില്ലായിരുന്നു. കാരണം, അയാൾ ധനികനാണ്, അവൾ സമ്പന്നയല്ല. എന്നാലയാൾ മോശമായി പെരുമാറാൻ തുടങ്ങി. അയാൾക്കാവശ്യം ഇരുപത്തഞ്ചുകാരിയായ ഒരു സുന്ദരിയെയായിരുന്നു, തന്നെപ്പോലെ ദൃഢചിത്തയായവൾ. എന്റെ സ്നേഹിതയ്ക്ക് അയാളെ വേണ്ടവിധത്തിൽ നിയന്ത്രിക്കാൻ കഴിഞ്ഞില്ല. എന്തുചെയ്യണമെന്നവൾക്കറിയില്ലായിരുന്നു. വല്ലാത്തൊരു നിലയിലായിരുന്നു അവൾ. ദേഷ്യവും മര്യാദയില്ലാത്ത പെരുമാറ്റവും നിലവാരമില്ലാത്ത രീതിയിലായി. അവരുമായി താരതമ്യപ്പെടുത്തുമ്പോൾ മാൻസ്ഫീൽഡിലെ പുരോഹിതഭവനത്തിലെ കുടുംബജീവിതം അഭിമാനത്തോടെ ഞാനോർക്കുന്നു. ഡോ. ഗ്രാന്റ് പോലും എന്റെ സഹോദരിയെ എത്ര വിശ്വാസത്തിലാണ് എടുത്തിരിക്കുന്നത്; അവളുടെ അഭിപ്രായങ്ങൾ വിലമതിക്കുന്നു; നല്ല സ്നേഹബന്ധമാണവരുടേതെന്ന് ആർക്കും തോന്നും. എന്നാൽ, അത്തരത്തിലൊന്നും ഫ്രേസർ കുടുംബത്തിൽ കാണാനാവില്ല. എനിക്കെന്നും മാൻസ്ഫീൽഡിൽ ജീവിക്കണം, ഫാന്നി – എന്റെ സഹോദരീ, ഭർത്താവെന്നനിലയ്ക്ക് സർ. തോമസ് ബെർട്രാം, പൂർണതയാർന്ന

മോഡലുകളാണ്. പാവം ജാനറ്റിന്റെ കാര്യം ദയനീയമാണ്. എന്നാലും, അവളുടെ ഭാഗത്തുനിന്ന് മര്യാദകേടായി ഒന്നും ഉണ്ടാകാറില്ല. വിവാഹ ബന്ധം മോശമായികരുതിയില്ല, ദൂരവ്യാപകമായി ചിന്തിച്ചില്ല. അയാളുടെ വിവാഹാഭ്യർഥനയെ കുറിച്ചാലോചിക്കാൻ മൂന്നുദിവസം അവൾ എടുത്തു. ആ മൂന്നുദിവസത്തിനുള്ളിൽ താനുമായി ബന്ധപ്പെട്ടവരോടെല്ലാം ഉപദേശമാരാഞ്ഞു. അവരുടെ അഭിപ്രായങ്ങൾ അവൾക്ക് വിലപ്പെട്ടതായിരുന്നു. പ്രത്യേകിച്ചും എന്റെ അന്തരിച്ച പ്രിയപ്പെട്ട ആന്റിയുടെ. അവരുടെ ലോകപരിചയവും തീരുമാനവും അവരെ പരിചയമുള്ള എല്ലാ ചെറുപ്പക്കാരികളും ആദരവോടെയാണ് സ്വീകരിച്ചത്. അവർ മിസ്റ്റർ ഫ്രേസറിന് അനുകൂലമായിരുന്നു. ഇതിലും വലിയൊരു ദാമ്പത്യ സുരക്ഷിതത്വം ഇല്ലെന്നവൾ കരുതി! എനിക്ക് കൂടുതലൊന്നും പറയാനില്ല, എന്റെ സ്നേഹിത ഫ്ളോറ, ആ വൃത്തികെട്ട 'ലോർഡ് സ്റ്റോനവെ'യ്ക്കുവേണ്ടി 'ബ്ലൂസിലെ' വളരെ നല്ലവനായൊരു യുവാവിനെ തഴഞ്ഞു. അയാൾ, ഫാന്നി, മിസ്റ്റർ റഷ്വർത്തിനെപ്പോലെ ബുദ്ധിയില്ലാത്തവനും, അയാളേക്കാൾ കാണാൻ കൊള്ളാത്തനും, ദുഃസ്വഭാവിയുമായിരുന്നു. അവളുടെ തീരുമാനത്തിൽ അന്നേ എനിക്ക് സംശയമുണ്ടായിരുന്നതാണ്. കാരണം, ഒരു മാന്യന്റെ പ്രകൃതമേ അല്ലായിരുന്നു അയാളുടേത്. അവളുടെ തീരുമാനം തികച്ചും തെറ്റായിരുന്നെന്ന് ഇപ്പോൾ എനിക്കുറപ്പായി. അതിനിടയ്ക്ക് പറയട്ടെ ഫ്ളോറാ റോസ് ഹെൻട്രിക്കുവേണ്ടി മരിച്ച് നടക്കുകയാണ്! അവനുമായി പ്രേമഭ്രാന്ത് പിടിച്ച് കഴിയുന്ന മറ്റെത്രയോ സ്ത്രീകളെക്കുറിച്ചെനിക്കറിയാം. ഞാനത് പറയണോ! നീ മാത്രമാണ്, നീ മാത്രം, വിവേകമില്ലാതെ ഫാന്നി, അവനെ അവഗണിച്ചത്. നീ അത്രയ്ക്ക് ബുദ്ധിയില്ലാത്തവളാണോ? ഇല്ല, ഇല്ല, നീ അങ്ങനെയാണെന്നെനിക്ക് തോന്നുന്നില്ല."

ആ സമയത്ത് ഫാന്നിയുടെ മുഖം തുടുത്ത് വിവർണമായി.

"നല്ല ആള് ആണ്! ഞാൻ നിന്നെ വേദനിപ്പിക്കില്ല. എല്ലാം അതിന്റേതായ രീതിയിൽ പോകും. എന്നാൽ, പ്രിയപ്പെട്ട ഫാന്നി, നിന്റെ കസിൻ സങ്കൽപ്പിച്ചതുപോലെ, പല ചോദ്യങ്ങളും ചോദിക്കപ്പെടുമെന്ന് നീ കരുതിക്കാണുമല്ലോ, മറുപടിപറയാൻ തയാറെടുത്തുകാണും. ഈ വിഷയത്തെക്കുറിച്ച് നീ ഒരു തീരുമാനമെടുക്കാതിരിക്കാൻ സാധ്യമല്ല, എന്താകുമെന്ന് ചിന്തിച്ചിട്ടെങ്കിലുമുണ്ടാകും. തന്റെ കഴിവനുസരിച്ച് എല്ലാ രീതിയിലും അവൻ നിന്നെ പ്രീതിപ്പെടുത്താൻ ശ്രമിക്കുന്നത് നീ കണ്ടുകാണും. ബാൾ സമയത്ത് നിന്നോടവൻ എത്ര ആദരവോടെയാണ് പെരുമാറിയത്? ബാളിന് മുമ്പും, ആ നെക്ലേസ്! ഓഹ്! ഉദ്ദേശിച്ചതുപോലെ നീ അത് സ്വീകരിച്ചു. ഹൃദയാഭിലാഷം നീ അറിഞ്ഞു. ഞാനത് വ്യക്തമായി ഓർക്കുന്നു."

"നിന്റെ സഹോദരൻ നേരത്തെത്തന്നെ നെക്ലേസിന്റെ കാര്യം അറിഞ്ഞിരുന്നു എന്നാണോ നീ പറഞ്ഞു വരുന്നത്? ഓഹ്! മിസ്. ക്രാഫോർഡ്, അത് നന്നായില്ല."

"അതറിഞ്ഞിരുന്നെന്നോ! അത് പൂർണമായും അവന്റെ പ്രവൃത്തിയായിരുന്നു, അവൻ രൂപംകൊടുത്ത പദ്ധതി. എന്റെ മസ്തിഷ്കത്തിൽ

അത് ഉദിച്ചില്ലല്ലൊ എന്നോർത്ത് ഞാൻ ലജ്ജിച്ചു. എന്നാൽ, അവന്റെ നിർദേശമനുസരിച്ച് നിങ്ങൾക്കിരുവർക്കും വേണ്ടി പ്രവർത്തിക്കുന്നതിൽ എനിക്കാഹ്ലാദം തോന്നി."

"ഞാൻ പറയുന്നില്ല" ഫാന്നി മറുപടിനൽകി "അതങ്ങനെ ആയിരിക്കുമോ എന്നെനിക്ക് ചെറിയ ഭയമുണ്ടായിരുന്നു. കാരണം എന്നെ പേടിപ്പിക്കുന്ന എന്തോ ചിലത് നിന്റെ നോട്ടത്തിലുണ്ടായിരുന്നു. എന്നാൽ തുടക്കത്തിലല്ല – ആദ്യം എനിക്ക് യാതൊരു സംശയവും തോന്നിയിരുന്നില്ല! തീർച്ചയായും. ഞാൻ ഇവിടെ ഇരിക്കുന്നു എന്നപോലെ സത്യം! എനിക്കതിനെക്കുറിച്ച് എന്തെങ്കിലും സംശയം തോന്നിയിരുന്നെങ്കിൽ, ആ നെക്ലേസ് സ്വീകരിക്കുവാൻ ആർക്കും, ഒന്നിനും, എന്നെ പ്രേരിപ്പിക്കാനാകില്ലായിരുന്നു. നിന്റെ സഹോദരന്റെ സ്വഭാവത്തെക്കുറിച്ച് പറയുകയാണെങ്കിൽ, ആ വിചിത്രസ്വഭാവം ഞാൻ മനസിലാക്കിയിരുന്നു, ഒരു പക്ഷേ രണ്ടുമൂന്നാഴ്ചകളായിട്ട്. എന്നാൽ, അന്ന് ഞാൻ അതത്രകാര്യമായെടുത്തില്ല. അതയാളുടെ ഒരു ശീലമായി ഞാൻ കരുതി. എന്നോട് ഗൗരവതരത്തിലുള്ള അടുപ്പം ആഗ്രഹിക്കുന്നുണ്ടെന്ന് ഞാൻ വിചാരിച്ചില്ല. ഈ കുടുംബത്തിലെ ചിലരുമായി കഴിഞ്ഞ വേനലിലും ശരൽക്കാലത്തും, അയാൾ നടത്തിയ ചേഷ്ടകൾ ഞാൻ ശ്രദ്ധിച്ചിരുന്നില്ല എന്ന് കരുതരുത്, മിസ്. ക്രാഫോർഡ്. ഞാൻ ശാന്തയായിരുന്നു, എന്നാൽ അന്ധയല്ല. ആ വീരസാഹസങ്ങളോടൊന്നും എനിക്ക് ഒട്ടും താൽപ്പര്യമില്ല."

"ആഹ്! എനിക്കത് നിഷേധിക്കാനാവില്ല. അവൻ ഇടയ്ക്കിടെ ഒരു അഴിഞ്ഞാട്ടക്കാരനാകാറുണ്ട്. യുവതികളുടെ സ്നേഹവികാരങ്ങളെക്കുറിച്ചവൻ ശ്രദ്ധിക്കാറേ ഇല്ല. പലപ്പോഴും ഞാനവനെ ശകാരിച്ചിട്ടുണ്ട്. അത് മാത്രമാണവന്റെ ഒരേയൊരു ദോഷം, ഇതുംകൂടി പറയാനുണ്ട്, വളരെ കുറച്ചു പേർക്കുമാത്രമേ നീണ്ടു നിൽക്കുന്ന സ്നേഹം തോന്നിയിട്ടുള്ളൂ. പിന്നെ, ഫാന്നി, വളരെപ്പേരെ നേരിട്ടിട്ടും ഒരാളിൽത്തന്നെ ഉറച്ചു നിൽക്കുന്നു എന്ന പ്രശസ്തി നിനക്കർഹതപ്പെടുന്നതാണ്. അത് നിന്റെ കഴിവ് തെളിയിക്കുന്നു. അത്തരം വിജയം നിരസിക്കുന്നത് സ്ത്രീകളുടെ പ്രകൃതമല്ല എന്നെനിക്കുറപ്പാണ്."

ഫാന്നി തലകുലുക്കി "ഏതൊരു സ്ത്രീയുടെ വികാരവുമായി പന്താടിക്കളിക്കുന്ന ഒരുവനെ നല്ലവനായി കാണാനെനിക്ക് കഴിയില്ല. ഒരു പ്രേക്ഷകൻ വിധികൽപ്പിക്കുന്നതിനപ്പുറം ആയിരിക്കാം യഥാർഥ കുറ്റം."

"ഞാനവനെ പ്രതിരോധിക്കാനാഗ്രഹിക്കുന്നില്ല, ന്യായീകരിക്കുന്നുമില്ല. പൂർണമായും നിന്റെ സഹാനുഭൂതിക്കും ദയാവായ്പിനും വിട്ടുതരുന്നു. അവൻ നിന്നെ എവരിംഗാമിലേക്ക് കെട്ടിക്കൊണ്ടു വന്നശേഷം അവനോട് നീ എത്ര പ്രസംഗിച്ചാലും ഞാൻ ശ്രദ്ധിക്കില്ല. എന്നാൽ, ഇത് ഞാൻ പറയും, തന്നോട് പെൺകുട്ടികളിൽ അൽപ്പം പ്രേമം തോന്നിപ്പിക്കുക എന്ന അവന്റെ തെറ്റ് ഒരു ഭാര്യയുടെ സുഖജീവിതത്തെ ഒരിക്കലും ബാധിക്കില്ല, അതപകടകരമൊന്നുമല്ല. അവൻ ഒരിക്കലും ആരെയും സ്നേഹിച്ചിട്ടില്ല. അത്തരം ഒരു ശീലമില്ല. ഞാൻ സത്യസന്ധമായി വിശ്വസിക്കുന്നു, മുമ്പൊരിക്കലും ഒരു സ്ത്രീയോടും തോന്നാത്ത അടുപ്പമാണ്

അവനിപ്പോൾ നിന്നോടുള്ളത്. നിന്നെ അത്രയ്ക്കവൻ സ്നേഹിക്കുന്നു. പൂർണഹൃദയത്തോടെ! എന്നും അതുപോലെ സ്നേഹിക്കയും ചെയ്യും. ഏതെങ്കിലും ഒരു പുരുഷൻ ഒരു സ്ത്രീയെ എന്നുമെന്നും സ്നേഹിച്ചിട്ടുണ്ടെങ്കിൽ, ഹെൻട്രിയും നിന്നെ അതുപോലെ സ്നേഹിക്കും."

നേരിയൊരു പുഞ്ചിരി ഫാന്നിയുടെ മുഖത്ത് പ്രത്യക്ഷപ്പെട്ടു, എന്നാൽ ഒന്നും പറഞ്ഞില്ല.

"ഹെൻട്രിയെ അത്രയും സന്തോഷവാനായി ഞാൻ മുമ്പൊരിക്കലും കണ്ടതായി ഓർക്കുന്നില്ല" മേരി തുടർന്നു: "നിന്റെ സഹോദരന്റെ പ്രൊമോഷൻ നേടിയെടുത്തതിലുള്ള സന്തോഷം പോലെ."

ഫാന്നിയുടെ മനസിനെ സ്പർശിക്കാനുള്ള ഒരു പ്രയോഗമായിരുന്നു അത്.

"ഓഹ്! അതെ. എത്രവളരെ ദയാലുവാണയാൾ!"

"അവൻ ഒരുപാട് കഷ്ടപ്പെട്ടിട്ടുണ്ടെന്ന് എനിക്കറിയാം. കാരണം, അവനുവേണ്ടി കാര്യങ്ങൾ നിർവഹിച്ചുകൊടുക്കേണ്ടവരെ എനിക്കറിയാം. ബുദ്ധിമുട്ടുന്നത് അഡ്മിറലിന് ഇഷ്ടമല്ല. ആനുകൂല്യങ്ങൾ ചോദിച്ചുവരുന്നവരെ ശാസിച്ച് വിടും. ഒരുപാട് യുവാക്കളുടെ അവകാശവാദങ്ങൾ അപ്പോൾ അതേ രീതിയിൽ അനുവദിച്ചുകൊടുക്കേണ്ടിവരും. സ്നേഹവും ഊർജസ്വലതയും ഇവിടെ പ്രവർത്തിച്ചു. വില്യം എത്ര സന്തുഷ്ടനായിരിക്കും! അവനെ ഒന്ന് നമ്മൾക്ക് കാണാൻ പറ്റിയിരുന്നെങ്കിൽ!"

ഫാന്നിക്ക് ഏറ്റവും വിഷമമുള്ളൊരു മേഖലയിലാണവൾ സ്പർശിച്ചത്. വില്യമിന് ക്രാഫോർഡ് ചെയ്ത സഹായങ്ങൾ ഓർക്കുമ്പോൾ, അയാൾക്കെതിരായ തീരുമാനമെടുക്കുന്നതിൽ അവൾ ഖേദിച്ചു. അവൾ അഗാധമായ ചിന്തയിലാണ്ടു പോയി. അത് കൗതുകത്തോടെ നിരീക്ഷിച്ചുകൊണ്ടിരുന്ന മേരി പെട്ടെന്നെന്തോ ഓർത്ത് പറയാൻ തുടങ്ങി.

"ദിവസം മുഴുവൻ നിന്നോടൊപ്പം ഇവിടെ സംസാരിച്ചിരിക്കാൻ എനിക്ക് സന്തോഷമേ ഉള്ളൂ. എന്നാൽ, താഴെയുള്ള ലേഡിമാരെ നമ്മൾ മറക്കരുത്. അതുകൊണ്ട് ഗുഡ്ബൈ. എന്റെ പ്രിയപ്പെട്ട, സൗമ്യയായ, ഏറ്റവും നല്ലവളായ, ഫാന്നി, നമ്മൾ ഡൈനിങ് റൂമിൽ വെച്ചാണ് പേരിന് യാത്രപറയാൻ പോകുന്നതെങ്കിലും, ഞാൻ ഇവിടെ വെച്ച് വിടപറയട്ടെ. വീണ്ടും സന്തോഷകരമായ ഒത്തുചേരൽ ആഗ്രഹിച്ചുകൊണ്ട് ഞാൻ ഇപ്പോൾ യാത്ര പറയുന്നു. ഇനി നമ്മൾ വീണ്ടും കണ്ടുമുട്ടുമ്പോൾ, നിസ്സങ്കോചം നമ്മുടെ ഹൃദയങ്ങൾ തുറക്കാനുള്ള ഒരു പരിസരത്തിലായിരിക്കട്ടെ!"

വളരെ, വളരെ കാരുണ്യത്തോടെയുള്ള ആലിംഗനവും പെരുമാറ്റവും ആയിരുന്നു പിന്നീട്.

"ഞാൻ നിന്റെ സഹോദരനെ വേഗം തന്നെ നഗരത്തിൽ വച്ച് കാണും. അധികം വൈകാതെ അവിടെ എത്തുമെന്നയാൾ പറഞ്ഞിട്ടുണ്ട്. വസന്തത്തിൽ സർ. തോമസും എത്തും. നിന്റെ മൂത്ത കസിനെയും റഷ്വർത്തുമാരെയും ജൂലിയയെയും ഇടയ്ക്കിടെ കാണാനാകുമെന്നെനിക്കുറപ്പുണ്ട്, നിന്നെ ഒഴിച്ച് മറ്റെല്ലാവരെയും. രണ്ട് ഉപകാരങ്ങൾ എനിക്ക്

നിന്നോട് ആവശ്യപ്പെടാനുണ്ട്, ഫാന്നി, ഒന്ന് നിന്റെ കത്തുകൾ നീ എനിക്ക് എഴുതണം. മറ്റേത്, ഇടയ്ക്കൊക്കെ മിസിസ് ഗ്രാന്റിന്റെ അടുക്കൽ പോയി, ഞാനില്ലാത്ത കോട്ടം തീർക്കണം."

ആദ്യത്തെകാര്യം ഫാന്നിക്കത്ര താൽപ്പര്യമുള്ളതായിരുന്നില്ല. എന്നാൽ, എഴുത്തുകുത്ത് നടത്താനാവില്ലെന്ന് പറയുന്നത് അസാധ്യമാണ്. അതുടനെ അവൾ സമ്മതിച്ചു. സ്നേഹപ്രകടനത്തിനും എതിർപ്പൊന്നും പ്രകടിപ്പിച്ചില്ല. സ്നേഹപൂർവം പെരുമാറുന്നത് അവളുടെ സ്വഭാവരീതിയാണ്. മിസ്. ക്രാഫോർഡിന്റെ പെരുമാറ്റം അവളുടെ മനസ്സ് നിറച്ചു. അതിനും പുറമെ അവളോട് ഫാന്നിക്ക് കൃതജ്ഞതയുണ്ട്, അവൾ ഭയപ്പെട്ടതുപോലെ വേദനാജനകമായില്ലല്ലൊ അവരുടെ കൂടിക്കാഴ്ച!

അത് കഴിഞ്ഞു; ശകാരത്തിൽനിന്നവൾ രക്ഷപ്പെട്ടു. തന്റെ മനസിലെ രഹസ്യം കണ്ടുപിടിക്കപ്പെട്ടതുമില്ല. രഹസ്യം തന്റേതായി മാത്രം നിലകൊള്ളും. കാര്യങ്ങൾ ഈ നിലയിലായപ്പോൾ, എല്ലാറ്റിൽനിന്നും താൻ മുക്തയായെന്നവൾ സ്വയം ആശ്വസിച്ചു.

വൈകുന്നേരം മറ്റൊരുപാർട്ടി ഉണ്ടായിരുന്നു. ഹെൻട്രിക്രാഫോർഡ് എത്തി കുറച്ചുസമയം അവരോടൊപ്പം ചിലവഴിച്ചു. അവൾ അത്രവലിയ ഉത്സാഹവതിയല്ലായിരുന്നെങ്കിലും, അവളുടെ ഹൃദയം അയാളോട് മൃദുലമായിരുന്നു – കാരണം, ശരിക്കും അയാൾ വികാരവിവശനായി കാണപ്പെട്ടു – പതിവില്ലാത്ത രീതിയിൽ അയാൾ ശാന്തനായിരുന്നു, കാര്യമായൊന്നും സംസാരിച്ചില്ല. ശരിക്കും അയാൾ വിവശനായിരുന്നു; മറ്റൊരു സ്ത്രീയുടെ ഭർത്താവായിട്ടേ ഇനി അയാളെകാണൂ എന്ന ആശയോടെ ഫാന്നി അയാൾക്കുവേണ്ടി ദുഃഖിക്കണം.

വിടപറയേണ്ട സമയം വന്നപ്പോൾ, അവൻ അവളുടെ കരംഗ്രഹിച്ചു. അത് നിഷേധിക്കാനാവില്ല. അയാൾ ഒന്നും പറഞ്ഞില്ല; അല്ലെങ്കിൽ അവൾ ഒന്നും കേട്ടില്ല. അയാൾ മുറിവിട്ടപ്പോൾ, അത്തരം ഒരു സ്നേഹചിഹ്നം കടന്നുപോയല്ലോ എന്നോർത്ത് അവൾ സന്തോഷിച്ചു.

പിറ്റേന്ന് ക്രാഫോർഡ് സ്ഥലംവിട്ടു.

6

മിസ്റ്റർ ക്രാഫോർഡ് പോയി. അയാളുടെ വേർപാടിൽ വ്യസനം ഉണ്ടാക്കണമെന്നതായിരുന്നു സർ. തോമസിന്റെ അടുത്ത ലക്ഷ്യം. മുമ്പ് തിന്മയായി കരുതിയ ക്രാഫോർഡിന്റെ ശുഷ്കാന്തി ഇല്ലാതാകുമ്പോൾ അനുഭവപ്പെടുന്ന ശൂന്യത തന്റെ നീസിന് അസഹനീയമായിരിക്കുമെന്ന് അദ്ദേഹം ആശിച്ചു. എന്നാൽ, അതിന്റെ അനന്തരഫലം പ്രശംസനീയമായ രീതിയിലാണവൾ ആസ്വദിച്ചത്. ആ നഷ്ടം ശൂന്യതയിലേക്കുള്ള മടങ്ങിപ്പോക്ക്, അവളുടെ മനസിൽ വലിയ പശ്ചാത്താപം ഉയർത്തുമെന്നദ്ദേഹം ആശിച്ചു – ഈ ആശയം മുന്നിൽക്കണ്ടുകൊണ്ടാണദ്ദേഹം അവളെ നിരീക്ഷിച്ചത് – എന്നാൽ, എത്രത്തോളം വിജയിക്കുമെന്ന് പറയാൻ കഴിയില്ല. അവളുടെ മാനസികനിലയിൽ എന്തെങ്കിലും മാറ്റം വന്നി

ട്ടുണ്ടോ എന്നും അദ്ദേഹത്തിനറിയില്ല. അവൾ എന്നും സൗമ്യയും ഏകാകിയുമാണ്. അദ്ദേഹത്തിന്റെ വിവേചനശക്തിക്കതീതമാണവളുടെ മനോവികാരങ്ങൾ. അദ്ദേഹം അവളെ മനസിലാക്കിയില്ല. അപ്രകാരം അദ്ദേഹം കരുതി. അതുകൊണ്ട്, ഈ പരിതഃസ്ഥിതിയിൽ അവളുടെ മനോഭാവമെന്താണെന്നറിഞ്ഞ് പറയാനായി അദ്ദേഹം എഡ്മണ്ടിനോടാവശ്യപ്പെട്ടു. മുമ്പത്തേക്കാൾ കൂടുതൽ സന്തുഷ്ടയാണോ ദുഃഖിതയാണോ ഇപ്പോൾ?

ദുഃഖത്തിന്റെ യാതൊരടയാളവും എഡ്മണ്ട് കണ്ടില്ല. മൂന്നാലുദിവസംകൊണ്ട് എന്തെങ്കിലും മാറ്റം അച്ഛൻ പ്രതീക്ഷിക്കുന്നത് കുറച്ച് യുക്തിഹീനമാണെന്നവൻ കരുതി.

അവളുടെ സ്നേഹിത, ക്രാഫോർഡിന്റെ സഹോദരി, അവളോട് അത്രയ്ക്ക് അടുപ്പമുള്ളവളായിരുന്നിട്ടും, അവളുടെ വേർപാടിൽ ഫാന്നിക്ക് കാര്യമായ ദുഃഖം തോന്നിയില്ല എന്നതാണ് എഡ്മണ്ടിനെ അത്ഭുതപ്പെടുത്തിയത്. അവളെക്കുറിച്ച് ഫാന്നി വിരളമായേ സംസാരിച്ചിരുന്നുള്ളൂ എന്നതും അവനതിശയമായി തോന്നി. അവളുടെ വേർപാടിനെക്കുറിച്ച് സംസാരിക്കുന്നതിലവൾ താൽപ്പര്യമെടുത്തില്ല.

"ഹാ! ഈ സഹോദരി, ഈ സ്നേഹിത, ആണ് ഫാന്നിക്ക് ഏറ്റവും കൂടുതൽ ദുഃഖമുണ്ടാക്കുന്നവൾ – മേരിയുടെ ഭാവി മാൻസ്ഫീൽഡുമായി ബന്ധപ്പെട്ടതാണെങ്കിൽ, സഹോദരനെപ്പോലെ അവൾ ദൃഢനിശ്ചയമെടുത്തിട്ടുണ്ടെങ്കിൽ, അവൾ തിരിച്ചുവരാനാഗ്രഹിക്കുന്നുണ്ടെങ്കിൽ, അത് ഫാന്നിയുടെ ഹൃദയഭാരം വർധിപ്പിക്കും. എന്നാൽ, അക്കാര്യത്തെക്കുറിച്ച് കൂടുതൽ ചിന്തിക്കുകയും വിശകലനം നടത്തുകയും ചെയ്യുമ്പോൾ, അവൾക്ക് എഡ്മണ്ടിനെ വിവാഹം കഴിക്കാനുള്ള സാധ്യത മുമ്പത്തേക്കാൾ കൂടുതൽ ആണെന്നവൾക്ക് ബോധ്യപ്പെട്ടു. എഡ്മണ്ടിന്റെ ഭാഗത്ത് അതിനോടുള്ള താൽപ്പര്യം വർധിച്ചിരിക്കുന്നു, അവളുടെ ഭാഗത്ത് സംശയമേ ഇല്ല. അവന്റെ എതിർപ്പുകൾ, അനിഷ്ടങ്ങൾ എല്ലാം പോയ്മറഞ്ഞിരിക്കുന്നു എങ്ങനെ അത് സംഭവിച്ചു എന്നാർക്കും അറിയില്ല. അവളുടെ സംശയങ്ങളും അഭിലാഷങ്ങളും അതുപോലെ മാറിയിരിക്കുന്നു, അതിനും കാരണമൊന്നും കാണുന്നില്ല. കൂടിവരുന്ന അടുപ്പത്തെയാണത് സൂചിപ്പിക്കുന്നത്. അവന്റെ നന്മയും അവളുടെ തിന്മയും പ്രേമബന്ധം ദൃഢമാക്കാനുപകരിക്കുന്നു. അത്തരം പ്രേമമാണവരെ കൂട്ടിയോജിപ്പിച്ചിരിക്കുന്നത്. തോർട്ടൺ ലേസിയിലെ ചില ഔദ്യോഗികജോലികൾ തീർന്ന ഉടനെ അവൻ നഗരത്തിലേക്ക് പോകും – ഒരുപക്ഷേ രണ്ടാഴ്ചയ്ക്കുള്ളിൽ. അവൻ പോകുന്നകാര്യം പറഞ്ഞുകൊണ്ടിരിക്കുന്നു. അക്കാര്യം സംസാരിക്കാനവന് വലിയ ഇഷ്ടമാണ്. ഒരിക്കൽ അവളോടൊപ്പം കൂടിയാൽ ബാക്കി കാര്യങ്ങളെക്കുറിച്ച് ഫാന്നിക്കൊരു സംശയവുമില്ല! അവൻ ആവശ്യപ്പെടേണ്ട താമസമേയുള്ളൂ അവൾ ആ വിവാഹത്തിന് സമ്മതിക്കാൻ, അതുറപ്പാണ്. എന്തെല്ലാമോ ദുഃഖചിന്തകൾ അവളെ വേദനിപ്പിച്ചുകൊണ്ടിരുന്നു – അവളുടേതായ പ്രശ്നങ്ങൾ.

അവരുടെ കഴിഞ്ഞ കൂടിക്കാഴ്ചയിൽ മിസ്. ക്രാഫോർഡ് വളരെ സ്നേഹമയിയും കരുണാമയിയുമായിരുന്നെങ്കിലും, അവളുടെ സംഭാ

ഷണം വഴിതെറ്റിക്കുന്ന രീതിയിലായിരുന്നു, അസ്ഥാളിപ്പോടെയായിരുന്നു അവളുടെ സംസാരം. വെളിച്ചമാണെന്ന് കരുതപ്പെട്ടത് ഇരുട്ടായിരുന്നു. മിസ്സ്. ക്രാഫോർഡ് സ്നേഹിക്കുന്നുണ്ടായിരിക്കാം, അതല്ലാതെ മറ്റൊരു കാര്യത്തിലും അവൾ എഡ്മണ്ടിനെ അർഹിക്കുന്നില്ല. മറ്റൊന്നിലും അവർക്ക് സാമ്യമില്ലെന്ന് ഫാന്നി വിശ്വസിക്കുന്നു. എഡ്മണ്ടിന്റെ സ്വാധീനം അവളിൽ യാതൊരു മാറ്റവും വരുത്താത്തതിനാൽ ഭാവി അത്ര ആശാവഹമായി ഫാന്നിക്ക് തോന്നിയില്ല. അവളുടെ ചിന്തകളിലോ പ്രവൃത്തികളിലോ യാതൊരു പുരോഗതിയുമില്ല. വിവാഹജീവിതത്തിലും അവന്റെ ഗുണം നഷ്ടപ്പെടാനേ സാധ്യതയുള്ളൂ.

അനുഭവങ്ങൾ ചെറുപ്പക്കാരിൽ ആശയ്ക്ക് വകനൽകേണ്ടതാണ്, മിസ്സ്. ക്രാഫോർഡിനും അത് ബാധകമാണ്. താൻ സ്നേഹിക്കുകയും ബഹുമാനിക്കുകയും ചെയ്യുന്ന, തന്റേതെന്നു കരുതുന്ന, വ്യക്തിയുടെ അഭിപ്രായങ്ങൾ അവൾക്ക് വഴികാട്ടിയാകേണ്ടതാണ്. ഫാന്നിക്കതോർത്ത് വളരെ മനോവേദന തോന്നി; മിസ്സ്. ക്രാഫോർഡിനെക്കുറിച്ച് വേദനയോടെ മാത്രമേ അവൾക്ക് സംസാരിക്കാനായുള്ളൂ.

അതിനിടയ്ക്ക് സർ. തോമസ് സ്വന്തം രീതിയിൽ ആശ കൈവിടാതെ കാര്യങ്ങൾ നിരീക്ഷിച്ചുകൊണ്ടിരുന്നു. തന്റെ അനുഭവജ്ഞാനം വെച്ച് 'നീസി'ന് ഉത്സാഹക്കുറവുണ്ടാകുമെന്നും, കാമുകന്റെ സ്നേഹവാത്സല്യങ്ങൾക്കായി വീണ്ടും ആശിച്ചു. അപ്പോഴേക്കും മറ്റൊരു സന്ദർശകന്റെ വരവായി. അതവളുടെ ഉത്സാഹം വർധിപ്പിക്കുന്നതായിരുന്നു – വില്യമിന് പത്തുദിവസത്തെ ലീവ് കിട്ടിയിരിക്കുന്നു. അപ്പോൾ നോർത്തംടൻ ഷെയറിലേക്ക് വരാൻ തീരുമാനിച്ചിരിക്കയാണ്. ഏറ്റവും സന്തുഷ്ടനായൊരു ലെഫ്റ്റനന്റ് ആയിട്ടാണ് വരവ്, പ്രൊമോഷൻ കിട്ടിയതിന്റെ ചൂടോടെ, തന്റെ സന്തോഷം പ്രകടിപ്പിക്കാനും യൂണിഫോം പ്രദർശിപ്പിക്കുവാനുമാണാ സന്ദർശനം.

അവൻ വന്നു. തന്റെ യൂണിഫോം പ്രദർശിപ്പിക്കാനവന് വലിയ ആനന്ദമായിരുന്നു; എന്നാൽ, ഡ്യൂട്ടി സമയത്തല്ലാതെ യൂണിഫോം ധരിക്കാൻ പാടില്ലെന്ന ക്രൂരനിയമം അവനെ വിലക്കി. അതുകൊണ്ട് യൂണിഫോം പോർട്ട്സ്മത്തിൽതന്നെ വെക്കേണ്ടിവന്നു. ഫാന്നിക്കത് കാണാൻ ഒരവസരം ലഭിക്കുന്നതിനുമുമ്പ് അതിന്റെ പുതുമ നഷ്ടപ്പെട്ടുപോകുമെന്ന് എഡ്മണ്ട് അനുമാനിച്ചു. അത് ധരിക്കുന്നവന്റെ വികാരങ്ങളും തണുത്ത് പോകും. പിന്നീടത് അപമാനകരമായിമാറും. രണ്ട് വർഷത്തിനുശേഷം ഒരു ലെഫ്റ്റനന്റിന്റെ യൂണിഫോം കാണാനെത്തുന്നത് അനുചിതമോ, മര്യാദകേടോ ആയിരിക്കും. കാരണം, അവനോടൊപ്പമുള്ളവർ, അവനേക്കാൾ മുമ്പ് കമാണ്ടർ ആയിത്തീർന്നെങ്കിലോ? എഡ്മണ്ടിന്റെ യുക്തിപൂർവമായ ചിന്ത ആ രീതിയിലാണ് പോയത്. അതുകൊണ്ട്, എച്ച് എം എസ് ത്രഷിലെ സെക്കന്റ് ലെഫ്റ്റനന്റിനെ അതിന്റേതായ പ്രതാപത്തിൽ ഫാന്നിക്ക് കാണാനുള്ള അവസരമൊരുക്കാൻ സർ. തോമസ് ഒരു പദ്ധതി ആസൂത്രണം ചെയ്തു.

പദ്ധതി ഇതാണ്, അവൾ സഹോദരനോടൊപ്പം പോർട്ട്സ്മത്തിലേക്ക് പോകണം. എന്നിട്ട് കുറച്ചുനാൾ, അവൾ സ്വന്തം കുടുംബത്തോ

ടൊപ്പം കഴിയട്ടെ. ഒരു ദിവസം അഗാധചിന്തയിലാണ്ടിരിക്കുമ്പോൾ സർ. തോമസിന്റെ മനസിലുദിച്ച പദ്ധതിയാണിത്. അഭികാമ്യമായ നടപടിയാണത്. എന്നാൽ, ഒരു തീരുമാനത്തിലെത്തുന്നതിനുമുമ്പ് അദ്ദേഹം മകനുമായി കൂടിയാലോചിച്ചു. എഡ്മണ്ട് അതിന്റെ എല്ലാവശവും പരിശോധിച്ചു, ശരിയായ നടപടിയാണതെന്നവൻ സമ്മതിച്ചു. നല്ലൊരുകാര്യമാണത്, അതിന് ഇതിനെക്കാൾ പറ്റിയ സമയം വേറെ ഇല്ല. അത് ഫാന്നിക്ക് വളരെ സന്തോഷമാകുമെന്നകാര്യത്തിൽ അവനൊരു സംശയവുമില്ല. സർ. തോമസിനൊരു തീരുമാനത്തിലെത്താൻ ഇത് ധാരാളം. അദ്ദേഹം തീരുമാനം പറഞ്ഞു "അപ്പോൾ അങ്ങനെത്തന്നെയാകട്ടെ," അതോടെ ആ ഇടപാട് അവസാനിച്ചു. സംതൃപ്തിയോടെയാണദ്ദേഹം പോയത്. പുത്രനോട് പറഞ്ഞതിനുപരിയായി മറ്റ് ചിലലക്ഷ്യങ്ങൾ സർ. തോമസിനുണ്ടായിരുന്നു. സ്വന്തം അച്ഛനമ്മമാരെ വീണ്ടും കാണാൻ വേണ്ടിയൊന്നുമായിരുന്നില്ല ഫാന്നിയെ അയയ്ക്കാനദ്ദേഹം ഉദ്ദേശിച്ചത്, അവളെ സന്തുഷ്ടയാക്കാൻ വേണ്ടിയുമല്ല. സ്വമനസാലെ അവൾ പോകണമെന്നദ്ദേഹം ആഗ്രഹിച്ചു. എന്നാൽ സന്ദർശനദിനങ്ങൾ അവസാനിക്കുന്നതിനുമുമ്പവൾ വീടിനെ വെറുക്കണമെന്നും അദ്ദേഹം തീർച്ചയായും ആഗ്രഹിച്ചിരുന്നു. മാൻസ്ഫീൽഡിലെ രമണീയാന്തരീക്ഷവും സുഖസമൃദ്ധിയും ഇല്ലാതാകുമ്പോൾ, അവളുടെ മനസ്സ് സമനിലയിലെത്തും. അപ്പോൾ സമ്പന്നകുടുംബത്തിൽ സുഖസൗകര്യങ്ങളോടെ ദാമ്പത്യജീവിതം നയിക്കുന്നതിന്റെ വില അവൾക്ക് മനസിലാകും. അവൾക്ക് അതിനായി നീട്ടപ്പെട്ട വാഗ്ദാനത്തെക്കുറിച്ചോർക്കും.

തന്റെ 'നീസി'ന് മനസിലാക്കാൻ വേണ്ടിയുള്ള ഒരു ചികിത്സാപദ്ധതിയായിരുന്നു അത്. എട്ടൊമ്പത് വർഷങ്ങൾ സുഖസമൃദ്ധമായ സമ്പന്നകുടുംബത്തിൽ കഴിഞ്ഞപ്പോൾ മറ്റ് പരിതഃസ്ഥിതികളുമായി തുലനം ചെയ്യാനുള്ള കഴിവവൾക്ക് നഷ്ടപ്പെട്ടിരിക്കുന്നു. അവളുടെ അച്ഛന്റെ വീട് പണത്തിന്റെയും നല്ല വരുമാനത്തിന്റെയും വില അവളെ പഠിപ്പിക്കും. അപ്പോൾ അവൾ വിവേകമതിയും സന്തോഷവതിയുമാകുമെന്നദ്ദേഹം പ്രത്യാശിച്ചു, ജീവിതകാലം മുഴുവൻ. ഇതായിരുന്നു അദ്ദേഹം ആസൂത്രണം ചെയ്ത പദ്ധതി, ഒരു പരീക്ഷണം.

ഫാന്നി ആഹ്ലാദപുളകിതയാകുന്ന സ്വഭാവക്കാരിയായിരുന്നെങ്കിൽ അവൾ ഇപ്പോൾ പൊട്ടിത്തരിച്ചേനെ, ഇക്കാര്യം അറിഞ്ഞ ഉടനെ, തന്റെ മാതാപിതാക്കളെയും സഹോദരീസഹോദരന്മാരെയും കാണാനുള്ള അവസരം ഒരുക്കിയ വാർത്ത അങ്കിൾ സൂചിപ്പിച്ച ഉടനെ അവൾ ഹർഷോന്മാദത്തിൽ മുങ്ങേണ്ടതായിരുന്നു. തന്റെ ജീവിതത്തിന്റെ പകുതി ഭാഗവും അവരിൽനിന്ന് വേർപെട്ടാണല്ലോ അവൾ ഇതുവരെ കഴിഞ്ഞത്. ആ പഴയ ബാല്യകാല വസതിയിലേക്കവൾ ഏതാനും മാസങ്ങൾ ചിലവഴിക്കാനായി പോകുകയാണ്. വില്യമിനോടൊപ്പം അവന്റെ സംരക്ഷണയിലാണവളുടെ യാത്ര. അവൻ കരയിലുള്ള അവസാന നിമിഷംവരെ അവൾക്കവനെ കാണാം. അവൾ ആഹ്ലാദത്തിമിർപ്പിൽ പൊട്ടിത്തെറിക്കുന്ന സ്വഭാവക്കാരിയായിരുന്നെങ്കിൽ, അതപ്പോൾ സംഭവിച്ചേനെ. കാരണം, അവള

ത്രയ്ക്ക് ആഹ്ലാദത്തിലായിരുന്നു. എന്നാൽ അവളുടെ സന്തോഷം ശാന്തവും അഗാധവും ഹൃദയംനിറഞ്ഞതുമാണ്, പുറമെ പ്രകടിപ്പിക്കാറില്ല. വലിയ വാചാലയല്ല അവൾ, കടുത്ത വികാരം മനസിനെ മഥിക്കുമ്പോൾ പോലും നിശ്ശബ്ദയായിരിക്കാറാണ് പതിവ്. ആ സമയത്ത് അവൾ അങ്കിളിന്റെ പദ്ധതി സ്വീകരിക്കയും നന്ദി പ്രകടിപ്പിക്കയും മാത്രം ചെയ്തു. പിന്നീട്, പെട്ടെന്ന് തയാറാക്കപ്പെട്ട ആ പദ്ധതിയെക്കുറിച്ചവളുടെ മനസ്സ് വില്യമിനോടും എഡ്മണ്ടിനോടും തുറന്നു. എന്നിട്ടും, അവളുടെ മുഴുവൻ മാനസികവികാരങ്ങളും പ്രകടിപ്പിക്കുവാൻ വാക്കുകൾ അപര്യാപ്തമായിരുന്നു – ബാല്യകാലത്തെ ആനന്ദകരമായ ഓർമകൾ, അവരിൽനിന്ന് വേർപെടുത്തപ്പെട്ടപ്പോൾ അവളനുഭവിച്ച മനോവേദന, കൂടുതൽ ശക്തിയോടെ വീണ്ടും അവളുടെ മനസിലേക്ക് കടന്നുവന്നു. ഒരിക്കൽകൂടി സ്വന്തം വീട്ടിലെത്തിയാൽ വേർപാടുമൂലം താൻ അനുഭവിക്കേണ്ടിവന്ന അവളുടെ എല്ലാ വേദനകളും മാറുമെന്നവൾക്ക് തോന്നി. കുടുംബാംഗങ്ങളുടെ കൂടെ കഴിയുക, എല്ലാവരാലും സ്നേഹിക്കപ്പെടുക, മുമ്പൊരിക്കലും നേടാനാവാത്ത സ്നേഹം അവരിൽനിന്ന് ലഭിക്കുക, ഭീതിയോ നിയന്ത്രണമോ ഇല്ലാതെ സ്നേഹം പ്രകടിപ്പിക്കാനാവുക, തന്റെ ചുറ്റുമുള്ളവർക്ക് തുല്യയാണ് താനെന്ന് തോന്നിപ്പിക്കുക, ക്രാഫോർഡ്മാരെ കുറിച്ചുള്ള സംസാരത്തിൽനിന്നും രക്ഷപ്പെട്ട് ശാന്തിയോടും സമാധാനത്തോടെയുംകൂടി ഇരിക്കുക, ശാസനാസൂചകമായ നോട്ടങ്ങൾ അഭിമുഖീകരിക്കേണ്ടി വരാതിരിക്കുക, എല്ലാം എത്ര ആശ്വാസകരമാണ്! – ആസക്തിയോടെയുള്ള അവളുടെ പ്രതീക്ഷയായിരുന്നു ഇതെല്ലാം.

എഡ്മണ്ടും — രണ്ട് മാസങ്ങൾ അവനിൽനിന്നും മാറിനിൽക്കേണ്ടി വരും (ഒരുപക്ഷേ മൂന്നുമാസം) അതും അവൾക്ക് നല്ലതിനാകാം. അവന്റെ ദയാവായ്പിലൂടെയോ നോട്ടത്തിലൂടെയോ ചോദ്യം ചെയ്യപ്പെടാനാവാത്തത്ര ദൂരത്ത്, അവന്റെ ഹൃദയവികാരം മനസിലാക്കി ശാശ്വതമായ രോഷത്തിൽനിന്നും രക്ഷപ്പെട്ട്, അവന്റെ ആത്മവിശ്വാസം ഒഴിവാക്കാൻ കഷ്ടപ്പെട്ട്, കഴിയുമ്പോൾ ശരിയായ അവസ്ഥയെക്കുറിച്ച് യുക്തിപൂർവം അവൾക്കൊരു തീരുമാനത്തിലെത്താനാകും. അവൻ ലണ്ടനിലുള്ളപ്പോഴത്തെപ്പോലെ അവൾക്കവനെക്കുറിച്ച് ചിന്തിക്കാനാകും, വിഷമം തോന്നാതെ — മാൻസ് ഫീൽഡിൽ സഹിക്കാൻ പറ്റാത്തത്, പോർട്സ്മത്തിൽ നിസ്സാര വിഷമമായിരിക്കും.

ഒരേയൊരു പ്രശ്നം അവളില്ലാതെ ബെർട്രാം ആന്റിക്കുണ്ടാകുന്ന വിഷമമാണ്. മറ്റാർക്കും അവളെക്കൊണ്ടൊരു പ്രയോജനവുമില്ല. അവരുടെ വിഷമത്തെക്കുറിച്ച് ചിന്തിക്കാനവൾ ഇഷ്ടപ്പെട്ടില്ല. സംവിധാനത്തിന്റെ ആ ഭാഗം തീർച്ചയായും സർ. തോമസിന് നടപ്പാക്കാൻ ബുദ്ധിമുട്ടായിരിക്കും.

എന്നാൽ, അദ്ദേഹം മാൻസ്ഫീൽഡ് പാർക്കിന്റെ യജമാനനാണ്. എന്തെങ്കിലും ഒരുകാര്യം തീരുമാനിച്ചുകഴിഞ്ഞാൽ അദ്ദേഹത്തിന്നത് വേണ്ടരീതിയിൽ നിർവഹിക്കാൻ കഴിയും. ഇപ്പോൾ, ഈ വിഷയത്തെക്കുറിച്ച് സുദീർഘമായി ചർച്ചചെയ്ത് വല്ലപ്പോഴും ഫാന്നിക്ക് സ്വന്തം കുടുംബത്തെ കാണേണ്ടതൊരു കർത്തവ്യമാണെന്ന് വിശദീകരിച്ച്, അദ്ദേഹം തന്റെ പത്നിയുടെ മനസിൽ പ്രേരണ ചെലുത്തി, ഫാന്നിയുടെ

പോക്കിന് അനുമതി സമ്പാദിച്ചു. അത് സമ്പാദിച്ചത് വിശ്വാസംകൊണ്ടാണെന്ന് പറഞ്ഞുകൂടാ, ഒരുതരം വിധേയത്വം മൂലമാണ്. ലേഡിബെർട്രാമിന്റെ പ്രകൃതം അപ്രകാരമാണ്, മറ്റൊന്നിനും അവരെ വിശ്വസിപ്പിക്കാനാവില്ല 'ഫാന്നി പോകേണ്ടതാണെന്ന് സർ. തോമസ് കരുതുന്നു, അതുകൊണ്ടവൾ പോകണം' അത്രതന്നെ! സ്വന്തം ഡ്രസ്സിങ് റൂമിലെ ശാന്തതയിൽ, വസ്തുനിഷ്ഠമായ അവളുടെ വിലയിരുത്തലിൽ (അദ്ദേഹത്തിന്റെ കുഴയ്ക്കുന്ന പ്രസ്താവനയിൽ നിഷ്പക്ഷത പാലിച്ച്) അവൾക്കൊക്കൊര്യം സ്വീകാര്യമായി തോന്നിയില്ല. ഇത്രയും കാലം അവളില്ലാതെ കഴിഞ്ഞ മാതാപിതാക്കളുടെ അടുക്കലേക്ക് ഫാന്നി ഇപ്പോൾ പോകേണ്ട ആവശ്യകത എന്താണ്, അതും അവൾ തനിക്ക് അത്രയും ആവശ്യമുള്ളപ്പോൾ എന്നായിരുന്നു ലേഡി ബെർട്രാമിന്റെ ചിന്ത. അവളുടെ വിയോഗം വിഷമം സൃഷ്ടിക്കാതിരിക്കാൻ മിസിസ് നോറിസിന്റെ സാന്നിധ്യമുണ്ടാകും എന്ന വാദഗതികളൊന്നും അവർക്ക് സ്വീകാര്യമായില്ല.

അവരുടെ യുക്തിയെയും വിവേകത്തെയും അന്തസിനെയും സർ. തോമസ് പ്രകീർത്തിച്ചു. അതിനെ ഒരു ത്യാഗമായിട്ടാണദ്ദേഹം വിശേഷിപ്പിച്ചത്. അവരുടെ നന്മയായി അതിനെ ദർശിച്ചു. എന്നാൽ, ഫാന്നിയെ വിടുന്നതിൽ യാതൊരു ബുദ്ധിമുട്ടുമുണ്ടാകില്ലെന്നും, അവളെ പോകാനനുവദിക്കണമെന്നും മിസിസ്, നോറിസ് നിർബന്ധിച്ചു — (ആവശ്യപ്പെട്ട പോലെ, തന്റെ മുഴുവൻ സമയവും സഹോദരിക്കുവേണ്ടി ചിലവഴിക്കാനവൾ തയാറാണ്) — അതുകൊണ്ട് അവളുടെ വേർപാട് ആർക്കും ദുഃഖകരമായിരിക്കില്ല. "അതായിരിക്കാം സഹോദരി"– ഇത്രമാത്രമായിരുന്നു ലേഡി ബെർട്രാമിന്റെ മറുപടി "നീ പറഞ്ഞത് വളരെ ശരിയാണ്, എന്നാൽ, ഞാനവളെ വല്ലാതെ 'മിസ്' ചെയ്യുമെന്നെനിക്കുറപ്പാണ്."

അടുത്ത നടപടി വിവരം പോർട്ട്മത്തിൽ അറിയിക്കുക എന്നതായിരുന്നു. ഫാന്നി സ്വയം എഴുതി. അവളുടെ അമ്മയുടെ കത്ത് ഹ്രസ്വമായിരുന്നെങ്കിലും വളരെ കരുണാമയമായിരുന്നു. അകൃത്രിമമായ ഏതാനും ലളിതമായ വാചകങ്ങൾ, തന്റെ പുത്രിയെ വീണ്ടും കാണാനുള്ള ഒരു മാതാവിന്റെ ആനന്ദം നിറഞ്ഞ ഹൃദയം ആ വരികളിലൂടെ ദർശിക്കാനാകും; എല്ലാ മക്കളുടെയും സന്തോഷം അമ്മയോടൊപ്പം ഉള്ളപ്പോഴാണെന്നത് ദൃഢപ്പെടുത്തുന്നു — അമ്മയിൽ ഒരു ഊഷ്മള ഹൃദയമുള്ള സ്നേഹിതയെ കാണാനാവുമെന്നവൾക്ക് വിശ്വാസമായി, മുമ്പ് തീർച്ചയായും പറയത്തക്ക സ്നേഹമൊന്നും ഈ അമ്മ കാണിച്ചിട്ടില്ല. എന്നാൽ, അത് തന്റെ തെറ്റാണ്, അല്ലെങ്കിൽ ഭാവന എന്ന് ഫാന്നി കരുതി. ഒരുപക്ഷേ, നിസ്സഹായാവസ്ഥയും, ദേഷ്യപ്രകൃതവുംമൂലം സ്നേഹിക്കാൻ കഴിയാതിരുന്നതാകാം. അല്ലെങ്കിൽ നിരവധി മക്കൾക്കുള്ളതിനെക്കാൾ കൂടുതൽ പങ്ക് ആഗ്രഹിച്ചത് യുക്തിപൂർവമല്ലായിരിക്കാം, അർഹതയ്ക്കപ്പുറമായിരിക്കാം. ഇപ്പോൾ താൻ എങ്ങനെ മറ്റുള്ളവർക്ക് ഉപകാരപ്രദമാകാമെന്നും, പ്രശ്നങ്ങൾ എല്ലാം എങ്ങനെ സഹിക്കാമെന്നും നന്നായി മനസിലാക്കിയിട്ടുള്ളതിനാൽ അമ്മയും മകളും തമ്മിലുള്ള സ്നേഹം ദൃഢകരമാകും. അതിനും പുറമെ വീടുനിറയെ കുഞ്ഞുകുട്ടികളുടെ തീരാത്ത

ആവശ്യങ്ങൾ ഇപ്പോൾ നിർവഹിക്കാനില്ലാത്തതുകൊണ്ട് അമ്മയ്ക്ക് കുറച്ചൊക്കെ ഒഴിവു സമയം ലഭിക്കും, വിശ്രമിക്കാനാകും. ഒരു അമ്മയും മകളും കഴിയേണ്ടവിധത്തിൽ അവർ സന്തോഷത്തോടെ ജീവിക്കും.

സഹോദരിയെപ്പോലെ ഈ പദ്ധതിയിൽ വില്യമും വളരെ സന്തുഷ്ടനായിരുന്നു. കടൽയാത്രയ്ക്ക് പുറപ്പെടുന്നനിമിഷംവരെ അവൾ കൂടെ ഉണ്ടാകുമല്ലോ എന്നോർത്തവൻ ആഹ്ലാദിച്ചു. ഒരുപക്ഷേ അവൻ തിരിച്ചുവരുമ്പോഴും അവളെ അവിടെ കണ്ടേക്കാം, തന്റെ ആദ്യത്തെ സമുദ്രയാത്രയ്ക്കുശേഷം! അതിനും പുറമെ, ത്രഷ് കടൽ യാത്രയ്ക്ക് പോകുന്നതിനു മുമ്പ് ആ യുദ്ധക്കപ്പൽ അവൾക്ക് കാണിക്കണമെന്നവന് വലിയ ആഗ്രഹമുണ്ട്. (നേവിയിലെ ഏറ്റവും നല്ല കപ്പലാണ് ത്രഷ് എന്ന കാര്യത്തിൽ സംശയമില്ല.) ഇപ്പോൾ ഡോർയാർഡിൽ ഒരുപാട് നവീകരണ പ്രവർത്തനങ്ങൾ നടത്തിയിട്ടുണ്ട്. അതവളെ കാണിക്കാനവൻ കാത്തിരിക്കയായിരുന്നു. പിന്നെ ഒരുകാര്യം കൂടി കൂട്ടിച്ചേർക്കാനവൻ ശങ്കിച്ചില്ല. അവൾ കുറച്ചുനാൾ വീട്ടിൽ കഴിഞ്ഞാൽ, അതെല്ലാവർക്കും വലിയ ഗുണം ചെയ്യും.

''അതെങ്ങനെയാണെന്നെനിക്കറിയില്ല.'' അവൻ പറഞ്ഞു: "എന്നാൽ, അച്ഛന്റെ വീട്ടിൽ നിന്റെ ക്രമീകരിച്ച ചില നല്ല മാർഗങ്ങൾ പരീക്ഷിച്ചുനോക്കണമെന്ന് ഞാൻ വിചാരിക്കുന്നു. വീട് ആകെ അലങ്കോലപ്പെട്ടുകിടക്കുകയാണ്, സദാസമയവും. നിനക്കത് നല്ല നിലയിൽ ആക്കിത്തീർക്കുവാനാകുമെന്ന് എനിക്കുറപ്പുണ്ട്. എങ്ങനെയൊക്കെയാണ് വേണ്ടതെന്ന് നീ അമ്മയെ പറഞ്ഞ് മനസിലാക്കണം. സൂസന് നീ വളരെ ഉപകാരപ്രദമായിരിക്കും, പിന്നെ, നീ ബെറ്റ്സിയെ പഠിപ്പിക്കും. ആൺകുട്ടികളെ നിന്നെ സ്നേഹിക്കാനും ആദരിക്കാനും പരിശീലിപ്പിക്കും. എത്ര ആശ്വാസകരവും സന്തോഷപ്രദവുമായിരിക്കും അപ്പോൾ ജീവിതം!"

മിസിസ് പ്രൈസിന്റെ മറുപടി വന്നപ്പോഴേക്കും അവർക്ക് മാൻസ്ഫീൽഡ് വിടേണ്ടസമയം അടുത്തുകഴിഞ്ഞിരുന്നു, ഏതാനും ദിവസങ്ങൾ മാത്രം ബാക്കി. യാത്രയെക്കുറിച്ച് ചർച്ചചെയ്തുകൊണ്ടിരിക്കവെ അപ്രതീക്ഷിതമായൊരു ആവശ്യം നോറിസ് ആന്റിയിൽനിന്നുയർന്നു. അതവരെ കിടിലംകൊള്ളിച്ചു! സഹോദരീ ഭർത്താവിന്റെ പണം അനാവശ്യമായി ചിലവാക്കുന്നതിൽ ഉൽക്കണ്ഠയുള്ള മിസിസ്. നോറിസ് ചിലവ് കുറഞ്ഞ വണ്ടിയാത്ര നിർദേശിച്ചെങ്കിലും, സർ. തോമസ് കുതിരവണ്ടിക്കു പോകാനുള്ള പണം വില്യമിനു നൽകിയപ്പോൾ മൂന്നാമതൊരാൾക്കുകൂടി സുഖമായി അതിൽ യാത്ര ചെയ്യാമല്ലോ എന്ന് അവൾ കരുതി, താനുംകൂടി പോയി പ്രിയപ്പെട്ട പാവം സഹോദരി പ്രൈസിനെ കണ്ടെങ്കിലോ എന്നൊരു മോഹം പെട്ടെന്നവളുടെ മനസിലുദിച്ചു – അവളുടെ ആഗ്രഹം പ്രഖ്യാപിക്കയും ചെയ്തു. ഇരുപത് വർഷമായി പ്രിയപ്പെട്ട പാവം സഹോദരി പ്രൈസിനെ അവൾ കണ്ടിട്ട്. അതിനും പുറമെ, യാത്രയിലവൾ കുട്ടികൾക്കൊരു സഹായവും ആവും, കാര്യങ്ങൾ വേണ്ട രീതിയിൽ നിയന്ത്രിക്കാം. ഇത്തരം ഒരവസരമുണ്ടായിട്ടും അവൾ ചെന്നില്ലല്ലോ എന്ന് പ്രിയപ്പെട്ട പാവം സഹോദരി പ്രൈസ് ചിന്തിച്ചെങ്കിലോ; അത് കരുണയില്ലാത്ത പ്രവൃത്തി ആകില്ലേ!

ഈ തീരുമാനം കേട്ട് വില്യമും ഫാന്നിയും ഭയവിഹ്വലരായി.

അവരുടെ എല്ലാ സന്തോഷവും സുഖകരമായ യാത്രയും ഒറ്റ അടിക്കു നശിപ്പിക്കപ്പെടും. ശോചനീയമായ രീതിയിൽ അവർ ഇരുവരും പരസ്പരം നോക്കി. ഒന്നുരണ്ട് മണിക്കൂർ നേരം അവരുടെ അനിശ്ചിതത്വം നിലനിന്നു. ആരും അതിൽ ഇടപെട്ടില്ല, പ്രോത്സാഹിപ്പിക്കാനോ പിന്തിരിപ്പിക്കാനോ ശ്രമിച്ചില്ല. മിസിസ് നോറിസ് സ്വയം തീരുമാനമെടുക്കട്ടെ. ഒടുവിൽ, അവളുടെ സഹോദരീ പുത്രനും പുത്രിക്കും അതിയായ സന്തോഷം ഉണ്ടാക്കുന്ന രീതിയിൽ അതവസാനിച്ചു. തൽക്കാലം മാൻസ്ഫീൽഡ് പാർക്കിൽനിന്ന് വിട്ടുനിൽക്കാനവൾക്ക് കഴിയില്ല. സർ. തോമസിനും ലേഡി ബെർട്രാമിനും അവളെ ഒഴിച്ചുകൂടാനാവില്ലെന്നവൾ കരുതി, ഒരാഴ്ച പോലും, അതുകൊണ്ട് അവരുടെ സേവനത്തിനുവേണ്ടി മറ്റെല്ലാ ഉല്ലാസങ്ങളും ത്യജിക്കാനവൾ തീരുമാനിച്ചു.

വാസ്തവത്തിൽ, അവളുടെ ചിന്തപോയത് ഇത്തരത്തിലായിരുന്നു, പോർട്സ്മത്തിലേക്ക് സൗജന്യമായി യാത്രചെയ്യാനാകുമെങ്കിലും, തിരിച്ച് വരുമ്പോൾ സ്വന്തം പണം ചിലവാക്കാതെ പറ്റില്ലല്ലോ. അതുകൊണ്ട്, പ്രിയപ്പെട്ട പാവം സഹോദരി പ്രൈസിനെ, അവസരം കിട്ടിയിട്ടും, ചേച്ചി വരാത്തതിലുള്ള ഇച്ഛാഭംഗത്തിന് വിട്ടുകൊടുത്തു! ഒരുപക്ഷേ, ഇനിയുമൊരു ഇരുപതുവർഷത്തെ വിയോഗത്തിന് തുടക്കം കുറിച്ചു!

ഈ പോർട്സ്മത്ത് യാത്ര, ഫാന്നിയുടെ അസാന്നിധ്യം, എഡ്മണ്ടിന്റെ പ്ലാനുകളെ ബാധിച്ചു. തന്റെ ആന്റിയെപ്പോലെ അവനും മാൻസ്ഫീൽഡിനുവേണ്ടി ഒരു ത്യാഗം ചെയ്യേണ്ടിവന്നു. ഈ സമയത്താണവൻ ലണ്ടനിലേക്ക് പോകുവാൻ പദ്ധതി ഇട്ടിരുന്നത്. എന്നാൽ, അവരുടെ സുഖസൗകര്യങ്ങൾ നോക്കി നടത്തിയിരുന്നവർ പോകുന്ന സമയത്തുതന്നെ അച്ഛനമ്മമാരെ വിട്ടുപോകാനവന് മനസുവന്നില്ല. ബുദ്ധിമുട്ടോടെയാണെങ്കിലും ഒന്നുരണ്ടാഴ്ചത്തേക്ക് യാത്രനീട്ടിവെക്കാനവൻ തീരുമാനിച്ചു. ശാശ്വതമായ സന്തോഷ ജീവിതം ഉറപ്പിക്കാനുള്ള ആശയോടെ തയാറാക്കിയതായിരുന്നു ആ യാത്ര.

അക്കാര്യം ഫാന്നിയോട് പറയുകയും ചെയ്തു. അത്രയ്ക്കവൾക്ക് നേരത്തെതന്നെ അറിയാമായിരുന്നു. അവൾ എല്ലാം അറിഞ്ഞിരിക്കണമല്ലോ. മിസ്. ക്രാഫോർഡിനെക്കുറിച്ചുള്ള മറ്റൊരു രഹസ്യവിഷയമായിരുന്നു അത്. കഴിഞ്ഞ പ്രാവശ്യം മിസ്സ്. ക്രാഫോർഡിനെക്കുറിച്ചവർ തുറന്ന് സംസാരിച്ചശേഷം ആ പേര് സൂചിപ്പിക്കപ്പെട്ടിട്ടേ ഇല്ലായിരുന്നു. വൈകുന്നേരം ലേഡി ബെർട്രാം ഫാന്നിയോട് കത്തെഴുതുന്നകാര്യത്തെക്കുറിച്ച് പറഞ്ഞു, വേഗം എഴുതണം, ഇടയ്ക്കിടയ്ക്ക് എഴുതണം; താനും അതുപോലെ ചെയ്യുമെന്നവർ വാഗ്ദാനം ചെയ്തു. പറ്റിയ അവസരം നോക്കി എഡ്മണ്ട് മന്ത്രിച്ചു.

“ഞാനും നിനക്കെഴുതും, ഫാന്നി, എഴുതി അറിയിക്കേണ്ട സുപ്രധാന സംഭവം എന്തെങ്കിലും ഉണ്ടാകുമ്പോൾ, എന്തെങ്കിലും പറയാനുണ്ടാകുമ്പോൾ, നീ കേൾക്കാൻ ഇഷ്ടപ്പെടുമെന്ന് ഞാൻ കരുതുന്ന കാര്യം, മറ്റുള്ളവരിൽ നിന്ന് അറിയാനിടവരുന്നതിനു മുമ്പ്.” അതുകേട്ട് അതിന്റെ അർത്ഥം മനസി

ലായില്ലെങ്കിലും, അവൾ മുഖമുയർത്തിനോക്കിയപ്പോൾ കണ്ട പ്രകാശിക്കുന്ന അവന്റെ മുഖം അവളുടെ എല്ലാ സംശയങ്ങളും തീർക്കുന്നതായിരുന്നു!

ആ കത്തിനുവേണ്ടി അവൾ ശക്തി സംഭരിച്ച് കരുതിയിരിക്കണം. എഡ്മണ്ടിൽ നിന്നുള്ള കത്ത് ഭയാനകമായിരിക്കും. മാറിവരുന്ന അഭിപ്രായങ്ങളും വികാരങ്ങളുമായി താൻ പൊരുത്തപ്പെട്ടിട്ടില്ലെന്നവൾ ചിന്തിക്കാൻ തുടങ്ങി. മാറ്റങ്ങളുടെ ഈ ലോകത്ത് പരിതഃസ്ഥിതികളും കാലവുമനുസരിച്ച് പരിവർത്തനങ്ങൾ വന്നുകൊണ്ടിരിക്കുന്നു. മനുഷ്യമനസിന്റെ പരിവർത്തനങ്ങൾ ഇനിയും അവളെ തളർത്തിയിട്ടില്ല.

പാവം ഫാന്നി! ഔത്സുക്യത്തോടെയും സ്വമനസോടെയും ആണവൾ പോകുന്നതെങ്കിലും, മാൻസ്ഫീൽഡിലെ അവസാന സന്ധ്യ ദുഃഖപൂർണമായിരുന്നു. വേർപാടിലവൾ വല്ലാതെ വേദനിച്ചു. ഓരോ മുറിയിലും അവളുടെ കണ്ണുനീർ പതിച്ചു, അതിലേറെ എല്ലാ സഹവാസികൾക്കുവേണ്ടിയും. ആന്റിയെ അവൾ മുറുകെ കെട്ടിപ്പിടിച്ചു. കാരണം അവൾ അവരെ തീർച്ചയായും 'മിസ്' ചെയ്യും. വിങ്ങിപ്പൊട്ടിക്കൊണ്ടവൾ അങ്കിളിന്റെ കയ്യിൽ ചുംബിച്ചു. കാരണം, അവൾ അദ്ദേഹത്തെ വേദനിപ്പിച്ചിരുന്നു. എഡ്മണ്ടിനോടവൾക്ക് സംസാരിക്കാനോ, അവനുനേരെ നോക്കാനോ പോലും കഴിഞ്ഞില്ല. അന്തിമനിമിഷം വന്നപ്പോൾ തനിക്ക് ഒരു സഹോദര നിർവിശേഷമായ യാത്ര അയപ്പാണവൻ നൽകിയതെന്ന് അവൾ മനസിലാക്കി.

ഇതെല്ലാം കഴിഞ്ഞത് രാത്രി ആയിരുന്നു. കാരണം, രാവിലെ നേരത്തെ യാത്ര പുറപ്പെടേണ്ടതാണ്. പ്രാതൽ സമയത്ത് അവരിൽ കുറച്ചുപേർ മാത്രം ഒന്നിച്ചു ചേർന്നപ്പോൾ, യാത്രപറച്ചിൽ ചടങ്ങ് കഴിഞ്ഞപോലെയായിരുന്നു വില്യമിനോടും ഫാന്നിയോടും സംഭാഷണം നടത്തിയത്.

7

യാത്രയുടെ പുതുമയും, വില്യമിന്റെ സാമീപ്യത്തിലുളവായ സന്തോഷവും, സ്വാഭാവികമായും ഫാന്നിയെ ഉത്സാഹം കൊള്ളിച്ചു. അപ്പോഴേക്കും മാൻസ്ഫീൽഡ് പാർക്കിൽനിന്ന് ബഹുദൂരം എത്തിയിരുന്നു. അവർ സർ. തോമസിന്റെ കുതിരവണ്ടി വീട്ടിലേക്ക് തിരിച്ചുവിട്ടു. അപ്പോൾ വൃദ്ധൻ വണ്ടിക്കാരനെ, വേണ്ട സന്ദേശവും കൊടുത്ത് സന്തോഷത്തോടെ പറഞ്ഞയയ്ക്കാനുള്ള മാനസികനിലയിലവൾ എത്തിയിരിക്കുന്നു.

സന്തോഷം നിറഞ്ഞ സഹോദരീ സഹോദരന്മാരുടെ സംഭാഷണം തുടർന്നുകൊണ്ടേ ഇരുന്നു. എല്ലാകാര്യങ്ങളും വില്യമിന്റെ മനസിൽ ആഹ്ലാദം നിറയ്ക്കുന്നവയായിരുന്നു. നേരംപോക്കും കളിതമാശയും പറഞ്ഞുകൊണ്ടായിരുന്നു അവന്റെ യാത്ര. ഗൗരവമുള്ള കാര്യങ്ങൾ പറഞ്ഞ് തീരുമ്പോഴേക്കും, 'ത്രഷി'നെക്കുറിച്ചുള്ള സംഭാഷണം തുടങ്ങും. എന്ത് ജോലിയായിരിക്കും അവനെ ഏൽപ്പിക്കുക എന്ന് അനുമാനിച്ചുനോക്കും. ഉന്നതനിലയിലുള്ളവരുമായി ഏറ്റുമുട്ടേണ്ടിവരുമോ, (ഒന്നാം ലഫ്റ്റനന്റ് വഴിവിട്ട് പെരുമാറിയാൽ — വില്യമിന് ഒന്നാം ലെഫ്റ്റനന്റിനോട് എപ്പോഴും സഹാനുഭൂതിയൊന്നുമില്ല), എങ്കിൽ തനിക്ക് ആ സ്ഥാനം ഉടനെ ലഭിച്ചേക്കാം അല്ലെങ്കിൽ പാരിതോഷികം ലഭിച്ചേക്കാം. അത് വീട്ടിൽ ഉദാരമായി വിത

രണം ചെയ്യണം. പിന്നെ വീട് ഒന്ന് നന്നാക്കിയെടുക്കുകയും വേണം, അതിനുള്ള പണം കരുതണം. അവനും ഫാന്നിക്കും പിൽക്കാലത്ത് ഒന്നിച്ച് കഴിയേണ്ട വീടാണത്.

ഫാന്നിയുടെ അപ്പോഴത്തെ വിഷമം മിസ്റ്റർ ക്രാഫോർഡിന്റെ വിഷയമായിരുന്നു; സംഭാഷണത്തിന്നിടയിൽ അക്കാര്യം വരാതെ അവൾ ശ്രദ്ധിച്ചു. നടന്ന സംഭവങ്ങളെല്ലാം വില്യമിനറിയാം. ഒന്നാംതരം മനുഷ്യനായി താൻ കരുതേണ്ട വ്യക്തിയോട് സഹോദരിക്ക് തണുപ്പൻ സമീപനമാണെന്നതിൽ അവൻ ഖേദിച്ചു. എന്നാൽ, പ്രേമത്തിനെ പിൻതാങ്ങുന്ന ഒരു പ്രായമാണല്ലോ അവന്റേത്. അതുകൊണ്ടവളെ കുറ്റപ്പെടുത്താനവനായില്ല. ഈ വിഷയത്തിൽ അവളുടെ ആഗ്രഹം അറിയാവുന്ന അവൻ, പരോക്ഷമായിപ്പോലും നേരിയൊരു സൂചന നൽകി അവളെ വേദനിപ്പിക്കാൻ ശ്രമിച്ചില്ല.

ക്രാഫോർഡ് തന്നെ ഇനിയും മറന്നിട്ടില്ലെന്ന് കരുതുവാനവൾക്ക് കാരണമുണ്ട്. മാൻസ്ഫീൽഡ് വിട്ടുപോയിട്ട് മൂന്നാഴ്ചകഴിഞ്ഞെങ്കിലും, അയാൾ സഹോദരിക്കുള്ള ഓരോ കത്തിലും, അവളെക്കുറിച്ച് സ്നേഹപൂർവം അന്വേഷിക്കാറുണ്ടത്രെ. മുമ്പത്തെപ്പോലെ ദൃഢവിശ്വാസത്തോടെയാണയാളുടെ കാത്തിരിപ്പ്; അയാളുടെ പ്രസംഗംപോലെതന്നെ! അയാളുടെ സഹോദരിയിൽനിന്നും അവൾ ആവർത്തിച്ച് കേട്ടുകൊണ്ടിരിക്കുന്ന കാര്യമാണിത്. ഫാന്നി ഭയപ്പെട്ടിരുന്നതുപോലെ തികച്ചും അസുഖകരമായ എഴുത്തുകുത്താണത്. സ്നേഹം നിറഞ്ഞ ചടുലമായ മിസ്സ്. ക്രാഫോർഡിന്റെ എഴുത്തുശൈലിതന്നെ തിന്മനിറഞ്ഞതാണ്, അതുപോലെ സഹോദരന്റെ പേനയിൽ നിന്നുവരുന്ന വരികൾ വ്യാഖ്യാനിക്കുന്നതും. ആ കത്തിലെ മുഖ്യഭാഗങ്ങൾ വായിച്ചുകേൾപ്പിക്കുന്നതുവരെ എഡ്മണ്ട് അടങ്ങി ഇരിക്കില്ല. പിന്നെ അവളുടെ ഭാഷയെക്കുറിച്ചുള്ള അവന്റെ അഭിനന്ദനങ്ങൾ അവൾ കേട്ടുകൊണ്ടിരിക്കണം. അവളുടെ സ്നേഹബന്ധത്തിന്റെ ഊഷ്മളതയും – വാസ്തവത്തിൽ, അത്രയ്ക്കധികം സന്ദേശങ്ങൾ ഉണ്ടായിരുന്നു, സൂചനകൾ, ഓർമകൾ.... നിറയെ മാൻസ്ഫീൽഡ് വാർത്തകൾ, എല്ലാം അവൻ കേൾക്കാൻ വേണ്ടിയാണെന്ന് ഫാന്നിക്ക് കരുതാതിരിക്കാൻ കഴിഞ്ഞില്ല. താൻ സ്നേഹിക്കാത്ത ഒരാളുടെ കത്തിനെക്കുറിച്ചറിയാൻ നിർബന്ധിക്കപ്പെടുന്നതും, സ്നേഹിപ്പിക്കാൻ ശ്രമിക്കുന്നതും ക്ലേശകരമാണ്, ക്രൂരതയാണ്. അവളുടെ അസാന്നിധ്യവും ഗുണകരമായാണ് കരുതപ്പെട്ടത്! എഡ്മണ്ടിനോടൊപ്പമല്ല തന്റെ വാസമെങ്കിൽ മിസ്. ക്രാഫോർഡിന് എഴുതാനൊരു പ്രചോദനവുമുണ്ടാകില്ലെന്ന് ഫാന്നിക്കുറപ്പാണ്. പോർട്സ്മത്തിലാകുമ്പോൾ അവരുടെ കത്തിടപാടുകൾ ചുരുങ്ങിച്ചുരുങ്ങി ഇല്ലാതാകും.

ഇതിലും, ഇതുപോലെ ആയിരമായിരം ചിന്തകളിലും മുങ്ങിയാണ് ഫാന്നി യാത്ര തുടർന്നത്. സുരക്ഷിതവും, ആഹ്ലാദം നിറഞ്ഞതുമായിരുന്നു അവളുടെ യാത്ര, വൃത്തികെട്ട ഫെബ്രുവരി മാസമായിട്ടുപോലും. അവർ ഓക്സ്ഫോർഡിൽ പ്രവേശിച്ചു. കടന്നു പോകവെ എഡ്മണ്ടിന്റെ കോളേജ് ഒന്ന് എത്തി നോക്കാനേ അവൾക്ക് കഴിഞ്ഞുള്ളൂ. ഒരിടത്തും

അവർ നിന്നില്ല, ന്യൂബറി എത്തുന്നതുവരെ, അവിടെവച്ച് സുഖമായി ഭക്ഷണം കഴിച്ചു. ആ ദിവസത്തെ ക്ഷീണം മാറ്റി.

പിറ്റേന്ന് രാവിലെ നേരത്തെ യാത്ര പുനരാരംഭിച്ചു. യാതൊരുവിധ പ്രശ്നമോ വൈകലോ വഴിക്കുവെച്ച് ഉണ്ടായില്ല, തുടർച്ചയായി യാത്ര ചെയ്ത് സൂര്യൻ അസ്തമിക്കുന്നതിനു മുമ്പ് പോർട്സ്മത്ത് പരിസരത്തെത്തി. പകൽ വെളിച്ചത്തിൽ ഫാന്നിക്ക് ചുറ്റുപാടു നന്നായി കാണാൻ കഴിഞ്ഞു. പുതിയ കെട്ടിടങ്ങൾ കണ്ടവൾ അതിശയിച്ചുപോയി – അവർ 'ഡ്രോബ്രിഡ്ജ്' കടന്ന് പട്ടണത്തിലേക്ക് പ്രവേശിച്ചു. സൂര്യൻ അസ്തമിക്കുകയാണ്, വില്യമിന്റെ ഉച്ചത്തിലുള്ള ശബ്ദം വണ്ടിക്ക് മാർഗനിർദേശമായി. വലിയ പാതവിട്ട്, ആടിയുലഞ്ഞ് അവരുടെ വണ്ടി ചെറിയൊരു തെരുവിൽ പ്രവേശിച്ച്, മിസ്റ്റർ പ്രൈസ് താമസിക്കുന്ന കൊച്ചുവീടിന്റെ വാതിലിന് മുന്നിലെത്തി.

ഫാന്നിയുടെ ഹൃദയം പടപടെ തുടിക്കുകയായിരുന്നു, വല്ലാത്ത മാനസിക വിക്ഷോഭം – ആശയും ആശങ്കയും. അവർ നിന്ന ഉടനെ ഒരു വൃത്തികെട്ട വേലക്കാരി മുന്നോട്ടുവന്നു, അവരെ കാത്ത് അവൾ വാതിൽക്കൽ നിൽക്കുകയായിരുന്നിരിക്കണം. അവരെ സഹായിക്കാൻ ശ്രമിക്കുന്നതിനെക്കാൾ ഈ വാർത്ത ഉടനെ വിളിച്ചുപറയുന്നതിനായിരുന്നു അവൾക്ക് താൽപ്പര്യം. "ത്രഷ് തുറമുഖത്തുനിന്ന് പുറത്തുപോയിരിക്കുന്നു, പ്ലീസ് സർ, പിന്നെ ഒരു ഓഫീസർ ഇവിടെ വന്നിരുന്നു......." നല്ല പൊക്കമുള്ള ഒരു പതിനൊന്നുകാരൻപയ്യൻ വീട്ടിൽനിന്നും ഓടിവന്നു, വേലക്കാരിയെ തള്ളിമാറ്റിക്കൊണ്ട് ഇടയ്ക്കുകയറി പറഞ്ഞു:

"നീ കൃത്യസമയത്താണ് എത്തിയത്. അരമണിക്കൂറായി ഞങ്ങൾ നിന്നെ നോക്കിക്കൊണ്ടിരിക്കുന്നു. ഇന്നുരാവിലെ ത്രഷ് തുറമുഖത്തുനിന്ന് പുറത്ത് കടന്നു. ഞാനത് കണ്ടു. എന്ത് മനോഹരദൃശ്യമായിരുന്നെന്നോ. ഒന്നോ രണ്ടോ ദിവസത്തിനകം അവർക്ക് ഉത്തരവ് കിട്ടുമെന്നാണ് പറയപ്പെടുന്നത് പിന്നെ, മിസ്റ്റർ കാമ്പെൽ നാലുമണിക്കിവിടെ വന്നിരുന്നു. നിന്നെ അന്വേഷിച്ചു. ത്രഷിലെ ഒരു ബോട്ട് അയാളുടെ പക്കലുണ്ട്, ആറു മണിക്ക് കപ്പലിലേക്ക് പോകും. നീ സമയത്തിന്, അതിലേക്ക് പോകാനായി ഇവിടെ എത്തുമെന്നയാൾ പ്രതീക്ഷിക്കുന്നു."

വില്യം വണ്ടിയുടെ വാതിൽ സ്വയം തുറക്കുകയായിരുന്നു അപ്പോൾ. വാതിൽ തുറന്ന ശേഷം അവൻ ഫാന്നിയെ പുറത്തിറങ്ങാൻ സഹായിക്കുമ്പോൾ, സഹോദരിയെ ഒരു പയ്യൻ ഒന്നോ രണ്ടോ പ്രാവശ്യം തുറിച്ചുനോക്കി – ഇതായിരുന്നു അവന്റെ സ്വാഗതം! എന്നാൽ, അവനെ അവൾ ചുംബിച്ചപ്പോൾ എതിർപ്പൊന്നും കാണിച്ചില്ല. പക്ഷേ, ത്രഷ് തുറമുഖം വിട്ടുപോയതിനെക്കുറിച്ചുള്ള വിവരത്തിൽ പൂർണമായും മുഴുകിയിരിക്കയായിരുന്നു അവൻ. അവനതിൽ ശരിക്കും താൽപ്പര്യമുണ്ടായിരുന്നു. ആ കപ്പലിൽ നാവികജോലിക്ക് ചേരാൻ തയാറായിരിക്കയാണവൻ.

ഒരു നിമിഷത്തിനുശേഷം ഫാന്നി വീടിന്റെ ഇടുങ്ങിയ ഇടനാഴിയിലേക്ക് പ്രവേശിച്ചു. സ്നേഹവും കരുണയും നിറഞ്ഞ മുഖഭാവത്തോടെ അമ്മ വന്ന് അവളുടെ കരംഗ്രഹിച്ചു. ഫാന്നിക്ക് ഏറ്റവും പ്രിയങ്കരമായ

രൂപമായിരുന്നു അവരുടേത്. ബെർട്രാം ആന്റി മുന്നിലെത്തിയ ഒരു പ്രതീതി. പിന്നെ രണ്ട് സഹോദരിമാർ എത്തി. വളർന്നു വലുതായ സുന്ദരിയായ പതിനാലുകാരി സൂസനും, ഏറ്റവും ഇളയവളായ അഞ്ച് വയസുകാരി ബെറ്റ്സിയും. ഇരുവരും അവളെ കണ്ടപ്പോൾ വളരെ സന്തുഷ്ടരായി, മര്യാദയോടെ സ്വീകരിക്കാൻ വശമില്ലെങ്കിലും. എന്നാൽ, ഫാന്നിക്കതൊന്നും ആവശ്യമില്ലായിരുന്നു. അവരുടെ സ്നേഹം മാത്രം മതി അവളെ തൃപ്തിപ്പെടുത്താൻ.

പിന്നെ അവളെ സ്വീകരണമുറിയിലേക്ക് ആനയിച്ചു. അതത്രചെറുതായതിനാൽ, ഭേദപ്പെട്ട മറ്റൊരു ഇടനാഴിയാണെന്നാണവൾ കരുതിയത്. തന്നെ ക്ഷണിച്ചുകൊണ്ടുപോകുമെന്നു വിചാരിച്ച് അൽപ്പസമയം അവളവിടെ നിന്നു. എന്നാൽ വേറെ വാതിലൊന്നും കാണാനില്ല, മുമ്പിൽ താമസിക്കുന്നതിന്റെ ലക്ഷണങ്ങളുണ്ട്. അവൾ സ്വയം ശാസിച്ച്, ചിന്തകൾ പിൻവലിച്ചു. തന്നെ അവർ സംശയിച്ചെങ്കിലോ എന്നോർത്ത് ഖേദിച്ചു. എന്നാൽ, എന്തെങ്കിലും സംശയിക്കാനായി അവളുടെ അമ്മ അവിടെ നിന്നിട്ടുവേണ്ടേ. അവൾ വീണ്ടും മുൻവാതിലേക്കോടി വില്യമിനെ സ്വാഗതം ചെയ്യാൻ.

"ഓഹ്! എന്റെ പ്രിയപ്പെട്ട വില്യം, നിന്നെ കാണാൻ എന്ത് സന്തോഷമാണെന്നോ എനിക്ക്. എന്നാൽ, ത്രഷിനെക്കുറിച്ച് നീ അറിഞ്ഞോ? അത് തുറമുഖം വിട്ടുപോയിക്കഴിഞ്ഞു. മൂന്നുദിവസം മുമ്പായി, നമ്മൾ അത് വിചാരിച്ചതേ അല്ല. സാമിന്റെ സാധനങ്ങൾ എന്ത് ചെയ്യുമെന്നെനിക്കറിയില്ല. അതൊരിക്കലും സമയത്തിന് ശരിയാവില്ല. കാരണം, ഒരുപക്ഷേ, ത്രഷിനുള്ള ഉത്തരവ് നാളെ ലഭിച്ചേക്കും. എന്നെ അത് വല്ലാതെ പരിഭ്രമിപ്പിച്ചു. എന്തുചെയ്യണമെന്നറിയില്ല. ഇനി നിനക്ക് 'സ്പിറ്റ്ഹെഡി' ലേക്ക് പോകേണ്ടിവരും. കേമ്പെൽ ഇവിടെ വന്നിരുന്നു, നിന്റെ കാര്യമോർത്ത് വിഷമിച്ചിരിക്കയാണ്. ഇപ്പോൾ നമ്മൾ എന്താണ് ചെയ്യുക? ഇന്നു വൈകുന്നേരം നമ്മൾക്ക് ഒന്നിച്ച് സുഖമായി കൂടാമെന്ന് ഞാൻ കരുതിയതാണ്, ഇവിടെ എല്ലാം ഒന്നിച്ചാണെന്റെ തലയിൽ വന്ന് പതിക്കുന്നത്."

അവളുടെ മകൻ ഉത്സാഹത്തോടെയാണ് മറുപടി നൽകിയത്. എല്ലാം നല്ലതിനാണെന്നവൻ അമ്മയോട് പറഞ്ഞു. സ്വന്തം അസൗകര്യങ്ങൾ ലഘുവായി അവൻ കണ്ടു, പെട്ടെന്ന് തിരിച്ചുപോകണം, സാരമില്ല.

"ത്രഷ് തുറമുഖത്തുണ്ടായിരുന്നെങ്കിൽ നിങ്ങളോടൊപ്പം സന്തോഷത്തോടെ കുറെനേരം ചിലവഴിക്കാമായിരുന്നു എന്നത് ശരിതന്നെ; എന്നാൽ, ഒരു ബോട്ട് ഉള്ളതിനാൽ ഞാൻ ഉടനെ പോകുന്നതാണ് നല്ലത്, വേറെ മാർഗമില്ല. ത്രഷ് സ്പിറ്റ് ഹെഡിലാണല്ലോ കിടക്കുന്നത്? കനോപ്പസിനടുത്ത്? എന്നാൽ സാരമില്ല – ഇതാ, ഫാന്നി സ്വീകരണമുറിയിൽ നമ്മൾ എന്തിനാണീ ഇടനാഴിയിൽ നിൽക്കുന്നത്? – വരൂ, അമ്മേ, നിങ്ങൾ സ്വന്തം പ്രിയപ്പെട്ട ഫാന്നിയെ ശരിക്കൊന്ന് നോക്കിയിട്ടുപോലുമില്ല."

ഇരുവരും ഉള്ളിലേക്ക് വന്നു. മിസിസ് പ്രൈസ് മകളെ വീണ്ടും ചുംബിച്ചു. അവൾ വളർന്നുപോയെന്നഭിപ്രായപ്പെട്ടു, സ്വാഭാവികമായ

ഉൽക്കണ്഻യോടെ അവരുടെ നീണ്ടയാത്രയെക്കുറിച്ചും യാത്രാക്ഷീണ ത്തെക്കുറിച്ചും പരാമർശിച്ചു.

"പാവം പ്രിയപ്പെട്ട കുട്ടികൾ! ഇരുവരും എന്തുമാത്രം ക്ഷീണിച്ചിട്ടു ണ്ടാകും! ഇപ്പോൾ എന്താണ് നിങ്ങൾ കഴിക്കുക? നിങ്ങൾ ഒരിക്കലും വരില്ലെന്നുപോലും ഞാൻ ചിന്തിച്ചുപോയി! അരമണിക്കൂറായി ഞാനും ബെറ്റ്സിയും നിങ്ങളെ നോക്കി ഇരിക്കയായിരുന്നു. നിങ്ങൾ എപ്പോഴാണ് എന്തെങ്കിലും കഴിച്ചത്? എന്താണിപ്പോൾ കഴിക്കാൻ വേണ്ടത്? ഇറച്ചി വേണോ, അതോ യാത്രയ്ക്കുശേഷം ചായകഴിക്കാനാണോ ഇഷ്ടം? അല്ലെങ്കിൽ ഞാനെന്തെങ്കിലും ഉണ്ടാക്കാം. കാമ്പെൽ ഇപ്പോൾ ഇവിടെ എത്തുമെന്നാണെന്റെ ഭയം, സ്റ്റീൽ ഉണ്ടാക്കുന്നതിന് മുമ്പ്. നമ്മൾക്ക് ഇപ്പോൾ ഒരു ഇറച്ചി വെട്ടുകാരനില്ല. ഈ തെരുവിൽ ഒരു കശാപ്പുകാര നില്ലാത്തത് വല്ലാത്ത അസൗകര്യമാണ്. പഴയ വീട്ടിൽ നമ്മൾക്കിതിനെ ക്കാൾ സുഖമായിരുന്നു. ഒരുപക്ഷേ, നിങ്ങൾക്ക് ചായകുടിക്കാനിഷ്ടമാ യിരിക്കും, വേഗം എത്തിക്കാം."

അവർ ഇരുവരും സമ്മതിച്ചു. "അപ്പോൾ, ബെറ്റ്സി, എന്റെ പ്രിയ പ്പെട്ടവളെ അടുക്കളയിലേക്ക് ഓടിച്ചെന്ന്, റെബേക്കാ വെള്ളം ചൂടാക്കാൻ വെച്ചിട്ടുണ്ടോ എന്ന് നോക്കൂ; റെഡിയായാൽ ചായയും മറ്റും വേഗം കൊണ്ടുവരാൻ പറയൂ. ആ ബെൽ കേട്ടപാട് തീർത്ത് നേരെയാക്കണം – എന്നാൽ, ബെറ്റ്സി നല്ലൊരു കൊച്ചു സന്ദേശവാഹകയാണ്."

ബെറ്റ്സി ഉത്സാഹത്തോടെ ഓടിപ്പോയി, തന്റെ പുതിയ നല്ലവളായ സഹോദരിയെ സ്വന്തം കഴിവ് പ്രദർശിപ്പിക്കാനായി പ്രൗഢിയോടെ!

"കഷ്ടം!" ഉൽക്കണ്഻യോടെ അമ്മ തുടർന്നു "എത്ര മോശം തീക്കു ണ്ഡമാണ് നമ്മുടേത്. നിങ്ങൾ ഇരുവരും തണുത്ത് മരവിച്ചുകാണും. നിന്റെ കസേര കുറച്ചുകൂടി അടുത്തേക്ക് നീക്കിയിടൂ. എന്റെ പ്രിയപ്പെട്ട വളേ. റെബേക്കാ എന്താണ് ചെയ്യുന്നതെന്നെനിക്കറിയില്ല. അരമണിക്കൂ റായി കുറച്ച് കൽക്കരികൊണ്ടുവരുവാനായി അവളോട് പറഞ്ഞിട്ട്. സൂസൻ തീയുടെ കാര്യം നീ ശ്രദ്ധിക്കേണ്ടതായിരുന്നു."

"ഞാൻ മുകളിലാണ്, മമ്മാ, സാധനങ്ങൾ മാറ്റുകയാണ്" നിർഭയ യായി പരുക്കൻ സ്വരത്തിൽ മറുപടിനൽകിയത് ഫാന്നിയെ നടുക്കി! "ഞാനും ഫാന്നിചേച്ചിയും, മറ്റേ മുറിയിൽ കിടക്കണമെന്ന് ഇപ്പോൾത്തന്നെ നിങ്ങൾ തീരുമാനിച്ചതല്ലെ. റെബേക്കയുടെ ഒരു സഹായവും എനിക്ക് കിട്ടുന്നില്ല."

പലതരത്തിലുള്ള ബഹളങ്ങൾ കാരണം കൂടുതൽ സമയം അവർക്ക് ചർച്ച തുടരാനായില്ല. ആദ്യം, കൂലിവാങ്ങാനായി വണ്ടിക്കാരൻ വന്നു – പിന്നെ സഹോദരിയുടെ പെട്ടി എടുത്തുകൊണ്ടുപോകുന്നതിനെ ചൊല്ലി സാമും റെബേക്കയും തമ്മിലുള്ള കലഹം, അതവൻ തന്റേതായ രീതി യിൽ കൊണ്ടുപോകും. ഒടുവിൽ, ഉച്ചത്തിൽ വിളിച്ചു പറഞ്ഞുകൊണ്ടുള്ള മിസ്റ്റർ പ്രൈസിന്റെ രംഗപ്രവേശം. എന്തോ പറഞ്ഞുകൊണ്ടയാൾ ഇട നാഴിയിൽ വെച്ചിരുന്ന മകന്റെ തോൽപ്പെട്ടിയും, മകളുടെ സഞ്ചിയും തട്ടി ത്തെറിപ്പിച്ചു, പിന്നെ ഒരു മെഴുകുതിരികൊണ്ടുവരുവാനായി വിളിച്ചുപറ

ഞ്ഞു. ആരും മെഴുകുതിരികൊണ്ടുവന്നില്ല. എന്തായാലും അയാൾ മുറിയിലേക്ക് കടന്നു വന്നു.

ഫാന്നി ശങ്കയോടെ അദ്ദേഹത്തെ സ്വീകരിക്കാനായി എഴുന്നേറ്റു നിന്നു. എന്നാൽ, ഇരുട്ടിൽ അവളെ അയാൾക്ക് തിരിച്ചറിയാനായില്ല. അക്കാര്യം ഓർത്തതുപോലുമില്ല – സൗഹൃദത്തോടെ മകന്റെ കൈപിടിച്ച് കുലുക്കി, ഉത്സാഹത്തോടെ പറയാൻ തുടങ്ങി.

“ആഹ്! തിരിച്ചെത്തിയതിൽ സ്വാഗതം, എന്റെ കുട്ടീ. കണ്ടതിൽ സന്തോഷം. നീ ആ വിവരം അറിഞ്ഞോ? ഇന്നു രാവിലെ ത്രഷ് തുറമുഖം വിട്ടു. ജാഗ്രത. ദൈവകാരുണ്യംകൊണ്ട് നീ സമയത്തിനെത്തി. ഡോക്ടർ നിന്നെത്തിരക്കി ഇവിടെ വന്നിരുന്നു. അയാളുടെ പക്കൽ ഒരു ബോട്ടുണ്ട്. ആറു മണിക്ക് സ്പിറ്റ് ഹെഡിലേക്ക് പോകും. അപ്പോൾ അയാളോടൊപ്പം നീ പോകുന്നതാണ് നല്ലത്. നിന്റെ സാധനങ്ങൾക്കുവേണ്ടി ടർണറുടെ അടുത്ത് ഞാനിരിക്കുന്നതേയുള്ളൂ. നാളെ നിങ്ങൾക്ക് ഉത്തരവ് ലഭിച്ചാൽ അത്ഭുതപ്പെടാനില്ല. പടിഞ്ഞാറോട്ടാണ് കപ്പൽ യാത്രയെങ്കിൽ, ഈ കാറ്റിൽ അത് നടക്കുമെന്ന് തോന്നുന്നില്ല. പടിഞ്ഞാറൻ ദിക്കിലേക്ക് തന്നെയായിരിക്കും യാത്രയെന്ന് ക്യാപ്റ്റൻ വാൽഷ് ദൃഢമായി കരുതുന്നു. ആയിരിക്കാം എന്നു ഞാനും വിശ്വസിക്കുന്നു. എന്നാൽ, വൃദ്ധൻ ഷോലെ ഇപ്പോൾത്തന്നെ പറയുകയായിരുന്നു, ആദ്യം നിങ്ങളെ അയയ്ക്കേണ്ടത് ടെക്സലിലേക്കായിരുന്നെന്ന്. കൊള്ളാം, കൊള്ളാം, എന്ത് സംഭവിച്ചാലും ഞങ്ങൾ തയാറാണ്. എന്നാൽ ദൈവമേ, ഇന്ന് രാവിലെ ത്രഷ് തുറമുഖം വിടുന്നത് കാണാൻ നീ ഇല്ലാതിരുന്നത് വലിയ നഷ്ടമായി, എത്രമനോഹരമായൊരു കാഴ്ചയായിരുന്നു അത്! പ്രാതൽ സമയത്ത് വൃദ്ധൻ ഷോലെ ഓടി വന്ന് കപ്പൽ പോകുകയാണെന്നറിയിച്ചു. ഞാൻ ചാടി എഴുന്നേറ്റ്, സ്ഥലത്ത് പാഞ്ഞെത്തി. എന്ത് മനോഹരമായ ദൃശ്യം! ഇതുപോലെ സുന്ദരമായൊരു കപ്പൽ കാണില്ല. ഇപ്പോളത് സ്പിറ്റ് ഹെഡിൽ കിടക്കുന്നു. ഇന്ന് ഉച്ചതിരിഞ്ഞ് രണ്ടുമണിക്കൂർ നേരം പ്ലാറ്റ്ഫോമിൽനിന്ന് അതിനെ നോക്കിക്കണ്ടു. ‘എൻഡിമിയന്റെ പിൻഭാഗത്താണ് കിടക്കുന്നത്, മറ്റൊരുഭാഗത്ത് “ക്ലിയോപാട്രയും.”

“ആഹ്!” വില്യം അട്ടഹസിച്ച് “ഞാനാണെങ്കിൽ അതേ സ്ഥലത്ത് തന്നെയായിരിക്കും അതിനെ നിർത്തിയിരിക്കുക. എന്നാൽ, ഇതാ എന്റെ സഹോദരി, സർ, ഇതാ ഫാന്നി.” തിരിഞ്ഞ് അവളെ മുന്നോട്ട് പിടിച്ചുനിർത്തിക്കൊണ്ട്, – “അത്രയ്ക്ക് ഇരുട്ടായതുകൊണ്ട് നിങ്ങൾ അവളെ കണ്ടില്ല.”

അവളെ തീരെ വിട്ടുപോയെന്നറിഞ്ഞ മിസ്റ്റർ പ്രൈസ് ഇപ്പോൾ സ്വന്തം മകളെ സ്വീകരിച്ചു; സ്നേഹപൂർവം ആലിംഗനം ചെയ്തു. അവൾ എത്രവളർന്നു എന്ന് നിരീക്ഷിച്ച അയാൾ, വേഗം അവൾക്കൊരു ഭർത്താവിനെ കണ്ടെത്തേണ്ടിവരുമല്ലൊ എന്നോർത്ത്, വീണ്ടും അവളെ മറക്കാനായി ആഗ്രഹിക്കുന്നതുപോലെ കാണപ്പെട്ടു.

ഫാന്നി സ്വന്തം ഇരിപ്പിടത്തിലേക്കുതന്നെ പിൻവാങ്ങി. അയാളുടെ ഭാഷയും മദ്യത്തിന്റെ ഗന്ധവും അവളെ വേദനിപ്പിച്ചു. അയാൾ മകനോട് മാത്രമാണ് സംസാരിച്ചത്, അതും ത്രഷിനെക്കുറിച്ച് മാത്രം. ആ വിഷയം

അച്ഛനെപ്പോലെ വില്യമിനും വളരെ പ്രിയങ്കരമായിരുന്നെങ്കിലും, പലപ്രാവശ്യം ഫാന്നിയെക്കുറിച്ചോർമിപ്പിക്കാനവൻ ശ്രമിച്ചു, അവളുടെ ദീർഘമായ അസാന്നിധ്യത്തെയും, നീണ്ട യാത്രയെയും കുറിച്ചോർമിപ്പിച്ചു.

കുറെ നേരം ഇരുന്നശേഷം ഒരു മെഴുകുതിരി കൊണ്ടുവന്നു. എന്നിട്ടും ചായകൊണ്ടുവരുന്ന യാതൊരു ലക്ഷണവും കാണുന്നില്ല. അടുക്കളയിൽ നിന്നുള്ള ബെറ്റ്സിയുടെ റിപ്പോർട്ടുകളുമില്ല. അടുത്തൊന്നും ചായകിട്ടുമെന്ന് പ്രതീക്ഷയില്ലാത്തതിനാൽ, വില്യം ഡ്രസ് മാറ്റാമെന്ന് തീരുമാനിച്ചു. കപ്പലിൽ പോകാൻ ഉടനെ തയാറാകണം. പിന്നീട് സ്വസ്ഥമായിരുന്ന് ചായ കുടിക്കാം.

അവൻ മുറിവിട്ട് പോയപ്പോൾ, വൃത്തികെട്ടവേഷത്തിൽ, എട്ടും പതിനൊന്നും വയസുള്ള രണ്ട് ആൺകുട്ടികൾ അവിടേക്ക് ഓടിക്കയറി. സ്കൂളിൽ നിന്നുള്ളവരാണ്, അവരുടെ സഹോദരിയെ കാണാനുള്ള ആകാംക്ഷയോടെ, പിന്നെ ത്രഷ് തുറമുഖം വിട്ടുപോയെന്നും അറിയിക്കണം. ടോമും ചാൾസും. ഫാന്നി മാൻസ്ഫീൽഡിലേക്ക് പോയശേഷമാണ് ചാൾസ് പിറന്നത്. എന്നാൽ, ടോമിനെ അവൾ നോക്കി ശുശ്രൂഷിച്ചിട്ടുള്ളതാണ്. അവനെ വീണ്ടും കണ്ടപ്പോൾ പ്രത്യേകമായൊരു ആനന്ദം അവൾക്കനുഭവപ്പെട്ടു. ഇരുവരെയും വാത്സല്യപൂർവം അവൾ ചുംബിച്ചു. ടോമിനെ അടുത്ത് പിടിച്ചുനിർത്തി താൻ മുമ്പ് സ്നേഹിച്ചിരുന്ന ആ കുഞ്ഞു കുട്ടിയുടെ വളർച്ച നോക്കിക്കാണാനാഗ്രഹിച്ചു. എന്നാൽ, ടോമിന് അത്തരം ലാളനകളൊന്നും ഇഷ്ടമായിരുന്നില്ല. അവൻ വീട്ടിലെത്തിയത് അവിടെനിന്ന് വർത്തമാനം പറഞ്ഞ് സമയം കളയാനല്ല, ഓടി നടന്ന് ബഹളം വെക്കാൻ വേണ്ടിയാണ്. രണ്ട് കുട്ടികളും അവളിൽനിന്ന് ഓടിയകന്നു. സ്വീകരണമുറിയുടെ വാതിൽ ഉറക്കെ വലിച്ചടച്ച് അവൾക്ക് തലവേദന ഉണ്ടാക്കി.

വീട്ടിലുള്ളതെല്ലാം അവളിപ്പോൾ കണ്ടു കഴിഞ്ഞു. അവൾക്കും സൂസനുമിടയ്ക്ക് രണ്ട് സഹോദരന്മാർ കൂടിയുണ്ട്. ഒരാൾ ലണ്ടനിലെ ഗവൺമെന്റ് ഓഫീസിൽ ക്ലാർക്കും, മറ്റവൻ ഒരു നാവികനുമാണ്, 'ഇന്ത്യാമേൻ' ചരക്കുകപ്പലിൽ. അവൾ കുടുംബാംഗങ്ങളെ എല്ലാം കണ്ടെങ്കിലും, അവർ സൃഷ്ടിക്കുന്ന കോലാഹലം മുഴുവൻ കേട്ടിട്ടില്ല. പതിനഞ്ച് മിനിറ്റ് കഴിഞ്ഞപ്പോൾ കുറെക്കൂടി ബഹളം വർധിച്ചുവന്നു. വില്യം മുകളിലെ കോണിപ്പടിയിൽനിന്ന് അമ്മയെയും റെബേക്കയെയും വിളിക്കുകയാണ്. അവനവിടെ വെച്ചിരുന്ന ഏതോസാധനം കാണാതെ വിഷമത്തിലാണ്. ഒരു താക്കോൽ വെച്ചിടത്ത് കാണാനില്ല. ബെറ്റ്സി അവന്റെ പുതിയ തൊപ്പി എടുത്തുകൊണ്ടുപോയിരിക്കുന്നു, യൂണിഫോം വെയിസ്റ്റ് കോട്ടിൽ അത്യാവശ്യമായ ചില മാറ്റം വരുത്തണം, അത് ചെയ്തുകൊടുക്കാമെന്നവൻ വാക്കുകൊടുത്തിരുന്നതാണ്, എന്നാൽ, പാടെ അവഗണിക്കപ്പെട്ടിരിക്കുന്നു!

മിസിസ് പ്രൈസും റെബേക്കയും ബെറ്റ്സിയും സ്വയം ന്യായീകരിക്കാനായി ബഹളമുണ്ടാക്കി പാഞ്ഞെത്തി. റെബേക്കയുടെ ശബ്ദമാണ് ഉച്ചത്തിൽ മുഴങ്ങുന്നത്. കഴിയുന്നത്ര ധൃതിയിൽ പണി തീർക്കുകയും വേണം. ബെറ്റ്സിയെ വീണ്ടും താഴേക്കുവിടാൻ വില്യം വൃഥാ പാടുപെ

ട്ടു. വീട്ടിലെ എല്ലാ വാതിലുകളും തുറന്ന് മലർത്തി ഇട്ടിരുന്നതിനാൽ സ്വീകരണമുറിയിലിരുന്ന് കാര്യങ്ങളെല്ലാം മനസിലാക്കാനാകും, സാമിന്റെയും ടോമിന്റെയും ചാൾസിന്റെയും അട്ടഹാസങ്ങൾ ഉച്ചത്തിലാകുമ്പോൾ ഒഴിച്ച്. അവർ കോണിപ്പടികയറിയും ഇറങ്ങിയും ഓടിക്കളിക്കയാണ്, അതിനിടയ്ക്ക് ഉരുണ്ട് വീഴുകയും ഒച്ചവയ്ക്കുകയും.

ഫാന്നി ആകെ തരിച്ചിരുന്നുപോയി. കൊച്ചുവീടും, അതിലെ കനം കുറഞ്ഞ ചുമരുകളുംമൂലം നടക്കുന്ന സംഭവങ്ങളെല്ലാം അവളുടെ തൊട്ടടുത്താണെന്നവൾക്ക് തോന്നി. ദീർഘയാത്രയുടെ ക്ഷീണത്തോടൊപ്പം ഇപ്പോഴത്തെ അസ്വസ്ഥതയും കൂടിയായപ്പോൾ, ഇതെല്ലാം എങ്ങനെ സഹിക്കുമെന്നവൾക്കറിയില്ലായിരുന്നു. മുറിക്കുള്ളിൽ ശാന്തതയായിരുന്നു. സൂസൻ മറ്റുള്ളവരോടൊപ്പം അപ്രത്യക്ഷയായതോടെ അവളും അച്ഛനും മാത്രമായി. അയാൾ ഒരു ദിനപത്രം കയ്യിലെടുത്തു, ഒരു അയൽവാസിയിൽനിന്ന് പതിവായി കടംവാങ്ങിക്കാറുള്ളത്, അവളുടെ സാന്നിധ്യം വിസ്മരിച്ചുകൊണ്ടത് വായിക്കാൻ തുടങ്ങി. ഒരേയൊരു മെഴുകുതിരിയുള്ളത് അയാൾക്കും പത്രത്തിനുമിടയിൽ വെച്ചു, അവളുടെ അസൗകര്യം അയാൾ കണക്കിലെടുത്തതേയില്ല. എന്നാൽ, അവൾക്ക് ഒന്നും ചെയ്യാനില്ലായിരുന്നു. വേദനിക്കുന്ന തലയിൽനിന്നും ആ വെളിച്ചം മറയ്ക്കപ്പെട്ടതിൽ സന്തോഷമേ തോന്നിയുള്ളൂ അന്ധാളിച്ച്, തകർന്ന മനസുമായി വിഷാദചിന്തയിൽ മുഴുകി അവൾ ഇരുന്നു.

അവൾ സ്വന്തം വീട്ടിലാണ്. എന്നാൽ കഷ്ടം! ഇത് അത്തരം ഒരു വീടല്ല, ഇത്തരം ഒരു സ്വീകരണമല്ല...... അവൾ സ്വയം നിയന്ത്രിച്ചു. അവൾ യുക്തിരഹിതയാണ്. അവളുടെ കുടുംബത്തിന് ഏത് രീതിയിലാണവൾ പ്രാധാന്യമർഹിക്കുന്നത്? അവൾക്കാരുമില്ല, ഇത്രയുംകാലം കാണാമറയത്ത് കഴിഞ്ഞവളല്ലേ! വില്യമിന്റെ താൽപ്പര്യം ഏറ്റവും അവർക്ക് പ്രിയപ്പെട്ടതാണ് – അതെപ്പോഴും ഉണ്ട് അവന് എല്ലാ അവകാശവും അതിനുണ്ട്. എന്നാലും അവളെക്കുറിച്ച് എന്തെങ്കിലും ചോദിച്ചുകൂടെ – മാൻസ്ഫീൽഡിനെകുറിച്ച് യാതൊന്നും അന്വേഷിച്ചില്ല! മാൻസ്ഫീൽഡിനെ മറന്നത് അവൾക്ക് വേദനാജനകമായിരുന്നു. അത്രയ്ക്കധികം അവർക്കുവേണ്ടി ചെയ്ത ബന്ധുക്കൾ – പ്രിയപ്പെട്ട, പ്രിയപ്പെട്ട സുഹൃത്തുക്കൾ! എന്നാൽ ഇവിടെ ഒരേ വിഷയം എല്ലാവരെയും വിഴുങ്ങുന്നു. ഒരുപക്ഷേ അങ്ങനെ ആയിരിക്കാം. ത്രഷിന്റെ യാത്ര ആയിരിക്കാം സർവപ്രധാനമായ താൽപ്പര്യം. ഒന്നു രണ്ട് ദിവസത്തിനകം വ്യത്യാസം മനസിലാകും. അവളെത്തന്നെയാണ് കുറ്റംപറയേണ്ടത്. എന്നാലും, മാൻസ്ഫീൽഡ് ഇപ്രകാരമാകില്ലെന്നവൾ വിചാരിച്ചു. ഇല്ല, അവളുടെ അങ്കിളിന്റെ വീട്ടിൽ സമയത്തിനും കാലത്തിനും വില കൽപ്പിക്കുന്നു. സംഭാഷണ വിഷയങ്ങളിലെ നിയന്ത്രണം, ഔചിത്യം, എല്ലാവരോടുമുള്ള ശ്രദ്ധ, ഒന്നും ഇവിടെ ഇല്ല.

അരമണിക്കൂറോളം നീണ്ടുനിന്ന അവളുടെ ഇത്തരം ചിന്ത പെട്ടെന്നു തടസപ്പെട്ടത് അവളുടെ അച്ഛന്റെ അട്ടഹാസം മൂലമായിരുന്നു, അത് പ്രതീക്ഷിച്ചതല്ല. അത്യുച്ചത്തിൽ ഉയർന്നുവരുന്ന ഇടനാഴിയിലെ ബഹളം കേട്ട

യാൾ ആശ്ചര്യത്തോടെ ആക്ഷേപിച്ചു.

"ഈ നായ്ക്കളെ പിശാച് പിടിക്കട്ടെ! ആയ്, സാമിന്റെ ഒച്ചയാണ് എല്ലാറ്റിലും മീതെ! ആ പയ്യൻ കപ്പൽ കാര്യസ്ഥനാകാൻ പറ്റിയവനാണ്. ഹലോ – നീ – സാം – നിന്റെ തുലഞ്ഞ കുഴൽവിളി നിർത്തു അല്ലെങ്കിൽ നിനക്കെന്റെകയ്യിൽ നിന്ന് കിട്ടും."

ഈ ഭീഷണി തീരെ അവഗണിക്കപ്പെട്ടു. അഞ്ചു മിനിട്ടിനുശേഷം ആ മൂന്ന് ആൺകുട്ടികളും ഒന്നിച്ച് ആ മുറിയിലേക്ക് പാഞ്ഞു വന്ന്, അവിടെ ഇരുന്നു. കളിച്ചു ക്ഷീണിച്ചതുകൊണ്ടുമാത്രമാണതെന്ന് ഫാന്നിക്ക് മനസിലായി, അവരുടെ വിയർത്ത മുഖവും ശ്വാസോച്ഛ്വാസവും അതിന്റെ തെളിവാണ്, പ്രത്യേകിച്ചും, അവർ അപ്പോഴും പരസ്പരം കാലിൽ ചവുട്ടിക്കൊണ്ടിരിക്കുന്നത് കണ്ടപ്പോൾ അച്ഛന്റെ മുന്നിൽ വെച്ചു തന്നെ പെട്ടെന്നവർ ഓരിയിട്ടു!

അടുത്ത പ്രാവശ്യം വാതിൽ തുറന്നതോടെ സ്വാഗതാർഹമായ ചിലത് വന്നു, ചായയും കടിയും, ഇന്നത്തെ വൈകുന്നേരം അത് കണികാണാൻ പറ്റുമെന്നവൾ കരുതിയതല്ല. സൂസനും ഒരു വേലക്കാരി പെൺകുട്ടിയും (അവളുടെ മോശം നിലകണ്ട് ഫാന്നിക്കു തോന്നിയതാണ്) ഭക്ഷണസാധനങ്ങളെല്ലാം ചുമന്ന് കൊണ്ടു വരുന്നു, അവൾ അത്ഭുതപ്പെട്ടുപോയി. കെറ്റിൽ തീയിൽ വെച്ചുകൊണ്ട് സൂസൻ ചേച്ചിയുടെ നേരെ നോക്കി, തന്റെ പ്രവൃത്തിമൂലം തന്നെ അന്തസ്സുകുറഞ്ഞവളാണെന്ന് കരുതുമോ എന്ന ഭയവും അവൾക്കുണ്ടായിരുന്നു.

"ഞാൻ അടുക്കളയിലായിരുന്നു" അവൾ പറഞ്ഞു: "സല്ലിയെക്കൊണ്ട് ധൃതിയിൽ പണിയെടുപ്പിക്കാനും, ടോസ്റ്റ് ഉണ്ടാക്കാനും, ബ്രഡ്ഡിൽ വെണ്ണപുരട്ടാനും മറ്റും – അല്ലെങ്കിൽ എപ്പോഴാണ് അവൾ ചായകൊണ്ടുവരിക – യാത്രയ്ക്കുശേഷം ചേച്ചിക്ക് എന്തെങ്കിലും കഴിക്കണമെന്നെനിക്കുറപ്പാണ്."

ഫാന്നി വളരെ നന്ദിയുള്ളവളായിരുന്നു. അൽപ്പം ചായ ലഭിച്ചതിൽ അവൾ വളരെ സന്തോഷിച്ചു. സൂസൻ സസന്തോഷം ചായ ഉണ്ടാക്കാൻ തുടങ്ങി. തനിക്കാ ജോലി ലഭിച്ചതിൽ അവൾ വളരെ സംതൃപ്തയായികാണപ്പെട്ടു. സഹോദരന്മാരെ നിലയ്ക്കു നിർത്താനായി ആവശ്യമില്ലാതെ അവൾ ബഹളംകൂട്ടി എന്നതൊഴിച്ചാൽ, ചെയ്യേണ്ടകാര്യങ്ങൾ വെടിപ്പായി ചെയ്തിരുന്നു. ഫാന്നിയുടെ ശരീരവും മനസും ഉഷാറായി. സമയത്തിന് കാണിച്ച അവളുടെ ഔദാര്യത്തിൽ ഫാന്നിയുടെ ഹൃദയം നിറഞ്ഞു. നിഷ്കളങ്കവും വിവേകം തുളുമ്പുന്നതുമായ മുഖമാണ് സൂസന്റേത്. അവൾ വില്യമിനെപ്പോലെയാണ് – അവളുടെ മനോഭാവവും, ഫാന്നിയോടുള്ള പെരുമാറ്റവും അവന്റേതുപോലെതന്നെയാണെന്നവൾ കരുതി.

ഈ പ്രസന്നമായ അന്തരീക്ഷത്തിൽ വില്യം അവിടെ പ്രവേശിച്ചു. തൊട്ടുപിന്നാലെ അമ്മയും ബെറ്റ്സിയും. അവൻ പൂർണമായും ലഫ്റ്റനന്റ് ഡ്രസിലായിരുന്നു. ആ വേഷത്തിലവൻ കൂടുതൽ പൊക്കമുള്ളവനും പ്രസരിപ്പുള്ളവനുമായി കാണപ്പെട്ടു. നല്ല ചന്തമുണ്ട്. സുന്ദരമായ പുഞ്ചിരിയോടെ അവൻ ഫാന്നിയെ സമീപിച്ചു – അവൾ ഇരിപ്പിടത്തിൽ

നിന്നെഴുന്നേറ്റ് അഭിനന്ദനത്തോടെ ഒരു നിമിഷം നിശ്ശബ്ദയായി നോക്കി നിന്നു. പിന്നെ, അവന്റെ കഴുത്തിൽ ചുറ്റിപ്പിടിച്ച്, പലതരത്തിലുള്ള വേദനകളും സന്തോഷവും അടക്കാനാവാതെ തേങ്ങിക്കരഞ്ഞു.

ദുഃഖിതയാണെന്ന് തോന്നിപ്പിക്കാതിരിക്കാനുള്ള ഉൽക്കണ്ഠയോടെ, അവൾ സ്വന്തം വികാരങ്ങൾക്ക് കടിഞ്ഞാണിട്ടു. കണ്ണുനീർ തുടച്ച് അവന്റെ യൂണിഫോം പരിശോധിച്ച് അതിലെ പ്രത്യേകതകളെ പ്രശംസിച്ചു. കടൽയാത്ര തുടങ്ങുന്നതിനുമുമ്പ് എന്നും വീട്ടിൽ വന്ന് കുറച്ചു സമയം ചിലവഴിക്കാമെന്ന അവന്റെ ആശ അവൾ ആവേശത്തോടെ കേട്ടിരുന്നു. സൈപ്റ്റ് ഹെഡിലേക്ക് കപ്പൽ കാണിക്കാനായി കൊണ്ടുപോകാമെന്നു പോലും അവൻ വിചാരിച്ചു.

അടുത്ത കോലാഹലം, ത്രഷിലെ ഡോക്ടർ കേമ്പൽ വന്നപ്പോഴായിരുന്നു. വളരെ നല്ല പെരുമാറ്റമുള്ള യുവാവ്. സുഹൃത്തിനെ വിളിക്കാൻ വന്നതാണയാൾ. സൂത്രത്തിൽ അയാൾക്കിരിക്കാനായി ഒരു കസേര കണ്ടെത്തി. സൂസൻ ഒരു കപ്പും സോസറും ധൃതിയിൽ കഴുകിയെടുത്ത്, ചായ നൽകി സൽക്കരിച്ചു. കാൽമണിക്കൂറോളം ആത്മാർഥതയോടെ അവർ ചർച്ച ചെയ്തു. അപ്പോഴേക്കും ബഹളവും ഒച്ചപ്പാടും ചുറ്റുപാടിൽ നിന്നുയർന്നു. വലിയവരും കുട്ടികളും എല്ലാം അതിൽ പങ്കാളികളായിരുന്നു. ഒടുവിൽ പോകാനുള്ള സമയമായി. വില്യം യാത്ര പറഞ്ഞു, എല്ലാവരും പോയി – അമ്മയുടെ അഭ്യർഥന മാനിക്കാതെ മൂന്ന് ആൺകുട്ടികളും ഹാർബർവരെ ചെന്ന് ചേട്ടനെയും മിസ്റ്റർ കേമ്പലിനെയും യാത്ര അയയ്ക്കാൻ തീരുമാനിച്ചു. അയൽവാസിയുടെ ദിനപത്രം തിരിച്ചുകൊടുക്കാനായി മിസ്റ്റർ പ്രൈസും അപ്പോൾത്തന്നെ എഴുന്നേറ്റ് പോയി.

ശാന്തിയും സമാധാനവുമുള്ള ഒരു അന്തരീക്ഷം വന്നു എന്ന് ഫാന്നി കരുതി. ചായപ്പാത്രങ്ങൾ എടുത്തുകൊണ്ടുപോകാൻ റെബേക്ക എത്തി, ഒരു ഷർട്ടിന്റെ കയ്യ് അന്വേഷിച്ചുകൊണ്ട് മിസിസ് പ്രൈസ് മുറിയിൽ നടന്നു കൊണ്ടിരുന്നു. ഒടുവിലത് അടുക്കളയിലെ ഒരു ഡ്രോയറിൽനിന്ന് ബെറ്റ്സി കണ്ടെടുത്തു. അപ്പോൾ സ്ത്രീകളുടെ ഒരു ചെറിയസംഘം മാത്രം ബാക്കി ആയി. സാമിനെ സമയത്തിന് കിട്ടില്ലെന്ന് അമ്മ പുലമ്പിക്കൊണ്ടിരുന്നു. അവസാനം മൂത്ത മകളെക്കുറിച്ച് ചിന്തിക്കാനും; അവൾ വന്നിടത്തെ ബന്ധുക്കളെകുറിച്ച് ചോദിക്കാൻ സമയം ലഭിച്ചു.

ഏതാനും കാര്യങ്ങൾ ചോദിച്ചറിഞ്ഞു. എന്നാൽ, ആദ്യചോദ്യം "എങ്ങനെയാണ് സഹോദരി ബെർട്രാം തന്റെ വേലക്കാരെ നിയന്ത്രിക്കുന്നത്? തന്നെപ്പോലെ അസഹ്യമായ വേലക്കാരികളാണോ അവൾക്കുമുള്ളത്?" – പെട്ടെന്നവളുടെ മനസ്സ് നോർത്തംടൻ ഷൈറിൽനിന്ന് സ്വന്തം ദുരിതം പിടിച്ച വീട്ടിലേക്ക് പറന്നു. എല്ലാ പോർട്ട്സ്മത്ത് വേലക്കാരുടെയും ഹീനസ്വഭാവം........ സ്വന്തം വേലക്കാരികളാണതിൽ ഏറ്റവും മോശം........ ഇത്തരം കാര്യങ്ങളിലവൾ പൂർണമായും മുഴുകി. റെബേക്കയുടെ കുറ്റങ്ങളും കുറവുകളും പറയാൻ തുടങ്ങിയപ്പോൾ, ബെർട്രാമുകളെ അവൾ മറന്നു, അവൾക്കെതിരായി സൂസനും കുറെ പറയാനുണ്ട്, കൊച്ചുബെറ്റ്സിക്ക് അതിലേറെ. ഒരാൾക്കും നല്ലത് പറയാനില്ല. അതു

കൊണ്ട് റെബേക്കയുടെ കരാറുകാലം കഴിയുമ്പോൾ അമ്മ അവളെ പുറത്താക്കുമെന്ന് ഫാന്നി കരുതി.

"അവളുടെ ഒരുവർഷമോ!" മിസിസ് പ്രൈസ് നിലവിളിച്ചു "ഒരു കൊല്ലത്തിനുമുമ്പുതന്നെ അവളെ ഞാൻ തീർച്ചയായും ഒഴിവാക്കും, നവംബറിനുള്ളിൽ വേലക്കാർ പോർട്ട്സ്മത്തിൽ അത്രയ്ക്ക് ധിക്കാരികളായിരിക്കുന്നു, ആരെങ്കിലും അവരെ ആറ് മാസത്തിൽകൂടുതൽ നിർത്തിയാൽ അതൊരു അത്ഭുത സംഭവമാണ്! സ്ഥിരമായൊരാളെ കിട്ടുമെന്ന ഒരു പ്രതീക്ഷയും എനിക്കില്ല. റെബേക്കയെ ഞാൻ വിട്ടാൽ അതിനെക്കാൾ മോശക്കാരെ ആയിരിക്കും എനിക്ക് കിട്ടുക. എന്നാലും, ഞാൻ തൃപ്തയാകാത്തൊരു യജമാനത്തിയാണെന്ന് കരുതുന്നില്ല. അവൾക്കത്ര ബുദ്ധിമുട്ടൊന്നുമില്ല എന്നെനിക്കുറപ്പാണ്. കാരണം, അവൾക്ക് സഹായിയായി എപ്പോഴും ഒരു പെൺകുട്ടിയുണ്ട്, പിന്നെ പകുതി ജോലി ഞാൻ തന്നെയാണ് ചെയ്യുന്നത്."

ഫാന്നി മൗനംപാലിച്ചു. ഇത്തരം തിന്മകൾക്ക് പരിഹാരമില്ലെന്നവൾ വിശ്വസിച്ചില്ല. അവൾ ബെറ്റ്സിയെ നോക്കി ഇരിക്കുമ്പോൾ, മറ്റൊരു കൊച്ചുസഹോദരിയെകുറിച്ചവൾക്ക് ചിന്തിക്കാതിരിക്കാൻ കഴിഞ്ഞില്ല. നോർത്തംടൻഷൈറിലേക്ക് പോകുമ്പോൾ അവൾ ഇവിടെ ഉണ്ടായിരുന്നു, ഏതാനും വർഷങ്ങൾക്കുശേഷം അവൾ മൃതിയടഞ്ഞു. അവളിൽ എന്തോ ഇഷ്ടപ്പെടുന്ന ചിലതുണ്ടായിരുന്നു. ബാല്യകാലത്ത് ഫാന്നി സൂസനെക്കാളേറെ ഇഷ്ടപ്പെട്ടിരുന്നത് അവളെ ആയിരുന്നു. ഒടുവിൽ അവളുടെ മരണവാർത്ത മാൻസ്ഫീൽഡിലെത്തിയപ്പോൾ, കുറച്ചുനാൾ ഫാന്നി വല്ലാതെ ദുഃഖിച്ചു – ബെറ്റ്സിയെ കണ്ടപ്പോൾ കൊച്ചുമേരിയുടെ രൂപം വീണ്ടും അവളുടെ മനസിൽ തെളിഞ്ഞുവന്നു. എന്നാൽ, അക്കാര്യം സൂചിപ്പിച്ച് അമ്മയെ വേദനിപ്പിക്കാനവൾ തുനിഞ്ഞില്ല – ഇപ്രകാരം അവൾ ഓരോന്ന് ചിന്തിച്ചുകൊണ്ടിരിക്കവെ, കുറച്ചുദൂരെ ഇരുന്ന് എന്തോ സാധനം അവളെ കാണിക്കാനുദ്ദേശിച്ച് ബെറ്റ്സി പുറത്തെടുത്തു, അതേ സമയം സൂസനിൽ നിന്നത് മറച്ചുപിടിക്കയും വേണം.

"എന്താണവിടെ ഉള്ളത്, എന്റെ മോളേ?" ഫാന്നി ചോദിച്ചു:

"ഇവിടെവന്ന് എനിക്ക് കാണിച്ചുതാ."

അതൊരു വെള്ളിപ്പിച്ചാത്തിയാണ്. അത് തന്റേതാണെന്നവകാശപ്പെട്ടുകൊണ്ട് സൂസൻ ചാടി എഴുന്നേറ്റ് അത് പിടിച്ചുവാങ്ങാൻ ശ്രമിച്ചു. എന്നാൽ, ആ കുട്ടി അമ്മയുടെ അരികിൽ അഭയംപ്രാപിച്ചു. സൂസനവളെ ശകാരിക്കാൻ മാത്രമേ കഴിഞ്ഞുള്ളൂ. അത് കടുത്തഭാഷയിൽത്തന്നെ കൊടുത്തു, ഫാന്നിയെ തന്റെ ഭാഗത്തേക്കാക്കണം എന്ന ആഗ്രഹത്തിലായിരുന്നു അതെന്ന് വ്യക്തം.

"സ്വന്തം പിച്ചാത്തി വിട്ടുകൊടുക്കാൻ പ്രയാസമാണ്. അതെന്റെ പിച്ചാത്തിയാണ്. കൊച്ചു സഹോദരി മേരി അവളുടെ മരണക്കിടക്കയിൽവെച്ചെനിക്ക് നൽകിയതാണ്. വളരെ മുമ്പ് തന്നെ ഞാനത് എന്റെ പക്കൽവെക്കേണ്ടതാണ്. എന്നാൽ, മമ്മ അതെന്നിൽനിന്ന് വാങ്ങി സൂക്ഷിച്ചുവെച്ചു. അതെപ്പോഴും പുറത്തെടുക്കാൻ ബെറ്റ്സിയെ അനുവദിക്കു

ന്നു. ഒടുവിൽ ബെറ്റ്സി അത് നശിപ്പിക്കും. ഞാനത് സ്വന്തമാക്കും, ബെറ്റ്സി അത് കയ്യിലെടുക്കില്ലെന്ന് മമ്മ വാക്കുതന്നിട്ടുണ്ടെങ്കിലും."

ഫാന്നി ശരിക്കും ഞെട്ടിപ്പോയി. സഹോദരിയുടെ പ്രഭാഷണവും അതിനുള്ള മറുപടിയും, അന്തസിന്റെ എല്ലാ അതിർവരമ്പുകളും ലംഘിച്ചിരിക്കുന്നു. "ഇപ്പോൾ, സൂസൻ" ആവലാതിപ്പെടുന്ന ശബ്ദത്തിൽ മിസിസ് പ്രൈസ് ഒച്ചയിട്ടു. "ഇപ്പോൾ നിനക്കെങ്ങനെ വഴക്കുകൂടാൻ പറ്റുന്നു? നീ എപ്പോഴും ആ പിച്ചാത്തിക്കുവേണ്ടി വഴക്ക് കൂടുന്നു. നീ ഇങ്ങനെ വഴക്കാളിയാകരുതെന്നാണെന്റെ ആഗ്രഹം. പാവം കൊച്ചു ബെറ്റ്സി. സൂസൻ നിന്നോടെത്ര ദേഷ്യത്തിലാണ്! എന്നാൽ, നീ അത് എടുക്കാൻ പാടില്ലായിരുന്നു, എന്റെ പ്രിയപ്പെട്ടമോളേ; അത് തൊടാൻ പാടില്ലെന്ന് ഞാൻ നിന്നോട് പറഞ്ഞിട്ടുള്ളതാണ്, കാരണം, സൂസനത് ഭയങ്കരദേഷ്യമാണ്. ഞാനത് മറ്റെവിടെയെങ്കിലും ഒളിപ്പിച്ചുവെക്കും, ബെറ്റ്സി. പാവം മേരി മരിക്കുന്നതിന് രണ്ടുമണിക്കൂർ മുമ്പ് അതെടുത്തുവെക്കാനായി എനിക്ക് തന്നപ്പോൾ, അത് ഇത്രയും പോരാട്ടത്തിനിടവരുത്തുമെന്ന് ഒരിക്കലും കരുതിക്കാണില്ല. പാവം കൊച്ച് ആത്മാവ്! അവൾ മെല്ലെ പറഞ്ഞു, അതി മധുരമായി 'ഞാൻ മരിച്ച് മറവുചെയ്യപ്പെട്ടു കഴിഞ്ഞാൽ സൂസൻ ചേച്ചി എന്റെ പിച്ചാത്തി എടുത്തോട്ടെ മമ്മാ.' – പാവം കുഞ്ഞ്! അവൾക്കത്ര ഇഷ്ടമായിരുന്നു അത്, ഫാന്നി. അസുഖമായി കിടന്നകാലമത്രയും അവളത് കിടക്കയിൽ സൂക്ഷിച്ചുവെച്ചു. അവളുടെ നല്ലവളായ തലതൊട്ടമ്മ, മിസിസ് അഡ്മിറൽ മാക്സ്വെൽ, അവർ മരിക്കുന്നതിന് ആറാഴ്ച മുമ്പ് നൽകിയ സമ്മാനമാണ്. പാവം നല്ലവളായ ജീവി. കൊള്ളാം, വരാനിരിക്കുന്ന ദുരിതത്തിൽനിന്നവളെ കൊണ്ടുപോയി. എന്റെ ബെറ്റ്സി (സ്നേഹപൂർവം തലോടിക്കൊണ്ട്) നിനക്കതുപോലൊരു നല്ല തലതൊട്ടമ്മയെ കിട്ടാനുള്ള ഭാഗ്യമുണ്ടായില്ല. നോറിസ് ആന്റി വളരെ ദൂരെയാണല്ലൊ ജീവിക്കുന്നത്. നിന്നെപ്പോലെയുള്ള നിസ്സാരമനുഷ്യരെകുറിച്ച് ഓർക്കാനെങ്ങനെ കഴിയും."

തന്റെ 'തലതൊട്ടകുട്ടി'ക്ക് ഒരു സന്ദേശമല്ലാതെ മറ്റൊന്നും നോറിസ് ആന്റിയിൽനിന്ന് ഫാന്നി കൊണ്ടുവന്നിരുന്നില്ല. 'തന്റെ 'തലതൊട്ടകുട്ടി.' നല്ല കുട്ടിയായി പുസ്തകം പഠിക്കുന്നുണ്ടെന്ന് വിശ്വസിക്കുന്നു.' ഒരു ദിവസം മാൻസ്ഫീൽഡിലെ സ്വീകരണമുറിയിൽ വെച്ച് അവൾക്കൊരു പ്രാർഥനാപുസ്തകം കൊടുത്തയയ്ക്കേണ്ടകാര്യം മന്ത്രിക്കുന്നത് കേട്ടിരുന്നു, ഒരിക്കൽ മാത്രം. രണ്ടാമതൊരു തവണ അതുച്ചരിച്ചിട്ടില്ല. എന്തായാലും, മിസിസ് നോറിസ് വീട്ടിൽപ്പോയി ഭർത്താവിന്റെ പഴയ രണ്ട് പ്രാർഥനാ പുസ്തകങ്ങൾ എടുത്ത് പരിശോധിച്ചിരുന്നു. കൊടുത്തയയ്ക്കാനുള്ള ലക്ഷ്യത്തോടെ ആയിരുന്നെങ്കിലും, പരിശോധിച്ചുകഴിഞ്ഞപ്പോൾ ദാനശീലത്തോടുള്ള ഉത്സാഹം അസ്തമിച്ചു. ഒന്ന്, കുട്ടികളുടെ കണ്ണുകൾക്ക് കാണാൻ കഴിയാത്തത്ര കൊച്ച് അക്ഷരങ്ങളുള്ളതാണ്, മറ്റേത് ചുമന്നു കൊണ്ടുപോകാൻ പറ്റാത്തതും.

ഫാന്നി ക്ഷീണിച്ച് ചാകാറായി. കിടന്നുറങ്ങാനുള്ള ക്ഷണം, അവൾക്കാദ്യം ലഭിച്ചപ്പോൾ നന്ദിപൂർവം അത് സ്വീകരിച്ചു. ചേച്ചിയോടൊപ്പം

ഒരുമണിക്കൂർ മാത്രമേ ഇരിക്കാൻ അനുവദിച്ചുള്ളൂ എന്നതിന്റെ പേരിൽ ബെറ്റ്സി ആരംഭിച്ച കരച്ചിൽ അവസാനിക്കുന്നതിനുമുമ്പ് ഫാന്നി സ്ഥലം വിട്ടു. താഴെ അപ്പോഴും ബഹളം നടക്കുകയാണ്, ആൺകുട്ടികൾ ടോസ്റ്റ് ചെയ്ത ചീസിനായി യാചിക്കുന്നു, അവളുടെ അച്ഛൻ തന്റെ റമ്മും, വെള്ളവും കൊണ്ടുവരാൻ വിളിച്ചുകൂവുന്നു. റെബേക്കയാകട്ടെ അവർ ചെല്ലേണ്ടിടത്തൊന്നും ചെല്ലുന്നുമില്ല.

സൂസനോടൊപ്പം അവൾക്ക് പങ്കിടാനുള്ള മുറി ചെറിയതും ആവശ്യത്തിന് ഫർണിച്ചർ ഇല്ലാത്തതുമായതിനാൽ, അവളുടെ പ്രസരിപ്പ് വർധിപ്പിക്കാനതിനായില്ല. മുറികളുടെ വലുപ്പമില്ലായ്മ, (മുകളിലും താഴെയും), ഇടനാഴിയുടെയും കോണിപ്പടിയുടെയും വീതിയില്ലായ്മ തുടങ്ങിയവ അവളുടെ ഭാവനയ്ക്കപ്പുറത്തായിരുന്നു. മാൻസ്ഫീൽഡ്പാർക്കിലെ തന്റെ കൊച്ചുമാളികപ്പുരയെകുറിച്ച് അവൾ ആദരവോടെ ഓർത്തു. ഈ വീട് ആർക്കും സുഖമായി കഴിയാൻ പറ്റാത്തത്ര ചെറുതാണ്.

8

ഫാന്നി തന്റെ ആന്റിക്ക് ആദ്യം കത്തെഴുതിയപ്പോഴുള്ള വികാരം ഉൾക്കൊള്ളാൻ സർ. തോമസിന് കഴിഞ്ഞെങ്കിൽ, അദ്ദേഹം നിരാശനാകില്ലായിരുന്നു. രാത്രിയിലെ സുഖമായ ഉറക്കം, നല്ലൊരു സുപ്രഭാതം, വില്യമിനെ വീണ്ടും കാണാമെന്ന ശുഭപ്രതീക്ഷ, ടോമും ചാൾസും സ്കൂളിൽ പോയതുമൂലമുള്ള ശാന്തത, സാം സ്വന്തം ജോലിയിൽ മുഴുകിയതിലുള്ള സ്വസ്ഥത, അച്ഛന്റെ പതിവ് വിശ്രമം...... തുടങ്ങിയവമൂലം അവൾക്ക് സ്വന്തം വീടിനെക്കുറിച്ച് സന്തോഷത്തോടെ ചിലതെല്ലാം എഴുതാൻ കഴിഞ്ഞു. എന്നാലും വളരെയേറെ പ്രശ്നങ്ങളും ബുദ്ധിമുട്ടുകളും അവൾ ബോധപൂർവം മറച്ചുവെച്ചു, ആ ഒരാഴ്ചയ്ക്കുള്ളിൽ അവൾ അനുഭവിച്ചതിന്റെ പകുതി ദുരിതങ്ങളെങ്കിലും അദ്ദേഹം കണ്ടിരുന്നെങ്കിൽ, മിസ്റ്റർ ക്രാഫോർഡ് അവളെ നേടുമെന്നദ്ദേഹം ഉറപ്പിച്ചേനെ. സ്വന്തം കൂർമബുദ്ധിയിൽ ആഹ്ലാദിച്ചേനെ!

ആ ആഴ്ച അവസാനിക്കുമ്പോഴേക്കും നൈരാശ്യം അവളെ തളർത്തിക്കൊണ്ടിരുന്നു. ഒന്നാമതായി, വില്യമിന്റെ പോക്ക് ത്രഷിന് ഉത്തരവ് ലഭിച്ചുകഴിഞ്ഞു, കാറ്റിന്റെ ദിശമാറിയിരിക്കുന്നു, പോർട്സ്മത്തിലെത്തി നാലുദിവസത്തിനുള്ളിൽ അവന്റെ കപ്പൽ യാത്ര ആരംഭിച്ചു. അതിനിടയിൽ രണ്ടു പ്രാവശ്യം മാത്രമാണവൾക്കവനെ കാണാൻ കിട്ടിയത്, ഡ്യൂട്ടി സമയത്ത് കുറച്ചുനേരത്തേക്കായി കരയ്ക്കുവന്നപ്പോൾ ധൃതിയിൽ തിരിച്ചുപോകയും ചെയ്തു. സ്വതന്ത്രമായി സംസാരിക്കാനായില്ല, പുറത്ത് നടക്കാൻ പോയില്ല, തുറമുഖം സന്ദർശിച്ചില്ല, ത്രഷ് കാണാൻ പറ്റിയില്ല – അവർ പദ്ധതിയിട്ടതൊന്നും നടന്നില്ല. അക്കാര്യത്തിലെല്ലാം അവൾക്ക് നിരാശയായിരുന്നു, വില്യമിന്റെ സ്നേഹമൊഴിച്ച്. അവൻ പോകുമ്പോൾ അവസാനമായി ചിന്തിച്ചത് അവളെക്കുറിച്ചായിരുന്നു. ചവിട്ടുപടിയിൽ കാൽ പിന്നോട്ടുവെച്ചുകൊണ്ടവൻ പറഞ്ഞു:

“ഫാന്നിയെ നന്നായി നോക്കണം, അമ്മേ. അവൾ ലോലയാണ്.

നമ്മളെപ്പോലെ പരുക്കൻരീതി ശീലിച്ചവളല്ല. ഞാൻ നിങ്ങളെ ചുമതലപ്പെടുത്തുന്നു, ഫാന്നിയെ കാത്തുരക്ഷിക്കുക."

വില്യം പോയി – അവൻ അവളെ വിട്ടുപോയ വീട് – ഫാന്നിക്കത് തന്നിൽനിന്ന് മറച്ചുവെക്കാനായില്ല – എല്ലാവിധത്തിലും തന്റെ ആഗ്രഹങ്ങൾക്കും പ്രതീക്ഷകൾക്കും അപ്പുറമായിരുന്നു, നേരെ വിപരീതം! ശബ്ദകോലാഹലത്തിന്റെയും അച്ചടക്കമില്ലായ്മയുടെയും നിർമര്യാദയുടെയും വാസസ്ഥലം! ആരും അവരവരുടെ നിലയ്ക്കല്ല പെരുമാറുന്നത്, ഒന്നും ചെയ്യേണ്ട രീതിയിലല്ല ചെയ്യുന്നത്. അവൾ ആശിച്ചപോലെ മാതാപിതാക്കളോടവൾക്ക് ആദരവ് തോന്നുന്നില്ല. അച്ഛനിൽ ആശാനിർഭരമായ വിശ്വാസമോ പ്രതീക്ഷയോ ഇല്ല. അയാൾ കുടുംബത്തെ അവഗണിക്കുന്നു, പെരുമാറ്റരീതി മഹാമോശം. പരുക്കൻ സ്വഭാവം, അവൾ പ്രതീക്ഷിച്ചതിലും മോശം! അയാൾ കാര്യശേഷിയോടെ പ്രവർത്തിക്കാനാഗ്രഹിക്കുന്നില്ല. ഒന്നിലും ഒരു ജിജ്ഞാസയില്ല, ജോലിയെ കുറിച്ചല്ലാതെ മറ്റൊന്നിനെക്കുറിച്ചും വിവരമില്ല. ദിനപത്രവും നോവലുകളും മാത്രമാണയാൾ വായിക്കുന്നത്. ഡോക്യാർഡ്, തുറമുഖം, സൈപ്റ്റ്ഹെഡ്, മദർ ബേങ്ക്, എന്നിവയെകുറിച്ച് മാത്രം സംസാരിക്കും. ശകാരവും ശാപവചനങ്ങളും മദ്യപാനവും വൃത്തികെട്ടവേഷവും! പണ്ടും തന്നെ അച്ഛൻ ലാളിച്ചതായി അവളുടെ ഓർമയിലില്ല. പരുക്കനും തൊള്ളപൊളിയനുമായിരുന്നു അയാൾ. ഇപ്പോൾ അയാളവളെ ശ്രദ്ധിക്കുന്നതേ ഇല്ല, തമാശപോലെയാണ് എടുത്തിരിക്കുന്നത്!

അമ്മയുടെ കാര്യത്തിൽ അതിനേക്കാൾ വലിയ നിരാശയായിരുന്നു അവൾക്ക്. വലിയ പ്രതീക്ഷയായിരുന്നു അമ്മയെക്കുറിച്ച് ഫാന്നിക്ക്, എന്നാൽ, എല്ലാം വെറുതെയായി. സന്തോഷകരമായ പ്രതീക്ഷകളെല്ലാം തകർന്ന് നിലംപതിച്ചു. എല്ലാം പെട്ടെന്നായിരുന്നു. മിസിസ് പ്രൈസ് കരുണയില്ലാത്തവളല്ല – എന്നാൽ, അവളുടെ വിശ്വാസവും സ്നേഹവും നേടി കൂടുതൽ കൂടുതൽ പ്രിയങ്കരി ആകുന്നതിനുപകരം, അവളുടെ മകൾക്ക് ആദ്യ ദിവസത്തെക്കാൾ കൂടുതൽ സ്നേഹം അമ്മയിൽനിന്ന് നേടാനായില്ല. അമ്മയുടെ പ്രകൃതം അപ്രകാരമായിരുന്നു. അവളുടെ ഹൃദയവും സമയവും പൂർണമായി നിറഞ്ഞു കഴിഞ്ഞിരുന്നു. അവൾക്ക് സ്നേഹം പ്രകടിപ്പിക്കാൻ ഒഴിവുസമയം ഇല്ലായിരുന്നു. പുത്രിമാരോടത്ര വലിയ അടുപ്പമൊന്നും അവൾ കാണിച്ചിരുന്നുമില്ല. അവൾക്ക് പുത്രന്മാരോടാണ് കൂടുതൽ ഇഷ്ടം. പ്രത്യേകിച്ച് വില്യമിനോട്, എന്തെങ്കിലും സ്നേഹം പെൺകുട്ടികളോട് പ്രകടിപ്പിച്ചിട്ടുണ്ടെങ്കിൽ അത് ബെറ്റ്സിയോട് മാത്രമായിരിക്കും! അവളെ ആ അമ്മ വളരെയേറെ ലാളിച്ചിരുന്നു. വില്യം ആണവളുടെ അഭിമാനം! ബെറ്റ്സി അവളുടെ ഓമനയും. ജോൺ, റിച്ചാർഡ്, സാം, ടോം, ചാൾസ് എന്നിവർ മാതൃസ്നേഹം പങ്കിട്ടു. അവരായിരുന്നു അവളുടെ വിഷമവും ആശ്വാസവും സന്തോഷവുമെല്ലാം. ഇവരാണവളുടെ ഹൃദയം വീതിച്ചെടുത്തവർ. അവളുടെ സമയം ചിലവഴിച്ചത് മുഖ്യമായും വീടിനും വേലക്കാർക്കും വേണ്ടിയാണ്. ഒരുതരം വ്യഗ്രതയോടെയാണവളുടെ ദിവസങ്ങൾ ഇഴഞ്ഞു നീങ്ങിയത്. എപ്പോഴും തിര

ക്ക്, എന്നാൽ ഒന്നും നേരെ ചൊവ്വെ നടക്കുന്നില്ല, സദാ ഓരോന്നിനു പിന്നാലെ വിലപിച്ചുകൊണ്ടിരിക്കും, സ്വയം മാർഗങ്ങൾ തിരുത്താതെ. യാതൊരു ആസൂത്രണമോ ക്രമീകരണമോ ഇല്ലാതെ പണം ബുദ്ധിപൂർവം ചിലവാക്കുന്നവളാകാനാവൾ ആഗ്രഹിച്ചു. വേലക്കാരികളിൽ അസംതൃപ്തയായിരുന്നു, അവരെ നേരെയാക്കാനുള്ള വൈദഗ്ധ്യമില്ലാതെ! അതുകൊണ്ട്, സഹായിച്ചാലോ ശാസിച്ചാലോ സന്തോഷിപ്പിച്ചാലോ അവരിൽ യാതൊരു ഭാവഭേദവുമില്ലായിരുന്നു, കാരണം, അവരുടെ ആദരവ് പിടിച്ചുപറ്റാനുള്ള കഴിവ് അവൾക്കില്ലായിരുന്നു.

അവളുടെ രണ്ട് സഹോദരിമാരിൽവച്ച് ലേഡി ബെർട്രാമിനോടായിരുന്നു മിസിസ് പ്രൈസിന് സാമ്യം, മിസിസ് നോറിസിനേക്കാൾ കൂടുതൽ പരിതഃസ്ഥിതിയാണവളെ കാര്യങ്ങൾ നടത്താൻ പ്രേരിപ്പിച്ചത്, മിസിസ് നോറിസിനെപ്പോലെ അതിനോടുള്ള അനുകൂലഭാവംകൊണ്ടല്ല. പ്രകൃത്യാ അവളുടെ മനോഭാവം കർക്കശമല്ലാത്തതും അലസവുമാണ്, ലേഡി ബെർട്രാമിനെപ്പോലെ. അതുപോലെ ധനസമൃദ്ധിയുള്ള അന്തരീക്ഷമായിരുന്നു അവൾക്ക് യോജിച്ചത്. അല്ലാതെ അവളുടെ വിവേകമില്ലാത്ത വിവാഹം കൊണ്ടെത്തിച്ച ഈ കഷ്ടപ്പാടു നിറഞ്ഞ ജീവിതമല്ല. ലേഡി ബെർട്രാമിനെപ്പോലെ മഹിമയുള്ള ഒരു മഹതിയായിത്തീർന്നേനെ അവൾ, മിസിസ് നോറിസ് ചെറിയ വരവുകൊണ്ട് ഒമ്പത് മക്കളെ വളർത്തുന്ന ബഹുമാന്യയായ ഒരമ്മയും!

ഇപ്രകാരം ഫാന്നി വെറുതെ ചിന്തിച്ചുപോയി, അവൾക്കത് പറയാൻ വിഷമമുണ്ട്. എന്നാൽ, തന്റെ അമ്മ പക്ഷപാതിയും, വിധിനിർണയം ചെയ്യാനറിയാത്തവളുമായൊരു രക്ഷിതാവാണെന്ന് ഫാന്നി കരുതി. മക്കളെ പഠിപ്പിക്കയോ നിയന്ത്രിക്കയോ ചെയ്യാത്ത ഒരു സമയംപാഴാക്കുന്നവളും മൂധേവിയുമാണ്. തുടക്കം മുതൽ അവസാനംവരെ ആ വീട് ദുർഭരണത്തിന്റെയും അസ്വാസ്ഥ്യത്തിന്റെയും വിളനിലമാണ്. അവർക്കവളോട് സ്നേഹം പ്രകടിപ്പിക്കാനോ സംസാരിക്കാനോപോലും താൽപ്പര്യമില്ല. അവളെ കൂടുതലായി അറിയാനുള്ള ജിജ്ഞാസയോ സൗഹൃദത്തിനുള്ള മോഹമോ കൂട്ടുകൂടാനുള്ള മനോഭാവമോ ഇല്ല. ഉണ്ടായിരുന്നെങ്കിൽ മാനസിക സംഘർഷം കുറഞ്ഞേനെ.

താൻ എല്ലാവർക്കും ഉപയോഗപ്രദമാകാൻ വേണ്ടി ഫാന്നി ഉൽക്കണ്ഠയുള്ളവളായിരുന്നു. താൻ അവരേക്കാൾ ശ്രേഷ്ഠയാണെന്ന് കാണപ്പെടാനവൾ ആഗ്രഹിച്ചില്ല. വിദേശവിദ്യാഭ്യാസംമൂലം അയോഗ്യത കൽപ്പിക്കപ്പെടുവാനവൾ ആഗ്രഹിച്ചില്ല. അവർക്ക് ആശ്വാസപ്രദമായ രീതിയിൽ സഹായിക്കാൻ അവൾ സന്നദ്ധയായി. അങ്ങനെ സാമിനുവേണ്ടി പുലർച്ച മുതൽ രാത്രി വളരെ വൈകുന്നതുവരെ അവൾ ജോലി ചെയ്തു. സ്ഥിരോത്സാഹത്തോടെയുള്ള അവളുടെ കഠിന പ്രയത്നംമൂലം അവനാവശ്യമുള്ള വസ്ത്രങ്ങളിൽ പകുതിയിലേറെ തയാറാക്കി അവനെ കപ്പലിലേക്കയയ്ക്കാനായി. അപ്രകാരം താൻ അവന് ഉപയോഗപ്രദയായല്ലോ എന്നോർത്തവൾ വല്ലാതെ ആഹ്ലാദിച്ചു, എന്നാൽ താൻ ഇല്ലാതെ അവർ എങ്ങനെ കാര്യങ്ങൾ നിർവഹിക്കുമായിരുന്നു എന്ന് ചിന്തിച്ചില്ല.

സാം ഒരു തൊള്ളപൊളിയനായിരുന്നെങ്കിലും, അവൻ പോയപ്പോൾ ഫാന്നി ദുഃഖിച്ചു. കാരണം, അവൻ വളരെ ബുദ്ധിമാനാണ്, പട്ടണ പരിസരത്ത് ഏതെങ്കിലും ജോലി കിട്ടിയിരുന്നെങ്കിൽ എത്ര സന്തോഷമായിരുന്നു എന്നവൾ ഓർത്തു – അവർ ഫാന്നിയുടെ സേവനത്താൽ സ്വാധീനിക്കപ്പെടുവാൻ തുടങ്ങുകയായിരുന്നു, അതുപോലെ മാന്യരീതിയിലുള്ള അവളുടെ നിർബന്ധങ്ങൾക്കും. താഴെയുള്ള മൂന്നു സഹോദരന്മാരിൽ ഏറ്റവും നല്ലവൻ പോയിക്കഴിഞ്ഞു. ടോമും ചാൾസും അവനെക്കാൾ വളരെ വർഷങ്ങൾക്ക് താഴെയാണ്. അവരെ സുഹൃത്തുക്കളാക്കാൻ യത്നിക്കേണ്ടിവരും. എന്നാൽ, അവരിൽ സ്വാധീനം ചെലുത്തുന്ന കാര്യത്തിലവൾക്ക് നിരാശപ്പെടേണ്ടിവന്നു. അവളുടെ ഉത്സാഹത്തോടെയുള്ള ശ്രമങ്ങൾക്കൊന്നും അവരെ മെരുക്കിയെടുക്കാനായില്ല. എല്ലാ സായാഹ്നങ്ങളിലും ലഹളയുണ്ടാക്കുന്ന അവരുടെ കളി വീട്ടിനുള്ളിൽ അരങ്ങേറും. ശനിയാഴ്ച ഉച്ചയ്ക്കുശേഷം സ്ഥിരം അവധിയാണെന്നകാര്യം അറിഞ്ഞപ്പോൾ അവൾ നെടുവീർപ്പിട്ടു.

ബെറ്റ്സിയും ഒരു വഷളാക്കപ്പെട്ട പെൺകുട്ടിയായിരുന്നു. അക്ഷരമാല ഏറ്റവും വലിയ ശത്രുവാണെന്ന് ചിന്തിക്കുന്ന മട്ടിലായിരുന്നു അവൾ പരിശീലിപ്പിക്കപ്പെട്ടത്. സ്വന്തം ഇഷ്ടാനുസരണം അവളെ വേലക്കാരികളോടൊപ്പം കഴിയാനനുവദിച്ചു. എന്നിട്ട് അവരുടെ കുറ്റവും കുറവും കണ്ടുപിടിച്ച് റിപ്പോർട്ട് ചെയ്യാൻ പ്രോത്സാഹിപ്പിച്ചു. അവളെ സഹായിക്കാനോ സ്നേഹിക്കാനോ അത്ര എളുപ്പമല്ലായിരുന്നു. പിന്നെ സൂസന്റെ മനോഭാവം, അതിലും അവൾക്ക് വലിയ സംശയമുണ്ടായിരുന്നു. അമ്മയോട് തുടർച്ചയായുള്ള അവളുടെ ഭിന്നാഭിപ്രായം, ടോമും ചാൾസുമായുള്ള അവളുടെ ലക്കും ലഗാനുമില്ലാത്ത കലഹം, ബെറ്റ്സിയോട് നിസ്സാരകാര്യങ്ങൾക്കുവേണ്ടിയുള്ള കോപം തുടങ്ങിയവ ഫാന്നിക്ക് വേദനാജനകമായിരുന്നു. ഒരു പ്രകോപനവും കൂടാതെയാണിതൊക്കെ സംഭവിക്കുന്നതെങ്കിലും അത്തരം മനോഭാവവും പെരുമാറ്റവും സൗഹാർദമുയർത്തുന്നതല്ലെന്നവൾ ഭയന്നു, അവൾക്കൊരു ശാന്തതയും കിട്ടിയില്ല.

മാൻസ്ഫീൽഡ് തലയിൽനിന്നും എടുത്തുമാറ്റാനായി ഉള്ള വീടാണത്. അതുപോലെ കസിൻ എഡ്മണ്ടിനെ പരിമിതമായ വികാരത്തോടെ മാത്രമേ ചിന്തിക്കൂ എന്ന് പഠിപ്പിക്കുന്നതും! നേരെ മറിച്ച്, അവൾ മാൻസ്ഫീൽഡിനെ കുറിച്ചുമാത്രമാണ് ചിന്തിക്കുന്നത്, അതിലെ പ്രിയപ്പെട്ട അന്തേവാസികളെക്കുറിച്ചും സുഖകരമായ ജീവിതരീതിയെകുറിച്ചും എല്ലാം ഇവിടത്തേതുമായി അത്ര വൈരുധ്യമാണ്. രമണീയത, ഔചിത്യം, സമയനിഷ്ഠ, സ്വരച്ചേർച്ച – എല്ലാറ്റിനും പുറമെ, മാൻസ്ഫീൽഡിലെ ശാന്തിയും സമാധാനവും ഓരോ മണിക്കൂറും അവളെ ഓർമിപ്പിച്ചുകൊണ്ടിരുന്നു. ഇവിടെ എല്ലാം അതിന് വിപരീതമാണെന്നും! ലോല ഹൃദയവും മൃദുലസ്വഭാവമുള്ള ഫാന്നിക്ക് സ്ഥിരമായി ബഹളം പിടിച്ച അന്തരീക്ഷത്തിൽ ജീവിക്കുക എന്നത് ദുഷ്കരമാണ്. അതെങ്ങനെ മാറ്റിയെടുക്കാനാകും? അതാണ് ഏറ്റവും വലിയ കഷ്ടപ്പാട്. മാൻസ്ഫീൽഡിൽ തർക്കങ്ങളില്ല, അട്ടഹാസങ്ങളില്ല, പെട്ടെന്നുള്ള പൊട്ടി

ത്തെറികളില്ല, വഴക്ക് ഉയർന്നു കേട്ടിട്ടേ ഇല്ല. എല്ലാം സന്തോഷകരമായ രീതിയിൽ ക്രമീകരണത്തോടെ ശാന്തമായി ഒഴുകുന്നു. എല്ലാവർക്കും അവരുടേതായ പ്രാധാന്യമുണ്ട്, എല്ലാവരുടെ വികാരങ്ങളും കണക്കിലെടുക്കപ്പെടുന്നു. മൃദുസമീപനം ആവശ്യമാണെങ്കിൽ, നല്ല വിവേകവും ശ്രേഷ്ഠയും സഹായത്തിനായി എത്തും. മിസിസ് നോറിസ് സൃഷ്ടിക്കുന്ന ഇടയ്ക്കിടയ്ക്കുള്ള പ്രകോപനങ്ങൾപോലും അൽപ്പനേരത്തേക്ക് മാത്രമാണ്. നിസ്സാരം, സമുദ്രത്തിലെ ഒരു തുള്ളി വെള്ളത്തിന് സമാനം! ഇവിടത്തെ ഒടുങ്ങാത്ത ലഹളയുമായി തുലനം ചെയ്യുമ്പോൾ അതൊന്നുമല്ല. ഇവിടെ എല്ലാവരും ബഹളം വെക്കുന്നവരാണ്, എല്ലാം തൊള്ളപൊളിയന്മാർ. ഒരുപക്ഷേ, അവളുടെ അമ്മ ഒഴിച്ച്, (ലേഡി ബെർട്രാമിനെപ്പോലെ നിർവികാരയും മൃദുഭാഷിണിയുമാണവൾ) – ഇവർ എന്തെങ്കിലും ആവശ്യമുണ്ടെങ്കിൽ വിളിച്ച് കൂവുന്നു, വേലക്കാരികൾ, അതുപോലെ, അടുക്കളയിൽനിന്ന് മറുപടിയും വിളിച്ച് കൂകുന്നു! വാതിലുകൾ എപ്പോഴും വലിച്ചടച്ച് ശബ്ദമുണ്ടാക്കുന്നു, സ്ഥിരമായി അടച്ചുകൊണ്ടേ ഇരിക്കും. കോണിപ്പടിക്ക് യാതൊരു വിശ്രമവുമില്ല! ശബ്ദകോലാഹലമില്ലാത്ത സമയമില്ല, ആർക്കും അനങ്ങാതിരിക്കാനാവില്ല. ആരും ആരെയും ശ്രദ്ധിക്കുന്നില്ല. ഒരാഴ്ചത്തെ വാസം കഴിയുമ്പോഴേക്കും ഇരു വീടുകളെകുറിച്ചുമുള്ള ഫാന്നിയുടെ നിരീക്ഷണം, ഡോ.ജോൺസന്റെ സുപ്രസിദ്ധമായ വിധിപ്രസ്താവനയോട് യോജിക്കുന്നതായിരുന്നു – മാൻസ്ഫീൽഡ് പാർക്കിൽ ചില സങ്കടങ്ങളുണ്ടായേക്കാം, എന്നാൽ പോർട്സ്മത്തിൽ സന്തോഷമേ ഇല്ല.

9

ഇപ്പോൾ മിസ്. ക്രാഫോർഡിൽനിന്ന് എന്തെങ്കിലും വിവരം ലഭിക്കുമെന്ന് പ്രതീക്ഷിക്കേണ്ടതില്ലെന്ന ഫാന്നിയുടെ അനുമാനം വളരെ ശരിയായിരുന്നു. വാസ്തവത്തിൽ വളരെ പെട്ടെന്നായിരുന്നു അവരുടെ എഴുത്തുകുത്തുകൾ ആരംഭിച്ചത്. കഴിഞ്ഞ കത്തിനേക്കാൾ ദീർഘമായ ഇടവേളയ്ക്കുശേഷമാണ് മേരിയുടെ അടുത്ത കത്ത് വന്നത്. എന്നാൽ, ആ കാലയളവ് ആശ്വാസകരമാണെന്ന് ഫാന്നിക്ക് തോന്നിയിട്ടുണ്ടെങ്കിൽ അത് ശരിയല്ല – ഇതാ, മനസിന് മറ്റൊരു വിചിത്രമായ മാറ്റം! – ആ കത്ത് കിട്ടിയപ്പോൾ അവൾ വളരെ സന്തോഷിക്കയാണുണ്ടായത്. തന്റെ താൽപ്പര്യമനുസരിച്ച് ജീവിച്ച വിദൂരമായ സ്ഥലത്തുനിന്ന്, നല്ല സമൂഹത്തിൽനിന്ന് നാടുകടത്തപ്പെട്ടവളെപ്പോലെ കഴിയുന്ന അവൾക്ക്, സ്വന്തം ഹൃദയം കുടികൊള്ളുന്ന സ്ഥലത്തുനിന്ന്, സ്നേഹപൂർവം ഭംഗിയായി എഴുതുന്ന കത്തുകൾ തികച്ചും സ്വീകാര്യമായിരുന്നു. തിരക്കുപിടിച്ച പരിപാടികൾക്കിടയിൽ എഴുതാൻ വൈകിപ്പോയതിൽ ക്ഷമ ചോദിച്ചുകൊണ്ടാണ് മേരിയുടെ കത്ത് തുടങ്ങുന്നത്.

"ഞാനിപ്പോൾ എഴുതാൻ തുടങ്ങുകയാണ്" അവൾ തുടർന്നു: "എന്റെ കത്തിൽ നിനക്ക് വായിക്കാനായി പ്രധാനപ്പെട്ട കാര്യങ്ങളൊന്നും കാണില്ല. കത്ത് അവസാനിപ്പിക്കുന്ന പ്രേമപൂർവം സമർപ്പിക്കുന്ന മൂന്ന്

നാല് വാചകങ്ങൾ ഇതിൽ കാണില്ല. നിന്റെ ഏറ്റവും വലിയ ആരാധകനായ ഹെൻട്രി ക്രാഫോർഡിന്റേത്! കാരണം, ഹെൻട്രി ഇപ്പോൾ നോർഫോൾക്കിലാണ്. പത്തുദിവസം മുമ്പ് ബിസിനസ് കാര്യത്തിനായി എവരിംഗാമിൽ പോയിരുന്നു. ഒരുപക്ഷേഅതൊരു നാട്യമായിരിക്കാം.അതോടൊപ്പം നിന്റെ അടുക്കലേക്ക് യാത്ര ചെയ്യാനായിരിക്കാം ഉദ്ദേശ്യം. അങ്ങനെയാണവൻ. അതിനിടയ്ക്ക്, അവന്റെ അസാന്നിധ്യം അവന്റെ സഹോദരിയെ ഉദാരസീനയാക്കാനിടവരുത്തരുത്. അല്ലെങ്കിൽ അവന്റെ ചോദ്യമുയരും 'ശരി, മേരി, എന്നാണ് നീ ഫാന്നിക്ക് കത്തെഴുതുന്നത്? – ഫാന്നിക്ക് കത്തെഴുതേണ്ട സമയമായില്ലേ?' എന്നെ തോണ്ടാൻ തുടങ്ങും – ഒടുവിൽ വളരെ ശ്രമിച്ചതിനുശേഷം നിന്റെ കസിനുമാരെ ഞാൻ കണ്ടു, പ്രിയപ്പെട്ട ജൂലിയയെയും ഏറ്റവും പ്രിയപ്പെട്ട മിസിസ് റഷ്വർത്തിനെയും. ഇന്നലെ വീട്ടിൽ വെച്ചാണ് കണ്ടത്. വീണ്ടും കാണാൻ പറ്റിയതിൽ ഞങ്ങൾ വളരെ സന്തോഷിച്ചു. ഞങ്ങൾ കുറച്ച് കാര്യങ്ങൾ – അല്ല ഒരുപാട് കാര്യങ്ങൾ സംസാരിച്ചു – നിന്റെ പേര് സൂചിപ്പിക്കപ്പെട്ടപ്പോൾ എങ്ങനെയാണ് മിസിസ് റഷ്വർത്ത് നോക്കിയതെന്ന് ഞാൻ പറയട്ടെ? അവൾ എന്താണഗ്രഹിക്കുന്നതെന്നെനിക്കറിയില്ല. മൊത്തത്തിൽ, ജൂലിയയാണ് തമ്മിൽ ഭേദം. ഞാൻ നിന്നെ 'ഫാന്നി' എന്ന് സംബോധന ചെയ്തപ്പോൾ അവളുടെ മുഖം കറുത്തു, നിറം മങ്ങി – 28നു നടക്കുന്ന പാർട്ടിയിൽ ഞങ്ങൾ കാർഡ് കളിക്കും – അവൾ അന്ന് നല്ല ഫോമിലായിരിക്കും. വിമ്പോൾ സ്ട്രീറ്റിലെ ഏറ്റവും നല്ല വീടുകളിലൊന്ന് അവൾ സ്വന്തമാക്കുകയാണ്. ഞാൻ അതിൽ രണ്ടു കൊല്ലംമുമ്പ് താമസിച്ചിട്ടുണ്ട്. ലണ്ടനിലെ ഏറ്റവും നല്ല വീടുകളിലൊന്നാണതെന്ന കാര്യത്തിൽ സംശയമില്ല. അവൾ ആ വീട് എടുക്കുന്നതിൽ ഹെൻട്രിക്ക് താൽപ്പര്യമില്ല. രാജ്ഞിയെപ്പോലെ അവളതിൽ വിലസട്ടെ – അവളെ കൂടുതൽ വേദനിപ്പിക്കേണ്ടെന്നു കരുതി, നിന്റെ പേര് വീണ്ടും ഞാൻ സൂചിപ്പിക്കാൻ പോയില്ല – ഞാൻ കേട്ടിടത്തോളം വെച്ച്, ജൂലിയയോടുള്ള 'ബാരൻ വീൽഡെൻഹാമി'ന്റെ പ്രേമം തുടരുന്നു എന്നാണ്, അവളത് കാര്യമായി എടുത്തിട്ടുണ്ടോ എന്നെനിക്കറിയില്ല. അവൾ ചിന്തിക്കേണ്ടതാണ്. ബഹുമാന്യനായ ഒരു നിർധനൻ ഒട്ടും അനുയോജ്യനല്ല – നിന്റെ കസിൻ എഡ്മണ്ടിന്റെ നീക്കം മന്ദഗതിയിലാണ്. ഒരുപക്ഷേ, പുരോഹിത ചുമതലകളിൽ മുഴുകിയിരിക്കയാകാം. ഏതോ ഒരു വൃദ്ധയെ തോർട്ടൺ ലേസിയിൽ മതപരിവർത്തനം ചെയ്യാനുണ്ടത്രെ! സ്വസ്തി, എന്റെ പ്രിയപ്പെട്ട ഫാന്നി, ലണ്ടനിൽനിന്നുള്ള ദീർഘമായ ഒരു കത്താണിത്. സുന്ദരമായൊരു മറുപടി അയയ്ക്കുക, ഹെൻട്രി തിരിച്ചെത്തുമ്പോൾ അതുകണ്ട് അവന്റെ കണ്ണുകൾ ആനന്ദത്താൽ തിളങ്ങട്ടെ!"

ആ കത്തിൽ അവൾക്കിരുന്ന് ചിന്തിക്കാൻ ഒരുപാട് വകനൽകിയിട്ടുണ്ട്, മുഖ്യമായും അസുഖകരമായ ചിന്തകൾ. എന്തെല്ലാം അസ്വസ്ഥതകൾ ആ കത്ത് സൃഷ്ടിച്ചാലും, അതവളെ തന്റെ പ്രിയപ്പെട്ടവരുമായി ബന്ധിക്കാനിടവരുത്തി. ഇപ്പോൾ അവൾ ഏറ്റവും ജിജ്ഞാസയോടെ അറിയാനായി കാത്തിരുന്ന ആളുകളെ കുറിച്ചത് വിവരിച്ചു. അത്തരം കത്തു

കൾ എല്ലാ ആഴ്ചയും കിട്ടിയാൽ, അവൾ അത്രയും സന്തോഷത്തോടെ അത് സ്വീകരിച്ചേനെ എന്നുറപ്പാണ്. തന്റെ ആന്റി ബെർട്രാമിന്റെ കത്തുകൾ മാത്രമായിരുന്നു അവളുടെ ഏക ആശ്രയം.

വീട്ടിലെ മനോവിഷമങ്ങളിൽനിന്ന് രക്ഷപ്പെടാനായി പുറമെ പോകാമെന്നുവെച്ചാൽ പറ്റിയ ഒരു സൊസൈറ്റിയില്ല. തൃപ്തികരമായൊരു സുനഹൃദവലയം അച്ഛനോ അമ്മയ്ക്കോ ഇല്ല. അവളുടെ ലജ്ജാശീലവും ഒതുങ്ങിയ പ്രകൃതവും മാറ്റിയെടുക്കാനുള്ള കമ്പനി അവിടെ ഇല്ല തന്നെ. ആണുങ്ങളൊക്കെ മര്യാദയില്ലാത്ത പരുക്കന്മാരും, പെണ്ണുങ്ങൾ തന്റേടികളുമാണ്. എല്ലാം സംസ്കാരമില്ലാത്തവർ. ആദ്യം അവളെ കാണാൻ ആദരവോടെ വന്ന ചില യുവതികൾ അവളെ അവജ്ഞയോടെ വലിയ ഭാവക്കാരി എന്ന് സ്വയം പറഞ്ഞുകൊണ്ട് സ്ഥലംവിട്ടു. പ്രഭുകുടുംബത്തിൽ നിന്നെത്തിയ ഫാന്നിക്ക് പിയാനൊയോ, മറ്റ് വാദ്യോപകരണങ്ങളോ വായിക്കാനറിയില്ല എന്നതായിരുന്നു അവരുടെ അവജ്ഞയ്ക്ക് ഹേതുവായത്!

സൂസനെ കൂടുതൽ നന്നായി മനസിലാക്കാൻ കഴിഞ്ഞതായിരുന്നു ഫാന്നിയുടെ ഏക ആശ്വാസം, അവൾക്ക് ഉപകാരപ്രദമായ പലതും ഫാന്നിക്ക് ചെയ്യാനായല്ലൊ. സൂസൻ അവളോടെപ്പോഴും ഭംഗിയായിട്ടാണ് പെരുമാറാറുള്ളത്. എന്നാൽ അവളുടെ ഉറച്ച തീരുമാനങ്ങളും, പെരുമാറ്റവും ഫാന്നിയെ അത്ഭുതപ്പെടുത്തുകയും പേടിപ്പിക്കയും ചെയ്തു. പക്ഷേ, കുറച്ചുനാളായി നന്മയിലേക്കുള്ള ചില മാറ്റങ്ങൾ ഫാന്നി അവളിൽ കാണുന്നു. തികച്ചും വ്യത്യസ്ത മനോഭാവം. വീട്ടിൽ തെറ്റായ പല കാര്യങ്ങളും നടക്കുന്നുണ്ടെന്ന് സൂസൻ കണ്ടു. അവ നേരെയാക്കണമെന്നാഗ്രഹിച്ചു. എന്നാൽ, ഒരു പതിനാലുകാരിക്ക് ഒറ്റയ്ക്ക് ഉദ്ധരിച്ചെടുക്കാനാവുന്നതല്ലല്ലൊ അത്, പല തെറ്റുകളും സംഭവിച്ചിട്ടുണ്ടെങ്കിൽ അത്ഭുതപ്പെടാനില്ല. അവളുടെ സ്വാഭാവിക മനോഭാവത്തെ ഫാന്നി അഭിനന്ദിച്ചു. തെറ്റുകളെക്കുറിച്ച് ശക്തമായി ശാസിച്ചില്ല.

അമ്മയുമായി വാദിക്കുമ്പോഴെല്ലാം യുക്തി സൂസന്റെ ഭാഗത്തായിരുന്നു. അവളെ സ്വാധീനിക്കാൻ മാതൃസഹജമായ വാത്സല്യം അമ്മ കാണിച്ചില്ല. തന്റെ അന്ധമായ സ്നേഹം ദോഷം ചെയ്യുമെന്നവൾ ഒരിക്കലും മനസിലാക്കിയില്ല. മുമ്പത്തേതോ, ഇപ്പോഴത്തേതോ ആയ സ്നേഹത്തിന് ഒരു കൃതജ്ഞതയുമില്ലാതായി. എങ്കിൽ, മറ്റുള്ളവരോട് അമ്മകാണിക്കുന്ന കൂടുതൽ സ്നേഹം സൂസന് സഹിക്കാൻ കഴിഞ്ഞേനെ!

ഇക്കാര്യങ്ങളെല്ലാം സാവധാനത്തിൽ ഫാന്നിക്ക് ബോധ്യപ്പെട്ടു. സൂസനോട് സഹാനുഭൂതിയും ആദരവും തോന്നി. അവളുടെ പെരുമാറ്റം ചിലപ്പോൾ മോശമായിരുന്നു, വളരെമോശം – അനാവശ്യമായ കാര്യങ്ങൾ അനവസരത്തിൽ ചെയ്യും. അവളുടെ നോട്ടവും ഭാവവും ഭാഷയും പലപ്പോഴും ഉത്തരം പറയാനാവാത്ത വിധത്തിലാണ്, ഫാന്നിക്കത് ഓർക്കാതിരിക്കാനായില്ല. എന്നാൽ, അതെല്ലാം തിരുത്താനാകുമെന്ന് ഫാന്നിക്ക് വിശ്വാസമുണ്ട്. സൂസൻ ചേച്ചിയുടെ നല്ല അഭിപ്രായം അഭിലഷിക്കുന്നുണ്ടെന്ന് ഫാന്നി കണ്ടു. അവൾ അനിയത്തിയുടെ ഗുണത്തി

നായി യത്നിച്ചു.

ഒടുവിൽ സൂസന്റെ മനസിലത് ചലനങ്ങൾ സൃഷ്ടിക്കാൻ തുടങ്ങി. അൽപ്പം പണം ചിലവാക്കിയാൽ വെള്ളിപ്പിച്ചാത്തിയുടെ പേരിൽ നില നിൽക്കുന്ന സ്ഥിരം ശത്രുത കുട്ടികളിൽനിന്ന് മാച്ചുകളയാനാകുമെന്ന് ഫാന്നിക്ക് തോന്നി. അങ്കിൾകൊടുത്ത പണം അവളുടെ കയ്യിലുണ്ടല്ലോ. തന്റെ ഔദാര്യം വീട്ടിലുള്ളവർക്ക് ഇഷ്ടക്കേടുണ്ടാക്കുമോ എന്ന ഭയത്താൽ അവൾ ഒരു തീരുമാനത്തിലെത്താൻ കുറച്ചു സമയമെടുത്തു. സമ്മാനം കൊടുത്താൽ, താൻ മറ്റുള്ളവരെക്കാൾ ഉൽക്കൃഷ്ടയാണെന്ന് സ്വയം കരുതുന്നു എന്നവർ കുറ്റപ്പെടുത്തിയാലോ! ഒടുവിൽ, അവൾ ഒരു വെള്ളി പ്പിച്ചാത്തി ബെറ്റ്സിക്കുവേണ്ടി വാങ്ങിച്ചു. അത്യാഹ്ലാദത്തോടെ ബെറ്റ്സി അത് സ്വീകരിച്ചു. പുതിയ പിച്ചാത്തി എന്തുകൊണ്ടും പഴയതിനെക്കാൾ മേന്മയുള്ളതായിരുന്നു. പഴയത് സൂസന് സ്വന്തമാക്കാനായി. തനിക്ക് മനോഹരമായൊരു പിച്ചാത്തി കിട്ടിയെന്നും, പഴയത് ആവശ്യമില്ലെന്നും ബെറ്റ്സി പ്രഖ്യാപിച്ചു, ഇനി ഒരിക്കലും അത് ചോദിക്കില്ല. അമ്മയ്ക്കും അത് വളരെ തൃപ്തികരമായിരുന്നു, അത് അസാധ്യമാണെന്ന ഭയം ആദ്യം ഫാന്നിക്കുണ്ടായിരുന്നു. ഒരു കുടുംബവഴക്കിനുള്ള ഉത്ഭവഹേതുനി ശ്ശേഷം നിർമാർജനം ചെയ്യപ്പെട്ടു. സൂസന്റെ ഹൃദയം അതോടെ ചേച്ചി ക്കായി തുറന്നു വെച്ചു!

തുറന്ന പ്രകൃതമാണവളുടേത്. അവളുടെ മനോഭാവം മനസിലാ ക്കിയ ഫാന്നി സഹോദരിയുടെ ഉന്നമനത്തിനായി പ്രവർത്തിക്കാൻ തുട ങ്ങി. ശാന്തമായ രീതിയിൽ സദുപദേശങ്ങൾ നൽകി, എതിർപ്പ് തോന്നാത്ത രീതിയിൽ. അതവളിൽ വരുത്തുന്ന മാറ്റങ്ങൾകണ്ട് ഫാന്നി സന്തോഷിച്ചു. അനിയത്തിക്ക് സ്വന്തം ചിന്തകളെ നിയന്ത്രിക്കാനും ആദർശങ്ങൾ പഠിപ്പിക്കാനും തനിക്ക് കിട്ടിയതുപോലെ കസിൻ എഡ്മണ്ട് ഇല്ലല്ലൊ!

അങ്ങനെ അവരിൽ വളർന്നുവന്ന അടുപ്പം ഇരുവർക്കും പ്രയോജ നകരമായി. അവർ ഇരുവരും മുകളിലെ മുറിയിലാണ് ഇരിക്കാറ്, അതു കൊണ്ട് വീട്ടിൽ നടക്കുന്ന ബഹളത്തിൽ ഒരുപരിധിവരെ അവർക്ക് ഒഴി ഞ്ഞുമാറാനായി. ഫാന്നിക്ക് ശാന്തിയും സമാധാനവും ലഭിച്ചു. ശാന്ത മായി ജോലി ചെയ്യുന്നത് ദുർഭാഗ്യമല്ലെന്ന് ചിന്തിക്കാൻ സൂസൻ പഠിച്ചു! തീയില്ലാതെയാണവൾ മുകളിലെ മുറിയിലിരുന്നത്. ഫാന്നിക്കുപോലും അസൗകര്യം പരിചിതമാണ്. കിഴക്കെമുറിയെ അവൾ ഓർത്തു. അത് വെറുമൊരു സാമ്യം മാത്രം. വിസ്താരം, വെളിച്ചം, ഫർണിച്ചർ, ആകൃതി എന്നിവയിൽ ഇരുമുറികളും തമ്മിൽ യാതൊരു സാദൃശ്യവുമില്ല. അവ ളുടെ പക്കലുണ്ടായിരുന്ന പുസ്തകങ്ങളെക്കുറിച്ചോർത്ത് അവൾ ഇട യ്ക്കിടെ നെടുവീർപ്പിടും, അതുപോലെ മറ്റ് സുഖസൗകര്യങ്ങളെക്കുറി ച്ചോർത്തും. കുറച്ചുനാൾ കഴിഞ്ഞപ്പോൾ പുസ്തകങ്ങളെക്കുറിച്ചുള്ള ചിന്ത ദുഷ്കരമായി. പുസ്തകങ്ങൾ ഇല്ലാതെ ജീവിക്കാൻ സാധ്യമല്ലെ ന്നുപോലും ഫാന്നിക്ക് തോന്നി. അച്ഛന്റെ വീട്ടിൽ ഒന്നുമില്ല. എന്നാൽ,

പണം കയ്യിലുണ്ടല്ലോ, ധൈര്യസമേതം ധാരാളിത്തത്തിനുപയോഗിക്കാം. അവൾ വീടുകളിൽ പുസ്തകങ്ങൾ എത്തിച്ചുകൊടുക്കുന്ന ഒരു ലൈബ്രറി കണ്ടെത്തി. ഫാന്നി അതിൽ ഒരു വരിക്കാരിയായി ചേർന്നു. നല്ല നല്ല ഉപകാരപ്രദമായ പുസ്തകങ്ങൾ അവൾ തെരഞ്ഞെടുത്തു. സൂസൻ മുമ്പ് ഒന്നും വായിച്ചിട്ടില്ല. ജീവചരിത്രവും കവിതയും വായിക്കാനുള്ള വാസന അവളിൽ പ്രോത്സാഹിപ്പിക്കാൻ ഫാന്നി ആഗ്രഹിച്ചു.

ഇത്തരം പ്രവൃത്തികളിൽ മുഴുകിയാൽ മാൻസ്ഫീൽഡിനെകുറിച്ചുള്ള ഓർമകൾ കുറെയൊക്കെ മറക്കാനാകുമെന്നവൾ കരുതി, പ്രത്യേകിച്ചും എഡ്മണ്ടിനെ പിൻന്തുടർന്ന് ലണ്ടനിലേക്ക് പായുന്ന ചിന്തകൾ. ആന്റിയുടെ അവസാനകത്തിൽ അവൻ പോയ വിവരമുണ്ടായിരുന്നു. ഇനി എന്താണുണ്ടാകാൻ പോകുന്നതെന്നകാര്യത്തിൽ അവൾക്കൊരു സംശയവുമില്ല. വാഗ്ദാനംചെയ്ത വിളംബരം അവളുടെ തലയ്ക്കുമീതെ ഞാന്നുകിടക്കുകയാണ്. പോസ്റ്റ്മാന്റെ മുട്ടുകേൾക്കുമ്പോളവൾ ഞെട്ടിവിറയ്ക്കുന്നു.

10

എഡ്മണ്ട് നഗരത്തിലെത്തുമെന്ന് കരുതപ്പെട്ട ദിവസം കഴിഞ്ഞു. ഒരാഴ്ചയായി. എന്നാൽ, ഫാന്നിക്കവനെകുറിച്ചൊരു വിവരവും ലഭിച്ചില്ല. അവന്റെ നിശ്ശബ്ദതയ്ക്ക് മൂന്ന് വ്യത്യസ്ത കാരണങ്ങൾ അനുമാനിക്കപ്പെടാം, ഫാന്നിയുടെ മനസ്സ് അവയ്ക്കിടയിൽ ആടിക്കൊണ്ടിരുന്നു. ഓരോന്നും ശരിയായിരിക്കാനുള്ള സാധ്യതയുണ്ടെന്നവൾക്ക് തോന്നി. ഒരു പക്ഷേ, പോക്ക് വീണ്ടും മാറ്റിവെച്ചിരിക്കാം. അല്ലെങ്കിൽ മിസ്. ക്രാഫോർഡിനെ ഒറ്റയ്ക്ക് കാണാനുള്ള അവസരം ഇനിയും കിട്ടിയിട്ടില്ലായിരിക്കാം – അതുമല്ലെങ്കിൽ കത്തെഴുതാനുള്ള താൽപ്പര്യമില്ലായിരിക്കാം!

ഫാന്നി മാൻസ്ഫീൽഡിൽനിന്നും പോന്നിട്ട് ഏകദേശം നാലാഴ്ച ആയി – അവൾ എല്ലാദിവസവും അത് കണക്ക് കൂട്ടിനോക്കും. പതിവുപോലെ രാവിലെ അവളും സൂസനും മുകളിലെ മുറിയിലേക്ക് പോകാൻ നിൽക്കവെ, ഏതോ സന്ദർശകന്റെ മുട്ടുകേട്ട് അവർ നിന്നു. റെബേക്കാ ചെന്ന് വാതിൽ തുറന്നു. മറ്റേതിനെക്കാൾ അവൾക്കിഷ്ടപ്പെട്ട ഒരു ജോലിയാണത്.

അതൊരു മാന്യന്റെ ശബ്ദമാണ്. ഫാന്നിയുടെ മുഖം ആ ശബ്ദം കേട്ട് വിളർത്തുപോയി. മിസ്റ്റർ ക്രാഫോർഡ് മുറിയിലേക്ക് പ്രവേശിച്ചു.

അവളുടെ വിവേകം പെട്ടെന്നുണർന്ന് പ്രവർത്തിച്ചു. 'വില്യമിന്റെ സുഹൃത്ത്' എന്നാണയാളെ അമ്മയ്ക്ക് പരിചയപ്പെടുത്തിയത്. എല്ലാവരും ഇരുന്നു കഴിഞ്ഞപ്പോൾ, ഈ സന്ദർശനത്തിന്റെ ലക്ഷ്യമെന്തായിരിക്കും എന്നോർത്തവൾ പേടിച്ചു വിറച്ചു. തലകറങ്ങി വീഴുമെന്ന് തോന്നി.

അവളങ്ങനെ തളർന്നിരിക്കവെ സന്ദർശകൻ പതിവ് പ്രസരിപ്പോടെ അവളെ സമീപിച്ച്, എന്നാൽ, ബുദ്ധിപൂർവം ദയാവായ്പോടെ കണ്ണുകൾ

മറ്റൊരിടത്തേക്ക് തിരിച്ച് അവൾക്ക് സമനില കൈവരിക്കാൻ സമയം നൽകി. അമ്മയോട് എളിമയോടെയും തികഞ്ഞ മര്യാദയോടെയും കുശല പ്രശ്നം ചെയ്യാൻ തുടങ്ങി, അതേ സമയം വളരെ സൗഹൃദത്തോടെയും കുറ്റമറ്റതായിരുന്നു അയാളുടെ പെരുമാറ്റം.

മിസിസ് പ്രൈസിന്റെ പെരുമാറ്റവും ഏറ്റവും നല്ല രീതിയിലായിരുന്നു. തന്റെ മകന്റെ അത്തരമൊരു സുഹൃത്തിനെ കണ്ട് ആനന്ദപുളകിതയായ അവൾ മാതൃസഹജമായ കൃതജ്ഞത പ്രകടിപ്പിച്ചു. അത് സുഖകരമായൊരു പ്രദർശനമായിരുന്നു. മിസ്റ്റർ പ്രൈസ് പുറത്തുപോയിരിക്കയാണ്, അതവളെ വളരെ വിഷമിപ്പിച്ചു. പക്ഷേ, വളരെ വേഗം അവൾ സമനിലപ്രാപിച്ചു. അപ്പോൾ മറ്റ് പില അസ്വാസ്ഥ്യങ്ങളാണവളെ ദുഃഖിപ്പിച്ചത്, തന്നെ അയാൾ കണ്ടെത്തിയ സാഹചര്യം, ഈ വീട്, അവൾക്ക് ലജ്ജതോന്നി. മറ്റെല്ലാറ്റിനെക്കാൾ ലജ്ജാകരമാണ് അച്ഛന്റെ കാര്യം.

അവർ വില്യമിനെകുറിച്ച് സംസാരിച്ചു, ആ വിഷയത്തെക്കുറിച്ച് എത്ര സംസാരിച്ചാലും മിസിസ് പ്രൈസ് തളരില്ല! ഇത്രയും നല്ലൊരു മനുഷ്യനെ താനിതുവരെ കണ്ടിട്ടില്ലെന്നവൾക്ക് തോന്നി.

അമ്മയോട് കുറെ നേരമയാൾ വാചാലതയോടെ സംസാരിച്ചു. ഫാന്നി എന്തെങ്കിലും ചോദിക്കുമെന്നയാൾ കരുതി. അപ്പോഴേക്കും അയാളുടെ നോട്ടം അഭിമുഖീകരിക്കാമെന്നനില ഫാന്നി കൈവരിച്ചിരുന്നു. താൻ ലണ്ടൻ വിടുന്നതിന് മുമ്പ് സഹോദരിയോടൊപ്പം അരമണിക്കൂർ ചിലവഴിച്ചെന്നയാൾ പറഞ്ഞു. അവൾ ഫാന്നിക്കായി സ്നേഹാന്വേഷണങ്ങൾ അയച്ചിരുന്നു. എഴുതാനവൾക്ക് സമയം കിട്ടിയില്ല. നോർഫോൾക്കിൽനിന്ന് തിരിച്ചെത്തി കഷ്ടിച്ച് ഒരു ദിവസം മാത്രമാണ് ലണ്ടനിൽ തങ്ങാനായത്. അതിനിടയ്ക്ക് അരമണിക്കൂറെങ്കിലും മേരിയോടൊപ്പം കഴിയാൻ പറ്റിയത് ഭാഗ്യമാണ്. അവളുടെ കസിൻ എഡ്മണ്ട് ഏതാനും ദിവസമായി ലണ്ടനിലുണ്ടെന്നറിഞ്ഞു, നേരിട്ട് കാണാൻ കഴിഞ്ഞില്ല. എന്നാലവൻ സുഖമായിരിക്കുന്നു.

ഫാന്നി എല്ലാം കേട്ടു, അവസാനം വരെ. വിളർത്ത മുഖത്തോടെ അവൾ എഡ്മണ്ടിനെക്കുറിച്ചോർത്തു "അപ്പോൾ, ഇതിനകം എല്ലാം ഉറപ്പിച്ചുകാണും."

ഫാന്നിക്ക് ഏറ്റവും താൽപ്പര്യമുള്ള മാൻസ്ഫീൽഡ് വാർത്തകൾ കുറച്ചുനേരംകൂടി പറഞ്ഞശേഷം കുറച്ചു നടക്കാമെന്ന് ക്രാഫോർഡ് സൂചിപ്പിച്ചു.

"എത്ര സുന്ദരമായ സുപ്രഭാതം! ഈ സീസണിൽ എപ്പോൾ വേണമെങ്കിലും അത് മാഞ്ഞുപോകാം. അതുകൊണ്ട് ആ വ്യായാമം വൈകിപ്പിക്കാതിരിക്കയാണ് ബുദ്ധി." ഈ അലങ്കാര ഭാഷാപ്രയോഗംകൊണ്ട് കാര്യം നടക്കില്ലെന്നുകണ്ടപ്പോൾ അയാൾ മിസിസ് പ്രൈസിനു മുന്നിൽ ഉദ്ദേശ്യം വ്യക്തമാക്കി. അമ്മയോടും പുത്രിമാരോടും സമയം കളയാതെ നടക്കാൻ പോകാമെന്ന് പറഞ്ഞു. അങ്ങനെ അവർ ഒരു തീരുമാനത്തിലെത്തി. മിസിസ് പ്രൈസ് ഞായറാഴ്ചയല്ലാതെ മറ്റൊരുദിവസവും

പുറത്തിറങ്ങാറില്ല. വലിയൊരു കുടുംബം നോക്കാനുള്ളതിനാൽ ഒഴിവ് സമയം കിട്ടാറില്ല. എങ്കിൽ, അവൾക്ക് മക്കളെ പ്രേരിപ്പിച്ച് നല്ലകാലാവസ്ഥ പ്രയോജനപ്പെടുത്തിക്കൂടെ? അവരുടെ കാര്യങ്ങൾ ശ്രദ്ധിക്കുന്നതിലയാൾക്ക് സന്തോഷമേ ഉള്ളൂ.

മിസിസ് പ്രൈസ് സസന്തോഷം സമ്മതിച്ചു, അവളുടെ പുത്രിമാർ സദാസമയം വീട്ടിനുള്ളിൽ അടച്ചിരിപ്പാണ് – പോർട്സ്മത്തിൽ സുഖകരമായ സ്ഥലമല്ല – പുറത്ത് അവർ പോകാറേ ഇല്ല. അവർക്കത് സന്തോഷമായിരിക്കും. ഫാന്നിക്കത് അസ്വാസ്ഥ്യജനകമായിരുന്നെങ്കിലും, പത്തുമിനിറ്റിനുള്ളിൽ സൂസനോടൊപ്പം ക്രാഫോർഡിനെയുംകൂട്ടി റോഡിലേക്കിറങ്ങി.

അതവൾക്ക് വേദനിക്കുന്ന ഒരനുഭവമായിരുന്നു, കുഴപ്പത്തിനുമേൽ കുഴപ്പം, പ്രധാനവീഥിയിലെത്തുമ്പോഴേക്കും അതാ അവരുടെ അച്ഛൻ വരുന്നു. ശനിയാഴ്ച ആയതിനാൽ നന്നായി മിനുങ്ങിയിട്ടുണ്ട്! അയാൾ നിന്നു, മര്യാദയില്ലാത്തമട്ടിൽ ഒന്നു നോക്കി. ഫാന്നിക്ക് ക്രാഫോർഡിനെ അച്ഛന് പരിചയപ്പെടുത്തിക്കൊടുക്കേണ്ടിവന്നു. ക്രാഫോർഡ് ഞെട്ടിപ്പോകുമെന്നവൾക്കുറപ്പായിരുന്നു. അയാൾ ലജ്ജിക്കും, വെറുക്കും. ഉടനെ അയാൾ അവളുമായുള്ള ബന്ധം ഉപേക്ഷിക്കും, യാതൊരു താൽപ്പര്യവും ഇനി അവളിൽ കാണിക്കില്ല. അയാളുടെ സ്നേഹം നിലയ്ക്കണമെന്നാണവളുടെ മോഹമെങ്കിലും, ഇത്തരത്തിലുള്ള അന്ത്യം അവളാഗ്രഹിച്ചില്ല.

എന്നാൽ, വളരെ അന്തസ്സോടെ ഈ അപരിചിതനോട് അച്ഛൻ പെരുമാറുന്നതുകണ്ട് ഫാന്നി അതിശയിച്ചുപോയി! വീട്ടിലെ പെരുമാറ്റത്തിന് കടകവിരുദ്ധം! കൃതജ്ഞതയും ഉത്സാഹവും പൗരുഷവും അവൾ മിസ്റ്റർ പ്രൈസിൽ ദർശിച്ചു. തുറന്ന അന്തരീക്ഷത്തിന് അനുയോജ്യമായിരുന്നു ഉറക്കെയുള്ള അയാളുടെ സംസാരം. വിവേകശാലിയായൊരു സ്നേഹശീലനായ പിതാവിനെപ്പോലിരുന്നു അയാളുടെ പെരുമാറ്റം! ശാപവചനങ്ങളൊന്നുമില്ല. മിസ്റ്റർ ക്രാഫോർഡിന്റെ ആദരവോടെയുള്ള പെരുമാറ്റത്തെ അയാൾ പ്രശംസിച്ചു. എന്തായാലും ഫാന്നിക്കത് വലിയ ആശ്വാസം നൽകി.

ഒടുവിൽ, മിസ്റ്റർ പ്രൈസ് മിസ്റ്റർ ക്രാഫോർഡിനെ ഡോക്യാർഡ് കാണിക്കാനായി കൊണ്ടുപോകാമെന്നേറ്റു. അതൊരു ആനുകൂല്യമായി മിസ്റ്റർ ക്രാഫോർഡ് കണ്ടു, അയാൾ പലപ്രാവശ്യം ഡോക്യാർഡ് കണ്ടിട്ടുള്ളതാണെങ്കിലും! അതിനും പുറമെ അത്രയുംനേരം അയാൾക്ക് ഫാന്നിയോടൊപ്പം സമയം ചിലവഴിക്കാമല്ലോ, അവൾ നടന്ന് തളരുന്നതുവരെ. വലിയതെരുവിൽ മക്കൾക്ക് ചില ഷോപ്പിങ് ചെയ്യാനാഗ്രഹമുണ്ടായിരുന്നെങ്കിലും, മിസ്റ്റർ പ്രൈസ് നേരെ നടക്കാൻ തുടങ്ങി. എന്നാൽ, ക്രാഫോർഡ് ഇടപെട്ട് പെൺകുട്ടികളെ ഷോപ്പിങ്ങിന്നായി വിട്ടു. അതിനുശേഷം അവർ ഡോക്യാർഡിലേക്ക് നടന്നു. വളരെ വേഗത്തിലായിരുന്നു അച്ഛന്റെ നടത്തം. അയാൾ മുന്നിൽനിന്നും വിളിച്ചു പറഞ്ഞു:

“വരൂ കുട്ടികളെ, ഫാൻ – വരൂ, സൂ – ശ്രദ്ധിച്ച് നടക്കൂ – മുന്നോട്ട് നോക്കൂ.” അപ്പോഴേക്കും തന്റെ ഒരു സുഹൃത്തായ നേവൽ ഓഫീസർ

അവിടെ വന്നപ്പോൾ അയാൾ സുഹൃത്തിനോടൊപ്പം പോയി. ഡോക് യാർഡിനുള്ളിൽ നടന്ന് തളർന്നപ്പോൾ, അവർ ഒരിടത്ത് ഇരുന്നു. സൂസനെ മാറ്റിനിർത്താൻ പറ്റിയിരുന്നെങ്കിൽ എത്രനന്നായിരുന്നെന്ന് ക്രാഫോർഡ് ഓർത്തു. എല്ലാം നിരീക്ഷിക്കുന്ന ഒരു പതിനാലുകാരി അപകടകരമാണ്, – ലേഡിബെർട്രാമിനെപ്പോലെയല്ല – കണ്ണുകളും ചെവികളും. സുപ്രധാനകാര്യങ്ങൾ അവളുടെ മുന്നിൽ വെച്ച് സംസാരിക്കാനാവില്ല. പൊതുതാൽപ്പര്യമുള്ള വിഷയങ്ങളേ സംസാരിക്കാൻ പറ്റൂ. സൂസനും അതിൽ പങ്കുകൊണ്ടോട്ടെ. നോർഫോൾക്ക് ആയിരുന്നു മുഖ്യ സംസാരവിഷയം. അവിടെ അയാൾ കുറച്ചുനാൾ ഉണ്ടായിരുന്നു. ചില പ്രധാനപ്പെട്ട ബിസിനസ് കാര്യങ്ങൾ ചെയ്തു തീർക്കാനുണ്ടായിരുന്നു. സൂസനും അയാളുടെ സംഭാഷണരീതി വളരെ ഇഷ്ടപ്പെട്ടു. എസ്റ്റേറ്റ് കാര്യങ്ങൾ ചെയ്തുതീർക്കാനുണ്ടായിരുന്നു അയാൾക്കവിടെ. ഫാന്നിയെ ലക്ഷ്യമിട്ടുകൊണ്ടയാൾ പറഞ്ഞു, ഇത്രയും കാര്യങ്ങൾ നിർവഹിക്കാനായി അയാൾക്കൊരു സഹായി ആവശ്യമാണ്, അതുടനെ നേടാനാകുമെന്നയാൾ ആശിക്കുന്നു. അപ്പോൾ, എവരിംഗാമിലെ ജീവിതം ആനന്ദകരമാകും!

അവൾ മുഖം തിരിച്ചു. ഇത്തരം കാര്യങ്ങൾ അയാൾ പറയാതിരിക്കട്ടെ എന്നവൾ ആശിച്ചു. തനിക്കാവശ്യമില്ലാത്ത ഒരുപാട് ഗുണങ്ങൾ അയാൾക്കുണ്ട് എന്ന് സമ്മതിക്കാനവൾ തയാറായിരുന്നു. ഒടുവിലയാൾ പിൻതിരിയുമെന്നവൾ കരുതി. അയാൾ അവൾക്ക് അനുയോജ്യനല്ല, അവളെക്കുറിച്ചയാൾ ചിന്തിക്കരുത്.

എവരിംഗാമിനെകുറിച്ച് ഒരുപാട് പറഞ്ഞു കഴിഞ്ഞു എന്നയാൾക്ക് തോന്നി. മറ്റെന്തെങ്കിലും സംസാരിക്കണം. പിന്നെ മാൻസ്ഫീൽഡിനെ കുറിച്ചായി സംഭാഷണം. പെട്ടെന്നവളുടെ ശ്രദ്ധ അതിലേക്ക് തിരിഞ്ഞു. ഇതിനെക്കാൾ നല്ലൊരുവിഷയം അയാൾക്ക് തെരഞ്ഞെടുക്കാൻ പറ്റില്ലായിരുന്നു! മാൻസ്ഫീൽഡിനെകുറിച്ച് സംസാരിക്കുന്നതും കേൾക്കുന്നതും അവൾക്കാഹ്ലാദം നൽകുന്നകാര്യമാണ്. അവിടത്തെ ചുറ്റുപാടിനെയും അന്തേവാസികളെയും കുറിച്ചയാൾ ഹൃദ്യമായ രീതിയിൽ വിവരിച്ചു, നല്ലവനും വിവേകശാലിയുമായ അമ്മാവൻ, ഏറ്റവും മധുരമായി പെരുമാറുന്ന അമ്മായി........ എല്ലാം അവളുടെ ഹൃദയം നിറച്ചു.

അയാൾക്ക് മാൻസ്ഫീൽഡിനോട് പ്രത്യേക അടുപ്പമാണ് എന്നയാൾ പറഞ്ഞു. തന്റെ സമയമത്രയും അവിടെ ചിലവഴിക്കാനാഗ്രഹിക്കുന്നു – എല്ലായ്പ്പോഴും, അല്ലെങ്കിൽ അതിനടുത്ത പ്രദേശത്ത്. ഇക്കൊല്ലത്തെ വേനലും ശരൽക്കാലവും അവിടെ വളരെ സുഖമായി ചിലവഴിക്കാനയാൾ പദ്ധതിയിട്ടിരിക്കയാണ്, കഴിഞ്ഞവർഷത്തെക്കാൾ രസകരമായി...........”

സതർട്ടൺ, തോർട്ടൺലേസി, അയാൾ തുടർന്നു. ആ വീടുകളിൽ എത്ര ശ്രേഷ്ഠരാണ് ജീവിക്കുന്നത്....

ഫാന്നി നിശ്ശബ്ദതപാലിച്ചു. മിസ്റ്റർ പ്രൈസ് തിരിച്ചെത്തിയപ്പോൾ, അവർ തിരിച്ചുപോകാൻ തയാറായി. അപ്പോൾ രഹസ്യമായി ക്രാഫോർഡ്

പറഞ്ഞു, അവളെ കാണാൻവേണ്ടി മാത്രമാണയാൾ പോർട്സ്മത്തിൽ വന്നതെന്ന്, കാരണം, അവളുമായുള്ള നീണ്ട വേർപാട് അയാൾക്ക് അസഹ്യമാണ്. അവൾ ഖേദിച്ചു, വളരെ ഖേദിച്ചു. എങ്കിലും, മൊത്തത്തിൽ അയാളുടെ പെരുമാറ്റത്തിന് മാറ്റം വന്നിട്ടുണ്ടെന്നവൾ കരുതി. മാൻസ്ഫീൽഡിൽ ഉണ്ടായിരുന്നതിനേക്കാൾ മാന്യനും, മറ്റുള്ളവരുടെ വികാരങ്ങൾ കണക്കിലെടുക്കുന്നവനും എളിമയുള്ളവനുമായിത്തീർന്നിരിക്കുന്നു! അയാൾ ഒരുദിവസംകൊണ്ട് സന്ദർശനം അവസാനിപ്പിച്ച് പോയിരുന്നെങ്കിൽ! – എന്നാൽ, അവൾ ചിന്തിച്ചിരുന്നതുപോലെ അത്ര മോശമായില്ല കാര്യങ്ങൾ. മാൻസ്ഫീൽഡിനെക്കുറിച്ചുള്ള സംഭാഷണം ശരിക്കും ആനന്ദകരമായിരുന്നു!

അവർ പിരിയുന്നതിനുമുമ്പ്, അവരോടൊപ്പം ഭക്ഷണം കഴിക്കാനുള്ള സന്മനസുണ്ടാകണമെന്ന് അപ്പോഴേക്കും തിരിച്ചെത്തിയ അവളുടെ അച്ഛൻ ക്രാഫോർഡിനോടഭ്യർഥിച്ചു. ഫാന്നി പേടിച്ചു വിറയ്ക്കാൻ തുടങ്ങുന്നതിനു മുമ്പ്, മറ്റൊരു പരിപാടിക്കെത്താമെന്നേറ്റിരുന്നതിനാൽ ആ ക്ഷണം അയാൾ എളിമയോടെ നിരസിച്ചു. ഫാന്നിക്കത് വലിയ ആശ്വാസം നൽകി. അന്ന് ഉച്ചയ്ക്കും പിറ്റേന്നും അയാൾക്ക് ഒഴിവുണ്ടാകില്ല. അങ്ങനെ അവർ പിരിഞ്ഞു.

അയാൾ അവരോടൊപ്പം ഭക്ഷണം കഴിച്ച്, അതിലെ പോരായ്മകൾ മനസിലാക്കുന്നത് ഭയങ്കരമായേനെ! റെബേക്കയുടെ പാചകം, അവളുടെ വിളമ്പൽ, ബെറ്റ്സിയുടെ വാരിക്കോരിയുള്ള തീറ്റ തുടങ്ങിയവയുമായി ഫാന്നി ഇനിയും ഇഴുകിയിട്ടില്ല. അവൾക്കത് സഹിക്കാവുന്ന ഭക്ഷണമാണെങ്കിലും, ആഡംബരത്തിലും സുഖസമൃദ്ധിയിലും കഴിയുന്ന അയാൾക്കത് അസഹ്യമായിരിക്കും.

11

പിറ്റേന്ന് രാവിലെ പ്രൈസുമാർ പള്ളിയിലേക്ക് പോകാൻ നിൽക്കവെ മിസ്റ്റർ ക്രാഫോർഡ് വീണ്ടും പ്രത്യക്ഷപ്പെട്ടു. അയാൾ വന്നു – നിൽക്കാൻ വേണ്ടിയല്ല – അവരോടൊപ്പം പോകാൻ – ഗാരിസൻ പള്ളിയിലേക്ക് പോകാൻ അയാൾ ക്ഷണിക്കപ്പെട്ടു, ശരിക്കും അയാൾ ഉദ്ദേശിച്ചതും അതുതന്നെയായിരുന്നു. അവർ ഒന്നിച്ച് നടന്നു.

ഇപ്പോൾ കുടുംബം നല്ല രീതിയിലായിരുന്നു. എല്ലാ ഞായറാഴ്ചയും ഏറ്റവും നല്ല വസ്ത്രങ്ങളണിഞ്ഞ് വൃത്തിയായിട്ടാണ് പള്ളിയിൽ പോകുക. ഫാന്നിയും അപ്രകാരം തന്നെ. പാവം അമ്മയും ഇപ്പോൾ മോശമല്ല, ലേഡിബെർട്രാം ആകാനുള്ള മാന്യതയുണ്ട്. ഇക്കാര്യമോർത്ത് ഫാന്നിയുടെ ഹൃദയം വല്ലാതെ വേദനിക്കാറുണ്ട് – അവർ ഇരുവരും തമ്മിലുള്ള അന്തരമോർത്ത് – പ്രകൃതി അവരെ അത്ര വ്യത്യസ്തമായി

ട്ടല്ല സൃഷ്ടിച്ചത്, ചുറ്റുപാടുകളാണ് ഇത്രയും അന്തരമുണ്ടാക്കിയത്. അവളുടെ അമ്മ ലേഡിബെർട്രാമിനെപ്പോലെ സുന്ദരിയാണ്, ഏതാനും വർഷങ്ങൾക്കിളയതുമാണ്, എന്നാൽ, എത്രക്ഷീണിതയും പ്രാകൃതയുമായി കാണപ്പെടുന്നു. പക്ഷേ, ഞായറാഴ്ച അവൾ സുന്ദരിയും പ്രസന്നയുമായി മാറുന്നു.

പള്ളിയിൽ വെച്ചവർ ഇരുഭാഗങ്ങളിലേക്കായി മാറേണ്ടതാണ്, എന്നാൽ, മിസ്റ്റർ ക്രാഫോർഡ് ശ്രദ്ധാപൂർവം സ്ത്രീകളുടെ ഭാഗത്തേക്ക് മാറിനിന്നു. പള്ളിവിട്ടപ്പോഴും കോട്ടയിലെ കുടുംബപാർട്ടിയോടൊപ്പം നിലയുറപ്പിച്ചു. എല്ലാ ഞായറാഴ്ചയും മിസിസ് പ്രൈസ് ഭക്ഷണസമയംവരെ കോട്ടയിൽ ഉലാത്തും. അതവളുടെ പൊതുസ്ഥലമാണ്, പരിചയക്കാരുമായുള്ള സുഹൃദ്ബന്ധം പുതുക്കുന്നതും, വാർത്തകൾ അറിയുന്നതും, പരദൂഷണം പറയുന്നതും, പോർട്സ്മത്തിലെ വേലക്കാരുടെ ദൂഷ്യങ്ങൾ ചർച്ച ചെയ്യുന്നതുമെല്ലാം അവിടെവെച്ചാണ്.

അവർ പള്ളിയിൽനിന്നും വീട്ടിലേക്ക് നടന്നു. മിസ് പ്രൈസിനെ ശ്രദ്ധിക്കേണ്ട ചുമതല മിസ്റ്റർക്രാഫോർഡ് സ്വയം ഏറ്റെടുത്തു. ആദ്യം അവളുടെ കരംഗ്രഹിച്ചുകൊണ്ട് അയാൾ നടന്നത് അവൾ ശ്രദ്ധിച്ചില്ല. ഫാന്നിക്കത് വിശ്വസിക്കാനായില്ല. അതെങ്ങനെ തടയുമെന്നവൾക്കറിയില്ലായിരുന്നു. അതവളെ വല്ലാതെ അസ്വസ്ഥയാക്കി. എന്നാലും, രസകരമായൊരു ദിനമായിരുന്നു അന്ന്. പതിവിന് വിപരീതമായി മനോഹരമായൊരു ദിവസം. മാർച്ചുമാസമായിരുന്നെങ്കിലും, ഏപ്രിലിലെ അന്തരീക്ഷം – തെളിഞ്ഞ ആകാശം, പ്രകാശിക്കുന്ന സൂര്യൻ, സുഖകരമായി ഒഴുകുന്ന മന്ദമാരുതൻ, ഇടയ്ക്കെല്ലാം കാർമേഘം വന്നെങ്കിലും, ഒരു മിനിറ്റിനുള്ളിൽ മാഞ്ഞുപോകും. അത്തരം ഒരന്തരീക്ഷത്തിൽ എല്ലാം സുന്ദരമായി കാണപ്പെട്ടു, സൈപ്റ്റ് ഹെഡിലെ കപ്പലുകളും അതിനപ്പുറത്തെ ദ്വീപും കോട്ടയിൽ ആഞ്ഞടിച്ച് പൊട്ടിത്തകരുന്ന തിരമാലകളും അതിൽനിന്നുയരുന്ന അട്ടഹാസവും എല്ലാം ഫാന്നിയെ ആഹ്ലാദിപ്പിച്ചു. അവൾ മതിമറന്ന് പരിസരബോധമില്ലാതെ നിന്നു. എന്നുമാത്രമല്ല, അയാൾ അവളുടെ കൈപിടിച്ചിരുന്നില്ലെങ്കിൽ, അത് ചെയ്യണമെന്നവൾ കരുതിയേനെ! കാരണം, ഇത്തരത്തിലുള്ള രണ്ട് മണിക്കൂർ നീണ്ട ചുറ്റിക്കറങ്ങലിൽ അവൾക്ക് കരുത്തുള്ള ഒരു താങ്ങ് വേണമായിരുന്നു, പ്രത്യേകിച്ച്, കഴിഞ്ഞദിവസങ്ങളിലെ വ്യായാമമില്ലായ്മയ്ക്കുശേഷം. ക്രമീകൃതമായ വ്യായാമം ഉപേക്ഷിച്ചതിലുള്ള പ്രശ്നം അവൾ മനസിലാക്കി. പോർട്സ്മത്തിൽ വന്നശേഷം അവളുടെ ആരോഗ്യം നശിച്ചുകൊണ്ടിരിക്കയാണ്. സുഖകരമായ കാലാവസ്ഥയും മിസ്റ്റർ ക്രാഫോർഡിന്റെ താങ്ങും ഇല്ലായിരുന്നെങ്കിൽ, ഇതിനുള്ളിൽ തളർന്നു വീണേനെ.

ആ ദിവസത്തിന്റെ മനോഹാരിതയും പ്രകൃതി സൗന്ദര്യവും അവളെപ്പോലെ അയാളുടെ ഹൃദയത്തെയും സ്പർശിച്ചു. അയാൾ ചുമരിൽ ചാരിനിന്ന് പ്രകൃതി സൗന്ദര്യം ആസ്വദിച്ച്, അഭിനന്ദനങ്ങൾ ചൊരിഞ്ഞു. ഇടയ്ക്കിടെ ഫാന്നി മനോരാജ്യത്തിലാണ്. നിൽക്കുമ്പോൾ, ആരാലും

ശ്രദ്ധിക്കപ്പെടാതെ അയാൾ അവളുടെ മുഖത്ത് നോക്കി. അതിൽനിന്ന് ഒരു കാര്യം അയാൾക്ക് വ്യക്തമായി, ആ മുഖം അത്ര പ്രസന്നമല്ല, സ്വന്തം വീട്ടിൽ സുഖമാണെങ്കിൽ അങ്ങനെയല്ല കാണപ്പെടേണ്ടത് - തനിക്ക് വളരെ സുഖമാണെന്നവൾ പറഞ്ഞെങ്കിലും, മറ്റൊരു തരത്തിലും ആരും കരുതുന്നതവൾക്കിഷ്ടമല്ല. എന്തൊക്കെ ആയാലും അവളുടെ ഇപ്പോഴത്തെ വീട്ടിൽ അവൾ സന്തുഷ്ടയല്ല എന്നയാൾക്ക് ബോധ്യമായി. അവൾ വീണ്ടും മാൻസ്ഫീൽഡിൽ എത്തിക്കാണുവാനയാൾ ഉൽക്കണ്ഠാകുലനായി. അവിടെ അവൾ സന്തുഷ്ടയാകും, അയാൾക്കവളെ എപ്പോഴും കാണുകയും ചെയ്യാം.

"നീ ഇവിടെ വന്നിട്ട് ഒരു മാസമായിക്കാണും, ഇല്ലേ?" അയാൾ ചോദിച്ചു.

"ഇല്ല ഒരു മാസം പൂർത്തിയായിട്ടില്ല - മാൻസ്ഫീൽഡ് വിട്ടിട്ട് നാളേക്ക് നാലാഴ്ചയാകും."

"നീ വളരെ കൃത്യമായി സത്യസന്ധതയോടെ കണക്ക് വെക്കുന്നു. ഞാനതിന് ഒരുമാസം എന്ന് പറയും."

"ചൊവ്വാഴ്ച വൈകുന്നേരമാണ് ഞാനിവിടെ എത്തിയത്."

"രണ്ട് മാസത്തെ സന്ദർശനമാണ്, അല്ലേ?"

"അതെ - രണ്ട് മാസമെന്നാണെന്റെ അങ്കിൾ പറഞ്ഞത്. അതിലും ചുരുങ്ങില്ലെന്നെനിക്ക് തോന്നുന്നു."

"എങ്ങനെയാണ് നീ തിരിച്ചുപോകുക? ആരാണ് നിന്നെ കൊണ്ടുപോകാൻ വരിക?"

"എനിക്കറിയില്ല. അതിനെക്കുറിച്ചിതുവരെ ആന്റിയിൽനിന്ന് ഞാനൊന്നും കേട്ടിട്ടില്ലാ; ഒരുപക്ഷേ, എനിക്ക് കൂടുതൽ ദിവസങ്ങൾ നിൽക്കേണ്ടിവന്നേക്കാം. കൃത്യം രണ്ടു മാസം കഴിയുമ്പോൾ തിരിച്ചു കൊണ്ടുപോകുന്നത് എനിക്ക് സൗകര്യമായില്ലെങ്കിലോ."

ഒരുനിമിഷം ചിന്തിച്ചശേഷം മിസ്റ്റർ ക്രാഫോർഡ് മറുപടിനൽകി.

"എനിക്കറിയാം മാൻസ്ഫീൽഡ്, മാർഗങ്ങളും എനിക്കറിയാം. നിന്നോട് ചെയ്ത തെറ്റുകൾ എനിക്കറിയാം. ഇനിയും വളരെ ആഴ്ചകൾ നിനക്കിവിടെ നിൽക്കേണ്ടിവന്നേക്കും, സർ. തോമസിന് സൗകര്യപ്രദമായ കാലം വരുന്നതുവരെയോ, നിന്റെ ആന്റിയുടെ ഭൃത്യയെ അയയ്ക്കുന്നതുവരെയോ. അത് പറ്റില്ല. രണ്ട് മാസം ധാരാളമാണ്, ആറാഴ്ച മതി - നിന്റെ ചേച്ചിയുടെ ആരോഗ്യത്തെക്കുറിച്ചാണ് ഞാൻ ആശങ്കപ്പെടുന്നത്" സൂസനോടായി അയാൾ പറഞ്ഞു: "പോർട്സ്മത്തിൽ അടച്ചിരിക്കുന്നത് അവളുടെ ആരോഗ്യത്തിന് ഹാനികരമാണ്. അവൾക്ക് തുറസായ വായുവും വ്യായാമവും ആവശ്യമാണ്. എന്നെപ്പോലെ നിനക്കും അവളെ അറിയാൻ കഴിഞ്ഞാൽ, നീയതിന് സമ്മതിക്കും, എനിക്കുറപ്പാണ്. ദീർഘകാലം നാട്ടിൻപുറത്തെ ശുദ്ധവായുവിൽനിന്നും സ്വാതന്ത്ര്യത്തിൽനിന്നും അവളെ മാറ്റിനിർത്താൻ പാടില്ല - അതുകൊണ്ടാണ്, (ഫാന്നിയുടെ നേരെ വീണ്ടും തിരിഞ്ഞ്) നിനക്ക് സുഖമില്ലാതാകുന്നത്, മാൻസ്ഫീൽഡിലേക്ക് തിരിച്ചുപോകുന്നതിൽ എന്തെങ്കിലും ബുദ്ധിമുട്ട്

ഉയർന്നുവരുന്നുണ്ടെങ്കിൽ – രണ്ട് മാസം തീരാൻ കാത്തുനിൽക്കാതെ – അതിന്റെ പരിണതഫലത്തെ കുറിച്ചൊന്നും ചിന്തിക്കേണ്ട – നിനക്ക് ക്ഷീണം അനുഭവപ്പെട്ടാൽ, അസുഖം തോന്നിയാൽ, എന്റെ സഹോദരിയെ അറിയിക്കുക, അവൾക്ക് നേരിയൊരു സൂചന നൽകിയാൽ മാത്രം മതി, അവളും ഞാനും ഉടനെ ഇവിടെ എത്തും, നിന്നെ മാൻസ്ഫീൽഡിലേക്ക് തിരിച്ചുകൊണ്ടുപോകും. സസന്തോഷം, അനായാസേന ഞങ്ങളത് ചെയ്യും."

ഫാന്നി അയാൾക്ക് നന്ദിപറഞ്ഞു. എന്നാൽ, അവളത് ചിരിച്ച് തള്ളിക്കളഞ്ഞു. "ഞാൻ തികച്ചും ഗൗരവത്തിലാണ് പറയുന്നത്" അയാൾ മറുപടി നൽകി. "നിനക്കും അത് നന്നായി അറിയാം. അസുഖം മറച്ചുവെക്കുന്നത് ക്രൂരമായൊരു പ്രവൃത്തിയാണ്, നീ അത് ചെയ്യില്ലെന്ന് ഞാൻ വിശ്വസിക്കുന്നു. തീർച്ചയായും നീ അങ്ങനെ ചെയ്യരുത്. എല്ലാ കത്തിലും 'എനിക്ക് സുഖമാണ്' എന്ന് നീ മേരിക്ക് എഴുതുന്നുണ്ട് – നിനക്ക് നുണ പറയാനോ എഴുതാനോ കഴിയില്ലെന്നെനിക്കറിയാം – നിനക്ക് സുഖമാണെന്ന് കരുതട്ടെ."

ഫാന്നി വീണ്ടും അയാൾക്ക് നന്ദിപറഞ്ഞു, എന്നാൽ, വിഷമം കൊണ്ട് കൂടുതലൊന്നും പറയാൻ കഴിഞ്ഞില്ല. അല്ലെങ്കിൽ എന്തുപറയണമെന്നവൾക്ക് ഉറപ്പില്ലായിരുന്നു – അവരുടെ നടത്തത്തിന്റെ അന്തിമഘട്ടത്തിലായിരുന്നു ഇത്, അയാൾ അവരെ അവസാനംവരെ അകമ്പടി സേവിച്ചു, വീടിന്റെ വാതിൽക്കൽവരെ കൊണ്ടാക്കി. അവർ ഉച്ചഭക്ഷണത്തിന് പോകുകയാണെന്നയാൾക്കറിയാമായിരുന്നതിനാൽ, തനിക്ക് മറ്റൊരു സ്ഥലത്ത് പോകാനുണ്ടെന്ന നാട്യത്തിൽ വിടപറയാനൊരുങ്ങി.

"നീ ക്ഷീണിച്ചിട്ടില്ലെന്ന് ഞാൻ കരുതുന്നു." എല്ലാവരും വീടിനുള്ളിലേക്ക് കയറിയപ്പോൾ ഫാന്നിയെ മാത്രം നിർത്തിക്കൊണ്ടയാൾ പറഞ്ഞു: "നല്ല ആരോഗ്യം നേരുന്നു – ലണ്ടനിൽ എന്തെങ്കിലും നിനക്കായി ഞാൻ ചെയ്യേണ്ടതുണ്ടോ? നോർഫോൾക്കിൽ വീണ്ടും പോയാൽ കൊള്ളാമെന്നെനിക്കുണ്ട്. അവിടെ ചിലപ്രശ്നങ്ങൾ കൂടി നേരെയാക്കാനുണ്ട്. ഞാൻ പോകുന്നതല്ലേ നല്ലത്? – നിന്റെ ഉപദേശമെന്താണ്?"

"ഞാൻ ഉപദേശിക്കയോ! എന്താണ് ശരിയെന്ന് നിങ്ങൾക്കറിയാം."

"അതെ. നീ അഭിപ്രായം പറയുമ്പോൾ എന്താണ് ശരിയെന്ന് ഞാൻ മനസിലാക്കുന്നു."

"ഓഹ്, അല്ല! – അങ്ങനെ പറയല്ലെ. നമ്മൾ തന്നെയാണ് നമ്മുടെ വഴികാട്ടി. ഗുഡ്ബൈ, നാളേക്ക് ഒരു ശുഭയാത്ര ഞാൻ നേരുന്നു."

"നഗരത്തിൽ നിനക്കുവേണ്ടി ഒന്നും ചെയ്യാനില്ലേ?"

"ഒന്നുമില്ല, നന്ദി."

"ആർക്കും ഒരു സന്ദേശവുമില്ലേ?"

"എന്റെ സ്നേഹാദരങ്ങൾ നിങ്ങളുടെ സഹോദരിയെ അറിയിക്കുക, ദയവായി. എന്റെ കസിനെ കാണുമ്പോൾ – എന്റെ കസിൻ എഡ്മണ്ട് – ദയവായി പറയൂ – അതിവേഗം എന്തെങ്കിലും വാർത്ത കേൾപ്പിക്കണം എന്ന്."

"തീർച്ചയായും..........."

മറ്റൊന്നും പറയാനയാൾക്ക് കഴിഞ്ഞില്ല. ഫാന്നിയെ അധികനേരം പിടിച്ചുനിർത്താനാവില്ല. അയാൾ അവളുടെ കരംപിടിച്ചമർത്തി, അവളെ ഒന്നു നോക്കി, സ്ഥലംവിട്ടു.

മാൻസ്ഫീൽഡിൽ സുഖമായി കഴിഞ്ഞശേഷം, പോർട്സ്മത്തിൽ ഇത്ര കഠിനമായ ജീവിതത്തിലേക്ക് തള്ളിയിടുന്നതുകൊണ്ട് പ്രയോജനമൊന്നുമുണ്ടാകില്ല. കാരണം, വളരെ വൈകിക്കഴിഞ്ഞിരുന്നു.

സർ. തോമസ് അവളുടെ കഷ്ടപ്പാടുകളെക്കുറിച്ചറിഞ്ഞാൽ സന്തോഷിക്കും. തന്റെ നീസ് ശാരീരികമായും മാനസികമായും തളരുമ്പോൾ മിസ്റ്റർക്രാഫോർഡിന്റെ ബന്ധവും സമ്പത്തും മോഹിക്കാൻ തുടങ്ങും, തന്റെ പരീക്ഷണം അവൾ ചാകുന്നതുവരെ ദീർഘിപ്പിച്ചുകൊണ്ടു പോയെങ്കിലോ എന്നാണ് ഭയം!

ബാക്കിദിവസം മുഴുവൻ ഫാന്നി വല്ലാതെ ഉദാസീനയായിരുന്നു, മിസ്റ്റർ ക്രാഫോർഡിനെ വീണ്ടും കാണേണ്ടിവരില്ലെന്ന ആശ്വാസം ഉണ്ടായിരുന്നെങ്കിലും അവൾക്ക് വിഷാദഭാവത്തിൽനിന്ന് രക്ഷപ്പെടാനായില്ല. സുഹൃത്തിനെപ്പോലുള്ളൊരാളെ വിട്ടുപിരിഞ്ഞതുപോലെ. ഒരുതരത്തിൽ അയാൾ പോയതിലവൾ സന്തോഷിച്ചു. എന്നാൽ താൻ എല്ലാവരാലും ഉപേക്ഷിക്കപ്പെട്ടതുപോലെ അവൾക്കനുഭവപ്പെട്ടു. മാൻസ്ഫീൽഡുമായി വീണ്ടും വേർപെട്ടുപോന്നതുപോലെ!

12

പിറ്റേന്ന് മിസ്റ്റർ ക്രാഫോർഡ് ലണ്ടനിലേക്കു പോയി എന്നു കരുതാം. കാരണം പിന്നീടയാൾ മിസ്റ്റർ പ്രൈസിന്റെ വീട്ടിൽ വന്നിട്ടില്ല. രണ്ട് ദിവസത്തിനുശേഷം അയാളുടെ സഹോദരിയുടെ കത്ത് ഫാന്നിക്ക് കിട്ടിയപ്പോൾ അക്കാര്യം സ്ഥിരീകരിക്കപ്പെട്ടു. ഭയങ്കര ആകാംക്ഷയോടെയാണവൾ കത്ത് തുറന്ന് വായിച്ചത്. ക്രാഫോർഡിന്റെ പോർട്സ്മത്ത് സന്ദർശനത്തെക്കുറിച്ചുള്ള ഒരു വർണ്ണനതന്നെ അതിലുണ്ടായിരുന്നു – ഡോക്യാർഡിലേക്കും കോട്ടയിലേക്കും അവരൊന്നിച്ച് നടക്കാൻ പോയതും, അവിടെ നടന്ന സംഭവങ്ങളുമെല്ലാം. മിസ്റ്റർ ക്രാഫോർഡ് നിർബന്ധിച്ചെഴുതിച്ചതാണ് ആ കത്ത്. അവളുടെ കത്തിൽ, താൻ പങ്കെടുത്ത ആഡംബര പാർട്ടികളെക്കുറിച്ചാണ് മറ്റ് വിവരണങ്ങൾ. അവളും ഹെൻട്രിയുംകൂടി വന്ന് ഫാന്നിയെ തിരിച്ചുകൊണ്ടുപോകാൻ തയാറാണെന്നെഴുതിയിട്ടുണ്ട്. "പോർട്സ്മത്തിൽ താമസിച്ച് സൗന്ദര്യം നശിപ്പിക്കരുത്. ആ കടൽക്കാറ്റ് സൗന്ദര്യം മാത്രമല്ല ആരോഗ്യവും തകർക്കും. ഒരു മണിക്കൂർ മുമ്പറിയിച്ചാൽമതി അവളും ഹെൻട്രിയും ഫാന്നിയുടെ അടുക്കൽ പാഞ്ഞെത്തും. തിരിച്ചുവരുമ്പോൾ എവരിംഗാം കാണിച്ചുകൊടുക്കാം.

ലണ്ടനിലൂടെ വന്നാൽ സെന്റ് ജോർജ് കാണാം. അവൾ തുടർന്നു: "....അത്തരം സന്ദർഭത്തിൽ നിന്റെ കസിൻ എഡ്മണ്ടിനെ എന്നിൽനിന്ന് മാറ്റി നിർത്തുക, പ്രലോഭിപ്പിക്കപ്പെടാൻ ഞാനാഗ്രഹിക്കുന്നില്ല. കത്ത് വളരെ ദീർഘിച്ചുപോയി!– ഒരു വാക്ക് കൂടി. നിന്റെ അനുവാദത്തോടെ ഹെൻട്രി വീണ്ടും നോർഫോൾക്കിലേക്ക് പോകുകയാണ്. എന്നാൽ, അടുത്താഴ്ചയ്ക്കു മുമ്പ് അവനെ വിടാൻ പറ്റില്ല. 14ന് ഞങ്ങൾക്കൊരു പാർട്ടിയുണ്ട്. അവൻ റഷ്വർത്തുമാരെ കാണും, എനിക്കതിൽ ഖേദമില്ല. ചെറിയൊരു ജിജ്ഞാസയുണ്ട് – അവനും അതുണ്ടെന്ന് തോന്നുന്നു, അതവൻ അംഗീകരിക്കില്ലെങ്കിലും."

ആർത്തിയോടെയാണ് ഫാന്നി ഈ കത്ത് വായിച്ചു തീർത്തത്. അവളുടെ മനസിലെ ഉദ്വേഗം വർധിപ്പിക്കാനേ അതിന് കഴിഞ്ഞുള്ളൂ! ഒരു കാര്യം മാത്രം ഉറപ്പാണ്, നിർണായക തീരുമാനങ്ങളൊന്നും എടുക്കപ്പെട്ടിട്ടില്ല. എഡ്മണ്ട് ഒന്നും പറഞ്ഞിട്ടില്ല. മിസ്സ്. ക്രാഫോർഡിന്റെ മനസിനുള്ളിലെന്താണുള്ളത്? വേർപാടിനുശേഷം എഡ്മണ്ടുമായുള്ള അവളുടെ ബന്ധം സുദൃഢമായിട്ടുണ്ടോ? കുറഞ്ഞിട്ടുണ്ടെങ്കിൽ, അത് കൂടുതൽ കുറയാനാണ് സാധ്യത. അവൾക്കൊരു തീരുമാനത്തിലെത്താനായില്ല. മിസ്റ്റർ ക്രാഫോർഡിനെയും തന്നെയും പറ്റിയുള്ള കത്തിലെ ഭാഗങ്ങൾ കാര്യമായ ചലനങ്ങളൊന്നും അവളിൽ സൃഷ്ടിച്ചില്ല. മിസ്റ്റർ ക്രാഫോർഡ് 14നു മുമ്പോ പിമ്പോ നോർഫോൾക്കിൽ പൊയ്ക്കോട്ടെ, അതവളുടെ പ്രശ്നമല്ല.

ഇതിനുശേഷം ലണ്ടനിൽനിന്ന് മറ്റൊരു കത്തിനായി ആകാംക്ഷയോടെ ഫാന്നി കാത്തിരുന്നു. അവൾ കുറച്ചുദിവസങ്ങൾ വളരെ അസ്വസ്ഥയായിരുന്നു. പതിവായുള്ള സൂസനോടൊത്തുള്ള വായനയും സംസാരവും നിലച്ചു! തന്റെ സന്ദേശം മിസ്റ്റർ ക്രാഫോർഡ് കസിന് നൽകിയിട്ടുണ്ടെങ്കിൽ എല്ലാകാര്യങ്ങളും എഡ്മണ്ട് എഴുതേണ്ടതാണ്. മൂന്നുനാല് ദിവസങ്ങൾ കഴിഞ്ഞിട്ടും പ്രതീക്ഷിച്ച കത്ത് വരാതായപ്പോൾ അവൾ വല്ലാതെ അസ്വസ്ഥയും ഉൽക്കണ്ഠാകുലയുമായി. കാലം എല്ലാം തേച്ചുമായ്ക്കാനുപകരിച്ചു, സൂസന്റെ കാര്യങ്ങളിലേക്കവൾ ശ്രദ്ധതിരിച്ചു. ആത്മസംയമനം പാലിച്ചു. അനിശ്ചിതത്വത്തിന് കീഴടങ്ങരുത്, സ്വയം തളരാനും ഉപയോഗശൂന്യയാകാനും പാടില്ല.

സൂസൻ അവളോട് വളരെയേറെ അടുക്കാൻ തുടങ്ങി. തുടക്കത്തിൽ പുസ്തകങ്ങളോടവൾക്ക് ഇഷ്ടമായിരുന്നില്ലെങ്കിലും, (ഫാന്നിയെപ്പോലെ വൻതാൽപ്പര്യം ഇല്ലായിരുന്നെങ്കിലും) വിവരമില്ലാത്തവളെന്നറിയപ്പെടാനവൾ ആഗ്രഹിച്ചില്ല. ആ ബോധം സദാ സൂസനിൽ നിലനിന്നിരുന്നതിനാൽ അവൾ ശ്രദ്ധയും നന്ദിയുമുള്ളൊരു വിദ്യാർഥിയായി മാറി. ഫാന്നിയുടേതവൾക്ക് ദിവ്യവാക്കായിരുന്നു! ചരിത്രത്തിന്റെ ഓരോ അധ്യായത്തിനും, ഓരോ ലേഖനത്തിനും ഫാന്നി നൽകുന്ന വിശദീകരണവും അഭിപ്രായവും അവൾക്ക് വളരെ പ്രധാനപ്പെട്ടതായിരുന്നു.

അവരുടെ സംഭാഷണങ്ങൾ ചരിത്രത്തിലും ഗുണപാഠത്തിലും മാത്രം

ഒതുങ്ങി നിന്നില്ല. മാൻസ്ഫീൽഡ് പാർക്കും, അവിടത്തെ ആളുകളുടെ വിവരണങ്ങളും അവരുടെ സംഭാഷണത്തിൽ ഉൾപ്പെട്ടിരുന്നു – അവിടത്തെ ശീലങ്ങൾ, വിനോദം, സമ്പ്രദായങ്ങൾ എല്ലാം – പരിഷ്കൃതരും കുലീനരുമായവരെ കുറിച്ചറിയാൻ നൈസർഗികവാസനയുള്ളവളായിരുന്നു സൂസൻ. തനിക്കത്രയും പ്രിയങ്കരമായ വിഷയത്തെക്കുറിച്ച് പറയുന്നതിനെക്കാൾ സന്തോഷം ഫാന്നിക്ക് മറ്റൊന്നില്ല! അവൾ പറയുന്നതെല്ലാം സൂസൻ ആർത്തിയോടെ ശ്രദ്ധിച്ചുകേട്ടു. അത് തെറ്റായി ഫാന്നിക്ക് തോന്നിയില്ല. കുറച്ചുകഴിഞ്ഞപ്പോൾ, അങ്കിളിന്റെ വീട്ടിൽ പറയുന്നതും ചെയ്യുന്നതുമായ എല്ലാകാര്യങ്ങളോടും സൂസന് വല്ലാത്ത ആനന്ദം കലർന്ന ആരാധനയായി മാറി; നോർത്തംടൻ ഷൈറിലേക്ക് പോകാൻ ആത്മാർഥമായും അവൾ ആഗ്രഹിച്ചു. തൃപ്തിപ്പെടുത്താനാകാത്ത അത്തരം വികാരം ഉദ്ദീപിപ്പിച്ചതിൽ ഫാന്നിക്ക് കുറ്റബോധം തോന്നി.

ചേച്ചിയെപ്പോലെ സൂസനും ആ വീട്ടിൽ ഒരധികപ്പറ്റായിരുന്നു. ഫാന്നിക്കത് വ്യക്തമായും മനസിലാക്കാനായി. തന്നെ പോർട്സ്മത്തിൽ നിന്ന് കൊണ്ടുപോകുമ്പോൾ സൂസനെ വിട്ടുപോകുന്നതിലവൾ വേദനിക്കും. നല്ലവളാകാൻ കഴിവുള്ള അത്രയും മിടുക്കിയായ ഒരു പെൺകുട്ടിയെ അവരുടെ കൈകളിൽ ഉപേക്ഷിച്ചുപോകണമല്ലോ എന്നോർത്ത് അവൾ കൂടുതൽ കൂടുതൽ വിഷമിക്കാൻ തുടങ്ങി. അവളെയും കൊണ്ടുപോയിക്കൂടെ താമസിപ്പിക്കാൻ. തനിക്കൊരു വീടുണ്ടായിരുന്നെങ്കിൽ അതെന്തൊരനുഗ്രഹമായിരിക്കും! അവൾക്ക് മിസ്റ്റർ ക്രാഫോർഡിന്റെ സ്നേഹം തിരിച്ചുനൽകാൻ സാധിക്കുമായിരുന്നെങ്കിൽ, അത്തരം ഒരു നീക്കം അയാൾ എതിർക്കാതിരുന്നെങ്കിൽ, അവളുടെ എല്ലാ സുഖസൗകര്യങ്ങളും സൂസനും ലഭ്യമായേനെ! അയാളെ ശരിക്കും സൽസ്വഭാവിയായി അവൾ സങ്കൽപ്പിച്ചുനോക്കി. അത്തരം ഒരു പദ്ധതിയിലേക്കയാൾ സസന്തോഷപൂർവം നയിക്കുന്നതവൾ വിഭാവനം ചെയ്തുനോക്കി.

13

നിശ്ചയിക്കപ്പെട്ട രണ്ട് മാസത്തിലെ ഏഴ് ആഴ്ചകളും കടന്നുപോയി. ആ കത്ത്, ഇത്രകാലമായി പ്രതീക്ഷിക്കപ്പെട്ട എഡ്മണ്ടിന്റെ കത്ത്, ഫാന്നിയുടെ കയ്യിലെത്തി. അവൾ അത് തുറന്ന്, അതിന്റെ നീളം കണ്ടപ്പോൾ ഭാഗ്യവതിയായ അവന്റെ പ്രേമഭാജനത്തെകുറിച്ചുള്ള വിശദ വിവരങ്ങളായിരിക്കും എന്നു കരുതി, സന്തോഷംനിറഞ്ഞ അവരുടെ അഗാധമായ സ്നേഹത്തെകുറിച്ചുള്ള പ്രശംസകൾ, അവന്റെ ഭാവി വധുവാണല്ലോ അവളിപ്പോൾ. അവൾ ആ കത്ത് വായിക്കുവാൻ തയാറെടുത്തു. ഇതാണതിലെ ഉള്ളടക്കം.

മാൻസ് ഫീൽഡ് പാർക്ക്.

എന്റെ പ്രിയപ്പെട്ട ഫാന്നി,

നേരത്തെ എഴുതാതിരുന്നതിൽ എന്നോട് ക്ഷമിക്കുക. എന്നെ കുറി

ച്ചറിയാനുള്ള നിന്റെ ആഗ്രഹം ക്രാഫോർഡ് എന്നോട് പറഞ്ഞിരുന്നു. എന്നാൽ, ലണ്ടനിൽനിന്ന് എഴുതാൻ പ്രയാസമായിരുന്നു. എന്റെ നിശ്ശബ്ദത നീ മനസിലാക്കുമെന്ന് ഞാൻ സ്വയം എന്നെ പറഞ്ഞു ബോധ്യപ്പെടുത്തി. ഏതാനും സന്തോഷമുള്ള വരികൾ എഴുതി അയച്ചതുകൊണ്ടായില്ലല്ലോ, അത്തരം സംഭവങ്ങളൊന്നും സംഭവിച്ചിട്ടില്ല, അതൊന്നും എന്റെ കഴിവിനുള്ളിലുള്ളതല്ല. മാൻസ്ഫീൽഡ് വിട്ടപ്പോഴത്തേതിനെക്കാൾ അനിശ്ചിതമായൊരവസ്ഥയിലാണ് ഞാൻ ഇപ്പോൾ മാൻസ്ഫീൽഡിൽ മടങ്ങി എത്തിയത്. നീ ഒരുപക്ഷേ, ഇതെല്ലാം നേരത്തെ അറിഞ്ഞുകാണും. മിസ്സ്. ക്രാഫോർഡിന് നിന്നെ വളരെ ഇഷ്ടമായതിനാൽ, അവളുടെ വികാരങ്ങൾ നിന്നോട് തുറന്നു പറയുന്നത് സ്വാഭാവികമാണ്, എന്നെ കുറിച്ചുള്ള ഊഹങ്ങൾ. ഒരുകാര്യത്തിൽ സമാധാനമുണ്ട്, ഞങ്ങൾ ഇരുവരുടെയും പൊതുസുഹൃത്താണ് നീ, ഞങ്ങൾ തമ്മിൽ എന്തൊക്കെ അസുഖകരമായ വ്യത്യാസമുണ്ടെങ്കിലും, നിന്നോടുള്ള സ്നേഹത്തിന്റെ കാര്യത്തിൽ ഞങ്ങൾ ഒറ്റക്കെട്ടാണ്. കാര്യങ്ങൾ ഇപ്പോൾ എങ്ങനെയാണെന്ന് പറയുന്നത് എനിക്ക് ആശ്വാസം നൽകും, എന്താണ് എന്റെ ഇപ്പോഴത്തെ പദ്ധതി എന്ന്. പദ്ധതി എന്ന ഒന്നുണ്ടെങ്കിൽ ശനിയാഴ്ച ഞാൻ തിരിച്ചെത്തി. മൂന്നാഴ്ച ലണ്ടനിലായിരുന്നു. അവളെ പലപ്രാവശ്യംകണ്ടു. ഫ്രേസർമാർ എന്നെ നന്നായി പരിചരിച്ചു, പ്രതീക്ഷിച്ചതുപോലെ. മാൻസ്ഫീൽഡിലേതുപോലെ ഞാൻ മിസ്സ്. ക്രാഫോർഡുമായുള്ള ബന്ധത്തിൽ വലിയ ആശ വെച്ചുപുലർത്തുന്നില്ല. അതവളുടെ ശൈലിയാണ്, കൂടുതൽ സന്ദർശനമല്ല പ്രശ്നം. അവൾക്കൊരു മാറ്റവുമില്ലായിരുന്നെങ്കിൽ ഞാൻ ആവലാതിപ്പെടില്ലായിരുന്നു. എന്നാൽ തുടക്കത്തിൽത്തന്നെ അവൾ മാറിക്കഴിഞ്ഞിരുന്നു. ഞാൻ പ്രതീക്ഷിച്ചതുപോലെ ആയിരുന്നില്ല എനിക്കു ലഭിച്ച ആദ്യ സ്വീകരണം. ഉടനെ ലണ്ടൻ വിട്ടുപോരാമെന്ന് ഞാൻ തീരുമാനമെടുത്തു. ഞാൻ വിവരിക്കുന്നില്ല. അവളുടെ സ്വഭാവത്തിന്റെ ദുർബലഭാഗം നിനക്കറിയാമല്ലോ, അവളുടെ മനോവികാരവും ഭാവപ്രകടനങ്ങളും എന്നെ എന്തുമാത്രം പീഡിപ്പിച്ചെന്നോ! എല്ലാ വിഡ്ഢിത്തങ്ങൾക്കും കൂട്ടുനിൽക്കുന്ന സുഹൃത്തുക്കളുടെ ഇടയിൽ വിലസുകയായിരുന്നു അവൾ.

എനിക്ക് മിസിസ്സ് ഫ്രേസറെ ഇഷ്ടമല്ല. തണുപ്പൻ ഹൃദയമുള്ള സുഖസൗകര്യങ്ങൾക്കുവേണ്ടിമാത്രം വിവാഹം ചെയ്ത വൃത്തികെട്ട സ്ത്രീയാണവൾ; വിവാഹബന്ധത്തിൽ തീർച്ചയായും അതൃപ്ത.

എന്നാലും എനിക്ക് മിസ്സ് ക്രാഫോർഡിനെ ഉപേക്ഷിക്കാനാവില്ല, ഫാന്നി. ഒരു ഭാര്യയായി ഈ ലോകത്ത് ഞാൻ കാണുന്ന ഏക സ്ത്രീ അവളാണ്. അവൾ എന്നെ നിരസിച്ചാൽ, എങ്ങനെ അത് താങ്ങാനാകുമെന്നെനിക്കറിയില്ല. എന്റെ ഹൃദയത്തിൽ നിന്നെങ്ങനെ അവളെ തുടച്ചുനീക്കാനാകും? ഞാൻ എന്ത് വിഡ്ഢിത്തമാണ് എഴുതുന്നത്? നിഷേധിക്കപ്പെട്ടാൽ, ഞാനത് സഹിക്കണം. അതുവരെ ഞാനവളെ സ്നേഹിച്ചുകൊണ്ടിരിക്കും, അത് നിലയ്ക്കില്ല. ഇതൊരു സത്യമാണ്. അവൾക്ക് ഞാനൊരുകത്തെഴുതാൻ ഉദ്ദേശിക്കുകയാണ്. ഇപ്പോഴത്തെ എന്റെ നില വളരെ കഷ്ടമാണ്. എന്നെക്കുറിച്ചുമാത്രം വിവരിക്കുന്ന ഈ നീണ്ടകത്ത്

സുഹൃത്തായ ഫാന്നിയെപ്പോലും ബോറടിപ്പിക്കും! മിസിസ് ഫ്രേസറിന്റെ പാർട്ടിയിൽവെച്ചാണ് ക്രാഫോർഡിനെ ഞാൻ അവസാനമായി കണ്ടത്. അയാളെകുറിച്ച് കണ്ടതും കേട്ടതും എന്നെ കൂടുതൽ കൂടുതൽ തൃപ്തിപ്പെടുത്തി. അയാൾക്കൊരു ചാഞ്ചാട്ടവുമില്ല. സ്വന്തം മനസ്സ് അയാൾക്ക് നന്നായി അറിയാം, തന്റെ ദൃഢനിശ്ചയപ്രകാരം പ്രവർത്തിക്കുന്നു. അസാധ്യകഴിവുതന്നെ. പാർട്ടി നടക്കുമ്പോൾ അതേ മുറിയിൽ എന്റെ മൂത്ത സഹോദരിയുമുണ്ടായിരുന്നു. നീ അന്ന് പറഞ്ഞ കാര്യം ഓർത്തുകൊണ്ടാണ് ഞാനയാളെ നിരീക്ഷിച്ചത്. അവർ ഇപ്പോൾ സുഹൃത്തുക്കളല്ലെന്ന് ഞാൻ മനസിലാക്കി. അവളുടെ ഭാഗത്തുനിന്നും തണുപ്പൻ സമീപനമാണ്, പരസ്പരം സംസാരിച്ചതുപോലുമില്ല. മരിയയുടെ ദാമ്പത്യജീവിതം സുഖകരമാണെന്നെന്ന് തോന്നുന്നു, അവർ നന്നായി ഒരുമയോടെ കഴിയുന്നുണ്ട്. വിമ്പോൾ സ്ട്രീറ്റിൽ ഞാൻ രണ്ടുപ്രാവശ്യം ഡിന്നറിന് പോയിരുന്നു. പീഡനം തന്നെയാണ്, അല്ലെങ്കിൽ ഇടയ്ക്കിടെ അവിടെ ഞാൻ പോയേനെ. ജൂലിയയ്ക്ക് ലണ്ടൻ വളരെ അധികം ഇഷ്ടമായെന്ന് തോന്നുന്നു. എനിക്കവിടെ ഒരു രസവും തോന്നിയില്ല – ഇവിടെ അത്രയുമില്ല. ഇവിടെ ആർക്കും ഒരു ഉത്സാഹവുമില്ല. നിന്റെ സാന്നിധ്യം ഇവിടെ അത്യാവശ്യമാണ്. പറഞ്ഞറിയിക്കാനാവാത്തത്രയ്ക്ക് ഞാൻ നിന്നെ 'മിസ്' ചെയ്യുന്നു. എന്റെ അമ്മ സ്നേഹം നിറഞ്ഞ അന്വേഷണം അറിയിക്കുന്നു, വേഗം നിന്റെ വിവരങ്ങൾ അറിയാൻ കാത്തിരിക്കുന്നു. ഓരോ നിമിഷവും അവർ നിന്നെക്കുറിച്ച് സംസാരിക്കുന്നു. ഇനി എത്ര ആഴ്ചകൾ അവർക്ക് നീയില്ലാതെ കഴിയേണ്ടിവരുമെന്നോർത്ത് എനിക്ക് ദുഃഖമുണ്ട്. എന്റെ അച്ഛൻ സ്വയം വന്ന് നിന്നെകൊണ്ടുപോരും. എന്നാൽ, ഈസ്റ്ററിന് മുമ്പ് ഉണ്ടാകില്ല. അദ്ദേഹത്തിന് ലണ്ടനിൽ കുറെ ബിസിനസ് കാര്യങ്ങൾ ചെയ്തുതീർക്കാനുണ്ട്. നീ പോർട്സ്മത്തിൽ സുഖമായി കഴിയുന്നെന്ന് ഞാൻ വിശ്വസിക്കുന്നു. എന്നാലത് ദീർഘസന്ദർശനമാകരുത്. നീ വീട്ടിലെത്തണമെന്ന് ഞാനാഗ്രഹിക്കുന്നു, തോർട്ടൺ ലേസിയെകുറിച്ച് നിന്റെ അഭിപ്രായം അറിയണം. ഒരു ഭാര്യ ഉണ്ടാകുന്നതുവരെ വലിയ വികസനമൊന്നും ഞാനാഗ്രഹിക്കുന്നില്ല. ഞാൻ തീർച്ചയായും എഴുതാം. ഗ്രാന്റുമാർ ബാത്തിലേക്ക് പോകുമെന്ന് ഉറപ്പായി. തിങ്കളാഴ്ച അവർ മാൻസ്ഫീൽഡ് വിടുകയാണ്. എനിക്കതിൽ സന്തോഷമേയുള്ളൂ.

എന്നു നിന്റേതായ,

എന്റെ പ്രിയപ്പെട്ട ഫാന്നി."

"ഞാൻ ഇഷ്ടപ്പെടുന്നില്ല – ഇല്ല, വീണ്ടുമൊരു കത്ത് ഞാനൊരിക്കലും ഇഷ്ടപ്പെടുന്നില്ല." കത്ത് വായിച്ചുകഴിഞ്ഞപ്പോൾ ഫാന്നിയുടെ മനസ്സ് മന്ത്രിച്ചത് അപ്രകാരമായിരുന്നു. "അത് നിരാശയും ദുഃഖവുമല്ലാതെ എന്താണ് കൊണ്ടുവരുന്നത്? – ഈസ്റ്റർ കഴിയുന്നതുവരെ വരില്ല! – ഞാനതെങ്ങനെ സഹിക്കും? – എന്റെ പാവം ആന്റി എപ്പോഴും എന്നെകുറിച്ച് സംസാരിക്കുന്നു!"

ഫാന്നി ഇത്തരം ചിന്തകൾ സ്വയം തടഞ്ഞു നിർത്തി. എന്നാൽ

പെട്ടെന്നവൾ ഓർത്തു സർ. തോമസ് ആന്റിയോടും തന്നോടും നിർദയമായാണ് പെരുമാറുന്നത്. കത്തിലെ മുഖ്യവിഷയത്തെക്കുറിച്ചാണെങ്കിൽ ദേഷ്യം കുറയ്ക്കാനായി അതിലൊന്നുമില്ല. എഡ്മണ്ടിനോട് അവൾക്ക് ദേഷ്യവും ഇഷ്ടക്കേടും തോന്നി. "ഈ വൈകിപ്പിക്കൽ മോശം തന്നെ" അവൾ പറഞ്ഞു: "എന്തുകൊണ്ട് ഒരു തീരുമാനത്തിലെത്തുന്നില്ല? അവൻ അന്ധനാണ്, ഒന്നിനും അവന്റെ കണ്ണ് തുറപ്പിക്കാനാവില്ല. ഒന്നിനും, ഇത്രയുംകാലം സത്യങ്ങൾ പുറത്തുകൊണ്ടുവന്നതെല്ലാം വൃഥാവിലായി – അവൻ അവളെ വിവാഹം കഴിക്കും, പാവം അവന്റെ നില ദയനീയമായിരിക്കും. അവളുടെ സ്വാധീനം അവനെ അന്തസില്ലാത്തവനാക്കാതിരുന്നാൽ മതിയായിരുന്നു!" അവൾ ആ കത്തിലേക്ക് വീണ്ടും കണ്ണോടിച്ചു. "എന്നോട് എന്തൊരിഷ്ടമാണെന്ന്!" നോൺസെൻസ്. അവൾ അവളെയല്ലാതെ മറ്റാരെയും സ്നേഹിക്കുന്നില്ല, പിന്നെ സ്വന്തം സഹോദരനെയും. വർഷങ്ങളായി അവളെ സുഹൃത്തുക്കൾ വഴിതെറ്റിക്കുകയാണ്. അവർ പരസ്പരം പാപകർമങ്ങൾ പങ്കിടുന്നു.

ഭാര്യയായി കാണാൻ കഴിയുന്ന ഈ ലോകത്തിലെ ഏക വ്യക്തി അവളാണത്രെ! ഞാനും അങ്ങനെ വിശ്വസിക്കുന്നു. അവന്റെ ജീവിതം നിയന്ത്രിക്കാൻ പോകുന്ന ബന്ധമാണത്. സ്വീകരിച്ചാലും നിരസിച്ചാലും അവന്റെ ഹൃദയം അവളെ എന്നെന്നേക്കുമായി സ്വീകരിച്ചുകഴിഞ്ഞു. 'മേരിയെ നഷ്ടപ്പെടുന്നത്, ക്രാഫോർഡിനെയും ഫാന്നിയെയും നഷ്ടപ്പെടുന്നതുപോലെയാണ്'– എഡ്മണ്ട്, നിനക്കെന്നെ അറിയില്ല. ആ കുടുംബങ്ങൾ തമ്മിൽ ഒരിക്കലും ബന്ധപ്പെടുകയില്ല. നീ അവരെ ബന്ധിപ്പിച്ചില്ലെങ്കിൽ. ഓഹ്! എഴുത്ത്, എഴുത്ത്. എല്ലാം പെട്ടെന്ന് അവസാനിപ്പിക്കുക. ഈ അനിശ്ചിതാവസ്ഥയ്ക്കൊരന്ത്യം കണ്ടെത്തുക. ഉറപ്പിക്കുക, ചുമതല എൽക്കുക, സ്വയം ശിക്ഷിക്കുക.

അതിവേഗം അവൾ തണുത്തു. ഖേദിച്ചു. അവന്റെ ഊഷ്മളമായ സ്നേഹം, കാരുണ്യ പ്രകടനം, തന്നോടുള്ള പ്രത്യേക പരിഗണന മുതലായവ അവളെ ശക്തമായി സ്പർശിച്ചു. അവൻ വളരെ നല്ലവനാണ്.

ഏതാനും ദിവസങ്ങൾക്കുശേഷം അവളുടെ ആന്റിയുടെ കത്ത് ഫാന്നിക്ക് കിട്ടി. അതിപ്രകാരമായിരുന്നു.

"എന്റെ പ്രിയപ്പെട്ട ഫാന്നി,

നിനക്ക് വളരെ അസ്വസ്ഥതയുണ്ടാക്കുന്ന കാര്യമാണ് ഞാൻ നിന്നെ അറിയിക്കാൻ പോകുന്നത്........"

ഏതാനും മണിക്കൂറുകൾക്കുമുമ്പ് അവർക്ക് വിവരംലഭിച്ച ഉടനെ എഴുതിയ കത്താണ് – അവരുടെ മൂത്തമകൻ സുഖമില്ലാതെ ഗുരുതരാവസ്ഥയിലാണ്.

ടോം ഒരു സംഘം സുഹൃത്തുക്കളോടൊപ്പം ലണ്ടനിൽനിന്ന് ന്യൂമാർക്കറ്റിലേക്ക് പോയി. അവിടെവച്ച് അശ്രദ്ധമൂലം ഉണ്ടായ ഒരു വീഴ്ചയും, അമിത മദ്യപാനവും പനിയും അവനെ അപകടനിലയിലെത്തിച്ചിരിക്കുന്നു. പാർട്ടി പിരിഞ്ഞശേഷം അവൻ ഒറ്റപ്പെട്ടു. ഒരു സുഹൃത്തിന്റെ വീട്ടിൽ രോഗശയ്യയിൽ കിടപ്പാണവൻ. വേലക്കാർ മാത്രമേ അവനെ

നോക്കാനുള്ളൂ. ഭേദപ്പെട്ടശേഷം സുഹൃത്തുക്കളെ പിന്തുടരാമെന്നാണവൻ കരുതിയത്, എന്നാൽ, അസുഖം മൂർച്ഛിച്ചു. അത്ര ഗുരുതരമാണതെന്നവനുതന്നെ അറിയില്ലായിരുന്നു. അവന്റെ ഡോക്ടറാണ് മാൻസ്ഫീൽഡിലേക്ക് കത്തയപ്പിച്ചത്.

ലേഡി ബെർട്രാം തുടർന്നു: "അതെന്നെ വല്ലാതെ വിഷമിപ്പിക്കുന്നു. പാവം ടോമിന്റെ നില ഗുരുതരമാണെന്നാണ് സർ. തോമസ് കരുതുന്നത്. ചേട്ടനെ നോക്കാനായി എഡ്മണ്ട് ഉടനെ പോകാനൊരുങ്ങുന്നു. എന്നാൽ, ഒരു കാര്യത്തിൽ എനിക്ക് സന്തോഷമുണ്ട്, സർ. തോമസ് ഈ വിഷമഘട്ടത്തിൽ എന്നെ വിട്ട് പോകില്ല; കാരണം, അത് അസഹ്യമായിരിക്കും. ഞങ്ങളുടെ ചെറിയ കുടുംബ സംഘം എഡ്മണ്ടിനെ വല്ലാതെ 'മിസ്' ചെയ്യും. എന്നാലും പാവം രോഗിക്കത് വലിയ ആശ്വാസമാകും, അവനെ വേഗം മാൻസ്ഫീൽഡിൽ എത്തിക്കാൻ കഴിയും. എല്ലാവിധത്തിലും അതാണ് നല്ലതെന്ന് സർ. തോമസ് കരുതുന്നു. ഞാൻ വേഗം തന്നെ നിനക്ക് വീണ്ടും എഴുതാം."

ആന്റിയുടെ കത്തിലെ ശൈലിയെക്കാൾ കൂടുതൽ വിഷമം ഫാന്നിക്ക് തോന്നി. ശരിക്കും അവരെക്കുറിച്ചോർത്ത് ദുഃഖിച്ചു. ടോം ഗുരുതരാവസ്ഥയിലാണ്, എഡ്മണ്ട് അയാളെ ശുശ്രൂഷിക്കാൻ പോയിരിക്കുന്നു. ദുഃഖിതരായ ആന്റിയും അങ്കിളും മാത്രമാണ് വീട്ടിൽ....... ആന്റി അവളെ അവഗണിച്ചിട്ടില്ല, വീണ്ടും വീണ്ടും കത്തെഴുതി. തുടർച്ചയായി എഡ്മണ്ടിൽനിന്നും ലഭിക്കുന്ന വിവരങ്ങൾ അവർ ഫാന്നിയെ അറിയിച്ചു, അതേ ശൈലിയിൽ. ഒടുവിൽ, ടോം മാൻസ്ഫീൽഡിലെത്തി, സ്വന്തം കണ്ണുകൾകൊണ്ട് മകന്റെ ദയനീയരൂപം കണ്ടപ്പോഴാണ് അവരുടെ കത്തിലെ ശൈലി മാറിയത്. ദുഃഖവും ഭീതിയും കലർന്ന ഭാഷയിലവർ എഴുതി. സംസാര ഭാഷയിൽ.

അവൻ ഇപ്പോൾത്തന്നെ എത്തി, എന്റെ പ്രിയപ്പെട്ട ഫാന്നി, മുകളിലെ മുറിയിലേക്ക് കൊണ്ടുപോയി. ഞാനവനെ കണ്ട് ഞെട്ടിപ്പോയി. എന്ത് ചെയ്യണമെന്നെനിക്കറിയില്ല. വളരെ ഗുരുതരാവസ്ഥയിലാണെന്നെനിക്കുറപ്പാണ്. പാവം ടോം, അവനുവേണ്ടി ഞാൻ വല്ലാതെ വേദനിക്കുന്നു, സർ. തോമസിന്റെ നിലയും അതുതന്നെ. എന്നെ ആശ്വസിപ്പിക്കാൻ നീ ഇവിടെ ഉണ്ടായിരുന്നെങ്കിൽ എനിക്കെത്ര സന്തോഷമായേനെ. എന്നാൽ, നാളേക്ക് അവന്റെ നില ഭേദമാകുമെന്ന് സർ. തോമസ് കരുതുന്നു. അപ്പോൾ ഒരു യാത്രയെക്കുറിച്ച് പരിഗണിക്കാം.

ഒരാഴ്ചയോളം ടോമിന്റെ നില മോശമായി തുടർന്നു, ഒരുപക്ഷേ മുമ്പത്തെക്കാൾ മോശം, എല്ലാവരും പേടിച്ചുപോയി. ലേഡിബെർട്രാം അവരുടെ ഭീതിയെകുറിച്ച് എന്നും 'നീസി'നു കത്തയച്ചുകൊണ്ടിരുന്നു. മൂത്ത കസിനോട് ഫാന്നിക്ക് പ്രത്യേക സ്നേഹമൊന്നുമില്ലെങ്കിലും, മൃദുല ഹൃദയയായ അവൾ അവനുവേണ്ടി വേദനിച്ചു.

സൂസൻ മാത്രമാണവളുടെ ഏക കൂട്ടുകാരി. ഈ ദുഃഖവാർത്തകൾ അവളുമായി ഫാന്നി പങ്കുവെച്ചു. സൂസൻ എപ്പോഴും അത് ശ്രദ്ധിച്ചു കേൾക്കും, സഹാനുഭൂതി പ്രകടിപ്പിക്കും. ദൂരെ നടക്കുന്ന ഈ സംഭവ

ത്തിൽ മറ്റ് കുടുംബാംഗങ്ങളൊന്നും താൽപ്പര്യമെടുത്തില്ല, മിസിസ് പ്രൈസ് പോലും! മകളുടെ കയ്യിൽ കത്ത് കാണുമ്പോൾ എന്തെങ്കിലും രണ്ട് വാക്ക് ചോദിച്ചാലായി. പിന്നെ "എന്റെ പാവം സഹോദരി ബെർട്രാം വലിയ വിഷമത്തിലാകും" എന്ന സഹാനുഭൂതി പ്രകടിപ്പിക്കലും.

14

മാൻസ്ഫീൽഡിലെത്തി ഒരാഴ്ച കഴിഞ്ഞപ്പോൾ ടോം ഗുരുതരാവസ്ഥ തരണം ചെയ്തു. ഇപ്പോൾ സുരക്ഷിതനാണ്. അമ്മയ്ക്ക് വലിയ ആശ്വാസമായി. മകന്റെ ദയനീയാവസ്ഥ കണ്ട് ഹൃദയം നൊന്ത് കഴിഞ്ഞ അവർ ഇപ്പോൾ വലിയ ആഹ്ലാദത്തിലാണ്. ടോമിന്റെ പനി മാറിയത് കണ്ടപ്പോൾ അവൻ അതിവേഗം സുഖംപ്രാപിക്കുമെന്നവർ കരുതി. ഫാന്നി ആന്റിക്ക് കരുത്ത് പകർന്നുകൊണ്ടിരുന്നു. സഹോദരന്റെ രോഗ വിവരം വിശദീകരിച്ചുകൊണ്ടവൾക്ക് എഡ്മണ്ടിന്റെ കത്ത് വന്നു. പനി മാറിയപ്പോൾ മറ്റൊരു മഹാരോഗത്തിന്റെ ലക്ഷണം കാണുന്നതായി ഡോക്ടർ പറഞ്ഞിരിക്കുന്നു. ലേഡി ബെർട്രാമിനെ അറിയിച്ചിട്ടില്ല. അവർ പേടിച്ചെങ്കിലോ. ശങ്കിക്കുന്ന രോഗമല്ലാതാകട്ടെ എന്നവർ ആശിച്ചു. എന്നാൽ, ഫാന്നിയോട് ഒളിപ്പിക്കേണ്ടകാര്യമില്ല. ശ്വാസകോശസംബന്ധമായ രോഗമാണ്, ക്ഷയരോഗമായിരിക്കാം.

ലേഡി ബെർട്രാമിന്റെ നീണ്ട കത്തുകളേക്കാൾ കാര്യങ്ങൾ വ്യക്തമാക്കുന്നത് എഡ്മണ്ടിന്റെ ഏതാനും വരികളാണ്. ആന്റിക്ക് നിസ്സഹായതയോടെ മകനെ നോക്കി നിൽക്കാൻ മാത്രമേ കഴിയൂ. എല്ലാറ്റിനും എഡ്മണ്ട് വേണം, എല്ലാവർക്കും.

കുടുംബത്തിലാർക്കും ക്ഷയരോഗമുണ്ടായിട്ടില്ല. അതുകൊണ്ട്, കസിന്റെ കാര്യത്തിൽ ഫാന്നി ആശ കൈവെടിഞ്ഞില്ല. – മിസ്. ക്രാഫോർഡിന്റെ കാര്യമോർക്കുമ്പോൾ അവൾക്ക് ദേഷ്യവും വിഷമവും തോന്നും – എഡ്മണ്ട് ഏകമകനാകുമ്പോൾ ഉണ്ടാകുന്ന ഭാഗ്യത്തെ കുറിച്ചവൾ ആശിക്കുന്നു!

ഇതാണ് മാൻസ്ഫീൽഡിലെ നില. ഈസ്റ്റർ വരെ ഒരു മാറ്റത്തിനും സാധ്യതയില്ല.

ഈസ്റ്റർ വന്നു – ഈ വർഷം പ്രത്യേകിച്ചും വൈകിയായിരുന്നു. അത് കഴിഞ്ഞല്ലാതെ ഫാന്നിക്ക് പോർട്സ്മത്ത് വിട്ടുപോകാനാവില്ല. ഈസ്റ്റർവന്നു, എന്നിട്ടും മടക്കയാത്രയെക്കുറിച്ചവൾ ഒന്നും കേട്ടില്ല. അവൾ തിരിച്ചെത്തണമെന്ന ആഗ്രഹം ആന്റി ഇടയ്ക്കിടെ പ്രകടിപ്പിച്ചു, എന്നാൽ, അങ്കിളിൽ നിന്നൊരു സന്ദേശവുമില്ല, എല്ലാം അദ്ദേഹത്തെ ആശ്രയിച്ചാണിരിക്കുന്നത്. തന്റെ മകനെ ഈ അവസരത്തിൽ വിട്ടുപോരാൻ അദ്ദേഹത്തിന് കഴിയില്ലായിരിക്കും; എന്നാൽ, ക്രൂരമായൊരു കാലതാമസമാണതവൾക്ക്; ഭയങ്കരംതന്നെ. ഏപ്രിൽ അവസാനിക്കാറായി,

അപ്പോൾ അവൾ അവരെ വിട്ടുപിരിഞ്ഞിട്ട് മൂന്നുമാസമാകും. ഒരു തപസുപോലെ അവൾ ദിവസങ്ങൾ തള്ളിനീക്കുന്നു. അവളെ കൊണ്ടുപോകാൻ എന്നുവരുമെന്ന് ആർക്കാണ് പറയാൻ കഴിയുക?

അവൾ പോർട്സ്മത്തിലേക്ക് വരുമ്പോൾ അതവളുടെ വീടാണെന്നു പറയാനവൾ ഇഷ്ടപ്പെട്ടു. എത്ര സന്തോഷത്തോടെയാണ് താൻ വീട്ടിൽ പോകുകയാണെന്ന് പറഞ്ഞത്! ആ വാക്കവൾക്ക് അത്ര പ്രിയങ്കരമായിരുന്നു. ഇപ്പോഴും അങ്ങനെത്തന്നെ, പക്ഷേ അത് മാൻസ്ഫീൽഡ് ആണെന്നു മാത്രം. അതാണിപ്പോൾ വീട്. പോർട്സ്മത്ത് പോർട്സമത്തും, മാൻസ്ഫീൽഡ് വീടും. എന്നാൽ മാതാപിതാക്കൾക്ക് വിഷമമുണ്ടായെങ്കിലോ എന്നു വിചാരിച്ച്, അവൾ ഇപ്രകാരമാണ് പറയാറുള്ളത്, "ഞാൻ നോർത്താംടൻ ഷൈറിലേക്ക് തിരിച്ചുപോകുമ്പോൾ, അല്ലെങ്കിൽ ഞാൻ മാൻസ്ഫീൽഡിലേക്ക് മടങ്ങുമ്പോൾ ഇന്നതെല്ലാം ചെയ്യും......" പിന്നീട് തിരിച്ചു പോകാനുള്ള ആഗ്രഹം മൂത്തപ്പോൾ അവളറിയാതെ പറഞ്ഞുപോകും "ഞാൻ വീട്ടിൽ പോകുമ്പോൾ......" എന്ന് – അപ്പോൾ അവൾ സ്വയം കുറ്റപ്പെടുത്തും, വിളർത്ത് പേടിച്ച് മാതാപിതാക്കളെ കുറ്റബോധത്തോടെ നോക്കും. അവരുടെ മുഖത്ത് അപ്രീതിയുടെ ലാഞ്ചനപോലുമില്ല, മാൻസ്ഫീൽഡിനോടൊരു അസൂയയുമില്ല. ഇവിടെത്തെപ്പോലെ അവിടെ കഴിയുന്നതും അവരെ സംബന്ധിച്ചിടത്തോളം സ്വാഗതാർഹമാണ്.

വസന്തകാലത്തിലെ സന്തോഷങ്ങൾ നഷ്ടപ്പെടുന്നതിൽ ഫാന്നിക്ക് ദുഃഖം തോന്നി. ആന്റിയുടെ ഉദ്യാനത്തിൽ ആദ്യം വിരിയുന്ന പൂക്കളും, അങ്കിളിന്റെ തോപ്പിലെ മരങ്ങളിൽ ഇലകൾ പൊട്ടിവിടർന്ന് വരുന്നതും, അദ്ദേഹത്തിന്റെ സ്വർഗീയ സൗന്ദര്യവും അവൾ ഭാവനയിൽ ദർശിച്ചു — അത്തരമൊരു ആനന്ദകരമായ കാര്യങ്ങൾ നഷ്ടപ്പെടുന്നത് നിസ്സാരമല്ല. ഇവിടത്തെ അശുദ്ധവായുവും ശബ്ദകോലാഹലങ്ങളും മുറിക്കുള്ളിലെ ജീവിതവും അവളെ കൂടുതൽ വ്യാകുലയാക്കി. എന്നാൽ, പ്രിയപ്പെട്ടവരുമായുള്ള വേർപാടിനെക്കുറിച്ചോർക്കുമ്പോൾ ഈ നഷ്ടം നിസ്സാരമാണ്! അവൾ വീട്ടിലെത്തിയിരുന്നെങ്കിൽ അവിടത്തെ എല്ലാ മനുഷ്യർക്കും അവൾ ഉപകാരപ്രദയായേനെ, പ്രത്യേകിച്ചും ആന്റിക്ക്.

ഗുരുതരാവസ്ഥയിൽ ടോം കിടപ്പായിട്ട് ആഴ്ചകൾ നിരവധി പിന്നിട്ടിട്ടും, ടോമിന്റെ സഹോദരിമാർ ലണ്ടനിൽനിന്നും വരാത്തതിൽ ഫാന്നിക്ക് അത്ഭുതം തോന്നി. എപ്പോൾ വേണമെങ്കിലും അവർക്ക് മാൻസ്ഫീൽഡിൽ വരാവുന്നതാണ്, യാത്ര അവർക്കൊരു പ്രശ്നമേയല്ല. മിസിസ് റഷ്വർത്തിന് എന്തെങ്കിലും തടസങ്ങളുണ്ടെങ്കിൽ മനസിലാക്കാം. പക്ഷേ, ജൂലിയായ്ക്ക് ഇഷ്ടമുള്ളപ്പോൾ ലണ്ടൻ വിട്ടുപോരാം, തീർച്ചയായും ആവശ്യമുണ്ടെങ്കിൽ ജൂലിയ വരാമെന്ന് പറഞ്ഞതായി ആന്റിയുടെ ഏതോ ഒരു കത്തിൽ കണ്ടു. അത്രതന്നെ. അവൾ അവിടെത്തന്നെ നിൽക്കുമെന്നാണ് തോന്നുന്നത്.

കുറെനാളായി മിസ് ക്രാഫോർഡിന്റെ കത്ത് വന്നിട്ട് എന്ന് ഫാന്നി ഓർത്തപ്പോഴേക്കും അവളുടെ ഒരു നീണ്ട കത്ത് കിട്ടി. മാൻസ്ഫീൽഡിനെ പറ്റിയാണധികവും എഴുതിയിട്ടുള്ളത്. "ടോമിന്റെ നില കൂടുതൽ വഷളാ

കുകയാണ്, രക്ഷപ്പെടുമെന്ന് ആശിക്കേണ്ട, കുടുംബത്തിലെ ചിലർക്കെങ്കിലും അക്കാര്യം അറിയാം, നീയും അതിലുൾപ്പെടും. അതുകൊണ്ട്, ദയവായി സത്യാവസ്ഥ എന്നെ അറിയിക്കൂ. യുവത്വത്തിന്റെ മൂർധന്യത്തിൽവെച്ച് മറഞ്ഞുപോകുന്ന ആ നല്ലമനുഷ്യനെ കുറിച്ചോർക്കുമ്പോൾ വിഷമം തോന്നുന്നു. പാവം സർ. തോമസിനത് സഹിക്കാനാവില്ല......" അവളും സഹോദരനുംകൂടി പോർട്സ്മത്തിൽചെന്ന് ഫാന്നിയെ മാൻസ്ഫീൽഡിലേക്ക് തിരിച്ചുകൊണ്ടുപോകാമെന്നും ആവർത്തിച്ചിട്ടുണ്ട്!

അവരോടൊപ്പം തിരിച്ചുപോകാനുള്ള നിർദേശം സ്വീകരിക്കണോ നിരാകരിക്കണോ? വ്യക്തിപരമായി വളരെ പ്രലോഭിപ്പിക്കുന്നതാണ് നിർദേശം! വലിയ ഔദാര്യമാണത്. എന്നാൽ, ഈ അവസരത്തിൽ, ഇത്തരം ആളുകളിൽനിന്നുള്ള ഔദാര്യം നിന്ദാർഹമാണ്. അവൾക്ക് നാണക്കേട് തോന്നി. അതിനുപുറമെ അങ്കിളിനോട് കൂടുതൽ സ്വാതന്ത്ര്യമെടുക്കുന്നതിലവൾ ഭയപ്പെട്ടു. എന്തുചെയ്യണമെന്നവൾക്ക് വ്യക്തമായി. ആ നിർദേശം പൂർണമായും തള്ളിക്കളയണം. അങ്കിളിന് അവളെ വേണമെങ്കിൽ സ്വയം ആളെ അയയ്ക്കട്ടെ. അവൾ മിസ്സ് ക്രാഫോർഡിന് നന്ദി പറഞ്ഞു. എന്നാലവളുടെ നിർദേശം പാടെ നിരാകരിച്ചു "ഞാൻ മനസിലാക്കുന്നത് അങ്കിൾ എന്നെ കൊണ്ടുപോകാൻ വരുമെന്നാണ്. പിന്നെ, കസിൻ ഇത്രയും നാളായി സുഖമില്ലാതെ കിടന്നിട്ടും എന്റെ ആവശ്യമുണ്ടെന്ന് കരുതാത്തതിനാൽ, തൽക്കാലം എന്റെ തിരിച്ചുവരവ് അവർക്ക് സ്വാഗതാർഹമല്ല, ഞാൻ അവർക്കൊരു ബാധ്യതയായി തോന്നും."

മിസ്സ്. ക്രാഫോർഡിന്റെ മനസിലുള്ളതെന്താണെന്ന് ഫാന്നിക്ക് ഊഹിക്കാൻ കഴിഞ്ഞു. സമ്പത്ത് മുഴുവൻ എഡ്മണ്ടിന് വന്നുചേർന്നാൽ, അവൻ ഒരു പുരോഹിതനാകുന്നത് അവൾക്ക് ക്ഷമിക്കാൻ കഴിയും. അവൾക്ക് ധനമാണ് മുഖ്യം, അനന്തരഫലങ്ങൾ എന്തായാലും.

15

തന്റെ മറുപടിക്കത്ത് മിസ്സ്. ക്രാഫോർഡിനെ നിരാശപ്പെടുത്തി എന്ന കാര്യത്തിൽ ഫാന്നിക്ക് യാതൊരു സംശയവുമില്ലായിരുന്നു, അവളുടെ മനോഭാവം ഫാന്നിക്കറിയാവുന്നതാണല്ലൊ. ഒരാഴ്ചയ്ക്കുശേഷം അവളുടെ കത്ത് വന്നു.

കത്ത് ഹ്രസ്വമായതിനാൽ ധൃതി പിടിച്ചെഴുതിയതാണെന്നവൾക്ക് മനസിലായി, അതിന്റെ ഉദ്ദേശ്യം അവൾ ഊഹിച്ചു, അത് സംശയാതീതമാണ്, തന്നെ കൊണ്ടുപോകാനായി അവർ പോർട്സ്മത്തിൽ അന്നു തന്നെ എത്തുമെന്നതിനുള്ള മുന്നറിയിപ്പ്. എങ്കിൽ, എന്ത് ചെയ്യണം? അവർ തന്റെ അങ്കിളിന്റെ അനുമതി നേടിയിട്ടായിരിക്കും വരിക എന്നോർത്തപ്പോളവൾക്ക് ആശ്വാസംതോന്നി. ഇതായിരുന്നു കത്ത്.

ഏറ്റവും അപകീർത്തിപരമായ, വൃത്തികെട്ട ഒരു കിംവദന്തി ഇപ്പോൾത്തന്നെ എന്റെ ചെവിയിലെത്തി. പ്രിയപ്പെട്ട ഫാന്നി, അതിൽ യാതൊരു കഴമ്പുമില്ലെന്ന് മുന്നറിയിപ്പുനൽകാൻ വേണ്ടിയാണ്

ഞാനിതെഴുതുന്നത്, നാട് മുഴുവൻ അത് പരന്നിട്ടുണ്ടെങ്കിൽ. എന്തോ, എവിടെയോ തെറ്റ് സംഭവിച്ചിട്ടുണ്ട്, ഒന്നോരണ്ടോ ദിവസത്തിന്നകം അത് വ്യക്തമാകും – എന്തായാലും ഹെൻട്രി കുറ്റക്കാരനല്ല. പെട്ടെന്ന് ഞാൻ നിന്നെക്കുറിച്ചോർത്തു. അതിനെക്കുറിച്ച് ഒരു വാക്കുപോലും പറയരുത് — ഒന്നും കേൾക്കുകയോ ചിന്തിക്കയോ മന്ത്രിക്കയോ അരുത്, ഞാൻ വീണ്ടും എഴുതുന്നതുവരെ. അതെല്ലാം ഒതുക്കിത്തീർക്കുമെന്നെനിക്കുറപ്പാണ്, എല്ലാം റഷ്‌വർത്തിന്റെ അവിവേകം മൂലമുണ്ടായതാണ്. അവർ പോയിട്ടുണ്ടെങ്കിൽ, അത് മാൻസ്ഫീൽഡിലേക്ക് മാത്രമായിരിക്കും; ജൂലിയയും ഒപ്പമുണ്ടായിരിക്കും. പിന്നെ, എന്താണ് നിന്നെ കൊണ്ടുപോരാൻ ഞങ്ങളെ അനുവദിക്കാത്തത്? പിന്നീട് നീ അതിൽ പശ്ചാത്തപിക്കരുത്.

നിന്റെ സി.

ഫാന്നി അന്ധാളിച്ച് നിന്നുപോയി. ഒരു അപകീർത്തിപരമായ, വൃത്തികെട്ട കിംവദന്തിയും അവൾ കേട്ടിട്ടുണ്ടായിരുന്നില്ല. ഈ വിചിത്രമായ കത്തിലെ ഉള്ളടക്കം അവൾക്ക് മനസിലാക്കാൻ കഴിഞ്ഞില്ല. വിമ്പോൾ സ്ട്രീറ്റിനെയും മിസ്റ്റർ ക്രാഫോർഡിനെയും ചുറ്റിപ്പറ്റിയുള്ളതാണതെന്നു മാത്രം അവൾക്ക് ഊഹിക്കാൻ കഴിഞ്ഞു. ലോകശ്രദ്ധയാകർഷിക്കുന്ന, നാണം കെട്ട, എന്തോ ചിലതവിടെ സംഭവിച്ചിട്ടുണ്ട്, താൻ അതുകേട്ടാൽ സ്പർധവർധിപ്പിക്കുന്ന കാര്യമാണെന്ന് മിസ്സ്. ക്രാഫോർഡ് കരുതുന്നു. അവൾ തന്നെക്കുറിച്ച് പേടിക്കേണ്ടതില്ല. അതിൽ ഉൾപ്പെട്ടവരെക്കുറിച്ചും, മാൻസ്ഫീൽഡിനെക്കുറിച്ചും ഓർത്താണവൾക്ക് വിഷമം. മിസ്. ക്രാഫോർഡ് എഴുതിയതുപോലെ റഷ്‌വർത്തുമാർ സ്വയം മാൻസ്ഫീൽഡിലേക്കാണ് പോയിട്ടുള്ളതെങ്കിൽ അസുഖകരമായ സംഭവങ്ങളൊന്നും ഉണ്ടായിരിക്കാനിടയില്ല.

മിസ്റ്റർ ക്രാഫോർഡിനെക്കുറിച്ച് പറയുകയാണെങ്കിൽ, ലോകത്തിലെ ഒരു സ്ത്രീയോടും സ്ഥിരമായി അടുപ്പം കാണിക്കുന്ന സ്വഭാവക്കാരനല്ല അയാൾ. ഈ സംഭവം സ്വന്തം മനോഭാവത്തെ അയാൾക്ക് മനസിലാക്കിക്കൊടുക്കും. ഇനി അവളുടെ പിന്നാലെ നടക്കാനയാൾ ലജ്ജിക്കണം.

അവൾ വളരെ അസ്വസ്ഥയായിരുന്നു. വീണ്ടും മിസ്സ്. ക്രാഫോർഡിൽ നിന്ന് എന്തെങ്കിലും വിവരം ലഭിക്കുന്നതുവരെ ആ നില തുടരും. ആ കത്ത് മനസിൽനിന്ന് തുടച്ചുനീക്കാനവൾക്കായില്ല. ആരോടെങ്കിലും പറഞ്ഞു മനസിലെ ഭാരം ലഘൂകരിക്കാനും കഴിഞ്ഞില്ല.

പിറ്റേന്ന് കത്തുകളൊന്നും വന്നില്ല. ഫാന്നി നിരാശയിലാണ്ടു. രാവിലെ മുഴുവൻ അവൾ മനോരാജ്യത്തിലായിരുന്നു. പതിവുപോലെ ഉച്ച തിരിഞ്ഞ് അച്ഛൻ ദിനപത്രവുമായി എത്തിയപ്പോൾ ആ ചിന്ത അവളുടെ തലയിൽനിന്നും തൽക്കാലം മാഞ്ഞുപോയിരുന്നു. പത്രത്തിൽ അതിനെക്കുറിച്ചൊരു വിവരണം ഉണ്ടാകുമെന്നവൾ ഒരിക്കലും പ്രതീക്ഷിച്ചില്ല.

മറ്റെന്തോകാര്യം ചിന്തിച്ചിരിക്കയായിരുന്നു അവൾ. അവളുടെ ആദ്യദിവസത്തെപോലെ പത്രം വായിക്കാനിപ്പോൾ മെഴുകുതിരിയുടെ ആവശ്യമില്ല. സൂര്യപ്രകാശമുണ്ട്. അവൾ അവിടെ വന്നിട്ട് മൂന്നു മാസം ആയിരിക്കു

ന്നു. സൂര്യരശ്മി മുറിയിലേക്ക് പ്രകാശം പരത്തുന്ന സന്തോഷകരമായ ചുറ്റു പാടുണ്ടായിട്ടും അവൾ കൂടുതൽ വിഷാദയായിരുന്നു. നാട്ടിൻപുറത്തേക്കാൾ എത്ര വ്യത്യസ്തമാണീ പട്ടണത്തിലെ സൂര്യപ്രകാശം! അവളുടെ അച്ഛൻ പത്രം വായിച്ചുകൊണ്ടിരിക്കുന്നു. പതിവുപോലെ കീറിപ്പറിഞ്ഞ കാർപ്പെ റ്റിനെക്കുറിച്ച് അമ്മ വിലപിക്കുന്നു. ചായ ഉണ്ടാക്കാൻ റെബേക്ക വരും. പെട്ടെന്ന്, പത്രത്തിലെ ഒരു വാർത്തകണ്ട് അച്ഛൻ വിളിച്ചു ചോദിച്ചു.

"ലണ്ടനിലുള്ള നിന്റെ മൂത്ത കസിനിന്റെ പേരെന്താണ്, ഫാൻ?"

ഒരു നിമിഷം ഓർത്തുകൊണ്ടവൾ മറുപടി നൽകി "റഷ്‌വർത്ത്, സർ."

"അവർ വിമ്പോൾ സ്ട്രീറ്റിലല്ലേ താമസം?"

"യെസ്, സർ."

"ചെകുത്താന്മാർ, എന്താണവരെ ചെയ്യേണ്ടത്, തുലഞ്ഞുപോകട്ടെ, അത്രതന്നെ (പത്രം അവൾക്ക് നീട്ടിക്കൊണ്ട്) – നിന്റെ ബന്ധുക്കൾ നല്ല വർ തന്നെ! ഈ സംഭവത്തെകുറിച്ച് സർ. തോമസ് എന്ത് കരുതും എന്നെ നിക്കറിയില്ല. എത്ര നല്ല മാന്യനായ രാജ്യസഭാംഗമാണദ്ദേഹം. മക്കളെ എത്രമാത്രം സ്നേഹിക്കുന്നവൻ. ദൈവത്താണെ, അവൾ എന്റെ മോളാ യിരുന്നെങ്കിൽ ഞാനവളെ ഒരു കയർത്തുമ്പിൽ കെട്ടിത്താത്തിയേനെ. ആണിനെയും പെണ്ണിനെയും കെട്ടിയിട്ട് ചാട്ടവാറുകൊണ്ടടിക്കണം, ഇത്തരം സംഭവങ്ങൾ ആവർത്തിക്കാതിരിക്കാനതാണ് വേണ്ടത്."

ഫാന്നി ആ വാർത്ത സ്വയം വായിച്ചു. "വലിയ ആശങ്കയോടെയാണാ വാർത്ത ലോകത്തോട് പ്രഖ്യാപിക്കപ്പെട്ടിരിക്കുന്നത്. വിമ്പോൾ സ്ട്രീറ്റിലെ മിസ്റ്റർ റഷ്‌വർത്ത് കുടുംബത്തിൽ ദാമ്പത്യജീവിതത്തിനേറ്റ പ്രഹരം! സുന്ദ രിയും പരിഷ്കൃതലോകത്തിന് അത്യുജ്ജ്വലനേതൃത്വം നൽകേണ്ടവളുമായ മിസിസ് റഷ്‌വർത്ത് സ്വന്തം ഭർത്താവിന്റെ വീട് ഉപേക്ഷിച്ച്, സുപ്രസിദ്ധനും ആകർഷണീയനുമായ മിസ്റ്റർ ക്രാഫോർഡിനോടൊപ്പം ഒളിച്ചോടിയിരിക്കു ന്നു. മിസ്റ്റർ റഷ്‌വർത്തിന്റെ അടുത്ത സുഹൃത്താണയാൾ. അവർ എവിടേ ക്കാണ് പോയതെന്ന് പത്രാധിപർക്കുപോലും അറിയില്ല."

"അത് തെറ്റാണ്, സർ" ഫാന്നി ഉടനെ പറഞ്ഞു: "അത് തെറ്റായിരി ക്കണം – അത് വാസ്തവമാകാൻ വഴിയില്ല — അത് മറ്റാരെയെങ്കിലും ഉദ്ദേശിച്ചായിരിക്കും."

നാണക്കേട് ഒഴിവാക്കാൻ ഉള്ള ആഗ്രഹത്തിൽ നിന്നവൾ പറഞ്ഞു പോയതാണ്. അവൾക്കത് സ്വയം വിശ്വസിക്കാനായില്ല. എന്നാൽ, വാർത്ത വായിച്ചപ്പോൾ അവൾക്കത് ബോധ്യപ്പെട്ടു, സത്യം അവളുടെ മനസി ലേക്ക് കുതിച്ചു കയറി. അവൾ തരിച്ചിരുന്നു.

മിസ്റ്റർ പ്രൈസ് ആ റിപ്പോർട്ടിന്റെ കാര്യത്തിൽ വലിയ താൽപ്പര്യ മൊന്നും കാണിച്ചില്ല "തീർച്ചയായും, അത് തെറ്റായിരിക്കാം" അയാൾ സമ്മതിച്ചു. "എന്നാൽ, ഒരുപാട് മാന്യവനിതകൾ ഈയിടെയായി ഇത്തരം മലിന മാർഗത്തിലൂടെ സഞ്ചരിക്കുന്നുണ്ട്, അതിനൊരു പരിഹാരവുമില്ല."

"തീർച്ചയായും, അത് ശരിയായ വാർത്തയല്ലെന്ന് ഞാൻ കരുതു ന്നു." മിസിസ് പ്രൈസ് സങ്കടത്തോടെ പറഞ്ഞു "വളരെ ഞെട്ടിക്കുന്ന തായി അത്! — റെബേക്കയോട് ആ കാർപ്പെറ്റിനെക്കുറിച്ച് ഒരിക്കൽ

ഞാൻ പറഞ്ഞിരുന്നതാണ്, ഒരു ഡസൻ തവണയെങ്കിലും പറഞ്ഞു കാണും. ഇല്ലേ, ബെറ്റ്സി? – പത്ത് മിനിറ്റിന്റെ പണിപോലുമില്ല."

ഫാന്നിയുടെ മനോവേദന വർണിക്കാനാവില്ല, ആദ്യം ഒരു ഞെട്ടലായിരുന്നു. ഭീകരമായ ആ പാപകൃത്യമോർത്തവൾ വേദനിച്ചുകൊണ്ടിരുന്നു. അവൾക്കതിൽ യാതൊരു സംശയവുമില്ല, ആ വാർത്ത തെറ്റാണെന്നവൾക്ക് കരുതാനായില്ല. മിസ്സ്. ക്രാഫോർഡിന്റെ കത്തിലെ കാര്യങ്ങൾ അതുമായി യോജിച്ച് പോകുന്നു – സഹോദരനെ സംരക്ഷിക്കാനുള്ള അവളുടെ ആസക്തി അത് ഒതുക്കിത്തീർക്കുമെന്ന ആശ, അവളുടെ ആശങ്ക, എല്ലാം വളരെ മോശംതന്നെ. ഇത്രയും വൃത്തികെട്ട മനസ്ഥിതിയുള്ളവളെയാണ് സ്ത്രീ എന്ന് വിളിക്കുന്നതെങ്കിൽ, അവളൊരു സ്ത്രീ ആണ്! ഇപ്പോൾ ആരാണ് പോയതെന്ന് അവൾ മനസിലാക്കട്ടെ, അവൾ സ്വന്തം തെറ്റ് തിരുത്തട്ടെ – അത് മിസ്റ്റർ റഷ്‌വർത്തും ഭാര്യയുമല്ല, മിസിസ് റഷ്‌വർത്തും മിസ്റ്റർ ക്രാഫോർഡുമാണ്.

ഇതുപോലൊരാഘാതം മുമ്പൊരിക്കലും ഫാന്നിക്ക് ഏറ്റിട്ടില്ല. വിശ്രമിക്കാനാകുന്നില്ല, സായാഹ്നം വേദനാനിർഭരമായിരുന്നു, രാത്രി ഉറക്കമില്ലാത്തതും. അസ്വസ്ഥത മൂത്ത് പേടിച്ച് വിറയ്ക്കാൻ തുടങ്ങി, ശരീരമാകെ മരവിച്ചതുപോലെ – ആറ് മാസം മുമ്പ് മാത്രം വിവാഹിതയായൊരു സ്ത്രീ. തന്നെ ആരാധിക്കുന്നെന്നു പറഞ്ഞു നടക്കുന്ന, വിവാഹാഭ്യർഥനപോലും നടത്തിയ ഒരു പുരുഷൻ! എല്ലാം സുഹൃത്തുക്കൾ, കുടുംബം മുഴുവൻ. എന്തൊരു ഭീകരമായ കുറ്റം. ഇത്രയും വലിയ വൃത്തികേടുകൾ കാണിക്കാനാകുമോ, തനി കാടത്തമല്ലേ ഇത്! അയാളുടെ ചാഞ്ചാടുന്ന പ്രേമചാപല്യങ്ങളും മരിയായുടെ ദൃഢബന്ധവും. ഇരുവരുടെയും ആദർശശൂന്യതയും അത് സാധ്യമാക്കുന്നു.

എന്തായിരിക്കും അതിന്റെ പരിണതഫലം? ആരെയൊക്കെ അത് മുറിപ്പെടുത്തില്ല? ആരുടെയൊക്കെ മനസ്സമാധാനമാണത് എന്നെന്നേക്കുമായി തകർത്തുകളയുക? അമ്മയുടെ വേദനകൾ, അച്ഛന്റെ ദുഃഖം — അവളൊന്ന് നിർത്തി — ജൂലിയയുടെ, ടോമിന്റെ, എഡ്മണ്ടിന്റെ — വീണ്ടും അവൾ നിർത്തി. സർ. തോമസിനെയും എഡ്മണ്ടിനെയുമായിരിക്കും അതേറ്റവുമധികം ബാധിക്കുക....

പിറ്റേന്ന് ഒന്നും സംഭവിച്ചില്ല, അതിന്റെ പിറ്റേന്നും, അവളുടെ ഭീതി കുറഞ്ഞില്ല. കാര്യങ്ങൾ വിശദമാക്കാനായി മിസ്സ്. ക്രാഫോർഡിന്റെ കത്തും വന്നില്ല. മാൻസ്ഫീൽഡിൽനിന്നും യാതൊരു വിവരവുമില്ല. ആന്റിയിൽ നിന്നവൾ കത്ത് പ്രതീക്ഷിച്ചിരുന്നു. ഇതൊരു ദുശ്ശകുനമാണ്. മനസിനെ ആശ്വസിപ്പിക്കാനവൾക്ക് ആശാവഹമായ ഒരു വാർത്തയുമില്ല. മൂന്നാം ദിവസം വാതിൽക്കൽ മുട്ടുകേട്ടു, ഒരു കത്തവളുടെ കയ്യിലേൽപ്പിക്കപ്പെട്ടു. ലണ്ടൻ മുദ്രയുണ്ട്, എഡ്മണ്ടിന്റേതാണ്.

'പ്രിയപ്പെട്ട ഫാന്നി,

നമ്മളുടെ ഇപ്പോഴത്തെ ദുരവസ്ഥ നിനക്കറിയാമല്ലോ. ദൈവം നിനക്ക് താങ്ങുനൽകട്ടെ. ഞങ്ങൾ ഇവിടെ വന്നിട്ട് രണ്ട് ദിവസമായി, എന്നാൽ ഒന്നും ചെയ്യാനില്ല. അവരെ കണ്ടുപിടിക്കാനായില്ല – അവസാന

പ്രഹരത്തെക്കുറിച്ച് നീ കേട്ടുകാണില്ല — ജൂലിയയുടെ ഒളിച്ചോട്ടം. അവൾ യേറ്റ്സിനോടൊപ്പം സ്കോട്ട്ലാണ്ടിലേക്ക് കടന്നിരിക്കുന്നു. ഞങ്ങൾ ലണ്ടനിൽ പ്രവേശിക്കുന്നതിന് ഏതാനും മണിക്കൂറുകൾക്കുമുമ്പവൾ സ്ഥലം വിട്ടു. മറ്റേതെങ്കിലും സമയമായിരുന്നെങ്കിൽ ഇത് ദാരുണമായി തോന്നിയേനെ. ഇപ്പോൾ അതൊന്നുമല്ലാതായി, എന്നാലും വല്ലാത്ത കഷ്ടം തന്നെ. എന്റെ അച്ഛൻ തകർന്ന് വീണിട്ടില്ലെന്നുമാത്രം. കൂടുതലൊന്നും ആശിക്കാനില്ല. അദ്ദേഹത്തിനിപ്പോഴും ചിന്തിക്കാനും പ്രവർത്തിക്കാനും കഴിയുന്നുണ്ട്. അദ്ദേഹത്തിന്റെ ആഗ്രഹപ്രകാരം ഞാൻ എഴുതുകയാണ്, നീ വീട്ടിലേക്ക് തിരിച്ചുവരണം. എന്റെ അമ്മയ്ക്കുവേണ്ടി, നിന്റെ വരവ് ഉൽക്കണ്ഠയോടെ കാത്തിരിക്കയാണദ്ദേഹം. ഈ കത്ത് കിട്ടുന്നതിന്റെ പിറ്റേന്ന് രാവിലെ ഞാൻ പോർട്സ്മത്തിലെത്തും, മാൻസ്ഫീൽഡിലേക്ക് പുറപ്പെടുവാൻ നീ തയറായിരിക്കുക. ഏതാനുംമാസത്തെ സന്ദർശനത്തിനായി നീ സൂസനെയും കൂട്ടണം എന്നാണ് അച്ഛന്റെ ആഗ്രഹം. വേണ്ടരീതിയിൽ നീ കാര്യങ്ങൾ തീരുമാനിക്കുക. ഈ അവസരത്തിൽ അദ്ദേഹത്തിന്റെ ദയാവായ്പ് നീ അറിയണം! അദ്ദേഹം അർത്ഥമാക്കുന്നതിനോട് നീതിപാലിക്കുക. എന്റെ ഇപ്പോഴത്തെ നില നിനക്കൂഹിക്കാനാകും. നമ്മൾക്കുനേരെ ഉയരുന്ന തിന്മകൾക്ക് അവസാനമില്ല. നമ്മൾക്ക് വേഗം തന്നെ കാണാം.'

ഈ കത്തുപോലെ മറ്റൊന്നവൾക്ക് കിട്ടിയിട്ടില്ല. അതിലെ ഉള്ളടക്കം അവളെ സ്പർശിച്ചു. നാളെ! നാളെ പോർട്സ്മിത്ത് വിടാം! മറ്റുള്ളവരുടെ നില പരിതാപകരമായിരിക്കുമ്പോൾ താൻ ഇത്രയധികം ആഹ്ലാദിക്കുന്നത് അപകടമാണെന്നവൾക്ക് തോന്നി. ആ തിന്മ എത്ര നന്മയാണവൾക്ക് കൊണ്ടുവന്നത്! സൂസനെ കൂടെ കൊണ്ടുചെല്ലാനുള്ള ക്ഷണം അവൾ ഒരനുഗ്രഹമായി കരുതി, അവളുടെ ഹൃദയം ആഹ്ലാദംകൊണ്ട് ജ്വലിച്ചു. എല്ലാ വേദനകളും അകന്നു പോയതുപോലെ. ജൂലിയയുടെ ഒളിച്ചോട്ടം താരതമ്യേന നിസ്സാരമായാണവൾ കണ്ടത്. എങ്കിലും അവൾ ഞെട്ടിപ്പോയി. അത്ഭുതപ്പെട്ടു. എന്നാൽ, അധികനേരം അത് നിലനിന്നില്ല. മനസിൽ പതിഞ്ഞുകിടന്നില്ല. മനസു നിറയെ മടക്കയാത്രയുടെ ആനന്ദമായിരുന്നു. അവൾക്ക് ഒരുപാടുകാര്യങ്ങൾ ചെയ്തു തീർക്കാനുണ്ട്, ദുഃഖിച്ചിരിക്കാൻ നേരമില്ല. ഇരുപത്തിനാല് മണിക്കൂറിനുള്ളിൽ അവൾക്ക് പോകേണ്ടതാണ്. അച്ഛനോടും അമ്മയോടും പറയണം, സൂസനെ തയാറാക്കണം. എന്തെല്ലാം ചെയ്യാനിരിക്കുന്നു. ദിവസത്തിന് നീളം കുറഞ്ഞതുപോലെ — അവളോടൊപ്പം സൂസനെ വിടുന്നതിനുള്ള അച്ഛനമ്മമാരുടെ സമ്മതം — സൂസന്റെ പരമാനന്ദം — എല്ലാം ഫാന്നിയെ ആവേശം കൊള്ളിച്ചു.

ബെർട്രാമുകൾക്ക് നേരിട്ട വിപത്ത് കുടുംബത്തിലാരെയും ബാധിച്ചില്ല. തന്റെ പാവം സഹോദരിയെകുറിച്ച് മിസിസ് പ്രൈസ് ഏതാനും മിനിറ്റുകൾ സംസാരിച്ചു — എന്നാൽ, സൂസന്റെ ഉടുപ്പുകൾ എങ്ങനെയാണ് കൊണ്ടുപോകുക, റെബേക്കാ എല്ലാ പെട്ടികളും കൊണ്ടുപോയികേടാക്കിയല്ലൊ തുടങ്ങിയവയായിരുന്നു അവളുടെ മനസിൽ. അപ്രതീക്ഷിതമായി തന്റെ മനസിലെ ആദ്യമോഹം പൂവണിഞ്ഞതിൽ അതീവ

സന്തുഷ്ടയായിരുന്നു സൂസൻ – ആരാണ് പാപം ചെയ്തതെന്നും, ആരാണ് വേദനിക്കുന്നതെന്നും അവൾക്കറിയില്ലായിരുന്നു.

യാത്രയ്ക്കുള്ള തയാറെടുപ്പുകളെല്ലാം പൂർത്തിയായി. പിറ്റേന്നത്തെ സുപ്രഭാതം പ്രതീക്ഷിച്ച് പെൺകുട്ടികൾ ഇരിപ്പായി.

രാവിലെ എട്ടുമണിയോടെ എഡ്മണ്ട് വീട്ടിലെത്തി. മുകളിൽനിന്ന് പെൺകുട്ടികൾ അവന്റെ വരവ് മനസിലാക്കി. ഫാന്നി താഴേക്ക് വന്നു. അവൻ അവളുടെ അടുത്ത് എത്തിയിരിക്കുന്നു. ദുഃഖിതനായി. മുറിയിൽ പ്രവേശിച്ചപ്പോൾ അവളാകെ തളർന്നുപോയി. അവൻ ഒറ്റയ്ക്കാണ്, ഉടനെ അവളെ കണ്ടു. അവന്റെ വാക്കുകൾ അവളുടെ ഹൃദയത്തിലേക്ക് ആഞ്ഞിറങ്ങി "എന്റെ ഫാന്നി — എന്റെ ഏക സഹോദരി – നീ മാത്രമാണെന്റെ ആശ്വാസം" അവൾക്കൊന്നും പറയാനായില്ല. ഏതാനും മിനിറ്റുകൾ അവനും ഒന്നും മിണ്ടാനായില്ല.

സമനില വീണ്ടെടുക്കാനായി അവൻ തിരിഞ്ഞു നിന്നു. വീണ്ടും സംസാരിക്കാൻ തുടങ്ങിയപ്പോഴും അവന്റെ ശബ്ദം വിറച്ചിരുന്നു. കൂടുതൽ പരാമർശം അവൻ ഒഴിവാക്കി. "നീ പ്രാതൽ കഴിച്ചോ? – നീ എപ്പോഴാണ് തയാറാകുക! – സൂസൻ വരുന്നില്ലേ?" പെട്ടെന്നുയർന്ന ചോദ്യങ്ങളായിരുന്നു ഇവ. കഴിയുന്നത്രവേഗം സ്ഥലംവിടണമെന്നാണവന്റെ ഉദ്ദേശം. മാൻസ്ഫീൽഡിനെ സംബന്ധിച്ചിടത്തോളം സമയം വിലപ്പെട്ടതാണ്. നീങ്ങിക്കൊണ്ടിരുന്നാലേ അവന്റെ മനസും ശാന്തമാകൂ. അരമണിക്കൂറിന്നുള്ളിൽ വണ്ടി കൊണ്ടുവരുവാൻ തീരുമാനിക്കപ്പെട്ടു. തങ്ങൾ പ്രാതൽ കഴിച്ചെന്നും, അരമണിക്കൂറിനുള്ളിൽ തയാറാകാമെന്നും ഫാന്നി പറഞ്ഞു. അവൻ ഭക്ഷണം കഴിച്ചതിനാൽ പ്രാതലിനുള്ള ക്ഷണം നിരസിച്ചു. അവൻ കോട്ടയിലൂടെ കുറച്ച് നടന്നശേഷം വണ്ടിയുമായി എത്തി. അവൻ വീണ്ടും പുറത്തുപോയി, ഫാന്നിയിൽനിന്നുപോലും അകന്നു നിൽക്കാൻ ആഗ്രഹിക്കുന്നതുപോലെ.

അവൻ ഒരു രോഗിയെപ്പോലെ കാണപ്പെട്ടു. ഭയങ്കരമായ വൈകാരികസംഘട്ടനം അനുഭവപ്പെടുന്നുണ്ട്. അത് കടിച്ചമർത്താൻ ശ്രമിക്കുന്നു. അതവൾക്കറിയാമെങ്കിലും, ദയനീയമായിരുന്നു.

വണ്ടി വന്നു, അവൻ വീണ്ടും വീടിനുള്ളിലേക്ക് പ്രവേശിച്ചു. ഏതാനും മിനിറ്റുകൾ കുടുംബത്തോടൊപ്പം ചിലവഴിച്ചു. പിന്നെ യാത്ര പുറപ്പെട്ടു.

പോർട്സ്മത്തിന്റെ അതിർത്തി കടക്കുമ്പോൾ ഫാന്നിയുടെ ഹൃദയം ആഹ്ലാദവും കൃതജ്ഞതയും കൊണ്ടുനിറഞ്ഞു. സൂസന്റെ മുഖം വിശാലമായ പുഞ്ചിരികൊണ്ട് പ്രകാശിച്ചു.

മൗനമായൊരു യാത്രയായിരുന്നു അത്. എഡ്മണ്ടിന്റെ നെടുവീർപ്പുകൾ പലപ്പോഴും ഫാന്നിക്ക് കേൾക്കാമായിരുന്നു. അവൻ അവളോടൊപ്പം ഒറ്റയ്ക്കായിരുന്നെങ്കിൽ ഹൃദയം തുറന്ന് സംസാരിച്ചേനെ, എന്തൊക്കെ പ്രതിജ്ഞകൾ എടുത്തിട്ടുണ്ടെങ്കിലും: എന്നാൽ, സൂസന്റെ സാന്നിധ്യം അവനെ അന്തർമുഖനാക്കി. അപ്രസക്തമായ സംഭാഷണം അധികം നീണ്ടുനിന്നതുമില്ല.

ഫാന്നി അവനെ വല്ലാത്ത ഉൽക്കണ്ഠയോടെ നോക്കിക്കൊണ്ടിരു

ന്നു, ചിലപ്പോൾ അവരുടെ കണ്ണുകൾ ഇടയും, സ്നേഹം നിറഞ്ഞ മന്ദഹാസമുയരും, അതവൾക്ക് വലിയ ആശ്വാസം നൽകി. ആദ്യ ദിവസം അവന്റെ മനസിനെ വേദനിപ്പിക്കുന്ന വാർത്തകളൊന്നും ഫാന്നിക്ക് കേൾക്കാനായില്ല. പിറ്റേന്ന് കുറേശ്ശെ സംസാരിച്ചു തുടങ്ങി. രാവിലെ ഓക്സ്ഫോർഡിലേക്ക് പുറപ്പെടുന്നതിനുമുമ്പ്, അവർ രാത്രി താമസിച്ച സത്രത്തിന്റെ ഒരു ജനാലയ്ക്കൽ ഇരുന്ന്, അവിടം വിട്ടുപോകുന്ന ഒരു വലിയ കുടുംബത്തെ സൂസൻ നിരീക്ഷിക്കുന്നു. മറ്റ് രണ്ടുപേരുംനിന്ന് തീകായുകയാണ്. ഫാന്നിയുടെ മുഖത്തിന് വന്ന വിളർച്ചയും ക്ഷീണവും കണ്ട്, അതെല്ലാം ഈയിടെ നടന്ന ഖേദകരമായ സംഭവത്തിന്റെ പേരിലാണെന്ന് തെറ്റിദ്ധരിച്ച്, അവളുടെ കരംഗ്രഹിച്ച് എഡ്മണ്ട് വികാരം നിറഞ്ഞ സ്വരത്തിൽ മെല്ലെ പറഞ്ഞു:

"അത്ഭുതമില്ല — നിനക്ക് വിഷമമുണ്ടാകും — നീ വല്ലാതെ സഹിച്ചുകാണും. ഒരിക്കൽ നിന്നെ സ്നേഹിച്ച മനുഷ്യന് എങ്ങനെ നിന്നെ ഉപേക്ഷിക്കാൻ കഴിഞ്ഞു! എന്നാൽ നിന്റേത് നിന്റെ സൗഹൃദം താരതമ്യേന പുതുതാണ്. ഫാന്നി, എന്റെ കാര്യം ഓർത്തു നോക്കൂ!"

അവരുടെ ആദ്യ ദിവസത്തെ യാത്ര കുറെ ദീർഘമുള്ളതായിരുന്നു, ഏകദേശം ഓക്സ് ഫോർഡ്വരെ എത്തിച്ചു. രണ്ടാംദിവസം അത്രയ്ക്കുണ്ടായില്ല. ഉച്ചഭക്ഷണത്തിന് വളരെ മുമ്പായി മാൻസ്ഫീൽഡ് പരിസരത്തിലെത്തി. പ്രിയങ്കരമായ ആ സ്ഥലത്തെത്താറായപ്പോൾ ഇരു സഹോദരിമാരുടെയും ഹൃദയം കിടന്ന് പിടയ്ക്കാൻ തുടങ്ങി. ആന്റിമാരെയും ടോമിനെയും അപമാനിതമായ ഈ നിലയിൽ കാണാനവൾക്ക് ഭയം തോന്നി. സൂസന് വല്ലാത്ത ഉൽക്കണ്ഠയായിരുന്നു; ഇവിടെ പെരുമാറേണ്ട രീതിയെകുറിച്ചവൾ പഠിച്ചത് ഇപ്പോൾ പ്രായോഗികമാക്കേണ്ടിയിരിക്കുന്നു. ഫെബ്രുവരിക്കുശേഷം നാട്ടിൻപുറത്ത് വന്ന മാറ്റങ്ങൾ ഫാന്നി ശ്രദ്ധിച്ചു. പാർക്കിലെത്തിയപ്പോൾ അവർ അതിസൂക്ഷ്മതയോടെ, അത്യാഹ്ലാദത്തോടെ, എല്ലാം നിരീക്ഷിച്ചു. അവൾ അവിടംവിട്ടുപോയിട്ട് മൂന്നുമാസം കഴിഞ്ഞു, ശീതകാലം മുതൽ വേനൽക്കാലം വരെ. പുൽത്തകിടിയിലും വൃക്ഷങ്ങളിലും എല്ലാം അവളുടെ കണ്ണുകൾ പാറി നടന്നു. മനോഹരമായ പച്ചപ്പ്, മരങ്ങൾ പൂർണമായി പച്ചപിടിച്ചിട്ടില്ല, അതി സുന്ദരമായ ദൃശ്യം. അവളുടെ ആസ്വാദ്യത സ്വന്തം മനസിൽ ഒതുക്കിവെച്ചു. എഡ്മണ്ടുമായി പങ്കിട്ടില്ല. അവൾ അവനെ നോക്കി. എന്നാലവൻ പിന്നാക്കം ചാഞ്ഞ് മ്ലാന വദനനായി ഇരിക്കുകയാണ്. സന്തോഷകരമായ കാഴ്ചകൾ ദുഷ്കരമാണെന്നപോലെ, കണ്ണുകളടച്ചുകൊണ്ട്.

അതവളെ വീണ്ടും വിഷാദത്തിലാഴ്ത്തി. അവരുടെ വരവും പ്രതീക്ഷിച്ച് ബെർട്രാം ആന്റി അക്ഷമയോടെ കാത്തിരിക്കയായിരുന്നു, ആദ്യമായാണ് അവൾക്ക് അനുഭവമുണ്ടാകുന്നത്! വിഷാദഭാവത്തിൽ നിൽക്കുന്ന ഭൃത്യരെ അവൾ കടന്നുപോകുമ്പോഴേക്കും, ലേഡിബെർട്രാം ഡ്രായിങ് റൂമിൽനിന്നും അവളെ സ്വീകരിക്കാനെത്തി. ഉദാസീനമായ കാൽവെപ്പുകളോടയല്ല! ഫാന്നിയുടെ തോളിൽ തല ചായ്ചുകൊണ്ടവർ പറഞ്ഞു "പ്രിയപ്പെട്ട ഫാന്നി! ഇപ്പോൾ എനിക്ക് ആശ്വാസമായി."

16

ദുഃഖാർത്തരായ അവിടത്തെ മൂന്നു പേരിൽ ഓരോരുത്തരും കരുതിയത് താനാണ് ഏറ്റവും കൂടുതൽ ദുഃഖിക്കുന്നത് എന്നാണ്. മരിയയോട് അങ്ങേയറ്റം അടുപ്പത്തിലായിരുന്ന മിസിസ് നോറിസ് ആയിരുന്നു ശരിക്കും ഏറ്റവും വലിയ ദുഃഖിത. മരിയയായിരുന്നു അവളുടെ ഏറ്റവും പ്രിയപ്പെട്ടവൾ. അവളുടെ തന്ത്രംകൊണ്ടാണാ വിവാഹബന്ധം ഉണ്ടായതുതന്നെ. എപ്പോഴും തികഞ്ഞ അഭിമാനത്തോടെ അവളത് ഉദ്ഘോഷിക്കയും ചെയ്യുമായിരുന്നു. ഈ ദുരവസ്ഥ അവളെ തകർത്തുകളഞ്ഞു.

മിസിസ് നോറിസ് ഇപ്പോൾ മറ്റൊരു വ്യക്തിയായിരുന്നു, ശാന്ത പ്രകൃതമായ ചുറ്റുപാടിൽ നടക്കുന്നതൊന്നും ശ്രദ്ധിക്കാതായി. അവളുടെ ചൊടിയും ചുണയുമെല്ലാം പോയ്മറഞ്ഞു. ലേഡിബെർട്രാമിനോ ടോമിനോ അവളിൽ നിന്നൊരു സഹായവും ലഭിച്ചില്ല. എല്ലാവരും ഒരുപോലെ മ്ലാനവദനരും നിസ്സഹായരും ചിന്താവിഷ്ടരുമായിത്തീർന്നു. ആന്റി ഫാന്നിയോടെന്നപോലെ, ടോം എഡ്മണ്ടിനും ഹൃദ്യമായ സ്വാഗതമേകി. എന്നാൽ ഫാന്നിയുടെ വരവ് മിസിസ് നോറിസിനെ കൂടുതൽ കുപിതയാക്കുകയാണുണ്ടായത്. എല്ലാ പ്രശ്നത്തിന്റെയും പിന്നിൽ ഫാന്നിയാണെന്നവൾ വിശ്വസിച്ചു. ഫാന്നി മിസ്റ്റർ ക്രാഫോർഡിനെ സ്വീകരിച്ചിരുന്നെങ്കിൽ ഇതൊന്നും സംഭവിക്കില്ലായിരുന്നു.

സൂസനെയും അവൾ ഇഷ്ടപ്പെട്ടില്ല; ഒരു രഹസ്യദൂതയായിട്ടാണ് സൂസനെ അവൾ വീക്ഷിച്ചത്. എന്നാൽ, മറ്റെ ആന്റി അവളെ ദയാപൂർവം സ്വീകരിച്ചു, അവളെ ചുംബിച്ചു, ഇഷ്ടപ്പെട്ടു. സൂസനതൊക്കെ ധാരാളമാണ്. നോറിസ് ആന്റിയെക്കുറിച്ചവൾക്ക് നേരത്തെ അറിയാമായിരുന്നു, അനിഷ്ടം മാത്രമേ പ്രതീക്ഷിക്കാവൂ എന്ന്. അവൾ അതിവേഗം വീടും അന്തരീക്ഷവുമായി ഇണങ്ങിച്ചേർന്നു. സഹോദരനെ ശുശ്രൂഷിച്ചുകൊണ്ട് എഡ്മണ്ട് സ്വന്തം വിഷമം മറക്കാൻ ശ്രമിച്ചു. ഫാന്നി ബെർട്രാം ആന്റിയുടെ സേവനത്തിൽ മുഴുകി, പഴയതുപോലെ, ഒരുപക്ഷേ അതിനെക്കാൾ ഉത്സാഹത്തോടെ, എന്നിട്ടും അവൾക്ക് മതിവരാത്തപോലെ!

ആ ദുരവസ്ഥയെക്കുറിച്ച് ഫാന്നിയോട് പറഞ്ഞ് വിലപിക്കുമ്പോഴാണ് ലേഡിബെർട്രാമിനൊരാശ്വാസം ലഭിക്കുക. ഫാന്നി അവരെ സമാധാനിപ്പിക്കും. എന്തായാലും ലേഡിബെർട്രാം അഗാധമായി അക്കാര്യത്തെക്കുറിച്ച് ചിന്തിച്ചിരുന്നില്ല.

നടന്നകാര്യങ്ങൾ എല്ലാം ഫാന്നി ആന്റിയിൽനിന്നും കേട്ടുമനസിലാക്കി. അവർ അത്ര നന്നായി വിവരിക്കാനറിയുന്നവളല്ല എങ്കിലും, പല കത്തുകളിലൂടെ ലഭിച്ച വിവരങ്ങളും ചേർത്ത് സത്യാവസ്ഥ മനസിലാക്കാനായി.

മിസിസ് റഷ്വർത്ത് ഈയിടെ അടുപ്പത്തിലായ ഒരു കുടുംബത്തോടൊപ്പം 'ടിിക്കെൻ ഹാമി'ലേക്ക് ഈസ്റ്റർ ആഘോഷിക്കാനായി പോയി – അവരുമായി മിസ്റ്റർ ക്രാഫോർഡ് മുമ്പെ അടുപ്പത്തിലാണ്, ഏത് സമയത്തും അയാൾക്കാ വീട്ടിൽ കയറിച്ചെല്ലാം. അപ്പോൾ മിസ്റ്റർ റഷ്വർത്ത് 'ബാത്തി'ലേക്ക് പോയിരിക്കയായിരുന്നു, അമ്മയെ ലണ്ടനിലേക്ക് കൊണ്ടുവരുവാൻ

ജൂലിയയെപോലും കൂട്ടാതെ മരിയ തന്റെ സുഹൃദ്കുടുംബത്തോടൊപ്പം താമസിച്ചു. അവിടെ വെച്ചാണ് മിസിസ് റഷ്‌വർത്ത് മിസ്റ്റർ ക്രാഫോർഡുമായി ബന്ധപ്പെട്ടതും ഒളിച്ചോടിയതും. അവർ തമ്മിലുള്ള അവിഹിതബന്ധത്തെക്കുറിച്ച് സർ. തോമസിന്റെ ഒരു സുഹൃത്ത് ലണ്ടനിൽനിന്നും അദ്ദേഹത്തിന് കത്തയച്ചിരുന്നു. സർ. തോമസും എഡ്മണ്ടും ലണ്ടനിലെത്തി. അതിനകം ഈ വാർത്ത പരസ്യമായിക്കഴിഞ്ഞിരുന്നു. സർ. തോമസ് കുറച്ചു നാൾ ലണ്ടനിൽ താമസിച്ചെങ്കിലും യാതൊരു പ്രയോജനവുമുണ്ടായില്ല. അദ്ദേഹത്തിന്റെ ഇപ്പോഴത്തെ നില ഫാന്നിക്ക് ചിന്തിക്കാൻപോലും കഴിയുന്നില്ല. സഹോദരിയുടെ ദുഷ്പ്രവൃത്തിയെ കുറിച്ചറിഞ്ഞും ടോമിന്റെ നില കൂടുതൽ വഷളായി. സർ. തോമസ് ലണ്ടനിലെത്തിയപ്പോഴാണറിയുന്നത് ജൂലിയ ഒളിച്ചോടിയ വിവരം! അങ്കിളിന്റെ കാര്യമോർത്ത് ഫാന്നി വളരെയേറെ ദുഃഖിച്ചു. എഡ്മണ്ട്മാത്രമാണ് അദ്ദേഹത്തിനൊരാശ്വാസം, മറ്റെല്ലാമക്കളും അദ്ദേഹത്തിന്റെ ഹൃദയം തകർത്തുകളഞ്ഞിരിക്കുന്നു.

എഡ്മണ്ട് സ്വന്തം അച്ഛന് ഹൃദയവേദന നൽകിയില്ല എന്ന ഫാന്നിയുടെ സങ്കൽപ്പം തെറ്റായിരുന്നു. മറ്റുള്ളവരുടേതുപോലെ രൂക്ഷമായിരുന്നില്ലെന്നുമാത്രം. എഡ്മണ്ട് അനുഭവിക്കുന്ന വിഷമം ലണ്ടനിലായിരുന്നപ്പോൾ സർ. തോമസ് കണ്ടറിഞ്ഞതാണ്. മിസ്സ്. ക്രാഫോർഡുമായുള്ള എഡ്മണ്ടിന്റെ അടുപ്പം അദ്ദേഹം മനസിലാക്കിയിരുന്നു. എന്നാൽ അവളും മകനുമായുള്ള സംഭാഷണം അദ്ദേഹം രഹസ്യമായി കേട്ടിരുന്നെങ്കിൽ, അവളെ മകനെക്കൊണ്ട് വിവാഹം കഴിപ്പിക്കാൻ ഒരിക്കലും ഇഷ്ടപ്പെടില്ലായിരുന്നു എന്ന് ഫാന്നി ചിന്തിച്ചു.

എഡ്മണ്ട് എന്നെന്നേക്കുമായി അവളിൽനിന്ന് വേർപെടണം, അക്കാര്യത്തിൽ ഫാന്നിക്കൊരു സംശയവുമില്ല. എഡ്മണ്ടും അതാണ് കരുതുന്നതെന്നവൾക്കറിയണം. ഉറപ്പിക്കണം. അവൻ എല്ലാം തുറന്നു പറഞ്ഞിരുന്നെങ്കിൽ അവൾക്കെത്ര ആശ്വാസമായേനെ. എന്നാലതിന് സാധ്യത കുറവാണ്. വിരളമായേ അവൾ അവനെ ഒറ്റയ്ക്ക് കാണാറുള്ളൂ. ഒരു പക്ഷേ, അവളോടൊപ്പം ഒറ്റയ്ക്കിരിക്കുന്ന അവസരം അവൻ ഒഴിവാക്കുന്നതാകാം. അവൻ കുടുംബതാൽപ്പര്യത്തിന് വഴങ്ങുകയായിരുന്നു, വലിയ മനോവേദനയോടെ.

ദിവസങ്ങൾ കടന്നുപോയി. അവർ മാൻസ്ഫീൽഡിൽ എത്തിയത് വ്യാഴാഴ്ചയായിരുന്നു. എന്നാൽ, വ്യാഴാഴ്ച സന്ധ്യക്കാണ് എഡ്മണ്ട് ആ വിഷയത്തെക്കുറിച്ച് സംസാരിച്ചത്. അന്നൊരു മഴ ദിവസമായിരുന്നു. അവൻ അവളോടൊപ്പമിരുന്നു. അമ്മ മാത്രമേ ആ മുറിയിലുണ്ടായിരുന്നുള്ളൂ. ഒരു സുവിശേഷ പ്രസംഗം കേട്ടശേഷം കരഞ്ഞുകൊണ്ടവർ ഉറങ്ങിപ്പോയി – സംസാരിക്കാതിരിക്കാൻ പറ്റില്ല ഫാന്നി ശ്രദ്ധയോടെ കേട്ടാൽ ഏതാനും മിനിറ്റുകൊണ്ടവൻ ചുരുക്കിപ്പറയാം.

ഫാന്നി എത്ര ഉൽക്കണ്ഠയോടും ഭയാശങ്കകളോടും കൂടിയാണ് ശ്രദ്ധിച്ചിരുന്നതെന്നോ! സങ്കടവും സന്തോഷവും അവൾ അനുഭവിച്ചു. കോപത്തോടെയുള്ള സംഭാഷണം കേട്ടുകൊണ്ടിരുന്നു. എന്നാൽ, അവളുടെ ദൃഷ്ടി അവന്റെ മുഖത്തുനിന്നും മാറിയില്ല. തുടക്കം അപകടസൂചന

യുള്ളതായിരുന്നു. അവൻ മിസ്. ക്രാഫോർഡിനെ കണ്ടു. അവൾ അവനെ ക്ഷണിച്ചുവരുത്തിയതാണ്. കഥ പറഞ്ഞു തുടങ്ങിയപ്പോൾ അവളുടെ പേടിമാറി. ഗൗരവത്തോടെയാണവൻ അവളെ കാണാനെത്തിയത് – ശരിക്കും ഗൗരവത്തിൽ – നല്ല ദേഷ്യവും ഉണ്ടായിരുന്നു. എന്നാൽ, അവൻ കാര്യങ്ങൾ അവതരിപ്പിക്കുന്നതിനുമുമ്പ് അവൾതന്നെ ആ വിഷയം എടുത്തിട്ടു. അതവനെ ഞെട്ടിച്ചു "നിങ്ങൾ നഗരത്തിലുണ്ടെന്ന് ഞാനറിഞ്ഞു" അവൾ പറഞ്ഞു: "ഞാൻ നിങ്ങളെ കാണാനാഗ്രഹിച്ചു. ഖേദകരമായ ആ വിഷയത്തിലേക്ക് നമ്മൾക്കു കടക്കാം. ബുദ്ധിമോശം തന്നെ" – എനിക്ക് മറുപടി ഒന്നും നൽകാൻ കഴിഞ്ഞില്ല. എന്റെ നോട്ടം തന്നെ ഒരു മറുപടിയായിരുന്നു. അവൾക്കപമാനം തോന്നി. കൂടുതൽ കനത്ത ഭാവത്തോടെ അവൾ തുടർന്നു "നിങ്ങളുടെ സഹോദരിയെ താഴ്ത്തിക്കാട്ടി ഞാൻ സ്വന്തം സഹോദരനെ സംരക്ഷിക്കാനാഗ്രഹിക്കുന്നില്ല. പിന്നെ എന്തെല്ലാമാണവൾ പുലമ്പിയതെന്നോ, മര്യാദയില്ലാതെ, ഫാന്നി – നിന്നോടത് ആവർത്തിക്കാൻ പറ്റിയ വാക്കുകളല്ല. മരിയയെക്കുറിച്ചുമവൾ അധിക്ഷേപിച്ചു, അവളുടെ മാനസിക ദൗർബല്യത്തെയും ബുദ്ധിമോശത്തെയും കുറിച്ച്, അവളുടെ വലയിൽപ്പെട്ട് സ്വയം നശിച്ച സ്വന്തം സഹോദരന്റെ അവിവേകത്തെക്കുറിച്ച്. ഒരിക്കലും താൽപ്പര്യമില്ലാത്തൊരുവൾക്കുവേണ്ടി ആരാധ്യയായൊരുവളെ നഷ്ടപ്പെടുത്തിയവൻ! എന്റെ മാനസിക നില ഒന്നാലോചിച്ചുനോക്കൂ. സ്ത്രീത്വമില്ലാത്തവളാണവൾ. മടിയോ ഭയമോ, എളിമയോ ഇല്ലാത്തവൾ – വഷളാക്കപ്പെട്ടവൾ!"

അവൾ അനാദരവോടെയുള്ള സംസാരം തുടർന്നു. എഡ്മണ്ട് സ്തബ്ധനായി കേട്ടിരുന്നു. "അതെ, പിന്നെ അവൾ നിന്നെക്കുറിച്ച് പറയാൻ തുടങ്ങി, ഖേദത്തോടെ. നിന്നെപ്പോലൊരാളെ നഷ്ടപ്പെടുത്തിയതിൽ – അക്കാര്യം യുക്തിപൂർവമായിരുന്നു, നിന്നോടവൾ എന്നും നീതി പുലർത്തിയിട്ടുണ്ട്. "അവൻ വലിച്ചെറിഞ്ഞു" അവൾ പറഞ്ഞു: "ഇത്തരം ഒരു സ്ത്രീയെ അവനൊരിക്കലും കണ്ടെത്താനാവില്ല. അവൾ അവനെ നേരെയാക്കിയേനെ. അവനെ എന്നും സന്തോഷവാനാക്കിയേനെ." അവൾ നിന്നെക്കുറിച്ച് പ്രശംസയോടെയാണ് സംസാരിച്ചതെങ്കിലും, അവിടെയും ചില ശകാരങ്ങൾ ഉൾക്കൊണ്ടിരുന്നു. അവൾ അഭിപ്രായപ്പെട്ടു "എന്തുകൊണ്ടവൾ അവനെ സ്വീകരിച്ചില്ല? അതെല്ലാം അവളുടെ തെറ്റാണ് – ശുദ്ധമനസ്കയായ പെൺകുട്ടി! ഞാനവൾക്കൊരിക്കലും മാപ്പുകൊടുക്കില്ല. അവൾ വേണ്ടരീതിയിൽ അന്നവനെ സ്വീകരിച്ചിരുന്നെങ്കിൽ, അവർ ഇപ്പോൾ വിവാഹിതരാകേണ്ടതായിരുന്നു. എങ്കിൽ, ഹെൻട്രി വളരെ സന്തോഷവാനായി ജീവിച്ചേനെ, മറ്റൊരു വിഷയവും ചിന്തിക്കാതെ. വീണ്ടും മിസിസ് റഷ്വർത്തുമായി ബന്ധപ്പെടില്ലായിരുന്നു."

"ക്രൂരതയാണത്" ഫാന്നി പറഞ്ഞു; "തികഞ്ഞ ക്രൂരത! ഈ സന്ദർഭത്തിൽ ഇത്ര ലാഘവത്തോടെ സംസാരിക്കുന്നു, അതും നിങ്ങളോട്! ശരിക്കും ക്രൂരത തന്നെ."

ഞാൻ മറുപടിയായി ഇത്രമാത്രം പറഞ്ഞു. "ഹൃദയംഗമമായി ഞാൻ നിനക്ക് നന്മനേരുന്നു. കൂടുതൽ നീതിയുക്തമായി ചിന്തിക്കാൻ പഠിക്ക

ണമെന്ന് ഞാൻ ആത്മാർഥമായി ആശിക്കുന്നു...." ഉടനെ ഞാൻ മുറിവിട്ട് പുറത്തിറങ്ങി. ഞാൻ ഏതാനും അടി നടന്നപ്പോഴേക്കും വാതിൽ തുറക്കുന്ന ശബ്ദം കേട്ടു. "മിസ്റ്റർ ബെർട്രാം" അവൾ വിളിച്ചു. ഞാൻ പിന്തിരിഞ്ഞു നോക്കി, "മിസ്റ്റർ ബെർട്രാം" അവൾ പുഞ്ചിരിച്ചു — എന്നാൽ, മുമ്പ് പറഞ്ഞ സംഗതികളോട് യോജിക്കുന്ന രീതിയിലായിരുന്നു ആ പുഞ്ചിരി. ധിക്കാരത്തോടെ പരിഹസിച്ചുകൊണ്ടുള്ള പുഞ്ചിരി. എന്നെ കീഴടക്കാൻ വേണ്ടിയുള്ള ക്ഷണം – ചുരുങ്ങിയത്, എനിക്കങ്ങനെയാണ് തോന്നിയത്. ഞാൻ എതിർത്തു – എതിർക്കാനുള്ള ഒരു പ്രചോദനം പെട്ടെന്നുണ്ടായി, ഞാൻ മുന്നോട്ടുതന്നെ നടന്നു. പിന്തിരിയാതിരുന്നതിൽ ഒരു നിമിഷം ഖേദിച്ചെങ്കിലും, എനിക്കറിയാം ഞാൻ ചെയ്തത് ശരിയാണെന്ന്. അങ്ങനെയായിരുന്നു ഞങ്ങളുടെ സ്നേഹബന്ധത്തിന്റെ അന്ത്യം! എന്തൊരടുപ്പമായിരുന്നു ഞങ്ങളുടേത്! ഞാനപ്രകാരം വഞ്ചിക്കപ്പെട്ടു! സഹോദരനും സഹോദരിയും ഒരുപോലെ വഞ്ചിക്കയായിരുന്നു. നിന്റെ ക്ഷമയെ ഞാൻ നമിക്കുന്നു, ഫാന്നി. എനിക്ക് ഇപ്പോൾ വലിയ ആശ്വാസം തോന്നുന്നു."

സംഭാഷണം കഴിഞ്ഞ ഉടനെ ലേഡി ബെർട്രാം ഉറക്കത്തിൽ നിന്നെഴുന്നേറ്റു.

കാലം അവന്റെ വേദനകൾ ശമിപ്പിക്കുമെന്നകാര്യത്തിൽ സംശയമില്ല. എന്നാലും, പൂർണമായും മറക്കാവുന്നതരത്തിലുള്ള ഒരുകാര്യമായിരുന്നില്ലല്ലൊ അത്! ഏതെങ്കിലും ഒരു സ്ത്രീയെ കാണുമ്പോൾത്തന്നെ അവനിൽ ധാർമികരോഷമുയരും. ഫാന്നിയുടെ സുഹൃദ്ബന്ധം മാത്രമേ അവന് മുറുകെ പിടിക്കാനുണ്ടായിരുന്നുള്ളൂ.

17

മറ്റ് തൂലികകൾ ദുഃഖവും കഷ്ടപ്പാടും വർണിക്കട്ടെ. അത്തരം വെറുപ്പുളവാക്കുന്ന വിഷയങ്ങൾ കഴിയുന്നത്രവേഗം ഞാൻ ഉപേക്ഷിക്കുന്നു, എല്ലാവരെയും പുനഃസ്ഥാപിക്കുവാനും, തരക്കേടില്ലാത്ത രീതിയിൽ സന്തോഷം നൽകുവാനും ആഗ്രഹിക്കുന്നു.

എന്തൊക്കെ സംഭവിച്ചാലും ഫാന്നി ഈ സമയത്ത് തീർച്ചയായും സന്തുഷ്ടയാണ്. അവൾ മാൻസ്ഫീൽഡിൽ തിരിച്ചെത്തി; അവൾ അവർക്ക് ഉപയോഗപ്രദമാണ്, അവൾ അവരുടെ വാത്സല്യഭാജനമാണ്. ക്രാഫോർഡിൽ നിന്നവൾ സുരക്ഷിതയാണ്. സർ. തോമസ് തിരിച്ചുവന്നപ്പോൾ, അദ്ദേഹം അവളെ അംഗീകരിക്കയും കൂടുതൽ സ്നേഹിക്കുകയും ചെയ്യുന്നുണ്ടെന്നവൾക്ക് ബോധ്യപ്പെട്ടു. ഇതെല്ലാം അവളെ വളരെ സന്തോഷവതിയാക്കി. ഇതൊന്നുമില്ലെങ്കിലും അവൾ സന്തുഷ്ടയാണ്. കാരണം, ഇനി ഒരിക്കലും മിസ്. ക്രാഫോർഡിന് എഡ്മണ്ടിനെ വഞ്ചിക്കാൻ കഴിയില്ല.

എഡ്മണ്ട് സ്വയം സന്തോഷവാനല്ല എന്നതൊരു വാസ്തവമാണ്. നിരാശയും ദുഃഖവും അവനെ വേട്ടയാടിക്കൊണ്ടിരുന്നു. ഫാന്നിക്കതറിയാം, അവളതോർത്ത് ഖേദിച്ചു. എങ്കിലും അവൾ സന്തുഷ്ടയായിരുന്നു.

സർ. തോമസ്, പാവം സർ. തോമസ്, ഒരു രക്ഷിതാവ്, ഒരു പിതാ

വെന്ന നിലയ്ക്ക് തന്റെ പെരുമാറ്റത്തിൽ വന്ന കുറ്റങ്ങൾ മനസിലാക്കിയ വ്യക്തി, അദ്ദേഹം ആയിരുന്നു ഏറ്റവും കൂടുതൽ വേദനിക്കാൻ വിധിക്കപ്പെട്ടവൻ. താൻ ആ വിവാഹത്തിനനുമതി കൊടുക്കാൻ പാടില്ലായിരുന്നു എന്നദ്ദേഹത്തിന് തോന്നി. പുത്രിയുടെ വികാരങ്ങൾ അതിനുമുമ്പെ നന്നായി മനസിലാക്കേണ്ടതായിരുന്നു, കാര്യ സാധ്യതയ്ക്കുവേണ്ടി അവകാശം ബലിയർപ്പിച്ചു. സ്വാർഥത ലക്ഷ്യമാക്കി പ്രവർത്തിച്ചു. ഈ കുറ്റബോധം ശമിപ്പിക്കാനായി കുറച്ചുകാലമെടുക്കും. കാലം എല്ലാം സ്വയം നിർവഹിക്കും. മിസിസ് റഷ്വർത്ത് സൃഷ്ടിച്ച ദുരിതം മാച്ചുകളയാനായില്ലെങ്കിലും, തന്റെ മറ്റ് മക്കളിലൂടെ കൂടുതൽ സന്തോഷവും ആശ്വാസവും കണ്ടെത്താനദ്ദേഹത്തിനായി. ജൂലിയായുടെ ബന്ധം അദ്ദേഹം മുമ്പ് കരുതിയതുപോലെ അത്ര നിരാശാജനകമല്ലായിരുന്നു. അവൾ എളിമയുള്ളവളായി, മാപ്പ് ആഗ്രഹിക്കുന്നു. കുടുംബത്തിലേക്ക് തന്നെ സ്വീകരിക്കുമെന്ന പ്രതീക്ഷയിലാണ് യേറ്റ്സ്. അയാൾക്കത്ര സാമ്പത്തിക ഭദ്രതയില്ലെങ്കിലും, കൂടുതൽ അഭിവൃദ്ധിക്ക് സാധ്യതയുണ്ട്. ശാന്തനും കുടുംബാന്തരീക്ഷം ഇഷ്ടപ്പെടുന്നവനുമാണ്. എന്തായാലും, കടത്തേക്കാൾ കൂടുതൽ എസ്റ്റേറ്റുകൾ അയാൾക്കുണ്ടെന്നുകണ്ടതിൽ ആശ്വാസം! അയാൾ ഭയപ്പെട്ടതുപോലെയല്ല. ടോമിന്റെ കാര്യത്തിലും ആശ്വാസമുണ്ട്, അവൻ സാവധാനം ആരോഗ്യം വീണ്ടെടുത്തുകൊണ്ടിരിക്കുന്നു, പഴയ ദുഃസ്വഭാവങ്ങൾ വിട്ടുകളയുകയും, കാര്യങ്ങൾ വേണ്ടരീതിയിൽ ചിന്തിക്കാനും പ്രവർത്തിക്കാനും പഠിച്ചു. അവൻ നല്ലവനായി; അച്ഛന് ഉപയോഗമുള്ളവനായി, സമചിത്തതയുള്ളവനും ശാന്തനും. തനിക്കുവേണ്ടിമാത്രമല്ല അവനിപ്പോൾ ജീവിക്കുന്നത്.

ഇപ്പോൾ എല്ലാവിധത്തിലും ആശ്വാസമാണ്. എഡ്മണ്ടിനെക്കുറിച്ചുള്ള സർ. തോമസിന്റെ ഏക ആധിയും ശമിച്ചുതുടങ്ങി – അവന്റെ ഉത്സാഹം വർധിച്ചു. ഫാന്നിയോടൊപ്പമുള്ള നടത്തവും, നിത്യേന സായാഹ്നത്തിൽ മരച്ചുവട്ടിലിരുന്നുകൊണ്ടുള്ള അവരുടെ സൗഹൃദ സംഭാഷണങ്ങളും വീണ്ടും സന്തോഷകരമായൊരു നിലയിലേക്കവനെ ആനയിച്ചു കൊണ്ടിരുന്നു. എന്നാലും, തന്റെ പുത്രിമാർക്കയാൾ നൽകിയ വിദ്യാഭ്യാസത്തിലെ പോരായ്മകളെക്കുറിച്ചുള്ള കുറ്റബോധം പൂർണമായും അദ്ദേഹത്തെ വിട്ടുപിരിഞ്ഞില്ല. പരസ്പരവിരുദ്ധമായ വീട്ടിലെ പെരുമാറ്റം എങ്ങനെയാണ് ചെറുപ്പക്കാരെ ദുഷിപ്പിക്കുന്നതെന്ന് ഈ വൈകിയ വേളയിലെങ്കിലും അദ്ദേഹം മനസിലാക്കി. മരിയയും ജൂലിയയും വഷളാകാൻ കാരണമതാണ് – അവരോട് ആന്റിക്കുണ്ടായിരുന്ന അമിതലാളനയും, മുഖസ്തുതി പറച്ചിലും, തന്റെ കർക്കശ സ്വഭാവത്തിന് കടക വിരുദ്ധമായിരുന്നു. അച്ഛന്റെ സാന്നിധ്യത്തിൽ അവരുടെ ഉത്സാഹം അടക്കിനിർത്താനതവരെ പ്രേരിപ്പിച്ചു; അതവരുടെ തിന്മകൾ വർധിപ്പിക്കാനിടയാക്കി എന്നദ്ദേഹം കരുതി. അതുകൊണ്ടവരുടെ യഥാർഥ മനോഭാവവും മനസിലാക്കാനദ്ദേഹത്തിന് കഴിഞ്ഞില്ല. മിസിസ് നോറിസിന് അവരോടുള്ള അന്ധമായ സ്നേഹവും അമിതമായ പ്രശംസയും അവരെ സുഖലോലുപരാക്കി.

ഇതൊരു ഖേദകരമായ വസ്തുതതന്നെ. എന്നാൽ, അതിനേക്കാൾ വലിയ

തെറ്റാണ് അദ്ദേഹത്തിന്റെ വിദ്യാഭ്യാസരീതിയിൽ സംഭവിച്ചത്. എന്തോ ചില കുറവുകൾ അതിനുണ്ട്. ആദർശപരമായ പരിശീലനം അവർക്ക് നൽകപ്പെട്ടില്ല; സ്വന്തം സ്വഭാവവും മനോഭാവവും നിയന്ത്രിക്കാനവർ പരിശീലിപ്പിക്കപ്പെട്ടില്ല. ചുമതലാബോധം ഉൾക്കൊള്ളാനായില്ല. മതപരമായ പാഠങ്ങൾ പഠിച്ചെങ്കിലും, ദൈനംദിനജീവിതത്തിൽ അവ പ്രായോഗികമാക്കിയില്ല. അവരുടെ നന്മയാണദ്ദേഹം ആഗ്രഹിച്ചത്. പെരുമാറ്റച്ചട്ടങ്ങളിലായിരുന്നു അദ്ദേഹം ശ്രദ്ധകേന്ദ്രീകരിച്ചത്, സ്വഭാവരൂപീകരണത്തിലല്ല. അത്തരം ഗുണപാഠങ്ങൾ അവർക്ക് ആരിൽനിന്നും കേൾക്കാൻ കഴിഞ്ഞിട്ടില്ലെന്നദ്ദേഹം ഭീതിയോടെ ഓർത്തു. പ്രാഥമിക ചുമതലകൾപോലും പഠിപ്പിക്കാതെയാണദ്ദേഹം മക്കളെ വളർത്തിയത്, അവരുടെ സ്വഭാവവും മനോഭാവവും മനസിലാക്കാതെ.

മിസിസ് റഷ്‌വർത്തിന്റെ അത്യുത്സാഹവും ഊർജസ്വലതയും അദ്ദേഹം മനസിലാക്കിയത് ഖേദകരമായ സംഭവത്തിനുശേഷമാണ്. മിസ്റ്റർ ക്രാഫോർഡിനെ ഉപേക്ഷിക്കാനവളിൽ പ്രേരണ ചെലുത്താനായില്ല. അയാളെ വിവാഹം കഴിക്കാനവൾ ആഗ്രഹിച്ചു. ആ ആശ സഫലമാകില്ലെന്ന് ബോധ്യപ്പെടുന്നതുവരെ അവർ ഒന്നിച്ച് ജീവിച്ചു. നിരാശയും മാനസിക സമ്മർദവും അവളെ കൂടുതൽ കുപിതയും വിദ്വേഷിയുമാക്കി മാറ്റി. അയാളെ അവൾ വെറുത്തു. ഒടുവിൽ, വേർപാടിൽ കൊണ്ടെത്തിച്ചു.

മിസ്റ്റർ റഷ്‌വർത്തിന് വിവാഹമോചനം നടത്താൻ യാതൊരു ബുദ്ധിമുട്ടുമുണ്ടായില്ല. ആ വിവാഹബന്ധം അങ്ങനെ അവസാനിക്കപ്പെട്ടു.

മരിയ എവിടെ താമസിക്കുമെന്നതൊരു ചിന്താവിഷയമായിരുന്നു. 'നീസി'ന്റെ ദുഃസ്വഭാവം വർധിപ്പിക്കാനിടവരുത്തിയ മിസിസ് നോറിസിനെ നീരസത്തോടെയാണ് വീട്ടിലുള്ളവർ വീക്ഷിച്ചത്. സർ. തോമസ് അവളെ ശ്രദ്ധിച്ചില്ല. ഫാന്നിയോടുള്ള അവളുടെ ദേഷ്യം ഭയങ്കരമായിരുന്നു. മരിയയെ ഒരു മകളെന്നനിലയിൽ സംരക്ഷിക്കാൻ സർ. തോമസ് സന്നദ്ധനായിരുന്നു, നേരായ മാർഗത്തിലൂടെ ജീവിക്കാൻ എല്ലാ സഹായങ്ങളും നൽകും, അത്രതന്നെ.

ഒടുവിൽ, മാൻസ്ഫീൽഡ് വിട്ടുപോകുന്ന നിലയിൽ മിസിസ്സ്, നോറിസിനെ കൊണ്ടെത്തിച്ചു. അവർ നിർഭാഗ്യവതിയായ മരിയയെ സേവിച്ചുകൊണ്ട് കൂടെകഴിയും. മറ്റൊരു സ്ഥലത്ത് അവർക്കായി ഒരു വസതി ഒരുക്കി – ആരുമായി ബന്ധമില്ലാത്ത ചെറിയൊരു സമൂഹത്തിൽ.

മാൻസ്ഫീൽഡിൽനിന്നുള്ള മിസിസ്സ് നോറിസിന്റെ നിഷ്കാസനം സർ. തോമസിന്റെ ജീവിതം കൂടുതൽ സുഖകരമാക്കി. ആന്റിഗ്വായിൽ നിന്ന് തിരിച്ചെത്തിയതുമുതൽ അദ്ദേഹത്തിന് അവളെക്കുറിച്ചുള്ള അഭിപ്രായം മോശമായിക്കൊണ്ടിരിക്കയായിരുന്നു. ആ സമയം മുതലുള്ള അവളുടെ ഓരോ പ്രവൃത്തിയും സംസാരവും പെരുമാറ്റവും അദ്ദേഹത്തിന്റെ ആദരവ് കുറച്ചുകൊണ്ടേ ഇരുന്നു.

മാൻസ്ഫീൽഡിലെ ആരും അവളോട് സഹതപിച്ചില്ല, അവൾ ഏറ്റവും ഇഷ്ടപ്പെട്ടവർപോലും! മിസിസ്സ് റഷ്‌വർത്തിന്റെ ഒളിച്ചോട്ടത്തിനുശേഷം അവൾ എപ്പോഴും ദേഷ്യക്കാരിയായിരുന്നു, അതവളെ എല്ലായിടത്തും

പീഡനത്തിനിരയാക്കി. ഫാന്നിക്കുപോലും നോറിസ് ആന്റിയോട് സഹതാപം തോന്നിയില്ല – അവൾ എന്നെന്നേക്കുമായി വിടപറഞ്ഞപ്പോൾപോലും.

ജൂലിയയുടെ നില മരിയയെക്കാൾ ഭേദമായിരുന്നു, അവൾ രക്ഷപ്പെട്ടെന്നു പറയാം. സ്വഭാവത്തിലും ചുറ്റുപാടുകളിലും മരിയയെക്കാൾ വ്യത്യസ്തയായിരുന്നു അവൾ. ആന്റി അവളെ ചേച്ചിയുടെ അത്ര ലാളിക്കയോ പ്രശംസിക്കയോ ചെയ്യാതിരുന്നതിനാൽ അത്രയ്ക്കധികം വഷളായില്ല. സൗന്ദര്യത്തിലും സിദ്ധിയിലും അവൾ രണ്ടാമതായിരുന്നതിനാൽ, താൻ മരിയയെക്കാൾ താഴെയാണെന്ന് സ്വയം കരുതി. മരിയയെക്കാൾ നല്ല മനോഭാവമായിരുന്നു അവളുടേത്; അവളുടെ വികാരങ്ങൾ പെട്ടെന്നുയർന്നാലും നിയന്ത്രണാധീനമായിരുന്നു. വിദ്യാഭ്യാസം അവളെ അത്രയ്ക്ക് ദ്രോഹകരമായി ബാധിച്ചിരുന്നില്ല.

ആദ്യം അവൾ ഹെൻട്രിക്രാഫോർഡിനെ മോഹിച്ചെങ്കിലും, നിരാശതാബോധത്തോടെ പൂർണമായും പിൻവാങ്ങി. അയാളെ നിശ്ശേഷം ഒഴിവാക്കി. അതുകൊണ്ടാണവൾ കസിനുമാരുടെ ലണ്ടൻ വസതിയിലേക്ക് സന്ദർശനത്തിനായി പോയത്. മിസ്റ്റർ യേറ്റ്സിനെ ബന്ധപ്പെടാൻ വേണ്ടിയൊന്നുമല്ല. കുറച്ചുനാളായി അയാൾ അവളെ ആദരവോടെ പരിചരിക്കുമായിരുന്നു എങ്കിലും, അയാളെ സ്വീകരിക്കാനവൾ ഉദ്ദേശിച്ചിരുന്നില്ല. ചേച്ചിയുടെ പെരുമാറ്റം ഇപ്രകാരമായിരുന്നില്ലെങ്കിൽ അവൾ പെട്ടെന്നു തീരുമാനത്തിലെത്തില്ലായിരുന്നു. ആ സംഭവം അവൾക്ക് അച്ഛനോടും വീടിനോടും ഭീതി ഉയർത്തി — തനിക്കും അപ്രകാരം സംഭവിച്ചാലോ എന്നവൾ ഭയപ്പെട്ടു — പെട്ടെന്നവൾ സ്വന്തം കാര്യത്തിലൊരു തീരുമാനത്തിലെത്തി. അല്ലെങ്കിൽ മിസ്റ്റർ യേറ്റ്സിനവളെ ഒരിക്കലും നേടാനാവില്ലായിരുന്നു. ചീത്ത ചിന്തയൊടയല്ല അവൾ ഒളിച്ചോടിയത്. സ്വന്തം അപകടമോർത്തായിരുന്നു. അത് മാത്രമാണൊരു മാർഗമെന്നവൾക്ക് തോന്നി. മരിയായുടെ തെറ്റ് ജൂലിയയെ മണ്ടത്തരത്തിലേക്ക് വലിച്ചിഴച്ചു.

ഇരുകുടുംബങ്ങളെയും മുറിപ്പെടുത്തുന്ന സംഭവങ്ങൾ ഉണ്ടായശേഷം ബെർട്രാമുമാരും ഗ്രാന്റുമാരും അയൽവാസികളായി കഴിയുന്നത് വേദനാജനകമാണ്. ഗ്രാന്റുമാർ കുറച്ചുനാളേക്ക് മാറിനിന്നു. ഭാഗ്യമെന്നു പറയട്ടെ, അപ്പോഴേക്കും ഡോ.ഗ്രാന്റിന് വെസ്റ്റ് മിനിസ്റ്ററിലേക്ക് സ്ഥലംമാറ്റം കിട്ടി. അവരുടെ ചിരകാലാഭിലാഷമായിരുന്നു അത്. മാൻസ്ഫീൽഡ് വിട്ടുപോകാൻ പറ്റിയെന്നുമാത്രമല്ല, ലണ്ടനിലെ താമസവും ഉയർന്ന വരുമാനവും അവരെ സംതൃപ്തരാക്കി. മാൻസ്ഫീൽഡ് വിട്ടു പോകുന്നവരും അവിടെ നിൽക്കുന്നവരുടേതുപോലെ സന്തുഷ്ടർ!

സ്നേഹിക്കുവാനും സ്നേഹിക്കപ്പെടുവാനും ആഗ്രഹിക്കുന്ന സ്വഭാവമായിരുന്നു മിസിസ് ഗ്രാന്റിന്റേത്. പരിചയക്കാരെ പിരിഞ്ഞുപോകുമ്പോൾ അവളുടെ ഹൃദയം വിങ്ങിപ്പൊട്ടി. എന്നാൽ, ആ സ്വഭാവക്കാരിക്ക് എവിടെ ചെന്നാലും, ഏത് സമൂഹത്തിലായാലും സന്തോഷം നേടാനാകും. അവൾ മറ്റൊരു ഗൃഹം പടുത്തുയർത്തി. മേരിയെ അവിടേക്ക് സ്വാഗതം ചെയ്തു. കഴിഞ്ഞ ആറുമാസത്തിനുള്ളിൽ ഒരുപാട് ജീവിതാനുഭവങ്ങൾ അറിഞ്ഞതാണ് മേരി – ധാരാളം സുഹൃത്തുക്കൾ, അന്തസ്സുള്ള കൂട്ടുകെട്ട്,

പ്രേമം, നൈരാശ്യം — സഹോദരിയുടെ ഹൃദയംഗമമായ സ്നേഹം അവൾക്കാവശ്യമായിരുന്നു, ശാന്തിയും സമാധാനവും — അവർ ഒന്നിച്ചുജീവിച്ചു – തലച്ചോറിലേക്കുള്ള രക്തസ്രാവംമൂലം ഡോ. ഗ്രാന്റ് മൃതിയടഞ്ഞപ്പോഴും അവർ ഒന്നിച്ചുതന്നെ കഴിഞ്ഞു. കാരണം, ഇനിയും സഹോദരനോടൊപ്പം കഴിയാനവൾ ആഗ്രഹിച്ചില്ല. സൗന്ദര്യവും സമ്പത്തും മൂലം അനുയോജ്യനായൊരു ഭാവിവരനെ ആകർഷിക്കാനവൾക്ക് കഴിയും, മാൻസ്ഫീൽഡിലേതിനെക്കാൾ തനിക്ക് ഇഷ്ടപ്പെടുന്നവനെ, എഡ്മണ്ടിനെ മനസിൽനിന്നും ഒഴിവാക്കാനാകും.'

എഡ്മണ്ടിനത് വലിയ ഉപകാരമായി; വെറുതെ പ്രേമത്തിന്റെ പേരും പറഞ്ഞ് കാത്തിരിക്കേണ്ടല്ലോ. മിസ്സ്. ക്രാഫോർഡിന്റെ കാര്യത്തിൽ എഡ്മണ്ടിനൊരു ഖേദവും തോന്നിയില്ല. ഫാന്നിയോട് തന്റെ അഭിപ്രായം അവൻ തുറന്നടിക്കയും ചെയ്തു. ഫാന്നി അവന് മേരി ക്രാഫോർഡിനെപ്പോലെ പ്രിയപ്പെട്ടവളായി മാറുന്നില്ലേ, അവളുടെ പുഞ്ചിരിയിലും പെരുമാറ്റത്തിലുമെല്ലാം? അവളുടെ സഹോദരീ നിർവിശേഷമായ സ്നേഹം മാറ്റിയെടുത്ത്, ദാമ്പത്യബന്ധത്തിന്റേതായ ഊഷ്മളപ്രേമമാക്കാനാകില്ലേ?

അതിനുള്ള സമയവും സന്ദർഭവും ഞാൻ പറയുന്നില്ല. എല്ലാവർക്കും അതുറപ്പിക്കാനുള്ള സ്വാതന്ത്ര്യമുണ്ട്, അത് ഓരോ വ്യക്തിയുടെയും മാനസികനിലയും വികാരതീക്ഷ്ണതയും ആശ്രയിച്ചിരിക്കും. എന്നാൽ, അത് നടക്കേണ്ടതായ സമയത്തുതന്നെ നടക്കും എന്ന് വിശ്വസിക്കൂ എന്നു ഞാൻ എല്ലാവരോടും അഭ്യർഥിക്കുകയാണ്, ഒരാഴ്ചപോലും മുമ്പ് നടക്കില്ല! മിസിസ് ക്രാഫോർഡിനെക്കുറിച്ച് എഡ്മണ്ട് ചിന്തിക്കാതായി. ഫാന്നിയെ വിവാഹം കഴിക്കാൻ ആകാംക്ഷാഭരിതനായി, ഫാന്നി സ്വയം ആഗ്രഹിക്കുന്നതുപോലെ. പത്ത് വയസുമുതൽ ഫാന്നിയെ അവൻ സ്നേഹിക്കയും, മാർഗനിർദേശം നൽകുകയും, സംരക്ഷിക്കയും ചെയ്തിരുന്നു; അവന്റെ ശ്രദ്ധയിലാണ് അവളുടെ മനസ്സ് രൂപാന്തരപ്പെട്ടതുതന്നെ. അവന്റെ ദയാവായ്പിനെ ആശ്രയിച്ചായിരുന്നു അവളുടെ സന്തോഷം. മാൻസ്ഫീൽഡിലെ എല്ലാവരെക്കാളുമേറെ താൽപ്പര്യം അവൻ അവളോട് കാണിച്ചു, തന്നെക്കാളേറെ അതിൽ കൂടുതൽ ഇപ്പോൾ എന്തുവേണം?

ഒരു തീരുമാനത്തിലെത്തിയ നിലയ്ക്ക്, അവനെ തടയാനാർക്കും കഴിയില്ല. സ്വഭാവത്തിലും പെരുമാറ്റത്തിലും വാസനയിലും അവർ ഇരുവരും ഒരുപോലെയാണ്, ഒന്നും പാതിമറച്ചുവെക്കേണ്ടകാര്യമില്ല, ആത്മവഞ്ചനയില്ല.

അവരുടെ താൽപ്പര്യങ്ങൾ ഉറപ്പിച്ച നിലയ്ക്ക്, യാതൊരു ബുദ്ധിമുട്ടും നേരിടേണ്ടതില്ല. ആ ജോഡി, സർ. തോമസ് മുൻകൂട്ടി അറിഞ്ഞു. കുട്ടിക്കാലത്ത് തടഞ്ഞിരുന്നതായിരുന്നെങ്കിലും, ഫാന്നിയെ ഒരു മകളായി നേടാമെന്ന ആഹ്ലാദത്തിൽ എല്ലാം വിസ്മരിക്കപ്പെട്ടു.

തീർച്ചയായും അദ്ദേഹം ആഗ്രഹിച്ചതുപോലുള്ള മകളാണ് ഫാന്നി. അദ്ദേഹത്തിന്റെ ഉദാരമായ ദയാവായ്പ് വലിയൊരാശ്വാസമാണ് നേടിക്കൊടുത്തത്. അദ്ദേഹത്തിന്റെ വിശാലമനസ്കതയ്ക്ക് നല്ല പ്രതിഫലം ലഭിച്ചിരിക്കുന്നു. അദ്ദേഹം അവളുടെ ബാല്യകാലം കൂടുതൽ സന്തോഷപ്രദമാ

ക്കിയേനെ; എന്നാൽ, തെറ്റായ നിർണയത്തിന്റെ പേരിലായിരുന്നു അദ്ദേഹം പരുഷഭാവം കൈക്കൊണ്ടത്, അതദ്ദേഹത്തിനവളുടെ കുട്ടിക്കാലത്തെ സ്നേഹം നഷ്ടപ്പെടാനിടവരുത്തി. ഇപ്പോൾ പരസ്പരം നന്നായി മനസിലാക്കിയപ്പോൾ അവരുടെ സ്നേഹം വളരെ ദൃഢമായി. അവളെ എല്ലാ സുഖസൗകര്യങ്ങളോടുംകൂടെ തോൻടൺ ലേസിയിൽ പാർപ്പിച്ചപ്പോൾ, അവളെ എന്നും അവിടെ ചെന്ന് കാണാമല്ലോ എന്നായിരുന്നു വിചാരം.

ലേഡിബെർട്രാമുമായി വളരെക്കാലത്തോളം ഒട്ടിനടന്നിരുന്ന അവളെ സ്വമനസാലെ വിട്ടുകൊടുക്കാൻ ആന്റിക്ക് വിഷമമായിരുന്നു. എന്നാൽ, അവളെ വിട്ടുപിരിയാനവർക്ക് കഴിയും; കാരണം, സൂസൻ അവളുടെ സ്ഥാനമേറ്റെടുക്കാനവിടെയുണ്ട്. സൂസൻ അവിടെ സ്ഥിരം 'നീസ്' ആയി ത്തീർന്നു — അതിലവൾക്ക് ആഹ്ലാദമുണ്ട്! — മനസാ അവൾ തയാറായി കഴിഞ്ഞു. ഫാന്നിയെപ്പോലെ സൽസ്വഭാവത്തോടെ പെരുമാറണമെന്നും, എല്ലാവർക്കും ഉപയോഗപ്രദമാകണമെന്നും അവൾ ആശിച്ചു. തികഞ്ഞ കൃതജ്ഞതയോടെ. സൂസനെ ഒരിക്കലും ഒഴിവാക്കാനാവില്ല. ഒന്നാമത് ഫാന്നിക്കൊരാശ്വാസമാണവൾ, പിന്നെ ഒരു സഹായി, അവസാനമായി ഫാന്നിയുടെ പകരക്കാരി. അവൾ എല്ലാവിധത്തിലും മാൻസ്ഫീൽഡിലെ സ്ഥിരതാമസക്കാരിയായി. അവളുടെ ഭീതിയില്ലാത്ത മനോഭാവവും പ്രസരിപ്പുള്ള ചലനവും അവൾക്ക് അവിടെ എല്ലാം അനായാസമാക്കി ത്തീർത്തു. എന്തും പെട്ടെന്ന് മനസിലാക്കും, ഇടപെടുന്നവരുടെ പ്രകൃതമനുസരിച്ച് പെരുമാറും, നിർഭയമായ പ്രവർത്തനശൈലി..... എല്ലാം അവർക്ക് സ്വാഗതാർഹമായിരുന്നു. എല്ലാവർക്കും അവൾ പ്രയോജനപ്രദമായിരുന്നു. ഫാന്നി പോയശേഷം ആന്റിയുടെ പരിചരണം പൂർണമായും സൂസൻ ഏറ്റെടുത്തു. അവളുടെ സേവനം, ഫാന്നിയുടെ ഉൽക്കൃഷ്ടത, വില്യമിന്റെ സൽസ്വഭാവം, അവന്റെ ഉയർച്ച, മറ്റ് കുടുംബാംഗങ്ങളുടെ വിജയം, എല്ലാറ്റിന്റെയും ബഹുമതി സർ. തോമസിനർഹതപ്പെട്ടതാണ്. ചെറുപ്പംമുതലേ കഠിനാധ്വാനത്തിന്റെയും അച്ചടക്കത്തിന്റെയും ഗുണങ്ങളാണതെന്നദ്ദേഹം അംഗീകരിച്ചു. അതുപോലെ കഷ്ടപ്പെടാനും സഹിക്കാനും ആണ് ജനിച്ചതെന്ന ബോധത്തിന്റെയും പ്രയോജനം.

അത്രയും ആത്മാർഥ സ്നേഹത്തോടെ, സമ്പത്തോ സുഹൃത്തുക്കളോപോലും ആവശ്യമില്ലാതെ, ആനന്ദകരമായി വിവാഹിതരായ ആ കസിനുകൾ ജീവിച്ചു. ഗ്രാമീണ സുഖസൗകര്യങ്ങളോടെ പടുത്തുയർത്തിയ ആ കുടുംബജീവിതം സ്നേഹത്തിന്റെയും ശാന്തിയുടെയും പ്രതീകമായിരുന്നു. നന്മയുടെ ചിത്രം പൂർത്തീകരിക്കാനെന്നോണം, ഡോ. ഗ്രാന്റിന്റെ നിര്യാണശേഷം അവർ മാൻസ്ഫീൽഡിലേക്ക് താമസം മാറ്റി. അങ്ങനെ അച്ഛന്റെ വസതിയിലേക്കുള്ള ദൂരം ഒരു അസൗകര്യമല്ലാതായി.

മുമ്പത്തെ രണ്ട് പുരോഹിതരുടെ കാലത്തും ആ പുരോഹിത ഭവനത്തിലേക്ക് ഫാന്നി പ്രവേശിച്ചിരുന്നത് വേദനയോടും പേടിയോടും കൂടിയായിരുന്നു. ഇപ്പോഴതവൾക്ക് ഏറ്റവും പ്രിയങ്കരമായ ഭവനമായി മാറി. എല്ലാം അവളുടെ കണ്ണുകൾക്ക് കുറ്റമറ്റതായി തോന്നി, മാൻസ്ഫീൽഡ് പാർക്കിന്റെ ദർശന പരിധിയിലുള്ളതെല്ലാം.

www.ingramcontent.com/pod-product-compliance
Ingram Content Group UK Ltd.
Pitfield, Milton Keynes, MK11 3LW, UK
UKHW042100021026
15589UKWH00001B/93

9 788126 205547